கனவில் தொலைந்தவன்

உள் அட்டையில் காணும் சிற்பக் காட்சியில் பகவான் புத்தரின் அன்னை மாயாதேவி கண்ட கனவின் பலனை மன்னர் சுத்தோதனருக்கு நிமித்திகர் மூவர் விளக்குகின்றனர். அவர்களுக்குக் கீழே அமர்ந்து அந்த விளக்கத்தை எழுதுகிறார் ஓர் எழுத்தர். எழுதும் கலையைச் சித்திரிக்கும் முதல் இந்தியச் சிற்பம் இதுவாகவே இருக்கலாம்.

(நாகார்ஜுன மலைச்சிற்பம் பொ.யு. இரண்டாம் நூற்றாண்டு, படஉதவி : நேஷனல் மியூசியம், புது தில்லி)

கனவில் தொலைந்தவன்

(சாகித்திய அகாதெமி விருது பெற்ற ஆங்கில நாவல்)

கிரண் நகர்க்கர்

தமிழில்: அக்களூர் இரவி

சாகித்திய அகாதெமி

Kanavil Tholaindhavan: Tamil translation by Akkalur Ravi of Kiran Nagarkar's Award winning English novel 'Cuckold', Sahitya Akademi, New Delhi, 2022, Rs. 1100/-

உரிமை © சாகித்திய அகாதெமி

ஆசிரியர்	:	கிரண் நகர்க்கர்
மொழிபெயர்ப்பாளர்	:	அக்களூர் இரவி
பொருள்	:	நாவல்
வெளியீடு	:	சாகித்திய அகாதெமி
முதற் பதிப்பு	:	2022
ISBN	:	978-93-5548-014-9
விலை	:	ரூ.1,100/-

All rights reserved. No part of this book may be reproduced or utilized in any form or by any means, electronic or mechanical including photocopying, recording or by any information storage and retrival system, without permission in writing from Sahitya Akademi.

சாகித்திய அகாதெமி

தலைமை அலுவலகம் : இரவீந்திர பவன், 35, பெரோஸ்ஷா சாலை, புது தில்லி 110 001. secretary@sahitya-akademi.gov.in | 011-23386626/27/28.

விற்பனை அலுவலகம் : 'ஸ்வாதி' மந்திர் சாலை, புது தில்லி 110 001 sales@sahitya-akademi.gov.in | 011-23745297, 23364204.

கொல்கத்தா : 4, டி.எல். கான் சாலை, கொல்கத்தா 700 025 rs.rok@sahitya-akademi.gov.in | 033-24191683/24191706.

சென்னை : குணா வளாகம், 443, இரண்டாம் தளம், அண்ணா சாலை, தேனாம்பேட்டை, சென்னை 600 018. chennaioffice@sahitya-akademi.gov.in 044-24311741 | 24354815

மும்பை : 172, மும்பை மராத்தி கிரந்த சங்கிரகாலய சாலை, தாதர், மும்பை 400 014 rs.rom@sahitya-akademi.gov.in 022-24135744 | 24131948.

பெங்களூரு : மத்தியக் கல்லூரி வளாகம், பல்கலைக்கழக நூலக கட்டிடம், டாக்டர் அம்பேத்கர் வீதி, பெங்களூரு 560 001 rs.rob@sahitya-akademi.gov.in. 080-22245152, 22130870.

ஒளி அச்சு : R. Udhayabaskar, NN Seven, Chennai - 32.
அட்டை : Spectrum Graphic Studio, Chennai - 17
அச்சகம் : Mani Offset, Chennai
Visit our website at http://www.sahitya-akademi.gov.in

மொழிபெயர்ப்பாளர் குறிப்பு

வரலாற்று நிகழ்வுகள் சிலவற்றை அடிப்படையாகக் கொண்டு புனையப்பட்டுள்ள இந்த நாவல் சாகித்ய அகாதமி பரிசு பெற்றது. இந்த நாவலின் கதைக்களம், கதை விரிந்து செல்லும் பாங்கு, ஆங்காங்கே தூவப்பட்டிருக்கும் பாலியல் சார்ந்த விஷயங்கள் ஆகியன வித்தியாசமானவை, சுவாரஸ்யம் தருபவை. வாசிப்பவரின் ஆர்வத்தைத் தூண்டுவன.

கதைநாயகன், ராணா சங்காவின் மகன் போஜராஜன் என்ற மகராஜ் குமார். கதை, அவன் பார்வையில் பரந்து விரிகிறது. ஆசிரியர் தேவையான சுதந்திரத்துடன் கதைநாயகனை உருவாக்கியுள்ளார். வாசகன், தான் படித்த விஷயங்களுடன் அல்லது அறிந்த செய்திகளுடன் நாவலின் மையமாக இழையோடும் கருத்தை ஒப்பிடும் சூழல் எழுவது மிக இயல்பானது. வாசிப்பை அது சுவையானதாக்குகிறது.

நவீன காலத்தில் ஆட்சி நிர்வாகத்திலும் ராணுவம் மற்றும் காவல்துறையிலும் பிரிட்டிஷ் மரபை ஸ்வீகரித்துப் பயன்பாட்டிலிருக்கும் சொற்களையும், நேரம், மாதம், காலம் ஆகியவற்றைக் குறிக்கும் ஆங்கிலச் சொற்களையும் மூலப் பதிப்பில் ஆசிரியர் பயன்படுத்தியுள்ளார். வாசகனின் எளிதான புரிதலுக்கு நிச்சயம் இவை உதவும். கி.பி.1500களில் நடக்கும் கதை என்பதால் மேஜர், சார்ஜெண்ட், போலிஸ் ஸ்டேஷன், ஏ.டி.எஸ், மெகாபோன், செகண்ட், நிமிடம், மே மாதம், கெஜம், டஜன் போன்ற சொற்களில் சிலவற்றை தமிழ்ச் சூழலுக்கு ஏற்றவாறு தளபதி, காவல் நிலையம் என்ற வகையில் மாற்றியிருக்கிறேன். சிலவற்றை அப்படியே எடுத்துக்கொண்டுள்ளேன்.

தைமூரை தனது மூதாதை என்று சொல்லிக் கொள்கிறான் பாபர். ஒரு காலத்தில் தைமூர் டில்லியைக் கைப்பற்றியவன் என்பதால், அந்த அரியணையின் மீது எனக்கு உரிமை இருக்கிறது என்கிறான். அதைக் கைப்பற்றுவதே வாழ்வின் இலக்கு என்று சொல்லும் பாபர் பலவீனப்பட்டிருந்த டில்லி சுல்தான் இப்ராஹிம் லோடியை வீழ்த்தி மொகலாயப் பேரரசை ஹிந்துஸ்தானத்தில் நிறுவுகிறான். அந்தச் சூழலை, பாபர் நாமா மற்றும் வரலாற்றுப் பதிவுகளின் உதவியுடன் நாவலில் மிகச்சிறப்பாக கிரண் சித்தரிக்கிறார்.

நூற்றாண்டுகளுக்கும் மேலாகப் போர் உத்திகளில், போர் செய்யும் முறைகளில் மரபிலிருந்து விலகாமலும், வளர்ச்சியுறாமலும், வீரத்தை மட்டுமே பேசிக் கொண்டிருந்த, ராஜபுத்திரக் கூட்டணியின் லட்சத்திற்கும்

மேற்பட்ட வீரர்கள் கொண்ட மாபெரும் சேனை, துப்பாக்கிகளையும், பீரங்கிகளையும், நவீன போர் உத்திகளையும் பயன்படுத்திய, வெறும் நாற்பதினாயிரம் வீரர்களைக் கொண்டிருந்த பாபரின் படையை கனுவாவில் சந்திக்கிறது; தோல்வியுறுகிறது. ஆசிரியர் குறிப்பிடுவதுபோல், அந்த யுத்தத்தில் ராஜபுத்திர கூட்டணி வெற்றி பெற்றிருந்தால்... இந்திய வரலாறு வேறுவிதமாக அமைந்திருக்கலாம்.

பெரும்பாலான இந்திய அரச மரபுகளில் அரியணைப் போரும் சகோதரர்களுக்கு இடையில் போட்டியும், கொலையும், குருதி சிந்துதலும் தவறாது இடம் பெறுபவை. மேவாரும் அதற்கு விதிவிலக்கல்ல. தந்தைக்குப் பின் தனக்குத்தான் அரியணை; வாரிசு வரிசையில் முதலில் இருக்கும் மூத்தமகன் என்று அறிநெறி சார்ந்து காத்திருக்கும் கதைநாயகன், ராணி கர்மாவதியும் அவரது மகனும் சேர்ந்து செய்யும் சதிகளை எதிர்கொள்கிறான்.

மேர்த்தாவின் இளவரசியை மணம் செய்யும் மகராஜ் குமாருக்கு, அந்த மண வாழ்க்கை இறுதிவரை சரியாக அமையவில்லை. இவனை அவள் அலட்சியப்படுத்தினாலும் கிருஷ்ணப் பிரேமியாக இருக்கும் அவள்தான், தன் மனைவி என்று இறுதி வரையிலும் எண்ணுகிறான். லீலாவதிமீது இவனுக்குப் பிரியம் இருந்தாலும், அவளுக்கும் இவன்மீது பெருங்காதல் இருந்தாலும் அவளிடமிருந்து விலகியே நிற்கிறான். அவளை ஒதுக்குகிறான். மால்வா போரை இவன் வென்று கொடுத்த பின் அதன் அரசனின் மகளை இவன் மணக்க வேண்டிய கட்டாயம் வரும்போதும், அவளுடனான மண வாழ்க்கையும் முழுமையற்ற ஒன்றாகத்தான் இருக்கிறது. அவளுக்கு அவன் ஏங்குகிறான் என்று சொல்லமுடிகிற அளவுக்கு மேர்த்தாவின் இளவரசியான இளந் துறவியின் மீதுதான் இவனுக்கு தீரா அன்பு இருந்ததாக கதையின் போக்கில் நாம் உணர முடிகிறது.

மகராஜ் குமார் வித்தியாசமான இளவரசனாக நாவலில் சித்தரிக்கப்படுகிறான்: சங்கீதம் அறிந்தவன். நாட்டின் பொருளாதாரத்தை மேம்படுத்தவும், சித்தோரில் குடிநீர், சாக்கடை வடிகால் அமைக்கவும் திட்டம் போடுகிறான். யுத்தம் வேண்டாம், சமாதானம்தான் நாட்டுக்கு நல்லது என்கிறான். போரைவிட ஒரு நாட்டின் மேம்பாட்டுக்கு இருநாட்டுக்கு இடையிலான சமாதானம் பலன் தரும் என்று பேசுகிறான். நேருக்கு நேர் போரிட்டு வெல்வது அல்லது உயிர் துறப்பதே வீரம்; கொல்வது அல்லது கொல்லப்படுவதே ராஜபுத்திர வீரத்தின் தர்மம் என்ற பண்பாட்டை, பாரம்பரியத்தை விமர்சிக்கிறான். மாற்றவும்

முயல்கிறான். கொரில்லா யுத்த முறையை அறிமுகம் செய்து இரண்டு போர்களில் மேவாருக்கு வெற்றியும் பெற்றுத் தருகிறான். ஆனால், பெற்ற தந்தையிடமிருந்தோ, உரியவர்களிடமிருந்தோ அவன் ஏங்கும் அங்கீகாரம், அவனுக்குக் கிடைக்கவேயில்லை

    போரில் தோல்வி ஏற்படும் நிலை உறுதி என்ற நிலையில் தேவையற்ற உயிர்ச் சேதத்தைத் தவிர்க்க பின்வாங்குவது, அடுத்த போருக்காக வீரர்களின் உயிரைப் பாதுகாப்பதுதான் நல்லது என்று யோசிக்கும் நாயகன். யுத்த களத்திலிருந்து பின்வாங்குவதில் பல்வேறு வழிமுறைகளை உத்திகளை உருவாக்கச் சொல்கிறான். போராயுதங்களிலும் போரிடும் முறைகளிலும் புதிய தொழில்நுட்பத்தைப் புகுத்தவும் நவீன ஆயுதங்களான துப்பாக்கிகளையும் பீரங்கிகளையும் படையில் சேர்க்கவும் முனைகிறான். இந்த அடிப்படையில் பாபருடன் போர்க்கள சந்திப்பை தள்ளிப்போடத் தந்தையிடம் சொல்கிறான். இவனது யோசனைகளை, போர் உத்திகளைத் தவிர்க்கும் ராணா, கனுவா போரில் தோல்வியடைகிறார்; காயம்படுகிறார். பாபர் வெற்றி பெறுகிறான். ராணா சங்கா சதிகாரர்களால் விஷம் வைத்துக் கொல்லப்படுகிறார்.

    வாழ்நாள் முழுவதும் தன் நாட்டிற்காகவும் மக்களுக்காகவும் தன் மனைவியின் அன்பைப் பெறுவதற்காகவும் கனவு கண்ட, போராடிய கதைநாயகன் இறுதியில் என்னவாகிறான்? இறந்தானா, தற்கொலை செய்துகொண்டானா, மனைவியை அல்லது லீலாவதியைத் தேடிப்போனானா, அல்லது தொலைந்து போனானா? கதையில் விடையில்லை. கக்கோல்டு என்ற தலைப்பிற்கு நேரடி தமிழ் மொழிபெயர்ப்பு அல்லது அதற்கிணையான தலைப்பு ஏற்கத்தக்கதாக இருக்காது; கனவில் தொலைந்தவன் என்ற தலைப்புப் பொருத்தமானதாக இருக்கும் என்று கருதுகிறேன்.

    ராஜபுதனத்து பண்பாட்டு அம்சங்களை விளக்கும் சடங்குகள், நடை உடை பாவனைகள், பழக்கவழக்கங்கள், உணவுகள் பதார்த்தங்கள் தொடர்பான சொற்களைப் பயன்படுத்தி ஆசிரியர் அப்புவியியல் பரப்பிற்குள் நம்மை அழைத்துச் சென்றுவிடுகிறார். அந்த மக்களின் பண்பாட்டுச் சாளரங்களான அச்சொற்கள் கதையுடன் நம்மை ஒன்ற வைக்கின்றன. சில சொற்களை நாவலின் இறுதியில் தந்துள்ளேன். அவற்றை மொழிபெயர்க்கவில்லை. அந்தச் சொற்களை அறிந்த மனிதர்களிடம் பேசி தமிழ் உச்சரிப்பை முடிந்த அளவு உறுதிசெய்து கதையோட்டத்திற்கு இடையூறில்லாத வகையில் அவற்றைப் பயன்படுத்தியுள்ளேன்.

மொழிபெயர்த்த பக்கங்களை அவ்வப்போது சிரத்தையுடன் மூலநூலுடன் ஒப்பிட்டுப் பார்த்துப் பேருதவி செய்த எழுத்தாளர், அன்பு நண்பர் எஸ்ஸார்சி, பொறுமையுடன் பிழைகளைத் திருத்தித் தந்த பிரியமான தோழர் வெ.ரகுநாதன், ராஜஸ்தான்/மேவார் சொற்களைப் பிழையற உச்சரிப்பதில் உதவிய ஜெய்ப்பூரில் மருத்துவம் படிக்கும் டாக்டர் ராஷ்மி, இசையுடன் தொடர்புடைய பத்திகளைச் செம்மையாக்க ஆர்வத்துடன் உதவிய அன்பு நண்பர் எழுத்தாளர் யுவன் சந்திரசேகர், கிருஷ்ணனின் ராஸ லீலை நடனம் மற்றும் மீரா-ரூப கோஸ்வாமி சந்திப்பு மற்றும் விவாதங்கள் குறித்து விளக்கிய பிரத்திக் சுதா முரளி ஆகியோருக்கு என் நெஞ்சு நிறை நன்றி.

மொழிபெயர்ப்புப் பணியில் எனக்கு எப்போதும் பேருதவியாகவும், ஊக்கமாகவும் இருக்கும் என் குடும்பத்தினருக்கும் நன்றி.

-அக்களூர் இரவி

நன்றியை உரித்தாக்குகிறேன்...

'பங்களிப்புகளுக்கு நன்றி தெரிவித்து நீங்கள் எழுதியிருக்கும் பக்கங்கள் உங்களது நூலின் அளவுக்கு இருக்கின்றன; அவற்றை வெளியிட இயலாது' என்று எனது பதிப்பகத்தார் கூறினர். இது உண்மையைத் தவறாக சித்தரிப்பது. முதலாவதாக, கக்கோல்டு அதிக பக்கங்கள் கொண்ட பெரிய நூல் அல்ல. வெறும் 600 பக்கங்கள் மட்டுமே. இந்த நூற்றாண்டின் புனைகதைகள் இன்று 670 முதல் 1437 பக்கங்கள் வரை நீள்கின்றன. நான் எழுதியிருப்பவை உண்மையில் ஐந்நூறு பக்கங்கள்கூட இல்லை. அனைத்து விஷயங்களிலும் பதிப்பகத்தார் முடிவே இறுதி என்பதால், வேறுவழியின்றி, ஒன்றரை பக்கத்தில் 'உங்களுக்கு நன்றியை உரித்தாக்குகிறேன்'. அனைத்தையும் சுருக்கிவிட்டேன். முற்றிலும் போதாதது. அந்த நல்ல மனிதர்களின் பெயர் சொல்லி நன்றியைக்கூற பதிப்பாளர்கள் என்னை அனுமதிக்காத அனைவருக்கும் எனது வருத்தங்களைத் தெரிவித்துக் கொள்கிறேன்.

என் மனத்தில் இருந்தது என்ன என்பது ராமச்சந்திர ராவுக்குத் தெரியாது (எனக்கும் தெரியாது). ஆனால், உதய்பூருக்கும் சித்தூருக்கும் நான் பயணம் மேற்கொள்ளத் தூண்டுகோலாக இருந்தார். அங்கு, நிதின் திருபுதே மற்றும் ராஜீவ் சர்மாவின் கைகளில் என்னை ஒப்படைத்தார். நிதினும் ராஜீவும் அசாதாரண சிரமத்திற்குத் தங்களை ஆட்படுத்திக் கொண்டனர். ஏன் என்பது எனக்கு எப்போதும் புரியாத புதிராகவே இருக்கும். எனது நெடுநாள் நண்பன் தல்ஜித் மிர்சந்தானியின் ஆர்ப்பாட்டமில்லாத ஆதரவு இல்லையென்றால் இந்த மனிதர்களின் உதவியும், ஏனைய அனைத்துவகையான உதவிகளும் எனக்குக் கிடைத்திருக்காது.

நூலகத்திலிருந்து ஏராளமான ஆதார நூல்களை சுனந்தா ஹெர்ஸ்பெர்கர் அள்ளிக்கொண்டு வந்தார். எதிர்பாராத விதமாக துளசி வத்சல் 'பாபர் நாமா'வின் பிரதி ஒன்றை வாங்கித் தந்தார். விதி, தற்செயல் நிகழ்வு, பிரும்மாண்ட வடிவமைப்பு என்று அந்த நூலைப்பற்றி நீங்கள் என்னவெல்லாம் சொல்ல விரும்புகிறீர்களோ, அனைத்தின் சங்கமமாக அந்த நூல் இருந்தது.

இந்த நாவலில் பாபர் ஒரு முக்கிய பாத்திரத்தை வகிக்கிறான். பெருமளவிற்கு அதற்கான காரணமாக அன்னெட் சூசன்னா பெவெரிட்ஜ் மொழிபெயர்த்த பாபர் நாமா இருந்தது. இறந்துபோன அந்த எழுத்தாளருக்கு, தலைத் தொப்பியை நீக்கி, குனிந்து வணக்கம் சொல்ல முடியாது. விதிவிலக்கான, அசாதாரண இலக்கியத்தில் ஆர்வமுள்ள அனைவருக்கும் அவரை நான் பரிந்துரைக்கிறேன். என்னால் வேறு என்ன செய்ய இயலும்?

வயிற்றில் அதிக அமிலச் சுரப்பின் காரணமாக பார்வைக் குறைபாட்டால் அவதிப்பட்டாலும் எந்தப் புகாரும் சொல்லாமல் நான்சி பெர்னாண்டஸ் கையெழுத்துப் பிரதியைத் தட்டச்சு செய்து தந்தார். எனது நாவல் Ravan and Eddie-யின் மொழிபெயர்ப்பாளர் ரேகா சபின்ஸ். பெரும்பாலும் புரிந்துகொள்ள முடியாத அளவுக்கு நான் எழுதியிருந்த கக்கோல்டின் கையெழுத்துப் பிரதிகளை விருப்பத்துடன்(?) வாசிக்க வேண்டிய சூழலுக்குத் தள்ளப்பட்டார். கஜினி மகமுது, தைமூர், செங்கிஸ் கான் ஆகியோரின் ஒன்று திரண்ட கதாபாத்திரமாக மாறிவிட்டார் துளசி வத்சல். கையெழுத்துப் பிரதியைப் பலமுறை வாசித்து நூறு பக்கங்களுக்கு நெருக்கமாக வெட்டியெடுத்தார். அவரது கூர்மையான, விமர்சனப்பூர்வமான உள்முகப்பார்வையும், அவர் பக்கங்களைக் குறைத்ததும், செறிவான, மேலும் சிறந்த புத்தகமாக இந்த நாவலை மாற்றின.

எனது தோழி பெர்வின் மஹோனியின் கருத்துகளுக்கும், அவர் செய்த ஆரம்பக்கட்ட எடிட்டிங் மற்றும் அவரளித்த ஊக்கம் நிறைந்த சொற்களுக்கும் நன்றியுடையவனாக இருக்கிறேன். நூலை நல்ல முறையில் சரிபார்த்துத் தந்ததற்கு நிதா பிள்ளைக்கு நன்றியைத் தெரிவிக்கிறேன். நண்பர்கள் ஹிராவுக்கும் அட்ரியன் ஸ்டீவனுக்கும் எப்படி நான் நன்றி சொல்வது? அவர்களது பொறுமைக்கு எல்லையே இல்லை. ஒவ்வொரு சொல்லும், வரியும், பத்தியும், அத்தியாயமும் அவர்களால் கூர்ந்து நோக்கப்பட்டன; அவர்களது பரிந்துரை ஒவ்வொன்றும் குறித்துக் கொள்ளப்பட்டு விவாதிக்கப்பட்டது. வார்த்தைகளின் போதாமையைப் பொருட்படுத்த வேண்டாம், நண்பர்களே. மீண்டும் உங்கள் இருவருக்கும் நன்றி. மீனாவும் விஜய் கிர்லோஸ்கரும் எனக்கு ஆதரவாக நின்றனர். கடினமான நாட்களில் நகைச்சுவைப் பேச்சுகளாலும் ஊக்கம் தரும் சொற்களாலும் நூலை முடிக்க வேண்டிய உணர்வை எனக்கு அளித்தனர்.

நான் தெரிவிக்கும் நன்றியுணர்வின் வடிவம் எதுவாகவும் இருக்கட்டும்; அதில் பெரும்பான்மை, முயற்சியின்மீது நம்பிக்கை கொண்ட இந்த மனிதர்களுடன் தொடர்புடையது. தோழி ஆக்டேவியா வைஸ்மேன் அத்தகு நம்பிக்கையாளர்களில் ஒருவர். சில கடினமான நேரங்களில் கக்கோல்ட் நூலை வெளிக்கொண்டு வருவதில் எனக்கு ஆதரவாக நின்றார். ஒருபோதும் கைவிடாமல் இருந்த அவருக்கு நன்றிக்கடன் பட்டிருக்கிறேன். அடுத்து ஹார்பர் காலின்ஸ் பதிப்பகத்தில் எனது எடிட்டர் பிரியாக்ஷி ராஜகுரு. மிகவும் மென்மையாகப் பேசும் மனிதர்கள் போல், செய்ய வேண்டியதை அறிந்தவர். அவர் மனம் கக்கோல்டு மீது பதிந்து இருந்ததில் எனக்கு மிகவும் மகிழ்ச்சி.

-கிரண் நகர்க்கர்

முக்கிய கதாபாத்திரங்கள்:
இராஜபுதன ராஜ்ஜியம் மேவார்; தலைநகர்: சித்தோர்

மகா ராணா (அ)

ராணா சங்கா	-	மேவாரின் அரசன்
மகராஜ் குமார்	-	ராணாவின் மூத்த மகன், வாரிசுரிமை உள்ளவன்
விக்கிரமாதித்தன்	-	ராணாவின் மூன்றாவது மகன்
ராணி கர்மாவதி	-	ராணாவின் பிரிய ராணி, விக்கிரமாதித்தனின் தாய்
கௌசல்யா	-	மகராஜ் குமாரின் செவிலித்தாய் / முலைப்பால் அளித்தவள்
இளவரசி	-	மகராஜ் குமாரின் மனைவி
கும்கும் கன்வர்	-	இளவரசியின் சேடி
ஆதிநாத்ஜி	-	நிதியமைச்சர்
லீலாவதி	-	நிதியமைச்சரின் பேத்தி
லக்ஷ்மண் சிம்மா	-	உள்துறை அமைச்சர்
இராஜேந்திரன்	-	இவரது மூத்தமகன்
தேஜ்	-	இவரது இளையமகன்
பூரண்மால்ஜி	-	பிரதம அமைச்சர்
மங்கள் சிம்மா	-	உளவுத்துறைத் தலைவன், கௌசல்யாவின் மகன்
சுனேரியா	-	ஒரு ஏகாலியின் மனைவி
பிருஹன்னடா	-	ராணி கர்மாவதியின் முதன்மை ஹிஜிரா
ராவ் வீரம்தேவ்	-	மேர்த்தாவின் அரசன், இளவரசியின் மாமன்
ராஜா புராஜி	-	பில் இனத் தலைவன், மகராஜ் குமாரின் நண்பன்

முஸ்லீம் ராஜ்ஜியம் – குஜராத்; தலைநகர்: அகமதாபாத்

இரண்டாம் முஸாஃபர் ஷா	-	குஜராத் சுல்தான்
பகதூர் ஷா (ஷெஸாதா)	-	இவரது இரண்டாவது மகன்

முஸ்லீம் ராஜ்ஜியம் – மால்வா; தலைநகர்: மாண்டு

இரண்டாம் மகமது கல்ஜி	-	மால்வா சுல்தான்
மெதினி ராய்	-	இவரது ராஜபுத்திர பிரதம அமைச்சர் /பின்னர் எதிரி
ஹேம் கரண்	-	மெதினி ராயின் மகன்
சுக்ந்தா	-	மெதினி ராயின் மகள்

முஸ்லீம் ராஜ்ஜியம் – டில்லி; தலைநகர்: டில்லி

இப்ராஹிம் லோடி	-	டில்லி சுல்தான்
பாபர்	-	மொகலாய வம்சத்தை தோற்றுவித்தவன்
ஹுமாயுன்	-	பாபரின் மூத்த மகன்

அத்தியாயம் 1

சிறு குற்றங்களை விசாரிக்கும் நீதிமன்றம் அது. வியாழக் கிழமைகளில் மட்டும் கூடும். தந்தை தலைநகரில் இல்லையென்றால் அமர்விற்கு நான்தான் நீதிபதி. அன்றைக்கு பதினான்கு வழக்குகள். விசாரணை போய்க்கொண்டிருந்தது. உச்சியைக் கடந்து கதிரவன் மறுபக்கம் இறங்கியிருந்தான். நான் பொறுமையிழந்து கொண்டிருந்தேன். ஏழாவது வழக்கு மிகவும் ஆர்வமூட்டியது. ஏனெனில், அந்த வழக்கு பணம் பற்றியோ அல்லது நிலம் பற்றியோ நடக்கவில்லை; விசாரணையின் வேகம் மாறியது. அதுமட்டுமின்றி, காட்சியில் சிறிது நகைச்சுவையும் சேர்ந்து கொண்டது.

அந்த ஏகாலி வயதானவன்; கூன் விழுந்த முதுகு. இரண்டாயிரம் ஆண்டுகளுக்கு முன்னர் சீதையின் பெயருக்குக் களங்கம் ஏற்படுத்தியவன்; அவளை ராமன் காட்டிற்கு அனுப்பக் காரணமாக இருந்தவன் இந்த ஏகாலிதான். இப்போது தன் மனைவியின் கற்பைச் சந்தேகப்படுகிறான். அவதூறுகளை வீசுகிறான். மூச்சுக் குழாய் அழற்சியால் அவன் குரல் கனத்திருந்தது.

'அவளுக்கு ஒரு காதலன் இருக்கிறான். அதிகமாகவும் இருக்கலாம்.' பேசுவதற்குமுன் பலமுறை தொண்டையைக் கனைத்துச் சரிசெய்து கொண்டான். 'உண்மையா?' என்று அவன் மனைவியைக் கேட்டேன்.

அவளுக்குப் பதினாறு அல்லது பதினேழு வயது இருக்கலாம். நீதிமன்றத்தில் ஒரு நபரால் இவ்வளவு அப்பாவியாக நடந்துகொள்ள முடியுமா? அல்லது பாசாங்கு செய்கிறாளா? அடக்கமாகச் சிரித்தபடி, யாருடன் அவள் படுக்கிறாள் என்பதை நீதிமன்றத்தில் சொல்லவேண்டும் என்று எதிர்பார்க்கிறேனா?

எனது கொள்ளுப் பாட்டன் மகாராணா கும்பா கட்டிய அரண்மனை இது. சுவரிலிருந்து நீண்டிருப்பதுபோல் சற்று உயரத்தில் அமைக்கப்பட்ட அறு கோண வடிவ சிறிய உப்பரிகையில் அமர்ந்திருந்தேன். அவளும் மற்ற வழக்காளிகளும் பதினைந்து அடி கீழே நின்றிருந்தனர். பச்சை, மஞ்சள் வண்ணத்தில் பாந்தனி துப்பட்டாவால் முக்காடிட்டிருந்தாள்; மார்பு இடுக்கில் அதன் முனைகளைச் செருகியிருந்தாள். அந்தத் துப்பட்டாவை இதற்குமுன் நிச்சயம் பார்த்திருக்கிறேன். தலையைத் தூக்கி என்னைப் பார்த்து பேசும்போது அவள் கண்களில் கதிரவன் தெரிந்தான். முன்பக்கம் குனிந்து தலையை மூடியிருந்த பட்டுத் துணியை இழுத்துக் கண்களை மறைக்கமுயன்றாள். முழங்கைப் பக்கம் ஒதுங்கிய தந்த வளையல்கள் கலகலத்தன. ஒன்று பெரிது, மற்றொன்று சிறிது என்பதாக அணிந்திருந்தாள். புஷ்கரின் நுண்ணிய மணல் வண்ண மார்பகங்கள்

ஒருகணம் தெரிந்தன. மங்கள் என்னைப் பார்த்துக் கொண்டிருக்கிறான்; என் புறங்கழுத்தில் பதிந்திருக்கும் அவன் கண்களை உணர்ந்தேன். அந்தத் துப்பட்டாவைப் பார்த்திருப்பதுபோல் தெரிவது எதனால் என்று என்னால் இன்னமும் தெரிந்துகொள்ள முடியவில்லை.

'அவரைக் கேளுங்கள்' என் கேள்வியை அவள் புறக்கணித்தாள். 'என் அப்பா அவருக்கு என்னை மணம் செய்து கொடுத்து இரண்டு ஆண்டாகிறது. கணவராக தனது கடமையை ஒருமுறையாவது அவர் செய்திருப்பாரா என்று கேளுங்கள்?'

அவளது நேரிடையான, வெளிப்படையான பேச்சு என்னை நிலைகுலைய வைத்தது; அதை நான் எதிர்பார்க்கவில்லை. கண்களைப் பார்த்துப் பேசினாள் அவள். குரலில் கசப்புணர்வு இல்லை; இது தான் விஷயம், அவ்வளவுதான்.

அவள் கணவனிடம் கேட்டேன்., 'இது உண்மையா?'

'என்ன சொல்ல வருகிறீர்கள் எஜமான்? அவளது சட்டப்படியான கணவன் நான். இதைப் போன்ற ருசியான பழத்தின்மேல் எவனாவது கைவக்காமல் இருப்பானா?'

'கிழவா, உன் வயது என்ன?'

'அதற்கும் இவள் செய்த நம்பிக்கைத் துரோகத்திற்கும் என்ன சம்பந்தம்?'

'மரியாதையாகப் பேசு. இல்லை, உன்னை நையப் புடைக்கச் சொல்வேன்'

'மகாராஜா! உங்கள் அப்பா பிறப்பதற்கு முன்னாலிருந்தே அரண்மனைத் துணிகளை வெளுத்து வருகிறேன். ஆனாலும், இன்னமும் இளமையாகத்தான் இருக்கிறேன். நான் ஹத்யாரா மகாராஜாவின் ஏகாலி. அவரைப்போல் சுத்தத்திற்குப் பேர் போன ராஜா வேறு யாருமில்லை. ஆனால், தனது கைகளில் படிந்த ரத்தத்தை அவரால் எப்போதும் கழுவவே முடியவில்லை. எப்போதும் ஓடிக்கொண்டேதான் இருந்தார். அவர் சென்ற இடத்துக்கெல்லாம் நானும் போனேன்.'

'கிழவா, உனக்கு வாய் நீளம். உன் கழுத்தில் ஒரு நாளைக்கு அது சுருக்குக் கயிற்றை மாட்டப்போகிறது.'

'ஹத்யாரா ராஜாவின் பெயரை உச்சரிக்கக்கூடாது என்பது தெரியும். ஆனால், அவரது அப்பாவுக்கு சாவதற்கோ, சிம்மாசனத்தை விட்டு இறங்கவோ விருப்பம் கிடையாது. முப்பத்தைந்து ஆண்டுகள் காத்திருப்பது என்பது ரொம்ப அதிகம். பொறுமையிழந்த அவர் ராணா

கும்பாவை தூக்கி எறிந்தார்; அவரை நீங்கள் குற்றம் சொல்ல முடியுமா? உங்கள் தந்தை ராணா சங்கா, கடவுள் அருளால் நல்லபடியாக இருக்கட்டும்; அவர் சாகாமல் மேலும் முப்பது, நாற்பது அல்லது ஐம்பது ஆண்டுகள் ஆட்சி செய்தால் நீங்கள் சும்மா இருப்பீர்களா?'

'கிழவா, உன் வயதால் தப்பித்தாய். இல்லையானால் ராஜத் துரோகத்திற்காக செத்துப்போயிருப்பாய். இப்போது மட்டும் என்ன? நீதிமன்றம் முடிந்தவுடன் உனக்கு பத்துக் கசையடி காத்திருக்கு'

'இளவரசே, அது என் ஆண்மைத் தன்மையை குறைத்துவிடாது'

அவனுடைய அதிகப்பிரசங்கித்தனத்தால் மேலும் சோர்வாக உணர்ந்தேன்.

'அதைத் தெரிந்துகொள்ள வேண்டும். புளிய மரச் சந்தின் கடைசியில் இருக்கும் விபச்சார விடுதிக்கு திங்கள் இரவு போ. அங்கே ரசிகா பாயின் படுக்கையில் உன் ஆண்மையை நிரூபி. அவளிடமிருந்து செய்தி வரும்வரை தீர்ப்பை ஒத்திவைக்கிறேன்.'

'ஒரு பேச்சுக்குக் கேட்கிறேன், இளவரசே. ஒருவேளை அங்கே நான் தோற்றுவிட்டால், என் மனைவியின் நம்பிக்கைத் துரோகத்தை அது நியாயப்படுத்திவிடுமா?'

'உன் ஆண்மையை ரசிகா பாயிடம் நிரூபித்துவிட்டாலும், உன் மனைவி நம்பிக்கைத் துரோகம் செய்துவிட்டாள் என்பதை நிரூபிக்க நீ ஆதாரம் ஏதாவது தர வேண்டும்.'

****

காலை ஆறரைக்கெல்லாம் பணிகளைத் தொடங்குவதை விரும்புவேன். முக்கியமான விஷயங்களைப் படிப்பது, ஆராய்வது, ஒவ்வொன்றையும் தனித்தனியாக மதிப்பிடுவது, அதன்பின் முடிவுகள் எடுப்பது என்பதே என் பாணி. தேவைப்படும் குறிப்புகளை ஓரமாக எழுதி வைப்பேன். உடனடியாகச் செய்யவேண்டிய விஷயங்களைக் கவனிக்கச் செல்ல எனக்கு ஒன்றரை மணிநேரம் கிடைக்கும்.

ஒன்பது மணியளவில், நகரத் திட்டமிடுதல் துறையின் அதிகாரி சஹஸ்மாலுடன் ஆலோசனையில் இருந்தேன். சென்ற ஆண்டைக் காட்டிலும் ஆயிரம் பேர் நகரத்தில் கூடியிருக்கிறார்கள்; ஆகவே மேலும் இரண்டு கிணறுகள் தோண்டலாம் என்பது திட்டம். அந்தச் சமயத்தில்தான் தந்தை அனுப்பிய தூதுவன் உள்ளே நுழைந்தான். குஜராத் சுல்தானுடன் நடந்துகொண்டிருக்கும் யுத்தம், தந்தை எதிர்பார்த்ததைக் காட்டிலும் மிகவும் கடினமாகிக்கொண்டு இருந்தது. வீரர்களுக்குக் கொடுக்க

இப்போது அவருக்குப் பணம் தேவை; உணவுப் பொருட்கள் வாங்கவேண்டும்; ஐம்பது ராவல்களுக்கும், ராவத்களுக்கும் அவர்களது படைவீரர்களுக்கும் பணம் கொடுக்கவேண்டும்; அவர்களது ஆதரவைத் தக்கவைக்க வேண்டும்.

கஜானாவில் பணம் இல்லை. நாங்கள் முடிவில்லாமல் யுத்தங்களை நடத்தினோம். எங்களது எதிரிகள் அமைதியை வேண்டுவார்கள்; அவர்களிடம் பேரம்பேசி கஜானாவை நிரப்பலாம் என்று நினைப்போம். ஆனால், கடன் கொடுக்கும் கருணை மிகுந்த லேவா தேவிக் காரர்களுக்கு வட்டியை மட்டுமாவது கொடுக்க வேண்டும்; அதனால் கஜானா உடனடியாகக் காலியாகிவிடும். அசலைத் திருப்புவது என்ற கேள்விக்கே இடமில்லை. அடுத்த யுத்தத்திற்காக அவர்களிடம் மீண்டும் கடன் வாங்குவோம். வெடித்துவிடும் அளவிற்கு கஜானா மீண்டும் நிரம்பும்; வட்டி கொடுத்துக் காலியானதால் ஏற்பட்ட மனஅழுத்தம் குறையும். இந்தச் சுழற்சி ஒரு வலையாக மாறும், அந்த வலையின் மையத்தில் ஈக்கள் போல் நாங்கள் மாட்டிக் கொள்வோம்; சாரம் முழுவதும் உறிஞ்சப்படும் வரை இது சுழன்றுகொண்டே இருக்கும்.

கஜானா இருக்கும் குபேர பவனத்திற்குச் செய்தி அனுப்பினேன். முதுபெருங் கிழவர், ஆதிநாத் மேத்தாவை தனியாகச் சந்திக்க வேண்டும்; ஆலோசனை அளித்துப் பேருதவி செய்யும்படிக் கேட்டுக் கொண்டேன். ஆதிநாத்ஜி, அரசாங்க நடைமுறைகளை செம்மைப்படுத்தி இருக்கிறார். நடைமுறைகளைச் சிறிய கலை வடிவம்போல் ஆக்கியிருக்கிறார். அந்த விளையாட்டில் அவர் கை உயர்ந்துதான் இருக்கிறது. என்றாலும், இறைஞ்சி வேண்டுவது போன்ற நிலையில்தான் தன்னை வைத்துக்கொள்வார்; மாலையில் அவர் வீட்டிற்குச் சென்று சதுரங்கம் ஆட்டம் ஒன்றை ஆடியபிறகு இரவு உணவும் அருந்தினால் அவருக்கு கௌரவம் செய்ததுபோல் இருக்காதா? மகிழ்ச்சியான தற்செயல் நிகழ்வு போல் அவரது மனைவி எனக்குப் பிடித்த இனிப்பான 'ரபடி'யைச் செய்து தரலாம். ராஜ்ஜிய விவகாரங்களில் இருந்து மாறுபட்ட சூழல். அவரது கொள்ளுப்பேத்தி லீலாவதி. கொடியில் மேவார் அரசின் சின்னத்தை தன் கையால் நூல்வேலை செய்து தருவதாகச் சொல்லியிருக்கிறாள். நான் தலைமையேற்று யுத்தத்திற்குச் செல்லும்போது அதை எடுத்துச்செல்ல வேண்டுமாம். அந்த வேலையை எவ்வளவு முடித்திருக்கிறாள் என்று என்னிடம் காட்டுவாள்.

சமீபகாலமாக, பாலில் செய்த இனிப்புகளை நான் வெறுக்கத் தொடங்கியிருந்தேன். ஆதிநாத்ஜி அதை நன்கு அறிவார். அதனால் ரபடி மிக நல்ல தேர்வு, எனக்கு மிகவும் பிடித்தது. பெரிய மனிதர் ஆதிநாத்ஜியின் அழைப்பை மறுப்பதற்கு நான் யார்? அத்துடன், ஒன்பது வயது லீலாவதி குடும்பத்தலைவரின் அருகில் இருக்க

அனுமதிக்கப்பட்டால் போதும். அந்த லேவாதேவிக்காரருடன் பேசும்போது ஏற்படும் அசௌகரியங்களைப் போக்க பெரும் உதவியாக இருப்பாள். மற்றவர் குரலில் சிறப்பாகப் பேசிக் காட்டுவாள்; எதையும் விரைந்து புரிந்துகொள்ளும் புத்திசாலி; வயதுக்கு மிஞ்சிய அறிவும், பிடிவாதமும் கொண்டவள். பிறர் குணங்களை மதிப்பிடுவதில் வியக்கத்தக்க விவேகம் கொண்டவள்.

'இளவரசே, நீங்கள் சீக்கிரமாக உணவருந்த வேண்டிய கட்டாயமில்லை, ஜைனர்கள் சூரியன் மறைவதற்குள் சாப்பிட வேண்டும் என்று உண்மையில் மகாவீரர் கூறினாரா என்பதில் கொஞ்சம் சர்ச்சை இருக்கிறது. எனினும் நான் இதில் எச்சரிக்கையுடன் இருக்க நினைக்கிறேன். ஆராய்ந்து பார்த்தால் அப்படிச் சாப்பிடும் பழக்கம் வயதான காலத்தில் செரிமானத்திற்கு நல்லது. ஆனால், உங்களுக்கு இதைப்போன்ற சிரமங்கள் நிச்சயம் இருக்காது.'

நான் உடனே, ஆமாம், நான் அப்புறம் சாப்பிடுகிறேன் என்றாலோ, சற்று யோசித்து, சிறிது மது அருந்திவிட்டு என்று கூறினாலோ என்ன நடக்கும்?

ஒன்றும் சொல்லவேண்டாம். எதுவும் நடந்துவிடாது. சுருக்கம் விழாத ஆதிநாத்ஜியின் முகம் சுருங்காது; அல்லது சிறிது சங்கடமும் அதில் தெரியாது. இனிப்பும் புளிப்பும் நிறைந்த புளிய மரச் சந்திலிருந்து ஒரு பெண் வேண்டும் என்று நான் கேட்டாலும் அப்படித்தான்; 'ஓ... அதற்கு ஏற்பாடு செய்ய மறந்துவிட்டேன்' என்பதுதான் அவரது பதிலாக இருக்கும். காவலன் ஒருவனைக் கூப்பிட்டு, கஜிரிபாயையோ அல்லது பணம் அதிகம் கேட்கும் ஒருத்தியையோ அழைத்துவரச் சொல்வார்; சிறிது நேரம் போனபின், ஒரு முக்கால் மணி நேரம் போனபின், தான் மிகவும் வருந்துவதாகச் சொல்லி இப்படி ஒரு பதிலைச் சொல்வார். பாவம், அவள் வந்த வண்டி கவிழ்ந்துவிட்டதாம் என்பார்; அவளது ஏழாவது முதுகெலும்பு முறிந்துவிட்டது என்றோ, மண்டை உடைந்துவிட்டது என்றோ அல்லது கீழே விழுந்ததில் அவளது பற்களெல்லாம் உடைந்துவிட்டன என்றோ கூறுவார்.

உணவு, குறை ஏதுமின்றி எப்போதும்போல் நன்றாகவே இருந்தது. பத்திய உணவுபோல் தயாரிக்கப்படும் இந்த உணவு வியப்பைத் தருகிறது. பூண்டும், வெங்காயமும் கிடையாது. கிழங்குகள் கிடையாது. வேட்டையாடிய விலங்கோ அல்லது மாமிசமோ, மீனோ, பறவைகளோ நிச்சயம் இல்லை. இவை இல்லாமலேயே உணவு மிதமிஞ்சியதாகத்தான் இருந்தது: 'தால் பாடி, சோள மாவு ரொட்டி, கட்டி தால் சாவல், கட்டே கி சப்ஜி, காஞ்சி வடை, மால் போஹி'. ஆனால், உணவு இன்னும் முடியவில்லை. ஆதிநாத்ஜியின் மனைவி எனக்குப் பிடித்தமான பதார்த்தம்

ஒன்றைக் கொண்டுவந்தார். போலியாக வியப்பையும் மகிழ்ச்சியையும் வெளிப்படுத்தினேன். ‘சங்ரி பீன்ஸ்’. பீன்ஸை வேகவைத்து எண்ணெயில் பொறித்த பின் கொஞ்சம் மசாலா பொருட்களைச் சேர்த்துச் செய்யும் பதார்த்தம். நெய், உபசரிப்பின் அடையாளம். ஆனால், ஸ்ரீமதி மேத்தா அதைத் தேவைக்கு அதிகமாகவே பயன்படுத்தியிருந்தார். இறந்துபோன எருது, ஓரிரு வாரங்கள் நீரில் கிடந்து ஊறிப்பெருத்ததுபோல் உணர்ந்தேன். ஆனால், அந்த வீட்டுப் பெண்மணி, நொறுக்குத் தீனிக்கு பூந்தி ஷீராவை எடுத்து வரச்சொன்னாள். எதுவும் சொல்லிப் பிரயோஜனம் இல்லை என்பதை உணர்ந்தேன்.

வரவேற்பறையில் அமர்ந்து சதுரங்க ஆட்டத்தைத் தொடங்கினோம். ஆதிநாத்ஜிக்கு வாழ்க்கையே சதுரங்க விளையாட்டாக இருக்குமோ என்ற விசித்திர உணர்வு எனக்குள் இருந்தது. அவரது அனைத்து நகர்வுகளும் முன்கூட்டியே தீர்மானிக்கப்பட்டவை: விருந்திற்கு அழைப்பு, லீலாவதி என்ற தூண்டில் இரை, உணவு, சதுரங்க ஆட்டம் அனைத்தும். (லீலாவதி எங்கே என்று இரண்டுமுறை கேட்டுவிட்டேன்; இதோ வருகிறாள் என்ற பதில். ஆனால், இதுவரை அவளைக் காணோம்). ஒட்டுமொத்தச் சடங்கும் பரிச்சயமானதுபோல் இருந்தது; அதற்குக் காரணம், இந்த ஆட்டத்தைக் கடந்தகாலத்தில் நான் அடிக்கடி ஆடியிருக்கிறேன். ஒரு நகர்வை விட்டுவிட்டாலும், விளையாட்டு எப்போதுமே முடிவடையாது. அதிகமான விளையாட்டுகள் எப்போதும் முடிவுகளுக்காக ஆடப்படுபவை என்பது ஆதித்நாத்ஜிக்கு நன்கு தெரியும். பெரும்பாலான மனிதர்களுக்கு அது தெரியாது.

எனக்கு இது நல்ல பயிற்சி. ஒரு காரியத்தை அவசரமாக செய்யும்போது, அதை எளிதாக எடுத்துக்கொள். நன்றாக இழுத்து மூச்சுவிடு; மெதுவாகச் செயல்படு. நான் நன்றாக விளையாடுகிறேன் என்பது தெரிந்தது. அதேசமயம், அவர் என்னுடன் விளையாடிக் கொண்டிருக்கிறார் என்ற உணர்வும் இருந்தது. ஒருவேளை அவரது சமயம் சொல்லும் அகிம்சைக் கோட்பாடுடன் தொடர்புடையதாக இந்தச் செயல் இருக்கலாம். அவரும் அவருடன் பிறந்தவர்களும் போடுகிற சண்டைகள், சிந்திய ரத்தம் எல்லாமே சதுரங்கப் பலகையில் மட்டும்தான். கொலைசெய்வதும் கொன்றுகுவிப்பதும் அவரது ரசனைக்குரியதல்ல. நீண்ட, மெதுவான, சித்திரவதை போன்ற சாவைத்தான் அவர் விரும்புவார். என்னுடைய மந்திரிக்கு ஏதேனும் திட்டம் யோசித்து வைத்திருப்பார்; அதனால்தான அதைத் தனியாக விட்டுவைத்திருக்கிறார்.

குறைந்தபட்சம் எனக்குத் தெரிந்த ஹிந்துஸ்தானத்தின் அரசர்கள் அனைவருக்கும் ஆதிநாத்ஜியின் உறவுக்காரர்கள், ஜைனர்கள்தான் லேவாதேவி செய்கிறார்கள். இது விநோதமான ஒன்றுதான். என் தந்தை இப்போது போர் செய்துகொண்டிருக்கும் குஜராத் சுல்தானிற்குக் கடன்

கொடுப்பவர் அவரது மருமகன் சகாதேவ நாத். ஸ்ரீமதி ஆதிநாத் மேத்தாவின் சகோதரரை டில்லியின் இப்ராஹிம் லோடி நம்பியிருக்கிறான். ஆதிநாத்ஜியின் கடைசிப் பையன் மால்வா நகரில் இருக்கிறான். அந்த அரசனுக்கு பிரதானமாக லேவாதேவி செய்பவருக்கு இவன் கடன் கொடுக்கிறான். முரண்நகைகள் கொஞ்சம் அதிகம் சுற்றிவளைத்துதான் அதிர்வேற்படுத்துகின்றன. ஜைனர்களின் மூளை கணக்குக் கற்பிக்கும் மணிச்சட்டம் போன்றது. அனைத்தையும் எண்களாகத்தான் அது பார்க்கும். வட்டி போல், மதிப்பையும் நீங்கள் சம்பாதிக்கிறீர்கள்.

தருமங்கள் செய்தால், புண்ணியம் கிடைக்கும். ஏழைகளுக்கும் திகம்பரர்களுக்கும் உணவளித்தால், மேலும் அதிகமான புண்ணியம் கிடைக்கும். அமைதிக் கோட்பாடு என்பது, ஒரு உயரளவிலான முதலீடு போன்றது. ஒரே நேரத்தில் சொர்க்கத்தின் மீதும், பூமியின் மீதும் கண்களை வைத்திருக்கும் ஒருவிதமான, அதிகம் கூட்டுவட்டி தரும் திட்டம். இந்த உருவகத்தை விரித்துப் பார்த்தால், அதன் ஒரு பாதம், இங்கு இந்தக் கணத்தில் இருக்கிறது; மற்றொன்று, எப்போதும் எதிர்காலத்தில் வரப்போகிற ஒன்றிலிருக்கிறது. பின்னால் வரக்கூடியதை, முதலில் பார்ப்போம். அதிகமான புண்ணியம் சேரும்போது, மோட்சம் என்று சொல்லப்படும் ஒன்றை அடைவதற்கு நீங்கள் எடுக்கவேண்டிய பிறவிகளின் எண்ணிக்கைக் குறைகிறது. இந்த இடைப்பட்டக் காலத்தில் வாழ்க்கையில் அகிம்சையால் பெறக்கூடிய பலன்களையும் பாருங்கள். என்னைப் போன்ற இராஜபுத்திர இனத்தைச் சேர்ந்த ஒருவன் கொலைகளும் பாவங்களும் செய்யும்போது நீங்கள் பரிசுத்தமாக இருக்கிறீர்கள். சமயத்தின் பெயரால் கைகளில் குருதிபடியாமல் விலகியிருக்கிறீர்கள். அதேநேரம் பெரும் படைகளைத் திரட்ட நிதியுதவி என்ற பெயரில் அதிக அளவில் கடன் கொடுக்கிறீர்கள். வட்டி குறைவுதான் என்றாலும், கொடுக்கும் கடன், வட்டியாக பயங்கரமான அளவில் பணமாகக் கூட்டித்தருகிறது. வீரர்கள் அதிக அளவில் கொல்லப்படும் போர்க்களங்களில் முடிவு என்னவாக இருந்தாலும், நாங்கள் உங்களைப் பாதுகாக்கிறோம். பெரும்பாலும் நாங்கள் இறந்துவிடுகிறோம்; மற்றொரு யுத்தத்திற்குக் கடன்கொடுக்க, காயம்படாமல் நீங்கள் உயிர்வாழ்கிறீர்கள். இதுதான் முக்கியமானப் பகுதி: திருமண உறவில் வந்தவர்கள், அத்தை வழி உறவுகள், மாமன் வழி உறவுகள், நம்பமுடியாத அளவிற்குச் சிக்கலான, விரிவடைந்த ஒட்டுமொத்த குடும்பத்தினருக்கும் நன்றி! அனைத்து வழிகளிலும் உங்கள் வட்டி பாதுகாக்கப்படுகிறது. நண்பனோ, எதிரியோ, யார் வெற்றி பெற்றாலும் கணிசமான அளவிற்குப் பணக்காரனாகத்தான் அந்தச் சண்டையிலிருந்து நீங்கள் வெளிவருகிறீர்கள்.

ஆதிநாத்ஜியின் மீதும், அவரது இனத்தவர் மீதும் இன்று கத்தியைச் செருகியதுபோல் உணர்ந்தேன். அவருக்கு முன்னால்,

நியாயமற்றவனாக என்னை ஏன் உணர்கிறேன்? என்றைக்கும் அவர் சுய-நேர்மையுடன் நடந்துகொள்வதில்லை; நிதியை, சுருட்டி விழுங்கும் யுத்தங்களில் கொட்டுவதுபோல், இன்னும் அதிக மகிழ்ச்சியுடன், தெளிவான மனநிலையுடன் அந்தப் பணத்தை கோட்டைகள் கட்டுவதிலும், அணைகள் கட்டுவதிலும், வியாபார முயற்சிகளிலும் விருப்பமுடன் முதலீடு செய்யலாமே. ஒருவேளை நான் இதனால்தான் தவழ்ந்து செல்வதுபோல் உணர்கிறேனா? அல்லது அவருக்கு நாங்கள் தேவைப்படுவதைக் காட்டிலும் எங்களுக்கு அவர் தேவைப்படுகிறார் என்பது உண்மையாகவும் இருக்கலாம்.

இதோ, அவர் இறுதி நகர்வுக்கு முந்தைய நகர்த்தலைச் செய்துவிட்டார். தந்திரமான, யோசனை மிகுந்த பல்வேறு நகர்த்தல்கள்; வீரர்களை, குதிரைகளைப் பலிகொடுத்த பின், ராஜாவைப் பாதுகாத்த என் மந்திரியை எப்படியோ விலக்கிவிட்டார். இப்போது, ராஜாவை வெட்ட ஒரு விரைவான நகர்த்தல் போதும். ஆனால், அந்த அழகிய நகர்த்தல் நிச்சயம் எப்போதும் நிகழாது. அந்த விளையாட்டில் அவர் வித்தகர் என்ற தகுதியை மீண்டும் ஒருமுறை நிரூபித்துவிட்டார். வெளிப்படையாக, வேண்டுமென்றே செய்த தவறால், என்னை வெற்றிபெற அனுமதிப்பார்.

ஆனால், அந்த நேரம் லீலாவதி வேகமாக உள்ளே வந்தாள். யுத்தம் செய்து, முற்றுகைக்கு ஆளாகியிருக்கும் என் ராஜாவையும் ஆதிநாத்ஜியின் சைனியத்தையும் கலைத்தாள். என் மடியில் தாவி அமர்ந்தாள். அந்த வேகத்தில் அவளது முழங்கால் எனது இடது விதையை நசுக்கியது; எனது மார்பில் கைகளால் வேகமாக மொத்தினாள்.

'நீங்கள் வருவதாக சொல்லவே இல்லையே.' மூச்சுவிட நான் சிரமப்பட்டேன். உலகம் சுழன்றது. வலிப்பது எனது தொடையிடுக்கா, மார்பா, குரல்வளையா எனத் தெரியவில்லை.

'தாத்தாகிட்டே கடன் வாங்கத்தான் நீங்கள் வந்திருப்பீர்கள். அதனால்தான் அவசரமாக வந்து விட்டு கூச்சத்துடன் திரும்பிப்போகிறீர்கள்.'

ஆதிநாத்ஜியின் மெழுகு முகத்தின் வெண்ணை போன்ற மென்மை நிறம் சற்று மாறியது. அந்த முகத்தில் ரத்தம் பாய்ந்தத் தடத்தையும், கொஞ்சம் மனிதத் தன்மையையும் பார்த்ததில் சற்று மகிழ்ச்சி. அவரது பேத்தி அவரைச் சங்கடப்படுத்திவிட்டாள்.

'ஏய் வாயாடி, போ வெளியே. அரசரின் வாரிசை என் வம்சமே அவமதிப்பதை பார்க்க உயிருடன் இருக்கிறேனே. இனி எப்படி உங்கள் முன்னால் தலைநிமிர்ந்து பேசுவேன்?' தனது சங்கடத்தை அவர்

மறைக்கவில்லை. என்னைப் பற்றி அவர் கொண்டிருக்கும் கருத்து வெளியில் தெரியாமலிருக்கலாம். ஆனால், மேவார் குடும்பத்தின் மீதான அவரது விசுவாசம் வரம்பற்றது.

'அவளை ஒன்றும் சொல்லாதீர்கள்.' இப்போதுதான் எனக்குப் பேச்சு வந்தது. 'நீ எங்கே என்று இரண்டுமுறை கேட்டேன். வருவாள் என்று சொன்னார்கள். ஆனால், சந்திரனைப் பிடிக்கப் போவதுபோல் தீவிரமாக எங்கோ விளையாடிக் கொண்டு இருந்திருக்கிறாய்.'

'நீங்கள் வந்தது எனக்குத் தெரியாது. தாத்தா உங்களிடம் வியாபாரம் பேசிக் கொண்டு இருந்திருப்பார். பணம் கிடைப்பது இப்போதெல்லாம் சிரமமாக இருக்கிறது என்று சொல்லி வட்டியை உயர்த்தியிருப்பார். அதனால்தான் என்னிடம் சொல்லியிருக்க மாட்டார்.'

இவரிடம் போனால் நிச்சயம் பணம் கிடைக்கும் என்று இறுதி முயற்சியாக நாட்டின் பிரதான லேவாதேவிகாரர்கள் அனைவரும் வந்து நிற்கும் அளவுக்குப் பெரிய மனிதர் ஆதிநாத்ஜி. ஏற்கனவே அபச்சாரம் பட்டுவிட்டோமே என்று நாணி சிவந்த அவர், சங்கடத்தால் நெளிவது சாத்தியமா என்ன? லீலாவதி! எனது இன்னொரு விதையையும் நசுக்கி நாணயம் போல் தட்டையாக்கினாலும் பரவாயில்லை. உனக்குப் பெரிதும் கடமைப்பட்டுள்ளேன்.

'எனக்கு என்ன கொண்டு வந்திருக்கிறீர்கள்?' அவள் கரங்கள் என் கழுத்தைச் சுற்றின.

'நீ எனக்கு என்ன வைத்திருக்கிறாய்?' இப்போது முழுவதும் மீண்டுவிட்டேன்.

'ஹ... நீங்கள் வருவீர்கள் என்று எனக்கு எப்படித் தெரியும்? ஆனாலும் உங்களுக்காக ஒன்று வைத்திருக்கிறேன்'

மடியைவிட்டு எழுந்து சென்று, நொடியில் திரும்பி வந்தாள். அவள் கையில் ஒரு சிறிய துணி. மேவார் ராஜ்ஜியத்தின் சிவப்பு நிறக் கொடி, அதன் நடுவில் தங்க நிற ஜரிகை வேலைப்பாட்டில் எங்கள் மூதாதை சூரியக் கடவுள். கண்கள், மீசை, கர்வத்தைக் காட்டும் உதடுகள், முப்பத்தாறு ஒளிக்கற்றைகள். அனைத்தையும் மிகச்சரியாக அவள் வரைந்திருந்தாள்.

திடீரென்று 'அய்யோ' என்றபடி கையிலிருந்து கொடியைப் பிடுங்கினாள். 'நீங்கள் கொண்டு வந்திருப்பதை முதலில் காட்டுங்கள்.'

'எதுவா இருந்தாலும், அது உனது பரிசுக்கு ஈடாகாது'

'அதை நான் முடிவு பண்ணிக்கொள்கிறேன்'. இடைமறித்தாள், லீலாவதி. 'எங்கே காட்டுங்கள்.'

அவளுக்காக எடுத்து வந்ததைக் கொடுத்தேன். சுற்றியிருந்த சிறிய பட்டுத் துணியை பிரித்தவள், நம்பமுடியாமல் என்னைப் பார்த்தாள். 'சூரியக் கடிகாரம். உங்கள் கைகளால் நீங்களே செய்தீர்களா?'

'என் கைகளால் அதை அழகாகச் சுற்றி எடுத்துவந்தேன்.' நகைச்சுவையாக பேச முயற்சித்தேன். அவளது பரிசை, அதற்கான அவளது முயற்சியை, அதன் மீது அவள் கொட்டியிருக்கும் பிரியத்தை ஒப்பிடும்போது, என்னுடைய பரிசு எவ்வளவு சாதாரணமானது, சுவாரஸ்யமற்றது என்பதை உணர்ந்தேன்.

'அறிவாளிகள் ஒரே மாதிரித்தான் சிந்திப்பார்கள். பாருங்கள், நாம் இருவரும் ஒரே மாதிரி நினைக்கிறோம். மணி காட்டும் கற்கள் எல்லாம் உண்மையான மாணிக்கங்களா?'

'என்ன விளையாடுகிறாயா? சாதாரண உடைந்த கண்ணாடித் துண்டுகள். தோட்டத்தில் கண்டெடுத்தவை.'

நான் புன்முறுவல் செய்யும் வரை அவள் முகம் சுரத்தாயில்லை.

'நீங்கள் பொய் சொல்கிறீர்கள். உண்மையான கற்கள்தான்.' என்னை இறுகக் கட்டிக்கொண்டாள்.

கடன் விஷயத்தை நானும் ஆதிநாத்ஜியும் விரைவாகப் பேசி முடித்தோம். சென்ற முறை வாங்கியதைவிட ஒரு சதவீதத்தில் எட்டில் ஒரு பங்கு வட்டி குறைவு.

* * *

அரண்மனையை அடையும்போது தாமதமாகியிருந்தது. மங்களிடம் குதிரையை லாயத்தில் விடச் சொன்னேன். படிகளில் மெதுவாக ஏறினேன். ராணி கர்மாவதி எனக்காகக் காத்திருந்தார். இந்த நேரத்தில், அதுவும் எனது அறையிருக்கும் மாளிகையில் அவரைப் பார்ப்பது வழக்கத்திற்கு மாறானது. பொதுவாக, அவரது மாளிகைக்குத்தான் என்னை அழைத்து, பேசுவார். அப்பாவிற்கு ஒன்றும் ஆகியிருக்காதே? அவரது நெற்றியில் குங்குமத்தையும் கைகளில் வளைகளையும் பார்த்து நிம்மதியடைந்தேன்.

'ஏன், நொண்டுகிறாய்?'

இல்லை. நான் நொண்டவில்லை. வீங்கிப்போய்விட்ட விதைகளுக்கு மேலும் தொந்தரவு கொடுக்கக் கூடாதென்று காலைச் சற்று அகட்டி நடந்தேன். 'சோர்வாக இருக்கிறது. ஓய்வெடுத்தால்

சரியாகிவிடும்.' சரியாகத்தான் நடித்தேன் என்று நினைத்தேன் வேறொரு நல்ல சமயத்தில் பேசலாமா என்பதற்கு ஒரு மெலிதான குறிப்பு. ஆனால், பரிதாபத்திற்குரிய இந்தச் சூழ்ச்சியில் அவர் விழவில்லை.

'மேத்தாஜியுடன் சந்திப்பு எப்படி போயிற்று? எவ்வளவு வட்டிக்கு இருவரும் ஒப்புக்கொண்டீர்கள்? அவர் உன்னை தந்திரமாக ஏமாற்றியிருப்பார்; நிச்சயம், அவர் முடிவுக்கு உன்னை இணங்க வைத்திருப்பார். அதற்கான விலையை நாம் எல்லோரும் கொடுக்கப்போகிறோம்.'

நான் ஆதிநாத்ஜியை பார்க்கப் போயிருந்தது, அவரிடம் பேசிய விஷயங்கள் உங்களுக்கு எப்படித் தெரியும் என்று சிற்றன்னையைக் கேட்பதில் பயனில்லை. அவரது எதிர்காலத்தைப் பாதித்துவிடும் என்று கருதும் எதையும், எல்லாவற்றையும் தெரிந்து கொள்வதை முக்கிய வேலையாக வைத்திருந்தார். மிக மிகச் சிறிய அளவில் சித்தோரில் அல்லது நகரத்திற்கு வெளியில் நடக்கும் எதையும் விட்டுவிட மாட்டார். தகவல் மட்டுமே அனைத்தும் என்று அவர் நம்புவதில்லை. ஆனால், தகவல் ஒன்று மட்டுமே அவருக்கு முக்கியம். வருத்தப்பட வேண்டிய விஷயம் என்னவென்றால், தகவல் என்பது ஒரு வழிமுறை மட்டுமே, இலக்கு அல்ல என்பதைப் பெரும்பாலும் பார்க்கத் தவறிவிடுவார். கிடைத்தது ஒரு பயனற்றத் தகவல் என்றாலும் அனைத்தும் தன் கட்டுப்பாட்டில் என்று எண்ணிக்கொள்வார். அவர் மீது கோபப்பட்டு எந்தப் பயனுமில்லை. என் தகப்பனார் தனது பிரிய ராணியை உளவுப்பிரிவின் தலைவியாக இன்னமும் ஏன் ஆக்கவில்லை என்பது எனக்கு இந்நாள் வரை புரியவில்லை.

சிக்கலான, வலைபோன்ற உளவாளிகளின் அமைப்பு ராணி கர்மாவதியின் கட்டுப்பாட்டில் இருக்கிறது. கிடைத்த தகவல் நூறு சதவீதம் உண்மையானதா என்பதைச் சோதிக்க மிகக் கொடூரமான, தோல்வியுறாத வழிமுறைகள் அவரிடம் உண்டு. சித்திரவதை செய்து தகவல்களை வரவழைக்க அவரிடம் இருக்கும் சாதனங்கள் வியப்பைத் தருவன. அவருக்கு ஒற்றை நோக்கம்தான். நயமற்ற பண்புகள் கொண்டவர், தகவல்களைச் சேகரிப்பதில் திறமையானவர். அதற்காக எந்த வழிகளைப் பின்பற்றவும் தாழ்ந்து போவார், எந்த உயரத்திற்கும் செல்வார்: சீண்டுதல், இச்சகமாகப் பேசுதல், முகத்துதி செய்தல், அச்சுறுத்தல், மிரட்டல், தரகுவேலை செய்தல், கையூட்டும் மற்றும் பொருளும் தருவதாகச் சொல்லுதல். உளவுத் தகவல் என்று வெளியில் சொல்லமுடியாத, மோசமான அல்லது முக்கியமற்ற சிறிய தகவலைப் பெறுவதற்கும் அனைத்தையும் செய்யக்கூடியவர்.

அன்றைக்கு நடந்தவை அனைத்தையும் என்னிடமிருந்து தெரிந்துகொள்ளாமல் அந்த இடத்தைவிட்டு நகரமாட்டார். அவரது கேள்விகளை மூர்க்கமாக தவிர்த்து நகர்ந்துபோக முடியும்; ஆனால், நான் சோர்ந்து போயிருந்தேன். மனத்திலிருந்த அனைத்தையும் கொட்டினேன். வதந்திகள், கேள்விப்பட்டவை, கிசுகிசுக்கள், சகுனங்கள், அவதூறுகள், கமுக்கமாகப் பேசுதல், மடத்தனமான குற்றச்சாட்டுகள் ஆகியவை மீது அவருக்கிருக்கும் தீராப்பசியைப் போக்க என்னால் எதுவும் செய்யமுடியாது.

‘இந்த ராத்திரி நேரத்தில் முக்கியமற்ற வம்புப்பேச்சு பேச நிச்சயமாக இங்கு வந்திருக்க மாட்டீர்கள்’

’அதைப்பற்றி நான் முடிவு செய்துகொள்கிறேன். வெளிப்படையாக ராஜாவின் வாரிசாக நீ இருக்கலாம். ஆனால், வாரிசு என்பதைத்தவிர மற்றதெல்லாம் மிகவும் வெளிப்படையாக இருக்கிறது என்றுதான் சொல்ல வேண்டும்’.

தாய்ப்பாசம் என்ற ஆறு இன்றிரவு பிரவாகமாக ஓடுகிறது. நான்தான் முதலில் பிறந்தவன். ராணி கர்மாவதியால் அதை மன்னிக்கமுடியவில்லை. மகன் விக்ரமாதித்தனுக்கு முடிசூட்டுவதே அவர் விருப்பம்.

’உன் அந்தப்புரத்திலிருக்கும் அந்த நடனப்பெண்ணைப் பற்றிப் பேசத்தான் வந்தேன். ஆண்மகனாக அவளைக் கட்டுப்படுத்தி வைக்கப்போகிறாயா? இல்லை அதை நான் செய்யவேண்டும் என்று நினைக்கிறாயா?’

நடனப்பெண் என்று ராணி குறிப்பிட்ட அந்தப் பெண் வலியும் வேதனையுமாக மென்மையாக பெருமூச்சுவிட்டு நின்றிருந்தாள். எண்ணிக்கையற்ற முறை இதைப்போன்ற அவதூறுகளைக் கேட்டபின்னும், ராணியின் இந்த அன்பான விமர்சனங்களுக்கு என் மனைவி இன்னும் பழகவில்லை. வண்ணக் கண்ணாடி மணிகளால் உருவாக்கப்பட்டிருக்கும் அந்தத் திரைக்குப் பின்னால் கையில் நீர் நிரம்பிய ஒரு வெள்ளி லோட்டாவுடன் அரைமணி நேரத்திற்கும் மேலாக பொறுமையாக நின்று கொண்டிருந்தாள். ஒரு மாதத்திற்கும் மேலாக உட்கார்ந்து, இசையொலி எழுப்பும் மணிகளைக் கோத்து அந்தத் திரையை உருவாக்கியிருக்கிறாள். திரையிலிருந்து தள்ளி நின்று பார்த்தால், நீண்ட கழுத்தும், நீண்ட சிறகுகளும் கொண்ட ஒரு மயிலைப் பார்க்கமுடியும். பொருந்தாத நிறம் கொண்ட மணியை செருகிவிட்டதால், மயிலின் இடது கண் வித்தியாசமாக, பூனைக்கண் போலத் தோன்றும்.

எனக்காகக் காத்திருக்காதே, என்று அவளிடம் பலமுறை சொல்லிவிட்டேன். இன்றைக்கோ, நேற்றோ அல்லது என்றைக்குமே காத்திருக்காதே. ஆனால், அவளது விருப்பம் என்பதுபோல் அவள் இதைச் செய்கிறாள். என் மனைவிக்கென்று ஒரு சிந்தனை உண்டு. ராணி கர்மாவதி நகர்ந்தவுடன் வெளியில் வருவாள். அந்த லோட்டாவை மூடியிருக்கும் நுட்பமான வேலைப்பாடுகள் நிறைந்த தங்கக் குவளையில் நீரை ஊற்றி என்னிடம் தருவாள். பிறகு என் காலணிகளைக் கழட்டுவாள்.

அவளது பார்வையில், நான் தவறு எதுவும் செய்ய இயலாதவன். ஆனால், முற்றிலும் அது உண்மையல்ல. அவள் உயர்ந்த வாழ்க்கை நெறிமுறைகள் கொண்டவள். ஆனால், எனக்கோ, ஏறத்தாழ, எதையும் எல்லாவற்றையும் செய்வதற்கு அனுமதி உண்டு. என் செயல்கள் எல்லாவற்றையும் அவள் மன்னித்துவிடுவாள். வெறித்தனம், மோசமான நகைச்சுவை, உடல்ரீதியான வன்முறை, மிகவும் முரட்டுத்தனமாக நடந்துகொள்வது, விநயம், மனக்குழப்பம், ஏமாற்றம், விரக்தி, அவ்வப்போதான மனநிலைப்படி மிருகத்தனமாக, அற்பத்தனமாக நடந்துகொள்வது. ஒரே ஒரு விஷயம் தவிர்த்து, நான் என்ன சொல்கிறேனோ அதைத் தட்டாமல் செய்வாள், என்னை ஒரு குழந்தை போல நடத்துவாள். நான் செய்வது, சொல்வது அல்லது சிந்திப்பது எதுவும் அவளைப் பாதித்ததாகத் தெரியவில்லை.

'உன்னிடம் பலமுறை சொல்லிவிட்டேன். இந்த ஆறுமாதத்தில் மட்டும் உனக்கு பதினேழுக்கும் குறையாமல் பெண்களின் ஜாதகங்கள் வந்திருக்கின்றன.'

குறிக்கோளற்று அலைபாய்ந்த என் மனத்தை சிற்றன்னை இழுத்து நிறுத்தினாள். 'மகிழ்ச்சியான வாழ்க்கை வாழ்ந்தாலும் பெரும்பாலான ராஜகுமாரர்கள் பல மனைவிகளை மணந்திருக்கிறார்கள். உன் அப்பாவையே எடுத்துக் கொள். என் மேல் அவருக்கு மிகவும் பிரியம். ஆனால், அவர் கடமையை அறிந்தவர். திருமணம் ஒரு அரசியல் அணிசேர்க்கை போலத்தான். ராஜ்ஜியத்திற்கு ஒருவிதமான பாதுகாப்பு. நீண்ட வரிசையில் வாரிசுகளும் கிடைப்பார்கள். எந்த ராணியும் தன் தகுதிக்கு மீறி எதையும் பெறமுடியாது.'

ராணி கர்மாவதிக்கு பேசிக்கொண்டே இருக்கவேண்டும். அவருக்குப் பெரிய வாய். சித்தோர், ராஜஸ்தான், ஏன் டில்லியின் அரியாசனத்தைக் காட்டிலும் பெரிய வாய். இது போன்ற விஷயங்களைத் தொடர்ந்து பேசிக் கொண்டேயிருப்பார். திருமணங்கள் குறித்த இந்தப் போதனைகள் எங்கு இட்டுச் செல்கின்றன. எனக்கு ஏற்கனவே ஒருமுறை மணம் ஆகிவிட்டது. அதை நினைத்தாலே அடிவயிறு குமட்டுகிறது. ராணி உண்மையிலேயே என் தந்தை மீது அன்பு வைத்திருக்கிறாரா?

வேறு யாரையும்விட அவரை நான் அதிகம் மதிக்கிறேன். ஆனால், நான் அவருடன் படுத்துறங்க முடியாதே. அவருடன் இன்பம் அனுபவிப்பது இருக்கட்டும், எத்தனைப் பெண்களால் அவர் முகத்தைப் பார்த்து, தாங்கிக்கொள்ள முடியும்? அவரை முதன்முதலில் பார்த்தபோது என் மனைவி மயங்கிவிழுந்துவிட்டாள்.

வெப்பம் அதிகம். அதனாலிருக்கும் என்று என் தந்தை பாசாங்கு செய்தார். அல்லது திருமணத்திற்கு முன் இளம்பெண்கள் விரதம் இருப்பார்கள்; இவள் சாப்பிடாமலிருந்து மயங்கி விழுந்திருப்பாள் என்றார். ஆனால், பயங்கரக் கனவுகளும் பாதாள உலகின் அரக்கர்களும் அவரைக்காட்டிலும் குறைவாகத்தான் பயமுறுத்துவார்கள் என்பதை அறியுமளவிற்கு அவர் புத்திசாலிதான். அவரது சகோதரனால் ஒரு கண்ணை இழந்தார்; டில்லி லோடியிடம் ஒரு கரத்தை இழந்தார். வலதுகாலை அவர் இழுத்து நடப்பதற்குக் காரணம், குஜராத்தின் முஸாஃபர். அவரது உடம்பின் வாட்காயங்களையும், வடுக்களையும், வெட்டுக்களையும், வீச்சுகளையும் பார்க்கையில், இலக்கு எய்யும் பயிற்சிக்குப் பயன்படும் பொம்மை உடல் போல் தெரிவார்; ஆனால், அவரைக் காட்டிலும் அவை முழுமையாக இருக்கும். அவரைவிட துணிச்சலான, முனைப்பு மிக்க மனிதர்கள் மிகவும் அரிது. ஒருவேளை துணிச்சல், போதை தரும் விஷயமாகவும் இருக்கலாம்.

'முட்டாள், நான் பேசுவது கேட்கிறதா? உன் கண்கள் தூக்கத்தில் மிதக்கின்றன. ஆனால், உடனடியாகக் கவனிக்கவேண்டிய விஷயங்கள் இருக்கின்றன. அந்த நாட்டியக்காரி...?'

எப்போது என் மனைவியை நீ திரும்பவும் வம்புக்கு இழுக்கப் போகிறாய் என்று ஆவலுடன் காத்திருந்தேன். ஏனென்றால், இந்த இரவு நேரத்து வருகைக்குக் காரணம் உன் மருமகள் தானே. 'அவள் நம் மூக்கை அறுத்துவிட்டாள். சுயமரியாதையை, மானத்தைக் கெடுத்துவிட்டாள். புகழ்பெற்ற நம் குடும்பத்தின் பெயர் மண்ணில் சரிந்துவிட்டது. சித்தோர் எரிந்துகொண்டிருக்கிறது, இந்தப் பெண் விடாமல் ஆடிக்கொண்டு இருக்கிறாள்.'

ஒரு தெளிவான சொற்றொடர் வசப்பட அம்மா என்ன வேண்டுமானாலும் செய்வாள். எனினும், தீச்சுவாலைகள் எதுவும் இப்போது இங்கு இல்லை. இருநூறு ஆண்டுகளுக்கு முன் அலாவுதீன் கில்ஜி சித்தோரைப் பிடித்தான். ராணி பத்மினியும் அவரது சேடிகளும் ஜோஹார் நெருப்பில் குதித்தப் பின், அந்தத் தீச்சுவாலைகள் இறுதியாக அணைந்துபோயின. ஆனால், கடல்கள் தாண்டி இங்கு வந்த பயணி பயன்படுத்தியச் சொற்றொடர், 'ரோம் எரிந்தபோது பேரரசன் நீரோ பிடில் வாசித்து, பாடிக்கொண்டிருந்தான்' என்று எண்ணுகிறேன்.

எங்கள் பேச்சை அமைதியாகக் கேட்டுக்கொண்டிருந்த ராணியின் அரசியல் ஆலோசகன் பிருஹன்னடாவின் உதட்டில் லேசான இறுமாப்பும் மந்தஹாசமும். ராணி கர்மாவதி இதைப் போன்ற விஷயங்களை அவனுக்கு முன்னால் பேசாமலிருக்கலாம் என்று நினைப்பேன். அல்லது அவனாவது ராஜீய விவகாரங்கள் அல்லது எனது மனைவியைப் பற்றிய விஷயங்கள் பேசும்போது தான் அங்கு இருக்கக்கூடாது என்று விநயத்துடன் ஒதுங்கிப்போயிருக்க வேண்டும். ஆனால், இது, என்னை சமாதானம் செய்துகொள்ளத்தான். இந்த அரண்மனையிலோ அல்லது சித்தோரிலோ பேசப்படும் எந்த இரகசியமும் ராணியின் அரசியல் ஆலோசகருக்குத் தெரியாமல் இருக்காது. அவன் புத்திசாலி, தந்திரக்காரன். ராணிக்குத் தீய விஷயங்களை சொல்லித்தருபவன் அவன்தான் என்று சிலநேரங்களில் சந்தேகப்படுவேன். அவன் நடந்துகொள்ளும் விதத்தைக் குறைசொல்ல முடியாது. தான் செய்ய வேண்டியவற்றில் எப்போதும் கவனமாக இருப்பான். நான் பிருஹன்னடாவை என்றைக்கும் மரியாதைக்குறைவாக நடத்தியதில்லை. ஆனால், அவன் பெயரை உச்சரிக்கக் கூடாது, அல்லது அவனிடம் எதுவும் வைத்துக்கொள்ளக் கூடாது என்று எனக்குள் எப்போதும் ஒரு வெறுப்பு இருக்கும்.

'நடனம்? குளியலறையில் பாடுவதைச் சொல்கிறீர்களா?' ஒரு வார்த்தையும் பேசக்கூடாது என்று உறுதிசெய்திருந்தேன். ஆனால், என் உறுதியைத் தகர்ப்பதில் ராணி எப்போதும் ஜெயித்து விடுகிறார்.

'அந்த தவாய்ஃப் பாடுவதிலிருந்து இப்போது நடனம் ஆடும் நிலைக்கு உயர்ந்துவிட்டாள். திரிதேவ் மந்திரின் முதல் தளத்தில் சுழன்று சுழன்று ஆடுகிறாள். ஆலோசகர்கள், இளவரசர்கள், வேலைக்காரர்கள், சேடிகள், இளவரசிகள், ராணிகள் என்று ஒரு கூட்டமே கீழே நின்று வேடிக்கைப் பார்க்கிறது. அவளது காக்ரா விரிந்து, அலையாய் பறப்பது மாடிக் கைப்பிடிகளின் வழியாக நன்றாகவே தெரிகிறது. களைத்துப்போன என் கண்களையே என்னால் அகற்ற முடியவில்லை.'

திரிதேவ் மந்திர். ஹத்யாரா உதாவின் படைகளைத் தோற்கடித்து முடிசூடிக் கொண்டபோது, தாத்தா ராய்முல் எமது குடும்பத்திற்காகக் கட்டியது. எனக்கு மிகவும் பிடித்த கோவில்களில் ஒன்று. அக்கறையுடன் வடிவமைக்கப்பட்ட கட்டிடம். நுண்மையான, ஆனால், தேவைக்கு அதிகமற்ற வேலைப்பாடுகள் கொண்டது. அமைதியான, தனித்த இடம். தளங்களுடன் கூடிய கட்டமைப்பு. ஏகலிங்கேஸ்வரனான சிவன் தரைத்தளத்தில் உள்ளார். முதல் தளத்தில் குழலிசைப்போன், இரண்டாம் தளத்தில் சூரியக்கடவுள்.

'என் தம்பி விக்ரமாதித்தன் முதல் வரிசையில் இருந்திருப்பான் என்று நான் நிச்சயமாகச் சொல்வேன்.''

'இதில் அவனை இழுக்காதே. பிரச்சனை அவனில்லை. அந்தத் தவாய்ஃப் தான். அதுசரி, அவன் மனைவி நடனமாடினால், நீயும் தான் எட்டிப் பார்ப்பாய்.'

'அவளுக்கு இன்னும் பதினான்கு கூட ஆகவில்லை.'

'வயது என்ன வித்தியாசத்தை ஏற்படுத்தப்போகிறது. அவளுக்கு எத்தனை வயசானால் என்ன? உங்களுக்கு வயது ஏற ஏற, இளமையான இன்பங்களைத் தானே கேட்கிறீர்கள். உனது சித்தப்பாக்களைப் பார். வயதுக்கு வராத சிறுமிகள்தான் அவர்களுக்கு வேண்டுமாம்.'

இது உண்மையா? நானும் இப்படி ஆகிவிடுவேனா?

'நம் குடும்பத்தைப் பார்த்து ராஜஸ்தான் சிரிப்பதற்குள், அவளைத் தலைமுழுகு.'

* * *

மண்டியிட்டு, என் மோஜரியைக் கழட்டுவதற்காக அவளது முழந்தாளில் என் பாதத்தைத் தூக்கிவைத்தாள். பாதத்தை அப்படியே மேலே தூக்கி அதனால் அவள் முகத்தை உயர்த்தினேன். அவள் தன் கண்களை விலக்கிக்கொள்ளவில்லை.

'நீ... நீ உண்மையிலேயே இன்றைக்கு நடனம் ஆடினாயா?'

'எனக்கு நினைவில்லை'

பாதத்தால் அவள் முகத்தில் அறைந்தேன். பலமான அடியில்லை. ஆனாலும், அவளைத் தரையில் தள்ளும் அளவுக்கு வலிமையான அடி. பலமுறை உருண்டோடிய லோட்டா தள்ளிப்போய் விழுந்தது. அவள் கீழுதடு கிழிந்து சொட்டிய ரத்தம் அவளது ரவிக்கையில் படிந்தது. லோட்டாவிலிருந்து கொட்டிய நீர் அவள் காக்ராவின் பின்புறத்தை நனைத்தது. அவள் மீண்டும் தன் கைகளில் என் பாதங்களை ஏந்தி காலணிகளைக் கழட்டினாள். என் பாதத்தை இடது கண்ணருகே கொண்டு சென்று, பின் வலது கண்ணில் அதை ஒற்றிக்கொண்டாள். நான் அவளது இறைவன். எஜமானன். என்னை வணங்கும் காரியம் தவிர்த்து அவள் வேறு செயல்களில் இறங்கமாட்டாள். ஏன், என்ன காரணம் என்று என்னைக் கேட்கவில்லை. வேதனைப்படவுமில்லை. உதட்டிலிருந்து வடியும் ரத்தத்தையும் துடைக்கவில்லை. அவளை மீண்டும் உதைத்தாலும், உதைக்கவில்லை என்றாலும் அவளுக்கு அது பொருட்டில்லை.

நான் முனகியிருக்க வேண்டும்.

'உங்களுக்கு அடிபட்டுவிட்டதா என்ன?' என்னைப் பார்த்துக் கேட்டவள், என் புருவத்தைத் துடைத்தாள். அவள் கரம் பட்டதும் நான் சற்றுப் பின்னடைந்தேன். மானுடக் கரம் இவ்வளவு அமைதியைத் தருமா? அவள் கரங்களை உடலிலிருந்து பிய்த்து, கோட்டைக்கு வெளியே வீசவேண்டும் போலிருந்தது. லோட்டாவை எடுத்துக்கொண்டு, வெளியே சென்று நீரை நிரப்பி வந்தாள். எனது டுக்லோவை அவிழ்க்கத் தொடங்கினாள். மனக்கசப்புடன் அறையைவிட்டு வேகமாக வெளியேறினேன். நாடகபாணியில் நான் வெளியேறியதை நிச்சயம் அவள் கவனித்திருக்க மாட்டாள்.

லாயத்திற்குச் சென்று தூங்கிக்கொண்டிருந்த குதிரைச் சேவகனை எழுப்பி பெஃபிக்கிர்க்குச் சேனம் போடச் சொன்னேன். மங்கள் என் பின்னாலேயே வேகமாக வந்தான். அவனுக்குத் திகைப்பாக இருந்தது. நான் இப்படித் திடீரென்று வெளியில் புறப்படுவதை அவனால் நம்ப முடியவில்லை. அடிக்கடி மாறும் எனது மனப்போக்கால் பாதிக்கப்படுபவர்களில் அவனும் ஒருவன். ஆனால், அவனது கவலையெல்லாம் வேறு ஒரு இடத்தில் இருந்தது.

'அவளை என்ன செய்வது' அவன் மெதுவாகக் கேட்டான்

அவன் என்ன சொல்கிறான் என்று சற்று யோசித்தேன். அவள் மேல் எனக்குக் கோபம் இருக்கலாம். ஆனால் அவள் என் மனைவி. அவளைப்பற்றிப் பேச இவனுக்கு எவ்வளவு தைரியம். 'யாரைப் பற்றிப் பேசுகிறாய்?' என்று மூர்க்கமாகக் கேட்டேன்.

'இன்றைக்கு நீதி மன்றத்தில் பார்த்தீர்களே, அந்தப் பெண்'

'எந்தப் பெண்? வியாழக்கிழமை வரைக்கும் அவள் காத்திருக்க மாட்டாளா என்ன?'

'தன்னிடம் அவள் உண்மையாக இல்லை என்று கணவன் புகார் செய்திருந்தானே, அந்தப் பெண்.' ரகசியம் பேசுவது போல் தொடர்ந்து பேசினான்.

'அவள் வேண்டுமென்று நான் சொல்லவில்லையே'

'தெரியும். ஆனாலும், இளவரசர் ஒரு புதுமுகத்தை அனுபவிக்க ஆசைப்படலாம் என்று நினைத்தேன்'

'அவள் வர விருப்பப்பட்டாளா, என்ன?' இந்தப் பழைய நம்பிக்கையான உதவியாளர்களிடம் இதுதான் பெரும் தொந்தரவு. நம்மைவிட நம் மனத்தை நன்கு அறிந்தவர்கள்போல் பேசுவார்கள்.

‘மகிழ்ச்சியுடன்...’

‘அவள் கணவன்? அந்த வழக்கில் என்னையும் பிரதிவாதியாக சேர்க்க வேண்டும் என்று அவன் சொன்னால்?

’அவன் இரவு முழுக்க வெளியில் இருப்பான். ரஸிகாபாய் வீட்டில் அவனுக்குப் பரிட்சை நடந்துகொண்டிருக்கும்.’

‘நீ பெரிய நுழை நரிதான், மங்கள். ஆனால், பாதி புத்திசாலிதான். அவளுக்கு அதிகம் பேரிடம் தொடர்பிருந்து வியாதி ஏதாவது... இருந்தால்?’

‘என்னை நம்புங்கள், இளவரசே’

‘என்ன சொல்கிறாய்? சபரி மாதிரி, உன் எஜமானனுக்கு முன்னாடியே பழத்தை நீ சுவைத்துப் பார்த்துவிட்டாயா என்ன?’

‘கடவுள்தான் என்னைக் காப்பற்ற வேண்டும். உங்கள் சமத்காரத்தையும் சிரிப்பையும் விட்டுவிட்டீர்கள் என்று நினைக்கிறேன்’

‘என் கேள்விக்கு நீ இன்னும் பதில் சொல்லவில்லை’

‘அவள் ஒரு கன்னிப்பெண்’

‘ஓ.. வேண்டாம். கன்னிப் பெண் வேண்டாம்.’ முகத்தில் தெரிந்த திகைப்பை அறநெறி சார்ந்த தயக்கமாக அவன் எடுத்துக் கொண்டான்.

‘தனது கபடமற்றத் தன்மையை இழக்கும் அவசரத்தில் இருக்கிறாள். அவளைச் சந்திர மஹாலில் தங்க வைத்திருக்கிறேன்’

‘அவளை அரண்மனைக்கு அனுப்ப ஏற்பாடு செய்’ சூடான இரும்புக் கம்பியால் இழுத்தது போல் மங்கள் என்னைப் பார்த்தான்.

‘மன்னித்துக் கொள்ளுங்கள், இளவரசே. ஆனால், இது கொஞ்சம் அதிகம் இல்லையா?’

‘நான் சொன்னது உனக்குக் கேட்கவில்லையா?’. குறைந்தபட்சம் வீட்டிலிருப்பவள் போன்று இவள் நடனப்பெண் இல்லை. ‘அவள் பெயர் என்ன?’

‘சுனேரியா’

குதிரைச் சேவகன் மீண்டும் தூங்கிப் போயிருந்தான். அவனை காலால் மெதுவாக எத்தினேன். கண்விழித்தவன், குழம்பி நின்றான். மணியடித்த நேரக்காப்பாளன் நள்ளிரவை அறிவித்தான். கோட்டைக் காவலன் குரல் இருட்டில் கேட்டது, ‘ஜக்டே ரஹோ’

'குதிரைக்குச் சேணம் போட்டாயா, இல்லையா?

'தயாராக இருக்கிறது, எஜமான்'

'அப்புறம் எதற்கு நிற்கிறாய்! குதிரையை அசையாமல் பிடி'

மங்கள் ஒரு நிமிடத்தில் என்னுடன் சேர்ந்துகொண்டான். இருவரும் கோட்டையை விட்டு வெளியில் பயணித்தோம். சுராஜ் வாயிலில் நின்றிருந்த காவலன், அந்த ரகசியச் சொல்லை நான் கூறியிருக்கவில்லை என்றால் என்னை வெளியில் அனுமதித்திருக்கமாட்டான். சென்ற ஆண்டிலிருந்து இதை நடைமுறைப்படுத்தி வருகிறோம். பாதுகாப்பைப் பலப்படுத்த ஒவ்வொரு வாயிலுக்கும் ஒரு ரகசிய கடவுச் சொல். கூலிப்படைகளும் உளவாளிகளும் இப்போது அதிகமாகச் சுற்றிவருகின்றனர். நாங்கள் கடந்து சென்ற மற்ற மூன்று வாயில்களிலும் இருந்த காவலர்கள் சரியாகப் பணி செய்கிறார்களா எனச் சோதிக்க வேண்டும். அவர்கள் முகத்தில் தோன்றிய அந்த அற்பமானச் சிரிப்பைப் நீங்கள் பார்த்திருக்க வேண்டும்! பக்கத்து நகரில் இன்பத் திளைப்பிற்காக நாங்கள் செல்கிறோம் என்று நிச்சயம் எண்ணியிருப்பார்கள்.

கங்கை புனித நதியாக இருக்கலாம். வல்லமை மிக்கவளாக இருக்கலாம். ஆனால், அவள் என்னுடைய நதியல்ல. கம்பீரி தான் என் தாய். என் நினைவில் இருப்பவள்.

சித்தோருக்கும் அவள்தான் தாய். நினைவும் அவள் தான். பிறந்ததும் அவளது நீரைக்கொண்டுதான் என்னைக் குளிப்பாட்டினர். கடவுளின் விருப்பம் அப்படி இருந்தால், சிதையில் வைப்பதற்குமுன் அந்த நீரால்தான் என்னைக் குளிப்பாட்டுவார்கள். என் செயல்கள் அனைத்திற்கும், ஆழ் மனதில் இருக்கும் எனது எண்ணங்களுக்கும், என் ஆன்மாவை நொறுக்கிப்போடும் சங்கடமான தருணங்களுக்கும் அவளே சாட்சி. எது நியாயம் என்று அவள் சொல்லமாட்டாள்; அவளிடம் எதற்கும் விடைகளும் கிடையாது. இதற்கெல்லாம் சாட்சியாக இருப்பதுதான் அவளது வேலை; அதுமட்டுமின்றி அவள் தலையிடவும் மாட்டாள். ஒருவேளை அவளுக்கு இவை குறித்து கருத்துகள், அழுத்தமான கருத்துகள் இருக்கலாம். ஆனால், என்றைக்கும் அவள் வாய் திறப்பதில்லை.

கேட்பதை நீங்கள் நிறுத்திவிட்டால் அந்தப் பாடல்கள் எங்கு செல்லக்கூடும்? மாலையில் வீடுநோக்கித் திரும்பும் ஆயிரக்கணக்கான பறவைகள், தம் சிறகுகளை அடித்துப் பறக்கையில் காற்றில் உருவாகும் அந்த அமளி எங்கு மறைந்து போகிறது? ஜோஹார் தீச்சுடரில் பாய்வதற்குமுன், தம் சிவந்த உள்ளங்கைகளின் தடங்களைச் சுவற்றில் பதித்த ராஜபுதனத்துப் பெண்களின் அழுகுரல்கள் எங்கே போயின?

எனது சிறு பிராயம், எனது கவண், எனது உடைந்த எழுது பலகை, எனது முதல் கிள்ளை, என் இளமை, நான் செய்த முதல் பாவம், அவற்றைத் தொடர்ந்தவை எங்கே போயின? எனது முதிர் பருவம் எங்கே? மேர்த்தாவிலிருந்து வந்தப் பெண்ணை நான் முதன்முறைப் பார்த்த கணம் எங்கே? கம்பீரியைக் கேளுங்கள். அவளுக்கு எல்லாம் தெரியும். நாம் அனைவரும் பாதுகாப்பாக இருக்கிறோம். ஏனெனில், கம்பீரி நமது ரகசியங்களைப் பாதுகாக்கிறாள். அவளது பெயர் சொல்வதுபோல், அவள் ஆழமானவள், துயரமானவள், அத்துடன் தியான வயப்பட்டவள்.

நதியின்மீது மஞ்சு மூட்டம். வீசிய காற்று மூச்சுத்திணற வைத்தது. இருண்மையான கொடிய மேகங்களால் நிலா அடர் சிவப்பு நிறமாயிற்று. ஆடைகளைக் களைந்து, ஸ்லோகங்களை உச்சரித்து, கம்பீரிக்குள் புகுந்தேன். கருமையான குளிர்ச்சியான நீர். கல்லைப்போல் நீருக்குள் மூழ்கினேன். என் உடலை இயல்பாய் இயங்கவிட்டேன். மிதந்தேன். என்னைச் சுற்றிக்கொண்டு நீர் பாய்ந்துசென்றது. என் தசைகளின் இறுக்கம் தளர்ந்தது. எண்ணங்கள் கட்டவிழ்ந்தன. என் நரம்புகளுக்குள் மறதியின் பயணம். நதியே, இன்றிரவு நீ கவனமாய் இரு. நதியோரம் வளர்ந்திருந்த உயரமான கறுப்பு நிற நாணல் புற்கள் பாம்புபோல் என் கால்களைச் சுற்றி வளைத்தன. என்னை அருகில் அழைத்தன, இந்த உலகத்தை மறக்கச் சொல்லின. எமன் தன் எருமையில் ஏறி இன்றிரவு வெளியூர் சென்றுவிட்டான் போலும். இந்த நதி, அவனுடைய சகோதரி எமி. சாவை நோக்கி மயக்கி இழுப்பவள். எமியிடம் யார் மறுப்புச் சொல்லமுடியும். ஏன், அவள் சகோதரன் அவளுடன் தானே படுக்கிறான்.

அற்பத்தனமான மாயத்தோற்றங்கள் என்னைச் சந்திக்க எழுந்து வந்தன. என் முன்னோர்களின் நீர்முகங்கள் சப்தமின்றி அலறின. நீராலான அவர்களது ஆக்டோபஸ் கரங்கள் நீண்டு என்னைச் சுற்றின. பப்பா ராவல், ராணா ஹமீர், ராணி பத்மினி, ஹத்யாரா ஆகியோருக்கு என்னிடம் அவசர வேலைகள் இருந்தன. அவர்கள் எழுப்பும் அருவருப்பான வல்லோசைகளை, அவர்களின் உதட்டசைவிலிருந்து என்னால் புரிந்துகொள்ள முடியவில்லை. ஒருவேளை நான் இன்னும் ஆழமாக, கீழுலகத்திற்கு மூழ்கினால் அவர்களுக்கு உதவியாக இருக்கக்கூடும்.

என் விருப்பத்திற்கு மாறாக என்னை யாரோ இழுப்பதுபோல் இருந்தது. நீருக்கடியில் நீரோட்டத்தின் வேகம் ஏமாற்றுவதுபோல் மென்மையாக இருந்தது. சுழலும் நீர்ச்சுழிக்குள் இழுத்து அது என்னை மென்மையாகக் கொல்லப்போகிறது. மங்கள் என்னை அழைப்பது கேட்டது. நான் பதில் கூறவில்லை. எனக்கு விடுதலை, இந்த நதிதான். நீருக்கு மேலே வர எனக்கு விருப்பமில்லை. மங்களின் குரல் மிக அவசரமாகவும், நம்பிக்கையற்றும் ஒலித்தது. என்னை விட்டுவிட்டு அவன்

போய்விடக்கூடாதா என்று விரும்பினேன். அவன் என்னைப் பார்த்துவிட்டான். வலுக்கட்டாயமாக மேலே இழுத்தான். மழை கனமாகப் பெய்துகொண்டிருந்தது. நதியின் சருமத்தில், லட்சக்கணக்கான இடங்களில் மழைத்துளிகள் தைத்தன. தோலில் புகுந்து உள்ளே நுழைந்தபோது தோல் சிலிர்த்தது. நான் விழித்துக்கொண்டேன். நான் இறந்துவிட்டதாக நினைத்து, மங்கள் என்னைப் பெயர் சொல்லி அழைத்தான். என் மடி மீது நீர் மென்மையாக வழிந்தோடியது. துர்த்தேவதைகளை துரத்திவிட்டேன். நிலா வெளியில் வந்திருந்தது. கம்பீரி இப்போது, மயக்கும், மெதுவான வெள்ளி நீரோட்டம்.

மங்களும் நானும் குதிரைகளில் திரும்பிக்கொண்டிருந்தோம். நதியில் நீந்திய நினைவே இல்லை எனக்கு. அந்தக் கருநிற நதியின் எழுச்சியும் இறக்கமும் என் உடல்தான்.

அரண்மனைக்குள் நுழைந்தபோது தீபங்கள் ஏற்றப்பட்டிருந்தன. தீபாவளி போலிருந்தது. அவள் விழித்துக்கொண்டுதான் இருந்தாள். பளிச்சென்ற மஞ்சளில் பட்டு காக்ராவும் இளஞ்சிவப்பு துப்பட்டாவும் அணிந்திருந்தாள். இளந்தளிர் புல்லின் நிறத்தில் சோளி. தொன்மையான அந்த ஏகாலியின் மனைவி சுனேரியாவுக்கு புதியதாய், சிவப்பு நிறத்தில் உயர்தரமான ஆடையை அவள் அணிவித்திருந்தாள். ஒரு மணப்பெண் போல் அவளை அலங்கரித்திருந்தாள்.

அத்தியாயம் 2

இது ஒரு அடிப்படை விதி. ஆனால், யாரும் இதைப் பின்பற்றுவது இல்லை என்பது வியப்பாக இருக்கிறது. ஒரு துறை எப்படி வேலை செய்கிறது என்பதை நீங்கள் அறிந்துகொள்ள வேண்டுமா? அல்லது ஒரு திட்டத்தில் வேலை எப்படி போய்க்கொண்டிருக்கிறது என்பதை அறிந்துகொள்ள வேண்டுமா? முன்னறிவிப்புச் செய்யாமல் அங்கு செல்லுங்கள். இதன் பொருள் ஆட்களைக் கையும் களவுமாக பிடிக்கலாம் என்பதல்ல. வேலைத்தளத்தில் அவர்களை சாதாரண மனிதர்களாக, இயல்பாகப் பார்ப்பதற்கான எளிய வழி இதுமட்டுமே. பொதுவில் இவர்கள் திறமையானவர்களா? பொதுவில் ஒழுங்கீனமானவர்களா என்று அறிந்துகொள்ளும் வழி. அறிவித்துவிட்டுச் சென்றால், அவர்கள் சிவப்புக் கம்பளம் விரிக்கலாம்; ஒரு நாடகத்தை நடத்தலாம். ஆனால், அவர்கள் முக்கியமானவர்கள் என்று உணரவைக்க வேண்டும் என்று நீங்கள் விரும்பினால், அவர்களை உங்கள் இடத்திற்கு அழைத்துப் பேசுங்கள். குறைவான தொந்தரவைத் தரக்கூடிய காரியம் அது; உங்கள் மேலாளர்களும், அமைச்சர்களும் நிச்சயம் மகிழ்ச்சி அடைவார்கள்.

அந்த நாளை ஒரு விடுமுறையாக எடுத்துக்கொண்டு, தகவல்களைத் திறமையுடன் தயாரித்துத் தருவார்கள்; வெறுக்கத்தக்க, சமாளிக்க முடியாத பிரச்சனைகளுடன் மீண்டும் போராட வேண்டிய அவசியம் என்றும் வராது.

துதிபாடிகள்தான், அரசனின் முதல் வரிசை பாதுகாப்பு என்று சொல்லலாம். உண்மையிடமிருந்து அவர்கள் அரசனைப் பாதுகாப்பார்கள்; அனைத்துத் தகவல்களையும் வடிகட்டும் ஒரு வலையை அரசனைச் சுற்றி அமைப்பார்கள். தவறான செய்திகள் காதுக்கு வராது என்பது மட்டுமல்ல. பெரும்பாலும் நல்ல செய்திகளும், நல்ல மனிதர்களும் கூட உள்ளே வர அனுமதிக்கப்பட மாட்டார்கள். ஏனென்றால், நீங்கள் எதைப் பார்க்கவும் கேட்கவும் வேண்டுமென்று அவர்கள் விரும்புகிறார்களோ அதைத்தான் நீங்கள் கேட்கவும் பார்க்கவும் செய்கிறீர்கள். உங்களுக்கு இறுதிமுடிவு வரும்போது, நீங்கள் அமர்ந்திருக்கும் அரியணை இழுத்துப் பிடுங்கப்படும்போது உங்கள் வீழ்ச்சி சிரமமற்றதாக, விரைவாக, மீளமுடியாததாக நிகழ்ந்திருக்கும். மனதைத் திடமாக்கிக் கொள்ள வேண்டியதுதான்.

ஆகவே, நிச்சயமாக, அவர்கள் கைப்பற்றிக் கொள்ள முடியாதபடி தகவல் கிடைக்கும் வழிகளையும் தடங்களையும் எப்படிப் பாதுகாத்துக் கொள்வது என்பதுதான் பிரச்சனை. விமர்சனங்கள் எங்கிருந்து எழுகிறதோ அந்த உற்பத்தி ஸ்தானங்களை ஓர் அமைப்பாக நிறுவனப்படுத்த ஏதாவது வழி இருக்கிறதா? ஆனால், அப்படி இருந்தாலும், அதனால் அதிகம் பயனில்லை. ஏனெனில், நமக்கு அக்கறை இல்லாத எந்த கண்ணோட்டத்தையும் அல்லது கருத்தையும் புறக்கணிப்பதில் மனிதர்கள் மிகவும் கைதேர்ந்தவர்கள். இந்த விஷயத்தில் எனக்கு வேறு ஏதாவது எண்ணங்கள் இருக்கின்றனவா? ஒரு சிறிய குறிப்பைத் தவிர எதுவுமில்லை. அதுவும் பயன்படாத ஒன்று. உங்களுக்குத் தகவல் கிடைக்கும் வழிகள் திறந்திருக்க யாரும் உதவிசெய்ய முடியாது. அதற்கு நீங்கள்தான் வேலைசெய்ய வேண்டும்; தகவல்களைத் தேடிச்செல்ல வேண்டும், எல்லாவற்றிற்கும் மேலாக எதையும் கவனமாகக் கேட்கவேண்டும்

மறுநாள், கதிரவன் உதிப்பதற்கு முன்னரே, இராணுவத்தின் உயர்நிலை உத்திகள் மற்றும் வியூகங்களுக்கான பயிற்சி மையத்தில் இருந்தேன். அந்த இடத்தின் பொறுப்பாளர், தந்தையின் மிக நீண்டகால நண்பர், ஆதரவாளர். மிகுந்த விசுவாசம் கொண்டவர். தந்தை அரசராவதற்கு நீண்ட காலத்திற்கு முன்னிருந்தே, மாறு வேடத்திலும் தலைமறைவாகவும் அவர் சிரமப்பட்ட காலத்திலிருந்தே ஜெயசிம்மா பலேச் தந்தையை அறிவார். தந்தை அரியணை ஏறியபிறகு

ஜெயசிம்மாவிற்கு இருபது கிராமங்களைத் தானமாக தந்தார்; தந்தை அவருக்கு ராவத் பட்டமும் அளித்தார். .

'இளவரசே, நீங்கள் வந்தது ஆச்சரியம் தருகிறது!' அவர் இயல்பாக இல்லை. பார்வையில் சங்கடம் தெரிந்தது. ராவத்தின் நேர்மையை, விசுவாசத்தைச் சந்தேகிக்க என்னிடம் ஒரு காரணமும் இல்லை. என்னுடையது வழக்கமான விஜயம்தான். எச்சரிக்கையாக இருப்பதற்கோ அசௌகரியமாக உணர்வதற்கோ அவருக்கும் காரணம் ஏதுமில்லை.

'நமது வருங்கால தளபதிகளும் உத்திகள் வகுப்பவர்களும் எப்படிச் செயல்படுகிறார்கள் என்பதைப் பார்க்க நினைத்தேன்.' நான் சொன்னது முற்றிலும் உண்மையில்லை. என்னைப் பொறுத்தவரை இராணுவ உத்திகள் குறித்த ராவத்தின் அணுகுமுறை மிகவும் பழமையானது. அதுமட்டுமின்றி, இந்தப் பயிற்சி நிறுவனத்தில் நவீன தொழில்நுட்பங்களையும் சேர்த்து அதன் நோக்கத்தை விரிவுபடுத்த வேண்டும் என்று எனக்கு அதிக ஆர்வம் இருந்தது. போர்த்தளவாடங்களில் அராபியர்களும், துருக்கியர்களும், போர்த்துகீசியர்களும் ஏற்படுத்திக்கொண்டிருக்கும் மேம்பாடு குறித்து ஆதாரமற்ற வதந்திகள் எனக்குக் கிடைத்திருந்தன. இந்த விஷயம் குறித்து தந்தையிடம் விவாதிப்பதற்குமுன் ராவத்தின் ஆதரவைப் பெற விரும்பினேன்.

முதலில் தடகள பயிற்சிகளைச் சிறிது நேரம் கவனித்தோம். அதன்பின் ஒரு வகுப்பறையில் சென்று அமர்ந்தோம். பாரம்பரியமான தாக்குதல் வியூகங்கள் பற்றி ஷ∴பி கான் வகுப்பெடுத்துக் கொண்டிருந்தார். ஏராளமான வரைபடங்களும், கள நிகழ்வுகளின் ஆய்வுகளும் அடங்கிய தெளிவான உரை அது. வகுப்பறையைவிட்டு வெளியில் வர எழுந்தபோது ஷ∴பி கானிடம் ஒரு கேள்வி கேட்டேன்: படை-பின்வாங்குதல் தொடர்பான, நுட்பமான உத்திகள் பற்றியும் அவற்றை செயல்படுத்தும் முறைகள் குறித்தும் வகுப்பு ஏதேனும் நடத்தியிருக்கிறீர்களா? என் கேள்வியை வேடிக்கையாக எண்ணி வகுப்பில் இருந்தவர்கள் கூச்சல் என்று சொல்லுமளவிற்கு உரக்கச் சிரித்தனர். அதே நேரத்தில் வகுப்பாசிரியர், அவரது கற்பித்தல் முறை மீதான விமர்சனமாக என் கேள்வியை எடுத்துக்கொண்டு கோபப்பட்டார்.

'இந்தக் கேள்வியை கொஞ்சநேரம் சிரித்து மகிழ்வதற்காகக் கேட்கவில்லை. நீங்கள் யுத்தத்தில் கற்றுக்கொள்ள வியப்பூட்டும் விஷயங்கள் இருக்கின்றன. அதில் ஒருவர் வெற்றி பெறுகிறார், மற்றவர் தோற்கிறார். பின்வாங்கும் கலையை அறிவியல்பூர்வமாக நீங்கள் கற்றுக்கொண்டால் உயிரிழப்பைப் பெருமளவிற்குக் குறைக்கலாம்.

அதுமட்டுமல்ல, வேறொரு யுத்தத்தை நடத்தவும் நீங்கள் உயிருடன் இருக்க முடியும்.'

ஆசிரியர் சமாதானம் அடைந்தார், மாணவர்களும் அடங்கினர். அப்படி ஒரு சந்தர்ப்பம் வரக்கூடுமோ என்ற எதிர்ப்பார்ப்பில் அவர்கள் வசீகரிக்கப்படவில்லை. ஆனால், கட்டுப்பாடான, வியூக பூர்வமான பின்வாங்கல் ஒரு புதிய சிந்தனை; சொல்லிக்கொடுப்பவருக்கு மட்டுமல்ல, மாணவர்களுக்கும் தான்.

மனந்திறந்து பேசாமல் ஜெயசிம்மா ஏன் இப்படிப் பிடிவாதமாக இருக்கிறார் என்பதற்கான காரணத்தை என்னால் அகழ்ந்தெடுக்க முடியவில்லை. பயிற்சி மையத்தில் அனைத்தும் ஒழுங்காகத்தான் இருந்தன. அவர் மிகக்குறைவாகப் பேசுவதைப் பொருட்படுத்தாமல் இருப்பதே விவேகம்; அலுவலகத்திற்குத் திரும்பியதும் என் மனத்தில் உள்ளவற்றை அவரிடம் விவாதிக்கலாம் என்று நினைத்தேன். ஆனால், அணை அதற்கு முன்னரே உடைப்பெடுத்துவிட்டது. அது ஒரு துளிதான். அந்த மனிதனின் குரல் ரகசியம் பேசுவதுபோல் இருந்தது. ஆனால், ஏதோ மோசமான தவறு நடந்துள்ளது என்பதை உணர்ந்து கொண்டேன்.

'இளவரசே, இன்று காலைப்பொழுது சென்றதும் நானே உங்களைப் பார்க்க வருவதாக இருந்தேன்'

'உங்கள் மனத்தை மாற்றிக்கொள்ளவில்லை என்று நம்புகிறேன். நீங்கள் எனக்குச் செய்த உபசாரத்தை நான் திருப்பித் தர விரும்புகிறேன். என்னோடு மதிய உணவு அருந்துவீர்களா?'

'அது உங்கள் பெரிய மனதைக் காட்டுகிறது. ஆனால், என்னால் முடியாது.'

அவர் முதுகைத் தடவிக்கொடுத்தேன். அவரது உடல் நடுங்கியது. தலையை இப்படியும் அப்படியுமாக அசைத்தார். அவரது துயரத்தின் தீவிரத்தை என்னால் உணரமுடிந்தது; தந்தை ஊரில் இல்லாதபோது இறுதி முறையீட்டிற்கான நீதிமன்றம் நான்தான். ஆனால், என்னால் எதுவும் செய்யமுடியாது; பாதிக்கப்பட்ட நபர் எனது தலையீட்டைக் கோரும் அளவிற்குத் தகுதியானவரா என்று முடிவாகும்வரை, அக்கறையுடன் காதுகொடுத்துக் கேட்க முடியாது அல்லது உதவிக்கரமும் நீட்ட முடியாது.

'பணிகளில் நான் மூழ்கி இருந்தாலும், உங்களை என் அலுவலகத்திற்குள் அனுமதிக்க பணியாளர்களுக்கு உத்தரவு அளித்துவிடுவேன். நீங்கள் வாருங்கள்'

* * *

மீண்டும் வியாழக்கிழமை. இன்றைக்கு அந்த ஏகாலி பியாரிலால் தான் வரிசையில் முதலில் நிற்கிறான். அவன் கண்களுக்கு அடியில் சதை தொங்கியது; ஆனால், கண்களில் வெற்றிக் குறிப்புத் தெரிந்தது. அவனது மனைவி சுனேரியா சற்றுப் பின்னால் நின்றிருந்தாள். அவள் என்னை நிமிர்ந்து பார்க்கவில்லை. என்னை வெறுக்கிறாளா? என்னை மன்னிக்க தன் இதயத்தில் இடமிருக்கிறதா என்று பார்க்கிறாளா? எனினும், இந்த தலை நரைத்த, பல் விழுந்த, தலைப்பாகை அணிந்த, வயதால் தகர்ந்து நிற்கும் இந்தக் கணவன் மீதுதான் என் இதயம் திரும்புகிறது. அவனுக்கு ஆறு மனைவிகள் இருந்திருக்கிறார்கள். ஐந்து பேர் அவனுக்கு மகன்களையும் மகள்களையும் பெற்றுத் தந்திருக்கிறார்கள்; எண்ணிக்கை இல்லாமல் கொள்ளுப் பேரன்களும் பேத்திகளும். மனைவியில் சிலர் இறந்துவிட்டனர்; மற்றவர்கள் அவனை விட்டுச் சென்றுவிட்டனர்; இப்போது இவள் ஏழாவது மனைவி. சந்தேகமும், தோல்வியின் அச்சமும் அவனைத் தின்கின்றன. விசுவாசமற்ற மனைவியை என்னைவிட யாரறிவார்?

'எஜமானே, இளவரசே, இப்போது நான் ஓர் ஆண்மகன்.' அவன் குரல் உயர்ந்திருந்தது. கூடவே மெலிதான மூச்சிரைப்பும். இந்த நெஞ்சக நோய் நிச்சயமாக அவனை விட்டு நீங்கப்போவதில்லை.

'நீங்கள் உத்தரவிட்டதுபோல் செய்தேன். எனது ஆண்மையை நிரூபித்துவிட்டேன்'

'உண்மைதான் பியாரிலால். நீ ஆண்மகன்தான். ரசிகா பாய் அதற்கு உத்தரவாதம் தருகிறாள். சரி இப்போது உனக்கு என்ன வேண்டும்?'

'சந்தேகமே வேண்டாம். என் மனைவி குற்றவாளிதான் என்பதற்கு இது ஒன்று போதாதா?

'என்ன தவறு செய்தாள்?'

'என்னை ஏமாற்றிக்கொண்டு இருப்பதற்கு, வேறென்ன?'

'அந்த இன்னொருவர் யார்'

'எனக்கெப்படித் தெரியும்? அவளையே கேளுங்கள்'

'அவளுக்கு ஒரு காதலன் இருந்தும், அவள் கன்னியாகவே இருக்க முடியுமா?'

'என்னை முட்டாள் என்று நினைக்கிறீர்களா? அவள் கன்னியல்ல. நிச்சயமாகத் தெரியும்'

'உனக்கெப்படித் தெரியும்?'

'எனக்குச் சிரிப்பு வருகிறது. நான் அவள் கணவன்'

'பியாரிலால், நீ ஏன் இந்த வழக்கைத் திரும்பப் பெறக்கூடாது? உன் மனைவி உன்னிடம் விசுவாசமாக இருக்கிறாள். அதனால்தான் இன்னும் கன்னியாகவே இருக்கிறாள்'

'நீங்கள் என்ன சொல்ல வருகிறீர்கள், எஜமான்? நான் ஆண்மையற்றவன் என்றா? ரசிகா பாயிடம் என் ஆண்மையை நிரூபித்துவிட்டேனே'

'நிரூபித்துவிட்டாய். உண்மைதான். ஆனால், அதற்கு உனக்கு அதிகம் நேரம் ஆகியிருக்கிறது. உண்மையைச் சொன்னால், இரவு முழுவதும். அதுவும் அதிகமான பாலுணர்வைத் தூண்டும் பேச்சுகளுக்குப் பிறகு. புத்தகத்து வித்தையெல்லாம் ரசிகா பாய் முயன்றிருக்கிறாள்; அந்தப் புத்தகத்தை எழுதியவளே அவள்தான் என்பதும் உனக்குத் தெரியும். எனக்குக் கிடைத்த தகவல்களை நம்பவேண்டும் என்றால் ஒரு விஷயத்தை ஒப்புக்கொள்ள வேண்டும். உனக்குள் வீரியம் இருக்கிறது. எவ்வளவு குறைவாகவும் இருக்கட்டும். உனக்குள் அது இருக்கிறது. ஆனால், உன் மனைவி அதைத் தூண்டிவிடும் அளவிற்குப் போதிய அனுபவமில்லாதவள்.'

பியாரிலால் நொந்துபோனான். ஆனால், அவன் விட்டுக் கொடுப்பதாக இல்லை.

'அவளுக்கு ஒரு காதலன் இருக்கிறான் என்று சொல்கிறேன். ரசிகா பாய் வீட்டில் அன்றைக்கு நான் இருக்கையில் அந்த இரவு முழுவதும் அவள் வெளியில்தான் இருந்தாள்'

'சென்ற திங்கட்கிழமை அவள் எங்கேயும் இருந்திருக்கட்டும். அவளைச் சோதித்த ரசிகா பாய், அவள் கன்னி என்றுதான் சொல்கிறாள்'

'அவளுக்கு நிச்சயம் ஒரு காதலன் இருக்கிறான். எனக்கு நிச்சயமாகத் தெரியும்'

'சரி அவனைக் கண்டுபிடி' என்றேன் நான். 'நமது சட்டத்தில் இருக்கும் மிக மோசமான தண்டனையை அவனுக்குக் கொடுப்போம்.'

இறுதியில் பியாரிலால் வீட்டிற்குப் புறப்பட்டான். கன்னியோ, கன்னியில்லையோ மனைவி தன்னை ஏமாற்றுகிறாள் என்பதை அவன் அறிந்திருந்தான்.

* * *

மதியத்தை நகரத்திட்டமிடல் துறையின் தலைவர் சகஸ்மாலுக்கு ஒதுக்கி வைத்தேன். விஜய நகர ராஜ்ஜியத்தில் குடிநீர் வழிகளுக்குப் பீங்கான் குழாய்கள் பயன்படுத்துவதாக கேள்விப்பட்டிருந்தேன். அந்த முறையை நாமும் ஏன் பயன்படுத்தக்கூடாது என்று அவரிடம் கேட்க இருந்தேன். இரண்டாவது பிரச்சனை, கழிவுநீர்க் கால்வாய்கள். கோடையிலும் குளிர்காலத்திலும் சித்தோரின் சாலைகள் நன்றாக இருக்கும். ஆனால், மழைக்காலத்தில் மகிழ்ச்சியுடன் இருக்கவேண்டும் என்றால் நாம் எருமைகளாய் மாறிவிட வேண்டும். சாலைகள் குட்டைகளும் பள்ளங்களுமாக மாறிவிடும். தலையைச் சுற்றிப்பறக்கும் கொசுக்களின் கூட்டம், வெப்பமான கறுப்பு மஸ்லீன் தலைப்பாகைபோல் தோன்றும். சாலையை வேண்டுமானால் பருவகாலப் பிரச்சனையாக எடுத்துக்கொள்ளலாம். ஆனால், ஆண்டு முழுவதும் கழிவுநீர்க் கால்வாய்கள் தொந்தரவாக இருக்கின்றன என்பது ஒரு துரதிருஷ்டம். இதைத் தொந்தரவு என்ற சொல்லால் விவரிக்கமுடியாது. அது துல்லியமானதல்ல. அது பேரிடர்.

எனது முன்னோர்கள், அவர்கள் பெரும் ஆளுமைகளாக இருந்தாலும் அல்லது சிறியவர்களாக இருந்தாலும் ராஜ்யத்தின் மக்கள்தொகை பிரச்சனையை அவர்கள் நேராக அணுகவில்லை, விவாதிக்கவில்லை, சிந்திக்கவும் இல்லை. எப்போதும் சண்டையில் இருக்கிறோம் என்று நம்ப முடியாத காரணத்தைத்தான் சொன்னார்கள். யுத்தங்கள் நிச்சயம் எங்கள் எண்ணிக்கையைக் குறைக்கின்றன. (இவை தவிர்த்து, ஒவ்வொரு வீரனின் குடும்பத்திலும் சண்டையால் ஊனமுற்றவர்களும் கைகால் இழந்தவர்களும் உருவம் சிதைந்து போனவர்களும் இருக்கிறார்கள்; இவர்களை ஒப்பிட்டால், இறந்துபோனவர்கள் ஒன்றுமில்லை என்றுதான் சொல்லவேண்டும். அதுமட்டுமின்றி தெரு முனைகளிலும் சந்துகளிலும் நூற்றுக்கணக்கானவர்கள் பிச்சைக்காகக் கையேந்தி நிற்கும் அவலம்). ஆனால், சில ஆண்டுகளுக்கு ஒருமுறை பருவகாலங்களில் வரும் நோய்களும், கொள்ளை நோய்களும் மக்கள் தொகையில் கால் பங்கையோ அல்லது பாதியையோ அள்ளிச்சென்று விடுகின்றன.

தீண்டத்தகாத பிரச்சனையாக அதைத் கருதி சாக்கடைகளில் வேலை செய்வோர் விஷயத்தை யாரும் விவாதித்திருக்க மாட்டார்கள். ஆனால், அந்தப் பிரச்சனைமீது கவனம் செலுத்தவேண்டும். தொழில்நுட்பத்தையும் அரசாங்கத்தின் அதிகார ஒப்புதலையும் பயன்படுத்திப் பிரச்சனை தீர்வுக்கு ஏதாவது செய்யவேண்டும். இல்லாவிட்டால், எங்களது கழிவுகளிலும் சாக்கடையிலும் நாங்கள் அனைவரும் அடித்துச் செல்லப்படுவோம்.

அதிகாரி சஹஸ்மால் கொஞ்சம் சங்கடத்துடன் நெளிந்தார்; தனது வெறுப்பை நாகரீகமாக, சிறு சப்தங்களால் வெளிப்படுத்தினார். ரனக்பூரின் பளிங்குக் கோவில் போன்ற ஒரு புதிய வளாகம் கட்டும் திட்டங்களைப் பற்றி நான் ஏன் பேசவில்லை என்று வியந்து போனார். அல்லது ராணா கும்பா கட்டியதைவிட இரண்டு மடங்கு உயரத்தில் வெற்றிக் கோபுரம் ஒன்று புதிதாகக் கட்டுவது பற்றிப் பேசலாமே என்றார். எப்படியும், எனது பூட்டன்களின் வெற்றிகளைக் காட்டிலும் எனது தந்தையின் வெற்றிகள் அப்படியொன்றும் குறைந்தவை அல்ல. அற்புதமான யோசனைகள் என்றேன். இந்த மாதிரியான திட்டங்களுக்குத் தேவையான நிதியை நகரத்தின் பெருந்தன்மையான மனிதர்களிடம் இருந்து பெறலாம்; பூர்வீக குடிமக்களிடம் இருந்தும், மேவார் ராஜ்ஜியத்தின் பல இடங்களில் பரவலாக வசிக்கும் வளங்கொழிக்கும் மேற்குடி மக்களிடமும் திரட்டிக்கொள்ளலாம் என்றேன். ஆனால், மக்கள் சேவைகள், குடிநீர் வடிகால் போன்ற சாதாரண குடிமைப் பணிகளில் தான் நாட்டின் கருவூலம் கவனம் செலுத்தும் என்றேன்.

எந்தத் திசையில் போவதென்று அவர் அறிந்துகொண்டார். நகரத்தின் சாக்கடை நீர்க் கால்வாய்களின் வரைபடங்களைத் தேடி எடுத்துக்கொள்ளுங்கள் என்றேன். அப்போது ஜெயசிம்மா பலேச் வந்திருப்பதாகத் தெரிவிக்கப்பட்டது. சகஸ்மாலிடம், மன்னித்துக் கொள்ளுங்கள், மாலை ஆறு மணிக்கு வரைபடங்களைப் பார்க்கும் வேலையை வைத்துக்கொள்வது வசதியாக இருக்குமா என்று கேட்டேன். அவரது முகம் திகைப்பிலும் அச்சத்திலும் தொங்கிப்போனது. பழைய ஆவணங்களைத் தேடி எடுப்பது சிரமமாக இருக்குமே என்று தடுமாறினார். இதற்கென்று வரைபடங்கள் இருக்குமா என்று தனக்கு உறுதியாகத் தெரியவில்லை என்றார்.

'நல்லது. இத்துடன் முடித்துக் கொள்வோம். சரியாக ஆறு மணி' என்று அறிவுறுத்திவிட்டு, இன்றைய நாள் உங்களுக்கு நல்லதாக அமையட்டும் என்று வாழ்த்தி அனுப்பி வைத்தேன்.

* * *

ஜெயசிம்மா பலேச் உணர்வுகளை நன்றாகக் கட்டுக்குள் வைத்திருந்தார். எந்த உணர்வும் காட்டாமல் முகத்தை வைத்துக்கொள்ள சற்றுச் சிரமப்பட்டேன். அவர் சொல்ல வரும் விஷயத்தை மிகக் கவனமாகக் கேட்டேன். எப்படி நான் கேட்காமல் இருக்கமுடியும்? அதேநேரம் நெருக்கடி ஒன்று கொதித்து உருவாகும் சலசலப்பையும் கேட்க முடிந்தது. மிக மோசமான ஊழல்கள், நெருக்கடிகள், பின்னடைவுகள், அவமதிப்புகள் என்று வரிசையாகப் பலவற்றை எதிர்கொள்ளும்போது அமைதியாக இருக்க முயற்சிப்பேன். தினந்தோறும்,

கண்ணாடி முன் அமர்ந்து பிணத்தின் முகத்தில் காணப்படும் அமைதியை எனது முகத்தில் கொண்டுவர பயிற்சி செய்வேன். இப்போது நான் கேட்டுக்கொண்டு இருக்கும் விஷயங்களின் மூலமாக பெற்றிருக்கும் பலவகையான வளமான அனுபவங்களிலிருந்து தீர்விற்கு வழிகாண முயல்வேன். அல்லது வெறுமனே மீண்டும் நினைவு கூர்வேன்.

'ஐந்து வாரங்களுக்கு முன் இளவரசர் விக்கிரமாதித்தன் எங்கள் வீட்டிற்கு வந்திருந்தார். இளவரசருக்கு அது நினைவிருக்கலாம். பயிற்சி மையத்தில் எனக்கு இருந்த பொறுப்புகளால் தனிப்பட்ட முறையில் அன்றைக்கு அவரைக் கவனித்து உபசரிக்க முடியவில்லை. எனினும், எங்களுக்கு மிகப் பெரிய கௌரவம் அது. எங்கள் குடும்பம் அவரது வருகையைப் பெரும் சலுகையாக எண்ணியது. அவரது வருகை எங்களுக்கு நல்வரவு என்று அவர் உணரும்படி நடந்துகொண்டோம். எங்கள் தகுதியையும் மீறித்தான் அதைச் செய்தோம். ஒரு வாரத்திற்கு முன்னால் அவர் சித்தோருக்குத் திரும்பினார்'

ஆமாம். இந்த விஷயம் எனக்குத் தெரியும். அன்றிலிருந்து என் மனைவியின் மயக்கம் தரும் காக்ராவுக்குள் எட்டிப்பார்த்து மகிழும் வேலையை மட்டும் அவன் செய்யவில்லை. ஒட்டுமொத்த நகரம் முழுவதையும் சுற்றியும் அலைந்தும் மிக இழிவான கேளிக்கைகளிலும் கீழ்த்தரமான விஷயங்களிலும் ஈடுபட்டுக் கொண்டிருந்தான்.

'பயிற்சி மையத்திற்கு வந்த அவர் என்னைத் தனியாகச் சந்தித்து அன்பான சொற்களில் நன்றி கூறினார். நாட்டுப் புறப்பகுதியின் சுத்தமான காற்றாலும், எனது நான்கு மகன்களுடன் சேர்ந்து வேட்டையாடியதில், குதிரைச்சவாரி செய்ததில் பெரும் உற்சாகம் பெற்றேன் என்று கூறினார். "மீண்டும் ஒருமுறை அவசியம் விரைவில் வாருங்கள்" என்று அவரிடம் கூறினேன். "எனக்கும் விருப்பம்தான் மாமா, வரவேண்டும் என்று விருப்பம்தான்" என்று சொல்லிவிட்டு அங்கிருந்து புறப்பட்டார். ஏறத்தாழ அவர் புறப்பட்ட உடனேயே, பின்னாலேயே எனது மூத்த மகன்கள் இருவரும் சித்தோருக்குக் குதிரையேறினர். நிச்சயமாக அவர்கள் ஒருவரையொருவர் பார்த்துக்கொண்டும் இருந்திருக்கலாம்,'

பலேச் பேசுவதை நிறுத்தினார். கண்ணை மூடிக்கொண்டு அந்த முக்கியமான வரிக்காகக் காத்திருந்தேன். அது இன்னும் வரவில்லை.

'இளவரசே, எப்படிச் சொல்வதென்று எனக்குத் தெரியவில்லை'

நான் கண்ணைத் திறக்கவில்லை. எதிர்கால அரசனுக்கு இது ஒரு நல்ல பயிற்சி. எதையும் ஊகிக்கக்கூடாது என்று உறுதிசெய்து கொண்டேன். அலையோடு மிதந்து செல், நாக்கை அடக்கு, உடலின் தசைகள் அனைத்தையும் தளர்வாக வைத்துக்கொள். இறந்து போ,

இறந்து போ, வியப்பையோ அல்லது வேறெந்த உணர்வையோ எப்போதும் காட்டாதே.

’நான் சொல்லப்போவது உங்களைப் புண்படுத்தினால் தயவுசெய்து என்னை மன்னித்துவிடுங்கள். ஆனால், சொல்லித்தான் ஆகவேண்டும். எங்களுக்கு அரசர் கொடுத்த ஜாஹிரில் குதிரைப் பண்ணை ஒன்றை நடத்திவருகிறோம் என்பது உங்களுக்குத் தெரிந்திருக்கும். என் விசுவாசத்திற்காக பல ஆண்டுகட்கு முன்னர் உங்கள் தந்தை ராணா எனக்கு அளித்த இடம் அது ஸ்ரீ ஏகலிங்கேஸ்வரின் அருளால் குதிரைப் பண்ணை நன்றாக நடந்து வருகிறது. நமது படைக்கும் மேற்குடி மனிதர்களுக்கும் குதிரைகள் விற்கிறோம். நீங்கள் வைத்திருக்கும் பெஃபிக்கிர் எங்களது மிகச்சிறந்த வளர்ப்புகளில் ஒன்று.

‘ஒன்றரை ஆண்டுகளுக்கு முன், எங்கள் பண்ணைக்கு காட்வார் சோலங்கி வந்தார். காளி பிஜ்லீ என்ற பெண் குதிரைக் குட்டியைத் தேர்ந்தெடுத்து வளர்க்கச் சொன்னார். இப்போது அவள் நன்கு வளர்ந்துவிட்டாள். அந்தக் குதிரையை நாங்கள் சோலங்கிக்கு அனுப்ப இருந்தோம். அந்தச் சமயத்தில் பண்ணைக்கு வந்த இளவரசர் விக்கிரமாதித்தன் அதன்மேல் கண் வைத்துவிட்டார். அது நல்ல பெண்குதிரை; நாங்கள் வளர்த்த மிகச் சிறந்த குதிரைகளில் ஒன்று. இளவரசர் அதைக் கேட்டார். அதற்குப் பதிலாக வேறு சிறந்தக் குதிரையைத் தருகிறோம், இது வேண்டாம், ஏற்கனவே விற்றுவிட்டோம் என்று எனது மகன்கள் அவரிடம் எடுத்துச் சொன்னார்கள். இளவரசர் பெருந்தன்மையுடன் அந்த வேண்டுகோளை மறுத்திருக்கிறார்.

‘அவர் பண்ணையை விட்டுச் சென்ற பிறகுதான், காளி பிஜ்லீயைக் காணவில்லை என்பதை என் மகன்கள் கண்டுபிடித்தனர்; அதனுடன் வேறு ஒன்பது குதிரைகளையும் காணவில்லை.’

அந்தப் புதிய குதிரையுடன் என் தம்பியைப் பார்த்திருக்கிறேன். கொஞ்சம் பளிச்சென்று தெரியும். ஆனால், என் ரசனைக்கு ஒத்துவராது. கொஞ்சம் உணர்ச்சி வசப்படக்கூடியது. ஆனால், பார்த்தவரையில் அழகான குதிரை.

சமீபத்தில் கற்றுக்கொண்டிருந்த விளையாட்டு ஒன்றை ஆடிக்கொண்டு இருந்தான். குதிரையின் மேலிருந்து கொண்டு கையிலிருந்த மரத்தடியால் பந்து போன்ற ஒன்றை அடித்து விளையாடிக் கொண்டிருந்தான். அப்போதுதான் முதலில் அவனைப் பார்த்தேன்.

‘எங்கே கிடைத்தது இந்தக் குதிரை?’

‘ஆஜ்மீரில் குதிரைக் கண்காட்சி ஒன்றில் பார்த்தேன். பதான் ஒருவனிடமிருந்து வாங்கினேன். பிடித்திருக்கிறதா?’

'மிக அதிக விலையை, உன்னையே விலையாகக் கொடுக்கவேண்டி இருந்திருக்குமே.'

'பணம் பிரச்சனையில்லை. இதைப் போன்ற நல்ல, உயர் ஜாதிக் குதிரையில் சவாரி செய்கிற மகிழ்ச்சிதான் முக்கியம், சகோதரா! சரி, இந்த மகிழ்ச்சியைப் பற்றியெல்லாம் உனக்கு என்ன தெரியும்?'

அவன் சொல்வதிலும் ஒரு விஷயம் இருக்கிறது. ஆனால், இந்தக் குதிரையை வாங்க அவனுக்குப் பணம் எங்கிருந்து கிடைத்திருக்கும். அவன் அகலக்கால் வைத்திருப்பவன். குடும்பத்தில் அனைவரிடமும் கடன் வாங்கியிருக்கிறான். சொன்னால் நம்பமாட்டீர்கள், என்னிடமும் வாங்கியிருக்கிறான். இருக்கட்டும், அவன் அம்மா ராணி கர்மாவதிதான் இருக்கிறாளே. பணம் பெறும் தனிப்பட்ட வழிகள் அவளுக்குத் தெரியும். மறைவாக அவள் வைத்திருக்கும் தனிப்பட்ட சேமிப்பைப் பற்றிச் சொல்லவேண்டியதில்லை. எங்கே வைத்திருக்கிறாளென்று கடவுளுக்குத்தான் தெரியும்.

'அதுமட்டுமல்ல. புறப்படுவதற்கு முதல் நாள் பண்ணையில் குதிரைகள் பழக்குபவனுக்கும் லஞ்சம் கொடுத்திருக்கிறார். இந்த நாட்டிலேயே மிகச் சிறந்த பயிற்சியாளன் அவன். டில்லி சுல்தானிடம் இருப்பவனைக் காட்டிலும் சிறந்தவன். இப்போது எங்கிருக்கிறான் என்று தெரியவில்லை. கண்டுபிடிக்க முடியவில்லை. அவனும் அவன் குடும்பமும் இளவரசரின் பாதுகாப்பில் இருக்கலாம் என்று சந்தேகப்படுகிறேன்.'

இறந்து போகவேண்டும் என்று நான் விரும்ப வேண்டாம். மரத்து, குளிர்ந்து போனேன். தந்தைக்கும், எனக்கும், அல்லது விக்கிரமாதித்தனுடன் ஏதோ ஒருவிதத்தில் தொடர்பு வைத்திருப்பவர்களுக்குத் தெரியும்; அவன் பிரச்சனை நிகழ்வதற்குக் காத்திருப்பவனல்ல, பிரச்சனையை உண்டாக்குபவன். அவன் என்ன செய்வான் என்பது எங்கள் அனைவருக்கும் தெரியும். ஆனாலும், புதிது புதிதாக அவன் கண்டுபிடிக்கும் வழிகளுடன் அதே வேகத்தில் எங்களால் இணைந்து போகமுடியவில்லை.

'எனக்கு அந்தப் பெண் குதிரை திரும்பவும் வேண்டும். குதிரைகளைப் பழக்குபவனுக்கும் அவன் மனைவிக்கும் நிச்சயம் நீங்கள் நியாயம் செய்வீர்கள்'.

நியாயம், நியாயம், இந்த விஷயம்தான் எனக்குத் தேவை. நியாயம் எது என்பது எனக்குத் தெரியுமா, மற்றவர்களுக்குத் தெரியுமா என்பதை விட்டுத்தள்ளுங்கள். எனக்கு? அப்படியே எனக்குத் தெரிந்திருந்தாலும் அந்த நியாயமான காரியத்தை எப்படி நான் செய்துமுடிப்பது?

‘ஜெய் சிம்மாஜி, இதை என்னிடம் சொல்ல ஏன் ஒரு வாரம் எடுத்துக்கொண்டீர்?’

அவர் தயங்கினார். ‘நான் எண்ணியது மாதிரி இதைச் செய்திருந்தால் இன்றைக்கு நான் இங்கு நின்றிருக்க முடியாது. ஆதிநாத்ஜியிடம் சென்றேன். பிறகு, பிரச்சனையை பிரதம மந்திரியிடம் எடுத்துக்கொண்டு சென்றேன். என் நிலையை எண்ணி அவர்கள் இரக்கம் கொண்டார்கள். எனினும், இந்த விஷயத்தை அப்படியே மறந்துவிடுவதுதான் நல்லது என்று அறிவுரை கூறினார்கள்.’

எனக்குப் பதிலாக இந்த இடத்தில் என் தந்தை இருந்திருந்தால் ஜெய் சிம்மா இந்த விஷயத்தை அவரிடம் எடுத்து வந்திருப்பாரா என்று வியந்தேன்.

* * *

விக்கிரமாதித்தனைப் பார்க்கச்சென்றேன். அவனை அழைத்துவரச் சொல்வதில் பயனில்லை. வரமறுப்பான். குறைந்தபட்சம் அந்த அவமானத்தில் இருந்து என்னை நான் காத்துக் கொள்ளலாம்.

’ஜெய்சிம்மாவிடம் காளி பிஜ்லீயை உடனே திருப்பிக் கொடு. உன்மீது அவர் திருட்டுக் குற்றம் சுமத்தமாட்டார்’

’காளி பிஜ்லீ யார்?’

’ஜெயசிம்ம பலேச்சின் பண்ணையிலிருந்து நீ திருடிய குதிரை’

‘என் குதிரையின் பெயர் காஜல். ஆஜ்மீரில் ஒரு பதானிடம் வாங்கியது’

’அந்தக் குதிரையை வாங்கியதற்கு ஆவணங்கள் ஏதாவது உன்னிடம் இருக்கா?’

‘இருந்தது. ஆனால், அதையெல்லாம் தூக்கியெறிந்துவிட்டேன்’

‘யாராவது சாட்சிகள்?’

‘நான் வாங்கியது குதிரை, மனைவி இல்லை’

‘அந்தக் குதிரையை ராவத் பலேச்சிடம் திருப்பிக் கொடுத்துவிடு’

’முடியாது. மாட்டேன்’

’இதன் விளைவு எப்படி இருக்கும் என்று தெரியுமா உனக்கு? ராவத், அப்பாவின் நண்பர். நம்பிக்கையான தளபதிகளில் ஒருவர். அவரையும் அவரது இனத்தவரையும் இந்தச் சாதாரண குதிரைக்காகப்

பகைத்துக்கொள்ளப் போகிறாயா? இந்தக் குதிரையை காட்வார் சோலங்கிக்கு அவர் விற்றுவிட்டார். அவர் அப்பாவின் பக்கம் நின்று குஜராத் சுல்தானோடு போரிட்டுக் கொண்டிருக்கிறார். இந்தக் காரியத்தால் ஏற்படப்போகும் அரசியல் விளைவுகள் பற்றிச் சிறிதாவது யோசித்தாயா?'

என் நாக்கு உலர்ந்த சாம்பல் போலாயிற்று. என் சகோதரனுக்கு இதைப் புரிய வைக்க முயலும் எவ்வளவு பெரிய முட்டாள் கழுதை நான்.

'அந்தக் குதிரை என்னுடையது. அப்படி இல்லையென்றாலும் எந்த ராவும், ராவத்தும், ராஜ்புத்தும் என்னிடமிருந்து அதை எடுத்துக்கொள்ள முடியாது. சகோதரா, உனக்கு இன்னொரு பெயர் பயந்தாங்கொள்ளி. ஆனால், நான் அரசனின் மகன். எனக்கு என்ன வேண்டுமோ அதை எடுத்துக்கொள்வேன்.' அவன் சிரித்தான்; இல்லை, அவனுக்கு அந்தத் திறமை கிடையாது. அவன் வஞ்சகமாகப் பார்த்தான். 'அரியணையை வேண்டுமானாலும் எடுத்துக் கொள்வேன்.'

* * *

அலுவலகத்திற்குத் திரும்பியதும் மங்களை வரவழைத்தேன்.

'விக்கிரமாதித்தனின் புதிய குதிரை எங்கே இருக்கிறது என்று உன்னால் கண்டுபிடிக்க முடியுமா? கண்டுபிடித்தால், அதற்கு எத்தனை பேர் காவல் என்பதைத் தெரிந்துகொள். உனக்குச் சொல்ல வேண்டியதில்லை. யாருக்கும் சந்தேகம் வராதபடிக்கு இதைச் செய்'

இது பயனற்ற வேலை என்பது தெரியும். எனினும், பண்டைய அரசியல் ஆசான் கௌடில்யரின் ஆலோசனை நினைவுக்கு வந்தது. 'வெளிப்படையாகத் தெரியும் விஷயங்களைத் தேவையில்லை என்று விட்டுவிடாதே. ஏனெனில், அவை வெளிப்படையானவை. பட்டியல் ஒன்று தயார் செய். என்ன செய்யலாம் என்று ஒவ்வொன்றையும் உன்னிப்பாக ஆய்வு செய்.'

உடனடியாக அமர்ந்து, எழக்கூடிய சாத்தியமான மூன்று மாற்றுச் சூழ்நிலைகளை குறித்துக் கொண்டேன். 1. காளி பிஜ்லீயைக் கண்டுபிடிக்க முடியவில்லை. 2. கண்டுபிடித்து, அதைக் கைப்பற்றுவது. 3. கண்டுபிடித்தாலும், கைப்பற்ற முடியவில்லை. இந்த மூன்று சூழ்நிலைகளுக்கும் கீழே என்ன நடவடிக்கைகள் சாத்தியம் என்பதையும் வரிசையாக எழுதினேன். இந்தக் குறிப்புகளை எழுதவும், திருத்தங்கள், சேர்க்கைகள், முன்னும் பின்னும் மாற்றி இறுதி செய்யவும் எனக்கு ஏறத்தாழ ஒரு மணி நேரம் ஆயிற்று. பட்டியலுக்கு அடியில் கொட்டை எழுத்துக்களில், 'குறிப்பிட்ட நேரத்திற்குள் என்பது முக்கியமானது' என்று

எழுதினேன்: விஷயங்களை முழுமையாக யோசிக்கலாம், விரைவாகச் செயல்படலாம். ஆனால், அனைத்தும் சட்டத்திற்கு உட்பட்டுத்தான்.

எழுதி வைத்துக்கொள்வது, அதைச் செயல்படுத்துவதாக ஆகாது. ஆனால், குறைந்தபட்சம், நீங்கள் என்ன செய்யமுடியும் என்பது உங்களுக்குத் தெரியவரும்.

'தேடும் இடத்தில் குதிரை இல்லை என்றால் அவளைப் பார்த்துக் கொள்பவனோ, லாயத்தைப் பார்த்துக் கொள்பவனோ அல்லது அந்தக் குதிரையோடு தொடர்புடைய யாரும் இல்லையென்றால் எதுவும் பேசாமல் திரும்பு.

'விக்கிரமாதித்தனின் நடவடிக்கைகளைக் கன்காணிக்க உன் ஆட்களில் இரண்டு பேரை அனுப்பு. யார் அவனைப் பார்க்க வருகிறார்கள், எவ்வளவு நேரம் இருக்கிறார்கள் என்பது தெரியவேண்டும். அரண்மனையை விட்டு அவன் வெளியேறினால், அடுத்தக் கணம் அது எனக்குத் தெரியவேண்டும். இரவு ஒன்பது மணிக்கு என் அலுவலகத்தில் பாதுகாப்பு சபைக் கூட்டம் இருக்கிறது என்று பிரதம மந்திரி, ஆளுநர், உள்துறை மந்திரி ஆகியோரிடம் தகவல் சொல்லிவிடு. காவல் வீரர்களின் தலைவரிடமும் தகவல் சொல். அவரும் அந்த நேரத்தில் அங்கிருக்க வேண்டும்; என் உத்தரவுக்காகக் காத்திருக்கவேண்டும் என்று சொல். ஒன்பது பத்துக்கு அவர் இங்கு இருக்கவேண்டும் என்று ராவத் ஜெய சிம்மா பலேச்சுக்கு செய்தி அனுப்பிவிடு. புறப்படு. நெருக்கடியான நேரத்தில் சுய-முக்கியத்துவம் பார்த்துக் கொண்டிருந்தால், விளையாட்டில் தோற்கும் சூழல் உருவாகி விடும்.'

நகரத் திட்டமிடல் அதிகாரியுடன் அமர்ந்து, சாக்கடை நீர் வடிகால் அமைப்பு வரைபடங்களை உன்னிப்பாகக் கவனித்தேன். சாக்கடை நீர் விஷயத்தில் எனக்கு இருந்த ஆர்வம் மற்றவரையும் பற்றிக்கொள்ளக் கூடியது. குழாய்கள் அமைத்து, கழிவுகளையும் அசுத்த நீரையும் வெளியேற்றுவது எப்படி என்று யோசிப்பதற்குப் பதிலாக, அதை ஒரு பிரச்சனையாக அவர் பார்த்திருந்தார். இப்போது சரியாகச் சிந்திக்கத் தொடங்கியுள்ளார். ஏற்கனவே, பிரச்சனையின் மறுபக்கத்தை, அதாவது தீர்வைப் பார்க்கத் தொடங்கிவிட்டார்,

உரையாடலின்போது இரண்டு முறை குறுக்கீடு. இரண்டு முறையும் மங்கள் தான். என்னை அடுத்த அறைக்கு அழைத்துச் சென்றான். என் தம்பி விக்கிரமாதித்தன் அவனுக்கு மிக நெருக்கமான மூன்று கூட்டாளிகளுடன் ரகசியமாகப் பேசிக்கொண்டு இருந்தானாம். ஃபதே சிம்மா, சாஜத் ஹுசேன், மகேஷ் கவுர். இரண்டாவது செய்தி,

விக்கிரமாதித்தனின் இருப்பிடத்தை விட்டு சாஜத் ஹுசேன் அவசரமாக வெளியேறி இருக்கிறான்.

’கோட்டையை விட்டு சாஜத் ஹுசேன் வெளியேறினால், கம்பீரியைத் தாண்டியவுடன் அவனை இடைமறித்து நிறுத்து. அதற்கு முன்னர் கூடாது. திரும்பவும் சொல்கிறேன், அதற்குமுன் கூடாது. அப்படி மறிக்கும்போது கண்பார்வையில் திருமண ஊர்வலமோ அல்லது நவ்டங்கி தெருக்கூத்துக் கலைஞர்களோ யாரும் இல்லாமல் பார்த்துக் கொள். உனது ஆட்களிடம் இதில் கவனமாக இருக்கச்சொல். சாஜத்துடன் பாதுகாப்பு வீரர்கள் வருவார்கள். அவர்களின் எண்ணிக்கை நமது ஆட்களைக் காட்டிலும் அதிகமாக இல்லாமலிருப்பதை உறுதிசெய்து கொள். சாஜத்தைச் சோதனை செய்து, அவனிடம் லிகிதங்களோ, பணமோ இருந்தால் எல்லாவற்றையும் பறித்துவிடு. அவனையும் அவன் ஆட்களையும் கும்பல்கார்க் கோட்டையில் அடைத்து வை. சித்தோரை விட்டு நீ வெளியில் போய்விடாதே. அல்லது உன் ஆட்களுடன் ஏதாவது சோதனைக்கோ, அடிதடிக்கோ போய்விடாதே. எனது உத்தரவுகளைச் சரியாக, வார்த்தை பிசகாமல் நீ நிறைவேற்ற வேண்டும்.’

நகரத் திட்டமிடல் அதிகாரி, உற்சாகமான, நல்ல மனநிலையில் இருந்தார். பழைய சாக்கடை நீர் வடிகால் அமைப்புகளைச் சீரமைக்கவும், விரிவாக்கவும் அல்லது ஒட்டுமொத்தமாக அனைத்தையும் மாற்றவும் தேவையான வரைவுத் திட்டங்களை தயாரித்து அளிக்கும்படி அவரிடம் கூறினேன். எவ்வளவு செலவாகக்கூடும், அதை எப்படித் திரட்டலாம் என்பதைப் பற்றியும் ஆராயச் சொன்னேன்; புதிதாக தண்ணீர் வரி ஏதாவது போடலாமா அல்லது அவரால் கண்டுபிடிக்க முடிந்த ஏதாவது ஒரு நல்ல திட்டத்தின் மூலம் திரட்டலாமா என்பதற்கு அறிக்கை தயாரிக்கச் சொன்னேன். அவசரமாக ஒரு குளியல் போட்டுவிட்டு, உடையை மாற்றிக் கொண்டு மனத்தை ஒருமுகப்படுத்தினேன்.

ஆதித்நாத்ஜி தான் முதலில் வந்தவர். இந்த அவசரக்கூட்டம் எதைப்பற்றி இருக்கலாம் என்று ஊகித்திருந்தாலும் என்னிடம் அதைப் பகிர்ந்துகொள்ளும் நோக்கம் அவரிடம் இல்லை; என்னைத் துருவி ஆராயவும் இல்லை. அனைத்துமே உரிய நேரத்தில். நான் இவரை வெறுக்க ஒரு காரணமும் இல்லை; இந்த மனிதரிடமிருந்து நான் அதிகமாகக் கற்றுக்கொண்டேன் என்பது விநோதமானது. எனினும் அவர் மீது தேவையற்ற அன்பும் நான் செலுத்தவில்லை. அவரிடம் உள்ள நல்ல பழக்கம் அதிகம் பேசாமல் இருப்பது என்பதல்ல, மாறாக கவனமாகக் கேட்பது. மேம்போக்காக அதைச் செய்ய மாட்டார். பிரதம மந்திரி பூரண்மால்ஜி அப்படி இருப்பதாக எனக்கு ஒரு எண்ணமுண்டு. அவரும் மனிதர்கள் சொல்வதைக் கேட்பார். ஆனால், மூடிய மனதுடன். மாறாக, ஆதிநாத்ஜி, உணர்ச்சிகளை வெளிப்படுத்தாமல் முகத்தை

வைத்திருந்தாலும், போதுமான நேரம் எடுத்துக்கொண்டு சாதக, பாதகங்களை எடைபோடுவார். கேட்ட விஷயத்தில் ஏதேனும் நல்ல காரணத்தைக் கண்டுபிடித்துவிட்டால், தனது கருத்தில் பிடிவாதமாக இருக்கமாட்டார். சொல்லப்பட்ட கருத்து அவருடையது என்பதற்காகவோ அல்லது இந்தப் பாடத்தின் மூலம் கிடைத்த ஞானம் என்பதற்காகவோ அதை வற்புறுத்துவதை கௌரவமாகக் கருதமாட்டார்.

'இந்த அமளியெல்லாம் எதற்காக? எதாயிருந்தாலும், காலை வரையில் தள்ளிப்போடக் கூடாதா?' கதவு மூடும் வரையிலும் கூட காத்திருக்காமல் சித்தப்பா லக்ஷ்மண் சிம்மாஜி என் மீது பாய்ந்தார். சிறிது யோசனைக்குப் பிறகு, 'இளவரசே...' என்று சேர்த்துக்கொண்டார்.

உள்துறை மந்திரி உடல் பருத்த ஆஜானுபாகுவான மனிதர். எனது குழந்தைப் பருவத்திலிருந்து அவரைப் பார்த்து வருகிறேன். கச்சிதமாக, உயரமாக, எப்போதும் ஒரு அவசர கதியில் இயங்குபவர். எங்களது சிறந்த தளபதிகளில் ஒருவர். அவருக்கு உள்துறை பொறுப்பை தந்தை ஒதுக்கியதும் மிகவும் வருத்தப்பட்டுப் போனார்.

'கடவுள் அருளால் அப்படி ஏதும் நிகழாதிருக்கட்டும். வேறெங்காவது நாம் யுத்தத்தில் இருக்கும்போது, சித்தோரை யாராவது தாக்கினால் என்ன செய்வது? அரண்மனைப் பெண்களிடம் படையை நடத்தச் சொல்ல முடியுமா?' தந்தை அவரை சமாதானப்படுத்தினார். 'அதுமட்டுமா, நான் சித்தோரில் இருந்தாலும், உள்நாட்டுப் பாதுகாப்பிற்கு நம்பிக்கையான ஒருவர் எனக்குத் தேவையில்லையா?'

லக்ஷ்மண் சிம்மாஜி முணுமுணுத்தார்; அவரது நாசித் துவாரங்கள் பெரிதாகின. இப்போது போலவே அப்போதும் வேகமாக ஏதோ பேசினார். ஆனால், அப்போது வேறு காரணங்களுக்காக. வீரர்களுக்கே உரிய மிகக் கடினமான வாழ்க்கை முறையை கைவிட வேண்டிய கட்டாயம் ஏற்பட்டதும் மிகவும் பெருத்துவிட்டார். இருக்கையில் மெதுவாக அவரை உட்கார வைக்கவும், எழுவதற்குக் கைப்பிடித்து உதவி செய்யவும் அவருக்கு ஒருவர் தேவை. மூச்சுத் திணறல் இருந்தாலும், அவர் வேகமாகப் பேசுவார். என்ன சொல்ல வருகிறார் எனப் புரிந்து கொள்வதுதான் சிரமம்.

'உன்னுடையதைவிட உயரமான இருக்கையில் என் பின்பக்கத்தைக் கிடத்தவேண்டும் என்று எதிர்பார்க்கிறாயா?' மங்களிடம் சொல்லி, அவர் சிரமமின்றி உட்காரட்டும் என்று ஒன்றின் மேல் ஒன்றாக நான்கு மெத்தைகளைப் போடச் சொல்லியிருந்தேன். 'வயதாகி, உடல் பெருத்து, விடாமல் குசு விடுகிற ஆளாக மாறியிருக்கலாம். ஆனால், மகராஜ் குமாரை அவமதிக்கும் செயல் எது என்பதை அறியாத அளவிற்கு இன்னும் மூளை குழம்பவில்லை'

சிறிது சுயநலத்துடன்தான் அப்படி யோசித்தேன். வேறொன்றுமில்லை. சென்றமுறை அவரை நானும் மங்களும் தூக்கிவிட முயன்றபோது ஏறத்தாழ தடுமாறி அவர் மேலேயே விழப்பார்த்தோம்.

'நீங்கள் என் தந்தை போன்றவர். உங்கள் காலடியில் உட்கார்ந்தாலும் ஒன்றும் குறைந்துபோய்விடாது'

'ஆமாம், போன்றவர் தான். அதற்குமேல் ஒரு துளியும் கிடையாது. மகராஜ் குமார், உங்கள் பதவியையும் மதிப்பையும் விட்டுக் கொடுக்காதீர்கள். அப்போதுதான் நட்சத்திரங்களும் சூரியனும் வானுலகில் அதனதன் இடத்தில் இருக்கும்'

'உள்துறை அமைச்சர் ஏற்கனவே தன் பேச்சு வன்மையைக் காட்டத் தொடங்கிவிட்டார் என்று நினைக்கிறேன்.' பிரதம மந்திரி பூரண்மால்ஜி அறைக்குள் வந்ததை நாங்கள் யாரும் கவனிக்கவில்லை. இப்போது இங்கு புரிந்துகொள்ள முடியாத மனிதர் இருக்கிறார். அதைக் கபடம் என்று சொல்லமுடியாது. அவர் ஓசையின்றிக் காரியம் ஆற்றுபவர். நாகரீகமானவர், கனிவானவர், உணர்வுகளுக்கு முற்றிலும் ஆட்படாதவர். இவை உயிர்வாழ்வதற்குத் தேவையான மிகவும் மேம்பட்ட உள்ளுணர்வு. அவருக்கு மட்டுமல்ல, மேவார் உயிர்த்திருப்பதற்கும் தேவையானது. நம்பக் கூடாத மனிதர் என்று தன்னைப் பற்றிய ஒரு கருத்தை வேண்டுமென்றே அவர் உண்டாக்குகிறாரோ எனத்தோன்றும். அதன் காரணமாக தேவையான அளவுக்கு அவர் தள்ளி நின்றுகொள்கிறார்; எவ்விதமாகச் செயல்படுவதற்கும் சாத்தியங்கள் அனைத்தையும் தன்னிடம் வைத்துக் கொள்கிறார்.

'நீண்ட நாட்கள் வாழவேண்டும் இளவரசே. என் வாழ்நாளையும் சேர்த்து வாழவேண்டும்.' சிரம் தாழ்த்தி பிரதம மந்திரியின் ஆசீர்வாதத்தை ஏற்றுக்கொண்டேன். நாங்கள் சூரிய வம்சத்தவர்கள், சூரியக் கடவுளின் வழிவந்தவர்கள்; எங்கள் மத்தியில் இரண்டு பிரதம மந்திரிகள் உள்ளனர். ஐந்து தலை கொண்ட சிவனான ஏகலிங்கேஸ்வர் எங்கள் குடும்பத் தெய்வம். அவர் வழிவந்த தந்தை இந்தப் பூமியில் அவரது பிரதிநிதி; சிவனுடைய திவான் அல்லது பிரதம மந்திரி. இப்போது வந்திருக்கும் பூரண்மால்ஜி, ராணாவான என் தந்தைக்குப் பிரதம மந்திரி

'சிறிய அறிமுகத்துடன் நேரிடையாக விஷயத்திற்கு வருகிறேன். பாதுகாப்பு ஆலோசனைக்குழுவின் கூட்டத்தை நான் அவசரப்பட்டு கூட்டியிருக்கலாம். ஆனால், அவ்வாறுதான் செய்திருக்கிறேன் என்று நிரூபணமானால் உங்களிடம் அதற்காக முன்னதாகவே மன்னிப்புக் கேட்டுக்கொள்கிறேன். ஆனால், நமக்கு சிறிது கால அவகாசம் தேவை, விஷயத்தை ரகசியமாக வைத்துக் கொள்வதும் அவசியம் என்று நினைத்தேன். இந்த அமர்வின் முதல் பாதியை, மேவாரின் உச்ச

நீதிமன்றமாக நடத்தவேண்டும். இந்த அமர்வின் சில நிமிடங்களை நான் எடுத்துக்கொள்வேன்.'

'யார் வாதி?' லக்ஷ்மண் சிம்மாஜி இடைமறித்தார். 'அப்புறம், குற்றம் என்ன?'

'ஜெய்சிம்மா பலேச்சை வரச் சொல்லுங்கள்'

பலேச் கூறப்போகிற விஷயத்தை முன்னமே அறிந்திருப்பதற்கான எந்தச் சிறிய அறிகுறியையும் ஆதிநாத்ஜியோ அல்லது பிரதம மந்திரியோ முகத்தில் காட்டவில்லை. விஷயம் வெளிவரும்போது, அவர்கள் எப்படி எதிர்வினை ஆற்றுவார்கள் என்று திகைத்தேன். மங்கள், ஜெய்சிம்மா பலேச்சை உள்ளே அனுப்பினான். ராவத்தின் முகத்தில் திகில் நிறைந்திருந்தது. இத்தகைய உயர்குடி மனிதர்கள் தன்னை வரவேற்பார்கள் என்று அநேகமாக அவர் எதிர்ப்பார்த்திருக்க மாட்டார்.

சித்தப்பா லக்ஷ்மண் சிம்மாஜி தடுமாறாமல் பேசினார். 'ராவத் ஜெயசிம்மா பலேச்! இந்த நாட்டின் மிக உயரிய நீதிமன்றத்தின் முன் நீங்கள் நிற்கிறீர்கள். சொல்ல வேண்டியதை இங்கு சொல்லுங்கள், இல்லையென்றால் வேறெங்கும் நீங்கள் பேசக்கூடாது. பேசவது என்று முடிவு செய்துவிட்டால் உண்மையை மட்டுமே பேசவேண்டும். உண்மையைப் பேசவில்லை என்றால் உங்கள் உயிரை இழப்பீர்கள்; அத்துடன் உங்களுடையது மட்டுமின்றி உங்களது குழந்தைகளின் ஜமீன்களை, நிலம், சொத்து, பட்டங்கள் அனைத்தையும் அரசு பறித்துவிடும்.'

வலையில் சிக்கிய விலங்கைப்போல் ராவத் விழித்தார். பிரச்சனையை அவர் உண்டாக்கவில்லை. ஆனால், பிரச்சனை அவரைத் தேடி வந்தது. முடிவு என்னவாக இருந்தாலும், இழப்பு அவருக்குத்தான் என்பது அவருக்குத் தெரியும். இப்போது பேசினால், நடவடிக்கை எடுக்க எங்களைக் கட்டயப்படுத்தியதற்கு அவரை நாங்கள் வெறுப்போம். அவரது ஒரு காலத்திய சகாவான ராணா, அவரிடமிருந்து விலகிப் போய்விடுவார். பேசவில்லையென்றால் கோட்வார் சோலங்கிகளின் விரோதத்தைச் சம்பாதித்துக் கொள்வார். அவரால் அவரது இனத்தவருக்கு ஏற்படப்போகும் அவமரியாதை இன்னும் மோசமானது. குழந்தைகளின் கேள்விகளை என்றைக்கும் அவர் எதிர்கொள்ள முடியாது. பணியில் தாழ்ந்த நிலையில் இருக்கும் ஒருவர், வரம்பற்ற அதிகாரம் படைத்தவருடன் பரிவர்த்தனையில் ஈடுபடும்போது அவரது தொலைநோக்குப் பார்வை திசைமாறிப் போய்விடுகிறது. பாதிக்கப்பட்டவர் அவர்தான். எனினும், அவரே குற்றம் செய்தவர்போல் ராவத் உணர்ந்தார். வாழ்நாள் முழுவதும் தொடர்ந்து அப்படித்தான் உணர்வார்.

அவர் அமைதியாகப் பேசினார். எதையும் விட்டுவிடவில்லை. அனைத்தையும் சொல்லி முடித்து குறிப்பாக யாரையும் பார்க்காமல் நின்றிருந்தார். 'தவறு செய்தவரின் பதவியையும் அந்தஸ்தையும் பார்க்காமல் எனக்கு நீதி வழங்கவேண்டும்.'

இந்த அமர்வில், மிகவும் கவனமாகச் செயல்பட வேண்டிய இடத்திற்கு வந்திருக்கிறோம். இந்தத் தருணத்திற்குத் தான் காத்திருந்தேன். உட்புகுந்து, இப்போது விவாதத்தின் தொடக்கத்தை என் கையில் எடுக்கவில்லை என்றால், ஆதிநாத்ஜியும் பிரதான் பூரண்மாலும் என்னைப் பொறுப்பாக்கிவிடுவார்கள். லக்ஷ்மண் சிம்மாஜி கண்ணியமான மனிதர். வெளியில் தெரியாத நுணுக்கமான விஷயங்களில், நுட்பமான ராஜ்ஜிய விவகாரங்களில் அதிக அனுபவமற்றவர். மற்றவர்கள் முன்வைக்கும் வழியில் யோசிக்காமல் சென்றுவிடுவார்.

'நன்றி, ஜெய்சிம்மாஜி. நாங்கள் இதைப் பற்றிப் பேசி முடிவெடுக்கும் வரை கொஞ்சம் அடுத்த அறையில் காத்திருங்கள்.'

அவர் அறையை விட்டுச் சென்றதும், நான் விக்கிரமாதித்தனுடன் நடத்திய பேச்சுவார்த்தையை அவர்களிடம் பகிர்ந்து கொண்டேன்.

'நீ பார்த்த அந்தப் பெண்குதிரை காளி பிஜ்லீதான் என்று நிச்சயமாகத் தெரியுமா?' பிரதான் மந்திரியின் உத்தி நான் எதிர்பார்த்ததுபோல் இருந்தது. இளவரசனுக்குத் தண்டனை அளிக்க அவருக்கு விருப்பமில்லை. அதனால், முன்வைக்கப்படும் சான்று பயன்படாமல் ஆட்டம் காணும் வரையில் அதிலிருக்கும் ஓட்டைகளைக் கண்டுபிடித்துக் கொண்டிருப்பார்.

'இல்லை. தெரியாது. அதேநேரத்தில் காஜல் என்ற பெயர் கொண்ட அந்தக் குதிரையை சித்தோரில் வாங்கவில்லை என்பதை ஒப்புக்கொண்டான். அத்துடன், அவன் வாங்கியதாகச் சொன்ன அந்தக் குதிரையைப் பெரும் பணம் இருந்தால்தான் வாங்கியிருக்க முடியும்.'

'ராணாவின் மகனால் அவ்வளவு பணம் கொடுக்க முடியும். நீங்கள் என்ன சொல்கிறீர்கள்?' பூரண்மால்ஜி நிதிமந்திரி பக்கம் திரும்பிக் கேட்டார். ஆதிநாத்ஜி சின்னதாகப் புன்னகைத்தார். உரையாடலில் வெளிப்பட்ட கருத்து குறித்து அவர் ஏதும் சொல்ல விரும்பவில்லை.

'ஆதிநாத்ஜி, சில மாதங்களாக என் தம்பி உங்கள் குடும்பத்திடம் அதிகம் கடன் வாங்கியிருக்கிறான் என்பது உண்மையா? இது என் முறை. உறுதியான சில தகவல்களை அவரிடமிருந்து நிச்சயம் பெற வேண்டும்.

‘மிகவும் அதிகம் என்று சொல்ல முடியாது. ஆமாம், கொஞ்சம் வாங்கியிருக்கார்’

’சமீபத்தில் உங்களிடம் ஏதாவது கடன் கேட்டிருந்தானா?’

‘இல்லை’

’அப்படிக் கேட்டிருந்தால், நீங்கள் கடன் கொடுத்திருப்பீர்களா?’

’அனுமானத்தின் மீது நான் எப்படி கருத்துச் சொல்லமுடியும்’

‘வாங்கிய கடனைத் திருப்பிக் கொடுக்கவேண்டிய நேரம் வந்தபோது, கடன் காலத்தை நீட்டிக்க முடியாது என்று மறுத்திருக்கிறீர்கள்; அத்துடன் வட்டி விஷயத்தில் சலுகை ஏதும் கொடுக்கமுடியாது என்றும் சொல்லியிருக்கிறீர்கள். இது உண்மையா இல்லையா?’

இருக்கையில் சற்றே அசைந்தவர், என்ன பதில் சொல்வது என்று ஒரு நிமிடம் யோசித்தார். ‘ஆம், அது உண்மைதான்’

’என்ன இது? நாம் பேசிக்கொண்டிருக்கும் விவகாரத்திற்கும் இதற்கும் என்ன தொடர்பு?’ லக்ஷ்மண் சிம்மாஜி பொறுமையிழந்து கேட்டார்.

‘இல்லை, ஏறத்தாழ ஒன்றுமில்லை என்று சொல்லலாம். ஆனால், இதிலிருக்கும் ஓட்டைகளை நான் அடைக்கிறேன். அப்படி இல்லையென்றால், கையிலிருக்கும் விஷயத்தை விவாதிக்க நேரமில்லாமல், தீர்வைக் கண்டுபிடிக்க இரவு முழுவதும் நாம் செலவிட வேண்டியிருக்கும்.’ ஆபத்தான இடத்தில் காலடி வைக்கிறேன். பிரதான மந்திரியும் ஆதிநாத்ஜியும் நான் எல்லை மீறுகிறேனா, வைக்கப்பட்டிருக்கும் தீவிரமான குற்றச்சாட்டைத் தாண்டி தனிப்பட்ட விரோதத்திற்குள் நுழைகிறேனா என்று என்னை உன்னிப்பாகக் கவனித்துக் கொண்டிருந்தனர்.

‘உங்களுக்குக் கொடுக்க வேண்டிய வட்டிப் பணத்தையும் விக்கிரமாதித்தனால் ஏற்பாடு செய்ய முடியவில்லை என்பது உண்மையா?’

’அவர் இன்னும் கொடுக்கவில்லை. அவரால் பணம் திரட்ட முடியவில்லையா என்பது எனக்குத் தெரியாது.’

’பேரரசர் ராணா சங்கா திரும்பி வருவதற்கு ஒரு மாதம் ஆகுமா, இரண்டு மாதமா அல்லது ஓராண்டா என்பது தெரியாது. அவர் இல்லாத நேரத்தில் ராஜ்ஜிய விவகாரங்கள் எதுவும் நின்று போய்விடக் கூடாது என்கிற நோக்கத்தில் உங்களுக்கும் எனக்கும்தான் பொறுப்பு அளிக்கப்பட்டிருக்கிறது. ராவத் சுமத்தியிருக்கும் குற்றச்சாட்டின் தீவிரத்தை

உங்களுக்கு வலியுறுத்தத் தேவையில்லை. இது சாதாராண திருட்டுதான்; ஆனால் அதிர்ச்சியளிக்கும் ஒன்று. அதையும் மீறி இதிலிருந்து முளைத்தெழக்கூடிய விஷயங்களையும் நான் குறிப்பிட வேண்டும். அப்போதுதான் மேலோட்டமாகத் தெரிவதைக் காட்டிலும், குற்றத்தின் தீவிரமும், நம் மீது சுமத்தப்பட்டிருக்கும் பொறுப்பும் மிகவும் அதிகம் என்பதை உணரமுடியும்.'

அவர்களைப் போலவே என்னிடமும் போதிய விவரங்களோ, ஆதாரமோ இல்லை; ஆகவே, இதில் உள்ள சிக்கல்களை துல்லியமாகச் சுட்டிக்காட்டுவதைத் தவிர்க்க எண்ணினேன்; ஆகவே, ஆரவாரமாக நீட்டி முழக்க முயன்றேன். எனினும், இலக்கின்றி பொத்தாம் பொதுவில் எய்யப்பட்டாலும், அம்பு அதன் இலக்கை உறுதியாக அடைந்துவிட்டது.

'பூரண்மால்ஜி, நீங்களும் மற்ற மூத்தவர்களும் என்ன நடவடிக்கை எடுக்கலாம் என்று சொல்கிறீர்கள்?' சித்தோரின் மற்ற இரண்டு முதன்மை வழக்குரைஞர்களும் எச்சரிக்கையுடன், ஆபத்தில் இறங்கத் தயங்கினர். லக்ஷ்மண் சிம்மாஜி இந்தக் கேள்வியுடன் உரையாடலுக்குள் நுழைந்தார். 'இளவரசர் விக்கிரமாதித்தனை இங்கே அழைப்பதைத் தவிர்த்து வேறு ஏதாவது யோசனை உங்களிடம் இருக்கிறதா?'

சற்றுத் தயங்கியபின் பூரண்மால்ஜி பேசினார். 'இன்றிரவு இந்தப் பிரச்சனையை ஆறப்போடுவோம்; நாளைக்கு மறுபடியும் கூடிப் பேசலாம் என்று நான் நினைக்கிறேன்.'

'தேவையற்ற விளம்பரத்தைத் தவிர்க்கத்தான் இரவு நேரத்தில் இந்த நீதிமன்றத்தை நடத்துகிறோம். நாளை எனும்போது நாம் இங்கு கூடியிருப்பதன் நோக்கம் தகர்ந்துவிடும். அத்துடன், அப்படிச் செய்தால் நமக்குக் கிடைத்திருக்கும் போதிய அவகாசத்தையும் இழந்து விடுவோம்.' நான் நன்றாக வாதிட்டேன். ஆனால் நிச்சயம் நான் பூரண்மால்ஜிக்கு இணையானவன் இல்லை.

'சரி...' என்று நாகரீகமாகச் சிரித்தவாறு அவர் ஆரம்பித்தார். 'ஏதோ கெட்டது நடக்கப்போகிறது என்று தோன்றுகிறது; இவை எல்லாவற்றிற்கும் ஏதாவது ஒரு எளிய விளக்கம் இருந்தால்...?'

தூண்டிலில் மாட்டப் போவதுபோல் உள்துறை அமைச்சர் எழுந்தார். ஆனால், அவரது அடிப்படை அறிவு அவரை முள்ளில் மாட்டவிடாமல் தடுத்தது. 'ஏன், அப்படி ஒன்று நடந்துவிடக் கூடாது என்பதும், எப்படிக் கருணை காட்டலாம் என்பதும் தானே நாம் இப்போது வேண்டுவது.'

'அரசரின் தனிப்பாதுகாப்புப் படைத் தலைவரும், தேர்ந்தெடுக்கப்பட்ட சில துணைத் தளபதிகளும் சென்று இளவரசர்

விக்கிரமாதித்தனை அழைத்துவரலாம் என்ற விஷயத்தில் நாம் அனைவரும் ஒத்துப் போகிறோம் என்று நினைக்கிறேன்.' தவிர்க்க முடியாத நபர் ஆதிநாத்ஜி. தனது சிறந்த ஆலோசனையை அவர் முன்வைத்தார். யோசி. மீண்டும் யோசி. செயல்படுவதென்று முடிவெடுத்துவிட்டால் அரைகுறையாகக் காரியத்தில் இறங்கக்கூடாது. இருக்கும் ஆற்றல் முழுவதையும் பயன்படுத்தி இறங்கவேண்டும்.

சாஜத் ஹுசைன் பற்றிய ஏதாவது தகவலுடன் மங்கள் எங்களைக் குறுக்கிடுவான் என்று நம்பினேன். இப்போது உள்ளே நுழைந்த அவன் முகத்தை ஏறிட்டுப் பார்த்தேன். முடியாத காரியத்தை முயற்சிக்கிறேன் என்பதை உணர்ந்துகொண்டேன். அல்லது நான் கற்பனை செய்ததைவிட மிகவும் தந்திரமான விளையாட்டை விக்கிரமாதித்தன் ஆடிக்கொண்டிருக்க வேண்டும்.

'காவல்படைத் தலைவரை உள்ளே அனுப்பு'

'இப்போது அவரை அழைத்துவரச் சொல்ல வேண்டுமா என்ன?' கொஞ்சம் திகைப்புடன் கேட்டார் லக்ஷ்மண் சிம்மாஜி.

'இப்படி ஏதாவது அவசரத் தேவை ஏற்படலாம் என்றுதான் முன்னெச்சரிக்கையாக மேன்மை தாங்கிய மகராஜ் குமார் அவரை ஏற்கனவே இங்கு வரவழைத்திருக்கிறார்' சுலபமாக என்னை விட்டு விடுவதை பூரண்மால்ஜி வெறுத்தார்.

'சப்தமெழுப்பாமல், யார் கவனத்தையும் ஈர்க்காமல் செல்லுங்கள்; இளவரசர் விக்கிரமாதித்தனோ அல்லது அவரது பாதுகாவலர்களோ எதிர்ப்பு தெரிவித்தால் சமாளிக்கப் போதுமான வீரர்களை அழைத்துக் கொள்ளுங்கள். அவரை எங்கள்முன் கொண்டுவந்து நிறுத்தவேண்டும். தேவையின்றி உங்கள் பலத்தைப் பிரயோகிக்கவேண்டாம். அவரிடம் இந்த அழைப்பாணையைக் கொடுத்து அழைத்து வாருங்கள்'

விக்கிரமாதித்தன் பெயரைக் குறிப்பிட்டதுமே காவல்படைத் தலைவனின் இமைகள் சிமிட்டவே இல்லை. முகத்தில் உணர்ச்சியைக் காட்டாமல் நிமிர்ந்து நிற்கும் அவர் மனத்திற்குள் என்ன மாதிரியான தர்ம சங்கடத்தை உணர்ந்திருப்பார் என்று வியந்தேன். ஒரு நோக்கத்திற்காக, ஒரே நோக்கத்திற்காக மட்டுமே பயிற்சியளிக்கப்பட்ட உயர்நிலைக் காவல்படையின் தலைவர் அவர். மாட்சிமை தாங்கிய அரசரையும் அவரது குடும்பத்தையும் பாதுகாப்பதே அவர்களது கடமை. அடுத்த ராணாவாக ஆகக்கூடிய வாய்ப்பிருக்கும் அரசரின் மகனைப் பாதுகாப்பதற்குப் பதிலாக, ஆபத்தை உண்டாக்குகிறாய்; இராணுவ விசாரணைக்கு உன்னை உட்படுத்துவேன் என்று ராணி கர்மாவதி மிரட்டினால் என்ன செய்வார்? அதிகாரம் தொனிக்கும் அவரது

வலிமையான குரல் எனக்குக் கேட்கிறது: 'இளவரசனை அழைத்துப் போ, அழைத்துப் போ, உன்னை எச்சரிக்கிறேன். உனக்குச் சாவு காத்திருக்கிறது.'

கிழவர்கள் இப்போது கொட்டாவி விட்டுக்கொண்டிருந்தனர். இரண்டாவது சுற்று உரையாடல்களில் இறங்கும்வரை அவர்களை விழிப்புடன் வைத்திருக்க வேண்டும். சிற்றுண்டிகளையும் எளிமையான பானங்களையும் மங்கள் ஏற்பாடு செய்திருந்தான். இங்கு முக்கியமான சொல், எளிமையான என்பது. உணவு வயிற்றுக்குள் இறங்கி கனத்துப்போய் அவர்களைத் தூக்கத்தில் ஆழ்த்திவிடக் கூடாது. சிற்றுண்டி வருவதற்குள் மிகவும் பதற்றமடைந்துவிட்டேன். என்னால் பதார்த்தங்களைப் பார்க்கமுடியவில்லை. 'மனம்தான் இறுதி முடிவெடுக்க வேண்டும்; சரீரத்தின் மீது அதிகாரம் செலுத்த வேண்டும்; வேறு விதமாக அல்ல.' எனக்கு யோகப் பயிற்சி அளிக்கும் ஆசிரியர் மென்மையாகச் சொல்வது காதில் விழுந்தது.

'யார் எஜமானன், யார் பணியாள் என்பதில் யார் மனத்திலும் எந்தச் சந்தேகமும் இருக்கக்கூடாது.' சாப்பிட வேண்டும் என்ற கட்டாயத்தில் சாப்பிட்டேன். சித்தப்பா லக்ஷ்மண் சிம்மாஜி மீது பொறாமையாக இருந்தது. வஞ்சனையின்றி சாப்பிட்டார் என்பதற்கோ, அல்லது, தனது தொடைகளில் ஒன்றைச் சற்றேத் தூக்கி கூச்சமின்றி வாயுவை வெளியேற்றினார் என்பதற்கோ அல்ல. அங்கிருந்த நால்வரில் இறங்கியிருக்கும் விஷயத்தின் விளைவுகள் குறித்து எந்தப் பாதிப்பும் இல்லாதவர் போல் அவர் தோன்றினார். அநேகமாக நிச்சயம் பின்விளைவுகள் இருக்கும். ஒருவேளை நரகத்திற்கு இணையான விலையைத் தரவேண்டியதாக இருக்கலாம்; ஆனால், நடவடிக்கையின், அதிகாரத்தின், பொறுப்பின் இயல்பு அது. வேறெதுவும் இல்லை. குளத்தில் கல்லெறிந்தால், சிற்றலைகள் எழத்தான் செய்யும்.

* * *

விக்கிரமாதித்தன் வேகமாக உள்ளே வந்தான். அவன் மணிக்கட்டுகளில் விலங்குகளைப் பார்த்ததும் ஒரு கணம் என் இதயம் துடிப்பதை நிறுத்தியது.

'இளவரசே, எங்களுக்கு வேறு வழி தெரியவில்லை. இங்கு வரவேண்டும் என்ற எங்களது வேண்டுகோள்கள் அனைத்தையும் இளவரசர் விக்கிரமாதித்தன் மறுத்துவிட்டார்.'

காவல்படைத் தலைவன் முடிப்பதற்குள், விக்கிரமாதித்தன் வேகமாகக் குறுக்கிட்டுப் பேசத் தொடங்கினான்.

'குசு விட்டுக்கொண்டு உட்கார்ந்திருக்கும் கிழட்டு நாய்களே! என்னை வலுக்கட்டாயமாக இங்கு அழைத்துவர உங்களுக்கு எவ்வளவு துணிச்சல்? நிச்சயமாக நீங்கள் இதற்கான விலையைத் தரவேண்டியிருக்கும். ஏன் பிறந்தோம் என்று வருத்தப்படும் அளவிற்கு பெரிய விலையைத் தரப்போகிறீர்கள். அப்புறம், அரசனாக ஆசைப்படும் இளவரசனே! சட்டத்தின் வாசகங்களை மட்டுமே எண்ணிக்கொண்டு இருக்கிறாய்; அதன் உட்பொருள் என்னவென்று உனக்குத் தெரியாது. என் இதயத்தில் உனக்கென்று தனியாக இடத்தை ஒதுக்கி வைப்பேன். விழித்திருக்கும் ஒவ்வொரு கணமும் புதிய முறையில், மிகக் கொடூரமாக உன்னை எப்படிச் சித்திரவதை செய்யலாம் என்று யோசிப்பேன். உன் வாழ்க்கையும் இந்தப் பதவியும் முடிந்துவிட்டது என்று நினைத்துக்கொள். நான் யோசிக்கும் சித்திரவதைகளை ஒப்பிடும்போது, சட்டகத்தில் படுக்கவைத்து, காலையும் கையையும் இழுத்து சித்திரவதை செய்வதை மகிழ்ச்சியானது என்று சொல்லிவிடலாம்.'

'கண்ணியத்துடன், நீதிமன்றத்தின் கௌரவத்தைக் குலைக்கமாட்டாய் என்று உறுதி கூறினால், காவல்படைத் தலைவரிடம் உன் கைவிலங்குகளைக் கழற்றச் சொல்வேன்' அவனது விரிவான அச்சுறுத்தல் பேச்சுக்கு எதிர்வினையாற்றும் விருப்பம் எனக்கு இல்லை. 'இல்லை மீண்டும் ஒருமுறை இப்படிச் சாபமிட்டாலோ வேறு மாதிரி தவறாக நடந்துகொண்டாலோ சங்கிலியால் பிணைத்து மீண்டும் விலங்குமாட்ட வேண்டியிருக்கும். என்ன சொல்கிறாய்?'

'எதை நீதிமன்றம் என்கிறாய்? சோகமான இந்தக் கோமாளிகளின் கூத்தையா? ம்...ஹூம்...வயதாகி ஓய்வுபெற்ற மூன்று கோமாளிகள்! பொது இடத்தில் நடனமாடும் மனைவியை வைத்திருக்கும் முதுகெலும்பற்ற இளவரசன்! வாரிசாக ஆசைப்படும் நீ, நாட்டுப் பிரச்சனைகளைப் பேசுவதுபோல் பாசாங்கு செய்யாதே. உன் சொந்த விஷயத்தை முதலில் கவனி. உனக்கு ஒரு யோசனை சொல்கிறேன். உன் மனைவி இலவசமாக நாட்டியமாடுகிறாள் என்பது மாநகரம் முழுவதுக்கும் தெரியும். நீ ஏன் அவளுக்குத் தரகனாக வேலைபார்க்கக் கூடாது? இதைக்காட்டிலும் அது இன்னும் பயனுள்ளதாக இருக்கும். ஏன், கொஞ்சம் பணமும் சம்பாதிக்கலாம்.'

என் தம்பியின் அவமதிப்பும், இகழ்ச்சியும், ஏளனங்களும், மொத்தத்தில் அவன் பேச்சின் வீச்சும், யோசிக்கையில், மிகவும் கீழ்த்தரமான மனிதனைப் பார்க்கும் உணர்வு ஏற்பட்டது. நிச்சயமாக, வெளிப்படையான ஒரு விஷயத்தை பார்க்கத் தவறிவிட்டேன். குழந்தைப் பருவத்தில் அப்பாவித்தனமாக நான் பேசிய ஏதாவதொன்றையோ, ஒரு இக்கட்டான அல்லது சங்கடமான தருணத்தையோ வாழ்நாள் முழுவதும் வெறுக்கக்கூடிய இகழ்ந்து பேசக்கூடிய விஷயமாக அவனால்

வேறுமாதிரி திருப்பிவிட முடியும். சிலேடைப் பேச்சில், குத்தல் பேச்சில், இரட்டை அர்த்தத்தில் பேசுவதில் அவன் வல்லவன். எதிரியோ, நண்பனோ, அவன் பாதுகாப்பில்லாமல் இருக்கும்போது அல்லது அவன் எதிர்பார்க்காத சமயத்தில் தாக்கக் கூடியவன். அவனது நகைச்சுவை எப்போதும் கீழ்த்தரமாக இருக்கும்; ஒருவரது வலிப்பை, சுகவீனத்தை, ஊனத்தை நடித்துக் காட்டுவான் அல்லது நையாண்டி செய்வான். எதிரி என்றாகிவிட்டால் ரத்தம் சிந்த வைப்பான்; கண்களில் நீரை வரவழைத்துவிடுவான். காயங்களில் உப்பும் மிளகாயும் தடவிவிட்டு, உங்களுக்கு நகைச்சுவை உணர்வோ அல்லது வேடிக்கை உணர்வோ இல்லை என்பதுபோல் சிரிப்பான்.

அவன் முகத்தைப் பார்த்தேன். என் தம்பிக்கு என்ன ஒரு அழகான முகம்! துளைக்கும் கண்கள்; நன்கு அமைந்த நேரான தலைமுடி, அவன் கோபப்படும் போதும் அல்லது சிரிக்கும் போதும் அல்லது தலையைப் பின்பக்கமாகச் சாய்க்கும் போதும் அவை அசையும் அழகே தனி. மீனவனின் கறுப்பு வலைபோல் அவன் முகத்தில் வந்து விழும் தலைமுடியை கைகளால் கோதி பின்பக்கம் தள்ளுவான். நான் ஆறடி ஓர் அங்குலம் உயரம். என்னைக் குள்ளம் என்று கூறமுடியாது. எனினும் அவன் என்னைவிட இரண்டு அங்குலம் உயரமானவன். மிகவும் மோசமான, மதிப்புக் குறைவான ஆடைகளை அணிந்தாலும், அவனது இயல்பான, சிரமப்படத் தேவையற்ற அழகை அது மேலும் அதிகரித்துக் காட்டும். சிறுவயதில் எனக்கு மிகவும் பிடித்தத் தம்பி இவன்; ஏன், இப்போதும் தான்; தொலைந்துபோன எங்களது அந்த நட்பு நிறைந்த நாட்களுக்காக நான் வருந்தினேன்.

பூரண்மால்ஜியின் மீது தன் கண்களை நிலைக்கவிட்டான். அதில் ஏதாவது தெரிகிறதா என்று கணம் தயங்கினான். என் தம்பியின் உடல் மொழிகளும், தந்திரங்களும் எனக்குப் பரிச்சயமானவை. அந்த நீதிமன்றத்தில் இருந்தவர்களின் மனத்தில் பீதியையும் சந்தேகத்தையும் விதைக்க இருந்தான்.

'நீதி வழங்க இங்கே அமர்ந்திருக்கும் எல்லோரும் சொல்வதைக் கேளுங்கள்.' அவனிடமிருக்கும் பலவிதமான குரல்களிலிருந்து, தாழ்ந்த, மென்மையான, ஆழமான, அதிர்வு நிறைந்த குரலைத் தேர்ந்தெடுத்துப் பேசினான். 'இந்த நீதிமன்றத்தை நான் அங்கீகரிக்கவில்லை; இந்த ராஜ்ஜியத்திலிருக்கும் எந்த நீதிமன்றமும் என்னை விசாரிக்கத் தகுதியற்றது. நான் இளவரசன், ராணாவின் மகன். என் கைவிலங்குகளை அவிழ்த்துவிட்டு மாளிகைக்குப் போக என்னை அனுமதியுங்கள். அப்படிச் செய்யவில்லை என்றால், ராஜ்ஜியத்தில் ஏற்படப் போகிற கூச்சலுக்கும் குழப்பத்திற்கும் நீங்கள்தான் பொறுப்பு.'

அமைதி. ஒரு நிமிடமோ அதற்கும் மேலோ இயல்புக்கு மாறான அமைதி. பிறகு பிரதான் பேசினார். 'அவர் விலங்குகளை அகற்றுங்கள்.' மங்கள் அவன் விலங்குகளை நீக்கியதும் வெற்றியடைந்தவன் போல் விக்கிரமாதித்தன் வெளியேறத் தயாரானான். 'உட்காருங்கள், இளவரசே. நாங்கள் சொல்லும்வரை எதுவும் பேசாதீர்கள். இப்போது, ஜெயசிம்மா பலேச்சை அழைத்து வாருங்கள்.'

லக்ஷ்மண் சிம்மாஜி, குற்றங்களை வாசித்தார்.

'உங்கள் முறையீடு என்ன, இளவரசன் விக்கிரமாதித்தன்?'

'சொந்த வீட்டிலேயே ஒருவன் திருடத் தேவையில்லை என்பதைத் தவிர்த்து இந்தக் கேள்விக்கு வேறு பதில் சொல்ல விரும்பவில்லை. ராஜ்ஜியத்திலிருக்கும் அனைத்து ராவ்களும், ராவத்துகளும், ராஜாக்களும் நமது ஆணைக்குக் கட்டுப்பட்டவர்கள்; நமது மகிழ்ச்சிக்காக இருப்பவர்கள். நமக்கு மேல் ஒரே அதிகாரிதான் இருக்கிறார். அவர்தான் ஸ்ரீஏகலிங்கேஸ்வர். அவரது பிரநிதிகளாகத்தான் பூமியில் நாம் இருக்கிறோம். அவருக்கு மட்டுமே நாம் பதில் சொல்ல கடமைப்பட்டவர்கள்.

'நேரடி வாரிசுகளின் வரிசையில் நானும் இருக்கிறேன். கடவுள் விருப்பமிருந்தால் ஒருநாள் முழுமையான அரசனாகி விடுவேன். ஏனென்றால், எனது தந்தை கடவுள் ஏகலிங்கேஸ்வரின் திவான். ஆனால், ஏகலிங்கேஸ்வரின் மரபில் இருக்கும் முக்கிய அம்சமும் முரண்பாடும் இதுதான். பூமியில் அவரது பிரதிநிதிகள் நாங்கள். நாளைக்கே அவர் நேரில் தோன்றி ராஜ்ஜியத்தைக் கேட்டால் அவரிடம் திருப்பிக்கொடுக்க வேண்டியதுதான்; ஏனெனில், அவருக்காகத்தான் நாம் இதனைப் பாதுகாத்து வைத்திருக்கிறோம். பிரபுக்களுக்கும் விசுவாசம் மிக்க குடிமக்களுக்கும் நாம் கொடுக்கும் நிலங்கள் கொடைகளே. அவர்கள் தவறாக நடந்துகொண்டால் அல்லது மேவாருக்கு விசுவாசமில்லாமல் நடந்துகொண்டால் அல்லது மேவாருக்கு எதிராகக் கிளர்ச்சி செய்தால் மட்டுமே நாம் அதைத் திரும்ப எடுத்துக்கொள்ள முடியும். அந்தச் சமயத்தில் மட்டுமே வலுக்கட்டாயமாக நிலங்களைச் சேர்த்துக் கொள்ள சட்டம் அனுமதிக்கிறது. சட்டம் குறித்த எனது சுருக்கமான புரிதல் இதுதான்.'

'இளவரசே, நீங்கள் அந்தக் குதிரைகளைத் திருடினீர்களா?' பூரண்மால்ஜி கேட்டார்.

'நான் எந்தத் திருட்டையும் செய்யவில்லை'

'ஜெயசிம்மா பலேச்சின் குதிரைப் பண்ணையிலிருந்து காணாமல் போயிருக்கும் அந்தப் பத்து குதிரைகளும் உங்கள் பாதுகாப்பில் இருக்கின்றனவா?'

பிரதம அமைச்சர் எவ்வளவு அடக்கமாகவும் அழகாகவும் இந்தக் கேள்வியை அமைத்தார். ஏதாவது சிக்கலில் நான் மாட்டிக்கொண்டால், எனது வழக்குரைஞராக பூரண்மால்ஜி தான் இருக்கவேண்டும் என்று விரும்புவேன். தன் மனத்தின் குறுகலான எல்லைக்குள் விக்ரம் நெளிவதை நீங்கள் பார்க்கலாம். ஏனென்றால் அது வரம்புக்கு உட்பட்ட மனம். வாழ்நாளில் அதிகபட்சமாக மூன்று அல்லது நான்கு சிந்தனைகளைத்தான் அதில் அடக்கமுடியும். அதுவும் ஒரேநேரத்தில் அடக்கமுடியாது. அவரது கேள்வி, நட்பு ரீதியான, நல்லர்த்தம் கொண்ட, தீங்கற்ற கேள்விபோல் தோன்றியது. அவன் பதில் சொல்வானா, சொல்லமாட்டானா? இதில் ஏதாவது பொறி இருக்கிறதா? பூரண்மால்ஜியிடம் இருந்து வருகிறதென்றால் நிச்சயம் சிக்குவதற்கான வாய்ப்பிருக்கிறது. அங்கே நீர் ஆழமாக ஓடும்; அதனடியில் ஓடும் நீரோட்டங்கள் எப்போதும் கண்ணுக்குத் தெரியாதவை.

'இந்த கேள்விக்கு நான் விடையளிக்க விரும்பவில்லை'

'அதிகாரமும் செல்வாக்கும் நிறைந்த உங்களது அலுவலகத்தின் மூலமாக அவற்றை இந்த நீதிமன்றத்திடமோ அல்லது நேரிடையாக ராவத்திடமோ ஒப்படைக்க முடியுமா?'

'அதற்கான நேரம் கடந்துவிட்டது' விக்கிரமாதித்தன் சறுக்கினான். ஆனால், அதிலிருந்து எதுவும் வெளிவரப் போவதில்லை. முன்கூட்டிய புரிதல் ஏதுமின்றி, எங்களது மிகத்திறமையான, அனுபவமிக்க வழக்குரைஞரை இந்த நடவடிக்கைகளுக்குப் பொறுப்பேற்க எப்படி நாங்கள் அனுமதித்தோம் என்பது மிகவும் விசித்திரமானது.

'இன்றைக்குக் கூடியதற்குப் பதிலாக நேற்று இந்த நீதிமன்றத்தைக் கூட்டியிருந்தால், நீங்கள் அவ்வாறு செய்திருக்க முடியுமா?'

'நீங்கள் எதைப்பற்றி பேசுகிறீர்கள் என்று எனக்குத் தெரியவில்லை'

'இளவரசே, அந்தக் குதிரைகள் யாரிடம் இருக்கவேண்டும் என்பதைப் பற்றிப் பேசுகிறோம். ஏதாவது செய்வதற்கு இப்போது நேரம் கடந்துவிட்டது என்கிறீர்கள். அவற்றை இழந்துவிட்டீர்களா? விற்றுவிட்டீர்களா? அல்லது யாருக்காவது பரிசாகக் கொடுத்துவிட்டீர்களா?'

'பிரதான்ஜி உங்கள் தந்திரங்களை என்னிடம் காட்டவேண்டாம். அதில் மாட்டிக்கொள்ள நான் தயாரில்லை. எப்போதுமே என்னிடம்

இல்லாத ஒன்றை நான் எப்படி இழக்க முடியும், விற்க முடியும், அல்லது பரிசளிக்க முடியும்?'

'அந்த குதிரைகளைப் பழக்கும் பதக் என்ன ஆனான்? சட்டரீதியாக அவனை வேலைக்கு அமர்த்தியிருந்தவரிடம் அவனைத் திருப்பியனுப்ப முடியுமா?'

'இல்லை, அவன் போகமாட்டான்'

'அவன் இப்போது எங்கேயிருக்கிறான்'

'அதைச் சொல்வதற்கு எனக்கு அனுமதியில்லை'

'அவன் உங்களிடம் வேலை செய்கிறானா?'

'இல்லை'

'அவனை நீங்கள் வேறு யாரிடமாவது அளித்துவிட்டீர்களா?'

'அவன் சுதந்திர மனிதன். அவன் விரும்பும் இடத்தில் வேலையில் சேர்ந்து கொள்ளலாம்'

கதவு மென்மையாகத் தட்டப்பட்டது. மங்கள்.

'மகராஜ் குமார்' பூரண்மால்ஜி என் பக்கம் திரும்பினார். 'இந்த விசாரணை முடிவது போலத் தெரியவில்லை. கொஞ்ச நேரம் தள்ளிவைப்போம். அடுத்து என்ன செய்யலாம் என்று பிறகு முடிவெடுப்போம்'

'எனக்கும் இது நல்ல யோசனையாகத் தெரிகிறது'

'குற்றம் சாட்டப்பட்டவரை அடுத்த அறைக்கு அழைத்துச் செல்லுங்கள். ஏதாவது அமளியில் ஈடுபட்டால் விலங்கு போடுங்கள். காவல்படைத் தலைவரே, அடுத்திருக்கும் அலுவலகம் ஒன்றில் ராவத்தை வசதியாக உட்கார வையுங்கள்.'

நான் வெளியில் சென்று மங்களைச் சந்தித்தேன். விக்கிரமாதித்தனின் முத்திரையுடன் கடிதம் ஒன்றை அவன் என்னிடம் கொடுத்தான்.

'சாஜத் ஹுசைனும் அவனுடைய ஆட்கள் ஏழுபேரும் பேரரசரின் காவல்படையினரின் அறையில் காவலில் இருக்கிறார்கள்'

'ஏன் உனக்கு இவ்வளவு நேரம்? கோட்டையை விட்டு அவன் வெளியேறியிருந்து, அவனை இடைமறிக்க முடிந்திருந்தால்,

குறைந்தபட்சம் நான்கு மணிநேரத்திற்கு முன்னர் அது நடந்திருக்க வேண்டும்'

'அவன் பகோலியை விட்டு அகன்ற பிறகுதான் அவனைப் பிடிக்க வேண்டும் என்று என் ஆட்களுக்கு உத்தரவு கொடுத்திருந்தேன்'

'ஏன் அப்படி? என் உத்தரவுகளுக்கு மாறாக நடந்து கொண்டதற்கு அவன் கழுத்தை நெறிக்க விரும்பினேன். பெரிய ஆள் போல் நடந்துகொள்ளப் பார்க்கிறான். அவனை அடக்கிவைக்க வேண்டும். முட்டாள் கழுதை. விக்கிரமாதித்தன் எங்களிடம் எலியும் பூனையும் விளையாடிக் கொண்டிருந்தபோது இவன் என்னைப் பதைபதைப்பில் வைத்திருந்தான். 'சொன்னதைச் செய்யாததற்கு நான் உன்னையும்தான் சிறையில் அடைக்க வேண்டும்'

'சாஜத் ஹுசைனுக்கு பகோலியில் ஒரு பண்ணை வீடு இருக்கு'

'சரி, அதனால் என்ன? அங்கே போய் என்னைச் சோளம் விதைக்கச் சொல்கிறாயா? கடவுளே... நான் எவ்வளவு பெரிய குருடன். மன்னிக்க முடியாத முட்டாள். சரி, காளி பிஜ்லீயைக் கண்டுபிடித்தாயா?'

'அதனுடன் சேர்த்து அந்த ஒன்பது குதிரைகளையும், குதிரைகளைப் பழக்குபவனையும் கண்டுபிடித்துவிட்டேன்'

'மங்கள், நீ குற்றப்பிரிவில் இருக்கவேண்டியவன். குற்றம் செய்பவர்கள் எப்படி சிந்திப்பார்கள், இயங்குவார்கள் என்பதுபற்றி உனக்கு நன்கு தெரிகிறது. பாராட்டப்பட வேண்டியவர்கள் பட்டியலில் இந்த ஆண்டு உன் பெயரையும் சேர்க்கும்படி ராணாவிடம் சொல்லப் போகிறேன்'

நான் கூறியதை மங்கள் செவிமடுக்கவில்லை. அப்படிக் கேட்டிருந்தாலும் அவன் உற்சாகம் அடைந்தவனாகத் தெரியவில்லை. அவன் மனம் வேறெங்கோ இருந்தது.

'இந்தக் கடிதத்தில் என்ன இருக்கிறது என்று தெரிந்துகொள்ள உங்களுக்கு விருப்பமில்லையா?'

விக்கிரமாதித்தனின் அந்தக் கடிதத்தை எடுத்துக் கொண்டு நீதிமன்றம் நடக்கும் அறைக்குள் நுழைந்தேன்.

'இளவரசன் விக்கிரமாதித்தனை எப்படி நடத்துவது என்பது பற்றி நீங்கள் ஏதாவது யோசனை சொல்கிறீர்களா? புறச்சான்றுகள் அவர்தான் அந்தத் திருட்டை திட்டமிட்டிருக்கிறார் என்று சுட்டுகின்றன; ஆனால், நம் கையில் சான்று ஏதுமில்லையே.'

நான் பிரதானை இடைமறித்தேன். 'இருக்கின்றன பிரதான்ஜி. குதிரைகளைத் திரும்பக் கைப்பற்றிவிட்டோம். பத்துக் குதிரைகளையும், குதிரைகளைப் பழக்குபவனையும். கைப்பற்றியிருக்கிறோம். அத்துடன் குஜராத் இளவரசர் பகதூர் கானுக்கு இளவரசன் எழுதிய கடிதமும் கிடைத்திருக்கிறது. உங்கள் அனுமதியுடன் அதை இப்போது பிரிக்கப்போகிறேன்.' வேறொரு நல்ல யோசனையும் தோன்றியது. 'கடிதத்தை எல்லோரும் பார்த்துவிடுங்கள். முத்திரை உடைக்கப்படவில்லை'.

'மேன்மை தாங்கிய இளவரசர் பகதூர் கான் அவர்களுக்கு.' கடிதத்தைப் படித்தேன். 'இந்தக் கடிதம் உங்களை நல்ல ஆரோக்கியத்துடனும் போராடும் குணத்துடனும் பார்க்கும் என்று நம்புகிறேன். நீங்கள் கூறியது சரிதான். நாம் முதலில் பிறந்தவர்கள் அல்ல; ஆகவே, கிடைக்கும் வாய்ப்பைக் கெட்டியாகப் பிடித்துக்கொள்ள வேண்டும், அதன்பின் அரியணையையும் கைப்பற்றவேண்டும். இதுதான் சரியான தருணம் என்று நினைக்கிறேன். இருவரின் தந்தைகளும் இடார் ராஜ்ஜியத்திற்காகப் போரிட்டுக் கொண்டிருக்கிறார்கள். மகராஜ் குமார் என்று உத்தேசமாகக் கருதப்படும் எனது சகோதரன் தான் இப்போது சித்தோருக்குப் பொறுப்பு. அவன் பலவீனமானவன், முடிவெடுக்கத் தெரியாதவன். அவன் மனைவி ராஜ்ஜியம் முழுக்கப் பேசப்படும் ஒரு வதந்தி. பாட்டு, நடனமென்று அவள் அவனுக்கு வழிக்காட்டுகிறாள்; அவனோ அடைகாக்கிறான், ஊசலாடுகிறான், திருமணமாகி ஆண்டுகளாகியும் அவனுக்குக் குழந்தையில்லை. அது இங்கு முக்கியமில்லை. இரண்டாயிரம் வீரர்கள் கொண்ட படையுடன் மிக விரைவாக சித்தோருக்கு வரமுடியும் என்றால், என் வீரர்கள் உங்களுக்குக் கோட்டைக் கதவைத் திறந்துவைப்பார்கள். சாவு எண்ணிக்கையை நாம் இரட்டை இலக்கத்திற்கு மேல் போகாமல் பார்த்துக்கொள்ளலாம். சித்தோரின் மக்கள் திடமாக என் பக்கம்தான். ஒரு கண்ணும், ஒரு கையும், ஒரு காலும் இருக்கும் அரசனைப் பார்த்துச் சலித்துவிட்டார்கள். மனம் விட்டுச் சிரிக்கக்கூடிய, விளையாட்டின் மீதும், வேடிக்கைகள், கேளிக்கைகள் மீதும் இதயபூர்வமான வேட்கை கொண்டிருக்கும் துடிப்பான, அழகான, தைரியசாலி இளவரசனை தேர்ந்தெடுக்க எப்போதும் அவர்கள் தயாராக இருக்கிறார்கள்.

'அரியணையை நான் கைப்பற்றியதும் இருவரும் சேர்ந்து இடாரை நோக்கிச் செல்வோம். உங்கள் தந்தை சம்பானேரில் பதுங்கியிருக்கிறார். என் தந்தை உங்கள் தந்தையின் தளபதி மாலிக் ஆயாஸுடன் சண்டை செய்துகொண்டிருக்கிறார். நம் இருவரையும் அவர்கள் ஒன்றாகப் பார்க்கும்போது, இரண்டு படைகளிலும் ஏற்படும் குழப்பத்தையும் திகைப்பையும் உங்களால் கற்பனை செய்ய முடிகிறதா? அவர்களை விரைவாக முறியடித்த பின் என் தந்தையைச் சிறையெடுப்போம். பிறகு

சம்பானேர் நோக்கி படை நடத்திச் சென்று, உங்கள் தந்தையைச் சிறையில் அடைத்துவிட்டு உங்களை குஜராத்தின் அரசனாக முடிசூட்டுவோம்.

'ஏற்கனவே அதிருப்தியையும் கிளர்ச்சியையும் தூண்டி விட்டிருக்கிறேன். இந்தத் தகவல் கிடைத்ததும் நீங்கள் உடனடியாகப் புறப்படவேண்டும். எனது நம்பிக்கைக்குரிய தளபதி சாஜத் ஹுஸைன் நீங்கள் பத்திரமாக இங்கு வருவதற்கு வழிகாட்டுவான். நமது நிலைத்த நட்பிற்கு அச்சாரமாக மேவாரின் மிகச் சிறந்த குதிரைகள் பத்தை உங்களுக்கு அனுப்புகிறேன். அவற்றில் காளி பிஜ்லீ என்ற பெண் குதிரை பிரகாசிக்கும் மகுடம். எங்கள் நிலத்தின் மிகச் சிறந்த குதிரை இனத்தைச் சேர்ந்தவள். இந்த உலகத்தையே கொடுத்தாலும் அவளை விட்டுக்கொடுக்க மாட்டேன். உங்கள் மேல் எனக்கிருக்கும் அபிமானத்தையும் பிரியத்தையும் காட்டுகிற விதமாக இந்தக் கறுப்பு மின்னலை உங்களுக்குப் பரிசாகத் தருகிறேன்.

'இந்தக் குதிரைகளை வளர்த்துப் பழக்கியவனும் இவற்றோடு வருகிறான். குதிரைகளைப் பழக்குவதில் இந்த ராஜ்ஜியத்திலேயே மிகச் சிறந்தவன். அவனும் உங்களுக்குத்தான்.

'கடவுள் கருணை காட்டட்டும். வருகின்ற வாரங்களில் குஜராத்தின் அரசனை வாழ்த்தும் தருணத்திற்குக் காத்திருக்கிறேன்.

'எப்போதும் உங்கள் உண்மையான நண்பன், விக்கிரமாதித்த சிசோடியா.'

குதிரைகளையும் குதிரைப் பழக்குபவனையும் ராவத் ஜெய் சிம்மாவிடம் நீதிமன்றம் திரும்பவும் ஒப்படைத்தது. போதுமான ஆதாரத்துடன் விக்கிரமாதித்தன் மீது தேசத்துரோகக் குற்றம் சுமத்தப்பட்டது. நீதிமன்றத்திற்கு இருக்கும் உரிமைகளின்படி அவனுக்கு மரண தண்டனைக் கொடுத்திருக்க முடியும். ஆனால், அவன் இளவரசன், என் சகோதரன். தந்தையான அரசர் உயிரோடு இருக்கையில், மகனை என்ன செய்யப்போகிறார் என்பதை அவரிடம் விட்டுவிடுவதுதான் சரியாக இருக்கமுடியும். ஒருவேளை, அவனை எடுத்துக்காட்டாக ஆக்காதது நாங்கள் செய்த மோசமான தவறாக இருக்கலாம். தேசத்துரோகம் செய்து அதற்காக தம் உயிர்களை விலையாகத் தந்த சாமானியர்களுக்கு அல்லது மேற்குடி மனிதர்களுக்கு இணையாக அவனுக்குத் தண்டனை தந்திருக்கலாம். ஒருவேளை நீதிமன்றம் ஒத்திசைவுடன் உறுதியாக நடந்திருந்தால் வரலாற்றின் போக்கு வேறு மாதிரியாக இருந்திருக்கக் கூடும். மாறாக, அவனைச் சிறையிலடைப்பதற்கான உத்தரவில் நால்வரும் கையொப்பமிட்டோம். தந்தை திரும்பும்வரை அவனைச் சிறை வைக்க பலத்த காவலுடன் கும்பல்கார்க் கோட்டைக்கு அனுப்பி வைத்தோம்.

விக்கிரமாதித்தன் எங்கிருக்கிறான் என்று யாராவது விசாரித்தால் அவர்களிடம் உண்மையைக் கூறினோம். அதாவது பாதி உண்மையை மட்டும். அவன் கும்பல்கார்க் கோட்டையில் இருக்கிறான். அவனுக்கு மிகவும் பிடித்த விளையாட்டான வேட்டைக்குச் சென்றபோது பெற்ற மோசமான காயங்களிலிருந்து மீண்டு கொண்டிருக்கிறான்.

* * *

மாளிகைக்குத் திரும்ப எனக்கு விருப்பமில்லை; முற்றிலும் சோர்ந்து போயிருந்தேன். பத்து வரைக்கும் எண்ண முயன்றேன். ஆனால், மூன்றுக்கு அடுத்த எண் நினைவுக்கு வரவில்லை. அவள் முகத்தைப் பார்க்க விரும்பவில்லை. அவளது அக்கறை நிறைந்த கவனிப்புக்கு ஆட்படவும் விரும்பவில்லை. என் காலணிகளையும், என் தலைப்பாகையையும், என் அங்கார்காவையும் அவள் கழட்ட வேண்டாம். ஆடை களைய உதவுவதற்கு பணியாட்கள் இருக்கிறார்கள். அத்துடன் ஆடை களைய யார் விரும்புகிறார்கள்? விரும்புவதெல்லாம் போய் படுக்கையில் விழவேண்டும்; அடுத்த இருநூறு ஆண்டுகளுக்குத் தூங்க வேண்டும்.

சந்திர மஹாலுக்குச் சென்றேன். என் மூளை உண்மையில் மிகவும் பாதிக்கப்பட்டிருக்க வேண்டும். கண் முன்னால் ஒரு மாயத்தோற்றம். அந்த ஏகாலியின் மனைவி என் படுக்கை அருகில் நின்றிருந்தாள். பெயர் உடனே நினைவுக்கு வரவில்லை. நான் அவளைக் கண்டுகொள்ளவில்லை.

மங்கள் அவளிடம் பேசினான். 'இன்றைக்கு வேண்டாம். வேறொரு சமயம். அவர் மிகவும் சோர்ந்து போயிருக்கிறார்'

'யாரிடம் பேசிக்கொண்டிருக்கிறாய்?' நான் மங்களை எரிச்சலுடன் வினவினேன்.

'அவரை நான் கவனித்துக்கொள்வேன்' என்றாள் அவள்.

'யாரிடம் பேசிக்கொண்டிருக்கிறாய் என்று உன்னைக் கேட்டேன்? பதில் சொல்ல மாட்டாயா?'

'சுனேரியா, மகராஜ் குமார்'

'என்ன.. அந்த...' ஆபாசச் சொற்களை விழுங்கினேன். 'அவள் இங்கு என்ன செய்துகொண்டிருக்கிறாள்?'

'அவள் ஒவ்வொரு இரவும் இங்கு வருகிறாள்'

நான் பாதி விழித்துக்கொண்டேன். 'எதற்காக?'

'நீங்கள் அவளை வரச்சொன்னதாகச் சொல்கிறாள்'

என்னால் இதைக் கையாள முடியவில்லை. கம்பீரியின் அந்த ஆவிகள் என்னைச் சைகை காட்டி அழைத்தன. 'இரண்டுபேரும் வெளியே செல்லுங்கள்.' மெத்தையில் விழுந்தேன். என்னை மறந்தேன்.

ஐந்து மணிக்கு கண் விழித்துவிட்டேன். குருகுலமும் அதில் பெற்ற படைப் பயிற்சியும் என் தூக்கத்தை என்றைக்குமாகக் கெடுத்துவிட்டன. எப்போது படுக்கச் சென்றாலும், ஐந்து மணிக்கு எழுந்துவிடுவேன். சுனேரியா அறைமூலையில் அமர்ந்திருந்தாள்.

'நீ அழுக்கு உடைகளையும் மடித்து வைப்பாயா என்ன?'

'நான் ஏதாவது தவறு செய்துவிட்டேனா?'

'உன் அழுக்கு ஆடைகளை என்ன செய்வாய்?'

'என்னிடம் இரண்டு ஜோடி உடைகள்தான் உள்ளன. ஒன்றை உடுத்திக்கொள்வேன். மற்றொன்றை துவைத்துப் போடுவேன்'

'அப்போது, முதல் நாள் நீதிமன்றத்தில் போட்டிருந்த துப்பட்டா யாருடையது?'

அவள் முகம் சிவந்தாள். 'இளவரசே, அது உங்கள் மனைவியுடையது'

'இந்தக் கோட்டையிலிருக்கும் மற்றப் பெண்களைவிட, ஏன் ராணி கர்மாவதியைவிட உன்னிடம் அதிகமாக ஆடைகள் இருக்கும்போல் தெரிகிறதே. ஏனெனில் அத்தனை குடும்பங்களும் உன்னிடம்தானே உடைகளை அனுப்புகிறார்கள்'

'நீதி மன்றத்துக்குப் போகிறோமே, அதனால் நல்ல உடை அணிந்து போகலாம் என்று நினைத்தேன். வேறு ஒருவரின் ஆடையை நான் அணிந்தது அதுதான் முதல் தடவை.'

'ஏற்றுக் கொள்ளக்கூடிய கதைதான்'

அவள் சிரித்தாள். 'சில சமயம் சிறிது நேரத்துக்கு உடைகளை கடன் வாங்குவேன். ஆனால், எப்போதும் திருப்பிக் கொடுத்துடுவேன்'

ஏறத்தாழ அசைவதே தெரியாவண்ணம் திரைச்சீலை அசைந்தது. உதடுகளில் விரலை வைத்து சுனேரியாவை எச்சரித்தேன். விரைந்து படுக்கையை விட்டு எழுந்த நான், மூன்றே தாவலில் அடுத்த அறையில் இருந்தேன்.

அவள் முதுகை மட்டுமே சிறிது பார்க்கமுடிந்தது. மிக வேகமாக ஓடிக்கொண்டிருந்தாள். நீண்ட கறுப்புச் ஜடை அவளது வெற்று முதுகில் அசைந்தாடியது. கௌசல்யா.

நான் திரும்பினேன்.

'என்னைப் பயங்கரமான ஆபத்தில் சிக்க வைக்கிறாய் என்று உனக்குத் தெரியுமா?'

அவள் திகைத்துப்போய் என்னைப் பார்த்தாள். 'எப்படி?'

'உன் கணவன் என்னை இன்னொரு பிரதிவாதியாகச் சேர்க்கப் போகிறான்'

'ஓ... அந்தச் சட்டமெல்லாம் என்னையும் அவரையும் போன்ற சாதாரண ஆட்களுக்குத்தான். நீங்கள் இதற்கெல்லாம் மேலே'

விக்கிரமாதித்தன் நிச்சயம் இவள் சொல்வதை ஏற்றுக்கொண்டிருப்பான்.

'அன்று இரவு நீ என் மேல் கோபமாகத்தானே இருந்தாய்? அரண்மனையில்?'

'நான் ஏன் வருத்தப்பட்டிருக்க வேண்டும்?'

'ஏனென்றால், மங்கள் உன்னைக் கட்டாயப்படுத்தித்தானே வரச்சொன்னான்.'

'யாரும் என்னைக் கட்டாயப்படுத்தவில்லை. வரவேண்டும் என்று தோன்றியது, வந்தேன்'

'நான் உன்னைத் திருப்பி அனுப்பியதும் உனக்கு என் மேல் கோபம் இன்னும் அதிகமாகியிருக்க வேண்டுமே'

'உங்கள் மனைவி என் மேல் அவ்வளவு அன்பாக இருக்கும்போது நான் எப்படி அப்படி நடந்துகொள்வது?'

'இந்த இரவு முழுவதும் நீ அந்த மூலையில்தான் இருக்கப் போகிறாயா?'

வெட்கத்துடன் எழுந்தவள் முன்னே வந்தாள். முதுகுப்பக்கம் அவள் ரவிக்கையின் முடிச்சுகளை அவிழ்த்து கயிறுகளை இழுத்தேன். ஆனால், அந்த ஒன்பது அல்லது பத்து வளையல்கள் என்னை அசைவற்று நிற்க வைத்தன.

'ஒவ்வொரு முறை உன் ரவிக்கையைக் கழட்டும்போதும், முதலில் உனது தந்த வளையல்களைக் கழற்றவேண்டும் என்று என்னிடம் கூற விரும்புகிறாயா என்ன?'

அவள் சிரித்தாள். அவள் மணிக்கட்டிற்கு அருகிலிருந்த வளையலைக் கழற்ற முயன்றேன். மிகவும் சிறிய வளையல். சின்னதிலிருந்து பெரிது என்பதுபோல் அடுக்கப்பட்டிருந்த மற்ற வளையல்களை அது நன்றாக ஒன்றுசேர்த்துப் பிணைத்திருந்தது. பிரயோசனமில்லை; அவள் மணிக்கட்டையோ அல்லது அவள் விரல்கள் இரண்டையோ உடைக்கப் போகிறேன். அவள் தனது ஆள்காட்டி விரலையும் கட்டைவிரலையும் வைத்து வலது கையின் விரல் முட்டிகளை அழுத்தினாள். முதல் வளையல் கழண்டு வந்தது.

இரண்டாவதும் இதே மாதிரியான தடவலைப் பெற்றுக்கொண்டது. மீதி வளையல்கள் வேகமாக வெளிவந்தன; அவள் செய்ததெல்லாம் முன்கையை கீழ்நோக்கிப் பிடித்ததுதான். இந்தச் செயல்முறையை இடது கையிலும் அவள் செய்துமுடித்ததும், அவள் ரவிக்கையைக் கழட்டினேன். புஷ்கர் என் நினைவில் மீண்டும் வந்தது. நேற்றிரவின் காற்று விட்டுச்சென்ற மணல் குன்றுகளும். அந்தக் குன்றுகளின் மேடுகளையும் பள்ளங்களையும் மாற்றியமைக்க அஞ்சி, அவற்றின் மீது கைகளை மென்மையாக வைத்தேன். ஆனால், அந்த மெல்லொளி வீசும் கையசைவால் உருவான மென்காற்றே போதுமானதாக இருந்தது. மணல் இடம் பெயர்ந்தது; அதனூடே அதிர்வுகள் ஓடின; தளர்ந்து கிடந்த, தூங்கிக்கொண்டிருந்த ஊதா நிற இளஞ்சிவப்புகள், நடுங்கும் தலைகள் ஆகும் வரையில் மெதுவாக எழுந்தன

அவளது காக்ராவின் முடிச்சை அவிழ்த்தேன்; அது அவள் காலடியில் வீழ்ந்தது. அவளை என் கைகளில் தூக்கி மெத்தையில் கிடத்தினேன். அவள் கண்கள் அகன்று விரிந்திருந்தன. அவற்றில் நடுக்கம் ஏதுமில்லை. எனது அடுத்த நகர்வு என்னவாக இருக்கும் என்பதை அறிந்துகொள்ள விரும்புவதுபோல் அவை உன்னிப்பாக கவனித்தன. அவள் மார்பகங்களுக்கு இடையில் என் நாக்கால் வருடினேன். அவள் உடல் நடுங்கியது. என் உடைகளைக் களைந்து, அவள் மீது என்னைக் கிடத்தினேன், என் உடலின் எடையை என் முழங்கைகளில் தாங்கியிருந்தேன். புதிதாகத் துவைத்து மடித்த உடையின் மணம் அவள் உடலிலிருந்து வந்தது. தலையைக் குனிந்து, அவளது வலது மார்பகத்தை நாவால் வருடினேன். மீண்டும் அவள் உடலில் ஒரு நடுக்கம்.

கணுக்கால் வரை என் உடலை உயர்த்தி, சரிந்து இறங்கினேன். உறைந்தேன்.

'நீ கன்னியா?'

அத்தியாயம் 3

உங்களை யாரும் முட்டாளாக்க அனுமதிக்காதீர்கள், பெரும்பாலான இணைகள் பூமியில்தான் ஒன்று சேர்ந்துள்ளன. பொருத்தம் இல்லாதவை என்பது, ஒரு வித்தியாசமான கதை. அவை சொர்க்கத்தில் நிச்சயிக்கப்படுகின்றன.

இந்தப் பிரதேசத்தில், திருமணத்திற்கு மிகத் தகுதியான இளைஞன் அவன். அவனுக்குப் பொருத்தமான மணமகளைக் கண்டுபிடிக்க அவர்களுக்கு நீண்ட காலம் ஆயிற்று. தினந்தோறும் இரண்டு, மூன்று பெண்கள் பற்றிய விவரங்களும், ஜாதகங்களும் வந்துகொண்டே இருந்தன. ஜாதகங்களை ஆராய்ந்து, அவனுக்குப் பொருத்தமானதை முடிவு செய்ய முழுநேர ஜோதிடர் ஒருவரை நியமித்தனர். வந்திருக்கும் பெண்களின் விவரங்களைப் பார்த்து, அவற்றில் சிலவற்றைக் குறித்து உற்சாகம் அடைவதில் பிரயோசனம் இல்லை; ஏனெனில் ஒரு இளவரசியின் ஜாதகத்தில் சனி தவறான வீட்டில் இருந்தான்; வேறொரு இளவரசியின் ஜாதகத்தில் தீங்கு தரும் செவ்வாய் அவளைச் சுற்றிக்கொண்டிருந்தான்.

திருமணம் என்பது இருவழிப் பாதை. பெண் பக்கத்து மனிதர்கள் பிரஸ்தாபமாகப் பேசுவார்கள்; ஆனால், பையனின் உறவினர்களும் அவர்களுக்குப் பின்னால் அமர்ந்து, சொர்க்கத்திலிருந்து ஒரு தேவதையோ அல்லது அப்ஸரசோ இறங்கி வருவாள் என்று காத்திருக்க மாட்டார்கள். நீங்களும் கொஞ்சம் முயற்சிகள் செய்யத்தான் வேண்டும். உறவு வைத்துக்கொள்ளலாம் என்று நினைக்கும் குடும்பங்களின் பட்டியல் ஒன்றைத் தயார் செய்யவேண்டும். அங்கு மணமாகாத பெண் எவளாவது இருக்கிறாளா என்று விசாரிக்க வேண்டும்: அவள் தாங்கி நடக்காதவளாக, உதடு பிளவுபடாதவளாக இருக்கவேண்டும்; இளம்பிள்ளை வாதம் பாதிக்காத கால்களுடன் இருக்கிறாளா என்று விசாரிக்கவேண்டும்.

மகராஜ் குமாரின் தந்தை ராணா திருமணம் செய்துகொண்ட நேரம் உங்களுக்கு நினைவிருக்கிறதா? மாண்டசோரின் ராஜாவுக்கு அழகான, துடிப்புள்ள பெண் இருந்தாள்; காலைப் பனித்துளியும் வெட்கப்படும் உடல் நிறம் கொண்டவள். கண்ணுக்கு எதிரில்தான் அவள் இருந்தாள், ஆனால் யாரும் அவளைக் கவனித்திருக்கவில்லை. முன் விரோதம் ஏதுமில்லை; ‘மாண்டசோருக்கு பாடம் கற்பிப்போம், நமக்கு அவர்கள் செய்ததைத் திருப்பிச் செய்வோம்’ ‘அவளை நம் இரண்டாவது மகனுக்கு செய்து கொள்வோம்’. இதுபோன்ற எதுவுமில்லை. அவளை அனைவரும் மறந்துவிட்டனர், அவ்வளவுதான். ராணா அவளை மணம் முடிக்கவில்லை என்றதும், அனைவரும் அவரவர்க்குத் தோன்றிய காரணங்களை கற்பித்துக்கொண்டனர். வெளித்தோற்றங்கள் எப்போதும்

ஏமாற்றக்கூடியவை; அடிப்படையில் அவளிடம் ஏதோ தவறு இருக்கிறது, இல்லாவிட்டால் இப்படி ஒரு நல்ல பெண்ணை யார் கண்டு கொள்ளாமல் இருப்பார்கள் என்றெல்லாம் ஊகங்கள் பரவின.

விரைவில் அனைவரும் அவளை விட்டு விலகிச் சென்றனர். அவளை மணப்பது பற்றி யாருமே யோசிக்கவில்லை என்பதால், அவள் எப்போதும் நிராகரிக்கப்படவில்லை என்பதே சரி. முதல் நான்கு அல்லது ஐந்து ஆண்டுகளுக்கு அந்தப் பெண்ணைப் பற்றி யாரும் கவலைப்படவில்லை. பிறகுதான் அவள், தன்னை எவரும் பெண் கேட்கப்போவதில்லை, முகத்தைப் பார்க்கப்போவதில்லை என்று அறிந்தாள். பின்னர் அவள் நோய்வாய்ப்பட்டாள். என்னவென்று அவளால் சொல்ல முடியவில்லை என்றாலும், தன்னிடம் ஏதோ தவறு இருப்பதாக அவளுக்குத் தெரிந்தது. காலப்போக்கில், மிக மோசமான ஏதோவொன்று அவளுக்கு நடந்தது. உண்மையில், மிக மோசமானதுதான். அவள் முகத்தில் தசைச் சுருக்கம் ஏற்பட்டது. பின்னர் அவள் கைகளுக்கும், பின்னர் முழங்கால்களுக்கும் பரவியது. அவளால் அசையாமல் ஓரிடத்தில் அமர முடியாது. முழங்கை ஒரு பக்கம் இழுக்கும் கால் வேறொரு பக்கம் இழுக்கும். அவளறியாமலேயே அவளது முகபாவனைகள் மாறும். வெளியில் போவதை நிறுத்திக்கொண்டாள். பிறகு, அறையை விட்டும் வெளியில் வருவதை நிறுத்தினாள். பிறகு ஒரு நாள் உத்திரத்தில் கயிறு ஒன்றைக் கட்டி தூக்குப் போட்டு இறந்துபோனாள்.

அவனது பாட்டி ராஜ மாதா, மகராஜ் குமாருக்கு இந்தப் பெண்ணை பார்த்தார். அவள் மேர்த்தாவைச் சேர்ந்தவள். ஜோத்பூரின் கங்கா ராவின் கீழிருக்கும் ஒரு சிறிய பிரதேசம், மேர்த்தா. மேர்த்தாவின் சிற்றரசன் துதா ராவின் இரண்டாவது மகன் ரத்தம் சிம்மாவிற்கு குர்க்கி என்ற கிராமத்தில் பிறந்தவள். ஒரே பெண். சிறுவயதிலேயே தாயை இழந்தவள் என்பதால், தாத்தா துதா ராவின் வீட்டிலேயே வளர்ந்தாள். லேசான தேன் நிறமும் பொன்னிறமும் கலந்த உடல் நிறம் அவளுக்கு. நீல நிறக் கண்கள். அமைதியானவள். அவள் தந்தை எப்போதும் வெளியூரில், பயணத்திலோ அல்லது யுத்தத்திலோ இருப்பார்.

சிறுமி என்ற பருவத்தைக் கடந்து, குமரிப் பருவத்தை எட்டும் முன்னரே, தாத்தா செல்லப் பேத்திக்குப் பொருத்தமான பையனைத் தேட ஆரம்பித்துவிட்டார். அவளுடைய தாத்தாவும், சித்தப்பாக்களும், சித்திகளும், ஏன், அவளுடைய தந்தையும் நல்ல பையனாகத் தேடினார். இறுதியில் பட்டியலை, நான்கு இளவரசர்களாகச் சுருக்கினார்கள். இவர்கள் இருவரது ஜாதகங்களும் பொருந்தின; அத்துடன் மிகவும் பிரசித்திப் பெற்ற ராஜபுத்திர அரசுக்கு வாரிசுரிமை உள்ளவன் என்பதால் பெண்ணின் உறவினர்கள் அவனது பாட்டியை அணுகினர். மகா ராணா சங்கராம் சிம்மா அல்லது சங்கா என்று மக்களால் பிரியமாக

அழைக்கப்பட்ட அந்த அரசன், தன் மூத்த மகனுக்கு இவள் சிறந்த பொருத்தம் என்று நினைத்தான். மிகவும் பாரபட்சமாகப் பேசுபவர்களும், எப்போதும் தவறையே கண்டுபிடிப்பவர்களும் கூட அவளைப்பற்றிப் பிரகாசமான விஷயங்களைக் கூறினர். அழகானவள், ஆழ்ந்த மதப்பற்றுள்ளவள். அடக்கமானவள். அவள் நல்ல மனைவியாக இருப்பாள். கடவுள் விரும்பினால், காலம் கைகூடும்போது, சித்தோருக்கு ஒரு நல்ல ராணியாக இருப்பாள்

விவாகம் நிச்சயம் செய்யப்பட்டது. அதை உறுதி செய்ய பெண்ணின் மாமா ராவ் வீரம்தேவ் சித்தோருக்கு செல்ல நியமிக்கப்பட்டார். மேற்குடி மனிதர்களும் வேலைக்காரர்களும் அடங்கிய பரிவாரம் குதிரைகள் மீதும் ஒட்டகங்கள் மீதும் டிக்கா அன்பளிப்புகளுடன் புறப்பட்டது: தங்கத்தில் செய்யப்பட்ட கெட்டியான இலையில் வைத்து மூடப்பட்ட மூன்று தேங்காய்கள் மற்றும் பதினோறு பாக்குகள்; இருநூறு தேங்காய்கள், பத்து பவுண்டு வெல்லம், பத்து பவுண்டு பாக்கு, பத்து பவுண்டு பேரிச்சை, பத்து பவுண்டு சர்க்கரை, பத்து பவுண்டு பிஸ்தா, பத்து பவுண்டு பாதாம் பருப்பு, ஏழு பவுண்டு அரக்கு, ஏழு பவுண்டு வெற்றிலை ஆகியன பரிவாரத்துடன் சென்றது. மணமகனின் நெற்றியில் இடப்படும் குங்குமத் திலகத்தைச் சுற்றி ஒட்டுவதற்கு இருபத்தியொரு சிறிய முத்துக்களும் எடுத்துச் செல்லப்பட்டன. மணமகனும் அவன் உறவினர்களும் அணிவதற்கு தங்க இழைகள் இழைத்த நூற்றியொரு ஆடைகள், தலைப்பாகைகள், வேட்டிகள், பாலபந்தி தலைப்பாகைகள், அவற்றில் தொங்கவிட அலங்கார மணிகள், ஆபரணங்கள், விலைமதிக்க முடியாத கற்கள் பதிக்கப்பட்ட விதவிதமான ஆடைகள். பரிசுகளின் உச்சம், மென்பட்டில் உருவாக்கப்பட்ட சேனங்கள் அலங்கரிக்கும் பதினைந்து குதிரைகள் மற்றும் ஒரு லட்சம் டங்கா பணம்.

மகராஜ் குமார் பீடத்தில் அமர்ந்திருந்தார். சற்று பதட்டமாகத் தெரிந்தார். அவரது துக்லோவின் பட்டு இழையொன்று அவரது பிடரியைத் தடவியது. நீண்ட நேரம் பலவிதமான சடங்குகள்; அதன்பின் மணமகனின் நெற்றியில் புரோகிதர் திலகமிட்டார். தங்கத் தட்டில் தேங்காய்களும் வெற்றிலைப் பாக்கும் அவருக்கு அளிக்கப்பட்டன; மற்ற பரிசுப் பொருட்கள், அனைவரும் வியந்து பாராட்டவேண்டும் என்பதற்காக காட்சிக்காக வைக்கப்பட்டிருந்தன. இறுதியில் ராணா பரிசுப் பொருட்களைப் பார்வையிட்டார். திருமண நாள் குறிக்கப்பட்டது. நூறு டங்கா பணத்துடனும் பல கூடைகளில் இனிப்புமாக ராவ் வீரம்தேவ் ஊருக்குத் திரும்பினார்.

* * *

சித்தோர் முழுவதுமே திருமணத்திற்காக மேர்த்தாவுக்கு இடம் பெயர்ந்தது போல் தோன்றியது. மற்றவர் திருமணங்கள், உங்கள் சகோதரனின், சகோதரியின், அல்லது நண்பனின் திருமணங்கள் உங்களுக்கு ஒரு வேடிக்கை. ஆனால், உன் திருமணம் அப்படியல்ல. திருமணத்திற்கு முன், அரண்மனையில் ஏழு நாட்கள் மங்களக் கடவுள் கணபதிக்குப் பூஜைகள் நடந்தன. ஒவ்வொரு நாளும் மணமகனுக்குச் சத்து மிகுந்த, உயர்ந்த உணவுகளை அளித்தனர். விரைவில் அவனுக்குப் பெரும் தொப்பை உண்டாகும், யானைத்தலை கடவுளின் இரட்டைப்பிறவி ஆகிவிடுவான். குடும்பத்துப் பெண்கள் தினந்தோறும் இரவில் பாடினர், நடனமாடினர். அவர்களது கணவர்கள் மாடியிலிருந்து இவற்றையெல்லாம் வேடிக்கைப் பார்த்தனர். ஏதாவது ஒரு பாடகனோ, வாத்தியக் கலைஞனோ, தோல் கருவி இசைப்பவனோ மற்றவரை விஞ்சி வாசித்து விட்டால் கீழிறங்கி வருவார்கள்; அந்தக் கலைஞனுக்கு ஒரு டங்கா பரிசாக அளிக்கப்படும்.

ஏராளமாகக் குடித்து மகிழ்ந்தனர்; கொண்டாட்டங்களும் பகடிப் பேச்சுகளுமாக நாட்கள் போயின; அனைத்துக் கேளிக்கைகளிலும் அடிச்சரடாக மணமகன் தான் இருந்தான். அவன் புன்னகைத்தான், சிரித்தான். அனைத்தையும் தத்துவவாதிபோல் தாங்கிக்கொண்டான்.

மேர்த்தாவை அடைய வாரங்கள் ஆயின. மகராஜ் குமாரையும் திருமணக் குழுவினரையும் வரவேற்க துதாஜி ராவ், ரத்தன் சிம்ஹா, வீரம் தேவ் மற்றும் உறவினர்கள் மேர்த்தாவின் எல்லையிலேயே காத்திருந்தனர். பெரும் ஆரவாரத்துடன் பாராத் கிராமத்தைச் சுற்றி வந்தது; அர்ஜுன் சிம்மாவின் அரண்மனையில் முடிந்தது. தங்குவதற்கு எல்லோருக்கும் அறைகள் கிடைக்குமா? அறைகள் இல்லையானாலும் பரவாயில்லை, ஒரு படுக்கையாவது கிடைக்குமா என்று மணமகன் வீட்டார் பேசிக் கொண்டனர். ஆனால், அவர்கள் கவலைப்பட தேவையில்லை. மேர்த்தா, சித்தோரிடம் பயபக்தியுடன் நடந்துகொள்ளத் தேவையில்லை; அதன் ஆதரவும் தேவையில்லை. அல்லது பணக்காரனை மணம் செய்துகொண்ட ஏழை உறவினர் போலவும் தன்னை எண்ணிக்கொள்ள வேண்டாம். வெளியிலிருந்து பார்க்கும்போது அந்த அரண்மனை மனத்தைக் கவர்வதாக இல்லை. சிறியதாகத் தோன்றியது; ஆனால், உள்ளே நுழைந்தவுடன் நீண்டுகொண்டே போயிற்று. விருந்தினர்களுக்குப் புதிதாக அறைகள் கட்டப்பட்டிருந்தன. விருந்தினர்களைக் கவனிக்கவும் போதுமான பணியாளர்கள் இருந்தனர். கதிரவன் மலைவாயிலில் இறங்கும்வரை அவர்கள் ஓய்வெடுத்தனர்.

இந்தப் பகுதியில் இருப்பவர்கள் வசதியான ஒரு நேரத்தில் ஏன் திருமணங்களை நடத்துவதில்லை? காரணம், அவர்கள் நடத்துவதில்லை அவ்வளவுதான். முற்றுப்புள்ளி. விஷயம் முடிந்தது. பெரிய பெரிய

பெட்டிகள் திறக்கப்பட்டு அனைவரும் புத்தம் புதிய ஆடைகளை அணிந்தனர். மகராஜ் குமாரை கவனிக்க இரண்டு டார்ஸிகள். அவனுக்கு உடைகள் சரியாகப் பொருந்துகின்றனவா என்று பார்த்தனர்; அப்புறம் இறுதி நேரத்து சரி செய்யும் வேலைகள். முழங்காலுக்கு கீழே இறங்கும் வேட்டியும், நுட்பமான ஜரிகை வேலைப்பாடுகள் நிறைந்த மரகத பச்சை நிறத்தில் அருமையான துக்லோவும் அணிந்திருந்தான். மிக அலங்காரமான தலைப்பாகை பளிச்சென்று கண்ணைக் கவர்ந்தது. அதன் உச்சியில் நீண்டிருந்த துர்ராவை பொன்னிழைகள் அலங்கரித்தன. இளஞ்சிவப்பு நிறத்தில் ஏழு முத்து மாலைகள் இளவரசன் கழுத்தை அலங்கரித்தன. மிகச் சிறிய முத்துக்களால் ஆன மாலைகள் மேல்புறமும், பளிங்கு போன்ற பெரிய முத்துக்களால் ஆனவை அடிப்புறத்திலும் தொங்கின.

மணம் முடிக்க, மணமகள் வீட்டிற்குப் புறப்படும் நேரம் வந்துவிட்டது.

* * *

மணப்பெண் இருந்த வீட்டின் முன்முற்றத்திற்கு வந்ததே தெரியவில்லை. அவன் யானையிலிருந்து கீழிறங்கினான். புரோகிதர் பூஜை ஒன்றைச் செய்தார்; அவனது தந்தையின் பட்டுப் பணப்பையை சுற்றி ஒரு கயிற்றால் கட்டினார். அவர் மேர்த்தாவின் விருந்தினர். இங்கிருக்கும்போது ஒரு தாமிரக் காசும் செலவு செய்யக்கூடாது. மேள தாளங்களும் எக்காளங்களும் இடைவெளி இல்லாமல் முழங்கின. சற்றுத் திரும்பினால் தந்தையையும், நெருக்கமான குடும்ப உறவுகளையும் பார்க்கமுடியும்; அவன் இனத்தில் பாதி அங்கேதான் நின்றது. அவர்களிடமிருந்து வெட்டிவிட்டதுபோல் அவன் தன்னை உணர்ந்தான். இந்தக் கணத்திலிருந்து அவனாகத்தான் எதையும் செய்யவேண்டும். இளம்வயது நாட்களுக்கு இனி திரும்பமுடியாது. எதற்கும் கவலைப்படாத நாட்கள். பொறுப்புகளே இல்லாமல், எப்போதும், எந்தக் கட்டுப்பாடும் இல்லாமல் சுற்றிய கேளிக்கை நிறைந்த நாட்கள். அந்த நாட்களை கடந்து வந்துவிட்டான். அவை திரும்பி வரமாட்டா. காலடி எடுத்து வைத்து வாயிலைத் தாண்டிவிட்டால், முழுமையாக வளர்ச்சியுற்ற ஆண்மகனுக்குள் அவன் நுழைந்துவிடுவான்; கைவிடப்பட்டவனாக, தனியனாக உணர்ந்தான். இரண்டு அடிகள் எந்தப் பக்கம் எடுத்து வைத்தாலும், மாற்றமுடியாத எந்த வேறுபாட்டையும் அது ஏற்படுத்தப் போவதில்லை. அபத்தமாகத் தோன்றினாலும் அது உண்மைதான். இதுவரையிலும் தான் பார்த்திராத அந்தப் பெண்ணைப் பற்றி நினைத்தான். அந்த இரண்டு அடிகளை எடுத்துவைத்து வீட்டைவிட்டு அவள் வெளியில் வந்துவிட்டால் தன்னையே நிரந்தரமாக நாடுகடத்திக்கொள்வது போலத்தான்; உறவினர்களிடமிருந்தும் ஊர்க்காரர்களிடமிருந்தும்,

ஏறத்தாழ அந்த வீட்டிலிருந்தும், மரங்களிடமிருந்தும், பறவைகளிடமிருந்தும், கோவில்களிடமிருந்தும், அவள் வளர்ந்த இந்த நகரத்திடமிருந்தும் விலகி வந்துவிடுவாள். ஒரே வீச்சில் அவளது கடந்தகாலம் அவளிடமிருந்து துண்டிக்கப்பட்டுவிடும்; நினைவுகளின் சாம்பலாகிவிடும்.

அவன் அவளருகில் இருப்பான்; தன் கரங்களால் அணைத்து, அவளைப் பாதுகாப்பான். தங்களுக்கான வாழ்க்கையை அவர்கள் உருவாக்கிக் கொள்வார்கள். வாசல் நிலைப்படியின் மேல் கட்டியிருந்த தோரணத்தை உடைவாளால் ஏழு முறை தொட்டான். போர் செய்து, அந்த மணமகளை யுத்தத்தில் வென்றான் என்பதைச் சுட்டுவதற்காக அந்தச் சடங்கு. முன்முற்றமும் அல்லது தோரணம் போன்ற இந்தக் குறியீடுகளும் ஏன் இவ்வளவு கனமான அர்த்தங்களைச் சுமந்திருக்கின்றன? வாயிலைத் தாண்டி அவன் உள்ளே சென்றான்.

மணமகளின் மாமா ராவ் வீரம்தேவின் மனைவி அவனை வரவேற்றாள். அவனது தந்தையின் சகோதரிதான் அவள். அவனது அத்தை. மணமகளை வளர்த்தவள் அவள். உயரம் குறைவான பஜோட் ஒன்றில் அவனை அமர வைத்தாள். நெற்றியில் திலகமிட்டாள். 'வாயைத் திற' என்று சொல்லி, தயிரும் இனிப்பும் கொடுத்தாள். பின்னர் தன் இடுப்பில் தொங்கிய சுருக்குப்பையிலிருந்து தங்க நாணயம் ஒன்றை எடுத்து அவன் திலகத்தின்மீது ஒட்டினாள்.

கைப்பிடித்து வீட்டிற்குள் அழைத்து வந்து, உள்ளே அமைக்கப்பட்டிருந்த மண்டபத்தின்கீழ் அலங்காரமான விரிப்பு ஒன்றில் அமர வைத்தாள். மணமகள் அழைத்துவரப்பட்டாள். தலையை மூடியிருந்த துப்பட்டா அவள் முகத்தில் விழுந்திருந்தது. திருமணச் சடங்குகள் இடைவிடாமல் நடந்துகொண்டிருந்தன. முதலில் இடது காலும் பின் வலது தொடையும் மரத்துப்போயின. சாத் ஃப்ரே சடங்கிற்கு அவன் எழுந்து நிற்க உதவிசெய்ய வேண்டியதாயிற்று. மணப்பெண்ணின் ஓதனியை அவனது சிரோப்பாவுடன் சேர்த்து முடிச்சுப் போட்டார்கள். அக்னியைச் சுற்றி அவர்கள் ஏழுமுறைகள் வலம் வந்தனர். நான்கு முறை அவன் முன்னால் நடந்தான், மூன்று முறை அவள் முன்னால் நடந்தாள். ஐந்து மணி நேர சடங்குகளுக்குப் பிறகு அவர்கள் கணவன் மனைவி ஆனார்கள்.

அவர்கள் இருவரையும் படுக்கையறைக்குள் அனுப்பி கதவுகள் தாளிடப்பட்டன. அப்போது மணி இரண்டு அல்லது இரண்டரை இருக்கலாம். அவளது கையைப் பற்றினான். அவள் உருவிக் கொண்டாள். மீண்டும் பிடித்தான். 'உட்கார்' என்று சொல்லிக் கட்டிலைக் காண்பித்தான். கட்டிலின் மேல்புற மரச்சட்டங்களிலிருந்து மல்லிகைச் சரங்களும் சாமந்திப்

பூச்சரங்களும் தொங்கின. அவள் தலையை அசைத்தாள். அவள் முறுவலித்ததுபோல் ஒருகணம் தெரிந்தது. அவனைப் பார்த்து நகைக்கிறாளா? கட்டிலுக்கு அடியில் கைகாட்டினாள். பாதமொன்று நீட்டிக்கொண்டிருந்தது. இருவரும் நெருங்கும் நேரத்தில் அவர்களை ஆச்சரியப்படுத்த அவளது உறவுக்கார சிறுவன் கட்டிலுக்கு அடியில் காத்திருந்தான். இவர்கள் பார்த்துவிட்டதை அறிந்ததும் சிரித்துக்கொண்டே வெளியே வந்தான். தன்னைப் பார்த்துவிட்டார்களே என்று தன்னையே சபித்துக்கொண்டான். அறைக்கு வெளியில் காத்திருந்த கூட்டமும், தாங்கள் எதிர்பார்த்தச் சிரிப்புச் சப்தம் கேட்காமல் ஏமாந்து போனது. சற்று நேரம் எடுத்துக் கொண்டு உள்ளேயிருந்தவன் வெளியில் வரச் செய்தனர்.

அவள் படுக்கையில் அமர்ந்தாள். அருகில் அவன் நெருங்கியபோது, தனக்குள் ஒடுங்கினாள். அவனைப் பார்த்து பயந்துவிட்டாள் என்றறிந்து அவன் திகைத்தான். அவள் நடுங்கிக் கொண்டிருந்தாள். பற்கள் தாளமிடுவது மெதுவாகக் கேட்டது.

'உன்னைத் துன்புறுத்த மாட்டேன்' என்றான் அவன். 'என்றைக்கும்'

நன்றியுடன் அவனை ஏறிட்டுப் பார்த்தாள்; ஆனால், முகத்தில் பயம் உறைந்திருந்தது. தலையிலிருந்த துப்பட்டாவை நீக்கினான். நடுவகிடு எடுத்திருந்தாள். ஜடையாக பின்னப்பட்டிருந்த தலைமுடி இடுப்பிற்கு கீழ் தொங்கியது. நெற்றியில் பெரிய சிவப்புத் திலகம். நீண்ட மூக்கு. சற்றே அகண்ட வாய். கீழுதடு பெரிதாக ஆனால் மென்மையாக இருந்தது. அவளது அந்தப் பச்சை நிறக் கண்கள், அவனை அசையவொட்டாமல் நிறுத்தின. அவளது கண்கள் பயத்தில் மின்னின. விழப் போகும் அந்த இறுதி வீச்சிற்காகவும், வேதனை முடியப் போகிற அந்தத் தருணத்திற்காகவும் காத்திருக்கும் வேட்டையாடப்படும் மிருகத்தின் கண்களாய் தோன்றின. அவளது அச்சம் தனது உணர்ச்சிகளை மரத்துப்போகச் செய்வதை உணர்ந்தான். அவளது வெண்மையான வயிற்றுப் பகுதியைப் பார்த்தான். அவள் அமைதியாகும் வரையில், இயல்பாக மூச்சுவிடும் வரையில் குனிந்து அந்த இடத்தில் முத்தமிட விரும்பினான். அவள் முதுகில் கைவைத்தான். அவள் உடல் நடுங்கியது. அவனை விட்டு நகர்ந்தாள்.

அவளது வீட்டின் முன்முற்றத்தில் நிற்கையில் தனக்குள் உறுதிசெய்து கொண்டதுபோல் கரங்களில் அவளைத் தூக்கிக் கொள்ள விரும்பினான். தீங்குகள் அனைத்திலிருந்தும் பாதுகாப்பான் என்று எப்படி அவளை நம்ப வைப்பது? அந்த இடத்தில் ஒரு சிங்கமோ அல்லது புலியோ இருந்திருக்கக் கூடாதா? காயம் படுவதும், ஒரு கண்ணையோ அல்லது ஒரு கையையோ இழப்பதும் அவனுக்குப் பொருட்டல்ல. தனது வாளால் அதைக் கொல்வான்; அவளைப் பாதுகாக்கும் கேடயம் தான் மட்டுமே என்று அவளுக்குப் புரியவைப்பான்.

அரண்மனை வளாகத்தின் மணி ஐந்து அடித்தது. மாலைகளிலிருந்து மலர்கள் உதிர்ந்து போயிருந்தன; படுக்கையில் சில கசங்கிக் கிடந்தன. ஆனால், இன்னும் அவர்கள் ஒளிந்து மறைந்து விளையாடிக் கொண்டிருந்தனர்.

'தயவுசெய்து ஓடாதே. மிகவும் களைத்துப் போய்விட்டேன். உனக்கும் அப்படித்தானிருக்கும்'

முந்தானையைத் தலையிலிருந்து முகத்தில் இழுத்து விட்டுக்கொண்டாள். புதிதாக மணமான ஜோடிகள் இப்படித்தான் நடந்துகொள்வார்கள் என்று அவனிடம் யாரும் சொல்லவில்லை. இந்த மாதிரி விஷயங்களையெல்லாம் கூச்சமின்றி கௌசல்யாவுடன் அவன் பேசுவான். அவளும் எதுவும் சொல்லியிருக்கவில்லை. சக்தியெல்லாம் வடிந்து வெறுமையாகியதுபோல் உணர்ந்தான். சோர்ந்து விரக்தியில் மூழ்கியவனாய் கட்டில் நடுவில் அமர்ந்தான். ஒரு நிமிடம், சரி அவளை விட்டுவிடலாம் என்று முடிவுக்கு வரவிருந்தவன், சட்டென்று அவளை நோக்கிப் பாய்ந்தான். ஏறத்தாழ அவள் தப்பிவிட்டாள். ஆனால், கையில் அவளது ஜடை சிக்கியது. ஜடையைப் பிடித்துப் பின்பக்கமாக இழுத்தான். அவள் எதிர்த்தாள். ஆனால், அவன் சொடுக்கி இழுத்தான். வலியால் சிணுங்கிக்கொண்டே, பின்பக்கமாகப் படுக்கை வரை நகர்ந்து வந்து, படுக்கையில் விழுந்தவளின் கால்கள் படுக்கைக்கு வெளியில் தொங்கின.

'தயவுசெய்து வேண்டாம். வேறொருத்தருக்குப் பேசப்பட்டிருக்கிறேன்' என்று முணுமுணுத்தாள்.

அவள் என்ன சொல்ல வருகிறாள்? இன்றைக்கு அவர்களுக்கு மணமாகவில்லையா என்ன? அவனுக்குரிய அவள், கன்னிப்பெண் இல்லையா? படுக்கையில் அவளது கரங்களை அழுத்தி, தொங்கிய அவளது கால்களை மேலே தூக்கினான். காக்ராவின் சுருக்கு முடிச்சை அவிழ்க்க முயன்றான். ஆடையைக் கீழே இழுக்கையில் பாதியாய்க் கிழிந்தது. 'நாம் கணவனும் மனைவியும், கணவன் மனைவி' என்று சொற்களை உதிர்த்தான். அவளை இணங்க வைக்க முயற்சித்தவன், அவர்களுக்கு மணமாகிவிட்டது என்பதைத் தனக்கும் சொல்லிக்கொண்டான். அவள் மீண்டும் 'நான் வேறொருவருக்கு நிச்சயம் செய்யப்பட்டவள்' என்றாள்.

அவளுக்குள் பலமாக நுழைந்தான். அவள் அழுதாள். இறுக்கமாக, இடம் கொடுக்காமல் இருந்தாள். தனது உறுப்பைக் கைகளால் பிடித்து அவளுக்குள் திணித்து, இயங்கினான். மீண்டும்... மீண்டும்... அவள் அழுதாள். தடையை உடைத்து, அவளுக்குள் நன்றாக நுழைந்திருந்தான். நன்றாக வெளியில் இழுத்து, முழுவதும் உள்ளே செலுத்தினான். தனது இயக்கத்தில் ஒரு தாளத்தை கண்டுகொண்டவன்

போல் அசைந்தான். அழுத்தினான், வெளியில் இழுத்தான். இப்படியாக. அவள் தளர்ந்து படுத்திருந்தாள். வெறித்தனமாக அவன் அசைந்து கொண்டிருந்தான். கீழ் நோக்கிய அந்த இயக்கத்தை ஒரு கணத்தில் தவறவிட்டவன், அவளது தொடையில் மோதினான். பின்னிழுத்து மீண்டும் மோதினான்.

திடீரென்று தனது ஆணுறுப்பைப் பார்த்தவன், பயந்து திகைத்தான். அதிலிருந்து இரத்தம் கொட்டியது; இரத்தம் வேகமாக வெளிப்பட்டது. அவளது சோளி, புடவை, காக்ரா, படுக்கை அனைத்தும் குருதியால் நனைந்து சிவப்பாகிவிட்டது. அவனுடைய ஆண் குறியிலிருந்து தன் பார்வையை அவள் அகற்றவில்லை. அச்சத்துடன் அவளைப் பார்த்தான். கொட்டும் குருதியை எப்படி நிறுத்துவதென்று அவனுக்குத் தெரியவில்லை. புருவம் வியர்த்தது; சோர்ந்து போனான். குருதி கொட்டுவது நிற்கவில்லை. தான் இறக்கப்போகிறோம் என்று நினைத்தான். கைகளால் உறுப்பைப் கீழ்நோக்கிப் பிடித்திருந்தான். ஆனால் குருதியால் நனைந்த கைகளிலிருந்து அது நழுவியபடி இருந்தது. படுத்திருந்தவள், தலைக்குக் கீழிருந்த துப்பட்டாவை உருவினாள். அதனால் அவனுறுப்பை விரைந்து இறுக்கமாகச் சுற்றி மேற்கூரையைப் பார்ப்பதுபோல் நிமிர்த்திப் பிடித்தாள். இரண்டு, மூன்று நிமிடங்களில் குருதி வெளிவருவது குறைந்தது. அவன் உறக்கத்தில் ஆழ்ந்துபோகும்வரை, மென்மையாக, தொடர்ந்து பிடித்துக்கொண்டு அமர்ந்திருந்தாள்.

அத்தியாயம் 4

பழமொழிகளை யார் உண்டாக்குகிறார்கள் அல்லது கண்டுபிடிக்கிறார்கள்? அவை பெரும்பாலும், எது வந்தால் என்ன என்று கவலைப்படாத கசப்பான எதிர்வினைகள். நீதிக்கருத்துகளின் மேல் நீதிக்கருத்துகளாகக் குவிந்து கிடப்பவை. அதிகாரப் பூர்வமாகவோ அல்லது முகத்துதி செய்யும் வகையிலோ காலந்தோறும் ஏதோ ஒரு சந்தர்ப்பத்தில் உதிர்க்கப்படும் இவை விவேகத்தின் சாரமாகக் கருதப்படுகின்றன. அந்தக் குறிப்பிட்ட நிகழ்விற்குப் பிறகு இந்த மூதுரைகள் விழுமியங்களை வெளிப்படுத்தும் பண்புத் தடங்களாக மாறிவிடுகின்றன. போதனைகளும், பிரத்தியட்சமான உண்மைகளும், முதுமொழிகளும், மூதுரைகளும், வெறும் பேச்சு பேசுபவர்களின், முடிவெடுக்கத் தெரியாதவர்களின், தெளிவில்லாதவர்களின், இருவிதமாகவும் எடுத்துக் கொள்பவர்களின் உருவாக்கம். என்னிடம் ஒரு பழமொழியைக் கூறுங்கள். அதற்கு எதிர்மறையாக நான் ஒரு பழமொழி கூறுவேன். பள்ளிக்கூடத்தில் இரண்டாம் வகுப்பில்

இருக்கையில் இரண்டு கதைகளை அடுத்தடுத்துப் படித்தோம். ஒன்றின் தலைப்பு, 'நான்கு பேர் சொன்னால், அது உண்மையாகத்தான் இருக்கும்.' அடுத்து வந்தக் கதையின் தலைப்பு இதற்கு நேர் எதிரானது: 'அனைவர் சொல்வதையும் கேள், ஆனால், உனக்குச் சரியானது என்று தோன்றுவதைச் செய்.' ஒன்று மற்றொன்றை மறுதலிக்கிறதே என்று என் ஆசிரியரிடம் கேட்டேன்.

இப்போது அவர் நரகத்தில் கஷ்டப்படுகிறாரோ அல்லது சொர்க்கத்தில் சுகமாக இருக்கிறாரோ தெரியாது. அன்று அவர் என் தலையை இழுத்து தன் முழந்தாள்களில் முகம் கவிழப் படுக்கவைத்தார். என் தலையும் கால்களும் ஆடிக்கொண்டிருந்தன. பின்பக்கம் முழுமையாகப் பழுத்துப்போகும் வரை பிரம்பால் விளாசித் தள்ளிவிட்டார். 'முட்டாளே' என்று ஆரம்பித்தார். 'இவை ஒன்றுக்கொன்று பதில் சொல்கின்றன.'

நமது மக்களுக்கு நுண்ணறிவும், ஆய்ந்தறியும் திறனும், காற்றின் திசையறியும் கருவியைப் போன்ற உறுதித்தன்மையும் இருந்ததா? கடைசியாக அவர்கள் பார்த்த மனிதன் கூறிய கருத்துகளை வழிமொழிந்தனர். பிரச்சாரம் செய்தனர். பரப்பினர். 'வேற்றுமையில் ஒற்றுமை. ஒற்றுமையில் வேற்றுமை.' இதில் முரண்பாடுகள் எதையும் நான் பார்க்கவில்லை; ஏனெனில், ஒன்றுக்கு எதிராக ஒன்று இருப்பதையும், எதிரெதிர் நிலைகளை நம்புவதையும் பெரிதும் விரும்புகிறோம். ஒன்றும், பலவும் ஒன்றுதான் என்பதையும் நம்புகிறோம்.

இப்படியோ, அப்படியோ, எந்த விதத்திலும் அதனால் என்ன ஆகிவிடப் போகிறது? காலப்போக்கில் நாம் எல்லோரும் இறந்தவர்களாகத்தானே முடியப் போகிறோம்.

இந்த வன்மையான கண்டனம் எப்படி உதவப் போகிறது? நான் ஒரு பழமொழி சொல்லப்போகிறேன்.

வாழ்க்கை, புனைவைவிட புதிரானது.

அன்று என் உணர்வுகள் நன்றாக இருந்தன. எங்கள் ராஜ்யத்தைப் பார்க்கும் ஆசை ஏற்பட்டது. (என் ராஜ்யம் என்று சொல்லத்தான் நினைத்தேன். எனக்கிருக்கும் அன்பின், அதிகாரத்தின், உடைமைத் தன்மையின் அல்லது ஒரு சாதாரண விருப்பத்தின் அடையாளமா இது?) வெற்றிக் கோபுரத்தின் படிகளில் விரைந்து ஏறினேன். அது உண்மையல்ல; படிக்கட்டுகள் குறுகலானவை. போதிய வெளிச்சமும் இல்லை. ஆகவே படிகளைச் சுறுசுறுப்பாக ஏறினேன் என்று சொல்லலாம். நாற்பது கெஜங்கள். செங்குத்தானப் படிக்கட்டுகளை நான்கு நிமிடங்களில் ஏறினேன். இங்கிருந்து பார்க்கும்போது என் கண்களில் தெரியும் மேவாரை

எப்படி விரும்பாமல் இருக்கமுடியும்? காட்சி என் நெஞ்சை அள்ளியது. சில நேரங்களில் கும்பல்கார்க் செல்லும் பாதையும் இங்கிருந்து தெரியும். இரவு முழுவதும் மழை பெய்து, விடியற்காலையில்தான் நின்றிருக்க வேண்டும். வானம் தெளிவாக இருந்தது. மேகங்களுக்குப் பின்னால் கடவுளர்களைப் பார்க்க முடிந்தது. தலைவணங்கி, என் மூதாதை சூரியக் கடவுளின் ஆசிர்வாதத்தை வேண்டினேன். அவனது பெருந்தன்மையான குணத்திற்கு நன்றி சொன்னேன். கோட்டை இருக்குமிடம் மரங்களடர்ந்த நிலப்பகுதி. பறவைகள் ஏவுகணையாய் வெளியில் பாய்ந்து பறந்தன. சக்கரம் போல் சுற்றிய எழுபது கிளிகள் என்னை நோக்கி வந்தன. ஆனால், இறுதிக் கணத்தில், கண்ணுக்குத் தெரியாத மூலையில் திரும்பி, ராணி பத்மினி அரண்மனைக் கைப்பிடிச் சுவரில் இறங்கின.

காளிகா மாதா கோவிலின் பூசாரி மணியை மெல்ல அடித்தார். இந்தக் காலை நேரத்து வானம் போல், படிகம்போல தெளிவான குரலில் சூரிய தோத்திரத்தை உச்சரித்தார். உங்களுக்குத் தெரியுமா? தொடக்கத்தில் இந்தக் காளிகா மாதா கோவில் சூரியக் கடவுளுக்குத்தான் அர்ப்பணிக்கப்பட்டிருந்தது. பூசாரி, சூரிய தேவனின் திறமைகளைப் பாடினார்; அந்தக் கடவுளின் ரதம் பற்றியும், அந்த ஏழு குதிரைகளைப் பற்றியும், அந்த ரதத்தின் சாரதி, மேலுடம்பு இடுப்புடன் முடிவடையும் உடல்கொண்ட அருணன் பற்றியும் பாடினார். பூமியின் மேல்பரப்பில் அந்தக் கடவுள் தினந்தோறும் மேற்கொள்ளும் பயணத்தை வியக்கிறார். அவன் வேகம் ஒளி, அவனது ஊடகம் ஒளி, அவனது செய்தியும் ஒளியே. எனது கைகளை அகல விரித்து, அதற்குள் கொள்ளுமளவு சூரியனின் ஒளிக்கற்றைகளை எனக்குள் வாங்கிக்கொண்டேன்.

சித்தோர் அமைந்திருக்கும் மலையின் இறக்கத்தில் பரந்திருக்கும் அடர்த்தியான வனத்தில் சிங்கங்களும், புலிகளும், மான்களும், காட்டுப்பன்றிகளும் ஓய்வெடுக்கின்றன. அவை நீரருந்த வரும் ஒரு இடம் கண்களில் பட்டது. அற்புதமான கொம்புகள் கொண்ட ஆண் கலைமான் ஒன்று அவசரமின்றி நீரருந்திக் கொண்டிருந்தது; பின்னர் தலையைத் தூக்கிப் பார்த்தது. ஏதோ காலடிச் சப்தம் அதற்குக் கேட்டிருக்கலாம் அல்லது காய்ந்த கிளை கீழே விழுந்திருக்கலாம். மானின் கழுத்துத் தசைகள் இறுகியது தெரிந்தது. அழையாத விருந்தாளி யாராவது இருக்கிறாரா என்று சுற்றிப் பார்த்தது. அனைத்தும் சரியாக இருப்பதுபோல் தோன்றியதும். அது தனது துணையை அழைத்தது. வெட்கத்துடன் வெளிவந்த அதன் துணை, ஆண் மானின் உடலுடன் உரசியது. குட்டையில் நீர் குடிக்கத் தொடங்கியது. எதிர்ப்புறத்தில், கிளைகளில் ஊஞ்சலாடிக் கொண்டிருந்த குரங்குகளின் கூட்டமொன்று கீழிறங்கியது. கூடி நின்று. சப்தம் போட்டும் தமக்குள் சீறிக்கொண்டும் விளையாடின. விரைவில் அமைதியாகி, ஒன்றுக்கொன்று பேன் பார்க்க அமர்ந்துவிட்டன.

ஒரு முழுமையான சுற்றுச் சுழன்று நகரைப் பார்த்தேன். கோட்டைக்குள் இருந்த குடியிருப்புப் பகுதி மெதுவாக விழித்துக் கொள்ளத் தொடங்கியிருந்தது. எப்போதுமே முதலில் எழுபவர்கள் பெண்கள்தான். நீர் சேகரிக்க வெளியில் வரத் தொடங்குவார்கள். மேவார் என்றால் என்ன என்று என்னை யாரேனும் கேட்டால், எனது முதல் பதில், மேவார் என்றால் வண்ணம். வேறு பதில்களும் இருக்கலாம். அவற்றில் மிக முக்கியமானவையும் இருக்கலாம்; எம்மிடமிருந்து பிரித்துப் பார்க்கமுடியாத எதற்கும் அஞ்சாத வீரமும், வல்லமையும் என்பது போன்ற ஒன்றாக இருக்கலாம். ஆனால், இயல்பாக எழும் உடனடி எதிர்வினை அல்ல இது. என் கண்களை மூடினேன். வண்ணங்கள் எனக்குள் பாய்ந்தன. எனக்குள் அவை சறுக்கின, எதையோ புரட்டின, முரட்டுத்தனமாக அள்ளின, அவை தவிர்த்து மற்றவற்றை வெளியில் தள்ளின. மேவாரின் செந்நிறங்களை, மஞ்சள் நிறங்களை, நீல நிறங்களை, பச்சை நிறங்களைப் பார்த்திருக்கிறீர்களா? அவற்றிற்குள் சூரியன் இருக்கிறான்; திறந்திருக்கும் காயத்தின் பச்சைத் தன்மையை உணரமுடியும். அமைதியான வண்ணங்கள் மேம்பட்ட பண்பின் அடையாளங்கள். அவை மகிழ்ச்சி தருகின்றன, அழகாக இருக்கின்றன. மறுக்கவில்லை. ஆனால், மேவாரில் பார்க்க முடிகிற வண்ணச்சாயல்களும் வண்ணங்களின் சேர்க்கைகளும் நமக்கு அளிக்கும் துணிவும் கிளர்ச்சியும் விலாப்புறத்தில் விழும் ஒரு குத்துப் போன்றது. மாறிக்கொண்டேயிருக்கும் வண்ணங்களின் இயக்கத்தை சாதாரண, தினசரி வாழ்க்கை நிகழ்வுகளிலும் என் மக்கள் மீண்டும் மீண்டும் எழுதிக்கொண்டு இருக்கின்றனர். அவர்களிடம் ஊதாரித்தனமும் ஒழுக்கக்குறைவும் இருக்கலாம். எனினும் மிகவும் கட்டுப்பாடுடன், அதைப் பயன்படுத்தும் ஒவ்வொரு முறையும் வண்ணங்களை புதிதாகக் கண்டுபிடிக்கிறார்கள்.

கரித்தூளுடன் கொஞ்சம் ஓபியமும் சேர்த்து தனது ஈறுகளில் தேய்த்துக்கொள்ளும் அந்தப் பெண்மணியைப் பாருங்கள். அவளது அங்கங்களை என்னால் இங்கிருந்து பார்க்க முடியவில்லை; ஆனால், கண்விழித்து எழும் தருணங்களில் நமக்குள் மெதுவாக உடல் முழுவதும் பரவும் அந்த மகிழ்ச்சி, தலைமுறைகளாகப் பின்பற்றப்படும் பழக்கங்களுக்கு அடிமையானதால் கிடைத்திருக்கக்கூடும்.. சிவப்பு கறுப்பு நிற காக்ராவின் மேல் வாழைப்பழத் தோலின் மஞ்சளும், வசந்த கால மாந்துளிரின் ஒளியுமிழும் இளம் பச்சை நிறமும் சேர்ந்த சோளியை அணிந்திருக்கிறாள். கிணற்றடியில் அவளருகில் நிற்கும் இரண்டு தோழிகளும் பளிச்சிடும் நீல நிறத்திலும், மாதுளம் பழ முத்துக்களின் இளம்சிவப்பு நிறத்திலும், கத்தரிக்காயின் ஊதா நிறத்திலும் உடைகள் அணிந்திருக்கிறார்கள். காலையில் முதன் முதலாய் இந்த வண்ணங்கள்தான் உங்களை முகத்தில் அறைந்து எழுப்புகின்றன; லஸ்ஸியெலாம் யாருக்கு வேண்டும்? இடதுபுறம் நிற்பவளின் கடவுள்,

அவள் எஜமானன் எழுந்துவிட்டான்; கத்தரிக்காயின் ஊதா நிறத்தில் ஆடை அணிந்த மனைவி அவன் குளிக்க நீர் சேந்துகிறாள்.

இடது கண்ணின் ஓரத்தில் ஏதோ அசைவுகள் தெரிந்தன. மிகத் தொலைவில், தென் மேற்குத் திசையிலிருந்து மனிதர்கள் சிலர் குதிரைகளில் வேகமாக வந்து கொண்டிருந்தனர். நிழலாக, மங்கலாகத் தெரிந்தாலும் அவர்கள் அந்நியர்கள்தான் என்பதில் சந்தேகமில்லை. அவர்கள் கொடி ஏதும் ஏந்தாமல் வருவதும் எனக்கு வித்தியாசமாக இருந்தது.

கீழே இறங்கிவந்தேன். ஏறத்தாழ முப்பது அந்நியர்கள் வரக்கூடும் என்று கோட்டைக்காவலனிடம் எச்சரித்தேன். சோதனைச் சாவடிக் காவலர்களையும் எச்சரிக்கச் சொன்னேன். வருகை தருபவர்கள் யார், என்ன காரியமாக வந்திருக்கிறார்கள் என்று அறிந்து அலுவலகத்தில் எனக்கு உடனடியாகத் தகவல் தெரிவிக்கச் சொன்னேன். ஆனால், தயக்கமில்லாமல் விரைந்து வரும் அந்தக் குழுவினர் பற்றிய ஏதோ ஒன்று மனதை அரித்தது. எனவே, யார் அவர்கள் என்பதைக் கண்டுபிடிக்கக் குதிரையேறி சோதனைச் சாவடிக்கு விரைந்தேன். காவலர்களில் ஒருவன் தூங்கிக்கொண்டிருந்தான். அவனை எழுப்பி இனிமேல் உனக்கு இங்கு வேலை இல்லை என்றேன். மன்னித்துவிடும்படி கெஞ்சிய அவனிடமிருந்து தள்ளிப்போனேன். குதிரையில் வந்தவர்கள் வெள்ளைக் கொடி பிடித்திருந்தனர். இப்போது கம்பீரி நதிப் பாலத்தைத் தாண்டினர்.

அப்படி இருக்கமுடியாது. முடியுமா? ஆனால், நடந்திருக்கிறது. குஜராத் இளவரசன் பகதூர் கான் நேரிடையாக வந்திருக்கிறான். யாராவது ஒருவன் பிடிபட்டுவிடக்கூடும் என்று நினைத்து விக்கிரமாதித்தன் இரண்டு தூதுவர்களை அனுப்பியிருந்தானோ? அகமதாபாத்திலிருந்து எட்டு அல்லது ஒன்பது மணி நேரத்தில் இளவரசன் எப்படிப் பயணம் செய்து வந்திருக்கமுடியும்? அவனது படை அருகில் எங்கோ மறைந்திருக்கிறதா? என் திகைப்பை மறைத்தேன். அவன் எச்சரிக்கை அடைந்தான்.

'நான் வருவது உங்களுக்கு எப்படித் தெரியும்?'

'செய்தி சேகரிக்க எனக்கும் ஆட்கள் இருக்கிறார்கள்'

மூளையைக் கசக்கிக்கொண்டான். 'நாங்கள் ஒருவரிடமும் கூறவில்லையே.' சகாக்களைச் சந்தேகத்துடன் பார்த்தான். 'இரண்டு வாரங்கள், இரவில் மட்டும் ஓய்வெடுத்துக்கொண்டு, எங்கும் நிற்காமல் பயணித்திருக்கிறோம்'

நான் பதிலேதும் கூறவில்லை.

'மேன்மை தங்கிய மகராஜ் குமார், உங்கள் தந்தை மாட்சிமை தங்கிய ராணா சங்கா சித்தோரில் இல்லாத நேரத்தில், உங்களிடம் அடைக்கலமும் பாதுகாப்பும் கோருகிறேன். உங்களது பாதுகாப்பை வேண்டி நிற்கும் நான் சம்பிரதாயப்படி வாளையும், கேடயத்தையும், என்னையும் உங்களிடம் ஒப்படைக்கிறேன். எனது சகாக்களும் அப்படியே செய்வார்கள்.'

'என்னுடன் அதிதி அரண்மனைக்கு வாருங்கள். குளித்து உடைமாற்றிக் கொள்ளுங்கள், காலை உணவு அருந்துங்கள். இந்த உலகத்தின் அத்தனை நேரமும் நமக்கு இருக்கிறது. பேசுவோம்'

அவன் படை எங்கே ஒளிந்திருந்து தாக்குதல் நடத்தினாலும், நம் கையில் அவனிருக்கும்போது, அவர்கள் ஒருமுறைக்கு இருமுறை யோசிப்பார்கள். அரியணையை அபகரிக்க பகதூர் கானுக்கு விக்கிரமாதித்தன் எழுதியிருக்கிறான்; ஆனால், அடுத்தநாளே பகதூர் கான் அடைக்கலம் தேடி இங்கே புறப்பட்டிருக்கிறான். நடந்திருப்பது போல், இது சாதாரண தற்செயல் நிகழ்வுதான்; வேறொன்றுமில்லை.

அதிதி அரண்மனையில் இளவரசர்களுக்கு என்று இருக்கும் சிறப்பு வசதிகள் கொண்ட அறைகளில் அவனைத் தங்கவைத்தேன். வழக்கமாகப் பணிபுரியும் வேலையாட்களை அனுப்பிவிட்டேன். சிறந்த ஆட்களை ஒற்றர் படையிலிருந்து தேர்ந்தெடுத்தேன். சிறந்த சமையல் காரர்களாக, உதவியாளர்களாக அவர்கள் வேலைசெய்வார்கள். எனது அலுவலகத்திற்குள் புகுந்து கதவைச் சாத்திக்கொண்டேன். என்னால் இதைக் கற்பனை செய்துபார்க்க முடியவில்லை. சரணடைந்திருக்கும் இளவரசன் பகதூர் கான் சித்தோரில் என்ன செய்கிறான்? நாங்கள் அகமது நகரைப் பிடித்ததற்காக, பழிதீர்க்கும் எண்ணத்தில், சித்தோரைத் தரைமட்டமாக்கிவிட்டு மேவார் முழுவதையும் அடிமைப்படுத்துவேன் என்று சபதம் செய்தவன் அவன்.

வேறு வழியில்லை. அவன் தனது முடிவை மாற்றிக்கொள்ள வேண்டியதுதான். பின்னாளில், மேற்குடி மனிதர்களின் கூட்டமும், ராணி கர்மாவதியும், இளவரசன் விக்கிரமாதித்தனும் என்னை விமர்சனம் செய்யக்கூடும். மனவலிமை இல்லாதவன் என்றும் பாம்பை மார்பில் போட்டுக் கொஞ்சியவன் என்றும் தூற்றக்கூடும். இந்த விஷயத்தில் ஏதாவது தெரிவு இருக்கிறதா? ஆம், இருக்கிறது. முகத்தில் அறைந்தது போல் கோட்டைக் கதவைச் சாத்தியிருக்கலாம். இப்போதும், அவனது சகாக்களுடன் சேர்த்து அவனைக் கொன்றுவிடலாம். முதல் யோசனை, இளவரசனை மேலும் விலகிப்போகச் செய்துவிடும்; இரண்டாவது யோசனை அவன் தந்தை முஸாஃபர் ஷாவுக்கு கோபத்தை உண்டாக்கும், நிதானம் இழக்கச் செய்யும்; அவருக்கு எதிராகத் தந்தை நடத்திக்

கொண்டிருக்கும் யுத்தத்தின் முடிவில் பெரும் வேறுபாட்டை அந்தக் கோபம் ஏற்படுத்தக்கூடும். இப்போது, அவன் எங்கள் விருந்தினன், கைதி. முஸாஃபர் கானை இது சங்கடப்படுத்தும். ஒருவேளை விஷயம் எங்களுக்கு எதிராகப் போனால், எங்கள் கையிலிருக்கும் ஒரு துருப்புச் சீட்டு. அத்துடன், எதிர்காலத்தில் ஒருவேளை அவன் குஜராத்தின் அரசனாகலாம்; சபதம் செய்ததுபோல் சித்தோரைக் கைப்பற்றினாலும், அதன் மக்களை இரக்கத்துடன் கொல்லாமல் விடலாம்.

அன்று பகல் முழுவதும், இரவும், மறுநாளும் அவன் தூங்கினான். மாலையில் மங்களை அனுப்பினேன்; அவனை எழுப்பி, இரவு உணவுக்கு வருமாறு அழைக்கச் சொன்னேன். ஏழு மணிக்கு அரண்மனையில் பகதூர் ஆஜரானான். தன்னுடன் சில பரிசுப் பொருட்களையும் கொண்டு வந்திருந்தான். எனக்கு, இஸ்தான்புல்லிருந்து வந்த ஆறு தங்கக் கிண்ணங்கள். என் மனைவிக்கு குஜராத்தின் பச்சைக் கல்லில் அற்புதமாக வடிக்கப்பட்ட கிருஷ்ணன்.

ஒரு மனிதனின் குணத்தை அவன் முகத்தைப் பார்த்து அறிந்து கொள்ள முடியுமா? அநேகமாக அதற்கொரு அறிவியல் இருக்கிறது. புருவங்களின் அடர்த்தி, அவை அமைந்திருக்கும் வாகு, நெற்றியின் அகலம், மூக்கின் வளைவு, உதடுகளின் நிறங்கள், பற்களின் நிறம், காதுகள் அமைந்திருக்கும் இடங்கள், அவற்றின் அளவு இவையனைத்தும் அந்த உடலுக்குள் இருக்கும் ஆணையோ அல்லது பெண்ணையோ சுருக்கமாக வெளிப்படுத்துகின்றன. தொனிப்பதுபோல், கற்பனைக்கு எட்டாத விஷயமல்ல அது. சித்தோரிலேயே மக்கன் லால்ஜி என்பவர் இருக்கிறார். ஒருவரது முகத்தைப் பார்த்தே அவரது எதிர்காலத்தைக் கூறிவிடுவார். அப்புறம் மேர்த்தாவின் சாயா சாஸ்திரி. உங்கள் நிழலின் அளவைப் பார்ப்பார்; அதன்பின், பழைய ஓலைச்சுவடி ஒன்றை எடுத்துப் புரட்டிப்பார்த்து, உங்களது தொழிலையும் கடந்தகாலத்தையும் கூறுவார். அத்தகையத் திறனும் அல்லது கலையறிவும் எனக்குக் கிடையாது. ஆனால், கொஞ்சம் அனுமானிக்க முடியும். நிச்சயமாக, பெரிய அளவிலான, மிகச்சிறந்த, நம்ப முடியாத வியாபாரம் அது. எனினும், ஒரு முகத்தைப் பார்க்கும் ஒருவர், அந்தக் கணத்திலிருந்து ஏறத்தாழ அவருக்குத் தெரியாமலேயே அந்த மனிதனின் தோற்ற விவரங்களை தனக்குள் வரைந்து விடுகிறார்; பலவிதமான கோணங்களின் அச்சில், அவரைப் பொருத்திப் பார்க்கிறார்: விருப்பு-வெறுப்பு, நம்பிக்கை-அவநம்பிகை, மங்கலான-பிரகாசமான, வெளிப்படையான-மறைவான கோணங்களில் பார்க்கிறார். மனிதர்களை நான் சரியாக எடைபோடுகிறேன் என்றால், அதற்குக் காரணம் அவர்கள் மீது நான் அவநம்பிக்கைக் கொள்ளும் அதேநேரத்தில் என் உள்ளுணர்வு சொல்வதை நான் கேட்கிறேன் என்பதே.

பகதூர் கானை எனக்குப் பிடித்திருக்கிறது; ஆனால், அவனை நம்பவில்லை. அவன் உணர்ச்சி வசப்படுபவன், மூர்க்கமானவன். இரண்டாவது, மூன்றாவது யோசனைகளுக்கு இடங்கொடுக்கமாட்டான் என்பதால் அவனை நம்பமுடியாது என்பதல்ல. அதுமட்டுமின்றி, மனமுதிர்ச்சி பெறும் திறன் அவனுக்கு இருக்கிறதா என்றும் தெரியவில்லை. அதனால்தான் தொலைநோக்குப் பார்வையில், அவன் ஆபத்தானவனாக மாறக்கூடும் என்று நினைக்கிறேன். அவன் கெட்டுப்போனவன். சும்மா உட்கார்ந்துகொண்டு, எட்ட முடியாததை அடைய நினைக்கும் தாயின் செயலைப் போன்றது அவன் இலட்சியம். பொறுமையற்றவன். மற்றவருடையதை அபகரிக்க நினைக்கும் பெரும்பான்மை மனிதர்களைப் போல், வாழ்வின் சாரம் குறித்த உணர்ச்சிகள் அற்றவன். பிள்ளைகள், அப்பா ஆவார்கள். பெற்றோர்களுக்கு அவர்கள் கொடுத்த அதே சங்கடத்தைத்தான் அவர்களும் சந்திக்கவேண்டும்.

தடிமனான பாரசீகக் கம்பளம் ஒன்றில் ஒருவரையொருவர் பார்த்தவாறு அமர்ந்திருந்தோம். எங்களது பொது எதிரியான மால்வா சுல்தான், அப்பாவிற்குக் கொடுத்த பரிசு. ஷெஸாதா உணவை ரசித்துச் சாப்பிட்டுக் கொண்டிருந்தான். இதைப் போன்ற விஷயங்களில் எங்களுக்குக் கிடைக்கும் உளவுத் தகவல் எப்போதும் சரியாகத்தான் இருக்கும். அதனடிப்படையில் சமையல்காரர்களிடம் அவனுக்குப் பிடித்த உணவுகளைச் சமைக்கச் சொல்லியிருந்தேன். ஆப்கானத்தின் ட்ங்டி கெபாப், கஜப் கோஷ்ட். அத்துடன் ஷ்ரிகண்ட் என்கிற குஜராத்தி இனிப்பு. மஸ்லீன் துணி கொண்டு நீரை வடிகட்டிய கெட்டித் தயிரில், கொஞ்சம் கொஞ்சமாக சர்க்கரையும் குங்குமப்பூவும் சேர்த்துத் தயாரிப்பது. தயிருக்குள் தோய்ந்து மறையும் வரை சர்க்கரை சேர்ப்பார்கள். கொஞ்ச நேரம் பேசினோம். மனதில் ஏதோ இருக்கிறது. வெளியில் கொட்ட நினைக்கிறான். ஆனால், அவனது நல்ல வளர்ப்பு, சாப்பிட்டு முடியும் வரை, அவ்வாறு செய்வதைத் தடுத்தது.

'இப்படித் திடீரென்று என்னை எது இங்கே கொண்டு வந்து சேர்த்தது என்று வியந்து கொண்டிருப்பீர்கள்.' பான் சுவைக்கத் தொடங்கியதும் பேச்சைத் தொடங்கினான்.

'உங்களைப் போன்ற மதிப்பிற்குரியவர் எங்களது விருந்தினராக இருப்பது அரிதான மகிழ்ச்சிதான்.'

'என் மீது மிகவும் பரிவு காட்டுகிறீர்கள். இந்த உபசரிப்பை நிச்சயம் ஒருநாள் நான் திருப்பிச் செய்வேன். நான் நினைப்பதுபோல் எல்லாம் நடந்தால். மிக விரைவில் அது நடக்கும்.'

‘ஓய்வெடுங்கள், ஆசுவாசப்படுத்திக் கொள்ளுங்கள். விரும்பும்வரை இங்கு நீங்கள் தங்கலாம். சித்தோரை உங்களது இரண்டாவது வீடாக நினைத்துக் கொள்ளுங்கள்’

'மகராஜ் குமார்.' இதைப்போன்ற கண்ணியமாக தாக்குதல் நடத்தும் திறன் அவனிடம் போதுமானது இருந்தது. ‘இந்த நயமான பேச்சுக்கு என்னை மன்னித்துவிடுங்கள். இப்போது நேரிடையாக விஷயத்திற்கு வருகிறேன்’

'தயவுசெய்து சொல்லுங்கள். நண்பர்களுக்கு இடையில் சம்பிரதாயம் எதுவும் தேவையில்லை'

'என் தந்தையின் படை, இடார் ராஜ்யத்தின் அருகில் மேவார் படையுடன் யுத்தம் செய்துகொண்டிருக்கிறது. நீங்கள் எனக்கு இருபதினாயிரம் குதிரை வீரர்களை அளித்தால், எனது ஆதரவாளர்களையும், என் மேல் அனுதாபம் கொண்டிருப்பவர்களையும் சேர்த்துக் கொண்டு தலைநகர் அகமதாபாத்தைக் கைப்பற்றிவிடுவேன். என் தந்தை சுல்தான் முஸாஃபர் ஷாவை அரியணையிலிருந்து இறக்கி விடுவேன். இடாரிலிருந்து குஜராத் படைகளை விலக்கிவிடுவேன். வேகமான நகர்வில் இடார் உங்கள் தந்தையின் ஆட்சிப் பிரதேசமாகிவிடும். குஜராத்தும் மேவாரும் அமைதி ஒப்பந்தம் ஒன்றில் கையெழுத்திடுவோம். உங்கள் நாட்டிற்கு என் மூலமாக ஒரு வாழ்நாள் நண்பன் கிடைப்பான். இதையும் சொல்லிவிடுகிறேன். நீங்கள் அளிக்கும் படையின் சேவைக்கு ஈடாக ஒரு நாளைக்கு ஐம்பதினாயிரம் டங்கா கொடுத்துவிடுவேன்.'

இடார் ராஜ்யம் தட்டில் வைத்து அளிக்கப்படுவது மகத்தானதுதான். எனக்கு நினைவு தெரிந்த நாள் முதலாய் இடாருக்கான யுத்தம் நடந்து கொண்டிருக்கிறது. தொடர்ச்சியாக அழகாக ‘நடந்தால்’ ‘நடந்தால்‘ என்று பகதூர் கூறுகிறான். ஆனால், கணிக்க முடியாத இந்த வெளியில் உழல்வதால் அவனது இலட்சியம் நிறைவேறாது. என்னால் இருபதினாயிரம் குதிரை வீரர்களைத் திரட்டமுடியுமா? அந்த எண்ணிக்கைப் போதுமா? அவனுக்கு அகமதாபாத்தில் போதுமான ஆதரவு இருக்கிறதா? கனிந்து அழுகிய சீதாப் பழம் போல் அகமதாபாத் அவன் கையில் விழுமா? நான் அனுப்பும் படை தோற்கடிக்கப்பட்டால்? பகதூர், போர் உத்திகள் வகுப்பதில் வல்லவனா என்பது குறித்து எனக்கு என்ன புரிதல் இருக்கிறது? இந்தப் படையெடுப்பிற்கு நிதி உதவி செய்வான் என்பது மகிழ்ச்சியளிக்கும் விஷயம்தான். எனினும், அந்தப் பணத்தை அவன் எங்கிருந்து திரட்டுவான்? அதற்கு என்ன பிணை, எப்படி அளிப்பான்? ஆதிநாத்ஜியுடன் எனது வியாபாரம் எனக்குச் சொல்லித் தந்தது இதுதான்; அவருக்கு அரண்மனைகளும் கோட்டைகளும்தான்

தேவை; காற்றில் கட்டப்பட்டவை அல்ல. திடமாக, நிலத்தில் கட்டப்பட்டவை. அப்போதுதான் கடன் கேட்கப்போனால், காதுகொடுப்பார். சின்னதாக ஒரு அழுத்தம் கொடுத்தாலும், அசலோடும் கொஞ்சம் அதிகமான கூட்டு வட்டியோடும் இளவரசனின் தாய் உடனடியாக வந்துவிடுவார் என்ற உறுதியான எண்ணத்தில்தான் விக்கிரமாதித்தனுக்கு அவர் பணம் கொடுத்திருக்கிறார். வாழ்நாள் முழுவதும் சமாதானத்திற்கும் நட்பிற்கும் ஒரு ஒப்பந்தம். மகிழ்ச்சிதான். ஆனால், இந்த தருணத்தில் அது ஒரு எட்டாக் கனியே.

இளவரசன் பகதூருக்கு உதவ வேண்டும் என்று மனதில் எழும் தீவிர உணர்வைத் தணிக்க, எனக்குள் நான் எழுப்பிக்கொண்ட தனித்த ஆட்சேபணைகள் ஒவ்வொன்றும் போதுமானதே. ஆனால், அறிவுபூர்வமான ஆய்வுகளும் தர்க்கங்களும் பிரச்சனையைப் புறக்கணித்தே செல்கின்றன. இளவரசன் பகதூர் குஜராத்தின் அரியணையை வெல்வதற்கு நூறு சதவீதம் சாத்தியம் இருக்கிறது என்றாலும், இரண்டு விஷயங்கள் மாற்ற முடியாதவை: ஒன்று, சட்டப்பூர்வமான அரசனான அவனது தந்தை உயிருடன் இருக்கிறார்; இரண்டாவது, வாரிசுகளின் வரிசையில் பகதூர் இரண்டாவதாகத்தான் இருக்கிறான்.

முகத்தில் உணர்ச்சிகளின் சிறு அசைவையும் நான் காட்டவில்லை; அவன் பிடரியைப் பிடித்துத் தூக்கி, பலமாக இருமுறை அறைய வேண்டும்; மறக்க முடியாத அளவிற்கு சாட்டையால் அடித்து சிறைக் கொட்டடியில் அடைக்கவேண்டும்; பல்லும் பார்வையும் போகும் வரை அவன் அங்கு கிடந்து வாடவேண்டும். சூரிய ஒளியைப் பார்க்கவும், சுத்தமானக் காற்றைச் சுவாசிக்கவும் முழந்தாளிட்டுக் கெஞ்சவேண்டும்; வாரிசுரிமைச் சட்டங்களை மதிக்கிறேன் என்று சத்தியம் செய்யும் வரையில் விடக்கூடாது என்று என் மனதில் எழுந்த கோபத்தை என்னால் அடக்க முடியவில்லை.

அத்தியாயம் 5

என் மன உறுதியைச் சிதறடிக்கும், எனது மனத்தை முடக்கும் வாரிசு உரிமை விஷயங்களையும், ஏனைய தடை செய்யப்பட்ட விஷயங்களையும் பேசுவதை நான் தவிர்த்தேன். ஆனால், மென்மையான இடத்தை இளவரசன் பகதூர் தொட்டுவிட்டான். அதனால், குறைந்த பட்சம் என்னால் முடிந்தது அதைப்பற்றி பேசி ஓரளவிற்கு ஆசுவாசப்படுத்திக் கொள்வது மட்டுமே.

நான் தன்னுணர்வு உள்ள மனிதன். தனித்து இருப்பவர்கள் பெரும்பாலும் இப்படித்தான் இருப்பார்கள். எப்போதும் இல்லாவிட்டாலும் பெரும்பாலான நேரங்களில் என் மனம் எப்படி இயங்குகிறது. நான் என்ன மாதிரியான மனிதன் என்பதும் ஓரளவு தெரியும். நான் பெருவிழைவு கொண்டவன். இன்றைக்கே அரசனாகிவிட வேண்டும் எனுமளவிற்கு பேரவா கொண்டவன். கொள்கைகள் சார்ந்த, ராஜ்ஜியம் சார்ந்த விஷயங்களில் எனக்கு மனவுறுத்தல்கள் இருக்கின்றன. இளவரசன் பகதூர் கான் போன்ற, எங்களது பரம்பரை எதிரிகளில் ஒருவரது மகனை ஆதரிப்பதால், நிச்சயம் அவனுக்குப் பலன் கிடைக்கும் என்றால், என் கொள்கைகளுக்கு எதிரான அந்தச் செயல் என்னை எப்படிப் பாதித்தாலும் மகிழ்ச்சியுடன் அதைச் செய்வேன்.

ஆனால், நான் மேவாரின் புத்திரன்; அழுத்தமாகச் சொன்னால், குஹிலோட் சிஸோடியா வம்சத்தவன். பின்னோக்கிச் சென்றால், ஏழாவது அல்லது எட்டாவது நூற்றாண்டு வரை தடங்களைத் தேடமுடிகிற அளவுக்கு வம்ச நீட்சியைக் கொண்ட ஒரே குடும்ப மரம்; முப்பது அல்லது நாற்பது அரசர்கள் தொடர்ச்சியாக இடைமுறிவு ஏதுமின்றி ஆண்ட வம்சம். பாணர்களும், நாடோடிப் பாடல்களும், கதை சொல்லிகளும்,. நாடோடி இசைப்பாடகர்களும் நிறைந்த நாடு எம்முடையது. என் மூதாதையர்கள், பப்பா ராவல், ராணா ஹமீர், சூண்டா, ராணா கும்பா போன்றோரின் சாகசங்கள் நிரம்பிய வீரஞ்செறிந்தக் கதைகளைச் சொல்வதில் என்றைக்கும் அவர்கள் சளைத்ததில்லை. இந்தக் கதைகளைக் காட்டிலும் நாங்கள் காற்றைக் குறைவாகத்தான் சுவாசிக்கிறோம். இதுபோன்ற குட்டிக்கதைகள் அனைத்தும் எங்கள் வரலாறு. தூங்கும் நேரத்தில் எங்கள் குழந்தைகளுக்குச் சொல்லப்படும் கதைகள் அனைத்தும், முற்காலத்தில் வாழ்ந்த அசாதாரண பேரரசர்களின், பெரும் வீரர்களின் கதைகள். எங்களது ரத்த நாளங்களிலும், நரம்புகளிலும் இவைதான் நிரம்பியிருக்கின்றன. நிகழ்காலம் எங்களுக்கு இல்லை, கடந்தகாலம் மட்டுமே என்று சில நேரங்களில் நான் எண்ணுவதுண்டு.

இந்தக் கதை சொல்லிகள் மிகச் சிறந்த சித்திரத்தைத் தீட்டுகிறார்கள்; மிகுந்த விவேகத்துடன் மோசமான மனிதர்கள் குறித்த வரலாற்றை இவர்கள் அடிக்கடி பேசுவதில்லை; அல்லது அதிக காலமும் பேசுவதில்லை. ஆனால், அது முற்றிலும் உண்மையல்ல. அவர்கள் செய்வதும் மிகவும் ஆபத்தானது. ஒரு அரசன் இறந்து, மற்றொருவர் அரியணை ஏறுவதற்குமுன் சகோதரர்களுக்கு இடையில் நடக்கும் சகோதரக் கொலைகளை, குருதி சிந்திய போராட்டங்களை வென்றவர்களின் சாகசமாகவும் வல்லமையாகவும் நூற்றுக்கணக்கான அல்லது ஆயிரக் கணக்கான பாடல்களில் பதிவு செய்கிறார்கள். ஒவ்வொரு அரசனின் மகுடத்திற்கும் மேல் தொங்கும் மரணத்தின் தலையை அவர்கள் பார்ப்பதில்லை. பரஸ்பரம் அழிவை ஏற்படுத்தும் பைத்தியக் காரத்தனமான குருதி சிந்தும் இத்தகு சண்டைகளால் மேவாருக்கு எவ்வளவு இழப்பு என்பதை எவரும் கணக்கிடுவதில்லை. எங்கள் எதிரிகளின் மிகச்சிறந்த நண்பர்கள் நாங்கள். எங்களுக்கு நாங்கள் ஏற்படுத்திக்கொள்ளும் அழிவைக் காட்டிலும் மேலானதாக மேவாரிடமிருந்து எந்த மாதிரியான குழப்பத்தை, அராஜகத்தை அவர்கள் விரும்பியிருப்பார்கள்? அருகாமை ராஜ்ஜியங்களிலும் இதுபோல் கொடூரமான சண்டைகள் நடக்கின்றன என்று குறுகிய பார்வை கொண்ட முட்டாள்கள் தான் ஆறுதல் அடையமுடியும்.

முதலில் பிறந்தவன் நான் தான்; வாரிசு உரிமை உள்ளவன். மகராஜ் குமார். மூத்த மகனுக்கு வாரிசுரிமை என்பதில் மிகவும் ஆர்வமுடன் இருந்தேன். முக்கியக் காரணம், மணிமகுடமும், அரியணையும், மேவார் ராஜ்ஜியமும் எனக்குக் கிடைக்கும் என்பது. ஆனால், இதைவிட சற்று மேலான விஷயம் இது. எனது தந்தைக்கும் எனக்கும் என்னுடன் பிறந்தவர்களுக்கும் எதிர்காலம் நிச்சயமில்லை. இதை நான் உணர்ந்திருந்தேன். ஏனென்றால், எங்களது தந்தைகளின், சகோதரர்களின் குருதியால் எங்கள் கரங்கள் சிவந்தும், பிசுபிசுத்தும் இருக்கின்றன. அதை என்னால் ஒருபோதும் மறக்கமுடியாது. இதற்காகக் கடந்தகாலத்தில் நீங்கள் நீண்டதூரம் பயணிக்க வேண்டாம். என் கொள்ளுத் தாத்தா மகா ராணா கும்பாவை எடுத்துக்கொள்வோம். மேவார் இதுவரை பார்த்திருக்கும் மாபெரும் அரசர் அவர் என்று சிலர் சொல்கிறார்கள்; பப்பா ராவலைவிடவும், ஹமீரையும் விடவும் மதிப்பு மிக்கவர் என்கிறார்கள். ஆனால், இது ஒரு பயனற்ற ஊகமே.

கும்பா அரியணை ஏறிய அந்தத் தருணம் எப்படிப்பட்டது! அனைத்துக் கோணங்களிலும் ஆபத்து இருக்கிறது அல்லது ஆபத்து வரப்போகிறது என்பதை அவர் உணர்ந்திருந்தார். இப்போதைய எங்கள் எதிரிகளான டில்லியும், குஜராத்தும், மால்வாவும் மேவாரின் எல்லைகளைத் தாக்கிச் சேர்த்துக் கொண்டிருந்தனர். பெரும்பகுதி தசையைத் தின்றுவிட்டார்கள்; இப்போது அதன் குரல்வளையைப் பிடிக்கக்

காத்திருக்கிறார்கள். ஆனால், ராஜபுத்திரர்களான நாங்கள் எப்போதும் வெளியாரைக்கண்டு அஞ்சவேண்டியதில்லை; சொந்தக் குருதியையும், சகோதரர்களையும் உறவினர்களையும் பார்த்துத்தான் அஞ்சுகிறோம். வெளியில் இருக்கும் எதிரிகளைக் காட்டிலும் எம் சக்தியை மிகத் திறமையாக குறைத்துப் பேசுபவர்கள் அவர்கள். சிரோஹியின் ராஜபுத்திர அரசன், பண்டியின் ஹதாஸ், மார்வாரின் ஜோதா ஆகியோர் எதிரிகளிடம் சேர்ந்துகொண்டனர். கும்பாவை விரட்டிக் கொண்டே இருந்தனர். இவர்களுடன் ராணாவின் சகோதரன் கேம் கரணை குறிப்பிடாமல் இருக்க முடியாது.

எப்படியிருந்தாலும், வெவ்வேறு முனைகளில் ஒரேநேரத்தில் குஜராத்துடனும் மால்வாவுடனும் யுத்தம் செய்தவர் என்று நினைவில் இருக்கக் கூடியவர் ராணா கும்பா தான். இருவரில் ஒருவரையும் அவர் அழிக்கவில்லை என்பது உண்மைதான். எனினும் தன்னை வேட்டையாட வந்தவர்களை அவர் தள்ளி நிற்கவைத்தார். முந்தைய அரசர்கள் எவரும் செய்யாத வகையில் மேவாரின் எல்லைகளை விஸ்தரித்தார். சரங்பூர், காக்ரோன், நரனா, ஆஜ்மீர், மாண்டவ்ர், மண்டல்கார்க், காட்டு, ச்சாட்ஸு, அபு, ரண்தம்போர் ஆகிய பிரதேசங்களை மேவாருடன் இணைத்தார். வேறு சில கோட்டைகளும் நகரங்களும் இதில் உண்டு. ஆனால், அவர் இறந்தபின் அவற்றில் பல பலமுறை கைமாறிவிட்டன. அவர் எப்போதும் நகர்ந்துகொண்டே இருந்தார். எப்போதும் முனைப்புடன் இயங்கிக்கொண்டிருந்தார். தொடர்ந்து யுத்தங்களில் இருந்தார். இந்தச் சூழலிலும் முப்பத்திரண்டு கோட்டைகள் கட்ட அவருக்கு நேரம் எங்கிருந்து கிடைத்தது என்பதைக் கற்பனை செய்வது கடினமானது. அந்நியப் படையெடுப்பாளர்களிடம் இருந்து எங்களை இன்றைக்கும் காக்கும் தடுப்பரண்களாக அவை இருக்கின்றன.

கட்டுமானங்கள்மீது அவருக்குப் பேரார்வம் இருந்தது. கோவில்களும் அரண்மனைகளும் வெற்றிக்கோபுரமும் கட்டினார். பிரபஞ்சத்தின் காலம் கடந்து நிற்கும் கட்டிடக்கலையாக புவியியலைக் கருதினார். காலத்தை மனிதன் எதிர்த்து நிற்பதற்கான ஒரேவழி, இறக்காத கட்டிடங்களை விட்டுச்செல்வதுதான் என்று எண்ணினார். அவருக்கு மிகவும் பிடித்தக் கட்டிடக் கலைஞர்கள் ஜைதாவுடனும் மந்தனுடனும் அதிக நேரம் செலவழித்தார். எவனாவது எதிரியால் தன் வாழ்நாள் முடிவுக்கு வரலாம்; ஆனால், சித்தோரின் அடுத்து வரக்கூடிய தலைமுறைகளின் மனத்தில் தனக்கான இடத்தை நகரத்தின் வடிவமைப்பாளர்கள் உறுதிசெய்ய முடியும் என்று நம்பினார். அவரது கட்டிடக்கலைஞர்கள் அவரைக் கைவிடவில்லை. இன்று சித்தோரின் ஊடாக நீங்கள் நடந்து செல்கையில், அந்த நகர் குறித்து ராணா கும்பாவிற்கு இருந்த தொலைநோக்குப் பார்வையில் காலடி வைத்து நடப்பதை நீங்கள் உணர முடியும்.

விவேகமுள்ளவர், விழிப்புணர்வு மிக்கவர். எப்போது வெளியில் தனியாகச் செல்லவேண்டும் என்பதை அறிந்தவர். அவருடைய சாதனைகளையும் வெற்றிகளையும் சற்று மறந்துவிடுங்கள்; ஆனால் அவர்தான் ராஜ்ஜியத்திற்கு ஸ்திரத்தன்மையும் தொடர்ச்சியும் கொடுத்தார். சித்தோர் நகரைப் போன்ற உடல்கட்டு கொண்டவர் என்று சிலர் சொல்வார்கள். அகன்ற மார்பும், உயரமான உடலும் கொண்டவர். ஏறத்தாழ எவராலும் வெல்ல முடியாதவர். பிறந்ததிலிருந்து அவர் நோய்வாய்ப் பட்டதில்லை. முப்பத்தைந்து ஆண்டுகள் அரியணையில் இருந்தார். இன்னுமொரு முப்பது அல்லது முப்பத்தைந்து ஆண்டுகள் நல்ல உடல்நிலையுடன் இருக்கக் கூடியவர். அவரது மகன் இளவரசன் உதாவின் பேராசையும் பொறுமையின்மையும் கைமீறிப்போனது. அவன் தனது தந்தையைக் கொன்றான்.

ஹத்யாரா அடைந்த அரியணை ஆடிக்கொண்டு இருந்தது; அணிந்த மணிமகுடமும் அமைதியைத் தரவில்லை. ஒருவர் அரியணை ஏறுவதற்குமுன் குற்றச் செயல்கள் நடக்கும் என்பது ராஜஸ்தான் அறியாததல்ல. உதாவிற்கு எதிராக வெறுப்பு அலை வீசிக்கொண்டிருந்தது; அவரது குடிமக்களும், நிலப்பிரபுக்களுமே அவரை அச்சுறுத்தினர். இளவரசர்களின், மகாராவ்களின், ராவல்களின் ஆதரவைப் பெறுவதற்காக, கும்பா சேர்த்து வைத்த பகுதிகளை மிக விரைவாக திருப்பி அளிக்கத் தொடங்கினார். மிக விரைவில் மேவார் ஒரு இளவரசன் ஆளும் மூன்றாம் தர ராஜ்ஜியம் போல் ஆனது. தியோரா இளவரசனுக்கு அபுவை திருப்பிக் கொடுத்தார்; இளைஞனும் அனுபவம் இல்லாதவனுமான ஜோத்பூர் அரசனுக்கு நட்பின் பரிசாக சம்பூரையும், ஆஜ்மீரையும் அருகிலுள்ள பிரதேசங்களையும் கொடுத்தார். லஞ்சமாக கொடுக்கப்பட்ட மாகாணங்களை அவர்கள் மகிழ்ச்சியுடன் ஏற்றுக்கொண்டனர்; ஆனால், தன்னைத்தானே அனாதையாக்கிக் கொண்ட அரசனுக்கு அவர்கள் விசுவாசம் காட்டவில்லை, ஆதரவு அளிக்கவில்லை.

இயல்பை மீறிய பேராசையுடனும், இளகிய மனத்துடனும் ஒரே நேரத்தில் நீங்கள் இருக்கமுடியாது. எதிர்ப்புகளை இரும்புக்கரம் கொண்டு உதா அடக்கியிருக்க வேண்டும். தீவிரமான, கொடூரமான நடவடிக்கைகளை அவர் எடுத்தார்; எனினும், அவற்றை இரக்கமின்றி முன்னெடுத்துச் செல்லும் உறுதியான மனோபலம் அவரிடம் இல்லை. இரக்கம் என்பது பிரமையை ஏற்படுத்தும் ஆற்றல் மிக்கது. ராஜ்ஜியத்தின் பல இடங்களிலும் ஆபத்துகளை உணர்ந்தார்; கிளர்ச்சிகள் உருவாகிக் கொண்டிருந்தன. பாதுகாப்பற்ற நிலை இருப்பதை உணர்ந்தார். அதனால், டில்லிக்குச் சென்று பேரரசரைப் பணிந்தார்; தனது நடவடிக்கைகளுக்கும் அதிகாரத்திற்கும் சுல்தானின் ஆதரவைப் பெறுவதற்கு தனது மகளையும் அவருக்கு அளித்தார். இங்கும் அங்கும் இளவரசர்களையும் தேடி

ஓடினார். உதா தனது உயிரை விடுவதற்கு வெறும் ஐந்து ஆண்டுகள் தான் ஆனது.

இந்த இடத்தில் நான் கொஞ்சம் விலகிச்செல்ல வேண்டியுள்ளது. நியாயத்தின் பக்கம் இருப்பதற்கும், துணிவு மற்றும் அசாதாரன வீரத்திற்கும் எவ்விதச் சம்பந்தமும் இல்லை. நியாயத்தின் படைகள் போலவே தீமையின் சக்திகளும் உற்சாகத்துடனும் ஆக்ரோஷத்துடனும் போராடக்கூடும். ராஜபுத்திரர்களாகிய எங்களது வியக்கத்தக்க வீரத்தை அனைவரும் வியந்து பேசுகிறார்கள். வெளிப்படையான ஒரு விஷயம் இங்கு காணப்படவில்லை. என் தந்தையோ, சகோதரர்களோ, என் மூதாதையர்களோ, நானோ அல்லது எனது நாட்டவர்களோ அனைவரும் அச்சமற்றவர்கள், வல்லமை மிக்கவர்கள்; எங்களை விஞ்ச எவரும் இல்லை என்பது சொல்லித் தெரிய வேண்டியதில்லை. இதில் பெருமை இருக்கிறதுதான். ஆனால், வியப்படைய ஏதுமில்லை. தனிநபர் வீரம் இங்கு எல்லோராலும் இயல்பாகவே எடுத்துக் கொள்ளப்படுகிறது. சிறுவயதிலிருந்து இதைப் பார்த்து வருகிறேன். இயல்பாகவே எடுத்துக் கொள்ளப்படுகிறது என்ற சொற்களை நன்கு யோசித்தப் பின்னரே பயன்படுத்துகிறேன். மேவாரில் குழந்தைகளை எவரும் மூளைச் சலவை செய்வதில்லை. அல்லது அவர்களிடம் துணிவின் முக்கியத்துவத்தை வலியுறுத்துவதில்லை. தினசரி வேலைகளில் இதுவும் அடங்கும் என்பது போலத்தான்.

எனக்கு அப்போது பதினான்கு வயதிருக்கலாம். பெரிய மரக் கூண்டு. அதன் ஒரு முனையில் நான் நின்றிருப்பது நினைவிற்கு வருகிறது. கூண்டின் மறுமுனைக் கதவு திறக்கப்பட்டு ஒரு வாரமாக பட்டினிப் போடப்பட்டிருந்த புலி ஒன்று உள்ளே வந்தது. வெறும் கைகளுடன்தான் அதனுடன் சண்டைபோட வேண்டும் என்று யாரும் கூறவில்லை. மார்பில் எஃகு கவசம் அணிந்திருந்தேன்; கரங்களில் பாதுகாப்பிற்கு மெத்தென்ற கனமான உறைகள். கைகளில் வில்லும், அம்பும், கேடயமும் வாளும் வைத்திருந்தேன்.

பசியோடிருக்கும் புலியைப் பார்த்திருக்கிறீர்களா? அளவுக்கு மீறிய சுறுசுறுப்புடனும், மூர்க்கத்துடனும் இருந்த புலி, இலக்கற்று இயங்கியது. நான் அதனுடைய ஒரு வாரத்து மதிய உணவோ, இரவு உணவோ அல்லது அந்தப் புலி உண்ணும் எதுவோ, அது. புலி நேராக என்னை நோக்கிப் பாய்ந்தது. குறிபார்த்து ஒரு அம்பை எய்தேன். ஆனால், கவனம் தவறிய குறி. புலியின் இதயத்தையோ அல்லது மூளையையோ கிழித்துப் புகுந்திருக்க வேண்டும்; ஆனால், தவறிப்போய் அதன் பிட்டத்தில் சென்று தைத்தது. தன்னைத் தாக்கியது எது என்று புலி திரும்பிப் பார்த்தது. அம்பை உதிர்க்க முயன்றது. எனது ஆசான் ராவத் ஜெயசிம்மா பலேச் கையிலிருந்த ஈட்டியை எறிவதற்கு உயர்த்தினார்;

ஆனால், என் தந்தை கையசைவால் அதைத் தடுத்தார். நான் நிம்மதியடைந்தேன். அம்பறாத்தூணியில் இருந்து இரண்டாவது அம்பை எடுத்தேன். வலியாலும், சீற்றத்தாலும், பசியாலும் தூண்டப்பட்ட புலி என்னை நோக்கி வேகமாக வந்தது. மண்டியிட்டு அமர்ந்து முப்பது பாகை கோணத்தில் அம்பை எய்தேன். புலியின் வலது கண்ணில் பாய்ந்த அம்பு மூளைக்குள் புகுந்தது. வலிப்பு வந்ததுபோல் துடித்தது, கால்களை அடித்துக்கொண்டது. எழுவதற்கு முயற்சித்தது. ஆனால், அதன் சீற்றம் மடிந்துவிட்டது. பார்வை மோசமாக பாதிக்கப்பட்டுவிட்டது. இடைவாளை உருவி புலியின் கழுத்தில் செலுத்தினேன். குதித்து வந்த தந்தை அதன் கழுத்தைத் துணிக்க உதவினார்.

'உன் பெயர் கூறுவதைப் போல், இதோ நீ இப்போது உண்மையான சிங்கம்'

என் பெயரிலும், ராஜபுத்திரர்களின் பெயரில் பொதுவாகக் காணப்படும் சிம்மா என்ற பின்னொட்டு, நாங்கள் சிங்கங்கள் என்று குறிப்பிடத்தான் என்பது அந்தக் கணம் வரையிலும் எனக்குத் தெரியாது.

சந்தேகம் கொள்வது, அச்சப்படுவது, பின்வாங்குவது. எங்களால் இவை எதையும் தேர்ந்தெடுக்க முடியாது. எங்கள் மூளையில் இவற்றிற்கான இடங்கள் ஒரேயடியாக மூடப்பட்டுவிட்டன. உண்மையில், அவை தெரிவுகளே இல்லை. எங்கள் வீரத்தில் பாகுபாடு காணமுடியாது; அல்லது விருப்பத் தெரிவு என்பதும் கிடையாது. அந்த வீரம் சிந்தித்துச் செயல்படாதது, கண்மூடித்தனமானது, தளர்வு கொள்ளாதது. ஏனெனில், ஒரு மோதல் என்றால் எங்களால் வேறு வழியில் எதிர்வினையாற்ற முடியாது.

கட்டுக்கடங்காத பேரவாவின் வேதனையான விளக்கமாக உதாவின் கதையைக் கூறலாம். எனினும் அவருக்குப்பின் ஆட்சிக் கட்டில் ஏறிய அவருடைய சகோதரர் ராணா ராய்முல்லின் முதல் மூன்று மகன்களும் இதிலிருந்து பாடம் எதையும் கற்றுக்கொள்ளவும் இல்லை. ராய்முல் இளமையுடன், ஆரோக்கியத்துடன் இருக்கும்போதே யார் அடுத்த வாரிசு என்பதற்கு அவர்களுக்கு இடையில் மோதல் ஏற்பட்டது. பொறுமை காக்காமல் அருவருக்கத்தக்க வகையில் தமக்குள் சண்டையிட்டுக் கொண்டனர்; மேவார் குடும்பத்தின் எதிர்காலத் தலைமுறைகள் அனைத்தையும் அழித்துவிடும் சாபமாக அந்தச் சண்டை அமைந்தது.

எனது தாத்தா ராணா ராய்முல்லுக்கு பதினோரு ராணிகள். அவர்கள் மூலம் பதினான்கு மகன்களும், இரண்டு மகள்களும் பிறந்தனர். மூத்தவன் பிருத்விராஜும், பின்னாளில் சங்கா என்று எல்லோராலும் அறியப்பட்ட மூன்றாவது மகன் சங்கராம் சிம்மாவும் ஜ்ஹாலி இளவரசி

ரதன் கன்வருக்கு பிறந்தவர்கள். மற்றொரு ராணிக்குப் பிறந்தவன் இரண்டாவது மகன் ஜெய்மல். தெளிவற்ற கதாபாத்திரங்களான இந்த இளம் இளவரசர்களுடன் அவர்களது சித்தப்பா சூரஜ்மலும் சேர்ந்துகொண்டான்; வஞ்சகம் நிறைந்த வரங்களைப் பெற்றவன், உணர்ச்சிகளை விசிறிவிடும் திறன் பெற்ற மனிதன்; அவனுக்கு இருந்த பெரும் விழைவுகளில் மேவாரின் அரியாசனம் நிச்சயம் உண்டு. அடுத்த அரசன் யார் என்ற விஷயம் அனைத்திலும் முன்னுரிமைப் பெற்றது; இளவரசர்களின் மனத்திலும் அது இருந்தது. எனினும் மனத்தில் இருப்பதை வெளியில் சொல்ல எவருக்கும் துணிச்சல் வரவில்லை. ஒருநாள் இளவரசர்கள் மத்தியில் சூரஜ்மல் இவ்வாறு பேசினான்: 'வில் வித்தையில் பரிசை வெல்லப் போவது யார்? பேரரசியின் அழகிய பணிப்பெண் சத்யா கன்வரின் மார்பகத்தைப் பற்றி அவளைப் படுக்கையில் வீழ்த்தப் போவது யார்? நாளை நடக்கவிருக்கும் யானைப்போரில் எவருடைய யானை மற்றவரது நம்பிக்கையை சிதைக்கப் போகிறது? கடவுளின் பெயரால் இவற்றின் முடிவுகளை உங்களில் யாராவது கூறமுடியுமா? சங்கராம் அதிர்ச்சியடையாதே. ஒரு கேள்வி, ஒரேயொரு கேள்விதான் இருக்கிறது. நீ விழித்திருக்கும் போதும், கனவுடன் தூங்கும்போதும் உன் கூட்டாளி யார்?'

இளவரசர்கள் வேறு திசையைப் பார்த்துக்கொண்டிருந்தனர்; ஆனால், பிருத்விராஜ் எளிதில் உணர்ச்சி வசப்படக்கூடியவன், நாக்கை அடக்கத் தெரியாதவன், வாளை உறையில் வைத்திருக்கத் தெரியாதவன். சித்தப்பாவைப் பார்த்து அச்சமின்றிக் கேட்டான், 'இந்த கேள்விகள் எதைப் பற்றியது?'

'மிக எளிமையான கேள்வி. உன் தந்தைக்குப்பின் யார் அரசனாவது?'

புனிதமற்ற, பேசக்கூடாத சொற்கள் உதிர்ந்தன; பூமி பிளக்கவில்லை. அவர்களது சித்தப்பனை மின்னல் தாக்கவில்லை; மூன்று இளவரசர்களின் தலைகளும் தரையில் உருளவில்லை, உடலில்தான் இருந்தன.

'உங்களிடம் பதில் ஏதாவது இருக்கிறதா?' பிருத்விராஜ் தொடர்ந்து பேசினான். 'உரிமைப்படி அரியணை என்னுடையது. வேறு யாருடையதும் இல்லை.'

'சட்டப்படி சரிதான். குடும்பத்தில் முதலில் பிறந்த ஆண் நீதான். ஆனால், யாருக்குத் தெரியும், கொள்ளை நோயால் நீ இறந்துபோகலாம்; உன் தந்தை உன்னைத் துரத்தியடிக்கலாம். அல்லது விபத்தில் நீ இறந்து போகலாம். அல்லது உன்னை அளவுக்கதிகமாக, பாரபட்சமின்றி நேசிக்கும்

உனது அன்பான சகோதரர்களில் யாராவது ஒருவன் உன்னைக் கொலை செய்ய ஏற்பாடு செய்வதற்கு சாத்தியம் எப்போதும் இருக்கிறது'

'உங்களிடம் ஏதாவது பதில் இருக்கிறதா என்றுதான் கேட்டேன். விபத்துகள், நோய் என்று பிதற்றலை அல்ல'

'இது மோசமான அவமானம். இல்லையா? காலத்திற்கு மட்டுமே அனைத்தும் தெரியும். அவனும் நேரம் கனியும் வரை தனது ரகசியத்தை வெளியில் சொல்லமாட்டான்.'

அந்த இளவரசர்கள் சித்தப்பாவை அருவருப்புடன் பார்த்தனர். அவன் நாரத முனிதான்; வேறொன்றுமில்லை. பெயர் வைக்க முடியாதவனுக்குப் பெயர் வைத்தான்; சொல்லக்கூடாததைச் சொன்னான். உங்கள் ஆர்வத்தைத் தூண்டிவிட்டு, உங்களைப் பதைபதைப்புடன் இருக்க வைத்தான்.

'என்ன ஒரு மதிப்பான சொற்கள். ஆட்சிக்கலையின் சாரமே இந்தச் சொற்கள்தான். சித்தப்பா, உங்களது தத்துவார்த்த போதனைகளை எங்களிடம் சொல்லவேண்டாம்'. ஜெய்மல் தளர்ந்து போய் பேசினான்.

மூன்று பேரும் அந்த இடத்தைவிட்டுப் புறப்பட எழுந்தனர்.

'இருக்கிறது. இதற்கு வேறொரு வழியும் இருக்கிறது' சித்தப்பாவின் சொற்கள் மென்மையாக, மெதுவாக உதிர்ந்தன.

'அதை உங்களிடமே வைத்துக்கொள்ளுங்கள், அதுதான் உங்களுக்கு நல்லது' என்றான் பிருத்விராஜ். 'உங்களது சிறுபிள்ளைத்தனமான விளையாட்டுகளில் எனக்கு ஆர்வம் இல்லை'

'அப்படியா? நல்லது. ஜெய்மலையும், சங்ராமையும் அழைத்துக் கொண்டு நகர் மக்ராவில் இருக்கும் சரணி தேவி கோவில் பூசாரிணியைப் பார்க்கப் போகிறேன்'

இந்தத் துணிச்சலான சிந்தனை மூச்சடைக்க வைத்தது. இல்லை, சற்று அதிகம். அதிர்ச்சியூட்டும் சிந்தனை; நாளங்களில் ஓடும் குருதியை உரையச் செய்யும். அடிவயிற்றுத் தசையை இறுக்கும். நாவைக் கட்டிப்போடும். ஒன்றும் சொல்ல முடியவில்லை. இளவரசர்களின் இதயத்தில் திகில் மூண்டது; ஏனெனில் சரணி தேவியை நீங்கள் எளிதாக, சாதாரணமாக எடுத்துக்கொள்ள முடியாது. புலி மலை என்று அழைக்கப்படும் நகர் மக்ராவிற்கு அவர்கள் புறப்பட்டனர், தைரியசாலியான பிருத்விராஜ் வீட்டிற்குத் திரும்ப குதிரையேறலாம் என்றுதான் நினைத்தான். ஆனால், மற்றவர்கள் இடையில் புகுந்து விடுவார்களோ என்று அவன் அச்சப்பட்டான். மனிதர்களுக்கு நேரும்

அபாயம் இருக்கட்டும். எதிர்காலம் பற்றிய கேள்வியும் அவர்களைப் போகவைத்தது.

தேவியைப் பற்றி பல தொன்மையான கதைகள் உண்டு. நான் சிறுவனாக இருக்கையில் கௌசல்யா எனக்குச் சொல்லியது அதில் ஒன்று.

காலதேவன், தான்தான் உயர்ந்தவன் என்ற அதீத உணர்வின் அறிகுறிகளால் சிரமப்பட்டான். நிகழ்ந்தவை அனைத்தும் நிகழ்ந்த பெருவெளியின் சட்டகமும் எல்லைகளும் அவன்தானே. பேய்கள், கடவுளர்கள், விண்வெளி, பிரபஞ்சம் ஆகியவை காலவரையறைக்கு உட்பட்டவை. காலத்தின் வரம்புகளுக்கு அப்பால் ஒன்றும் இருந்திருக்கவில்லை. ஏதுமற்ற நிலையும், அங்கே இருக்கவில்லை. ஆகவே, காரணமும் விளைவும், தொடக்கமும் முடிவும், தோற்றுவித்தவனும் தோற்றுவிக்கப்பட்டவனும் தானே என்று காலதேவன் கருதிக்கொண்டதில் சிறிதும் வியப்பில்லை. பேராற்றல் கொண்டவன் என்ற மாயை அவனிடம் இருந்தது. அத்துடன், அவன் அப்படிப்பட்டவன் என்று தன்னை எண்ணிக்கொண்டான்: அனைத்து ஆற்றலும் பெற்றவன், எல்லாம் அறிந்தவன், எங்கும் நிறைந்தவன்.

பிரம்மன், விஷ்ணு, சிவன் ஆகியோர் பல நெருக்கடிகளைச் சந்தித்துள்ளனர். தோல்வியின், அழிவின் விளிம்பில் அவர்கள் அவ்வப்போது இருந்துள்ளனர்; பின்னர் இறுதி நிமிடத்தில் கற்பனை, கபடம், தந்திரம் என்று ஏதாவதொன்றின் மூலமாகவோ, அதிகாரத்தைச் சாதுர்யமாகப் பயன்படுத்தியோ பெருங்குழப்பத்தில் இருந்து மீண்டு விடுவார்கள்; அப்போதைக்கு வெற்றி பெறுவார்கள். ஆனால், அந்தச் சமயத்தில் காலதேவன் அவர்கள் பக்கம் இருந்தான். ஆனால், இப்போது விஷயங்கள் வேறுமாதிரி. நம்பிக்கையையும் இணக்கத்தையும் வெளிப்படுத்தும் விதமாகக் காலதேவனிடம் அவர்கள் தூதர்களை அனுப்பினர்; போராலோசனைக் கூட்டங்களை நடத்தினர்; சதித்திட்டங்கள் தீட்டினர், சதி செய்தனர்; ஏதோ ஒருவழியில் அல்லது இரண்டு, மூன்று, ஏன் நான்கு வழிகளில் அவனை ஏமாற்ற முயன்றனர். லஞ்சம், காட்டிக்கொடுத்தல், துரோகங்கள் ஆகியன அடங்கிய ஏராளமான ஏமாற்று வழிகளும் செப்பிடி வித்தைகளும் அவர்களிடம் இருந்தன. தூண்டிலில் காலதேவன் மாட்டியுமிருப்பான். ஆனால், அதிலிருந்து அவன் தப்பிக்கவும் முடியும். அவர்கள் அவனை வசீகரிக்க வேண்டும். பாலுணர்வைத் தூண்டும் கனவுகளை காணவைத்தனர். அவனுக்கு உணர்வுகள் எழுச்சியுற்றபோது அப்ஸரஸ்களையும் மோகினி உருவத்தில் விஷ்ணுவையும் அனுப்பினர்.

ஆனால், பயனேதுமில்லை. அனைத்து விதமான துன்பங்கள் மற்றும் பேரிடர்களில் இருந்து தப்பிப் பிழைத்த கடவுள்களுக்கு இப்போது உண்மையின் தருணம் நெருங்கியது. காலதேவன் மூன்று உலகங்களையும் விழுங்கவிருந்த நேரத்தில், சரணிதேவி வேகமாக வந்தாள். இங்கும் அங்கும், மேலும் கீழும், முன்பாகவும் சற்றுத் தள்ளியும், அடுத்ததாகவும், அருகிலும் இருந்த காலத்தின் பல லட்சம் இழைகளை ஒன்றாக இணைத்தாள்; இடது புறமோ வலது புறமோ அவள் பார்க்கவில்லை, அவளது கரங்கள் நீண்டன, குறுகின. முடிச்சிடப்படாத முனைகளையும் அறுபடாத இழைகளையும் விரல்களில் எடுத்தாள். வரலாற்றுக்கு முந்தைய முடிவற்ற நீட்சிகளையும், வரலாறாக ஆக வேண்டியவற்றையும் இணைத்தாள்; அவற்றோடு உடன் நிகழ்வான தற்கணத்தையும், அதாவது விண்வெளியின் அனைத்துப் புள்ளிகளாலும் பெருக்கினால் கிடைக்கும் நொடியையும் சேர்த்தாள். விரல்களின் நுனியில் அவள் பசையை வைத்திருந்திருக்க வேண்டும்; ஏனெனில், துண்டிக்கப்பட்டிருக்கும் ஒழுங்கற்ற துண்டு இழைகளோ அல்லது இழைகளின் மூலப்பொருளோ அவளிடமிருந்து தப்பிக்க முடியவில்லை; அவசர அவசரமாக அவற்றை ஒன்று திரட்டி உருண்டையாக்கினாள். தொடக்கமோ, நடுப்பகுதியோ, முடிவோ, ஒழுங்கோ அதற்குக் கிடையாது. அச்சமூட்டும் பிரபஞ்சத்தின் அளவிற்கு பேருருக் கொண்ட பந்தாக்கினாள். பின்னர், வாயைப் பெரிதாகத் திறந்து பெரும் பந்தை ஒரே கவளமாக விழுங்கினாள்.

ஆனால், இந்த மாபெரும் வெற்றியால் கடவுள்கள் மகிழவில்லை, உற்சாகமடையவில்லை; ஒரு பேரிடரை சூழ்ச்சியால் வென்ற அவர்கள் மற்றொரு பெரும் ஆபத்தில் மாட்டிக்கொண்டதை உணர்ந்தனர். முந்தையதைக் காட்டிலும் இது மேலும் அழிவை ஏற்படுத்தும் என்று உணர்ந்தனர். காலதேவன் இறப்பை நிறுத்திவிட்டான். அதுபோல் மற்ற அனைத்தையும். ஏனென்றால், கடந்த காலம், நிகழ்காலம், வருங்காலம் என்ற அதன் மூன்று மிகக் கூர்மையான நெகிழ்வான பிரிவுகளுடன், காலம் என்ற அச்சில்தான் வாழ்க்கை நிகழ்கிறது என்பதை அனைவரும் அறிவோம். சரணி தேவியின் வயிற்றில் காலதேவன் திகைத்துக் குழம்பி உட்கார்ந்திருக்கையில் வாழ்வு என்பது இல்லாததாகிவிடும்.

ஆகவே, கடவுள்கள் மீண்டும் ஒன்றுகூடிப் பேசினர். என்ன செய்யலாம்? சரணி தேவியின் ஒப்புதலுடன் அவள் வயிற்றைக் கிழித்து காலதேவனை வெளியில் கொண்டுவரலாம். ஆனால், அப்படிச் செய்தால், அவர்கள் மீண்டும் தொடங்கிய இடத்திற்கே வந்துவிடுவார்கள். தானின்றி இந்தக் கடவுள்களால் ஒன்றும் செய்ய முடியாது என்று காலதேவனுக்குத் தெரிந்துபோவது மோசமான விஷயம். இதற்கு நினைத்துப்பார்க்க

முடியாத வேறொரு தீர்வு இருக்கிறது. யாருக்கும், ஏன் பிரம்மனுக்கும், சரணி தேவியை நெருங்கும் தைரியம் கிடையாது. எவராலும் முடியாத ஒரு காரியத்தை அவள் இப்போதுதான் செய்து முடித்திருக்கிறாள்; இந்தப் பிரபஞ்சத்தைக் காப்பாற்றிய பெரும் சேவையைச் செய்திருக்கிறாள். இப்போது அதைவிட சாத்தியமற்ற ஒன்றை, என்றைக்கும் அவள் தனது உறக்கத்தை இழக்கப்போகிற, என்றைக்கும், எப்போதுமே முடிவுறாத, உலகத்தில் தனியாக இருந்து செய்யவேண்டிய காரியத்தை அவள் செய்யவேண்டும் என்று எதிர்பார்க்கிறார்கள். அவளை நெருங்கிக் கேட்க யாரும் முன் வரவில்லை. சிவன் அந்தச் சவாலை ஏற்றுக்கொண்டார். வானுலகத்தில் இருக்கும் தேவியின் இருப்பிடத்திற்குச் சென்றார். வயிற்றில் கருவைச் சுமந்திருக்கும் பெண்ணைக் காட்டிலும் அவள் வயிறு பெரிதாக இருந்தது; வயிற்றில் காலதேவன் இருந்தான்.

சிவன் அவளிடம், 'நான் எதற்கு வந்திருக்கிறேன் என்பது உனக்குத் தெரியுமல்லவா?' எனக் கேட்டார்.

அகண்ட, பெரிய, தெளிவான விழிகளால் தேவி சிவனைப் பார்த்தாள். எப்போதும் சுறுசுறுப்புடனும், அதிகம் ஓய்வில்லாமல் இருக்கும் இறைவிகளில் ஒருத்தி அவள். தனது விதியை அறிந்துகொண்டாள்; அவள் முகம் விநோதமாக மாறியது. அதனால் அவள் முகத்தில் ஏற்பட்ட அமைதியும், உணர்ச்சியற்ற தன்மையும் சிவனின் இதயத்தை வதைத்தது. சிவன் அவள் கைகளைத் தன் கைகளில் மென்மையாக ஏந்திக்கொண்டார். அவற்றை விடவே போவதில்லை என்பதுபோல் அந்தக் கைகளை அவள் இறுகப் பற்றினாள்.

நீண்ட நேரத்திற்குப் பிறகு அவள் கேட்டாள். 'காலம் என்ற நீண்ட இழையை நான் விடுவிக்க வேண்டும் என்று விரும்புகிறீர்களா? நிகழ்காலம் உங்களுக்குத் திரும்பவேண்டுமா?'

'நீ அதை செய்வாயா?' சிவன் அவளிடம் கேட்டார். அவள் ஒருபோதும் பதிலளிக்கமாட்டாள் என்பது போலிருந்தது அது.

'ஒரு நீண்ட, தன்னந்தனியான, இதயமற்றக் கண்விழிப்பாக இருக்கப் போகிறது' என்றாள் அவள்.

'நீண்ட, தன்னந்தனியான...? ஆம்...' சிவன் அவளிடம் கூறினார். 'ஆனால், இதயமற்றதாக இருக்காது. எப்போதும் நம்மை யாராலும் பிரிக்கமுடியாது. நீ என்னை நினைக்கும் அடுத்தக் கணம் எங்கிருந்தாலும் உன்னிடம் வந்துவிடுவேன்.'

எந்நேரமும் நிலைத்திருப்பதுபோல், சிவன் அவளை ஆரத் தழுவினார். லிங்கமும் யோனியும் இணைந்திருக்கும் குறியீடு இதுதான், காலவரம்பற்ற சேர்க்கை. இவ்வாறாகத்தான் கோவிலில் சரணி தேவி

அமர்ந்திருக்கிறாள். நுட்பமாக, மிக நுட்பமாக அந்த இழைப்புழுவின் துளியை, ஆகச் சிறிய துளியை தனது வாயிலிருந்து வெளியில் வர அனுமதிக்கிறாள். அவள் தனது வாயை எப்போதும் மூடமுடியாது. அப்படி அவள் செய்தால், மனித இனம் முழுமையும், தீய சக்திகள் அனைத்தும், இறை சக்திகள் அனைத்தும், அவை இருக்கும் இப்போதைய நிலையிலேயே என்றும் உறைந்து போய்விடும்.

* * *

இல்லை. தேவியின் அதிருப்தியை சம்பாதித்துக் கொள்வது நிச்சயம் நல்லதில்லை.

தேவிக்கு ஒரு உதவியாளர் இருக்கிறாள். அவளுடைய தேவைகளை அவள் கவனித்துக்கொள்வாள். பூசாரிணி. தேவி நீராட விரும்பும்போது குளிக்க உதவி செய்வாள்; உடைகள் மாற்றிக் கொள்ளவும் அல்லது கண்களுக்குக் குளிர்ச்சியூட்ட அஞ்சனம் தீட்டிக் கொள்ளவும் உதவி செய்வாள். அவள் தேவிக்கு நெருக்கமானவள், மிக அருகில் இருப்பவள். அதனால், திறந்திருக்கும் தேவியின் வாய்க்குள் அவளால் பார்க்க இயலும்; அவளுடைய அடிநாக்கு எங்கிருக்கிறது என்பதைப் பார்க்கமுடியும். எதிர்காலத்திற்குள்ளும் பார்க்கமுடியும். தேவியின் வாய் உணவுக்குழாயாக மாறும்வரையிலும் பூசாரிணியால் பார்க்கமுடியும். இவ்வாறுதான் அந்தப் பூசாரிணி, தெய்வ வாக்கு கூறும், வருங்காலத்தை உரைக்கும் சக்தியைப் பெறுகிறாள்.

தரைக்கு அடியிலிருந்த இருண்ட, குளிர்ச்சியான தேவியின் ஆலயத்திற்குள் பிருத்விராஜும் ஜெய்மலும் முதலில் நுழைந்தனர். சுற்றுப்புறத்தை ஓரளவுக்கு பார்க்க முடிந்ததும், கீழே போடப்பட்டிருந்த கோரைப்பாயொன்றில் அமர்ந்தனர். அவர்களைப் பின் தொடர்ந்த சங்கா, இருட்டில் தடுமாறினான். தேவிக்கு அபச்சாரம் ஏற்படுத்த அவன் விரும்பவில்லை. உள்ளே நுழைந்து நின்ற இடத்திலேயே அமர்ந்தான். சூரஜ்மல் அவனைத் தொடர்ந்து உள்ளே வந்தான். தெளிவாகப் பார்க்க முடிகிறவரைக் காத்திருந்தான். பின்னர் சுற்றிலும் ஒருமுறைப் பார்த்தான். பிருத்விராஜ் திரைக்குப்பின் நின்றிருந்த பூசாரிணியைப் பார்த்தான். பூசாரிணி மரம் போல் அசையாமல் நின்றிருந்தாள். அவளது விழிகள் மூடியிருந்தன. ஆனால், அவர்களைப் பார்த்துக் கொண்டிருக்கிறாள் என்பது அவனுக்குப் புரிந்தது. இப்போது இல்லையென்றால் எப்போதுமில்லை என்று தனக்குள் சொல்லிக் கொண்டான். சங்கராமுக்கு அருகில் அமர்வதற்கு சூரஜ்மல் முடிவு செய்தான். அவன் முழங்காலை மடித்து அமர்வதற்குள் பிருத்விராஜ் பேசினான்.

'பூசாரிணியே, எங்களில் யார் மேவாரின் அடுத்த ராஜா என்று அறிந்துகொள்ள வந்திருக்கிறோம்'

பிருத்விராஜிடமிருந்து அந்தக் கேள்வி வேகமாக வெளிவந்தது. அவன் சுபாவம் அப்படி. தேவியை வணங்காமல், தீர்க்கதரிசியை வணங்காமல் அவளுக்கு மரியாதை செய்யாமல் இயல்பாக எழுந்த கேள்வி. அச்சத்தை ஏற்படுத்திய வினா, வில்லிலிருந்து புறப்பட்ட அம்புபோல் பாய்ந்தது. பின்வாங்கும் வேலையே இல்லை.

ஒரு முழங்கால் தரையிலும் மற்றொன்று மடங்கிய நிலையில், உட்காரப்போன சூரஜ்மல் குறிசொல்பவளின் பதிலுக்காகக் காத்திருந்தான். சுற்றிலும் கவனமாகப் பார்த்தோம், இந்தப் பூசாரிணியை எப்படிக் கவனிக்காமல் விட்டோம் என்று தன்னைக் கேட்டுக்கொண்டான். அவளுக்கு இது வேடிக்கையா? அவள் உதடுகளில் கேலியான, வஞ்சகச் சிரிப்பு லேசாக வெளிப்பட்டதா? அனைவரையும் பார்த்த அவளது கண்கள், சங்கராம் சிம்மாவிடம் நிலைத்தன.

'சங்கராமால் இருளில் சரியாகப் பார்க்கமுடியவில்லை. முடிந்த இடத்தில் அவன் உட்கார்ந்தான். தேவியின் புலித்தோலில் உட்காருகிறோம் என்பது தெரியாமலேயே அதில் உட்கார்ந்தான்' செவியில் விழாததுபோல் பூசாரிணியில் குரல் இருந்தது.

சங்கராம் குனிந்து பார்த்தான். ஆம், உண்மையில் அவன் புலித்தோலில்தான் அமர்ந்திருக்கிறான். அவளது ஆசனத்தில் அமர்ந்து தேவிக்கு அபச்சாரத்தை ஏற்படுத்திவிட்டானோ? அவன்மேல் அவள் கோபம் கொள்வாளோ? என்ன மாதிரி தண்டனை அளிப்பாள்? அவள் பிரபஞ்சத்தை காப்பாற்றிய நாளிலிருந்து எல்லோருக்கும் அச்சத்தை ஏற்படுத்தி வருகிறாள் என்பது அனைவருக்கும் தெரியும். அவளது சாபத்திற்கு ஆளான எதையும் மரணத்தைக் காட்டிலும் மோசமான நிலைக்கு ஆட்படுத்திவிடுவாள். விரைந்து எழுந்தான். ஆனால், நேரம் கடந்துவிட்டதை உணர்ந்து, மீண்டும் அமர்ந்தான்.

'விதியின் விளையாட்டு வேடிக்கையானது' பூசாரிணியின் கண்கள் இப்போதும் மூடித்தான் இருந்தன. 'அடுத்த அரசனாக அவனை அது தேர்ந்தெடுத்துவிட்டது'

யாரைப்பற்றி அவள் பேசுகிறாள்? குருட்டாம்போக்கில் காரியமாற்றுகிறாள்; வருவதை உரைக்கக் கூடிய அவள் விதியின் விநோதமான வழிகளைப் பேசும்போது, தேவையின்றி குழப்புகிறாள். நிச்சயம் அவள் தவறு செய்கிறாள் என்று பிருத்விராஜ் நினைத்தான். அவன் இதை அனுமதிக்கப் போவதில்லை. அவள், தனது கண்களைத் திறந்து மூன்று பேரையும் நன்கு பார்த்தப் பின்னர்தான் எதிர்காலம் குறித்து அவள் சொல்லவேண்டும்; எப்படியும் வாரிசுகளின் வரிசையில் சூரஜ்மல் இல்லை. இளவரசர்களுடன் சாதாரணமாகத் துணைக்கு வந்தவன் அவன்.

'சித்தப்பாவைப் பொறுத்தவரை...' பிருத்விராஜின் எண்ண ஓட்டத்தை அவள் இடைமறித்தாள். 'இருட்டில் தடுமாறினாலும் அவன் கீழே விழவில்லை. விவேகம் நிறைந்தவனாகக் காத்திருந்தான். பாய்வதற்குமுன் பார்த்தான். யோசனை செய்து சங்கராமுக்கு அடுத்து அமர்ந்தான். ஆனால், ஒரு காலை மடக்கி அமரும் அளவிற்குத்தான் புலித்தோல் ஆசனத்தில் சங்கராம் அவனுக்கு இடம் கொடுத்தான். சூரஜ்மல், அரியணை உனக்கு எட்டும் தூரத்தில்தான். நீ முயற்சி செய்யலாம். ஆனால், உன் பிடி எப்போதுமே நிலையற்றதுதான். ஓ... சூரஜ்மல்! உனது ஆசையைப் போல் உனது விதியும் வளமாக இருந்தால் மட்டுமே அது சாத்தியம்'

'என்னைப் பற்றி என்ன சொல்லப்போகிறாய்?' பிருத்விராஜ் வாளை உருவினான். 'கிழவியே, என்னைப்பற்றி என்ன சொல்கிறாய்?' அவன் கண்களில் கோபமும் ஏமாற்றமும் நிறைந்திருந்தது. அவளைப் போலவே அவனும் குருடனாய் இருக்கவேண்டும். 'உனது மோசமான வாக்கை மாற்ற வைக்கிறேன்'. வாளை அவன் வீசும்போதே அவன் அறிவு பாதி குலைந்துவிட்டது. ஆனால், குறிசொல்பவள் அந்த இடத்தில் இல்லை. திரை படபடத்தது. ஆனால், பிருத்விராஜால் அதைக் கிழிக்க முடியவில்லை. 'நீ சொன்னது தவறென்று நிரூபிக்கிறேன். அரசனாகப் பிறந்தவன் நான். என் அரியணையை யாரும் எடுத்துக்கொள்ள முடியாது. அதுவும் என் தம்பியான இந்தப் பன்றியால் முடியாது'. வாள் வேகமாக கீழிறங்கியது. சங்கராம், விரைந்து தன் தலையை நகர்த்திக் கொண்டான். உயிரற்ற அவனது இடதுவிழி வாளின்மேல் ஒட்டிக்கொண்டிருந்தது. சங்கராமின் கண் குழியிலிருந்து விடுதலை பெற்ற மென்மையான அந்த வெள்ளை விழியின் மேலிருந்த கறுமை நிறக் கரு, ஆர்வமின்றி அந்தக் காட்சியைப் பார்த்தது. பிருத்விராஜ் மீண்டும் வாளை கீழிறக்கினான். ஆனால், சூரஜ்மல்லின் வாள் அதை இடைமறித்தது. சங்கராமின் தலையில் ஏற்பட்டிருந்த வெட்டுக்காயத்திலிருந்து குருதி கொட்டியது. பிருத்விராஜின் வாள், அவன் வலது தோளில் மீண்டும் இறங்கியது. மங்கிய பார்வையுடன் குகையிலிருந்து வெளியில் ஓடிய அவனது விலா எலும்புகளின் கீழ்ப்புறம் வாளின் வீச்சு விழுந்தது.

சூரஜ்மல்லும் பிருத்விராஜும் சளைக்காமல் சண்டை செய்தனர். யாராவது ஒருவர் சாகிறவரையில் நிறுத்தமாட்டார்கள் போல் தோன்றியது. இப்போது அவர்கள் போடும் சண்டைக்கு ஏதாவது காரணம் உண்டா? காலம் நிரூபிக்கப் போவதுபோல், இது அவர்களிடையே நடக்கும் முதல் மோதல். ஒரு போதையாக, ஆட்டிப்படைக்கும் உணர்வாக மாறிப்போனது. குறைந்தபட்சம் பிற்காலத்தில் சில பொய் சாக்குகள் இருந்தன: நிலம், ராஜ்ஜியங்கள், சிறிய மற்றும் பெரிய பிரதேசம் சார்ந்த கட்டாயங்கள். ஆனால், வெளியில் சொல்லப்படாத அந்த உண்மை மிகவும் எளியது.

அதை அவர்கள் மகிழ்வுடன் அனுபவித்தார்கள். ஒருவரையொருவர் வெட்டிக் கொலைசெய்வதுதான் அதன் இலட்சியமாகவும் ஆனது. அவர்களது வாழ்க்கைக்கு ஒரு நோக்கத்தைத் தந்தது. அவர்கள் எப்போதும் ஒருவரையொருவர் கொலை செய்ய முடியவில்லை என்ற விஷயம் ஆர்வம் தருவது. எல்லாவற்றிற்கும் மேலாக ஒருவேளை அது மிகவும் விசித்திரமானதும் இல்லை. ஏனெனில், ஒருவர் விழுந்துவிட்டால், அதன் பின் மற்றவர் என்ன செய்திருக்க முடியும்?

'சித்தப்பாவுடன் நீ சண்டை போடும்போது அந்தத் துரோகி தப்பிவிட்டான்' என்று ஜெய்மல் பிருத்விராஜிடம் கூறினான்.

பிருத்விராஜ் சுயநினைவுக்கு வந்தான். கொஞ்சம் ஆசுவாசப்படுத்திக் கொள்ள முடிந்ததில் சூரஜ்மல்லுக்கு மகிழ்ச்சி. தம்பி தப்பியோடிய திசையை கிராமத்தினரிடம் ஜெய்மல் விசாரித்தான். அவர்கள் சதுர்புஜா இருந்த திசையைக் கைகாட்டினர். புரவிகளில் ஏறிய பிருத்விராஜும் ஜெய்மல்லும் சங்கராமைத் தேடிப் பறந்தனர்.

* * *

ரதோர் பிடா ஜெய்த்மலோட் மற்றும் அவனது இரு மகன்களும், சேவாந்திரி கிராமத்தில் இருந்த ரூப் நாராயணன் ஆலயத்திற்கு தரிசனம் செய்ய வந்திருந்தனர். வழிபாட்டை முடித்துவிட்டு, இறைவனுக்குப் படையல் செய்து காணிக்கைகளைச் செலுத்தினர். வீட்டிற்குத் திரும்ப புரவிகளில் ஏறப்போனார்கள். குருதி தோய்ந்த ஆடையில் சங்கராம் குதிரையில் ஆலய வளாகத்திற்குள் வேகமாக நுழைந்தான்.

'ரதோர் பிடாஜி. நான் சங்கராம் சிம்மா. ராணா ராய் முல்லின் மகன். உங்களிடம் அடைக்கலம் வேண்டுகிறேன். என்னைக் கொல்ல சகோதரர்கள் பிருதிவிராஜும் ஜெய்மல்லும் துரத்தி வருகிறார்கள். என்னை நீங்கள் தான் காப்பாற்ற வேண்டும்'

சங்கராம் குருதியை அதிகம் இழந்திருந்தான். மயக்கமடைந்து விழுந்தான். ரதோரும் அவன் மகன்களும் இவனை ஆலயத்திற்குள் தூக்கிச் சென்றனர்; காயங்களைக் கழுவிக் கட்டுப்போட்டனர். குடிக்க நீரளித்து, மருத்துவ குணம் நிறைந்த சக்தி மிக்க மூலிகைகளால் அவனுக்குப் புத்துயிர் அளித்தனர். ஏன், எதனால் அவரது சகோதரர்களுக்கும் அவனுக்கும் இத்தகையப் பகை என்று கேட்டனர். அப்போது, பாய்ந்து வரும் குதிரைகளின் குளம்பொலிகள் கேட்டன.

'எங்கள் சகோதரனைப் பார்த்தீர்களா?' குதிரைக்குச் சேணம் அணிவித்துக் கொண்டிருந்த பிடாவைப் பார்த்து பிருத்விராஜ் கேட்டான். 'எங்களுக்கு ஐந்து நிமிடங்கள் முன்னதாக அவன் குதிரையில் இந்தப் பக்கம் வந்தான்'

'இல்லை' என்றார் ரதோர். 'யாரும் இந்தப் பக்கம் வரவில்லை. ரூப் நாராயணனை வழிபட்டுவிட்டு நானும் என் மகன்களும் வீட்டிற்குத் திரும்புகிறோம்'

'அப்படியானால், அந்தக் குதிரை யாருடையது, பிடாஜி. பயணத்தில் ஏதாவது ஒரு குதிரை சோர்ந்து போனாலோ, அல்லது விபத்தில் சிக்கிக்கொண்டாலோ வேண்டும் என்று கூடுதலாக ஒரு குதிரையை அழைத்து வந்தீர்களா, என்ன?'

'ஆமாம், ஒரு பாதுகாப்பிற்குத் தான்'

'அப்படியானால் அதன் வாயில் இவ்வளவு நுரை எப்படி? இவ்வளவு வியர்வை? இதை முன்னமேயே பார்த்த உணர்வு ஏற்படுகிறதே. ஒரு முறை அல்ல, அடிக்கடி பார்த்த உணர்வு. ஏன்?' ஜெய்மலின் வாள் உறையிலிருந்து வெளி வந்தது. 'எனது சகோதரன் சங்கராம் சிம்மாவை ஒப்படையுங்கள். பிரச்சனை அவனுக்கும் எங்களுக்கும் தான். உங்களுக்கு இதில் சம்பந்தமில்லை. சங்கராமை எங்களிடம் ஒப்படையுங்கள். உங்கள் மகன்களோடு நீங்கள் அமைதியாக வீடு திரும்பலாம்'

'நானும் உங்களைப்போல் ஒரு ராஜபுத்திரன்தான், இளவரசர் ஜெய்மல். அடைக்கலம் தருவேன், அவரைக் காப்பாற்றுவேன் என்று சங்கராமுக்கு வாக்குக் கொடுத்துள்ளேன். என்னையும் என் மகன்களையும் கொன்றுவிட்டு அவரை என்னிடமிருந்து அழைத்துச் செல்லுங்கள்'

ராஜபுத்திரன் கொடுத்த வாக்கின் பெறுமானம் என்ன? அதிகம் ஒன்றுமில்லை. ரதோர் ஜெய்த்மலோட் மற்றும் அவனது மகன்களின் உயிர் மட்டுமே. மிகத் தீரமுடன் அவர்கள் சண்டை செய்தனர். அவர்கள் தரையில் நின்று போரிட்டனர். குதிரைகள் மீது அமர்ந்தபடி பிருத்விராஜும் ஜெய்மலும் அவர்களைத் தாக்கினர். வெட்டித் தள்ளினர். அவர்கள் சண்டை போட்டுக்கொண்டிருக்கும்போது சங்கராம் சிம்மா தப்பித்துவிட்டான்.

ரதோர் பிடா வாக்குக் கொடுத்திருக்கக்கூடாதா? அல்லது கொடுத்த வாக்கை மீறியிருக்க வேண்டுமா? எந்த இடத்தில் அந்தக் கோடு வரையப்பட்டிருக்க வேண்டும்? முதல் ராணியும் மகாராணியுமான என் தாய் இந்தக் கதையை என்னிடம் சொல்லியிருக்கிறார். அடிக்கடி சொல்லுவார். அப்படி அவள் சொல்ல மறந்துவிட்டாலும், சிறுவனான நான் அவளைக் கட்டாயப்படுத்துவேன். நான் தூக்கத்தில் ஆழ்ந்து போகும்வரை அவள் சொல்வாள். இந்தக் கதையில் எதிர் நாயகர்கள் கிடையாது. எல்லோரும் நாயகர்களே. பிருதிவிராஜ், ஜெய்மல், சூரஜ்மல், பிடாவும் அவரது மகன்களும், சங்கராம் சிம்மா, எல்லோருமே.

சகோதரர்களால் என் தந்தை கொல்லப்பட்டிருந்தால் ஏதாவது வித்தியாசம் ஏற்பட்டிருக்குமா? அச்செயல் அவர்களை வீரம் குறைந்தவர்களாகத்தான் காட்டியிருக்குமா? என் தாய்க்கும், இந்தக் கதையைச் சொல்ல வாழ்ந்து கொண்டிருக்கும் அனைத்து ராஜபுத்திரர்களுக்கும் இரண்டும் ஒன்றுதான். தந்தைக்கும் இது எந்த வித்தியாசத்தையும் நிச்சயம் ஏற்படுத்தவில்லை. ஒருவேளை அவர் அதை வெளிக்காட்டாமல் இருந்திருக்கலாம். இதைப்பற்றி அவர் எப்போதும் பேசியதில்லை. ஒருவேளை, இதைப்பற்றி நினைக்கையில் எனக்கு மட்டுமே உடல் சூடேறிப்போகலாம். பொறுப்பற்ற முறையில் குருதி சிந்துவது குறித்து நான் மட்டுமே கவலைப்படலாம்.

கண்ணிலும் உடலிலும் ஏற்பட்டிருந்த காயங்கள் ஆறுவதற்காக, தந்தை காத்திருந்தார். ஆடைகளை மாற்றிக்கொண்டார்; மார்வாரில் மந்தை மேய்ப்பவனாக வாழ்ந்தார். முட்டாள்தனமாக ஒருநாள், கால்நடைகளைப் பாதுகாப்பாக மேய்க்கும் வேலையை விட்டுவிட்டு, மாவுப் பணியாரங்கள் தின்னச் சென்றுவிட்டார்; அதனால் வேலையிலிருந்து அவரை நீக்கிவிட்டார்கள்; இந்தக் கதையைச் சொல்பவர்கள் கூறுவது இது. மாறுவேடத்தில் மார்வாரிலிருந்து ஆஜ்மீரை நோக்கிப் பயணித்தார். போகிற வழியில் ராவ் கரம் சந்த்தின் படையில் சேர்ந்தார். ஸ்ரீநகரின் பார்மர் பகுதியின் தலைவன் அவன். பார்மர்களின் பழைய தலைநகரான ஸ்ரீநகர் ஆஜ்மீரிலிருந்து பத்து மைல் தூரத்தில் உள்ளது. பார்மர்களுக்கு இப்போது பழம்பெருமைதான் மிச்சம். எனினும், ராவ் கரம் சந்த்திடம் மூவாயிரம் ராஜபுத்திரர்கள் கொண்ட படை அப்போது இருந்தது. அவர்களில் ஒருவராக தந்தையும் இருந்தார்.

ஆண்டுகள் கடந்தன. சகோதரர்களுக்கு இடையில் நடந்த சண்டை பற்றிக் கேள்விப்பட்ட ராணா ராய்முல் இளவரசன் பிருத்விராஜை நாடுகடத்தினார். கடுஞ்சினத்துடன் வெளியேறிய பிருத்விராஜ், மிக விரைவில் பிரசித்தி அடைந்துவிட்டான். சச்சரவுகள்தான் அவனது அடிப்படைக் குணம். துணிவுள்ளவர்களுக்கு இடையிலான ஓட்டத்தில், தனது பராக்கிரமச் செயல்களால், எதிரிகளின் பலவீனமறிந்து நடத்திய பிரமிப்பு ஏற்படுத்திய தாக்குதல்களால் மற்றவர்களைப் பின்னுக்குத்தள்ளி அவன் பிரபல்யம் அடைந்தான். சரணிதேவி ஆலயத்தில் அமைதியான பார்வையாளராக அமர்ந்திருந்த இளவரசன் ஜெய்மல் ராணாவின் அரியணைக்கு வாரிசாக வருவார் என்று தோன்றியது. மிகக் கவனத்துடன், தனது நேரத்திற்காக அவன் காத்திருந்தான். ஆனால், நல்வாய்ப்பு அவன் பக்கம் இல்லை. காதலித்த இளவரசியைச் சந்திக்கச் சென்றபோது, அந்த இடத்திலேயே அவளது தந்தையால் கொல்லப் பட்டான். பிருத்விராஜுக்கு வாய்ப்புத் திரும்பியது. அவன் அழைக்கப்பட்டான். அரியணையும் மகுடமும் கிடைத்தன. அத்துடன் ஜெய்மல் விரும்பிய பெண்ணையும் மணந்துகொண்டான். அந்த இருவரும், அதாவது பிருத்விராஜும் தாராவும் அசுரத்தனமான

தாக்குதல்களைத் தொடர்ந்து நடத்தினர். ராஜ்ஜியங்களை மீண்டும் கைப்பற்றினர். எதிரிகளை நிராசையுடன் ஓடவைத்தனர். தங்களது வாழ்க்கையை ஒரு முழுமையான, பெரும் காவியமாகக் கட்டியெழுப்பினர். பொதுமக்களால் விரும்பப்படுபவர்களாக மாறினர்.

அவர் யார் என்று கண்டுபிடிக்கப்படும் வரையிலும் முகம் தெரியாத மனிதராகவே தந்தை வாழ்ந்தார். இந்தக் கதை உங்களுக்குத் தேவையென்றால் கேட்டுக்கொள்ளுங்கள். நம்புவதும் நம்பாததும் உங்கள் கையில். மறைந்து வாழ்ந்த இளவரசர்கள் பலரைப் பற்றியும் கூறப்பட்ட கதை போன்றதுதான் இதுவும். ஜெயசிம்மா பலேச்சும் (ஆமாம். அளிக்கப்பட்ட விருந்தோம்பலை என் தம்பி தவறாகப் பயன்படுத்திக் கொண்டானே அதே மனிதர்தான்) ஜன்னா சிந்தாலும் ஒருநாள் தந்தையைப் பார்க்க வந்தனர் அப்போது அவர் வயல்களுக்கு நடுவே தூங்கிக் கொண்டிருந்தார்; தலைக்குமேல் பாம்பு ஒன்று படம் எடுத்து நின்றிருக்கிறது. இந்தக் குறியீடு உங்களுக்குப் போதவில்லையா? நற்சகுனத்தை வெளிப்படுத்தும் பறவை, படமெடுத்த பாம்பின் தலைமீது அமர்ந்து கூச்சலிட்டுப் பறந்து சென்றது எனக் கூறலாம். இந்தச் சகுனங்கள்பற்றி கரம் சந்த்திடம் முறையாகத் தெரிவிக்கப்பட்டது. மேவார் இளவரசன் தன் கீழ் பணிபுரிவதை அவர் அறிந்துகொண்டார். தலைமறைவு வாழ்க்கை வெளியில் தெரிந்துவிட்டதே என்று தந்தை நிச்சயம் வருத்தப்பட்டிருப்பார். ஏனெனில் செய்தி வேகமாகப் பரவிவிட்டது. தொடங்கி வைத்த பழைய கணக்குகளைத் தீர்க்கவும், தவறுகளைச் சரிசெய்யவும் பிருதிவிராஜ் தானே படையுடன் புறப்பட்டான்.

பல ஆண்டுகளுக்குப் பிறகு இரண்டு சகோதரர்களும் ஒருவரை ஒருவர் எதிர் கொள்ளப்போகிறார்கள்; முடிவு எப்படி இருந்திருக்கும்? இப்போதும் அது ஊகத்திற்குரியதுதான். ஆனால், சகோதரி ஆனந்தபாயிடமிருந்து வந்தக் கடிதம் பிருத்விராஜின் படையெடுப்பை நிறுத்திவிட்டது. தனது கணவன் சிரோஹியின் ஜுக்மல் ராவ் தன்னை மிகவும் கொடுமைப்படுத்துவதாக அவள் எழுதியிருந்தாள். கணவனிடமிருந்து தன்னை விடுவித்து, பிறந்த வீட்டின் பாதுகாப்பைத் தரும்படி வேண்டிக் கொண்டிருந்தாள். பெரியப்பா பிருத்விராஜை நான் பாாத்ததில்லை. கோபம் கொண்ட அவர் சிரோஹியின் ராவை பழிவாங்குவேன் என்று சபதம் செய்தார். ஆகவே திட்டத்திலும், செல்லும் பாதையிலும் சின்ன மாற்றம். நள்ளிரவில் அவர் சிரோஹியை அடைந்தார். கதவைத் தட்டவில்லை. மாறாக அரண்மனைச் சுவரில் ஏறி உள்ளே நுழைந்தார். ஜுக்மல் தூக்கத்திலிருந்து தட்டி எழுப்பப்பட்டான். திகைத்து விழித்தவன் தொண்டையை குத்துவாள் தடவியது.

குற்றமிழைத்தவனின் கழுத்தை இரக்கமின்றி பெரியப்பா அறுத்திருப்பார். ஆனால், இரக்கம் காட்டச்சொல்லி கெஞ்சிய கணவனிடம்

கருணை கொண்ட அவரது சகோதரி, ஜுக்மலை கொல்ல வேண்டாமென்று மன்றாடினாள். ஒரு நிபந்தனையின்பேரில் பெரியப்பா இதற்கு ஒப்புக்கொண்டார்: மனைவியின் காலணிகளைத் தலைமீது வைத்துக்கொண்டு, அவள் காலைத்தொட்டு ஜுக்மல் மன்னிப்புக் கேட்கவேண்டும். ஜுக்மல் இதற்கு உடனே ஒப்புக்கொண்டான். அனைத்தும் மன்னிக்கப்பட்டது, மறக்கப்பட்டது. அடுத்தநாள் ராஜாங்க விருந்தினரை ஜுக்மல் உபசரித்தார். பெரும் விருந்து. நல்லிணக்கத்தை வெளிப்படுத்த நடந்த விருந்தில் சிரோஹியின் மேற்குடி மனிதர்கள் அனைவரும் கலந்துகொண்டனர். இளவரசர் பிருத்விராஜுக்கு விடை தர வேண்டிய நேரம் வந்தது. பிருத்விக்கு மிகவும் பிடித்தமான மூன்று இனிப்புகளை ஜுக்மல் பரிசாக அளித்தான்.

பெரியப்பா, மம்மாதேவி ஆலயம் அருகில் வந்துசேர்ந்தார். அவருக்குப் பிடித்த கும்பல்கார்க் கண்ணில் தெரிந்தது. ஆனால், அதை நிச்சயம் அடையமுடியாது என்பது அவருக்குத் தெரிந்துவிட்டது. அந்தக் கோட்டையிலிருந்த மனைவியை வரச்சொல்லி ஆளனுப்பினார். ஆனால், தாராபாய் அவருக்கு விடைகொடுக்கும் முன்பாகவே, ஜுக்மல் அளித்திருந்த விஷம் இதயத்தை அடைந்து மூளைக்கும் சென்றிருந்தது. பெரும் சாகசங்கள் நிறைந்த வாழ்வில், துணையாக இருந்த கணவன் இல்லாமல் வாழ அவளுக்கு விருப்பமில்லை. பிருத்விராஜின் சிதை மூட்டப்பட்டது, கொழுந்துவிட்டு எரிந்தது. தாராபாய் சிதையில் பாய்ந்து கணவனைத் தழுவிக்கொண்டாள். சூரியனின் பிரதேசங்களுக்குப் பறந்து விட்டாள்.

இப்போது பாதையில் தடைகளேதுமில்லை. ராணா ராய்முல் நோய்ப் படுக்கையில் இருந்தார். இளவரசர் சங்கராம் சிம்மாவை அழைக்க வேண்டிய நேரம் வந்துவிட்டது. அப்போது அவர் ஸ்ரீநகரில் ராவ் கரம் சந்த்தின் பண்ணையில் இருந்தார்.

குருதி. குருதி பெருக்கெடுத்தோடும் ஆற்றை நம்மால் என்றாவது தடுத்து நிறுத்த முடியுமா? பட்டத்துக்குரியவன் தவிர்த்து வேறு யாராவது மகுடத்தை அடைய திட்டம் போட்டால், அவர்களுக்கு உடனடி மரணம் என்று அரசு அறிவிப்பு வெளியிடும்படி எவ்வளவு முறைகள் தந்தையிடம் வேண்டியிருக்கிறேன்!

தந்தை, சொல்வதைக் கேட்பார்; ஒப்புக்கொள்வதுபோல் தலையை ஆட்டுவார். எத்தனை உயிர்களை அந்த அறிக்கைக் காப்பாற்றும்; எவ்வளவு மோசமான விஷயங்களைத் தவிர்க்கும்; இறையாண்மை மிக்க ராஜ்ஜியத்திற்கு எவ்வளவு நன்மைகள் கிடைக்கும் என்பதைப் புரிந்துகொள்வார் என்று ஏங்கியிருக்கிறேன். பல ஆண்டுகள் எத்தனை இழிவுகளை அவர் சந்தித்திருப்பார். எனது முன்மொழிவை, யோசனையை,

அவரைக் காட்டிலும் வேறு யார் நன்கு புரிந்துகொள்வார்கள்? இருப்பினும் இதுபோன்ற அறிவிப்பிற்கு தனது முத்திரையை அவர் பதிக்கவில்லை. ஏனெனில், அவர் தோள்மீது ராணி கர்மாவதி அமர்ந்திருந்தார்.

* * *

'இளவரசே, நட்புக்கரம் நீட்டி, குறிப்பிடத்தக்க மரியாதையை எங்களுக்கு அளித்திருக்கிறீர்கள். குஜராத் ராஜ்ஜியத்துடன் எமது உறவில் இதைக்காட்டிலும் மிகவும் மதிப்பான ஒன்றை மாட்சிமை தாங்கிய ராணாவோ அல்லது நானோ விரும்பியிருக்க முடியாது. நாம் தொடர்ந்து யுத்தத்தில் ஈடுபட்டிருக்கிறோம். அதனால், முக்கியமான, ஒரு எளிய உண்மையைப் பார்க்கத் தவறிவிட்டோம். ஒரு வெற்றியால் நமக்குக் கிடைக்கும் செல்வத்தைக் காட்டிலும் சமாதானத்தின் மூலம் கிடைக்கும் பலன்கள் அதிகம் இல்லையா? ஆனால், இரண்டு விஷயங்களில் உங்களது தலையீட்டை நான் வேண்டுகிறேன்'.

அடுத்து என்ன வரும் என்று ஷெஸாதா பகதூருக்குத் தெரியுமா? விக்கிரமாதித்தன் பற்றி ஒருமுறையும் அவன் பேசவில்லை; அல்லது எங்கே என்று கேட்கவுமில்லை. அவர்கள் சொல்வதுபோல் அப்பாவிபோல் தான் தெரிகிறான். அவனது ஒற்றர்கள் விக்கிரமாதித்தன் சிறையிலிருப்பதை ஏற்கனவே நிச்சயம் கூறியிருப்பார்கள். அவனும் என் தம்பியும் மேவாரையும் குஜராத்தையும் அவர்களுக்குள் பிரித்துக்கொள்வது பற்றி பேசியதும் எங்களுக்குத் தெரிந்திருக்கும் என்பதும் அறிந்திருப்பான். இந்த விஷயத்தில் அவன் பக்கம் ஏதாவது தவறாக நடந்திருக்கலாம். அதனால், சித்தோரிலிருக்கும் அவனது கூட்டுக் களவாணிக்கு முன்கூட்டியே சொல்லாமல், தனக்கு ஆதரவாக இருப்பதாக அவன் கூறும் படைகள் இல்லாமலேயே தன் பயணத்தை முன்னதாகவே தொடங்கியிருக்க வேண்டும்.

நிச்சயம் அவன் என்னைவிட இளையவன். எனினும் சொந்த ஊரிலும், சித்தோருக்கு வந்தபின்னும் அவனுக்கு அதிகம் பின்னடைவுகள் ஏற்பட்டுள்ளது என்பதை அறிந்துகொள்ளும் அளவிற்கு ஆழமான புரிதல் உள்ளவன்.

'நான்தான் உங்களை வேண்டி வந்துள்ளேன். உங்கள் தலையீட்டை வேண்டுகிறேன். இரண்டு விஷயங்கள் என்னவென்று தயவுசெய்து சொல்லுங்கள்'.

'மாட்சிமை பொருந்திய ராணாவிடம், நீங்கள் இங்கு வந்திருப்பது பற்றியும், உங்களது முன்மொழிவுகளையும் யோசனைகளையும் தெரிவிக்கவேண்டும். மேவாரில் அனைத்து விஷயங்களிலும் இறுதி முடிவு எடுப்பவர் அவர் தான் என்பது உங்களுக்குத் தெரியும்.'

‘ஆமாம். சொல்லாமலே தெரியும். மாட்சிமை பொருந்திய அரசருக்கு என் வணக்கங்களைத் தெரிவித்துக்கொள்கிறேன்; அவர் வெற்றிபெற என் வாழ்த்துகளைத் தெரிவித்ததாகக் கூறுங்கள்’.

‘நிச்சயம் உங்கள் வருகையையும், ஆர்வமூட்டும் யோசனைகளையும் நல்லவிதமாகவே வரவேற்பார’. அவன் குறுக்கிடவில்லை என்பதுபோல் தொடர்ந்து பேசினேன். அவனது தந்தை குஜராத் சுல்தானுக்கு ஏற்கனவே கடிதம் ஒன்றை அனுப்பிவிட்டேன் என்பதை அவனிடம் கூறப்போவதில்லை. அந்தக் கடிதத்தில் எனது வணக்கங்களை தெரிவித்துள்ளேன். ஆனால், மேவாருக்கு எதிரான யுத்தத்தில் அவருக்கு வெற்றி கிடைக்கட்டும் என்று வாழ்த்தவில்லை. இரண்டாவது மகன் இளவரசன் பகதூரின் திடீர் மறைவைக் குறித்து சுல்தான் கொஞ்சம் வியாகூலத்துடன் இருக்கலாம். கவலைக்குக் காரணமான இந்தப் புதிரை விடுவிப்பதில் எனக்கு மகிழ்ச்சியே என்று எழுதியிருந்தேன். இளவரசன் பகதூர் இங்குதான் எங்களோடு இருக்கிறான். நலமாக இருக்கிறான். அவர் விரும்பும் வரைக்கும் எங்களது விருந்தினராக அவர் இங்கு இருப்பார். தங்கள் உண்மையுள்ள, இத்யாதி, இத்யாதி

அவர் மகன் சித்தோரில் இருக்கும் செய்தியை அவர் கட்டாயம் தெரிந்துகொள்ள வேண்டும். அதன் மூலம் சில பலன்களும் நிச்சயம் பெறக்கூடும்.

‘நீங்கள் கேட்கும் படை உதவி என்ற விஷயம் கொஞ்சம் பிரச்சனையை முன்னிறுத்தும். உங்களுக்குக் கிடைத்த தகவல் நிச்சயம் துல்லியமானதுதான். மேவாரில் இருபதினாயிரம் வீரர்கள் இருக்கிறார்கள் என்பது சரிதான். ஆனால், அகமதாபாத் படையெடுப்பில் அனைவரையும் ஈடுபடுத்துவதும் பாதுகாப்பின்றி மேவாரை விடுவதும் புத்திசாலித்தனமல்ல. நிச்சயம் நீங்கள் இதை ஒப்புக்கொள்வீர்கள்.

‘ஆனால், நீங்கள் சொல்லும் திட்டத்தில் நீரையூற்ற எனக்கு விருப்பமில்லை என்பதை என்னால் அழுத்தமாகக் கூறமுடியும். எனது யோசனை இதுதான்: நமது நோக்கங்கள் மீதும், அதைச் செயல்படுத்த உறுதியாக இருக்கிறோம் என்பதற்கும் அச்சாரமாக, இங்கிருக்கும் படையிலிருந்து பத்தாயிரம் வீரர்களை அளிக்குமாறு ராணாவிற்கு எழுதுவேன். அவர் பதிலுக்குக் காத்திருக்கும் அந்த நேரத்தில் பத்தாயிரம் வீரர்களைத் திரட்டும் பணியில் நீங்கள் ஈடுபடலாம், உங்களுடன் நட்பாக இருக்கும் மேற்குடி மனிதர்கள், நிலப்பிரபுக்கள் மூலம் அதை நீங்கள் செய்யலாம். அதுமட்டுமின்றி அகமாதாபாத்திலும் ராஜ்ஜியத்தின் பிற பகுதிகளிலும் உங்களுக்கு விசுவாசமாக இருக்கும் படைகளிலிருந்தும் வீரர்களைத் திரட்டலாம். இதை நான் சொல்லவேண்டிய தேவையில்லை.

அதன் பின் நமது ஒன்றிணைந்த படை, அகமதாபாத்தைப் பிடிக்கும் சுருக்கமானப் பணியைச் செய்துமுடிக்கும்'.

நான் பொய் சொல்கிறேனா? இல்லை. நான் பொய் சொல்லவில்லை. அவனுக்குத் தெரியும். குறைந்தபட்சம் அவனுக்குத் தெரியும் என்று நம்பினேன். மேவார் வைக்கும் பந்தயப் பொருளை அதிகச் சேதாரம் இல்லாமல் பாதுகாக்க முயல்கிறேன். எமது ராஜ்ஜியத்திலிருந்தும், எங்களைச் சார்ந்து இருப்பவர்களிடமிருந்தும் இருபதினாயிரத்திற்கும் மேற்பட்ட வீரர்களை நிச்சயம் திரட்டமுடியும். இப்போது அது முக்கியமில்லை. அகமதாபாத்தின் மீது தாக்குதல் ஒன்று நடந்தால், அது தன்னிச்சையான எழுச்சியாக அல்லது குஜராத்திற்குள் எழுந்த கிளர்ச்சியாக இருப்பதுபோல் தோன்றவேண்டும். சித்தோர் போன்ற பரம்பரை எதிரியிடமிருந்து கிடைத்த உதவியால் வந்ததுபோல் இருக்கக்கூடாது.

ஒரு விதத்தில் அவனை நான் பிணைப்பில் வைத்துள்ளேன் என்பதை அவன் அறிவான். ஆனால், நான் அறிவுடன்தான் பேசுகிறேன் என்பதை உணரும் அளவுக்குப் புத்தி கூர்மை உள்ளவன் என்பதை அவனது பதில் வெளிப்படுத்தியது. 'நீங்கள் சொல்வதில் ஒரு உண்மை இருக்கிறது என்று நினைக்கிறேன். எனக்குச் சொந்தமன படைவீரர்களின் ஆதரவும், ஒரு பகுதி மேற்குடி மனிதர்களின் ஆதரவும் இல்லை என்றால் அகமதாபாத் மக்களிடமிருந்து நான் அந்நியப்பட்டுப் போவேன்'.

முடிவெடுக்க எனக்கு நேரம் கிடைத்திருக்கிறது. எனது யோசனைக்கு ஆதரவு கிடைத்தது போல் தெரிகிறது; ஆனால், அதிக ஆர்வமோ அல்லது அவசரமோ இல்லாத மனக்கிளர்ச்சி இல்லாத ஆதரவு.

'செயலில் இறங்குவதற்கு முடிவு செய்துவிட்டோம். இப்போது அவசியம் தேவைப்படும் உல்லாசங்களில் கவனத்தைத் திருப்பலாம். பேரரசர் ராணா போருக்குச் சென்றதிலிருந்து இங்கு வறட்சிதான் நிலவுகிறது. எனக்குத் தேவையான ஒரு வாய்ப்பாக நீங்கள் வந்துள்ளீர்கள். வரும் நாட்களில் நீங்கள் வேட்டைக்கும் செல்லலாம். மட்டுமின்றி, நீங்கள் மல்யுத்தங்களை உற்சாகத்துடன் தீவிரமாக ஊக்கப்படுத்துவீர்கள் என்பதும் தெரியும். எங்களது மல்யுத்த வீரர்கள் உங்கள் ராஜ்ஜியத்தின் பெரும்வீரர்கள் அளவுக்குத் திறமையும் வேகமும் கொண்டவர்கள் இல்லை. ஆனால், எங்கள் வீரர்கள் விளையாடுவதை நீங்கள் கவனித்து எடைபோடலாம். தம்மை மேம்படுத்திக்கொள்ள அவர்களுக்கு ஆலோசனை கூறலாம்'.

பேசியதும், அறையை விட்டு வெளியேற வேகமாக எழுந்த நான் கதவருகில் சென்றதும் சிந்தித்தவாறே திரும்பினேன். 'ஒரு சின்ன

விஷயத்தை மறந்து போனேன். உங்களுக்குத் பெண் துணை ஏதாவது வேண்டும்போலத் தோன்றினால், மங்கள் சிம்மாவிடம் கூறினால் போதும். அவன் இங்கேதான் இருப்பான். உங்களுக்கு என்ன தேவையோ அதை உடனடியாக நிறைவேற்றுவான். குறிப்பாக இந்த மாதிரிப் பெண் வேண்டும் என்று நீங்கள் கூறினாலும், உங்களது திருப்திக்கு அவன் உத்திரவாதம்'.

அத்தியாயம் 6

ஆம், உண்மைதான். இந்தச் சொல் இல்லாமல் நாம் சிறப்பாக இருப்போம் என்று அனைவரும் அறிந்திருக்கும்போது, இந்தச் சொல்லை வைத்து நாம் என்ன செய்வது?

திருமணக் குழுவினர் சித்தோர் திரும்பிவிட்டனர். அவளது பிரிய மாமன் ராவ் வீரம்தேவ் அவளுடன் சித்தோருக்கு வந்தார். வாழ்நாள் முழுவதும் அவளுடன் இருக்க ஒரு தோழியை அல்லது பணியாளை அவள் தன்னுடன் அழைத்து வர அனுமதியுண்டு. அவளது சிறுவயது தோழி கும்கும் கன்வரை அவள் அழைத்து வந்தாள். மேர்த்தாவை விட்டு அவர்கள் வெளியில் சென்றதில்லை. பார்த்தவையும் காட்சிகளும் சித்தோரின் மணங்களும் கும்கும் கன்வருக்கு வியப்பையும் எச்சரிக்கை உணர்வையும் தந்தன. சித்தோருடன் ஒப்பிடும்போது மேர்த்தா ஒரு சிறிய நகரம். சித்தோர் வளங்கள் நிறைந்தது; உலகியல் விஷயங்கள் நிறைந்தது. அருவருப்பான, ஊழல் நிறைந்த, மக்கள் நெருக்கம் உள்ள, உறுதியும் நம்பிக்கையும் நிரம்பிய பரந்த நகரம். ஆச்சரியத்தால் கும்கும் கன்வர் தன் இமைகளை இமைக்க மறந்தாள். தோழியின் தோளைத் தட்டி வியப்புடன் வெற்றிக் கோபுரத்தைக் காட்டினாள். மிகப் பெரிதாக இருந்த சீதா பழத்தைப் பார்த்துவிட்டு மகிழ்ச்சியில் கிரீச்சிட்டாள். எண்ணற்ற பிச்சைக்காரர்களையும் அவர்களது தைரியத்தையும் பார்த்து பயந்துபோனாள். சந்தையில் சர்வ சாதாரணமாக விற்பனைக்கு வைக்கப்பட்டிருந்த விலைமதிக்க முடியாத கற்களையும் முத்துக்களையும் நகைகளையும் நம்ப முடியாமல் அவள் கண்கள் விரிந்தன. நாள் முழுவதும் திறந்த வாயை அவள் மூடவில்லை.

அவளுடைய இளம் எஜமானி அமைதியாக இருந்தாள். தாழ்வு மனப்பான்மையால் ஒதுங்கியிருக்கவோ, இறுமாப்புடன் நடக்கவும் இல்லை. தனது தோழியைப் போலவே அவளும் ஆர்வம் கொண்டவளாக, புதிய சூழலை ஏற்கும் பக்குவத்துடன் உணர்ச்சி வயப்பட்டிருந்தாள். பதின்பருவத்தை எட்டிய நாட்களிலிருந்தே கூச்ச சுபாவமும் அமைதியும் நிரம்பியவளாக அவள் இருந்தாள். சித்தோர்

மகராஜ் குமாரின் மனைவி என்ற புதிய அந்தஸ்து அவளை மேலும் பொறுமையுடன் இருக்கவேண்டிய நிலையைக் கூட்டியிருக்கிறது. ஏனெனில் இப்படிப்பட்ட மிகப்பெரிய, ஒரு புதிய குடும்பத்தில் நுழையும் போது ஏற்படவிருக்கும் தாக்கங்களையும் நுணுக்கங்களையும் அவளால் புரிந்துகொள்ள முடியவில்லை. எல்லையின் விளிம்பில்கூட இன்னும் காலடி எடுத்து வைக்கவில்லை, ஆனால், பெரும் ஆபத்தின் மையத்தில் நிற்பதுபோல் உணர்ந்தாள்.

இங்கு வந்து சேர்ந்ததிலிருந்து முதல் ஆறுநாட்கள் அவள் கணவன் அவளுடன் பேசவில்லை. வெளிறிய முகத்துடன், சோகை பீடித்தவன்போல் மனிதர்களின் உதவி தேவைப்படாத அளவிற்குக் காயம்பட்டவனாகத் தோன்றினான். அவனுக்குப் பணிவிடைகள் செய்ய முயன்றாள். அவன் காலணிகளை எடுத்துத் தருவது, தலைப்பாகையை கொண்டுவருவது, அவன் குர்த்தாவிற்குப் பொத்தான் போட்டுவிடுதல், குளித்த பிறகு அவன் தலைமுடியை உலர வைக்க உதவுவது போன்ற வேலைகள். ஆனால், அவன் முகத்தைத் திருப்பிக்கொண்டான். ஏதாவது வேண்டுமென்றால் கௌசல்யாவைக் கேட்பான். கௌசல்யா, அவனுக்கு முலைப்பால் அளித்த, அவனை பார்த்துக் கொண்ட 'தாயம்மா' என்று அவள் அறிந்து கொண்டாள். துடுக்காகப் பேசவில்லை, மரியாதைக் குறைவாக நடக்கவில்லை. எனினும் கௌசல்யா அமைதியாகவும், சற்றுத் தள்ளியுமே இருந்தாள்.

ஏழாவது நாள் தனது மாமனுடன் மேர்த்தாவுக்கு அவள் திரும்பிச் சென்றாள். அவள் புறப்படுவதைப் பார்க்கக் கணவன் வந்திருந்தான். அவளிடம் அவன் பேசவில்லை, கையாட்டி விடைகொடுக்கவும் இல்லை. வேண்டுமென்றே முகத்தில் உணர்ச்சி எதையும் காட்டாமல் நின்றதுபோல் தோன்றியது. எனினும் தனியனாக, துணையற்றவனாகக் காணப்பட்டான். அவனது வலியை உணர்ந்தது போல் தோன்றினாள். ஆனால், அவனை எப்படி அணுகுவது என்று அவளுக்குத் தெரியவில்லை. திரும்பவும் ஊருக்குச் செல்வதில் அவளுக்கு மகிழ்ச்சிதான். இரண்டு அல்லது மூன்று மாதங்கள் மேர்த்தாவில் அவளது குடும்பத்துடன் இருக்கமுடியும். மனத்தை அவள் அதற்குத் தயார்படுத்திக் கொண்டால், மாமன் வீரம்தேவை மகிழ்விக்க முடிந்தால், தங்குவதை மேலும் ஒரு மாதம் நீடிக்கமுடியும். அவள் விருப்பப்படி இருக்க அனுமதிக்கப்படும் இறுதி வாய்ப்பு. பிறந்த ஊருடன் அனைத்துத் தொடர்புகளையும் துண்டித்துக் கொள்வதை மென்மையாகச் செய்வதற்கான முயற்சி. இந்தப் பண்பாட்டு ஆடையை வடிவமைத்து நெய்தவர்கள் யாராக இருந்தாலும், ஒருநாள் சிறுமியாகவும் மறுநாள் மனைவியாகவும் ஒருத்தியால் இருக்கமுடியாது என்பதைப் புரிந்தவர்களாகத்தான் இருக்கமுடியும். உனது பெற்றோரின் இல்லத்திற்கும் உனது கணவனின் வீட்டிற்கும் இடையிலான தூரம்

முடிவற்றது என்பதை விடவும் தூரமானது. ஒரே நாள் இரவில் இந்த இரண்டையும் இணைக்க நினைக்கும் முயற்சி, நிச்சயம் அதிர்ச்சிதான் அளிக்கும்.

இந்தப் பயணத்தில், தான் என்ன செய்ய வேண்டும் என்பதை அவள் அறிந்திருந்தாள். அவளது நினைவில் இருக்கும் அவளது கிராமத்தின், அவளது வீட்டின், அவளது குதிரையின், பிடித்தமான மனிதர்களின், கிணற்றின், அவளது தந்தையின், தாத்தாவின், அத்தைகளின், ஆலயத்துக் கடவுளின், அந்தப் பாலைவன மணலின், குமத்தியா, காஜ்ரி, காய்ர் போன்ற மரங்களின் படிமங்களை அவள் பதியவைத்துக்கொள்ள வேண்டும். பள்ளிக்கூடத்து மணியின் ஓசையை, மணற்புயலின் சப்தத்தை, மணலில் இறங்கும் மழைநீரின் 'ஹிஸ்' என்ற ஓசையை, மெல்லிய துண்டால் அவள் தலைமுடியின் நீரை தட்டி நீக்கும் அவள் அத்தையை, சில நூறு அடிகளுக்குக் கீழிருக்கும் நீரில் கிணற்று வாளி மோதும் சப்தத்தையும் பதிந்துகொள்ள வேண்டும். சூரியனின் கதிர்கள் மணலை எரிக்கும் வாசனையை, காய்ந்த கச்ரா மசாலாவிலும் எண்ணையிலும் வறுபடும் வாசனையை, நாள் முழுவதும் வயலைச் சுற்றி மேற்பார்வை செய்துவிட்டு வரும் அவளது தந்தையின் அக்குளிலிருந்து எழும் வீச்சத்தை, தோட்டத்திலிருக்கும் தாழம் மடலின் கடுமையான வாசனையை நினைவில் படிமமாக்கிக் கொள்ள வேண்டும். இவை வாழ்நாள் முழுவதும் இருக்கப் போகும் நினைவுகள். திரும்பவும் அவள் இங்கு வருவதை அனுமதிக்கும் நினைவுகள். ஆனால், நிச்சயம் இது விடையளிப்பது போலத்தான். தாத்தாவின், தந்தையின் இல்லத்தில் அவளது நீண்ட இறுதித் தங்கலாகவும் இருக்கப்போகிறது.

மேலும் ஒரு மாதம் தங்குவதற்கு, அவள் தனது மாமாவைப் புகழ்ந்து பேசவோ அல்லது இனிமையாகப் பேசவோ தேவையில்லை. வீட்டை விட்டு அவள் போகப்போகிறாள் என்ற சிந்தனையை அவரால் தாங்கிக்கொள்ள இயலாது. தன்னுடைய சகோதரி மகளாக என்றைக்கும் அவளை அவர் நடத்தியதில்லை. அவருடைய மகள், தந்தையின் மகளல்ல. இதன் காரணமாகவே அவள் தந்தையும் அவளது மாமாவும் அடிக்கடி மோதிக்கொள்வார்கள். ஒருவர் அவளுக்குத் தந்தை, மற்றொருவர் தந்தையாக இருப்பவர். ஆனால், அந்த ஒரு மாதம் மிக வேகமாகக் கடந்துவிட்டது; வாதம் செய்வதற்கு தந்தைக்கோ அல்லது மாமாவிற்கோ மனமில்லை.

'அது யார்?' அவன் குரல் தாழ்ந்து ஒலித்தது.

அவள் பதிலளிக்கவில்லை. அவள் சித்தோர் திரும்பி ஏழு வாரங்கள் ஆகிவிட்டன. ஒவ்வொரு இரவும் அவன் இதே கேள்வியைக் கேட்டான். அவனைப் பிரிந்து செல்வதற்குமுன் பார்த்ததை விட அதிகம்

அமைதியற்றவனாக, எதைப் பற்றியோ சிந்திப்பவனாகத் தோன்றினான். வாய் எப்போதும் இறுக்கமாக இருந்தது. அவன் கண்கள் அவள் வீட்டு நூறடிக் கிணற்றின் அடியிலிருக்கும் நீர்போலத் தெரிந்தன. இரவு நேரத்தில் அவன் தூங்குவதற்கு முயற்சிக்கவில்லை. எப்போதும் முதுகை நிமிர்த்தியே நடந்தான், அமர்ந்தான்; பல ஆண்டுகள் இராணுவப் பயிற்சியில் அவன் கற்றுக்கொண்டது. ஆனால், எப்படியோ சிரமப்பட்டு ஆறு மணிக்கு வேலையில் உட்கார்ந்தாலும் அவன் வெற்றுக் கூடுதான். அளிக்கப்பட்டிருந்த அமைச்சரவை விவகாரங்களைக் கவனித்தான்; ராஜ்ஜிய விஷயங்களைப் பேசினான்; உத்திகள் வகுப்பதில் தந்தைக்கு உதவி செய்தான்; அரசு முறை விழாக்களில் கலந்துகொண்டான்; வியாழக்கிழமைகளில் சிறு குற்றங்களை விசாரிக்கும் நீதிமன்றத்தின் தலைமையேற்றான்; புத்தாண்டின் இரவில் சீட்டு விளையாடினான். ஆனால், அவன் அங்கு எங்கும் இல்லை. யாரென்று தெரியவில்லையே என்ற வலியும், உண்மையைக் கண்டுபிடிப்பதில் இருந்த அச்சமும் தான் இருந்தன.

உன்னை யாருக்கு நிச்சயம் செய்தார்கள்? எனக்கு அறிந்துகொள்ளும் உரிமை இருக்கிறது.

அவனுக்கு இருந்தது, இருந்தது, தெரிந்து கொள்ளும் அனைத்து உரிமையும் இருந்தது. அவனை மார்புடன் அணைத்து, கொதிக்கும் புருவங்களைக் குளிர்வித்து, தகர்ந்துகொண்டிருக்கும் அவன் உடலுக்கு ஆறுதல் தரமாட்டாளா என்று ஆசைப்பட்டான். ஆனால், அவளது அன்புக்குரியவனின் பெயரை அவன் எடுத்துக்கொள்ள முடியாதென்று அவனுக்குத் தெரியாதா என்ன?

மாலையில் அவன் தாமதமாக அரண்மனைக்குத் திரும்பினான். உள்ளே வந்தவுடன், சேடிகளையும் ஹிஜிராக்களையும், ஏன் கௌசல்யாவையும் அங்கிருந்து போகச் சொன்னான். அவர்கள் தங்களுக்குள் சிரித்துக்கொண்டனர், கேலியாக நகைத்தனர். இளவரசன் தனது மனைவியுடன் தனித்திருக்க விரும்புகிறான் என்று நினைத்தனர். வெள்ளித் தட்டில் அவனுக்கு அவள் உணவை எடுத்துவந்து வைத்தாள். அதை அவன் எட்டி உதைத்தான்.

'என்னை ஏன் திருமணம் செய்துகொண்டாய்? நான் கட்டாயப்படுத்தவில்லையே'

இல்லை. அவன் கட்டாயப்படுத்தவில்லை. அத்தையிடம் சொல்வதற்கு அவள் முயன்றாள். அத்தை முதலில் அவளைத் திகைப்புடன் பார்த்தாள். பின்னர், சிரித்து அதைப் புறந்தள்ளினாள். மீண்டும் அத்தையிடம் இந்த விஷயத்தை ஆரம்பித்தபோது, அவள் பொறுமையிழந்தாள். 'இந்தச் சிறுபிள்ளைப் பேச்சு போதும். அவன்

அழகான இளைஞன், இளவரசன். வெறும் இளவரசனல்ல, மகராஜ் குமார். நன்றிகெட்டத் தனமாக நடக்காதே. உனக்கு மணமாகப் போகிறது என்பது மட்டும் அல்ல; இந்த நிச்சயதார்த்தம் இரண்டு குடும்பங்களை இணைக்கப் போகிற ஒன்று'

அதன்பின் தட்டை உதைப்பதை அவன் நிறுத்தினான். அவன் உடம்பு ஆத்திரத்தில் நடுங்கியது. அவன் முகத்தைத் திருப்பிக் கொண்டான்.

ஒருநாள் மதியம் கௌசல்யா அவள் அறைக்குள் வந்தாள். அரண்மனையில் எல்லோரும் தூங்கிக்கொண்டிருந்தார்கள். ஒரு பீடத்திற்கு அருகிலமர்ந்து அவள் ஏதோ எழுதிக்கொண்டிருந்தாள்.

'இளவரசி, மகராஜ் குமாரை என்ன செய்கிறீர்கள்? என்ன வேண்டாத வியாதியை அவரிடம் பார்த்தீர்கள், சொல்லுங்கள்?'

இறகை பக்கத்தில் வைத்துவிட்டு காகிதங்களை மடித்து வைத்தாள் அவள்.

'அவர் மீது என்ன வசியத்தை வீசியிருக்கிறாய்? காதலுறவின் மூலம் அவரை நீ கொல்லப் போகிறாய். பல வாரங்களாக நானும் பார்த்துவருகிறேன். பணி முடித்து மாலையில் அவர் வீடு திரும்புகிறார். வந்தவுடன் அனைவரையும் வெளியில் போகச்சொல்கிறார். கதவைச் சாத்திக் கொள்கிறார். உங்கள் இருவருக்கும் இடையில் பேச்சு வார்த்தை எதுவுமில்லை. அப்படித்தானே? இரவு முழுவதும், ஒவ்வொரு இரவும் அவரைப் பிடித்து வைத்துக்கொள்ளும் அளவுக்கு திருப்தியடைய முடியாத அளவிற்கு அப்படி ஒரு பசியா உனக்கு? பெண்ணே, அப்படி என்ன, எந்த மாதிரி மந்திர வேலையை அவர் மீது நீ ஏவியிருக்கிறாய்? அவரை விரும்புகிறவர்களை, அவருக்காக உயிரேயே கொடுக்கக் கூடிய என்னையும் ஒதுக்கி வைக்கும் அளவிற்கு.'

* * *

இரண்டு மாதங்களுக்குப்பின் அவள் மீண்டும் வந்தாள்.

'அவர் இங்கே இல்லாத சமயத்தில் எல்லாம் நீ ஏதோ எழுதிக் கொண்டிருக்கிறாயே, என்ன அது?'

அவள் தலையை மெதுவாக உயர்த்தினாள். எழுது பொருட்களைத் தள்ளி வைத்தாள். கௌசல்யா அமைதி குலைந்து காணப்பட்டாள். நீண்ட நேரம் மௌனமாகவே அமர்ந்திருந்தாள். மனத்தில் ஏதோ இருக்கிறது; ஆனால், அந்தச் சுமையை இறக்கி வைக்கச் சரியான சொற்களை அவளால் கண்டுபிடிக்க முடியவில்லை என்பதுபோல் இருந்தது.

'ஏன் நீ அவரை மறுக்கிறாய்?' கௌசல்யாவால் நீண்ட நேரம் பேசாமல் இருக்கமுடியவில்லை. கேள்வி எப்படி அமைந்தது என்பதைப் பற்றியும் அவள் கவலைப்படவில்லை.

என்ன பதில் சொல்வதென்று இளவரசிக்குத் தெரியவில்லை. சென்ற முறை கௌசல்யா எடுத்த நிலைப்பாட்டிலிருந்து முற்றிலும் வேறுபட்ட நிலை இது. தற்காப்பை விலக்கிவிட்டு நிற்கிறாள். எப்படி அவளுக்குத் தெரியும்? சும்மா குருட்டாம்போக்கில் கேள்வியை வீசுகிறாளா? அல்லது அவன் அவளிடம் சொல்லியிருப்பானோ? அவன் இறுமாப்பு கொண்டவன். அதனால், அப்படியிருக்காது. இவளுக்குப் பதில் சொல்லி என்ன ஆகப்போகிறது? எவ்வளவு விளக்கம் சொன்னாலும் யாரும் அதைப் புரிந்துகொள்ளப் போவதில்லை.

'நீ என்ன உணர்ச்சியற்றவளா? உன் உடல் உனக்குப் பிடிக்காதா, என்ன? ஏன் அவரை நீ அப்படி வதைக்கிறாய்? உன்னை எது வருத்துகிறது, பெண்ணே?'

கௌசல்யா கையை நீட்டி, அவள் தாடையை மென்மையாகத் தொட்டாள். 'நீ தனியாக இருப்பதாக நினைக்கிறாயா, குழந்தை? வீட்டு ஞாபகமா? நீ உன்னை கண்ணாடியில் பார்த்திருக்கிறாயா? சுருக்கமோ மருவோ இல்லாமல் உன் முகம் எப்படி இருக்கிறது! மாசற்ற உன் உடம்பைப் போலவே உன் வாழ்க்கையும் குறைவில்லாமல், பழுதில்லாமல் இருக்கும் என்று பந்தயம் கட்டுவேன். வீட்டுக்குள்ளேயே பொத்தி வளர்க்கப்பட்டவள் நீ. வெறுப்பும், கொடூரமும் என்ன என்றே தெரியாதவள். உன்னிடம் கர்வம் இல்லை. கபடமில்லை. இல்லை, இது ஒருவகை கர்வமாகவும் இருக்கலாம். எனக்குத் தெரியவில்லை. யாராவது உன்னிடம் அற்பத்தனமாக, மோசமாக நடந்து கொண்டார்களா என்ன? உன் மனம் நோகும்படி யாராது ஏதாவது சொன்னார்களா?'

அவள் தலையை ஆட்டினாள். ஆனால், எதுவும் பேசவில்லை.

'நீ அவரைக் கொல்கிறாய். அது உனக்குத் தெரிகிறதா இல்லையா? அவர் உயிரோடு இருப்பார். ஆனால், வாழ்பவராக இல்லாமல் அதிகம் இறந்தவராக'. அவளது தோளைப் பற்றி வேகமாக உலுக்கினாள். 'மகராஜ் குமாருக்கு ஏதாவது நடக்கட்டும், உன்னைக் கொன்றுவிடுவேன்' என்று சொல்லியபடி கௌசல்யா அவள் தோளை விட்டாள். இளவரசி எந்த எதிர்ப்பையும் வெளிப்படுத்தவில்லை. சுற்றி வளைக்கப்பட்ட மிருகத்தின் விரக்திதான் தெரிந்தது.

'அல்லது, நானா? நான் இங்கிருப்பது உனக்குப் பிடிக்கவில்லையா? நான் போய்விட்டால் போதுமா? அதுதான் நிரந்தரக் காரணம் என்றால், எனக்கு எவ்வளவு சிரமம் என்றாலும்

போய்விடுகிறேன். அவர் முகத்திலோ அல்லது உன் முகத்திலோ மீண்டும் விழிக்கமாட்டேன். சொல், பெண்ணே. வெளிப்படையாகச் சொல். இளவரசரின் வேதனையை முடிவுக்கு கொண்டுவா'.

பேசுவதை நிறுத்திய கௌசல்யா, அறைக்கு வெளியில் சென்றாள். அடுத்த நிமிடம் திரும்ப வந்தாள்.

'நான் போகமாட்டேன். என்ன வசிய மந்திரத்தை அவர்மீது போட்டிருக்கிறாய் என்று எனக்குத் தெரியாது. உன் மீது எப்போதும் கண் வைத்திருப்பேன். இளவரசி, ஜாக்கிரதை. எப்போதாவது நீ தப்ப முயற்சிக்கலாம். உன் திட்டங்கள் வக்கிரமானதாக, வெளியில் தெரியாமல் இருக்கலாம், உன்னை விடமாட்டேன். அப்புறம் கடவுள்தான் உன்னைக் காப்பாற்ற வேண்டும்'.

கௌசல்யா, அவளது சொற்களைப் போலவே நல்லவளாக இருந்தாள். எப்போதும் இளவரசியின் ஜடையைப் பிடித்துக் கொண்டு அவளைத் தொடரவில்லை. அல்லது பவாய் கூத்தின் நகைச்சுவைப் பாத்திரம்போல், ஏதோ சூழ்ச்சியையோ, புதிதாக எதையோ கண்டுபிடிக்க முயலும் உளவாளியாக அவன் நடிப்பது போல் இளவரசியைக் கண்காணிக்கவும் இல்லை. அவள் அங்குதான் சுற்றிக்கொண்டு இருந்தாள். சொல்லப்போனால், முன்னைவிட மேலும் குறைவான நேரம்.

ஏதோ ஒன்று கௌசல்யாவுக்கு வித்தியாசமாகத் தோன்றியது. இளவரசி எழுதுவதுடன் தொடர்புடையதா, அல்லது அதை அவள் ஓரமாக எடுத்துவைக்கும் விதமா? கௌசல்யாவால் முழுமையாகக் கணிக்க முடியவில்லை. இப்போதெல்லாம், அவள் இதைப்பற்றி அதிகம் சிந்திக்கிறாள். தடயங்கள் பற்றியும் சகுனங்கள் பற்றியும் எப்போதும் எல்லா இடங்களிலும் கற்பனை செய்துகொண்டிருந்தாள். ஆனால், ஒன்றை நீங்கள் ஒப்புக்கொள்ள வேண்டும். படித்தவளாகவே அவள் இருக்கட்டும். ஆனால், ஒரு இளவரசி எப்போதும் எழுதிக்கொண்டே இருப்பது வழக்கத்திற்கு மாறானது. மகாராணி, அல்லது குறிப்பாக ராணி கர்மாவதி எப்போதும் எழுதிக் கொண்டிருப்பதை அவள் பார்த்ததில்லை. அதைச் செய்ய எழுத்தர்களை வைத்திருந்தனர்.

தன்னுடைய எழுதுபொருட்களை அவள் எங்கு மறைத்து வைக்கிறாள் என்பது புதிர்தான். அவள் அறையில் எல்லா இடங்களிலும், ஏறத்தாழ எல்லாவற்றிற்குள்ளும் கௌசல்யா தேடிப்பார்த்துவிட்டாள். அதைச் செய்ய கொஞ்சம் நாளாயிற்று. இளவரசி குளிக்கச் சென்றபின், யாரும் அருகில் இல்லாத சமயத்தில்தான் அந்த இடத்தைத் தேடிப்பார்க்க முடியும். அவள் எதையும், ஏன், தனது நகைகளைக் கூட பூட்டி வைக்கவில்லை என்பது தெரிந்தபோது கொஞ்சம் கலக்கமாகத்தான் இருந்தது. எதையும் நம்பக்கூடிய ஒரு முட்டாள் அவள். ஆமாம். ஆனால்,

இதைச் சொன்னபிறகு, கேள்விக்கு விடைதான் கிடைக்கவில்லை: இவ்வளவு மாதங்கள் அவள் எழுதியவை எங்குதான் போயிருக்கும்?

கௌசல்யா, கும்கும் கன்வருடன் நட்பு ஏற்படுத்திக் கொண்டாள். அவளுடைய எஜமானி தொடர்ந்து எழுதிக்கொண்டிருப்பது பற்றி சாதாரணமாக அவளிடம் கேட்பதில் சிரமம் ஏதும் இருக்கவில்லை. 'யாருக்குத் தெரியும்? தன் அப்பாவுக்கு எழுதலாம். அல்லது மாமாவுக்கோ அல்லது அத்தைக்கோ இருக்கலாம். எனக்கு எப்படித் தெரியும்? எனக்கு எழுதவோ படிக்கவோ தெரியாதே'. கும்கும் கன்வரின் முகத்தில் மழுப்பலோ அல்லது சூதோ தெரியவில்லை.

'எனக்கும் தான்' என்று நினைத்துக் கொண்டாள் கௌசல்யா.

கற்பனை செய்யமுடியாத ஒரு இடத்தில் அவற்றைக் கண்டெடுத்தாள், கௌசல்யா. இளவரசி தனது பிரார்த்தனை அறையில். சற்று உயரமான பீடத்தில் மஞ்சள் வண்ணப் பீதாம்பர விரிப்பின் மீது இறை உருவங்களை வைத்திருந்தாள். கறுப்பு சலவைக் கல்லில் செய்யப்பட்ட சிவலிங்கம், வெண்கலத்தில் செய்த அழகிய சரஸ்வதி. ஒரு அடி உயரத்தில் பளிங்குக் கிருஷ்ணன், தாமிரத்தில் செய்யப்பட்ட ஏகலிங்கம், மூவர்களான ராமன், லக்ஷ்மணன் மற்றும் சீதை, தங்கத்தில் சூரியன், மாணிக்கக் கல்லில் விஷ்ணு, கறுப்புப் பளிங்குக்கல்லில் செய்யப்பட்ட உக்கிரமான முகம் கொண்ட சாமுண்டி ஆகிய உருவங்கள். புனிதமான பட்டுத் துணி மூடியிருந்த பீடத்திற்கு அடியிலிருந்த இழுப்பறையில் அவள் எழுதிய காகிதங்கள் மஸ்லீன் துணியால் சுற்றப்பட்டுப் பாதுகாக்கப்பட்டிருந்தன. அவற்றுடன் எழுதுகோலும் மைக்கூடும் இருந்தன.

நிச்சயம் நானூறு அல்லது ஐநூறு பக்கங்கள் இருக்கலாம். அவற்றில் பாதிக்கு மேல் முழுமையாக எழுதப்பட்டவை. ஒவ்வொரு எழுத்தும் காதில் அணியும் கறுப்பு முத்து போல் அழகான வடிவத்தில் அளவற்ற அக்கறையுடன் எழுதப்பட்டிருந்தன. ஒவ்வொரு வாக்கியமும் கறுப்பு முத்துகளால் கோக்கப்பட்ட மாலைபோல் அமைந்திருந்தன. ஆனால், அந்த வரிகள் அனைத்தையும் ஒன்றாகப் பார்க்கையில், அந்தப் பக்கத்தின் சித்திர வேலை முற்றிலும் குழப்பமான, சிக்கலான குவியலாக தோன்றியது. பித்துப் பிடித்தது போன்ற அவளது எண்ணங்களை வெளிக்காட்டுவதுபோல் நீட்டி எழுதப்பட்ட கிறுக்கல் எழுத்துக்களும் இருந்தன. அந்த எழுத்துகளின் எஜமானியுடன் அவற்றை கௌசல்யா ஒப்பிடமுடியாது. அவள் மிகவும் நேர்த்தியாக, ஒழுங்காக, சுருக்கமற்றவளாக இருந்தாள். விஷயங்களை அப்படியே ஏற்றுக்கொள்ள வேண்டியதுதான். வேறு வழியில்லை. அத்துடன் தனக்கு என்ன வேண்டுமோ அது கிடைப்பதை உறுதி செய்ய, அவள் எப்போதும்

ஏறத்தாழ எல்லாவற்றையும் அவளே செய்வாள். அந்த எழுத்துக்களைப் பார்த்தால், அவள் மிக அதிகமாக உணர்ச்சி வசப்படுபவள், மிக மோசமாக ஊசலாடுகிற, ஒழுங்கற்ற, குழப்பமான மனநிலை கொண்டவள் என்று தெரிகிறது.

கௌசல்யா சிரித்துக்கொண்டாள். படிக்கத் தெரியாதவள் அவள். அவளைப் பொறுத்தவரை இந்தக் கடிதங்கள் அந்நிய மொழி போலத்தான். ஒருவரது பண்புகளைச் சொல்லும் போலி ஆட்களைப் போல் மோசமாக எதையும் அவள் முடிவு செய்யவில்லை. கை ரேகைகளைப் பார்த்தும் அல்லது ஜாதகத்தின் ராசிகளை வைத்தும் பலன் சொல்வதற்கு கௌசல்யா ஒரு கடைகூட திறக்கலாம். சில பக்கங்கள் இல்லை என்பதை இளவரசி கண்டுபிடித்துவிடக் கூடாது. ஆகவே, காகிதக் கத்தையின் நடுவிலிருந்து ஒரு ஐம்பது காகிதங்கள் அளவுக்கு உருவினாள். தனது சோளிக்குள் செருகிக்கொண்டாள். உள்ளுக்குள் நழுவி, தொப்புளுக்கும் கீழ் அவை இறங்கி நின்றன. மீதிக் காகிதங்களை அந்த இழுப்பறைக்குள் திரும்பவும் வைத்தாள். பீடத்தைப் பட்டுப் பீதாம்பரத்தால் நன்றாக மூடினாள். முதலில் இருந்தது போல கடவுள் சிலைகளை கவனமாக நிறுத்தினாள். சிலைகளையோ அல்லது அதற்குக் கீழ் உள்ளவற்றையோ யாரோ நகர்த்தி, இடம் மாற்றியிருக்கிறார்கள் என்று சொல்ல சாத்தியமில்லை என்று அவள் நினைத்தாள்.

இப்போது அந்தக் காகிதங்கள் அவள் கைகளில். ஆனால், இவ்வளவு தூரம் சிரமப்பட்டுக் கண்டுபிடித்து, அவற்றை ஏன் திருடி வந்தோமென்று அவளுக்குப் புரியவில்லை. அவற்றை வைத்துக் கொண்டு அவள் என்ன செய்யப்போகிறாள்? மகன் மங்களிடம் அவற்றைக் காட்டலாம். அவனுக்குப் படிக்கத் தெரியும். மகராஜ் குமாருடன் பள்ளிக்குச் சென்றிருக்கிறான். ஆனால், சில ஆண்டுகளாகவே தாய்க்கும் மகனுக்கும் இடையில் அச்சப்படும் அளவிற்கு கடுமையான இடைவெளி. இருவரும் பேசிக்கொள்ளவில்லை. என்னவென்று தெரியவில்லை. மகன் தன்னை வெறுக்க இது காரணமாக இருக்கலாம் என்று கௌசல்யா எதையும் சந்தேகிக்க முடியவில்லை. இருவருக்கும் இடையில், ஒரு விஷயம், ஒரே விஷயம்தான் பொதுவில் இருக்கிறது; அது, மகராஜ் குமார். வேறு எதற்காகவும் அவர்கள் வாழ்வதாகத் தெரியவில்லை. அவன் பொருட்டு அம்மாவும் மகனும் ஒருவரை ஒருவர் கொலை செய்யவும் வாய்ப்பு இருக்கிறது என்று கௌசல்யா நினைத்துக் கொள்வதுண்டு.

ஒரு வார காலம் அந்தக் காகிதங்களை அவள் மறைத்து வைத்திருந்தாள். அதன் பிறகு இளவரசனைப் பார்க்க அவனுக்காக அரண்மனையில் காத்திருந்தாள். அவன் அன்று தாமதமாக வந்தான்.

இரண்டரை மணி நேரம் காத்திருக்க வேண்டியதாயிற்று. அவளைப் பார்த்தவன், முகத்தைத் திருப்பிக் கொண்டான். திருமணமான நாளிலிருந்து அவன் இப்படித்தான் செய்கிறான். கதவுக்குப் பின்புறம் மறைய இருந்த நிலையில், அவள் மெதுவாக அவனை அழைத்தாள்.
'மகராஜ் குமார், நான் உங்களிடம் ஒன்றைக் காட்ட வேண்டும்'

'எனக்கு ஆர்வமில்லை'

'அதைப் பார்ப்பதற்கு முன்பே எப்படிச் சொல்லலாம்?'

'என்னைத் தொந்தரவு செய்யாதே'

அவன் கையைப் பற்றினாள். கையை விடுவித்துக் கொள்ள அவன் முயன்றான். ஆனால், அவள் இறுக்கிப் பிடித்திருந்தாள்.

'என்னைப் போகவிடு கௌசல்யா. இல்லையென்றால்...' அவன் தன் கையை உயர்த்தினான்.

'நான் விடவில்லை என்றால், அறைவீர்கள், அப்படித்தானே?'

அவனிடமிருந்து ஆழ்ந்த பெருமூச்சு வெளிவந்தது. அவள் முகத்தை அவன் பார்க்க முயலவில்லை. 'இல்லை. அறையமாட்டேன்'

அவள் தன் தலையை ஆட்டினாள். 'நீங்கள் அப்படிச் செய்தாலும் அதைப் பொருட்படுத்தமாட்டேன். குறைந்தபட்சம் நம் இருவருக்கும் இடையில் அது ஒரு பேச்சு மாதிரி இருந்துவிட்டுப் போகட்டுமே. இப்போதெல்லாம், நம் இருவருக்கும் இடையில் அதுதான் இல்லாமல் போய்விட்டதே'

'சரி, இப்போது நான் போகலாமா?'

'அவள் எழுதியிருப்பதை நீங்கள் பார்க்க விரும்பவில்லையா?'

குறுவாளை நெஞ்சில் செருகியதுபோல் இருந்தது. அசையாமல் நின்றிருந்தான். தோள்கள் துவண்டு தொங்கின. கண்களை மூடிக்கொண்டான்.

'யாரைப் பற்றிப் பேசுகிறாய்?'

'யாரைப்பற்றி என்று உங்களுக்குத் தெரியும்'

'ஏதாவது விசேஷமாக அதில் இருக்கிறதா, என்ன? எழுதத் தெரிந்தவர்கள் உறவினர்களுக்கும் நண்பர்களுக்கும் கடிதம் எழுதியிருக்கலாம். உன்னைப் போல படிக்காதவர்களுக்கு வேண்டுமானால் அதைப் புரிந்துகொள்வதில் சிரமம் இருக்கலாம்.'

அவனுக்கு என்ன ஆயிற்று? ஏன் இந்தத் தேவையற்ற, அளவுக்கதிகமான குரூரம்? இது அவனது இயல்புக்கு மாறானது.

'ஒவ்வொரு மதியமும் உட்கார்ந்து எழுதுவது. ஆனால், யாருக்கும் அவற்றை அனுப்பாமல், யாருக்கும் தெரியாமல் மறைத்து வைப்பது என்பது?' சோளிக்குள் இருந்து அந்தக் காகிதங்களை வெளியிலெடுத்து அவன் கையில் கொடுத்தாள்.

'எனக்கு இதில் ஆர்வமில்லை. விருப்பமில்லை' கையில் காகிதங்களை இறுக்கியபடி உள்ளே சென்றான்.

* * *

அன்றிரவு அவன் தூங்குவதுபோல் பாசாங்கு செய்யவில்லை. பணியில் இருந்த ஹிஜிராவிடம் யாரையும், இளவரசி வந்தாலும், அனுமதிக்க வேண்டாம் என்றான். உயரம் குறைவான ஒரு மேஜை முன் அமர்ந்து அந்தக் காகிதங்களைப் படிக்கத் தொடங்கினான். பத்து, பதினைந்து, நூறு முறைகள் படித்திருப்பான். வளைந்து வளைந்து சென்ற அவளது எழுத்தை ஒன்றுசேர்த்துப் படிக்க முடியாமல் சில இடங்கள் இருந்தன. ஒரு பக்கத்தின் நடுவில் ஆரம்பித்த வாக்கியம், அடுத்த பக்கத்திற்குச் சென்றது. மீண்டும் முந்தைய பக்கத்தின் விளிம்பிற்கு அது திரும்பி வந்தது. அப்படியே அங்கு நின்றுவிட்டது. வேறொரு வாக்கியமாக அது தொடங்கி, அதுவும் கைவிடப்பட்டு, ஆனால், இதற்குமுன் விடப்பட்ட வாக்கியத்தை மீண்டும் தொடர்வதற்கு முயற்சி செய்திருந்தாள். ஆனால், துண்டிக்கப்பட்ட, இணைப்பற்ற அந்த வாக்கியங்கள் அனைத்தும் ஒருவருக்கே எழுதப்பட்டிருந்தன. பிரேமையின் பிதற்றல், பித்துப் பிடித்தது போன்ற உணர்வின், புலம்பலின் வெளிப்பாடு; மிகவும் பரிதாபகரமான பணிவான வேண்டுதல்கள், நிதானமிழந்த கோபத்தின் வெளிப்பாடுகள்; கர்வம் நிறைந்த நிராகரிப்புகள், தீவிரமான, வெளிப்படையான சிற்றின்ப வேட்கைக் குறித்துப் பேசும் பத்திகள்; அவளைப் பார்க்க வரச் சொல்லும், இந்த மானுடர்களின் மத்தியிலிருந்து ஒரேயடியாக அவளை அழைத்துப் போக இறைஞ்சும், கெஞ்சும் வரிகள்; மயக்கமடையும் வகையில் அவளது எலும்புகள் அனைத்தும் நொறுங்கும் வகையில் அவனுடைய கரங்களில் அவளை இறுக்கி அணைக்கச் சொல்லும் வரிகள்.

அவன் ஏன் வரவில்லை. எதற்காக இந்த ஆணவம். அக்கறையில்லை என்பது போன்ற விளையாட்டு. அவனில்லாமல் அவளால் இருக்கமுடியும். அவளுக்கு அவன் எப்போதும் தேவையில்லை. அவளே, அவளுக்குப் போதுமானவள். மகராஜ் குமாரின் குறுவாளை இதயத்தில் செருகி, அவள் தற்கொலை செய்துகொள்வாள். மகராஜ் குமாருக்கு என்றென்றும் விடுதலை அளித்து விடுவாள். பாவம், அவன்

அன்பான மனிதன். அவனை எவ்வளவு வேதனைப்பட வைத்துவிட்டாள். நடந்தது போதும். சாகும்வரை அவள் உண்ணாமல் இருக்கப்போகிறாள். இது ஐந்தாம் நாள். அவளுக்கு மிகவும் தாகமாக இருக்கிறது. அவள் அருந்த சிறிது நீர் இருக்கிறது. சேடி அப்போது குளிர்ச்சியான, எலுமிச்சைச் சாறில் தேன் கலந்த பானத்தை எடுத்து வந்தாள். அது அமிர்தம். ஓ... மறந்துவிட்டாள். எதற்காக, யாருக்காக அவள் ஏன் பட்டினிகிடக்க வேண்டும்? அவளது கடிதங்களை மதித்து பதில் எழுதவேண்டும், அபயக் குரல்களுக்கு பதிலளிக்க வேண்டும் என்றும் நினைக்காத யாரோ ஒருவனுக்காக அவள் ஏன் பட்டினிகிடக்க வேண்டும்? தினந்தோறும் அத்தகைய கடிதங்கள் பன்னிரண்டிற்கு மேலிருக்குமே. உங்களை நேசிக்கிறவர்களை நடத்துகிற முறையா இது?

சில நேரங்களில் காதல் வெறும் முட்டுச் சந்து என்று அவள் எண்ணியதுண்டு. அவளுடையது அனைத்தையும் அவள் கொடுத்து விட்டாள். ஆமாம் அல்லது இல்லை என்று அவன் சொல்லவில்லை. ஏற்றுக்கொள்ளவும் இல்லை. நிராகரிக்கவும் இல்லை. அவனையும், ஏற்கப்படாத காதலையும் அவள் என்ன செய்யவேண்டும்? நீங்கள் நேசிக்கும் அந்த நபர், உங்களை என்றும் நினைத்ததில்லை, உங்கள் பெயர் சொல்லி என்றும் அழைத்ததில்லை. உங்கள் பிறந்தநாளை நினைவில் கொண்டதில்லை. அவனுக்காக நீங்கள் பாடிய முதல் பாடலை நினைவில் வைத்திருக்கவில்லை. ஆக, அவனுடன் நிச்சயம் செய்வதில் என்ன பொருளிருக்கிறது? அப்போது, திடீரென்று, எங்கிருந்தோ வந்தது போல் மேகங்கள் குவிந்தன, வானம் கறுத்தது; பெரும் மலைப்பாம்பு மலைகளை இறுக்கி நொறுக்கி அரைப்பதுபோல் இடி இடித்தது. பளிச்சிட்ட மின்னல் அவளைத் தேளைப்போல் கொட்டியது, மழை அவள் உடலைத் துளைத்து, அவளை நனைத்தது, அதோ... அவன். அவள் வாழ்க்கையின் காதலை, கடலின் அடியில் ஓடும் நீரோட்டத்தை, அலை போல் மிதந்தோடும் மணலின் ஆன்மாவை, காதுகளில் கேட்கும் காற்றின் குரலை, மயிலிறகின் வருடலை. புல்லாங்குழலின் திண்மையைத் தன்மேல் உணர்ந்தாள்.

அந்தக் காகிதங்களில் நாலடிப் பாடல்கள் இருந்தன. உடைந்த வசனங்களும், முழுமையான கவிதைகளும் இருந்தன. ‘சந்தப் பாடல்’ வகையிலும் எழுத முயற்சித்து, பின்னர் அவற்றை அழித்திருந்தாள். பாடல் வரிகள் மட்டுமே அவன் படிக்காமல் விட்ட எழுத்துகள். கவிதை அவனுக்குச் சற்றும் பிடிக்காது. தீவிரமான ஆர்வம் இருந்தும், பாடலுக்கு எதிரான மனத்தடையை எவ்வளவு முயற்சித்தும் அவனால் வெல்லமுடியவில்லை. அவள் எழுதியவற்றில் அதிகமாக உரைநடையும் இருந்தது. ஆகவே, கவிதைகளை அப்புறம் படித்துக் கொள்ளலாம் என்று முடிவுசெய்தான். வேண்டுகோள்கள், புலம்பல்கள், இரங்கற்பாக்கள், துதிப்பாடல்கள், தனக்குள் பேசிக்கொள்ளுதல், அவளது

சித்தோர் வாழ்க்கையின் துன்பகரமான விரிவான விவரிப்புகள், அவளது தனிமை, சேடி கும்கும் கன்வருடன் அவளது உரையாடல்கள், ராணாவைக் குறித்து அவள் எழுதிய அற்புதமான எழுத்துச் சித்திரங்கள், ராணி கர்மாவதி பற்றிய நுட்பமான மதிப்பீடுகள், மகராஜ் குமாருக்கு அவள் அளிக்கும் வலியின், வேதனையின் பரிமாணம் குறித்த துணிச்சலான அகப்பார்வைகள், அவனை அவளால் அணுக முடியாத, அவனுக்கு அமைதியைத் தரமுடியாத நிலை பற்றியும் எழுதியிருந்தாள். அவளது மாமா, தாத்தா குறித்த கூர்மையான நினைவலைகள்; அவளது தாயின் இறப்பும் அதனால் அந்தச் சிறுமிக்குக் கிடைக்காத அன்பால் அவளது தந்தைக்கு இருந்த குற்றவுணர்வு குறித்தும், அவளிடம் எப்படி உரையாடுவதென்று தெரியாமல் அவருக்கே அவர்மேல் ஏற்பட்ட குற்றவுணர்வு குறித்தும் விவரித்திருந்தாள்.

தன் காதலனிடம் அவள் அனைத்தையும் கூறினாள். உலகத்தில் என்ன நடக்கிறது என்று பார்த்துவர அனுப்பியதுபோல் மண்ணுக்குள்ளிருந்து ஒரு விதை அனுப்பும் மிகச் சிறிய, ஏறத்தாழ கண்ணுக்குத் தெரியாத முளைக்குருத்து பற்றி; தனக்கு ஒரு கூட்டை அமைத்துக்கொள்ள கடந்த பதினேழு நாட்களாக மரப்பட்டையைத் துளைத்துக் கொண்டிருக்கும் மரங்கொத்தியின் அலகு ஏன் உடையவில்லை அல்லது அதன் கூர்மை ஏன் மழுங்கிப் போகவில்லை? நிலவு தேய்வதற்கும் வளர்வதற்கும் அவளது மனநிலைக்கும் ஏதாவது தொடர்புண்டா? அவன்பால் அவள் கொண்டிருக்கும் அன்பு, சமவெளிகளில் வெள்ளமாகப் பெருகியோடி, ஆறுகளின் போக்கை மாற்றிவிட்டதா?

சித்தோரின் பசுமையையும் மரங்களையும் காடுகளையும் அவளால் பேசாமலிருக்க முடியவில்லை. இரண்டு உலகங்கள் இருக்கிறதா என்று அவள் திகைத்தாள். ஒன்று மேர்த்தாவிற்கு, மற்றொன்று சித்தோருக்கு. அவள் இவ்வளவு பசுமையை என்றுமே பார்த்ததில்லை. தனது புலன்களுக்குள் அனைத்தையும் எடுத்துக்கொள்ள முயன்றாள். அவளது பேராசை அடங்கவேயில்லை. மரங்களையும், கிளைகளையும், இலைகளையும், மலர்களையும் அவளுடன் பேசமுடிந்த உயிரினங்களாக விவரித்திருந்தாள். ஒவ்வொரு கிளையும் ஒரு கரம்; ஒரு மரம் ஆயிரம் கரங்கள் கொண்ட இறைவி; இலைகள் இறைவியின் அணைப்பில் இருக்கும் குழந்தைகள் என்று அவள் விவரித்திருந்தாள்.

ஓர் இலையை மணிக்கணக்கில் அவளால் பார்த்துக் கொண்டிருக்க முடியும்; இலையமைப்பைப் பார்த்து தமனிகளையும் சிரைகளையும் அவளால் விவரிக்க முடியும்; நூற்றுக்கணக்கான மரங்களையும், செடிகளையும் வரையவும் வேறுபடுத்திக் கூறவும் அவளால் முடியும். காற்று சில நேரங்களில் ஒரு புல்லாங்குழல் ஆகிவிடும். வெட்கமின்றி

மற்றவர்களுக்குள் அத்துமீறி நுழைந்துவிடும். அதன் மிருதுவான தொடுதல், மரங்களுக்குச் சிலிர்ப்பை ஏற்படுத்தும், ஆபாசமாகப் பேசி, மரத்திற்குக் கிளர்ச்சியூட்டும். சுறுசுறுப்பாக்கிவிடும். என்னைத் தனித்திருக்க விடு என்று மரம் காற்றிடம் சொல்லும் வரையில் அதைத் தொட்டு, சந்தோஷமாக மேலும் கீழும் ஆடவைக்கும், ஆனால், அது காற்றுக்கு மேலும் துணிவைத்தான் அளிக்கும். காற்று, மரம் முழுவதும் வீசிப் பரவும். அங்கு நிறுத்தல் என்பதே இல்லை. அதுமட்டுமின்றி, அந்த மரத்திற்கும் நிறுத்த வேண்டும் என்ற விருப்பமும் இல்லை.

ஹிஜிரா தூங்கி வழிந்து கொண்டிருந்தான். அவனைத் தட்டி எழுப்பி கௌசல்யாவை அழைத்து வரச் சொன்னான்.

'மீதி எங்கே?'

'உங்களுக்கு ஆர்வம் இருக்காதென்று நினைத்தேன்'

'மீதி எங்கே என்று கேட்டேன். கௌசல்யா, தயவுசெய்து சொல்'

கடவுளே, அவள் எங்கு போய், என்ன செய்திருக்கிறாள்? அவன் ஆன்மாவில் தைத்திருக்கும் இந்த அம்பு என்ன? பகலும் இரவும் குருதி சிந்திக் கொண்டிருக்கும் அந்தக் காயம் எங்கே இருக்கிறது? அந்தப் புண்ணின் வாய் எங்கிருக்கிறது? இப்போது அவன் புருவங்களில் கடுமையான சுரத்தை உணரமுடிகிறது. அவன் சுவாசம் மெலிதாகவும், வலியால் அவன் கண்கள் குருடாகியது போல் தோன்றுகிற இந்த நிலையில் அவளால் எழுதப்பட்டிருக்கும் அந்தப் பக்கங்கள் அவனிடம் என்ன கூறியிருக்க முடியும்?

'என் இளவரசே, என் விலைமதிப்பற்ற சொத்து நீங்கள் தான். உங்களது வேதனையைப் போக்க என்னால் ஏதாவது செய்யமுடியுமா?' அவன் கரங்களைத் தொட்டாள்.

அவன் விலகினான், ஆனால், அவளைத் தள்ளிவிடவில்லை.

'ஆமாம். உன்னால் முடியும். அந்த மீதிக் காகிதங்கள் எங்கே இருக்கின்றன?' அவனுக்கு அந்த இடத்தை அவள் காட்டினாள்.

அவன் படித்தவை போன்ற விஷயங்கள்தான், மீதமிருந்தவற்றிலும். அனைத்துப் பக்கங்களும் அப்படியே. மூர்க்கமான சண்டைகள், நல்லிணக்கம் வேண்டும் வறட்சியான செய்திகள்.

மூன்று மணிக்கு, ஹிஜிராவைப் போகச் சொல்லிவிட்டு, இளவரசியின் படுக்கை அறைக்குள் நுழைந்தான். அவள் ஒருக்களித்துப் படுத்திருந்தாள். மார்பில் காதுகளை வைத்துக் கேட்டாலொழிய அவள் உயிருடன் இருக்கிறாளா என்று உங்களால் அறிந்துகொள்ள முடியாது.

மனிதர்களின் முகங்கள், பொய்களால் அமைந்தவை. ஆனால் இவள் அமைதியாக, குழந்தைபோல் கனவுகளற்றுப் படுத்திருந்தாள். அந்த அமைதிக்கு அடியில் எப்படிப்பட்ட கொந்தளிப்பான திடீர் மாற்றங்கள் நிகழ்ந்திருக்கும் என்று எவரால் யூகிக்க முடியும்.

அவளை உலுக்கி எழுப்பினான். அவள் உடனடியாக விழித்துக்கொண்டாள். ஒரு உணர்வு நிலையிலிருந்து, மற்றொரு உணர்வு நிலைக்கு மாறும் அந்தக் கணத்தின் தன்னிலையிழப்பு ஏதுமின்றி, விழித்துக்கொண்டாள்.

'அவனைக் கொல்லப் போகிறேன்' என்றான் அவன். 'அவன் யாராயிருந்தாலும், அவனை நான் கொல்வேன்'

அவள் புன்னகைத்தாள்.

அத்தியாயம் 7

போர் முனையிலிருந்து வந்த செய்தி மிகவும் மோசமானதாகவோ அல்லது மிகவும் நல்லதாகவோ இல்லை. சில நேரங்களில் நான் இப்படி நினைப்பதுண்டு. சுல்தான் முஸாஃபர் ஷா தைரியம் இழந்துவிட்டார்; ஆகவேதான், தந்தைக்கு எதிராகப் படையை நடத்துவதற்குப் பதிலாக சம்பானேர் என்ற இடத்தில் ஓய்வெடுக்கிறார். ஆனால் சுல்தான் தந்திரக்காரர். யுத்தம் அவர் கையை விட்டுப் போய்விட்டது; கையிலிருந்து அதிகாரமும் நழுவிக்கொண்டிருக்கிறது என்று எங்களை நம்பவைக்க அவர் போடும் திட்டத்திற்கு இது பொருந்தலாம். ஒருவேளை ராஜபுத்திரர்களாகிய நாங்கள் கற்றுக்கொண்டிராத அல்லது அதற்கு விருப்பப்படாத ஒன்றிரண்டு விஷயங்கள் அவருக்குத் தெரிந்திருக்கலாம். ஒவ்வொரு கைகலப்பும் சண்டையல்ல; ஒவ்வொரு சண்டையும் யுத்தமல்ல என்ற விஷயத்தை அவர் ஒப்புக்கொள்வார். இரண்டாவதாக, தூதுக் குழுவால் கிடைக்கும் பலன்கள் அவருக்குப் புரிந்திருந்தது. அனைத்து வேலைகளையும் முயற்சிகளையும் செய்தபின்னும், நீங்கள் தோற்கப்போகிறீர்கள் என்றால் உங்கள் தளபதிகளுக்கு எதற்கு அதிகச் சம்பளம் கொடுக்க வேண்டும்; பெரிய ஜாகீர்களைப் பரிசாக அளிக்கவேண்டும் என்று அவர் யோசனை செய்கிறார். மூன்றாவது, குஜராத் படை யுத்தத்தை இழந்தால், அவமானமும் அவமதிப்பும் பொறுப்பிலிருக்கும் தளபதிகளுக்கே போய்ச்சேரும்; அவருக்கு அல்ல. இறுதியாக, தந்தையும் அவரும் செய்துகொண்டிருக்கும் யுத்தத்தின் முடிவு ஊசலாட்டமாக நீண்டுகொண்டிருந்தது. அவர் பக்கம் சில சமயம், எங்கள் பக்கம் சில சமயம். திட்டவட்டமான, என்றைக்குமான முடிவு சாத்தியமில்லை என்றுதான் அப்போது தோன்றும். ஆகவே, எதற்கு

உணர்ச்சி வசப்பட வேண்டும், கௌரவத்தையும் உயிரையும் யுத்த முனையில் வைக்கவேண்டும்?

விக்கிரமாதித்தனின் தேசத்துரோகம் குறித்தும், அவன் சிறையில் இருப்பது குறித்தும் தந்தை ஆழ்ந்த மௌனத்தில் இருந்தார். நான் பேராசையோடு நடந்து கொள்கிறேன் என்று குற்றஞ்சாட்டி, ராணி கர்மாவதி அவருக்குத் தூதர் மேல் தூதராக அனுப்பினார் என்றும் அறிவேன். அப்பாவி விக்கிரமாதித்தன்மேல் தவறான குற்றச்சாட்டுகளை சுமத்துகிறேன், ஆகவே என் தம்பியை விடுதலைசெய்ய வேண்டும் என்று அவர்கள் மூலம் சொல்லியனுப்பியிருந்தார். சில நேரங்களில், கும்பல்கார்க் சென்று, தனது அன்பு மகனை அடைத்து வைத்திருக்கும் சிறையின் மூன்று பூட்டுகளையும் தாழ்ப்பாள்களையும் தானே திறக்கப்போவதாக மிரட்டுவார். அப்படிச் செய்யமாட்டார் என்றும் கூறமுடியாது. வெளிப்படையாகச் சொன்னால், எப்படி இந்தச் சூழலைக் கையாள்வது என்றே எனக்குத் தெரியவில்லை. விக்ரமை அவள் பார்க்கச் சென்றால் கும்பல்கார்க் கோட்டையின் வீரர்கள் அவரைத் தடுப்பது சாத்தியமில்லை. அவர் என்னைத் தனித்து இயங்கவும் விடவில்லை. என் அலுவலகத்திற்கு அடிக்கடி வருவார்; மேடை நடிகன் 'ரகசியம் பேசுவது' போல் ஒரு மைல் தூரம் கேட்கும்படி, அவரை சிறையிலடைக்க முடியுமா என்று சவால் விடுவார். செய்யாத குற்றத்திற்கு அவரைக் கம்பிகளுக்குப் பின்னால் அனுப்பும் தைரியம் எனக்கில்லை; ஒருவேளை விக்ரமை அவர் விடுதலை செய்துவிட்டாலும், என்னால் அப்படிச் செய்யமுடியுமா எனத் தெரியவில்லை. சில நேரங்களில் வசீகரிக்கும் சொற்களால் தேனொழுகப் பேசுவார்; என் நலம் விசாரிப்பார்; தானே செய்தேன் என்று ஏதாவது சுவையான தின்பண்டத்தை எடுத்துவருவார்; ஒரு வாரம் முழுவதும் விக்கிரமாதித்தனைப் பற்றி பேசவேமாட்டார்; பின் திடீரென்று ஒருநாள் அவன் சிறியவன், அனுபவம் இல்லாதவன், இந்த ஒரு தடவை அவனை மன்னிக்கக் கூடாதா என்று கெஞ்சுவார். விஷயம் என் கைகளில் இல்லை என்று கூறினால், கத்த ஆரம்பித்துவிடுவார். நான் ஒரு முட்டாள்; எனது தம்பியின் சிறந்த தலைமைப் பண்புகளையும், அவன்மீது மக்களுக்கு இருக்கும் அன்பையும் கண்டு பொறுக்காதவன்; கஞ்சத்தனமும் பேராசையும் கொண்ட கயவன்; என் நலனை உத்தேசித்தே அவனைச் சிறையில் அடைத்து வைத்திருக்கிறேன் என்று கூச்சல் போடுவார்.

இவை எல்லாவற்றிலும் தந்தையின் நிலைப்பாடு என்ன? அதை அவர் தேசத்துரோகமாகப் பார்க்கிறாரா? அல்லது தந்தையின் தடங்களைப் பின்பற்றும் ஆற்றல்மிக்க. சுறுசுறுப்பான, பொறுமையற்ற இளைஞனின் கட்டுப்பாடற்ற நடத்தை என்று ராணி சொல்வதை எடுத்துக்கொள்கிறாரா? ராஜ்ஜியத்தின் சட்டப்பூர்வமாக அமைக்கப்பட்ட உயர்நிலை மனிதர்கள் அடங்கிய நீதிமன்றம் இளவரசனை சிறைக்கு அனுப்ப ஒப்புதல்

அளித்ததை அவர் ஏற்றுக்கொள்கிறாரா? எங்கள் முடிவு சரியென்று அவர் சொல்வாரா?

இதற்கிடையில், எங்கள் விருந்தினர் இளவரசன் பகதூருக்கு சித்தோரில் பெரும் வெற்றிதான். ராஜ மாதாவிற்கும் அவனைப் பிடித்துவிட்டது. அவனது புன்னகை, வியப்பளிக்கும் மரியாதையான நடத்தை, பெருந்தன்மையான செயல்கள் (இந்த நேரத்தில் அவனுக்கு யார் நிதியுதவி செய்கிறார்கள் என்பது தேவையற்றது) ஆகியன அனைவரையும் ஈர்த்துவிட்டன. நான் அவனுக்கு அடைக்கலம் தந்து விருந்துபச்சாரம் செய்வதை முன்னர் எதிர்த்த அனைவரது மனத்திலும் இருந்த எதிர்ப்பைத் துடைத்துவிட்டான். பகதூர் நன்கு படித்தவனாக அனைத்தையும் நன்கு அறிந்தவனாக இருக்கிறான். புத்திசாலி, அறிவுக் கூர்மையுள்ளவன்; முட்டாள்கள் அவன் கீழே வேலைசெய்ய முடியாது என்று என்னால் நிச்சயம் கூறமுடியும். ஆனால், சித்தோரில் எவரிடமும் அவர்களுக்குப் பிடிக்காத விஷயங்களை அவன் பேசுவதில்லை. தன்னைச் சுற்றி இருப்பவர்களுக்குத் தகுந்தாற்போல் தனது அறிவு சார்ந்த சுருதியை அவன் மாற்றியமைத்துக் கொள்கிறான்.

அவன் பரவலாக, விரசமான நகைச்சுவைகளை உதிர்ப்பான். எவருக்கும் தப்பாகத் தோன்றாத நகைச்சுவை; அவனது துணுக்குகள் கொஞ்சம் கொஞ்மாகத்தான் வெளிவரும்; சொன்னதேயே அவன் திருப்பிச் சொன்னதில்லை. குஜராத்தி, மால்வா, டெல்லி நகைச்சுவைகள் என்று சொல்லிக்கொண்டே இருப்பான். தன்னை உறுதிப்படுத்திக் கொண்டபின், அவனுக்குக் கிடைத்த வரவேற்பையும் பார்த்துவிட்டு, இப்போது ராஜபுத்திர நகைச்சுவைகளும் சொல்ல ஆரம்பித்துவிட்டான்.

ஒரு மாலை நேரத்தில் அவனுடைய ஐந்து அன்னைகளை வைத்து அவன் செய்த நகைச்சுவையை நீங்கள் பார்த்திருக்கவேண்டும். அவர்கள் அனைவரையும் போல் தனித்தனியாக, வெவ்வேறு குரல்களில் பேசி நடித்தான்; அவர்கள் ஒரே நேரத்தில் பேசிக்கொள்வதுபோல் செய்துகாட்டினான். திடீரென்று அந்தக் காட்சியில் அந்தப்புரத்தின் பிரதான ஹிஜிரா தோன்றுவான். காமத்தைத் தூண்டும் சொற்களால் அவர்களைக் கேலிசெய்வான்; காமக்கதைகள் சொல்வான்; சுல்தான் யுத்தம் நிமித்தமாக வெளியூர் சென்றிருக்கிறார்; அல்லது யாரோ ஒரு பெண் அடிமையுடன் தனித்திருக்கிறார். உடற்பசியால் வாடும் ராணிகள், பாலுறவு இல்லாத நெருக்கத்தைத் தேடுகிறார்கள்; கட்டுக்கடங்கா பாலுறவு வேட்கையை ஆணின் துணையின்றி தீர்த்துக்கொள்ளும் கட்டாயத்திற்கு ஆளாகிறார்கள். எனது சகோதர உறவுகளும், சகாக்களும், மேற்குடி மனிதர்களும் போக்கிரித்தனமாகச் சிரிக்கிறார்கள் (நானும் தான்). எங்கள் அந்தரப்புரத்தைப் பற்றிய மிகத் துல்லியமான சித்திரம் ஒன்றை அவன் தீட்டுகிறான் என்பதை உணராமலும், அவன் ஊருக்குத் திரும்பியபின்,

எமது தனிப்பட்ட பழக்கங்களை, முட்டாள்தனங்களை, பலவீனமான தன்முனைப்புகளை, நகைப்பிற்குரிய மடமைகளைப் பற்றியும் அங்கு சொல்வதற்கு இதுபோன்ற அற்புதமான கதைகள் அவனுக்குக் கிடைத்திருக்கின்றன என்பதை உணராமலும் சிரிக்கிறார்கள்.

அவனது குரலில் ஓர் உயர்வான அதிர்வுத் தன்மை உண்டு. அவனது சிரிப்பு ஆழமானது, தொற்றக்கூடியது. இந்தத் தருணத்தில் இந்த நகரில் அதிகம் பேசப்படுபவனும் ரசிக்கப்படுபவனும் அவன்தான். அவனது அடுத்தப் பதினைந்து நாட்களும் அவன் சந்திக்க வேண்டிய நபர்களால் நிரம்பியுள்ளது.

அவனைப் பற்றியும் இரவில் அவன் யாருடன் படுத்திருப்பான் என்பது குறித்தும் அரண்மனைப் பெண்கள் முடிவின்றி கிசுகிசுக்கிறார்கள். மிடுக்காகத் தைக்கப்பட்ட வெண்ணிற உடை; இடுப்பில் பச்சை நிறத்தில் அல்லது வெளிர் சிவப்பில் கச்சை; ஆடம்பரமான தலைப்பாகை சகிதம் அதிதி மாளிகையிலிருந்து அவன் வெளியில் செல்வதை மறைந்து நின்று 'ஜரோக்கா'களின் ஊடாக அவர்கள் பார்ப்பார்கள். தன்னை அவர்கள் பார்க்கிறார்கள் என்பதை அவனும் அறிவான். அதனால் வேண்டுமென்றே அதிகம் தோரணை காட்டுவான். நாங்கள் ஒன்றாக அமர்ந்து இரவு உணவு சாப்பிடுவோம்; உணவருந்தும் கூடத்தைப் பிரிக்கும் திரைச்சீலைக்கு அருகில் நின்று, அவனை சும்மா நெருக்கத்தில் பார்ப்பதற்காக வீட்டுப்பெண்கள் தமக்குள் சண்டையிட்டுக் கொள்வதைப் பார்த்திருக்கிறேன். போலி ஒழுக்கம் கொண்ட எனது கண்களை பகதூர் திறந்தான். அவனது இரட்டைப் பொருள் கொண்ட, விரசமான, பாலியல் நகைச்சுவைகளை ஆண்களைக் காட்டிலும் பெண்கள், அதுவும் பிறரைப்பற்றி அதிகம் கவலைப்படாமல் ரசித்தனர். அவர்கள் மனம் விட்டு சிரிப்பதைக் கேட்க முடியும், ஆண்கள் தம்மைப் பார்க்கிறார்கள் என்று உணர்ந்ததும் திடீரென்று சிரிப்பை நிறுத்திக் கொள்வார்கள்.

நண்பன் பகதூர் சோம்பியிருக்கவில்லை; உண்மையைச் சொல்லவேண்டும் என்றால், விக்கிரமாதித்தனின் தாய்தான் அவனிடம் முதலில் கோரிக்கை வைத்தாள். அவனது ஆட்களைத் திரட்டி இளவரசனை சிறையிலிருந்து விடுதலை செய்தால், பன்னிரண்டாயிரம் குதிரைகளும் பத்தாயிரம் வீரர்களும் தருவதாக உறுதி கூறினாள். இந்தத் திட்டத்தில் பகதூருக்கு ஆர்வம் இருந்தாலும், அவன் முட்டாள் இல்லை. எதுவுமற்ற ஒரு நண்பனுடன் இணைவது குறைந்தபட்சம் இந்தச் சமயத்தில் அவனுக்கு சாத்தியமில்லாதது என்பதை அறிவான். ராணி கர்மாவதி நேற்று அவனிடம் மேலும் ஆசை காட்டியிருக்கிறாள். மகனைச் சிறைமீட்க தான் ஆட்களை ஏற்பாடு பண்ணுவதாகவும் பகதூர் அதற்குத் தலைமை ஏற்க முடியுமா என்றும் கேட்டிருக்கிறாள். எனக்கு இந்த யோசனைப் பிடித்திருக்கிறது. இதிலும் மாட்டாமல் அவன் எப்படியாவது

வெளிவந்துவிடுவான் என்ற நம்பிக்கை எனக்கு இருக்கிறது; ஆனால், அவன் எப்படி அதைச் செய்யப்போகிறான் என்பது எனக்கு ஆர்வமாயிருக்கிறது. ஆனால், அது அதீதமான நம்பிக்கை. நான் தவறு செய்கிறேன். அவளது கோரிக்கைக்கு இணங்க அவன் முடிவு செய்யக்கூடும்.

அவன் எடுப்பாக, பிரபலமாக இருந்தாலும், பகதூருக்குப் பிரச்சனைகள் இல்லாமல் இல்லை. மதுக்குவளையை அவனால் சரியாகப் பிடிக்கமுடியாது. சிலசமயம் வாய் கோணிக்கொள்ளும். அவனைச் சமாளிக்க முடியாமல் போகும் சமயத்தில், அவனது மதுவில் சிறிது ஓபியம் சேர்க்கும்படி என் ஆட்களிடம் சொல்லியிருக்கிறேன். அது வேலையை விரைவாக முடிக்கிறது. பாதிப் பேச்சிலேயே அவன் தூக்கத்தில் ஆழ்ந்துவிடுகிறான்.

நான் அவனுக்காக வருத்தப்பட்ட ஆரம்ப நாட்களில் ஒருமுறை உள்துறை அமைச்சர் லக்ஷ்மண் சிம்மாஜி எங்களை இரவு உணவுக்கு அழைத்தார். என் சித்தப்பாவிற்கு இதைப்போன்ற நண்பர் குழாம் பிடிக்கும். விருந்தினர்களை வரவேற்று உபசரிக்க விரும்புவார். தொந்தரவு என்னவென்றால், மற்றவரைவிட அவர் அதிகம் மதுவருந்த விரும்புவார். மூன்றாவது குவளை அருந்தும்போது, நண்பர்களாகிவிட்ட லக்ஷ்மண் சிம்மாஜியின் மகன் ராஜேந்திரனும் பகதூரும் ஒருவர் முதுகை ஒருவர் தட்டிக்கொடுக்கத் தொடங்கினர். ஐந்தாவது குவளையில், மால்வாப் படையும் டில்லிப் படையும் செய்த தவறுகளை வேடிக்கையான சம்பவங்களை அமைச்சரும் பகதூரும் பேசத் தொடங்கினர். லக்ஷ்மண் சிம்மாஜி ஒன்றைச் சொல்லி முடித்ததும், அடுத்தது பகதூர். அவனது பதினோறாவது வயதில் அவன் தந்தை செய்த தந்திரம் ஒன்றை பகதூர் நினைவுபடுத்தினான்.

'யுத்தம் தொடங்குவதற்கு முன்னதாக, ஷைஸ்ட் கானை தனது தூதுவனாக வெள்ளைக் கொடியுடன் எதிரி முகாமிற்கு தந்தை அனுப்பினார். கான் எதற்கு வருகிறான் என்று ஊகங்கள் நிறைய இருந்தன: சுல்தானின் விருப்பம் என்ன? குஜராத் அமைதியை விரும்புகிறதா? எதிரியுடன் ஏதேனும் உடன்படிக்கை ஏற்படுத்திக் கொள்ள சுல்தான் விரும்புகிறாரா? ஆனால், எதுவும் இல்லை. சுல்தான் சிறிய வேண்டுகோளைத்தான் தெரிவித்திருந்தார். மிகவும் அற்பமானது. "அடுத்த நாள் இஸ்லாம் மதத்தில் விருந்திற்கான நாள். ஒரு நாள் மட்டும், இருபத்தி நான்கு மணி நேரம் மட்டும் யுத்தத்தை தள்ளி வைக்க கருணை கூர்ந்து ஒப்புதல் அளிக்கவேண்டும்". (வீட்டில் இருப்பவர்களுக்கு நெருக்கமான கதைகளிலிருந்து அவன் விலகிய உடனேயே, ஷெஸாதா ஆபத்தான பிரதேசத்திற்குள் நுழையப் போகிறான் என்பதை நான் உணர்ந்திருக்க வேண்டும்).

'மேவார் படைகளின் தளபதி பகட்டும் வெற்றுப்பேச்சும் நிறைந்தவர்; பெரிதான, பெருந்தன்மையான நல்லெண்ண நடவடிக்கைளில் நம்பிக்கைக் கொண்டவர். "மாட்சிமை பொருந்திய சுல்தானிடம் கூறுங்கள், நாகரீகமடைந்த மரியாதை தெரிந்த மனிதர்கள் நாங்கள்; அவரது வேண்டுகோளை ஏற்கிறோம். நாளைய தினத்தை ஓய்வு தினமாக எடுத்துக்கொள்கிறோம். நாளை மறுநாள் காலை ஒன்பது மணிக்கு யுத்தக் களத்தில் சந்திப்போம்". மேவார் பாசறையில் அன்று இரவு, அதிக அளவில் மது அருந்துதலும், களியாட்டங்களும் இருந்தன. அடுத்த நாள் காலை, முந்தைய இரவின் போதை தெளியாமல் படைவீரர்கள் சிரமப்பட்டனர்; அந்த நாளை எளிதாக எடுத்துக்கொண்டிருந்தனர். அப்போது சரியான நேரத்தில் குஜராத் படை அவர்களைத் தாக்கியது, அது படுகொலை. யாரும் எதிர்பாராத படுகொலை. கிட்டத்தட்ட மூவாயிரம் மேவார் வீரர்கள் படுகொலை செய்யப்பட்டனர்.'

உணர்ச்சியை வெளிக்காட்டாமல் இருக்க லக்ஷ்மண் சிம்மாஜி மிகவும் சிரமப்பட்டார்.

'எங்கள் வெற்றிக்கு யாருக்கு நாங்கள் கடன்பட்டிருக்கிறோம், தெரியுமா?' ஷெஸாதா திரும்பத் திரும்ப கூறிக்கொண்டிருந்தான். 'உலகத்திலேயே மிகவும் வீரமான படையின் தளபதிக்குத்தான். போரை நடத்த சட்டங்களும், நடத்தை விதிகளும் இருக்கிறதென்று அந்த முட்டாள் நம்பிவிட்டான். யுத்தத்தில் ஒரே விதிதான் உண்டு. அதற்குப் பெயர் வெற்றி, அதாவது என்ன விலை கொடுத்தாலும் வெற்றியை அடைவது; மற்ற எல்லாவற்றையும் தூக்கி உடைப்பில்போடு'.

பகதூர் மனம் விட்டு சிரித்துக்கொண்டிருந்தான். என் சித்தப்பா மகன் ராஜேந்திரன் மன்னித்துக் கொள்ளுங்கள் என்று சொல்லிவிட்டு வெளியேறிவிட்டான். எனக்கு மிகவும் சங்கடமாக இருந்தது. கோபத்தில் முகத்தை நிமிர்த்தாமல் இருந்தேன். அது மேவாரின் வரலாற்றில் மிக மோசமான கறுப்புத் தினங்களில் ஒன்று. அதன் பின்னர், மூவாயிரம் வீரர்களை இழந்ததைக் காட்டிலும் அதிகமான இழப்பை குஜராத்தின் சுல்தானுக்கு லக்ஷ்மண் சிம்மாஜி தந்தார்; எனினும், அந்தத் துரோகச் செயலுக்காக குஜராத்தை என்றைக்கும் மேவார் மக்கள் மன்னிக்கமாட்டார்கள். ஆனாலும், பகதூர் கூறியது சரிதான். யுத்தம் என்றால் என்ன என்பதை இன்றைக்கும் ராஜபுத்திரர்கள் புரிந்து கொள்ளவில்லை. ஆனால், சுல்தான் புரிந்துகொண்டிருந்தார். ஒரு நாட்டின் உயிரே அதில் இருக்கிறது என்பதுபோல்தான் யுத்தத்தை நடத்தவேண்டும். பெரும்பாலும் அப்படித்தான். நியாயமான வழியோ அல்லது அது தவறான வழியோ, அனைத்து வழியிலும் யுத்தத்தை நடத்துங்கள். முடிந்தால், வெற்றிக்கு முயலுங்கள்; முடியாதென்றால், நேரத்தைக் கடத்துங்கள்.

உள்துறை அமைச்சரும் சிரித்தார்; திணறியது போன்ற மகிழ்ச்சியற்ற சிரிப்பு. மதுவால் பகதூரின் குவளையை நிரப்பியவர், தனக்கு அதைக்காட்டிலும் அதிகம் ஊற்றிக்கொண்டார். பகதூர் அவரைப் பார்த்து, நீங்கள் இதைவிட பெரிதாகச் சொல்லுங்கள் என்றான். லக்ஷ்மண் சிம்மாஜி வருத்தத்துடன், வறட்சியாகச் சிரித்தார். ‘இளவரசே, இன்றைக்கு அதிகம் சிரித்துவிட்டேன். கண்களில் நீர்ப் பெருகும் அளவிற்குச் சிரித்துவிட்டேன். முறியடித்துத் தோற்றோட வைத்த யுத்தம் குறித்து வெகு சீக்கிரத்தில் சொல்கிறேன். வலி ஏற்படும் அளவுக்கு அன்றைக்கு உங்களைச் சிரிக்க வைக்கிறேன். அதற்காக இப்போது நாம் மதுவருந்துவோம்’.

* * *

அன்று காலையில் நகரத் திட்டமிடல் அதிகாரி சஹஸ்மாலுடன் அமர்ந்திருந்தேன். அவர் கடினமாக வேலை செய்திருக்க வேண்டும். இரண்டு திட்டங்களுடன் அவர் வந்திருந்தார். ஒன்று கழிவு நீர் வெளியேற்றத்திற்காக, மற்றொன்று குடிநீருக்காக, நகரம் முழுவதும் புதிதாகக் குழாய்கள் பதிக்கும் திட்டம். இரண்டும், குறிப்பிடும்படியான இரண்டு வெவ்வெறு மட்டங்களில் அமையுமாறு திட்டம் தீட்டியிருந்தார். கழிவு நீர் எப்போதும் கீழ்நோக்கி ஓடும்; ஆகவே, சுத்தமான நீரை எடுத்துச்செல்லும் குழாய்கள், அழுக்கு நீரை வெளியேற்றும் குழாய்களைக் காட்டிலும் குறைந்தபட்சம் மூன்றடி உயரத்தில் அமையவேண்டும். இந்தப் புதிய திட்டங்களை பகுதி பகுதியாகத்தான் நிறைவேற்ற வேண்டும்; இதற்கான நிதியை இரண்டு வழிகளில் திரட்டலாம். முதலாவதாக, இத்திட்டத்தில் முதலீடு செய்பவர்களுக்கு நான்கு சதவீத வட்டி கொடுக்கப்படும், அத்துடன் நான்கு சதவீத வரிச் சலுகைகளும் கிடைக்கும். இரண்டாவது, தண்ணீர் வரி மூலம் திரட்டுவது. அதாவது, ஒவ்வொரு ஆண்டும் செலுத்த வேண்டிய வரியை முன்கூட்டியே வசூலித்துக் கொள்வது.

’எனக்குப் பிடித்திருக்கிறது. குடிநீர் வடிகால் அமைப்பிற்கு நீங்கள் உருவாக்கியிருக்கும் திட்டங்கள் எனக்குப் பிடித்திருக்கின்றன’ என்றேன். ‘அடுத்த இரண்டு மாதத்திற்குள் திட்டத்திற்கு இன்னும் சிறிது மெருகூட்டலாம். அரசர் நாடு திரும்பியவுடன் அவரிடம் திட்டத்தை அளிப்போம். உங்களுக்கு மிக்க நன்றி’. எழுந்து கதவருகில் சென்றவரைத் திரும்ப அழைத்தேன். ‘சகஸ்மால்ஜி, ராணா கும்பாவின் கட்டிடக் கலைஞர்கள் ஜைத்தாவையும் மந்தனையும் விட உங்கள் திட்டம் பயன்மிக்கது. நீண்ட காலத்திற்கு நிலைத்திருக்கும் என்று உறுதியாய் கூறுவேன். திரும்பவும் செவ்வாய்க் கிழமை வாருங்கள். இதைப்பற்றி மேலும் கொஞ்சம் பேசுவோம்...’.

நான் பேசி முடிக்கவில்லை, மங்கள் உள்ளே வந்தான். அவனுக்கு இங்கு என்ன வேலை? வேட்டைக்குச் சென்றிருக்கும் பகதூரிடம் அல்லவா இவன் இருக்கவேண்டும். அவனுடைய வெளிறிய முகமும், தளர்ந்த கண்களும் அவனை மன்னிக்க வேண்டின. மோசமாக ஏதோ நடந்துள்ளது. சற்று வெளியில் இரு என்று அவனுக்கு சைகை காட்டிவிட்டு சகஸ்மாலை அனுப்பினேன். தைரியத்தை வரவழைத்துக் கொண்டு அமைதியாக வெளியில் வந்தேன். பெஃபிக்கிரை தளையிலிருந்து அவிழ்த்து கையில் பிடித்தபடி மங்கள் நின்றுகொண்டிருந்தான்.

'எங்கே?'

'அதிதி அரண்மனைக்கு'

'எவ்வளவு மோசமாக அவனுக்குக் காயம் ஏற்பட்டுள்ளது?'

'மிக மோசமாக'

'கீழே விழுந்துவிட்டானா?'

'இல்லை, இளவரசே'

நானும் போயிருக்க வேண்டும். இந்த நேரத்தில் சொல்லக்கூடாது. தாமதமான யோசனை. பகதூரை தேவைக்கு அதிகமாக பொத்திப் பாதுகாக்கிறேனோ என்ற உணர்வு எனக்கு எழுந்தது. இங்கே அவன் வந்தபோது, பாதுகாப்புக் கேட்டான். அவன் சொன்னதை அப்படியே எடுத்துக்கொண்டேன்; எனது விழிப்பு மிக்க கண்களில் இப்போது எரிச்சலை உண்டாக்குகிறான். வேட்டையில் ஆர்வமுள்ளவன் அவன். இந்த ராஜ்ஜியத்திலேயே சித்தோரைச் சுற்றியுள்ள காடுகள் தான் வேட்டைக்குச் சிறந்த இடம். அதனால், ராஜ வேட்டை ஒன்றுக்கு ஏற்பாடு செய்தேன். தனியாகச் சென்றால் ஒருவேளை அவன் மகிழ்ச்சியாக இருப்பான் என்று நினைத்தேன். நான் அருகில் இல்லையென்றால், வேட்டையை அதிகம் வேடிக்கையாக அவன் எடுத்துக் கொள்வான் என்று எண்ணினேன். மட்டுமின்றி அவன் மீது மங்களும் ஒரு கண் வைத்திருப்பான். பகதூருக்கு வேட்டையில் காயம் ஏற்படலாம் என்று எனக்குத் தோன்றவில்லை

'பரத் ராவும், ஹதா கோமலும் அவனோடு இருக்கவில்லையா?'

'அவர்கள் இருந்தார்கள், இளவரசே. நானும் அங்குதான் இருந்தேன். ஆனால் என் பணியை நான் சரியாகச் செய்யவில்லை.'

'அதை அப்புறம் பார்த்துக் கொள்ளலாம். ராஜ வைத்தியரைக் கூப்பிட்டீர்களா?'

’ஆமாம். ஹக்கீமையும் கூப்பிட்டிருக்கிறோம். அவருக்கு ரத்தச் சேதம் அதிகம் ஏற்பட்டுள்ளது’

அரண்மனைக்கு வந்துவிட்டோம். பகதூரைத் தூக்குப்படுக்கையிலிருந்து, வழக்கமாக அவன் படுக்கும் கட்டிலுக்கு மாற்றியிருந்தார்கள். காயங்கள் நோய்க்கிருமிகளால் அதிகம் பாதிக்கப்பட்டிருந்தன. அவற்றிலிருந்து எழுந்த வீச்சம் அறையை ஏற்கனவே நிரப்பியிருந்தது. எனக்கு குமட்டிக் கொண்டு வந்தது.

கரகரத்த குரலில், ‘ராஜ வைத்தியர், ஹக்கீம் அல்டாஃப் ஹுசைன், மங்களைத் தவிர மற்றவர்கள் வெளியே போங்கள்’ என்றேன். வேட்டைக்குழுவினர், வேலைக்காரர்கள், வேடிக்கைப் பார்த்தவர்கள் அனைவரும் வெளியேறினர். பகதூரின் நெற்றியில் கைவைத்துப் பார்த்தேன். நீரைச் சுட வைக்கலாம் எனும் அளவிற்கு நெற்றி கொதித்தது. ‘என்ன செய்யலாம் என்று முடிவெடுத்திருக்கிறீர்கள்?’ வைத்தியர்கள் இருவரையும் அவர்களது சிந்தனையிலிருந்து எழுப்பினேன்.

’கனிகாமா, சர்க்கார்!’ ஹக்கீம் தயக்கத்துடன் பேசத்தொடங்கினார். ‘அவரது நாடித் துடிப்பைச் சோதித்தேன். எதுவும் செய்வதற்கு இது நேரமல்ல. அதிக நேரம் கடந்துவிட்டது’ என்றார்.

’நீங்கள், என்ன முடிவுக்கு வந்திருக்கிறீர்கள்?’

‘எனக்கு எதுவும் தோன்றவில்லை, இளவரசே. ஆனால், நோயாளி மீள்வதற்கான நேரம் கடந்துவிட்டது என்று தோன்றுகிறது’

‘உட்காருங்கள்’ என்று அவர்கள் இருவரையும் பார்த்து மென்மையாகக் கூறினேன். ‘அவர் இளவரசர் இல்லை. உங்கள் கிராமத்தைச் சேர்ந்த சாதாரண மனிதன் என்று வைத்துக்கொள்ளுங்கள். அப்போது நீங்கள் என்ன செய்வீர்கள்? நாடித்துடிப்பு வலிமையாக இல்லாமலிருக்கலாம். ஆனால், அவரது நாடி கொஞ்சமாக, பலவீனமாகத் துடிப்பதைப் பார்த்தீர்கள் அல்லவா, ஹக்கீம் ஹுசைன்? அப்போது அவர் உயிரோடுதானே இருக்கிறார், இல்லையா? மோசமாக காயமடைந்த, இன்னும் சாகாத ஒரு கிராமத்தானை, இப்படி அழுக்கான இடத்தில், அவனது உடையைக்கூட மாற்றாமல் படுக்க வைத்திருப்பீர்களா?

’அன்புக்குரிய நண்பர்கள் நீங்கள், அவனது அரசகுலத்தை மனதில் வைத்துக்கொண்டு மனக்கலக்கத்திற்கு உள்ளாகி எதுவும் செய்யாமல் இருக்கிறீர்கள். உங்களுக்குள் பேசுங்கள். நம்பிக்கையற்ற நிலையிலிருக்கும் சாதாரண மனிதனுக்கு வைத்தியம் பார்ப்பதுபோல் சிகிச்சை அளியுங்கள். உடனே வேலையில் இறங்குங்கள், உங்களால் முடிந்ததைச் செய்யுங்கள், மற்றதைக் கடவுள் பார்த்துக் கொள்வார்’.

அறையைவிட்டு வெளியேறி, அதிதி மாளிகையின் நீண்ட தாழ்வாரங்களின் வழியாக நடந்து நந்தவனத்திற்குள் நுழைந்தேன். சித்தோரின் அற்புதமான சுத்தமான, துர்நாற்றமில்லாத, புதிய காற்றை வேக வேகமாக, பலமுறை ஆழ்ந்து சுவாசித்தேன்.

அத்தியாயம் 8

மோசமான நவ்டங்கி கூத்துகளின் சரக்கு அது. ஆண். பெண். அப்புறம், காதலன். கடைசியாகக் குறிப்பிடப்படுபவன் எல்லாம் வல்ல இறைவன் என்பதைத் தவிர்த்து.

'இது சிரிக்கும் விஷயம் என்றா நினைக்கிறாய்? அது யார் என்று சொல். அவனைக் கொல்லப்போகிறேன். அதன்பிறகு உன்னையும் கொல்வேன்'.

அவன் குரல் விசித்திரமாக, வன்முறை நிறைந்த அமானுஷ்ய குரலாகக் கிரீச்சிட்டது. 'கணவனின் வீட்டுக்குள்ளேயே இதைச் செய்ய உனக்கு வெட்கமாக இல்லையா? நடத்தைக் கெட்டவளே,' சொல். யார் அது? மணவாழ்க்கை இன்பங்களைக் கணவனுக்குத் தர மறுக்கும் உன்னை, இந்த அரண்மனையிலேயே அனுபவிப்பவன் யார்? சொல்?'

'அமைதியாக இருங்கள், தயவுசெய்து அமைதியாக இருங்கள்' அவனிடம் அவள் கெஞ்சினாள். 'அரண்மனை மொத்தமும் விழித்துக் கொள்ளப்போகிறது'

'விழிக்கட்டுமே. அதைப்பற்றி எனக்குக் கவலையில்லை. இந்தப் பிரபஞ்சத்தின் கடவுளை எழுப்பவும் எனக்குப் பயமில்லை. உன் கண் முன்னால் என் மனைவி வேறொருவனுடன் இன்பம் அனுபவிப்பதை பார்க்கவில்லையா என்று அவனிடமே கேட்பேன்'.

எனினும் அவன் குரலைத் தாழ்த்திக்கொண்டான். இந்த வேசி எவ்வளவு உல்லாசமாகக் காலம் கழிக்கிறாள். முழுமையான வெளிவேஷக்காரி. சாமர்த்தியசாலி; கொஞ்சம்கூட கவலைப்பட்டவளாக தெரியவில்லையே. இப்படி இரட்டை வாழ்க்கை வாழ்பவளை அவன் எப்போதாவது பார்த்திருக்கிறானா? இவள், அவன் சத்தம் போடுவதை யாராவது கேட்டுவிடுவார்களோ என்று வேறு பயப்படுகிறாள். நல்லது. அவள் கவலைப்பட வேண்டாம். வேலைக்காரர்கள் அனைவரையும் அனுப்பிவிட்டான். அவளைக் கசக்கி உண்மையை அறியும் வரையில். இப்போது அவள் அவன் கையில்.

'என் இளைய சகோதரன், ரத்தனா? அல்லது பகட்டாகத் திரியும் சித்தப்பா மகன் ராஜேந்திரனா? அல்லது, தங்கக் கொலுசு போட்ட உன் பாதங்களைப் பார்த்து எச்சில் விடுவதற்காக கண்பார்வையில் சுற்றிக்கொண்டிருக்கும், தன்னை யாரும் பார்க்கவில்லை என்று நினைத்து, அண்ணியின் மார்பகத்தை அவள் சோளிக்குள் எட்டிப்பார்க்கும் விக்கிரமாதித்தனா?' இவ்வளவு தாழ்ந்து போய்விட்டோமே என்பதுபோல் அவன் திடீரென்று மௌனமானான். ஆனால், யாரும், யாருமே சந்தேகத்திற்கு அப்பாற்பட்டவர்கள் இல்லை. யாராவது தானே முன்வந்து, கட்டுப்பாடற்ற வேசியான இந்த ராஜகுமாரி கன்னிப்பெண் போல் பரிசுத்தமானவள் என்று என்னை நம்பவைக்க முடியுமா? எதுவும் சாத்தியமே.

'இல்லை என் அப்பாவா? அதனால்தான் அவரை முதலில் பார்த்தபோது நீ மயக்கம் போட்டு விழுந்தாயோ?'.

'நிறுத்துங்கள், தயவுசெய்து நிறுத்துங்கள். இந்தச் சொல்லுக்காக வருத்தப்படுவீர்கள்; உங்களையே வெறுக்கப் போகிறீர்கள்'.

'அல்லது, மோர்த்தாவுக்குப் போகும்போது உன்னுடன் வந்தாரே உன் மாமா ராவ் விரம்தேவா? என் தந்தையின் சகோதரியை அவர் திருமணம் செய்ய இருந்த நிலையில் உன்னை அவருக்கு நிச்சயம் செய்திருந்தார்களா என்ன? அழகான, நல்ல, கண்ணியம்மிக்க மேற்குடி மனிதரான அவர் நீ சின்னப்பெண்ணாக இருக்கும்போதே தொடங்கி விட்டாரா என்ன? சிறு பெண்ணாக இருக்கையில் நீ இழுத்து, முறுக்கி விளையாடிய பெரிய மீசையால் உன் காது மடல்களை வருடி கிச்சுகிச்சு மூட்டுவாரா? அதன்பின் அதனால் உன் உடல் முழுவதும் வருடுவாரா? இந்த ரகசியம் நமக்குள் இருக்கட்டும்; வாழ்நாள் முழுவதும் உனக்கும் எனக்கும் மட்டும் தெரிந்ததாக இருக்கட்டும் என்று ஏதாவது சொன்னாரா?'

அவள் இப்போது சப்தமின்றி அழுதாள். அவள் மார்பு படபடத்து, வேகமாக ஏறிஇறங்கியது. அவள் பேசமுயன்றாள். ஆனால், அவள் நாக்கு புரண்டுவிட்டதுபோல் தோன்றியது. அவள் மூச்சு சீராக இல்லலை. கண்கள் மேலே பார்த்தன. ஆனால், வெண்விழி மட்டும் தெரிந்தது. அவள் கைகளும் பாதமும் இறுகி, திருகிக் கொண்டன; வாய்க் கோணியது.

'ஏய் பெண்ணே, உன் தந்திரம் என்னிடம் பலிக்காது. வெறி பிடித்தது போல் அல்லது அதுபோல நடிக்காதே'. அவளை வேகமாக அறைந்தான். மீண்டும் அறைந்தான். அவள் சுவாசத்தில் கொஞ்சம் முன்னேற்றம் தெரிந்தது. கண்கள் நேராகப் பார்த்தன; ஆனால், அவளுக்கு நினைவு இன்னும் முழுமையாகத் திரும்பவில்லை.

'வேண்டாம், போதும், தயவுசெய்து அடிக்காதீர்கள்' என்றாள் அவள் திடீரென்று. 'யாரென்று சொல்லிவிடுகிறேன்'.

இப்போது அவனுக்குப் பேச்சு வரவில்லை. யாரோ அவன் கழுத்தை நெறிப்பது போல் உணர்ந்தான். ஏழு மாதங்களோ அல்லது எட்டு மாதங்களோ, ஏன் ஒரு ஆண்டும் இருக்கலாம். யாருடன் அவளுக்கு நிச்சயம் செய்யப்பட்டிருந்தது என்பதை தெரிந்துகொள்ள அவன் விரும்பினான். இப்போது அவள் சொல்லப் போகிறாள். அவன் தைரியத்தை இழந்தான். தெரிந்துகொள்ள அவனுக்கு விருப்பமில்லை. பரத்தையே வாயை மூடு. இல்லை என்றால், நாக்கை அறுத்துவிடுவேன். வாயை மூடு. எனக்கு எதுவும் தெரியாத வரையிலும்... அது யாராக இருந்தால் என்ன?

படுக்கைக்கு அருகிலிருந்த சிறிய பளிங்குச் சிலையை அவள் காட்டினாள், 'இவர் தான் அது ' என்றாள்.

'யார்?'

பளிங்குச் சிலையை அவள் மீண்டும் சுட்டிக் காட்டினாள்.

'அது கிருஷ்ணன். இதற்கும் அவனுக்கும் என்ன சம்பந்தம்?'

'இவர்தான் அது'

'விளையாடுகிறாயா?'

அவள் தலையாட்டினாள்.

'என்னை முட்டாள் என்று நினைக்கிறாயா? யாரென்று சொல்கிறாயா அல்லது உண்மையை வரவழைக்க உன் கழுத்தை நெறிக்கட்டுமா?'

'அதுதான் உண்மை'

அவளை அவன் மீண்டும் அடித்தான். அவள் முகவாய் கிழிந்தது; அவனது அடுத்த அடி அவளது இடது கண்ணின் மேல் விழுந்தது.

'ராஜபுத்திரர்கள் தம் பெண்கள் மேல் கையோங்க மாட்டார்கள்.'

அடிப்பதை அவன் நிறுத்தவில்லை. 'ஆனால், அந்தப் பெண்கள் திருமணமான முதல் ஆண்டிலிருந்தே பிற ஆண்களுடன் பழகுவதில்லை'.

'நான் எழுதியதை முழுவதும் படித்திருப்பீர்கள் என்று நினைத்தேன்'.

‘என்ன?’ அவள் சொன்னதைப் புரிந்துகொண்டானா என்று அவனுக்குத் தெரியவில்லை. அவள் சொற்களும் அவளது உதடுகளைப்போல் தெளிவற்றும் வீங்கியும் இருந்தன.

’கவலைப்படாதீர்கள்’

‘ஆம். மோசமான அந்தப் பாடலைத் தவிர்த்து எல்லாவற்றையும் படித்தேன், என்னால் தாங்கிக்கொள்ள முடியவில்லை’

அவள் புன்னகைத்தாள்.

* * *

அவள் பொய் சொல்கிறாள். கிருஷ்ணன் அவளது கள்ளக்காதலன் என்று அபத்தமாக, நம்பமுடியாதபடி சொல்வதை ஏற்க வேண்டுமாம். அவளுக்கு எளிமையான, நேர்மையான மனிதன் போதமாட்டான். மிக வலிமையான, முக்கியமான, எல்லோரும் விரும்புகிற கடவுள்களில் ஒருவன்தான் பயன்படுவான். அவளுடைய போதாமைக்கு, கற்பனையின்மைக்கு அல்லது கீழ்த்தரமான சுய-படிமத்திற்கு அவளைக் குறைசொல்ல முடியாது. நம்பக் கடினமானது; நிகழ வாய்ப்பில்லாதது. எதையும் நம்பிவிடுகிற முட்டாள் இதை நம்பிவிடும் சாத்தியம் உண்டு. ஸ்ரீகிருஷ்ணன். ஹா. ஹா, ஹா என்று சத்தமாக சிரிக்கலாம்.

காகிதங்களை எடுத்துக்கொண்டு தன் அறைக்குத் திரும்பினான். பாடல்களைப் படிக்கத் தொடங்கியவன், தூங்கிவிட்டான். கண் விழித்தப்போது மதியம் ஒரு மணி. முதல் ஐம்பது பக்கங்களைப் புரட்டினான்.

அவனை விரைந்து அழைத்து வாருங்கள்
அவசரம் என்று சொல்லுங்கள்
வைத்தியர்கள் கைவிட்டார்கள்.
என்னால் தாள முடியவில்லை
இறக்கப்போகிறேன்
முதுகெலும்பில் ஒரு கண்ணி நகர்ந்துவிட்டது
முதுகெலும்பின் அடியிலிருந்து
தாங்கமுடியா வலி மேலெழுகிறது
மூளையில் தீ பற்றியெறிகிறது,
சிறுநீரகத்தில் வால் நட்சத்திரம் வெடிக்கிறது.
அவன் வந்துவிட்டானா?

அவனை அழையுங்கள்,
விரைந்து வரச்சொல்லுங்கள்
இதுதான் முடிவென்று,

அவனிடம் சொல்லுங்கள்
விரைந்து பரவும் காசநோய் எனக்கு
இடது நுரையீரல் நொறுங்கிவிட்டது
வலது, இறந்துவிட்டது
ஆன்மா,
அது பறந்துவிட்டது,
அவன் வந்துவிட்டானா?

எச்சரிக்கை மணியை ஒலியுங்கள்
சொர்க்கத்தின் கதவைத் தட்டுங்கள்
படுக்கையிலிருந்து எழுப்புங்கள்
முற்றிய புற்றுநோய் இது
குடலின் மேற்பகுதியில் புற்று,
பெருங்குடலில் பரவி
இரைப்பை, கல்லீரல், எலும்புகள்,
மார்பகத்திலும் பரவிவிட்டது.
என்ன,
அவன் இன்னும் வரவில்லையா?

அவனை விரைந்து வரச்சொல்லுங்கள்
இறுதிமூச்சு விடப்போகிறேன்
உண்மையில், தீவிரமாக எதுவுமில்லை
வழக்கமான மாரடைப்புதான்.
அவனிடம் சொல்லுங்கள்,
ஒரு கண்ணை திறந்தபடி
இறந்துவிட்டேன் என்று.
முகத்தில் மந்தகாசத்துடன்
கரங்களில் அணைத்த வேசியுடன்
ஒருவேளை அவன் வருகிறானா என்று
சிதையில் படுத்தபடி
சும்மா சரிபார்க்கத்தான்.

அவன் விரைந்து வரவில்லையா, எனில்?
தாமதமாகவே வரட்டும்
நான் காத்திருக்கிறேன்.
நெறிபிறழ்பவனாய் இருப்பதே
முக்கியமானதென்று அவனை
அது உணரவைத்தாலும்
ஏன், நிச்சயம் அவனை
அவன் போக்கில் விட்டுவிடுவேன்.

ஏனெனில், கிரிதரா,
என் காதலனே,
நகர்ந்து கொள்.
எனக்கு வேறொருவன் இருக்கிறான்

அவனை நிறுத்துங்கள்,
வேண்டுமென்றே எரியூட்டும்
அவனை நிறுத்துங்கள்.
அவனைக் கீழே தள்ளுங்கள்,
சங்கிலியால் பிணையுங்கள்,
தனிமைச் சிறையில் அடையுங்கள்,
சித்திரவதை செய்யுங்கள்.
பட்டப்பகலில் எனக்குத் தீ வைத்தவன்
என்னை எரியும் தீப்பந்தமாக்கியவன்
மக்கள் பார்த்துக்கொண்டிருந்தனர்,
ஆனால் அவன் சிரித்தான்.
'அந்த நெருப்பை அணையுங்கள்,
தன்னியல்பாக பற்றிய நெருப்பு,
தானே வைத்துக் கொண்ட தீ, ஆனால்,
என்றும் அவள் எரிந்து போகமாட்டாள்.'

உள்ளிருந்தே எரிப்பவனே, ஷியாம்,
பெண்கள் பின்னால் சுற்றுபவனே!
சரி, எண்ணிக்கை எவ்வளவு?
இன்றுவரை எரிந்து போனவர்
பதினேழாயிரம் பெண்கள்
குழந்தைக் காதல், அறியா மோகம்,
ஏக்கம், பற்றியெறியும் தீவிர விருப்பம்,
முறையற்ற வேட்கையால் இறந்தவர்கள்.
உன்னை அழைக்கிறார்கள், சபிக்கிறார்கள்
உனது அத்துமீறல்
தீயை மேலும் விசுறுகிறது.
ஏளனமாக சிரிக்கும் முட்டாள்கள்,
அவர்களுக்கு இரங்கற்பா பாடமாட்டேன்.
உதடுகளில் மூன்றாம் தர விரசம்,
ஆடை அவிழ்க்கும் கள்ளப்பார்வை,
இந்தக் காமுகனுக்கு ஏங்குவதைவிட
இறந்துபோவது மேல்.

ஆனால், உனக்கொரு செய்தி, இறைவா,
பார்வையாளர் விளையாட்டுகளை
நான் நிறுத்திக்கொண்டிருக்கிறேன்
நேரம் குறித்தும்.
என் தாபத்தை, நண்பா,
உன்மேல் திருப்பப் போகிறேன்.
வேகத்தில் நல்லதொரு மாற்றம்,
நினைத்துப் பார்த்தாயா என்ன?
இப்போது கொந்தளிக்கப்போவது நீ.
தயவு செய்து விறகுக்கு எரியூட்டு
அழகாக, மெதுவாக தீ எழட்டும்.
சுழற்று, சுழற்று, சுழற்று.
அந்த சியாமளன்,
சுவையான, சாறு நிறைந்த
மென்மையான பொன்பழுப்பாய்
ஷீஷ் கபாப் போல மாறட்டும்
இம்முறை உன் இதயத்தை
நொறுக்கப்போகிறேன்.
நெஞ்செரிச்சலை விடக் கொஞ்சம் அதிகம்தான்.
உண்மையில்
இது ஒரு மாரடைப்புதான்.
சாவைப் போல் மோசமானது
காதல் என்று சொல்.

ஷியாம், கிரிதரன். நம்பக்கூடிய கதை. தேடுதலிலிருந்து உண்மையிலிருந்து என்னைத் திசைதிருப்ப ராமன், பார்த்தன், சஞ்சய், கண்ணையன், அல்லது விரும்பும் எந்தப் பெயரையும் நாளை அவள் கூறலாம்.

அத்தியாயம் 9

உடலமைப்பு ரீதியாக இது சாத்தியமற்றது; குறைந்தபட்சம் அப்படி நான் நினைத்தேன். ஆனால், முன்பைவிட ஷெஸாதாவின் உடல் இப்போது மிகவும் சூடாக இருந்தது. அவன் ஆடைகளை மாற்றியிருந்தனர். அவனது நெற்றியில் யாரோ குளிர்ந்த களிம்பை தடவிக் கொண்டிருந்தனர். பன்னீரின் தூக்கலான வாசம் அந்த அறையை நிரப்பியிருந்தது; ஆனால், அழுகிய காயங்களின் வீச்சம் அதையும் மீறி கசிந்தது.

'காயங்களைச் சுத்தம் செய்துவிட்டீர்களா?' வைத்தியர்களைக் கேட்டேன்.

'மேலோட்டமாகச் சுத்தம் செய்தோம். சட்டைத் துணியும், மண்ணும், வியர்வையும் ஒன்றாகச் சேர்ந்து காய்ந்து இறுகிவிட்டது. காயத்தின் பொருக்கைத் துடைத்து சுத்தம்செய்தால், காயம் திறந்து மறுபடியும் இரத்தம் கசிய ஆரம்பித்துவிடும்'.

ஏதாவது அதிசயம் நடந்துவிடாதா என்ற ஆசையுடன் இளவரசனின் அறைக்குள் நுழைந்தேன். காயங்களில் நோய்க்கிருமிகள் மெதுவாக பெருகத் தொடங்கியிருந்தன; அவன் உடல் இன்னும் அதிகமாகச் சீரழிந்திருந்தது. நான் அதிர்ந்து போனேன்.

என் அலுவலகத்திற்கு உடனடியாகத் திரும்பினேன். என் கைகளால் கடிதம் ஒன்றை வேகமாக எழுதினேன். அரச முத்திரையைப் பதித்தேன். கடிதத்துடன் சித்தோருக்கு வடக்கிலிருந்த பில் ராஜ்ஜியத்தின் தலைநகர் கத்தோடாவிற்கு மங்களை அனுப்பினேன். மங்கள் மனச்சோர்வு அடைந்திருந்தான்; மிகவும் சோர்ந்திருந்தான். எனினும் இந்த வேலைக்கு அவனைத் தவிர்த்து வேறு யாரையும் அனுப்பமுடியாது. மேவாரும் கத்தோடாவின் பில் இனத்தவர்களும் தலைமுறைகளாக நெருக்கமான நட்புடன் இருந்துவருகிறோம். பழங்குடி மக்களுக்கும், நகரத்தில் வாழ்வோருக்கும் இடையில் இந்த நட்பு சாத்தியமற்ற ஒன்றுதான்.

ராஜபுத்திரர்கள் மத்தியில் நிறைந்திருக்கும் போலி பகட்டையும் ஆதிக்கப் போக்கையும் மீறி நிலவும் உறவு இது; ஒருவரையொருவர் புரிந்துகொண்ட, பரஸ்பர நலனுக்கான சுய-அக்கறையுடன் கூடிய நட்பு. நகரத்தின் மிக வசதியான மனிதர்கள் மீது இயல்பான அவநம்பிக்கை இல்லாதவர்களாக பில் இனத்தவர் இருந்தனர். யுத்த மேகங்கள் சூழும்போது நாங்கள் நடத்தும் போராலோசனைக் கூட்டத்தில் அவர்களுக்கும் இடமுண்டு. யுத்தக் களத்தில் அவர்கள் எங்களது மிக நெருக்கமான கூட்டாளிகள். அவர்களது ஆயுதங்களும், யுத்தத் தந்திரங்களும் எங்களுடையதைக் காட்டிலும் வேறுபட்டவை. ஆனால்,

அவர்களது ஒவ்வொரு துளியிலும் ராஜபுத்திரர்களுக்கு இணையான வீரம் இருந்தது. ஆரவல்லி மலைத்தொடரை அவர்களைக் காட்டிலும் நன்கு அறிந்தவர்கள் யாருமில்லை. யுத்தத்தை எதிர்கொள்ளும்போது அவர்களது உத்தி எதிரியை காட்டிற்குள், குன்றுகளுக்குள் இழுப்பதாக இருக்கும். எவ்வளவு வலிமையான எதிரியாக இருந்தாலும், அவர்களுக்குச் சொந்தமான பிரதேசத்தில் பில் இனத்தவரை வெல்ல வாய்ப்பே இல்லை என்றுதான் கூறவேண்டும்.

அமைதி நிலவும் காலங்களில் எங்களிடையே வியாபாரம் நடைபெறும். பரஸ்பரம், முடிசூட்டு விழாக்களில் கலந்துகொள்வோம். கத்தோடாவுக்கும் ஏனைய பில் ராஜ்ஜியங்களுக்கும் தூதர்களை அனுப்புவோம். அவர்கள் தமது இளவரசர்களை எங்களது குருகுலங்களுக்குக் கற்பதற்காக அனுப்புவார்கள்; அதைப் போன்ற ஓர் இடத்தில்தான் இளவரசன் புராஜி கிக்காவைச் சந்தித்தேன். காட்டைப் பற்றி நான் அறிந்திருக்கும் அனைத்தையும் சொல்லித் தந்தவன் அவனே; அதன் சப்தங்கள், அதன் வாசங்கள், அதன் அமைதி, புழுக்கள், மாமிசப்புழுக்கள், விதைகள், புற்கள், மரங்கள், பிற விலங்குகளை, பறவைகளை உண்ணும் பறவைகள், உயிரற்ற விலங்குகளின் உடலை உணவாகக் கொள்ளும் பறவைகள் பற்றி கற்றுக்கொடுத்தவன் அவனே; சிறிய, பெரிய விலங்குகள் குறித்து எனக்கிருக்கும் அறிவு புராஜி கிக்கா தந்தது. மூலிகைகளும் விதைகளும் மயக்கத்தைத் தரக்கூடியவை; அவை புத்துயிரூட்டவும், சாகடிக்கவும் செய்யும் என்று அவன்தான் சொல்லிக்கொடுத்தான். தூங்க வைக்கும், ரத்த ஓட்டத்தை நிறுத்தும். தேள் மற்றும் பாம்பின் விஷத்தை முறிக்கக் கூடியவை. உங்களுக்கு மயக்கத்தையும் ஏற்படுத்தும்; மூளையைத் தாக்கி, உங்களை மரம்போல் செயலிழக்கச் செய்துவிடும்.

இப்போது அரசனாக இருக்கும் புராஜிக்குத்தான் கடிதம் எழுதியிருந்தேன். எங்கள் உறவு கொஞ்சம் சிக்கலிலிருந்தது. கத்தோடா எல்லைக்கு அருகிலிருக்கும் எங்களது பிரபுக்களில் சிலர், பில் நிலப்பரப்பை ஆக்கிரமித்துள்ளனர், மட்டுமின்றி வேட்டை என்ற பெயரில் கண்மூடித்தனமாக விலங்குகளைக் கொல்கின்றனர் என்று ராஜா புராஜி கூறியிருந்தான். பில் இனத்தோரது வாழ்க்கையின் ஆதாரம் வேட்டை. மான்கள், பன்றிகள், நீலன் மான்களின் எண்ணிக்கை குறைந்துபோனது; அதனால் அவர்களின் அடிப்படை இருப்புக்கு பாதிப்பு ஏற்பட்டுள்ளது. ராஜா புராஜி கிக்கா வெறும் அண்டை நாட்டான் மட்டுமல்ல. அரசன் என்றும், ஏனைய வழக்கமான பெயர்களாலும் அவனைக் குறிப்பிடலாம்; ஆனால், முதலும் இறுதியுமாக அவன் என் நண்பன். விக்கிரமாதித்தன் உருவாக்கிய குழப்பத்திலும், அதன்பின் பகதூரின் வருகையிலும் என்னைக் கொஞ்சம் அதிகமாக ஈடுபடுத்திக் கொண்டிருந்தேன்; ஆகவே,

அப்பகுதி ஜாகிர்தார்கள் செய்த தவறுகளைக் கண்டறிந்து சரிசெய்ய முயலவில்லை.

வார்த்தைகளைக் கொட்டுவதில் பயனேதும் இல்லை. அவன் முன்வைத்த புகாரை கவனிப்பதில் எனது தாமதத்திற்குச் சாக்குப்போக்கு ஏதும் சொல்லமுடியாது. அடுத்த சில வாரங்களில் உரியதைச் செய்வேன். இப்போது ஒரு பிரச்சனையில் மாட்டியுள்ளேன். மிக ஆழ்ந்த சிக்கலில் மாட்டியுள்ளேன். அரச விருந்தினராக இருக்கும் குஜராத் இளவரசன் பெண் சிங்கம் ஒன்றால் தாக்கப்பட்டுள்ளான். சித்தோர் வைத்தியர்கள் நம்பிக்கை அளிப்பதாகத் தெரியவில்லை. அதாவது பகதூரைக் கைவிட்டுவிட்டார்கள். அவனது தனிப்பட்ட மருத்தவன் ஏகாவை, கருணை கூர்ந்து எனக்கு உதவி செய்யும் வகையில் மிக விரைவாக குதிரையில் அனுப்பிவைக்க முடியுமா? இளவரசனின் உயிரும், எனது மரியாதையும் நற்பெயரும் இதில் அடங்கியுள்ளது.

நான்காவது நாள், பகதூரின் முடிவு நெருங்கிவிட்டதை அறிந்தேன். ஆனால், ஒரு புதுமை நடந்திருந்தது; வைத்தியருடைய, ஹக்கீமுடைய மருந்துகள் பல வழிகளில் பலன் தந்தன. சுரம் குறைந்திருந்தது; பகதூரின் வெளிறிய தோற்றத்தில் முன்னேற்றம் ஏற்பட்டிருந்தது. முன்னைப்போல் அமைதியற்றவனாக அவன் இல்லை. வலி குறைந்ததுபோல் தோன்றியது. ஆனால், அதிதி மாளிகையின் வெளிச்சுவரைத் தாண்டி உள்ளே கால் வைத்ததுமே அழுகிக்கொண்டிருந்த தசையின் மோசமான வீச்சம் என்னைத் தாக்கியது. உங்கள் நாசித்துவாரங்களில் நாட்கணக்கில், வாரக்கணக்கில் ஒட்டிக்கொண்டு மூளையின் வெளிப்புறச் சவ்வை ஊடுருவி, மயக்கத்தை அளிக்கும் பெரும் வீச்சம். உங்கள் நினைவுகளில் என்றும் நிலைத்திருக்கும் வீச்சம்.

ஆதிநாத்ஜியின் பேத்தி லீலாவதி, என் சிறிய தங்கை சுமித்ராவை எனக்கு நினைவுபடுத்துவாள். ஊஞ்சலாடும்போது என் தங்கை தவறி விழுந்துவிட்டாள். எனக்கு அப்போது பதினான்கு வயது. என்றைக்கும் அதை ஒப்புக்கொண்டதில்லை என்றாலும் எனக்கு மிகப் பிரியமானவள். குளியலறை, கழிவறை உட்பட நான் போகும் இடமெல்லாம் நானும் வருவேன் என்று என்னைப் பைத்தியமாக்கியவள். நான் செய்த காரியம் அனைத்தையும் தானும் செய்யவேண்டும் என்ற விருப்பம் அவளுக்கு உண்டு. குருகுலத்திற்கு, மல்யுத்தங்களுக்கு, திருமணத்திற்குமுன் மணமகன் கொடுக்கும் விருந்துகளுக்கு, பரத்தையர் தெருக்களுக்கு இளைஞர்களாகிய நாங்கள் செல்லும்போது எங்களுடன் ஒட்டிக்கொள்ள விரும்புவாள். அவள் ஒரு தொல்லை; நான், அவளது நாயக வழிபாட்டுப் பொருள்.

ஊஞ்சலில் வேகமாக, உயரே பறப்பதுபோல் எப்போதும் ஆடுவாள். அதைப் பார்த்து நாங்கள் கவலைப்படுவோம். விழுந்த அன்று, அவள் தலையில் அடிபட்டிருக்க வேண்டும். நாற்பத்தெட்டு மணி நேரம் பிரக்ஞையின்றி கிடந்தாள். ஆனால், அவள் மீண்டு வந்தாள், பழைய நிலையை அடைந்தாள். கால் விரல்களை ஊன்றி முன்பாதத்தால் நடந்தாள். அதைப் பார்த்த நாங்கள் அவள் கீழே விழுந்ததை மறந்துவிட்டோம். மற்றொரு அர்த்தமற்ற கவலை என்று எனக்குள் சொல்லிக்கொண்டேன். இதுவும் கடந்துபோகும். ஆனால், சில மாதங்களுக்குப் பின், அவள் நகர்வதற்கு ஒரே வழி, சக்கர நாற்காலிதான் என்ற நிலை ஏற்பட்டது.

மூன்றாவது நாள். அவள் வலது பாதம் வீங்கியிருந்தது. எப்படி இதைக் கவனிக்காமல் விட்டேன்? பல நாட்கள் வலியால் அவதிப்பட்டிருக்கிறாள். ஆனால், நாங்கள் கவலைப்படுவோம் என்று வெளியில் சொல்லவில்லை. அவள் குதிகாலை கவனித்தேன். மென்மையான வீக்கம். அதன் மையத்தில் கூர்மையான புள்ளி போன்ற ஒன்று. விரலால் தடவினாலும் வலியால் விம்முவாள். ராஜ வைத்தியரை அழைத்தோம். ஏதோ கட்டி போலிருக்கிறது என்று சொல்லி, அந்த இடத்தில் மாவு ஒத்தடம் அளித்தார். உள்ளுக்குக் கஷாயம் கொடுத்தார்.

அவள் கால் முழுவதும் இப்போது வீங்கிவிட்டது. அவ்வப்போது அரை மயக்க நிலைக்குச் சென்றுவிடுவாள். ஒருநாள் மதியம் விழித்திருந்தபோது என்னிடம் சொன்னாள்; 'நான் கீழே விழுந்தது எதனால் என்று தெரியும். என் குதிகாலில் ஒரு முள் இருந்திருக்கிறது. அந்த இடத்தில் அழுத்தம் கொடுக்கும்போது வலித்தது. அன்றைக்கு அப்படித்தான் ஊஞ்சல் சங்கிலியை விட்டுவிட்டேன்' என்றாள்.

'இவ்வளவு நாள் உனக்கு இது ஏன் நினைவுக்கு வரவில்லை?'

ஒரு கணம் திகைத்தாள். பின் புன்னகைத்தாள். 'இப்போது நீ என்னைக் கேட்கும் வரையிலும் அதைப்பற்றி நினைக்கவே இல்லை. ஆனால், கீழே விழுந்து, எனக்கு நினைவு திரும்பியபிறகு இரண்டு வாய்பாடுகள் மறந்து போனதை உணர்ந்தேன். ஏழை மூன்றால் பெருக்க மிகவும் சிரமப்பட்டேன். முடியவில்லை. எனக்கு ஐந்தாம் வாய்பாடு வரையிலும் அதற்குப்பிறகு எட்டிலிருந்து பன்னிரண்டு வரை மட்டுமே நினைவில் இருந்தது. ஆறும் ஏழும் நினைவைவிட்டுப் போய்விட்டன. அதனால்தான் அந்தக் கடைசித் தேர்வில் மோசமான மதிப்பெண்கள் வாங்கினேன்'.

'இப்போது அவை நினைவிலிருக்கிறதா?' ஒருவேளை அப்போது அவள் பிரமையில் இருந்திருப்பாளோ என்பதற்காகக் கேட்டேன். இல்லை.

அவள் மயக்கத்திலில்லை. வாய்பாடுகளை மிகச்சரியாக திருப்பிச் சொன்னாள். ‘அமைதியாகப் படுத்துக்கொள். நான் ஓடிப்போய் வைத்தியரைப் பார்த்து, உன் குதிகாலில் முள் குத்தியிருக்கிறது, வேறொன்றுமில்லை என்று சொல்லிவிட்டு வருகிறேன்’.

‘சீக்கிரம் திரும்பி வருகிறாயா? இல்லை என்றால் நீ திரும்பி வரும் சமயம் நான் தூங்கிவிடப் போகிறேன்’.

தலையும் தோள்களும் தொங்கி, சோர்ந்து போய்விட்டேன். சித்தோரின் தெருக்களில் நடக்கவேண்டும் என்றுதான் என் ஆசை. ஆனால், ஏதோ காரணத்தால் வைத்தியரின் வீட்டிலிருந்து ஓடித்தான் வந்தேன். அவள் ஏற்கனவே மயக்கமாகி இருந்தாள். வீச்சம் பரவத் தொடங்கியிருந்தது. அவள் தனது தலைக்குள் சுற்றிக் கொண்டிருந்த துர்த்தேவதைகளை எதிர்த்துப் போராடிக்கொண்டிருந்தாள். அந்தத் துர்க்கனவுகளுக்குள் நுழைந்து, அவளருகில் நின்று போராடி, அவளைத் திரும்பக் கொண்டுவர வழியேதும் இல்லை.

அவள் கால், கறுத்து, ஊதா நிறத்தில் பளபளத்தது. வைத்தியர் அறுவை சிகிச்சை செய்பவரை அழைத்து வந்தார். கருவிகளைத் தயார் செய்து கட்டியைக் கீற முயன்றார். அவள் உடல் இறுகியது. கைகளும் கால்களும், கழுத்தும் நினைத்துப் பார்க்கமுடியாத கோணங்களில் திருகிக்கொண்டன. நீண்டநேரம், நீண்ட நேரத்திற்கு அப்படியே இருந்தாள். விஷம் அவளது மூளைக்குச் சென்றுவிட்டதாக ராஜ வைத்தியர் கூறினார். அவள் வாயை வலுக்கட்டாயமாகத் திறந்து, நோவாற்றும் மருந்து ஒன்றை வைத்தியர் ஊற்றினார். ஆனால், பலனேதும் இல்லை.

அடுத்த நாள், சுமித்ராவிடமிருந்து கால் மைல் தள்ளி நின்றாலும் வீச்சம் அடித்தது. சீழ் கோத்திருந்த அவள் பாதத்தைக் குனிந்து பார்க்கமுடியவில்லை. கடுமையான வீச்சம். பாவம், அந்தச் சிறுமி நினைவிழந்திருந்தாள். அவள் கைகளை என் உள்ளங்கையில் ஏந்தாமல் இருந்திருந்தால் அவளருகில் வரும்வரை என்னைக் கூப்பிட்டுக்கொண்டே இருந்திருப்பாள். என் கையிலிருந்து தன் உள்ளங்கையை எடுத்துக்கொண்டாள். மலைவாயிலில் விழுந்துகொண்டிருந்த சூரியனின் கதிர்கள் அறையை நிரப்பிக் கொண்டிருந்தன. அவள் கண்களைத் திறந்தாள்.

‘என் காலை எடுக்கப்போகிறார்கள், இல்லையா?’

‘நிச்சயமாக இல்லை, மகளே’ கேள்வியை என்னைப் பார்த்துத்தான் கேட்டாள்; எனினும் தந்தை தான் அவளுக்குப் பதில் சொன்னார். ‘நான் உயிருடன் இருக்கும்வரை உன் காலை யாரும் வெட்டமுடியாது’.

தந்தை இறந்து போயிருக்கலாமோ? அதன்பின் அறுவை மருத்துவர் அவள் காலை வெட்டியிருக்கலாமோ? தீங்கை விளைவிக்கும், நோய்த்தன்மை அளிக்கும் வீச்சத்தின் நடுவில் என்னை வலுக்கட்டாயமாக உலவ வைத்த சுமித்ராவை மிகவும் வெறுத்தேன். அவளைச் சபித்தேன். இங்கே திரும்பி வரமாட்டேன் என்று சத்தியம் செய்தேன். அவள் அறைக்குள் செல்ல என்னை யாரும் வற்புறுத்தவில்லை; என்னைத் தவிர வேறு யாரும் அங்கு செல்வதில்லை; அவள் தாயோ, மற்ற சகோதரர்களோ அல்லது சகோதரிகளோ, ஏன், வேலைக்காரர்கள் கூட அங்கு செல்வதில்லை. அவள் உடல்நிலை எப்படி இருக்கிறது என்று நான்கு மணி நேரத்திற்கு ஒருமுறை வைத்தியருக்குத் தகவல் போய்க்கொண்டிருந்தது. துணிந்து அவள் அருகில் செல்லாமலேயே ஒரே மருந்தை அவர் கொடுத்துக் கொண்டிருந்தார். என்ன மருந்து கொடுக்கிறார் என்று எப்போதும் நான் கேட்டதில்லை; ஆனால், ஓபியம் கலக்கப்பட்டது என்பது மட்டும் உறுதியாய்த் தெரியும். வேதனை தெரியாமல் அவளை எப்போதும் மயக்கத்திலேயே வைத்திருந்தார்; அவருக்கு நன்றிக்கடன் பட்டிருக்கிறேன். ஆனால், அதைத்தவிர அவர் வேறொன்றும் செய்யவில்லை. அதனால் அவரை வெறுத்தேன். அவர் ஒரு வைத்தியர்; உங்கள் அன்புக்குரியவர்களை, நெருக்கமானவர்களைக் காப்பாற்றும் கடவுளர்கள் இல்லையா வைத்தியர்கள்? ஆனால், அனைத்துச் சக்திகளையும் பெற்றிருப்பதாக பாவனை செய்யும் கடவுளர்களாலும் யாரையும் காப்பாற்ற முடியாது என்பதை அப்போது நான் கற்றிருக்கவில்லை.

பெரிய, தெளிவற்ற, அச்சமூட்டும், கணிக்கமுடியாத ஆயிரமாண்டு கால கொடிய வீச்சம் நிறைந்த எட்டாவது நாள். அவளைப் பார்க்கச் சென்றவன் மூர்ச்சை அடைந்து கீழே விழுந்தேன். இரவும் மறுநாள் பகல் முழுவதும் விலகியே இருந்தேன். அந்தப் படுபாவி நிறுத்தாமல் என் பெயரை ஜெபித்துக் கொண்டு இருந்திருக்கிறாள். ஓ...! இனிய... இனிய மறதியே இதுதான் மரணமா? எனில், மலர்போல் மலர்ந்துகொண்டே இருக்கும், பூமியில் வசிப்பவர்கள் அனைவரையும் விலகியோட வைக்கும், சூரியன் மறைந்துபோகும் வரை மேலும்மேலும் வளர்ந்துகொண்டே இருக்கும் அந்தக் கறுப்பு நிற நீர்க்கட்டியால் அவதிப்படும் அந்தச் சிறு பெண்ணிடம் திரும்பிச்செல்ல வேண்டாமென்றால் அந்த மரணத்தில் மூழ்கிடவே விரும்புகிறேன்.

அவள் மீது அன்பு செலுத்தியவர்களும், அவள் அறைக்குச் செல்லாமலிருந்து அவளுக்கு மிகப் பெரிய, புத்திசாலித்தனமான உதவியைச் செய்தவர்களும் பிராமணர்களுக்குத் தானம் அளித்தனர்; என் தங்கை சுமித்ராவின் வேதனையைப் போக்க கடவுளர்களின் கதவுகளைத் தட்டி, தூங்கிக்கொண்டிருக்கும் அவர்களை எழுப்பச்

சொன்னார்கள். என் வெற்றுக் கரங்களால் அவளைக் கொல்ல விரும்பினேன். ஆனால், அவள் குரல்வளை மிகவும் சிறியது. கிசுகிசுப்பான குரல். கறுத்துப்போன அவள் உடல், சீழ்க்கோத்து வெடிக்கும் நிலையில் இருந்தது. அவளைத் தொட எனக்குத் தைரியமில்லை.

மரணத்தின் வருகையை அவர்கள் முகர்ந்துவிட்டதால் தான், அர்ச்சகர்கள், கோவில்களின் மணிகளை வேகமாக அடிக்கிறார்களோ? காளி மாதா கோவில், ஏகலிங்கேஸ்வர் கோவில், ஜைனர் கோவில், கும்ப ஷியாம் கோவிலின் மணிகள் சப்தமாக ஒலித்தன. இது அவளுக்காகவா அல்லது எனக்காகவா? இல்லை, என் மரணத்துடன் அவளும் சேர்ந்து வருவாள் என்றால் நான் சாகப்போவதில்லை. ஒன்று அவள், அல்லது நான். மனதைத் தயார்படுத்திக் கொள்ளுங்கள். எனக்கு நினைவு திரும்பியபோது, மரணத்திற்குப் பின்னரான நிலையில் இருப்பதுபோல் அல்லது முழுமையாக நினைவிழந்துவிட்டதாக பாசாங்கு செய்தேன். என் மூக்கின் முன் வெங்காயத்தையும், செருப்புத் தோலையும் காட்டினார்கள். உலகத்தின் பல பாகங்களுக்கும் ஷியாமா பிரசாத் ராம்லால் ஏற்றுமதி செய்யும், மிகவும் திடமான விலை மதிப்பற்ற அத்தரை நாசியில் காட்டினர். அதேநேரம் அவள் என்னை பெயர் சொல்லி அழைப்பதும் காதில் விழுந்தது.

என்ன பிரயோஜனம்? அந்த நாய் சாகப்போவதுமில்லை, என்னை விடப்போவதுமில்லை. நீ அங்கு போகாதே என்றார்கள். உனக்கு உடல்நிலை சரியில்லை. தூங்கிப் பலநாள் ஆகிவிட்டது என்றார்கள். போகாமலிருப்பதா? அந்தக் கொடியவள் அத்தனைச் சுலபமாக என்னைப் போக விட்டுவிடுவாளா என்ன?

சுமித்ராவின் அறையில், ஒருத்தர் மட்டும், கௌசல்யா மட்டுமே இருந்தாள். அவள் சுமித்ராவின் அருகில் அந்த வாரம் முழுவதும் இருந்தாள்; அவள் நெற்றியைத் தடவிக்கொண்டும், நெற்றியில் பத்துப் போட்டுக்கொண்டும், போர்த்தியிருக்கும் மென்மையான பருத்திப் போர்வையை அவளறியாமல் தள்ளிவிடும்போது திரும்பவும் அதை விரித்துப் போர்த்திவிட்டும், சீழ்ப்பிடித்த காயத்திலிருந்து தொடர்ந்து வெளியேறும் சீழைத் துடைத்துக் கொண்டும், அந்தப் படுக்கையின் சணல் விரிப்பை மாற்றிக்கொண்டும் அமர்ந்திருந்தாள். சிறிய கரண்டியால் அவள் வாயில் நீரைப் புகட்டினாள்; அவ்வப்போது கொஞ்சம் ரவையை அல்லது கஞ்சியை அவளுக்கு ஊட்டுவதற்கு முயன்றாள். வைத்தியர்கள் அனுப்பிய மருந்துப் பொடிகளைப் பாலில் கலந்து கொடுத்தாள். அவள் அவற்றை வீசி எறிந்தபோது, அந்த இடத்தைச் சுத்தம் செய்தாள். இந்த வேலையைச் செய் என்று யாரும் கௌசல்யாவிடம் கூறவில்லை. அரண்மனை வட்டாரத்தில் மிகவும் மதிக்கப்பட்ட, முக்கிய நபர் அவள்.

ஆனால், எவரும் நன்றிபாராட்டாத, விரும்பத்தகாத பணியைச் செய்துகொண்டிருந்தாள். ஆனால், தனிப்பட்ட, குறிப்பிடத்தக்க பணியைச் செய்வதை கௌசல்யா உணர்ந்ததுபோல் தோன்றவில்லை. சுமித்ராமீது அன்புகொண்டவள் அவள். செய்யப்பட வேண்டியது இது, ஆகவே, அதை அவள் செய்து கொண்டிருந்தாள்.

நான் சீக்கிரமாகவே வருவேன் என்று கௌசல்யா எதிர்பார்த்திருப்பாளோ? அல்லது புறப்படாமலே இருந்தாளா? சுமித்ராவின் கேள்விகளுக்கு அவள்தான் பதில் சொல்லிக்கொண்டிருந்தாள்: நான் வந்துகொண்டிருக்கிறேன், சீக்கிரத்தில் அவளருகில் இருப்பேன். என் அன்பிற்குரிய சகோதரியிடமிருந்து என்னைத் தள்ளிவைக்கும் விஷயம் ஒன்று இருக்கிறது என்று அவள் கற்பனைகூட செய்யமாட்டாள். நான் வருவது குறித்தும், போவது பற்றியும் அல்லது என் பொறுப்புகள் பற்றியும் என்றைக்கும் கௌசல்யா ஒரு சொல் சொன்னதில்லை. என்னிடமிருந்து அவள் எதிர்பார்க்கும் எதையும் குறிப்பிட்டுச் சொன்னதுமில்லை.

திரைகளை ஒதுக்கி, வெளிச்சம் உள்ளே வர அனுமதித்தேன். பிறகு சுமித்ராவின் அருகில் சென்று அமர்ந்தேன். அவள் குரலைக் கேட்கமுடியாது, ஆனால், உதடுகள் என் பெயரைச் சொல்லி அசைவதை என்னால் பார்க்கமுடிந்தது. அவள் தலைமுடியை சுமித்ரா விரும்புவதுபோல் ஒரே ஜடையாகக் கௌசல்யா பின்னிவிட்டிருந்தாள். அவளுக்கு உடல் துடைத்துவிட்டிருந்தாள். சாதாரண நிலையில் என் உடைகளை உடுத்தவே அவள் விரும்புவாள். எனினும் இன்று சுமித்ராவுக்கு மிகவும் பிடித்த கடல் நீலத்தில் சோளியும் காக்ராவும் அணிவித்திருந்தாள். நெற்றியில் சிறிய சிவப்புத் திலகம். அதற்கு இணையாக, மாணிக்கக்கல் பதித்த மென்மையான வளையங்களை காதில் கௌசல்யா அணிவித்திருந்தாள். நான் வந்திருப்பது அவளுக்குத் தெரிந்திருக்க வேண்டும். வெற்று முனகல்களை அவள் நிறுத்தினாள். உள்ளங்கை திறந்தது. வலதுகையின் சுட்டுவிரலை அதில் வைத்தேன். அவள் அதை இறுக்கிப் பிடித்தாள். சுவாசம் நிதானமடைந்து வழக்கமான நிலையை அடைவதுபோல் தோன்றியது. மிகவும் விரும்பத்தகாத ஒரு எண்ணம் மனத்தில் தோன்றி மறைந்தது. உங்களது மரணத்தால் மட்டுமே நீங்கள் இழக்க விரும்பும் சிலர் இருக்கின்றனர். கடந்து போகட்டும் என்று அமைதியாய் இருந்தேன்.

அருகில் வந்த கௌசல்யா, சுமித்ராவின் காலுக்கு அடியில் கறைபடிந்த துணியை மாற்றினாள். வலியால் அவள் முனகினாள். என் உள்ளங்கையால் அவளுக்குத் தடவிக் கொடுத்தேன். அவள் நெற்றித் திலகத்தை முத்தமிட்டேன். கண்களைத் திறந்தவள், அறையைச் சுற்றிப்பார்த்தாள். என் கண்களுக்குள் திடமாக உற்றுநோக்கினாள். நான்

மெதுவாகப் புன்னகைத்தேன். அவள் முகம் பிரகாசித்தது. அவளும் புன்னகைத்தாள். இடது கன்னத்தில், அதன் நடுவில் குழி விழுந்தது.

'நான் போகிறேன்' என்றாள். போய் விட்டாள்.

அத்தியாயம் 10

புல்லாங்குழல் வைத்திருக்கும், தலையில் மயிலிறகு செருகியிருக்கும் அந்த சியாமளன். என் சிறந்த நண்பன், நம்பிக்கைக்குரியவன், ஆசான்.

அவள் ஆழமானவள். அவள் திறமையானவள் தான். வெளிப்படையாகச் சொன்னால், அவனுக்கும் அவளுக்கும் இடையில் தினமும் உயர்ந்துகொண்டே போன உணர்ச்சி போரில் அது ஒரு திறமையான நகர்த்தல் தான். உனக்கொரு பெயர் வேண்டும்; திருப்பிச்சொல், உனக்கொரு பெயர் வேண்டும், அவ்வளவுதானே. நிஜமாகவே, சந்தேகமின்றி அந்தப் பெயரை அறிந்துகொள்ள வேண்டும். இந்த ஒற்றைக் கேள்வியுடன், எவ்வளவு மாதங்கள்? அவன் யார் என்று கூறும்படி அவளைக் கேட்டிருக்கிறான். இதோ அந்தப் பெயர். சர்வ சாதாரணமாக அந்தப் பெயரை அவனிடம் சொல்லியிருக்கிறாள். நாய்க்கு எலும்புத்துண்டை போடுவதுபோல், இதோ எடுத்துக்கொள். அடுத்த எழுநூறு அல்லது ஆயிரம் ஆண்டுகளுக்கு அதை மென்றுகொண்டிரு. எனக்குக் கவலையில்லை.

என்ன ஒரு பெயர்! திட்டமிட்டு, மிகக்கவனமாக, ஒரு குரூரமான மகிழ்ச்சியுடன் அவள் தேர்ந்தெடுத்திருக்க வேண்டும். ஒரு பெயர்தான், ஆனால் நூறு பெயர்கள். ஒருவருக்கு, ஒருவருக்கு மட்டுமே அல்லது எவருக்கும் உரியது இந்தப் பெயர். ஒரு பாடலில் கிரிதரன், மற்றொன்றில் ஷியாம், அடுத்ததில் கோபாலன் இருக்கிறான்; அடுத்த பாடல் பெயரில்லாத ஒருவனிடம் பேசுகிறது. அது புனைபெயராக, செல்லப் பெயராக அல்லது அன்பிற்குரிய ஒருவரை அழைக்கும் தனித்தக் குறியீட்டுப் பெயராக இருக்கலாம். அது ஒரு நபராகவோ அல்லது அவள் குறிப்பிடுகிற அனைவருமாகவோ அல்லது அவர்கள் யாரும் இல்லாமலும் இருக்கலாம். ஒப்பந்தத்தில் தனது பாதியை நிறைவேற்றிவிட்டாள். இப்போது தனது செயலுக்கான விளைவை அவன் சந்தித்துதான் ஆகவேண்டும்.

அண்ணாந்து பார்த்துச் சிரித்தான். உரத்த, தெளிவான இயல்பான சிரிப்பு. கடவுளின் காதலி. இந்த விடுகதை எப்படி இருக்கிறது? இதற்கு விடை தேட முயற்சித்துப் பாரேன், என் நண்பனே. குழப்பத்தை விதைத்துவிட்டு தப்பியோடும் மந்திரவாதி அவள் என்று நீங்கள்

ஒப்புக்கொண்டாக வேண்டும். அவளிடத்தில் உங்களை வைத்துப் பாருங்கள்; கூச்சல் போடும், காதைப் பிளக்கும், கசப்பான தொடர்பு ஒன்று உங்களுக்கு இருக்கிறது. ஆனால், அவர்கள் உங்களை ஒரு இளைஞனுக்குத் திருமணம் செய்து வைக்கிறார்கள், அந்த இனத்தின் மிகவும் பெருமைமிக்க ராஜ்ஜியத்தின் எதிர்கால ராஜா அவன். உங்களது ரகசியத்தை நீங்கள் உங்களுக்குள் வைத்துக்கொள்வீர்களா? அய்யா, இல்லை! எதையும் வெளிப்படையாகப் பேசும், நேர்மையான மனிதரல்லவா நீங்கள். திருமணத்தன்று இரவு கணவரிடம் நீங்கள் உண்மையைச் சொல்கிறீர்கள். வேறெதுவுமில்லை. அந்த மனிதன் யாரென்று அறிந்துகொள்ள கணவன் விரும்புகிறான். அவனுக்கு அந்தக் கேள்விக்கான பதில் மிகத்தீவிரமாக தேவைப்படுகிறது. அவன் சுருங்கிப்போகிறான். கவலையால், அவன் உண்மையாகவே செத்துக்கொண்டு இருக்கிறான். அந்த மனிதன் மனமுடைந்து போகும் வரையில் நீ அமைதியாக இருக்கிறாய். அதன்பின், இனிமேலும் அவனை அப்படி வைக்க முடியாது என்ற நிலையில், அவனிடம் என்ன பெயரைச் சொல்வாய்? அவளைத் தவிர வேறு எந்தப் பெண்ணாவது கடவுளைக் காதலிக்கிறேன் என்று அவனிடம் சொல்ல நினைப்பாளா?

சிவன், பிரம்மன், இந்திரன், அக்னி, வருணன், விஷ்ணு அல்லது வேறு ஏதாவது கடவுளின் பெயரை ஏன் அவள் தேர்ந்தெடுக்கவில்லை? கீதையின் கடவுளை, ஸ்ரீகிருஷ்ணனை, கிருஷ்ணனை, பாலகிருஷ்ணனை, குழலிசைப்போனை, கிரிதரனை, கோபாலனை, கோவிந்தனை, ஆத்மராமை, ஷியாமை, மயிலிறகு சூடியவனை, வாசுதேவனை, கண்ணையனை, கண்ணனை, முரளிதரனை, காளிங்கநர்த்தனை, நாகரை, மதுசூதனனை இப்படி ஆயிரம் நாமங்களும் வேறு பெயர்களும் கொண்டவனை எப்படி அவள் தேர்ந்தெடுத்தாள்? சியாமளனுக்கும் அவனுக்கும் என்ன தொடர்பு என்று அவளுக்குத் தெரியுமா? அவன் அவளிடம் என்றைக்கும் அதைக் கூறியதில்லை: அவன் இதயத்தில் கிருஷ்ணனுக்கு இருக்கும் சிறப்பான இடத்தை அவனால் வெளிப்படுத்த முடிந்தால் எப்படிப்பட்ட உரையாடல்கள் அவர்களுக்கிடையில் நடந்திருக்கும்? அதுமட்டுமின்றி அவன் வெளிப்படையாகப் பேசுபவனல்ல; கிருஷ்ணனை அவன் தனிப்பட்ட முறையில் வழிபட்டு வருகிறான் என்று கூறிக்கொண்டதில்லை. காலையில் நீராடியதும் சந்தியா வந்தனம் செய்வான்; ஆண், பெண் கடவுளர்களுக்கு குங்குமத் திலகம் வைத்து, பிரார்த்தனைப் பாடல்கள் பாடுவான். பின்னர் அவர்கள்முன் விழுந்து வணங்கிவிட்டு தன் வேலைகளைப் பார்க்கச் செல்வான்.

அவனுக்கும் கிருஷ்ணனுக்கும் இருக்கும் நெருக்கம் குறித்து அவனது தாயோ அல்லது கௌசல்யாவோ அறிவார்களா? அவர்களுக்குத் தெரியாது என்பது உறுதி. ஆனால், அவள் எப்படிக்

கண்டுபிடித்தாள்? ஞான திருஷ்டி உள்ளவளா? ஒருவரது மனதில் புகுந்து, மறைந்திருக்கும் ரகசியங்களைப் பார்க்கமுடியுமா? கணவன் மிகவும் பலவீனமானவன்; அவன் குழப்பமடைவான், புண்படுவான் என்று தெரிந்து வேண்டுமென்றே கிருஷ்ணனைத் தெரிந்தெடுத்தாளா? அம்பலப்பட்டுவிட்டதாக அவன் உணர்ந்தான். அவன் மனைவி ஒரு அறியப்படாத பிரதேசம். அவளை அவனுக்குச் சிறிதளவே தெரியும். தெரிந்தவரையில், அவனுக்குத் தெரிந்த எவரைக்காட்டிலும் அவள் வெளிப்படையானவள் அல்ல. அவள் ஆச்சரியங்களால் நிறைந்தவள். ஒன்றைவிட மற்றொன்று மிகப் பெரியது என்பதுபோல். ஆனால், அவையனைத்தும் சந்தோஷம் தராதவை, தொந்தரவு தருபவை. சருமத்திற்குள் அச்சம் ஊடுருவுவதை உணர்ந்தான். யார் அவள்? அவளுக்கு என்ன வேண்டும்? அச்சம் தரும் வேறு ஆச்சரியங்களும் அதிர்ச்சிகளும் அவனுக்காக காத்திருக்கின்றனவா?

கடவுளே! கடவுளைக் காதலிப்பது பற்றி யாராவது கேள்விப்பட்டு இருக்கிறீர்களா? வழிபட, வேண்டுகோள்கள் வைக்க, பரிந்து கேட்க, இடர்களின் போதும், பேராபத்துகளின் போதும் வழிபட்டு வேண்டிக்கொள்ள, அனுகூலங்களுக்கு அணுகக் கடவுளர்கள் தேவை. நிச்சயமாக கடவுளர்களில் மிகவும் நேசிக்கப்படுபவன் கிருஷ்ணன். அவனைப் பற்றிய கதைகளை நம்புகிறோம் என்றால், அவனுக்குப் பெண்கள் மீது பெரும் பிரியம் உண்டு என்று அறிகிறோம். கிருஷ்ணனுக்குப் பெண்களுடன் பரவலாக இருக்கும் தொடர்பை இவனால் முற்றிலும் புரிந்துகொள்ள முடியவில்லை. உண்மையைச் சொல்லவேண்டும் என்றால் அதைப் பற்றித் தெரிந்துகொள்ளும் ஆர்வம் இவனுக்குத் தீவிரமாக இல்லை. அந்தச் சியாமளனுக்கு மனைவிகள் தவிர்த்து, ஏனைய கடவுளர்களுக்கு இருப்பதைக் காட்டிலும் மிகப்பெரிய அந்தப்புரம் இருந்தது. அதுமட்டுமின்றி, பிருந்தாவனத்தின் மேய்ப்பர் குலப்பெண்கள் அனைவரும் அவன்மேல் மோகம் கொண்டிருந்தனர்.

அவர்களில் ராதையும் ஒருத்தி. மற்ற மனைவிகளைவிட அவனிடம் நெருக்கமாக இருப்பவள். அதன் காரணமாகவே ராதே-ஷியாம் என்று கிருஷ்ணன் வழிபடப்படுகிறான். கோபியர்களும், ராதையும், கிருஷ்ணனின் மனைவிகளும் அவனுடன் பேசினர், அவனது அழகிய குரலைக் கேட்டனர், அவனுடன் விளையாடினர், நடனமாடினர், அவன் குழலிசையைக் கேட்டனர், அவனது அழகிய கண்களையும் பிரகாசிக்கும் கருநிற மேனியையும் பார்த்தனர்; பிரளயத்திலிருந்து அவர்களைக் காக்க தனது சுண்டுவிரலில் கோவர்த்தன மலையைத் தூக்கியதையும், இந்தப் பூமியிலிருந்து தீமைகளை அழித்து ஒழித்ததையும் பார்த்தனர். நீண்ட கதையைச் சுருக்கமாகச் சொல்லவேண்டும் என்றால், அவர்கள் அவனை நேரடியாகப் பார்த்தவர்கள். காதலில் விழ அதுதான் ஒரேவழி.

செதுக்கப்பட்ட சிற்பத்தையோ அல்லது சிலையையோ அல்லது ஓவியத்தைப் பார்ப்பதன் மூலம் அல்ல.

* * *

கிருஷ்ணனைக் காதலிக்கிறாளாம். அவன் மீண்டும் சிரித்தான். நல்ல கதை.

அவன் தனியாக வளர்ந்த சிறுவன். அவன் தந்தை பெரும்பாலும் யுத்தத்தின் காரணமாக வெளியிலிருந்தார். அரண்மனையில் இருந்தாலும், அவர் அதிகம் பேசமாட்டார். அவர் அரசன். ராஜ்ஜிய விவகாரங்களில் எப்போதும் மூழ்கியிருப்பார். அவர் கண்டிப்பானவரா அல்லது பார்க்க, எல்லாவற்றிற்கும் தடைசொல்பவர் போல் தோன்றுகிறாரா என்று இளவரசனுக்கு உறுதியாகத் தெரியவில்லை. குருகுலத்தில் போட்டிகளும், விளையாட்டுகளும் நடக்கும். அவர் அங்கு வருகைதருவார். உண்மையில், தனது மகனின் முன்னேற்றத்தைக் காண்பதற்காக அல்ல. அந்தப் பயிற்சி மையத்தின் புரவலர் அவர். புரவலர்கள் அடிக்கடி வருகைதர வேண்டும். ஒருநேரத்தில் அவரது மூத்த மகன் இரண்டு பதக்கங்களை வென்றான்; ஒரு குறிப்பிட்ட ஆண்டில், வில்வித்தையில், போர்த்தந்திரத்தில், நீச்சலில் குதிரையேற்றத்தில் முதல் பரிசுகளை வென்றான். பெருமிதத்தால் ராணாவின் நெஞ்சு விம்மியது; வழக்கமாக நடந்துகொள்வதைக் காட்டிலும் அவனிடம் மேலும் இறுக்கத்தை வெளிப்படுத்தி, அந்த மகிழ்ச்சியை வெளிப்படுத்தினார். தந்தை தன்னிடமிருந்து மிகவும் விலகியிருப்பதாக, உதாசீனப்படுத்துவதாக, புறக்கணிப்பதாக அவன் நினைத்திருக்கலாம். எனினும், அப்படியில்லை. தந்தை தன் மீது ஒரு கண் வைத்திருக்கிறார் என்று அவனுக்குத் தெரியும்.

அவன் மிகவும் இளைஞனாக இருக்கையில் இந்தப் பிரச்சனையின் ஒரு பகுதியாக அவன் கிரகித்துக் கொண்ட ஒரு விஷயம் உண்டு. அவனோ, அவன் தந்தையோ எதையும் வெளிப்படையாகப் பேசுபவர்கள் அல்ல. மட்டுமின்றி உணர்வு சார்ந்த பிரச்சனைகளில் அவர்கள் இயல்பாக இல்லாமல் நயமின்றி நடந்துகொள்வார்கள். தமது மனப்போக்குகள் மூலமும், அழைக்கும் கடமைகள் மூலமும் அதிகம் தவறிழைக்காமல் தம்மை உன்னிப்பாக கவனித்துக் கொண்டனர். ஆனால், அந்தப் போக்கிலிருந்து மிகவும் அரிதாகவே அவர்கள் தம்மை விடுவித்துக்கொண்டனர். பெரும்பாலும் சாதாரணமாகப் பார்வையிலேயே, தந்தையின் அமைதியான பார்வைக்குப் பின்னால், அவர் என்ன நினைக்கிறார் என்பது அவனுக்குப் புரிந்துவிடும். தந்தையும் அவனைத் துல்லியமாக, உள்ளார்ந்த சிந்தனையுடன் கவனித்துக் கொண்டிருக்கிறார் என்ற உணர்வும் அவனுக்கு இருந்தது.

அவர்கள் நட்புணர்வு இல்லாதவர்களோ, உணர்வைப் பகிர்ந்து கொள்ளாதவர்களோ அல்ல. முற்றிலும் நேர்மாறாக, அவர்கள் தீவிரமான உணர்வுகளும் நம்பிக்கைகளும் கொண்டவர்கள். ஆனால், நல்ல தலைவராக இருக்கவேண்டும் என்றால் உணர்வுகள் கொதிக்கும் நிலைக்கு போய்விடக்கூடாது என்பதை அறிந்து இருந்தனர். அப்படி ஏதேனும் சந்தர்ப்பங்கள் நேரிட்டாலும், உணர்வு சார்ந்த விஷயங்களில் இருந்து அறிவுபூர்வமானவற்றை பிரித்துப் பார்க்கத் தெரிந்தவர்கள்; பின்னதைத் தேர்ந்தெடுக்க வேண்டும் என்பதும் அறிந்தவர்கள். தந்தை அவனைப் பற்றி அதிகம் சிந்திக்கிறார் என்று அவனுக்குத் தெரியும். தந்தையிடமிருந்து கிடைத்திருக்க வேண்டிய அன்பிற்கு மிக நெருக்கமானது அது. அல்லது ஒருவேளை, ஒருவரைப்பற்றி இப்படி சிந்திப்பதும் அன்பு செலுத்துவதற்கு இணையானதாக இருக்கலாம்.

அவனுடைய தாயான மகாராணி நிச்சயமாகப் பிரியமான பெண்மணிதான். அவன் அவளது மகன், அவளுக்கு முதலில் பிறந்தவன். தந்தையை அவள் நேசிப்பதைவிட இவனை அவள் அதிகம் நேசித்தாள். பால் சாப்பிட்டாயா, முட்டை சாப்பிட்டாயா, நெய்யில் தோய்ந்த சோள மாவு சப்பாத்தி, பாதாம் ஷீராவுடன் காலை உணவு சாப்பிட்டானா என்று கேட்பாள். பின்னர், மதிய உணவின் பட்டியலைக் கூறுவாள். சாப்பிட்டு முடித்ததும் போதுமான அளவு தால் சாப்பிட்டானா? ரொட்டி, முட்டைக்கோஸ், பச்சைப் பட்டாணி, வெண்டைக்காயில் செய்த ஓக்ரா ஷாக் நன்றாகச் சாப்பிட்டானா? முக்கியமாக ஆட்டுக்கறி மசாலாவும், கோழிக்கறியும் மூன்றுவகை மீனும் சாப்பிட்டானா என்று விசாரிப்பாள்.

‘தவறாமல் காய்கறிகள் சாப்பிட வேண்டும். ராஜாவாகப் போகிறாய். அதனால் கட்டாயம் ஆட்டுக்கறியும், முந்திரிபருப்பும், பிஸ்தாவும், பாதாமும், மீனும் சாப்பிட வேண்டும். ஏராளமாக பால் குடிக்கவேண்டும். ஆனால், மீன் சாப்பிடும்போது பால் சாப்பிடக்கூடாது என்பதைமட்டும் நினைவில் வைத்துக்கொள்’.

அவனுக்கு இரவு, என்ன சமைக்கலாம் என்று திட்டமிட்டிருப்பதை அவனிடம் சொல்லும் நேரம் எப்போதும் நிச்சயமாக மதிய உணவு நேரமாகத்தான் இருக்கும். அமைதியான தாழ்ந்த குரலில் பேசும்போது, இதற்காக அவள் ஏதோ சதித் திட்டம் தீட்டுகிறாளோ என்று தோன்றும். தாயின் கண்களில் உணவு தெரிவதை விரைவில் அவன் கிரகித்துக் கொண்டான். அவன் தாய் மட்டுமல்ல இவளைப் போன்ற பல தாய்மார்களின் கண்களிலும் அதுதான் தெரியும். அது அன்பின் சாரம்.

வேறு சில வேலைகளையும் நாள் முழுவதும் அவள் செய்துகொண்டிருப்பாள். அதனால் எப்போதும் பரபரப்பாக இருப்பாள். அவன் சாப்பிடும்போது அருகில் அமர அவளுக்குப் பொறுமையிருக்காது.

அது தனிப்பட்ட முறையில் அவனுக்கு ஒரு நல்ல வாய்ப்பு. ஏனென்றால், சிறுவயதில் தேர்ந்தெடுத்து, அதுவும் கொஞ்சமாகத் தான் அவன் சாப்பிடுவான். அந்தச் சிறிதளவு உணவும், பாட்டியும் கௌசல்யாவும் சொல்கிற கதைகளால்தான். ராமாயணம், மகாபாரதம், புராணங்கள், பஞ்சதந்திர கதைகள். அவனது மூதாதையர்கள் பற்றியும் அவர்களது சாகசங்கள் பற்றியும் சொல்லப்படும் கதைகள். ஒரே கதையைத் திரும்பத் திரும்ப அவர்கள் சொல்லியிருக்கக்கூடும். ஆனால், அவர்கள் இருவரும் வற்றாத கதைகளின் ஊற்று. வளர்ந்தபிறகு, அவ்வப்போது, 'ஓ... இந்தக் கதையை ஏற்கனவே சொல்லியிருக்கிறீர்களே' என்பான். பொறுமையை இழக்காமல், கண்சிமிட்டாமல், உடனே வேறொரு கதை சொல்வார்கள். பெரும்பாலும், ராஜமாதாவும், கௌசல்யாவும் ஒரே கதையை, சில நேரங்களில் அதே நாளில் சொல்வதுமுண்டு.

அவனுக்குள் தாக்கம் ஏற்படுத்தியது இருவரும் அந்தக் கதைகளை எப்படி வித்தியாசமாகக் கூறினார்கள் என்பதுதான். அவர்களது குரலில் தெரியும் வேறுபாடும், கதையைச் சொல்லும் பாங்கும், இடையில் சற்று நிறுத்தி, கதையைக் கட்டமைத்துக் கொண்டு உச்ச நிகழ்வுகளுக்கு அவனை அழைத்துச் செல்வதும் ரசிக்கக் கூடியவை. இவை மட்டுமல்ல, கதையின் உள்ளடக்கமே வித்தியாசமாக இருக்கும். ஒப்பிட்டுப் பார்த்தால் அவன் பாட்டியின் கதையில் அதிக விவரங்கள் இருக்கும்; யார் என்ன செய்தார்கள், எப்படிச் செய்தார்கள்; யார் செய்தது சரி, யாருடையது தவறு என்று சொல்லிவிட்டு அவள் நேரடியாக முக்கிய விஷயத்திற்கு வந்துவிடுவாள். ஆனால், கௌசல்யா கதைசொல்லும் முறை இதிலிருந்து மாறுபட்டது. அவள் எப்போதும் ஏன் என்ற கேள்வியைக் கேட்பதுபோல் தோன்றும். நீங்கள் ஏன் என்று கேட்டுவிட்டால், எந்த நபர் சரி, எந்த நபர் தவறு என்றோ கண்டுபிடிப்பது அவ்வளவு எளிதல்ல.

அவனுக்குப் பல கதாநாயகர்கள் இருந்தார்கள். சிலர் அவனது குடும்ப மரத்தில் உதித்தவர்கள். ராமாயணத்திலும் மகாபாரதத்திலும் உலவும் மாபெரும் கதாநாயகர்கள் சிலர்: பீமன், ராமன், சிவன், லக்ஷ்மண், பீஷ்மர், ஹனுமான் போன்றோர். அவர்கள் குறித்தும் அவர்களது சாகசங்கள் பற்றியும் பகலிலும் இரவிலும் கனவுகாண்பான். வளர்ந்த பின்னர்தான், அவர்கள் மாறுதலுக்கு உட்படாதவர்கள் என்பதை உணர்ந்துகொண்டான். இந்த ஆண்டுகளில் அவர்கள் உடல்ரீதியாக வளர்ந்திருக்கலாம்; ஆனால், தொடங்கியபோது அவர்கள் எப்படி இருந்தார்களோ அப்படித்தான் முடிவிலும் இருந்தார்கள். மாறியது, கதை சொல்லும் போக்குதான். சம்பவங்களும், சூழல்களும்தான் மாற்றப்பட்டன; ஆனால், அவர்கள் மன உறுதி மிக்கவர்கள். பெரும் ஆடம்பர வாழ்விலிருந்து மிக மோசமான வறுமை நிலைக்குச் செல்வார்கள்; யுத்தத்திலிருந்து அமைதிக்கும் அமைதியிலிருந்து யுத்தத்திற்கும்

செல்வார்கள்; ராஜ்ஜியங்களைத் துறந்தார்கள். அல்லது அவர்களது தந்தைக்குக் கொடுத்த சத்தியத்திற்காக தீவிர பிரம்மச்சரியம் மேற்கொண்டனர்; அவர்களது பாதம் கல்லொன்றைத் தொடும், அதிலிருந்து பெண்ணொருத்தி உயிர்பெற்று எழுவாள். கடவுளர்களை வேண்டுவார்கள்; அந்தக் கடவுளர்களே அஞ்சும் அளவிற்கு வரங்கள் பல பெறுவார்கள். கொந்தளிப்பு நிறைந்த வாழ்க்கை அவர்களுடையது. ஆனால், அவர்களுக்குக் கிடைத்த தரமான அனுபவங்கள், அவர்கள் விஷயங்களைப் பார்த்தமுறையை அரிதாகவே சிதைத்தன, வளைத்தன, மாற்றின. எதனாலும் பாதிப்புறாத மனம் கொண்டவர்கள் அவர்கள். அப்படி ஊடுருவி இருந்தாலும், அந்தச் சூழல் மிகவும் குறைவு.

இதில் ஒரே விதிவிலக்கு கிருஷ்ணன். அந்தக் கடவுள் அவன் கூடவே வளர்ந்தான் என்று சொல்லலாம். ஒரு கிருஷ்ணன் கிடையாது. குறைந்தபட்சம் மூன்று அல்லது நான்கு கிருஷ்ணன்கள். அவன் எப்போதும் மாறிக்கொண்டிருப்பவன். அவன், தானிருக்கும் சூழ்நிலையைப் பொறுத்து, அந்தச் சூழலுக்கேற்ப பாத்திரத்தை மாற்றிக் கொள்வான். அவனது பாத்திரம் ஒன்றைச் சுட்டிக்காட்டி, ஆம், இது அவன்தான் என்று சொல்லமுடியாது. வரையறையை மீறியவன் அவன். எப்படிச் செயல்படுவான் அல்லது எதிர்வினையாற்றுவான் என்று உங்களால் ஊகிக்க முடியாது. அவனுக்குக் கொள்கைகள் இருக்கின்றனவா? ஆம். அவனுக்கு இருந்தன. எனினும், அந்தச் சந்தர்ப்பத்திற்கு தேவையென்றால் தள்ளிவைத்து விடுவான். மாற்றிவிடுவான் அல்லது மறந்துவிடுவான். அவன் இரக்கமற்றவனா? நேர்மையற்ற சந்தர்ப்பவாதியா? ஆம், சில நேரங்களில் அப்படித்தான். ஆனால், குழலிசைப்போன், அந்தக் கேள்விகளை அந்த விதத்தில் உருவாக்கி இருக்கமாட்டான்; அல்லது அந்தக் கேள்விகளுக்குப் பதிலளிக்கும்போது நுட்பமாக விலகியும் போய்விடமாட்டான். ஒன்றை அதீதமாக எளிமைப்படுத்துதல் எளிதுதான்; ஆனால், அது ஆபத்தானது. உண்மையை யாரும் ஏகபோகம் ஆக்கிக்கொள்ள முடியாது. உங்களது கடந்தகால அனுபவம், உங்களது குடும்பம், இனக்குழு அல்லது தொழில்முறை விசுவாசங்கள், உங்களது பண்பாட்டுப் பின்னணி, வாழ்க்கையில் உங்களுக்கு இருக்கும் எதிர்பார்ப்பின் அடிப்படையில் உண்மை குறித்த கண்ணோட்டம் மாறுகிறது. அதிகப் பரவலான ஒரு சித்திரத்தை கிருஷ்ணன் பார்த்ததால் சக்தி வாய்ந்தவனாக இருந்தானா? அல்லது ஒவ்வொரு சூழலுக்கும் பிரச்சனைகளுக்கும் ஏற்ப வித்தியாசமாக செயல்பட்டதால் அவனது சித்திரத்தின் பரப்பு மேலும் பரந்ததாக மேலும் சிக்கலானதாக வளர்ந்ததா?

ஒரு குழந்தையாக மகராஜ் குமார் செய்ய முடியாத அனைத்தையும் செய்பவனாக பாலகிருஷ்ணன் இருந்தான். அடிப்படையில் அவன் தொல்லை தரும் குறும்புக்காரன். குறும்புக்காரன், பிடிவாதக்காரன்,

வெறுப்பற்றவன், முரட்டுத்தனமானவன், உற்சாகமானவன், விரும்பத்தக்கவன், சகாக்களுடன் இருப்பவன். கோகுலத்தில் பதினைந்து வயதுக்குக் கீழிருந்த அனைவரும் அவனுக்குச் சிநேகிதர்கள். கிராமங்களில் இருக்கும் பெரும்பாலான சிறுவர்கள் போல்தான் அவனும். பசு மாடுகளை மேய்ப்பவன். அவன், அவர்களின் தலைவன். அவர்களை அவன் குழலூதி அழைப்பான்; போகுமிடமெல்லாம் அவர்கள் அவனைப் பின்தொடர்வார்கள். அவன் செய்வது அனைத்தும் சாகசமே. அவன் எப்போதும் பிரச்சனைகளில் மாட்டிக்கொள்பவன். அவற்றிலிருந்து வளைந்து நெளிந்து வெளிவர அவன் முயன்றதில்லை. சமையலறையிலிருந்து புதிதாகக் கடைந்தெடுக்கப்பட்ட வெண்ணையைத் திருடுவான். அவன் தாய் வெண்ணைப் பானையை உரியில், உயரத்தில் தொங்கவிட்டிருப்பாள். கல்லை எறிந்து பானையில் ஓட்டை போட்டு அதன் கீழ் வாய்திறந்து காத்திருப்பான்; அல்லது அவன் நண்பர்களை ஒருவர்மேல் ஒருவராக நிற்கவைத்து மேலே ஏறி பானைக்குள்ளிருக்கும் வெண்ணை முழுவதையும் தின்று தீர்த்துவிடுவான். எப்போதும் மாட்டிக்கொள்பவன்தான்; ஆனால், பிடிபட்டுவிட்டால் சமையலறைப் பக்கம் வரவேயில்லை என்று சாதிப்பான்: 'நானா? நான் மாடுகளை அல்லவா மேய்த்துக் கொண்டிருந்தேன்'.

குழந்தையாக அவன் செய்தவை அனைத்தும் தீரச்செயல்கள். அவனுக்கு மழலை மாறாத நிலை. அப்போதே திரிநவர்த்தனை, ஆகாசூரனை, தேனுகாசுரனை அழித்தான். கோபம் கொண்ட இந்திரன் பிருந்தாவனத்தில் இருப்போருக்குப் பாடம் கற்பிக்க பிரளயத்தை உண்டாக்கினான்; கொட்டிய பெரும் மழையிலிருந்து ஏழு வயது பாலகிருஷ்ணன் அவர்களைக் காப்பாற்றினான். குழந்தைக் கடவுளின் எதிர்வினை கொஞ்சம் கடுமையானதுதான். கோவர்த்தன மலையைத் தனது சுண்டுவிரலில் உயர்த்திப்பிடித்து, மக்கள் அனைவரையும் அதன்கீழ் நிற்க வைத்துக் காப்பாற்றினான்.

வளர்ப்புத் தாய் யசோதா அவன் லட்டுகளைத் திருடும்போது பிடித்துவிட்டாள். எப்போதும்போல் தப்பு செய்யாதவன்போல் முகத்தைப் பரிதாபமாக வைத்துக்கொண்டு நின்றிருந்தான். அவள் வாயைத் திறக்கச் சொல்ல, நிதானமாக அமைதியாக அவன் வாயைத் திறந்தான். அதற்குள் பார்த்தது அவளால் என்றைக்கும் மறக்கமுடியாதது. இந்த உலகம் முழுமையும், இந்தப் பிரபஞ்சமே அவன் வாய்க்குள் அடங்கியிருந்தது.

இந்தக் காரியங்களை எல்லாம் நீ எப்படிச் செய்கிறாய்; அவற்றிலிருந்து எப்படித் தப்பித்துக்கொள்கிறாய் என்று கிருஷ்ணனை அவன் கேட்பான். வளரும் பருவத்தில் மகராஜ் குமார், கட்டுப்படுத்த முடியாத முரட்டுத்தனம் கொண்டவனாக, சிற்றின்பப் பிரியனாக அலைந்துகொண்டிருந்தான்; அரண்மனைப் பெண்கள் நிர்வாணமாக

குளிப்பதைப் பார்க்கப் பிரியப்பட்டான். யமுனை நதிக்கரை மரத்தின் மீதமர்ந்து கிருஷ்ணன் செய்ததைப்போல், அவர்களது உடைகளைத் திருட நினைத்தான். நகரத்துப் பெண்கள் கம்பீரி நதிப் படித்துறையில் குளிக்க செல்லும் நேரத்தில் இவனும் நதிக்கரைக்குச் சென்றான். அவர்கள் ஆடைகளை அணிந்தபடிதான் குளித்தனர்; ஆனால், நனைந்த துணிகளின் ஊடாக முலைகளையும் முலைக்காம்புகளையும் பார்க்க முடிந்தது. வலி எடுக்குமளவு அவனுக்கு விறைத்த சமயத்தில் கௌசல்யா அவனைப் பார்த்துவிட்டாள். அவள் கொடுத்த அறையை வாழ்நாளில் அவனால் மறக்கமுடியாது. கிருஷ்ணனைப் பற்றியும், இளம் பெண்களுடன் ஆற்றில் அவன் செய்த லீலைகளைப் பற்றியும் நீதானே என்னிடம் கதையாகச் சொன்னாய்; அதே விஷயத்தை நான் செய்தால் என்ன தவறு என்று அவளிடம் கேட்க நினைத்தான். ஆனால், கேட்கவில்லை. அவனைப் பார்த்து முறைத்து உறுமியபடி மீண்டும் கன்னத்தில் அறைந்துவிடுவாள்.

பாலகிருஷ்ணனை மகராஜ் குமார் மறக்கவில்லை; ஆண்டுகள் கடந்தோடின. அவனைத் தன்னுடனே அழைத்துவரவில்லை. அவன் மகாபாரதம் படித்தான், குறிப்பாக சில பகுதிகளைத் திரும்பத் திரும்பப் படித்தான். முதிர்ச்சியுற்ற கிருஷ்ணனைப் பார்த்து அவன் வியந்தான், ஆர்வம் கொண்டான். அதிசயங்கள் நிகழ்த்திய சிறார் பருவத்தின் அனைத்துத் தொடர்புகளையும் அறுத்துக் கொண்டவனாய் கிருஷ்ணன் தோன்றினான். மகராஜ் குமாரின் மூதாதையர்கள் அல்லது மற்ற ராஜபுத்திரர்கள் போன்று சாகசங்களில் ஈடுபடுவதை கிருஷ்ணன் வெறுத்தான். பெரும்பாலான நேரங்களில் அமைதியாகக் காத்திருப்பதை விரும்பினான். அவன் ராஜதந்திர விளையாட்டைத் தேர்ந்தெடுத்தான்; பேச்சுவார்த்தை மூலமாக சாத்தியமான வழிகளில் மோதலைத் தவிர்க்கவே முயன்றான். எதிரிக்குக் கால அவகாசம் எவ்வளவு வேண்டுமானாலும் தரலாம்; அவர்கள் தாமே தூக்கில் தொங்கும் வகையில் கயிற்றின் நீளத்தை அதிகரிக்கலாம் என்பதுபோல் செயல்பட்டான்.

காலம், காயங்களை ஆற்றும்; அத்துடன், பிரச்சனைகளும் சிக்கல்களும் தாமே தீர்வுகளை அடைவதற்கான வழியையும் காலம் பெற்றிருக்கிறது என்று அவன் எண்ணினான். ஆர்வமூட்டும் கருத்து இது; வெளிப்படையாகச் சொன்னால் மகராஜ் குமாரின் இயல்பான போக்கிற்கும், இவற்றை புனிதமானதாக கருதவேண்டும் என்று அவனுக்குக் கற்பிக்கப்பட்டதற்கும் எதிராக இருந்தது. அவனை நோக்கி வீசப்படும் சண்டைக்கான அழைப்புகளை கிருஷ்ணன் பெரும்பாலும் ஏற்பதில்லை. போருக்கான அழைப்பை ஏற்றுக்கொண்டதில்லை. எனினும், சினமூட்டப்பட்டால், காத்திருக்கும் விளையாட்டில் ஈடுபடுவான். இங்குதான் பிரச்சனையின் கரு இருக்கிறது. வீரங்காட்டுவதையும் தீரச்செயல்களையும் முடிந்தவரையில் அவன் தவிர்த்ததுபோல் தோன்றியது. ராஜதந்திர

உத்திகள் பலிக்காமல் போனால், தந்திரமாக இயங்க முயல்வான். அவனுக்கு என்றைக்கும் யுத்தம் ஒரு மாற்றாக இருந்ததில்லை. இணங்க வைப்பதற்கான வேறு வழிகள் தோல்வியடையும் போது, வேறு வழியே இல்லை என்றபோதுதான் யுத்தம் அவனது தெரிவாக இருந்தது. ஒருவிதத்தில் சொல்லப்போனால், அந்த மாபெரும், அதிக நாட்கள் நடந்த, அதிகமான மக்களின் சாவிற்குக் காரணமான குருஷேத்திர யுத்தத்திற்கு அவனே பொறுப்பு. ஆனால், யுத்தத்தை நிறுத்தி அமைதியை ஏற்படுத்த சாத்திரத்தில் இருந்த அனைத்துத் தந்திரங்களையும் அவன் முயன்றான். இறுதியில் வேறுவழியின்றி அவற்றைக் கைவிட்டான்.

மக்கள் தன்னைப்பற்றி என்ன நினைத்துக்கொள்வார்கள் என்று கிருஷ்ணன் கவலைப்பட்டதில்லை என்பதுதான் அவனது இருப்பின் மையக் கரு. அதைப் புரிந்துகொள்ள மகராஜ் குமாருக்கு நீண்ட நாட்கள், ஏன் பல ஆண்டுகள் ஆயிற்று. அந்தக் கடவுள், தன் மீது நம்பிக்கையுடன் இருந்தான்; தனக்கு என்ன வேண்டும் என்பதும் தெரிந்திருந்தது. வாழ்க்கையின் எந்தத் தருணத்திலும் தன்னை நிரூபிக்க வேண்டிய தேவை அவனுக்கு ஏற்பட்டதில்லை. இவனது மக்கள் பெரும் பராக்கிரமம் நிறைந்தவர்கள். எனினும், கிருஷ்ணனைப் போல், வீர உணர்வைத் தாங்கள் இழந்துவிடவில்லை என்பதை ஏறத்தாழ தினந்தோறும் ராஜபுத்திரர்கள் நிரூபித்துக் கொண்டிருந்தனர்; இந்தப் பாதுகாப்பற்ற உணர்வு எதனால் அவர்களுக்கு எழவேண்டும்? அவனால் சொல்லமுடியவில்லை. உயிரைத் தியாகம் செய்வதில்தான் கௌரவமும், வீரமும் எப்போதும் அடங்கியிருக்கிறது என்று ராஜபுத்திரர்கள், ஏன் கருதுகிறார்கள்? மற்றவர்கள் தம்மைக் கோழையாகப் பார்ப்பது குறித்து எப்போதும் அவர்கள் ஏன் அஞ்சுகிறார்கள்? ஏனெனில் கவனமான திட்டமிடல்களுக்கோ, அல்லது கிருஷ்ணனுக்கு இந்த உலகம் பெரிதும் கடன்பட்டிருக்கும் சூழ்ச்சி என்ற கருத்து உள்ளிட்ட வேறு எந்த தெரிவுகளுக்கோ இங்கு இடமில்லை.

வாலைச் சுருட்டிக்கொண்டு பின்வாங்குவதில் கிருஷ்ணனுக்கு என்றும் பிரச்சனை இருந்ததில்லை. கிருஷ்ணனுக்கு முன் பிறந்தவர்கள் ஏழுபேரையும் கொலைசெய்த, இரக்கமற்ற கொடுங்கோலன் மாமன் கம்சனை உடனே கொல்லவேண்டும் என்று பெரும் அவசரத்தில் கிருஷ்ணன் இருந்திருப்பான் என்று நினைக்கமுடியும். மாறாக, கிருஷ்ணன் அவனை விட்டு முடிந்த அளவு விலகியிருந்தான். பலரும் அஞ்சக் கூடிய கொடுங்கோலன் ஜராசந்தன், பேரரசனாக முடிசூடிக் கொள்ள நினைத்தான். கிருஷ்ணனையும், மதுராவிலிருந்து அவனது மக்களையும் தாக்கப்போவதாக அவன் பயமுறுத்தினான். கிருஷ்ணன் வெறுமனே பின்வாங்க மட்டும் செய்யவில்லை. மூட்டை முடிச்சுகளுடன் குடிமக்களையும் அழைத்துக்கொண்டு துவராகைக்குத் தப்பிச் சென்றான்.

இறுதியில், அவனைக் கொல்லும் நேரம் வந்தது என்று நினைத்தவுடன், பெரும் பராக்கிரமசாலியான பீமனை ஜராசந்தனுடன் சண்டையிடச் செய்தான். ஜராசந்தன் வென்றுவிடும் நிலையில் இருந்தபோது, கிருஷ்ணன் அருகிலிருந்த மரத்தின் இலையைப் பறித்து இரண்டாகக் கிழித்து தலைகீழாகப் போட்டான். வாயால் சொல்லப்படாத இந்தச் செய்தியைப் புரிந்துகொண்ட பீமன். ஜராசந்தனின் கால்களை இரண்டாகக் கிழித்துப் போட்டான்.

மகராஜ் குமார், கிருஷ்ணனுக்குப் பெரிதும் கடன்பட்டிருப்பது மனதின் சுபாவத்திற்காகத்தான். எதையும் அதிகாரத்தின் மூலம் எடுத்துக்கொள்ளாதே. அனுபவத்தின் மூலம் பெறப்பட்ட அறிவு மிகவும் நல்லது. நூற்றாண்டுகளின் அனுபவப்பிழிவின் சாரம் அது. சிலர் அவ்வாறு சொல்கிறார்கள் என்பதாலோ அல்லது நம் நினைவு நீளும் காலந்தொட்டு அது இருந்து வருகிறது என்பதாலோ, அவ்வாறு உருவாவதில்லை.

மறுபரிசீலனைக்கு உட்படுத்து. கேள்வி கேள். சந்தேகப்படு. தேவை என்றால், மோசமான விளைவுகளைக் காட்டிலும் நன்மைகள் அதிகம் கிடைக்குமென்றால் அலைகளுக்கு எதிராக நீந்திச் செல்லவும் தயங்காதே. கிருஷ்ணனுடன் அவன் அடிக்கடி பேசுவான். ஒரு பிரச்சனை அல்லது சூழ்நிலையின் சாதக, பாதகங்கள் குறித்து விவாதிப்பான். தனது வாதங்களை முன்வைப்பான். உத்திகளைத் திட்டமிடும்போதோ, நெருக்கடியின்போதோ கிருஷ்ணனின் செயல்களைத்தான் எடுத்துக்காட்டாகக் கொள்வான். அவற்றின் அர்த்தங்களையும் தாக்கங்களையும் கருத்தில் கொள்வான். இறைவன் கிருஷ்ணனின் பாடங்களைக் கேள்விகேட்கவும் அவற்றில் மாற்றம் ஏற்படுத்தவும் விரும்பியதிலிருந்தே, கிருஷ்ணனின் பாடங்களை அவன் நன்கு கற்றுத் தேர்ந்திருக்கிறான் என்பது தெரிகிறது.

இப்போது திடீரென்று, இறைவன் சியாமளன் தன்னுடையவன் என்று அவன் மனைவி கூறிக் கொள்கிறாள்.

அத்தியாயம் 11

பகதூர் கானுக்குப் புதிதாக ஏற்பட்ட நண்பர்களும், நலம் விரும்பிகளும், ஏன் அவனது பழைய கூட்டாளிகளும் அவனைக் கைவிட்டுவிட்டனர். அப்படிச் சொல்வதைக் காட்டிலும், துர்நாற்றம் அவர்களை விரட்டியடித்தது என்றுதான் சொல்லவேண்டும். சுரத்திலிருந்தும், மூளையைத் தாக்கியுள்ள நச்சுக்களிலிருந்தும் அவ்வப்போது அவன் வெளிவருவான். எங்கேயிருக்கிறோம் என்று அவனுக்குத் தெரியவில்லை. தன் தந்தை எங்கே என்று கேட்பான். கடந்த மூன்று நாட்களில் என்னைத் தவிர்த்து அவனைக் கவனித்துக்கொண்ட ஒரே நபர் கௌசல்யாதான். அவனுடைய தந்தையுடன் ரகசிய ஒப்பந்தம் ஏதாவது நான் போட்டிருக்கிறேனா, அவனைச் சிறையில் அடைத்து வைத்திருக்கிறேனா என்று பல முறை என்னைக் கேட்டுவிட்டான். கௌசல்யா, அவன் மனைவியா, அம்மாவா, அரசவை நடனப் பெண்ணா அல்லது ஒற்றறிபவளா என்று யோசித்துக் கொண்டிருந்தான். அவளைப் பரிதாபமாகப் பார்ப்பான்; அவளுக்கு இருக்கும் நல்ல தொடர்புகளைப் பயன்படுத்தி அவனைச் சிறையிலிருந்து வெளிவர உதவி செய்யும்படி கெஞ்சுவான். அவள் தலையை ஆட்டுவாள்; நான் தனியாக இருக்கும்போது என்னிடம் பேசுவதாக அவனிடம் கூறுவாள்.

'என் தந்தை சாதாரண நபரில்லை தெரியுமா?' என்று அவளிடம் கூறுவான். 'குஜராத்தின் சுல்தான். என்னை மீட்க எவ்வளவு பணம் வேண்டுமானாலும் தருவார். ஜாகீர், யானைகள், குதிரைகள், என்ன வேண்டும் சொல். எதுவாகயிருந்தாலும் அவர் தருவார். ஏனெனில் சிக்கந்தர் மூத்தவனாக இருந்தாலும் அவருக்கு என்னைத்தான் பிடிக்கும்.' கௌசல்யாவின் கரத்தை கையிலெடுத்து தன் உதடுகளாலும் கண்களாலும் முத்தமிட்டான். 'நீ செய்வாய் இல்லையா?' என்று சொல்லி அழத் தொடங்குவான். 'உன்னைத் தவிர எனக்கு வேறு யாருமில்லை. என்னை நீ கைவிட்டு விட்டால், மகராஜ் குமார் என்னைச் சாக விட்டுவிடுவான். எனக்கு அவன் செய்திருப்பதைப் பார்த்தாயா? அவன் என்னைக் கொலை செய்யப் பார்த்தான்'.

'அவர் எப்படி இதைச் செய்தார்?' கௌசல்யா அவனைக் கேட்டாள். நீண்ட நேரம் யோசித்த பின், அவளிடம் ரகசியமாகக் கூறினான். 'சித்தோரிலும் அதைச் சுற்றியிருக்கும் இடங்களிலும் இருக்கும் சிங்கங்களை, பெண் சிங்கங்களை அவனுக்குத் தெரியும். அவற்றில் ஒன்றுக்கு என்னைக் கொல்ல அவன் பணம் கொடுத்தான். ஆனால், நான் வெறும் கைகளாலேயே அதனோடு சண்டை செய்தேன் தெரியுமா?'.

அரைகுறையாய் நினைவிருக்கும் மீதி நேரங்களில் அவன் ஊளையிட்டான், அவன் நாக்கை வெட்ட வேண்டும்; தொண்டைக்குள் கெட்டியான மரத்துண்டை திணிக்க வேண்டும் என்று நினைப்பேன். அசையாமல் அமர்ந்திருந்த கௌசல்யா, செல்லம் கொடுத்துக் கெட்டுப்போன குழந்தையாய் என்னை உணர வைத்தாள்

பகதூர் வேகமாக இறந்து கொண்டிருந்தான். குறைந்தபட்சம் முப்பத்தியாறு மணி நேரம் கூட அவன் நினைவுடன் இல்லை. வைத்தியர்கள் ஒரு நாளைக்கு இருமுறை அவனைப் பார்த்துச் சென்றனர். எனது அதிருப்தியை எண்ணி அவர்கள் அஞ்சினர். மருந்துகளை அவ்வப்போது மாற்றிக் கொடுத்தனர். நோயாளி நலம் பெறவேண்டும் என்பதற்காக அல்லாமல் எனக்காகவே அதைச் செய்தனர். தங்கை சுமித்ராவின் விஷயத்தில் அறுவை சிகிச்சை மூலம் அவள் காலை வெட்டி எடுக்க தந்தை அனுமதி கொடுத்திருந்தால் அவள் பிழைத்திருப்பாள் என்பது நிச்சயம். பகதூர் விஷயத்தில், எதை வெட்டி எறிவார்கள்? அழுகிக்கொண்டிருக்கும் அவனது தைரியத்தையா அல்லது அவனது இதயத்திற்கு மேலிருக்கும் நெஞ்சுக் குழியையா?

என் நினைவுகள் சுமித்ராவிடம் மீண்டும் சென்றன. அவளை அப்படியே விட்டுவிடுங்கள் என்று மருத்துவரிடம் தந்தை சொன்னபோது மனத்தில் அவர் என்ன நினைத்திருப்பார் என்பதை நான் அறிவேன். நோயிலிருந்து மீண்ட பிறகு அவள் தத்தி, தடுமாறி நடக்க வேண்டி இருந்திருக்கும். யாரோ ஒரு ராவோ அல்லது ராவலோ, அவளைத் திருமணம் செய்துகொள்ளும்படி தம் மகனை வற்புறுத்துவார். ஏனென்றால், சித்தோருடன் திருமண உறவு என்பது விரும்பத்தக்க ஒன்றல்லவா? அவளது கணவன் அவளை முடமானவளாக நடத்துவான். இழிவாகப் பேசுவான். அவள் நடப்பதுபோல் நடந்துகாட்டி வேதனை ஏற்படுத்துவான். இப்போதும், என் மனதின் அந்தரங்கத்தில் தந்தையிடம் பேசும் காட்சியை நான் நினைத்துப் பார்க்கிறேன்: 'அவளுக்கு எதிராக குரலை உயர்த்தும் அவள் கணவனை நாட்டின் எந்த மூலையில் இருந்தாலும் தேடிச்சென்று தோலை உரித்து வருவேன்'. அவள் எங்களுடன் இருக்க முடியாமல் போனது எதனால்? நான் அவளை நன்கு கவனித்துக் கொண்டிருப்பேனே.

நான் அப்படித்தான் செய்யவேண்டி இருந்திருக்கும்; ஆனால், அது ஒரு மடத்தனமான செயல். ஏனெனில் சுமித்ரா இங்கு இல்லை. அத்துடன், நிச்சயமாக நிகழப்போகிற ஒன்றைப்பற்றி எண்ணுவதைத் தவிர்ப்பதற்காகவே அவளைத் தொடர்ந்து பயன்படுத்திவருகிறேன். இந்த முட்டாள் மங்கள் எங்கு போய்த் தொலைந்தான்? பழிக்குப் பழி வாங்கும் விளையாட்டில் புராஜி இறங்கியிருக்கிறானா? ராஜபுதனத்து ஆக்கிரமிப்பாளர்கள் மீது நான் நடவடிக்கை எதுவும் எடுக்கவில்லை

என்பதால் எனக்குப் பாடம் புகட்ட நினைக்கிறானா? அந்தப் பழங்குடி மருத்துவன் ஏகா, இரண்டு ஆண்டுகளுக்கு முன்பு இறந்து போயிருந்து, அது எனக்குத் தெரியாமல் போய்விட்டதோ?

பகதூரை உயிர் வாழ வைக்க ஏறத்தாழ அனைத்தையும் செய்வேன். ஆனாலும், அவன் இறந்துவிட்டால் கிடைக்கப்போகும் பெரும் நிம்மதி குறித்தும் சில நேரங்களில் நினைத்துப் பார்ப்பேன். அது உண்மைதான். மிகக் கோரமான அழிவிலிருந்து எனக்கு விடுதலை கிடைக்கும். விடுதலை, விடுதலை.

உயரமான, அகண்ட சிதையை அமைப்போம். நான் செய்ய வேண்டிய கடமைக்காக அந்த இடத்திற்குச் செல்வேன். நெய் ஊற்றுவேன். அவனுடைய ஆன்மாவிற்கு நித்திய அமைதியை வேண்டி பிரார்த்தனை செய்வேன். தலைப்பக்கமாக சிதைக்குத் தீ மூட்டுவேன், பின் கால்பக்கமும், அதன்பின் சிதையின் இருபக்கங்களிலும் தீ மூட்டுவேன். அந்த ஆகாயமே கொழுந்துவிட்டு எரிவது போல் பெருந்தீயாக அது மாறும். சரியாக யோசிக்கும் மனநிலையில் நான் இல்லை என்று நினைக்கிறேன். இளவரசன் ஒரு முஸல்மான் அல்லவா? அவனைப் புதைக்கவேண்டும். குமட்டும் அந்த வாசனையை வெளியேற்ற எவ்வளவு மண்ணைத் தோண்டவேண்டியிருக்கும். மிக ஆழமாகத் தோண்டும்படி வேலையாட்களிடம் கூறினேன். எவ்வளவு ஆழம் என்று கேட்டனர். வற்றாமல் நீர் தரும் கிணறு ஒன்றை கும்பல்கார்க் வளாகத்தில் என் கொள்ளுத் தாத்தா தோண்டியது நினைவுக்கு வந்தது. இருநூற்று எழுபது அடி. அதற்கும் அதிகமாகத்தான் இருக்கும், குறைவாக அல்ல. வேலை மெதுவாகத்தான் நடந்தது.

வெள்ளைத் துணியால் இறுக்கமாகச் சுற்றப்பட்டிருந்த இளவரசனின் உடல் வெயிலில் வேகமாகச் சிதையத் தொடங்கியது. என்னுடைய துக்லோவை கழட்டிப் போட்டுவிட்டு, கயிற்றைப் பிடித்து இறங்கினேன். மண்ணைத் தோண்டி வாரியெடுத்து மேலே அனுப்பிக்கொண்டிருந்த வேலையாட்கள் வெட்கப்படும்படி, பித்துப் பிடித்தவன் போல் மண்ணைத் தோண்டினேன். இரவு நேரம். நாங்கள் நிறுத்தவில்லை. யாரோ ஒருவர் வந்து அளந்து பார்த்தார். இருநூற்று எழுபது அடி. நிறுத்திவிட்டு, நாங்கள் மேலேறி வந்தோம். உடல் அந்தப் பெருங்குழியில் இறக்கப்பட்டது. அலட்சியமாக கீழிறக்கப்படும் வாளி கிணற்றின் பக்கங்களில் அடிபடுவதுபோல் உடல் இறங்குவதைக் கேட்க முடிந்தது. மோதும் சப்தம் ஆழத்தில் லேசாகக் கேட்டது. கயிற்றை உள்ளே எறிந்துவிட்டு, மண்ணை வாரிக் கொட்டி பள்ளத்தை நிரப்ப ஆரம்பித்தோம். மூன்று பகல்களும் மூன்று இரவுகளும் ஆயிற்று. தரையைத் தட்டி சமன்படுத்திவிட்டு, அயர்ந்துபோய் அதில் படுத்தேன். தூக்கத்தில் ஆழவிருந்த நேரம், காற்றில் எதையோ உணர்ந்தேன்.

வளையிலிருந்து பாம்பு போல், பூமிக்கு அடியிலிருந்து அது சுருண்டு வெளிவந்தது. பகதூர் உடலின் துர்நாற்றம். ஆர்வமும் பிரியமுமாக என்னைத் தழுவ எழுந்து வந்தது. மீண்டும் ஆழமாகத் தோண்ட ஆரம்பித்தோம்.

மங்கள். அவனைத் தொடர்ந்து வந்தவன் ஏகாவைத் தவிர வேறு யாராகவும் இருக்க முடியாது. கோபத்துடன், 'எங்கே போய்த் தொலைந்தாய்?' என்று கத்தவிருந்தேன். நல்லவேளை ஏகா என்னைச் சிறிதும் பொருட்படுத்தவில்லை. மங்கள் என்னை ஓரமாக அழைத்துச் சென்றான். புராஜியின் வைத்தியன் நாள் முழுவதும் சிகிச்சைக்காக மூலிகைகளை அலைந்து திரிந்து தேடியதாகக் கூறினான். இந்த நோய்த்தணிக்கும் வேலை எதற்காக என்று என்னைக் கேட்டுக்கொண்டேன். எந்த மாற்றமும் இல்லை. அப்படி ஏதாவது என்றால், இளவரசன் இறக்க இன்னும் இருபத்தி நான்கு மணி நேரம் இருக்கிறது. அங்கிருந்து நகரத்தொடங்கிய என்னை வைத்தியன் அழைத்தார். 'இவரை நான் சோதித்து முடிக்கும்வரை கொஞ்சம் வெளியில் இருங்கள்'. என் பட்டத்தைச் சொல்லாமல் மரியாதையின்றி என்னிடம் ஒருவர் பேசி, நீண்ட, நீண்ட நாட்கள் இருக்கும். நடத்தை முறைகள் தெரியாதவனாக, நன்றி கெட்டவனாக அவன் இருப்பதைப் பார்த்து நான் அமைதி இழந்தேன். என்னை வெளியில் போகச் சொன்னதால் வேறு யாரோ அந்த இடத்திற்கு பொறுப்பாக இருக்க வேண்டும்.

ஏகா, அதிக நேரம் எடுத்துக்கொண்டான், முப்பது நிமிடங்கள் இருக்கும். அவ்வப்போது, பகதூரின் கூச்சல்கள், கோட்டைச் சுவர்களில் மோதி எதிரொலித்தன. ஏகா சுருக்கமாகப் பேசினான். 'அவருக்கு அதிக அளவில் நோய்த் தொற்று ஏற்பட்டுள்ளது. அந்தப் பெண் சிங்கத்தின் பற்களால் உண்டானது. தூசியும், அழுக்கும் படிந்திருக்கிறது. எப்படியும் அவரது காயங்களைச் சுத்தப்படுத்தியே ஆகவேண்டும். ஆனால், நடந்துவிட்டதை மாற்றமுடியாது. கவலைப்பட்டு ஆகப்போவதும் ஒன்றுமில்லை. மிகப் பெரிய அதிர்ச்சிக்கு ஆளாகியிருக்கிறார். ஏராளமாக ரத்தம் வெளியேறியிருக்கிறது. அத்துடன் சுரமும் சேர்ந்துள்ளது. அவரை மயக்கமடைய வைக்கப்போகிறேன். இல்லையெனில் அவரது உடலுக்கு ஏற்பட்டிருக்கும் அதிர்ச்சியை அவரால் தாங்கமுடியாது. அதன் பிறகுதான் அவரது காயங்களைச் சுத்தம் செய்வேன். அவர் பிழைத்திருந்தால், சரிபண்ண முடியாத அளவிற்குச் சேதங்களை விஷம் ஏற்படுத்தியிருக்கவில்லை என்றால் களிம்புகளைத் தடவி காயங்களுக்குக் கட்டுப்போடுவேன்.

'அவர் பிழைக்க முடியுமா என்று கேட்டால், அது மிகவும் கஷ்டம் என்றுதான் கூறுவேன். வாய்ப்பு இருபதிலிருந்து இருபத்தைந்து

சதவீதம்தான். சாதகமாக இருக்கும் ஒரே விஷயம் அவருடைய இளமைதான். இவ்வளவு நடந்த பிறகும், அவர் இப்படிக் கத்துவார் என்றால், அவருக்கு ஒரு கழுதையின் வலிமை இருக்கவேண்டும்.

'நான் வேலையைத் தொடங்கட்டுமா? அல்லது அவரது வலியைக் குறைப்பதில் கவனம் செலுத்து என்று சொல்கிறீர்களா?'

கேள்வியை வீசிவிட்டான். முடிவு எடுக்கவேண்டிய பொறுப்பையும் என்னிடம் தள்ளிவிட்டான். இதுதான் அரசு நடத்துவது என்பதா? அப்படித்தான் என்று நினைக்கிறேன். 'வலியைக் குறைப்பது இதிலிருந்து அவன் மீள்வதற்கு உதவுமா?'

'இல்லை. ஆனால், நான் விவரித்ததுபோல், அதாவது நான் கூறிய முதல் யோசனைப்படி செய்தாலும் எந்த உத்தரவாதமும் கொடுக்க முடியாது'

'ஏதாவது கொஞ்சம் வாய்ப்பு இருக்கிறது என்றாலும், அது அந்த முதல் யோசனையில்தான் உள்ளதா?'

'என்ன முடிவு எடுப்பது என்று நீங்கள் என்னைக் கேட்பதுபோல் தோன்றுகிறது'

'இல்லை' உறுதியாக அவனை இடைமறித்தேன். 'ஆனால், என்ன முடிவு எடுப்பது என்றாலும் எனக்குத் தகவல்கள் வேண்டுமல்லவா?'

'அவர் உடலை ஆய்வு செய்வதாலும் அவரைச் சுத்தம் செய்வதாலும் அவரது இறப்பை விரைவுபடுத்தத்தான் நல்ல வாய்ப்பு இருக்கிறது. இதைத் தவிர செய்வதற்கு வேறொன்றும் இல்லை.'

'சரி. நாம் முயன்று பார்ப்போம். சுத்தம் செய்யும் வேலையைத் தொடங்குங்கள்.'

* * *

'இளவரசர் ஷெஸாதா பகதூர் குணமடைய அவருக்காகப் பிரார்த்தனை செய்வீர்களா?' அரண்மனையிலிருந்து ஐநூறு கெஜ தூரத்தில் எனக்காகக் காத்திருந்த முல்லாவிடம் கேட்டேன்.

'ஆமாம், இளவரசே, ஒரு நாளைக்கு ஐந்து முறை செய்கிறோம்'

'அவற்றால் பலனில்லை. அப்படித்தானே? இன்னும் அதிகமாக, இன்னும் ஆர்வத்துடன் சொல்லவேண்டுமோ?'

'இதயத்திலிருந்து வேண்டுகிறோம், எஜமானே'

‘எங்கள் நலத்திற்காக நீங்கள் எப்போதாவது பிராத்தனை செய்திருக்கிறீர்களா, முல்லா?’

‘தினமும் செய்கிறோம், மகராஜ் குமார்’

அவர் செய்திருக்கக்கூடும். என் ஆன்மக் கடைத்தேற்றத்திற்காகவோ அல்லது அவருக்காகவோ பிரார்த்திக்காத என்னைப் போல் அவரில்லை.

‘உங்களிடம் ஒன்றை வேண்டுவதற்காக வந்தேன், எஜமானே’

எனக்குத் தெரிந்திருக்கவேண்டும். உங்களுக்கு இலவசமாக எதுவும் கிடைக்காது. அவருக்கு என்ன தேவை? படையில் அவர் மகனுக்கு ஏதாவது வேலையா? அல்லது படைச் சேவையில் இருப்பவனுக்கு குடிமைப் பணியா? அவர் பேசட்டும் என்று காத்திருந்தேன்.

‘சரி பண்ண முடியாத நிலையில் எங்கள் மசூதி இருக்கிறது, இளவரசே. அதைச் சீர்செய்ய, மேன்மைக்குரிய தாங்கள் கஜானாவிலிருந்து கொஞ்சம் நன்கொடை அளிக்க ஏற்பாடு செய்யமுடியுமா?’

’முடியாது’ நான் நினைத்ததைவிட வேகமாக அந்தச் சொல் வெளிவந்தது.

‘மன்னிக்க வேண்டும். சிவாலயம் ஒன்றும் ஜைனாலயம் ஒன்றும் கட்ட பேரரசர் ராணா சென்ற ஆண்டுதான் பெரும் தொகை அளித்தார்’

‘முல்லா, வேறு ஏதாவது பேசுங்கள். ஹிந்துக் கோவிலைப் பராமரிக்க, எந்த முஸ்லீம் அரசராவது, கொஞ்சமேனும் நன்கொடை கொடுப்பார்களா?’

அவர் முகம் தொங்கி, சிறுத்துப் போயிற்று. போவதற்குத் திரும்பினார். ‘ஆனால், நான் இதைப்பற்றி கொஞ்சம் யோசிக்கிறேன்’. உடனடியாக நான் மறுத்த பிறகு இந்தப் பதில் அவரைத் தொட்டிருக்க வேண்டும்.

‘அல்லா, உங்களைக் காக்கட்டும்’

அவர் திரும்பிப் போவதைப் பார்த்துக்கொண்டிருந்த நான், அவரைக் கூப்பிட்டேன். ‘முல்லா, இது நிபந்தனை அல்ல. என் நண்பன் ஷெஸாதா நலம்பெற உங்கள் பிரார்த்தனைகள் உதவி செய்தால் அதை நான் பாராட்டுவேன்’.

****

ஏகலிங்கேஸ்வர் கோவிலுக்கு நான் செல்வது இந்த வாரத்தில் இது ஏழாவது முறை. கோவிலுக்குள் நுழைகையில் கூட்டத்தை விலகிச் செல்லும்படி காவலர்கள் விரட்டினர். தலைமை அர்ச்சகரிடம் அபிஷேகத்திற்குப் பணம் கொடுத்துவிட்டு, சில நிமிடங்கள் என்னைத் தனியாக இருக்க அனுமதிக்க முடியுமா என்று வேண்டினேன். அவர் விலகிச் சென்றதும், இறைவனை நெடுஞ்சாண் கிடையாக விழுந்து வணங்கினேன். என் மனம் உணர்வற்றிருந்தது. சிவன் அழிக்கும் கடவுள். ஆனால், புதிதாக உருவாக்கத் தான் அவர் அழிக்கிறார் என்கிறார்கள். இறைவனிடம் பண்டமாற்றைப்போல் வேண்ட எனக்குத் தெரியவில்லை. நான் உனக்கு இதைத் தருகிறேன், நீ எனக்கு இதைச் செய். விண்ணப்பப் பெட்டியாக அவரை மாற்றுவதை வெறுத்தேன். மார்பு தரையில் படும்படி வணங்கி, அவர் பெயரைப் பதினேழு முறை உச்சரித்தேன். பிறகு, 'கடவுளே, நீ நன்றாக இருக்கவேண்டும். எங்களையும் நன்றாக வைப்பாய் என்று நம்புகிறேன். பகதூர் எனக்கு மட்டுமல்ல, உனக்கும் விருந்தாளிதான். எங்கள் விருந்தினர்களை எப்போதும் நாங்கள் மதிப்புடனும் பெருந்தன்மையுடனும் நடத்துகிறோம். இப்போதும் அதிலிருந்து நாங்கள் தவற மாட்டோம். ஆசிர்வதிக்கும் உன் கரம், என் தலைமீதும், பகதூரின் தலைமீதும் படிந்து வாழ்த்தட்டும்' என்று கூறினேன்.

இறைவனை பத்து முறை வலம் வந்து வணங்கியபின் அரண்மனைக்குத் திரும்பினேன்.

லீலாவதி அரண்மனை ஊஞ்சலொன்றில் அமர்ந்திருந்தாள். அர்த்தமின்றி, அவளை நோக்கி ஓடினேன். ஊஞ்சலிலிருந்து என் கரங்களுக்குத் தாவி என்னைக் கட்டிக் கொண்டாள். விடவே இல்லை. நானும் என் கைகளிலிருந்து அவளை விடுவிப்பதாக இல்லை. தயக்கமேதுமின்றி கடந்தகாலத்தில் நானும் ஏதோ சில நல்லது செய்திருக்க வேண்டும் என்று தான் நம்பவேண்டும்.

'இவ்வளவு நாட்களும் எங்கு போயிருந்தீர்கள்?'

'நீ கேள்வி கேட்கலாம். நீ தான் இங்கு வருவதே இல்லை. என்னை வரச்சொல்வதும் இல்லை.'

'யார் இப்போது உபச்சார வார்த்தைகளைத் தேடுவது?'

மாட்டிக் கொண்டோம் என்றால் முன்னேறித் தாக்க வேண்டியதுதான். 'சரி, நீ வந்திருக்க வேண்டியதுதானே'

'ஒவ்வொரு நாளும் அப்பாவையும் தாத்தாவையும் கேட்பேன். நீங்கள் எப்போதும் வேலையில் இருக்கிறீர்கள். தொந்தரவு செய்யக் கூடாது என்பார்கள்'

'அவர்கள் சொல்வதுபோல் நான் வேலையில் இருக்கிறேன் என்றால், நீ எப்படி இங்கு வரமுடிந்தது?'

'எனக்கு அழைப்பு வந்தது, தெரியுமா?'

திரைச்சீலைக்குப் பின்புறம், அவள் உருவம் தெரிந்து வேகமாக மறைந்தது. அவள் என்ன செய்யப்போகிறாள்? ஏற்கனவே, எனக்கும் குழலிசைப்போனுக்கும் இடையில் விரிசலை ஏற்படுத்திவிட்டாள். இப்போது இந்தச் சிறுமியும் எனக்குக் கிடைக்காமல் செய்யப் போகிறாளா? தங்கை சுமித்ராவுடன் எனக்கு இருக்கும் ஒரே தொடர்பாக உயிரோடு இருப்பது லீலாவதிதான். அவளை இழக்கும் உத்தேசம் எனக்கு ஏதும் இல்லை. உண்மையில் என்னை அச்சுறுத்துவது போல் உணர்ந்தேன். குழந்தையொன்று ஒரு நாளைக்கு ஒருமுறையாவது கேட்கும் முட்டாள்தனமான கேள்வியை லீலாவதியிடம் கேட்கவிருந்தேன். உனக்கு யாரை அதிகம் பிடிக்கும்? அவளா அல்லது நானா? நல்வாய்ப்பாக லீலாவதி என் மனவோட்டத்தை இடைமறித்தாள்.

'எனக்கு என்ன தரப்போகிறீர்கள்?'

ஏகலிங்கேஸ்வர் பிரசாதத்தை அவளிடம் கொடுத்து, சிந்திக்கச் சற்று நேரம் எடுத்துக்கொண்டேன். அவள் இங்கு வந்து அதிக நாட்களிருக்கும். அதனால் சிக்கி, ஹல்வா, வேறு இனிப்புகள் எதையாவது வாங்கி வைப்பதை நிறுத்திவிட்டேன்.

'இங்கேயே இரு. கண்ணை மூடிக்கொள். நகராதே. சிறிதுகூட நகரக்கூடாது.

'அப்படிச் செய்தால்...?'

'நீ கல்லாகிவிடுவாய்'

கண்ணைப் பாதித் திறந்து, நான் அவளைப் பார்க்கிறேனா எனப் பார்த்தாள்.

'அம்மணி, ஏமாற்றாதே'

அவள் உடனே கண்களை மூடிக்கொண்டாள். தோட்டத்திற்குள் ஓடி, ஒரு பத்து, பன்னிரண்டு ரோஜாக்களைப் பறித்துக்கொண்டேன். பொம்மைகளை வைத்திருக்கும் மாடியறைக்குத் தாவிச் சென்றேன். பல, பல, ஆண்டுகளுக்கு முன் ஒரு சீசாவில் நான் பதுக்கி வைத்திருந்த பளிங்குகள் பத்தை எடுத்துக் கொண்டேன். கண்களை மூடியவாறு அவள் அசையாமல் நின்று கொண்டிருந்தாள்.

'நான் கண்களைத் திறக்கலாமா?'

அவளது இடது கண்ணிலும் பின் வலது கண்ணிலும் முத்தமிட்டேன். ‘இப்போது கண்ணைத் திறக்கலாம்.’ அவளிடம் அந்தப் பூங்கொத்தைக் கொடுத்தேன். எதிர்பாராத அன்பளிப்பு போல், தயக்கமும் யோசனையுமாக அவள் நின்றிருந்தாள்.

‘நீங்கள் என்னை விரும்புகிறீர்கள் என்று இதற்கு அர்த்தமா?’

’ஆனால், முட்டாளே, உன்னை விரும்பியிருக்கிறேன், எப்போதும் விரும்புவேன்,’

’என்றைக்குமா?’

’ஆமாம். ஏழு பிறப்பிலும், அதற்கு மேலும்’

’இப்போது யார் அற்பமாக நடந்து கொள்கிறார்கள்? நீங்கள் அப்படிக் கேட்கக்கூடாது. அடுத்த ஏழு பிறவிகளுக்கும் உங்களை எனக்குக் கணவனாகத் தரவேண்டும் என்று ‘வாத் சாவித்திரி’ விழாவில் நான்தான் கேட்கவேண்டும். ஆல மரத்தில் கயிறு கட்டும்போது வேண்டப்போவது நான் தான்.’

விலகியது தெரியாததுபோல் திரை நகர்ந்தது. லீலாவதியும் நானும் பேசிக்கொள்வதை நீலவிழியாள் கேட்கிறாள். என் முகத்தின் தசைகள் இறுகுவதை லீலாவதி கவனிக்கத் தவறவில்லை.

’இந்தப் பூக்கள் நம் நிச்சயதார்த்தத்தின் அடையாளம், இல்லையா?’

பூக்கள் இதற்காகத்தானா? என் மனைவிக்கும் இப்படிப் பூக்கள் கொடுத்தால், நாங்களும் மணம் செய்து கொண்டதுபோல் ஆகிவிடுமா? என் மௌனத்தால் லீலாவதி கலங்கியதுபோல் தெரிந்தது.

’ஆம்’

புன்னகைத்த அவள், ஒரு பூவை என் கையில் கொடுத்தாள். ‘இப்போது, திருமணம் நிச்சயமாகிவிட்டது’

’இப்படியே உளறிக்கொண்டிருக்கப் போகிறாயா? இரண்டாவது அன்பளிப்பைக் கொடுக்க எனக்கு வாய்ப்புக் கொடுக்கமாட்டாயா?’ அவள் கைகளில் பளிங்குகளை அளித்தேன். மகிழ்ச்சியால் அவள் கண்கள் ஒளிர்ந்தன.

‘வீர்தேவ், ரகுதேவ், அசோக் சிம்மா, பிரதாப் எல்லோரும் நரகத்திற்குப் போகட்டும். இனிமேல் அவர்களுடைய பளிங்குகள் எனக்குத் தேவையில்லை. அவர்கள் என்னோடு விளையாடவில்லை என்றாலும் பரவாயில்லை. விளையாட்டை இனி நான்தான் அமைப்பேன். நான்

உங்களுக்கு என்ன கொண்டுவந்திருக்கிறேன் என்பதை நீங்கள் கேட்கவில்லையே'

'எப்படியும் சொல்வாய் என்று எனக்குத் தெரியும்'

'அப்படியா? நான் சொல்லப்போவதில்லை. உங்களைப்போல மோசமான ஆளுக்கு அதைத் தரப்போவதில்லை'

மன்னிப்புக் கேட்டேன். கருணை கொள்ளும்படி வேண்டினேன். அவள் என்னை மன்னிப்பதாகத் தெரியவில்லை. 'என் கைகளாலேயே செய்தேன்.' என் ஆர்வத்தைத் தூண்டுவதுபோல் அவள் மேலும் கூறினாள்.

'என்ன அது?' அப்பாவி போல் கேட்டேன்.

'சில்லு விளையாட்டுக்கான கிளிஞ்சல்கள்'

'இதோ, சொல்லிவிட்டாயே'

'என்னைச் சொல்ல வைத்து, ஏமாற்றிவிட்டீர்கள்' என் மேல் வேகமாக அடிகள் விழுந்தன.

'நல்ல முட்டாள் தானே நீ'

'விடமாட்டேன், நானும் ஏமாத்துவேன்'

'சரி, நாம் விளையாடப் போகிறோமா. அல்லது இப்படியே உளறிக்கொண்டு இருக்கப்போகிறோமா?'

'நீங்கள் நிஜமாவே என்னோடு சில்லு விளையாடப் போகிறீர்களா?' அவளால் தன் மகிழ்ச்சியைக் கட்டுப்படுத்த முடியவில்லை. அந்தக் கிளிஞ்சல்களை வெளியிலெடுத்தாள். அவற்றின்மீது பளிச்சிடும் குங்கும வண்ணம் பூசியிருந்தாள். 'இதை வைத்துக்கொண்டு நடு இரவிலும் விளையாடலாம். இருட்டிலும் இதைப் பார்க்கமுடியும்.'

மாலை முழுவதும் நாங்கள் விளையாடியதை ஜன்னல் வழியாக அவள் பார்த்துக்கொண்டிருந்தாள். ஒருமுறை நான் தடுமாறி, தரையில் விழுந்து புரண்டபோது அவள் சிரித்ததைக் கேட்டேன் என்று நினைக்கிறேன்.

பகதூர் நோயில் விழுந்த பிறகு நான் தூங்கிய முதல் இரவு இதுவாகத்தான் இருக்கும். ஒன்றரை மணிக்கு என்னை எழுப்பினார்கள். பழங்குடி மருத்துவரிடமிருந்து செய்தி வந்திருந்தது. பகதூரின் நாடித் துடிப்பை அவரால் உணர முடியவில்லையாம். அவருக்கு இறுதி விடை கொடுக்க வேண்டும் என்றால், இதுதான் அதற்கான தருணம்.

‘விழித்துக் கொண்டிருக்கிறாரா?’

‘இல்லை, இளவரசே’

எனது விருந்தினரின் விதியை மாற்றமுடியாமல் போன அவரது திறமையின்மைக்கு ஆறுதலாக எனக்குப் பட்டமும் மரியாதையும் தந்து அழைக்கிறாரா? அவன் விழித்திருக்கவில்லை என்றால் என்னை எதற்கு அழைக்க வேண்டும்? நான் விழிப்புடன் இருக்கவேண்டுமா என்ன? அவனது ஆன்மா சாந்தியடைய பிராத்தனை செய்யவேண்டுமா? என் சிந்தனையை அவன் படித்திருக்க வேண்டும்.

’சில நேரங்களில் அவர்கள் விழித்துக் கொள்வார்கள். வேறு உலகத்திற்கு செல்வதற்கு முன்னால் முற்றிலும் பிரகாசமாக இருப்பதுபோல் தெரிவார்கள்.’

எனக்கு அது தெரியாதா என்ன? ஆனால், ஒருமுறை சொன்னதே போதும். அவனுக்கு நான் என்ன பதில் சொல்வது?

ஷெஸாதா அன்று இரவு கண் விழிக்கவில்லை. அடுத்த நாளும்.

திரும்பவும் படுக்கைக்குச் செல்வதில் எந்தப் பயனும் இல்லை. கம்பீரியில் ஒரு முழுக்குப்போட்டேன். அசதியெல்லாம் போயிற்று. நீர் அதிகம் குளிர்ச்சியாக இருந்தது. ஒருவேளை என் உடல் சரியான நிலையில் இல்லையோ? லக்ஷ்மண் சிம்மாவின் அலுவலகத்திற்குச் சென்றேன்.

ராஜா புராஜி கிக்காவின் புகார் பற்றி அவரிடம் ஒரு மாதத்திற்கு முன் பேசியிருந்தேன். ஆனால், அதற்குப்பின் அதைப் பற்றி விசாரிக்கவில்லை. சித்தோரின் எல்லைப்புறங்களில் இருக்கும் எமது நிலப்பிரபுக்களை அழைத்து நடந்தது என்ன என்று விளக்கம் கேட்கலாம் என்றார் அவர்.

‘அப்படி அவர்கள் ஆக்கிரமிப்பு செய்திருந்தால், அவர்கள் ஒப்புக்கொள்வார்கள் என்று நினைக்கிறீர்களா?’

‘அவர்கள் எல்லோரும் நேர்மையானவர்கள் என்றுதான் நினைக்கிறேன். அப்படி அவர்கள் பொய் சொன்னாலும், அவர்கள் நிச்சயம் நழுவிவிடுவார்கள்’

’அவர்கள் நேர்மையானவர்கள் என்றால், பில் இனத்தவரின் நிலங்களை ஏன் அபகரிக்க வேண்டும்? இந்தத் தகவல் உண்மையா என்று முதலில் சரிபார்த்த பிறகுதான் ராஜா புராஜி இந்தப் புகாரை என்னிடம் சொல்லியிருக்கிறான். ஆனால், அவசரமாகச் செய்யவேண்டிய வேறொரு வேலையும் உள்ளது. நாம் இருவரும் கொஞ்சம் அலட்சியமாக

இருந்துவிட்டோம்; அத்துடன், நமது அண்டை நாட்டவரை எச்சரிக்கைச் செய்திருக்கவேண்டும். அவர்களுடைய நட்பை நாம் மதிக்கிறோம். அவர்களும் அவ்வாறு நடந்துகொண்டால், அதை உறுதிப்படுத்த நம் அதிகாரத்திற்கு உட்பட்ட அனைத்தையும் செய்வோம் என்பதை அவர்கள் அறியவேண்டும்.'

'மிக நியாயமானதுதான். ஆனால், ஏன் இந்த அவசரம்? அந்த பில் இனத்து அரசன் உங்கள் குருகுலத்து நண்பன் என்பதாலா?'

'இல்லை. சரணர்களும், ஏனைய பாணர்களும் பாடும் வீரசாகசக் கதைகளைக் கேட்டுத் திகைத்துப் போயிருக்கிறேன். கடந்த ஐம்பது ஆண்டுகளில் நாம் போட்டிருக்கும் பல சண்டைகள் சிறிய ஜாகீர்தார்களின் பேராசையைக் கட்டுப்படுத்த முடியாமல் போனதன் விளைவால் நடந்தவை. அவை சாதாரண எல்லைத் தகராறுகள். உங்களுக்குத் தெரியாதது இல்லை. நாம் ஏற்படுத்திக் கொள்ளும் அல்லது தக்கவைத்துக் கொள்ளும் ஒவ்வொரு நட்பும் ஒரு சண்டையைக் குறைக்கிறது.'

ஒரு நிமிடம் அவர் அமைதியாக இருந்தார்.

'நான் ஹதா பர்பத்தை அனுப்புகிறேன்'

'இந்த விளையாட்டை அது நிறுத்திவிடுமா என்ன?'

'எனக்கும் கொஞ்சம் பெருமையைக் கொடுங்கள், மகராஜ் குமார். தவறு செய்யும் நிலப்பிரபுக்களை அவர் சந்திப்பார். நில அபகரிப்பு, ஆக்கிரமிப்பு விஷயங்களைப் பரிவுடன் பார்க்கச்சொல்கிறேன். நமக்குத் தேவையான விவரங்களை அவர் சேகரித்து அனுப்புவார். என்ன செய்யவேண்டும் என்று துல்லியமாகச் சொல்லிவிட்டால், கச்சிதமாகக் காரியத்தை முடித்துவிடும் மனிதர். நாளைக்கே அவர் புறப்படுவார்'.

அவர் சொல்வது சரிதான். ராஜா புராஜி கிக்காவிற்கு செய்தி சொல்ல ஒருவரை அனுப்பவேண்டும். நடந்தவை பற்றி விசாரிக்கச் சொல்லியிருக்கிறேன். ஏற்படும் முன்னேற்றத்தை அவ்வப்போது தெரிவிப்பதாகச் சொல்லவேண்டும்.

பத்து மணிக்கு ராவ் ஜெய சிம்மா பலேச்சுடன் ஒரு சந்திப்பு. எனக்கு அவர் செய்யவேண்டியது ஒன்றிருக்கிறது. சூடாக இருக்கும்போதே இரும்பை அடிக்க விரும்பினேன். அவர் குடும்பத்தைப் பற்றியும், குறிப்பாக அவர் மகன்களைப் பற்றியும் விசாரித்தேன். பின், நேராக விஷயத்திற்கு வந்தேன்.

'உங்கள் அறிக்கையைப் படித்தேன். நம் அண்டை ராஜ்ஜியங்கள் வைத்திருக்கும் ஆயுதங்களைப் பற்றியும், போர்க் கருவிகளின் தொழில் நுட்பம் குறித்தும் நீங்கள் செய்திருக்கும் ஆய்வுடன் உடன்படுகிறேன். குறைந்தபட்சம் நாம் அவர்களுக்கு இணையாக இருக்கிறோம். பல சந்தர்ப்பங்களில் நமது யானைப்படை நமக்கு வெற்றியைத் தந்தது என்பது முக்கிய அம்சம். ஆனால், போர்ப் பயிற்சி மையத்தில் எங்களுக்கு நீங்கள் கற்றுக்கொடுத்தது நினைவிருக்கிறதா? வெங்கலத்திற்கும் இரும்பிற்கும் இடையிலான வேறுபாடு. அது போர்த் தொழில்நுட்பத்தில் பெரும் பாய்ச்சல் இல்லையா? ஓரளவு என்றுகூட சொல்ல முடியாது, இரண்டும் வெவ்வேறு இனம். எதிரிகள் இருவரும் வாட்களைக் கொண்டுதான் போரிடுகின்றனர். ஆனால், இரும்பால் செய்யப்பட்ட வாட்களுடன் ஒப்பிடும்போது வெங்கலத்தால் உருவானவை களிமண் போன்று மிருதுவானவை. வடமேற்குப் பிரதேசத்திலிருந்து வந்திருக்கும் அறிக்கைகளைப் படித்தேன். துருக்கி தொடங்கி அதற்கு மேற்கே உள்ள நாடுகளில் போர்த் தளவாடத் தொழில்நுட்பத்தில் புரட்சிகர மாற்றங்கள் ஏற்பட்டுள்ளன. மேட்ச்லாக் துப்பாக்கிகளை குறிப்பிடவில்லை. இப்போது அவர்களிடம் மிக, மிகப் பெரிய துப்பாக்கிகள் உள்ளனவாம். அவற்றிற்கு என்ன பெயர் என்று எனக்கு உறுதியாகத் தெரியவில்லை. ஆனால், அவற்றில் பத்து அல்லது பன்னிரண்டு இருந்தால் போதுமாம். களத்தில் நேருக்கு நேர் கைகலப்பில் ஈடுபடுவதற்கு முன்னதாகவே அவை பேரழிவை ஏற்படுத்திவிடுமாம்.

'புதிய கருவிகளை நாம் பழக்கப்படுத்திக் கொள்ளவில்லை என்றால், இரும்பால் செய்த வாட்களை வைத்திருப்போருக்கு எதிராக வெங்கலத்தாலான வாட்களை வைத்திருப்போரின் நிலைமைதான் நமக்கும்.'

நான் சொல்வதை மரியாதையுடன் கவனமாக அவர் கேட்டுக் கொண்டிருந்தார். என்ன இருந்தாலும், நான் மகராஜ் குமார் அல்லவா? ஆனால், அவர் என்னை நகைச்சுவைக்கு ஆளாக்க நான் விரும்பவில்லை.

'இதையெல்லாம் உடனே செய்யமுடியாது. இந்த விஷயம் குறித்து எவ்வளவு சீக்கிரம் உங்களால் தகவல்கள் சேகரிக்கமுடியும்? கருவிகளின் பெயர்கள், வரைபடங்கள், குண்டு பாயும் தூரம், துப்பாக்கி மருந்தின் ரசாயனம், அந்தத் துப்பாக்கிகள் செய்யத் தேவையான உலோகக்கலவை போன்ற விவரங்கள். இதில் நிபுணத்துவம் பெற்றவர்கள் யார்? யார் அதை விற்கிறார்கள்? சந்தையில் அதன் விலை என்ன என்பதை அறிந்துகொள்ளுங்கள். இறுதியாக, மிகவும் முக்கியமானது இதுதான். நம் வீரர்களுக்குப் பயிற்சியளிக்க நிபுணர்களையும் ஆசிரியர்களையும் நாம் எங்கேயிருந்து பெறுவது?'

அவர் வாயடைத்ததுபோல் அமர்ந்திருந்தார். கொஞ்சம் அதிகமாகப் பேசிவிட்டேன். ஒருவேளை, ஒவ்வொரு நிலையாக விளக்கியிருக்கலாம்.

'உங்கள் தந்தை இதற்கு ஒப்புதல் அளிப்பாரா?'

'தந்தை ஒப்புக் கொள்கிறாரோ இல்லையோ, அது முக்கியமல்ல. புதிய தொழில்நுட்பங்கள் நம்மைக் கடந்து சென்றுவிடும். தொழில்நுட்பத்தின் இயல்பு அது. குறைந்தபட்சம் நம்மால் செய்யமுடிந்தது இதுதான். புதிய தொழில்நுட்பத்தைத் தெரிந்துகொள்வதும் அதற்கு இணையாகப் பயணிப்பதும்தான். இல்லையென்றால் வேறு யாராவது அதை எடுத்துக் கொள்வார்கள். நமக்கு முடிவுக்காலம் வந்துவிடும்.' கால வரையறைக்குள் திட்டத்தை முடிக்கவேண்டும் என்றும் அதன் முக்கியத்துவத்தையும் சொல்லி விவாதத்தை முடிக்க நினைத்தேன். 'பாதுகாப்புத் துறைக்கு ஒதுக்கியிருக்கும் நிதியிலிருந்து முப்பதினாயிரம் டங்காக்களை இதற்கு ஒதுக்குகிறேன். இரண்டு மாதத்தில் முன்னோடி அறிக்கை ஒன்று கொடுங்கள்; விரிவான அறிக்கையை ஐந்து மாதத்தில் கொடுங்கள். இந்த விஷயத்திற்கு நீங்கள் அதிக முன்னுரிமை கொடுக்க வேண்டும்.'

அவர் சென்றபின் கடிதங்களைப் படித்தேன். நிலவரி சம்பந்தமாக இரண்டு கடிதங்கள். தாமதத்திற்கு வருத்தம் தெரிவித்து சிரோஹியிலிருந்து ஒரு கடிதம். அடுத்தப் பதினைந்து நாட்களுக்குள் செலுத்துவதாகக் கூறியிருந்தனர். அடுத்தது, மாண்டசாரிலிருந்து அதீதப் பணிவுடன் எழுதப்பட்டிருந்தது. அதிலிருந்தே, அவர்கள் தள்ளிப்போட நினைக்கிறார்கள் எனப் புரிந்துகொள்ள முடியும். எல்லோரும் கூறும் காரணங்களையே அவர்களும் கூறியிருந்தனர். பருவமழை பொய்த்துவிட்டது; ஆகவே விளைச்சல் இல்லை. மட்டுமின்றி சமீபத்திய யுத்தங்களும் கஜானாவைக் காலிசெய்துவிட்டன. கடனைத் திருப்பி அளிப்பதைத் தள்ளிப் போட முடியுமா? வட்டியைத் தள்ளுபடி செய்யமுடியுமா? வழியே இல்லை. அவர்களுக்கு நாளைக்கு நானே கடிதம் எழுதுவேன். தொடக்கத்தில் மழை இல்லைதான், ஆனால், அப்புறம் நன்கு பெய்தது. ஆகவே, ரபிப் பருவத்தில் பயிர் நன்றாக விளைந்திருக்கும். அத்துடன் அவர்கள் குறிப்பிடும் யுத்தங்களும் ஒன்றரை ஆண்டுகளுக்கு முன் நடந்தவை. அவர்கள் மேலிருக்கும் நல்ல மதிப்பின் காரணமாக, வேண்டுமானால், மேலும் அறுபது நாள் கால நீட்டிப்பு கொடுக்கலாம்.

தந்தையிடமிருந்தும் ஒரு கடிதம் வந்திருந்தது. மால்வா சுல்தான் மகமது ஷா கல்ஜி மீண்டும் அமைதியின்றி இயங்குவதாக அவருக்குச் செய்தி கிடைத்ததாம். எனவே அவருக்குச் செல்லும் கடிதங்களை இடைமறித்து படிக்கமுடியுமா? திரும்பவும் முத்திரை வைத்து செல்ல

வேண்டிய இடத்திற்கு அனுப்பமுடியுமா என்று கேட்டிருந்தார். வடகிழக்கில் நடக்கும் இராணுவ நடவடிக்கைகள் பற்றியும் தகவல் ஏதாவது கிடைத்தால் அனுப்பச் சொல்லியிருந்தார். அவர் மனத்தில் என்ன இருக்கிறது? டில்லி சுல்தான் இப்ராஹிம் லோடியின் ஆதிக்கம் தளர்ந்து கொண்டிருக்கிறது. இறுதியாக, அவருக்கு எதிராக நகர்வதற்குத் தந்தை திட்டமிடுகிறாரா என்ன?

தந்தையைப் பாராட்டத்தான் வேண்டும். அவருடைய முன்னோர்கள் போல் இல்லை அவர்; இராஜபுதனத்தின் ஏனைய சிற்றரசர்களுடன், இராஜாக்களுடன் தந்தைக்கு உயர்வான உறவு இருந்தது. தாத்தா ராய்முல், ஏன், என் பெரியப்பா பிருத்விராஜ் ஆகியோர் பற்றிய ஆவணங்களையும் கடிதங்களையும் பார்த்தால் தெரியும்: உறவினர்களுடனும் அவர்கள் தொடர்ந்து போரிட்டுக் கொண்டிருந்தனர். மேலும் ஒரு நாற்பது ஆண்டுகள் ஆட்சி செய்ய தந்தைக்கு வாய்ப்புக் கிடைக்கட்டும். ராஜபுத்திரர்கள் மத்தியில் அமைதியை உருவாக்கியவர் என்று ஒரு முன்மாதிரியாக அவர் சொல்லப்படுவார். அத்துடன் மிகவும் அடிப்படையான ஒரு விஷயத்தையும் புரியவைப்பார். அதற்கான மன உறுதி நமக்கு இருந்தால், நாம் உயிரோடு இருப்பதை உறுதிசெய்ய நினைத்தால், சாவதற்காக ஒருவரோடு ஒருவர் சண்டையிட்டுக்கொள்ள வேண்டாம். சமாதானத்தின் மூலம் கிடைக்கும் நன்மைகளை நாட்டின் வளர்ச்சிக்காக முதலீடு செய்யலாம் என்பார். இது விசித்திரமாகத் தோன்றவில்லையா? இந்தச் சிந்தனைகளை யாரிடமும் சொல்லமாட்டேன். நிச்சயமாக என் தந்தையிடம் எப்போதுமே சொல்லத் துணியமாட்டேன். அவை தவறாகப் புரிந்துகொள்ளப்படும். இந்த விஷயத்தில் தந்தையோ அல்லது வேறு எந்த ஆட்சியாளரோ, யாராக இருந்தாலும் அவர்களுக்குள் உயிர்ப்புடன் இருக்கும் மாபெரும் அச்சமாக, நிச்சயமாக அவர்களது மூத்த மகன் தான் இருப்பான்.

நானும் தந்தையும் என்றைக்குமே நெருக்கமாக இருக்கமுடியாது என்பதை உணரும்போது வருத்தமாகத்தான் இருக்கிறது. எனது ஒவ்வொரு அசைவையும் அவர் சந்தேகிப்பார். அவர் ஊரில் இல்லாத சமயத்தில் ராஜ்ஜியத்தின் செயல் தலைவராக என்னை நியமித்ததற்கு நிச்சயம் அவருக்கு அசாதாரண தைரியம் இருக்கவேண்டும். கலகக் கொடியை உயர்த்தி அவரது அரியணையைப் பறித்துக் கொண்டுவிடுவேன் என்று ஒவ்வொரு இரவும் கவலைப்படுகிறாரா? அல்லது அவருடைய மதுவில் என் ஆட்கள் விஷத்தைக் கலப்பார்கள் என்று அச்சம் கொள்வாரோ? என்னுடன் பிறந்தவர்களைக் கொல்ல சதித்திட்டம் போடுகிறேனா? அனைத்திற்கும் மேலாக, ஹத்யாரா உதாவின் நினைவு என்னைவிட அவர் மனத்தில் இப்போதும் பசுமையாகத்தான் இருக்கும்; தந்தைக்கும் அவரது சகோதரர்கள்

பிருத்விராஜ் மற்றும் ஜெய்மலுக்கும் இடையிலான அரியணைப் போட்டி: ஒவ்வொரு நாளும் அவர் வாழ்ந்து கடக்கும் பயங்கரக் கனவாகத்தான் அது இருக்கும். அதுமட்டுமின்றி, தந்தையைக் கொல்வதும், சகோதரர்களைக் கொல்வதும் ராஜபுத்திரர்களின் ஏகபோகமல்ல. இரண்டாவது மகனாக இருப்பினும் அரியணையை அடையவேண்டும் என்று பேராசைப்படும் நமது விருந்தினர் பகதூரே இதற்கு எடுத்துக்காட்டு.

தந்தைக்கு நாட்டுக்கு வெளியில் பல எதிரிகளும், நாட்டிற்குள் ஏழுபேரும் இருக்கிறார்கள். எனக்கு அவர்களில் ஆறு பேரிடமிருந்து ஆபத்து வர வாய்ப்பிருக்கிறது; என் சகோதரகள் ரத்தன், விக்கிரமாதித்தன், கரண், பர்வத், கிருஷ்ணதாஸ், உதய் ஆகியோர். விக்கிரமாதித்தன் அதைப்போன்ற ஒரு செயலில் இறங்கி மாட்டிக்கொண்டான். மற்றவர்கள் தப்பு செய்யாமல் இருப்பதற்குக் காரணம், பிடிபட்டுவிடக் கூடாது என்ற நல்லுணர்வும், நல்வாய்ப்பும் அவர்களுக்கு இருப்பதுதான். குறைந்தபட்சம் இதுவரையிலும். எனக்குக் குழந்தைகள் பிறந்த பிறகு என்ன நடக்கும்? பெரிதாக ஒன்றும் நடந்துவிடாது. எத்தனை மகன்களுக்கு நான் தந்தையாகப் போகிறேன் என்பதைப் பொறுத்து அதற்கிணையாக ஆபத்தின் அளவும் உயரும். இதற்கு ஒரே தீர்வு, பிறந்த உடனேயே அவர்களைக் கொல்வது அல்லது தூரத்திலிருக்கும் ஏதோவொரு சிறையில் அவர்களை அடைத்துவிட்டு, சாவியை தூர எறிந்துவிடுவது.

இல்லை. அதைப்பற்றிச் சிந்திப்பதை எப்போதும் அவர் நிறுத்தப்போவதில்லை. அதைப்பற்றி அறிவுடனும், விவேகத்துடனும் சிந்தியுங்கள் என்று தந்தையை எப்படி இணங்க வைக்கப் போகிறேன்? எங்கள் தலைகளுக்கு மேல் தொங்கிக்கொண்டிருக்கும் இந்தக் கத்தி எவ்வாறு, என்று அகலும்?

* * *

சந்திர மஹாலில் சுனேரியாவுக்காகக் காத்திருந்தேன். சில நேரங்களில் வருவாள், சில நேரங்களில் இல்லை. அவள் வரும்போது அச்சமடைந்தேன். வராத நேரங்களில் கலக்கத்திற்கு ஆளானேன். அவள் எதையும் எதிர்பார்க்கவில்லை, யாருக்காகவும் காத்திருப்பதில்லை, எப்போதும் ஏமாற்றமடைவதுமில்லை. வலிமையான பெண் என்று இதைத்தான் நீங்கள் சொல்வீர்களோ? அவள் கணவன் கண்டுபிடித்துவிட்டாலோ, அவள் கரங்களிலிருந்து நாளை நான் நழுவிவிட்டாலோ, என் மனைவி என்னிடம் கோரிக்கை வைத்தாலோ அவள் என்னை விட்டுச் சென்றுவிடுவாள். அப்படியே நடக்கட்டும். எங்கு செல்வாள், எந்தத் திசையில் என்பது அவளுக்குத் தெரியாது. அவளுக்கு அந்தக் கவலையும் இல்லை. ஏனென்றால், அறிந்துகொள்வதும்,

கவலைகொள்வதும் எவ்விதத்திலும் உதவப் போவதில்லை. விலையுயர்ந்த ஆடைகளையெல்லாம் அலட்சியமான, அக்கறையற்ற முறையில்தான் அவள் உடுத்திக் கொண்டாள். அந்தத் தன்மை அவளை இன்னும் அதிகம் விரும்பப்படுகிறவளாக, உணர்வைத் தூண்டுகிறவளாக ஆக்கியது. இது அவளுக்குத் தெரியாது. அசந்தர்ப்பமான நேரங்களில் ஊறுகாயை விரும்பிச் சாப்பிடுவாள். சென்றமுறை வந்திருந்தபோது, விலையுயர்ந்த பட்டுத் துப்பட்டாவின் மீது மாங்காய் ஊறுகாயைச் சிந்திவிட்டாள். 'எப்படியும் நான் திட்டு வாங்கத்தான் போகிறேன்' என்றவள், 'என் கையையும் இதிலேயே துடைத்துக் கொள்கிறேன்' என்றாள். அப்படியே செய்தாள். என் மீது தாக்கம் ஏற்படுத்த அப்படிச் செய்தாளா? என்னை நிமிர்ந்து பார்த்தவள், 'கவலைப்படாதீர்கள், இந்தக் கறைகளைப் போக்கிவிடுவேன். இந்தக் கறைபடிந்த காரமான விரல்களால் உங்களையும் தொடமாட்டேன்' என்றாள். அந்தக் கடைசிச் சொல் எனக்கு நிம்மதி தந்தது. என் விரல்களிலோ அல்லது வேறு யாருடைய விரல்களிலோ உணவின் வாசனையை என்னால் பொறுத்துக் கொள்ள முடியாது.

  குளியலறையிலிருந்து திரும்பி வந்தவளின் தலைமுடி அவிழ்ந்து, அதிலிருந்து நீர் சொட்டிக்கொண்டிருந்தது. என் ஆடைகளைக் களைந்து படுக்கையில் என்னைத் தளர்வாகக் கிடத்தினாள். என் கண்களை மூடினாள். ஈரக் கூந்தலால், கால்கள், வயிறு, மார்பு, பின்னர் முகம் என்று மென்மையாகத் தடவினாள். அவளது ஈரமான முடி மென்மையாக உடலைத் தடவிச் சென்ற அந்தக் கணம் வரை, நீரின் குணப்படுத்தும் ஆற்றல் பற்றி எனக்குத் தெரியாது. என் கண்கள் மீது சற்று அதிகநேரம் முடியை வைத்திருந்தாள். வெப்பத்தை உறிஞ்சி, சோர்வையும் இறுக்கத்தையும் வெளியேற்றுவது போலிருந்தது. மீண்டும் சென்று தலைமுடியை ஈரமாக்கிக்கொண்டு வந்தாள். என்னைக் குப்புற படுக்க வைத்தாள். இம்முறை என் பிட்டங்கள் தொடங்கி, தடவினாள். முதுகின்மீது போதையால் ஆடுவது போன்ற அசைவுகளை ஏற்படுத்தினாள். வேறு ஏதாவது செய்யப்போகிறாளா அல்லது என் தோல் மீது விளையாடப் போகிறாளா என்ற திகைப்பில் என் உடல் இறுகியது. உள்ளே இறங்கிய நீர், என் தசைகளைத் தளர்த்தியது. என் தசைகளும், அனைத்து எலும்புகளும் மெதுவாகத் தளர்ந்தன. 'தூங்குங்கள்' என்றாள் அவள். 'நீங்கள் விழிக்கும்போது நாம் காதல் செய்யலாம்'. அடுத்த நிமிடம் பற்றி, அடுத்தவேளை உணவைப் பற்றி, அடுத்த நாளைப் பற்றி அவள் யோசிப்பதில்லை என்பதால், அவளுக்கு அவசரமேதும் இல்லை. அவள் செய்யவேண்டியதை இன்றைக்குச் செய்வாள், நாளைக்குச் செய்வாள். அல்லது எப்போதும் செய்யாமலும் இருக்கலாம்.

அவள் இன்று வருவாளா? அவளது வருகைக்குப் பின்னால் அறிவார்ந்த காரணம் ஏதாவது இருக்குமா? சலன சித்தமா, திடீரென்று ஏற்பட்ட உந்துதலா அல்லது ஒரு குறிப்பிட்ட இரவில் அவள் கணவன் சீக்கிரமாகவே தூங்கிவிடுகிறான் என்பதுபோல் ஏதோ எளிமையான ஒரு விஷயமா?

'அப்படி நடக்க வாய்ப்பில்லை. வாய்ப்பு ஒன்றிற்காக அதிக அழுத்தம் கொடுப்பது போல் தான். அவரைத் தூங்க வைக்க வேண்டும் என்று நினைத்தால், பாலில் சர்க்கரையும் கொஞ்சம் வேறு ஒன்றும் கலந்துகொடுப்பேன். குழந்தை மாதிரி தூங்கிவிடுவார்'

'எனக்கும் கொஞ்சம் கொடேன்'

'உங்களிடம் குழந்தைத் தனம் இல்லையே. உங்களைவிட என் கணவர் கொஞ்சம் அதிருஷ்டசாலி. இந்த வயதிலும் அவரால் எளிதாகத் தூக்கத்தில் ஆழ்ந்துவிட முடியும். மணிக்கணக்கில் தூங்க முடியும். உங்களால் தூங்க முடியாது. எல்லாவற்றிற்கும் நீங்கள் அதிகம் கவலைப்படுகிறீர்கள், மகராஜ்குமார்'. என் தலை அவள் மடியில் இருந்தது. என் நெற்றியை தடவிக்கொடுத்துக் கொண்டிருந்தாள்.

'அது நல்லதா, கெடுதலா?'

'அவரவரைப் பொறுத்தது. இளவரசே, அனைத்தையும் போக விடுங்கள். துயரங்கள் அனைத்தையும் கடந்துபோக விடுங்கள்'

அவளுடைய வளையல்கள் எனக்குப் படிப்பினையாக இருக்கும் பாடம். நான் எவ்வளவு பொறுமையிழந்த நிலையிலும், அவை எனக்குத் தடைபோடுபவை. அவற்றைக் கழட்டும் ஒவ்வொரு முறையும், அதிகம் உடைந்துபோனவனாக, முற்றிலும் சோர்வுற்றவனாக ஆகிவிடுவேன். சமாளிக்க முடியாத நிலையாக உணர்வேன். சுற்றிலும் யாரும் இருக்க மாட்டார்கள் என்பது உண்மையில்லை... சந்திரமஹாலைச் சுற்றியும் அல்லது வேறு அரண்மனைகளைச் சுற்றியும் எப்போதும் யாராவது இருப்பார்கள்; வளையல்கள் போடும் கலகல சப்தத்தை நான் வெறுத்தேன். அவை என்னை சுய நினைவுக்கு கொண்டு வந்துவிடுகின்றன. அதிலிருந்து மீள ஒரே வழி இறுக்கத்தை விடு என்று எனக்கு நானே சொல்லிக்கொள்வதுதான். அமைதி கொள். முதன்முறையாக அவள் இங்கு வந்தபோது செய்ததுபோல், அவற்றை நானே கழட்டிக் கொள்கிறேன் என்பாள். ஆனால், நான் அவளைச் செய்யவிடுவதில்லை. அவள் மணிக்கட்டைப் பிடித்து இருபக்கமும் மெதுவாக அழுத்தி, அது மென்மையாகி, தளர்ந்து, இறுக்கமிழந்த பின் அந்த வளையல்கள் விடுபட்டு கழன்று அந்தக் கல் பாவிய தரையில்

கலீரென்ற ஓசையுடன் உதிர்வதைக் கேட்பதில் விசித்திரமான சிற்றின்ப போதையிருக்கிறது.

அதன்பின் மெதுவாக, மேகத்திரட்சியிலிருந்து சந்திரன் நழுவி வருவதுபோல் அவள் கரங்கள் ஆடைகளைக் களைவதைப் பார்க்கவேண்டும். உடலின் புதிர் ஆடையில்தான் இருக்கிறதா? ஆடைகளைக் கட்டும் நாடாக்களில் போடப்படும் முடிச்சுகளில் இருக்கிறதா? சோளியை அவிழ்க்கும், உள்ளாடையைக் கீழிறக்கும், பின் அவற்றை நழுவ விடும் விரல்களைப் பார்ப்பதில் இருக்கிறதா? மற்றவரின் உடலில் கரங்கள் பரவும்போது இறக்கங்களுக்கும் மேடுகளுக்கும் வெற்றிடங்களுக்கும் ஏற்றவாறு உள்ளங்கைகளை அமைத்துக்கொள்வதில் இருக்கிறதா? சுனேரியா தனது கால் தண்டையை அணிவதைப் பார்ப்பது பாலுணர்வா? அல்லது அவள் தன் தலைமுடியை அவிழ்த்துக் களைந்து, அவற்றைக் கரங்களால் ஒன்று சேர்த்து சுருட்டி, பந்தாக முடிந்துகொள்வதா? அவள் தனது வலது ஆள்காட்டி விரலில் குங்குமத்தை எடுத்து, நெற்றியின் மிகச்சரியான மையத்தில் வைத்து, சற்றுப் பெரிய திலகமாக அதைப் பரப்புவதா? கரங்களை கிண்ணம்போல் ஒன்று சேர்த்து வாளியில் இருக்கும் நீரை அள்ளி கண்களை மூடிக்கொண்டு முகத்தில் வீசிக்கொள்வதா? ஒவ்வொரு தினமும் அவள் செய்து செல்லும் நினைவுகள் மறந்த, அனிச்சையான செய்கைகளில் இருக்கிறதா?

இறுக்கத்திலிருந்து என்னை விடுவி, சுனேரியா. முதுகுப்புறத்தின் இறுக்கமான தசை மையங்களில் உன் கரங்களால் அழுத்து. என் முதுகெலும்பின் இருபுறமும் இருக்கும் ஆழ்ந்த இறக்கங்களில் உன் கட்டைவிரல்களால் அழுத்தமாக தடவிக் கீழிறக்கு. உள்ளிருந்து கசிந்து வெளிவரும் வரை, உள்ளுக்குள் உறுமாமல் மூளைச்சுருள்கள் வெளிவரும்வரை நெற்றிப்பொட்டுகளை விரல்களால் தடவு. பாதத்திலிருக்கும் மனச்சோர்வு தரும் இடங்களைக் கண்டுபிடித்து அழுத்து, இறுக்கம் தரும் புள்ளிகளைத் திருகித் திறந்து என்னை மிதக்க வையேன்.

அன்று இரவு அவள் வரவில்லை.

* * *

அதிதி அரண்மனைக்குச் சரியாக அரை மைல் முன்னதாகவே தெரிந்துவிட்டது. துர்நாற்றம் போய்விட்டது. குதா ஹஃபீஸ், ஷெஸாதா என்று சொல்லிக்கொண்டே சுறுசுறுப்பாக நடந்தேன். திடீரென்று, பகதூர் இறந்துவிட்டான் என்று அறிவிக்கவேண்டியிருக்குமோ என்ற அச்சம் என்னைக் கவ்வியது. அவ்வாறு நடந்தால் என்ன செய்யவேண்டும் என்று மிகச்சரியாக எனக்குத் தெரியும். அவன் தந்தைக்கு எழுத வேண்டிய

கடிதம் என் மனத்தில் தயாராக இருந்தது. நிச்சயம் ராஜ மரியாதையுடன்தான் இறுதிச்சடங்கு நடத்தவேண்டும். ஒருவேளை தந்தைக்கும் சுல்தான் முஸாஃபர் ஷாவிற்கும் நடக்கும் யுத்தத்தை இது நிறுத்திவிடலாம். எப்படியோ, பகதூரால் நன்மைகளும் இருக்கத்தான் செய்கின்றன.

மாறாக, இரண்டு தலையணைகளின் மீது மெலிதாகச் சாய்ந்தவாறு அவன் உட்கார்ந்திருந்தான். அறையில் ஒரு விடிவிளக்கு எரிந்து கொண்டிருந்தது. என் கரங்களால் அணைத்தபடி நெற்றியில் முத்தமிட்டேன். 'ஓ பகதூர், உங்களை இழந்துவிட்டதாக நினைத்தோம்'

'என்னை மன்னித்துவிடுங்கள் மகராஜ் குமார். உங்களுக்கு அதிகச் சிரமங்கள் கொடுத்துவிட்டேன். நீங்கள் எனக்குச் செய்திருப்பதை என் சகோதரர்களும் செய்திருக்க மாட்டார்கள். உங்களுக்குப் பெரிதும் கடைமைப் பட்டுள்ளேன்'

'அவர் நன்கு ஓய்வெடுக்கட்டும். நன்றாகக் குணமடைய அது உதவும்' ஏகா அமைதியாகக் கூறினார்.

'மேவார் குடும்பம் உங்களுக்குக் கடமைப்பட்டுள்ளது ஏகாஜி. எங்கள் விருந்தினரையும் எங்கள் மரியாதையையும் காப்பாற்றி யிருக்கிறீர்கள். உடனடியாகச் செய்யவேண்டியது ஒன்று இருக்கிறது. இன்றிலிருந்து நீங்கள் மேவார் அரசவையின் கௌரவ வைத்தியர். நீங்கள் எங்களுக்குச் செய்த உதவிக்காக, கம்பீரியின் கரையில் பில் பிரதேசத்திற்கு அடுத்திருக்கும் முஜாடி உள்ளிட்ட பத்து கிராமங்களை அரசு உங்களுக்கு அளிக்கிறது.' பற்றியிருந்த அவர் கைகளை விடுவித்தேன். 'நீங்கள் உடனே திரும்பவேண்டாம். ஆபத்திலிருந்து முழுமையாக அவர் மீளும் வரைக்கும் இங்கேயே தங்கியிருங்கள்'

'நானும் அப்படித்தான் நினைத்துள்ளேன், மகராஜ் குமார்'

ஏகலிங்கேஸ்வர் கோவிலுக்குச் சென்றேன். என் பிரார்த்தனைகளையும் நன்றிகளையும் அர்ப்பணித்தேன். சிவன் ஏறத்தாழ ஷெஸாதாவை அழித்துவிட்டான். இப்போது சாம்பலிலிருந்து அவனைப் புதிதாக உருவாக்கி இருக்கிறான். இது பெருமிதமல்ல. உன்னிடம் ஏதோவொன்றை யாசிப்பதிலிருந்து கர்வம் என்னைத் தடுக்கவில்லை என்று அவரிடம் கூறினேன். அனைத்தும் உனக்குத் தெரிந்தவைதான். மீண்டும் உனக்கு நன்றி.

அடுத்த ஏழு நாட்களும் நவ்பத்கானாவில் ஷெனாய் இசை ஒலித்துக்கொண்டே இருந்தது. அரண்மனைச் சுவரிலிருந்து உப்பரிகைபோல் நீண்டு, உதயமாகும் சூரியனைப் பார்க்க வசதியாக அமைக்கப்பட்டிருக்கும் சுராஜ் கோகடாவில் நின்று ஒவ்வொரு நாள்

காலையும் எங்கள் வம்சத்தைத் தோற்றுவித்த சூரியக் கடவுளிடம் பிரார்த்தனை செய்தேன். 'உன் ஒளிக்கதிர்கள் எங்கள்மீது எப்போதும் வீசட்டும். மேவார் சந்திக்கும் இருண்ட கணங்களிலிருந்து எப்போதும் அதைக் காப்பாயாக'

அத்தியாயம் 12

சமமற்றவர்களுக்கு இடையிலான சண்டை அது. பேரழிவுக்கு இட்டுச் செல்லும் யுத்தமல்ல. கடவுளின் சாதாரண விளையாட்டு.

அன்றைய பணி முடிந்து திரும்பிக் கொண்டிருந்தபோதுதான் முதன்முதலில் அந்தப் பாட்டைக் கேட்டான். மெலிதாக, தூரத்திலிருந்து கேட்டது. நகரின் மையத்திலிருந்து வருகிறதா? காதன் ராணி அரண்மனை யிலிருந்து சற்றுத் தள்ளியிருந்த புறக்கோட்டையின் பிரத்தியேகமான பகுதியிலிருந்து வருகிறதா? தெரியவில்லை. அது ஒரு வித்தியாசமான தற்செயல் நிகழ்வு. ஷெஸாதாவின் உடல்நலத்தில் இப்போது முன்னேற்றம் ஏற்பட்டு வருகிறது. ஆகவே, அவன் குணமடைந்து வருவதைக் கொண்டாட ஒரு ஜல்சா ஏற்பாடு செய்யலாம் என்று அவன் நினைத்தான். இதற்குமுன் இந்தக் குரலை அவன் கேட்டதில்லை. இசைப் பைத்தியமாக, ராஜ்ஜியத்திற்கு வெளியிலிருந்து புதிதாக திறமை சாலிகளை வரவழைப்பவர்கள் இருவர்தான்: ஒருவர் உள்துறை அமைச்சரான அவனது சித்தப்பா லக்ஷ்மண் சிம்மா; மற்றொருவர் தரைப்படைத் தளபதி நர்பாத் சிம்மா. பின்னவர், தந்தையுடன் சித்தோருக்கு வெளியில் இருப்பதால், அது லக்ஷ்மண் சிம்மாவாகத்தான் இருக்கவேண்டும். பாடுவது யாராக இருக்கும்? சித்தோரின் பெரும் கலைஞர்கள் யாருடைய குரல் போலவும் இல்லையே.

அசையாமல் நின்று அந்தக் குரல் தன்னை முழுவதும் தழுவிச்செல்ல அனுமதித்தான். எதனால் என்று அவனால் விவரிக்க முடியவில்லை; யாரோ ஒருவரது வீட்டு ஜன்னலுக்கு வெளியிலிருந்தோ அல்லது மாடிப் படிக்கட்டுகளில் ஏறும் போதோ அல்லது ஒரு மலை முகட்டில் ஏறும்போதோ கேட்கும் குரலின் தொனியும் ராகமும் மிகுந்த நெகிழ்வைத் தருவதை எப்போதும் உணர்ந்திருக்கிறான். அவனுடைய கொள்ளுத் தாத்தா நல்ல இசைக்கலைஞர், இசையறிஞர். வேறு அரசர்களைத் தேடிச்செல்லும், அவர்களது ஆதரவுடன் வாழும் பெரும் பாடகர்களும், ராணா கும்பாவிடமிருந்து அழைப்பு வருவதை அரிதான பாக்கியமாகக் கருதினர். பாடகர்கள் எவருக்காவது ஏழ்மைநிலை ஏற்படும்போதோ அல்லது அந்த அரசனுடன் பிணக்கு ஏற்பட்டாலோ, ராணா கும்பாவின் அவையில் அவர்களுக்கு என்றைக்கும் இடமுண்டு.

ராகதாரி இசையின் நுணுக்கங்களையோ அல்லது அதன் சிறப்பம்சங்களையோ மகராஜ் குமாருக்கு யாரும் சொல்லித் தரவில்லை. அவனுக்கு நான்கு வயது இருக்கும்போது இசையைக் கேட்கத் தொடங்கினான். ஒரு பாடகரோ அல்லது கருவி இசைஞரோ ஒரு ராகத்தை விரிவாகப் பாடுவதைக் கேட்பான். பத்மாசனத்தில், தரையிலிருந்து செங்குத்தான நிலையில் சற்றுத் தளர்வாக அமர்ந்து ஐந்து அல்லது ஆறு மணிநேரம் தொடர்ந்து கேட்பான். அவன் பொறுமையிழந்தாலோ அல்லது பேசத் தொடங்கினாலோ அவன் தந்தையின் தலை மெதுவாகத் திரும்பும். உயிருள்ள கண் அவனைப் பார்க்கும். சாம்பலாக எரித்து முடிக்க அவருக்கு இரண்டு விநாடிகள்தான். எச்சமாக, ஆசனத்தில் குளம் கட்டியிருக்கும் அவனது சிறுநீரைத்தான் பார்க்கமுடியும்.

இளவரசனுக்கோ அல்லது இளவரசிக்கோ இசையின் மீது ஆர்வம் தொடரும் என்றால், ஆசிரியர் ஒருவர் மாலை ஆறு மணிக்கு வாரம் இருமுறை வருவார். ஒரு மணி நேரம் சொல்லித் தருவார். செவ்வியல் இசையின் அடிப்படைகளை மூன்று ஆண்டுகள்தான் மகராஜ் குமார் கற்றுக்கொண்டான். ஆசிரியர் அவன் தாயிடம் பணிவாக ஒன்றைக்கூறினார்: அவன் குரல் ஓரளவுக்கு நன்றாக இருக்கிறது, ஆனால் சிறப்பானது இல்லை. எனினும், இசைப் பாடங்களை அவன் கிரகித்துக் கொண்ட விதம் குறிப்பிடத்தக்கது. எதையும் சரியாக உள்வாங்கிக் கொள்ளும் காது அவனுடையது. ஒன்றன்பின் ஒன்றாக தொடர் ஸ்வரங்களை அவ்வாறு ஏன், எப்படிப் பாடவேண்டும் என்று அவனால் கூறமுடியும்.

ஜல்ஸா அல்லது மெஹ்ஃபில் நிகழ்வுகளில் அவன் கலந்துகொள்வான். பாராட்டும் உணர்வு கொஞ்சம் அதிகமிருக்கும் ரசிகர்கள் அமைந்தால், தம் தொடையில் தாளம் போட்டு, தலையை ஆட்டியவாறு ஒருவரையொருவர் பார்த்து வியப்பையும் மகிழ்ச்சியையும் பரஸ்பரம் பரிமாறிக்கொள்வார்கள். பகாவஜ் வாசிப்பவருடன் இணைந்து சிக்கலான ஒரு சங்கதியை பாடகர் விஸ்தாரமாகப் பாடி ஒரு முழுச் சுற்றை முடிக்கையில் மகராஜ் குமார் வெறுப்புடன் வெளியேறுவான். இலக்கணம் என்பது திறமையின் அடையாளம்; அதனை மேம்பட்ட திறன் என்று சொல்ல முடியாது என்று கருதினான். எடுத்துக்காட்டாக, உங்கள் சக ஊழியர் ஏழு அல்லது ஒன்பது துணைவாக்கியங்கள் கொண்ட வாக்கியம் ஒன்றை உருவாக்குகிறார். சுட்டிடைச்சொல் எதையும் விடுபடாமல் அமைத்தவர், வினையடைச்சொல்லை தவறான இடத்தில் சேர்க்கிறார்; அல்லது தவறான காலத்தைக் குறிப்பதாக வினைச்சொல்லை அமைக்கிறார்; அந்த ஒட்டுமொத்த வாக்கியமும் தவறாக அமைந்துவிடுகிறது. தலையை மேலும் கீழும் ஆட்டி உதட்டை மடித்து சரி என்பதுபோல் நீங்கள் புன்னகைப்பீர்களா?

எளிதில் மகிழ்ச்சியடையும் ரசிகர் கூட்டம், தனது ரசனைக்காக தன்னைப் பாராட்டிக்கொள்கிறது; அந்தக் கலைஞரையும் பாராட்டுகிறது. போலியான ரசனை கொண்டிருக்கும் அவைக்கு ஏற்றாற்போல் பாடும் கலைஞராக அமைந்துவிட்டால் பொறுப்பற்ற இசை நிகழ்ச்சியாக அது அமைந்துவிடும். உயர்வான கலையை நேசிப்பது மட்டும் போதாது; குறைந்தபட்சம், சாதாரணமானதையும் உயர்வானதையும் நீங்கள் வேறுபடுத்திப் பார்க்கவேண்டும். நல்ல இசையை வெளிப்படுத்தி, பாடகர்-கேட்பவர் இருவரையும் வேறுநிலைக்கு உயர்த்தும், மாற்றத்தை உருவாக்கும் அந்தக் கலைஞரின் தனிப்பட்ட நுணுக்கமான திறனை மிகச் சிறந்த இசை நிகழ்வு என்று சொல்லலாம். பாராட்டைப் பெறுவதில் அவன் கஞ்சத்தனமாக இருப்பதில்லை; ஏனெனில் மெச்சத்தகுந்த அந்த இசை வெளிப்பாடு சாதாரணமாக தினந்தோறும் அமையும் நிகழ்வாக இருப்பதில்லை.

சித்தோரில் பெரும் கலைஞர்கள் இருந்தனர். எப்போதாவது மேதைகளும் வசித்தனர். இது வெறும் நுரையீரல், உதரவிதானம், குரல்நாண் போன்ற உறுப்புகள் சம்பந்தமான விஷயமல்ல; எவ்வளவு நாள் உழைப்பு அல்லது பயிற்சி இதற்குள் செலுத்தப்பட்டுள்ளது என்ற விஷயமும் அல்ல. அந்தக் கலைஞரின் மனமும், அனுபவப் பரப்பும் கற்பனையும் அவர்களுக்கு எவ்வாறு உதவ இயலும் என்ற கேள்வியும் இங்கு எழுகிறது. ஷாலிவாகன் சமந்த், ரஜாப் அலி, ரசூலன் பாய் ஆகியோர் சமுத்திரம் போன்ற ஆழமான, வேறுபட்ட குரல்வளம் பெற்றிருந்தனர். வாழ்வின் தொலைநோக்கு பார்வை போன்று பலவகை உணர்ச்சிகளையும் தேடல்களையும் வெளிப்படுத்தும் குரல் வளம் அவர்களிடம் இருந்தது. இப்போது அவன் கேட்கும் குரலின் வீச்சு பற்றி அவனுக்கு எதுவும் தெரியாது. முதல் பதிவுகள் எப்போதும் முக்கியமானவை; வாழ்க்கையில் தமக்கான இடத்தை அவை பெறுகின்றன என்றாலும் அவை குறித்து எச்சரிக்கையுடன் இருந்தான். ஒரு பாடகரை, குறிப்பிட்ட காலத்திற்கு, பல்வேறு சூழல்களில் கேட்ட பின்னர்தான், அவர் திரும்பத் திரும்ப ஒரே மாதிரிதான் பாடுகிறாரா, பன்முகத்திறன் கொண்டவரா, குரல் வீச்சு மாறுபாடுகள் கொண்டதா என்று சொல்ல முடியும்.

தற்காலிகமாக தனது முடிவை அவன் நிறுத்திவைக்கலாம். ஆனால், இந்தப் புதிய குரலின் தீவிரம் அவனை அமைதியிழக்கச் செய்கிறது என்பதை ஒப்புக்கொள்ள வேண்டும். அவளது குரலின் வீச்சு இந்தப் பூமியையும் தேவலோகத்தையும் சுற்றி வளைக்கிறது. புயலாலும் சூறாவளியாலும் பாதிக்கப்படாமல் முன்னேறும் ஈட்டியின் பாய்ச்சலாய் இருக்கிறது. வெட்டும் ஒளியை, மின்னலின் பாய்ச்சலை அதன் அம்சங்களாக இருக்கின்றன. இதுபோன்ற இயல்பான ஆற்றலை ஒருவரால் தக்கவைத்துக் கொள்ள முடியும் என்று கற்பனை செய்வதே

சிரமமானது. அந்தக் குரலைப் பரிகசிப்பதும், ஒருவரது உணர்வு தீவிரமான சங்கடத்தை ஏற்படுத்தும் வகையில் அதை எள்ளி நகையாடுவதும் எவ்வளவு எளிதானது என்று அவனுக்குத் திடீரெனத் தோன்றியது. ஏனெனில் பாடுபவரின் உள்ளக்கிடக்கையை அது வெளிப்படுத்தியது. அதில் அரைகுறை எதுவுமில்லை, தனித்துலவும் வெளியோ, பொருள்புரியா சொற்களோ அங்கு இல்லை. பொதுவெளியில் அனைத்தையும் அது களைந்தது. அமைதியான சமுதாய இயக்கத்திற்கு மிகவும் அவசியமான, பொதுவான, விநயமான செயல்களான மூடிமறைத்தல், வேடம் போடுதல் ஏதுமின்றி அம்பலப்படுத்தியது. இது ஆபத்தானது; ஏனெனில் உங்களது ஆசாரங்களையோ, பாசாங்குத்தனங்களையோ இது மதிப்பதில்லை. சமரசங்களுக்குமான இடம் ஏதுமில்லை.

எங்கிருந்து வருகிறது என்று தெரியாத, அதற்கென்று உடலற்ற, அதற்கான முகம் ஒன்று இல்லாத அந்தக் குரல் உங்களுக்கு எதையும் சொல்லமுடியாது என்று தனக்குள் சொல்லிக்கொண்டான். என் கற்பனை மட்டும் ஏன் என்னை விட்டு ஓடிப்போய்விடுகிறது என்று அவன் வறட்சியாகச் சிரித்துக்கொண்டான். அந்தக் குரலில் உணர முடிந்த காதல் உணர்வெனும் முட்டாள்தனத்தை சரிபார்க்க ஒரேயொரு வழிதான் இருக்கிறது. அந்தக் குரலுக்குச் சொந்தக்காரரை தெரிந்துகொள்ள வேண்டும்; சில மாதங்களுக்குப் பின், அவர் எந்த அளவு தேர்ச்சி பெற்றிருக்கிறார் என்று மதிப்பிட வேண்டும். சரி, எப்படியும் இருக்கட்டும். இது யாருடைய குரல்? சில கெஜ தூரங்களுக்கு ஒருமுறை நின்று யோசித்தான். செவ்வியல் இசையை அவன் பாராட்டுவதிலிருக்கும் குறைபாடு, அவன் சொற்களில் அரிதாகவே கவனம் செலுத்துவான் என்பதே. கவிதை படிப்பதில் அவனுக்கு ஈடுபாடு இல்லை என்ற விஷயத்துடன் இதற்குத் தொடர்பு இருக்கலாம். நாட்டுப்புற பாடலோ அல்லது பிரபலமான தெரு இசையோ, அவன் காதுகள் விறைத்துக்கொள்ளும். அந்தப்பாடல் எதைப்பற்றி என்று தெரிந்துகொள்ள விரும்புவான்.

இணையை ஈர்ப்பதற்கு பில் இனத்தவர்கள் பாடும் பாடல்கள் சிலவற்றில் நகைச்சுவை பூச்சுடன் விரச உணர்வையும் உற்சாகத்தையும் கேட்டு வியந்திருக்கிறான். தற்போதைய அரசியல் சூழலை விமர்சித்தும், பிரபலமான மனிதர்கள் சிலரின் பாலியல் குறைபாடுகளையும், அவ்வப்போது மாறும் அண்டை ராஜ்ஜியங்கள் சிலவற்றின் நிலையற்ற விசுவாசத்தையும் நையாண்டி செய்யும் பாடல்கள் நகரத்தை வலம் வருவதையும் அவற்றின் கூர்மையை எண்ணியும் வியந்திருக்கிறான். மாறாக, செவ்வியல் இசையில் அந்தப் பாடலைத் தாங்கிநிற்கும் பலகையாக பாடலின் சொற்கள் இருக்கின்றன என்று கருதினான். அந்த எண்ணம் நியாயமற்றது என்பது அவனுக்குத் தெரிந்தது. ஆனால் அந்தச்

சொற்களைப் புரிந்து கொண்ட இடங்களில், விளக்கம் பெற்ற சந்தர்ப்பங்களில் அவை மிகவும் சாதாரணமானவை என்பதைக் கண்டான்.

தூறத் தொடங்கியது. மழையில் சித்தோரை அவனுக்கு மிகவும் பிடிக்கும். எதையும், ஏன் கற்களைக் கூட சரியாகப் பார்க்கமுடியவில்லை. தாழப்பறக்கும் மஞ்சுமூட்டங்களில் வெற்றிக்கோபுரமும் திகம்பரர் கோவிலும் மறைந்து போயின. தோன்றப்போகிற காட்சிக்காக மேடையின் ஓரத்தில் திரைமறைவில் பொறுமையின்றிக் காத்திருக்கும் நாடக நடிகன் போல் மழைக்காலங்களில் புற்கள் திடீரென முளைத்தெழும்; மேகங்களின் இலேசான மோதல், மெல்லிய தூறல் போதும்; புற்களின் படைகள் அனைத்தும் ஒரேயிரவில் வெளிவந்துவிடும். பசுமை ஏன் இவ்வளவு அர்த்தம் கொண்டதாக இருக்கிறது? ஆண்களுக்கும் பெண்களுக்கும் இவ்வளவு வேறுபாட்டைக் கொணர்கிறது. கோடையில் உலர்ந்து, உதிர்ந்து விழும் பழுப்பை இதே உற்சாகத்துடன், கிளர்ச்சியுடன் ஏன் யாரும் பாடுவதில்லை? பசுமை, வாழ்வின் வண்ணமா அல்லது உன்மத்தத்தின் வண்ணமா? புல்லின் பசுமை உடைமைத்தன்மையை, பேராசையை வெளிப்படுத்தும் ஒரு வண்ணம். மற்றவை எதற்கும், ஓர் அங்குல இடமும் விட்டுத்தருவதில்லை. எனக்கு வேண்டும், எனக்கு வேண்டும், எனக்கு வேண்டும். அனைத்தையும் எடுத்துக்கொள்கிறது. துணிக்கடை விற்பனையாளன் போல, சித்தோரின் மூன்று சதுர மைல்கள் முழுவதும், புல்லின் இதழ்கள் அசைந்தாடும் வரையிலும், புற்களை ஒவ்வொரு அடிக்கும் அது விரித்துப் பரத்திக்கொண்டே போகிறது. அவ்வப்போது வானத்தில் மேகத்தின் கூட்டம் ஒன்றை எதிர்கொள்கிறீர்கள்; திடீரென்று சொர்க்கம் உடைபட்டது போன்ற சப்தம்; ஒளி, சிதறி வெளியேறுகிறது. நிச்சயமாகச் சொல்வேன், தூரத்தில் வானவில் ஒன்று உதயமாகியிருக்கும்.

அந்த மின்னலும் மழையும் அந்தப் பெண்ணின் குரலின் தரத்தைப் பாதித்து விட்டன. அது மேலும் தூய்மையாகியது. அதில் துளி சோகம் இழையோடியது. அவன் இப்போது முழுவதும் நனைந்துவிட்டான். மின்னல், சப்தம் போடாமல், வானத்தைக் கிழித்துச் சென்றது. அதன்பின், மிகவும் பின்னால், கோட்டையின் கிழக்கு மூலையில் எரிச்சலுடன் உறுமியது. அந்தி நேரம் அவன் மீது விசித்திரமான தாக்கத்தை ஏற்படுத்தியது. அவன் உணர்வுகள் கூர்மையாகின; சுற்றியிருந்த அனைத்திலிருந்தும் விலகியிருப்பதாக அவன் உணர்ந்தான். அந்தப் பாடலின் சொற்களை அவனால் இப்போது கேட்க முடிந்தது.

  பாறைகள் வானுக்கு எழுந்துவிட்டன
  சொர்க்கம் வேறிடம் சென்றுவிட்டது
  கீழுலகம் சென்றுவிட்டது.
  திசைகாட்டும் கருவியின் முட்கள் சறுக்கின

கருவியிலிருந்து விலகியோடின.
பாதாள உலகம் மிதந்தது
துர்த்தேவதைகள் வேறுலகம் சென்றன.
சியாமளனே, ஜாக்கிரதை, உன்னை
அவர்களில் ஒருவனாக நினைக்கலாம்
உன் கழுத்தைத் துண்டிக்கலாம்.

எச்சரிக்கையாக இரு,
குழலிசைப்போனே!
குழப்பமும் கூச்சலும் நிறைந்த இரவு
கரும் பாம்பென என் கரங்கள்,
அருகில் வா,
உன்னைச் சுற்றி வளைப்பேன்.
உன்னுள்ளும், உன்மேலும்
சறுக்கியும் நழுவியும் சுற்றியும்
அங்கங்களுடன் ஒட்டிக்கொள்வேன்.
உனக்கு உடல் பிடிப்பவள் நான்,
கறுப்பு மழையே என் குணப்படுத்தும் தைலம்.

உடல் மீது உடல், மார்பு மீது மார்பு,
நாவுடன் பிணைந்த நாக்கு.
என்றும் அவிழ்க்க முடியா
முடிச்சாக இணைவோம்.
இரட்டைத் திருகுச் சுழலாக
பின்னிப் பிணைவோம்.
நரம்புகளை, தமனிகளை, தந்துகிகளை
பிரிக்கமுடியாத பின்னலாய் நெய்வோம்.

அனைத்திற்கும்
இடமும் நோக்கமும் இருக்கிறது
எங்களுக்குச் சொல்லியிருக்கிறாய்
விரியன் பாம்பு தன் குணத்திற்கு
உண்மையாக இருக்கவேண்டும்
விஷப்பற்களுக்குக் கூர்மை வேண்டும்,
கொல்லும் விஷம் பலியாள்
அன்பே அருகில்வா,
இன்றும் என்றும் என்னுடன் துயில்கொள்
நஞ்சும் அமுதமும் ஒன்றா,
இரண்டையும்
சுவைத்துப் பார்த்தாலன்றி
எப்படி நீ சொல்ல முடியும்

ஒரு கறுப்புப் பாம்பு. ஆமாம், இந்த இரவின் பாடலும் ஏக்கமும் கறுப்புப் பாம்புதான். மக்களால் விரும்பப்படும் யாராவது ஒருவர் இவ்வாறு தனியாக இருப்பார்களா? கடவுளே, எனக்கு இன்னும் இருபத்தேழு வயது ஆகவில்லை. வாழ்க்கையை ஏன் இப்படி குழப்பிக் கொண்டுள்ளேன்? சுனேரியா தன்னைத் தனியாக இருப்பவளாக எண்ணுகிறாளா அல்லது தன் வாழ்வை ஒரு குழப்பமாக நினைக்கிறாளா? சுனேரியா, எனக்கு ஆசிரியையாக இரு. நீ என்ன சொன்னாய், ஆம், அதன் போக்கில் செல்; வாழ்க்கையை அதன் போக்கில் வாழ எனக்குச் சொல்லிக்கொடு. வா என் நட்பே! சுய இரக்கத்தில் நீ உன்னை ஆழ்த்திக்கொள்வதை அனுமதிக்க முடியாது என்று தனக்குள் சொல்லிக்கொண்டான். அரண்மனையை நோக்கித் தொடர்ந்து நடந்தான். மழை அதிகமாகப் பெய்யத் தொடங்கியது. மீண்டும் வானம் இருண்டது. அந்தக் குரல் மேலும் மேலும் வலுப் பெற்றது.

வேலைக்காரர்கள் இங்கும் அங்கும் ஓடினர். அரண்மனைக்கு விரைந்து வந்திருக்கக்கூடாதா, குடையை எடுத்துவரச் சொல்லி ஆள் அனுப்பியிருக்கலாமே? சுற்றிலும் நின்றவர்கள், அவனைப் போலவே பாடலைக் கேட்டுக்கொண்டு இருந்தனர். அவர்களை விலக்கிக்கொண்டு முன்சென்றான். படிக்கட்டுகளில் ஒருவிதத் திகைப்புடன் ஏறினான். அவனது ஈரப்பாதங்கள் வழுக்கின. விழுந்துவிடாமல் இருக்கச் சிரமப்பட்டான். வலது முழங்காலில் இடித்துக்கொண்டான், ஆனாலும் தொடர்ந்து படிக்கட்டுகளில் ஏறினான். அவன் அனுமதியின்றி அவன் மாளிகையில், பாடகி ஒருத்தியை வரவழைத்துப் பாடவைக்கும் துணிச்சல் யாருக்கு இருக்கிறது? நிச்சயமாக அவன் மாளிகை ஒரு கோத்தியாக இன்னும் மாறிவிடவில்லை.

அறை நடுவில் நின்றிருந்த கிருஷ்ணனின் பளிங்குச்சிலை முன்பு அவன் மனைவி அமர்ந்திருந்தாள். வலது கையிலிருந்த ஏக்தாராவை விரல்கள் மீட்டிக் கொண்டிருந்தன. கண்கள் மூடியிருந்தன. அவள் முகத்தில் ஒளிவீசியது; அவள் உடல் சற்றே இருபுறமும் அசைந்தது. அவளை ஒரு பூதம் போல் பார்த்துக்கொண்டிருந்தான். பூதம் மறைய காத்திருந்தான். அது மறைந்துவிடும். இயல்பில் மாயத்தோற்றங்கள் நீடித்திருப்பதில்லை. அது ஒரு நல்வாய்ப்பு. அத்துடன் நிதர்சனத்தின் சாராம்சமாகவும் அவை மாறிவிடுவதுமில்லை. பெருமைக்குரிய மேவார் குடும்பத்து அரண்மனையின் இளவரசி, மகராஜ் குமாரின் மனைவி, அரண்மனையில் ஒரு தவாய்ஃப் போல் பாடிக்கொண்டிருக்கிறாள்; அவனது தனிப்பட்ட படுக்கையறைக்கு வெளியில் சிலரும், தரைத்தளத்தில் நாற்பது ஐம்பது பேரும் நின்று அதைக் கேட்கின்றனர்; பார்த்துக்கொண்டிருக்கும் அவன், நோயுற்றவனாக, பெரும் நோயுற்றவனாகத்தான் இருக்கவேண்டும்.

நஞ்சும் அமுதமும் ஒன்றா,
இரண்டையும்
சுவைத்துப் பார்த்தாலன்றி
எப்படி நீ சொல்ல முடியும்

அவள் அந்தக் கடைசி வரியை மீண்டும் பாடினாள், அந்த வரியை அழகுபடுத்தத் தொடங்கினாள். அவன் ஏக்தாரவை உதைத்து முறித்தான். அது இரண்டாக உடைந்து, அவள் கைகளிலிருந்து நழுவி விழுந்தது. அவள் கண்கள் மெதுவாகத் திறந்தன. அவள் அவனைப் பார்க்கவில்லை என்பதை அவன் அறிவான்.

அத்தியாயம் 13

ஆதிநாத்ஜிக்கு மூச்சுக்குழாய் அழற்சி நோய் கொஞ்சம் இருந்தது. அதிலிருந்து மீள்வதற்கு அவருக்கு ஒருமாதம் ஆயிற்று. ஆனால், சுறுசுறுப்பான பகதூர் போன்ற இளைஞர்களைப் பொறுத்தமட்டில் அது வேறு விஷயம். பத்து நாட்களில் அவன் எழுந்து நடக்கத் தொடங்கிவிட்டான். இரவுகளில் என்னுடன் சதுரங்கம் விளையாடினான். என்னைக்காட்டிலும் அவன் நன்றாக ஆடுவான். ஆனால், இறுதி நிமிடங்களில் பொறுமையிழந்துவிடுவான். அல்லது பதட்டம் அடைந்துவிடுவான். அதை அப்படிச் சொல்லாம் என்றால், எனது ஒரே வலிமை எப்போதும் நான் நிதானமாக முயற்சிப்பவன்.

'எனக்கு ஏதாவது கடிதங்கள் உண்டா' ஒரு ஆட்டத்தின் இடையில் அவன் என்னைக் கேட்டான். குரலை இயல்பாக வைத்துக் கொள்ள முயன்றான். ஆனால், அதிலிருந்த இறுக்கத்தை என்னால் உணர முடிந்தது.

'வந்ததாக எனக்குத் தெரியவில்லை. சமீபத்தில் ஏதும் இல்லை'

'சமீபத்திலும் இல்லை, அதற்கு முன்னும் இல்லை. குஜராத்தின் அமீர்கள் மீதும், பிரபுக்கள் மீதும் நான் அதிகம் நம்பிக்கை வைக்கிறேனா? அல்லது இது எனக்குக் கெட்ட நேரமா?'

என்ன பதில் சொல்வதென்று தெரியவில்லை. கொள்கையளவில் கிளர்ச்சி செய்வது நிஜத்தைக் காட்டிலும் எளிது என்பதை ஏதோ ஒரு சந்தர்ப்பத்தில் அவன் உணரத்தான் போகிறான்.

'அவ்வளவு தூரம் செல்ல விரும்பவில்லை. குறிப்பாக சித்தோருக்குக் கடிதம் ஏதாவது வரவேண்டும் என்றால் நீண்ட நாட்கள் ஆகும். ஏனென்றால், கடிதத்தை எடுத்து வருபவர், யுத்தக் களத்தைத்

தவிர்க்க வேண்டும். நீண்ட தொலைவு சுற்றி வரவேண்டும். அப்புறம் மற்றொரு விஷயம். உங்கள் மூத்த சகோதரர் சிக்கந்தர். அதையும் சொல்லவேண்டும். இளவரசே இதைச் சொல்வதற்கு உங்களிடம் ஆயிரம் மன்னிப்புகள் கேட்கிறேன். நீங்கள் எவ்வளவு திறமைசாலியாக இருந்தாலும், பிரபுக்கள் உங்களை ஆதரிக்க அது ஒன்று போதுமா?'

'நான் தவறாக எடுத்துக்கொள்ளவில்லை. எனக்கு எதிர்காலத்தைப் படிக்கத் தெரியாது. ஆனால், உறுதியாகச் சொல்கிறேன். நான் குஜராத்தின் அரசன் ஆவேன். என்ன, கொஞ்சம் தாமதம் ஆகிறது அவ்வளவுதான்.'

குவளைகளில் இருவருக்கும் மது ஊற்றினேன். 'அதைக் கொண்டாட மது அருந்துவோம். ஏனெனில், அந்த விஷயங்களுக்கு அப்பாற்பட்டு, தனிப்பட்ட முறையில் நாம் மிகவும் நெருக்கமாகிவிட்டோம், இல்லையா? நீங்கள் குறிப்பிட்ட குஜராத்திற்கும் மேவாருக்கும் இடையிலான சமாதான ஒப்பந்தம், நிச்சயம் இரு ராஜ்ஜியங்களுக்கும் வரப்பிரசாதம்தான். சரியான நேரம் வரும்போது நீங்கள் அரசன் ஆகமுடியும். ஷெஸாதா, உங்களுக்கு வெற்றி கிட்டட்டும்.'

பதினைந்தாம் நாள், அவனால் குதிரையில் பயணிக்க முடிந்தது. 'ராணி பத்மினி அரண்மனை வரையிலும் பந்தயமாகச் செல்வோமா?' என்று அவன் கேட்டான். என் மூதாதையர் பப்பா ராவலும், முந்தைய ராஜாக்கள் பலரும் முடிசூட்டிக்கொண்ட பப்பா கா ராஜ் தில என்றழைக்கப்படும் விழா மேடைக்கு அருகிலிருந்த சாலையில் குதிரையில் சென்றுகொண்டு இருந்தோம்.

'இன்னும் ஒரு வாரமோ அல்லது அதற்கு மேலோ பொறுமையாக இருங்கள். நீங்கள் முழுமையாகக் குணமாக வேண்டும்'

'அபத்தம். பொய்க்காரணங்கள் சொல்லவேண்டாம்'

காற்றைப் போல் குதிரையில் பறந்துவிட்டான். அவனைத் தாண்டிச் செல்ல முயன்றேன். ஆனால், எந்த நிலையிலும் அவனுக்கு இணையாகக்கூட என்னால் செல்ல முடியவில்லை. வெற்றி, நல்ல நகைச்சுவை உணர்வை அவனுக்குத் தந்தது.

'ஒரு சங்கடமான விஷயம், மகராஜ் குமார்' அவன் என் கைகளைப் பிடித்துக்கொண்டான். 'எப்படித் தொடங்குவது என்றே எனக்கு சற்றும் புரியவில்லை'

'அப்படியென்றால், எவ்வளவு எளிமையாகச் சொல்ல முடியுமோ, சொல்லுங்கள்'

எனது பதில் அவனுக்கு அதிகம் உதவியதாகத் தெரியவில்லை. அவனது கண்கள் அந்த இடத்தைச் சுற்றிப்பார்த்தன. 'நாம் மாளிகைக்குள் போகலாமா?'

'நிச்சயம், நாம் உள்ளே போகலாம். ஆனால், ராணிகள் சிலரோ, அவர்களது சேடிகளோ உள்ளே குளித்துக்கொண்டு இருக்கலாம்'. நான் சொல்லிக்கொண்டு இருக்கும் போதே மகாராணியின் பல்லக்கு அரண்மனையில் இருந்து வெளியில் சென்றது.

'மன்னிக்க வேண்டும். ராணி பத்மினி மாளிகை இன்றும் உபயோகத்தில் இருக்கும் என்று நினைக்கவில்லை'

'சரி, ஆனால், நீங்கள் அதைப்பற்றி கேட்க விரும்பவில்லை அல்லவா?'

'ஆமாம், அதைப் பற்றியல்ல.' ஒரு நிமிடம் தயங்கியவன், பிறகு மனத்தில் உள்ளதை வெளிப்படுத்தினான். 'எனக்கு உடல்நிலை சரியில்லாதபோது பார்த்துக் கொண்ட பெண்மணி, அவள் உங்களது 'செவிலித்தாய்' என்று நினைக்கிறேன்'

'ஆமாம்'

'அவள் இப்போது வருவதில்லையே'

'உங்களுக்கு உடல்நிலை தேறிவிட்டது, இனியும் அவள் சேவை உங்களுக்குத் தேவை இல்லை என்பதால் இருக்கலாம்'

'ஆமாம், அதுதான் காரணமாக இருக்கும்' குறிப்பிட்ட அந்த விஷயத்தைப் பேசுவதில் அவனுக்கு இன்னமும் சிரமம் இருந்தது. அவன் கண்கள், என்னுடையதைச் சந்தித்தன. 'அவள் எனக்குக் கிடைப்பாளா?'

இந்த உலகத்தில் எதற்கும், அனைத்திற்கும் சாத்தியமான காட்சிகள் அனைத்தையும் பார்த்துவிட்டதாக நீங்கள் நினைக்கிறீர்கள்; பார்க்காததை, கற்பனைசெய்து பார்த்துவிட முடியும் என்றும் எண்ணுகிறீர்கள்.

எனது அமைதியில் இருந்த தயக்கத்தை அவன் கண்டுகொண்டான்.

'என்றென்றும் அல்ல, நான் இங்கிருக்கும்போது மட்டும்'

'அது உங்களுக்கும் அவளுக்கும் இடையிலான விஷயம்'

* * *

கௌசல்யா எனக்கு முலைப்பால் அளித்தவள். பின்னாளில், என் பதிமூன்று அல்லது பதினான்காவது வயதில் உடலுறவை அறிமுகப்படுத்தியவள். அதை எல்லோரும் ஏதோ ஒருவிதத்தில் சீக்கிரமாகவோ அல்லது தாமதமாகவோ கற்றுக் கொள்கிறார்கள். அதை எப்படிச் செய்கிறீர்கள் என்பது விரிவான ஒரு விஷயம்.

கௌசல்யாவின் முன் வரலாறு பற்றி எனக்கு எதுவும் தெரியாது. தாத்தா ராணா ராய்முல், இறப்பதற்கு இரண்டு ஆண்டுகளுக்கு முன் அவளைக் கவர்ந்த ராணியின் சேடி ஒருத்தியுடன் சிறிது காலம் தொடர்பு வைத்திருந்தார். சிறிது காலம் என்பது ஓர் இரவாக இருக்கலாம், இரண்டு இரவுகளாகவும் இருக்கலாம் அல்லது எல்லோரும் சொல்வதுபோல் சில மாதங்களும் இருக்கலாம். நல்லது, ஓராண்டாகவும் இருக்கக்கூடும். இந்தத் திடீர் ஈடுபாட்டின் விளைவுதான் கௌசல்யா. இது ஒரு கதை. வேறு ஐந்து அல்லது ஆறு கதைகளும் இருக்கின்றன. ஒருவேளை கௌசல்யாவால் இந்த விஷயத்தின் மீது வெளிச்சம் பாய்ச்சமுடியும். ஆனால், சரியாகச் சொன்னால், நான் தெரிந்துகொள்ளும் ஆர்வத்தால் துடிக்கவில்லை. அவளுக்கு பன்னிரண்டு வயதிருக்கும்போது தந்தையின் அரசவை அதிகாரி ஒருவருடன் திருமணம் நடந்தது. அவர்கள் இருவருக்கும் ஒரு மகனும் பிறந்தான். மங்கள், நான் பிறப்பதற்கு பத்து நாட்கள் முன்னதாகப் பிறந்தவன்.

நான் காட்சியில் நுழையும்போது, மேவாரின் வருங்கால அரசன் என்று அனைவரும் நம்பிய வாரிசை வளர்த்தெடுக்கும் பணி கௌசல்யாவிடம் ஒப்படைக்கப்பட்டிருந்தது. முலைப்பால் கொடுக்கும் விவகாரத்தில் தனது மகனுக்கோ அல்லது மகராஜ் குமாருக்கோ அவள் பாரபட்சம் காட்டியதாக எனக்கு நினைவேதுமில்லை. ஒருவேளை எனக்கு முன்னுரிமை கிடைத்திருக்கலாம். அனைத்திற்கும் மேலாக, ராஜாவின் முதல் மகனுக்கு செவிலித்தாயாகப் பணிபுரிய தேர்ந்தெடுக்கப்படுவது பெரும் கௌரவம். அவள் பாரபட்சம் காட்டியிருக்க வாய்ப்பில்லை; சப்தமாக அழுதவனுக்கு முதலில் முலைப்பால். அல்லது, இப்படியும் இருந்திருக்கலாம்; இரண்டு குழந்தைகளுக்கும் போதுமானதைக் காட்டிலும் அவளிடம் அதிகமாக இருந்தது; அதனால், அதிகமாகச் சுரக்கக் கூடிய அவளது மார்பகங்களிலிருந்து நாங்கள் இருவருமே ஒரே நேரத்தில் அருந்தியிருக்கலாம்.

மால்வா படையுடன் நடந்த யுத்தம் ஒன்றில் தந்தையுடன் கௌசல்யாவின் கணவரும் போரிட்டார்; அப்போரில் அவருக்குக் கௌரவமான இறப்பு. அவரது இறப்பு மதிப்பு மிக்கதாகப் பேசப்பட்டது. அப்போது மங்களுக்கும் எனக்கும் ஒரு வயது இருக்கும். கௌசல்யா ராஜாங்கச் சேவையிலிருந்து அப்போது விலகிக் கொண்டிருக்கலாம். அவளது கணவனுக்குச் சொந்தமான பன்னிரண்டுக்கு மேற்பட்ட

கிராமங்கள் அவள் பெயரில் இருந்தன. கொஞ்சம் பணமும் இருந்தது. ஆனால், அவள் சித்தோரில் தங்க விரும்பினாள். நகர வாழ்க்கை அவளுக்குப் பழகிவிட்டது. இந்நகரில் கிடைப்பது போன்ற கல்வி வேறெங்கும் மங்களுக்குக் கிடைக்காது. எனினும் சொத்தின்மீது ஒரு கண் வைத்துக்கொண்டுதான் இருந்தாள். கோழிப்பண்ணை ஒன்றையும் தொடங்கினாள். எனக்கு நினைவு தெரிந்த நாட்களிலிருந்து அரண்மனைக்குப் பெருமளவு கோழிகளை விற்பனை செய்பவர்களில் அவளும் ஒருத்தி. அதன்பின்பு வேறு விஷயங்களிலும் ஈடுபட்டாள். அரண்மனையில் நாங்கள் சாப்பிடும் ஆட்டிறைச்சியில் குறைந்த பட்சம் ஐந்து சதவீதம், காய்கறிகளில் பத்து சதவீதத்திற்குமேல் அவளது பண்ணையிலிருந்துதான் வருகிறது என்று எனக்கு நிச்சயம் தெரியும். அதன்பிறகு அரண்மனை ராணிகளுக்கும் அழகிய ஆசைநாயகிகளுக்கும் கடன் கொடுக்கும் 'கிளை'யைத் தொடங்கினாள்; இப்போது கணிசமான அளவிற்குப் பொருள் சேர்த்திருக்கும் பெண்மணி அவள்.

நிழலுக்குள் தன்னை அவள் இழுத்துக்கொண்ட பிறகும், கௌசல்யாவைப் பற்றி அடிக்கடி நினைத்துக்கொள்வேன். அரண்மனையில் பிறந்தவளைப் போலவே அவள் இருப்பாள். வாழ்வின் பெரும்பகுதியை அவள் அங்குதான் கழித்தாள். ராணிகளுடனும் அவர்களது சேடிகளுடனும், சஹேலிகளுடனும் அரசவையின் முக்கியப் பெண்களுடனும் மிக நெருக்கமாகப் பழகியிருக்கிறாள். ஆனால், அவள் அவர்களைப் போலில்லை. அரண்மனை ராணிகளைப்பற்றி நினைத்துப் பார்க்கிறேன். என் இதயம் விரக்தியில் மூழ்குகிறது. ராணியாக இருப்பதால் ஏற்படும் முடிவற்ற, இரக்கமற்ற, எப்போதும் நீண்டு கொண்டிருக்கும் சலிப்பை உங்களால் கற்பனை செய்யமுடியுமா? நீங்கள் குளித்து முடிக்கிறீர்கள்; சரி, எவ்வளவு நேரம்தான் உங்கள் கூந்தலைச் சுத்தம் செய்வீர்கள்? தலையைக் காயவைத்த பிறகு காலை உணவு; இரண்டு வேளை சாப்பாடு. எட்டுமணி நேரத்தைத் தூக்கத்தில் கழித்துவிட்டாலும் மீதம் பன்னிரண்டு மணிநேரம் இருக்கிறது. முற்றிலும் ஒன்றுமே செய்யாமல் எப்படி இந்த நேரத்தைப் போக்குவது?

அரசருக்கு உங்களைப் பிடித்திருந்தால், மிகவும் பிடித்திருந்தால், மாதத்தில் பதினைந்து நாட்கள் உங்களைப் பார்க்க வரலாம். ஆனால், ஆண்டிற்கு ஆறு மாதங்கள் அவர் வெளியூரில் இருப்பார். தந்தைக்கு இருபத்தேழு மனைவிகள். நூற்றுக்கு மேற்பட்ட ஆசைநாயகிகளும் இருப்பதைச் சொல்லவேண்டியதில்லை. ஏனைய இருபத்தாறு ராணிகளும் ஆசைநாயகிகளும் என்ன ஆவார்கள்? வெறுமனே நேரத்தைப் போக்குவதால் ஏற்படும் சலிப்பு அவர்களுக்குப் பித்துப் பிடிக்க வைத்துவிடும். ஒரு ராணிக்கோ அல்லது ஒரு ஆசைநாயகிக்கோ வேறொரு தொடர்பு இருக்கிறது என்று அவ்வப்போது வதந்திகள் உலவுவது உண்மைதான். ஆனால், ஒரு ராணிக்கு மிக மோசமான

எதிரிகள் மற்ற ராணிகள்தாம். இந்தச் சூழல், விஷயங்களை எவ்வளவு கடினமாக்கிவிடும் என்பதை உங்களால் கற்பனை செய்யமுடியாது. ஏனென்றால், ஒரு சேடி தனிமையில் இருக்கமுடியும்; ஆனால், ராணிகளோ ஒருவரையொருவர் கண்காணித்துக் கொண்டே இருப்பார்கள். வரிசையிலிருந்து விலகி யாரும் முன்செல்வதை அவர்கள் விரும்புவதில்லை

அவர்கள் தம் குழந்தைகளுடன் நேரத்தைச் செலவிடுவதில்லை. ஏனென்றால், அதற்குச் சேடிகள் இருக்கிறார்கள். குழந்தைகளுக்கும் முலைப்பால் கொடுத்ததில்லை. ஏனென்றால், யாரும் அப்படிச் செய்வதில்லை. ராணிகள் வலியால் கத்துவதைப் பார்த்திருக்கிறேன். முலைகளிலிருந்து பாலைப் பீய்ச்சி வெளியேற்ற வேண்டும் என்று அவர்களுக்கு யாரும் சொல்லித் தரவில்லை. மார்பகங்கள் பெருத்து விடும்; அவை மென்மை ஆகிவிடும். அவற்றின் மீது காற்றுப்பட்டாலே கடும் வேதனை ஏற்படும். அவர்களில் பலருக்கும் படிக்கத் தெரியாது. நொண்டி விளையாட்டோ அல்லது அதுபோன்ற குழந்தைகள் விளையாட்டுகள்தான் விளையாடுவார்கள். அல்லது சீட்டு விளையாடுவார்கள்; அல்லது சூதாடுவார்கள்; பணக்கார ராணிகளிடமோ அல்லது ஆதிநாத்ஜி குடும்பத்தின் கிளையிடமோ வாங்கி அதிகக் கடனில் மாட்டிக்கொள்வார்கள். பேசுவார்கள், கிசுகிசுப்பார்கள், சூழ்ச்சிகளில் ஈடுபடுவார்கள். அந்தப்புரத்தில் பல முகாம்கள் இருக்கும். (அரசனின்) விருப்பத்துக்கு உகந்த ராணிக்கும் மற்றும் ஏனைய ஒட்டுமொத்த ராணிகளுக்கும் இடையில் இருக்கும் பிளவு எப்போதும் நீடித்திருக்கும் ஒன்று. அரசனின் விருப்பத்துக்கு உகந்தவர் மாறும்போது, நிரந்தரம் பெறுபவர் எதிர் முகாமுக்கு போய்விடுவார்.

நிச்சயமாக, பெரும் பரிசு அரியணைதான். மகனைப் பெற்றெடுத்த எந்த ராணியும் தன் மகனின் தலையில் மகுடம் அமரவேண்டும் என்றே விரும்புவாள். ராணிகளுக்கு இடையில் கொடும் பகை உணர்வு உண்டாக மகுடம்தான் தொடக்கம். செலவுக்குப் பணம், ஆடைகள் வைக்கும் அலமாரியின் அளவு, யார் எங்கே அமரவேண்டும், நன்றாகப் படிப்பது யாருடைய குழந்தை, யாருக்காக அதிக ஹிஜிராக்களும் சேடிகளும் காத்திருக்கிறார்கள், யாருடைய தந்தை அல்லது குடும்பம் அதிக செல்வாக்கு மிக்கது, யாருடைய தலைமுடி நீளமானது, யாருக்குக் குறையில்லாத சருமம் போன்ற போலிச் சாக்குகளும் உண்டு. ஒதுக்கப்படுவதாக எண்ணவும், தனக்கு இல்லை என்று வருத்தப்படவும், பொறாமைகளை வளர்த்துக் கொள்ளவும் இவை போதுமான காரணங்களாக அமைகின்றன.

பாலியல் உறவு, நிச்சயம் உதவும். ராணி கர்மாவதி தந்தைக்குப் பிடித்தமானவராக நீண்ட காலமாக இருக்கிறார். எனினும், தந்தை மீதான

அவரது விநோதமான அதிகாரமும், பிடிமானமும் விவரிக்கக் கடினமானது; புரிந்துகொள்ள முடியாதது. தந்தை எச்சரிக்கையான மனிதர்; ஒரு உந்துதலால் அவர் செயல்படுகிறார் என்பது மிகவும் அரிது. கவனமாக விஷயங்களை எடைபோடுபவர். எனினும், ராணி கர்மாவதி அருகிலிருந்தால், அவர்மீது செல்வாக்கும் செலுத்த முடிந்தால், விவேகம் மிகுந்த தந்தை அறிவைத் துறந்துவிடுவார். அவளது செல்வாக்கால் இதுவரை நடைபெற்றவை அனைத்தும் அற்ப விஷயங்கள்தான் என்பது நல்ல விஷயம். ஆனால், அது மோசமான முன்னுதாரணம். நாட்டின் எதிர்காலத்தைப் பாதிக்கக் கூடிய விஷயங்களில் முடிவெடுக்க அவர் தந்தையை வற்புறுத்தும் நாட்கள் விரைவில் வரக்கூடும்.

எனினும், கௌசல்யா எல்லாவற்றிலிருந்தும் மிகவும் தள்ளி நிற்கும் போக்கைக் கொண்டவள். புரளி பேசவோ அல்லது அரசியல் விஷயங்கள் பேசவோ அவளுக்கு நேரம் கிடையாது. என் சிறு வயதிலிருந்தே என்னை வளர்த்துருவாக்குவதை வாழ்வின் பணியாக அவள் எடுத்துக்கொண்டாள். நிச்சயம் இதை நான் அனுபவத்தின் அடிப்படையில் பேசுகிறேன். ஆனால், கௌசல்யா தெளிவாகச் சிந்திப்பவள். விஷயங்களைத் தொலைநோக்கில் பார்ப்பவள். அவள் இயங்கும் பரப்பு குறுகியதுதான். எனினும் அவளால் அதில் மிகக்கூர்மையாக கவனம் செலுத்தமுடிகிறது. மட்டுமின்றி, ஒருவேளை நான் ஒருநாள் அரசனாகலாம்; அப்போது, அவள் வரைகின்ற கோணமும், கையிலெடுக்கும் வண்ணமும் அல்லது உலகின் மீதான அவளது பார்வையும் ஒட்டுமொத்த மக்களின்மீதும் தாக்கத்தை ஏற்படுத்தும்.

அதிகாரம், திரைக்குப் பின்னிருந்து ஆட்டுவிக்கும் அதிகாரமாக இருந்தாலும் அதற்கான வெகுமதியும் முடிவும் உண்டு. அவள் தெரிந்தெடுக்கும் விஷயத்தின் மீது இதன் தாக்கம் நிச்சயம் இருக்கும். அதிகம் விழைவுகள் கொண்டவள் அவள். அவளுக்கு என்பதைக் காட்டிலும், என்னையொட்டி என்பது சரியாக இருக்கும். அவளிடமிருந்து நான் ஸ்வீகரித்துக் கொண்டவற்றைப் பிரித்துப் பார்க்க எனக்கு நீண்டகாலம் ஆயிற்று; பெருமளவிலான முதிர்ச்சி அதற்குத் தேவைப்பட்டது. யோசிக்காமல் சொல்லவேண்டும் என்றால், எதையும் தொலைநோக்குடன் பார்க்க அவள் சொல்லித் தந்தாள். இந்த உலகத்தில் தவறும் இருக்கிறது, சரியும் இருக்கிறது. எல்லாவற்றிலும் அறஞ்சார்ந்த தேர்வு என்பது உள்ளீடாக இருக்கிறது. அரசை நடத்தும் திறன் என்பது, எவ்வளவு தூரம் நீங்கள் சரி என்பதன் பக்கம் இருக்க முடியும் என்பதும், அரசியல் காரணத்திற்காக அதை எப்போது கைவிடுவீர்கள் என்பதுமே. ஆனால், அவளைப் பொறுத்தவரை, பரிவின்றி இருத்தல் என்பது ஒரு குணம். குரூரம் அல்லது சித்திரவதையுடன் இதற்கு எந்தத் தொடர்பும் இல்லை. பரிவின்றி இருத்தல் என்பது, பிரச்சனையை அதன் சாரத்தின் அளவிற்கு மட்டும் பார்ப்பது. அதனால், வாழ்க்கையின் வசியச்

சொற்களால், பக்கநிகழ்வுகளால் நீங்கள் மாட்டிக் கொள்ளாமலும், பாதிக்கப்படாமல் இருக்கமுடியும்; குழப்பமுடன் இருப்பது மன்னிக்க முடியாதது.

ஆனால், அவள் இல்லையென்றால், என் குடும்பத்தின் மற்ற ஆண்களைப் போலவே படிப்பறிவின் மீது எனக்கும் ஏற்பட்டிருக்கும். ராஜபுத்திரர்கள் மத்தியில் அறிவாளிகள் எப்போதும் உயர்வாகக் கருதப்பட்டதில்லை. ஆனால், அவர்கள் அதை ஒதுக்கிவைக்கவில்லை. அது கொண்டாட்டத்திற்கு உரியதுதான். ஓரளவிற்கு இகழ்ச்சிக்கும் உரியது. ஆனால், அவர்களது ஒரேயொரு குறிக்கோள்: செயல்பாடுகள் நிறைந்த வாழ்க்கை.

கௌசல்யாவிற்குப் படிக்கவோ எழுதவோ தெரியாது. சிறுவயதில் வகுப்புகளுக்குச் செல்லும் அவள் வயதொத்த இளவரசிகளுடன் அவளும் செல்வாள்; அந்த ஆசிரியர்களிடம் இவளும் படித்திருக்கிறாள். ஆனால், அவளுக்கு கற்றல் குறைபாடு சிறிது இருந்தது. படிப்பிலும் எழுதுவதிலும் அவளால் தேர்ச்சிபெற முடியவில்லை. அவள் உணர்வு வயப்பட்டவள், கர்வம் மிக்கவள், ஆகவே, இந்தக் குறைபாட்டால் சிரமப்பட்டாள். இந்தத் தோல்வியை வேறுவிதத்தில் அவளால் ஈடு செய்ய முடிந்தது. எதையும் முழுமையாக நினைவில் வைத்திருந்து திரும்பச் சொல்லும் திறன் அவளிடம் இருந்தது. தீவிரமான இறைப் பற்றோ அல்லது அதிக அளவிலான சமய உணர்வோ அவளிடம் இல்லை. ஆனால், கோவில்களுக்குச் செல்வாள்; தொடர்ந்து பஜனைகள் கேட்பாள். பிராமணர்களும் சரணர்களும் விளக்கமாகப் பேசுவார்கள்; தமது அறிவை வெளிப்படுத்த விரும்புவார்கள்; அரசனைக் காட்டிலும் தங்களால் நல்லமுறையில் ஆட்சிநடத்த முடியும் என்று பெரிதாக நினைப்பவர்கள் அவர்கள் என்று என்னிடம் சொல்வாள். தம் கருத்திற்கு ஆதரவாக புராணங்களிலிருந்தும், வரலாற்றிலிருந்தும், மதச்சார்பற்ற விஷயங்களிலிருந்தும் பலவித ஆதாரங்களை சுட்டிக்காட்டுவார்கள்:. அவ்வாறு அவர்கள் அடிக்கடி சுட்டிக்காட்டும் நபர்களில் ஒருவர், அர்த்தசாஸ்திரம் எழுதிய கௌடில்யர்.

எனக்குப் பதினான்கு வயதிருக்கும். தந்தையின் நூலகத்திலிருந்து அர்த்தசாஸ்திரத்தை எடுத்துவரச் சொல்லி தினமும் இரண்டு பக்கங்கள் படிக்கச் சொன்னாள். அந்த நேரத்தில் அதன் முக்கியத்துவமும் பொருளும் பெருமளவிற்கு எனக்கு விளங்கவில்லை. எனினும் அவளது வாழ்வின் மிகவும் பலன் மிக்க அனுபவங்களில் ஒன்றாக அது இருந்தது. அவள் எப்போதுமே ஒரு உருவகம் அல்லது முன்னுதாரணத்துடன் அந்த விஷயத்தின் மையத்திற்குள் சென்றுவிடுவாள்; அதன் வழியாகவும், நிஜ வாழ்க்கைச் சூழல்களின் வழியாகவும், மேவார் எதிர்கொண்ட

அரசியல் நெருக்கடிகளை எடுத்துரைத்து கௌடில்யரின் கருத்துகளை அவள் எனக்கு விளக்கினாள்.

அந்த நாட்கள் எனக்குத் தெளிவாக நினைவில் இருக்கின்றன. எதிலும் என்னால் ஈடுபடவே முடியவில்லை. அவளுக்குப் படித்துக் காட்டும்போது, என் மனம் வேறெங்கோ அலைந்துகொண்டிருக்கும். அவள் என்னை வெடுக்கென்று இழுப்பாள். ஏனென்றால், பார்த்துப் படித்து அந்தச் சொற்களைத் திருப்பிச் சொல்லும்போது என்னால் உணர்வுடன் படிக்க முடியவில்லை; அது என் வாசிப்பைப் பாதித்தது.

மங்கள் உள்ளிட்ட எனது நண்பர்கள் அளவுக்கதிகமாக சுய இன்பம் அனுபவித்துக் கொண்டிருந்தனர். தீவிரத்துடனும், ஆர்வத்துடனும் அதில் ஈடுபட்டிருந்தனர், ஏறத்தாழ சமயச் சடங்குபோல். எல்லோரும் ஒரு இடத்தில் கூடி நின்று தங்கள் உறுப்புகளை உற்சாகப் படுத்திய வெகுஜன நிகழ்வு அல்ல. நீங்களும் கலந்துகொள்ளலாம், ஆனால், கட்டாயமில்லை. போலிப்பெருமையாலோ அல்லது உயர்வு மனப்பான்மை காரணத்தாலோ இதில் கலந்துகொள்ளும் வாய்ப்பு எனக்குக் கிடைக்கவில்லை. ஏனெனில், எனக்கு நானே விளையாடிக் கொள்வதில் எனக்கு அவ்வளவு உற்சாகம் ஏற்படவில்லை. இதன் விளைவோ என்னவோ, என்னால் உறுதியாகச் சொல்லமுடியவில்லை; ஏறத்தாழ ஒவ்வொரு இரவிலும் எனக்குக் கனவுகள் வந்தன. எனது படுக்கை நனைந்துவிடும். சில நேரங்களில் இருமுறை நடந்துவிடும். தூங்கும்போதும் லங்கோடு கட்டத் தொடங்கினேன். அதனால் கொஞ்சம் பயன் இருந்தது. ஆனால், எப்போதும் அல்ல. ஒன்று நிச்சயம். அப்படி வெளியேறுவதை நீர் என்று சொல்ல முடியாது. துவைக்கும் துணியில் கஞ்சி சேர்த்தால் உண்டாகும் மொடமொடப்பை படுக்கை விரிப்பில் அந்த மோசமான திரவம் ஏற்படுத்துகிறது.

படுக்கை விரிப்பை குளியலறைக்கு விரைந்து எடுத்துச் சென்று சுத்தம் செய்வேன். அதன்பிறகு தான் இது மிகவும் புத்திசாலித்தனமான செயல் அல்ல என்று உணர்ந்தேன். மெத்தை கறையானது மட்டுமின்றி படுக்கை விரிப்பிலும் பாதி கணிசமாக ஈரமாகியிருந்தது. படுக்கையிலேயே சிறுநீர் கழித்துவிட்டேன் என்றுதான் கௌசல்யா நம்புவாள். முதல்நாள், உடல்நிலை சரியில்லை என்பதுபோல் நடித்தேன். போர்வை ஒன்றை கழுத்துவரை இழுத்துப் போர்த்திக் கொண்டேன்.

‘மகராஜ் குமார், இப்போது நேரம் என்ன தெரியுமா? எழுந்து உடையணிந்து கொள்ளுங்கள். இல்லையென்றால் வகுப்புக்குத் தாமதமாகிவிடும்’

கண்களைத் திறந்து சோகத்துடன் அவளைப் பார்த்தேன். ‘எனக்குச் சுரம்...’ அவள் அருகில் வந்து நெற்றியில் கைவைத்துப் பார்த்தாள்.

'சூடாக இல்லையே. வீட்டுப்பாடம் முடிக்கவில்லை அல்லது இந்தப் பரிட்சையை எழுத விருப்பமில்லை என்று சொல்லாதீர்கள்'.

நான் தலையாட்டினேன். 'மங்களைக் கேள். இன்று பரிட்சை எதுவும் கிடையாது'

'மதியத்தில் எப்படி இருக்கு என்று பார்ப்போம்?'

கண்களை மூடிக்கொண்டேன். அங்குமிங்கும் நகர்ந்தபடி ஏதோ செய்துகொண்டும், அறையை ஒழுங்குபடுத்திக் கொண்டும் இருந்தாள். அவள் அறையைவிட்டு எப்போது சென்றாள் என்பது தெரியாது, நான் தூங்கிவிட்டிருந்தேன். பத்தரை மணி அளவில் கண்விழித்தேன். படுக்கை விரிப்பின் ஈரம் காய்ந்துவிட்டது, ஆனால், அதில் மற்றொரு பாலைவனத் திட்டு. மீண்டும் ஒரு கனவு கண்டிருக்கிறேன். என்ன செய்யப்போகிறேன்? கௌசல்யா, என் அம்மாவிடம் சொல்லி, அவள் தந்தையிடம் சொல்லப்போகிறாளா?

மிகவும் சுறுசுறுப்பான என் இரவு வாழ்க்கையை கௌசல்யா கவனிக்காமல் இருக்க வாய்ப்பில்லை; ஆனால், என்றைக்கும் அவள் இதைக் குறிப்பிட்டதில்லை.

மாதங்கள் கடந்து சென்றன; பின்னால் திரும்பிப் பார்க்கையில் உண்மையில் அவள் இதைக் கவனிப்பதை நான் விரும்பியிருக்கவில்லை. இந்த நாட்களில் தான், கம்பீரி நதியின் கரையருகே இருந்த அரச மரக் கிளையொன்றில் என்னை அவள் கையும் களவுமாகப் பிடித்தாள். மரத்தில் அமர்ந்து ஆற்றுக்குத் துணி துவைக்கவும் குளிக்கவும் செல்லும் பெண்களைத் திருட்டுத்தனமாக பார்த்துக் கொண்டிருந்தபோது பிடித்துவிட்டாள். கடந்த பதினைந்து நாட்களில் அன்று ஏழாவது முறை. என்னை யாரும் கண்டுபிடிக்கவில்லை என்று உறுதியோடிருந்தேன். என்னால் அதிகமாக எதையும் பார்க்கமுடியவில்லை. மரமும் சரியாக ஆற்றின் கரை விளிம்பில் இல்லை என்பதுடன், அந்தப் பெண்களும் ஆடைகளை முழுமையாகக் களையவும் இல்லை. காய்ந்த உடைகளுக்கு அவர்கள் மாறும்போதும் அதை மிகவும் ஜாக்கிரதையாகவே செய்தனர். தடங்கலற்ற விரைவான ஒரு செயல் மூலம். நனைந்த ஆடை கீழே விழுகையில் புதிய ஆடைகள் உடலை மூடின. நான் அங்கிருப்பதை கௌசல்யா எப்படிக் கண்டுபிடித்தாள் என்று எனக்குத் தெரியவில்லை. ஆற்றில் இருந்தவர்கள் செல்லும்வரை காத்திருந்தவள், பின் என்னைப் பிடித்தாள்.

'இன்னும் ஒருமுறை இங்கேயோ அல்லது வேறு எங்கேயோ பெண்கள் குளிப்பதை அல்லது அவர்கள் உடை களைவதைத்

திருட்டுத்தனமாகப் பார்ப்பதை நான் கண்டுபிடித்தால் உன் தோலை உரித்துவிடுவேன். ராணாவிடமும் சொல்லிவிடுவேன்'.

என் அறைக்குச் செல்லும் நடையின் அருகிலேயே கௌசல்யாவுக்கும் மங்களுக்கும் ஓர் அறை இருந்தது. இது நடந்து ஒரு வாரம் அல்லது பத்து நாட்களுக்குப் பிறகு தன் மகனிடம் அவன் வளர்ந்துவிட்டதாகச் சொல்லி ஒட்டினாற்போல் இருந்தக் கட்டிடத்தின் தரைத் தளத்தில் அவனுக்கு வேறு அறையை கௌசல்யா ஏற்பாடு செய்துவிட்டாள். இரண்டு இரவுகளுக்குப் பின்னர் ஒரு இரவில் எனது விரல்களில் ஈரத்தை உணர்ந்தேன். விழித்துக்கொண்ட நான் கௌசல்யாவின் உள்ளாடைக்குள் அவை இருந்ததை அறிந்தேன்...

அவன் தாயும் நானும் காதலர்கள் என்பதை அவள் மகன் அறிந்திருப்பானோ? எனக்குத் தெரியவில்லை. என்னுடன் அவனது உறவில் நிச்சயம் மாற்றம் ஏதும் தென்படவில்லை. சொல்லப்போனால் அவன் எனக்காக அதிகம் நேரம் ஒதுக்கினான்; இந்த ஆண்டுகளில் என்னுடைய பாதுகாப்புக் குறித்து அதிகம் கவனமாக இருந்தான். இந்த இரண்டாம் விஷயம் குறித்து என்றைக்கும் நாங்கள் பேசிக்கொண்டதில்லை; ஆனால், என் சகோதரர்கள் அனைவரின் மீதும், அவர்களது நண்பர்கள் மீதும் ஒரு பருந்துப் பார்வை வைத்திருந்தான். தனக்கென்று ஒரு உளவு அமைப்பை வைத்திருந்தான்; அரசின் அமைப்பைக் காட்டிலும் அதிகம் திறமையானது, நம்பிக்கைக்குரியது. குறைந்தபட்சம் அடுத்த ஒரு வாரத்திற்கு எனது நிகழ்ச்சி நிரல் என்ன என்பது அவனுக்குத் தெரியும். அதற்கேற்ப தேவையான, முக்கியமான இடங்களில் தனது ஆட்களை அவன் நிறுத்தியிருப்பான்.

நான் நேரடியாக யோசிக்கவில்லை. அப்படித்தானே? அவனை எப்படி உருவாக்க வேண்டும் என்று நான் நினைத்தேனோ, அந்த ஒற்றுவேலையில் அவன் பாதி தேர்ந்திருந்தான். எனினும், அவனது தாயைப் பற்றியும் என்னைப் பற்றியும் அவனுக்கு எதுவும் தெரியாது என்பதற்குச் சாத்தியமில்லை. அவனுக்கு அவன் தாயுடன் இருந்த உறவு சங்கடமானது தான். அத்துமீறுபவனாக அவன் என்னை நினைக்கிறானா? ஆனால், என்னைப் பொறுத்தவரையில், அவளது வாழ்க்கையில் அவன் மட்டுமே, அவனொருவன் மட்டுமே இருக்கமுடியும். இயல்பிலேயே அவர்களிருவரும் பரஸ்பரம் அதிகம் பேசிக்கொள்ள மாட்டார்கள்; ஆனால், அவர்களுக்கிடையில் கடந்த சில ஆண்டுகளில் ஓர் இறுக்கம், அவனிடம் கசப்புடன் கூடிய வெறுப்பு உருவாகியிருக்கிறது.

தாய் என்ற முறையில் செய்யவேண்டிய கடமைகளை அவள் செய்தாள். அவனுக்குத் திருமணம் செய்துவைத்தாள்; ஆனால், எனக்கு நடந்த பின்னர்தான். சிரோஹியின் பிரபல குடும்பம் ஒன்றிலிருந்து வந்த

பெண். அரண்மனையிலிருந்து கல்லெறியும் தூரத்தில் நல்ல வீடு ஒன்றை அவனுக்கு வாங்கிக்கொடுத்தாள். மருமகள் கொண்டுவந்த வரதட்சினையை, மகன் மற்றும் மருமகளின் பெயரில் நகரத்தில் வீட்டுமனையில் முதலீடு செய்தாள். மகனின் மனைவியுடன் அதிக நட்புறவுடன் அவள் இல்லை; ஆனால், அதேசமயத்தில் அவளது விவகாரங்களிலும் தலையிடுவதில்லை.

அவள் கடமை முடிந்தது, இதற்குமேல் ஏதுமில்லை. தனது எல்லை எது என்ற கூர்மையான புரிதல் அவளிடம் உண்டு. பௌதீக, புவியியல் எல்லைகள் அல்ல அது. மனிதர்களுக்கு இடையிலான உறவுகள் பற்றியது. பெரும்பாலும், கோடுகளை வரைவது அவள்தான். அவற்றின் பின்னிருக்கும் நியாயங்களை எப்போதும் நீங்கள் ஏற்காமலிருக்கலாம். ஆனால், ஒருமுறை வரைந்துவிட்டால் போதும். அவளது சுதந்திரத்திற்கு அது தடையாக இருந்தாலும், அல்லது உணர்வுரீதியாக அவளைக் காயப்படுத்தினாலும், ஏற்றுக்கொண்டு அதன்படி நடக்கத் தொடங்கிவிடுவாள்.

நான் வளர்ந்த பிறகு, என் கண்கள் அலையத் தொடங்கியதும் என்னைச் சந்திர மஹாலுக்கு அனுப்பினாள். எப்படியும், இப்போதோ, அப்புறமோ நான் சந்திர மஹாலுக்குச் சென்றிருக்கக் கூடியவனே. எனது சகோதரர்கள் பலருக்கும், சித்தப்பா மகன்களுக்கும் தனி வாயில்கள் கொண்ட பெரும் அறைகள் அங்கு உண்டு. தந்தையையும் சித்தப்பாக்களையும் தனியாகக் குறிப்பிடத் தேவையில்லை. நீங்களே ஒரு பெண்ணை அழைத்துச் செல்லலாம். அல்லது அங்குள்ள வேலைக்காரர்களில் அல்லது பாதுகாவலர்களில் யாரிடமாவது உங்களுக்கு ஒரு பெண்ணை அழைத்துவரச் சொல்லலாம். என்னிடம் வரும் பெண்கள் சுத்தமாகவும் தொற்று ஏதும் இல்லாமல் இருக்கிறார்களா என்பதைக் கௌசல்யா உறுதி செய்துகொள்வாள். அவளுக்குப் பொறாமையும் மனக்கசப்பும் இருந்ததா? பாதுகாப்பு இல்லாதவளாக, காயம்பட்டவளாக உணர்ந்தாளா? எனக்கு எதுவும் தெரியாது. ஒருவேளை நான் அவளிடமே திரும்பி வருவேன் என்று அவளுக்கு உறுதியாகத் தெரிந்திருக்கலாம்.

எனக்குத் திருமணம் ஆகிறவரையில். நான் அப்படித்தான் செய்தேன். சித்தோரில் மணமக்களுக்கான படுக்கையை அவள்தான் அலங்கரித்தாள். என் மனைவியை அவள் அரவணைப்பில் வைத்துக்கொண்டாள். அப்போது அவள் எனக்குத் தேவைப்பட்டதுபோல் எப்போதும் இருந்ததில்லை. அவள் கால்களின் இடுக்கில் என் தலையைப் புதைத்து, என்னைச் சுருக்கி சிறியதாக்கி, அவளது கருப்பைக்குள் பலவந்தமாக என்னைத் திணித்துக்கொள்ள விரும்பினேன். அவளது மார்பகங்களில் தலையைச் சாய்த்து ஒட்டிக் கொண்டு, மோதி, தலை

வெடித்துச் சிதறி அதன்பிறகு எதையும் என்னால் உணரமுடியாத நிலைக்குச் செல்லவேண்டும். அன்றிரவு சிந்திய குருதியைப் பற்றியும், அந்தப் பெண்ணுக்கு முன்னரே நடந்திருந்த நிச்சயதார்த்தம் பற்றியும் அவளிடம் சொல்ல விரும்பினேன். என்ன செய்வது, என் முகத்தை எங்கு மறைத்துக் கொள்வது? என்னிடம் இதை ஏன் அவள் முன்னமே சொல்லவில்லை? என்னால் உருவாக்கப்படாத, தாங்கிக்கொள்ள முடியாத இந்தச் சிக்கலிலிருந்து நான் எப்படி வெளிவருவது என்று அவளைக் கேட்க நினைத்தேன். ஆனால், நான் அவளை அணுகி வெட்கக்கேடான என் நிலையை எடுத்துச்சொல்ல முடியாது. அது என்ன பெருமிதமா, அவமானமா, பாதிப்படைந்த அல்லது பேரதிர்ச்சிக்கு உள்ளான தன்முனைப்பா?

யாருக்குத் தெரியும்? என் ரகசியங்கள் யாருக்காவது தெரியுமென்றால், அது கௌசல்யாவுக்கு மட்டுமே. தந்தையைப் பற்றி எனக்கிருந்த பெரிய, நீடித்த கவலைகள், அடுத்தது யார், நாட்டின் எதிர்காலம், எங்களது ஆயுதக் கிடங்கின் மீதான எனது சந்தேகங்கள், முற்றுகையின்போது தப்பித்துச் செல்லும் உத்திகள் குறித்த எனது யோசனைகள் அனைத்தையும் அவள் அறிவாள். எனது உடலுறவு இன்பங்கள் குறித்தும், அதில் பிடித்தமானவை குறித்தும் அறிவாள். பெரும்பாலானவை சந்தேகமின்றி நான் அவளிடம் கற்றுக்கொண்டவை. எதையும் இது தீர்க்காமல் இருந்திருக்கலாம். அவளது வாழ்வின் நோக்கம் எனது வாழ்க்கைதான் என்று ஏற்றுக்கொண்டிருக்கும் நபரிடம், இளவரசியுடன் எனக்கு இருக்கும் விசித்திரமான உறவைப்பற்றிச் சொல்வது எனது மனப்பாரத்தை இறக்கிவைக்க உதவியிருக்கும். எனது மனைவி என்று எல்லோரும் நம்பிக்கொண்டிருக்கும் அந்தப் பெண்ணிடம் இதைப்பற்றி அவள் பேசியிருக்கலாம். அவளுக்குப் புரியவைத்திருக்கலாம். அப்படி இல்லையென்றாலும் அந்தப் பெண்ணின் கடந்தகாலத்து இருட்டை மறையச் செய்திருக்கலாம்; பெயரற்ற, ரகசியமான அந்த அந்நியன் யாரென்று வெளிப்படுத்தியிருக்கலாம்.

என் விஷயங்களில் கௌசல்யா அத்துமீற விரும்பியதில்லை. புறவிளிம்புகளில் இருந்தாள். என் மனைவி நான்கு மாதங்கள் அவள் ஊருக்குச் சென்றிருந்தபோது என்னைக் கவனித்துக் கொண்டாள்; குளிப்பதற்கு நீர் எடுத்து வைப்பாள்; அரசவைக்கோ அல்லது அரசு நிகழ்வுகளுக்கோ அணிந்துசெல்ல வேண்டிய ஆடைகளை எடுத்துவைப்பாள். உணவு பரிமாறிவிட்டு, நான் சாப்பிட்டு முடிக்கும்வரை அமைதியுடன் காத்திருப்பாள். அவளது அந்தப் பழைய அறையில்தான் உறங்குவாள். உறக்கம் வராமல் இரவு முழுவதும் அறையில் உலவிக்கொண்டிருந்தால், குவளை ஒன்றில் மஞ்சள் பொடி கலந்த பால் கொண்டு வந்து தருவாள். சொற்கள் எதையும் நாங்கள் பரிமாறிக் கொள்வதில்லை. இரவு நேரத்தில் திடீரென்று வருவாள். என் வாயில்

முலைக்காம்பைத் திணிப்பாள். என் நாக்கை இழுத்து தனது இருண்ட, மர்மம் பொதிந்த குளத்தில் துழாவச் செய்து எனக்குப் புத்துயிரூட்டுவாள். எப்போதும் அவள் தன்னைப் பின்னால் இருத்திக் கொண்டாள். அவளின் தேவை எனக்குத் தாங்கமுடியாத ஒன்றாக வலுவான தீப்பிழம்பாக மாறும்வரை என்னை தனித்து இருத்திக் கொள்வேன்; இந்த நிலையை என்னால் புரிந்து கொள்ள முடியவில்லை அல்லது அதிலிருந்து மீளவும் இயலவில்லை.

அவனது தாய்க்கும் எனக்கும் இடையில் உருவாகிக் கொண்டிருக்கும் அந்தப் பெரும் பிளவை சந்தேகமின்றி நீண்ட காலத்திற்கு முன்பே மங்கள் உணர்ந்து கொண்டுவிட்டான்; அவளது தோல்வியால் அவன் மகிழ்ந்தான், அவளுடன் இருப்பதால் மகிழ்ச்சியடைந்தான், அவளது வேதனையை அமைதியாகப் பார்த்துக் கொண்டிருந்தான் என்றும் தோன்றியது. அவள் வேதனைப்பட்டாள். அவள் மீது எப்படி எனக்குக் கோபம் ஏற்பட்டது என்று அவளுக்குத் தெரியாது. அவள் என்ன தவறு செய்திருக்க முடியும் என்பதும் அவளுக்குத் தெரியாது. அந்த ஈர விரல்களைப் பற்றி புதிய பெண்ணிடம் நான் சொல்லிவிட்டேனோ? முதலிரவில் எனக்கும் என் மனைவிக்கும் இடையில் நடந்த ஏறத்தாழ பாதி-வன்முறைப் புணர்ச்சியால் ஏற்பட்ட பந்தம் பற்றி கூறிவிட்டேனா? அவளுடன் எந்தத் தொடர்பும் வைத்துக்கொள்ளக் கூடாதென்று என் மனைவி தடை செய்துவிட்டாளா? மகராஜ் குமாரான எனக்கு ஏராளமாக என் வயதொத்த இளம் பெண்கள் கிடைத்திருக்கக் கூடும் என்ற நிலையில் பதினான்கு வயதான என்னை கௌசல்யா மயக்கிவிட்டாள் என்று அவள் ஊரறியச் செய்துவிட்டாளா?

அரண்மனையிலிருந்து வெளியேற்றப்பட்டு, உடைமைகள் பறிக்கப்பட்டு, இனியிங்கு திரும்பக்கூடாதென்று அவள் நாடுகடத்தப்பட்டாளா? ஒரு முக்கிய விஷயத்தை விட்டுவிட்டேன். அவள் கண்களில் அச்சம் ஒளிந்திருப்பதைப் பார்க்க முடிகிறது. அதாவது வாழ்க்கையில் விலைமதிக்க முடியாத பொருளாக அவள் கருதும் என்னிடமிருந்து அவளை யாராவது பிரித்துவிடக்கூடும் என்று பெரிதும் அஞ்சுகிறாள். அவளிடம் நான் பேசவில்லை என்பதையோ, என் முன்னால் நிற்கும்போது அவளைப் பார்க்கவில்லை என்பதையோ பொருட்படுத்த வேண்டாம். இந்தப் புதிய பெண் என் சிந்தனையை மாற்றிவிட்டாள் என்பது சற்றே கவலைப்பட வேண்டியதோ, முக்கியமானதோ அல்ல. சற்று நேரத்திற்கு ஒருமுறை அவள் என்னைப் பார்க்கும் வரையில் என் கண்களில் இறுக்கமான வெறுப்பும், கடந்த காலத்தை மறுப்பதையும் தவிர வேறொன்றும் இல்லை.

என்னை அறிந்தவள் என்று அவள் தன்னை நினைத்துக் கொண்டிருக்கிறாள். எனது தொடக்கங்கள் அவளுக்குத் தெரியாது

என்பதை அவள் கண்டுபிடித்து விட்டாள். அரண்மனையில் விஷயங்கள் மோசமான நிலையிலிருந்து மிக மோசமான நிலைக்குச் சென்றுவிட்டன. நான் பின்வாங்கிக் கொண்டு, அவளது இருப்பில் உறைந்துபோனதுபோல் எனக்குத் தோன்றியது. ராஜ்ஜியத்தில் பரவலாக உயர்ந்த அளவில் சூழ்ச்சிகள் நடைபெறுவது தெரிந்தது. கடந்தகாலத்தில் அவளுடைய சிந்தனைகளை நான் மறுத்திருப்பேன் அல்லது குறைந்தபட்சம் எனது பிடிவாதமான மௌனத்தை அவளுடன் பகிர்ந்து கொண்டிருப்பேன். இப்போது அவளுடன் படுக்கையையோ அல்லது நம்பிக்கைகளையோ என்னால் பகிர்ந்துகொள்ள முடியவில்லை; இருப்பினும், மிகக்கொடிய அந்த நாட்களில் பகதூருக்கு அவள் பணிவிடைகள் செய்தாள்; அச்சமூட்டும் அந்த இரவுகளில் அவன் படுக்கையருகில் அமர்ந்திருந்தாள்; தான் எப்படிப்பட்ட தியாகி என்பதைக் காட்ட அவள் விரும்பினாள் என்று என்னைத் தேற்றிக்கொள்ள முயற்சித்தேன். அவள் அப்படி நினைக்கவில்லை என்பதை என் இதயம் அறியும். அங்கே வரம்புகள் இருந்தன, அங்கே கடமைகளும் இருந்தன. நீங்கள் முந்தையதை கடக்கவில்லை. ஆனால், விளைவுகளையோ அல்லது வைக்கப்படும் விமர்சனங்களையோ பொருட்படுத்தாமல் இரண்டாவதைச் செய்தீர்கள்.

* * *

கௌசல்யாவை என் அறைக்கு அழைத்து 'ஷெஸாதா பகதூர் உன்னை விரும்புகிறான்' என்று சொன்னேன்.

இந்த வாக்கியம் தெளிவில்லாத ஒன்று. எனக்கு எரிச்சலூட்டவும், அதிகச் சங்கடத்தைக் கொடுக்கவும், இந்த வாக்கியத்தைச் சுற்றி அவள் விளையாடியிருக்கலாம். அந்த வாக்கியத்தின் உணர்வை உடனடியாகப் புரிந்துகொண்டாள். இரண்டுவிதமாகப் பேசுவதோ, மயிர் பிளக்கும் வாதமோ அவளது பாணியல்ல.

'நீங்கள்...?'

'நீங்கள், என்ன...?'

'போகவேண்டும் என்று விரும்புகிறீர்களா?'

'அது உனக்கும் அவனுக்கும் இடையிலானது என்று அவனிடம் கூறினேன்'

நாங்கள் எதிரிகளாகக்கூட இருந்திருக்கலாம். ஆனால், சம்பந்தமே இல்லாததுபோல் அலட்சியமாக நான் முகத்தை வைத்துக்கொண்டது அவளிடம் எந்தத் தாக்கத்தையும் ஏற்படுத்தவில்லை. கோபத்தையும் ஏமாற்றத்தையும் மறைத்துக்கொள்ள முகத்தைத் திருப்பிக்கொண்டு அறையிலிருந்து வெளியேறினாள். நான் என் வேலையைப் பார்க்கப்

போய்விட்டேன்; இரண்டு சந்திப்புகள் இருந்தன; ஒன்று, பிரதம அமைச்சர் பூரண்மால்ஜியுடன். சித்தோருக்கான பாதுகாப்பு அமைப்பு முறைகள் குறித்து அவரிடம் பேசுவதற்கு. மற்றொன்று, அந்த இரண்டு நிலப்பிரபுக்கள் மீதும் என்ன நடவடிக்கை எடுக்கலாம் என்று விவாதிக்க லக்ஷ்மண் சிம்மாஜியுடன். புராஜி கிக்காவின் ஆளுகையிலிருந்த பிரதேசத்தில் பல கிராமங்களை நிஜமாகவே அவர்கள் ஆக்கிரமித்திருக்கிறார்கள்; தமது பிரதேசங்களுடன் சேர்த்துக்கொண்டிருக்கிறார்கள் என்பதை விசாரணை வெளிப்படுத்தி உள்ளது.

குறைந்து கொண்டிருக்கும் வருவாய் குறித்துப் பேசுவதற்கு வணிகத் துறை அமைச்சருடன் மற்றொரு சந்திப்பும் இருந்தது. அதைச் சரிசெய்வதற்கு குறுகிய கால மற்றும் நீண்ட கால நடவடிக்கை என்ன எடுக்கலாம் என்று பேசினோம். இவ்வளவு ஆண்டுகளும் சுங்க வரிக்கும் விற்பனை வரிகளுக்கும் ஆதரவாகத்தான் இருந்தேன். கொஞ்சம் அதிமாக விதித்துவிட்டோமோ? அதனால் ஏற்றுமதி குறைந்துவிட்டதோ என்று இப்போது சந்தேகப்படுகிறேன்.

அனைத்து சந்திப்புகளிலும் கவனத்துடன் கலந்துகொண்டேன். விவாதத்தில் எவ்வித முன்னேற்றமும் காணமுடியாத நிலையில் இடைமறித்தேன். பழைய பிரச்சனைகள் அனைத்தையும் புதியதாக, ஆக்கப்பூர்வமான பாணியில் அணுகுவதற்கு அமைச்சர்களும் நானும் முயற்சித்தோம். ஆக்கிரமிப்பில் ஈடுபட்ட அந்த இரண்டு ராவ்களுக்கும் என்ன தண்டனை, என்ன அபராதம் என்று முடிவு செய்தோம். முப்பது நாட்களுக்குள் புதிய வரிவிதிப்புக் கொள்கை ஒன்றை உருவாக்கக் குழுவொன்றை அமைத்தோம். ஆனால், இந்த இடைப்பட்ட நேரத்தில் ஏதோ ஒன்று நடந்திருக்கிறது; அதை அறிந்துகொள்வதற்கு எனக்கு இருபத்திநான்கு மணி நேரமாயிற்று.

மரித்துவிட்டன, பறந்தோடிவிட்டன என்று நீங்கள் நினைத்திருந்த வேட்கையுணர்வு மற்றொரு மனிதனின் ஆசையால் மீண்டும் கிளர்ந்தெழ முடியுமா? வேண்டுமென்றே, எந்தக் காரணமும் இன்றி நான் கொன்றுபோட்ட ஏதோவொன்று ஆவிபோல் எழுந்துவருகிறது. என்னைத் தொந்தரவு செய்கிறது. பற்களைக் கடித்து, உதடுகளை மடித்து அழுத்தியபடி கௌசல்யாவைத் தள்ளிவைத்தேன். ஆனால், அவள் மீது பகதூருக்கு ஏற்பட்ட ஆர்வம் புதர்களில் பற்றிய நெருப்பாக என்னுள் எரிகிறது. நான் அணைக்க, அணைக்க, அது மேலும் பரவுகிறது.

கௌசல்யாவின் உடலும், எங்களுக்கு இடையிலான உடலுறவும் அதன் நினைவுகளும் எனது உரையாடல்களில், எழுதிய குறிப்புகளில், ஆதிநாத்ஜி முன்வைத்த அடுத்த ஆண்டிற்கான பூர்வாங்க வரவு செலவு

கணக்கு விவாதத்தில் தலையிட்டன; பாதிப்பை ஏற்படுத்தின. அதன்பிறகு இப்போது நான் எதிர்பாராதது நிகழ்ந்துள்ளது. என் மனைவி என்று எல்லோரும் குறிப்பிடும் அந்தப் பெண்ணால் சித்திரவதைக்கு ஆட்பட்டுள்ளேன். என் மனது அடிபட்டுள்ளது, பாதிக்கப்பட்டுள்ளது, நாசமடைந்துள்ளது. ஆனால், இப்போது வேறொருவரின் இடமாகிவிட்டது. கௌசல்யா. என் அகங்காரத்தை உடைப்பில் போடுங்கள். சரி, பகதூரிடம் நான் ஏன் முடியாது என்று கூறவில்லை?

கௌசல்யாவுக்கு நாங்கள் அளித்திருக்கும் இடம் இயல்பை மீறியது என்பதும், அவள் என் செவிலித்தாய் என்பதும் அவனுக்குத் தெரியும். எனவேதான் வேறுவழியின்றி என் அனுமதியைக் கேட்கும் நிர்ப்பந்தம் அவனுக்கு ஏற்பட்டது. மேவார் பின்பற்றும் நெறிகளையும், மரபுகளையும் நிலவும் தடைகள் பற்றியும் என்னால் வெறுமனே முணுமுணுக்க மட்டுமே முடிந்தது. நான் அவனுக்குச் சங்கடத்தை அளித்திருக்கமுடியும். நிந்தனைக்குரிய ஒன்றை அவன் கேட்டதாகச் சொல்லி அவனை மன்னிப்புக் கேட்க வைத்திருக்கலாம். வேண்டாம் என்று நான் சொல்வேன் என்று கௌசல்யா காத்திருந்தாள். பகதூரைத் தள்ளிவைக்க அவள் வேறு ஏதாவது யோசித்திருக்கலாம். என்னவென்று எனக்குத் தெரியாது: வற்றாத யோசனைகள் அவளிடம் உண்டு. ஆனால், அவள் எனக்கு எவ்வளவு முக்கியம்! அவளை இழப்பதால் எந்த அளவு நரக வேதனைப்படுவேன், வருத்தப்படுவேன் என்று என்னை நான் கேட்டுக்கொள்ளவில்லை; எனது மனப்போக்கின்படி, ‘எனக்கொரு பிரச்சனையுமில்லை, நீ விரும்பியதைச் செய், எனக்கு என்ன ஆயிற்று?’ என்பது போல், வேறொரு பாத்திரத்தில் தீவிரமாக நடித்துக் கொண்டிருந்தேன்;

அதிதி அரண்மனையில் ஷெஸாதாவிற்காக குறைந்தபட்சம் ஒன்று அல்லது இரண்டு டஜன் பெண்கள் காத்திருப்பார்கள். அதுமட்டுமின்றி, வேறு வழிகளிலும் தனக்குத் தேவையான பெண்களை அவன் பெற்றுக்கொண்டிருந்தான் என்றும் கேள்விப்பட்டேன். அவனது சமூகத்தைச் சேர்ந்த குடும்பங்கள் சில அவன் தயவைப் பெறும் ஆர்வத்துடன் இருந்தன; குஜராத் ராஜ குடும்பத்துடன் ஏதாவது தொடர்பு கிடைக்காதா என்ற கனவுடனும் இருந்தன என்பது எனக்கு நிச்சயமாகத் தெரியும்.

இவ்வளவு பெண்கள் அவனுக்காகக் காத்திருக்கையில், ஷெஸாதாவிற்கு கௌசல்யா ஏன் வேண்டியிருந்தாள்? அவளிடம் அப்படி என்ன கண்டான்? இது ஒரு போலித்தனமான கேள்வி என்று எனக்குத் தெரியும். பார்க்க அவள் இளமையாகத் தெரியவில்லை, ஆனால், அவள் இளமையுடனும் இருந்தாள். அவளை ஒருமுறை, குறுகிய கணம் நீங்கள் பார்த்தால் போதும். அவளது கண்களை, முகத்தின் அம்சங்களை,

அல்லது அவள் இடுப்பைப் பார்க்க நேரமில்லை என்றாலும், உங்களிடம் நீங்காத தாக்கத்தை அவள் ஏற்படுத்திவிடுவாள். ஏனென்றால், எல்லாவற்றிற்கும் மேலாக அவளது இருப்பே கௌசல்யா அங்கிருக்கிறாள் என்பதை அறிவித்துவிடும். உங்கள் மனத்தில் தங்கிவிடக்கூடிய வசீகரம் அவளுக்கு. அவளிடமிருந்து என் குடும்பத்து ஆண்கள் விலகியிருந்தனர். அதற்குக் காரணம், அவள் மகராஜ் குமாரின் செவிலித்தாய் என்பது மட்டுமல்ல; அவள் தன்னைப் பின்னிருத்திக் கொண்டாள் என்பதும், அச்சமும். நீங்கள் கௌசல்யாவின் குறுக்கே செல்லாமலிருந்தால் உங்களுக்கு நல்லது. அவள் கண்கள் எவரையும் நேராகப் பார்ப்பவை. உங்களுக்குள் ஊடுருவிப் பார்ப்பவை. உங்களது நோக்கங்களை அறிந்து தள்ளி நில் என்று சொல்லக்கூடியவை.

பகதூருக்குக் கௌசல்யா என்ன சொல்லப் போகிறாள்? அந்த விஷயத்தை அவன் அவளிடம் எப்படித் தொடங்குவான்? அவளை அறிந்திராத, அவளிடம் பேசியிருக்காத ஒருவன், அவனுக்கும் அந்தப் பெண்ணுக்கும் இடையில் இருக்கும் தடையை எப்படி உடைப்பான்? அவன் அவளைப் பார்த்திருக்கிறான் என்பது உண்மைதான்; ஆனால், அவன் அப்போது நினைவுடன் இல்லை. முகத்திற்கு நேராக, அவளைக் கேட்பானோ? அவளது துப்பட்டாவை எடுத்துப் போட்டுவிட்டு சோளியைக் கழட்டுவானா? அவளுடைய முலைகளைப் பற்றி, அவற்றின் நடுவே பள்ளங்கள் ஏற்படும் வரை காம்புகளைத் தடவிக் கொடுத்து, உதடுகளால் கவ்வி, திடீரென்று கடித்து, அவளுடைய காக்ராவை கழட்ட முயன்று, அவள் அதிலிருந்து வெளிவர முயலும்போது, அவளைப் படுக்கையில் தள்ளி, கைகளை படுக்கைக் கால்களில் கட்டி, அதன்பின்... அதன்பின்... அவள்மேல் வேகமாகத் தாவுவானோ? விசித்திரமாக, மிகவும் விசித்திரமாக இருக்கிறது. சாதாரணமாக மற்றவர்களின் பாலுறவு பழக்கங்கள் பற்றி நான் சிந்திப்பதில்லை. திடீரென்று அது என்னைத் தாக்கியது. இப்படியெல்லாம் நான் எப்போதும் நினைத்துப் பார்த்ததுமில்லை.

இளவரசன் பகதூரின் இரவு வாழ்க்கை பற்றி எமது ஆட்களில் ஒருவன் கொடுத்த இரகசிய அறிக்கையைத்தான் வெறுமனே மீண்டும் சொன்னேன். முன்விளையாட்டுகளின் மத்தியிலோ அல்லது சில நேரங்களில் இறுதியிலோ பகதூர் வன்முறைச் செயலில் இறங்கிவிடுவான்; கொடூரமான உடலுறவு முறைகளை முயற்சித்துப் பார்ப்பான். அறிக்கை கொடுத்தவன் எச்சரிக்கையுடன் ஒன்றைக் கூறினான்; அதாவது எந்த அளவிற்கு அந்தப் பெண்கள் வலி தாங்குகிறார்கள் என்று சோதிப்பானாம். சிலநேரங்களில் தாங்கக்கூடிய அளவைக் காட்டிலும் சோதனை அதிக அளவுக்குப் போய்விடும். அதனால் அவனைக் கண்காணிக்க வேண்டும். கூலி வாங்கிக்கொண்டு ஜன்னல் வழியாகப்

பார்ப்பவன் 'அவனைக் கண்காணிக்க வேண்டும்' என்று சொல்ல வருவதன் பொருள் அவரவர் யூகத்திற்குரியது.

பகதூரின் அறைக்கு வெளியில் நாங்கள் காத்திருக்க வேண்டுமா? ஆபத்திலிருக்கும் பெண் கத்துவதை திடீரென்று நிறுத்தி நினைவிழந்துவிட்டால் கதவை உடைத்து உள்ளே நுழையவேண்டும்; தலைப்பாகையைத் தாழ்த்தி இளவரசனுக்கு வணக்கம் சொல்லவேண்டும்; 'மதிப்பிற்குரியவரே, உங்கள் அனுமதியுடன்' என்றோ அல்லது, 'எங்கள் குறுக்கீட்டிற்கு மன்னிக்கவும், இந்தப் பெண்ணுக்கு கொஞ்சம் புத்துணர்ச்சி அளிக்கவேண்டும் என்று நினைக்கிறோம்' என்றோ சொல்லவேண்டுமா? அவனது மற்றொரு பரிந்துரை, இளவரசன் பகதூருக்கு இதற்கு ஏற்ற மாதிரியான பெண்களை அனுப்பவேண்டுமாம்; அனுபவம் மிக்கவர்களை அல்லது இத்தகையச் செய்கைகளை எதிர்கொண்டு தாக்குப் பிடிக்கும் திறமையான காமக்கிழத்திகளை ஏற்பாடு செய்யலாம். நல்ல யோசனை. அனுபவமிக்க, விரும்பத்தகுந்த வகையில் செயலின்பம் தரக்கூடிய திறமைசாலிகள் இருபது அல்லது முப்பதுபேர் கொண்ட பட்டியல் உள்துறையின் ஒற்றர் அமைப்பின் கைவசம் இருக்கும் என்ற நம்பிக்கை எனக்குள்ளது.

இந்த அறிக்கைக் கிடைத்த சில நாட்களிலேயே ஷெஸாதா நோய்ப்படுக்கையில் விழுந்துவிட்டான். அந்த மனஅழுத்தத்தில் இந்த விஷயங்கள் அனைத்தும், இந்த நிமிடம்வரை என் மனத்திலிருந்து மறைந்துவிட்டன. முட்டாள்தனமான அலட்சியம். மதியத்திற்குப் பிறகான சந்திப்புகள் அனைத்தையும் ரத்து செய்யச் சொல்லிவிட்டு வீட்டுக்குச் செல்ல புரவி ஏறினேன். அந்தப் பெண் பாடிக்கொண்டிருந்தாள். அவளது அறையைச் சாத்தி, வெளிப்பக்கம் பூட்டினேன். மேலும் கீழும் கௌசல்யாவைத் தேடினேன். எங்கும் காணவில்லை. சேடி ஒருத்தியைப் பிடித்து, ராணிகளின் அரண்மனையில் அவளைத் தேடச்சொன்னேன். ஏதாவது ஒரு ஏழை ஆத்மாவிற்கு, வீட்டில் அவள் தயாரிக்கும் மருந்தைக் கொடுக்க சென்றிருப்பாளோ என்று வேலைக்காரர்கள் தங்குமிடத்திலும் தேடச்சொன்னேன். ஒரு மணி நேரமாயிற்று. போனவள் திரும்பவில்லை. மற்றொருத்தியை அனுப்பினேன். பத்து நிமிடத்திற்குள் வரவில்லை என்றால் கும்பல்கார்க் சிறைக்கு அனுப்பிவிடுவேன் என்று அவளை மிரட்டினேன். அவளுடனே கீழே சென்று ஸெனானாவுக்கு முன்பாக இடதுபுறம் திரும்பினேன்.

தரைக்குக் கீழே அமைந்திருக்கும் தானியக்கிடங்குகளுக்கு வெளியில் மாடம் போன்ற அமைப்பில் அன்னபூர்ணா தேவி அமர்ந்திருந்தாள். எனது காலணிகளைக் கழட்டிவிட்டு உள்ளே சென்று அவள் பாதங்களைத் தொட்டேன். முற்றுகைக்கு ஆட்பட்டால், ஆறு மாதத்திற்குத் தாக்குப்பிடிக்கும் அளவிற்கு போதுமான பயறு வகைகள்,

உலர்ந்த பருப்பு, சோளம், வெல்லம் ஆகியன அடங்கிய சாக்கு மூட்டைகளுக்கு இடையே நடந்தேன். ஒருவேளை பண்ணைகளிலிருந்து வந்திறங்கும் பொருட்களை மேற்பார்வையிட இங்கு வந்திருப்பாளோ என்ற நப்பாசை. இது ஒரு தற்செயல் தேடல்தான். அவள் அங்கும் இல்லை. அந்த நேரம் இரண்டாவதாக அனுப்பிய பணிப்பெண், நான் முதலில் அனுப்பியவளுடன் வந்தாள். அவள், அங்கும் கௌசல்யா இல்லை என்றாள். (ராணி கர்மாவதியும் எனது தாய் மகாராணியும் [சௌபத்] பகடையாடிக் கொண்டிருந்தார்களாம். புத்தி கெடும் அளவிற்கு பந்தயப் பணம் வேறு. இவளையும் அந்த ஆட்டத்தில் இழுத்துவிட்டார்களாம்.)

மங்களின் வீட்டிற்கு ஒருவேளை போயிருப்பாளோ என்று அறிந்துகொள்ள அவனுக்கு ஆளனுப்பினேன். இல்லை, அங்கும் இல்லை. அதிதி அரண்மனையைக் கடந்து சென்றேன். சென்ற இரவு ஷெஸாதாவைத் தேடி வந்தவள் யார் என்று காவலர்களைக் கேட்க எனக்கு அவமானமாக இருந்தது. இளவரசர் உள்ளே இருக்கிறாரா? ஆம், மேன்மைக்குரியவரே, ஆனால், தன்னை யாரும் தொந்தரவு செய்யக்கூடாதென்று கண்டிப்பான உத்தரவு போட்டிருக்கிறார்.

அவள் அவனோடு இருக்கிறாளா? நேற்றிரவு அவனிடம் சென்றவள், இன்னும் வெளியில் வராமல் இருக்கிறாளா? தமக்குள் பொதுவான ரசனைகள் அதிகம் இருக்கிறதென்று கண்டுபிடித்தார்களோ? தனக்குள்ளும் தோல், சவுக்கு, இடுக்கி, தழல் ஆகியவற்றின் மீதான ருசி இருக்கிறது என்று அவள் கண்டுகொண்டாளா? இவ்வளவு வாரங்களும் மாதங்களும் எரிச்சல் நிரம்பிய அமைதியும் நட்பற்ற உறவுமாகத்தான் என்னுடன் இருந்தாளா? அவள் தொப்புளில் தேனையூற்றி என்னைப் போல அவனும் நக்குகிறானா? அவளுடைய பின்புறத்தை மயிலிறகால் வருடுகிறானா? அவனது தலைமுடியை விரல்களால் கோதி உச்சந்தலையை அழுத்தித் தடவினாளா? அவள் தன் நாவால் அவனது காம்புகளை வருடும்போது திடுக்கிட்டு விழிப்பதுபோல் அரை மயக்கத்தில் அவனிருந்தானா?

நானும் கௌசல்யாவும் கண்டறிந்து, அதிகம் உணர்வு வயப்பட்டு இயங்கிய, நாங்கள் கைதேர்ந்திருக்கும், முற்றிலும் வெளியில் சொல்லமுடியாத விஷயங்கள் இருக்கின்றன. இவற்றையெல்லாம் பகதூருடன் அவள் பகிர்ந்து கொள்கிறாளா? கண்டறியவும், முறையாகத் தொகுக்கவும் எங்களுக்குப் பத்து ஆண்டுகள் ஆகிய இந்தப் பாடத்தைச் சுருக்கமான வடிவில் அவனுக்குக் கற்றுத் தருகிறாளா?

எனக்கு என்ன ஆயிற்று? கௌசல்யாவை தவறவிட்டிருப்பதாக இந்த அளவுக்கு நினைக்கிறேன் என்றால், இது ஏன் எனக்கு முன்பே

தெரியவில்லை? அப்படி அந்த உண்மையைக் கண்டறிந்திருந்தால், அவள் மீதான என் இச்சை ஏன் இப்படி முற்றிலும் வக்கிரமாகிவிட்டது? அவளுடன் நான் பகிர்ந்துகொண்ட நெருக்கங்களை வேண்டுமென்றே திரும்பவும் வெளியில் கொண்டுவருவது, சவுக்கால் அடித்துக்கொண்டு என்னை நானே பாலியல் கிளர்ச்சிக்குள் ஆழ்த்திக்கொள்வது போன்றதே. அவள் எங்காவது நினைவிழந்து கிடந்தால் என்ன செய்வது? மீண்டு வரமுடியாத அளவிற்கு அவளை அவன் காயப்படுத்தியிருந்தால்? உடல் ரீதியாக அல்லாமல், ஆனால், மிகவும் முக்கியமாக, அதிகமாக அவள் ஆன்மாவை.

கடவுளே, நீ எங்கிருந்தாலும், அவளை நல்லபடியாக வைத்துக்கொள். அத்துடன் சாத்தியமிருந்தால், அவள் என்னுடையவளாக இருக்கட்டும். ஷெஸாதாவிற்கு உடையவளாக அல்ல.

அவள் எங்கிருக்கிறாள்?

அத்தியாயம் 14

ஜோடிகளில் மிகவும் அரிதானவர் நாங்கள். மணமாகிப் பல ஆண்டுகள் ஆனபின்னரும் நாங்கள் வெறித்தனமாகக் காதலில் இருந்தோம். நான் அவளைக் காதலித்தேன், அவள் வேறு ஒருவனை.

அவளது நாக்கை இழுத்து அறுத்துவிடலாமா, அல்லது அவள் வாயில் பெரிய பட்டுக் கைக்குட்டையைத் திணிக்கலாமா? செய்வதறியாமல் திகைத்தான். அவள் வக்கிரம் பிடித்தவளா? அவனுக்கு எரிச்சலூட்ட, வேண்டுமென்றே இப்படிச் செய்கிறாளா? அந்த ஏக்தாராவை அவன் இரண்டாக முறித்துவிட்டான். அதனால் எந்தப் பிரயோசனமும் இல்லை. அது இல்லாமலேயே அவள் பாடினாள். எப்படியாவது நிறுத்த வேண்டும் என்று நினைத்தாலும், அவள் பாடுவதை அவன் உன்னிப்பாகக் கேட்டான். ஏக்தாரா இல்லாமல் சுருதி விலகி, தவறான ஸ்வரத்தைப் பாடிவிடுவாளா? இறங்குவரிசையில் அவள் சுருதி கீழிறங்கிய அந்த ஒரு நொடியிலும், மிகச் சிறிய அளவில் அவரோகணத்தில் அவள் மிக வேகமாக இறங்கியபோதும் அபஸ்வரம் தட்டுமோ என்று அவன் நினைத்தான். ஆனால், ஸ்வரம் பிசகவில்லை. அறுவை சிகிச்சை நிபுணரின் கைபோல் அவள் குரல் ஸ்திரமாக இருந்தது. அந்தக் குரல் வளைந்து வளைந்து சென்றதற்குக் காரணம் அவள் ஸ்வரக்கோவை ஒன்றை முயற்சிக்க விரும்பினாள்; பாலைவன பாம்பு சரசரவென துரிதமாக மணல் வெளியின் குறுக்காக பக்கவாட்டில் முன்னேறிச் செல்வதுபோல் இருந்தது. அவள் இந்தக் குரலை எங்கிருந்து பெற்றாள்? கொஞ்சம்

கற்பனையும் சேர்ந்தால், அவள் ஐந்தடி இரண்டங்குலம் இருப்பாள் என்று அனுமானிக்கலாம். அவளது குரல் வாகையும் சரளத்தையும் பார்க்கும்போது, அவள் குரல்வளை இழுவிசை மிக்க இரும்பால் செய்யப்பட்டிருக்க வேண்டும். அதில் காற்றை ஊதுவதற்கு அரண்மனை அளவுக்குப் பெரிதான துருத்தியும் தேவைப்படும்.

அவளை உட்கார வைத்தான். தனது குரலின் தன்மையையும் தொனியையும் கட்டுப்படுத்திக் கொண்டான். 'நீ பாடக்கூடாது. புரிகிறதா? இந்த மாளிகையில் பாடக்கூடாது'

'ஏன்?' என்று அப்பாவித்தனமாகக் கேட்டாள். அல்லது குறைந்தபட்சம் அப்பாவித்தனத்தை குரலில் நன்கு வெளிப்படுத்தினாள்.

'ஏனென்றால், பொதுமக்கள் முன்னால் இளவரசி பாடக்கூடாது. இந்த மாளிகையில் 'தவாய்ஃப்' தான் பாடுவாள்'

'இது ஒரு பஜன் தான்'

'ரசிகாபாய் ஒவ்வொரு முஷைராவையும் ஒரு பஜனோடுதான் முடிப்பாள். உன்னைக் கேட்க வந்திருப்பதுபோல, அவள் பாடுவதைக் கேட்கவும் நூற்று சொச்சம் ரசிகர்கள் வருவார்கள்; ஜன்னல் அருகிலும் உப்பரிகைகளிலும் நிற்பார்கள். இங்கும் சீக்கிரத்தில் உன்னைப் பார்த்துக் காசுகளை வீசுவார்கள்.' பேச்சை என்னால் கட்டுப்படுத்திக் கொள்ள முடியவில்லை. 'ஆனால், நான் சம்பந்தப்பட்டிருக்கிறேன் என்று தெரிந்தால் அப்படிச்செய்ய மாட்டார்கள் இதுதான் உனது கடைசி நிகழ்ச்சி, புரிந்ததா?'

'உங்களுக்குப் பிடிக்காது என்றால், பாடமாட்டேன்'

'எனக்கு மட்டும் அல்ல. குடும்பம் முழுவதுக்கும் பிடிக்காது. என் அம்மாவை, மற்ற ராணிகளை, இளவரசர்களை, அவர்களது மனைவிகளை, என் தந்தையை, அனைவரையும் சங்கடப்படுத்துகிறாய்'

'என்னை மன்னியுங்கள். குடும்பம் முழுவதும் இதனால் சங்கடப்படும் அளவுக்குப் பிரச்சனையாகும் என்று நான் நினைக்கவில்லை'

'ராணி கர்மாவதி நேற்று என்னை அழைத்திருந்தார். எப்போதும்போல் உணர்ச்சியற்ற முகத்துடன் பேசினார்; மேர்த்தாவிலிருந்து நாம் புதிதாக அழைத்து வந்திருக்கும் பாடகியை அனுப்ப முடியுமா என்று சந்தேரியின் ராவ் அவரைக் கேட்டதாகக் கூறினார். நல்ல பணம் தருவதாக அவர் கூறினாராம்'

'அங்கு போய், அவர் முன் பாடவேண்டும் என்று நீங்கள் விரும்புகிறீர்களா? என்னால் முடியாது. எனக்கு மிகவும் கூச்சமாக இருக்கிறது'

அவனைப் பார்த்து நகைக்கிறாள் என்பது அவனுக்கு உறுதியாகத் தெரிந்தது. இருக்கட்டும். அவள் என்ன பைத்தியமா? ஒன்றும் அறியாதவளா, முட்டாளா அல்லது அவனை முட்டாள் என்று நினைக்கிறாளா? இந்தப் பெண்ணிடம் ஒருவன் எப்படிப் பேசுவது? கோபம் அதிகமானது, குருதி உச்சிக்கு ஏறியது. அமைதி, அமைதிதான் காரியமாற்றும் என்று தனக்குள் சொல்லிக்கொண்டான். தனக்குத் தானே அறிவுரை சொல்லிக்கொண்டாலும், மேலும் மேலும் பைத்தியக்காரன் ஆவதை உணர்ந்தான்.

'அதை மறந்துவிடு. இதைப்பற்றி மேலும் பேச விரும்பவில்லை. இப்போது புரிந்திருக்கும். இந்தக் கணத்திலிருந்து, எக்காரணம் கொண்டும் உன் மகிழ்ச்சிக்காகவோ அல்லது வேறு யாருடைய மகிழ்ச்சிக்காகவும் பாடக்கூடாது.'

அவனுக்குத் தெரிந்திருக்க வேண்டும். அவள் தினமும் பாடியிருக் கிறாள். நகரத்தின் பேசுபொருளாக அவன் மனைவி இருந்திருக்கிறாள். அதைத் தடுக்க அவன் எதுவும் செய்யவில்லை, அதைப்பற்றி யோசிக்க வில்லை, அல்லது தீவிர நடவடிக்கை எதையும் முயலவில்லை என்றோ சொல்லமுடியாது. பராபரியாக அவன் காதில் விழும் அவளைப் பற்றிய விமர்சனம் ஒன்று மனத்தில் தொடர்ந்து ஒலித்துக் கொண்டிருந்தது.

'பாடப்போகிறேன் என்பதே எனக்குத் தெரியாது. பிரார்த்தனை செய்ய அமர்கிறேன்; சுற்றியிருப்பவை அனைத்தும் மறந்துபோய்விடுகிறது. எல்லாம் முடிந்தபிறகு தான், மீண்டும் ஒருமுறை உங்கள் உத்தரவை மீறியிருக்கிறேன் என்று தெரிகிறது'

தமது செயல்களுக்குப் பொறுப்பேற்காத எவரையும் அவன் வெறுத்தான். ஏதோ ஒன்றிற்குள் விலகிப்போய்விட்டோம் என்று சொல்லும்போதும், என்ன செய்யப்போகிறோம் என்பதை அனைவரும் அறிந்துதான் செய்கிறோம் என்று அவன் நம்பினான்

'என்ன செய்கிறேன் என்று எனக்குத் தெரியாது. சத்தியமாகத் தெரியாது. அவனது படுக்கையில் இருப்பது தெரிந்தது. அடுத்து எனக்குத் தெரிந்தது எல்லாம் அவனுடன் நான் தூங்கியிருக்கிறேன் என்பதுதான்.' அல்லது 'என்ன நடக்கிறது என்பது எனக்குத் தெரியாது. ஆனால், ஒன்று இன்னொன்றுக்கு அழைத்துச் சென்றது. என்ன ஏது என்று புரிவதற்கு முன்பே நான் அவனைக் குத்திவிட்டேன்.' நம்ப முடியாத கதை. எனினும், அவளை நம்ப வேண்டிய கையறுநிலையில் அவன் இருந்தான்.

எல்லாவற்றிற்கும் மேலாக, மற்றவர்கள் உங்களை உடைமையாக்கிக் கொள்வது வழக்கத்திற்கு மாறானதல்ல. பெரியம்மை,

அம்மனின் வருகையே. வேறொன்றுமில்லை என்று அனைவருக்கும் தெரியும். உங்களை அவள் சாகடிக்க முடியும், குருடாக்க முடியும்; அல்லது பெண் கடவுளான அவள் உங்கள் முகத்திலும் உடம்பிலும் நிரந்தரத் தழும்புகளை ஏற்படுத்திச் செல்லமுடியும். அவனது மனைவியின் இந்த அவலநிலைக்கு ஒருவேளை வேறு ஒருவர்தான் பொறுப்பு, பல பெயர்களில் அவள் அழைக்கும் அந்த நபர்தான் என்றால் அவனை அழிப்பது சாத்தியமானதே. ஒருவேளை அதன்பிறகு அவனும் அவன் மனைவியும் வழக்கமான, சராசரி திருமண வாழ்க்கையில் ஈடுபட முடியும்.

சித்தோரிலிருந்து நாற்பது மைல் தொலைவில் ஒரு குகை இருக்கிறது. அதில் பூட்டானி மாதா என்ற பெண்மணி வசித்து வருகிறாள். அவளுடைய பூர்வீகம் எவருக்கும் தெரியாது. அவள் தனியாக வசிக்கிறாள். வெளியில் தெரியாமல் கமுக்கமாக பலிகளும் சடங்குகளும் நடத்துகிறாள். சில நேரங்களில் நல்ல மனநிலை இருந்தால் யாராவது ஒருவருக்கு உதவ முடிவுசெய்வாள். ஆனால், அவளைக் கட்டாயப்படுத்த முடியாது; அரண்மனைக்கு அழைத்து வரும் சாத்தியமும் இல்லை.

எப்போதும், அவன் உதவி தேடிச் செல்லுகிற அளவுக்கு பெரிய நபர் பூட்டானி மாதா அல்ல. ஆனால், ‘எப்போதும்’ என்பது நெகிழ்வான, முடிவான சொல். தெரிந்தோ அல்லது தெரியாமலோ மனநலம் குழம்பியவரிடமிருந்து ஆரோக்கியமானவரைப் பிரிக்கும் கோட்டை தாண்டிவிட்டான். அவனிடமிருந்து மனைவியைப் பறித்துவிட்டார்கள். ஒட்டுமொத்த மேவாருக்கும் எதிரான மோதல் பாதையில் அவளை நிறுத்திய சக்திகளிடமிருந்து அவளை மீட்க எதையும், எதையும் செய்ய அவன் விரும்பினான்.

பில் இனத்து நண்பன் ராஜா புராஜி கிக்காவைச் சந்திக்க மங்களுடன் புறப்பட்டுச் சென்றான். வழக்கமான பரிவாரங்களுடன் வேறு சிலரும் சேர்ந்தனர்; பத்து அல்லது பன்னிரண்டு பேர் கொண்ட குழு அவனுடன் வந்தது. செல்லும் பாதையில், ஓரிடத்தில் சற்று விலகிப் பயணித்தனர். மங்களையும் மற்றவர்களையும் காத்திருக்கச் சொல்லிவிட்டு பூட்டானி மாதாவின் குகை அமைந்திருந்த மலையின் செங்குத்தான சரிவில் ஏறத்தொடங்கினான். குகை வாயிலில் நின்று மெதுவாக முணுமுணுத்தான். ‘மாதா, என் மனைவி என்னுடன் இணைந்து வாழவில்லை. அவள் வாழ்வில் வேறொருவன் இருக்கிறான்; அவள் அவனுக்கு உரியவள் என்கிறாள். இதுவரையிலும் அவளை இன்னொரு ஆணுடன் பார்த்ததில்லை. அதனால் அவள் வேறொருவனுக்கு உடைமையாக இருக்கமுடியாது என்று தான் நினைக்கிறேன். எனக்கு உதவுங்கள், மாதா’.

நீண்ட, வளைந்து செல்லும் குகை. அவள் குரல் அவனை அடைய கொஞ்ச நேரமாயிற்று. அவள் செய்தி மிகச் சுருக்கமாக இருந்தது. கெட்ட வார்த்தை ஒன்றையும் உபயோகப்படுத்தினாள். அவனுக்கோ, விசுவாசமற்ற அவன் மனைவிக்கோ நேரம் ஒதுக்கமுடியாது என்றாள். அவளிடம் அவன் கெஞ்சத் தொடங்கினான். அவள் எறிந்த கல் ஒன்று அவன் நெற்றியில் பட்டது. அவனை வெளியில் போகச் சொன்னாள். போகவில்லையென்றால், அவன் கால்களுக்கு இடையிலிருக்கும் உறுப்பைப் பார்த்து இன்னொரு கல்லால் அடிப்பேன் என்றாள். அப்புறம் அவன் மனைவி அவனுடன் படுத்தால் என்ன; அல்லது இந்த மொத்த உலகத்துடனும் படுத்தால் என்ன? எந்த வித்தியாசமும் ஏற்படப் போவதில்லை; அவளுக்கு அவன் பயன்பட மாட்டான் என்றாள். திரும்பிவிடலாமா என்று நினைத்தவன், அதற்கு மாறாக முடிவெடுத்தான். எப்படியோ, அவன் எதை இழக்கப் போகிறான்?

'நான் உள்ளே வருகிறேன்' அவளிடம் கூறினான். அவள் பதிலுக்காக அவன் காத்திருக்கவில்லை. பத்து அல்லது பதினைந்து நிமிடங்கள் நடந்த பிறகுதான் வழி தவறிவிட்டதை உணர்ந்தான். ஒவ்வொரு திருப்பத்திலும் ஒரு கிளைப்பாதை பிரிந்தது; சில இடங்களில் மூன்று அல்லது நான்கு பாதைகள். அவை இருட்டாகவும், பூஞ்சையும், பாசியும் படிந்தவையாகவும் இருந்தன. சில பாதைகளில் வௌவால் எச்சங்களின் துர்நாற்றம் தாங்க முடியவில்லை. சில இடங்களில் பல்லிகளைத் தொட்டது போலிருந்தது. சில இடங்களில் முடி அடர்ந்த பெருஞ்சிலந்திகள் அவன் மேல் ஊர்ந்தன.

இருட்டுடன் கண்கள் பழகவில்லை. அவன் திகைத்தான். குறைந்தபட்சம். அவனால் மங்கலாகப் பார்க்க முடிந்திருக்க வேண்டும். ஆனால், நேரம் ஆக ஆக குகையில் அவன் பார்க்கும் தூரம் குறைந்தது. மூச்சுவிட முடியவில்லை. இப்போது என்ன நேரமிருக்கும்? எவ்வளவு நேரமாகக் குகைக்குள் இருக்கிறான்? ஐந்து அல்லது ஏழு நிமிடங்களா அல்லது இரண்டு மணி நேரமாகவா? பின்தொடர்ந்து வரக்கூடாது என்று மங்களுக்கு உறுதியான உத்தரவு அளித்திருந்தான். அவனது உத்தரவை மீற அவனுக்கு எவ்வளவு நேரம் ஆகும்? தீப்பந்தம் எடுத்துவர வேண்டும் என்று அவனுக்குத் தோன்றுமா? அவனும் அதைப்பற்றி யோசித்திருக்கவில்லை. ஒரு தீப்பந்தம் உபயோகமாக இருந்திருக்குமா? அல்லது அதன் சுடரும் கறுப்பாக மாறியிருக்குமா? மங்கள் மற்றும் அவனுடன் வந்த மற்றவர்களின் சாவிற்குப் பொறுப்பாகப் போகிறானா? இப்படி நினைத்தவுடன் அவனைப் பீதி கவ்வியது. திரும்பிச் செல்லும் வழியைக் கண்டுபிடிக்க வேண்டும்.

கலக்கமுற்ற மனத்தை அமைதிப்படுத்த முயற்சித்தான். எப்படி உள்ளே வந்தோம் என்று கவனமாக யோசித்துப் பார்த்தான். மேற்குப்

புறத்திலிருந்து குகைக்குள் நுழைந்தான்; பிறகு முதல் இரண்டு திருப்பங்கள் தென்புறமும், அதன்பின் வடபுறமும் திரும்பினான். அதன்பின் எப்படிப் பயணித்தான் என்று நினைவில்லை.

அவன் குழப்பமுற்றான். மேற்கிலிருந்து உள்ளே நுழைந்திருந்தால், வந்த பாதையில் திரும்பிச் செல்ல விரும்பினால், கிழக்கில் செல்வதா அல்லது மேற்கில் செல்வதா? சிக்கலான கேள்வி. தீவிரமாக யோசித்தும் தீர்மானமான முடிவை எடுக்க முடியவில்லை. பூட்டானி மாதாவின் கருமைத்தன்மை காரணமாக அனைத்துத் திசைகளும் மறைந்திருக்கலாமோ? அவன் படித்த கணிதத்தின் வடிவியல் பாடத்திலிருந்து ஒரு விஷயம் நினைவுக்கு வந்தது. நீங்கள் வட்டமாகச் சென்றால், புறப்பட்ட இடத்திற்கே திரும்ப வந்துவிடலாம். இடதுபுறமாகச் செல்லலாம் என எண்ணினான்; ஒவ்வொரு குறுக்குச் சந்திப்பிலும் இடது கோடியிலிருக்கும் இடப்புறப் பாதையைத் தேர்ந்தெடுக்க முடிவுசெய்தான். பின்பற்ற வேண்டிய மற்றொரு விதியும் இருக்கிறது: எடுத்து வைக்கும் அடிகளை எண்ணிக்கொள்ள வேண்டும்.

பதினேழாயிரம் வரை எண்ணினான்; அதன்பின் மயங்கி விழுந்தான். இது பயன் தரப்போவதில்லை. அவளைப் போன்ற அப்படி ஒரு நபர் இருந்தால் அவன் விதி பூட்டானி மாதாவின் கைகளில். அவனுக்கு என்ன நேரப்போகிறது என்பதைப் பற்றி அவன் கவலைப்பட போவதில்லை.

'என் சகாக்கள் ஆபத்தில் இருக்கிறார்களா? அவர்களும் குகைக்குள் நுழைந்துவிட்டார்களா? நீங்கள் எனக்குச் செய்தது எப்படியும் போகட்டும்; என் செயலுக்காக அவர்களுக்குத் தண்டனை அளிக்காதீர்கள்'

இரும்பில் வார்த்தது போன்ற ஒரு கை அவன் முகத்தைத் தாக்கியது. 'நான் என்ன செய்ய வேண்டும், செய்யக்கூடாது என்று என்னிடம் சொல்லாதே'

'இவ்வளவு தூரமும் என்னைப் பின்தொடர்ந்துதான் வந்தீர்கள், இல்லையா?' அப்படித்தானே.' விழுந்த அடியால் மூச்சைத் திரும்பப் பெற்றவன் கேட்டான்.

'நீதான் என்னைப் பின் தொடர்ந்தாய், அல்லது அதற்கு முயன்றாய்.'

எட்டுக்கரங்கள் அவனைத் தூக்கி எடுத்தன. நான்கு கரங்கள் அவனைத் தாங்கியிருந்தன, முகத்தின் அம்சங்களை உணர்ந்துகொள்ள முயல்வதுபோல் ஒரு கரம் அதைத் தொட்டுப் பார்த்தது. மற்றொன்று, அவன் மார்பையும் தோள்களையும் தடவியது. ஏழாவது, அவன் ஆணுறுப்பைத் தடவியது. அந்தக் கடைசிக் கரம், அவன் தலைமுடியை இழுத்தது. ஒரு நாக்கு அவன் முகத்தை நக்கியதுபோல் உணர்ந்தான்.

கைகள் அவன் ஆடைகளை அவிழ்த்தன. அந்த நாக்கு அவன் பாதத்தையும் கழுத்தையும் தொட்டது. அந்த நாக்கு எவ்வளவு நீளம்? அது ஒரு நாக்கா அல்லது பல நாக்குகளா? கைகள் அவனை அமர வைத்தன.

'ரொம்ப பயந்துவிட்டாய், இல்லையா? ''நான் உள்ளே வருகிறேன்'' என்ற உனது ஆண்மை மிக்க குரல் என்னவாயிற்று?'

புவி விளிம்பிலிருந்து நீர் விழும் சப்தம் கேட்டது. தொடர்ச்சியான வலியால் அலறும் குரல்கள் தூரத்தில் கேட்டன. இரத்தம் சொட்டும், துண்டிக்கப்பட்ட தலைகள் தலைமுடியில் தொங்கிக்கொண்டிருந்தன. ராட்சதன் ஒருவன் குப்புறப் படுத்திருக்க ஒரு கறுப்புக் கால் அவன் முதுகில் அழுந்தியிருந்தது. உதடுகள் இரத்தத்தைச் சுவைத்துக் கொண்டிருந்தன. புவியும் ஆகாயமும் புணர்வதையும், இன்பத் திளைப்பின் மெதுவான முனகலையும் கேட்டான். துண்டிக்கப்பட்டக் கைகளும் கால்களும் தரையில் துடித்தன. கீழிறங்கிய கை ஒரு காலை எடுத்து முகமற்ற வாயொன்றில் திணித்தது; வாய் அதை ஓசையுடன் மென்று தின்றது. அவன் கண்களைத் திறந்தான். அவன் முன்னால் பெரிய மாடம் போன்ற அமைப்பு தெரிந்தது. நடுவில் ஒரு மேடை. அதன் மேல், பல்போன, பார்வையற்ற, பார்க்க அருவருப்பான வயதான கிழவி ஒருத்தி நிர்வாணமாக அமர்ந்திருந்தாள்.

'இன்னும் எவ்வளவு பேர் இருக்கிறார்கள். அவர்களுடன் உறவு வைத்துக்கொள்ளலாமே. மீண்டும் திருமணம் செய்துகொள்ளலாம். அவள் சாகும்வரையிலும் அவளைக் கண்டுகொள்ளாதே'. சற்று நிறுத்தினாள். 'சரி, என்னைப் பற்றி என்ன நினைக்கிறாய்?'

கடும் வெறுப்பால் அவன் உடல் இறுக்கமானது. 'கோரமான சிந்தனை, இல்லையா?'. பேசும்போதே அவள் இளம் பெண்ணாக மாறினாள். வளமான உடல், பெரிய, உறுதியான மார்பகங்கள். அவற்றை இறுக்கிப் பிடித்திருந்த கஞ்சுகி, அவள் தோள்களையும் கைகளையும் வெளிக்காட்டியது. உடலை ஒட்டினாற்போல் புடவை அணிந்திருந்தாள். அதில் தங்கத்தினாலான பட்டையான இழைகள் சுழன்று மேல் நோக்கிச் சென்றன. தொப்புளுக்கு கீழ் ஒட்டியாணம். முடியை அவிழ்த்துத் தலையை உதறினாள். அவள் தலைமுடி வெளிச்சத்தை மறைத்தது. அவனுக்கு முதலில் ஒலிதான் கேட்டது. உச்ச ஸ்தாயியில் சப்தம், காது சவ்வைக் கிழித்துச்சென்றது. அவள் தலையை வட்டமாகச் சுழற்றினாள். லட்சக்கணக்கான மெல்லிய ஊசிகள் செருகிய வாரியைப் போல, அந்த தலைமுடி அவன் முகத்தில் உரசிச் சென்றது. அவள் தலை மேலும் மேலும் வேகமாகச் சுழன்றது. சவுக்கால் விளாசப்பட்டதுபோல் அவன் உடல் மெல்லிய துண்டுகளாகக் கிழிக்கப்பட்டது, ஒவ்வொரு இழையும்

கண்ணுக்குப் புலனாகாமல் இருந்தன. ஓடிப்போய்விடலாம் என்று எண்ணி எழ முற்பட்டான். ஆனால், வேகமாகப் பறந்து சுழன்ற அந்த நீண்ட முடி, அவனது சிவந்த, திறந்த, பசும் தசைக்குள் மேலும், மேலும் ஆழமாக ஊடுருவியது.

'அவள் உன் உடமையாக இருக்கிறாளா அல்லது அவள் உன்னை உடமையாக்கிக் கொண்டிருக்கிறாளா? மனத்தில் அவளைப்பற்றி நினைக்காமல் எவ்வளவு நாட்கள் இருந்திருக்கிறாய்? வாரங்கள், மாதங்கள்? உனக்குத்தான் பேயோட்ட வேண்டும் என்று சொல்வேன்'. சுழல்வதைச் சற்று அவள் நிறுத்தினாள். அந்தச் சிந்தனை அவனுக்குள் உறைப்பதற்கு அனுமதித்தாள். 'நமக்கே சிகிச்சைத் தேவைப்படுகிறது; ஆனால், எப்போதும் நாம் மற்றவர்களைக் குணப்படுத்த முயல்கிறோம். என்ன நீ சொல்கிறாய்? இதோ நீ இங்கிருக்கிறாய். அவளைப் பற்றி நினைப்பதை நிறுத்த ஒரு நிமிடம்தான் ஆகும். சுதந்திர மனிதன் ஆகிவிடுவாய்'. அவள் மீண்டும் நிறுத்தினாள். 'சுதந்திர மனிதன் ஆக விரும்புகிறாயா?'

ஆமாம் என்று சொல்ல விரும்பினான். உடலின் ஒவ்வொரு எலும்பும், துவாரங்களும் ஆமாம் என்று சொல்ல விரும்பின. ஆனால், அந்தச் சொல்லை அவனால் உச்சரிக்க முடியவில்லை.

'நானும் அப்படித்தான் நினைத்தேன். நிரந்தரமான அடிமை வாழ்வு வாழ்பவருக்குச் சுதந்திரம் எதற்கு?' மிகச் சிரமமான சுவாசத்துடன், மிகத் தீவிரமான இடைவெளி. 'சரி, நீ எவ்வளவு தூரம் போக விரும்புகிறாய்?'

கடைசிக் கேள்வி அவன் ஆர்வத்தைத் தூண்டியது. தான் நெருக்கப்படுவதை புரிந்துகொண்டானா என்று உறுதியாகத் தெரியவில்லை.

'பணம் ஒரு பெரிய விஷயமே இல்லை' அவன் உளறிக் கொட்டினான்.

'எங்கே கொட்ட நினைக்கிறாயோ அங்கே உன் பணத்தைக் கொட்டு. அதை வைத்துக்கொண்டு நான் என்ன செய்வது? சங்கிலி செய்து போட்டுக் கொள்ளவா முடியும்? சாப்பிட முடியுமா? துணி நெய்து மார்பகங்களை மறைக்க முடியுமா? வாழ்க்கையில் ஒரே கேள்விதான். அதற்கு உனக்குப் பதில் தெரிந்துவிட்டால், தெரிந்துகொள்ள நினைப்பது அனைத்தையும் தெரிந்துகொள்வாய். இது தான் கேள்வி: உனக்கு வேண்டியதை அடைய நீ எவ்வளவு தூரம் செல்வாய்?'

'எவ்வளவு தூரம் வேண்டுமானாலும் செல்வேன்'

'முட்டாளே, வீட்டுக்கு போ. உனக்குப் பதில் தெரியும்போது நான் அங்கிருப்பேன். ஆனால், அப்போது நான் உனக்குத் தேவைப்பட மாட்டேன்'

'யார் அது? அவள் காதலனின் பெயர் என்ன?'

'அதனால் என்ன ஆகப்போகிறது?'

கேட்பதற்கு அவனிடம் மேலும் பல கேள்விகள் இருந்தன. ஆனால், குகை வாசலின் வெளிச்சம் கண்களைக் குருடாக்கியது.

அத்தியாயம் 15

இறுதியில் பொறுமையையும், நல்லுணர்வையும் கைவிட்டேன். பாதுகாப்புப் படைத் தலைவரை அழைத்து விசாரித்தேன். 'ஏழாம் தேதி இரவு ஷெஸாதாவுடன் இருந்தது யார்?'

'எனக்கு நினைவில் இல்லை. ஒரு வாரத்திற்கு முன்னால் நடந்தது. கட்டாயம் உங்களுக்குத் தெரியவேண்டும் என்றால், பதிவேடுகளைப் பார்த்துச் சொல்கிறேன்'

'சரி, பார்த்துச் சொல்'

'இப்போதேவா'

அவன் இருபது நிமிடத்தில் திரும்பி வந்தான்.

'சொல்'

'அது ஒரு பெண், இளவரசே'

'அவள் பெயரென்ன?'

'பதிவேட்டில் இல்லை, இளவரசே. ஏனென்றால் ஷெஸாதா அன்று இரவு பெண் வேண்டும் என்று எங்களைக் கேட்கவில்லை'

'அவள் பார்ப்பதற்கு எப்படி இருந்தாள்?'

'விவரம் என்பதற்குக் கீழ் ஒரு வரி மட்டுமே எழுதப்பட்டுள்ளது. "முகத்தை மறைப்பதுபோல் முக்காடு போட்டு வந்தாள்". அவள் ஒன்பது பத்துக்கு உள்ளே வந்திருக்கிறாள்'

'எத்தனை மணிக்கு அவள் வெளியில் சென்றாள்?'

கொஞ்ச நேரம் குறிப்பேட்டைப் பார்ப்பதுபோல் நேரம் கடத்தினான். 'அதற்கான பதிவு ஏதும், எதனாலோ இதில் இல்லை, பிரபு'

'ஏன் என்று எனக்கும் சரியாகத் தெரியவில்லை. ஏதோ காரணத்தினால் உங்கள் பதவியும் வேலையும் பறிபோகப் போகிறது என்ற உணர்வு மட்டும் எனக்குத் தோன்றுகிறது, உப தளபதி. அது ஆணாகவோ, பெண்ணாகவோ அல்லது ஒரு ஹிஜிராவாகவோ இருக்கலாம். ஷெஸாதாவுக்கு மரியாதையைத் தெரிவிக்க வந்திருக்கலாம். அல்லது கலைப்பொருட்களைத் திருட வந்திருக்கலாம். இல்லை, இளவரசனைக் கொலை செய்யக்கூட வந்திருக்கலாம். அதைப் பற்றி உங்கள் பதிவேடு ஒன்றும் சொல்லவில்லை. அதைப்பற்றிய கவலையும் உங்களுக்கு இல்லை. அவனோ அவளோ, அதுவோ இரவு முழுவதும் அங்கு தங்கியிருக்கலாம். இளவரசனைக் கடத்திச் சென்றிருக்கலாம். ஆனால், உங்களுக்கோ உங்கள் உதவியாளனுக்கோ எதுவும் தெரியவில்லை. ஏனென்றால், அவர்களும் நீங்களும் சீட்டு விளையாடி இருக்கிறீர்கள், விலைமாதரோடு இருந்திருக்கிறீர்கள் அல்லது பணி நேரத்தில் தூங்கியிருக்கிறீர்கள்.'

அவன் மறுத்து, ஏதோ சொல்ல வந்தான். அவனிடம் வரிசையாக ஏதேனும் காரணங்கள் இருக்கும் என்று நிச்சயமாகத் தெரியும். ஆனால், எனக்கு அக்கறை இல்லை. 'உங்கள் மேலதிகாரிகளுடன் இந்த விஷயம் குறித்து பதினைந்து நாட்களுக்குள் விசாரணை நடத்துவேன். அதுவரையிலும், நீங்களும் அன்றைக்குப் பணியிலிருந்த காவலரும் இடைநீக்கம் செய்யப்படுகிறீர்கள்'.

அன்று மாலை மங்களை மடக்கினேன். 'உன் அம்மா எங்கு போயிருக்கலாம் என்பது பற்றி உனக்குக் கவலையே இல்லையா? ஏழு நாட்களாக அவளைக் காணோம். அவள் செத்துப் போய்விட்டாளா அல்லது உயிரோடு இருக்கிறாளா என்று யாருக்கும் தெரியவில்லை'

அவன் தன் தோள்களைக் குலுக்கினான். 'அவள் முதிர்ச்சி அடைந்தவள். அவளை அவள் பார்த்துக்கொள்வாள்'

மங்களின் மூளையையும் அவனது அலட்சியத்தையும் உலுக்க வேண்டும் என்று நினைத்தேன். அவன் முகத்தில், திருப்தி நிறைந்த கெட்ட பார்வை. அது எனக்குப் பிடிக்கவில்லை. முகத்தைத் திருப்பிக்கொண்டு அந்த இடத்தைவிட்டுப் புறப்பட்டேன். சாதாரணச் சூழலில் தன்னைப் பார்த்துக்கொள்ளும் திறமை கௌசல்யாவுக்கு உண்டு. ஆனால், பாலுறவிற்கான அழைப்பு சாதாரணமான ஒன்றல்ல. காட்டுத்தனம் என்பதைக் காட்டிலும், மிக மோசமான ஒரு முகம் ஷெஸாதாவிடம் இயல்பாக இருக்கிறது. மல்யுத்தப் போட்டிகள் நடந்த

அன்றைய இரவில்தான் அந்த மனிதனைப் பற்றிய புதிய உள்முகப்பார்வை எனக்குக் கிடைத்தது.

மல்யுத்தம் பார்க்க முடியவில்லை என்று மிகவும் வருத்தத்துடன் இரண்டு முறைக்குமேல் கூறிவிட்டான். அவனுக்குத் துணையாக வந்திருப்பவர்களில், குஜராத்தின் மிகச் சிறந்த மல்யுத்த வீரர்களில் ஒருவனும் இருக்கிறானாம். சில நாட்களுக்குமுன், முழுமையான மாலை நிகழ்ச்சி ஒன்றை ஏற்பாடு செய்திருந்தேன். பகதூர் பெரும் உற்சாகத்தில் இருந்தான். முதல் ஒன்பது போட்டிகள் மேவாரிகளுக்கு இடையில் நடந்தது. பத்தாவது போட்டி ஷெஸாதாவின் வீரனுக்கும் உள்ளூரின் சிறந்த வீரன் ஒருவனுக்கும் இடையில் நடந்தது. அன்றைக்கு நல்வாய்ப்பு இளவரசன் பக்கம் இருந்தது. அவன் பந்தயம் கட்டிய ஒன்பதில் ஏழில் அவனுக்கு வெற்றி கிடைத்தது.

'இளவரசே என்ன பந்தயம் வைக்கப்போகிறீர்கள்? என் வீரனுக்கு எதிராக என்ன பந்தயம் கட்டப்போகிறீர்கள்?' அவன் கண்களில் பித்தனிடம் காணப்படும் ஒரு பளபளப்பு. 'உங்கள் வீரனை நையப் புடைக்கப் போகிறான்'.

'எப்படிச் சொல்கிறீர்கள்?' நான் கேட்டேன்.

'நேற்று ஆடுவதைப் பார்த்தேன். என் ஆள் அவனைத் துண்டாடப்போகிறான்'

'போட்டியின் முடிவை ஏற்கனவே நிர்ணயித்துவிட்டீர்களா ஷெஸாதா?' நான் அவனை விளையாட்டாகக் கேட்டேன். என்னை வெறுப்புடன் பார்த்தான். அதைக் கவனித்ததும், எனது ஆள் சீக்கிரமே தோற்றுவிடுவதுபோல் ஏற்பாடு செய்திருக்கலாமோ என்று கடவுளை வேண்டிக் கொண்டேன். இப்போது ஒன்றும் செய்வதற்கில்லை. தாமதமாகிவிட்டது.

'குஜராத் எந்த நேரத்திலும் மேவாரைப் பணிய வைத்துவிடும், இளவரசே. அது யுத்தக் களமாக இருந்தாலும் அல்லது வேறு இடமாக இருந்தாலும். பாவம், உங்கள் வீரன். அவனது முதல் நகர்விற்குள் என்னுடைய ஆள் அவனை வீழ்த்திவிடுவான். அப்புறம் முடிவு தெரிந்ததுதான்.'

குறைந்தபட்சம் ஐயாயிரம் பேர் கூடியிருந்தனர். காது செவிடாகும் அளவிற்கு சப்தம். ஓரளவு கட்டுப்பாடற்ற உணர்ச்சி வேகம். மழைக்காலம். ஆகவே, திறந்தவெளியில் அமைக்கப்பட்டிருந்த மல்யுத்தக் களத்தைச் சுற்றி, அனைவரையும் உள்ளடக்கும் அளவுக்கு பெரிய ஷாமியானா ஒன்றை ஏற்பாடு செய்திருந்தோம். விளையாடும் மணற் களம் மட்டுமே

மூடப்படாமல் இருந்தது. அனைவரும் வியர்வையில் நனைந்திருந்தனர். சோளே படுரே, சமூசா, காஜூ ச்சிவ்டா, தாவாப்புடி, மால்போஹே, பூந்தி லட்டு என்று தின்பண்டங்களைப் பெருமளவு சாப்பிட்டுக் கொண்டிருந்தனர். பகதூர் கொஞ்சம் குடித்திருந்தான். அதிகம் உணர்ச்சி வசப்பட்டான்; அமைதியில்லாமல் இருந்தான்; போதை மருந்து ஏதாவது சாப்பிட்டிருப்பானா என்ற சந்தேகம் எழுந்தது. அவனது கண்மணி விரிந்திருந்தது. கைகள் சற்று நடுங்கின.

‘உங்கள் பந்தயம் என்ன?’

‘உங்கள் வீரன் மேல் நூறு டங்கா கட்டலாமா?’ சண்டையொன்றை அவன் எதிர் நோக்குவதுபோல் இருந்தது. அவனுக்கு நான் இணங்கிப் போகப்போவதில்லை.

’என் வீரன் மேலா? உங்களுக்கு கர்வமோ அல்லது தேசபக்தியோ இல்லையா?’

’வெற்றிபெறுபவன் பக்கம் இருக்கவே விரும்புகிறேன்’

’அப்புறம் உங்கள் பாசறையையும் நாட்டையும் விட்டுவிட வேண்டியதுதான். நூறு டங்கா! மேவாரால் இவ்வளவுதான் முடியுமா?’

’இளவரசே, நாம் அரசர்களாகும் சமயத்தில், சமாதான ஒப்பந்தம் ஒன்றில் கையெழுத்திடப் போகிறோம் என்பதை மறந்துவிட்டீர்கள்.’

’சமாதான ஒப்பந்தம் வெடித்துச் சிதறிப் போகட்டும். எவ்வளவு பந்தயம்? ஞாபகம் வைத்துக் கொள்ளுங்கள், நீங்கள் மேவாரின் மீது மட்டும் தான் பந்தயம் கட்டமுடியும்’

மல்யுத்தங்களால், யுத்தங்களை இடப்பெயர்ப்புச் செய்யமுடியும் என்றால், வருங்காலத்தில் அனைத்து மோதல்களிலும் பகதூரும் குஜராத்தும் வென்றாலும் எனக்குக் கவலையில்லை.

‘ஐநூறு’ என்று சொல்லி, பந்தயக் கணக்கரிடம் பணத்தைக் கொடுத்தேன்.

‘அய்யோ, முடியாது, முடியாது.’ இடி இடித்து, மழை அதிகமாகப் பெய்ய ஆரம்பித்தது. இரண்டு வீரர்களும் களத்தில் இறங்கிவிட்டனர். ‘நான் பத்தாயிரம் கட்டியிருக்கிறேன். நீங்கள் குறைந்த பட்சம் அந்த அளவுக்காவது கட்டவேண்டும்’

நல்வாய்ப்பாக, காலம் கடந்துவிட்டது. மணற் களத்தில் நின்ற இரு வீரர்களும் கைகளைக் கோக்கவிருந்தனர். அவனது ஆளான அஸ்லாம் ஜாஃபரின் மேல் ஷெஸாதா ஏன் அளவுக்கதிகமாக பந்தயம்

கட்டினான் என்பது எனக்குப் புரிந்துவிட்டது. அவன் நல்ல உயரம், மலைபோன்ற உடலமைப்பு. அவனை எதிர்த்து நின்றவன் அவனில் பாதிதான் இருந்தான். சொல்லப்போனால், கொஞ்சம் மிரண்டுபோய் நின்றிருந்தான். இருவர் உடலிலும் அளவுக்கு அதிகமாக எண்ணெய் தடவப்பட்டிருந்தது. வானத்தின் கதவுகள் திறந்து கொட்டிய மழை எந்தவிதத்திலும் ஆட்டத்திற்கு உதவவில்லை. முதல் ஒரு நிமிடம் நாற்பத்தைந்து விநாடிகளும் பரத்தின் உத்தியும் அவனது முயற்சிகளும் அஸ்லாமின் பெரும் கரங்களுக்குள் சிக்காமல் நழுவுவதிலேயே போயிற்று.

'எலி' என்றான் என்னைப் பார்த்து பகதூர். 'சித்தோரின் எலிக்குச் சண்டை போட தைரியம் இல்லை. அஸ்லாமிடமிருந்து எப்படி அவன் நழுவுகிறான் பாருங்கள். ஆனால், அஸ்லாம் விதியைப் போன்றவன். அவனைத் தள்ளிப்போடவோ அல்லது வீழ்த்தவோ முடியாது. அவனிடம் மின்னல் வேகப் பிடிகள் இருக்கின்றன. அவன் பிடி போட்டுவிட்டால், தன்னை விட்டுவிடும்படி உங்கள் ஆள் அவனைக் கெஞ்சவேண்டும். வேண்டுமானால், மணலில் மல்லாக்கப் படுத்துக்கொண்டு போட்டியை விட்டு அவன் விலகிவிடலாம்'.

அதுதான் அப்போது நடந்துகொண்டிருந்தது. ஆனால் பரத்திற்கு அல்ல. மெலிதான கம்பிபோன்ற உடலை அவன் நன்கு பயன்படுத்திக் கொண்டான்; உடலைக் கொண்டு அவன் சண்டையிடவில்லை. சண்டை போடுவதை மனத்திடம் விட்டுவிட்டான். அவன் மனம் தந்திரம் மிகுந்த ஒரு பொய்யன். எதிராளிக்கு, முரணான சமிக்ஞைகளைத் தந்து கொண்டிருந்தது. சிலவற்றில் அவன் புகுந்து வெளிவந்தான்; மற்றவற்றில் எதிரி வீழும்படிச் செய்தான். அவன் விரைந்து இயங்கவில்லை. ஆனால், அவனது இயக்கங்கள் கச்சிதமாக இருந்தன. உங்கள் விளையாட்டையும் மனநிலையையும் அவன் அளவிடும்போதுதான் நீங்கள் அவனைப் பிடிக்க முடியும். எதுவும் அஸ்லாமுக்குச் சாதமாக இல்லை. கொஞ்சம் கடினமாகத்தான் இருந்தது. ஆகவே, பகாசுரப் பிடி ஒன்றைப் போட்டுப் பரத்தை வீழ்த்தி, அழுத்தினான். அவனை முதுக்குப்புறமாகப் புரட்டிப்போட அஸ்லாமுக்கு சில விநாடிகள்தான் தேவை. அந்த விநாடிகள் மிக முக்கியமானவை. ஆனால், தனது பாதத்தின் முன்பகுதியால் அஸ்லாமின் முட்டிச் சில்லை பரத் உதைத்தான். கீழே விழாமலிருக்க அஸ்லாம் சிரமப்பட்டான். அந்தக் கணத்தில் பரத் எழுந்துகொண்டான். அவன் பாதம் அஸ்லாமின் பாதத்தை முன்பக்கமாக தள்ளி சறுக்கிவிட்டது. தலை அஸ்லாமின் மார்பை முட்டியது. அஸ்லாம், வீழ்ந்தான், வீழ்ந்தான், வீழ்ந்தான், அவன் முதுகுத் தரையில் படும்படி.

பகதூர் கான் எழுந்து நின்று மனம் பிறழ்ந்தவன் போல் கத்தினான். 'தப்பான ஆட்டம். ஏமாற்று வேலை. இது போட்டியே இல்லை. பரத்தைப்

போட்டியிலிருந்து தகுதிநீக்கம் செய்யுங்கள்'. அந்த நடுவர் பாரபட்சமாக நடக்கிறான்'. சித்தோரிகள் ஐயாயிரம் பேரும் வியப்புடனும், திகிலுடனும், கோபத்துடனும் அவனைப் பார்த்தனர். ஏதாவது மன்னிக்க முடியாத செயலை செய்துவிட்டேனா என்பதுபோல் பரத் என்னைப் பார்த்தான். கண்களால் பேசி எந்தப் பயனும் இல்லை. கூட்டம் கத்த ஆரம்பித்தது. அலையின் திசை மாறிவிட்டதை ஷெஸாதா கவனித்தான். ஆசனத்தில் அமர்ந்தான். நெருக்கடியைத் தணிக்கவேண்டிய நேரமிது என்று எண்ணி எழுந்தேன். 'அனைவருக்கும் இது நல்ல இரவாக அமையட்டும். சிறப்பித்த அனைவருக்கும் நன்றி. அதிக நேரமாகிவிட்டது. வீட்டிற்குத் திரும்பும் நேரம் வந்துவிட்டது. அனைவருக்கும் நாளை வேலை நாள் அல்லவா? அற்புதமான மாலை நேரமாக அமைந்தது, நன்றி அஸ்லாம், நன்றி பரத்.'

கூட்டம் ஏற்கனவே கலைந்துபோகத் தொடங்கியிருந்தது. ராஜ குடும்பத்தினர் அமரும் பகுதியிலிருந்து நழுவி மணற்களத்திற்குச் சென்றிருந்தான் இளவரசன். மழை பெய்துகொண்டிருந்தது; எதையும் தெளிவாகப் பார்க்கமுடியவில்லை. அவமதிப்பின் மயக்கத்தில் அஸ்லாம் ஜாஃபர் அமர்ந்திருந்தான். பரத் அவனுக்குக் கைலாகு கொடுத்து எழுவதற்கு உதவும்போது, அஸ்லாமின் வாயில் பகதூர் கான் உதைத்தான். உடைந்த பற்கள் ஏழு வெளியில் சிதறின. அஸ்லாம் மீண்டும் ஒருமுறை மல்லாக்க விழுந்தான். சீரான இடைவெளியில் பகதூரின் கால் அவனை உதைத்தது.

கூட்டம் திடீரென்று அமைதியாகிவிட்டது. விலா எலும்பு முறியும் சப்தம் நன்றாகக் கேட்டது. ஐந்து, ஆறு, ஏழு முறைகள் அஸ்லாமின் விலா எலும்பை அவன் காலால் உதைத்து நொறுக்கினான். பின் அவனைப் புரட்டி, சிறுநீரகப் பகுதியில் மிதித்தான். முதுகின் கீழ்ப்பகுதியை குறிபார்த்து உறுதியான இரண்டு உதைகள். அடுத்ததாக, கழுத்துப் பகுதியில். 'சுல்தானுக்கும் எனக்கும் குஜராத்திற்கும் தோல்வியைத் தந்துவிட்டாய். நம் ராஜ்யத்தின் பெருமை காஃபீர்களின் பார்வையில் மண்ணாகிவிட்டது. உனக்கிருக்கும் ஒரே கௌரவம் சாவு மட்டுமே'. குறுக்கிட்டுத் தடுக்கவேண்டிய நேரம் இதுதான் என்று எண்ணினேன். அவன் என் பக்கமாக சாய்ந்தான். ஆனால், குனிந்து விலகிக்கொண்டேன். அவனைப் பார்த்துக் கூறினேன். 'ஐந்தாவது தொழுகைக்கான நேரம் வந்துவிட்டது, இளவரசே'. அவன் நிறுத்தினான்.

****

இரண்டுமுறை குதிரை மாற்றினேன். ரோஹாலாவை ஐந்துமணி நேரத்தில் அடைந்துவிட்டேன்.

'நீங்கள் தனியாகப் போகவேண்டாம், இளவரசே.' பின்னிரவில் பெஃபிக்கிர் மீது நான் ஏறும்போது மங்கள் ஓடிவந்தான்.

'கடைசியாக நாம் சந்தித்தபின் நீ மிகவும் முன்னேறிவிட்டாய். எனக்கு உத்தரவு போட நினைக்கிறாயா?'

'உங்களுக்கு அறிவுரை கூறுவதற்கு மன்னியுங்கள், இளவரசே'. கவலையுடன் அவன் பேசும் சொற்களை வேண்டுமென்றே திரித்துப் பேசுகிறேன் என்பதைச் சரியாக அறிந்திருந்தான். 'ஆனால், மகராஜ் குமார், இரவு நேரத்தில் சித்தோருக்கு வெளியில் தனியாகச் செல்வது ஆபத்தானது'.

'என் பாதுகாப்புக் குறித்து நீ கவலைப்படுவது பாராட்டத்தக்கதுதான். ஆனால், அந்தக் கவலை உன் அம்மாவிற்குப் பயன்பட்டிருந்தால் நன்றாக இருந்திருக்கும். பாதுகாப்புத் தேவை என்றால், நிச்சயம் கேட்பேன். இந்தக் கணம் நான் மூச்சுவிட கொஞ்சம் இடம் வேண்டும்; சுதந்திரமாகச் செயல்பட வேண்டும்.'

எந்தக் காரணமும் இன்றி கோபம் வந்தது. சில்லறைத்தனமாக நான் செய்த கேலிகளை எண்ணி வருத்தப்பட்டேன். எனினும், திருப்பித் தாக்க முடியாமல் கீழே விழுந்துகிடக்கும் ஒருவனை அடிப்பது நன்றாகத்தான் இருந்தது.

நீண்ட நாட்களுக்கு முன்பு ரோஹாலாவுக்குச் சென்றிருக்கிறேன். அந்த மாளிகையின் சில அறைகளும், நீரூற்றும் துளசி மாடமும் கொண்ட முன் முற்றமும் நினைவுக்கு வந்தன; எனினும் நான் தேடும் அதன் வெளிப்புற அமைப்பு நினைவுக்கு வரவில்லை. ரோஹாலா போன்ற ஓரிடத்தில் செல்வச் செழிப்புள்ள, ஒரு பெரிய மாளிகையைக் கண்டுபிடிப்பது சிரமமாக இருக்காது என்று எனக்குள் தொடர்ந்து சொல்லிக்கொண்டேன். நிலாவொளி வீசாத இரவு. என்றாலும் இரவுக் காவலாளி எவனாவது பார்த்துவிட்டால்? தனது கிராமத்திற்கு ராஜ்ஜியத்தின் இளவரசன் ரகசிய விஜயம் செய்திருக்கிறான் என்று அவன் கண்டுபிடிப்பதை வெறுத்தேன். குறுக்கும் நெடுக்கும் ஓடும் சிறிய தெருக்கள் மற்றும் சந்துகளிலிருந்து விலகி நகரின் நிலப்பரப்பை நன்றாக பார்க்கமுடிகிற ஒரு இடத்திற்குச் செல்லவேண்டும். ஆனால், அது எப்படி என்பதுதான் கேள்வி. என் வயிறு போன்று அந்த நிலப்பரப்புத் தட்டையாக இருந்தது. பாதுகாவலன்போல் என்றும் இருந்து வரும், ஆரவல்லி மலைத்தொடரின் சிறு பகுதி நகரின் கிழக்கில் நீண்டிருக்கிறது. ஆனால், அத்தொடர் ஐந்து அல்லது ஆறு மைல்களுக்கு அப்பால் இருக்கிறது.

குதிரையை ஒரு மரத்தில் கட்டினேன். ஏழு வயதுச் சிறுவனைப்போல், கையில் எச்சிலைத் துப்பித் தேய்த்துக்கொண்டு

கைகளால் இறுகப்பற்றி அரச மரம் ஒன்றில் ஏறினேன். நீங்கள் நன்கு வளர்ந்த பிறகு அவற்றிற்குத் திரும்பும்போது, உங்கள் பள்ளிக்கூடமும், வகுப்பறைகளும், உங்கள் வீடும், உங்களை உள்ளே வரவிடாத நீண்ட, நிர்வாகக் கட்டிடங்களும், உங்கள் தந்தையும், தாயும் அனைத்தும் சுருங்கிச் சின்னதாகத் தெரியும். என் நினைவுகள் நன்றாகத்தான் இருக்கிறது என்ற நிலையில், நிச்சயமாக ரோஹாலா மிகவும் மாறித்தான் போயிருந்தது. ஒரு நகரமாக, வளர்ந்து செழித்துள்ளது. ஒன்றரை மைல் நீளமுள்ள அரைவட்ட வடிவத்திலிருக்கும் மயூரா என்ற ஏரிக்கரையில்தான் நகரம் அமைந்திருந்தது. எழுதுபலகையின் கருஞ்சாம்பல் நிறத்தில் கண்ணாடி போன்ற நீர், அதன்மேல் நடந்து செல்லலாம் என்பதுபோல் திடமாகத் தெரிந்தது. மிகச் சரியாக ஏரியின் விட்டத்திற்கு அருகில் வீடுகள் நின்றுவிட்டன என்பது விசித்திரம். ஏரியின் தாக்கத்தால் ரோஹாலா ஒரு பொம்மை நகர்போல் காட்சியளித்தது. ஒருவேளை மயூரா வற்றிவிட்டால், உதவுவதற்கு அந்த நகரில் பனாஸின் என்ற ஆற்றின் கிளையாறு ஒன்று ஓடுகிறது,. குறைந்தபட்சம் நாற்பது இரண்டு மாடி கட்டிடங்களும், மினாருடன் கூடிய மசூதி ஒன்றும் தெரிந்தன; ஆற்றின் இடதுகரையில் கோவில் ஒன்றும் இருந்தது.

ஒரு நகருக்கு, மாநகருக்கு அல்லது கிராமத்திற்கு இதயமும், ஆன்மாவும், மனமும் இருக்கிறதா? ஏரி மகிழ்ச்சிக்குரியது. ஆற்றைச் சுற்றித்தான் ஒரு நகரம் வளர வேண்டும் என்று முடிவுசெய்தது யார்? கையும் களவுமாகப் பிடிபட்டதுபோல் உணர்ந்தேன். என்னைப் பார்த்து கண்ணடித்துவிட்டு, ரோஹாலா என் முதுகிற்குப் பின்னால் வளர்ந்து விரிந்து பரவியிருக்கிறது. என் ராஜ்ஜியம் குறித்தத் தகவல் எனக்கு எவ்வாறு தெரிவிக்கப்படாமல் போயிற்று? இப்படி, எத்தனைக் கிராமங்கள் நகரங்களாகப் பருத்திருக்கின்றன? எத்தனை மெலிந்து போயிருக்கின்றன? என்ன செய்யவேண்டும் என்று தெரிந்தது. மேவாரின் ஒவ்வொரு பகுதிக்கும் செல்லவேண்டும். மக்களின் முகங்களைப் பார்க்க வேண்டும். அவர்களிடம் பேசவேண்டும். அவர்களது பயிர்கள் பற்றியும் தொழிலகங்கள் பற்றியும் கேட்க வேண்டும். அவர்களுடைய பிரச்சனைகள் என்ன? வரிகளை அவர்கள் சரியாகக் கட்டுகிறவர்களா? வருவாய்த் துறை அதிகாரிகள் ஊழல் மிகுந்தவர்களா? அந்த நுழை நரி ஆதிநாத்ஜி சொன்னது சரிதான். விவசாயம், உற்பத்தி, வணிகம் போன்றவைதான் முன்னேற்றத்திற்கான எரிபொருட்கள்: யுத்தங்கள் அல்ல. ரோஹாலாவின் செழிப்பின் ரகசியம் என்ன? இதை நகலெடுக்க முடியுமா? அல்லது ஒவ்வொரு இடத்தின் தனிச்சிறப்பையும் ஆய்வதற்கான தந்திரம் மற்றும்... சாமுண்டி. ஆற்றின் கரையிலிருப்பது சாமுண்டி கோவில். அதற்கு அடுத்ததாக இருக்கும் மாளிகைதான் நான் தேடுவது.

நீண்ட நேரமாக கதவைத் தட்டினேன். அவள் அங்குதான் இருக்கிறாளா? அந்த வீட்டினர் காட்டும் விரோதத்தை என்னால் உணர

முடிந்தது. கதவின் மீதான ஒவ்வொரு தட்டலும் சுருங்கி என்னிடம் வந்து திரும்பி கதவை நோக்கிச் சென்றது. அந்த இரண்டு அடுக்குக் கட்டிடம் தீய நோக்கம் கொண்ட ஒரு இறுக்கமான பந்தைப்போல் என்னை நோக்கித் திரும்பி வந்தது.

'யாரது?' பணியாளின் குரல் கேட்டது. அடித்துப்போட்டாற்போல் ஆழ்ந்த உறக்கத்திலிருந்து எழுந்தவனின் குரல் இல்லை. எச்சரிக்கையும், முரட்டுத்தனமும், சண்டைக்காகக் காத்திருக்கும் உணர்வும் அதில் தெரிந்தன.

'செவிலித்தாய் கௌசல்யா உள்ளே இருக்கிறாளா?

'இல்லை இளவரசே. இங்கு இல்லை'

எந்தவிதத் தொந்தரவையும் சமாளிக்கும் திறனும், தேவை என்றால் அதற்கு முடிவு கட்டவும் தெரிந்த தொழில்முறை பாதுகாவலன்போல் அவன் தெரிந்தான். ஆனால், நான் போதுமான வலிமை கொண்டவன்; மட்டுமின்றி வருங்கால ராஜா என்பதை எப்போதும் மறப்பதில்லை

'தவறான பதில். "இந்த நேரத்தில் தொந்தரவு செய்வது யார்?" என்று கேட்டிருக்க வேண்டும்'. அவனைப் பின்னால் தள்ளியபடி உள்ளே நுழைந்தேன். நீரூற்றிலிருந்து நீர் கொட்டிக் கொண்டிருந்தது. அந்த வீட்டின் அமைப்பு எனக்கு மீண்டும் கண்முன்னால் தோன்றியது. வலது பக்கம் திரும்பினேன். கௌசல்யாவின் அறை முதல்மாடியில். படிக்கட்டுகளில் ஏறி இடதுபக்கம் திரும்பி, முன் முற்றத்தைப் பார்ப்பதுபோல் அமைந்திருந்த கைப்பிடிச்சுவர் கொண்ட பால்கனி போன்ற பாதையில் ஓடி நான்காவது கதவைத் தட்டினேன். பதில் இல்லை. மீண்டும் தட்டினேன். அமைதிதான் பதில். கதவை வேகமாகத் தள்ளினேன். ஆனால், கதவு அசையவில்லை. கொஞ்சம் நிம்மதி ஏற்பட்டது. கதவை அவள் உள்பக்கம் தாழ் போட்டிருக்க வேண்டும்.

'கௌசல்யா, நீ கதவைத் திறக்கவில்லை என்றால், உடைக்க வேண்டியிருக்கும்.' பணியாள் தரைத்தளத்திலிருந்து என்னைப் பார்த்துக்கொண்டு நின்றான். வேறு மூன்று பணியாட்களும் இப்போது அவனுடன் சேர்ந்துகொண்டனர். அதில் இரண்டுபேர் பெண்கள். கதவை மீண்டும் கவனித்தேன். வெளியில் தாழ் போட்டிருந்தது. தெளிவான யுக்தி என்று சொல்லிக்கொண்டேன். தாழ்ப்பாளை நீக்கி, கதவைத் திறந்தேன். அறை இருளாய் இருந்தது. எனினும் அறைக்குள் யாருமில்லை என்பது தெரிந்தது. உள்ளே சென்று, படுக்கைக்கு அடியிலும் துழாவினேன். அவள் அங்கு இல்லை.

'மடையனே, அந்த விளக்கைக் கொண்டுவா' பணியாளை நோக்கிக் குரல் கொடுத்தேன். படிக்கட்டில் வேகமாக ஏறிவந்தவன், விளக்கை

என்னிடம் கொடுத்தான். ஒவ்வொரு அறையாகத் தேடினேன். குளியலறைகளிலும், நீர் சேமிக்கும் தொட்டிகளிலும் தேடிப்பார்த்தேன். பணியாளர் இருப்பிடங்களைத் தலைகீழாகப் புரட்டினேன். காலணிகளைக் கழட்டிவிட்டு பூஜையறைக்குள் நுழைந்தேன். ஸ்ரீகணேஷ், விஷ்ணு, சாமுண்டி, குழலிசைப்போனின் கற்சிலைகள் உள்ளே இருந்தன. தரைத்தளத்திற்கு திரும்பிச் சென்று அங்கிருந்த அறைகளில் மீண்டும் தேடினேன். கடவுளே, மிகுந்த அன்பிற்குரிய கடவுளே, அவள் எங்கே? ஒரு காலத்தில் என் தாயாக இருந்தவள், சகோதரியாகவும், எனக்கான பெண்ணாகவும், காதலியாகவும், நம்பிக்கைக்குரியவளாகவும், குருவாகவும் இருந்தவள் எங்கே? நான் மிகவும் பயந்தது உண்மையில் நடந்துவிட்டது. எவ்வளவுதான் வன்முறையாளனாக உணர்ந்தாலும் என்னால் ஷெஸாதாவைத் தொடமுடியாது என்று தெரிந்தது.

அந்த வீட்டைச் சேர்ந்தவர்கள் நாடகக் காட்சி ஒன்றிலிருந்து வெளிவந்த நடிகனைப்போல் என்னைப் பார்த்துக் கொண்டிருந்தனர். எனக்கும் குதிரைக்கும் குடிப்பதற்கு நீர் கொடுக்கும்படிக் கேட்டேன். ஒரு நீண்ட பயணம் எங்களுக்காகக் காத்திருந்தது. முன் கதவை அவர்கள் சாத்திக்கொண்டிருந்த போது, அதை மீண்டும் தள்ளித் திறந்தேன். மொட்டை மாடியில் ஓர் அறை இருந்தது. மறந்துவிட்டேன்.

அவள் நிர்வாணமாக மெத்தையில் படுத்திருந்தாள். மிக மெலிதான மஸ்லீன் துணி அவளை மூடியிருந்தது. அவள் கண்கள் சுரத்தால் மின்னின. அவள் உடம்பில் வீங்கியது போன்ற வடுக்களும் தழும்புகளும், கொப்புளங்களும் காணப்பட்டன. நான் நிலைப்படியில் நின்றிருந்தேன். எனது நுழைவால் காற்றில் ஏற்பட்ட சலனத்தால், வெங்கல விளக்கின் சுடர், பயத்தின் வசப்பட்ட பறவைபோல் நடுங்கியது. அணைந்தது.

அவள் என்ன செய்திருப்பாள் என்று எனக்குத் தெரிந்தது. ராம்காலி குன்றின் கிழக்குப் புறத்தில் சரிவான பகுதியில் இருக்கும் சதுப்பு நிலத்தில் ‘மா கா க்ரோத்’ அல்லது தாயின் கோபம் என்ற விஷ விதைச் செடி வளருகிறது; இந்தச் செடியின் பக்கம் வராமல் விலங்குகள் தாமாகவே விலகிச்செல்லும். அதை உடலில் தேய்த்துக்கொண்டு அந்த ஏழாம் நாள் இரவில் இளவரசன் பகதூரைப் பார்க்கச் சென்றிருக்கிறாள்.

பூஞ்சை பூத்த, உடைந்த தக்காளியைப்போல் கறுப்பும் சிவப்புமாக அவள் இருந்தாள். நீர் கோத்திருந்த வீக்கம் அவள் முகத்தின் அமைப்பை உருக்குலைத்திருந்தது; அதன் காரணமாக கண்கள், மூக்கு, உதடுகள் ஆகியவற்றின் ஒருங்கமைவு மாறிப்போயிருந்தது. என் ஆடைகளை மெதுவாகக் களைந்தேன். கௌசல்யா படுக்கையில் எழுந்து உட்கார முயன்றாள்; ஆனால், தளர்ந்து பின்பக்கம் சாய்ந்தாள். ‘வேண்டாம், மகராஜ் குமார். உங்களைக் கெஞ்சுகிறேன். வேண்டாம். தொற்றக்கூடிய

இந்த அரிப்பு எவ்வளவு மோசமானது என்று உங்களுக்குத் தெரியும்.'
அவளை மூடியிருந்த மெல்லிய மஸ்லீன் துணியை மென்மையாக
நீக்கினேன். மெதுவாக, மென்மையாக அவள் மேல் படுத்தேன்.

'இனிமேல் உன்னை விட்டு விலகவே மாட்டேன், கௌசல்யா'

* * *

ஜெய் ஸ்ரீ ஏகலிங்கேஸ்வர்
உனக்கு எமது ஆசிர்வாதங்கள்.

திறம் மிக்க ஒரு அரசன், ராஜ்ஜியத்திற்கும் யுத்தக் களத்திற்கும் இடையில் தனது நேரத்தைச் சரிசமமாகப் பிரித்துக் கொள்வான். வீடு திரும்பி, ராஜ்ஜியத்தின் நிர்வாகத்தின் கடிவாளத்தைக் கையிலெடுக்க வேண்டிய நேரம் இது.

யுத்தத்தை நடத்துவதும் அது எப்படி முடியும் என்று கணிப்பதும் ஒரு இளவரசனுக்கு நல்ல விஷயம். அவனுக்கான அடிப்படைப் பயிற்சி. நமது படையின் பொறுப்பை ஏற்றுக்கொண்டு, எதிரி, குஜராத் சுல்தானின் படையுடன் யுத்தத்தை நீ தொடர்ந்து நடத்தவேண்டும் என்பது எமது விருப்பம்.

ஜன்மாஷ்டமி பண்டிகையைக் கொண்டாடு. கடவுளுக்குப் பூஜைகளைச் செய். அதன்பின் இடாரை நோக்கிப் புறப்பட்டு வா. உன் வருகைக்காக காத்திருக்கிறோம்.

ஸ்ரீ சூரியனே நம
உன் தந்தை, பேரரசர் ராணா சங்கா

குமரப்பருவத்தைக் கடந்து இளைஞன் என்ற நிலையை அடைந்த நாளிலிருந்து, என் மனத்தில் மேலோங்கி நின்ற விருப்பம் மேவாரின் படைகளைத் தலைமையேற்று நடத்த வேண்டும் என்பதே. ஐந்து முக்கியப் படையெடுப்புகளில் தந்தையுடன் கலந்து கொண்டிருக்கிறேன். யுத்தத்திற்கான உத்திகளை வகுப்பதிலும் பங்கேற்றுள்ளேன். இறுதியாக நடந்த இரண்டு யுத்தங்களில் பிரதானத் தாக்குதலை தலைமையேற்று நடத்தினேன். ஆனால், இவை அனைத்தும் தந்தையின் விழிப்பு மிக்க கண்காணிப்பில், அவரது தலைமையில் நடந்தவை: ஆனால், இப்போது குஜராத் படையெடுப்பின் ஒற்றைத் தளபதியாக நான் செயலாற்ற வேண்டும். தயக்கங்கள் அல்லது அச்சங்கள் ஏதுமின்றி இந்தச் சந்தர்ப்பத்தை என்னால் கொண்டாடமுடியாது. சில மணி நேரங்களுக்குள் செய்தி பரவிவிடும். அனைத்து மந்திரிகளும், செயலர்களும், துணைச் செயலர்களும், அரசாங்கத்தில் ஏதோ ஒரு பொறுப்பில் இருப்பவர்களும்,

ஆட்சிப்பணியில் இருப்பவர்களும் சித்தோரின் மக்களும் என்னை வாழ்த்துவதற்குக் கூடிவிடுவார்கள்.

ஒரு முக்கியப் பணியை பாதியில் விடுவது அதுவும் முக்கியப் படையெடுப்பை பாதியில் விட்டுவிட்டு வருவது தந்தையின் இயல்பு கிடையாது. எந்த குறிப்பிட்டத் திட்டத்திலும், அதுவும் முக்கியமாக யுத்தம் நடந்துகொண்டு இருக்கும்போது, பாதியில் தலைமையை மாற்றுவது, வீரர்களை மட்டுமின்றி, அதிகாரிகளையும், தளபதிகளையும் குழப்பத்தில் ஆழ்த்தும்; மனச்சோர்வை ஏற்படுத்தும் என்று தந்தை சொல்வார். சிந்திக்கும் முறையில், கருத்துருவாக்கத்தில், அடிப்படைப் பாணியில், சாராம்சத்தில் மாற்றம் ஏற்படும்; ஒரு பிரச்சனையை அடையாளம் காண்பதிலும் அதற்குத் தீர்வைக் கண்டறிவதிலும் மாற்றம் ஏற்படும்; இவை அனைத்தும், ஒன்றாகச் செயல்படும் குழுவின் உந்துதலில், அவர்கள் ஒத்திசைவாக இயங்குவதில் எதிர்மறைத் தாக்கத்தை ஏற்படுத்தும். மால்வா, டில்லி, குஜராத் ராஜ்ஜியங்களுக்கு எதிரான யுத்தங்களில் நாங்கள் வெற்றி பெற்றதற்கு யுத்தத்தின் போக்கு அந்த அரசுகளுக்குச் சாதகமாக இல்லை என்ற காரணத்தால் அல்ல; படையின் தலைமையை அந்த அரசர்கள் திடீரென்று மாற்றியதுதான் என்று தந்தை சொல்லியிருக்கிறார்.

தனது அடிப்படைக் கொள்கைகளில் ஒன்றை தந்தை ஏன் கைவிடுகிறார்? மேவாரின் படைக்குப் பிரதம தளபதியாக நான் ஆகப்போவதற்கு கர்மாவதியின் திறமையான ராஜதந்திர நடவடிக்கைகளுக்கு நன்றிக் கடன் பட்டிருக்கிறேனா?

கடந்த ஒன்றரை மாதங்களில் எண்ணற்ற திருமுகங்களை தந்தைக்கு அவர் அனுப்பியிருக்கிறார்; ஒரு நாளைக்கு இரண்டு கடிதங்கள் கூடச் சென்றிருக்கின்றன. இடைமறித்து அவற்றை அழித்துவிடுவோமா என்றும் நினைத்ததுண்டு. ஆனால், தனிநபர்களுக்கு இடையிலான தொடர்புகளை நீங்கள் கண்காணிக்கத் தொடங்கிவிட்டால் சந்தேகமும் துன்பமும் நிறைந்த முடிவேயில்லாத பள்ளத்திற்குள் விழுந்துவிடுவீர்கள். ராணி கர்மாவதியை தந்தையுடன் குழப்பிக்கொள்ளக்கூடாது என்பதுதான் இதில் முக்கியமானது.

கதை சொல்கிற மனிதனைக் குற்றவாளி என்று சொல்லிவிட முடியாது; அந்தக் கதைகளைக் கேட்பவனே குற்றவாளி. ராணி கர்மாவதியோ, அவரது பிரதான ஹிஜிரா பிருஹன்னடாவோ, வரிசையாக நிற்கும் ராணியின் துதிபாடிகளோ, அல்லது, ராஜ்ஜியத்தின் ஏதாவது ஒரு அமைச்சரோ தந்தையின் காதுகளில் எதையாவது கிசுகிசுக்கலாம். அல்லது ரகசியமாகக் கூறலாம்; என்னைப் பற்றி அவருக்கிருக்கும் கடந்தகால அனுபவத்தைக் கணக்கில் கொள்ளாமல், கிடைத்த

தகவல்களைப் பாரபட்சமின்றி ஆய்ந்து பாராமல், காதில் விழுந்த விஷயங்களின் அடிப்படையில் செயல்பட்டால், அது அவரது பொறுப்பு. அவருடையது மட்டுமே. தற்சமயம் ராணி வைக்கும் வேண்டுகோள்களும் எச்சரிக்கைகளும், ஆலோசனைகளும், தந்தையின் மனசாட்சிக்கும், நியாயமான செயல்தன்மைக்கும் எதிராகப் போராடுகின்றன. எங்களில் யாரையும் அதிருப்திக்கு ஆளாக்க அவர் விரும்பவில்லை. நடுநிலைப் பாதை என்ற தங்கமான வழிமுறை அற்புதமான கொள்கைதான்; ஆனால், அரசியல் பரிவர்த்தனைகளில், நீங்கள் எல்லோரையும் மகிழ்ச்சியில் வைத்திருக்க முடியாது.

ஆனால், இப்போது தந்தை செய்வது, ஒருவருக்கு எதிராக மற்றவரை விளையாட வைப்பது; என்னைப் பிரதான தளபதி ஆக்குவதன் வழியாக, சித்தோருக்கு அவர் வரும்போது குறுக்கே நான் வராமல் பார்த்துக் கொள்வது; உத்தேசமாக அச்சுறுத்தலுக்கு ஆளாகியிருக்கும் மகுடத்தைப் பாதுகாப்பதும், விக்ரமை விடுதலை செய்வதும் இருக்கும்.

இருப்பினும் உடனடியாக நான் புறப்பட விரும்பவில்லை. அதற்கு வேறு காரணங்கள் இருந்தன. மேவாரின் எதிர்காலத்திற்கு மிக முக்கியமானது என்று கருதும் திட்டம் ஒன்றின் முயற்சியில் ஈடுபட்டுள்ளேன்.

மக்களின் சுகாதாரத்தை முக்கியமாகக் கருதுகிறேன். அதனால், கழிவுநீர் வடிகால் அமைப்பிற்கு உச்சபட்ச முன்னுரிமை தர விரும்புகிறேன். ஆனால், குடிநீர் மற்றும் கழிவுநீர்த் திட்டங்கள் புகைமூட்டமாகத்தான் இருக்கின்றன. எனது முக்கியமான அக்கறை கோட்டையுடன் தொடர்புடையது. வலிமையான, பாதுகாப்பான, மிகப்பெரிய கோட்டைகளும் சந்திக்கக்கூடிய ஒரு பிரச்சனை குறித்து பல ஆண்டுகளாக ஆலோசித்து வருகிறேன். சித்தோர் அத்தகையதொரு பாதுகாப்பு அரண். நல்ல உயரத்தில் அமைந்திருக்கிறது. நகரம் அமைந்திருக்கும் மேட்டுப் பரப்பு, மூன்று மைல் நீளத்திற்குப் பரந்து கிடக்கிறது. வற்றாத நீரோடைகளும், பெரும் காடுகளும் நிறைந்தது. யாராலும் வெல்லமுடியாத, கைப்பற்றமுடியாத கோட்டை என்றால், அது சித்தோர்தான். எனினும், டில்லியின் அலாவுதீன் கில்ஜி நடத்தியது போன்ற ஒரு நீண்டகால முற்றுகை, சித்தோரை அவன் காலடியில் மண்டியிடச் செய்தது; கோட்டையைப் பாதுகாத்த ராஜபுத்திர வீரர்கள் அனைவரையும் கொன்றது.

கோட்டை அமைப்பில்தான் பிரச்சனை இருக்கிறது என்று சில காலம் நம்பியிருந்தேன். பாதுகாப்பான புகலிடம் என்று ஏறக்குறைய அதை நான் ஏற்றுக்கொண்டேன். எனினும் அந்த இடம், உடனடியாக என்னை மூடிவிடுங்கள் என்று கதறும் ஒரு பொறியைத் தவிர

வேறொன்றுமில்லை. எதிரிப் படைகள் கோட்டை நோக்கி வரும்போது நாங்கள் அதைத்தான் செய்வோம். கோட்டையின் அனைத்து வாயில்களையும் பூட்டி சாவிகளைத் தூக்கியெறிந்து விடுவோம். பல மாதங்கள் பட்டினியில் தள்ளப்பட்டு சோர்ந்து போகும் எங்களுக்கு, அந்த இக்கட்டிலிருந்து வெளிவர இறுதி நம்பிக்கை எதிரிதான். அவன் மட்டுமே எங்களை விடுவிக்கமுடியும். அவன் முற்றுகையை விலக்கிக்கொள்ள வேண்டும் அல்லது வாயில்களை உடைத்து உள்ளே வரவேண்டும்.

பல மாதங்களுக்கு இதைப்பற்றி யோசித்தேன்; அறிந்த விஷயத்தையே எப்படிச் செய்யலாம் என்று யோசித்து நேரத்தை வீணடித்தேன். கோட்டை சரியான தீர்வாக இருக்கமுடியாது. போதுமான பாதுகாப்புத் தரக்கூடியதாக இல்லாவிட்டாலும், இப்போதும் கோட்டைதான் செயலுக்குச் சாத்தியமானதாக இருக்கிறது. அப்போது, பிரச்சனையிலிருந்து வெளியேற வழியில்லையா? சக்தியையும் கற்பனையையும் 'வெளியேற வழி' என்ற சொற்றொடரில் குவிக்கும் போது, இருக்கிறது என்பதை உணர்ந்தேன். சித்தோரின் மிகப்பெரிய சொத்து, குன்றின் சரிவுகளை மூடியிருக்கும் அடர்த்தியான காடுகள். எனது திட்டம் இதுதான். கழிவு நீர் வடிகால் அமைப்பிற்காகத் தோண்டுவது என்ற போர்வையில், சித்தோர் அமைந்திருக்கும் மலையின் நிலப்பரப்பிற்குக் கீழ், காடுகளால் மூடப்பட்டிருக்கும் இடங்களில் மறைவாக, ரகசியமாக, அகலமான பெரும் சுரங்கப்பாதைகள் ஏழு அல்லது அதற்கு மேல் அமைப்பது. சுரங்கப்பாதையின் கதவுகளை உட்புறம் இருந்துதான் திறக்கமுடியும்.

முற்றுகை தவிர்க்கமுடியாது என்ற நிலையில் முதல்காரியமாக, குழந்தைகளையும் பெண்களையும் அப்புறப்படுத்த வேண்டும். (அனைத்தும் இழந்த நிலையில் ஜோஹர் தீயை மூட்டி பெண்கள் தீரத்துடன் குதித்துவிடுவார்கள்; எனினும், இடைப்பட்ட நேரத்தில் அவர்களை எப்படி பாதுகாப்பது என்ற கவலை ஆண்களின் மனத்திடத்தைக் குலைத்துவிடும்). உணவையும், விறகையும், ஆயுதங்களையும், வெடிமருந்துகளையும் முடிந்த அளவு கோட்டையில் சேர்த்து வைத்துக்கொள்ள வேண்டும். யுத்தத்தால் மக்கள்தொகை குறையும் என்றாலும், கோட்டையில் சேமிக்கப்படும் பொருட்கள் வரம்பிற்கு உட்பட்டவைதானே.

உணவுப் பொருட்களும், நீரும் குறைந்துவிட்டன; எங்களது மன உறுதி தளர்ந்துவிட்டது என்று எதிரி நினைக்கும்போது பாதிப் படையுடன் இரவு நேரத்தில் வெளியில் செல்லவேண்டும்; குகைப்பாதைகளின் வழியாகக் கோட்டைக்கு வெளியில் சென்றுவிட வேண்டும்.

சாத்தியமானால், புயலும் இடியும் மழையும் சேர்ந்த இரவாக அது இருக்கலாம். அதற்கு சாத்தியமில்லாத பட்சத்தில் வீரர்கள் வெளியேற உதவியாக, எதிரியைத் திசை திருப்ப, பயன்தரும் உத்தியைத் திட்டமிட வேண்டும். வெளியில் சென்றபிறகு இரவில் படைவீரர்களை ஒன்றுசேர்க்க வேண்டும்; எதிரி எதிர்பாராத சமயத்தில் அவனைப் பின்புறம் தாக்கி அவர்கள் படையில் குழப்பம் உண்டாக்கவேண்டும். இந்த இரவுத் தாக்குதல் தோல்வியடைந்தால், கோட்டையிலிருக்கும் மீதிப் படையையும் அடுத்தநாள் இரவு வெளியேற்றிவிட வேண்டும்.

கோட்டைக்குள் அடுத்தநாள் நுழையும் எதிரி ஆவிகள் உலவும் நகரையும் கோட்டையையும்தான் பார்ப்பான். நிச்சயமாக, முடிந்தவரையிலும் கொள்ளையடிப்பான், கண்ணில் பட்ட அனைத்தையும் எரிப்பான். நீங்கள் சாகும்வரை போராடினாலும் அவன் இதைத்தான் செய்வான். கோட்டைக்குப் பாதுகாப்பாக சிறு படையை நிறுத்திவிட்டு, கொள்ளைப் பொருட்களுடன் எதிரிப் படை சித்தோரைவிட்டு வெளியேறும்; தொடர்ச்சியான உடலுழைப்பால், தளர்ந்து, சோர்ந்து வீடுதிரும்பும் படைப்பிரிவை உங்களிடமிருக்கும் அனைத்துச் சக்தியையும் திரட்டித் தாக்கவேண்டும். எதிரியை முற்றிலும் அழித்துவிடுவது நல்லது. மறுநாள் மிக மோசமாகச் சேதமடைந்திருக்கும், ஏறத்தாழ உணவுப் பொருட்கள் எதுவுமின்றி இருக்கும் உங்களது கோட்டையைத் தாக்கி, அதை விரைந்து கைப்பற்றிவிட வேண்டும்.

மிகவும் குறைவாக, புறப்படுவதற்கு நாற்பத்தெட்டு மணி நேரமே எனக்கு இருக்கிறது; அதற்குள் எனது விவகாரங்களை முடிக்கவேண்டும்; பயணத்திற்குத் தேவையானவற்றை மூட்டை கட்டிக்கொள்ள வேண்டும்; விடைபெறல்களை முடித்துக்கொள்ள வேண்டும். ஆனால், சித்தோரை விட்டுப் புறப்படும் முன் நகரத் திட்டமிடல் அதிகாரி சகஸ்மாலைச் சந்திக்கவேண்டும். குகைப்பாதை குறித்த என் திட்டத்தை அவரிடம் முதலில் கூறியபோது அவரால் நம்பமுடியவில்லை. இதைப் போன்ற லட்சியத்துடன் கூடிய பெரும் திட்டத்தை உருவாக்கி முடிக்க நீண்ட காலம் ஆகுமே என்று கவலைப்பட்டார்

'வெற்றிக் கோபுரத்தை ராணா கும்பா ஓரிரவில் கட்டி முடிக்கவில்லையே'

'இளவரசே, வெட்டவெளியில் உறுதியான பாறையில் கட்டிடம் கட்டுவது மிகவும் எளிதானது பாறையை மைல் கணக்கில் தோண்டுவது கடினமானது. முன்னதில், ஒரு கல் மீது இன்னொரு கல்லை அடுக்குகிறீர்கள். அவ்வளவுதான். பின்னதில் நாட்கணக்கில் வெட்டி எடுத்தால்தான் ஒரு அங்குல அகலத்திற்குப் பள்ளம் தோண்ட முடியும்'

அவர் கூறிய இந்த மிகச்சாதாரண எடுத்துக்காட்டு திட்டத்திற்கு எவ்வளவு உழைப்புத் தேவைப்படும் என்ற பிரச்சனையைப் படம்போட்டு விளக்கியது.

'நீங்கள் கூறுவதுபோல், வெற்றிக்கோபுரம் கட்டியதற்கு ஆனதைவிட அதிக நாட்கள் ஆகும் இல்லையா? இருக்கட்டும், அதனால் என்ன? இந்தக் குகைப் பாதைகள் நம் குழந்தைகளுக்கும் அவர்களின் குழந்தைகளுக்கும் பல நூற்றாண்டுகள் பயன்படும். அத்துடன், முற்றுகைகளின்போது இவை நம்மை உண்மையில் காப்பாற்றும் என்றால், சமதரை வேலைக்கு பயன்படுத்துவதைவிட அதிக அளவு ஆட்களை, இரண்டு அல்லது மூன்று மடங்கு ஆட்களை இதற்கு நாம் பணிக்கமர்த்துவோம்'

'இரண்டாவது பிரச்சனை தீர்வு காண முடியாத அளவிற்கு மிகவும் சிக்கலானது. அதாவது குகைப்பாதைகளில் மூச்சுவிடக் காற்று? அது குறித்தும் கவலைப்படுகிறேன்'

'தோண்டும்போதா அல்லது அதன் பிறகா?'

'இரு சமயத்திலும். ஆனால், குறிப்பாக ஆண்டுக்கணக்கில் மூடப்பட்டிருக்கும் குகைப்பாதையை, எப்போதாவது பயன்படுத்தும் நேரத்திலும் என்ன செய்வதென யோசிக்கிறேன். அப்போது, நச்சுக் கழிவுகள் நிறைந்து, ஆபத்தை விளைவிக்கும் இடமாக பாதை மாறியிருக்கும்'

'சித்தோர் உயரமான இடத்தில் அமைந்துள்ளது; ஆனால் மிகவும் உயரத்தில் அல்ல. அதனால், நிலத்தின் அடியில், அதன் வயிற்றில் ஒன்றிரண்டு மைல்கள் தோண்டத் தேவையில்லை. காற்றோட்டத்திற்கு நாம் ஏதாவது வழிமுறை கண்டுபிடிக்கவேண்டும். பறவைகளை உள்ளே விட்டு அவை உயிர்வாழ முடிகிறதா என்று பார்க்கலாம். இத்திட்டத்தை நானும் மேம்படுத்த முயல்கிறேன், உங்களுக்குப் புரிகிறதா? உங்களது கவலைகளை நான் புறம்தள்ளவில்லை, அல்லது குறைத்தும் மதிப்பிடவில்லை. ஒருவேளை வளைந்து கொடுக்காத வேறு சில பிரச்சனைகளும் இருக்கலாம். அவற்றிற்கான தீர்வை உங்களிடம் விட்டுவிடுகிறேன். கொஞ்சம் சிந்தியுங்கள் சகஸ்மால்! இந்தத் திட்டத்தை நம்மால் முடிக்க முடிந்தால், எவ்வளவு உயிர்களை நம்மால் காப்பாற்ற முடியும். நாம் தப்பித்து உயிர்வாழ்ந்தால், பின்னொரு சமயத்தில் எதிரிகளை நம்மால் வீழ்த்த முடியும். முதன்முதலில் சந்திக்கும்போது வெற்றிக்கோபுரம்தான் கட்ட விரும்புகிறேன் என்று நீங்கள் என்னிடம் கூறவில்லை. ஆனால், இவற்றை சகஸ்மாலின் வெற்றிக் குகைப்பாதை என்று நாம் அழைக்கலாம். எதிர்காலத் தலைமுறை உங்களுக்கு எவ்வளவு நன்றிக்கடன் பட்டிருக்கும் என்று கொஞ்சம் கற்பனைசெய்து பாருங்கள்'

‘முதல் திட்ட வரைவை நீங்கள் எப்போது பார்க்க விரும்புகிறீர்கள்?’

‘நீங்கள் சொல்லுங்கள்’

’இன்றிலிருந்து நான்கு வாரங்களில். என் மகன் தனிப்பட்ட முறையில் அவற்றை உங்களிடம் கொண்டுவந்து தருவான்’

‘அவை வேறு யார் கையிலும் கிடைத்துவிடக் கூடாது’

‘வரைபடத்தில் குறியீடுகளைப் பயன்படுத்துவேன். அனைத்துக் குகைகளும் தரைக்குமேலே இருப்பதுபோல் காட்டப்படும்; அதனால், சாதாரணமாகப் பார்க்கையில் அபத்தமான வரைபடமாக, முற்றிலும் புரிந்துகொள்ள முடியாததாக இருக்கும்’

‘நல்லது. உங்களால் ராஜ்ஜியத்திற்கு என்ன செய்ய முடிகிறது என்று பார்ப்போம்’

‘வெற்றி கிடைக்கட்டும், இளவரசே’

இறுதியாக ஒரு வேலை இருந்தது. முல்லாவை அழைத்துவரச் சொன்னேன். ‘உங்களது பிரார்த்தனையா, அல்லது எங்கள் கோவில் அர்ச்சகர்களின் பிரார்த்தனையா? எது பயனளித்தது? எங்கள் கடவுளர்களா? அல்லது உங்களது ஒற்றைக்கடவுளா? ஷெஸாதாவைக் காப்பாற்றியது யார்?’

முல்லா குழப்பத்துடன் பார்த்தார். இளவரசனை அதிருப்திக்கு ஆளாக்க அவர் விரும்பவில்லை; அதேசமயத்தில் அவரது கடவுள் அவர்மீது கோபம் கொள்வதையும் விரும்பவில்லை.

‘சிரமப்படாதீர்கள், முல்லா. இந்தாருங்கள், உங்கள் மசூதியைச் சீரமைக்கத் தேவையான பணம்’.

குழலிசைப்போன் நள்ளிரவில் பிறந்தவன்; ஆகவே ஜன்மாஷ்டமி பண்டிகையின் அதிகாரப்பூர்வ பூஜை அந்த நல்ல நேரத்தில்தான் நடக்கும். ஆனால், ஏகலிங்கேஸ்வர்தான் எங்கள் குடும்பக் கடவுள். அனைத்துக் கடவுளர்களுக்கும் முதன்மையானவர். எனவே, இரவு முழுவதும் விழித்திருந்து கொண்டாடும் கௌரவம் அவருக்கு மட்டுமே உரியது. குழலிசைப்போனுக்கான குடும்ப பூஜை இரவில் நடக்கும் தனிப்பட்ட வழிபாடு. பொதுமக்கள் கலந்துகொள்ளும் விழா மறுநாள் மாலைதான் நடக்கும். அவனுடன் தொடர்புகள் அனைத்தையும் முழுமையாகத் துண்டித்துக் கொண்டுவிட்டேன். ஆனால் இது அரச முறை காரியம். மேவாரின் அரசர்கள் பிருந்தாபாணி கோவிலுக்கு எப்போதும் செல்வார்கள். ஆரத்தி எடுப்பார்கள், சியாமளனின் பாதங்களைத் தொட்டு

கண்களில் ஒற்றிக்கொள்வார்கள். பிரசாதம் சாப்பிடுவார்கள். சித்தோரின் குடிமக்களுக்கு ஜன்மாஷ்டமி அன்று தாராளமாக இனாம்களை அளிப்பார்கள். அவனுடன் எனக்குத் தனிப்பட்ட மோதல் இருந்தாலும், மரபை மீறப்போவதில்லை. அரசாட்சி, நிறுவனங்களால்தான் நிலைப்பெற்றிருக்கிறது; மரபைக் காட்டிலும் பெரிய நிறுவனம் வேறெதுவும் இல்லை.

அது அரசு நிகழ்வு. முழுமையான அரச உடை தரிப்பதற்குக் கௌசல்யா எனக்கு உதவினாள்: மஞ்சள் பட்டு வேட்டி, அழகான, வெள்ளி ஜரிகை வேலைப்பாடுகள் கொண்ட சந்தன-வெண்மை நிறத்தில் துக்லோ. குழப்பமடைய ஒன்றுமில்லை; வெண்மை மீது வெண்மை. இந்த நுண்மையான அழகை அரசவையில் சிலரால் மட்டுமே பகுத்துணர முடியும். கவனித்துப் பாராட்டுவார்கள். வெள்ளை இறகுகள் செருகப்பட்ட பச்சை வண்ணத் தலைப்பாகை. கௌசல்யாவின்முன் தலைகுனிந்து பதினான்கு வடங்கள் கொண்ட தங்கத்தாலான மீனாகாரி கழுத்தணியை அணிந்து கொண்டேன்.

‘முகம் பார்க்கும் ஆடியை எடுத்து வரட்டுமா?

நான் தலையை ஆட்டினேன். எனது உருவத்தை நானே பார்த்துக்கொள்வதில் எனக்கு விருப்பமில்லை. ‘நீ சொல், நான் எப்படி இருக்கிறேன்?’

’எதிர்கால ராஜாவைப் போல். குடிமக்களின் மனத்தில் எந்த மாதிரித் தாக்கத்தை ஏற்படுத்துகிறோம் என்பது ராஜாவுக்கு எப்போதும் தெரிந்திருக்க வேண்டும்’.

‘சரி, எடுத்து வா’. ஆடியில் தீவிரமான, ஆழ்ந்த சிந்தனை நிரம்பிய பார்வையுடன் ஒரு இளைஞனைப் பார்த்தேன். மிக ஆழமான கண்கள், நல்ல இடைவெளியில் அமைந்த புருவங்கள், உறுதியான மூக்கு, அகண்ட வாய்; தலைப்பாகைக்குள் இருந்த, தளர்ந்த நீண்ட அடர்த்தியான ஒழுங்கான முடி. எப்போதும் கவலையில் ஆழ்ந்திருக்கும் தீவிரமான மனிதனாக கடந்த சில ஆண்டுகளில் எப்படி மாறினேன்?

எனது சகோதரர்கள், பிரதம அமைச்சர் பூரண்மால்ஜி, ஆதிநாத்ஜி, உள்துறை அமைச்சர், சித்தப்பா லக்ஷ்மண் சிம்மாஜி மற்றும் பிற அமைச்சர்களும், முக்கியமான உயர்பதவி வகிப்பவர்களும் அரண்மனைக்கு வெளியில் காத்திருந்தனர். அனைவரும் என்னை வணங்கி மரியாதை செலுத்தினர். பட்டத்து யானை டு்ஃபானின் மீது ஏறியமர்ந்தேன். பதட்டமின்றி, நம்பிக்கையுடன், எப்போதும்போல் என் மீது கவனத்துடன் இருந்தேன். பொது நிகழ்வு ஒன்றில் பேரரசரின் இடத்தில் முதன் முறையாக நிற்கிறேன். அந்த நிகழ்வின் பகட்டையும்

தாக்கத்தையும் அறிந்த உணர்வுடன் நின்றிருந்தேன். சாலைகளை நகரத்து மக்கள் நிரப்பிக் கொண்டிருந்தனர். உப்பரிகைகளிலிருந்து எட்டிப் பார்த்தனர்; ஆபத்துடன் ஜன்னல் விளிம்புகளில் நின்றிருந்தனர். மேல் தளங்களிலிருந்து எட்டிப் பார்த்தனர். தந்தையும் நானும் நீண்ட ஆயுளுடன் இருக்க வேண்டுமென வாழ்த்தினர்.

வெளிப்படையாக அவர்கள் காட்டிய பாசமும் அன்பும் என்னை நெகிழ வைத்தன. அவர்களது நம்பிக்கை என்னையும் ஆட்கொண்டது. என்னுடன் வாருங்கள், குஜராத் படைக்கு எதிராக யுத்தம்செய்யுங்கள் என்றால், கேள்விகேட்காமல், தயங்காமல் என்னுடன் வருவார்கள். என் மீது அவர்கள் பூக்களைத் தூவினர். பெண்கள் நெற்றியில் விரல்களை வழித்து நெட்டி முறித்து திருஷ்டி கழித்தனர். அவர்களை நோக்கிக் கையசைக்கவேண்டும், அனைவரையும் தழுவிக்கொள்ளவேண்டும் என்று விரும்பினேன். மாறாக எதிர்காலத்து அரசனைப்போல், லேசான புன்னகையுடன், மயக்கத்துடன் அவ்வப்போது கைகளை உயர்த்தி அசைத்தேன்.

வலது பக்கம் மகாராணா கும்பா ராஜபாதையில் திரும்பியபோது, அந்தக் குரலைக் கேட்டேன். அந்த மழைநாளில் முதன்முதலாகக் கேட்ட அதேகுரல். நிச்சயம், பகல் கனவுதான் காண்கிறேன். சந்தேகமில்லை. இந்த இடத்தில் அவள் என்ன செய்கிறாள்? கடவுளே அவளுக்கு இப்போது என்ன தேவை? தனித்தனியாக, சுயேச்சையான வாழ்க்கையை வாழ்ந்துவருகிறோம்; அதனால் அவள் எங்கிருக்கிறாள் என்பதோ, என்ன செய்கிறாள் என்பதோ எனக்குத் தெரியாது. நொண்டிச் சாக்குதான். சிறு குற்றங்களை விசாரிக்கும் நீதிமன்றத்திற்கு இதைக் கொண்டுசென்றாலும் அபத்தமான, அனுமதிக்கமுடியாத வழக்காகத்தான் இருக்கும்.

மனைவியின் நடவடிக்கைகள் பற்றி எதுவும் தெரியாதவனாக இந்த ராஜ்ஜியத்தின் மகராஜ் குமார் இருக்கிறான் என்றால், அவன் துறவியாகி மலைகளில் சென்று வாழ்வதுதான் நல்லது. மனைவியைக் கட்டுப்படுத்த முடியவில்லை என்றால், குடிமக்களையும் ராஜ்ஜியத்தையும் எப்படி கவனிப்பான்? இன்று ஜன்மாஷ்டமி. குழலூதுவோனின் பிறந்த நாள் என்று எனக்குத் தெரியாதா? மனத்தை மாற்றிக்கொண்டு சியாமளனை மறுத்துவிட்டு என்னிடம் வந்து, என்னோடு உறங்கவேண்டும் என்று எதிர்பார்க்கிறேனா? வேறு யாரையும் குற்றம்சொல்ல முடியாது. என்னைத்தான் சொல்லவேண்டும். விக்கிரமாதித்தனின் உதவியால் ஏற்கனவே அனைவரும் அறிந்தவனாக, நகரத்தின் கிசுகிசுவாக ஆகிவிட்டேன். இல்லையென்றால் மேவாரில் நடக்கும் அனைத்து பவாய் மற்றும் நவ்டங்கி கூத்துகளிலும், நகைச்சுவை நாடகங்களிலும் நடத்தைத் தவறிய பெண்ணின் கணவனாக, கோமாளியாக, முட்டாளாக நான் பேசப்பட்டிருப்பேன்.

எதை எதிர்ப்பார்க்க வேண்டும் என்பதை அறிந்திருந்தேன். நேர்ப்பார்வையை முகத்தில் தேக்கி, முன்னால் பார்த்தபடி அமர்ந்திருந்தேன். கொஞ்சம் கர்வமாக முகத்தை வைத்துக்கொண்டால், குறைந்தபட்சம் முகத்திற்கு எதிராக உங்களைக் கேலிசெய்ய மாட்டார்கள், நகைச்சுவையாகப் பேசமாட்டார்கள் என்று சொல்லிக்கொண்டேன். ஆனால், மேவாரின் மக்கள் நல்ல நகைச்சுவை மனநிலையில் இருந்தார்கள். மகராஜ் குமார் பொது இடத்தில் அவமானப்படுவதைக் கண்டுகொள்ளாமல் இருக்கவே விரும்பினர். நாங்கள் இப்போது, மத்திய சாலையில் அதாவது பப்பா ராவல் சாலையில் சென்று கொண்டிருந்தோம். சித்தோரை அந்தச் சாலை சரியாக இரண்டாகப் பிரிக்கிறது. ஒவ்வொரு ஐம்பது கெஜ தூரத்திற்கும் இருபத்தைந்து அல்லது முப்பது அடி உயரத்தில் பானை ஒன்றைக் கயிற்றில் கட்டித் தொங்கிவிட்டிருந்தனர். கொடிகளும் பூக்களும் அந்தக் கயிற்றைச் சுற்றியிருந்தன. இப்படி ஒரு அலங்காரத்தை இதுவரையிலும் பார்த்ததில்லை. அந்தப் பானைகளில் குழலிசைப்போனுக்குப் பிடித்த வெண்ணையும் தயிரும் இருக்குமோ?

விடைக்காக நீண்ட நேரம் காத்திருக்கத் தேவையில்லாமல் போயிற்று. தலைக்குமேல் தொங்கிய பானையில் அடிவிழும் சப்தம் கேட்டது. முதல் எதிர்வினையாக குனிந்து தலையை விலக்கிக்கொண்டேன். என் மேல் பால்பொருட்கள் கொட்டுவதை அனுமதிக்கும் மனநிலையில் நானில்லை. நல்வாய்ப்பாக தலையை உடனே நிமிர்த்திக் கொண்டேன். முட்டாள் போல் நடந்து கொள்ளவில்லை. பூவிதழ்களின் மழை என்மேல் பெய்தது. அந்த ஏழாவது பானை உடைக்கப்பட்டுக் காலியானபோது, ரூ்ஃபானை மட்டுமல்ல, அந்தச் சாலை முழுவதையும் இளஞ்சிவப்பு, மஞ்சள், வெள்ளை, சிவப்பு பூவிதழ்கள் மூடியிருந்தன.

மயில்கள் எல்லாம் எங்கு போயின? தனிமையில் அவை எழுப்பும் கூக்குரல் வளையங்கள் என் மனைவியின் பாடலை ஏன் மூழ்கடிக்கவில்லை?

சூரியனை இன்று பார்த்தாயா?
மயில் நீலம் ஆகிவிட்டான்
என் நாவை காலையில் பார்த்தேன்,
அதே நீலம், அடர் நீலம்.
நீலச் சாமந்திகள், நீலக் காக்கைகள், நீலப் புற்கள்
என் விழியிலும் நீலம் படர்ந்திருக்கலாம்.
நாட்காட்டியைத் தற்செயலாய் பார்த்தேன்.
ஆண்டின் அத்தனை நாட்களையும்
பொறுமையற்றுப் பார்த்திருந்தேன்
நிச்சயமாக, இந்த நாள் தவிர்த்து.
நீலப் பிறந்த நாள் வாழ்த்துகள், என் அன்பே.

ஆதியும் அந்தமும் அவர்களுக்கு இல்லை
எனினும்
கடவுளர்க்கு பிறந்தநாள் என்றொன்று உண்டா?
என் அன்புக்குரியவனின் வண்ணம் நீலம்
எனது பிரபஞ்சத்தின் வண்ணம் நீலம்

கெட்டுப்போனவள், வேசி, பரத்தை,
பலரோடு உறவு வைத்திருப்பவள்,
விபச்சாரி என்று என்னைச் சொல்கிறார்கள்
உன்னைக் கெஞ்சுகிறேன், அவர்களிடம் சொல்
உன்னை வேண்டுகிறேன், அவர்களிடம் சொல்
என் கௌரவத்தைக் காப்பாற்று, என் அன்பே,
என் கௌரவத்தைக் காப்பாற்று
நான் யாரென்று, அவர்களிடம் சொல்,
கடவுளின் மனைவி, அதைவிடக் குறைவில்லை
என்னால் உனக்கு அவமானமா,
இருண்மையான ரகசியமாய்
என்னை ஏன் வைத்திருக்கிறாய்?
நான் உன்னுடையவள்,
அவர்களிடம் சொல்.
கடவுளின் முன்னிலையில் உன்னைச்
சட்டப்படியாக மணந்தவள்
சூரியனும், சந்திரனும், நட்சத்திரங்களும்
எனக்கான சாட்சியங்கள்
அவர்களிடம் சொல்,
இறுதிமூச்சு வரை
நான் சலனமற்றவள், உன்னுடையவள்.
என் கௌரவத்தைக் காப்பாற்று, அன்பே,
என் கௌரவத்தைக் காப்பாற்று.
இன்று சூரியனைப் பார்த்தாயா?

பிருந்தாபாணி கோவிலின் தலைவாயிலில் நின்றிருந்தோம். குழலிசைப்போனின் ஆயிரம் பெயர்களில் ஒன்றை திரும்பத் திரும்ப வெறித்தனமாக உச்சரித்தனர்; பாடலும் குரலும் உயர்ந்தன. டூஃபானின் முதுகிலிருந்து மெதுவாக இறங்கினேன். 'என் கௌரவத்தைக் காப்பாற்று' என்று அவள் திரும்பத் திரும்பக் கதறிக் கொண்டிருந்தாள். என் அன்புள்ள மனைவியே, தவறாகப் புரிந்துகொண்டு இருக்கிறாய். என் கௌரவமும் மேவாரின் கௌரவமும்தான் காக்கப்பட வேண்டும்! காலணிகளைக் கழட்டினேன். பிரதான்ஜியும் சித்தோரின் ஆளுநரும் என் பார்வையைத் தவிர்த்தனர். அவர்களுக்குப் பாடுவது யாரென்று தெரியுமா? ஊர்வலத்தில் உடன் வந்த அரசவை உறுப்பினர்களும், ராவ்களும், ராவத்களும்

பாடுவது யார் என்று அறிவார்களா? இந்த நேரத்திலும், அவர்களுக்குத் தெரியாதென்று என்னை ஏமாற்றிக்கொள்ளவே விரும்பினேன். நிச்சயம் அவர்களுக்குத் தெரிந்திருக்கும். ஒரு வயதானவர் குனிந்து பாதங்களைத் தொட்டார். அவர் கைகளைப் பிடித்து எழுப்பி நிறுத்தினேன். அவர் என்னை வருத்தத்துடன் பார்த்தார். தலையை ஆட்டியவாறு குறிப்பாக எவரைப் பார்த்தும் இல்லாமல் பொதுவாகச் சொன்னார். 'இளவரசியே, துறவிகளின் தொடர்பிலிருந்து விலகுங்கள். மேர்த்தா உங்களால் அவமானப்படுகிறது. அதுபோல் சித்தோரும் அவமானப்பட வேண்டுமா?'

எனது அவலநிலை மீது அவருக்கிருந்த வருத்தம் எனக்குள் இருந்த ஏதோ ஒன்றைத் தொட்டது. ஆனால், அதை வெளிக்காட்டப் போவதில்லை. நூறு படிகளையும் பக்தியுடன் ஏறினேன்; பொதுமண்டபத்தையும் கல்யாண மண்டபத்தையும் கடந்தேன். கூடியிருந்த ஆயிரக்கணக்கான மக்களைக் கட்டுப்படுத்த காவலர்கள் மிகவும் சிரமப்பட்டனர். சலங்கையைக் காலில் கட்டிக்கொண்டு அவர்கள் முன்னிலையில் என் மனைவி நடனமாடிக் கொண்டிருந்தாள். ஒருவித மயக்க நிலையில் ஆடிக்கொண்டிருந்தாள். தெளிவற்ற சிவப்பு வண்ணமாக அவளது காக்ரா சுழன்றது. அவள் துப்பட்டாவும் சோளியும் வியர்வையால் நனைந்திருந்தன. எனினும், உடல் தெரியுமளவு இன்னும் நனையவில்லை. எவ்வளவு நேரமாக அவள் ஆடிக்கொண்டிருக்கிறாள்? ஒரு பெண்ணுக்கு மட்டும்தான் இத்தகைய இயற்கையை மீறிய சக்தி இருக்கமுடியும். குழலிசைப்போனே! இந்தத் தருணம் வரையிலும் அமைதி காத்திருக்கிறேன். உன்னுடன் தீர்த்துக்கொள்ள வேண்டிய விஷயம் இப்போது என்னிடம் இருக்கிறது.

விரும்புவதை அடைய எவ்வளவு தூரம் உன்னால் செல்ல முடியும் என்று பூட்டானி மாதா என்னிடம் கேட்டாள். நான் 'எவ்வளவு தூரம் வேண்டுமானாலும்' என்று உடனடியாக பதில் அளித்தேன். போதிய யோசனையின்றி கூறிய பதிலுக்காக அவள் என்னை முட்டாளென்று நினைத்திருந்தால் ஆச்சரியமில்லை.

இப்போது என்னால் எவ்வளவு தூரமும் செல்லமுடியும். மாதாவே, அனைத்து வழியிலும், அனைத்து வழியிலும் என்னால் செல்லமுடியும். அவளை நீக்குவதற்கு தேவையானவை என்னவென்றாலும், எவ்விதத் தயக்கமோ வரம்போ இல்லாமல், அத்தனையையும் செய்யமுடியும். ஆனால், இந்த உலகத்தாலும், வேறு எந்த வழியிலும் கொடுக்கமுடிந்த அனைத்துச் சித்திரவதைகளையும் வேதனையையும் வலியையும் அவள் அனுபவித்தப் பின்னரே அவளை அழிக்கவேண்டும். பூட்டானி மாதா, அவளை நீக்குங்கள், உடனடியாக நீக்குங்கள்; என் ஆன்மாவிற்கு அமைதியைக் கொடுங்கள். அது எனக்குத் தேவை.

தேவையெனில், கடவுளர்களுடனும் பேய்களுடனும், அல்லது நீங்கள் கூறும் யாருடனும் ஒப்பந்தம் செய்துகொள்கிறேன். பிரம்மன், விஷ்ணு, மகேஸ்வரன், இந்திரன், வருணன், அக்னியுடன் அல்லது அச்சம் தரும் எமன் இப்படி யாருடன் வேண்டுமானாலும். தேவையென்றால், ஆதிகாலத்துக் கடவுளர்களுடனும் செய்துகொள்கிறேன். அத்துடன் நான் நிற்கப்போவதில்லை. தீயசக்திகளையும் மந்திரவித்தைகளையும் கற்றுக்கொள்வேன். மனத்தைக் கருமையாக்கிக் கொள்வேன். ஒரு இருண்ட இரவில் கதவுகளைத் திறந்துவைத்து தீய சக்திகளை அழைத்து அவள் மீதும் அவள் அன்பு செலுத்துபவன் மீதும் ஏவுவேன். பூட்டானி மாதாவே, உனது பெரும் சேமிப்புக் கிடங்கைத் திற; அதனுள் அடைபட்டிருக்கும் இறந்தவர்களின் தலைகளும், ஒட்டுண்ணிகளும், எண்ண முடியாத அளவு புழுக்களும், அந்துப்பூச்சிகளும், மாமிசப்புழுக்களும், கரையான்களின் கூட்டமும் வெளிவந்து இந்த உலகத்தை நிரப்பட்டும். மூன்று உலகத்திலிருக்கும் அனைத்துப் பொருட்களையும் தின்னட்டும். கல்லோ களிமண்ணோ, ஆகாயமோ நீரோ, காற்றோ நெருப்போ, கடவுளோ ராட்சசனோ இல்லாதவாறு அனைத்தையும் தின்னட்டும். பாதாள உலகத்து உயிரினங்களின் இடைவிடாத கொந்தளிப்பும், மிகவேகமான பெருக்கமும் மட்டுமே நடைபெறட்டும். அவை தசை, எலும்பின் வழியாக புகுந்து தின்னட்டும். கண் குழிவின் வழியாகவும், வாய், காது, மூக்கு, குதம் போன்ற மற்றத் துவாரங்களின் வழியாக அவை வெளிவரட்டும். அனைத்தையும் தின்னட்டும்; தின்பதற்கு வேறு ஏதும் இல்லை என்ற நிலையில் அவை ஒன்றையொன்று விழுங்கட்டும். இந்த உலகில் ஒன்றுமில்லாமல், ஒன்றுமில்லாமல், ஒன்றுமேயில்லாமல் போகட்டும்.

* * *

‘டூஃபானின் காலடியில் அவளை வீசு. யானை அவளை மிதித்துச் சாகடிக்கட்டும். முச்சந்தியில் அவளைக் கட்டிவைத்து, அவளது ரத்தக்குழாய்களில் இருக்கும் ஒவ்வொரு துளி ரத்தமும் தரையில் சிந்தும் வரையில் சாட்டையால் வீசு’. ராணி கர்மாவதி என்னை நோக்கிக் கத்தினார். மற்ற ராணிகளும், அவர்களது சேடிகளும் அதிர்ச்சியில் உறைந்து நின்றனர். எஜமானியின் மீது குருட்டுத்தனமான அன்பு வைத்திருக்கும் கும்கும் கன்வரும் கலக்கத்துடன் நின்றிருந்தாள். அவள் கண்களில் நீர் முட்டி நின்றது.

‘முதுகெலும்பற்ற உன் செயல்கள் நம்மைக் கீழ்நிலைக்குக் கொண்டு வந்துவிட்டதைப் பார்த்தாயா? அவள் வீட்டில் நாட்டியமாடும்போதே உன்னை எச்சரித்தேன். அவளைத் துரத்தி விடு, அனுப்பி விடு, வெளியிலே வராமல் உள்ளே வைத்துப் பூட்டு என்றேன்; ஒரே தடவையாக தலைமுழுகிவிடு என்று சொன்னேன். நீ கேட்கவில்லை.

இந்த அவமானத்தை எப்படித் தாங்கிக்கொள்வாய்? உன் தந்தை பேரரசர் ராணா எப்படித் தலைநிமிர்ந்து நடப்பார்? அவளை இரண்டாகக் கிழித்துப் போட்டுவிடுகிறேன். எழுந்திரு, ஆண்மையற்றவனே, அவளை அரண்மனைக்கு இழுத்து வா'.

'இப்போது வேண்டாம், அம்மா' என் குரல் தாழ்ந்து, அபாயகரமான அமைதியுடன் இருந்தது. 'எனக்குக் கொஞ்சம் அமைதி வேண்டும். சியாமளனுக்கு வாழ்த்துகளையும் பிரார்த்தனைகளையும் செலுத்த வந்துள்ளேன். ஒவ்வொருவரும் அவரவர் பாணியில் பிரார்த்தனை செய்கிறோம். இது அவளது பாணி. அதை நாம் மதிக்கவேண்டும்'. இப்போது என் குரல் அதிர்ந்தாற்போல் எதிரொலித்தது.

எனது அமைதியான அதட்டலில் வெளிப்பட்ட அகந்தையால் ராணிக்குப் பேச்சுவரவில்லை. எதிர்பார்க்கவில்லை என்பதுடன் அவளால் பதில்சொல்லவும் முடியவில்லை. வெளிப்படையான வெறுப்புடன் அவள் என்னைப் பார்த்தாள். என் திமிர்த்தனத்திற்கு அவள் ஏதாவது திருப்பிக் கேட்பாள் என நினைத்தேன். ஆனால், இப்போதைக்கு அமைதியாக இருந்தாள்.

பூட்டானி மாதா எனக்கு அடுத்தாற்போல் நின்றிருந்தாள். அந்தக் குகையில் நான் பார்த்த ஒளி ஊடுருவாத, வெண்ணிற பாறையின் நீட்சியை பின்புறம் உணர்ந்தேன். என் கைகளை அவள் தன் கரங்களில் எடுத்துக்கொண்டாள். அவள் உள்ளங்கை சில்லென்று இருந்தது. 'இளவரசே, முடிவு எடுப்பதற்கு முன் சற்று தாமதிக்கக்கூடாதா? யோசிக்கக்கூடாதா? வாழ்க்கையில் பின்னோக்கிச் செல்வது என்பது முடியாது. பின்னாளில் தேவைப்படும்போது, செய்த எந்தக் காரியத்தையும் உன்னால் ரத்துசெய்ய முடியாது'.

வெறுப்புடன் அவள் கையை உதறினேன். அந்த அசிங்கமான கிழவிக்கு, நான் யாருக்கு எதிராக நிற்கிறேன் என்று உண்மையில் புரியவில்லையா? 'நான் சொல்வதை யோசித்துப் பார், மகராஜ் குமார்'. சுருங்கி, ஆடிக்கொண்டிருந்த மார்பகங்களால் என் முகத்தில் இடித்தாள். 'அவசரப்பட்டுச் செயலில் இறங்குவது, ஓய்வாக இருக்கும்போது அதைப்பற்றி வருந்துவது. என்ன சொல்கிறாய், மகராஜ் குமார்?' அவளிடமிருந்து முகத்தைத் திருப்பிக்கொண்டு குழலிசைப்போனின் கருவறைக்குள் நுழைந்தேன்.

அதிகம் வலியையும், தனிமை உணர்வையும் தருவது துரோகம்; வேறு ஏதேனும் உண்டா? ஆம், இருக்கிறது. இழப்பு. அந்த இழப்பைக் காட்டிலும் மோசமானது நினைவுகளின் தந்திர விளையாட்டுகள். நான் குழலிசைப்போனைப் பார்த்தேன். பல ஆண்டுகட்குப் பிறகு, பிரியமான நண்பனைப் பார்ப்பதுபோல் இருந்தது. நான்கு அல்லது ஐந்து வயதில்

நான் செய்த காரியங்கள் நினைவுக்கு வந்தன; அவனைத் தொடவேண்டும் என்பதுதான் உள்ளுணர்வாக இருந்தது. உள்ளுணர்வு என்று அதைச் சொல்லமுடியாது. உலகத்தின் மிக இயல்பான விஷயம். ஆனால், எனக்கு வணக்கம் தெரிவிக்க குறுக்கே வந்த அர்ச்சகரால் இந்த எண்ணம் மாறியது. இதோ, இறுதியில் இப்போது நாங்கள் நேருக்கு நேர் சந்திக்கிறோம்.

இறந்துபோகக் கூடிய இரு எதிரிகள். இல்லை, ஒரு திருத்தம். ஒருவன்தான் இறந்துபோகக் கூடியவன். மற்றவன் தெய்விகமானவன், மரணமில்லாதவன். வலிமையான வெறுப்பின் அலை என்னை ஆட்கொண்டது; அவன் உடலிலிருந்து இறுதிமூச்சு வெளியேறும்வரை, அவனது கழுத்தை நெரிக்க விரும்பினேன். பின் அந்தக் கழுத்தை முறிக்கவேண்டும். சரி இங்கு என்ன செய்துகொண்டிருக்கிறேன்? அவன் முகத்தை மீண்டும் பார்க்க எனக்கு விருப்பமில்லை; மீதமுள்ள வாழ்வில் அவன் பார்வைபடும் எந்த இடத்திலும் நிற்க விரும்பவில்லை. 'ஏன் இப்படிச் செய்தாய்' என்று அவனைப் பார்த்துக் கேட்பது வார்த்தை ஜாலமாகவும் முட்டாள்தனமாகவும் இருக்கும். அரிதான ஒரு தருணத்தில் யாரோ ஒருவர் காரணம் ஒன்றை, சரியான காரணம் ஒன்றைக் கூறினாலும் விஷயங்களின் ஆன்மாவிற்கு அருகே அழைத்துச் செல்லுமா அல்லது உண்மையைத்தான் வெளிப்படுத்துமா?

பெண்கள் மீது குழலிசைப்போனுக்கு இருக்கும் பலவீனம் ஊறறிந்தது. எப்போதும் பெண்கள் அவனைச் சுற்றி நிற்பார்கள். ஆனால், ஆர்வமூட்டும் இயல்புடைய அவனது வசீகரத்தன்மை திகைப்பைத் தருகிறது. அமைதி குலைவை ஏற்படுத்துகிறது, விவரிக்க முடியாததாக இருக்கிறது. அதிகம் பெண்கள் அவனுடன் இருந்தாலும், மேலும் அதிகமான பெண்கள் அவனை விரும்புகிறார்கள். அவன் அவர்களைத் தள்ளிவைத்தாலோ, அல்லது, வேறுவகையில் சாதாரணமாக மறந்துவிட்டாலோ, மேலும் கவர்ச்சிமிக்கவனாக விரும்பத்தக்கவனாக அவன் மாறிவிடுகிறான். ஆனால், உண்மை மிகவும் எளிமையானது: ஸ்திரீலோலனைப் பெண்கள் காதலிக்கிறார்கள்.

ஆனால், இது நடந்தது ஆயிரம் அல்லது இரண்டாயிரம் ஆண்டுகளுக்கு முன். பூவுலகில் மனிதர்க்கு நிகழ்வது போன்ற மோசமான மரணம் அவனுக்கும் நேரிட்டது. போய்விட்டான். இத்தனை ஆண்டுகளுக்குப் பிறகு ஏன்... இப்படி? மறந்து விடுங்கள். இப்படிச் சிந்திப்பதால் எந்தப் பலனும் இல்லை. கடவுளுக்குச் செய்யவேண்டிய அபிஷேகம், பூஜை, ஆரத்தி, நெடுஞ்சாண் கிடையாக விழுந்து வணங்குதல், திருச்சுற்றுதல் அனைத்தையும் முறையாகச் செய்தேன். பிரசாதம் சாப்பிட்டேன். மூத்த அமைச்சர்களும் தங்களது பங்கை ஆற்றிய பின்னர் கோவிலை விட்டு வெளியில் வந்தோம்.

* * *

என் சித்தப்பா மகன் ராஜேந்திர சிம்மன் அந்த நிகழ்வை ஏற்பாடு செய்திருந்தான். வந்திருந்த பிரபலமான மனிதர்கள் அனைவரும் மகராஜ் குமாருக்கும் ஷெஸாதாவுக்கும் எழுந்து நின்று முகமன் கூறினர். ராஜேந்திரன் தான் அழைத்திருந்தான். எனினும் குடும்பத் தலைவர் என்ற முறையில் சித்தப்பா லக்ஷ்மண் சிம்மா முன்னால் வந்து எங்களை வரவேற்றார். என்னைத் தழுவிக் கொண்டபின், இளவரசன் பகதூர் பக்கம் திரும்பினார்.

'சலாம் அலேகும் இளவரசே. குறும்புக்காரன் பாலகிருஷ்ணனின் பிறந்த தினத்தில் உங்களுக்கு எனது வணக்கங்கள். என் வீட்டை உங்களுடையதாக எண்ணிக்கொள்ளுங்கள். மகிழ்ச்சியாக இருங்கள். குழந்தை கண்ணையாவின் ஆசிர்வாதங்கள் உங்களுக்குக் கிடைக்கட்டும்'.

என் இதயம் ஒரு நிமிடம் நின்றது. கௌசல்யா விஷயத்தை நானும் பகதூரும் தள்ளி வைத்திருந்தோம். யாரும் அவனை முட்டாளாக்க முடியாது. கௌசல்யாவின் தந்திரத்தால் அவன் ஏமாந்திருக்க மாட்டான். சந்திப்பு நிகழ்ந்த அந்த இரவில் அவள் அவனிடம் ஏதாவது சொன்னாளா? உடம்பில் பால்வினை நோய் பெருகுகிறது என்று ஏதாவது சொன்னாளா? அல்லது முழுமையாகச் சிவந்து வீங்கியிருந்த அவளது உடல் அவளுக்கு எதிராக வசைமாரி பொழிய, அவன்முன் மௌனமாக நின்றிருந்தாளா? அவன் மறுக்கப்பட்டிருக்கிறான். மறுப்புச் சொல்பவர்களை புரிந்துகொள்ளும் நபர் அல்ல இளவரசன். நேசத்திற்குரியவர் தந்த நறுமண மலரை பிடித்தப் புத்தகத்தின் நடுவில் வைத்துப் பாதுகாப்பதுபோல், அந்தக் குற்றத்தைக் குறித்து வைப்பான். ஒருநாள் அதை வெளியிலெடுத்து, காய்ந்துபோன, வறண்ட இதழ்களைக் குறிக்கோள் ஏதுமின்றிப் பார்ப்பான். அதன்பின் தாக்குவான். அவனையும் அழைத்துச் செல்ல அதிதி மாளிகைக்கு சென்றபோது, எப்போதும்போல் பிரியத்துடனும் அன்புடனும் நடந்துகொண்டான். தூரத்திலிருக்கும் எதிர்காலத்திற்காக இக்கணத்தின் மகிழ்ச்சியைக் குலைத்துக் கொள்வதில் எந்தப்பலனும் இல்லை. அத்தகைய தருணத்தை அவன் எதிர்கொள்ளும்போது பழிதீர்த்துக் கொள்ளச் சரியான விலையை நிர்ணயிப்பான்.

ஹிந்துக் கடவுளின் பெயரை உச்சரித்தது அவனது தொண்டையில் சிக்கிக்கொண்டதா? உணர்ச்சி வசப்பட்டு அதைப் பிரச்சனை ஆக்கப்போகிறானா? அனைவரும் விரும்பும், அவர்களை வெற்றிகொள்ளும் சிரிப்பொன்றை அவன் உதிர்த்தான். அவனது மத வழக்கப்படி அலைக்கும் அஸ்லாம் என்று திருப்பிச் சொல்லி சித்தப்பாவை மூன்றுமுறை தழுவிக்கொண்டான். லக்ஷ்மண் சிம்மாஜியும் மோசமாக நடந்து கொள்ளவில்லை. சென்ற சந்திப்பின்போது அவன் வேடிக்கைபோல் விவரித்த அந்த நிகழ்ச்சி ஓரம் கட்டப்பட்டுவிட்டது.

ஷெஸாதாவால் அவருடைய அகலமான உடலை முழுமையாகக் கட்டித்தழுவ முடியவில்லை. ஆனால், சித்தப்பா முறைதவறாமல் முதலில் தனது இடது கன்னத்தை அவன் தோளில் வைத்தார். அதன்பின் வலதையும், மீண்டும் இடது கன்னத்தையும் வைத்தார்.

அவர் என்னைப் போன்றவர். அதனால் சித்தப்பா எனக்கு மிகவும் பிரியமானவர். தனது பெரும் உடலை, லேசாக ஆடும் மார்பகங்களை எண்ணி அவர் மனமுடைந்து போவதில்லை. அல்லது மாலை நேரங்களில் அவருக்கு உடல்பிடித்து விடும்போது ஆங்காங்கே அதிரும் சதைகளைப் பற்றியும் கவலைப்படுவதில்லை. அவர் பெரும் ரசனைக்காரர், குறும்புத்தனம் கூடிய நகைச்சுவை உணர்வு கொண்டவர். உடலின்ப நுகர்வின்போது பெண்கள் அவரிடம் தவிர்க்க முடியாத மென்மையைக் காண்பார்கள். அவர் சித்தோரின் உண்மையான இன்ப நுகர்வாளர். உணவையும் மதுவையும் மிகவும் விரும்புவார். வெவ்வேறு வழிகளில் உடலிலிருந்து வாயுவை வெளியேற்றுவது உட்பட அனைத்துவகை உடலின்பங்களையும் விருப்பத்துடன் ரசிப்பவர். மட்டுமின்றி நல்லதொரு பாடகர்; கனத்த, எதிரொலிக்கும் குரல் அவருடையது. மெலிந்தும் சுறுசுறுப்புடனும் அவர் இருந்த இளமையான நாட்களில், விருந்துகளில் அனைவராலும் விரும்பப்படும் பாடகராகத் திகழ்ந்தார். பாடுவதற்கு என்றைக்கும் அவர் கூச்சப்பட்டதில்லை. அவர் தன்னை நேசிப்பவர். தன்னை மற்றவர்களும் விரும்புகிறார்கள் என்பதும் நிச்சயம் அவருக்குத் தெரியும். தந்தையின் சித்தப்பா மகன். தந்தை அடிக்கடி சித்தோரை விட்டுச் சென்று விடுவார். அவர் மகன் ராஜேந்திரனும் என் வயதுதான். ஆகவே, எனது பாதுகாப்புப் பொறுப்பை அவர் எடுத்துக்கொண்டார்.

ராஜேந்திரனும், அப்பாவுக்கு ஏற்ற மகன். வாழ்க்கையின் நல்ல விஷயங்களை நேசிப்பவன். இளம் வயதில், உற்சாகம் தேவைப்படும் தருணங்களில் அவனைத் தேடிச்செல்வேன். வளர்ந்தவுடன், நாங்கள் பிரிந்துவிட்டோம். சண்டையோ, மாற்றுக்கருத்தோ காரணமல்ல. அவரவர் வழியில் செல்லும் இயல்பான பிரிவுதான். ஆனால், அடிக்கடி ஒன்றிணையும் வாய்ப்புகள் எங்களுக்குக் கிடைக்கவில்லை. நாளையிலிருந்து நானும் அவனும் தொடர்ந்து நெருக்கமாக இருக்கப் போகிறோம். ஏனென்றால், காலாட்படை பிரிவு ஒன்றின் தலைவனாக தந்தை அவனை நியமித்துள்ளார். ராஜேந்திரனுடன் மீண்டும் நெருக்கமாகப் பழகப்போகும் நாட்களை எதிர்நோக்கியுள்ளேன். நண்பர்களும் நெருக்கமானவர்களும் எனக்குத் தேவை என்பதால் மட்டுமல்ல. எனக்கு ராஜேந்திரனைப் பிடிக்கும்.

கூட்டத்துடன் சேர்ந்து, அரட்டை அடிக்க விரும்பும் மனிதர்களிடம் காணப்படுவதுபோல் அவன் மனத்தில் என்ன இருக்கிறது; அல்லது அவன் ஏன் இப்படிக் காயப்படுத்துகிறான் என்பதை உங்களால்

அறியமுடியாது. நல்ல மனிதன். விசுவாசம் மிக்கவன். ஆரம்பத்தில் அவனுக்கும் பகதூருக்கும் இடையிலிருந்த விபச்சார விடுதி நட்பைக் கண்டு கொஞ்சம் பயந்தேன். அதில் ஒரு பகுதி உடைமைத்தன்மை தவிர்த்து வேறொன்றுமில்லை என்று கருதினேன். தனித்து விடப்பட்டவனாக உணர்ந்தேன். எனினும் இரவு நேரத்தில் நகரத்தை உலாவரும் அவர்களுடன் சேர்ந்துகொள்ள விரும்பியதில்லை. பரஸ்பரம் அவர்கள் வாழ்த்திக்கொள்வதை, தழுவிக்கொள்வதைப் பார்க்கையில் அவர்கள் இப்போதும் நெருக்கமாக இருப்பது தெரிகிறது. நாளையிலிருந்து பகதூர் கொஞ்சம் இழக்கப்போகிறான்.

பிரதம மந்திரி பூரண்மால்ஜி, ஆதிநாத்ஜி, மற்ற அமைச்சர்கள், தந்தை வழி மற்றும் சகோதரிகள் வழி உறவினர்கள், சகோதரர்கள் என்று அனைவரும் என் முன்னால் வந்து முகமன் கூறினர். இது அதிகாரப்பூர்வமான விழா அல்ல. சித்தோரில் தந்தையைப் பிரதிநிதித்துவம் செய்பவன் என்பதால், நிகழ்வு தொடங்கும் வரையில் அரசவை மாண்பைக் காக்க கண்ணியத்துடன் இருந்துதான் ஆகவேண்டும். அவர்கள் மனத்திற்குள் என்ன நினைப்பார்கள் என்பதை அறிவேன். நல்வாய்ப்பாக, கும்பல்கார்க் சிறையிலிருக்கும் விக்கிரமாதித்தன் தவிர்த்து, வேறு எவரும் மதியத்தில் பிருந்தாபாணி ஆலயத்தில் என் மனைவி பாடிய பாடலைப் பற்றியும் அவள் நடனத்தைப் பற்றியும் நிச்சயம் பேசமாட்டார்கள். அங்கு கூடியிருந்த அனைவரிடமும் உரையாடினேன். அவர்கள் மனைவிகளைப் பற்றியும் குழந்தைகளைப் பற்றியும் விசாரித்தேன். குறிப்பாக அவை முக்கியமற்ற விசாரிப்புகள்.

இன்றைக்குத் தான் தீபாவளி என்பதுபோல் தீபங்கள் மாளிகையை ஒளிரச் செய்தன. சித்தப்பா விளக்குகள் சேகரிக்கும் ஆர்வமுள்ளவர். அவற்றைக் காட்சிப்படுத்த இன்றுதான் மிகச்சரியான நாள். பெரும் ஜன்னல்களை ஆகாய வண்ண சந்தேரி திரைச்சீலைகள் அரைகுறையாய் மறைத்திருந்தன. ஆனால், எதிரெதிராக அமைந்திருக்கும் ஜன்னல்களில் புகுந்து வந்தக் காற்றால் அவை சிரமப்பட்டன; எதிர்த்துப் பார்த்தன; காற்றால் ஊதப்பட்ட அவை சுதந்திரமாக விதானத்தை நோக்கிப் பறக்கும் வரைதான் அந்த எதிர்ப்பு. தரைவிரிப்புகள் அதிகம் விலையுள்ளவை. இவை போன்று எங்கள் மாளிகையிலும் இருக்கலாம். ஆனால், லக்ஷ்மண் சிம்மாவின் மாளிகையில் விரிக்கப்பட்டிருக்கும் விரிப்புகள் பாரசீகத்திலிருந்தும், ஆப்கானிஸ்தானிலிருந்தும் வந்திருப்பவை. நெகிழ்வாகவும் வசீகரமாகவும் இருக்கின்றன. அவற்றின்மீது நீங்கள் அமரலாம், உருளலாம், அல்லது படுத்துக் குறட்டைவிடலாம். அது காஷ்மீர் ராஜாவிடமிருந்து வந்த அன்பளிப்பு என்றோ, சேறு பொதிந்த உங்கள் காலணியை வைத்திருக்கும் விரிப்பு விலைமதிப்பற்றது, மிகவும் அரிதானது, துருக்கி சுல்தானிடமிருந்து வந்தது என்றோ யாரும் உங்களை எழுப்பமாட்டார்கள். விரிப்புகளின்மீது நூற்றுக்கணக்கான மெத்தைகள்

பரவலாகப் போடப்பட்டிருந்தன. வட்ட வடிவத்தில் சில, சதுர வடிவத்தில் சில, பருத்த உருளை வடிவத்தில் சில. அதிகம் பார்வையில் படாத ஓர் இடத்தில் அமர விரும்பினேன். சலிப்பேற்படும் சமயத்தில் சந்தடி செய்யாமல் வெளியேறிவிடலாம். ஆனால், நீங்கள் கூட்டத்தில் ஆதிக்கம் செலுத்த முடியாது; புறக்கணிக்கப்படுவீர்கள்.

இன்றிரவு முறைப்படியான விருந்து கிடையாது. உங்களுக்குப் பசித்தால் மாளிகையின் முன்முற்றத்தில் போடப்பட்டிருக்கும் பந்தலுக்குச் செல்லவேண்டியதுதான். இந்தப் பகுதியிலேயே சிறப்பான, முழுமையான உணவை உண்ணலாம். அல்லது முழு உணவிற்கு இணையாக முடிவே இல்லாமல் நொறுக்குத் தீனிகள், இனிப்புகள், காரவகைகள் சாப்பிடலாம்.

பகாவஜ் வாசிப்பவரும், சாரங்கி இசைப்பவரும் உள்ளே வந்தனர். எனக்கும், பகதூர், சித்தப்பா, ராஜேந்திரன் மற்றும் அனைத்து முக்கிய விருந்தினர்களுக்கும் வணக்கம் செய்தனர். தமது இடத்தில் அமர்ந்து கருவிகளில் சுருதிகூட்டத் தொடங்கினர். ராணா வரும் வரையில் (ராணா இல்லாத தருணத்தில் மகராஜ் குமார்) அனைவரும் காத்திருக்கவேண்டும். இந்த விதிக்கு, ஒரு விலக்கு உண்டு. பாடகரோ, நாட்டியம் ஆடுபவரோ அல்லது நவ்டங்கி கலைஞரோ அரசன் தனது ஆசனத்தில் அமரும் வரையில் சபையில் தோன்றமாட்டார்கள். அவையின் பக்கச் சிறகுகளில் போடப்பட்டிருக்கும் இருக்கைகளில் பெண்கள் அமரலாம் என்பதற்கான சமிக்ஞை அது. மேலதிகமாக வந்திருந்த தாள வாத்தியங்களையும் கம்பி வாத்தியங்களையும் தாவித் தாண்டி ஓடிவந்த சிவப்பு மின்னல் என் மடியில் அமர்ந்தது. என் கழுத்தை கரங்களால் சுற்றிக்கொண்டது. தடுக்க முயல்வதுபோல் ஆதிநாத்ஜி எழுந்தார். ஆனால், நான் கரத்தை உயர்த்தினேன். எப்போதும்போல் என் தன்முனைப்பிற்கும், உணர்வுகளுக்கும், இதயத்திற்கும், ஆன்மாவிற்கும் மற்றும் மனத்தில் இன்னும் சுழன்றுகொண்டிருக்கும் துண்டு துக்காணிகளுக்கும் அற்புதங்களைத் தருபவள் லீலாவதி.

'என்னிடம் சொல்லாமலேயே நாளைக்குப் புறப்பட இருந்தீர்கள் இல்லையா'

'இல்லை. நாளை விடியலில் நீ தான் முக்கிய விருந்தினர். மேவாரின் பதாகையை நீதான் என்னிடம் அளிக்கப்போகிறாய்'

'நீங்கள் வீட்டிற்கு வந்திருக்கலாம்'

ஒன்று அல்லது இரண்டு ஆண்டுகளுக்குப் பின், என் கரங்களுக்குள் லீலாவதி தாவி அமரமாட்டாள். யாரோ ஒரு லேவாதேவிகாரனுக்கு அவளை மணம் செய்து கொடுத்துவிடுவார்கள். அதன்பிறகு ஒருவரை ஒருவர் பார்த்துக்கொள்வது கடினம்.

'மதிப்பிற்குரிய குஜராத் இளவரசர் பகதூருக்கு நீ ஆதாப் செய்யவில்லையே'

பேச்சை மாற்றினேன். சித்தோரை விட்டு உடனே புறப்பட்டு வரும்படி தந்தை சொல்லிவிட்டார். குறைவான நேரம்தான் இருக்கிறது என்று அவளுக்கு விளக்கப் போவதில்லை.

'நீங்கள் அறிமுகம் செய்து வைக்கவில்லையே?'

'ஷெஸாதா, இது லீலாவதி. ஆதிநாத்ஜியின் கொள்ளுப்பேத்தி. லீலாவதி, இது மதிப்பிற்குரிய இளவரசர் பகதூர்'

லீலாவதி எழுந்து பகதூருக்கு முகமன் கூறினாள்.

'இந்த அழகான இளம் பெண்ணை மகராஜ் குமார் எனக்கு அறிமுகம் செய்துவைக்கப் போவதில்லையா என்று திகைத்து இருந்தேன். நீ அவருக்கு மிகவும் பிரியமானவள் இல்லையா?'

'ஆமாம். அவர் என்னுடையவர்'.

லீலாவதிக்கு மிகவும் அழகான முகம். பகதூர் என் மனத்தைப் படித்திருக்க வேண்டும். 'மேவாரின் மிகச் சிறந்த அழகிகளில் ஒருத்தியாக இவள் ஆவாள்'

'பிரகாசிக்கும் அழகியாக ஏற்கனவே அவள் ஆகிவிட்டாள்'

லக்ஷ்மண் சிம்மாவின் மாளிகையில் நடக்கும் ஜன்மாஷ்டமி கொண்டாட்டங்களில், நிகழ்ச்சி துவங்குவதற்கு முன்னர் இசைக்கலைஞரின் பெயர் அறிவிக்கப்படுவதில்லை. அது ஒரு மரபாகப் பின்பற்றப்படுகிறது. அந்தக் கலைஞர் ஆணா அல்லது பெண்ணா, பாடகரா, வாத்தியக் கலைஞரா அல்லது நடனமாடுபவரா? அவர் பெயர் என்ன என்பதை ஊகிப்பது அந்த மாலையின் கேளிக்கைகளில் ஒன்றாக இருக்கும். பந்தயம் கட்டுவார்கள். ஒரு பீப்பாய் மது, ஆயிரம் டங்காக்கள், குதிரை, ஒட்டகம், சில நேரங்களில் இரண்டு கிராமங்கள் போன்றவை பந்தயப் பொருளாக இருக்கும்.

தகவல் அறிந்துகொள்ள அநேகமாக எல்லோரும் தனிப்பட்ட வழிகளையும் ஆட்களையும் வைத்திருப்பார்கள். கிடைத்தத் தகவலைச் சரிபார்த்துக்கொள்ள விரும்புவார்கள். ஒவ்வொரு ஊகத்தையும் கேட்டு, இல்லை என்பதுபோல் ராஜேந்திரன் தலையை ஆட்டிக்கொண்டிருந்தான். மாளிகையின் கொள்கையில் பெரும் மாற்றம் செய்யப்பட்டுள்ளதாக சித்தப்பா அமரிக்கையாக அறிவித்தார்: இறைவன் அர்த்தநாரீஸ்வரர் பெயரைக் கொண்டிருக்கும் பாதி ஆணாகவும், பாதி பெண்ணாகவும் இருக்கும் ஒருவர் ஒரேநேரத்தில் ஆண், பெண் குரல்களில் பாடுவார்.

அதேநபர் நடனப்பாடல் ஒன்றையும், ஆணாகவும் பெண்ணாகவும் ஆடிக்கொண்டே பாடுவார்.

‘வைரமும் மரகதமும் இழைத்த என் மாலையை நான் பந்தயமாக வைக்கிறேன்’ என்று லீலாவதியைப் பார்த்துக் கூறினான் ஷெஸாதா. ‘அது நடனமாடும் கலைஞர்தான். அதுவும் நிச்சயமாக ஒரு பெண்’

‘தவறு. பாதி தவறு. அது பெண் பாடகி’ என்று பதில் கூறினாள் லீலாவதி.

’லீலாவதி வெற்றுச் சொற்களால் பயனில்லை. சொற்களிருக்கும் இடத்தில் பணத்தை வை. என்ன பந்தயம் வைக்கப் போகிறாய்?’

’பந்தயம் வைக்க என்னிடம் ஒன்றுமில்லையே’

‘இடுப்பில் நீ அணிந்திருக்கும் தங்கச் சங்கிலி?’

லீலாவதி தயங்கினாள்.

‘உன் தண்டை கூட போதும். என் கைகளில் அதை அணிந்துகொள்வேன்’ பகதூர் அவளை நெருக்கினான். என்ன பதில் சொல்வதென்று ஒருகணம் திணறினாள். ‘அல்லது ... எனக்கு ஒரு பதாகை நெய்து தருகிறாயா?’

லீலாவதியைச் சுற்றி மிகத் திறமையாக சுருக்கு ஒன்றை அவன் விரிக்கிறான் என்பதை நான் உணரவில்லை.

‘ஆமாம். எனக்கும் ஆசைதான். நீங்கள் மகராஜ் குமாருடன் செல்கிறீர்களா அல்லது ராஜேந்திரா மாமாவுடனா?’

இசையைக் கேட்டுக் களிக்க வந்திருக்கும் ஒட்டுமொத்த மெஹ்ஃபிலும் சலசலவெனப் பேசிக்கொண்டிருந்தது. பகதூரின் இறுக்கமான அமைதி என் மூளைக்குள் எச்சரிக்கை மணி போல் ஒலித்தது. என் இடைக் கச்சையை அவிழ்த்து லீலாவதியிடம் கொடுத்தேன்.

’மதிப்பிற்குரிய மகராஜ் குமாரின் மாணிக்கக் கற்களும் முத்துக்களும் இழைத்த இடைக்கச்சையை நாங்கள் பந்தயம் வைக்கிறோம். அது உங்களுக்குப் போதும் தானே?’ ஆபத்தில் சிக்கிக் கொள்ள லீலாவதி விரும்பவில்லை.

லீலாவதியின் கழுத்தில் ஷெஸாதா தன் மாலையை அணிவித்தான். ‘எப்படியோ இந்தச் சுற்றில் ஜெயித்துவிட்டாய், லீலா’

நல்வாய்ப்பு இருந்ததால் என் இடைக்கச்சையை நான் இழக்கவில்லை.

'பெயர் சஜனி பாய்'. பகாவஜ் வாசிப்பவருக்கும், சாரங்கி இசைப்பவருக்கும் எதிரில் வசதியாக அமர்ந்து கொண்ட அந்தப் பெண்மணி பெயரைக் கூறினாள், 'பெயர்கள் ஏமாற்றக்கூடியவையா அல்லது ஒரு மனிதனின் முக்கியமான ஏதோ ஒன்றை அவை வெளிப்படுத்துகின்றனவா? சஜனி எல்லோருக்குமானவள், பிரியமானவள் என்று சிலர் நினைக்கிறார்கள். மற்றவர்கள், நான் அவர்களுக்குரியவள், அவர்களுக்கு மட்டுமே உரியவள் என்று நினைக்கிறார்கள். பிரபுக்களே, உங்கள் கருத்துகளை வரவேற்கிறேன். பெண்ணானவள் அரியணை போன்றவள் என்பது உங்களுக்குத் தெரியும். எவ்வளவு பருமனாக அவள் இருந்தாலும்.' சிரித்துக் கொண்டே சைகையால் தன் அகலமான உடலைக் காட்டினாள். 'அவளால் ஓர் ஆணை மட்டுமே, ஒரு நேரத்தில் ஓர் ஆணை மட்டுமே அனுபவிக்க முடியும். என்னிடமிருந்து உங்களது மகிழ்ச்சியை எடுத்துக்கொள்ளுங்கள் என்று ஒவ்வொருவரையும் வேண்டுகிறேன். அதேநேரத்தில் எனது மகிழ்ச்சி, வாழ்க்கையெனும் பரிசை எனக்களித்தவருக்கு உரியது எனக் கூறிக்கொள்கிறேன். ஆதாப், மகாராஜ் குமார், ஆதாப், இளவரசர் பகதூர், ஆதாப் லக்ஷ்மண் சிம்மாஜி, கலையை ரசிக்கும் ஏனைய அனைவருக்கும் ஆதாப். என்னைப் பார்க்க உங்களால் எனதிடமான அவத் பிரதேசத்திற்கு வரமுடியாது என்பதால், நான் உங்களைப் பார்க்க வந்துள்ளேன்'

தந்தி வாத்தியத்தை தன் மடியில் கிடத்தி கண்களை மூடினாள். அவளது பருத்த விரல்கள் தந்திகளை மென்மையாக மீட்டின. உண்மையின் தருணம். ஆலாபனை எங்களது செவ்வியல் இசையில் ஒருபகுதி. நான் அதை மிகவும் சிறப்பாக விரும்புவேன். பரிச்சயமற்ற இடத்தில் அலைந்து திரியும் ஒரு நீண்ட, உள்நோக்கிய பயணம் அது. இந்தப் பிரபஞ்சத்தில் நீங்கள் தனிமையில், நிஜமாகவே தனிமையில் இருக்கிறீர்கள். பகாவஜ் இல்லை, சாரங்கி இல்லை. உங்கள் குரல் மட்டுமே. அதன் பாதையை உணர்ந்து செல்கிறது. சொல்லற்ற தியானம் அது. மனிதச் சிந்தனை உள்ளடக்கிக்கொள்ள முடியாத விஷயங்கள் குறித்த அசைபோடல். ஆரம்பத்தில் நீங்கள் தெளிவாக முன்வைத்த வரைவிலேயே வேரூன்றி நின்றிருந்தாலும், மானுட நிலைமையின் முழுப் பரப்பையும் ஆராய்ந்து பார்க்கும் சுதந்திரம் உங்களுக்கு உண்டு. உங்கள் ஆய்வின் தரமும், சஞ்சாரமும் உங்களை இன்னாரென்று வெளிப்படுத்துகிறது. உங்களைக் கலைஞனாக முடிவு செய்கிறது.

கலை எனும் வடிவத்தை பிரக்ஞைபூர்வமாகவோ தற்செயலாகவோ ஆண்களும் பெண்களும் ஒரு திக்கில் எடுத்துச் செல்கின்றனர். எமது செவ்வியல் இசை, உருவாகிக் கொண்டிருந்த காலகட்டத்தில் நான் பிறந்திருந்தால், அல்லது அந்த இசைக்கு இன்றைக்கு என்னை அர்ப்பணிக்க முடிந்திருந்தால், ஆலாபனையின்

எல்லையையும் அழுத்தத்தையும் விரிவாக்கியிருப்பேன். உண்மையில் ஒரு கலைஞனுக்கான உண்மையான பரிட்சை ஆலாபனைதான். அனைத்துத் தியானங்களையும் போல, ஆலாபனை தனிமை நிரம்பியது. அதுவும் ஒருவகை பிரார்த்தனை. மனதை உணர்ச்சிமயமாக்கி, தூய்மைப்படுத்துவது. கலை உங்களை ஆசிர்வதிக்கிறது. தெய்வீகம் உங்களைத் தொடுகிறது; புனிதமான ஒன்றில் உங்களைப் பங்கேற்கச் செய்கிறது.

புகழ்பெற்றப் பாடகர்கள் அந்தக் காலத்தில் ஆலாபனையைச் சுருக்கிக்கொண்டு, மிதமான வேகம் கொண்ட விளம்பிதக் காலத்திற்குத் தாவிவிடுவார்கள். அப்படித் தாவுவதற்கு நல்ல காரணம் உண்டு. விளம்பிதக் காலத்தில் பகாவஜின் தாளகதி உங்களுக்கு வழிகாட்டும். பெரும்பாலான பாடகர்களுக்கும் கருவி இசைக் கலைஞர்களுக்கும் இருக்கும் வரம்புகளையும் அச்சங்களையும் இவர்கள் அறிவார்கள். ஆழங்களில் பாய்வதற்கு, மேற்பரப்பின் பாதுகாப்பை விட்டு நீங்கள் விலகவேண்டும். மற்றவர்களின் உணர்வுரீதியான அபிப்பிராயங்களையும் அனுசரணையையும் உதறவேண்டும். தமது பலவீனங்களையும், அற்பத்தனங்களையும், குறைகளையும், அதலபாதாளம் பற்றிய அச்சத்தையும் எதிர்கொள்ள வேண்டும்.

சஜனி பாய்க்கு இன்று ஒரே ஒரு சோதனைதான். அதுவும் அவளுக்கான சோதனை என்றும் சொல்லமுடியாது. ஆனால், எனக்கு அது உயிர் வாழ்வதற்கான நம்பிக்கை. என் மீது ஏதேனும் மந்திரவித்தை போட்டு மறதியெனும் கிணற்றுக்குள் என்னை மூழ்கச்செய்வாளா? இந்தப் பின்மதிய வேதனையிலிருந்து என்னை மீட்பாளா? என்னைக் குணப்படுத்துவாளா? நான் மீண்டும் முழுமையானவன் ஆவேனா? கீழ் ஸ்தாயியில், ஆழமான, கார்வையுள்ள ஸ்வரம் ஒன்றைப் பாடத் தொடங்கினாள்; அது காலத்திலிருந்து நழுவியதுபோல் தோன்றும்வரை; புலப்படாத வகையில் ஏறத்தாழ அது மற்றொன்றாக ஆகும்வரை; நீண்ட, முடிவற்ற காலத்துக்கு அதையே பிடித்து நிறுத்தியிருந்தாள். அந்த ராகத்தின் அமைப்புமுறையை தெளிவான சுரக்கோவைகளால் நிறுவிக்காட்டினாள். பிறகு தன்போக்கில் பாடத்தொடங்கினாள்.

இசை குறித்துப் பேசுவது கண்ணுக்குத் தெரியாத ஒன்றை பற்றிப் பேசுவதாகும். இசையின் சாராம்சத்தை சொற்களில் வடிக்க முயல்வது அறிவீனம், வீண்வேலை. என் மனத்திலும், விழிக்கோளங்கள் மற்றும் இமைகளுக்கும் இடையில் உள்ள திரையிலும் இசை உருவாக்கும் படிமங்கள் ஒரு ஒத்திசைவான, விரிவடைந்த உருவகம் அல்ல. அவை ஒன்றுக்கொன்று இசைவற்றவை, வெவ்வேறானவை; ஆனாலும், தனக்கேயான உள்ளார்ந்த தர்க்கம் கொண்ட ஒரு இயற்கைப்போக்குடன் பிணைந்தவை.

வண்ணம் கூட்டும் பலகையையும், பயன்படுத்தவிருக்கிற வண்ணங்களையும் பரப்பினாள். நுட்பமும் விரிவும் கூடிய அளவான தீற்றல்களால், தன் பாடுபொருளையும் அக்கறைகளையும் தீட்டிக்காட்டினாள். மேலோட்டமானதாக எதுவும் அதில் இல்லை; அவள் குரல் இன்னமும் கரகரப்பாகவே இருந்தது; பொங்கும் நீரூற்றுகளும் மற்றும் சேரவோ சேராமலிருக்கவோ போகிற நீரோட்டங்களும் அதில் தென்பட்டன. அதில் பசுங்காடுகளின் நீட்சி தெரிந்தது. லட்சோப லட்சம் இலைகளாலும் புதர்களாலும் உடைந்து நொறுங்கிய சாய்வாக இறங்கும் சூரியனின் அகலமான ஒளிக் கதிர்கள், மந்தமான, தன்னுள் ஆழ்ந்திருக்கும் அடர் பசுங்காடாக அதை மாற்றின. புராணங்களில் பேசப்படும் விலங்குகள் அக்காட்டில் கள்ளத்தனமாக பதுங்கிப் பதுங்கி உலவின. ஆழமான பள்ளத்தாக்கில் நீர் நிலைகள் ஒன்று சேர்ந்தன. கண்ணைப் பறிக்கும் வானத்தின் காட்சியும், சப்தமின்றி வலசை செல்லும் பறவைகளும் தெரிந்தன. உறவின் நடுவில் பிரிந்து, மீண்டும் அதில் மூழ்கும் இணை ஒன்றின் மயக்கமூட்டும் இயக்கம் தெரிந்தது. திடீரென்று அவள் குரல் முழுமையாக நிறைந்து பிரவாகமாக ஓடும். வலிமையான, அகலமான, ஆனால், அவசரமற்று ஓடும் நதியானது, பள்ளங்களிலும் கற்களின் மீதும் விளையாட்டாக ஏறி இறங்கி, விரைவில் வேகமெடுத்து, கட்டவிழ்ந்து ஓடும் குதிரைகள் போல் நுரைத்தோடியது.

கண்களைத் திறந்தேன். மேலதிகத் தூய்மையான ஸ்வரம் ஒன்றைத் தேடி சஜனிபாயின் இடது கை அவளது இடது காதுமடலின் விளிம்பை தொட்டவாறு இருந்தது. அவளுடைய வலது கையின் துவண்ட விரல்கள், நீருக்கடியில் அசையும் கிளைகள் போல அல்லாடின. குறிப்பற்று என் முகத்தைப் பார்த்த அவளது விழிகள் இருளுக்குள் பின்வாங்கின. இணையை இழந்த பறவையின் கதறல் காற்றைக் கிழித்தது. என் கண்கள் மூடிக்கொண்டன. எனக்குள் வெம்மை அதிகரித்தது. இமைகளை இறுக மூடிக்கொண்டேன். ஒளிரும் ரத்தம் என் முகத்தில் பாய்ந்தது. அவள் குரல் இப்போது தாவியது, வேகமெடுத்தது, உயர எழுந்தது, மேலும் மேலும் உயர்ந்து, அலைபோல தானாக வளைந்தது. கோடிக்கணக்கான துளிகளாய்ச் சிதறியது.

இமைகளை மெல்லத் திறந்தேன். நள்ளிரவு நீலநிறத்தின் குறுக்கே அதிவேகமாக, பலவண்ண விண் தூசுகள் தாறுமாறாகப் பாய்ந்தன. 'ஸ்' என்று ஒலியெழுப்பியவாறு, அவை இடம் மாறின; கண்மூடித்தனமாக விரைந்தன; வளைந்தன, இணைந்தன, சரிந்தோடின, ஊசலாடின. பாயும் பச்சை நிறங்கள் சுட்டெரிக்கும் சூரிய ஒளியாக, ஒலிக்கும் ஊதாவாக, அதன்பின் உடைந்த மஞ்சளாக மாறிக்கொண்டே போயின. எனது விழியின் இடது ஓரத்தில் வெண்ணிற மஞ்சுமூட்டம் நுழைகிறது. துரிதமாக மேலெழுந்தது. தரைக்குக் கீழோடும் நதி அதன் வழியாக வெளிவருகிறது. வெள்ளமாகப் பிரவகிக்கிறது. நான் தூக்கி வீசப்பட்டேன், சுழற்றப்பட்டேன்,

உடைந்தேன், காயம்பட்டேன், மறுபடியும் உருச்சேர்ந்தேன். முழுசாக நான் விழுங்கிய கம்பீரியின் அளவுக்கு என் கரங்கள் விரிந்தன.

உடலற்றக் குரலுடன் காதல் செய்ய இயலுமா?

கரையில் தள்ளப்பட்டேன்; விநோதமாக நான் அமைதியாக இருந்தேன்.

சஜனி பாய் கச்சேரியை முடிக்கும்போது நள்ளிரவு. லீலாவதி தூங்கியிருந்தாள். தலை என் மடியில் சாய்ந்திருந்தது. இடைக் கச்சையை நான்தான் வைத்திருக்க வேண்டும் என்று விதிக்கப்படவில்லை. சன்மானம் நிறைந்த பையை ராஜேந்திரன் சஜனிபாயிடம் கொடுத்தான். ஆதிநாத்ஜி லீலாவதியை தூக்கிக் கொண்டதும் நான் சஜனி பாயை நோக்கி நடந்தேன். எனது இடைக்கச்சையை அவிழ்த்து அவளுக்குப் பரிசளித்தேன். என் பாதங்களைத் தொட்டவள், ஏதோ கூறினாள். சொற்கள் சரியாகக் காதில் விழவில்லை. குனிந்து கேட்க வேண்டியிருந்தது. 'இளவரசே, இன்றைக்கு உங்களுக்காகப் பாடினேன். உங்களுக்காக மட்டுமே. சிலவற்றை மறப்பதற்கும், ஒருவேளை குணப்படுத்தவும் உதவுமானால், உங்களுக்காக பிறிதொரு சமயம் மீண்டும் பாடுவேன். இன்று உங்கள் முகம் தெளிவாக இல்லை. கவலைப்பட வேண்டாம் மகராஜ் குமார். என் மனம் தெளிந்திருக்கிறது. மெய்யான அனுபவம் என்பது உங்களுக்குக் கிடைத்த பரிசு. அதை இழந்துவிடாதீர்கள்'.

'சீமாட்டிகளே, கனவான்களே, இரண்டு அறிவிப்புகள். கீழே ஷாமியானாவில் நொறுக்குத் தீனிகளும் இரவு உணவும் தயாராக இருக்கின்றன. இதுவரையிலும் ருசிக்காமல் இருந்தால், அப்படிச் செய்து உபசரிப்பை மறுத்து, எங்கள் வீட்டை, குறிப்பாக என் அம்மாவை அவமானப்படுத்த வேண்டாம். அடுத்த அறிவிப்பு, உங்களை முடிவற்ற மகிழ்ச்சியில் ஆழ்த்துவது. ஒரு மணி நேரம் கழித்து உங்களை வியப்பில் ஆழ்த்தும் கவிதை வாசிப்பு இருக்கிறது.'

எனக்கு இவ்வளவு பசி இருக்கும் என்று நினைக்கவில்லை. ராஜேந்திரன் கூறியது சரிதான். உணவு மிகவும் அருமையாக இருந்தது. எனது பசியை மேலும் தூண்டிவிட்டது. அனைவரும் நகைச்சுவை மனநிலையிலும் நட்புணர்வுடனும் இருந்தனர். உற்சாக மனநிலையின் உச்சத்தில் நான் இருந்தேன். சஜனி பாய்க்கும் எனக்கும் இடையில் கொஞ்சம் நுட்பமான ஏதோ ஒன்று போய்க்கொண்டிருக்கிறது என்று ராஜேந்திரன் முடிவு செய்திருப்பான். சீக்கிரத்தில் அவனுடன் பகதூரும் சேர்ந்துகொண்டான்; இருவரும் சேர்ந்துகொண்டு அவளைப் போல் அற்புதமாகப் பாடிக்காட்டினர். அவளது பரந்த மார்பகம் பற்றி கேலி பேசினர். சஜனி பாய் என்னிடம் பேசியிருக்கக்கூடும் என்று கற்பனை செய்த, அநாகரீகமான உரையாடல்களைக் குறைந்தபட்சம் ஐம்பது

வகையில் பேசிக்காட்டினர். ஒவ்வொன்றும் மற்றதைக் காட்டிலும் மிகவும் ஒழுக்கக் குறைவுடன், காமச்சுவை நிறைந்திருந்தது. அதைக் கேட்டுக்கொண்டிருந்தவர்கள் ஏறத்தாழ இரட்டிப்பு மகிழ்ச்சியில் இருந்தனர். ஷெஸாதாவையும் ராஜேந்திரனையும் சுற்றி அரைவட்டமாக கூடிவிட்டோம் என்பதே எங்களுக்குத் தெரியவில்லை. பகதூர் சீராக தொடர்ந்து மது அருந்திக் கொண்டிருந்தான். அது என்னை மிகவும் கவலையுறச் செய்தது. அவன் கவனத்தை திசைதிருப்பலாம் என்று அவன் பக்கம் திரும்பியபோது, மதுக்குவளையை மீண்டும் நிரப்ப அவன் காத்திருந்தான்.

'சஜனி பாயிடம் கூறியதை எங்களிடம் நீங்கள் சொல்லப்போவதில்லையா?'

இவர்கள் இருவரும் ஏற்கனவே இவ்வளவு காமச்சுவை கொண்டவர்களாக என்ன? இப்போது அவர்கள் காட்டுத்தனமாக, தன்னிச்சையாக நகைச்சுவையை விரிவுபடுத்திப் பேசிக்கொண்டே போனார்கள். மாதக்கணக்கில் அவர்கள் ஒத்திகை பார்த்ததுபோல், மிகச்சரியான காலகதியில் உதிர்த்தார்கள்.

இந்தக் கள்ளக் காதலர்கள் எங்கு சந்திக்க முடியும்? 'வெற்றிக்கோபுரம். அதன் மேல் தளம். அங்கு யாரும் இருக்கமாட்டார்கள், வர மாட்டார்கள். ஒட்டுமொத்த சித்தோரும் எங்கள் காலடியில் இருக்கும். நாங்கள் கைகளை உயர்த்தினால், அவை வானத்தைத் தொடும். ஆமாம், என்னுடையதும்தான். உங்களுடையது, என் இடுப்பு உயரம் வரும். ஒரு பிரச்சனை இருக்கிறது. வெற்றிக் கோபுரத்தின் நுழைவாயிலில் சஜனி பாயால் உடலை ஒடுக்கியும் உள்ளே நுழைய முடியாது. அந்தப் பெண்மணியை பக்கவாட்டில் புக வைத்துக் குழப்பத்திற்குத் தீர்வு காண நினைத்தார்கள்.

அறிவார்ந்த யோசனை அல்ல. அந்த அம்மணியின் உடல் அனைத்துப் புறங்களிலும் ஒரே அளவாகத்தான் இருந்தது. அதனால், உள்ளே நுழைய முயன்றவள், வாயிலை தாண்டி நகரமுடியாமல் மாட்டிக்கொண்டாள். சிறைவாசிகள் கூட்டமாக வரவழைக்கப்பட்டனர்; சுவர் உடைக்கப்பட்டு அன்புக்குரிய பெண்மணி விடுவிக்கப்பட்டாள். புதிதாக, மையத்தில் முட்டுக் கொடுக்கப்பட்டிருக்கும் மரத்தூணும் அகற்றப்பட்டால் கோபுரம் கீழே விழுந்துவிடுமே என்று ஒரு குழந்தை நினைத்தது. குழந்தையின் தந்தை அவனை அறைந்தார். ஆனால், குழந்தை எண்ணியது சரிதான். இறுதியில், மாட்டிக்கொண்ட சஜனி பாய் விடுபட்டு வெளியேறியபோது அந்தப் பெரும் கோபுரம் ஆடியது, இடிந்து விழுந்தது. நல்வாய்ப்பாக காதலர்கள் காயமேதுமின்றித் தப்பித்தனர்.

நான் ஏன் அதைப் பற்றி யோசிக்கவில்லை? இளவரசன் தன்னைப் பார்த்தும் காதலியைப் பார்த்தும் கேட்டுக்கொண்டான். 'இந்தப் பிரச்சனைக்குத் தீர்வு இருக்கிறது. நமது ராஜபுத்திர சகோதரர்களுக்கு எதிரான சண்டைக்கு, உள்துறை அமைச்சரை, வேறு யாருமல்ல பிரும்மாண்டமான கனத்த உடல் கொண்ட லக்ஷ்மண் சிம்மாஜியை அனுப்புவோம். அதன்பின், அவரது பெரிய படுக்கையைப் பறிமுதல் செய்துவிடுவோம். அதுமட்டுமே நம் இருவரையும் தாங்கும்'. சஜனி பாய் அதை மறுத்தாள். 'ஆனால், இளவரசே, நீங்களும் உங்கள் சகோதரர்களும் சிறந்த நண்பர்களாயிற்றே. சமீபத்தில் அவர்களுடன் நல்லிணக்க உடன்பாடும் செய்துகொண்டீர்களே'. 'அற்ப விஷயம். என்னருமை சஜனி பாய்! உனக்காக நண்பனை, எதிரியை, குடும்பத்தையே தியாகம் செய்வேன்'.

ஆகவே, உடனடியாக, சம்பிரதாயமற்ற முறையில் படுக்கையறைக்கு அனுப்பப்பட்டனர்; இருவர் மட்டும் தனியாக, படுக்கையில் இருந்தனர். நீண்ட நேரம், ஆவேசமாக இறுக்கமாக தழுவிக்கொண்டனர். அப்போது, ஒரு பயங்கரம் நிகழ்ந்தது; கட்டில் உடைந்துவிட்டதா? நீங்கள் கேலி செய்கிறீர்கள்! இல்லை, கட்டில் இரண்டு சஜனிகளைத் தாங்கும் வலிமை கொண்டது. அது ஒன்றுமில்லை. இளவரசர் பேசுவதை சஜனி பாயால் கேட்க முடிந்தது; ஆனால், எங்கிருக்கிறார் என்று தெரியவில்லை. ஓ. கடவுளே, அவர் எங்கு மறைந்து போயிருப்பார்? தன் வலது கரத்தைத் தூக்கி அதற்கடியில் தேடினாள்; பின் இடது கையையும் தூக்கிப் பார்த்தாள். அவளது செல்லம், அந்த இளைஞன். பாவம், அவள் அக்குளுக்குள் தொலைந்துவிட்டானா? எங்கும் அவனைக் காணவில்லை. சரி என்று அங்கும் தேடலாம் என்று தனது காக்ராவைத் தூக்கினாள்.

அந்தச் சங்கடமான தருணத்தில் ராஜமாதா, என் பாட்டி, அந்த மாய வட்டத்திற்குள் அவளாகவே வந்தாள். அவள் நெற்றி சுருங்கியிருந்தது. உதடுகள் இறுக்கமாக இருந்தன. 'அவமானம். அருவருப்பாக இருக்கிறது. இளைய தலைமுறை இப்படித்தான் தன்னை மகிழ்வித்துக் கொள்கிறதா?' அனைவரும் உறைந்து போனோம். நிமிர்ந்துபார்க்கும் துணிவு யாருக்குமில்லை. 'வேடிக்கையிலிருந்து பெண்களை விலக்கி வைப்பதா? அப்புறம் என்ன நடந்தது, மகனே?' ஷெஸாதாவைப் பார்த்துக் கேட்டாள். 'என் மகராஜ் குமாரை அவள் கண்டுபிடித்தாளா, இல்லையா?'

தீப மகாலுக்குச் செல்லும் நேரம் வந்துவிட்டது.

அனைவரும் இப்போது மிகுந்த ஆர்வத்துடன் இருந்தோம். லக்ஷ்மண் சிம்மாஜி ஏற்பாடு செய்யும் ஜன்மாஷ்டமி விருந்தில் எப்போதும்

ஒரேயொரு நிகழ்த்துக் கலைஞர்தான் உண்டு. இன்றைக்கு என்ன நடக்கப்போகிறது? யார், என்ன, எப்போது, ஏன், எப்படி? அந்த மாலையின் இரண்டாம் பகுதி நிகழ்வுகளுக்குப் பந்தயப் பணத்தை, புத்திசாலி கணக்கன் ராஜேந்திரன் வரவு வைத்துக் கொண்டிருந்தான். அரங்கத்தில் நுழையப்போகிறவர் யாராக வேண்டுமானாலும் இருக்கலாம்: பல பொருட்களை ஒரே சமயத்தில் உயரேத் தூக்கிப்போட்டுப் பிடிக்கும் செப்பிடுவித்தைக்காரர்கள், கழைக்கூத்தாடிகள், நிகழ்த்துக் கலைஞர்களாக இருக்கும் ஹிஜிராக்கள், பாணர்கள், நடனக் கலைஞர்கள், சிங்கத்தை அடக்குபவர்கள், மல்யுத்த வீரர்கள். உங்கள் ஊகத்தைச் சொல்லலாம்; குறிப்பிடும் ஊகங்கள் ஒத்துப்போகாதபோது, மேலும் அதிகமானவர்கள் பந்தயம் கட்ட முன் வந்தனர்.

இதோ பாருங்கள், யார் வந்திருக்கிறார்கள் என்று ஊகியுங்கள்? சீமான்களே, சீமாட்டிகளே, அந்த வலது மூலையில் நம்மிடையே வந்து அமர்ந்திருப்பது யாரென்று தெரிகிறதா? வேறு யாருமல்ல, எழு நூத்து ஐம்பது பவுண்டு எடையுள்ள ஒரே பெண்மணி சஜனி பாய். திகில் நிறைந்த அமைதி நிலவியது. அனைவரும் ராஜேந்திர சிம்மனைச் சூழ்ந்துகொண்டனர். ஆத்திரத்தில் அவனைப் பார்த்துக் கத்தினர். என்னால் சிரிப்பை அடக்க முடியவில்லை. பன்றி, வெட்கம் கெட்ட அயோக்கியன், எப்படி எங்களைத் தந்திரமாக ஏமாற்றிவிட்டான்! அனைத்திற்கும் மேல், அவன் வெறுமனே, ‘ஆச்சரியம் காத்திருக்கிறது’ என்றுதானே சொன்னான். சஜனி பாயை விலக்கிவிடவில்லையே.

சஜனி பாய் ஏற்கனவே பாடத் தொடங்கியிருந்தாள். திடீரென்று முழுமையான அமைதி நிலவியது. தோலாவையும் மாருவையும் பற்றிய பாடல். கெடுவாய்ப்பைச் சந்தித்த பழம்பெரும் காதலர்கள். மாரு இப்போதுதான் முதல்முறையாக தோலாவைப் பார்க்கிறாள். தோழிகள் அவளைக் கேலி செய்கின்றனர். அந்த நாட்டுப்புறப் பாடல் நமக்கெல்லாம் தெரியும். இலட்சக்கணக்கான முறை கேட்டிருக்கிறோம். ஆனால், சஜனி பாய் தன் பாணியில் அதைப் பாடினாள். அதற்கு ஒரு திருப்பம் கொடுத்து புதியதுபோல் அந்தப் பாடலை உருவாக்கினாள். அவளது அற்புதமான குரலில் நாங்கள் திளைக்க முனைகையில் சலங்கைகளின் சப்தம் கேட்டது. ஆங்காங்கே சௌகரியம்போல் அமர்ந்திருந்த ஆண்கள் திகைத்தனர்; அவர்கள் மத்தியில் ஏழு அப்சரஸ்கள் நடந்து வந்தனர். நடனமாடத் தொடங்கினர். சீழ்க்கை ஒலிகளும், விசித்திரமான சப்தங்களும், கைதட்டல்களும், கரகோஷங்களும் எழுந்தன. பதினேழு அல்லது பதினெட்டு வயதும் ஆகியிருக்காத பெண்களும் அதில் இருந்தனர். சிலர் மிகுந்த வனப்புடன் இருந்தனர்; கூச்சத்துடனும் சுயஉணர்வுடனும் சிலர் நடந்து கொண்டனர்; ஆனால், ஒவ்வொருவரும் ஒரு மாயத் தோற்றத்தில் இருந்தனர். நாளைக் காலை புறப்படப் போகிற நாங்கள்

அனைவரும் மிச்சமிருக்கும் இரவில் படுக்கையை ஈரமாக்கும் இன்பக் கனவுகளைத்தான் காணப்போகிறோம். மூலப் பொருளாக இந்தப் பெண்கள் தான் இருப்பார்கள்.

விழித்திருக்கையிலும் உறக்கத்திலும் அவர்களுக்காக உருகப்போகிறோம், ஏங்கப்போகிறோம். கடவுளே, இளமையாகவும், அழகாகவும் இருக்கவேண்டும். ஆனால், வயதானவனாக உணர்ந்தேன். பாடல் பல்லவியை அடைந்தது. பெண்கள் உட்பட, அனைவரும் தன்னிச்சையாக பாடலுடன் இணைந்தோம். கூட்டமாகப் பாடினோம். ராஜஸ்தானின் நாட்டுப்புறப் பாடல் பாடும்போது, அமைதியாக உட்கார முடியாது. கைத்தாளம் போடுவதில் அனுபவம் மிக்கவர்கள். பகாவஜுடன் சேர்ந்து தாளம் போட்டோம். பாடலைத் தொடர்ந்து பாடல். அவையின் சூழலில் கேலியும் மதுவின் போதையும் உலவியது. அனைவரும் குடித்திருந்தோம். பாடல்களாலும், பெண்களாலும், கொண்டாட்டத்தாலும் பெரும் உற்சாகத்தில் இருந்தோம்.

பெண்கள் ஆழ்ந்த மண் நிறத்தில் சந்தேரி காக்ராக்களும் சோளிகளும் அணிந்திருந்தனர். தலையை துப்பட்டாக்கள் வெறுமனே மறைத்திருந்தன. அவற்றின் நுனிகள் ரவிக்கைகளின் மார்புப் பகுதியில் செருகப்பட்டிருந்தன. கணுக்கால்களில் வெள்ளி ஜுமுருக்களை அணிந்திருந்தனர். சிறுமிபோலவும் பெண் போலும் தோன்றும் ஒருத்தி இங்கே இருக்கிறாள். அடர்த்தியான, மூக்குப் பொடி நிறத்தில் சோளியும் காக்ராவும் அணிந்திருப்பவள். அவர்களில் அதிகம் வெட்கப்படுபவள் ஒருவேளை அவளோ? அவள்தான் மிகவும் இளையவளா? நிச்சயமாகச் சொல்லமுடியாது.

அவ்வளவு கூச்சம் நிறைந்தவள் ஷெஸாதாவிடம் விழுந்துவிட்டாள் என்று நானோ அல்லது வேறு யாருமோ நிச்சயம் சொல்லமுடியும். ஒரு மையமான தூரத்திலிருந்து கீழே பார்ப்பதுபோல், முடிந்தபோதெல்லாம் ஷெஸாதாவை கள்ளத்தனமாக பார்த்துக் கொண்டிருந்தாள். அவளது உடலின் இளஞ்சிவப்பு நிறத்துடன் அவளது மூக்குப்பொடி வண்ண ஆடைகள் ஆர்வமுடன் மோதின. அவள் சாதாரண அரசவை நாட்டியக்காரி அல்ல. மற்றப் பெண்களும் அப்படிப்பட்டவர்கள் அல்ல.

அனைத்தையும் ஷெஸாதா சீராக மனத்திற்குள் பதிந்து கொண்டிருந்தான். முகத்தில் ஒரு தெய்வீகப் பார்வையை பார்க்க முடிந்தது. அந்தப் பெண்ணுக்கு அவன்மீது உருவாகியிருந்த ஈர்ப்பை கவனித்துவிட்டான். அதனால் மேலும் உற்சாகம் அடைந்துவிட்டான். வெளிப்படையான புகழ் மொழிகளைவிட அதிகம் தூண்டுதல் தரக்கூடியதும் வலிந்து ஈர்க்க கூடியதும் வேறொன்றுமில்லை.

'அவள் பெயர் என்ன?' கொஞ்சம் தடுமாறியபடி நமாஸ் செய்யும் நிலையில் சாய்ந்து அமர்ந்த பகதூர் கேட்டான்.

'தவறான ஆளிடம் கேட்கிறீர்கள், இளவரசே. நானும் உங்களைப் போலத்தான்.'

'அவள் வித்தியாசமாகத் தெரிகிறாள் இல்லையா?'

'யார்?' ஒன்றுமறியாதவன் போல் கேட்டேன்.

'அவளைத் தவிர வேறு யாராவது இங்கிருக்கிறார்களா என்ன?'

'ஏழுபேர் இருக்கிறார்களே. என் வாழ்வின் அன்புக்குரியவள் சஜனி பாயைத் தனித்துக் குறிப்பிட வேண்டிய அவசியமில்லை'

'உண்மைதான் இளவரசே. சஜனி பாய் உங்களுடையவள் தான்' தடுமாறியபடி சிரித்தான். 'இளவரசே, சொல்வதை நம்புங்கள். சொர்க்கத்தில் முடிவு செய்யப்பட்ட ஜோடி அது. ஆனால், அந்தப் பெண் யாரென்று உங்களுக்குத் தெரியுமா? அந்த நிறத்தை எப்படிச் சொல்வது, அதோ பளபளக்கும் பழுப்பு நிறத்தில் ஆடை அணிந்திருக்கிறாளே...'

'இடது புறத்திலிருந்து மூன்றாவது பெண்தானே?' வேண்டுமென்றே தவறான பெண்ணைக் காட்டினேன்.

'முட்டாளே, அவள் இல்லை. அந்தப் பளபளக்கும் பழுப்பு' பாதி எழுந்தவன் தடுமாறினான். பின் எழுந்துநின்று, நடுங்கும் சுட்டுவிரலை நீட்டினான். அந்தப் பெண்ணோ இப்போது மிகவும் அதிகமாக வெட்கப்பட்டாள்; இப்போதுதான் கண்டுபிடித்தவள்போல் கால் பெருவிரலைப் பார்த்தாள். அந்த நாணம் அவளையும் அவள் முகத்தையும் உலகத்திலேயே மிகவும் அழகானதாகக் காட்டியது.

'அது பழுப்பு அல்ல, பளபளப்பும் அல்ல. பொடி நிறம்'

'பழுப்போ அல்லது பொடி நிறமோ அல்லது ஊதாவோ? தவறான நிறத்தைச் சொல்லிவிட்டேன் . இருக்கட்டும், கவலையில்லை. அவள் பெயர் என்ன?'

'ஷ்ஷ்... மெதுவாக ஷெஸாதா' அவனை வேண்டினேன். 'வந்து உட்காருங்கள்'

'அவள் பெயரை நீங்கள் சொன்னால்தான்'

'இளவரசே தயவுசெய்து... வந்து அமருங்கள்' அவனது கிளர்ச்சியான மனநிலையை அனைவரும் ரசித்துக்கொண்டிருந்தனர்.

மனிதர்களை மகிழ்ச்சியில் ஆழ்த்தும், செய்ததையேத் திரும்பச் செய்யச் சொல்லும் அந்த அதிகப்படி மதுவை அருந்தியிருந்தான். அவனை உடனடியாகப் படுக்கைக்கு அனுப்புவதுதான் உசிதம். மங்களிடம் அவனுக்குக் கொஞ்சம் மது எடுத்து வருமாறு சைகை செய்தேன். என்ன சொல்கிறேன் என்பதை அவன் புரிந்துகொண்டான். ஆனால், மனிதர்கள் அங்குமிங்கும் நடமாடிக்கொண்டிருந்த அந்த நேரத்தில் மதுவுடன் கொஞ்சம் ஓபியத்தைக் கலப்பது கடினமானது. நல்வாய்ப்பாக, பணியாளர்களில் ஒருவனை அழைத்த ராஜேந்திரன், இளவரசனின் குவளையை நிரப்பச்சொன்னான்.

‘யாரைப் பற்றிப் பேசுகிறேன் என்று இப்போதாவது தெரிந்ததா? அவள் பெயர் என்ன?’

‘ஷெஸாதா, நிச்சயம் எனக்குத் தெரியாது’

’உங்கள் மாளிகையிலிருந்து வந்தவளின் பெயர் உங்களுக்குத் தெரியாதா?’ என் பதில் அவனுக்குத் திருப்தியளிக்கவில்லை.

‘என் மாளிகையிலிருந்து வரவில்லை, இளவரசே. இது லக்ஷ்மண் சிம்மாஜியின், ராஜேந்திரனின் மாளிகை’

’சரி, அப்படியானால், ராஜேந்திரனைக் கேட்கிறேன்’ என்று சொல்லி ராஜேந்திரன் பக்கம் திரும்பினான்.

‘உங்கள் வீட்டில் நல்ல நிகழ்ச்சி நடந்துகொண்டிருக்கிறது. உங்களைத் தொந்தரவுசெய்ய வருந்துகிறேன், நண்பா. அந்தப் பொடி வண்ண ஆடை அணிந்திருக்கும் பெண்ணின் பெயர் என்ன?’

‘எனக்கு நிச்சயமாகத் தெரியாது, இளவரசே. சல்மா அல்லது நிகாத் ஆக இருக்கலாம்’ புன்னகையுடன் சொல்லிவிட்டு, அந்தப் பெண்களின் நடனத்தைப் பார்க்கத் திரும்பிவிட்டான் ராஜேந்திரன்.

‘சல்மா? நிகாத்? ஹிந்து பெண் இல்லையா?’ திகைப்புடன் பார்த்தான் பகதூர்.

’ஒரே நினைப்புடன் அவளைப்பற்றி ஏன் கேட்கிறீர்கள்? அவளை உங்களுக்குத் தெரியுமா?’

‘எனக்கா? அவளுடன் நான் இன்பம் அனுபவித்திருக்கிறேனா?’

‘இல்லை, இளவரசே. அந்தப் பெண்கள் அனைவரும் கன்னிப் பெண்கள்’

‘பின் அவளை எப்படி நான் அறிந்திருக்க முடியும்?’

ஏதோ காரணத்தால் என் சித்தப்பா மகனுக்கு அந்தக் கேள்வி வேடிக்கையாகத் தோன்றியிருக்க வேண்டும். 'எனக்குத் தெரியவில்லை. நீங்கள் சிறுவயதில் அவளுடன் விளையாடி இருக்கலாம்'

'மேவார் பெண்ணுடன் விளையாட்டா? எப்படி சாத்தியம்?' ஷெஸாதாவின் குரலில் கவலை ஒலித்தது. அவனைப் போலவே, நானும் குழப்பத்தில் இருந்தேன். 'ராஜேந்திர சிம்மா, நீங்கள் புதிராகப் பேசுகிறீர்கள்'

'அது அகமதுநகர் காஸியின் மகள். சிறுவயதில் உங்கள் தந்தையுடன் அகமது நகருக்குச் சென்றபோது அவளை நீங்கள் சந்தித்திருக்கலாம் என்று நினைத்தேன்.

'அவள் இங்கு என்ன செய்துகொண்டிருக்கிறாள்?'

பாடல் நின்றுவிட்டது. ஒருவரை ஒருவர் கட்டிப் பிடித்துக்கொண்டு அந்தப் பெண்கள் அசையாமல் நின்றனர். பயந்து போயிருந்தனர். சல்மா அல்லது நிகாத்தின் மேலுதட்டிலிருந்து வியர்வைத் துளிகள் உதிர்ந்தன. இவ்வளவு நேரமும் ஆடிய நடனத்தால் அவளது அக்குள் வியர்த்திருந்தது. உடல் நடுங்கியது. அவை முழுவதும் அவளது மான் விழிகள் பாய்ந்தன. தோழியின் தோளை இறுக்கமாகப் பற்றியிருந்தாள். எனினும், தீபமஹாலிலிருந்து வெளியே போகமுடிந்தால் அகமது நகருக்கு, ஓடியே போய்ச்சேர்ந்திருப்பாள். ராஜேந்திரன் என்ன செய்ய விரும்புகிறான்? சொல்வதைத் தெரிந்துதான் சொல்கிறானா? அகமது நகரை இங்கு ஏன் இழுக்கவேண்டும்? அதன் பின்னர்தான் எனக்குத் தோன்றியது! மேவார் வீரர்கள் படுகொலை செய்யப்பட்ட கதையை ஷெஸாதா கூறியபோது அவன் முகம்போன போக்கும், லக்ஷ்மண் சிம்மா துவண்டுபோனதும் நினைவுக்கு வந்தது. மனத்தில் ஒரே நோக்கத்துடன் ராஜேந்திரன் இன்றைய விருந்தை திட்டமிட்டுள்ளான். குஜராத்தை நாங்கள் திருப்பித் தாக்கியதையும், அகமது நகரைக் கைப்பற்றி மசூதிகளை அழித்ததையும், தங்கத்தையும் வெள்ளியையும் கொள்ளை அடித்ததையும், அந்நகரத்தின் ஆயிரக்கணக்கான மக்களைக் கொலைசெய்ததையும் நினைவுபடுத்தி ராஜேந்திரன் பழிதீர்த்துக் கொள்கிறான்.

'ராஜேந்திரா, சொல்வதைக் கேள். முட்டாள்தனமாக பேசுவதை நிறுத்து. சுய நினைவுக்கு வா'

ஆனால், அவன் என்னைப் புறக்கணித்தான்.

'உங்களது தந்தையின் படைகளை அடியோடு அழித்த மேவார் படை அகமது நகரைக் கைப்பற்றியது நினைவிருக்கிறதா, இளவரசே? அது ஒரு படுகொலை. காஸியும் வீழ்ந்துவிட்டார். ஆனால், நாங்கள்

பெருந்தன்மை மிக்கவர்கள். பெண்களையும் அவர்களது மகள்களையும் எங்களுடன் அழைத்துவந்தோம். புதிய தொழிலில் அவர்களை இப்போது பழக்குகிறோம். இன்றைக்குச் செய்ததுபோல்; நமக்கு மகிழ்ச்சியளிக்கிறார்கள், நாம் ஏராளமாக வெகுமதி அளிப்போம். நாங்கள்...'

வாக்கியத்தை அவனால் முடிக்க முடியவில்லை. அவன் நாக்கைப் பிடித்து இழுத்துவிட்டேனா அல்லது முகத்தில் உதைத்தேனா? அப்படிச் செய்திருந்தால், தந்தைக்கு ஏற்பட்ட அவமானத்தை இதயத்தில் ஏந்திக்கொண்ட அன்பிற்குரிய சித்தப்பா மகன் ராஜேந்திரன் குஜராத்திற்கு எதிரான போரில் குறைந்தபட்சம் என் பக்கத்தில் நின்று போராடியிருப்பான்.

வலியால் துடிப்பதுபோல் பகதூர் முன்னே சாய்ந்தான். பொதுவான பழைய தந்திரம் தான். ஆனால், நான் ஏமாந்துவிட்டேன்.

'ஷெஸாதா, உங்களுக்கு ஒன்றுமில்லையே?' என்று கேட்டேன்.

'நான் நன்றாகத்தான் இருக்கிறேன். உங்கள் சகோதரன் அப்படி இல்லை'

குறுவாளால், மிக விரைவான ஏழு குத்துகள். ராஜேந்திரன் உயிருடன் இல்லை. எங்கள் மத்தியில் மரணத்தின் அசைவற்ற அமைதி. சல்மாவோ அல்லது நிகாத்தோ? பாவம் அந்தப் பெண் தரையில் நொறுங்கி வீழ்ந்தாள். ராஜேந்திரனைத் தூக்கினேன். என் ஆடைகளும் கைகளும் குருதியால் நனைந்தன. எதுவும் செய்ய இயலாத எனது வலிக்குள் கடவுளர்களை அழைக்க விரும்பினேன். விதானத்தைப் பார்த்தேன், தொங்கும் விளக்குகளைப் பார்த்தேன்; உலகத்தில் பார்க்க வேண்டிய, உணரவேண்டிய, அனுபவிக்க வேண்டிய அனைத்தையும் பார்த்தவள், ஆனால், ராஜேந்திரனின் மரணத்தை பார்க்கத் தவறிவிட்ட குரலின் சொந்தக்காரி சஜனி பாயைப் பார்த்தேன். என் சித்தப்பாவையும், இறந்து கிடக்கும் என் தம்பியையும் பார்த்தேன். என் உடல் குலுங்கியது, நடுங்கியது ஆனால் என்னால் அலற முடியவில்லை. ஓ... ராஜேந்திரா... குஜராத் படையெடுப்புத் தொடங்குவதற்காகக் காத்திராமல் அதற்கு முன்னரே உன்னுடன் நெருக்கமாக இருந்திருக்கக் கூடாதா?

உறைகளிலிருந்து வாட்கள் உருவப்படும் சப்தம் கேட்டது. ஒன்று, இரண்டு, மூன்று. சூரஜ்மல் ராவ், நர்பாத் ஹதா, ஜோதா சிம்மா ராவத். ஷெஸாதாவைச் சுற்றிக் கொண்டனர். மற்றவர்களும் தங்கள் ஆயுதங்களை உறைகளிலிருந்து வெளியில் எடுத்தனர். ராஜேந்திரனைத் தரையில் மெதுவாகக் கிடத்திவிட்டு, வாளை உருவியபடி பகதூருக்கு முன் நின்றேன்.

'எனக்குப் பாதுகாப்பு ஏதும் தேவையில்லை, மகராஜ் குமார். அவர்களுக்குத் துணிவும் பெருந்தன்மையும் இருந்தால், அனைவரையும் ஒருவர் பின் ஒருவராக நான் எதிர்கொள்ளத் தயார்'

'என் தந்தை ராணா சங்காவின் ராஜ்ஜியம் இது. இளவரசே நாவை அடக்குங்கள். உங்கள் ஆயுதங்களை என்னிடம் கொடுங்கள்'

'என்னைப் பாதுகாத்துக்கொள்ளாமல் இறக்கவேண்டும் என்று எதிர்பார்க்கிறீர்களா, இளவரசே?

'இனிமேல் கொலை ஏதும் நடக்காது, ஷெஸாதா. உங்கள் ஆயுதங்களை மங்களிடம் கொடுங்கள்.' நான் அவனைப் பார்த்துப் பேசினால், யார் பார்ப்பது, யார் தலைகுனிவது என்ற போட்டியை ஆரம்பித்துவிடுவான். ஆகவே, எங்கள் முகாமில் பழிவாங்கும் எண்ணத்துடன் நின்றிருந்த மூன்று தலைவர்களையும் பார்வையால் தேக்கினேன். ஷெஸாதாவிற்குள் நடக்கும் போராட்டத்தின் வெப்பத்தை என்னால் உணர முடிந்தது. அவன் என்னை நம்புவானா? அஜாக்கிரதையாக இருந்த ஒருவனை தாக்கியிருக்கிறான். பாதுகாப்பற்றவனாக மாறுவதுதான் அவனுக்குச் சிறந்த பாதுகாப்பாக இருக்குமோ? செய்த காரியத்தின் தீவிரம் ஒருவேளை அவனுக்குள் உறைக்கத் தொடங்கியிருக்கலாம். தான் செய்த காரியம் பற்றி யோசிப்பான் அல்லது வருத்தப்படுவான் என்பது சந்தேகமே. அவன் ஒருவேளை சண்டை போடலாம். ஆனால், நான் மட்டும் தான் அவனுக்குப் பாதுகாப்பு என்பதை அவன் அறிவான்.

தன் குறுவாளையும் வாளையும் மங்களிடம் கொடுத்தான் ஷெஸாதா.

'தீப மஹாலை விட்டு அவன் உயிருடன் வெளியில் செல்லமுடியாது, இளவரசே' நர்பாத் ஹதா என்னையும் ஷெஸாதாவையும் நோக்கி நகர்ந்தான்.

'அவர் நம் விருந்தாளி. ஷெஸாதாவின் முடியைத் தொடுவதற்கு யாராவது முயன்றாலும் கூட அவர்களைக் கொன்றுவிடுவேன்'

மிகையான பேச்சோ? இந்தக் கூடத்தில் நிற்கும் நூற்றுக்கும் மேற்பட்டவர்களை எதிர்கொள்ளப் போகிறேனா? 'மகராஜ் குமார் சொல்கிறேன். ஆயுதங்களைக் கீழே போட்டுவிட்டு வீட்டிற்குத் திரும்புங்கள்' ஒவ்வொரு சொல்லையும் நிறுத்தி நிதானமாக உச்சரித்தேன்.

முடிவெடுக்க முடியாமல் அவர்கள் நின்றனர். நான் சொன்னதைக் கேட்பார்களா? அல்லது கலகத்தில் ஈடுபடுவார்களா? எப்படியும்

இருக்கட்டும். ஹதாவின் கண்களில் தெரிந்த வெறுப்பையும், இகழ்ச்சியையும் பகை உணர்வையும் என்னால் மறக்கவே முடியாது. ராஜ மாதாவும், சித்தியும் எங்களை நோக்கி நடந்து வந்தனர்.

'மகராஜ் குமார் சொல்வது காதில் விழவில்லையா? வாட்களை உறையில் போட்டுவிட்டு திரும்பிச் செல்லுங்கள். எங்கள் பேரன் இறந்து போயிருக்கிறான். துக்கத்தை அனுஷ்டிக்கத் தேவையான நேரத்தையும் இடத்தையும் கொடுங்கள்.' என்றார் ராஜமாதா அதட்டலாக

பின் இளவரசன் பகதூர் பக்கம் பாட்டி திரும்பினார். 'மகராஜ் குமாரின் வாக்கையும் என் வாக்கையும் நீ நம்பலாம். யாரும் உனக்குத் தீங்கிழைக்க மாட்டார்கள். மகனே, உன்னை மிகவும் நேசித்தேன்... ஆனால், எனது உபசரிப்பையும் பிரியத்தையும் மேவாரின் விருந்தோம்பலையும் அவமதித்துவிட்டாய். அமைதியாகச் செல்'

ராஜேந்திரனின் இறப்பிற்குப் பழிவாங்காமல் நின்றிருந்த என்னை மேவாரும் அதன் மக்களும் நிச்சயம் மன்னிக்க மாட்டார்கள். எனது எதிர்காலத்தின் கதவை அடைத்துவிட்டேனா?

அத்தியாயம் 16

நீங்கள் பேயை விரட்ட முடியும். ஆனால், கடவுளிடமிருந்து நீங்கள் எப்படி உங்களை விடுவித்துக்கொள்வீர்கள்?

மகராஜ் குமார் அரண்மனையை அடைந்தபோது பணியிலிருந்த காவலர்கள் அவனுக்கு வணக்கம் செய்தனர். குதிரையை விட்டு அவன் இறங்க வேண்டுமா? அவன் ஏன் மாளிகைக்கு வந்தான்? விடியற்காலை மூன்று மணிக்கு வாசலில் நின்றுகொண்டு என்ன செய்வது என்று அவன் யோசித்துக் கொண்டிருந்தான். பெஃபிக்கிர் அமைதியாக நின்றிருந்தது. நம்பிக்கையிழந்து, குழப்பத்தில் இருந்தான். மர ஆசாரியின் பட்டறைக்குச் சென்று நீண்ட ரம்பம் ஒன்றை எடுத்து வர வேண்டும்; படுக்கையில் வசதியாகப் படுத்துக்கொண்டு, புருவத்தில் ஆரம்பித்து சீராக, ரம்பத்தின் ஒரேமாதிரியான இயக்கத்தால் தலையைச் சுற்றி அறுக்கவேண்டும். மூளையோடு சேர்ந்து, தலையின் மூன்றில் ஒரு பங்கான மேல் பகுதி கீழே விழுந்தவுடன், அவனால் அமைதியாகத் தூங்கமுடியும். வேறு சிந்தனைகள், வேறு கேள்விகள் ஏதுமில்லை. அவனுடைய மனைவியைப் பற்றியோ, சோர்வூட்டும் அவளது லீலைகளைப் பற்றியோ கவலையில்லை. வாழ்க்கையென்ற இந்தப் பெரும் நோய் நாசமாகப் போகட்டும்

பாதுகாப்பு அதிகாரி, ‘இளவரசே, பெஃபிக்கிரை லாயத்தில் விடட்டுமா?’ என்று கேட்டான். எதற்கு பெஃபிக்கிரை லாயத்தில் விடவேண்டும் என்று அவன் திகைத்தான். அவனைக்காட்டிலும் குதிரை அதிக மூளையுள்ளது. அவனது வீடு எங்கிருக்கிறது, அவனது எஜமானர் யார் என்று அதற்குத் தெரியும். குதிரைச் சவாரியில் பயன்படும் சொற்களான பெருநடை, பாய்ச்சல், ஓட்ட நடை, நில் போன்றவற்றை அதனால் புரிந்துகொள்ள முடியும். தர்மம் என்னவென்று அவனுக்குத் தெரியும். அவன் மகராஜ் குமார். மாளிகை வாசலில் ஏன் நிற்கிறான் என்று அவனுக்குப் புரியவில்லை. அவன் என்ன செய்யவேண்டும் என்று எதிர்பார்க்கப்படுகிறான். நல்லது, செய்வதற்கு ஒன்றுமில்லை. குதிரையை விட்டு இறங்கி அவன் இருப்பிடம் இருக்கும் அரண்மனைப் பகுதியின் படிக்கட்டுகளில் ஏறினான்; படுக்கையில் அமர்ந்து, அடுத்து என்ன செய்ய வேண்டும் என்று தீர்மானிக்க வேண்டும்.

படுக்கையில் விழப்போகும்போது, அவன் மனைவியின் குரல் கேட்டது. யாரோடு பேசிக்கொண்டிருப்பாள்? அவள் அறையை எப்போதும் வெளிப்பக்கம் பூட்டி வைக்க, நேற்று மாலை கண்டிப்பான உத்தரவுகள் போட்டிருந்தான். கும்கும் கன்வர் அவளுக்குச் சமைத்துத் தருவாள்; குளிப்பதற்கு உதவுவாள். எஜமானி விரும்பும் அனைத்தையும் செய்து தருவாள். அதனால், என்ன நடந்தாலும், தீப்பிடித்துக் கொண்டாலும் அவளை வெளியில் அனுப்பக்கூடாது என்று சொல்லியிருந்தான். அவள் அறைக்கு வெளியிலிருந்த ஹிஜிரா நன்கு தூங்கிக் கொண்டிருந்தான். அவனிடமிருந்து மெல்லிய, தெளிவான குறட்டை வந்தது. அவன் மூச்சை வெளியில் விட்டதும், அவன் வாய் தீவிரமாக இயங்கி காற்றைச் சேகரித்து உட்கொண்டது. இவனிடம்தான் அவள் பேசிக்கொண்டிருந்தாளா? இருக்காது. அவனுக்குப் போதுமான அளவு கிடைக்காத அமுதம் போன்ற ஒன்றை சாப்பிடுவதில் மிகவும் தீவிரமாக இருந்தான். இளவரசனுக்கு மனைவியின் குரல் இப்போது தெளிவாகக் கேட்டது. பூட்டப்பட்டக் கதவின் வழியாக உருண்டு திரண்ட அந்தப் பருத்த மனிதனுடன் அவள் பேசிக்கொண்டிருக்கச் சாத்தியமில்லை. எனினும், அது மோசமானதாகத் தோன்றவில்லை.

இளைஞனாக, அவன் அழகான உருவத்துடன் இருந்திருக்கலாம். ஆணுறுப்பு இல்லையென்றாலும், ராணிகளின் மத்தியில் அவன் பிரபலமானவன். ஹிஜிராக்கள் பற்றி இளவரசனுக்கு அதிகம் தெரியாது. அவர்களால் இனப்பெருக்கம் செய்ய முடியாது என்பது உண்மை. எனினும், மேவாரின் அழகான, மேல்தட்டுப் பெண்கள் சிலரிடம் இவர்கள் அதிக நேரம் இருக்கமுடியும். அந்த வாய்ப்பு அரச குடும்பத்து ஆண்கள் வேறு எவருக்கும் கிடைக்காது.

பெருவேட்கை கொண்ட அவன் வாய், மகராஜ் குமாரின் தாய்மார்கள் பலரையும் முத்தமிட்டிருக்கும்; அறிந்திருக்கும், அவர்களுடன் படுத்திருக்கும்? கடவுளுக்குத்தான் தெரியும். ஆண்கள் விசித்திரமானவர்கள். மனிதர்கள் இரவு நேரத்தில் மட்டுமே உடலுறவு கொள்வார்கள். பாலுறவு என்பது ஊடுருவும் செயல் மட்டுமே என்று நம்புவதற்கு விரும்புகிறார்கள். உடலின் மற்றப் பாகங்களான கைகள், உதடுகள், காதுகள், தொடைகளின் உட்புறங்கள், தொப்புள், பாதங்கள் என்று இவைதான் ரசனைக்கும் பாலின்பத் தூண்டுதலுக்குமான இடங்கள் என்று கணக்கு இருக்கிறதா என்ன? நாக்குப் போன்ற உண்மையாக ஊடுருவும் சாதனம் என்ற ஒன்று இருந்தால் இவை புறந்தள்ளப்படுகின்றன.

பாலினத்தின் அடிப்படையில் வேறுபடுத்திப்பார்க்க முடியாத உடலைத் தொடும் எண்ணம், சில காரணங்களால், அவனுக்கு அருவருப்பை ஏற்படுத்தும். மகராஜ் குமார் பல்லைக் கடித்துக்கொண்டு, குனிந்து ஹிஜிராவின் சட்டைப்பையில் கையை விட்டான். இரண்டு டஜன்களுக்கும் மேலிருந்த சாவிகளில் அவனது மனைவியின் அறைச்சாவியைக் கண்டுபிடிக்க மகராஜ்குமாருக்கு சிறிது நேரமும் முயற்சியும் தேவைப்பட்டது. பூட்டை மெதுவாகத் திறந்தான். திருமணத்தன்று இரவு அவனது படுக்கை அமைக்கப்பட்டிருந்ததுபோல் அவளது படுக்கையும் அமைந்திருந்தது. கட்டிலின் மேல்புறத்திலிருந்து நான்கு பக்கங்களிலும் பூச்சரங்கள் தொங்கின. படுக்கை விரிப்பின் மீதும் பூக்கள் கசங்கிக் கிடந்தன. அவள் மல்லாந்து படுத்திருந்தாள். அவள் உடம்பில் துண்டுத்துணி இல்லை.

பொறுமையும், அழகுணர்ச்சியும் இல்லாதவர் உடைகளை களைந்து எறிந்ததுபோல் உடைகள் தரையில் சிதறிக் கிடந்தன. ஹிஜிராவைத் தாண்டி உள்ளே நுழைந்தவன், கதவை லேசாகச் சாத்தினான். திரும்பியவன் திடுக்கிட்டு உறைந்தான். அவள் அவனை வெறித்துப்பார்த்துக் கொண்டிருந்தாள். அவளிடம் என்ன சொல்லப் போகிறான்? சும்மா, எப்படி இருக்கிறாள் என்று பார்க்க வந்ததாகவா? இல்லை, நேரடியாகச் சொல்லிவிடலாமா? கெட்ட கனவுகண்டேன், அதனால் கொஞ்சம் பதட்டமாகிவிட்டேன். உன் படுக்கையில் படுத்துப்பார்க்க நினைத்தேன். ஆனால், நிச்சயமாக உடலுறவு எண்ணத்துடன் வரவில்லை என்று சொல்லலாமா? அக்கணத்தில்தான், அவன் அறைக்குள் இருப்பதே முற்றிலும் அவளுக்குத் தெரியவில்லை என்பது புரிந்தது. அவள் இமைகள் முக்கால் அளவுதான் மூடியிருந்தன. அதனால், கண்கள் திறந்திருந்தது போல் தோன்றியது. கீழ்ப்புறத்தில் வெள்ளை விழிகள் தெரிந்தன. ஆகவே, லேசாக மூடியிருந்த கண்களின் வழியே அவள் பார்க்கிறாள் என்ற விநோத உணர்வு ஏற்படுகிறது.

எதிர்ச் சுவரின் அருகில், தரையிலிருந்து மூன்று அங்குல உயரமேயுள்ள சிவப்பு நிற மர ஆசனம். அதற்கு முன்னால், ஒரு தங்கத் தட்டு. பல் வகை உணவுகளால் அது நிரம்பி வழிந்தது. பெரும்பாலானவை பாலிலும் தயிரிலும் செய்த இனிப்புகளும் மாவுப்பண்டங்களும். இல்லை. உணவு இவனுக்காக பரிமாறப்படவில்லை அறையின் மற்றொரு மூலையில் ரங்கோலி வண்ணங்களால் அற்புதமாக வரையப்பட்ட ஓவியம். அதில் குழலிசைப்போனும், அவளும் யமுனை நதிக்கரையில் ராசலீலை நடனம் ஆடிக்கொண்டிருந்தனர்.

அவளிடமிருந்து அவனால் கண்களை அகற்ற முடியவில்லை. அவிழ்ந்து கிடக்கும் தலைமுடியை விரல்களால் யாரோ கோதுவது போன்று, மகிழ்ச்சித் திளைப்பில் அவள் தலை பின்பக்கம் வளைந்திருந்தது. ‘இல்லை, இல்லை, இல்லை, இல்லை, நீ என் காதுகளைத் தீண்டுகிறாய். தயவு செய்து நிறுத்து. நான் சொல்வதைக் கேட்க மாட்டாயா? ஒவ்வொரு முறையும் நான் ஒன்று செய்யச் சொன்னால், அதற்கு எதிராகச் செய்கிறாய். வக்கிரமாக நடந்துகொள்வதை நிறுத்து. என்னைப் போகவிடு. இல்லை, உன் தலைமுடியை வேகமாக இழுப்பேன்’. அவள் தனியாகத்தான் இருக்கிறாள்; அவள் காதலன் என்ன செய்துகொண்டிருக்கிறான் என்பதும் அவனுக்குச் சரியாக தெரிந்தது. நீண்டு கிடந்த அவளது கரத்தின் உட்புறமாக அவன் வருடிக் கொண்டிருந்தான். கைகளில் மயிலிறகு. இப்போது அக்குளின் உட்குழிவில், அங்கிருந்து நகர்ந்து இடது மார்பகத்தில் நகர்ந்து, அடிவயிற்றில் ஊர்ந்தது. அவளது கழுத்தின் பின்புறம் பற்களால் மெலிதாகக் கடித்துக்கொண்டிருந்தான். இப்போது அவனை முத்தமிட்டுக் கொண்டிருந்தாள். அவள் கரங்கள் காற்றில் இறுக்கமாகப் பிணைந்திருந்தன. ஆயிரம் பெயர்களில், ‘கிரிதர் லால், கானஷியாம்’ என்ற இரண்டைச் சொல்லி அவனை அழைத்தாள். அவள் குரலில் இருந்த அளவற்ற ஏக்கமும் காதலும் இளவரசனின் இதயத்தைத் துளைத்தன.

வெளியே போ. உன்னால் முடியும்போதே வெளியில் செல்லலாம். ஒரு துளி கண்ணியம் இருந்தாலும் வெளியேறலாம். ஆனால், அவனால் நகர முடியவில்லை. அவன் விரும்பவும் இல்லை. அந்தச் சித்திரவதை, அவனைக் கிழித்தது. அது நிற்கவேண்டும் என்று அவன் விரும்பவில்லை. புலனுணர்வு என்பது ஒரு மிகைப்படுத்தப்பட்ட சொல் என்றுதான் எப்போதும் நினைத்திருந்தான். ஆனால், இப்போது அதன் வலிமையை, பெருக்கெடுக்கும் பேரானந்தத்தை, இன்பத்தின் மர்மங்களின் இதயத்தில் அதற்கு இருக்கும் இடத்தை அவனை உணரும்படிச் செய்தாள். அவள் பாடியதை முதல் முறையாகக் கேட்டது அவன் நினைவுக்கு வந்தது. எதையும் அவள் நிறுத்தி வைக்கவில்லை, இடையிலும் நிறுத்தவில்லை.

அவளுடைய அனைத்தையும் தந்தாள். அதையே இப்போதும் அவள் செய்துகொண்டிருந்தாள். அவளிடமிருக்கும் அனைத்தையும் பணயம் வைத்துக் கொண்டிருந்தாள்.

அவள் முகத்திலும் உடலிலும் வெளிப்பட்ட பரவசம் அவனைத் திகைப்பில் ஆழ்த்தியது. குழந்தையாக இருக்கையிலும் எதையும் இவ்வளவு முழுமையாகவும் அளவுக்கதிகமாகவும் அவன் அறிந்ததில்லை. மகிழ்ச்சித் திளைப்பென்ற ஊற்றின் கண்ணாக அவள் தென்பட்டாள். அவளிடம் காணப்படும் புறக்கணிப்பு நிலையும், கிளர்ச்சியும் எங்கிருந்தது வந்தது? சுற்றியிருக்கும் உலகத்தைப் பற்றிய பிரக்ஞையின்றி சாதாரண மானுடப் பிறவியால் பேரானந்தத்தில் ஆழ்ந்து திளைப்பது சாத்தியமானதா? அவள் ஒரு மூடப்பட்ட, முழுமையான வட்டம், அதில் அவனுக்கு இடமில்லை. அவளுக்கும் அந்த குழலிசைப்போனுக்கும், அவர்கள் இருவருக்குமே உரியது. அதை உடைத்துப் புகுவது சாத்தியமற்றது. அவன் வெளியேற்றப்பட்டான். வெளியே.

அப்போது பயங்கரமான புரிதல் ஒன்று அவனைத் தாக்கியது. இதுவரையிலும், விஷயங்கள் எவ்வளவு மோசமாகப் போயிருந்தாலும், குறைந்தபட்சம் அவன் தன்னைக் கட்டுப்படுத்திக் கொண்டான். அந்தக் குழலிசைப்போன் அவன் எதிரி. அவன் மீதான வெறுப்புணர்வையும் தாண்டி உணர்வுடன் குழலிசைப்போனை வெறுத்தான். அவனைத் தலைகீழாகத் திரும்பிவிட்ட இந்த உலகில் அந்த வெறுப்பு ஒன்றே அவனுக்கு துருவ நட்சத்திரமாக, நிலையான வழிகாட்டும் விளக்காக இருக்கிறது. ஆனால், உண்மை என்னவெனில், கடந்த காலத்தை அவன் சினந்து கொள்ளவில்லை; அனைத்து அவமானங்கள், அவன் அனுபவித்த வலி, ஏன் இன்றைக்குக் காணநேர்ந்த வெட்கம் தொலைத்த உணர்ச்சி வெளிப்பாடு என்று எது குறித்தும் அவன் கோபம் கொள்ளவில்லை.

அவன் உள்ளே இருக்க நினைத்தான்.

சப்தமின்றிக் கதவைச் சாத்தியவன், ஹிஜிராவின் சட்டைப்பையில் மீண்டும் சாவிக்கொத்தை போட்டுவிட்டு நகர்ந்தான்.

அத்தியாயம் 17

சோர்வாகவும், வெறுமையாகவும் உணர்ந்தேன். வெறும் இருபத்திநான்கு மணி நேரம், இவ்வளவு மனவெழுச்சிகள், பேரழிவுகள், சோகங்களைக் குவிக்க முடியுமா? காரணம் எதையும் கூறமுடியாது. பகதூர் உன் மேல் சாபம் விழுந்துள்ளது. நாங்கள் உன்னை இழந்துவிட்டோம் என்றுதான் நினைத்தோம். கடவுளுக்கும், கௌசல்யாவுக்கும் பில் இனத்து மந்திரவாதிக்கும், எனக்கும் மட்டுமே

சாவின் நெருக்கத்தில் நீ இருந்தது தெரியும். எமனின் பிடியிலிருந்து உன்னை நாங்கள் எப்படியோ மீட்டு வந்தோம். விதியோ அல்லது நானோ உன்னைச் சாக விட்டிருக்க வேண்டும். ராஜேந்திரா, நீ நாசமாகப் போக. நீ உயிருடன் இல்லை. ஆனால், உருவாக்கிச் சென்றிருக்கும் அழிவைப் பார். பகதூரின் தந்தையுடன், குஜராத் படைகளுடன் சண்டையிட்டுக் கொண்டிருந்தாலும், அவனுடன் நல்லுறவு ஏற்படுத்திக்கொள்ள மேவார் பல மாதங்களைச் செலவிட்டது. ஏன்? திட்டவட்டமான வெற்றிக்கு வாய்ப்பில்லை. அந்த ராஜ்ஜியத்தைக் கைப்பற்றுவதும் இணைத்துக் கொள்வதும் கிடக்கட்டும்; அண்டை நாட்டவருடன் அமைதி உடன்படிக்கை செய்துகொண்டு, சுமூக உறவை மேற்கொள்ள முடியுமென்றால், பொருளாதார, அரசியல் இராணுவ அடிப்படையில் அறிவார்ந்த, சிறந்த முடிவாக அது இருக்கும்.

அந்தச் சமயம் பார்த்து விவேகத்தையும் எச்சரிக்கையயும் காற்றில் வீசினாய்; கவனத்துடன் செய்த அனைத்து வேலைகளையும், பாதுகாத்து வளர்த்தவற்றையும் சாக்கடையில் போட்டுவிட்டாய்; பலகையைச் சுத்தமாகத் துடைத்துவிட்டாய். எனக்குத் தேவைப்படும்போது யுத்தக் களத்தில் இருக்கமாட்டாய். நம் சமூகத்தின் வணக்கத்திற்குரிய மூத்தோர்களின் கௌரவத்திற்குப் பங்கம் ஏற்பட்டுவிட்டது. முடிந்தால், பகதூரின் தலையுடன் சேர்த்து என் தலையையும் மகிழ்ச்சியுடன் கொய்துகொள்ள விரும்புவார்கள். எந்தக் கௌரவம் பற்றி பேசுகிறோம். நீண்ட நாட்களுக்கு முன்னால், அதிகமாக குடித்துவிட்ட இளவரசனான அந்த விருந்தினன் அளித்தத் தனிப்பட்ட அவமதிப்பைக் காட்டிலும் நிச்சயமாக மேவார் பெரியது, முக்கியத்துவம் வாய்ந்தது.

தீப மஹாலில் நடனமாடிய அந்தப் பெண்கள் அகமது நகர் காஸியின் மகள்கள் என்று இளவரசனிடம் சொல்வதன் மூலம் மூவாயிரம் ராஜபுத்திரர்களின் சாவுக்கு பழிவாங்க நினைத்தாய். சபாஷ். பழிவாங்குவதற்கான உனது வேட்கை உனது பிறப்புறுப்பின் முன்தோலைவிட நிச்சயம் மெலிதானது. கொஞ்சம் பொறுமையாக இருந்திருந்தால், புத்தியில் சிறிதளவைப் பயன்படுத்தியிருந்தால் என்னுடன் சேர்ந்து இருந்திருக்க முடியும். அந்த மூவாயிரம் தலைகளை விட குறைந்தபட்சம் இருமடங்கு உனக்குக் கிடைத்திருக்கும். என் தம்பியே, நான் உன்னை நேசித்தேன். நீ இல்லாதது எனக்கு இழப்புதான். ஆனால், என்னுடைய இந்த முதல் படையெடுப்பில் உன்னைப்போன்ற உணர்ச்சி வசப்படும் பதின்பருவ இளைஞர்கள் எனக்குத் தேவையில்லை. கடைசியாக ஒன்று. நான் சொன்னது தவறு. எழுதுபலகையை நீ சுத்தமாக அழிக்கவில்லை. அன்று அந்தக் காலை நேரத்தில் சுராஜ் வாயிலின் வழியாக பகதூர் உள்ளே நுழையும்போதே அது சுத்தமாகத்தான் இருந்தது. நாங்கள் ஒருவரையொருவர் அன்று அறிந்திருக்கவில்லை.

முடிந்த அளவுக்கு சிறப்பாகவும் அல்லது மிக மோசமாகவும் நாங்கள் இருவரும் பரஸ்பரம் அலட்சியமாக இருந்தோம். மேவாரில் இறுதியாக அவன் செய்த பொருத்தமற்ற, முதிர்ச்சியற்ற, அலட்சியமான செயலை வாழ்நாள் முழுவதும் வெறுப்புடனும் அருவருப்புடனும் ஷெஸாதா நினைத்துக் கொண்டிருப்பான். அவனுக்குக் கிடைத்த அன்பையும் பாசத்தையும் பரிவையும், குருதியாலும் சாவாலும் நன்றியாகத் திருப்பித் தந்தோமே என்று என்றைக்கும் அவன் தன்னை மன்னிக்கமாட்டான். அதிலும் மிகமோசமான செயலாக இருமுறை அவனைக் காப்பாற்றிய என்னையும் மன்னிக்கமாட்டான். புரையோடிய முள்ளாக மேவார் அவனை உறுத்திக் கொண்டேயிருக்கும். சரிசெய்ய முடியாத அளவிற்குக் கசந்து போன இனிய நினைவுகளை அழிக்கும் நேரத்திற்காகப் பொறுமையுடன் காத்திருப்பான்.

'ராஜேந்திர சிம்மனையும் ஷெஸாதாவையும் பற்றி சிந்திப்பதை நிறுத்துங்கள், இளவரசே. கொஞ்சம் ஓய்வெடுங்கள்'. கௌசல்யா என் தலையைத் தடவினாள்.

காயத்தின் மேலிருக்கும் பொருக்கைத் தடவிப்பார்த்து அதைப் பெயர்த்து எடுப்பதுபோல, அந்த விஷயத்தை அப்படியே விட்டுவிடவும் மறுபடியும் நினைத்துப் பார்க்கவும் என்னால் இயலாது. விஷயங்களை எளிதாக, அதன்போக்கில் எடுத்துக் கொள்ளும் ஒரு நல்ல ராஜபுத்திரனைப்போல் ஏன் என்னால் இருக்கமுடியவில்லை. வேகமான, நேர்மையான விசாரணை எனக்கு நல்ல பெயரையும் அதிகம் நன்மதிப்பையும் தரும் என்பதை மறுக்கமுடியாது. ஆனால், நிச்சயமாக, அரசை நடத்துவது என்பது அதைவிடக் கொஞ்சம் சிக்கலானது. பகதூர், சுல்தான் கிடையாது. இப்போதைக்கு அவன் தந்தைதான் சுல்தான். சித்தோரில் பகதூர் சாகடிக்கப்பட்டால், அவனது தந்தை சுல்தான் முஸாஃபரின் கௌரவம் பாதிக்கப்படும்; அத்துடன், குஜராத்தின் மக்களும் அவதூறுக்கு ஆட்படுவார்கள். அது ஆபத்தில் முடியும். பழிவாங்க வேண்டும் என்று தவிர்க்க முடியா தர்க்கம் பேசுவார்கள்; தேசியப் பெருமிதம் மனநிறைவு அடைய வேண்டும். அது குஜராத் படைகளை மேவாரை நோக்கி நகரச்செய்யும்.

நாம் ஏற்கனவே யுத்தத்தில்தானே இருக்கிறோம்? ஆம். ஆனால், இடாருக்காக நடக்கும் யுத்தம், பிரதேசத்தில் யாருக்குச் செல்வாக்கு என்பதற்காக நடப்பது. அவ்வளவே. குஜராத்தோ அல்லது மேவாரோ உயிர் வாழ்வதற்கோ அல்லது நிலத்தைக் காத்துக்கொள்ளவோ போடும் சண்டையில்லை இது. இடார் அரியணைக்கு வெவ்வேறு உரிமை கோரல்களை ஆதரிக்கிறோம்; அந்நிய மண்ணில்தான் சண்டையிட்டுக் கொண்டிருக்கிறோம். ஆனால், சொந்த மண்ணில் நடக்கும் யுத்தம் என்பது முற்றிலும் வேறானது. ஒருவேளை குஜராத்தை மோசமாக

தோற்கடிக்கவும் முடியும். ஆனால், அதற்கு மேவார் கொடுக்கவேண்டிய விலை? கிராமங்களும், நகரங்களும் மாநகரங்களும், இடித்துத் தள்ளப்படும்; அந்த ஆண்டிற்கான பயிர்கள் எரிக்கப்படும். பொருளாதாரம் சிதைந்து போகும். எமது மக்கள், விவசாயிகள், கைவினைஞர்கள், வணிகர்கள், ஏன் வீரர்கள் உட்பட பல்லாயிரக் கணக்கானோர் உயிர்களை இழப்பார்கள். ஊனமுறுவார்கள். ஷெஸாதாவை விடுதலை செய்துவிட்டால், நன்றிக் கடப்பாடு உடைய தந்தை எங்களுக்கு ஏதாவது தயவு காட்டலாம். அதைப் பெரிய அளவில் செய்யலாம் என்று அவர் மனம் நிச்சயம் நினைக்கக்கூடும்.

இருப்பினும், என்னையே கேட்டுக்கொண்டேன்; உண்மையில், ராஜ்ஜியம் சார்ந்த காரணங்களால் ஒரு முதிர்ச்சியான விவேகமான முடிவு எடுக்க வேண்டிய தேவை எழுகிறதா? அல்லது, நான் யதார்த்தத்திலிருந்து, மக்களிடமிருந்து தொடர்பற்று விலகி நிற்கிறேனா? பெரிய விஷயங்களில் கவனம் செலுத்தியதால் ஒரு சிறிய உண்மையைப் பார்க்கத் தவறிவிட்டேனா? தலைவன் எவனும் ஜனரஞ்சக நடவடிக்கைகளை ஏளனம் செய்ய முடியாது. மக்களின் ஆதரவை இழக்க வேண்டியதுதான்.

'சந்திர மஹாலில் சுனேரியா உங்களுக்காகக் காத்திருக்கிறாள்' துக்கத்தைக் குறிக்கும் வெள்ளையாடைக்கு மாறிக்கொண்டிருந்த போது கௌசல்யா கூறினாள். 'நான்கு நாட்களாக அவள் தினமும் வந்து கொண்டிருக்கிறாள். இன்று அவளை சந்தியுங்கள். குறைந்தபட்சம் அவளிடம் பேசுங்கள். இல்லையெனில் புறப்படும்முன் சொல்லிக்கொள்ள விரும்பவில்லை என்று அவள் நினைப்பாள்.'

கௌசல்யாவைப் பார்த்து வியந்தேன். அவளுக்கென்று வரும்போது மிகுந்த உடமைத்தன்மையுடன் நடந்து கொள்கிறாள்; ஆனால், கடமை என்று நினைக்கும் விஷயத்தில் தனது மனச்சாய்வு தலையிடுவதை அவள் அனுமதிப்பதில்லை. நான் மகராஜ்குமார். எனக்கு வெவ்வேறு வகையான, மாறுபட்ட, புதிய முகங்கள் தேவை. சுனேரியா பற்றி அவள் அறிவாள். கடந்த சில மாதங்களாக அந்த ஏகாலியின் மனைவி என்னைத் தேடி வரும்போதெல்லாம் குறுக்கிடாமல் இருக்கிறாள். என் திருமண வாழ்க்கை நல்ல முறையில் செல்லவேண்டும் என்று விரும்புகிறாள். எனக்குத் தெரிந்தவரை அவளுக்கு மத நம்பிக்கைக் குறைவு. ஆனால், என்னிடம் சொல்லாமலேயே மிகவும் தீவிரமான மூன்று வகை உண்ணா நோன்புகளை மேற்கொண்டாள். இப்போதும் திங்களும் வியாழனும் அவள் சாப்பிடுவதில்லை. இவையனைத்தும் என் மனைவி எனக்கொரு மகனை, வாரிசைச் சுமக்க வேண்டும் என்பதற்காகத்தான்.

'நீங்கள் உண்மையிலேயே செல்கிறீர்களா, மகராஜ் குமார்?' சுனேரியா பேசுவதுபோல் இல்லை இது. அவ்வளவு எளிதில், அதுவும் நிச்சயமாக நான் புறப்படுவதால் அவள் சோர்ந்துபோக மாட்டாள். அவள் எப்போதுமே தனது சுதந்திரத்தை நுட்பமாகவும் குறிப்பாகவும் என்னுடனும், என்னிடமிருந்தும் உறுதிப்படுத்திக் கொள்பவள்.

'ஆமாம். படைத் தலைமையை நான் ஏற்க வேண்டும் என்பதற்காக அரசர் காத்துக்கொண்டிருக்கிறார். சென்றமுறை நாம் சந்தித்தபோது உனக்கு இதைப்பற்றி விளக்கியதாக நினைக்கிறேன்.'

'நான் உங்களுடன் வரலாமா? உங்களுக்குப் பெண் துணை தேவை. இன்றைக்கு நடந்த கொடூரமான துயரத்தை மறக்க உங்களுக்கு உதவுவேன்'.

'உனது அக்கறையை இது காட்டுகிறது. ஆனால், நான் யுத்தத்திற்குச் செல்கிறேன். அங்கு நீ என்ன செய்வாய்?'

'உங்கள் துணிகளைத் துவைத்துத் தருவேன். நீங்கள் கேட்கிற எதையும் செய்வேன்' அவள் நிமிர்ந்து பார்க்கவில்லை.

'சுனேரியா, என்ன விஷயம்? உன் மனத்தில் வேறு ஏதோ இருக்கிறது'

'எவ்வளவு குருடாக இருக்கிறீர்கள். எதுவும் தெரியாதவராக இருக்கிறீர்கள்' அவள் எளிமையாகப் பேசினாள், எந்த வெறுப்புமின்றி. 'உங்களை நேசிக்கிறேன், இளவரசே'

மக்களின் உணர்வுகளைப் படிக்கமுடியும் என்று நான் நினைத்திருந்தேன்!

எங்களுக்கிடையிலான இந்த உறவை இருவரும், குறிப்பாக சுனேரியா, சாதாரணமாகத்தான் எடுத்துக்கொள்ள வேண்டும்; உணர்வு பூர்வமான ஈடுபாடு கூடாது என்று முடிவு செய்திருந்தோம்.

'அஞ்சவேண்டாம், இளவரசே. உங்களுடன் ஒட்டிக்கொள்ள மாட்டேன்... என்னை மனுஷியாக நடத்திய முதல் மனிதர் நீங்கள். அதையும் மிகவும் இயல்பாகச் செய்தீர்கள். ஆனால், அதற்கான நன்றி கடப்பாட்டைப் பற்றி நான் இப்போது பேசவில்லை'

'நான் திரும்பி வருவேன், சுனேரியா'

'நீங்கள் பத்திரமாகத் திரும்பி வர ஒவ்வொரு நாளும் பிரார்த்தனை செய்வேன். ஆனால், நீங்கள் என்னிடம் திரும்பி வருவீர்களா என்பது சந்தேகமே'. எப்போதும் போல, கரடுமுரடான, உழைக்கும் கரங்களால் தனது துப்பட்டாவை அவிழ்த்தாள்.

அதிகாலை ஐந்தே முக்காலுக்கு லக்ஷ்மண் சிம்மாஜியின் மாளிகையை அடைந்தேன். வெளிமுற்றத்தில் நின்றிருந்த கூட்டம் நான் உள்ளே செல்ல விலகி வழிவிட நேரம் எடுத்துக் கொண்டது. அதைப் பார்த்து கூட்டத்தின் மனநிலையை நான் கணித்திருக்க வேண்டும். சற்று உயரத்தில் வைக்கப்பட்டிருந்த கைப்படுக்கையில் ராஜேந்திரன் கிடத்தப்பட்டிருந்தான். அந்த இடத்தைவிட்டு அனைவரும் அகலும்வரை காத்திருந்தேன். அவனுடன் தனியே இருக்க விரும்பினேன். ஒரு ராஜபுத்திர வீரன் அவனது கடைசி யுத்தத்திலோ அல்லது இறுதிப் பயணத்திலோ அணியும் காவி நிற ஆடை அவனுக்கு அணிவிக்கப்பட்டிருந்தது. உருவிய குறுவாளை ஷெஸாதா அவனுள் செருகிய அந்தக் கணத்தில் அவனுக்கு ஏற்பட்ட வியப்பு, அவன் முகத்தில் இன்னும் மறையவில்லை. இன்னும் சில கணங்களில் ஐந்து அல்லது ஆறு அடி உயரமுள்ள பூக்களின் குவியலுக்குள் அவன் புதைக்கப்படுவான்.

அவன் கையை எடுத்து என் கையில் வைத்துக்கொண்டேன். வலது மணிக்கட்டில் அவன் போட்டிருந்த தங்க வளையம் கண்ணில் பட்டது. அதை முற்றிலும் மறந்துபோய்விட்டேன். கல்வியை முடித்த இறுதி ஆண்டில் நான் அவனுக்கு அளித்தது. அதைக் கையிலிருந்து உருவினேன். உள்பக்கம் பொறிக்கப்பட்டிருந்த எழுத்துக்களைப் படித்தேன்: 'போரில் பெற்ற விழுப்புண்களோடு நாம் ஒன்றாக வளர்வோம், நண்பனே'. அன்புமிக்க சொற்களால் துளைக்கமுடியாது, கொல்ல முடியாது என்று இவ்வளவு ஆண்டுகளும் நம்பியிருந்தேன். அவன் கரத்தை விதானம் நோக்கி உயர்த்தியும் கீழிறக்கியும் அவனை உலுக்கி எழுப்ப நினைத்தேன். எழுந்திரு, எழுந்திரு, பிட்டத்தைப் படுக்கையிலிருந்து தூக்கு; சோம்பேறியே, எழுந்து ஆடை அணிந்துகொள், புறப்படலாம். போரிட யுத்தம் ஒன்று காத்திருக்கிறது. நாகரீகமான போர் அல்ல அது. எங்களது குருகுல நாட்களில் இருந்து பெறப்பட்ட அசிங்கமான சொற்களால் கோக்கப்பட்ட சரம். நிச்சயமாக அவனை உலுக்கி எழுப்பிவிட்டேன். அவன் இடது கால் முட்டி வளைந்திருந்தது. அவன் உடல் தலைக்கு இணையாக நேராக இல்லை. ஆனால், அதனால் பயனில்லை. அவன் விட்டுக்கொடுக்கப் போவதில்லை. கரத்தை கீழே வைத்தேன். அலங்கோலமாக படுக்கையிலிருந்து நழுவிய கை தரையைத் தொட்டது. வளையத்தை மீண்டும் அவன் கையில் போட்டேன்.

வெளியில் வந்து மாளிகையின் படிக்கட்டுகளில் நின்றேன். ராஜாங்க நடைமுறைப்படி, குடும்பத்தின் ஏனைய உறுப்பினர்களும் துக்கம் அனுஷ்டிக்கும் மற்றவர்களும் இறந்தவனை வழியனுப்பும் ஏற்பாடுகளைச் செய்வதற்கான சமிக்ஞை அது. ஆயிரத்திற்கும் மேற்பட்டோர் வெளியில்

நின்றிருந்தனர். அச்சுறுத்துவதுபோல் ஒருவரையொருவர் தள்ளிக்கொண்டு முன்னே வர முயற்சித்தனர். யாரோ ஒருவன் குரல் கொடுத்தான். 'ரத்தத்திற்கு ரத்தம்; மேவாரின் கௌரவம், பகதூரின் குருதியைக் கேட்கிறது'. விரைவில் அனைவரும் அதைத் திருப்பிச் சொல்லத் தொடங்கினர்.

விரும்பியது கிடைக்கவில்லை என்றால், பழிதீர்த்துக் கொள்ள என்னிடம் அவர்கள் வருவார்கள் என்பது நிச்சயம். 'விக்கிரமாதித்தனை விடுதலை செய், துரோகி மகராஜ் குமாரை சிறையிலடை'. இந்தப் புதுமையான யோசனைக்கு யார் ஊக்கம் தந்திருப்பார்கள் என்று ஊகிப்பது கடினமல்ல. என்னைச் சிறையிலடைக்க எழுந்த குரல் அந்தத் தருணத்தில் உருவானது. நல்ல நகர்த்தல், தாய் கர்மாவதியே! மங்கள் எங்கே போய்த் தொலைந்தான். கண்ணில் தென்படவில்லை. ஆனால், நல்வாய்ப்பு என் பக்கம் இருந்தது. ஒரு நொடிக்கு முன் நம்பிக்கையற்றச் சூழல் நிலவியது; இப்போது முற்றிலும் சரிபண்ண முடியாத, மீட்க முடியாத நிலைக்குச் சென்றுவிட்டது. மங்கள் சிம்மனுக்குப் பதிலாக கடவுள் எனக்கு உதவி புரிந்தார், ஷெஸாதா அந்தக் கூட்டத்தை நோக்கி வந்துகொண்டிருந்தான். சுத்த முட்டாள். எனக்கு அவன் ஏற்படுத்திய சிக்கல் போதாது என்பதுபோல். தாமதமாக எழுந்த மன உறுத்தலா? அல்லது நான் சந்தேகப்படுவதுபோல் நாடகத்தனமான துணிச்சலை அவன் இப்போதும் கைவிடவில்லையா?

'மகராஜ் குமாரை விட்டுவிடுங்கள்'. அவன் குரல் கணீரென்று ஒலித்தது. அற்புதமாக, தாக்கம் ஏற்படுத்தும் வகையில் அதைப் பயன்படுத்தினான். 'உங்களுக்கு நான் வேண்டும். இதோ நிற்கிறேன். குஜராத்திற்காகவும், இஸ்லாமிற்காகவும் என் உயிரைத் தியாகம் செய்யத் தயாராகஇருக்கிறேன். கோழைகள்தான் ஒற்றையாக இருப்பவனைத் தாக்குவார்கள். ஒருவனுக்குப் பத்து பேர், ஒருவனுக்கு நூறு பேர். அல்லது இங்கே திரண்டிருப்பதுபோல், ஒருவனுக்கு ஆயிரம் பேர். உங்களுக்குத் துணிவு இருந்தால், முன்னே வாருங்கள். ஒரு நேரத்தில் ஒருவர். நேர்மையான சண்டை. யார் பக்கம் நியாயம் உள்ளதோ அவர் ஜெயிக்கட்டும்'.

என் தலைக்காகவும் பகதூரின் தலைக்காகவும் கூட்டம் மாறி மாறி உறுமியது. அந்த மனிதர்கள் ரத்த வாசனையை முகர்ந்து விட்டார்கள். என்னுடையதோ அல்லது எதிரியினுடையதோ. கிடைக்காமல் அவர்கள் போகப்போதில்லை.

'தொடங்கப்போகிற மல்யுத்தப் போட்டிகளைப் பார்க்க விளையாட்டு அரங்கில் காத்திருப்பதாக ஒருவேளை நீங்கள் எண்ணிக் கொண்டிருக் கலாம்.' மிகவும் தாழ்ந்த குரல்தான். யாராவது கேட்டிருப்பார்களா என்பது

வியப்பிற்குரியதே. ஆனால், தலைகள் மெதுவாகத் திரும்பின. லக்ஷ்மண் சிம்மா கூறியதைக் கேட்டன. 'எனினும், உங்களுக்கு ஒன்றை நினைவூட்ட விரும்புகிறேன். என் மூத்த மகன் இறந்துகிடக்கிறான். இந்தக் கூத்து நடைபெறாமல் இருந்திருந்தால் இந்நேரம் நாம் மயானத்தில் இருந்திருப்போம்'.

இறுதிச் சடங்கிற்குப் பின் கம்பீரியில் நீராடி, ஏகலிங்கேஸ்வர் கோவிலுக்குச் சென்றேன். குழலிசைப்போனிடம் இருந்த நெருக்கத்தை சமீபத்தில்தான் எம் குல தெய்வத்திடம் மாற்றிக்கொண்டேன். இறந்துபோன ராஜேந்திரனை தழுவிக்கொண்டு பிறவி சுழற்சியிலிருந்து அவனை விடுவிக்கும்படி இறைவனை இறைஞ்சினேன். ஒளிகாட்டி, விவேகம் அளிக்கும்படியும் மேவாருக்கு மேலும் கீர்த்தியையும் வேண்டினேன். ராஜேந்திரனின் மரணம் ஒரு தீச்சகுணம் என்பதால், ஒரு வாரம் கழித்துப் புறப்படுவது உசிதமாக இருக்கும் என்றார் தலைமை அர்ச்சகர். பத்துநாட்கள் கழித்துப் புறப்படுவது இன்னும் நல்லது. அன்று மிகவும் நல்ல நாள் என்றார். வேறொரு சந்தர்ப்பமாக இருந்தால் நான் இருமனதுடன் அல்லாடியிருப்பேன். ஆனால், இப்போது எனக்கு வேறு தேர்வு இல்லை. அரசரைக் காக்க வைக்க முடியாது.

சூரியன் கோபுரத்தின் பாதி உயரத்திற்கு ஏறியிருந்தான். மோசமான சம்பவங்கள் நடக்காமல் இருந்திருந்தால், காலை ஆறரை மணிக்கே புறப்பட்டிருப்போம். எவ்வளவு சீக்கிரம் முடியுமோ, அவ்வளவு விரைவில் புறப்பட விரும்பினேன். ஆனால், வெற்றிக்கோபுரத்தில் ஏறாமல் புறப்படப் போவதில்லை. இயல்பை மீறிய பரபரப்பு யுத்தத்திற்குத் தேவையில்லை. ஆனால், யுத்தத்திலிருந்து திரும்பிவரும் பயணம் உண்டு என்று ஒரு வீரன் அதிகப்படி நம்பிக்கை வைப்பது கூடாது என்பது நியாயமானது. போகவேண்டிய இடங்களை விரைந்து குறித்துக் கொண்டேன். நிதிமந்திரி ஆதிநாத்ஜி தினந்தோறும் காலையில் சென்று வழிபடும் திகம்பரர் கோவில், ஒருகாலத்தில் விஷ்ணு கோவில் என்கிறார்கள். ஒரு மதத்தைச் சேர்ந்த கடவுளின் கோவில் என்று நூற்றாண்டுகளாக,சொல்லப்பட்டு வந்த கோவில், திடீரென்று ஒருநாள் இரவில் வேறு மதத்தினுடையது என்று எப்படி மாறும். என்னால் இதை எப்போதும் புரிந்துகொள்ள முடியவில்லை. புகழ்க் கோபுரம். மற்றுமொரு ஜைன மத அடையாளம். இருபத்தி நான்கு தீர்த்தங்கரர்களின் புனித இடங்களுக்கு சென்றுவந்ததை நினைவுகூறும் வகையில் பன்னிரண்டாம் நூற்றாண்டில் வணிகர் ஜிஜா பகெர்வால் மஹாஜன் இதை உருவாக்கினார். எழுபது அடி உயரத்தில் ஏழு தளங்களுடன் அமைந்துள்ளது. கொள்ளுத் தாத்தா வெற்றிக் கோபுரத்தைக் கட்டும்போது, புகழ்க் கோபுரத்தைவிட உயரமாக அதை உருவாக்கினார். சற்று உயரம் குறைவாக இருக்கும் ஜைன கோபுரத்தில் சிற்ப வேலைப்பாடுகள் ஏதும் கிடையாது.

அடுத்து, சதுரங்க மௌர்ய தாலப் மந்திர். ஏரியின் மத்தியில் அமைந்திருக்கும் இந்தச் சிவன் கோவிலில், வலுவான பௌத்த அம்சங்கள் காணப்படுகின்றன. இங்கும் தெய்வங்கள் இடம் மாறியிருக்குமோ என்று சந்தேகப்படுகிறேன். ரான்மல் ராவின் மாளிகை இங்கிருந்து தெரிந்தது. ராணா கும்பாவின் காலத்தில் குஜராத்தின் சுல்தான் இங்கு சிறைப்பட்டிருந்தார்; அதனால் உள்ளூர்க் கதைகள் இந்த மாளிகையை 'பாதுஷா கி பக்ஷி' என்று கூறுகின்றன. ராம்பூர் பான் புராவின் மாளிகையும் அதே காலகட்டத்தில் உருவானது. பான்புரா வம்சத்தவர் இப்போது பழைய வளமும் செல்வமும் இல்லாத முற்காலத்து மேற்குடிகளாக இருக்கிறார்கள்.

ஏரியின் மத்தியில் சிறிய ஆபரணம்போல் மிதக்கும் ஜல் மஹால், ராணி பத்மினியின் அரண்மனை; பெண்கள் அவ்வப்போது கூடிப்பேசும் இடமாக ராணி கர்மாவதி அதைத் தன் கட்டுப்பாட்டில் வைத்திருக்கிறாள். அப்புறம், காளி கோவில். அடுத்தது, எங்கள் அரண்மனை யானைகள் குளிக்கும் இடம் ஹாத் குண்டு. ராணி பத்மினியின் அரண்மனைக்குப் பின்புறம் இருப்பது 'காதன்' ராணி அரண்மனை. இவர் அசல் ராணி அல்ல. படிநிலையில் கீழிருக்கும் தச்சர் குலத்தைச் சேர்ந்த பெண். ராணா ஷத்தர சிம்மாவின் கண்களில் பட்ட அவளை தனது பிரியமான ஆசைநாயகி ஆக்கிக்கொண்டார். அம்மாக்களும் மருமகள்களும் ஒரே அந்தஸ்த்தில் கூடி சந்திக்கும் இடம் சாஸ் பாஹு குண்டு. அவர்கள் அனைவரும் குளிக்கும் இடம். இந்தக் குளத்திற்கு நீர் வரும் ஊற்று எங்கிருக்கிறது? வற்றாத நீர் ஆதாரம் எப்படி என்பதும் யாருக்கும் தெரியாது. அடுத்தது, சட்டாபீஸ் தேவாரி. இருபத்தேழு சிறிய ஜைன கோவில்கள் அமைந்திருக்கும் இடம். பதினொன்றாம் நூற்றாண்டில் கட்டப்பட்டது. எல்லா இடங்களையும் பார்த்தபின் எனது புயல் வேக சித்தோர் சிற்றுலாவின் அடுத்த, இறுதி நிறுத்தம் அரச குடும்பத்தினரின் மாளிகைகள் அமைந்திருக்கும் வளாகம். நான் வாழ்ந்து வளர்ந்த இடம்.

பேராசையுடன் நீரைச் சேமித்துக் கொள்ளும் ஒட்டகமாக என்னை உணர்ந்தேன். நான் அதிகம் பாகுபாடு காட்டவில்லை. எனினும், புலம்புவதற்கான அல்லது புனிதமெனக் கொண்டாடுவதற்கான தருணங்களை நான் தேடவில்லை. சித்தோர் வாழ்க்கையில், அதன் இயக்கங்களில் நினைவில் வைத்துக்கொள்ள வேண்டிய, சில சிதறல்களை மட்டுமே சேகரித்துக்கொண்டேன். அதோ... துணிக் குவியல்களுடன் வட்டமாக அமர்ந்திருக்கும் பெண்கள் கூட்டத்தைப் பாருங்களேன். கொஞ்சம் துணிகளை எடுத்து, அவற்றைச் சின்னக் கயிற்றில் கட்டி நிறமிகள் இருக்கும் பெரும் கொப்பறைகளில் முக்கித் தோய்க்கிறார்கள். மூங்கில் கம்புகள் வரிசை வரிசையாய் நிற்கின்றன. கம்புகளுக்கு இடையில் குறுக்கும் நெடுக்குமென கயிறுகள். கயிறுமீது

நடந்து வித்தைக் காட்டுவோர் எந்தத் தருணத்திலும் இந்த மூங்கில் மரங்களில் ஏறி விரைப்பான அந்தக் கயிறுகளில் அமைதியாக நடக்கலாம். ஒரு பெண், நிறமிகளில் தோய்க்கப்பட்டத் துணிகளை எடுத்து வந்து, உலர்வதற்காக அவற்றை கயிற்றில் தொங்கவிடுகிறாள். பகட்டாக நிறமூட்டப்பட்டிருக்கும் துணிகள், வீசும் காற்றால் நிரம்பி உப்புகின்றன; அவை படகுகளின் பாய் போல் பறக்கின்றன. கடல் மட்டத்திற்கு ஐந்நூறு அடிக்குமேல் முழுமையான ஒரு படகுப்போட்டி.

தளங்கள் கொண்ட வீடுகளால் நிறைந்த சரிவிற்கும் அப்பால் ஒரு ஜோடி காளைகளும் விவசாயி ஒருவரும் பின்பக்கமாக நடந்து கொண்டிருந்தனர். கிணற்று நீரில் வாளி மோதும் சப்தம் தூரத்தில் கேட்டது. இப்போது அவர்கள் முன்னே நகர்ந்தனர். நீர்ச் சக்கரம் வாளிகளைக் கவிழ்த்து வாய்க்கால்களில் நீரைக் கொட்டியது. கம்பீரியைத் தொடர்ந்த என் கண்கள் ஏகாலி துறையில் நின்றன. தூரத்தில் அவள், நிச்சயம் அவள்தான். சந்தேகமில்லை அந்த லகுவான, கைகால்களின் தன்னிச்சையான, நயமான அழகும், அசைவும் வேறு எவருடையதுமல்ல. சுனேரியாவினுடையதுதான். அதிகாலையில் அவள் பேச்சில் தொனித்த ரகசியக் குறிப்பால் எதை அவள் தெரியப்படுத்துகிறாள்? அவள் ஒரு சூனியக்காரியா? நான் ஏன் அவளிடம் திரும்பி வரக்கூடாது? மிக மோசமாகத் தொடங்கியிருக்கும் இந்தப் படையெடுப்பு என் உயிரையும் எடுத்துக் கொள்ளப்போகிறதா? அவள் புஜங்களும் கரங்களும் மேலுயர்ந்தன; துவைத்துக்கொண்டிருந்த வேட்டியோ அல்லது விரிப்போ, இரண்டாக மடிந்து, ஈரமான துவைகல்லில் மோதியது. அவள் கரங்கள் தசைப்பிடிப்புடன் இல்லை; ஆனால் மணிக்கணக்கில் நூற்றுக்கணக்கான துணிகளை அடித்துத் துவைக்கத் தேவையான வலிமையுடன் காய்ச்சிய இரும்பால் செய்யப்பட்டிருக்க வேண்டும். அவள் சொன்னது திடீரென்று நினைவுக்கு வந்தது. முதுகிலும் கால்களிலும் தென்பட்ட கறுப்பு சிராய்ப்புகளும் முதுகில் தழும்பும், வளையலற்ற இடது கரமும், மூக்குத் தண்டில் காணப்பட்ட வீக்கமும்; ஏழு நாட்களுக்கு முன்னால் வீட்டில் கீழே விழுந்ததால் ஏற்பட்டவை என்றாள். அவள் சொன்னது சரிதான். குருடாக மட்டுமல்ல, ஊமையாகவும் தான் இருந்தேன்.

அவளது வயதான கணவனோ அல்லது வேறு யாருமோ அவளுக்கு இதைச் செய்திருக்க முடியாது. ஆனால், அவளைத் தடியால் அடிக்கத் தேவையான காரணம் நிச்சயம் இருந்திருக்கும். அவன் எலும்புகளை ஏன் அவள் உடைக்கவில்லை? நிச்சயம் அவளுக்கு அதற்கு வலிமை உண்டு. கடினமான, வைரம் பாய்ந்த கரங்கள் தனக்கு உண்டு என்பதை அவளறிவாள். எப்போதும் அதை மறைப்பதற்கே முயன்றாள். பலமான ஓர் அறை, அவளது கணவனை ஓரிரு வாரங்களுக்கு எழமுடியாமல் செய்திருக்கும். அசிங்கமாகப் பேசுகிறேன். அவளுக்குச்

சுதந்திரமும், விருப்பம்போல் இயங்க துணிவும் இருக்கிறது; ஆண் செய்கிற வேலையைச் செய்கிறாள்; எனினும், சுனேரியா மரபிற்குக் கட்டுப்படுபவள். அவள் திருப்பி அடிக்கமாட்டாள்.

கனிகளின் சுமை தாங்காமல் சீதாப்பழ மரங்கள் வளைந்து நின்றன. இன்னும் முழுமையாகப் பழுக்கவில்லை. என்னுடன் சில டஜன் பழங்களை எடுத்துச்செல்ல வேண்டும். எங்கேயும், சென்றிருக்கும் இடங்கள் எங்கேயும், சித்தோரின் சீதாப் பழங்கள் போல் உங்களுக்குக் கிடைக்காது.

வெற்றிக் கோபுரத்திலிருந்து கீழே இறங்கியதும் மங்களை அருகில் அழைத்தேன். ‘சுனேரியாவின் கணவன் மனத்தில் பேயைக் கண்டு பயப்படுவதுபோல் பயத்தை உண்டாக்கு. மனைவியை மீண்டும் அவன் தொடக்கூடாது. தொட்டால், அவளைத் தாக்க முயன்றான், உடல்ரீதியாக துன்புறுத்தினான் என்று அவனைத் தனிமைச்சிறையில் அடைத்துவிடலாம். எச்சரிக்கையாகத்தான் செயல்படுவாய். எனினும், இந்த அச்சுறுத்தல் எங்கிருந்து வருகிறது என்று அவனுக்குத் தெரிய வேண்டாம்’.

லீலாவதி, அரச குடும்பத்தினர், ராஜமாதா, ஏனைய ராணிகள், ஆதிநாத்ஜி, பிரதம அமைச்சர், சித்தோரின் உயர்குடி மக்கள், சாதாரண மக்கள் என்று அணிவகுப்பு மைதானத்தில் அனைவரும் காத்திருந்தனர். சித்தப்பா லக்ஷ்மண் சிம்மாஜியை பதாகை அளிக்கும் சடங்கிற்கு வரவேண்டாம், ஓய்வெடுங்கள் என்று சொல்லிவிட்டேன். உண்மையில் அவர் வரவேண்டம் என்று எதிர்பார்த்தேனா? ராஜேந்திரன் இடத்தில் அவருடைய இளைய மகன் தேஜை நியமித்திருந்தேன். என்னுடன் அழைத்துச்செல்லும் படைப்பிரிவின் தலைப்பகுதியில் அவன் நின்றிருக்கிறான்.

கூடாரத்தின் கீழ் லீலாவதி அமைதியாக நின்றிருந்தாள். என்னை நோக்கிப் பாய்வதும் கட்டிக்கொள்வதும் இன்றைக்கு முடியாது. குட்டி ராணி போல் அதே இடத்தில் அசையாமல் நின்றிருந்தாள். பாந்தனி காக்ராவும் சோளியும், தாகா துப்பட்டாவும் அணிந்திருந்தாள். என் படையும் நானும் கூடியிருந்த அனைவரையும் கடந்து, லீலாவதிக்குமுன் நின்றோம். இடது பக்கம் திரும்பி ஈட்டியை நீட்டினேன். நூல் வேலைப்பாடு செய்யப்பட்டிருந்த பதாகையை ஈட்டி முனையின் பித்தளைப் பகுதியில் செருகினாள். சேடி ஒருத்தி விளக்கும், குங்குமமும், மஞ்சளும் இருந்த தங்கத் தாம்பாளம் ஒன்றை அவள் கையில் அளித்தாள். தனது கட்டைவிரலால் மஞ்சளும் குங்குமமும் நிறைய எடுத்து, குனிந்த என் நெற்றியில் திலகமிட்டாள். ‘மகராஜ் குமார், மேவாரின் கௌரவம் உங்கள் கைகளில். அதைக் காப்பாற்றுங்கள். எதிரியை வெற்றிகொண்டு வெல்ல

முடியாதவராகத் திரும்பி வாருங்கள். கடவுளின் அருள் உங்கள் பக்கம் இருக்கட்டும். ஜெய் ஏகலிங்கேஸ்வர்'. நான் நிமிர்ந்து நின்று, சூரியக் கடவுள் வரையப்பட்டிருந்த பதாகைக்கு வணக்கம் செய்தேன்.

நாங்கள் பயணத்தில் இருந்தோம். அதற்குமுன் சிறிய காரியம் ஒன்றை முடித்தேன். சுனேரியா உதிர்த்த விநோதச் சொற்கள் எனக்குக் கவலையளித்துக் கொண்டிருந்தன. அலுவலகத்திற்குச் சென்று, மங்கள் அருகிருக்க, எழுத்தர் ஒருவர் சாட்சியாக இருக்க எனக்குச் சொந்தமான இரண்டு கிராமங்களை சுனேரியாவின் பெயருக்கு மாற்றினேன். குறிப்பு ஒன்றுடன் பத்திரத்தை கௌசல்யாவுக்கு அனுப்பி வைத்தேன்.

உயர்நிலைப் பாதுகாவலர்கள் ஷெஸாதாவையும் அவனது சகாக்களையும் பிரதான வாயிலுக்கு அழைத்துவந்து ஒப்படைத்தனர். நானோ அல்லது இளவரசன் பகதூரோ இந்த நிகழ்வின் முரண்களை முன்கூட்டியே அறிந்திருக்கவில்லை. சில மாதங்களுக்குமுன் குதிரையில் கோட்டைக்குள் ஷெஸாதா நுழைந்தான். புகலிடமும் அவன் தந்தையிடமிருந்து பாதுகாப்பும் வேண்டுமென்று மேவாரைக் கேட்டான். இப்போது அவன் வீரர்களின் காவலில் மேவாரை விட்டு வெளியேறுகிறான். அவனது புதிய நண்பர்கள் அவனது நட்பைக் குறித்து இனிமேல் அக்கறை கொள்ளப் போவதில்லை. அவனது தந்தையைப் போலவே, அதே அளவு இவனும் இப்போது மேவாரின் எதிரி. எங்கள் ராஜ்ஜியத்தின் எல்லையில் நாங்கள் பிரிந்துபோவோம். அதன்பிறகு என்ன செய்யப்போகிறான் என்பது அவன் முடிவு. அகமது நகரிலிருக்கும் வீட்டிற்கோ அல்லது சம்பானேரோ செல்வதற்குப் பதிலாக அவன் குஜராத் படைகளுடன் சேர்ந்துகொள்ளலாம். அடுத்த சில வாரங்களில் நேருக்கு நேரான கைகலப்பில் நாங்கள் சந்திக்கவும் செய்யலாம்.

அத்தியாயம் 18

எனக்கு சமமானவர்களை, நண்பர்களை, சகாக்களை, தந்தைவழி உறவுகளை, சகோதரர்களைப் பார்க்கும்போதுதான், நான் எவ்வளவு மந்தமானவனாக இருக்கிறேன் என்பது தெரிகிறது. அவர்கள் ஒன்றாகக் கூடி, களித்துக் கும்மாளமிடுகிறார்கள். பரத்தைகளைத் தேடிச்செல்கிறார்கள். கலகலப்பும், வேடிக்கையும் நகைச்சுவையுமாக இருக்கிறார்கள். அவர்களுடன் ஒருமுறையாவது சேர்ந்துகொள்ள விரும்பினேன். ஆனால், என்னை அவர்கள் அரிதாகவே கூப்பிடுகிறார்கள். ஏனெனில் வயதை மீறிய தீவிரத்தனத்துடன் இருக்கிறேனாம். அவர்களது அதீத உற்சாகத்தைக் கெடுத்துவிடுவேனாம். ஆனால், மற்ற விஷயங்களிலும் கொஞ்சம் மெதுவாகத்தான் செயல்படுவேன்.

மூத்தவர்களுக்கும் என்னிடம் பழகுவதில் கொஞ்சம் சலிப்பு உண்டு. என்னை அதிகம் முனைப்புக் கொண்டவன் என்பார்கள். யுத்தம் அவர்களுக்கு வேடிக்கை, விளையாட்டு. நன்றாக உடையணிவார்கள், மீசைக்கு எண்ணெய் தடவிக்கொண்டு, குதிரைகளில் ஏறி கண்மூடித்தனமாகப் பாய்ந்துசெல்வார்கள். கொல்வார்கள், அல்லது கொல்லப்படுவார்கள். அந்த வாழ்க்கை மிகவும் எளிதானது. அதிகம் கிளர்ச்சி தரக்கூடியது.

யுத்தம் எனக்குப் பிடித்தமான பொழுதுபோக்கல்ல. இயல்பைமீறி ஆத்திரமூட்டப் பட்டால்தான் அதில் இறங்குவேன்; அல்லது முழுமையாகத் திட்டமிட்ட பின்னர்தான் கொலையெனும் அந்தப் பெருஞ்செயலில் இறங்குவேன். உண்மையில் தொலைநோக்கில் பார்த்தால் பெரும்பாலான யுத்தங்கள் நம்மை எங்கும் அழைத்துச் செல்வதில்லை; புறப்பட்ட இடத்திற்கே திரும்பி வருகிறோம். அரசியல் புவிப்பரப்பிலும் எதிர்கால வாய்ப்புகளிலும் பெரும் மாற்றங்கள் அதனால் ஏற்படும் என்றால் மட்டுமே சண்டையில் இறங்குவேன்.

அப்படி இல்லையென்றால், வீட்டில் உட்கார்ந்து, அண்டை ராஜ்ஜியங்களுடன் சமாதானமாக இருக்கமுயல்வேன். மோதலுக்கு முன்னால் என்னைத் தயார்படுத்திக் கொள்வேன். எனக்கு முழுமையான திட்டமிடல் தேவை. யுத்தத்தில் இறங்குவதற்கு முன்னால் எதிரி குறித்த சிறு விவரங்கள் உட்பட அனைத்துத் தகவல்களும் எனக்கு வேண்டும்: எதிரி அரசன், அவனது தளபதிகள், அவனது படை குறித்த விவரங்கள். அவர்களது விருப்பு வெறுப்புகள், குறைபாடுகள், முன்னுரிமைகள், அவர்களது மனப்போக்கு, முந்தைய படையெடுப்புகள், அவர்கள் என்ன சாப்பிடுவார்கள், அவர்களுக்கு இருக்கும் சிரமங்கள், இருக்கும் கருத்துகள், தூங்கும் பழக்கவழக்கங்கள், முக்கியமற்றவை என்றாலும் வேறு யோசிக்கவேண்டிய விஷயங்கள் அனைத்தும் வேண்டும். அனைத்திற்கும்மேல் அவர்கள் எப்படிச் சிந்திக்கிறார்கள் என்பதைக் கண்டுபிடிக்கும் ஆர்வம் உள்ளவன் நான். அரியணைக்குப் போட்டியாளர்கள் யார், உரிமை கோருபவர்கள் யார்? உள்நாட்டுப் போர் ஏற்பட ஒருவருக்கு உதவி செய்யலாம்; உங்களுக்காக வேறு ஒருவரை சண்டைபோட வைக்கலாம் என்றால், எதற்காகப் போர்? அந்த நபர் யார்? உள்நாட்டில் நிலவும் பொறாமைகளும் அதிகாரச் சமன்பாடுகளும் யுத்தத்தின் முடிவை மாற்றக்கூடியவை; அவற்றைப் பயன்படுத்திக்கொள்ள வேண்டும். அதுபோல் சாதாரண குடிமக்களின் மனநிலை எப்படி இருக்கிறது என்பதைத் தெரிந்துகொள்வதும் முக்கியமானது.

மோதலைப் பற்றி சாதாரண மக்கள் சலிப்புடன் பேசுகிறார்களா அல்லது ஆதரவு அளிக்கிறார்களா? இந்த ஆண்டு அறுவடை எப்படி

இருக்கக்கூடும்? முந்தைய மூன்று ஆண்டுகளில் எப்படி இருந்தது? பொருளாதார நிலையைப் போல் வணிகமும் மறைமுகமான, ஆனால் கணிசமான தாக்கத்தை ஏற்படுத்தக்கூடியது. இந்த நிலைமைகள் ஒரு நீண்ட யுத்தத்தை எதிர்கொள்ளப்போகும் நம் திறனிலும் தாக்கத்தை ஏற்படுத்தக்கூடியவை. பேசப்படும் இந்த விஷயங்கள் அனைத்தும் மிகவும் அடிப்படையானவை அல்ல; ஆனால், யுத்தத்திற்குத் தயாராகும், போர் உத்திகளை வகுக்கும் பெரும்பாலானவர்கள், படைத்தளபதிகள் இந்த அடிப்படைக் கொள்கைகளைப் பின்பற்றத் தயங்குவது ஏன் என்று குழம்பியிருக்கிறேன். தகவல்களைச் சேகரிப்பது, மிகச் சரியாகச் சொன்னால் நம்பகமான தகவல்களைச் சேகரிப்பது கடினமானது; அதிக நாட்கள் ஆகும். சலிப்பை ஏற்படுத்தும் நடவடிக்கை. அதுமட்டுமின்றி, நீடித்தமுறையில் அதைச் செய்தால்தான் பயன்தரக் கூடியதாக இருக்கும். மாதக்கணக்கில், சில நேரங்களில் ஆண்டுக்கணக்கில் எதிரியின் பொருளாதாரம், அரசியல் நிலை, படைத் திறன்களை ஆய்வுசெய்ய வேண்டியிருக்கும்; ஆனால், அந்த முக்கியமான போர் மூன்று, ஐந்து அல்லது அதிகபட்சம் ஏழு மணி நேரம்தான் நடக்கும் என்பதைக் கற்பனை செய்துபாருங்கள்.

இந்த முறை, எனக்கு அப்படி குறைவான நேரமே கிடைத்துள்ளது; குறிப்பாக பிரதிகூலம் இருப்பதாகவே உணர்கிறேன். என் தலைமையில் நடக்கவிருக்கும் முதல் படையெடுப்பின் தலைமைப் பொறுப்பை ஏற்க எவ்வளவு சிறந்த வழி! மற்ற விஷயங்களை விட்டுத்தள்ளுங்கள்; அந்த நிலப்பரப்பு எப்படி இருக்கும் என்றுகூட எனக்குத் தெரியாது. எப்படி என் வீரர்களை வழிநடத்தப்போகிறேன்? இடாரை முன்வைத்து குஜராத்துடன் இந்த யுத்தத்தை ஏன் நடத்துகிறோம் என்பதே எனக்கு உறுதியாகத் தெரியாது. மிகையாகத் தோன்றலாம். காரணங்கள், அரசியல், பொருளாதாரம் அல்லது ராஜதந்திரம் சார்ந்தவை அல்ல; மாறாக உணர்வு சார்ந்தது, மிகப் பலவீனமானது. எனது சகோதரியின் கணவன் ராய்முல் இடார் அரியணைக்கு உரிமை கோருகிறான்; ஆனால், இதுவரையிலும் அவன் அதில் அமர்ந்ததே இல்லை. மேவாருக்கும் குஜராத்திற்கும் இடையில், தொடர்ந்து நகர்ந்துகொண்டே இருக்கும் பந்தைப்போல் இடார் இருக்கிறது.

சில நேரங்களில் எங்களிடம், சில நேரங்களில் குஜராத்திடம். இடார், ஏன் இப்படி நிலையற்றதானது? ஏன் அடிக்கடி கை மாறுகிறது? அதற்கு நீங்கள் கொஞ்சம் பின்னால், இளவரசன் பகதூரின் எள்ளு தாத்தா சுல்தான் முகமதுவின் ஆட்சிக் காலத்திற்குச் செல்லவேண்டும். இந்த, தாத்தா கணக்கை உறுதியாகச் சொல்லமுடியாது. குஜராத்தின் மேற்கு எல்லைப்பகுதியில் இருக்கும் மலைப்பிரதேசம்; சில காலத்திற்கு இடார் ஒரு உறுத்தலாக இருந்தது. நிர்ணயிக்கப்பட்ட கப்பத்தொகையும்

முறையாக வரவில்லை. விஷயம் சிக்கலாகிக் கொண்டிருந்தது: இனிமேலும் ஊசலாட்ட நிலையில் இருந்தால் சுல்தான் முகமது இடார் முழுவதையும் திடீரென்று கைப்பற்றிவிடக்கூடும் என்று இடாரின் தலைவன் ஹர ராவ் நினைத்தான். ராஜபுத்திர அரசன் ஒருவனுக்கு இருக்க முடியாத மிகவும் இயல்பற்ற காரியம் ஒன்றை அவன் செய்தான். சுல்தானுக்கு தன் மகளை மணமுடித்துக் கொடுப்பதன் மூலம் சிக்கலிலிருந்து தப்பிக்க வழி கண்டுபிடித்தான்.

இந்தத் திருமண உறவின் வழியாக இடாருக்குச் சில தலைமுறைகள் அமைதி கிடைத்தது. அதாவது ராய்முல் இடாரின் ராவ் ஆக தலைமையேற்கும் காலம் வரை. ஆனால், இளைஞன் ராவ் அரியணை ஏறியவுடன், அவனது சித்தப்பா பீம் அவனை அரியணையிலிருந்து விரட்டியடித்தான். சித்தோரில் தஞ்சமடைந்த ராவ் என் சகோதரியை மணந்தான்.

இதற்கிடையில், ராவ் பீம் குஜராத்துடன் மோதல் போக்கைக் கடைப்பிடிக்கத் தொடங்கினான். கப்பம் கட்டுவதை நிறுத்தினான்; கிளர்ச்சியின் பரிமாணம் அதிகரித்தது. குஜராத்தின் கிழக்குப் பகுதியிலிருந்த சபர்மதி நதிக்கரைப் பிரதேசத்தைத் தாக்கிக் கொள்ளையடித்தான். விவேகமான செயலல்ல. பகதூரின் தந்தை இரண்டாம் முஸாஃபர் அப்போது குஜராத் சுல்தான். முஸாஃபரின் கோபம் என்ற நீண்ட மெல்லிய வாள், இலையுதிர் காலத்தின் காய்ந்துபோன புற்களை வெட்டுவதுபோல் இடாரைத் துடைத்தெறிந்தது. குஜராத் படை இடாரின் தலைநகரைக் கைப்பற்றியது. ராஜ்ஜியத்தைச் சூறையாடியது. கோவில்களும் கட்டிடங்களும் தரைமட்டமாகின. சிறிய சாகசத்திற்காக ராவ் பீம் மிக அதிக விலை கொடுத்தான்... சுல்தானைச் சாந்தப்படுத்த இருபது லட்சம் டங்காக்களும் நூறு யானைகளும் தேவைப்பட்டன.

இரண்டு ஆண்டுகள் கழித்து ராவ் பீம் இறந்துபோனான். அவன் மகன் பார்மல் அரியணை ஏறினான். விஷயங்கள் ஒரு முழுச்சுற்றை முடித்துவிட்டன: பார்மல் அரியணை ஏறியதை மறைந்து வாழ்ந்த அவனது தாய்வழி உறவினன் ராய்முல் எதிர்த்தான். என் தந்தை அவரது மருமகனுக்கு ஆதரவாகப் பெரும் படையை அனுப்பினார். இடாருக்குப் பாடம் கற்பித்த குஜராத் சுல்தானிடமே பார்மல் உதவி கேட்டான், நாங்கள் குஜராத்துடன் மோதலில் சிக்கிய கதை சுருக்கமாக இதுதான்.

சில நாட்கள் கடுமையான பயணத்திற்குப்பின் மேவாரின் எல்லையை அடைந்தோம். மங்களிடம் சொல்லி பகதூருக்குத் தேவையான மளிகைப் பொருட்கள், குடிநீர் போன்ற அனைத்தையும் கொடுக்கச் சொன்னேன். அவனையும் அவன் நண்பர்களையும் அவர்கள் வழியில் போக அனுமதித்தேன். ஒரு வேண்டுகோளுடன் மங்கள் திரும்பி

வந்தான்: மகராஜ் குமார், இளவரசன் பகதூரைச் சந்திக்க சிறிது நேரம் ஒதுக்குவாரா?

'அரச குடும்பத்து இரத்தம் ஓடும் இளவரசன் தனது செயல்களுக்காக வருந்துவது பொருத்தமற்றது. நான் வருத்தப்படவில்லை. ஆனால், தொடர்ந்து உங்களை நண்பனாக வைத்துக்கொள்ள முடியவில்லை என வருத்தப்படுகிறேன். நான் நினைத்ததைக் காட்டிலும் எங்களை நன்கு உபசரித்தீர்கள். என் உயிரையே உங்களுக்கு அளிக்கக் கடமைப்பட்டுள்ளேன்; ஒருமுறை அல்ல, இரண்டு முறைக்கும்மேல். என்னால் திருப்பிச் செலுத்தவே முடியாத கடன் அது. நானோ அல்லது வேறு எவருமோ உங்களிடம் கற்றுக்கொள்ள வேண்டியது அதிகம். இளவரசே, நான் குருடனல்ல. நான் அறிந்தவரையில் மிகவும் தனித்து இருக்கும் மனிதர் நீங்கள். எந்த அவதூறும், அல்லது கேலியும் உங்களைத் தொட்டுவிட முடியாது. ஏனெனில், தனிப்பட்ட விஷயங்கள் எதுவும் உங்களது ராஜாங்கப் பணிகளைப் பாதிக்க நீங்கள் அனுமதிப்பதில்லை. இரண்டாவதாகக் கூறிய செயல்வெளியில்தான் உங்களை அதிகம் மதிக்கிறேன். அரியணை ஏறும் வாய்ப்பு உங்களுக்குக் கிடைத்தால், மக்களால் விரும்பப்படும் பிரபலமான அரசனாக உங்களால் இருக்கமுடியுமா என்பது சந்தேகமே. ஏனெனில், பிரபலமற்ற நடவடிக்கைகளைப் பிடித்தமானதாகச் செய்ய உங்களுக்குத் தெரியாது

'பாதாள சாக்கடையையும் ஒரு இளவரசன் கவனிக்க வேண்டும். அதுவும் முக்கியமானதே என்று எனக்குச் சொல்லித் தந்தீர்கள். கழிவுகள் அகற்றுவது குறித்தே நீங்கள் அதிகம் அக்கறை காட்டுகிறீர்கள் என்று எல்லோரும் சொல்கிறார்கள். எதிர்காலத்தில் என்றாவது ஒருநாள் எனக்கு அரியணை கிடைக்கும் என்றால், எனது குடிமக்களும் இப்படி என்னைச் சொல்வார்கள் என்றால், அதைப் பாராட்டாக எடுத்துக்கொள்வேன். உங்களை மேலும் சங்கடப்படுத்த விரும்பவில்லை. பணம் படைத்தவனாக இருப்பது அரசனுக்குரிய சிறப்புரிமை; அதைச் செலவு செய்வது அரசனின் கடமை என்றுதான் இத்தனை ஆண்டுகளும் நினைத்திருந்தேன். அரசனாக வேண்டும் என்றால் ஒருவன் பணத்தைக் கையாளுவதில் தேர்ச்சி பெறவேண்டும் என்று இப்போது அறிந்துகொண்டேன். யுத்தத்தையும் வெற்றியையும் விடப் பொருளாதாரமும் வணிகமும் முக்கியமானவை என்று கற்றுத் தந்துள்ளீர்கள்.

'இந்தப் படையெடுப்பில் உங்களுக்கு நல்லது நடக்கவேண்டும் என்று வாழ்த்தமாட்டேன். ஆனால், நல்வாய்ப்பும் கடவுள் அருளும் உங்களோடு இருக்கட்டும். குதா ஹஃபீஸ்'.

'எங்கு செல்வீர்கள் இளவரசே?'

'என் சகோதரன் சிக்கந்தர் என் தலையைக் கேட்டிருக்கிறான். ஆனால், அதை என் தோள்களிலேயே வைத்திருப்பேன். விரைந்து டில்லிக்குச் செல்லப்போகிறேன், இளவரசே'.

'விடைபெறுகிறேன், இளவரசே. குஜராத்துடன் சமாதானம் செய்துகொள்வதில் நான் தீவிரமாக இருக்கிறேன்.'

'நீங்கள் இப்போதும் அவ்வாறு விரும்புகிறீர்கள் என்று தெரியும். அதை உணர்வதற்கு எனக்கு நீண்ட நாள் ஆகலாம்.'

* * *

பொறுப்பேற்குமுன தந்தை எனக்கு நடத்திய முதல் நேர்முகத்தேர்வில் அனுபவம் இல்லாதவனாக ஏன் உணர்ந்தேன்? ஏனெனில் ஒரு ராஜாவைப் போல், முதலாளிபோல் அவர் நடந்துகொண்டார்; அவருடைய பெரும் கூடாரத்தின் முதல் அறையில் பதினைந்து நிமிடங்களாகக் காத்திருக்கிறேன். தனக்குக் கீழேயுள்ளவர்களை நரகத்தில் இருப்பதுபோல் பதட்டப்பட வைப்பது ஒரு நல்ல உத்தி. காத்திருப்பவன் மனம் தறிகெட்டு ஓடும்; அவனது கற்பனை கொந்தளிக்கும். நான் தகுதியானவன் இல்லையா? அந்தப் பெரிய மனிதரின் மன அமைதி குலையும்படி ஏதாவது சொல்லி விட்டேனா? கடந்த இருபத்தேழு, முப்பது அல்லது நூறாண்டுகளில் எனது செயல்களில் ஏதாவது ஒன்று அவருக்கு எதிரான குற்றம்போல் அமைந்துவிட்டதா? (அல்லது தாயின் கர்ப்பத்தில் இருக்கும்போதே அவருடைய விரோதத்தை சம்பாதித்துவிட்டேனா?) ஒருவேளை என் முதுகிற்குப் பின்னால் யாராவது ஏதாவது கதைகள் சொல்லக்கூடும். வாயிற்காவலனின் கண்களில் அதைப் பார்த்தேன். நான் ஒரு கெட்ட செய்தி. யாரும் என்னை விரும்பவில்லை.

அது ஒரு நல்ல தந்திரம். கெட்டநேரத்தில் மேற்கொண்ட உறவால் பிறந்த அந்த திமிர்ப்பிடித்த மகன், அவனது செயல்களுக்கான விளைவுகளை எதிர்கொள்ளத்தான் வேண்டும். மூத்தவர்கள் உள்ளிட்ட இந்த உலகம் அவர்களுக்குச் சொந்தம் என்று இளைஞர்கள் நினைக்கிறார்கள். கைப்பிடியிலிருந்து அவர்கள் நழுவும் முன், ஏதாவது ஒன்றிரண்டு பணிகளில் அவர்களை ஆழ்த்துவது நல்லது. இப்போது நம்பிக்கையுடனும் திறமையுடனும் காரியமாற்றத் தொடங்கியுள்ளேன்; கல்லும் கரைந்துருகும் சோகமான பாடலைப் பாடிக்கொண்டு இருக்கிறேன்: தந்தையே, நீங்கள் என்றும் என்மீது அன்பு காட்டியதில்லை. என் ஆன்மா இருக்கும் இடத்தில், வெறுமையும், காயம் பட்ட திசு மட்டுமே இருக்கிறது.

ஆனால், இந்தச் சந்திப்பு குறித்து எனக்கு இருக்கும் பதட்டத்தை எனது கோமாளித்தனங்கள் மறைத்துவிடாது. சரியாகச் சொல்ல வேண்டுமானால் அரசப் பிரதிநிதியாக செயல்பட்ட காலத்தில் நல்வாய்ப்பாக எதுவும் எனக்கு அமையவில்லை. எனக்குக் கிடைத்ததா? இல்லை. அரச குடும்பத்தைச் சேர்ந்த இளவரசன், என் தந்தையின் சொந்த மகன் விக்கிரமாதித்தனே ராஜத்துரோகக் குற்றம் இழைத்துள்ளானே. என்ன செய்வது? இப்போது, தந்தையின் நெருக்கமான கூட்டாளியும், நம்பிக்கைக்குரிய, மிக நீண்டகால நண்பருமான லக்ஷ்மண் சிம்மாஜியின் மகனைப் பகதூர் கொலை செய்துள்ளான். இவையனைத்தும் மிகவும் மோசமானவை; ஆனால் அதிலிருந்து என்னால் வெளிவர முடியும். வெறும் வீரியமற்ற எரிபொருள்தான் இது. எனினும், பற்றியெரியச் செய்யும் பொருட்களுக்கெல்லாம் தாய் போன்ற ராணி கர்மாவதியைக் காட்சிக்குள் நீங்கள் அறிமுகப்படுத்தும் வரைக்கும்தான் அனைத்தும்.

ஏறத்தாழ எங்கும் இடைத்தங்காமல் நாங்கள் பயணித்து வந்தோம். இரவில் மிகக்குறைவாக சில மணி நேரங்கள் மட்டுமே பயணத்தை நிறுத்தி ஓய்வெடுத்தோம். சாப்பிடவும், குதிரைகள் புல் மேய்வதற்கும் மட்டுமே நின்றோம். ராஜேந்திரன் கொலைசெய்யப்பட்ட விஷயத்தை வேறுயாரும் சொல்வதற்கு முன்னால் நானே அவரிடம் சொல்லிவிட வேண்டும் என்ற நம்பிக்கையுடன் அனைவரையும் விரட்டிக்கொண்டு வந்தேன். ஆனால், அது பயனற்ற முயற்சி என்று தெரியும். ராணி கர்மாவதியின் ஆட்கள் எனக்கு முன்பாகவே இங்கு வந்திருப்பார்கள்; தந்தைக்கு ஏற்கனவே செய்தி சொல்லப்பட்டிருக்கும் என்று பந்தயம் கட்டுவேன்.

நான் அழைக்கப்பட்டேன். ராணியின் ஆட்கள் பற்றி சரியாகத்தான் எடைபோட்டிருக்கிறேன். ஆனால், தந்தை என்னை வேண்டுமென்றே காக்க வைத்தார் என்று தவறாக எண்ணிவிட்டேன். வைத்தியர் ஒருவர் அவரது புதிய காயங்களைச் சுத்தம் செய்து மருந்து வைத்துக் கட்டிக்கொண்டிருந்தார். உடம்பில் நீரையோ அல்லது குருதியையோ அல்லது வேறு திரவத்தையோ எப்படி அவர் தக்கவைத்துக் கொள்கிறார் என்பது வியப்பிற்குரியது. உடல் முழுவதும் ஏறத்தாழ நூறு ஓட்டைகள் கொண்ட நீரூற்றாக அவர் இருக்கிறார். ஒவ்வொரு தாக்குதலிலும் அல்லது வேட்டையிலும் ஏன் அவர் இருக்க விரும்புகிறார் என்பதை அவரவர் ஊகத்திற்கு விட்டுவிடலாம். ஆணவமா? தன்னை அவர் உயர்வாக எண்ணிக் கொள்கிறாரா, அல்லது அச்சமா?

அச்சம் என்பது ஒரு விநோதமான சொல்; ஒருவேளை தந்தையைப் பற்றிப் பேசும்போது யாருக்கும் அந்தச் சொல் தோன்றாமல் இருக்கலாம். மேவாரில் இருக்கும் வேறு எவரையும் போலவே,

உலகத்தில் வேறெங்கும் இருப்பவரைப் போல் தந்தையும் அச்சப்படுபவர்தான். சரணி தேவி கோவிலிலிருந்து அவரது சகோதரர்கள் அவரைத் துரத்திய நாளிலிருந்தே அவர் அச்சத்தின் வசப்பட்டுள்ளார். கண் குழியிலிருந்து பெயர்ந்துவிட்ட அவரது கண், ஒரு தசையைப்போல், சீதாப் பழத்தின் விதை போல் வெளியில் தொங்கிய அந்த நேரத்திலும் சகோதரர்களை எதிர்த்து அவர் போரிடவில்லை. அதனால் யாராவது கோழை என்று தன்னை சொல்லக்கூடும் என்று அச்சப்பட்டார். சாகசம் நிரம்பிய ராஜபுத்திரர்களின் வீரத்தையும், பெருமையையும் பேசும் விதிகளை இதயத்தின் ஆழத்தில் எங்கோ ஓர் இடத்தில் அவர் பொதிந்து வைத்திருக்கிறார். முற்றிலும் பயனற்ற அந்த மரணத்தை தான் தழுவவில்லையே என்று அவர் வெட்கப்படுகிறார்.

இறுதியாக நாங்கள் முகத்திற்கு முகம் பார்த்துவிட்டோம். மிகக்குறுகிய கணம், அவர் என்னைச் சங்கடத்துடன் தழுவிக்கொண்டார். தயக்கத்துடன் என்று சொல்ல நினைத்தேன்; ஆனால், அது சரியான சொல் அல்ல. தந்தையும் மகனையும் கட்டிப்போடுவது சங்கடமான சூழல்தான். ஏனெனில், ஒருவேளை என்னுடன் இருக்கும்போது அவர் அதிகம் இயல்பாக இருக்கமுடியாமல் போகலாம். நான் அவரை மிகவும் நேசிக்கிறேன். அதை எப்படி வெளிப்படுத்துவது என்றுதான் தெரியவில்லை. அதனால், அவரைப் பற்றிய நல்ல விஷயங்கள் அனைத்தையும் எனக்கு நானே சொல்லிக்கொள்வேன். சித்தோரில் அவர் இல்லாதநேரத்தில் நான் மேற்கொண்ட பெரிய, முக்கிய நடவடிக்கைகள் குறித்தும், என்னை மீறி நடந்த செயல்கள் குறித்தும் சுருக்கமாக, செறிவாக அவரிடம் தெரிவித்தேன். மகிழ்ச்சியளிக்காத சிறிய விஷயங்களையும் விட்டுவிடவில்லை; அவற்றிலேயே மூழ்கிவிடவு மில்லை; முகத்தில் எவ்வித உணர்வையும் காட்டாமல் அவற்றைக் கேட்டார், ஆனால், எரிச்சலோ அல்லது வெறுப்போ காட்டவில்லை. இறுதியில், விவேகம் மிக்கவன் நான் இல்லை, அவர்தான் என்று நம்புகிறேன். அவர் ஏற்பாரா, ஏற்கமாட்டாரா அல்லது அலட்சியப் படுத்துவாரா? நான் பொறுப்புடன் நடந்துகொண்டேனா? என் நிலையில் இருந்திருந்தால் அவர் எப்படி எதிர்வினை ஆற்றியிருப்பார்?

இப்போது எப்படி நடந்து கொள்வார்? இவற்றிற்கும் இவை போன்ற சில லட்சம் கேள்விகளுக்கும் எனக்கு உடனடிப் பதில்கள் அவசியம் தேவை. அவர் பதில் சொல்லமாட்டார், இப்போதும் அல்லது எப்போதும். அவர் என்னை நம்பிக்கையிழக்கச் செய்வதில்லை. விக்கிரமாதித்தனைப் பற்றி என்ன நினைக்கிறார், அவனைப் பற்றி அவருடைய திட்டங்கள் என்ன? இந்த இடத்திலும் அவருடைய செயல் என்னவாக இருக்கும் என்பதை என்னால் ஊகிக்க முடியும். கையில் என்ன சீட்டு வைத்திருக்கிறார் என்பதை வெளியில் காட்டாமல் செயல்படுவார்; மேவாரில் உள்ள அனைவரும் கண்டுபிடிக்கும்

போதுதான் அவர் மனத்தில் உள்ளது என்ன? அவருடைய நகர்வுகள் என்ன என்று எனக்கும் தெரியவரும்.

'இந்தப் படையெடுப்பில் பல மாதங்களாக ஈடுபட்டிருக்கிறோம். குஜராத் படைகளுக்கு இருமுறைகள் நல்ல அடி கொடுத்தோம். எந்த அளவுக்குத் தெரியுமா? அதன் பிறகு முஸாஃபர் ஷா தனது பிரதம தளபதியை மாற்றிவிட்டான். நமது மருமகன் ராவ் ராய்முலின் தன்னம்பிக்கை நிச்சயம் கொஞ்சம் கூடியிருக்கும். அவ்வளவுதான். நாம் எப்போதுமே இங்கு தங்கியிருக்க முடியாது. படையையும் இங்கு நிரந்தரமாக நிறுத்திவைக்க முடியாது. ஏதாவது ஒரு முடிவு வேண்டும். மகனே, நீ புதுமையாகச் சிந்திப்பவன். திட்டவட்டமான வெற்றியை நமக்கு பெற்றுத் தா. இடார் அதன் உரிமையாளருக்குத் திரும்பக் கிடைக்கட்டும். வேறு முக்கிய விஷயங்களில் நாம் கவனம் செலுத்தவேண்டும்.'

நான் எதுவும் பேசவில்லை. 'குடிநீர் வடிகால் அமைப்பு குறித்து நீ செய்திருக்கும் வேலைகள் எனக்குப் பிடித்துள்ளன. சித்தோர் சென்றதும் அவற்றைப் பார்க்கிறேன். வரைபடங்களையும் ஆய்வுசெய்வேன். பின் நாம் இருவரும் சேர்ந்து முடிவு செய்வோம். சரி... ஒரு திட்டவட்டமான வெற்றி குறித்து உனக்குச் சந்தேகம் இருக்கிறதா?'

இதை நான் நன்கு யோசித்திருக்க வேண்டும்; என்னை மூலையில் தள்ளி மடக்கவே என் கவனத்தை அவர் திசைதிருப்பி இருக்கிறார். நான் ஒரு சொல்லும் உதிர்க்கவில்லை. ஆனால், என் அமைதியை சரியாகப் புரிந்துகொண்டார். விஷயங்களை மென்று விழுங்குவதில் இப்போது பலனில்லை.

'நான் வெளிப்படையாகப்பேசட்டுமா, தந்தையே'

'நிலைமையை முற்றவிட்டு, எதுவும் செய்ய முடியாமல் போவதைவிட மனத்திலிருப்பதை இப்போதே சொல்லிவிடுவது நல்லது'

'இடார் தொடர்பாக ஒரு தீர்மானமான முடிவெடுக்க வேண்டும் என்றால், நீங்கள் குஜராத்தை முதலில் வெல்ல வேண்டும்.'

'குஜராத்தை எதிர்க்க வேண்டும் என்கிறாயா?'

'இல்லை. பொறுங்கள். என் மனத்திலிருப்பதை சொல்கிறேன். பல ஆண்டுகளாக குஜராத்துடன் யுத்தம் செய்துவருகிறோம். ஆனல், அது நம்மை எங்குகொண்டு நிறுத்தியிருக்கிறது?'

'இதைத் தீவிரமாக யோசித்துத்தான் சொல்கிறாய், இல்லையா?' ஒரு கேள்விபோல் இதை அவர் கேட்கவில்லை.

'குஜராத்தை நாம் தாக்கவேண்டும் என்று சொல்லவில்லை. இடாரை நல்ல முறையில் திரும்பப் பெற சில முன்நிபந்தனைகள் என்ன என்று விளக்குகிறேன்'.

'சரி, ஒருவேளை நீ சொல்வதை ஒப்புக்கொள்கிறேன் என்று வைத்துக்கொள். உன் முன்மொழிவுகள் என்ன?'

'நாம் தீவிரமாகத் திட்டமிட வேண்டும். எவ்வளவு இழப்பானாலும், குஜராத்திற்கு எதிரான போரில் இப்போது வெற்றிபெறுவோம் என்று ஒப்புக்கொள்கிறேன். ஆனால் இவ்வளவு சிரமங்கள், பொருளிழப்பு, உயிரிழப்பு என்று அந்த அளவுக்கு குஜராத் மதிப்புள்ளதா? ஆனால், அனைத்தையும் யோசித்துப் பார்க்கும்போது டில்லி சுல்தானின் ராஜ்ஜியத்தைத் தாக்குவதில் சிரமம் குறைவு; அதிக லாபம் உண்டு, இல்லையா? டில்லி ராஜ்ஜியம் பெருமளவிற்கு சிதைந்து, சீரழிந்து வருகிறது. நம் ராஜ்ஜியத்திற்குத் தெற்கிலும் தென்மேற்கிலும் உள்ள ராஜ்ஜியங்கள் எதையும் நாம் பார்க்கத் தவறுகிறோம். நமக்கு அருகிலிருக்கும் மால்வாவின் மகமது கல்ஜியைப்பற்றி நான் பேசுகிறேன். குஜராத்தின் முஸாஃபர் ஷா வலிமையானவன், சுறுசுறுப்பானவன், செயல்படும் ஆட்சியாளன். மகமது கல்ஜி பலவீனமானவன். ஊசலாடும் மனநிலை கொண்டவன். தனிப்பட்ட முறையில் அவனுக்கிருக்கும் துணிவைத் தவிர்த்து அவனிடம் வேறொன்றும் இல்லை. அதுமட்டுமல்ல. அவனுக்கும் அவனுடைய பிரதம அமைச்சர் மெதினி ராய்க்கும் இடையிலான பிரச்சனைகளை நாம் பயன்படுத்திக்கொள்ள முடியும்.'

'அப்போது, தாக்குவதற்குச் சரியான நேரம் கனிந்துவிட்டது என்கிறாயா?'

'இல்லை, தந்தையே. உங்கள் தலைமையில் வலிமையான உடைக்கமுடியாத கூட்டணி ஒன்றை உருவாக்கத் திட்டமிடும் நேரம் இது. ராஜபுத்திரர்களையும், ஒரே நோக்கம் கொண்ட மற்றவர்களையும் அதில் இணைக்கவேண்டும். குஜராத் சுல்தான், மால்வாவை இணைத்துக் கொள்ளாமல் இருப்பதற்கு ஒரேயொரு காரணம் அது முஸ்லீம் ராஜ்ஜியம் என்பதுதான். மால்வாவைக் கைப்பற்ற நினைத்தால், நமது நகர்வு கவனமாக இருக்கவேண்டும்; ஆனால், திடீரென்ற, விரைவான தாக்குதலாக இருக்கவேண்டும். மால்வாவுடன் குஜராத் கைகோர்த்துக் கொள்வதை அனுமதிக்கக்கூடாது.'

'இவ்வளவு விஷயங்களை யோசித்திருப்பாய் என்று நினைக்கவில்லை. உன்னுடைய விழைவுகள் ஒரு தெளிவான

தொலைநோக்குத் திட்டமாக உருவாகி இருக்கிறது என்பதை நான் அறியவில்லை'.

'வீரர்கள் என்பதற்குமுன் நாம் அரசர்கள் அல்லவா? அதனால் தொலைநோக்குப் பார்வையைப் பெற்றிருப்பது நமது கடமையாக்கிறது. பின்னர், அதற்குச் செயல்வடிவம் கொடுக்க ஒரு கொள்கை வேண்டும். எனக்கு என்ன விழைவுகள் இருந்தாலும், அவையனைத்தும் மேவாரின் நன்மைக்காகத்தான், பேரரசே'.

என்னை அவர் நம்புகிறாரா?

'இடாரைத் திரும்பவும் கைப்பற்று. சித்தோர் திரும்பியவுடன் என்னுடன் இதைப்பற்றிப் பேசு. உன் மனத்தில் இருக்கும் பல்வேறு தெரிவுகளைப் பற்றி யோசிக்கவும், உன்னுடைய யோசனைகளை என்னிடம் சொல்லவும் அப்போது அதிக நேரம் கிடைக்கும்'.

அவர் எழுந்துவிட்டார். அந்தச் சுருக்கமான சந்திப்பு முடிந்துவிட்டது. குனிந்து அவர் பாதங்களைத் தொட்டேன். அவரது கை என் தலையைத் தடவியது; அவருக்கு இயல்பில்லாத முறையில் தலைமுடியைக் விரல்களால் கலைத்தது.

'ஸ்ரீஏகலிங்கேஸ்வரின் ஆசிர்வாதங்கள் உன்னுடன் எப்போதும் இருக்கட்டும்'.

'குஜராத் படையைப்பற்றி, குறிப்பாக நான் மனத்தில் கொள்ள வேண்டியது ஏதாவது இருக்கிறதா?'

'குஜராத் படைக்கு முக்கியமானவன் அதன் பிரதம தளபதி மாலிக் ஆயாஸ். பிறப்பால் அவன் ஒரு ரஷ்யன். துருக்கியர்கள் அவனை அடிமையாகப் பிடித்தனர். அதன்பின் ஒரு வணிகனின் தனிப்பட்ட பாதுகாவலனாக அவன் இருந்தான். அந்த வணிகன் முஸாஃபர் ஷாவின் தாத்தாவுக்கு அவனை அன்பளிப்பாக அளித்தான் என்று நினைக்கிறேன். புத்திசாலி, லட்சியவாதி. தன்னைச் சரியாக நடத்தவில்லை என்ற ஆத்திரம் அவனிடம் இருக்கிறது. இருமடங்கு, சொல்லப்போனால் மூன்று மடங்கு கடினமாக உழைத்திருக்கிறான். அடிமை என்ற நிலையிலிருந்து சுதந்திர மனிதன் ஆகியிருக்கிறான். இப்போது அவன் குஜராத் சுல்தானின் மிக நம்பிக்கையான தளபதிகளில் ஒருவன். அவன் தன்னை நிரூபித்துக் காட்டவேண்டியுள்ளது. சுல்தான் தன்னைத் தெரிந்தெடுத்தது சரி என்பதையும் அவன் நிரூபிக்கவேண்டும். மற்றத் தளபதிகள் அவனைக் கவனித்துக்கொண்டு இருக்கிறார்கள்; அவன் வீழ்ந்தால் மகிழ்ச்சி அடைவார்கள்; அவனைக் கவிழ்க்க அவர்கள் உதவியும் செய்யக்கூடும். கொஞ்சம் அதீத ஆர்வமுள்ளவன்; சமீபத்தில் மதம் மாறியிருப்பதால்

வைராக்கியம் அவனிடம் அதிகம் இருக்கும். ஆனால், அவன் ஒரு நல்ல தளபதி.'

தந்தை சொற்களைச் சுருக்கமாக பயன்படுத்துபவர். சொற்களை வெளிப்படையாகவே தவிர்க்க நினைப்பார். இந்த ஆண்டுகளில் என்னிடம் பேசியவற்றையெல்லாம் ஒன்றுசேர்த்தால் இன்று என்னிடம் அதிகம் பேசியிருக்கிறார் என்றுதான் சொல்லவேண்டும். எந்த விவாதத்திலும் அதன் மையப் பிரச்சனையைச் சரியாக, சுருக்கமாகச் சொல்லிவிடும் சாமர்த்தியம் அவரிடம் உண்டு. ஒரு குறிப்பிட்ட விஷயத்தின் மீது மிகச் சுருக்கமாக வெளிச்சம் பாய்ச்சிவிட்டு, பின்வாங்கிவிடுவது அவரது கொள்கை.

அவரை, இரண்டாவது முறையும் சந்திக்க முடிந்தது. சித்தோருக்கு அவர் புறப்பட இருந்த அன்று காலையில் படை அணிவகுப்பு நடந்தது. நானும் அவரும் சேர்ந்துதான் மரியாதையை ஏற்றோம். அதன்பின் அதிகாரப்பூர்வமாக படைத்தலைமைப் பொறுப்பை என்னிடம் அவர் அளித்தார். அவருக்கு விடையளிப்பதை ஒட்டி காலையில் விருந்து ஒன்று நடந்தது. என் மைத்துனர் இடாரின் ராவ் ராய்முல் உட்பட அனைத்துச் சிறிய, பெரிய ராவ்களும், ராஜாக்களும், ராவல்களும் கலந்து கொண்டனர். சமோசா ஒன்றை எடுத்துக் கடிக்கப்போன அவர் அதைக் கீழே வைத்தார். அவருடைய விநோதமான, வேண்டுமென்றே செய்யும் வழக்கங்களில் ஒன்று. எதற்காக என்று எவருக்கும் தெரியாது. ஆனால், எல்லோருக்கும் இந்த வழக்கம் தெரியும். மனத்தில் இருக்கும் ஒரு விஷயத்தைச் சொல்ல வேண்டும்; அதை அனைவரும் கவனமாகக் கேட்க நேரம் ஒதுக்கவேண்டும்; மிகவும் கண்ணியத்துடன், மறைமுகமாக அவர் அதை தெரிவிக்கும் முறை இது.

'ஏறத்தாழ இங்கு இருக்கும் எல்லோரும்...' கரகரப்பான குரலில் மெல்லப் பேசத்தொடங்கினார். 'என் மகனைக்காட்டிலும் மூத்தவர்கள், அறிவாளிகள். அதிகமான பருவ மழைகளையும், பருவக் காலங்களையும், அதிக யுத்தங்களையும் பார்த்தவர்கள்; மிக அதிக அனுபவம் பெற்றிருப்பவர்கள். அவை அனைத்தும் இவனுக்கு மிகவும் மதிப்புமிக்கவை. உங்களது அறிவையும் அனுபவத்தையும் பயன்படுத்திக் கொள் என்று அவனுக்கு ஆலோசனை கூறுவேன். அவனைப் பற்றிய எனது எண்ணத்தை உங்களிடம் பகிர்ந்துகொண்ட பின் விடைபெறுகிறேன். வயதை வைத்து அவனை எடைபோட வேண்டாம். பாதுகாப்பான கரங்களில் நீங்கள் இருக்கிறீர்கள். ஜெய் ஏகலிங்கேஸ்வர்'.

* * *

அன்று முழுவதும் மூத்தவர்களுடனும் பிரதேசத் தலைவர்களுடனும் கலந்துரையாடினேன். அவர்களது அறிவுரைகளைக்

கணக்கில் எடுத்துக்கொள்ள தந்தை அறிவுறுத்தியிருந்தார். அவர்களில் சிலரை முதன்முறையாகச் சந்திக்கிறேன். மற்றவர்களைச் சிறுவயது முதலே தெரியும்; அல்லது மற்றப் படையெடுப்புகளில் அவர்களின் கீழ்ப் பணியாற்றியிருக்கிறேன். ஆனால், நான் இப்போது குஜராத்தின் மாலிக் ஆயாஸ் போன்று பிரதம தளபதி. நானும் ஒருமுறைக்கு இருமுறை நிரூபிக்க வேண்டும். பில் இனத்து நண்பன் ராஜா புராஜி கிக்காவிற்கும் எனது சித்தப்பா மகன் தேஜிற்கும் அவர்களை அறிமுகம் செய்துவைத்தேன். என்னுடன் தேஜை அழைத்து வந்தது ஓர் அரசியல் நகர்த்தல்தான். ராஜேந்திரனின் தம்பியான அவனது இருப்பு அவர்கள் மனத்தில் பதியத் தவறவில்லை. ஆனால், என் சூதாட்டத்தில் அவன் பெரிய துருப்பு என்பதை நானும் புராஜியும் அறிவோம். மேவாரிடம் அவனுக்கிருக்கும் விசுவாசம் சந்தேகத்திற்கு இடமற்றது. ஆனால் என்னைப் பற்றி அவன் என்ன நினைக்கிறான் என்பது முக்கியமானது. நான் ஒரு கோழை, நம்பத்தகாதவன் என்பது அவன் எண்ணம்.

எங்களது படையின் எண்ணிக்கை குதிரைப் படையையும் காலாட்படையையும் சேர்த்தால் ஐம்பதினாயிரத்துக்குச் சற்றுக் குறைவுதான். ஜோத்பூரின் ராவ் கங்கா ஏழாயிரம் பேர் கொண்ட படையை அழைத்துவந்துள்ளார்; எனது மனைவியின் மாமா மேர்த்தாவின் ராவ் வீரம்தேவ் தந்தையின் மிக நெருக்கமான நண்பர். அவர் ஐயாயிரம் வீரர்களுக்குத் தலைமையேற்று வந்திருக்கிறார்; துங்கார்ப்பூர் பிரதேசத்தின் உதய் சிம்மாவும், பன்ஸ்வாராவின் ஆட்சியாளன் அஸ்வின் சிம்மாவும் அவர்களது சிறு படைகளுடன் மேவார் கொடியின் கீழ் போரிடுகின்றனர். ராவ் வீரம்தேவ் கூற்றுப்படி குஜராத்தின் படை கிட்டத்தட்ட அறுபதினாயிரம் இருக்கலாம். நூற்றுக்கு மேற்பட்ட யானைகள் எங்களிடம் இல்லாவிட்டாலும் எங்களுடையதும் குஜராத்திற்கு இணையான, பிரமிப்பை ஏற்படுத்தும் படைதான்.

மாலிக் ஆயாஸ் தன் கீழ் நான்கு உதவி தளபதிகளை வைத்திருக்கிறார். அனைவரும் எங்கள் படைகளுடன் பலமுறை மோதியிருக்கும் அனுபவமிக்க வீரர்கள். மாலிக் ஆயாஸ் உள்ளிட்ட தளபதிகள் அனைவரது தனிப்பட்ட விவரங்களைச் சேகரிக்க முடியுமா என்று ராவ் கங்காவை கேட்டேன். குறிப்பாக அவர்கள் போரிட்ட முந்தைய யுத்தங்கள், அவற்றில் அவர்கள் பயன்படுத்திய யுத்த தந்திரங்கள் பற்றிய விவரங்களைச் சேகரிக்கச் சொன்னேன். நான் கோரிய பணியை அவர் செய்தார்; எனினும் அதனால் என்ன பயன் விளையப்போகிறது என்பது அவருக்கு உறுதியாகத் தெரியவில்லை.

'நம் படையில் எவ்வளவு முஸ்லீம்கள் இருக்கிறார்கள்?'

‘நீங்கள் அழைத்து வந்திருக்கும் ஐம்பது பேர்கள் தவிர்த்து, எழுநூறு பேருக்குக் கீழே இருக்கலாம்.’ தகவல் அளித்தது, ராவ் வீரம் தேவ். ‘அவர்கள் நல்ல வீரர்கள். நம்மிடம் விசுவாசமாக இருப்பவர்கள். என்னால் உறுதியாகக் கூறமுடியும்.’

‘அதற்காகக் கேட்கவில்லை. நமது தற்காப்பையும் பாதுகாப்பையும் விட்டுக்கொடுக்காமல் இந்த எண்ணிக்கையை உயர்த்த வாய்ப்பிருக்கிறதா?’

‘எவ்வளவு பேர் உங்களுக்குத் தேவை?’

‘ஐயாயிரம் என்பது ஒரு நல்ல எண்ணிக்கை. இப்போதைக்கு இரண்டாயிரம் போதும் என்று நினைக்கிறேன்.’

’அவர்கள் இல்லாமலே நாம் வலிமையுடன் தானே இருக்கிறோம்’. அந்த அமர்வில் தேஜ் வெளியிட்ட முதல் கருத்து.

‘என்னால் முடிந்தால், ஆதிநாத்ஜியின் ஜைனர்களையும் போர்முனைக்கு அழைத்துவருவேன். நல்வாய்ப்பாக முஸ்லீம் குடிமக்கள் சமாதானவாதிகள் அல்ல. இந்த நாட்டிற்குச் சிறிதளவு செய்யமுடிந்தாலும் அதற்காக அதிகம் மகிழ்ச்சி அடைபவர்கள்.’ என் மீதான வெறுப்பை தேஜால் மறைக்கமுடியவில்லை. ‘ஆனால், வேறு ஒரு காரணம் இருக்கிறது. மாலிக் ஆயாஸோ அல்லது முஸாஃபர் ஷாவோ இந்த யுத்தத்தை வேற்று மதத்தவருக்கு எதிரான ஜிஹாத்தாக மாற்ற முயலலாம். சாத்தியமிருந்தால் அதை நாம் தவிர்க்க வேண்டும். எப்படியும் செய்வார்கள். ஆனால், கணிசமான அளவில் நம் பக்கத்தில் முஸ்லீம்கள் போராடினால் அவர்களுடைய வாதம் செல்லுபடியாகாது.’

உண்மையில் எனக்கும் சில சந்தேகங்கள் இருந்தன. எங்கள் படையில் அதிக அளவில் முஸ்லீம் வீரர்கள் இருந்தாலும், முஸாஃபர் ஷாவின் மதவெறியைத் தூண்டும், ஊட்டும், மிகவும் வலிமையான அந்த வேண்டுகோளுக்கு முட்டுக்கட்டைப் போடுமா? அல்லது கஃபீர்களைத் துரத்திச் செல்லும் முஸ்லீம்களின் வீரியமான செயல்பாடுகளைத் தடுக்குமா? ஆயுதம் ஏந்தச் சொல்லும் இதைப் போன்ற வீரியம் மிக்க அறைகூவலை எப்படி எதிர்கொள்வது என்று கடந்தகாலத்தில் பல இரவுகளைத் தூங்காமல் கழித்திருக்கிறேன். உண்மையில், இஸ்லாம் தரும் செயலூக்கத்திற்கும் ஆற்றலுக்கும் இணையாக நமது மத நூல்களில் நான் எதையும் பார்க்கவில்லை. நாமும் புனிதப் போர்களில் இறங்க முடியும், நடத்த முடியும். ஆனால், மதம் மாற்றம் செய்வதற்கான வழிமுறை எதுவும் நமது மதத்தில் இல்லை. இஸ்லாமின் உந்துவிசைகளில் ஒன்றாக, மதமாற்றம் செய்வதற்கான தூண்டுதல் இருப்பது நிச்சயம்.

நமது இலக்கியங்களில் போருக்குப் பெரும் அழைப்பு விடுப்பதாக பகவத்கீதைதான் இருக்கிறது. சரி, கீதை என்ன சொல்கிறது? பலன்களை அல்லது விளைவுகளைப் பற்றிச் சிந்திக்காமல் யுத்தம் செய். அல்லது உனக்கு ஒதுக்கப்பட்ட தொழிலுக்கான கடைமைகள் என்னவாகவும் இருந்தாலும் அதைச் செய். இஸ்லாம் மிகத் துல்லியமாகவும் நடைமுறை ரீதியிலும் இவற்றைத் தொகுத்துள்ளது; அது கூறும் விஷயங்களுடன் கீதையை ஒப்பிடுங்கள். உனது கடவுளுக்காகச் சண்டையிட்டு இறந்துபோனால், நேரடியாக நீ சொர்க்கத்திற்குப் போவாய். அங்கு ஆரணங்குகளும், தெளிவாக விவரிக்கப்படும் இன்பங்களும், விவரிக்கமுடியாத இன்பங்களும் உங்களுக்காகக் காத்திருக்கின்றன.

மரணத்திற்குப் பின்னரான வாழ்வு பற்றி கீதை என்ன கூறுகிறது? பெருங்கூட்டமாக இருக்கும், ஞானம் பெறாத ஆன்மாக்களான நமக்கு, மீண்டும் மீண்டும் பிறக்கின்ற முடிவிலாத மறுபிறவி உண்டு என்பதைத் தவிர வேறொன்றும் இல்லை. மறுபிறவியில் நமக்கு இதெல்லாம் உண்டு, கடமைகளைச் சரியாக செய்துமுடிப்போருக்கு இயல்பைக் காட்டிலும் அதிகமான இன்பங்கள் காத்திருக்கின்றன என்று துல்லியமாகத் தெரிவிக்காவிடில் வைராக்கியத்திலும் அல்லது உறுதிப்பாட்டிலும் நாம் முஸ்லீம்களுக்கு நிகராக முடியாது. ஆனால், அவர்களைப் போலவே ஹிந்துக்களும் பல போர்களில் வெற்றி பெறுகிறார்கள் என்பதும் வியப்பான ஒன்றே.

ஷஃபி கானை அழைத்துவரச் சொன்னேன். பயிற்சிக் கேந்திரத்தில் போர்த் தந்திரங்களைக் கற்றுக்கொடுக்கும் முஸ்லீம் அவர். தயங்கியபடி அவர் உள்ளே நுழைந்தார். எங்களது முதல் சந்திப்பு நன்றாக அமையவில்லை. இயல்பாக, அவர் மனத்தில் இன்னும் அந்த நிகழ்வு அழியாமல் இருக்கக்கூடும். எனக்கும் போராலோசனைக் கூட்டத்திலிருந்த மற்றவர்க்கும் ஆதாப் செய்தார். இப்படி என் முன்னால் நிற்பதற்கு என்ன தவறு செய்திருப்போம் என்று யோசித்தபடி நின்றிருந்தார். திடீரென்று என் வாளை உருவினேன். உறையிலிருந்து வாளை உருவியதால் ஏற்பட்ட உரசல் சப்தம் பிணத்தின் நரம்புகளையும் தட்டி எழுப்பியிருக்கும். வாளை ஷஃபி கானை நோக்கி நீட்டியபடி, ஒரு கையிலிருந்து மறுகைக்கு அதை மாற்றியபடி அவரை நோக்கி நகர்ந்தேன்.

‘உங்களைக் கொல்வதாக முடிவு செய்துவிட்டோம் ஷஃபி’ மென்மையாக அவரிடம் சொன்னேன். ‘எப்படி நீங்கள் ஓடுவீர்கள்?’

‘என்ன குற்றத்திற்காக, இளவரசே?’ அவர் உடல் நடுங்கியது.

’உங்கள் முகம் எனக்குப் பிடிக்கவில்லை’ வாளை உயர்த்தினேன். ‘பதில் சொல்லுங்கள்’

'ஷாமியானாவின் வாசல் வழியாக, நான் உள்ளே நுழைந்த வழக்கமான வழியில் வெளியேறுவேன் என்று எதிர்பார்க்கிறீர்களா?' எனது விளையாட்டிற்குள் நுழைந்துவிட்டார். 'இல்லை. அதற்குப் பதிலாக வலது பக்கமாக ஓடுவேன். வழியில் குறுக்கிட்டால், ராவல் உதய் சிம்மாவையும் தேஜ் சிம்மாவையும் கொல்வேன். ஆனால், அவர்கள் என்னை தடுத்தால் தான். அதன் பிறகு கூடாரத்தின் பக்க அடைப்பைக் கிழித்து, தப்பித்து ஓடுவேன்'.

'இடது பக்கம் ஏன் போகக்கூடாது?'

'ராவ் வீரம்தேவையும் ராவ் கங்காவையும் எதிர்கொள்வது ஆபத்தானது'

'என்னை எளிதாக வீழ்த்திவிடலாம் என்று நினைக்கிறீர்களா' தேஜ் உணர்ச்சி வசப்பட்டான். 'முயற்சிசெய்து பாருங்களேன்'

'நீங்கள் எளிதில் நிதானத்தை இழந்துவிடுவீர்கள். உங்களைத் தவறு செய்யவைத்துப் பயன்படுத்திக் கொள்ளலாம். ராவல் உதய் சிம்மாவைப் பொறுத்தவரை அவர் குதிரை மீதிருக்கும்போது அவரைத் தாக்கமாட்டேன். ஆனால், தரையில் நிற்கையில் அவர் மரக்காலில் நிற்பவர் போலத்தான். அந்தப் பலவீனத்தை எனக்குச் சாதகமாகப் பயன்படுத்திக்கொள்வேன்'.

'பின்வாங்குவது என்ற போர் உத்தி குறித்த உங்கள் ஆய்வேடு எதுவரை வந்திருக்கிறது, ஷஃபி கான்?'

'பாதி முடிந்துவிட்டது, மகராஜ் குமார்'

தனிப்பட்ட எங்கள் உரையாடல் எதைப்பற்றி என்று அங்கு இருந்தவர்களுக்கு விளக்க வேண்டியதாயிற்று.

'கடந்த பதினைந்து ஆண்டுகளாக போர்த் தந்திரங்கள் குறித்து ஷஃபி கான் ஆராய்ந்து வருகிறார். புதிய உத்திகளைக் கண்டுபிடிக்கும் முயற்சியில் ஈடுபட்டுள்ளார். அந்த உத்திகளில் ஒன்றைச் சமீபத்தில் இங்கு ஈடுபட்ட யுத்தத்தில் தந்தைப் பயன்படுத்தினார். முற்றிலும் வித்தியாசமான பணியை ஷஃபி கானுக்கு வைத்திருக்கிறேன். அதாவது பின்வாங்குவதற்கான உத்திகளை உருவாக்குதல்'.

எப்போதும் போலவே எனது நோக்கத்தை ராவ் வீரம்தேவ் முதல் மனிதராகப் புரிந்துகொண்டார். 'மிகவும் பயனுள்ள விஷயம். சண்டை போடும்போது இழப்பதைவிட பின்வாங்கும் போதுதான் அதிக வீரர்களை நாம் இழக்கிறோம்'.

'ஷஃபி கான் வலது கட்டைவிரலை நீட்டுங்கள்'. வாளின் முனை கொண்டு அவர் விரலைக் கீறினேன். பீறிட்ட ரத்தத்தின் மீது என் கட்டை விரலைத் தோய்த்து அவர் நெற்றியில் திலகமிட்டேன். அதன்பின் என் நெற்றியிலும். 'இந்தப் படையெடுப்பில் போராலோசனைக் குழு உறுப்பினராக உங்களை நியமிக்கிறேன். மரணத்தருவாயிலும் மேவாரின் ரகசியத்தைப் பாதுகாப்பேன், அதற்கு விசுவாசமாக இருப்பேன், வேறு நாட்டுக்கு இல்லை என்று சத்தியம் செய்வீர்களா ஷஃபி கான்?'

'சத்தியமாக, மேன்மை தாங்கிய இளவரசே'

மதிய உணவுக்குப்பின், ராஜா புராஜி கிக்கா, தேஜ், ஷஃபி கான் ஆகியோருடன் ராவ் ராய்முலை அழைத்துக்கொண்டு அந்த நிலப்பகுதி எப்படி அமைந்திருக்கிறது என்று பார்வையிடச் சென்றேன். இடாருக்கு வட மேற்கில் ஏறத்தாழ எழுபது மைல் தூரத்தில் நாங்கள் இருந்தோம். பெரும்பாலும் குன்றுகளும் சில அடர்த்தியான காடுகளும் கொண்டதாக அப்பகுதி இருந்தது. உயர்ந்தும், திடீரென்று சரிவதுமாக நிலப்பரப்பு இருந்தது. இறுதியாக ஓரிடத்தில் நிலம் சட்டென்று அபாயகரமாக, பள்ளம்போல் இறங்கியது. அதன்பிறகு, வடக்குப் பக்கமாக இரண்டு மைல் நீண்டிருக்கும் சமவெளி.

'தட்டையான நிலப்பரப்பின் விளிம்பிற்கு அப்பால் என்ன இருக்கிறது?' என்று ராவ் ராய்முலைக் கேட்டேன்.

'பள்ளத்தாக்குகள், குன்றுகள், காடுகள் இருக்கின்றன. மேற்குத்திசையில் நம்மை ஏமாற்றிவிடக்கூடிய புதைகுழிகளும் சதுப்பு நிலங்களும் பெருமளவு நிரம்பிய பிரதேசம் உள்ளது. அடிக்கடி நிலநடுக்கமும் ஏற்படுவதுண்டு. மூன்று ஆண்டுகளுக்கு முன் நடந்த நிலநடுக்கத்தால் அப்பகுதியிலிருந்த பெரும் ஏரிகள் இடம்பெயர்ந்துள்ளன.'

'மேற்கு பக்கமாகச் சென்று இந்த மணல் பகுதியைச் சுற்றி வருவோம்'

நானும் ராவும் முன்னே சென்றுகொண்டிருந்தோம். புராஜி கிக்காவும் மற்ற இருவரும் தொடர்ந்து வந்தனர்.

'சண்டை போடுமளவுக்கு இடார் பெறுமானம் உடையதில்லை என்று கருதுகிறீர்கள் என்று நினைக்கிறேன்.' எனது மைத்துனன், இடாரின் அரியணையிலிருந்து விரட்டப்பட்ட ராவ் கசப்புடன் கூறினான். 'பாசாங்கை விட்டுவிட்டு இடாரை என்றைக்குக் கைவிடப்போகிறீர்கள்?'

'ராவ் ராய்முல்! முட்டாள் ஒற்றர்களை வேலைக்கு வைத்துக்கொள்வதில் இருக்கும் பிரச்சனை இதுதான். அவர்கள்

உங்களுக்குத் தவறான தகவல் தருவார்கள்; அதை நீங்கள் நம்பவும் வேண்டும்' பிறகு அவன் செய்த காரியத்தைச் சுட்டிக்காட்டி, தைப்பதுபோல் சுருக்கென்று பேசினேன். 'ஆகவே, அதுதான் இன்று காலை உங்களை வருத்தம் தோய்ந்த முகத்துடன் அமைதியாக இருக்க வைத்தது. என் சகோதரியின் கணவனாக நீங்கள் இல்லையென்றால், இந்த யுத்தம் உங்களுக்காக நடைபெறாமல் இருந்தால், பேரரசரான என் தந்தையை நீங்கள் உளவு பார்த்ததற்குப் போராலோசனைக் குழுவிலிருந்து உங்களை நீக்கியிருப்பேன். நான் ராணாவிடம் பேசிய விஷயம் குறித்து நீங்கள் கவலைப்பட வேண்டாம். ஆனால், இனிமேல் நீங்கள் கொஞ்சம் பொறுப்பாக நடந்துகொள்வீர்கள் என்று நினைக்கிறேன். அதனால், ராணா என்னிடம் பகிர்ந்து கொண்டதை இப்போது உங்களிடம் சொல்கிறேன். "இடாரைக் கைப்பற்று, அதன்பின் திரும்பி வா" என்றுதான் தந்தை கூறினார்'.

'மன்னித்துவிடுங்கள், மகராஜ் குமார். எனக்கு எதிராக மனத்தில் எதையும் வைத்துக்கொள்ள வேண்டாம் என்று கேட்டுக் கொள்கிறேன். உங்கள் மீது எவ்வளவு மதிப்பு வைத்திருக்கிறேன் தெரியுமா? உங்கள் மனங்கோண எதையும் எப்போதும் செய்யமாட்டேன். பாசறைக்குத் திரும்பியவுடன் அந்த ஒற்றனை நீக்கிவிடுகிறேன். உங்களை அவமதித்ததற்கு அவனுக்குக் கசையடி கொடுக்கச் சொல்கிறேன்'.

'உங்களைக் கட்டுப்படுத்திக் கொள்ளுங்கள், ராவ் ராய்முல். நீங்கள் என் மீது சுமத்திய குற்றங்களைவிட நீங்கள் கேட்கும் மன்னிப்பு மிக மோசமானது. அத்துடன், உங்கள் உளவாளிக்குக் கசையடி கொடுக்கும் முன், அவனுக்கு அந்த வேலையை யார் கொடுத்தது என்று உங்களைக்கேட்டுக் கொள்ளுங்கள்'.

குதிரையின் வேகத்தைத் தளர்த்தி மற்றவர்கள் எங்களோடு சேர்ந்துகொள்ள தாமதித்தேன். ராவ் பேசுவதை மேலும் கேட்க எனக்கு விருப்பமில்லை. நாங்கள் கடந்து வந்த நிலப்பகுதியின் பிரதிபலிப்பாக குன்றுகளும் பள்ளத்தாக்குகளும் தோன்றின. பாதையை மாற்றி, புதைகுழிகளை நோக்கிப் பயணித்தோம். ஒன்றரை மைல் தூரத்திற்கு அவை நீண்டிருந்தன. ராவ் எங்களை எச்சரித்திருக்கவில்லை என்றால் சந்தோஷமாக அவற்றில் இறங்கியிருப்போம். ராஜா புராஜி கிக்காவும் நானும் ஒரு மனிதனின் எடை இருக்கும் கிளையொன்றை இழுத்து வந்தோம். எங்களால் முடிந்த அளவு வேகமாக அதை வீசியெறிந்தோம். எட்டடி தூரம் தள்ளிச் சென்று கிளை விழுந்தது. சில கணங்களில் அது மூழ்கி கண்ணிலிருந்து மறைந்தது. புதைகுழி அதை உள்ளே இழுத்துக் கொண்டது.

அடுத்த நாள் காலை, சூரியன் உதிப்பதற்குமுன் குதிரையில் பயணித்து அருகில் இருந்த மிக உயரமான குன்றின் மேல் ஏறினேன். நாங்கள் நேற்று பார்த்த ஒவ்வொன்றையும் பருந்துப்பார்வையில் பார்க்கமுடிந்தது. இறுக்கமாக மூடப்பட்ட பந்து போன்ற இரவு. அடிவானத்தில் கத்தி போன்ற சிறு கீற்றைத் தவிர்த்து பத்து நிமிடங்களுக்கு வெளிச்சம் எதையும் அது அனுமதிக்கவில்லை. அதன்பின் சூரியன் வெடித்து வெளிப்பட்டான். மேடு பள்ளங்களாலான அந்த நிலப்பரப்பை வெளிச்சத்தால் நிரப்பினான். ஊதாவும் நீலமும் தான் சூரியனது நீரின் நிறங்கள்; ஒளிக்கற்றைகளாக ஒன்று மாற்றி ஒன்றாக அவை வானத்தை நோக்கி எழுந்தன. விரைவில் அந்த நீர் அனைத்தும் ஒன்றுதிரண்டன; மதுவின் ஆழ்ந்த சிவப்பு நிறம் பூமியின் விளிம்பில் படிந்து, அதை மூழ்கடித்தது. வலது பக்கம் பார்த்தேன். சமவெளியில் மாலிக் ஆயாஸின் படைப்பிரிவுகள் அவற்றிற்குரிய இடங்களில் முகாமிட்டிருந்தன. கட்டுப்பாடு மிக்கப் படை, தனது பணியை மிகத் துல்லியமாகச் செய்வதைப் பார்ப்பது எவ்வளவு அழகு. மாலிக் ஆயாஸ், உங்கள் நேரத்தை நீங்கள் வீணடிக்கவில்லை. எதிரிக்கு வணக்கம் கூற ஒரே வழி, அவனைத் தூக்கத்தில் எழுப்புவதுதான்.

பாசறைக்கு விரைந்து இறங்கினேன்; மங்களை அழைத்து போராலோசனைக்குழு தலைவர்கள் அனைவரையும் ஐந்து நிமிடத்திற்குள் என் கூடாரத்தில் கூடுவதற்கு ஏற்பாடு செய்யச் சொன்னேன். இன்று காலை அந்தக் குன்றின் மீதேறி பார்க்காமலிருந்தால் என்ன நடந்திருக்கும்? அசையாமல் ஒரே இடத்தில் முகாமிட்டிருக்கும், யுத்தத்திற்குத் தயாராக இல்லாத படை எளிதான இலக்காகப் படுகொலை செய்யப்பட்டுவிடும். ஆனால், நான் அதைப்பற்றிப் பேசவில்லை. அதற்கு முற்றிலும் எதிரானதைப் பேசினேன். என் கேள்வி முற்றிலும் வேறுபட்டது: குஜராத் படைகளை எதிர்கொள்ள நாங்கள் வராவிடில் என்ன நடக்கும்? நான்கு மணி நேரம் காத்திருந்துவிட்டு மாலிக் ஆயாஸ் வெறுப்புடன் திரும்பிப் போவாரா? அவர் முன்னேறியிருக்கிறாரா? அவருடன் சண்டையில் ஈடுபடும் திட்டம் இருக்கிறதா என்று கேட்டு எங்களுக்குச் செய்தி அனுப்பியிருக்கிறாரா? நிபந்தனையற்ற வெற்றியை அடைந்துவிட்டதாக அவர் நினைத்துக்கொண்டிருப்பாரா? அர்த்தமற்றக் காத்திருப்பால் குழப்பமடைந்து எரிச்சலடைந்திருப்பாரா? அவரது படையும் சலிப்புற்று, பசியால் வாடி சோர்வுற்றிருக்குமா? சண்டையிட்டுக் கொள்ளும் எதிரிகளுக்கு இடையில் ரகசியமான, வெளியில் சொல்லப்படாத உடன்பாடு என்ன?

குறிப்பிட்ட நேரத்தில் சந்திக்கக் காதலர்கள் செய்துகொள்ளும் திட்டம் போன்றதல்ல இது. அல்லது தனிப்பட்ட கௌரவத்திற்கு ஏற்பட்ட இழுக்கை சண்டை மூலம் முடிவு செய்ய விரும்புவது போன்றதும்

அல்ல. நேரத்தை யார் முடிவு செய்வது? இரண்டு படைகளும் ஏன் ஒருவருக்கொருவர் சண்டையிட்டுக் கொள்கின்றன? அவர்களது தளபதிக்கு ஜலதோஷம்; படைவீரனின் சொந்தக்காரி ஒருத்தி கொள்ளைக்காரனுடன் ஓடிப்போய்விட்டாள்; அவளைத் திருப்பி அழைத்து வந்து சமாதானப்படுத்த வேண்டும், என்று சொல்லி ஒரு தரப்பினரோ அல்லது இருவருமே அன்று யுத்தம் செய்ய விரும்பவில்லை என்றால் என்ன செய்வது? யுத்த களத்தைப் பற்றியோ அல்லது அவர்கள் கண்கள் மீது சூரிய ஒளி தாக்குவதைப் பற்றியோ இருவரில் ஒருவர் கவலைப்படவில்லை என்றால் என்ன செய்வது? அந்தக் குறிப்பிட்ட நாளில், குறிப்பிட்ட நேரத்தில் சண்டை செய்வதை ஏன் கௌரவத்திற்குரிய விஷயமாக எண்ணவேண்டும்? இரண்டு படைகளில் ஒன்று பாசறையிலேயே தங்கியிருந்தால், அல்லது அந்தப் படை, தான் தெரிந்தெடுத்த வேறொரு களத்திலேயே காத்திருந்தால், முக்கியமான மாபெரும் யுத்தங்கள் எவ்விதமாக முடிந்திருக்கும்?

ராவ் வீரம்தேவ், ராவ் கங்கா, ராவ் உதய் சிம்மா, ராஜா புராஜி கிக்கா ஆகியோர் அனுபவம் நிறைந்தவர்கள். அவர்களது படைவீரர்களும் போர் நுணுக்கங்கள் அறிந்தவர்கள்; அவ்வளவு எளிதாகத் தொய்ந்து போக மாட்டார்கள். பல யுத்தங்களைப் பார்த்தவர்கள்; அவர்களுக்கு ஆச்சரியப்பட எதுவுமில்லை. ஹிந்துகுஷ் மலைக்கணவாய்கள் வழியாக உள்ளே நுழைந்த ஆப்கானிய கூட்டத்தை எதிர்ப்பது எப்படி என்று மற்ற ஹிந்து ராஜாக்களுக்குத் தெரியாத ஒன்றிரண்டு விஷயங்கள் ராஜபுத்திரர்களுக்குத் தெரிந்திருக்கலாம். ஆனால் முஸ்லீம்களுக்கு ஜிஹாத் மீது இருக்கும் வேட்கைக்கு முறிமருந்தாக போரில் ஏற்படும் வீரமரணத்தைப் பெருமையாக இவர்கள் எண்ணினார்கள். வேறு எவ்விதமான மரணமும் தாழ்வான வாழ்க்கைக்குரியது. அகௌரவத்திற்கு நெருக்கமானது என்று கருதினர்.

நாங்கள் நன்கு போரிட்டோம். ஐம்பதினாயிரம் வீரர்களும் நன்றாகத்தான் போரிட்டார்கள். ஆனால், எதிரி நிர்ணயித்த விதிகளின்படி யுத்தம் நடந்தது. மதியத்தில் நாங்கள் எழுநூற்று ஐம்பது வீரர்களை இழந்துவிட்டோம். அப்போதுதான் மிக மோசமான அந்த முடிவை எடுத்தேன். அனைத்து ராவ்களும் மூத்தவர்களும் என் மீது கடுங்கோபம் கொள்ள வைத்த முடிவு அது; எங்கள் படைவீரர்கள் அனைவரும் என்னை இகழ்ந்தனர். ராவ் வீரம்தேவ் என்னிடம் பேச மறுத்தார்; என்னை நிந்திக்கும் சொற்களை ராவ் உதய் சிம்மாவால் சிறிதும் கட்டுப்படுத்த முடியவில்லை. படையில் இருக்கும் வளரும் கவிஞர்கள் பேடி என்று கோழையான என்னைக் கேலி செய்யும் கவிதைகளை எழுதுவதில் மும்முரமாக ஈடுபட்டிருப்பதாக ராஜா புராஜி கிக்கா கூறினான்.

எனது முதல் நடவடிக்கையும், இழைத்தக் குற்றமும் அதைத் தொடர்ந்து நடந்த சம்பவங்களுக்குத் தேவையான அடிப்படைத் தொனியை அமைத்தன. அணிவகுப்பின் முதல் வரிசையில், முன்னணியில் நான் இருக்கவில்லை; முதல் தாக்குதலையும் வழிநடத்தவில்லை. மேவாரின் பல்வேறு படைப்பிரிவுகளும் அவற்றிற்குப் பொறுப்பானவர்களும் எப்படி ஒன்றிணைந்து செயல்படுகிறார்கள் என்பதை அறியவிரும்பினேன். சற்று உயரமான இடத்திலிருந்து மாலிக் ஆயாஸின் போர்த்திட்டம் என்ன என்பதைக் கவனிக்க விரும்பினேன். அதுவும் சண்டை பாதியில் இருக்கும்போது பார்த்தால்தான் அதைச் சரியாகக் கணிக்கமுடியும்; சித்தோர் தெருக்களில் விளையாடும் சிறு குழந்தைகளும் அதைச் சொல்லிவிடும். போர் முனையில், குறிப்பிட்ட இடத்தில் நீங்கள் இல்லாவிட்டால் படுகாயம் அடைந்துவிட்டீர்கள் என்று வீரர்கள் நினைத்துவிடுவார்கள். எப்போதும் அப்படி நடைபெறாது என்றாலும், அதனால் ஏற்படும் குழப்பங்களும், கட்டுப்பாட்டுக் குலைவும், கலவரமடைதலும் முழுத் தோல்விக்குத்தான் இட்டுச்செல்லும். என்ன செய்கிறேன் என்பது எனக்கே உறுதியாகத் தெரியவில்லை என்பதைக் கடவுள் அறிவார். எனினும் முயற்சித்துப் பார்க்க முடிவெடுத்தேன். எனது நோக்கத்தையும், அதற்கான உத்திகளையும் போராலோசனைக் குழுவில் வைத்தேன்.

அவர்கள் மகிழ்ச்சி அடையவில்லை; எனது புதுமையான யோசனைகள் மீது அவர்களுக்கு நம்பிக்கையில்லை. ஏதோ நாடகமாடுகிறேன் என்று அவர்கள் சொல்லவில்லை; ஆனால், மறைமுகமாகக் குறிப்பிட்டனர். எனினும், இந்த ஒருமுறைமட்டும் என் யோசனையைச் செயல்படுத்த ஒப்புக்கொண்டனர். ராஜா புராஜி கிக்கா மட்டும் ஏற்கவில்லை; அனைவரின் முன்னாலும், 'இதைச் செய்யாதீர்கள் இளவரசே' என்றான்.

நிரூபிக்கப்பட்ட, பாரம்பரிய வியூகங்களின்படி மாலிக் ஆயாஸ் துல்லியமாகத் தனது படைகளை நிறுத்தியிருந்தார்; குன்றின் மீது நான் நின்ற இடத்திலிருந்து அதைத் தெளிவாகப் பார்க்கமுடிந்தது. தனது ஆடுகளத்தை அவர் நன்கு தேர்ந்தெடுத்து இருந்தார்; சூரியன் அவரது படைவீரர்களுக்குப் பின்புறமாகவும், எங்கள் படையினரின் கண்களுக்கு நேராகவும் இருந்தான். நுணுக்கமாகச் செயல்படக் கூடியவர்; அவர் பழமைவாதி அல்ல என்பது தந்தை புறப்பட்டுச் சென்றவுடன் எங்களைத் தாக்கிய அவரது கபடமான நகர்வில் வெளிப்பட்டது. சூழ்நிலையைப் புரிந்து எங்களைத் தயார்ப்படுத்திக் கொள்ளாத நிலையில் இருந்தோம். மதிக்கப்பட வேண்டிய, எளிதாக எடுத்துக்கொள்ள முடியாத மனிதர் அவர். சற்று ஒதுக்குப்புறமாக அவர் யானை நின்றிருந்தது; அருகில் இருபது குதிரை வீரர்கள் செய்திகளை எடுத்துச் செல்வதற்கு

நின்றிருந்தனர். பல்வேறு படைப் பிரிவுகளிலிருந்து செய்திகளைக் கொண்டுவருவார்கள்; போர் தீவிரமடையும்போது மாறும் தாக்குதல் முறைகளுக்கும் தற்காப்பு உத்திகளுக்கும் ஏற்ப அந்தப் படைப் பிரிவுகளுக்கு அவர் உத்தரவுகளை அனுப்பிக்கொண்டு இருந்தார்.

அப்போது நாங்கள் கைகலப்பின் உச்சத்திலிருந்தோம். மோதியுடைக்கும் இரண்டு எந்திரங்கள், பரஸ்பரம் மற்றவரின் பாதுகாப்பு அரணை உடைக்கப் போராடிக்கொண்டிருந்தன. யாரும் முன்னேற முடியாத பெரும் முட்டுக்கட்டை நிலை. எந்தத் தரப்பும் ஒரு அங்குலமும் விட்டுக்கொடுக்கத் தயாரில்லை. இருந்த நிலையை விட்டுக்கொடுக்காமல் பாதுகாக்க முடிந்தால்தான், குஜராத் படையின் முன்னேற்றத்தைத் தடுத்து நிறுத்தமுடியும். நான் அப்படி நடக்கவேண்டும் என்று ஆசைப்படுகிறேன் என்பதை உணர்ந்திருந்தேன். மேவார், மேர்த்தா, ஜோத்பூர், பன்ஸ்வாரா, துங்கார்பூர் வீரர்கள் அனைவரும் பயங்கரமாகப் போரிட்டனர். ஆனால், அவர்கள் வெவ்வேறு திசைகளில் நின்று போரிட்டுக் கொண்டிருந்தனர். ஏனென்றால் நாங்கள் ஒரே படை கிடையாது. பல்வேறு பிரிவுகள். ஆனால், ஒரு பக்கத்தில் நின்று போரிடுகிறோம். அவ்வளவுதான். பொதுவான பரிதாப உணர்வும் விசுவாசமும் எங்களை ஒன்றுபடுத்தி யிருக்கின்றன என்பது உண்மையே. ஆனால், போரில் பரிதாப உணர்வு என்றும் வெற்றியைத் தந்ததில்லை. இந்தப் போரில் வெற்றி பெற்றால், என் முதல் வேலை என்னவாக இருக்கப்போகிறது என்பது எனக்குத் தெரிந்துவிட்டது. அதற்கு மாதங்கள் ஆகலாம்; ஒருவேளை சில ஆண்டுகளும் ஆகலாம். ஆனால், எங்களது பல்வேறு படைப் பிரிவுகளையும் ஒன்றிணைத்து ஒரு மாபெரும் போரிடும் எந்திரமாக அதை உருவாக்கவேண்டும். அதற்கு இருக்கும் நோக்கங்களைப் போலவே அதன் செயல்களும் ஒத்திசைவுடன் ஒரே எண்ணம் கொண்டதாக இருக்கும்.

கண்ணுக்குத் தெரியாமல், மணற்சுவர் போல் சிதைந்து கொண்டிருந்தோம். அணிகளுக்கு இடையில் ஏற்பட்டப் பிளவுகள் மேலும் பெரிதாகின; பல்வேறு பிரிவுகளும் தாம் ஒரே படையைச் சேர்ந்தவை என்று நடிக்கவும் இல்லை. நான் குன்றின் அடிவாரத்திற்கு விரைந்தேன். பாதிப்பையும் சேதத்தையும் நிறுத்தி, வெற்றி அலையை எம் பக்கம் திருப்ப என்னால் நிச்சயம் முடியாது. ஆனால், நல்ல முயற்சி ஒன்றைச் செய்துபார்க்க விரும்பினேன். ராஜா புராஜி கிக்காவை அழைத்து, அவருடைய வீரர்களை 'ஜெய் மகராஜ் குமார்' என்று ஆவேசத்துடன் முழக்கமிடச் சொன்னேன். அதன்மூலம் படைவீரர்கள் மத்தியில்தான் நான் இருக்கிறேன் என்பதைப் படைப்பிரிவுகள் அறிந்துகொள்ளும். அவ்வளவு உற்சாகமாக குரல்கள் எழும்பவில்லை; தூரத்திலிருந்த வீரர்கள் குதிரைகளின் அங்கவடியில் ஏறி நின்று அவர்களது இளவரசனைப்

பார்க்கமுயன்றனர். வாளை உயர்த்தி தலைக்குமேல் சுழற்றி ‘ஜெய் மேவார்’ என்று குரலெழுப்ப இருந்தேன். ஆனால், மேவார் படைகளுக்கு மட்டும் நான் தளபதியில்லையே; அதனால், முழக்கத்தை ‘ ஜெய் ராணா சங்கா’ என்று மாற்றினேன்.

அதற்கு நல்ல எதிர்வினை கிடைத்தது. தந்தையின் பெயரை மந்திரம்போல திரும்பத் திரும்ப முழுங்கினேன். எல்லோரும் புத்துயிர் அடைந்ததுபோல் தோன்றியது. என்னைச் சுற்றியிருந்த வீரர்கள் உத்வேகமும் எழுச்சியும் பெற்றனர். எதிரியின் படையணியை உடைத்து உள்ளே நுழைய முடிந்தது. தாக்குதலின் வேகத்தைக் குறைக்காமல் மேலும் மேலும் ஆழமாக ஊடுருவினோம். எங்களால் முடிந்த அந்த முன்னேற்றம், மற்றப் படைப்பிரிவுகளில் எதிரொலிக்கவில்லை. எங்கள் கரங்களில் இருந்தது பேரழிவுதான்: ஒப்பீட்டளவில் குஜராத் படை என்ற பெரும் சமுத்திரத்தின் நடுவில் சிக்கிய ராஜபுத்திர வீரர்களின் சிறு கூட்டமாக, ஒரு தீவு போல் நின்றிருந்தோம். சுற்றிலும் பெரும் இழப்புகள் எங்களுக்கு; எனக்கும் சில காயங்களும் வெட்டுக்களும். அதில் ஒன்று, என் தந்தையின் மகனென்று நிரூபிக்கும் வகையில் மிக ஆழமானது. அன்றையப் போரை நிறுத்திக்கொள்ள எண்ணினேன்.

* * *

வெள்ளைக் கொடியை உயர்த்திப் பிடித்தோம். மாலிக் ஆயாஸுக்கு சுருக்கமான செய்தி ஒன்றை ராஜா புராஜி கிக்கா மூலம் அனுப்பினோம்.

‘குஜராத் படையின் பிரதம தளபதி,

மதிப்பிற்குரிய மாலிக் ஆயாஸ் அவர்களுக்கு.

.வாழ்த்துகள். மேன்மை தாங்கிய மகராஜ் குமார் மோசமாகக் காயம்பட்டுள்ளார். ஆகவே, அமைதியை வேண்டுகிறார். காயத்திலிருந்து அவர் மீண்டதும் சரணடைவதற்கான முறைகளையும் நிபந்தனைகளையும் பேச வாய்ப்பிருக்கிறதா என்று அறிய விரும்புகிறார்.

மேன்மை தாங்கிய மேவாரின் மகராஜ் குமாருக்காக,

தங்கள் உண்மையுள்ள,
ராஜா புராஜி கிக்கா’.

வெட்கக்கேடான இந்த ஆவணத்தில் கைச்சாத்திட ராவ் வீரம்தேவ் மறுத்துவிட்டார். அதனால் ராஜா புராஜி கிக்கா அந்தக் கௌரவத்தைப் பெறவேண்டியிருந்தது. குறைந்தபட்சம் மேலும் ஒருமணி நேரமோ அல்லது இரண்டு மணி நேரமோ நாம் போரிட்டிருக்கலாம் என்று அனைத்துத்

தளபதிகளும், படைத்தலைவர்களும், வீரர்களும், வீரம்தேவும் கருதினர். இறந்த வீரர்களின் எண்ணிக்கை அதிகம் என்றாலும், பீதி அடையத் தேவையில்லை என்பது உண்மைதான். மாலிக் ஆயாஸையும் அவரது கூட்டத்தினரையும் பின்வாங்கச் செய்திருக்க முடியும் என்று சொல்ல முடியாவிட்டாலும், நமது துணிவையும் உளத்திண்மையையும் காட்டியிருக்க முடியும் என்பது அவர்களது கருத்து.

மகராஜ் குமாரின் தலைமையில் வீரர்கள் போரிடும் முதல் யுத்தம் இது. எங்களது எதிரிகளுக்கும் குறிப்பாக எதிரில் நிற்கும் எதிரிக்கும் என்ன மாதிரியான சமிக்ஞையை ராணாவின் மூத்த மகன் தெரிவிக்கிறான்? மேவார் படையைப் பார்த்து இனி யார் அச்சம் கொள்வார்கள்? வலிமையான ராஜ்ஜியங்கள் பலவும் அச்சமும் வியப்பும் அடையும் அளவிற்குப் பெரும் கீர்த்தி மிக்கப் படையைக் கட்டமைக்க ராணா தம் வாழ்நாளைச் செலவிட்டுள்ளார். மிகக் கவனத்துடன் கடும் உழைப்பினால் உருவாக்கப்பட்ட உறுதியும் பாதுகாப்பும் நிறைந்த மாளிகை அது. தனது முன்யோசனையற்ற செயலால் பட்டத்து இளவரசன் இப்போது அதைக் கீழே சாய்த்துவிட்டான். போரில் மகராஜ் குமாருக்கு ஏற்பட்டிருக்கும் காயங்கள் கணிசமானவைதான்; எனினும், ஆபத்தானவை அல்ல. சமாதானத்திற்கான விலையாக எந்தப் பிரதேசங்களைக் குஜராத்திற்குக் கொடுக்கலாம் என்று மகராஜ் குமார் முடிவு செய்திருக்கிறார்?

'அவனது வயதை வைத்து எடைபோட வேண்டாம்' பூடகமான அந்தச் சொற்களின் வழியாக மூத்தத் தளபதிகளுக்குத் தந்தை என்னைப் பரிந்துரைத்தார். அந்தச் சொற்கள் உண்மையாகிக் கொண்டிருக்கின்றன. உறுதியான மனதில்லாத, பொறுப்பற்ற பதின்மவயதுக்காரனாக என்னை நான் நிரூபித்துக் கொண்டிருக்கிறேன். பொறுப்பற்ற என்பது எவ்வளவு சரியான சொல். ஆனால், ராவ் வீரம்தேவோ அல்லது மற்ற தலைவர்களோ சொல் விளையாட்டுக்கான மனநிலையில் இல்லை. இந்தத் தருணத்தில், எனக்கான பிரச்சனைகள் பல பானைகளில் கொதித்துக் கொண்டிருக்கின்றன.

எதை முதலில் கவனிப்பது என்று முடிவெடுக்க முடியாமல் இருக்கிறேன். சகித்துக்கொள்ள முடியாத பண்புகள் கொண்ட ராவ் ராய்முலின் நியமனத்தை, கொள்கை என்ற நம்பமுடியாத காரணத்திற்காக என் தந்தை ஆதரிக்க வேண்டியதாயிற்று. பாவம் என் சகோதரி. அவளை நினைக்கும் ஒவ்வொருமுறையும் அவர் வருத்தப்படுவார். சிறிய பிரதேசங்களின் தலைவர்கள், படைப்பிரிவுகளின் தளபதிகள், சாதாரண வீரர்கள் ஆகியோரைச் சந்தித்து பேரரசருக்கு மனு ஒன்றை அனுப்ப அவன் ஏற்பாடு செய்துகொண்டிருந்தான். என்னுடைய அவமானத்திற்குரிய நடத்தையைச் சுட்டிக்காட்டி ராவ் வீரம்தேவைக் கொண்டு என்னை நீக்கும்படி அதில் வேண்டியிருந்தான்.

'படையில் கலகம் ஒன்று உருவாவதற்கு முன், இந்த அழிவு வேலையை நிறுத்திவிடட்டுமா, இளவரசே' ராஜா புராஜி கிக்கா என்னிடம் கேட்டான்.

'வேண்டாம். தேவையில்லை. அவன் நோக்கத்தில் எந்த அளவுக்கு அவனால் வெற்றிபெற முடிகிறது என்பதை அறிந்துகொள்ள ஆவலாயிருக்கிறேன். அதன் வழியாக நம் வீரர்கள் மத்தியில் அதிருப்தி எவ்வளவு தூரம் ஊடுருவி இருக்கிறது; இன்னும் எவ்வளவு தூரம் செல்லக்கூடும் என்பது குறித்த ஒரு யோசனை நமக்குக் கிடைக்கும். இருப்பினும், அவன் மீது நெருக்கமாக ஒரு கண் வைத்திரு. கடிதத்தோடு தூதுவன் இன்றிரவு செல்லும்போது அவனை இடைமறித்து கடிதத்தைக் கைப்பற்ற வேண்டும். அவனைப் பாதுகாப்பில் வைத்திரு. ஆனால், யாருக்கும் இது தெரியாமல் இருப்பதை உறுதிப்படுத்திக்கொள்'

'இது என்ன விளையாட்டு, மகராஜ் குமார்' அந்த நாளின் முதல் புன்னகையைத் தாங்கி, எனது நெடுநாளைய நண்பன் என்னை வினவினான்.

'விளையாட்டு ஏதுமில்லை, ராஜா. அதிக அளவு முனைப்புடன் இருக்கிறேன்...'

நான் மேலும் என்ன சொல்லப்போகிறேன் என்ற கேள்வி எழவில்லை. தேஜ் என்னை நோக்கி ஆவேசமாக ஊளையிடுவது காதில் விழுந்தது.

'மகராஜ் குமார், வெளியே வா. எதிரியுடன் கூட்டுச்சேர்ந்து கொண்டாய் என்று உன்மீது பகிரங்கமாகக் குற்றம்சாட்டுகிறேன். சாகும்வரை என்னோடு சண்டைபோட சவால் விடுகிறேன். இங்குக் கூடியிருக்கும் அனைவருக்கும் இதைச் சொல்கிறேன்; இடாரையும் மேவாரின் பெரும்பகுதியையும் முஸாஃபர் ஷாவுக்கு மகராஜ் குமார் அளிக்கப்போகிறார். மேவாரின் அரியணையைப் பெற வேண்டும் என்பதற்காக இளவரசன் பகதூரிடமும் அவன் தந்தையிடமும் என்ன ஒப்பந்தம் செய்திருக்கிறாய்? ஒப்புக்கொள்ளவில்லை என்றால் நீ பாடையில்தான் செல்லவேண்டியிருக்கும்.'

இப்போது என்ன செய்வது? என் சித்தப்பா மகன் குருதி சிந்த வேண்டுமா? அல்லது தனது அண்ணனின் இழப்பைப் பொறுத்துக் கொள்ள முடியாத, அதற்கு பழிதீர்க்க முடியாமல் தடுத்தவனை விட்டுவிடக்கூடாது என்று ஆத்திரத்துடன் வெறிகொண்டு நிற்கும் இளம்காளையால் கொல்லப்பட வேண்டுமா? ஏகலிங்கேஸ்வரா, என்னை என்ன செய்யச் சொல்கிறாய்? இந்த இளைஞனின் வேதனையைப் போக்க மாட்டாயா? அவனுடைய அண்ணன் இப்போது இல்லை. ஆனால் இவன்

எனக்கு அவனைப்போல் இருமடங்கு நெருக்கமானவன் என்பதை இவனுக்குப் புரியவைக்க மாட்டாயா?

'துரோகியே, வெளியே வா. இல்லையேல் உன் கூடாரத்துக்குத் தீ வைத்துவிடுவேன். உயிருடன் எப்போதும் வெளிவர முடியாது'

அப்படியே நடக்கட்டும். அவன் தன் கையிலிருந்த பந்தத்தைத் தந்தையின் கூடாரத்தின் சரிவான பகுதியில் எறிந்திருந்தான். அதில்தான் நான் தங்கியிருந்தேன். முக்கிய ஆவணங்களைப் பாதுகாப்புடன் எடுத்துக்கொண்டு நானும் புராஜி கிக்காவும் வெளியே ஓடிவருவதற்குள் தீ கொழுந்துவிட்டு எரியத் தொடங்கியிருந்தது. நல்வாய்ப்பாக அன்று காற்று அதிகம் வீசவில்லை; மட்டுமின்றி மற்ற கூடாரங்கள் தந்தையின் கூடாரத்திலிருந்து சற்றுத் தூரத்தில் போடப்பட்டிருந்தன; அதனால் தீ எளிதாகப் பரவவில்லை.

தனது கைவேலையைப் பார்த்து தேஜ் முற்றிலும் உற்சாகமடைந்தான்; நாடகத்தனமாகச் சிரித்து வாளைத் தலைக்கு மேல் சுழற்றினான். 'மூழ்கும் கப்பலிலிருந்து எலிகள் வெளியேறுவதைப் பாருங்கள்'

அவன் கூறிய கடல் சார்ந்த படிமத்தின் தாக்கங்கள் குறித்து உறுதியாக என்னால் சொல்லமுடியாது. ஆனால், அவனை நோக்கி நடந்தேன். உத்தரவிடும் தொனியில் அவனிடம், 'தேஜ், இந்த ஆவணங்களைக் கொஞ்சம் வைத்துக் கொள்' என்றேன். ஏறத்தாழ அனிச்சையாக ஆவணக் கட்டை வாங்கிக்கொள்ள அவன் கைகள் நீண்டன.

அவன் கைகளில் ஆவணங்கள் சேரும் கணம், என் முழங்கால் அவன் கால்களுக்கு இடையில் இடித்தது; கை முகத்தில் வேகமாக இறங்கியது. தேஜ் அதிர்ச்சியடைந்தான். தேவையான பாதிப்பை ஏற்படுத்திய இடிபோன்ற தாக்குதலால் அல்ல, மாறாக கோழைத்தனமான எனது செயலால். எனக்குக் கிடைத்தச் சாதகமான நிலையைப் பயன்படுத்திக் கொண்டேன். அதிர்ச்சியிலிருந்து அவன் மீள்வதற்கு இடங்கொடுக்கவில்லை. அவனது பின் கழுத்தில் அடித்தேன். அவன் மயங்கி விழுந்தான். அதற்குமுன் அவனை நோக்கி முணுமுணுத்தேன். 'முட்டாள். எனக்கு நீ உயிரோடு வேண்டும். எதிரியாக அல்ல, நண்பனாக, சகாவாக'. அவன் அதிகமாகக் குடித்திருந்தான்; அதுமட்டுமின்றி, எனது அடியும் பலமாக விழுந்திருந்தது. அதனால் நான் பேசியதை அவனால் புரிந்துகொள்ள முடியவில்லை. சுருண்டு விழுந்தான். வீரர்கள் மத்தியிலும், அரச குடும்பத்துச் சகாக்களிடமும் என் மதிப்பு உயரவில்லை என்பது தெரிந்தது. ஆனால், நீடித்து நிற்கும் தாக்கத்தை அவர்களிடம் நிச்சயம்

ஏற்படுத்தியிருக்கிறேன். நான் இவ்வளவு தரம் தாழ்ந்து போவேனா என்று வாயடைத்து நின்றனர்.

'அவனை அடைத்து வையுங்கள்' குறிப்பாக யாரையும் பார்த்து நான் உத்தரவிடவில்லை. ஆனால், குறைந்தபட்சம் ஏழு வீரர்கள் உத்தரவை நிறைவேற்ற வேகமாக முன்வந்தனர். 'ராவ் வீரம்தேவ், உங்கள் கூடாரத்தில் நான் கொஞ்ச நேரம் ஓய்வெடுக்க முடியுமா?'

'உடனடியாகக் காலி செய்கிறேன், இளவரசே' அவர் குரல் வறட்சியாக இருந்தது.

'என்னை வரவேற்க கூடாரத்தில் நீங்கள் இல்லையென்றால் உங்கள் உபசரிப்பு எனக்குக் கிடைக்காதே'. அவரிடம் கொஞ்சம் பேசவேண்டியிருந்தது. ஆகவே, உணர்ச்சியற்ற முறையில் ராவ் எனக்கு உபசாரம் செய்வதில் எனக்கு விருப்பமில்லை.

'விருந்தோம்பும் கடமையிலிருந்து வழுவமாட்டேன், இளவரசே'

'இது உங்கள் அன்பைக் காட்டுகிறது. மங்கள், எனக்கொரு கூடாரம் ஏற்பாடு செய்; வேலை முடிந்ததும் என்னை அழைத்துச்செல்.'

ராவின் கூடாரம், எளிமையாக, அதிக வசதிகள் இல்லாமல் இருந்தது. பேச்சைத் தொடங்க முடியாமல் அல்லது விருப்பமில்லாமல் இறுக்கத்துடன் அவர் அமர்ந்திருந்தார். வியப்பூட்டும் வேகத்தில் மனிதர்களை என்னிடமிருந்து விலக்கி வைக்கிறேன். விரைவில் இந்த நாட்டில் எனக்கு ஒரு நண்பனும் இருக்கமாட்டான். இந்தப் படையெடுப்பை எப்படி முன்னோக்கி எடுத்துச் செல்லப்போகிறேன்? அதுவும் ராவ் வீரம்தேவ் போன்ற தலைவர்களின் உண்மையான ஒத்துழைப்பு இல்லாமல் எப்படி அதைச் செய்வேன்? படையெடுப்பு ஏற்கனவே தொடங்கிவிட்டது. எனினும் அதை ஒப்புக்கொள்வது எனக்கே சற்றுச் சிரமமாக இருந்தது.

'உங்களுக்கு நம்பிக்கை ஏற்படும் வகையில் இதுவரை நான் எதுவும் செய்யவில்லை என்பது தெரிகிறது. ஆனால், இந்தக் கூடாரத்திற்குள் நீங்கள் ஒன்றை ஒப்புக்கொள்ள வேண்டும். இன்று மதியம் போரை நாம் தொடர்ந்து நடத்தியிருந்தால் நமது வீரர்கள் இன்னும் அதிகம் பேர் இறந்திருப்பார்கள். அதைத் தவிர்த்து நமக்கு ஏதாவது ஆதாயம் கிடைத்திருக்குமா?' ராவ் சங்கடப்பட்டது தெரிந்தது. தொண்டையைச் சரி செய்துகொள்ள முயன்றார். ஆனால், அவரைச் சிரமப்படுத்த நான் விரும்பவில்லை. 'நடந்தது நடந்துவிட்டது. முக்கியமான நிகழ்ச்சிகள் நடந்துவிட்டன. தயவுசெய்து கொஞ்சம் பொறுமையாக இருங்கள்; அவ்வப்போது வழக்கத்திற்கு மாறான வழிமுறைகளைப்

பின்பற்றுவேன்; கொஞ்ச காலத்திற்கு நீங்கள் அவற்றைப் பொறுத்துக் கொள்ளக் கூடாதா?'

'உங்கள் மனத்தில் என்ன இருக்கிறது என்று தெரியாமல் உங்கள் கேள்விக்கு என்னால் பதில் சொல்ல இயலாது'

'என்னிடம் செயல்திட்டம் ஒன்று இருக்கிறது என்று உங்களிடம் சொன்னால், உங்களிடம் பொய்சொல்கிறேன் என்றுதான் பொருள்'. உண்மையில் நான் வெளிப்படையாக நடக்கவில்லை. இப்போதைக்கு என் இயக்கம் தடைசெய்யப்படுவதை நான் விரும்பவில்லை. 'நான் சூழ்நிலையை ஆய்வுசெய்து புரிந்துகொண்டு எனக்கான வழிமுறையைக் கண்டுபிடிக்க வேண்டும். அதற்கு எனக்குக் கொஞ்சம் அவகாசம் தரமாட்டீர்களா? அனைத்துத் தலைவர்களும் வீரர்களும் உங்களிடமிருந்து வழிகாட்டல்களை எடுத்துக்கொள்வார்கள். நானும் எடுத்துக் கொள்வேன். என் மீது நீங்கள் நம்பிக்கை வைத்தால், அவர்களும் நம்பிக்கை வைப்பார்கள். அவ்வாறே நானும் நம்பிக்கை அடைவேன்'.

'நீங்கள் அதிகம் எதிர்பார்க்கிறீர்கள், மகராஜ் குமார். அதுவும் கேள்வி எதுவும் கேட்காமல் குருட்டு நம்பிக்கையுடன் நாங்கள் செயல்பட வேண்டும் என்கிறீர்கள்.'

'புதிதாக ஒருவன் வேலை தேடிச் செல்லும்போது, தவறாமல் அனைவரும் அனுபவம் இருக்கிறதா என்றுதான் கேட்பார்கள். அனுபவம் உள்ளவனைத்தான் தேடுகிறோம் என்பார்கள். சுற்றிவளைக்க வேண்டாம். அவனுக்கு யாருமே வேலை கொடுக்கவில்லை என்றால், அவனுக்கு அனுபவம் எப்படிக் கிடைக்கும்?'

'நான் உங்களை நம்பத்தான் விரும்புகிறேன், மகராஜ் குமார். ஆனால், நம்பிக்கை தரும் ஒரு செயல்மூலம் உங்களை நாங்கள் கண்டுபிடிக்கவேண்டும்.' முதல்முறையாக அவர் புன்னகைத்தார். அவரது புன்னகை அந்த நாளை எனக்கு நல்ல நாளாக்கியது. கடந்துபோகும் விஷயம் தான்; எனினும் அவரது முகத்தை அது பிரகாசிக்க வைத்தது. என் இதயத்தைக் குளிரச் செய்தது. மகிழ்வித்தது. முதிர்ந்த, அற்புதமான இந்த அனுபவசாலியின் மதிப்பில் உயர்ந்திட விரும்பினேன். அவருக்கு என்னைப் பிடிக்கும். ஆனால், அந்த மரியாதை ஒரு தொழில்முறை உறவுக்குத் தேவையான மிகவும் முதிர்ச்சியான, நிலையான ஒன்று என்பதை நான் அறிவேன். 'இளவரசே, நீங்கள் அடுத்ததாக என்ன செய்ய நினைத்திருக்கிறீர்கள்?'

ஓர் ஆழமான பெருமூச்சு விட்டேன். 'நம் குதிரைப்படைக்கு பந்தயங்கள் நடத்தலாமா என்று யோசித்துக் கொண்டிருக்கிறேன், அரசே.'

'நமது இருபத்து மூன்றாயிரம் குதிரை வீரர்களுக்குமா?' அவர் குரலில் வியப்பேதும் இல்லை. வெறுமனே விவரத்தைச் சரியாக உள்வாங்கிக் கொள்ளவே விரும்பினார். நம்பிக்கை சார்ந்த செயல் அதன் இடத்தை உறுதியாகப் பெற்றுவிட்டது. இப்போது சிரிப்பது என் முறை.

அன்று இரவு மங்கள், என் மைத்துனனின் கடிதத்தை இடைமறித்துப் பறித்து என்னிடம் கொண்டுவந்தான். ராவ் ராய்முல் மிகக் கடினமாகத்தான் உழைத்திருக்கிறான்: மூவாயிரம் வீரர்கள் தங்கள் விரல் ரேகைகளை அக்கடிதத்தில் பதிந்திருந்தனர்: யுத்தக் களத்தில் இல்லாமல், நான் விலகியிருந்தேன்; மட்டுமின்றி, மேவார் படை வெற்றியைச் சந்திக்க இருந்த நேரத்தில், வெள்ளைக்கொடியை அசைத்து சமாதானத்தைக் கோரினேன். இப்போது மிகவும் செழிப்பான நமது இரண்டு பிரதேசங்களை, குஜராத்திற்கு அளிக்கத் திட்டம்போடுகிறேன். நிச்சயமாக அதில் இடாரும் உண்டு. இன்று காலையில், மிகவும் வீரத்துடன் போரிட்ட, துணிவு மிக்க தேஜை தந்திரமாக ஏமாற்றி, விரோதத்துடன் அவனைக் கொடுமையாகத் தாக்கினேன். அத்துடன் அவனது கூடாரத்திற்கும் தீவைத்துவிட்டேன் என்று பின்குறிப்புப் பேசியது. ராஜ்ஜியத்தின் நலனிற்கு மேலும் அதிகமான, நிரந்தரமான சேதத்தை நான் ஏற்படுத்திவிடக் கூடாது; ஆகவே, மேவாரின் நற்பெயருக்குக் களங்கம் ஏற்படுத்தும் அவரது மகனை நீக்க வேண்டியது அவசரத் தேவை என்ற ஆர்வம் மிக்க வேண்டுகோளுடன் கடிதம் முடிந்தது.

'எதிரிப்படையில் யாருக்காவது இந்தக் கடித்தின் மீது ஆர்வம் இருக்கும் என்று நீ நினைக்கிறாயா?'

'யாருக்குத் தெரியும்?' மங்கள் முகத்தில் உணர்வு எதையும் வெளிப்படுத்தவில்லை. 'யாருக்காவது இருக்கலாம்'.

'அதிகமாக கேட்பவருக்கு இதை ஏலம் விட நீ ஏற்பாடு செய்வாயா?'

'நான் ஏற்பாடு செய்வேன். ஆனால், விற்பனைக்கு என்னால் உத்தரவாதம் தரமுடியாது'.

இருவரும் சிரித்தோம். 'என்னைக் குறைவாக விற்றுவிடாதே, மங்கள். அத்துடன் பணம் எனக்கு கிடைப்பதையும் உறுதி செய். அவதூறுக்கு ஆளாகப் போகிறேன் என்றால், அதிலிருந்தும் கொஞ்சம் பணம் சம்பாதித்துக் கொள்கிறேனே.'

'அதன்பின் என்ன நடக்கும்?'

'ஒன்றும் நடக்காது. உரிய நேரத்தில் சுல்தான் முஸாஃபர் ஷாவுக்கு கடிதத்தின் நகல் கிடைக்கும்; தந்தை அசலைப் பார்க்கக்கூடும்'

'பேரரசரின் கைகளில் கடிதம் கிடைப்பதால் ஏற்படக்கூடிய ஆபத்தை நீங்கள் விரும்புகிறீர்களா? அந்த மூவாயிரம் கைரேகைகளைப் புறக்கணிப்பது சிரமம்'.

'அந்த ஆபத்தை எதிர்கொள்ள வேண்டியதுதான். ஆனால், மாலிக் ஆயாஸிற்கு அது கிடைக்காமல் இருக்க என்னால் எதுவும் முடியாது. அவனுக்குப் பெரும் மகிழ்ச்சியை அது தரும்.'

பந்தயங்கள் நடத்தும் யோசனைக்கு முதல் நாளில் பெரும் விமர்சனமும் எதிர்ப்பும் இருந்தது. ஆனால், பகலில் ஏராளமான உணவும் அன்று இரவு மதுவும் பரிமாறப்பட்டது; தொழில்முறை நவ்டங்கி நாடகங்களும் நடந்தன. ஆகவே அனைவரும் மகிழ்ச்சியுடன் அந்த நாளை அனுபவித்தனர்.

எதிர்பார்த்த பலன்கள் கிடைக்க நான்கு நாட்கள் ஆயிற்று. அந்த நாட்களில் இருபத்தி நான்கு மணி நேரமும் பந்தயங்கள் நடந்தன. பாசறையில் இப்போது பெரிய அளவில் விழாச் சூழல் நிலவியது. சித்தோரில் ஆண்டு தோறும் போட்டிகள் நடக்கும்: நீச்சல், மல்யுத்தம், வில்வித்தை, இலக்கை நோக்கி ஈட்டி எறியும் போட்டி, இரவு நேரத்தில் படை நடத்துதல், இரவில் பாட்டுப் பாடுதல், இட்டுக்கட்டி கதை சொல்லுதல் என்று கொண்டாட்டமாக இருக்கும். ஏறத்தாழ அப்படித்தான் இங்கும் நடந்தன. நேருக்குநேர் மோதலில் மட்டும் ஒரு வேறுபாட்டை நாங்கள் அறிமுகம் செய்தோம்; வைக்கோலால் செய்துவைக்கப் பட்டிருக்கும் பொம்மை மனிதர்களை குதிரை வீரர்களும், காலாட்படை வீரர்களும் ஆக்ரோஷமாகத் தாக்கி, பொம்மையின் முதுகெலும்பை உடைக்கவேண்டும். ஒரு வீரனுக்கு ஒரு வாய்ப்பு மட்டுமே. எளிமையானதாகத் தோன்றியது; ஆனால், பொம்மைக்குள் நான்கு அங்குல பச்சை மூங்கில் பொருத்தப்பட்டிருந்தது; ஆகவே, அனுபவமிக்க மூத்த வீரர்களும் சிரமப்பட்டனர். போட்டிகளின் முடிவுகள் பதிவுசெய்யப்பட்டன; வெற்றி பெற்றவர்ளுக்குப் பரிசுகள் வழங்கப்பட்டன. மிகவேகமான குதிரை வீரன் யார், மிக வலிமையான, மிகக் கொடூரமான கொலையாளி யார் என்ற பட்டியல் இப்போது எங்களிடம் இருக்கிறது.

அந்த நீண்ட, கொந்தளிப்பான நாட்களில் கூடாரத்திற்குள்தான் இருந்தேன்; ஓய்வில்லாது பணியாற்றினேன். மூன்றாம் நாள் மாலிக் ஆயாஸ் தனது தூதுவன் லியாகத் அலியை அனுப்பியிருந்தார். காயங்கள் ஆறிவிட்டனவா? சரணடைவதற்கான நிபந்தனைகளைப் பேசி

இறுதிசெய்ய என்றைக்குச் சந்திக்கலாம் என்று கேட்டான். லியாகத் அலி நான்கு மணி நேரம் காக்க வைக்கப்பட்டான்; அந்த நேரத்தில் வைத்தியர்கள் கூடாரத்திற்குள் புகுவதும் வெளி வருவதுமாக இருந்தனர். மகராஜ் குமார் இவ்வளவு மோசமான உடல்நிலையுடன் இருக்கும்போது, குதூகலமான நிகழ்வுகள் எப்படி என்று அவன் திகைத்தான்.

'கலகம் செய்யும் படையைவிட உற்சாகமாக இருக்கும் படை நல்லதுதானே' சுருக்கமாகவும் வெடுக்கென்றும் மங்கள் பதிலிறுத்தான். அதன்பின், மகராஜ் குமாரின் உடல்நலம் தேறியவுடன் அவரே பிரதம தளபதியைச் சந்திப்பார் என்று தகவல் அளித்தான்.

'அவருக்கு என்ன மாதிரியான காயம்...?'

'உங்கள் வீரன் தலையில் தாக்கியதால் முதலில் பலத்த அடி' மங்கள் அவனுக்கு விளக்கினான். 'அதன்பின் வயிற்றில் ஒரு காயம்; தேஜ் சிம்மாவால் ஏற்பட்டது. மகராஜ் குமார் சமாதானத்தை வேண்டுகிறார் என்று அவர் தாக்கப்பட்டதால் உண்டானது.'

ஆறாம் நாள். பொறுமை இழந்துகொண்டிருந்தேன். அதிக எதிர்பார்ப்பால் உடல்நிலை சரியில்லாமல் போயிற்று. போட்டிகள் முடிந்துவிட்டன. லியாகத் அலி மீண்டும் என்னைச் சந்திக்க வந்தான். விரைவில், மிக விரைவில் நான் கட்டாயம் மாலிக் ஆயாஸை சந்திக்கவேண்டும். என்ன நிபந்தனைகளை நான் அவனுக்கு முன்வைக்கப் போகிறேன்? என் மைத்துனன் ராவ் ராய்முலின் சொற்கள் உண்மையாகப் போகின்றனவா? மேவார் துண்டாடப்படுவதற்கு நான் ஒரு கருவியாகப் போகிறேனா? வதந்தியைப் பரப்பும் வேலையில் ராவ் மும்முரமாக இருந்தான். என்று படைப்பிரிவுகளுக்கும் கூட்டணியில் இருப்போருக்கும் மேவாரின் முடிவு பற்றி பல்வேறு காட்சிகளை அளித்துக்கொண்டிருந்தான்; அவர்களது மகராஜ் குமாருக்கு நன்றி சொல்லவேண்டும். வீரர்களின் மன உறுதி மீண்டும் குலைந்து கொண்டிருந்தது.

இந்தச் சீர்குலைவிற்கு விரைந்து ஒரு முடிவு கட்ட வேண்டும்; ஆனால், எப்படி என்றுதான் தெரியவில்லை. தேஜ் நடந்து கொண்ட முறை அப்பட்டமான கீழ்ப்படியாத செயல் என்றாலும், அவனைச் சிறைவைத்திருப்பதை வீரர்கள் விரும்பவில்லை. தேசத் துரோகத்திற்காக ராவ் ராய்முலை சிறைவைப்பது கேள்விக்கு அப்பாற்பட்டது. ஏனென்றால் ஐம்பதினாயிரம் வீரர்களும் நானும் இங்கு இருப்பதற்கு அவன்தான் காரணம். ராவ் வீரம்தேவ் நாவை அடக்கிக் கொண்டிருந்தார்; ஆனால், அவரது பொறுமையைச் சோதித்துக் கொண்டிருந்தேன் என்பது தெரிந்தது. என் மீது நம்பிக்கை வைப்பது என்ற பெரும் தவறை அவர் செய்துவிட்டாரா? நிகழ்வுகள் எப்படித் திரும்பும் என்பதை முற்றிலும் தவறாகக் கணக்கிட்டுவிட்டேனா?

எனது மோசமான தவறு, எதிர்பாரா நிகழ்வுகளுக்கு என்று திட்டம் எதையும் நான் யோசித்திருக்கவில்லை. யதார்த்த நிலைக்கு நான் திரும்பவேண்டிய நேரம் இது. அன்று இரவு தந்தைக்குக் கடிதம் ஒன்று எழுதினேன்; ஏற்பட்ட மிக இழிவான தோல்வியையும், சரணடைவதற்காக இடாரின் மீதான உரிமையை குஜராத்திற்கு அளிக்க விரும்புவதையும் குறிப்பிட்டிருந்தேன். அது தவிர்த்து முடிவுசெய்திருக்கும் இரண்டு பிரதேசங்களையும் தெரிவித்திருந்தேன். அனைத்து நகரங்களையும், கிராமங்களையும் நாங்கள் சமமாகவே நேசிக்கிறோம். அவற்றுடன் இருக்கும் உணர்வுபூர்வமான பிணைப்பால், வரலாற்றுத் தொடர்புகளால் மோசமான தரிசு நிலங்களும் எமக்கு விலை மதிப்பற்றவையே.

ஆனால், இதயத்தைக் கடினமாக்கி, விஷயத்தை உணர்ச்சியற்றுதான் பார்க்கவேண்டும்; அப்படி யோசித்தால், போர்த்தந்திர ரீதியாக, அரசியல் ரீதியாக பொருளாதார ரீதியாக இழப்பதற்கு மிகவும் ஏற்றப்பகுதிகளாக - இந்த வெறுப்பூட்டும் சொற்றொடர் தொண்டையை அடைக்கிறது - ஜாரோலும் பீச்சாபைரும்தாம் இருக்கின்றன. என்னுடைய தெரிவைத் தந்தை ஒப்புக்கொள்வாரா? எனது மோசமான செயல்பாட்டிற்காக மன்னிப்பைக் கோரியிருந்தேன். ஆனால் அதனால் பயனில்லை. என் சொற்கள் அருவருப்பாக, பரிதாபமாக அல்லது வெறுமையாக பகல் கனவாக ஒலித்தன. மிகவும் இன்றியமையாத விஷயங்களை மட்டும் விளக்கியிருந்தேன். நான் சந்தித்த கடும் அவமானத்தைப் புரிந்துகொள்வதை அவரது கற்பனைக்கு விட்டுவிட்டேன்.

அடுத்த நாள் காலை. போர்க்களத்தில் ஏற்பட்ட படுதோல்விக்குப் பின்னர் ஏழாவது நாள். பத்தாயிரம் குஜராத் வீரர்கள் அன்று மதியம் நாடு திரும்புகிறார்கள் என்ற செய்தி கிடைத்தது. மிகக் குறைந்த காலத்தில் அவர்கள் எடுத்த முடிவாக இருக்கலாம். ஆனால், மாலிக் ஆயாஸிற்கு அதைத் தவிர வழியேதும் இல்லை. பொறுமையிழந்திருக்கும் வீரர்களுக்கு அவர் இணங்கிப்போகத்தான் வேண்டும். நான் உடனடியாக, தளபதி மாலிக் ஆயாஸிற்கு கடிதம் ஒன்றை அனுப்பினேன். அவரைப் பார்ப்பதில் ஏற்பட்ட தாமதத்திற்கு வருத்தம் தெரிவித்து, சந்திப்பதற்கு மறுநாள் நேரம் ஒதுக்குமாறு கேட்டிருந்தேன். சரணடைவதற்கான விதிகளும் நிபந்தனைகளும் கொண்ட ஆவணம் பற்றிப் பேசலாம் என்று தெரிவித்திருந்தேன். இவ்வளவு விரைவாக ஒரு பதிலை இதுவரையிலும் நான் பெற்றதில்லை. அடுத்தநாள் காலை பதினொன்றரை மணிக்கு ராஜாங்க விருந்தினரை மகிழ்ச்சியுடன் வரவேற்பதாக எழுதியிருந்தார். அவருடன் மதிய உணவு அருந்த, தயவுசெய்ய முடியுமா என்றும் கேட்டிருந்தார். எதிர்பார்த்தது போலவே, விரைந்து நாடு திரும்பும் மனநிலையில்தான் மாலிக் ஆயாஸ் இருக்கிறார் என்பது நிச்சயம். ஒன்பது மாதங்களாக அவர் வீட்டை விட்டு வெளியில் இருக்கிறார். குஜராத்தின் அந்த மாவீரன் வெற்றிகரமான வரவேற்பை எதிர்நோக்கலாம்.

மதியம் இரண்டு மணியளவில் நாங்கள் புறப்பட்டோம். ராஜா புராஜி கிக்காவும், மங்களும், வேறு பன்னிரண்டு நபர்களும் பல மணி நேரத்திற்கு முன்னதாகவே சென்றுவிட்டனர். புறப்பட்டு ஒரு மணி நேரத்திற்குப் பிறகு, கையை உயர்த்தி வீரர்களை நிற்கச்சொன்னேன். இன்னும் இரண்டு மணி நேரம் போனால் நன்கு இருட்டி விடும்

'நாம் இரண்டாயிரத்து எழுநூற்று அறுபது வீரர்களும் ராவல் உதய் சிம்மாவும், உங்களுடைய பத்து தளபதிகளும் நானும் இருக்கிறோம். படையில் மிக வேகமாக இயங்கும் வீரர்கள் நீங்கள். அதனால்தான் உங்களைத் தெரிவு செய்திருக்கிறோம். சொல்லப்போனால் முழுமையாக மூவாயிரம் பேர் என்பதையும் நேர்த்தியான எண்ணிக்கை என்று சொல்லமுடியாது. இன்றைக்கு வீடு திரும்பும் குஜராத் வீரர்களின் எண்ணிக்கை பத்தாயிரம். அதாவது நாம் அவர்களில் மூன்றில் ஒரு பங்கு மட்டுமே. துணிவு மிக்க மாவீரர்கள் நீங்கள் என்பதை அறிவேன். அது மட்டும் போதாது. நாம் உயிருடன் இருக்க வேண்டுமென்றால், எதிரியைப்போல் மூன்றுமடங்கு துணிவு மிக்கவராக நீங்கள் இருக்கவேண்டும்.'

அவர்கள் மனத்தில் தைக்கட்டும் என்று சில கணங்களுக்குப் பேச்சை நிறுத்தினேன். 'இன்றிலிருந்து ஏறத்தாழ இருபது ஆண்டுகளுக்கு முன்னால், மதிப்பிற்குரிய நமது உள்துறை அமைச்சர் லக்ஷ்மண் சிம்மாஜி அவர்களின் தலைமையில் இந்த இடத்திலிருந்து அறுபது மைல் தொலைவில் நம் படை போரில் ஈடுபட்டிருந்தது. நமது வீரர்கள் மூவாயிரம் பேர் குஜராத் படையினரால் வஞ்சகமாகக் கொல்லப்பட்டனர். கோரமான, வஞ்சகமான அந்தப் படுகொலை எப்படி நடந்தது என்று முழுக் கதையையும் திருப்பிச் சொல்லப்போவதில்லை. நீங்கள் நன்கு அறிவீர்கள். பழிதீர்த்துக் கொள்வது என்றால் என்ன என்பதை நீங்கள் தெரிந்துகொள்ள வேண்டும். ஏதாவது ஒரு நாளில் மூவாயிரம் குஜராத் வீரர்களைக் கொன்றால் நீங்கள் மகிழ்ச்சியடைவீர்களா? உங்கள் கண்கள் பளிச்சிடுவதை என்னால் பார்க்க முடிகிறது. சபாஷ், மிக எளிதாக நீங்கள் திருப்தியடைகிறீர்கள். நீங்கள் பழிக்குப் பழி வாங்கும் மனிதர்கள்தான். உங்களுடன் இருக்கும் மூவாயிரம் சகோதரர்களும் மிகவும் மதிப்புள்ளவர்கள் என்பதுமட்டும் போதுமென்றால், இடாரையும் இந்த யுத்தத்தையும் மறந்துவிட்டு, கூடாரத்தைக் கலைத்துவிட்டு நாட்டிற்குத் திரும்புவோம்.

'ஏழு நாட்களுக்குமுன், வெள்ளைக்கொடியை அசையுங்கள் என்று நான் கூறியபோது, ஏராளமான வீரம் செறிந்த உரையாடல்களைக் கேட்டேன். நம் வீரர்கள் எழுநூற்றைம்பது பேர் இறந்திருந்தனர்; தோல்வியை வெற்றியாக மாற்ற வாய்ப்புக் கொடுக்குமாறு நீங்கள் கேட்டீர்கள். நாளைக் காலை ஐந்தரை மணிக்கு குஜராத் படையை

நீங்கள் சந்திக்கப் போகிறீர்கள். நீங்கள் உதிர்த்த சொற்களுக்கு பெறுமானம் என்ன என்பதை அப்போது பார்ப்போம். ஒரேயொரு அறிவுரைதான். வேறொன்றும் கூறப்போவதில்லை. எதிர்வரும் நாளைய மோதலிலும், நீங்கள் ஈடுபடப்போகும் வேறு போர்களிலும் அல்லது யாராவது எதிரியைச் சந்திக்கும்போதும் அது பயன் தரக்கூடும்.

'வெற்றியின் ரகசியம் எண்ணிக்கையில் இருக்கிறது. எதிரியைக் கொல்ல உங்களுக்குத் தேவை ஒரு வாள் வீச்சா அல்லது மூன்றா? மூன்று வீச்சு என்றால், உங்களால் தற்காத்துக்கொள்ள முடியாத அந்த நேரத்தில் வேறு இரண்டு எதிரி வீரர்கள் உங்களை நோக்கி தம் வாட்களை வீசக்கூடும். நீங்கள் விரைந்து சோர்ந்து போவீர்கள். ஒரு வீச்சு என்றால், அப்போது அந்த இரண்டு எதிரி வீரர்களையும் நீங்கள் நன்கு எதிர்கொள்ளலாம். குறைந்தபட்சம் இருபது வீரர்களைத் தாக்கி எப்படி காயப்படுத்தினீர்கள் என்பதை உங்களது குழந்தைகளுக்கும், பேரக் குழந்தைகளுக்கும் சொல்வதற்கு உங்கள் மத்தியில் பல பேர் இருக்கக்கூடும்.

'நம் அருகிலிருக்கும் எதிரிகள் யார் என்பதை இப்போது நாம் அறிவோம். எதிரியைக் காயப்படுத்திவிட்டு, ஆனால் கொல்லத் தவறி விடும் எவனும் அவனது நண்பனின் உயிருக்கும் அருகில் இருப்பவனின் உயிருக்கும் மிக மோசமான ஆபத்தை ஏற்படுத்துகிறான். இடது கையில் காயம் என்றால் வாளை ஏந்திப் போரிட வலதுகை இன்னும் இருக்கிறது.

'என் தந்தை மாபெரும் ராணா சங்கா, எழுபது அல்லது எண்பது காயங்களை உடலில் தாங்கிக்கொண்டு எழுபது பேரைக் கொன்றார். வாழும் சாட்சியம் அவர். அடிபட்ட புலி எவ்வளவு ஆபத்தானது என்பதை நீங்கள் அறிவீர்கள். காயம்பட்ட எதிரி எவ்வளவு ஆபத்தானவன் என்பதை உங்களால் கற்பனை செய்யமுடியுமா? விரோதத்தை அவன் மேலும் வளர்த்துக்கொள்கிறான். ஒரே எண்ணத்துடன் அவன் வாழ்கிறான். கணக்கை நேர்செய்துகொள்ள விரும்புவான். பிரச்சனை என்னவென்றால், அவனுடைய பழிவாங்கும் எண்ணம் தணியாதது. அவனால், அத்துடன் நிறுத்திக்கொள்ள முடியாது. மேலும் ஒன்று, அதன்பின் மேலும் ஒன்று; அதன்பின் மேலும் ஒன்று. நினைத்துப் பாருங்கள். ஆனால், இறந்துபோனவனுக்கு எதிரிகளே கிடையாது.

'இறுதியாக ஒன்று. இப்போதிலிருந்து, உங்களில் யாராவது ஒருவரும் அண்டை நாட்டானுடன் ஒரு வார்த்தையும் பேசக்கூடாது. அப்படிச் செய்தால் அவன் தனது தேசத்தவர் இரண்டாயிரத்து எழுநூற்று எழுபத்து மூன்று பேரையும் ஆபத்தில் தள்ளுகிறான். மீதமிருக்கும் நாம் இதை ஏற்கமுடியாது. உங்கள் நண்பர்கள் இரண்டாயிரத்து எழுநூற்று எழுபத்துமூன்று பேர் உங்களைக் கொல்ல நீங்கள் நிச்சயம் விரும்ப

மாட்டீர்கள்'. வீரர்கள் சிரித்தனர். 'வெற்றி உங்கள் பக்கம், நல்வாய்ப்பிற்கு வாழ்த்துகள்'.

வீடு திரும்பும் குஜராத் படை சென்ற பாதைக்கு இணையான பாதையில் பயணித்தோம். எங்கள் பாசறையிலிருந்து பன்னிரண்டு மைல் தள்ளி ஓர் இடத்தை தற்காலிக முகாமாக புராஜி கிக்காவும் மங்களும் தெரிந்தெடுத்து வைத்திருந்தனர். வீரர்கள் இரவுக்கான ஏற்பாடுகளில் இறங்கினர். புராஜி கிக்காவின் வீரர்களின் ஒருவன் தேஜை அழைத்து வந்தான். தனியாக அடைத்து வைத்திருந்த காரணத்தால் என் சித்தப்பா மகனைப் பார்க்க பரிதாபமாக இருந்தான். ஆனால், அவன் மனநிலை நிச்சயம் மேம்படும்.

'ராவல் உதய் சிம்மா, நீ, புராஜி கிக்கா. உங்கள் மூவருக்கும் வீரர்களைச் சரிசமமாகப் பிரிக்கிறேன். அதாவது உனக்குத் தொள்ளாயிரம் வீரர்களுக்குச் சிறிது அதிகம் கிடைப்பார்கள்' பில் இனத்து நண்பன் பக்கம் திரும்பினேன். 'அரசே, இடங்களை எங்களுக்குக் காட்டுங்களேன்'.

ஒரு பிரதேசத்தை, குறிப்பாக குன்றுகள் நிறைந்த பகுதியை வரைபடம்போல் காட்ட, புராஜி கிக்காவிற்கும் அவனது ஆட்களுக்கும் இணையாக எனக்குத் தெரிந்து வேறுயாரும் இல்லை. எழுநூற்றாயிரம் மரங்கள் நிறைந்த வனமாக அது இருக்கலாம். ஏழு ஆண்டுகளுக்கு முன்னால் நாங்கள் சுற்றுலா வந்தபோது என்னுடைய பெ•ஃபிக்கிரை எந்த அரச மரத்தின் அடியில் நிறுத்திவிட்டு உணவருந்தினோம் என்பதை அவனால் அடையாளம் காட்டமுடியும். பிரதேசத்தின் புவியியல் அமைப்பை அவனால் சரியாக நினைவுகூற முடியும். அவன் இல்லையென்றால் நாளைக்கு நாங்கள் இல்லை. குஜராத் படையின் பெரும் முகாமிலிருந்து வெறும் ஒரு மைல் தொலைவில்தான் நாங்கள் இருந்தோம். திசையறிய முடியாத, மிகவும் குழப்பமான நிலப்பகுதி என்பதை அப்போதுதான் உணர்ந்தேன். மரச் செறிவு குறைவாக இருந்த ஏழு குன்றுகளைக் கடந்து இறங்கியபோது திடீரென்று சமநிலப்பகுதி எதிர்ப்பட்டது.

நம்பமுடியாத அளவிற்கு அமைதியான காட்சி. தூரத்து மணற்பரப்பில் சூரியன் இறங்குவது ரம்மியமாக இருந்தது. எதிரி வீரர்கள் சிலர் சூதாட்டம் ஆடிக்கொண்டிருந்தனர்; சிலர் ஹுக்கா புகைத்துக் கொண்டிருந்தனர். கூடாரத்திற்கு வெளியிலமர்ந்து முடிவெட்டிக் கொண்டிருந்த முதுநிலை அதிகாரியுடன் சிலர் உரையாடிக் கொண்டிருந்தனர். நாங்கள் குப்புறப்படுத்திருந்த இடம் வரையிலும் கத்திரிக்கோலின் பதட்டமான ஒலியைக் கேட்கமுடிந்தது. யாரோ ஒருவன் பாடத்தொடங்கினான்; மற்றொருவன் அவனோடு இணைந்தான். இல்லை, இரண்டாமவன் முதலில் பாடியவனின் கேள்விக்குப் பதில் சொல்கிறான்.

அது ஒரு 'சவால்-ஜவாப்' கவாலி. இப்படி மேம்படுத்திப் பாடும் முயற்சியும், வடிவமும் எனக்கு மிகவும் பிடிக்கும். முழுமையான புத்திசாலித்தனமும், கூர்மையான வியாக்யானங்களும், தத்துவக் கருத்துகளும், நகைச்சுவையும் நிறைந்த வடிவம். மதச் சிந்தனை பேசும் கவாலியை அவர்கள் பாடவில்லை; ஆனால், மதச்சார்பற்ற தன்மை கொண்ட பாமர உறவைப் பேசும் கவாலியைத்தான்.

'வெளியூரில் இருக்கும்போது அன்பிற்குரியவர்கள் மேலும் அன்பிற்குரியவர்களாக ஆவது எதனால்? வெளியூரில் இருக்கும்போது மட்டும் வீட்டு நினைவு அதிகம் ஏற்படுவது எதனால்?' முதலில் பாடியவன் தனது கேள்விகளை எழுப்பும்போது, இரண்டாமவன் கைகளை அற்புதமாகத் தட்டி தாளம் தப்பாமல் பார்த்துக்கொண்டான். 'குழலின் துளையில் ஊதவில்லை என்றால் குழலில் இசையிருக்குமா?' இப்போது இரண்டாவதாகப் பாடுபவனின் முறை: 'ஸ்தாயி உங்கள் உதட்டில் இருக்கிறதா அல்லது குழலின் மீதும் தடவிச்செல்லும் உங்கள் விரல் முனைகளில் இருக்கிறதா?' பாடுபவர்களுடன், புல்புல் தராங் ஒன்று இசைந்து சென்றது. அவர்களைச் சுற்றி மற்றவர்கள் கூடத் தொடங்கியிருந்தனர். முதல் மனிதனின் எதிர்வினை உடனடியாக வெளிவந்தது. 'எப்படியும் இருக்கலாம். யார் இசைப்பது, யார் நடனமாடுவது என்பதைப் பொறுத்தது. நாம் பாடும்போது யார் நடனமாடுவது? நாமா அல்லது அந்தக் கடவுளா?' புல்புல்லின் தந்திகளிலிருந்து வெளிப்பட்ட, தெளிவான நீர்வீழ்ச்சி போன்ற ஒலி இப்போது சிந்தித்தது, கொப்பளித்தது. சுற்றியிருந்தோர் கைதட்டிக் கொண்டிருந்தனர். இசை வகுப்புக்கு இவர்கள் சென்றிருப்பார்களோ? இத்தகைய முழுநிறைவான, ஒத்திசைவான, தாளகதியை அடைய எத்தனை ஆண்டுகள் பயிற்சி எடுத்துக்கொண்டார் களோ? சகாக்களை திரும்பிப் பார்த்தேன். தேஜைத் திருட்டுத்தனமாக நோக்கினேன்; வெளிப்படையாக அவன் அறிவித்த தனது எதிரியை நிச்சயம் மறந்திருக்க மாட்டான். பதிலளிக்க முடியாத, காலங்கள் கடந்த இந்தக் கேள்விகள் அவனது தீவிரமான பார்வையிலிருந்து எப்படித் தப்பியிருக்க முடியும்? 'தும்மலின் வேகம் என்ன? சொல்லுக, நண்பரே!'. மென்மையான சிரிப்பலைகள் எழுந்தன. 'உனக்கு விடை தெரியுமென்றால், எண்ணம், தும்மலைவிட எத்தனை லட்சம் மடங்கு வேகமானது என்று தயவு செய்து சொல்ல முடியுமா?' இவர்கள் படிப்பறிவில்லா வீரர்களா அல்லது முனிவர்களின் குருக்களா?

திடீரென்று மாடுகள் எழுப்பிய சத்தத்திலும் மரண ஓலத்திலும் பாட்டொலி மூழ்கியது. அந்தச் சப்தம் முதுகெலும்பில் கூர்மையான நடுக்கத்தை உண்டாக்கியது. மாலை உணவுக்காக எருமைகளைக் கொல்கிறார்கள். குருதி சிந்தும்முன் நடக்கும் சடங்கைத் தொடர்ந்து

கொடூரமான மரணம் காத்திருக்கிறது என்பதை அறிந்த விலங்குகளின் பயங்கரமான சப்தம். தொழுவத்தின் கதவுகள் பூட்டப்படாமல் அகலமாகத் திறந்திருந்தால் என்ன நடக்கும்? உயிரைக் காப்பாற்றிக் கொள்ள அவை ஓடுமா? அப்படி நடக்காது என்று நினைக்கிறேன். தமது சாவால் அவை வசியம் செய்யப்பட்டுள்ளன. இந்தக் கோரமான கூட்டொலியில் வெள்ளாடுகளும் இப்போது கலந்துகொண்டன. ஹலால் குருதி பீறிட்டு வெளியேறியது. இதயம் விசையுடன் குருதியை வெளியேற்றிக் கொண்டிருந்தது. இந்த வேதனை முடிவதற்குக் காத்திரு. ஒரு உடல் எவ்வளவு குருதியைச் சேர்த்து வைத்திருக்கும்? அந்த விலங்கு இப்போது பலிபீடத்தில். தன் தலையைப் பின்பக்கமாகச் சாய்த்து வைத்துக் கொண்டுள்ளது- அந்தக் கொலையாளியின் ஒரே வீச்சை கழுத்தில் வாங்கி, இறந்துபோவதற்காக. செத்துப்போவது குறித்து இறுதி நிமிடத்தில் அதற்கு இரண்டாவது சிந்தனை ஏற்பட்டதுபோல் நொடிக்கொருமுறை, உயிரற்ற அதன் உடல் துடித்தது. ஏன் இப்படிப் பயந்து போகிறேன்? நாளைக்குப் பாசறைக்குத் திரும்பியபின் சுவையான ஆட்டுக்கறியைச் சாப்பிடப் போவதில்லையா? இடையூறின்றி நிறுத்தாமல் பாடகர்கள் தொடர்ந்து பாடிக்கொண்டிருந்தனர்.

பாசறைக்கு மத்தியில் படைத் தளபதியின் கூடாரம் அமைந்திருந்தது. எல்லோரும் பார்த்து அச்சப்படும் பண்டே அலியின் வசிப்பிடத்திற்கு அருகில் கபடி விளையாட்டுத் தொடங்கியிருந்தது. இளைஞர்களில் ஒருவன், ‘கபடி, கபடி’ என்று பாடிக்கொண்டு எதிரணியின் பக்கம் வேகமாகச் சுழன்றான். தனது கரங்களையும் கால்களையும் அந்த இடம் முழுவதும் வீசினான். மிக வேகமாக அசைந்து, எதிரணி வீரர்கள் இருவரைத் தொட்டு அவர்களை ஆட்டத்திலிருந்து வெளியேற்றினான். அவர்கள் தந்திரமாக இயங்கவேண்டும்: அவனிடமிருந்து விலகியும் நிற்கவேண்டும். கபடி, கபடி என்று சொல்வதை நிறுத்தும்வரை அவனைப்பிடித்து அமுக்கவும் வேண்டும். பாசறையின் அமைப்பைக் கவனித்தேன்; விவரமாகக் குறித்துக் கொண்டிருந்தேன். கூடாரத்தைவிட்டு வெளியில் வந்த பண்டே அலி விளையாட்டில் கலந்துகொண்டான். கொஞ்சம் வயதானவன், ஆனால், அவன் தனது சற்று மெதுவான இயக்கத்தை, தந்திரத்தால் ஈடு செய்தான். அவன் ஆட்டத்தில் கலந்துகொண்டதில் வீரர்களுக்கு வியப்பு. ஓர் இளம் வீரன் தன் தோள்களைக் குலுக்கியவாறு ‘என்ன நடந்துவிடப்போகிறது’ என்று தனக்குள் சொல்லிக்கொண்டு அந்தப் பெரிய மனிதனின் கால்களைத் தாவிப் பிடித்தான். தொடுகோட்டை எட்டித் தொட பண்டே அலி தீவிரமாக முயற்சித்தான். அவனுக்குப் புத்துயிர் கிடைப்பதற்கான வாய்ப்பு அதுதான். ஆனால், அதற்குள் மற்ற வீரர்களுக்குத் துணிவு வந்து அவன் மேல் விழுந்தனர். பாடுவதை நிறுத்தும் வரையில் அவன் மேல் விழுந்துகிடந்தனர். அதன்பின் அவன் வாயிலிருந்து கபடி கபடி

வெளிவரவில்லை. தேஜ், பண்டே அலியைத் தீவிரமாகப் பார்த்துக்கொண்டிருந்தான்.

'அல்லாஹு" அக்பர்'. மௌஸன் மாலைத் தொழுகைக்கு அழைத்தார். அனைத்துச் செயல்களும் நின்றன; முக்கால்வாசிப்பேர் மேற்குத் திசையில் குவிந்தனர். சமையல்காரர்களும், அவர்களது உதவியாளர்களும், மாடுகளை மேய்ப்பவர்களும் அவர்களுடன் சேர்ந்துகொண்டனர். எவ்வளவு அழகாக அவர்கள் அமர்ந்தனர்! வரிசை வரிசையாக, ஒவ்வொருவருக்கும் இடையில் சமமான இடைவெளி; தலைகளைத் துணி மூடியிருந்தது; அனைவரும் முழந்தாளிட்டு, உள்ளங்கைகளை உயர்த்தி அல்லாவின் ஆசிர்வாதங்களைக் கோரினர். இஸ்லாத்தின் மேதைமை படைத்திறனா?

அநேகமாக இத்தகைய ஒட்டுமொத்தக் கீழ்ப்படிதலை இது விளக்கக்கூடும். சூரிய அஸ்தமனத்திற்குப் பிறகான சூரியகாந்திப் பூக்கள் போல், தலைகள் ஒன்றுபோல் கவிழ்ந்தன. படைப்பிரிவில் இருந்த ஹிந்துக்கள் எதையோ இழந்தவர்கள்போல் தோன்றினர்; அமைதியாகத் தம் வேலைகள் பக்கம் திரும்பினர். கோழிகளும் சேவல்களும் மட்டுமே இந்தப் புனிதமான நடவடிக்கையைக் கவனிக்காமல் திரிந்தன. ஈக்களும். ஆயிரக்கணக்கில் அவை ஒன்றையொன்று துரத்திப் பறந்தன. ஏறத்தாழ முற்றிலும் பூமியில் மறைந்துவிட்ட குருதியைக் குடிக்க முயன்றன. வெட்டப்பட்ட எருமையொன்றின், விரைந்து உலர்ந்துகொண்டிருந்த கழுத்துக் காயத்தின் மீது ஆயிரம் ஈக்கள். கடவுளே, பாவம் அந்தப் பரிதாபமான விலங்கு. இன்னும் உயிரோடு இருந்தது. அது தலையை மெதுவாக அசைத்ததும், மிதக்கும் தேன்கூடுபோல் ஈக்கள் எழுந்து பறந்தன.

நாங்கள் பாசறைக்குத் திரும்பியபோது இருட்ட ஆரம்பித்து விட்டது. ராவல் உதய் சிம்மா, புராஜி கிக்கா, தேஜ், மங்கள், படையணிகளின் தளபதிகளும், நானும் இறுதியாக ஒருமுறை திட்டத்தை எங்களுக்குள் பேசிச் சரிபார்த்துக் கொண்டோம். ஒவ்வொரு அடியாக முன்னேறுதல், முன்னேறுதலைத் தடுத்தல், தாக்குதல் மற்றும் தற்காப்பு உத்தி. ஒவ்வொரு தளபதிக்கும் ஒரு குறிப்பிட்டப் புவிப்பரப்பில் பணி ஒதுக்கப்பட்டது. நானோ, ராவல் உதய் சிம்மாவோ அல்லது புராஜி கிக்காவோ உத்தரவிட்டாலொழிய அல்லது மிகவும் அசாதாரண சூழ்நிலை தவிர்த்து அந்த இடத்தைவிட்டு யாரும் அகலக் கூடாது. எதிர்பாராத நூறு சந்தர்ப்பங்கள் பற்றி நாங்கள் விவாதிக்காமல் விட்டிருக்கிறோம் என்று நிச்சயமாகச் சொல்லமுடியும். எனினும், விரிவான திட்டமொன்றை வகுப்பதும், ஒவ்வொருவரும் தமது பாத்திரம் என்ன என்பதையும், செய்ய வேண்டியதையும் அறிந்திருப்பது மிகவும் முக்கியம். வெறுமனே மோதலுக்கான இடத்தையும் நேரத்தையும் மட்டும் தெரிந்தெடுக்க நான்

விரும்பவில்லை; பின்வாங்குவது எப்படி என்று முடிவுசெய்ய எதிரிக்கு இடங்கொடுக்கவும் விரும்பவில்லை. எப்படி, எப்போது, எங்கு என்று அவனை நாங்கள் முடிவெடுக்க வைப்பதுதான் மிகவும் முக்கியம்.

ஒன்பது பதினைந்திற்குப் பாசறை அடங்கிவிட்டது. வீரர்கள் தூங்கிவிட்டார்களா என்று எனக்குத்தெரியாது; ஆனால், எடுத்துவர அனுமதிக்கப்பட்ட விரிப்பைத் தரையில் விரித்து போர்வையால் தங்களைப் போர்த்திக்கொண்டனர். நான்கு கம்பு ரொட்டிகள், உறையவைக்கப்பட்ட நெய், முள்ளங்கி, கண்ணில் நீர் வரவைக்கும் அளவு காரமான பூண்டு சட்டினிதான் இரவு உணவு. பதார்த்தத்தின் வரிசையை நீங்கள் மாற்றிக்கொள்ளலாம்; ஆனால், நாளைக் காலை உணவும், மதிய உணவும் இதேதான். துண்டுத் துணியில் மடிக்கப்பட்டு குதிரையின் சேணத்தின் பக்கப்பையில் செருகி வைக்கப்படும். தோல் பையில் நீரும் உண்டு. நான்கு முப்பதுக்கு எல்லோரும் எழுப்பப்படுவார்கள். யோக நித்திரையும், சவாசனமும் செய்யவில்லை என்றால் நிச்சயம் நான் தூங்கமுடியாது. தரையில் படுத்து வானத்தைப் பார்த்தேன். தட்டையாக, கருமையாக இருந்தது. துவாரங்களால் துளைக்கப்பட்டதுபோல் தோன்றியது; அந்தச் சிறிய புள்ளிகளின் ஊடாக ஒளி கசிந்தது. இந்தத் துவாரங்கள் பலவற்றை நான் அறிவேன்.

அவற்றைப் படிக்க பள்ளிக்கூடத்தில் எங்களுக்குச் சொல்லிக் கொடுக்கப்பட்டது. ஒருவரின் நிலைமைகளைத் தெரிந்துகொள்ளவும் அவை உதவும். ஆனால், ஆன்மீக நெருக்கடியின்போது எத்திசையில் செல்வது என்று அவை எனக்கு வழிகாட்டுமா? தெரியவில்லை. கண்களை மூடிக்கொண்டு, இமைகளின் திரையில் அந்த நட்சத்திரங்களை நினைவுப் படுத்திப் பார்த்தேன். என் சாவுக்கு அவை சாட்சியாக இருக்கக்கூடும். கட்டை விரலிலிருந்து தொடங்கினேன்; உணர்வை உள்ளிழுத்துக் கொண்டு மற்ற விரல்களுக்கும் அவ்வாறே செய்தேன்; முதலில் குதிகால்கள் உணர்விழந்தன, அதன்பின் முழங்கால்கள், தொடைகள், கால்களின் இடைப்பகுதியும் வயிறும் வெறுமையாகின; நுரையீரல்கள் அமைதியடைந்தன, அதன்பின் கைகள், தோள்கள். என்னிலிருந்து என்னை விடுவித்துக்கொண்டு, இப்போது நட்சத்திரங்களின் மத்தியில் நின்று, உயிரற்ற என் உடலைப் பார்த்துக்கொண்டிருந்தேன். என் பாதங்கள் ஒன்றரை காலடி இடைவெளியிலும் கைகள் என் பக்கங்களிலும் விழுந்துகிடந்தன. பாடையும், பூக்களும், துக்கம் அனுஷ்டிப்பவர்களும் இல்லாத இறந்த மனிதன். சித்தோரின் சந்தை நாளைக்காட்டிலும் என் தலை பரபரப்புடன் இருந்தது. விக்கிரமாதித்தன் குறித்து தந்தை என்ன முடிவு எடுத்திருப்பார்? சுனேரியாவின் வளையல்கள் உடைகின்றன; உணவு உண்ணச் சொல்லி என் அம்மா என்னை வற்புறுத்துகிறாள். கௌசல்யாவின் யோனியின் நறுமணம் என் மூக்கில்.

பழமையான, விவேகமான போர்முறைகளை நான் தவிர்த்துவிட்டேன் என்று தெரிந்தால் தந்தையின் எதிர்வினை எப்படி இருக்கும்? குஜராத் சேனாதிபதி பண்டே அலிக்கும் சற்றே பூனைக்கண்ணா? நாளை அவரை எதிர்கொள்வது யார்? என் முதல் தோல்வியின் படிமங்கள் சிந்தனையின் மையத்தை ஆக்கிரமிக்க முயன்றன. ஆனால், அவை என் மனைவியால் பொதியாகக் கட்டி அனுப்பப்பட்டன; என் கண்களுக்கு இடையில் சுழலும் மந்திரச் சக்கரம் ஒன்றை அமைத்து அதைச் சுழற்றினேன். அது வேகம் கொள்ளக்கொள்ள அனைத்து எண்ணங்களையும், படிமங்களையும், வண்ணங்களையும் கருத்துகளையும் சுழற்சிக்குள் ஈர்த்தது. தலைசுற்ற வைக்கும் அதன் வேகத்தில் அனைத்தும் குலைந்து போகும் அளவுக்கு, அதிவேகத்தில், மேலும் அதிவேகத்தில் சுற்றியது. அசையாத அதன் மையப்பகுதியில் இருப்பதுதான் மூன்றாவது கண்; எப்போதும் மூடாமலிருப்பது, அனைத்தையும் பார்த்துக் கொண்டேயிருப்பது.

படிப்படியாக அனைத்தும் ஒரு நிலைக்கு வந்தன. அவ்வப்போது தோன்றும் எண்ணங்கள் என் மனத்தில் மிதந்து கரை ஒதுங்குகின்றன. வெறுமையின் மோதல் ஆறுதலளிக்கும் சப்தம்தான். அப்போதுதான் நாங்கள் திரும்ப முடியாத இடத்தைக் கடந்துவிட்டோம் என்ற நினைவு வந்தது. நாங்கள் இரண்டாயிரத்து எழுநூற்று தொண்ணூற்று நான்குபேரும் மனிதக் கூட்டத்துடன் எப்போதும் சேர முடியாது. ஆனால், மற்றவர்களுடன் நாங்கள் கலக்கமுடியும்; உணவைப் பகிர்ந்துகொள்ள முடியும்; முஷைராவிற்குச் செல்ல முடியும்; ஹோலி கொண்டாட முடியும்; அவர்களது மகள்களுடன் சிற்றின்பம் நுகரமுடியும்; ஆனால், என்றைக்கும் நாங்கள் வெளியார்கள். அடுத்த நாள் காலை செய்யப்போகிற, வெளியில் சொல்ல முடியாத செயல்களால் நாங்கள் ஒன்றாகப் பிணைக்கப்படுவோம்.

நான்கு மணிக்கு எழுந்துவிட்டோம். குதிரைகளுக்குத் தீனி வைக்கப்பட்டது; மரங்களுக்குப் பின்னே முடிக்க வேண்டிய வேலைகள் இருபது நிமிடங்களுக்குள் முடிந்தன. காலை உணவுக்குப் பத்து நிமிடம். நான்கு முப்பதுக்கு, இடையிலிருந்த ஏழுகுன்றுகளின் ஊடாகக் குதிரைகளை நடத்திச் சென்றுகொண்டு இருந்தோம். முதல் நான்கு குன்றுகளை, குதிரைகளின் மிதமானப் பாய்ச்சலில் நாங்கள் கடந்திருக்க முடியும்; குதிரைகளின் குளம்பொலியை மரங்களின் சப்தங்கள் வெளியில் கேட்கவிடாமல் அமுக்கியிருக்கும். ஆனால், எந்த வாய்ப்புகளையும் எதிரிக்கு அளிக்க நான் விரும்பவில்லை. நேற்று மாலை நாங்களிருந்த அந்த இடத்தை ஐம்பது நிமிடங்களில் அடைந்துவிட்டோம். தனித்தனியாகப் பிரிந்து தரையில் குப்புறப் படுத்தோம்.

எம்மைச் சுற்றியிருந்த இருட்டு பழகி நீண்ட நேரமாகிவிட்டது. நாங்கள் படுத்திருந்த இடத்தின் அருகிலிருந்த குஜராத் படையின்

பாசறையில் ஏழு பாராக்காரர்கள் தான் நின்றனர்; எனக்கு வியப்பாக இருந்தது. அதற்கான விடையை அறிய எனக்குச் சற்று நேரமாகியது. அவர்களைப் பொறுத்தவரை சண்டை முடிந்துவிட்டது. எங்களைத் தோற்கடித்துவிட்டு வீட்டுக்குத் திரும்புகிறார்கள். புராஜி கிக்காவின் வீரர்கள் அந்த ஏழுபேரையும் கவனித்துக் கொண்டனர். வில்லையும் அம்பையும் கொண்டு வனத்தில் அவர்கள் வேட்டையாடும் விலங்குகள் போன்று சப்தம் கேட்காமல் சாய்த்துவிட்டனர். இப்போது கால்நடைத் தொழுவத்தில் அவர்கள் நின்றிருந்தனர். அவற்றை வெளியில் துரத்திக் கொண்டிருந்தனர். அந்த ஐநூறு எருமைகளில் மிகவும் மந்தமான சிலதை சற்றுக் கடினமாக அடித்துத்தான் வெளியேற்ற வேண்டியிருந்தது.

பில் வீரர்கள் பத்து பேர் அடங்கிய சிறிய குழு இடது புறமாக கீழிறங்கி மெதுவாக நகர்ந்தது; அவர்கள் செல்லும் திசையில் அரை மைல் தூரம் தள்ளியிருந்த ஓரிடத்தில் பாதி வீரர்களின் குதிரைகள் ஒன்றாகப் பிணைக்கப்பட்டிருந்தன. காற்று எங்கள் பக்கமிருந்து வீசுவதுபோல் தெரிந்தது. நாயொன்று அத்துமீறியவர்களை வாசனை பிடித்துவிட்டது. குரைக்க ஆரம்பித்தது. அடுத்த நிமிடம் பாசறையின் அனைத்து நாயினங்களும் அதைப் பின்பற்றின. காஷ்மீரிலும், பாரசீகத்திலும், சீனாவிலும் இருக்கும் தம் இனங்களை எச்சரிக்கும் அளவுக்கு உரத்த சப்தம். பண்டே அலியையும் அவனது படையினரையும் குறிப்பிட வேண்டிய தேவை இல்லை. புராஜி கிக்காவிடமிருந்து புறப்பட்ட அம்பு அந்த நாயின் எச்சரிக்கை ஒலியை நிறுத்தியது. எங்கிருந்தோ வேறு ஐந்து நாய்கள் வந்தன. அசைவற்றுக் கிடந்த நாயின் நிலை அவற்றை எச்சரித்திருக்கவேண்டும். குரைக்காமல் ஊளையிட்டன.

தரையில் பனி அதிகம் இறங்கியிருந்தது. புல்தரையில் படுத்திருந்த நான் பாதியளவு நனைந்துவிட்டேன். குன்றுகளின் மேல் மஞ்சுமூட்டம் தாழ்வாக நகர்ந்தது. விரைவில் பாசறையை நெருங்கிவிடும். சில இடங்களில் வானம் வெளுக்கத் தொடங்கியிருந்தது. எந்தக் கணத்திலும் பறவைகள் விழித்துக்கொள்ளலாம். ஆங்காங்கே வெளுத்திருந்த வானத்தைக் கரும் மேகங்கள் மூடின; சில கணங்கள் இருட்டின் அடர்த்தி அதிகமாக இருந்தது. பெண்களே அருகில் இல்லாதபோது யார் முதலில் விழித்துக்கொள்வார்கள்? சமையல்காரர்களா, குதிரைக்காரர்களா அல்லது முல்லாவா? ஒரு யுத்தச் சிந்தனையின்றி உல்லாசமான மனத்துடன், சோம்பல் நிறைந்த அசைவுகளுடன் வீடு திரும்பும் படையின் காட்சி.

பறவையொன்று ஒலி எழுப்பியது; இந்தப் பருவத்தைச் சேராத அக்கா குயில். குதிரைகள் அவிழ்த்து விரட்டப்பட்டுவிட்டன என்று புராஜி கிக்காவின் வீரர்களில் ஒருவன் கூறினான். வீரர்களுக்குத் தலைமையேற்பதா அல்லது பின்னணியில் இருந்து, நடவடிக்கைகளை ஒருங்கிணைப்பதா? எண்ணற்ற முறை எனக்கு நானே

விவாதித்துவிட்டேன். ஆனால், இன்றைக்கு நடக்கப்போகிற நம்பிக்கைத் துரோகத்தில் முன்னுதாரணமாக இருப்பதைத் தவிர்த்து எனக்கு வேறு தெரிவுகள் இல்லை என்பதை நன்கு அறிவேன்.

குதிரைப்படை மூன்று குழுக்களாகப் பிரிக்கப்பட்டது. இடது பக்கம் தேஜ், வலது பக்கம் ராவல் உதய் சிம்மா. நடுவில் நான். ஒவ்வொருவரும் தொள்ளாயிரத்துக்கும் மேற்பட்ட குதிரைவீரர்களுக்குத் தலைமை ஏற்றிருக்கிறோம். என் தலைமையில் உள்ள படையும் நானும் தாக்குதலை வழிநடத்துவோம். முதல் தாக்குதலை நடத்தப்போவது நாங்கள் தாம். எங்களது இருபுறத்திலும் தேஜும், உதய் சிம்மாவும்; எதிரி வீரர்கள் எவரும் தப்பித்துச் செல்லாமல் பார்த்துக் கொள்வது அவர்கள் பணி. ஒரு திசையில்தான் எதிரி பின்வாங்க வேண்டும்: அதாவது எங்களுக்கு நேர் எதிரில். அனைத்துச் சாலைகளும் எங்களுக்குத் தென்மேற்குத் திசை நோக்கித்தான் செல்லவேண்டும்.

நானும் என் படைப்பிரிவும் மெதுவாகக் கீழிறங்கும் நேரம் வந்தது. அடிவாரத்திற்கு வந்துவிட்டோம். அம்பின் முனையில் சுற்றி எண்ணையில் நனைத்திருந்த துணியை தேஜ் பற்றவைத்தான். குறிபார்த்து நாணை எவ்வளவு இழுக்கமுடியுமோ இழுத்து அம்பைச் செலுத்தினான். மற்ற உபதலைவர்களும் அதையே செய்தனர். நான் சமிக்ஞை செய்ததும் அம்புகள் வெவ்வேறு திசைகளில் பறந்து சென்றன. தேஜின் அம்பு நேரடியாக பண்டே அலியின் ஷாமியானா நோக்கிப் பறந்தது. ஆனால், உயரம் குறைந்தது; நிச்சயமாகக் குறி தப்பிவிடும் என்று நினைத்தேன். ஆனால், கவலைப்படத் தேவையிருக்கவில்லை. ஷாமியானாவின் ஓரத்தில் தொங்கும் அலங்கார வேலைப்பாட்டில் தைத்தது. கூரையில் தீப்பற்றியது. எல்லா பக்கங்களிலும் தீப்பொறிகள் அதிவேகமாகப் பறந்து கொண்டிருந்தன.

பண்டே அலியின் கூடாரத்துக் காவலன் விழித்துக்கொண்டான். இந்த எரிநட்சத்திரங்கள் எங்கிருந்து பறந்து வருகின்றன? அவன் குரலை யாரும் கேட்கமுடியவில்லை. அவன் குரல்வளைக்குக் கீழிருந்த மென்மையான பகுதியில் புராஜி கிக்காவின் அம்பு தைத்தது. வானம் நன்கு வெளுத்துவிட்டது. சூரியக் கடவுளின் ஏழு குதிரைகளும் காற்றைக் கிழிக்கும் வேகத்தில் பாய்ந்தன; தலைக்குமேல் வானத்தில் இளஞ்சிவப்பு, மஞ்சள் நிற மேகங்களை அவை ஊடுருவிக் கலைத்தன. மௌசனின் குரல் அசைவற்ற, அமைதியான காற்றை ஊடுருவியது. (நடக்கும் என்று கணிக்கமுடியாத சில விஷயங்களையும் யோசிக்கவேண்டிய முக்கியக் காரணிகளாக எடுத்துக்கொண்டிருந்தேன். பண்டே அலியின் ஆட்கள் இப்போது எழுந்துவிடுவார்கள்; ஓரிரு நிமிடங்களில் தொழுகை நடக்கும் இடம் நோக்கி நகரத் தொடங்குவார்கள்).

சூரியன் தலையை வெளியில் நீட்டினான். தலையைக் குனிந்து வணங்கி நமஸ்கரித்துப் பிரார்த்தனை மந்திரங்களை உச்சரித்தேன். தன்னைச் சுற்றி நடக்கும் வாணவேடிக்கைகளை அந்த மௌசன் கவனித்ததாகத் தெரியவில்லையே. ஏன்? பாசறை முழுவதும் தீ பரவி கொழுந்துவிட்டு எரிந்தது; பெஃபிக்கிரின் விலாவில் குதிகாலால் இடித்தேன். இந்தச் சமயத்தில் பாசறையில் தூங்கியவர்கள் மீது விலங்குகள் கொலைவெறியுடன் மிதித்துக் கொண்டு வெளியில் ஓடின. காதைச் செவிடாக்கும் இந்தச் சப்தம் மிகப்பெரிய அனுகூலத்தைச் செய்தது. பத்தாயிரம் குதிரை வீரர்கள் கொண்ட படையொன்று முகாமில் புகுந்து தாக்கத் தொடங்கியுள்ளது என்ற எண்ணத்தை அது ஏற்படுத்தியது.

இரண்டாவது வரிசை லாயங்களை நோக்கி புராஜி கிக்காவின் வீரர்கள் இருபது நேர் நகர்ந்தனர். பாசறையின் மறுபக்கத்தில் அவை இருந்தன. அங்கிருக்கும் குதிரைகளையும் ஒட்டகங்களையும் அவர்கள் அவிழ்த்துவிட்டால், நிகழும் களேபரத்துடன் அவையும் சேர்ந்துகொள்ளும். உறையிலிருந்து வாளை உருவினேன். சற்றுக் குனிந்தாற்போல் அமர்ந்துகொண்டேன். விழித்துக் கொண்ட, உருண்டோடிய, நகர்ந்த, எழுந்து நின்ற, அலறிய, ஓடிய அனைத்தையும் நான் வாளால் தாக்கினேன். தறித்தேன், வெட்டினேன், துண்டாடினேன், நொறுக்கினேன், சிதைத்தேன்.

இன்னும் முழுமையாக விழித்துக்கொள்ளாத குஜராத்தி வீரர்கள், கைகளை உயர்த்தி வாட்களிலிருந்து தம்மைப் பாதுகாத்துக்கொள்ள முயன்றனர். கைகளும் தலைகளும் ஒன்றாகவே தரையில் வீழ்ந்தன. வேகத்தையும் இயக்கத்தையும் நான் அமைத்துத் தந்தேன். என் வீரர்கள் என்னைத் தொடர்ந்தனர். வலிமையிழந்து, பயந்து நின்றிருந்த ஒரு வீரனை வாளால் வெட்டினேன். கழுத்தின் இடது புறத்திலிருந்து வயிற்றின் வலது புறம் நோக்கி நேராக வாள் இறங்கியது. இடது தோள்பட்டையில் விழுந்த வேகமான வெட்டு நெஞ்சுக் கூட்டில் இறங்கி இதயத்தைத் துண்டித்தது. துண்டாகப் போகிறோம் என்று தலையும் உடலும் அறியாத சப்தமற்ற, சக்திமிக்க, சாய்வான வெட்டு. திடீரென்று ஒரு அடிப்படைச் சிந்தனை, ஞானம் பிறந்ததுபோல் என் மனத்திலோடியது. ஆயுதமேந்தாத, சண்டைக்குத் தயாராக இல்லாத வீரன் ஒரு சாதாரண குடிமகன் தானே. ராஜேந்திரா, உன் தந்தை தலைமையேற்று நடந்த போரில் குஜராத் படையின் துரோகத்தால் கொல்லப்பட்ட ஒவ்வொரு ராஜபுத்திர வீரனுக்கும் இருவர் கொல்லப்படுவார்கள் என்று உனக்கு வாக்கு அளித்திருந்தேன். எண்ணிக்கையைத் தொடங்கு. கூட்டு வட்டியுடன் உனக்குத் திருப்பியளிப்பேன். நம்பிக்கைத் துரோகத்திலும் ஏமாற்றுவதிலும் எவருக்கும் நான் சளைத்தவனல்ல. மேவாருக்கு எதிராக இழைக்கப்பட்டக்

குற்றங்களை மறக்கமாட்டேன், மன்னிக்கவும் மாட்டேன். என்னிடமிருந்து மிக மோசமானதை எதிர்பார்க்கலாம். உன்னுடைய எதிர்ப்பார்ப்புகளை எப்போதுமே நான் அதிகரித்துக்கொண்டே இருப்பேன்.

அச்சத்தைப் போல தொற்றக்கூடியது ஒரு சிலவே. அச்சம் இயக்கத்தை முடக்குகிறது. ஒன்றும் செய்ய முடியாத பரிதாபத்திற்குரிய அந்த முட்டாள் கூட்டம், நடுங்கிக்கொண்டு, ஆடைகளை சிறுநீர் நனைக்க, தம்மேல் வாள் இறங்கும் கணத்திற்காகக் காத்திருந்தது. அவர்களை நாங்கள் ஏமாற்றவில்லை. கொழுந்துவிட்டு எரியும் கூடாரங்களிலிருந்து மனிதர்கள் வெளியே ஓடிவந்தனர்; ஆயுதங்களை எடுக்கத் திரும்பவும் உள்ளே ஓடினர். பாதிப் பேர் மூச்சுத்திணறி செத்தனர்; மீதிப் பேர், பேருக்குச் சண்டைபோடத் திரும்பினர்.

அசல் மனிதர்களா அல்லது ஆவிகளா என்று அவர்களுக்குத் தெரியவில்லை. எங்கிருந்து நாங்கள் வந்தோம்? சண்டை இன்னும் முடியவில்லையா, என்ன? அது ஒரு சமமற்ற சண்டை. தப்பிக்க இயலாமல் அவர்கள் களத்தில் மாட்டிக்கொண்டனர். நாங்கள் குதிரைகள் மேலிருந்து தாக்கிக்கொண்டிருந்தோம். தாக்குதலின் போது இருக்கவேண்டிய இயங்கும் வேகம் எங்கள் பக்கம் இருந்தது. அனைத்து அழுகுரல்களிலும், அலறல்களிலும் வேதனை நிரம்பிய வித்தியாசமான ஓலம் கலந்திருந்தது. உச்ச ஸ்தாயிலான புலம்பலும் அழுகையும் எங்கிருந்து எழுகிறது? அது எனக்குள்ளிருந்து எழுந்தது; அனைத்து மேவார் குதிரை வீரர்களிடமிருந்தும் எழுந்தது. அது கொடூரமான அலறல்; இரக்கத்தை வேண்டும் அவநம்பிக்கை நிறைந்த அழுகை; தசைக்குள் கத்தியைச் செருகும்போதும், எலும்பையும் மண்டையோட்டையும் உடைக்கும்போதும், தங்களை மன்னித்துவிடக் கோரும் எங்களால் சாகப்போகிறவர்களின் அழுகுரல்.

அந்த மௌசன் இப்போது மீண்டும் கண்ணில் பட்டார். தள்ளாடியபடி நின்ற அவரது இடதுகால் இறந்த உடல் ஒன்றின்மீது இருந்தது. பல்வேறு சப்தங்களையும் கேட்டு அறிந்துகொள்ள அவரது தலை ஒருபக்கம் சாய்ந்திருந்தது. ஒவ்வொரு அலறலும் அவரது உடலை நோக்கி குறிவைக்கப்பட்ட அடி. எரியூட்டல் தொடங்கிய உடனேயே அவற்றை ஏன் அவர் பார்க்கவில்லை இப்போது தெரிந்தது. அவருக்குப் பார்வை கிடையாது. தடுமாறிக் கீழே விழுந்தார். முன்னால் சென்று ஒரு கையால் தாங்கிப்பிடித்தேன். அவர் என்னை ஆசிர்வதித்தார். ‘என்ன நடந்துகொண்டிருக்கிறது, நீதி வழங்கும் நாளா’ என்று என்னை வினவினார். ‘ஆம், கொல்லப்பட்டவர்களுக்கு அல்ல; கொலை செய்பவர்களுக்கு. கிழவரே, அமைதியாகத் தரையில் படுங்கள், உங்களை எவரும் ஒன்றும் செய்ய மாட்டார்கள்’. அந்த இடத்தை விட்டு அகல அவசரப்பட்டேன்.

ஷான் இ ரியாசத் பண்டே அலி எங்களை நோக்கிக் குதிரையில் வந்து கொண்டிருந்தார்; அவருக்குப் பின்னால் ஆயிரம் குதிரை வீரர்கள். பெஃபிக்கிரின் கடிவாளத்தைத் தளர்த்தினேன். வேகத்தைக் குறைத்து குதிரைகளைக் கெச்சை நடையில் நடத்தினோம். ஷான் இ ரியாசத்தின் மேலங்கி (ட்யூனிக்) பொத்தான்கள் போடப்படவில்லை. அவருடைய தலைப்பாகையும் ஒரு பக்கம் சாய்ந்திருந்தது. கவசத்தை இறுக்கிக்கட்ட அவருக்கு நேரம் இல்லை. இவ்வளவு உயரமும் நிமிர்ந்த உடலும் கொண்டவராக இருப்பாரென்று நான் யோசித்திருக்கவில்லை. உடல் முன்பக்கம் சரிந்திருக்க, வாளை தரைக்கு இணையாகப் பிடித்திருந்தார். அவரும் அவருடைய வீரர்களும் ஒரு சுழன்றடிக்கும் சூறாவளி. அவர்கள் மிக வேகமாக முன்னேறி வந்தனர். ஆனால், அசையாமல் அதே இடத்தில் இருப்பவர்கள்போல் தோன்றினர். என் காதுகள் எதையும் கேட்கவில்லை; அழுகுரல்களும் தேம்பலும் நின்றுவிட்டன; குதிரைகளின் குளம்பொலிகளும் இப்போது கேட்கவில்லை. ஆயிரம் குதிரைகள் தமது தசைகளையும் உடல்களையும் நெகிழ்த்தி அசைத்தவாறு வந்து கொண்டிருந்தன. கறுப்பு, பழுப்பு, புள்ளிகளுடன், செம்மண்ணிறத்தில், கருஞ்சிவப்பில். வேகத்தால் இடம்பெயர்ந்த காற்றும், குதிரைகளின் மேல் தோலும் அதிகாலைச் சூரிய ஒளியில் பளபளத்தன. அதுமட்டுமா, ஆயிரம் வீரர்களும் அவற்றின்மீது அமர்ந்திருந்தனர்.

குஜராத் குதிரைப்படை மிகப் பெரிய கடல் அலை; வரும் பாதையிலிருந்த அனைத்தையும் அடித்து இழுத்துச் சென்றுவிடும் வலிமை மிக்கது. ஆம். வேறு நாட்களில், நிச்சயம் அது நடந்திருக்கும்.

ஒத்திகை பார்த்ததுபோல், எனது தொள்ளாயிரம் குதிரை வீரர்களும் மையத்தில் வழிவிட்டுப் பிரிந்தனர். எதிர்பார்த்துக் காத்திருந்து விருந்தினர்களை வரவேற்பதுபோல் அந்த இடைவெளியில் பண்டே அலியையும் அவரது வீர்களையும் உள்ளே புக அனுமதித்தனர். எங்கள் அணிகளை உடைத்து விட்டதால், அவர்களுக்கு வழிவிட்டு விலகுகிறோம் என்பதுபோல் குஜராத் படையின் எண்ணம் இருந்தது. இப்போது என் வீரர்கள் அவர்களை இருபக்கமும் நெருக்கி அழுத்தினர். முன்னும் பின்னும் சுவர்கள் போல் மாட்டிக் கொண்ட அவர்களைத் தளர்ந்துவிடாமல் அழுத்தினர். விலாப்புறத்தில் நெருங்கிய மேவார் வீரர்களை குஜராத் வீரர்கள் அலட்சியம் செய்தனர்; நுழைந்த பாதையில் நேராக முன்னேறினர்; அதன்பிறகு தங்களை அணிவகுத்துக்கொண்டு திருப்பித் தாக்கினர். குறிப்பிட்டச் சிந்தனையிலேயே அவர்கள் மனமும், எண்ணமும் இருந்தது; சீற்றத்திலும், பழிவாங்கும் கட்டாயத்திலும் அவர்கள் ஆட்பட்டிருந்தனர்.

மனமிருந்தால் குறுகிய சிறிய இடத்தில் நெருக்கமாக ஆயிரம் குதிரை வீரர்கள் நிற்க முடியும் என்பது வியப்பானது. ஒருவர் மீது

ஒருவர் தடுமாறி, சரிந்து விழுந்துகொண்டிருந்தனர். போதிய இடமில்லாததால் அவர்களால் இயங்கமுடியவில்லை. வெளிவரிசையில் இருந்த குதிரை வீரர்கள் மட்டுமே எங்களை எதிர்கொண்டனர். அவர்களுக்குச் சந்தர்ப்பமே கிடைக்கவில்லை. அடர்த்தியாக நின்றிருந்த குதிரை வீரர்களை, ஒவ்வொரு அடுக்காக உரித்து அழிக்கத் தொடங்கினோம். அதேநேரத்தில், தாம் அடைபட்டிருக்கிறோம் என்ற அச்சத்தை மையத்தில் இருந்தவர்களால் தாக்குப்பிடிக்க முடியவில்லை; வெளிவரிசையில் என்ன நடக்கிறது என்பதை அறிய முடியாத குழப்பத்தில் மேலும் பீதியடைந்தனர்.

வெளிவரிசையில் இருந்தவர்கள், எதிரியையும், வெடித்து விடும்படி உள்பக்கமிருந்து எழுந்த அழுத்தத்தையும் ஒரே நேரத்தில் எதிர்த்துப் போராட வேண்டியிருந்தது. முன்கூட்டியே முடிவு செய்திருந்தபடி எனது சமிக்ஞையைத் தொடர்ந்து தென்மேற்குத் திசையில் செல்லும் வழியை எனது வீரர்கள் திடீரென்று திறந்தனர். திறந்த வெளியை அடைவதற்காக குஜராத் படை நெருக்கியடித்து தள்ளியபடி வழிஉண்டாக்கிக் கொண்டு வெளிவந்தது. கொஞ்சம் குதிரை வீரர்களும் நானும் அவர்களுக்காகக் காத்திருந்தோம். பலர் தப்பித்தனர்; ஆனால் பெரும்பான்மை வீரர்கள் ஒற்றை வரிசையில் வந்தனர்; தலைகளை வெட்டவும் துண்டாடவும் எளிதான குறியாக அமைந்தனர்.

ஷான் இ ரியாசத் பண்டே அலி என்ன செய்கிறார்? அவரை என்ன செய்வது? நாங்கள் இருவரும் புகழ்பெற்றச் சண்டையொன்றில் ஈடுபட்டோம் என்று சொல்வது நன்றாக இருக்கலாம். இருவரில் என்னைப் பெரியவனாக நான் காட்டிக்கொள்ள, அசாதாரணத் திறனும் தந்திரமும் கொண்டவராக அவரை ஆக்க வேண்டும். ஆனால், குறுகியபார்வை கொண்ட ஒரு தலைவன்தான் அத்தகைய அற்பப் புகழ் என்ற சொகுசிற்கு ஆசைப்பட முடியும். பண்டே அலி நான்கு பேரை பலி வாங்கினார். துணிவு மிக்க என் வீரர்களில் ஒருவன் அவரை வீழ்த்தினான்; ஒருவேளை என்னை குறிவைத்து அவர் நகர்ந்திருந்தால், இது அவருக்கு அவமானம் மிக்கச் சாவுதான்.

இப்போது குஜராத் வீரர்கள் காட்டுத்தனமாக ஓடிக்கொண்டிருந்தனர். கால்களாலும் அல்லது குதிரை மீதேறியும். எப்படி ஓடினால் என்ன? குருட்டுத்தனமான அச்சம் அவர்களைப் பீடிக்கும்போது பெரும்பாலான படைகளைப்போலவே அவர்கள் தைரியத்தை இழந்தனர். குதிரைகள், ஆடுமாடுகள், மனிதர்கள், ஒட்டகங்கள் அனைத்தும் எங்கள் வழிகாட்டலில் ஒரே இடம் நோக்கி ஓடின. உயிரைக் காப்பாற்றிக் கொள்ள நேராக தென்மேற்கிலிருந்த சதுப்பு நிலத்திற்கும், சகதியை நோக்கியும் ஓடின.

பாசறையின் மூலை விட்டத்திற்கு இணையாக குறுக்கே செல்வதுபோல், சுத்தமான பாதை ஒன்றை அமைத்தோம். நானும் என் வீரர்களும் எதிர்கொள்ளாமல் விட்டிருந்த மூன்றில் இரண்டு பங்கு குஜராத் வீரர்களைக் கவனிக்க வேண்டிய பொறுப்பு ராவல் உதய் சிம்மாவுக்கும் தேஜுக்கும் அளிக்கப்பட்டிருந்தது. முகாமில் ஆங்காங்கே இன்னும் எதிர்ப்பு இருந்தது. ஆனால், முதல் அடி கொடுத்த கணத்திலிருந்து ஒரு மணி நேரத்திற்குள் என் சகாக்கள் எதிரிகளை முறியடித்துவிட்டனர்; அனைவரும் மறந்துபோயிருந்த சதுப்பு நில ஏரியை நோக்கி, அதற்கு இணையான நீரோடை போல் அவர்களைத் துரத்தினர். கொல்வது மனச்சோர்வைத்தரும் நன்றிகெட்ட வேலை. ஒரு சந்தர்ப்பத்தில் எங்கள் சக்தி தளர்ந்துபோகும். போதுமான அளவுக்குக் கொலைசெய்துவிட்டோம், ஆகவே சிறப்பான நாள் என்று எண்ணி வேகத்தைக் குறைக்கிறோம் என்று எதிரிப்படையினர் கருதினர். உடனடியாக அவர்களும் வேகத்தைக் குறைத்தனர். அவர்களில் பெரும்பாலோர் போரிடுவதை நிறுத்திவிட்டு ஓரமாக அமர்ந்துகொண்டனர்; அல்லது படுத்துக்கொண்டனர்.

அதைத்தான் பொறுத்துக் கொள்ள முடியவில்லை. எங்கள் வேலையை அது இருமடங்காக்கியது. முகாம் முழுவதும் வெட்டுவதையும் சீவுவதையும் மீண்டும் தீவிரமாகத் தொடங்கவேண்டி இருந்தது. யாரையும் போர்க் கைதிகளாகப் பிடித்துச் செல்ல முடியாது. உணவு அளிக்க வேண்டிய ஆட்களின் எண்ணிக்கை ஏற்கனவே அதிகமாக இருந்தது. இந்தக் கூடுதல் சுமையை எங்களால் சமாளிக்க முடியாது. மாலிக் ஆயாஸுடனும், அவனது பெரும்படையுடனும் நேரடியாக மோதும் நிலைமை ஏற்பட்டுவிடும். அதுமட்டுமின்றி ஒரு வீரனுக்கு உயிர் பிச்சை அளிப்பது, ஒரு படை மறுபிறப்பு எடுப்பது போலத்தான். இவ்வாறு கருணை காட்டுவதால், தோற்கடிக்கப்படும் படை எங்களை இரக்கத்துடன் நினைத்துப் பார்க்கும்; எதிர்காலத்தில் எப்போதாவது களத்தில் சந்திக்கும்போது குறைவான கடுமையுடன் எங்களை நடத்துவார்கள் என்று எண்ணுவது அறிவீனம்.

அதை யாரும் மறந்திருக்க வாய்ப்பில்லை; அதை மீண்டும் நிரூபிப்பதே என் எண்ணம். தீரச்செயல் செய்ய வயது வேண்டும் என்ற நினைப்பு ராஜபுத்திரர்கள் மத்தியில் இறந்து போய்விட்டது. ஏமாறக்கூடிய முட்டாள்களாக எங்களை இனியும் கருதக்கூடாது. என் நோக்கங்கள் தெளிவானவை, எளிமையானவை. குஜராத் படைக்கும், இந்த படையெடுப்பை அக்கறையுடன் கவனித்துக் கொண்டிருக்கும் எங்களுடன் நட்புபாராட்டும் வேறு அண்டை ராஜ்ஜியத்தினருக்கும் கிலியேற்படுத்த வேண்டும். இடாருக்கோ அல்லது எங்களது வேறு பிரதேசங்களுக்கோ தொந்தரவு கொடுக்குமுன் ஒருமுறைக்கு இருமுறை அவர்கள் யோசிக்கவேண்டும். அந்தக் குறைந்தபட்ச இலக்கை இப்படையெடுப்பு

நிறைவேற்றினால், நாங்கள் மோசமாகக் காரியமாற்றவில்லை என்று கருதுவேன்.

பின்வாங்கிக் கொண்டிருந்த வீரர்களில் ஒருவன் என் வலது கணுக்காலை இருகைகளாலும் பற்றிக்கொண்டான். தன்னைக் கொல்ல வேண்டாம் என்று கெஞ்சினான். பெஃபிக்கிரை ஒருமுறை சுழலச் செய்தேன். ஆனாலும், அவன் விடவில்லை. ‘இளவரசே, என்னை வாழவிடுங்கள்’, அவனது கருமையான முகம் வெளிறியிருந்தது. காற்றிலும் உடைந்துவிடும் மெலிதான சோப்பு நுரைக் கொப்புளங்கள் போல் அவன் காதுமுனைகளில் வியர்வை முத்துகள். கூட்டத்திலிருக்கும்போது மனிதர்களுக்கு என்ன நடக்கும்? கூட்டத்திடம் இருந்துதான் அடுத்து என்ன செய்ய வேண்டும் என்பதை முடிவு செய்கிறார்கள். அதைத் தவிர்த்து கண்கள் அளிக்கும் சாட்சியங்களைக் கருத்தில் கொள்ளமாட்டார்கள்.

ஒரு முழு வட்டம் அடிக்கும் வரையில் காலைப்பிடித்துத் தொங்குமளவிற்கு போதுமான வலிமை அவனிடம் இருந்தது. என் கவனம் திசை திரும்பியபோது அவன் ஏன் என்னை இழுத்துக் கீழே தள்ளவில்லை? மஞ்சுமூட்டம் விலகியபோது சூறாவளிக் காற்றின் வேகத்தில் தேஜின் படை வந்து கொண்டிருப்பதைப் பார்த்தேன். குனிந்து கைகளால் அவன் பிடியைத் தளர்த்த முயன்றேன். அவன் பேசக் கூடாது என்று விரும்பினேன். இப்போது கடந்தகாலமும் நிகழ்காலமும், எதிர்காலமும் கொண்ட மனிதன் அவன். வாய்ப்புக் கிடைத்தால் குழந்தைகள் பெயரையும், தனக்கு மூன்று ஆண் குழந்தைகளும் நான்கு பெண் குழந்தைகளும் இருப்பதையும் வேறு ஏதாவதையும் என்னிடம் அவன் சொல்லக்கூடும். இந்த மனிதனை என்னால் எப்படிக் கொல்லமுடியும்? அவன் கைகளை விடுவிக்க முடியவில்லை. சிரமமாக இருந்தது. விடுபட்டவுடன் அந்த இடத்தைவிட்டு வேகமாக விலகினேன்.

வீரர்களும் என் நீண்டகால நண்பன் புராஜி கிக்காவும் என்னைப் பார்த்துக் கொண்டிருந்தனர். என்னைப் போல் உணர்ச்சிக்கு இடம்கொடுக்கும் முட்டாள்கள் இன்னும் கொஞ்சம் பேர் மேவார் படையிலிருந்தால் போதும் நாங்கள் நல்ல குளறுபடியில் மாட்டிக்கொள்வோம். குதிரையை வேகமாகச் செலுத்தி திரும்பி வந்தேன். அந்த வீரன் என்னைத் திகைப்புடன் பார்த்தான். என் வாளை உயர்த்தி கீழே இறக்கும்போது, அவன் முகத்தில் திகில்.

வஞ்சகம், ராஜதந்திரம், சூழ்ச்சி, ஏமாற்றுவித்தை, சதிவேலை செய்தல் போன்ற அனைத்தையும், பல சிறிய பெரிய விஷயங்களையும் குழலிசைப்போன் எனக்குக் கற்றுத் தந்தான். அவை அரச தர்மமாம், அரச நடைமுறைகளாம். ஆனால், இந்தப் பொறுப்பற்றக் குரூரத்தை

எங்கிருந்து ஸ்வீகரித்தேன். காண்டவ வனம் முழுவதையும் அங்கு வசித்தவர்களையும் எந்தக் காரணமும் இன்றி அல்லது ஆத்திரமூட்டலும் இன்றி மாவீரன் அர்ஜுனனும் அவனது வழிகாட்டி குழலிசைப்போனும் எரித்தழித்தது நினைவுக்கு வந்தது. சில ஆண்டுகளுக்கு முன் இதைப்போல் நானும் செய்திருக்கிறேன். மகாபாரதத்தில் மிகவும் விநோதமானது இப்பகுதி. எவ்வளவுதான் முயன்றாலும், ஒருவரால் புரிந்துகொள்ள முடியாதது, அறிவு ஏற்றுக் கொள்ளாதது. வாழ்க்கை விளங்கிக் கொள்ள முடியாதது; பகுத்தறிவுச் சோதனையிலும் தேறாதது என்பதைத்தான் அந்த மாபெரும் காவியம் சொல்ல வருகிறதோ? மிக அதிகமாக அப்படியில்லை என்றாலும், அது சொல்வதில் சில பொருளற்றவை. மனிதனுக்குள் இருக்கும் விரும்பத்தகாத வன்முறையை எந்தக் கலாச்சாரத்தாலும் அல்லது நாகரீகத்தாலும் அடக்கி வைக்க முடியாது அல்லது மறைக்க முடியாது.

மஞ்சுமூட்டத்தையும் பனிப்பொழிவையும் சதுப்புநிலங்கள் ஏன் எப்போதும் ஈர்க்கின்றன? சதுப்பு நிலங்களுக்கும் சகதிகளுக்கும் நீராவிக்கும் ஏதேனும் தொடர்பு இருக்கிறதா? இவ்வளவு தூரம்தான்; இனிமேல் முடியாது. அந்த இடத்திற்கு வந்துவிட்டோம். எதிரியை மிகவும் நெருக்கி, விளிம்பிலிருந்து விழவைக்க வேண்டும். நாம், முன்னே விழுந்துவிடாமல் பார்த்துக்கொள்ள வேண்டும்.

அவர்கள் மறைந்துபோனார்கள். முஸாஃபர் ஷாவின், மாலிக் ஆயாஸின் துணிவுமிக்க வீரர்கள் ஆயிரக்கணக்கில் மஞ்சுமூட்டத்திற்குள் மறைந்தார்கள். மகிழ்ச்சியுடன் சென்றார்கள். இந்தத் துரத்தலும், வெறித்தனமானப் படுகொலையும் ஒரேயடியாக முடிந்துவிடவில்லை என்றாலும் இறுதியாகக் குறைந்துவிட்டது என்ற நிம்மதியுடன் சென்றார்கள். நாங்கள் அங்கிருந்த இருபது அல்லது இருபத்தைந்து நிமிடங்களில் மஞ்சுமூட்டம் ஒருமுறைதான் விலகியது. தலைக்காட்டிய சூரியன் அந்த சதுப்பு நிலப் புதை மணற் சகதியின் மேல் ஒளியைப் பாய்ச்சினான். உங்களது பாவங்களுக்காக நீங்கள் அடுத்தப் பிறவியில் விலைகொடுக்க வேண்டியதில்லை: இப்போதே, இங்கேயே செலுத்துங்கள்.

சதுப்பு நிலங்களுக்கு அருகில் மிக மோசமான குளிர். அதற்குள் விழுந்து நரகவேதனையை அனுபவிப்பவர்களிடமிருந்து பெருத்த அலறல்களும், அழுகையும், கதறல்களும். உடலற்றக் கைகள் காற்றில் ஆடின. நாசித் துவாரம் வரையிலும் புதையுண்ட ஒரு மனிதனைப் பார்த்தேன்; நீரும், சேறும் அவன் மூக்கிற்குள் புகுந்தது. அவனுக்கு மூச்சுத் திணறல் ஏற்பட்டதா எனத் தெரியவில்லை. சில கணங்களில் மூழ்கி, பார்வையிலிருந்து மறைந்தான். பெரும்பாலான மனிதர்கள், கரையை நோக்கி நீந்துபவர்கள் போல் கைகளை அடித்துக்கொண்டு

அங்குமிங்கும் அலைந்தனர். ஆனால், அது அவர்கள் அமிழ்வதைத்தான் விரைவுபடுத்தியது. இங்கு யாரும் நண்பர்கள் கிடையாது; ஒருவரை ஒருவர் பார்த்ததில்லை அல்லது பரிச்சயமில்லை அல்லது ஒன்றாக நின்று சண்டை போட்டதில்லை என்பதுபோல் குஜராத் வீரர்கள் நடந்துகொண்டனர். தப்பிக்க முயல்வோரின் அசைவுகளால், கீழே இழுபட்டு, சப்தமிடும் நீரில் வேகமாக அடியில் சென்ற மற்றவர்கள் அவர்களைச் சாபமிட்டனர். இரண்டு பேர் சண்டையிட்டுக் கொண்டிருந்தனர். ஒருவன் சரிவதையும், ஒருவன் மற்றொருவனை கீழே அமுக்கும் வரை இருவரும் பரஸ்பரம் கழுத்தை நெறித்துக்கொள்வதையும் பார்த்தேன்.

மூழ்கி இறந்தவனின் மீது அவன் ஏறி நின்றான். அவன் தோளில் தள்ளாடியபடி கீழே விழாமல் சமநிலைப்படுத்திக் கொண்டு மகிழ்ச்சியுடன் நின்றான். மோசமான கணத்தைக் கடந்தோம்; திடமான நிலப்பரப்பிற்குப் பத்திரமாகச் சேர்ந்துவிடலாம் என்று உறுதியாக நினைத்திருப்பான். வெற்றியடைந்ததுபோல் அவன் கத்தினான். இறந்த மனிதனின் தோள்கள் மேலும் கீழே புதைந்தன. மேலே நின்றவன் தன் வலது பாதத்தை அவன் தலையில் வைத்து நின்றான். மிக விரைவில் தலையையும் பார்க்க முடியவில்லை. தான் கொன்றவன் புதைந்ததுபோல் தானும் புதையப்போகிறாம் என்ற உணர்வால், அவன் மகிழ்ச்சியும் உற்சாகமும் மறைந்தது.

எங்காவது நீர்க் குமிழிடுவதைப் பார்க்க முடிந்தால், நீருக்கு அடியில் ஒரு தலை மூச்சுவிட்டுக் கொண்டிருப்பதை அறியமுடியும். உள்ளே புதைந்து கொண்டிருக்கையில் அவர்கள் சாபமிட்டார்கள்; சூளுரைத்தனர்; மன்னிப்பு வேண்டினர். ‘சென்ற ஆண்டு அவள் கையில் கொதிக்கும் நீரைக் கொட்டி புண்ணாக்கினேன்; எனினும் நான் அவளை மிகவும் நேசித்தேன் என்று பாத்திமாவிடம் சொல்’. ‘அமிஜானிடம் சொல், அவன் மகன் வீர மரணத்தைத் தழுவினான் என்று. மூன்று சண்டைகளில் பதினேழு எதிரிகளை அவன் கொன்றிருக்கிறான். எதிரியால் நயவஞ்சகமாக வீழ்த்தப்பட்டோம் என்றாலும் கருணை காட்டச்சொல்லி நான் கெஞ்சவில்லை. புதிதாகப் பிறந்திருக்கும் குழந்தைக்குப் பெயர்...’ அந்த உப்புநீரை காற்றின் உதவியுடன் அவன் இப்போது விழுங்கிக்கொண்டிருந்தான்.

பூமியில் மனிதர்கள் உதிர்க்கும் கடைசிச் சொற்கள் ஏதோ ஒருவிதத்தில் ஆழமானதாக அல்லது மிகவும் நெகிழ்ச்சியானதாக இருக்கும் என்று நினைத்திருந்தேன். ஆனால், எனது எதிர்பார்ப்புகள் மிகவும் ஆதாரமற்றவை என்பதை உணர்ந்தேன். வாழ்க்கையில் மிகவும் அற்பமானவர்களாக, உணர்வை வெளிப்படுத்தாதவர்களாக, பழிவாங்கும் எண்ணம் கொண்டவர்களாகவே நாம் இருக்கிறோம். சாவு நம்மைச்

சந்திக்கும்போது எந்த விதத்திலும் வேறுபட்டவர்களாக நாம் நடந்துகொள்வதில்லை. 'அஞ்சுமான், மறுபடியும் மணம் புரிந்துகொள்ள மாட்டேன் என்று எனக்குச் சத்தியம் செய்துகொடு. அப்படிச் செய்தால், ...வரை உன் கழுத்தில் நான் உட்கார்ந்திருப்பேன்.' சொற்களனைத்தும் ஒரே சமயத்தில் தெளிவின்றிப் பேசப்பட்டன. நல்லா இரு என்று மற்றவர்களை வாழ்த்தினர்; அல்லது மற்றவர்களுக்குத் தீயதை விரும்பினர்; ஆனால், பெரும்பாலும் அவர்கள் உதவிக்காகக் குரல் கொடுத்தனர்; காப்பாற்றுமாறு கடவுளை வேண்டினர்.

ஒரு ஜோடி கால்கள் அடித்துக் கொண்டன; பின் ஓய்ந்தன. மனிதன் ஒருவன் கண்ணியத்துடன் தலையைக் குனிந்து மெக்காவின் காபாவிற்கு வராமல் இறந்து போவதற்கு கடவுளிடம் மன்னிப்புக் கேட்டு இறுதிப் பிரார்த்தனை செய்தான். திடமான நிலத்தில் நின்றவர்கள், அவர்களைக் காப்பாற்றியிருக்கக் கூடியவர்கள், திகிலுடனும், ஆர்வத்துடனும் பார்த்துக்கொண்டிருந்தனர்.

மிகச் சோகமான மரணம் இதில் குதிரைகளுக்குத்தான். நெகிழ்ந்து சரிந்து வழுக்கிய நிலத்தால் அவை திகைப்பும் அச்சமும் அடைந்தன. ஓரிரு நிமிடங்களுக்கு கடினமாகப் போராடின; கழுத்தை உயர்த்தி நீட்டி வெளியேற வழியிருக்கிறதா என்று பார்த்தன; பின் முயற்சியைக் கைவிட்டு முடிவுக்காக அமைதியுடன் காத்திருந்தன. செங்குத்தான சுவர் ஒன்றில் ஏறுவதுபோல் அவற்றின் முன்னங்கால்கள் உதைத்துக்கொள்வதைப் பார்க்கமுடிந்தது; தூளாக்கப்பட்ட வைரக் கற்களைப்போல் மெதுவாகவும், மந்தமாகவும் காற்றில் நீர் சிதறியது; தீர்மானிக்க முடியாமல் அவை மிதந்தன. அவற்றின் பிடரி மயிர்கள் இடதும் வலதும் அசைந்தன; நாங்கள் ஏன் அவற்றிற்கு உதவவில்லை, வேதனையிலிருந்து அவற்றை மீட்கவில்லை என்ற திகைப்புடன் அக்குதிரைகளின் அழகிய தலைகள் தயக்கத்துடன் நீருக்குள் சென்றன. மானுடத்திற்கு எதிரான குற்றங்கள் இருக்கின்றன. இயற்கைக்கு எதிரானக் குற்றங்களும், பெயரற்ற கொடூரமான குற்றங்களும் இருக்கின்றன; நாங்கள் அந்த மூன்றையும் செய்தோம்.

காலை ஏழு முப்பத்தைந்து. புறப்படுவதற்கான நேரம்.

அத்தியாயம் 19

ஒரு யுத்தத்தின் முடிவு என்றைக்காவது திட்டவட்டமானதாக இருந்திருக்கிறதா? யுத்தத்தில் நிச்சயமாக மரணத்தைச் சந்திக்கச் செல்பவன்போல், எனது காவி தலைப்பாகையை அணிந்துகொள்வேன்; நெற்றியில் செந்நிறத் திலகமிட்டுக் கொள்வேன்; அந்தக் கொடிய கடவுளுடன் இறக்கும்வரை போராடுவேன். ஆனால், இறப்பது என்பது கிடையாது. தோல்வி மட்டுமே; தினந்தோறும், ஒவ்வொரு மணி நேரமும், தொடர்ச்சியான தோல்வி.

சில நாட்களுக்குமுன் அவன் ஃபெஃபிக்கிரை கைவிட்டுவிட்டான். அது அவ்வளவு மோசமான விஷயமில்லை என்பதுபோல், தனது காலணிகளில் ஒன்றை எங்கே தவறவிட்டான் என்ற நினைவில்லை. மற்றொரு காலணியால் மணலை அள்ளிக் குவித்தான். திரும்பவும், நாழிகை ஆடியில் மணல் விழும் வேகத்தில் அதைச் சீராகக் கொட்டினான். அவன் முன்னால் காலடி உயரத்திற்கு மணல் குவிந்திருந்தது. அரிவாளும், நாழிகை ஆடியும் கையிலேந்தும் காலமெனும் அந்த ஆதி முதுமனிதனுடன் மணிக்கணக்கில் நேரம் போவதே தெரியாமல் விளையாடிக் கொண்டு இருந்திருக்கவேண்டும். ஏன் இரண்டு நாட்கள் கூடத் தொடர்ந்து விளையாடியிருக்கலாம். அதற்குமுன் சில நாட்கள் அவன் நடந்திருக்க வேண்டும். ஒவ்வொருமுறை அடியெடுத்து வைக்கும்போதும், எடுக்கமுடியாத அளவிற்கு மணலில் பாதம் புதைந்தது. பாதத்தைச் சிரமப்பட்டு வெளியில் இழுத்தான். ஆனால், வெறித்தனமான அந்தச் செயலால் மணல்தான் இடம்பெயர்ந்தது. மெதுவாக 'ஹிஸ்' என்ற சப்தத்துடன், பாதம் மேலும் உள்ளே புதைந்தது. குஜராத் வீரர்களை எதைச் சந்திக்க வைத்தானோ அதை அவனும் சுவைக்க நேருகிறதோ? அப்படி இருக்க வாய்ப்பில்லை. எளிதான, துரிதமான முடிவு அவனுக்குக் கிடைக்க வழியில்லை. அதில் அவன் நிச்சயமாக இருந்தான்.

அவன் முதுகில் கூர்மையான ஏதோ ஒன்று குத்தியது. பின்பக்கம் கையை நீட்டித் துருத்திக் கொண்டிருந்த பொருளைப் பிடுங்கினான். அது அவனை குஜராத் படையெடுப்பின் தொடக்கநாளிற்கும், குஜராத் வீரர்களை சதுப்புநிலத்திற்குள் விரட்டியடித்த முந்தைய நாளின் இரவிற்கும் இழுத்துச் சென்றது. புராஜி கிக்காவின் வீரர்களின் ஒருவன் மரத்தில் உருளை போன்ற ஒன்றில் ஏதோ வேலை செய்துகொண்டிருந்தான். மகராஜ் குமார் அதை ஆவலுடன் கவனித்தான். இறுதி வடிவம் என்னவாக இருக்கும் என்ற ஆர்வம் எழுந்தது. இளவரசன் அங்கிருப்பதும் பார்த்துக் கொண்டிருப்பதும் அவனுக்குத் தெரியும்; ஆனால், அதன் பிறகும், இவனைக் கண்டுகொள்ளாமல் இருந்த அந்த வீரன் யார் என்று கேட்பதில் இவனுக்கு விருப்பமில்லை. சிக்கலான கணக்குகள் எதையோ அவன் போட்டுக்கொண்டு இருந்தான்; மர

உருளையின் இருமுனைகளுக்கு இடையில் உள்ள தூரத்தை அளந்துகொண்டிருந்தான். அவன் கணிதவியல் அறிஞனா, வடிவ இயல் விற்பன்னனா? அந்தத் தெய்வீகப் பிரம்பின் உதவியால் நட்சத்திரங்களின் இயக்கத்தை முன்கூட்டியே அவனால் சொல்லமுடியுமா? மகராஜ் குமார் ஆர்வத்துடன் அதைப்பற்றி தெரிந்துகொள்ள விழைந்தான். 'உன்னைத் தொந்தரவு செய்வதாக எண்ணாதே. என்ன செய்கிறாய் என்று தெரிந்துகொள்ளலாமா?'

'இதுவா?' அந்த மனிதன் கையிலிருந்த அந்தத் தடியைச் சுட்டிக்காட்டினான். மகராஜ் குமார் தலையை ஆட்டினான்.

'கால் மணி நேரத்திற்கும் மேலாக நான் செய்வதை நீங்கள் பார்த்துக்கொண்டு இருக்கிறீர்கள். என்னவென்று நீங்கள் சொல்லமுடியுமா?'

புத்திசாலி இளைஞன். அவனுக்கு விடை முதலிலேயே தெரியும்போது, ஏன் கேட்க வேண்டும்? இவனுடைய பதிலுக்காக மற்ற வீரர்கள் ஆர்வத்துடன் காத்திருந்தனர். அந்தக் கைவினைஞன் அந்த மரத் தடியில் புள்ளிகளைக் குறிக்கும் பணியில் ஈடுபட்டான். அவனை அலட்சியம் செய்துவிட்டு, அந்த இடத்திலிருந்து புறப்படுவதை மகராஜ் குமார் விரும்பியிருக்க வேண்டும். ஆனால், ஏதோ ஒன்று இவனை இழுத்துப்பிடித்தது. ஆர்வம் இல்லாததுபோல் முகத்தை வைத்துக்கொள்ள முயன்றான்; இறுக்கமான உதடுகளில் புன்னகையை வரவழைத்துக் கொண்டு, 'மந்திரக்கோல் தானே, வேறென்ன?' என்றான். சொற்கள் வெளிவரும் அதேநேரத்தில், அவனுக்கு விருப்பமற்ற ஒன்றைச் செய்யக்கூடாது; குணங்கெட்ட, மோசமான மனநிலை கொண்டவனாக இருக்கக்கூடாது என்ற எண்ணத்தை மீறுவதை உணர்ந்தான். உணர்ச்சியற்ற அந்த வெறுமையான பதிலுக்குக் கிடைத்த நீண்ட நேரக் கைத்தட்டல் அவனை வியப்படைய வைத்தது. வேலையில் மும்முரமாக இருந்த கைவினைஞனான அந்த வீரனும் மரியாதைக்காகத் தனது பில் தலைப்பாகையை ஒரு கணம் அகற்றி மீண்டும் அணிந்தான். வேறு ஏதாவது புதிர்களை விடுவியுங்கள் என்று அவன் கேட்பதற்கு முன்னால், அந்த இடத்தைவிட்டு நகர்வது புத்திசாலித்தனம் என்று மகராஜ் குமார் நினைத்தான்.

* * *

அடுத்த நாள். விடிவதற்குச் சற்று முன் தீவிரமான பணி நிமித்தம் அவர்கள் வெளியில் புறப்பட இருந்தனர். அந்த பில் வீரன் மகராஜ் குமாரை நோக்கி நடந்து வந்தான். அந்த மேதாவிக்கு இப்போது என்ன வேண்டும்? அவனால் எரிச்சலை அடக்கிக்கொள்ள முடியவில்லை. பதற்றமடைந்தான். இளவரசனாக அவனது பணியிலும் எதிர்காலத்திலும்

பெரும் பாதிப்பை ஏற்படுத்தக்கூடியதாக அன்றைய நாள் இருக்கும் என்று ஒரு அனுமானம் அவனுக்கு இருந்தது. ஆனால், எப்படி என்று கற்பனை செய்யும் ஆற்றல் அவனுக்கு இல்லை. அந்த பில் வீரன் வணங்கினான். 'இளவரசே, ஏகலிங்கேஸ்வர் உங்களை ஆசிர்வதிக்கட்டும்,'

'உன்னையும், நமது வீரர்கள் அனைவரையும் அவ்வாறே ஆசிர்வதிக்கட்டும்' மகராஜ் குமார் விரைந்து பதிலிறுத்தான்.

'ஒரு நிமிடம் நேரம் ஒதுக்க வேண்டுகிறேன்'

'இப்போது முடியாது பீமா' இளவரசனுக்கு முன்னால் புராஜி கிக்கா முந்திக்கொண்டான். 'அப்புறம், அப்புறமாக'

மகராஜ் குமாரும் அதே சொற்களைப் பயன்படுத்தித்தான் அந்த மனிதனை அவமதிக்க நினைத்தான். அவன் சொல்லியிருந்தால் எவ்வளவு அருவருப்பாகவும் தவறாகவும் இருந்திருக்கும். 'பரவாயில்லை, ராஜா. அவனை எனக்குத் தெரியும். நீ சொல்'.

'உங்களுக்குச் சிறிய பரிசு ஒன்று கொண்டு வந்திருக்கிறேன், மகராஜ் குமார்'. தனது வலதுகரத்தை முன்னால் நீட்டினான்.

'இளவரசே, நேற்றிரவு நீங்கள் மிகுந்த நுண்ணறிவுடன் பேசினீர்கள்.' இவனைத்தூக்கிக் கீழே போடுவதுபோல் அந்தச் சொற்கள் ஒலித்தன. ஆனால், இரட்டை அர்த்தத்துடன் அவன் பேசவில்லை என்று முகம் காட்டியது. 'இது மந்திரக்கோல் தான். இதன் ஆற்றலைக் குறைத்து மதிப்பிடவேண்டாம். அதனுள் காற்றை ஊதினால், அது உயிர்பெறும். உங்களைச் சுற்றி இருப்பவர் மீது மாயத்தை நிகழ்த்தும். மிக முக்கியமாக உங்கள் மீது மாயத்தை நிகழ்த்தும். உங்களை அமைதிப்படுத்தி, மன அமைதியைக் கொடுக்கும்.'

பரிசை மகராஜ் குமார் வாங்கிக் கொள்வதற்காக அவன் காத்திருந்தான். இளவரசன் அதைத் தன் முழங்காலில் வைத்து இரண்டாக உடைக்க நினைத்தான்; அல்லது அந்தச் சபிக்கப்பட்டப் பொருளை விண்வெளி என்றழைக்கப்படும் அறியப்படாத அந்தப் பெருந்தொலைவிற்குள் வீசியெறியப் போகிறானா? அதைத் தொடும் நினைவே அவனுக்குள் கலக்கத்தை ஏற்படுத்தியது. அதற்குப் பதிலாக தொழுநோயாளியின் துண்டிக்கப்பட்டு விழும் உறுப்பிலிருந்து ஒழுகும் திரவத்தில் அவனால் கைவைக்க முடியும். கண் பார்வையில் படாமல் எடுத்துப் போ, அருவருப்பான முட்டாளே, எடுத்துப் போ. எப்போதும் அவன் சகுனங்கள் பார்ப்பதில்லை; எனினும் சகுனம் ஒன்று அவனைத் தேடி வந்துவிட்டது. ஆயிரம் வாழ்நாளில் ஒருமுறையும் உள்ளங்கையில்

வைத்திருக்கும் அந்தப் பொருளைப் போல் பேரழிவைத் தரக்கூடிய தீய சகுனத்தை அவன் நினைத்துப் பார்த்ததில்லை.

விதி. விதியிலிருந்து தப்பிக்கவே முடியாது, மகராஜ் குமாரைக் காப்பாற்ற புராஜி கிக்கா முயன்றான். அந்த வீரனைப் பார்த்து, 'இப்போது வேண்டாம், பீமா. பிறகு' என்று கூறினான். ஆனால், உங்களது நேரம் முடிந்துவிட்டால், விதியிடமிருந்து தப்பிக்கும் வாய்ப்புக் கிடைத்தாலும், அவன் கழுத்தைப் பிடித்து திரும்பவும் அழைத்து வருவீர்கள்.

'வாங்கிக் கொள்ளுங்கள், இளவரசே. யாருக்காக இதைச் செய்கிறேன் என்பது நேற்று எனக்குத் தெரியவில்லை', பீமா என்று அழைக்கப்பட்ட அந்த மனிதன் பேசினான். 'ஆனால், அதன்மேல் நிச்சயம் உங்கள் பெயர்தான் எழுதப்பட்டிருக்கிறது'.

எனினும், மகராஜ் குமார் அதை இன்னும் வாங்கிக்கொள்ள வில்லை.

'இளவரசே, அதற்குள் ஊதுங்கள். அதற்குள் வெற்றிடம் இருக்கிறது. அதை ஒரு சுரமாக நீங்கள் மாற்றலாம். பின் மற்றொன்று, மீண்டும் ஒன்று என்று அது சுருதியாக, அதன்பின் இனிய கீதமாக, கடவுளர்களை நெகிழ வைக்கும் ராகமாக மாறும்.'

நேரமாகிக்கொண்டிருந்தது. வீரர்கள் காத்துக்கொண்டிருந்தனர். புராஜி கிக்கா பெரும் திகைப்புடன் அவனைப் பார்த்துக்கொண்டிருந்தான். இளவரசன் கையை நீட்டி புல்லாங்குழலை வாங்கிக்கொண்டான். இடைக் கச்சையில் அதைச் செருகிக்கொள்ள போனான். (அப்புறமாக அதை உடைத்தெறியலாம்). அவனது சிறுவயது நண்பன் அவனைத் தடுத்தான்.

'இளவரசே, புல்லாங்குழலைப் பரிசாகப் பெற்றால், அதை வாசித்துப் பார்க்க வேண்டும்'

புராஜி கிக்கா நீயுமா? உன்னை நண்பனாக நினைத்துக் கொண்டிருந்தேனே. 'இதை எப்படி வாசிப்பது எனத் தெரியாது. காற்றை அதற்குள் ஊத வாயை எப்படி வைத்துக்கொள்வது என்றுகூட தெரியாது'

'அது பெரிய விஷயமில்லை. புல்லாங்குழல் ஸ்நேகமான, இணக்கமான இசைக்கருவி. முதல் துளை இருக்குமிடத்தில் ஊதுங்கள்,' பீமா அவனுக்குச் சொல்லிக்கொடுத்தான். 'தெளிவான ஸ்வரம் ஒன்றைக் கேட்பீர்கள்'

மகராஜ் குமார் தாடையை இறுக்கிக்கொண்டான்; புல்லாங்குழலை உயர்த்தி முதல் துளையை உதட்டருகில் கொண்டு சென்றான். மற்றத் துளைகளை விரல்களால் மூடினான். மூச்சை நன்கு உள்ளே இழுத்து

உதடுகள் வழியாக காற்றை ஊதினான. சப்தம் ஏதும் வரவில்லை. திடீரென்று உடைந்த, கிறீச்சென்ற ஸ்வரம் ஒன்று வெளிப்பட்டது. தொடர்ந்து இரண்டு ஸ்வரங்கள் கொண்ட மோசமான ஒலி. விரல்கள் நழுவியிருப்பதை அப்போதுதான் பார்த்தான்.

'அப்படித்தான், உங்களுக்குப் புரிந்துவிட்டது' பீமா அவனை உற்சாகப்படுத்தினான்.

'இதையா இசை என்கிறாய்?' இவன் எழுப்பிய அழுகுரலுக்கு அவனைக் குற்றம் சொல்லவேண்டும் என்பதுபோல் மகராஜ் குமார் கேட்டான்.

'வரும். ஒருநாள் ஸ்வரங்கள் இணைந்து ஒன்றாக வெளிவரும். வசீகரிக்கும் பாடல் ஒன்றைப் பாடுவீர்கள். உங்களுக்குப் பயிற்சிதான் தேவை.'

நிச்சயம், சந்தேகமில்லை. இந்த மூங்கிலைச் சதுப்பு நிலத்தில் தூக்கி எறிந்தபின் என்று தனக்குள் சொல்லிக்கொண்டான் இளவரசன்.

* * *

பல வாரங்கள் பெருந்தொல்லைகள் அனுபவித்தபின், எங்கென்று சொல்லமுடியாத தனிமையான இடத்தில் அமர்ந்திருந்தான். புல்லாங்குழல் இப்போதும் அவனிடம் இருந்தது. மங்கள் அவனை எல்லா இடங்களிலும் தேடியிருப்பான். அவன் மறைந்தது, காணாமல் போனது குறித்துப் பாசறையைச் சுற்றி பரவிய அசிங்கமான வதந்திகளைத் திசை திருப்ப அவன் முயன்றிருப்பான். மங்கள் சூட்டிகையானவன், புத்திசாலி. முதல் வதந்தி தோன்றி, கட்டுப்பாடின்றி பரவுவதற்கு முன்னரே அதற்குள் புகுந்து விடுவான்: 'சொற்களை இறைக்காதீர்கள். மகராஜ் குமாருக்கு திருமண வாழ்க்கையில் இன்பம் கிடைக்கவில்லை. இது உங்கள் அனைவருக்கும் தெரியும். ஆனால், அவருக்குக் கவர்ச்சியான கண்களும், அலைபாயும் கரங்களும் இருக்கின்றன. உங்களுக்கும் அப்படித்தானே? வேண்டாம், வேண்டாம். இளவரசன் பாவம் என்று சொல்லாதீர்கள். குறைந்தபட்சம் என் முன்னால் சொல்லாதீர்கள்.

'இது எனக்கும், உங்களுக்கும், கூடாரத்தின் கம்புகளுக்கும் இடையில் மட்டும் இருக்கட்டும். இளவரசருக்கு உலகிலேயே மிகக் கவர்ச்சியான உறுப்பு. இதை நேரிடையாகப் பேசுவோம். நான் அவரைக் குறைசொல்லவில்லை. உங்கள் மனைவி...யாக மாறிவிட்டால் என்ன செய்வீர்கள்? எல்லோருக்கும் தெரிந்ததை மீண்டும் சொல்வதில் எந்தப் பயனும் இல்லை. நாங்கள் இங்கே வருவதற்கு முன்புதான் சம்பானேரிலிருந்து வந்த தவாய்ஃப் பற்றி ஷெஸாதா பகதூர் அவரிடம் பேசிக் கொண்டிருந்தார். "இந்தப் பெண் விலைமாது அல்ல, மகராஜ்

குமார். இது ஜன்னத் கி ஹவ்ரி. சொர்க்கத்துக்கு அழைத்து செல்லும் மங்கை, அப்ஸரஸ், தேவலோக அழகி. அவள் முகம் மழைக்குப்பின் ஒளிரும் சந்திரன்; அவள் கூந்தல் ஏக்கத்தின் இரவுகள்; அவள் மூச்சு காலைப்பனியின் எடை தாங்காமல் உதிரும் ரோஜா இதழ்கள்; அவளது அக்குள்கள், ஆயிரம் அராபிய மல்லிகையின் நறுமணம் கொண்டவை; அவள் மார்புகள், நீங்கள் விரும்பும்வரை சுவைத்துச் சாப்பிட விரும்பும் காஷ்மீரத்து செர்ரி பழங்களால் நிரம்பிய பனிமலைச் சிகரங்கள். அப்புறம் அவள் கால்களுக்கு இடையில்...'' அவன் இந்த இடத்தில் ஆழ்ந்த பெருமூச்சு விட்டான். "அவள் கால்களுக்கு இடையில்... இளவரசே, சொர்க்கம் இருக்கிறது; முதலாவது சொர்க்கமல்ல, இரண்டாவதல்ல, ஏழாவது சொர்க்கம்''. அன்றிலிருந்து, அந்தப் பெண்ணைப் பார்க்க சம்பானேர் போவது பற்றித்தான் மகராஜ் குமார் யோசித்துக்கொண்டிருந்தார். குஜராத் படையை நசுக்கிய பிறகு, அவரை எதனாலும் நிறுத்த முடியவில்லை...'. மங்களுக்கு இதைப் போன்ற கதைகள் வெளியிலிருந்து ஏராளம் கிடைக்கும்; வீரர்களின் வாய் இவற்றை மெல்லட்டும், பொறாமை கொள்ளட்டும், இச்சையால் அவதியுறட்டும்.

மங்கள், மகராஜ் குமாரை எங்கு தேடுவான்? அவனது ஆட்கள், ஒவ்வொரு நகரமாக, கிராமமாகத் தேடுவார்கள். பாலைவனத்தில் தேடும் பணியை மங்கள் தானே எடுத்துக் கொள்வான்.

மகராஜ் குமார் புல்லாங்குழலை காற்றில் வீசிப் பிடித்தான். பின் கைத்தடிபோல் அதைச் சுழற்றினான். சிறிது நேரம் இப்படி விளையாடிவிட்டு, குழலை உதட்டில் வைத்து ஊதினான். ஸ்வரங்கள் தெளிவாகவும், முழுமையாகவும் வெளிவந்தன; ஆனால், சுருதி இணக்கமற்றிருந்தது.

அந்தப் பாழாய்ப்போன மூங்கில் குழலை வீசி எறிய வேண்டும் என்ற எண்ணம் முதல் நாளிலேயே அவனுக்கு ஏற்பட்டது. ஆனால் யுத்தத்தின் அழுத்தத்திலும் மூர்க்கத்திலும் அதை மறந்துவிட்டான். அன்று பின்னிரவில் படுக்கப் போகும்போது, மற்றுமொரு முதுகெலும்புபோல் அவனுக்கடியில் அது உறுத்தியது. வெளியில் இழுக்க முயன்றான்; குறைந்தபட்சம் அதை எடுத்து பக்கத்தில் வைத்துக்கொள்ள நினைத்தான்; ஆனால், மிக மிக மோசமாக அவன் களைத்திருந்தான். தொடர்ந்து அந்த முயற்சியில் அவன் ஈடுபடவில்லை. எப்படியும் அதைத் தூக்கி எறியவேண்டும் என்று உறுதியாய் இருந்தான்; இன்றாவது அல்லது வரும் நாட்களிலாவது எறிந்துவிட வேண்டும். ஆனால், ஒரு கிராமத்து நாய்போல் அவனுடன் அது ஒட்டிக் கொண்டது.

சில நாட்கள் சென்றன. சித்தோரிலிருந்து தூதுவன் இரு கடிதங்களுடன் வந்தான். ராணாவிடமிருந்து சுருக்கமாக தனிப்பட்ட கடிதம்

ஒன்று. யாருடையது என்று அறிந்துகொள்ள முடியாத கையெழுத்தில் மற்றொரு கடிதம்.

ஜெய் ஸ்ரீ ஏகலிங்கேஸ்வர்

அன்புள்ள மகனுக்கு,

ஸ்ரீஏகலிங்கேஸ்வர் அனைத்துத் தீங்குகளிலிருந்தும் உன்னைக் காப்பாற்றட்டும்.

உனது அறைகள் இருக்கும் மாளிகைப்பகுதியில் தீ விபத்து ஏற்பட்டது. உன் மனைவி பத்திரமாக இருக்கிறாள். அதனால் நீ நிம்மதியாக இருக்கலாம். எதனால் விபத்து ஏற்பட்டது என்று எங்களால் உறுதிசெய்ய முடியவில்லை. காவல் அதிகாரிகளின் முதல்கட்ட விசாரணை உனது மனைவியின் அறையிலிருந்துதான் முதலில் தீ பரவ ஆரம்பித்திருக்கிறது என்று கூறுகிறது. கிருஷ்ணன் சிலைக்குமுன் இருந்த விளக்கு காற்றின் வேகத்தில் சாய்ந்து தீப்பிடித்திருக்கலாம் என்கிறார்கள். கெடுவாய்ப்பாக மேர்த்தாவிலிருந்து வந்திருக்கும் அவளது சேடிப்பெண் கும்கும் கன்வர் விபத்தில் எரிந்துபோய்விட்டாள். சில தீக்காயங்களுடன் இளவரசி தப்பிவிட்டாள் என்பதற்கு கடவுளுக்கு நன்றி சொல்லவேண்டும்.

உனது தாய் தன் அன்பையும் ஆசிர்வாதங்களையும் உனக்கும் நமது படையினருக்கும் தெரிவிக்கிறாள். யுத்தம் நல்லவிதமாக, நமக்குச் சாதகமாகச் சென்று கொண்டிருக்கிறது என்று நம்புகிறேன். தனது ஒளிக்கற்றைகளால் சூரியக் கடவுள் உன்மீது என்றும் ஆசீர்வாதத்தைப் பொழியட்டும்.

உன் தந்தை
ஜெய் ஸ்ரீ ஏகலிங்கேஸ்வர்

மேன்மை தாங்கிய, மகராஜ் குமார் அவர்களுக்கு.

உங்கள் தோழி லீலாவதி நான் சொல்வதைக் கடிதமாக எழுதித் தர ஒப்புக்கொண்டாள். நான் சுற்றிவளைக்க விரும்பவில்லை. நேரடியாக விஷயத்திற்கு வருகிறேன். உங்கள் மனைவி இளவரசியின் சேடிப்பெண் கும்கும் கன்வரின் அறையில் இந்த மாதம் ஏழாந்தேதி தீவிபத்து ஏற்பட்டது. நள்ளிரவுக்குப் பின் விபத்து ஏற்பட்டது. பணிப்பெண்ணின் கதறலைக் கேட்டு விழித்துக்கொண்ட இளவரசி புகை வாசனை அடித்ததும் கும்கும் கன்வரின் அறைக்குள் விரைந்தார்.

அவளைக் காப்பாற்ற முயற்சித்தார்; ஆனால், நேரம் கடந்துவிட்டது. பணிப்பெண் இனிமேல் தன்னைக் காப்பாற்ற முடியாது என்று எஜமானியிடம் கூறியிருக்கிறாள்; அருகில் வரவேண்டாம் என்று இளவரசியைக் கெஞ்சியிருக்கிறாள். ஆனால், தீயை அணைப்பதற்காக அவளைப் போர்வையால் சுற்ற முயன்றிருக்கிறார் உங்கள் மனைவி.

இனி பிழைக்கமுடியாது என்று உணர்ந்துகொண்டாள் அவள்: உயிருடன் இருந்தால் இளவரசி ஏதேனும் ஆபத்தான காரியத்தில் இறங்குவாள்; அதைத் தடுக்க, தைரியமான அந்தப் பெண், ஜன்னல் வழியாக வெளியே குதித்துவிட்டாள். நெருப்பு அவளுக்கு சாவைத் தரவில்லை. மேல் தளத்திலிருந்து குதித்ததால் கும்கும் கன்வர் உடனடியாக சாவைத் தழுவிவிட்டாள்.

இளவரசிக்கும் மோசமான தீக்காயங்கள். குறிப்பாக, கரங்களிலும் முன்கையிலும். விபத்து நடக்கும்போது நான் அரண்மனையில் இல்லை. எனது தனிப்பட்ட காரியம் ஒன்றிற்காக கிராமத்தில் இருந்தேன். திரும்பிய உடனேயே ராஜ வைத்தியரின் சிகிச்சையை நிறுத்திவிட்டேன். புராஜி கிக்காவின் வைத்தியர் ஏகாவை அவருக்கு வைத்தியம் செய்யக் கேட்டுக் கொண்டேன். ஷெஸாதா பகதூரின் உயிரைக் காப்பாற்றியதற்காக பேரரசரின் நன்றியைப் பெற்றுக்கொள்ள ஸ்ரீஏகா சித்தோருக்கு வந்திருக்கிறார். அவரது மூலிகைப் பத்து இளவரசியின் தீக்காயங்களை ஆற்றும்; அவரது தோலையும் களங்கமற்றதாக மீட்டுத் தந்துவிடும் என்று அவர் உறுதியளித்துள்ளார். முதல் நான்கு நாட்கள் இளவரசிக்குத் தாங்க முடியாத வலி; ஆனால், மோசமானது கடந்துவிட்டது; நன்கு மீண்டு வருகிறார் என்று உங்களிடம் மகிழ்ச்சியுடன் சொல்லமுடியும்.

தீ விபத்து குறித்த இரண்டு விஷயங்கள் குழப்பத்தைத் தருவதாக உள்ளன. எப்போதும்போல் ஒன்பது மணிக்கு கும்கும் கன்வர் படுக்கைக்குச் சென்றுள்ளாள். படுப்பதற்குமுன் படிக்கும் வழக்கம் அவளுக்குக் கிடையாது. எப்போதும் படுக்கும்முன் அறை விளக்கை அணைத்துவிடுவாள். அந்தக் குறிப்பிட்ட நாள் இரவும் விதிவிலக்காக இருக்கவில்லை. இளவரசி கூறுவதுபோல், கும்கும் எப்போதும் ஆழ்ந்த அமைதியான உறக்கத்தில் இருப்பாள். ஆனால், அனைத்து விளக்குகளையும் அணைக்காமல் என்றைக்கும் அவ்வாறு அவள் உறங்கியதில்லை. அவளது அறையில் கடவுளுக்குரிய பீடம் ஏதும் கிடையாது; அதனால், அங்கு வைத்திருந்த விளக்கு இடறி விழுந்திருக்கும் வாய்ப்பு இல்லை. ஆர்வமூட்டும் மற்றொரு விஷயம் என்னவென்றால், அந்த அறையிலிருந்த மரத்தாலான பொருட்கள் எதுவும் தீயால் சேதமடையவில்லை. அவளது மெத்தையிலும் போர்வையிலும் தான் தீ பற்றியிருக்கிறது, கொழுந்துவிட்டு எரிந்திருக்கிறது. விபத்திற்கான காரணங்கள் குறித்த விசாரணை, புதிய துணை உள்துறை அமைச்சர் விக்கிரமாதித்தனின் கைகளில் இருக்கிறது. விபத்தின் விவரங்கள் குறித்து அறிந்து கொள்ள அவரது அறிக்கைக்காக நாம் காத்திருக்க வேண்டும்.

நீங்கள் திரும்பி வரும்வரை சித்தோரை விட்டுப் போகமாட்டேன்; கண்ணை விட்டு விலகாமல் இளவரசியைப் பார்த்துக்கொள்வேன் என்று தெரிவித்துக் கொள்கிறேன்.

மகராஜ் குமார், உங்கள் உடல் நலனைப் பார்த்துக்கொள்ளுங்கள். உங்கள் உயிர் மிகவும் மதிப்பு மிக்கது. என்னைவிட இந்த மேவார் மக்களுக்கு மிகவும் முக்கியமானது. எந்த நேரத்திலும் விழிப்புடன் இருங்கள்; தேவையற்ற நெருக்கடிகளில் உங்கள் உயிரைச் சிக்கவைத்துக் கொள்ள வேண்டாம்.

மேவாரின் கொடி உயரப் பறக்கட்டும். இந்த யுத்தத்தில் நீங்களும் உமது படையும் வெற்றி பெற்று, பத்திரமாக எங்கள் மத்தியில் வந்து சேரவேண்டும்.

என் ஆசிர்வாதங்கள்,

தங்கள் கீழ்ப்படிந்த
கௌசல்யா

பின் குறிப்பு: உங்கள் அன்பிற்குரிய லீலாவதியிடம் இருந்து இந்தச் சிறு குறிப்பு. எனது கணித வகுப்புகளை நிறுத்திக்கொள்ளும்படி தந்தை விரும்புகிறார். சம்ஸ்கிருதமோ, வரலாறோ, புவியியலோ, இசையோ அல்லது ஓவியம் வரையவோ நான் கற்றுக்கொள்ளலாம். எதிர்காலத்தில் ஏதோ ஒரு குடும்பத்தில் மனைவியாகப் வேலை செய்யப்போகிற எனக்கு எதற்கு கணிதம் என்று கேட்கிறார். தாதாஜியிடம் இதைப்பற்றிப் புகார் கூறினேன். பிரபஞ்சக் கோள்கள் குறித்தக் கணிதம், பூமியைச் சுற்றிவரச் செய்கிறது. நிதியை அடிப்படையாகக் கொண்ட கணிதம், வியாபாரம் சார்ந்த வாழ்விலும், தினசரி வாழ்விலும் இருக்கும் கணக்கில் கொள்ள வேண்டிய அம்சங்களை சமன்படுத்துகிறது. தினசரி வாழ்வின் வியாபார விஷயங்களைக் குடும்பத் தலைவியும் எதிர்கொள்ள வேண்டும். அதுமட்டுமல்ல, உங்களுக்குப் பிடிக்குமோ இல்லையோ அவர் என் தந்தையிடம் கூறியதைச் சொல்கிறேன், கணிதம் என் இரத்தத்தில் இருக்கிறதாம். காகிதத்தில் கணக்குப் போடுவதைவிட மனத்திலேயே அவள் வேகமாக பின்ன வட்டிக் கணக்கை போடுகிறாள். அதனால் நீ பயப்படுகிறாயா? அவள் படிக்கட்டும் என்றார்.

உங்களுக்குக் கொடுக்க அன்பளிப்புகள் சிலவற்றை ஏற்பாடு செய்து வருகிறேன். நீங்கள் எப்படி இருக்கிறீர்கள்? எனக்கு என்ன கொண்டுவரப் போகிறீர்கள்?

என்றும் உங்களுடைய, உங்களுடைய, உங்களுக்கு மட்டுமே உரிய,

லீலாவதி.

* * *

விழித்திருக்கும் நேரத்திலும் தூங்கும் நேரத்திலும் மனைவி இறந்துபோக வேண்டும் என்று மகராஜ் குமார் விரும்பினான். கற்பனை அவனுக்குக் கட்டுமீறியதாக இருந்தது. அவளுக்கு எல்லாவிதமான மரணங்களையும் அவன் யோசித்துப் பார்த்தான். நீரில் மூழ்கிச் சாவது, பெரியம்மையால் சாவது, குதிரையிலிருந்தோ அல்லது மலை முகட்டிலிருந்தோ விழுவது, அனைத்துவிதமான விபத்துகள், வண்டி குடைசாய்தல், மலைச் சரிவில் மாட்டி விலா எலும்புகள் உடைந்து இரண்டு மூன்று நாட்கள் உயிருடன் இருந்து சாவது, ஹலால் மூலம் சாவது, சாட்டையால் அடிக்கப்பட்டுச் சாவது, ஒரு நாளைக்கு ஒரு எலும்பு என்று உடைக்கப்பட்டுச் சாவது, தூக்கில் தொங்கிச் சாவது என்று, இப்படியாக இன்னும் பல வழிகள். அவனது கனவில் வரும் மிகவும் பொதுவான, வழக்கமான சாவு மிகவும் அச்சம் தரக்கூடியது. எனினும், அவளுக்குத் தீ விபத்தால் காயங்கள் என்று கேள்விப்பட்டதும், அந்த விபத்தில் அவள் இறந்திருக்கக் கூடும் என்று அறிந்ததும் முற்றிலும் சமநிலை இழந்தான்.

படைகளையும், சண்டையையும், எதிரியின் அடுத்த நகர்வு என்ன என்பதை மிகத் தீவிரமாக எதிர்பார்ப்பதையும் விட்டுவிடத் தயாராக இருந்தான். சித்தோருக்கு உடனடியாகச் சென்று மனைவியைப் பார்ப்பான். பதினைந்து மெழுகுத்திரிகளை ஒன்றாகக்கட்டி ஏற்றி, கருக்கும் தீச்சுவாலையின் மேல் கரங்களை மணிக்கணக்கில் வைத்திருப்பான். அவள் இறந்திருந்தால் அவன் என்ன செய்திருப்பான்? இல்லை, அதை ஏற்க முடியாது; அதைப்பற்றிக் கேட்கவும் முடியாது. இதை அவனால் மிக எளிமையாக எடுத்துக்கொள்ள முடியாது. ஏனென்றால் அவளுக்கு ஏதாவது நடந்துவிட்டால் தன் உயிரை அவன் மாய்த்துக்கொள்ள வேண்டும். திருமணத்தின் போது அவளைப் பாதுகாப்பேன் என்று அவன் சத்தியம் செய்திருக்கிறானே? அவளது அறைக்கு வெளியில் நின்று காவல்காப்பான். தனது தூக்கத்தைத் துறந்துவிடுவான். கதவைத் திறந்து வைத்துக்கொண்டுதான் அவள் தூங்க வேண்டும் என்பதை உறுதிசெய்து கொள்வான். சித்தோரில் அந்தக் கடைசி இரவில் வந்ததைப் போல் குழலிசைப்போன் ஒருவேளை இரவில் அவளைத்தேடி வந்தால்? அவளைக் கொன்றுவிடு. தீப்பிழம்புகள் அவளைத் தின்று விடட்டும். எரியும் தசையின் வாசனையைவிட மிக வலிமையான மயக்கம் தரும் நறுமணத் திரவியம் வேறு ஏதாவது உண்டா? சிறந்த யோசனை அவனிடம் உள்ளது. அவன் மனைவிக்கும் அந்தக் குழலிசைப்போனுக்கும் சேர்த்து அவனே தீவைத்து விடுவான். ஒருவித சிற்றின்ப நெருப்பாக இருக்கக்கூடாதா என்ன?

அவன் தன் வழக்கமான பாணியில், சிறிய விஷயங்களிலும் கவனத்துடன் யுத்தம் தொடர்பான வேலைகளைப் பார்த்தான். விரிந்த

தொலைநோக்குப் பார்வையையும் விட்டுவிடவில்லை. போராலோசனைக் கூட்டங்களில் கலந்துகொண்டான். மாற்று போர்க்களக் காட்சிகளை திட்டமிட்டான். சாதாரணமாக, முற்றிலும் இயல்பாக இருப்பதுபோல் நடித்தான். மனநல மையம் ஒன்றில் உடனடியாகத்தான் சேர்க்கப்படவேண்டும் என்பதை அறிந்திருந்தான்.

சிறு வழக்குகளுக்கான நீதி மன்றத்தில் பல ஆண்டுகள் நீதிபதியாக இருந்திருக்கிறான். அனைத்துச் சான்றுகளையும் ஆய்வுக்குட்படுத்தாமல் ஒரு வழக்கை முடிவுசெய்ய முடியாது. நீங்கள் கருத்து எதுவும் கூற முனைய முடியாது. விபத்து பற்றி ராணா கூறும் விளக்கத்திற்கும், கௌசல்யாவின் விளக்கத்திற்கும் இடையில் வித்தியாசம் இருப்பதை அவனால் கண்டுபிடிக்க முடிந்தது, இரண்டு பேரும் விபத்து நடந்த இடத்தில் இல்லை. ராணா குறித்து அவன் என்ன கருத்தை வைத்திருந்தாலும் அல்லது சொன்னாலும், தந்தை வேண்டுமென்றே பொய் சொல்லமாட்டார் என்பதை அறிவான். ராணா கூறும் தகவல், மூன்றாம் தரப்புத் தகவல். விபத்து நடந்த இடத்தில் கௌசல்யா விசாரணை நடத்தியிருக்கிறாள் என்பது தெரிகிறது. விசாரணை செய்பவர் திறமையானவராக, பாரபட்சம் காட்டாதவராக, நம்பிக்கையானவராக இருந்தால் இரண்டாம் தரப்பு விவரங்கள் சிறந்தவைதாம். ஆனால், இந்தக் குணங்கள் எதுவும் அவன் தம்பி விக்கிரமாதித்தனிடம் இருப்பதாகத் தெரியவில்லை.

மகராஜ் குமாருக்கு அவனது தம்பியைப் பற்றி கசப்பான எண்ணம் இருந்தாலும் கும்கும் கன்வரின் சாவை விவரிப்பது சிரமம்தான். அவளது எஜமானியின் மனுஷி அவள். மிகவும் முக்கியமற்றவள். அவள் மீது பொறாமையோ அல்லது வெறுப்போ ஏற்படக் காரணம் ஏதுமில்லை. தற்கொலை, மற்றொரு சாத்தியம்; ஆனால், அப்படி நிகழ்ந்திருக்க வாய்ப்பில்லை. அவளை அவளது எஜமானி மிகவும் நேசித்தாள். கன்வருக்கு ஏதாவது வேண்டுமென்றால், உடனடியாக அவளுக்குக் கிடைத்துவிடும். அதுமட்டுமின்றி, ராணாவின் மெய்க்காப்புப் படை அதிகாரிகளில் ஒருவருக்கும் அவளுக்கும் திருமணம் நிச்சயிக்கப்பட்டுள்ளது. தனது முதல் காதலின் நினைவுகளில் திளைத்திருக்கும் அவளுக்குத் தன்னை மாய்த்துக் கொள்ள நிச்சயம் தோன்றியிருக்காது. தீ தானாகவே தன்னை உண்டாக்கிக்கொள்ளாது. மட்டுமின்றி விபத்தில் உருவாகும் நெருப்பு எப்போதும் கட்டுக்கடங்காதது. குழப்பத்தை ஏற்படுத்துவது; ஒரு நபருடன் அது அடங்காது. அறைக்கலன்களும், திரைச்சீலைப் போன்ற பொருட்களும் மிக எளிதில் தீப்பிடிக்கக் கூடியவை. தீக்கு இரையாகாமல் அவை தப்பிவிட்டன என்பது நம்பமுடியாதது.

எவ்வளவு முயன்றாலும், மகராஜ் குமாரால் இனியும் தனிப்பட்ட, உணர்வற்ற, பாரபட்சமற்ற நீதிபதியாகச் செயல்பட முடியாது. இளவரசியைக் கொல்ல யாரோ முயன்றிருக்கிறார்கள். யார் என்று அவனுக்குத் தெரியாமலிருக்கலாம். ஆனால், அவனுக்கு அதைப் பற்றி நல்ல ஊகம் ஒன்று இருக்கிறது. ஆனால், எதுவாக இருந்தாலும் தன் மனைவியைத் தொட முயற்சி செய்ததற்காகப் பழிதீர்க்க சித்தோர் முழுவதையுமே அழித்தொழிக்க அவன் தயார்.

நாலரை வாரங்களுக்குப் பிறகு கௌசல்யாவிடமிருந்து மற்றொரு கடிதம் வந்தது.

ஜெய் ஸ்ரீ ஏகலிங்கேஸ்வர்

மேன்மைக்குரிய மகராஜ் குமார் அவர்களுக்கு.

நான் உங்களை ஏமாற்றிவிட்டேன். இளவரசிமீது ஒரு கண் வைத்துக்கொள்வேன் என்று சொல்லியிருந்தேன். ஆனால், நான் போதுமான அளவு ஜாக்கிரதையாக இல்லை. எனது கிராமமான ரோஹலாவிலிருந்து திரும்பிய நாள் முதல் இருமடங்கு ஜாக்கிரதையாக இருக்க முடிவு செய்திருந்தேன். பதார்த்தங்கள் அனைத்தையும் 'உணவு சுவைப்பவன்' சுவைத்து, அதன்பின் நானும் சாப்பிட்ட பிறகுதான் இளவரசிக்கு உணவு பரிமாறப்பட்டு வந்தது. ஒரு வாரம் முன், நானும் இளவரசியும் உணவு அருந்திய பன்னிரண்டு மணி நேரத்திற்குப்பின் இருவருக்கும் கடுமையான வயிற்று வலியும் அதிகமான வயிற்றுப்போக்கும் ஏற்பட்டது.

பில் வைத்தியர் ஏகாவை அழைத்து வர ஆளனுப்பினேன். ஆனால், நீர் அதிகம் வெளியேறிவிட்டதாலும், உணவு நஞ்சாகியதாலும் நாங்கள் இருவரும் இரண்டு மணி நேரத்தில் சுயநினைவை இழந்துவிட்டோம். அடுத்த நாற்பத்தெட்டு மணி நேரத்தில் நிலைமை மேலும் மோசமாகிவிட்டது. நல்வாய்ப்பாக ஏகாஜியை உரியநேரத்தில். அதாவது ஆரம்பத்திலேயே அழைத்துவிட்டோம். எங்கள் முகங்களையும் அறிகுறிகளையும் அவதானித்த அவர், நோய்க் காரணத்தைச் சரியாகக் கணித்தார். மெதுவாக வேலை செய்யும் மிகக் கொடிய நஞ்சு உணவில் சேர்க்கப்பட்டிருக்கிறது என்றார். பில் வைத்தியர் ஏகாஜி இல்லையென்றால் இருவரும் இந்நேரம் இறந்துபோயிருப்போம்.

எங்களுக்கு இப்போது ஆபத்தில்லை. நோயிலிருந்து மீண்டு வருகிறோம். இனி கவலையேதும் இல்லை என்று உறுதியாகச் சொல்லமுடியும். இப்போதைக்கு எனது மருமகள் வைத்துக் கொடுக்கும் அரிசிக் கஞ்சியில் தான் இளவரசியும் நானும் கடந்த ஐந்து நாட்களாக உயிர் வாழ்ந்துவருகிறோம். எழுந்து உட்கார முடிந்தவுடன் உங்கள்

மனைவிக்கும் எனக்கும் எல்லா வேளைகளுக்கும் நானே உணவைச் சமைத்துவிடுவேன். அதுமட்டுமின்றி மிகவும் நம்பிக்கைக்குரிய திறமையான பத்து ஆட்களை அழைத்திருக்கிறேன்; உங்களது அறைகளும், இளவரசியின் அறைகளும் இருக்கும் மாளிகைப் பகுதியில் இருபத்திநாலு மணி நேரமும் காவல்புரிய சொல்லியிருக்கிறேன். நீங்கள் இங்கு வரும் வரை அவர்கள் இங்கு இருப்பார்கள். மாட்சிமை பொருந்திய ராணாவிடம் எங்கள் உயிரைப் பறிக்க நடந்த செயல் குறித்து வைத்தியர் பேசினார். அதனால், கும்கும் கன்வர் இறந்ததும் விபத்தாக இருக்க வாய்ப்பில்லை என்று கூறினார். பேரரசர் இந்த விசாரணையை இளவரசர் விக்கிரமாதித்தரிடம் இருந்து லக்ஷமண் சிம்மாஜியின் அதிகார எல்லைக்கு மாற்றிவிட்டார். மட்டுமின்றி பணியிலிருந்த மூன்று பணியாளர்களையும் சமையல்காரனையும் கைதுசெய்ய உத்தரவிட்டுள்ளார். ஏதோ காரணத்தால் இளவரசியின் சார்பாக இப்போது பாதுகாப்பாக இருப்பதாக உணர்கிறேன்.

மிகத் துணிவுள்ள பெண்மணி அவர். நீங்கள் இங்கிருந்து புறப்பட்டுச் சென்றபின் அவர் சந்தித்த கோரமான நெருக்கடிகளைப் பற்றி ஒருமுறை கூடப் புகார் செய்ததில்லை. இளவரசிக்கு நல்ல பாதுகாப்பைத் தரமுடியவில்லை என்று நான் வெட்கப்படுகிறேன். பொய்யான நம்பிக்கைகளைத் தரக்கூடியவள் நானல்ல என்பது உங்களுக்குத் தெரியும். ஆனால், லக்ஷமண் சிம்மாஜி பொறுப்பேற்ற பின் அரண்மனைச் சூழலில் மாற்றம் ஏற்பட்டுள்ளதை உண்மையாகவே உணர்கிறேன். அவர் தினமும் இளவரசியைப் பார்க்கச் செல்கிறார்; என்னையும் பார்க்க வருகிறார்; முந்தைய நாட்களில் இருந்ததைவிட இப்போது பாதுகாப்பு மிகவும் பலப்படுத்தப்பட்டுள்ளது. நான் சந்தேகித்தது போல், சிறுவயதிலிருந்து உங்களுடன் இருக்கும் அந்தச் சமையல்காரன் குற்றமற்றவன் என்று விசாரணைக்குப் பின் தெரிவித்துள்ளார்கள்.

மிக்கப் பணிவுடன்
கௌசல்யா

பின்குறிப்பு: எனது முந்தையக் கடிதத்திற்கு பதில் அளிக்க வேண்டும் என்று நீங்கள் கவலைப்படவில்லை. ஆகவே நான் உங்களுடன் பேசத் தயாரில்லை. கம்பளியில் சட்டை பின்னுவது எப்படி என்று கௌசல்யா மாய் எனக்குச் சொல்லித் தந்திருக்கிறார். யாரென்று வெளியில் சொல்ல விரும்பாத மனிதர் ஒருவருக்காக நான் பின்னிக் கொண்டிருக்கும் சட்டை பாதி முடிந்துவிட்டது.

காதலுடன்,
லீலாவதி

* * *

மகராஜ் குமார் பெரும் அவசரத்தில் இருந்தான். அவன் போவதற்கு ஏதும் இடமில்லை. யாரும் அவனுக்காகக் காத்திருக்கவில்லை. ஆனால், அவன் சந்திக்க வேண்டிய ஒரு நபர் இருக்கிறார். பாலைவனம் பெரியது, மிகப்பெரியது. அதற்குள் நாம் தொலைந்துபோக வாய்ப்பு இருக்கிறது. அது தரிசு நிலம். ஒன்றுமில்லாததற்கு மற்றொரு சொல் அது. மனத்தின், உடலின் ஒரு நிலை அது. அந்த நிலைக்காக அவன் தீவிரமாக ஏங்கியிருக்கிறான். அவன் அலைந்து திரிந்தான். அவன் செய்ய வேண்டியவை அதிகம் இருக்கின்றன. உறைந்துபோன அலைகளாய் மணல் மடிந்து, மடிந்து காணப்பட்டது. ஒவ்வொரு அலையும் துல்லியமாக வடிவமைக்கப் பட்டிருந்தது. மணல் முகடு ஒவ்வொன்றின் முனையும் மயிரிழை போல் உடையாமல் நேர்த்தியாக அமைந்திருந்தது. இதயத்தை அள்ளும் காட்சி. முடிவிலா தூரம் வரை நீண்டிருக்கும், துல்லியமான இந்தப் படிமத்தை உருவாக்க, தலைசிறந்த அந்தக் கலைஞன் நூற்றுக்கணக்கான ஆண்டுகள் செலவிட்டிருப்பான். அது அவனது வாழ்நாளின் உருவாக்கம், அவனுக்காகச் செதுக்கப்பட்டுள்ளது. அந்தக் கலைப்படைப்பை முறையாக அவன் பிரித்தெடுக்கவேண்டும்; அடையாளம் காணமுடியாதபடி அதை அழிக்க வேண்டும். ஆதிகாலத்து ஒழுங்கற்ற நிலைக்கு அதைத் திரும்பவும் உருமாற்றம் செய்யவேண்டும். அலைபோன்ற மணல் முகட்டின் மீது முதல் அடியை எடுத்துவைத்து, அதை மிதித்தான்.

அடிவானம் வரை வழியை உருவாக்கிக் கொண்டு செல்வான். அதன்பின் அடுத்த இறக்கத்திற்கு நகர்வான். கடினமான முயற்சி. பெஃபிக்கிர் அவனை ஆர்வத்துடன் பார்த்துக்கொண்டிருந்தது. பின் கால்களை மாற்றி மாற்றி வைத்து அசைந்தது. மாலை நான்கு மணியளவில் பெரும் சுத்தியலால் தலையில் அடிபட்டான். கீழே சரிந்து வீழ்ந்த அவன் மூளை மணலில் சிதறியது. அவனுக்கு விழிப்பு வந்தபோது இரவாகியிருந்தது. அவன் பனிக்கட்டியாக மாறியிருக்க வேண்டும்; மாறாக, மாற்றி மாற்றி அதிகமாக சுரம் அடித்தது. வியர்த்துக் கொட்டியது. உடலில் நடுக்கம் ஏற்பட்டது. கடும் வெப்பத்தால் உண்டாகும் மயக்கத்தால் ஏற்படும் வாதம் அசலானது, உடல்ரீதியானது என்பதை இப்போதுவரை அவன் உணரவில்லை. மிகவும் சீரற்ற, அதிக உக்கிரமான வலிமை அதற்கு உண்டு. நா வறண்டது. பெஃபிக்கிரை அருகில் எங்கேயும் காணவில்லை. எழுந்து நிற்க முயன்றான். முழங்கால் மடங்கி தரையில் நிலைகுலைந்து வீழ்ந்தான்.

காதைத் துளைக்கும் கூதல் காற்று வீசியது. மென்மையான, சுத்தமான மஸ்லீன் துணி போன்ற மணல் விரிப்புகள் முன்னும் பின்னும் அசைந்தாற்போல் வீசியது. பாலைவனம் முழுமையும் ஒரு குழப்பம் நிலவியது. ஒட்டுமொத்த மணல் வெளியும் வலுக்கட்டாயமாக

வெளியேற்றப்பட்டது; அறியப்படாத நிலங்களுக்கு அவை குடியேறிக்கொண்டிருந்தன. சூறாவளிக் காற்றால் வானம் நோக்கி பூதம்போல் மணல் எழும்பியது. ஒட்டகங்களும், பறவைகளும், மனிதர்களும், பெண்களும், வண்டிகளும், அரண்மனைகளும், யானைகளும் பறந்தன; ஒன்றோடொன்று மோதிக்கொண்டன.

வெளிச்சம் பொன்னிறமாக இருந்தது. மோதிக்கொண்ட பறக்கும் பொருட்களின் ஊடாக, தங்க நிறத்தில் ஒரு பெண் அவனை நோக்கி சிற்றின்பத்தைத் தூண்டும் அசைவுகளுடன், எட்டி அடியெடுத்து நடந்து வந்தாள். அவளை வணங்கக் கைகளை உயர்த்தினான். அவனைக் கடந்து அவள் சென்றாள். அவளது மஞ்சள் வண்ண துப்பட்டா அவன் கைகளில் தவழ்ந்தது. நிற்கச் சொல்லி அவளை நோக்கிக் கத்தினான். ஆனால், சுற்றிலும் நிகழ்ந்த அமளியில் அவன் குரலை அவனாலேயே கேட்கமுடியவில்லை. நின்று, திரும்பி அவனைப் பார்த்துச் சிரித்தாள். அவளது அழகுக்காகவே இறந்துவிடலாம் என்று நினைத்தான். அவனை நோக்கி ஓடிவந்தவள், மல்லாந்து கிடந்த அவன் உடலின்மேல் விழுந்தாள். அவனது துக்லோவின் பொத்தான்களை தன் பற்களால் கடித்து அவிழ்த்தாள். இதற்குமுன் அவளை எங்கு பார்த்திருக்கிறான்? பொத்தான்களில் ஒன்று அவள் வாயில். அதை அவனை நோக்கி துப்பியவாறு அவள் சிரித்தாள். திறந்த அவன் மார்பை அது தாக்கியது. அவளது சோளியை அவன் வேகமாக அவிழ்த்தான். அவள் கைகள் அவன் இடுப்பைத் துழாவி, கால்சட்டையின் நாடா முடிச்சை அவிழ்த்தன. அவளை இறுக்கி அணைத்துக் கொண்ட அவன், தனக்கு உயிர் மீள்வதை உணர்ந்தான். அவள் உடலுடன் ஒட்டிக்கொண்டிருந்த கீழாடையை அவனால் அவிழ்த்து நீக்க முடியவில்லை. சிரித்துக் கொண்டே இடது கையால் அதைக் கழற்றி வீசினாள். அவன் மேல் அவள் அமர்ந்திருந்தாள். அவன் கைகள் அவளது மார்பகங்களை வருடிக்கொண்டிருந்தன. எந்த நேரத்திலும் தனக்குள் அவனை அவள் திணித்துக் கொள்ளலாம்.

'என் தம்பி விக்கிரமாதித்தனா, ராணி கர்மாவதியா அல்லது நீயா? யார் அவளைக் கொல்ல முயற்சித்தது?' அவளைப் பின்பக்கம் தள்ளியவாறு அவன் கேட்டான்.

'என்ன வித்தியாசத்தை அது ஏற்படுத்திவிடப்போகிறது?'

அவளது மார்பகங்கள் மீண்டும் பழைய காலுறைகள் போல் தொங்கின; அவள் தலைமுடி விஷப்பாம்புகளின் சாம்பல் நிறக் கூடாகத் தோன்றியது; அவளது பொக்கை வாய் காற்றை மென்றது. 'அவள் இறந்துபோக வேண்டும் என்று நீதானே விரும்பினாய்? எப்படி இறந்தாள், அதைச் செய்தது யார் என்பது முக்கியமா என்ன?' பூட்டானி மாதாவின் நீண்ட எலும்புக் கரங்கள் அவன் கால்களுக்கு இடையில் விளையாடின.

அவளைத் தள்ளிவிட விரும்பினான். ஆனால், ஆணியடித்ததுபோல் அவன் மேல் அமர்ந்திருந்தாள்.

‘இல்லை, அவள் இறக்கவேண்டும் என்று நான் விரும்பவில்லை. அவன்தான் சாகவேண்டும் என்று விரும்பினேன்’

’நாம் மனத்தை மாற்றிக்கொண்டோம், இல்லையா? பிருந்தாபாணி கோவிலில் சென்றமுறை நாம் சந்தித்தப்போது அவளைக் கொலைசெய்ய எந்த அளவு வேண்டுமானாலும் செல்லத் தயாராக இருந்தாய். கொஞ்சம் பொறுமையாக இரு. யோசிக்க மேலும் கொஞ்சம் நேரம் வேண்டும் என்று உனக்கு அறிவுரை கூறினேன். ஆனால், என்னைப் பார்த்து நீ துப்பினாய். ஊசலாட்ட நேரம் கடந்து ஒருவேளை நீண்டகாலம் ஆகியிருக்கலாம்’.

’நாயே, அவளைத் தொட உனக்குத் தைரியம் இருக்கிறதா?’

’நண்பா, உன் சொற்கள்...? பார்த்துப்பேசு’. அவள் விரல்கள் நீண்டன. கத்திகளாக மாறின. அவன் இதயத்திற்குள் நுழைந்து அவனை மணலோடு வைத்து அழுத்தின. ‘நீதான் இறைஞ்சினாய் என்பதை நாம் மறந்துவிடக்கூடாது’.

’பிரயோசனமற்ற, திறமையற்ற அருவருப்பான கிழவி நீ. எல்லாவற்றையும் நீ தான் கெடுத்தாய். முதல்முறை, உன்னால் சரியான நபரைக் கொல்லமுடியவில்லை. பாவம், கும்கும் கன்வரைச் சாய்த்துவிட்டாய். இரண்டாவது முறை என் மனைவியோடு சேர்த்து கௌசல்யாவையும் தாக்கினாய். ஆனால், உன் தனிப்பட்டத் திறமைக்குறைவால் இருவரும் உயிர் பிழைத்துவிட்டார்கள். பூட்டானி மாதா, நீ மோசமானக் கத்துக்குட்டி’,

மாதா அவன் கழுத்தை இறுகப்பிடித்து தலைத் துண்டாகும்வரை உலுக்கினாள். ‘நன்றிகெட்டவனே, யாருக்கு எதிராக நான் வேலை செய்கிறேன் என்பது உனக்குத் தெரியுமல்லவா?’

’உன் தோல்விகளுக்கு உன்னுடன் சேர்ந்து நானும் வருத்தப்படுவேன் என்று எதிர்பார்க்காதே’ கழுத்து முறிந்த நிலையிலும் அவன் சிரமப்பட்டு இதைச் சொன்னான். ‘நீ கடவுள் இல்லை. சாதாரண மனுஷிதான் என்றால் உன்னிடம் நான் ஏன் வருகிறேன்?’

அவள் போய்விட்டாள்.

’அவளை விட்டுவிடு. உனக்குக் கேட்கிறதா, அவளை விட்டுவிடு.’

* * *

வெயிலின் தாக்கத்தால் ஏற்பட்ட மயக்கத்திலிருந்து அவன் மீண்டுவிட்டான். எவ்வளவு நாட்கள் அவன் இப்படி இருந்தான் என்று தெரியவில்லை. மயக்கத்தில் அல்லது உணர்வின்றி கிடந்திருக்கிறான்; அதனால்தான் நீர் இல்லாமலே உயிர் பிழைத்திருக்கிறான். பெ·பிக்கிர் அவனருகில் நின்றுகொண்டு இருந்தான். அந்தக் குதிரையால் மட்டும் எப்படி உயிருடன் இருக்க முடிந்தது? பாலைவனச் சோலை அல்லது நீரிருக்கும் குட்டை எதையாவது அவன் கண்டுபிடித்துவிட்டானோ? அவனைப் பார்த்தால் நீர்ச் சத்து குறைந்தவனாக அல்லது சோர்ந்தவனாகத் தெரியவில்லை. மங்கள் எப்போதும் ஒரு தோல் பையில் நீரை நிரப்பி குதிரைச் சேனத்தில் மறக்காமல் தொங்கவிட்டிருப்பான். அதை அவிழ்த்து சில துளிகள் உறிஞ்சினான். அவ்வளவுதான் முடிந்தது. நிச்சயமாக, மிக மோசமான மணற்புயல் வீசியிருக்க வேண்டும். மேற்கும் கிழக்குமாக மடிந்து கிடந்த மணல் இப்போது தெற்கும் வடக்குமாக கிடந்தது. துக்லோவில் ஒரு பொத்தானைக் காணவில்லை.

இதெல்லாம் நீண்ட காலத்திற்கு முன்பு. பெ·பிக்கிரைக் காணவில்லை. இவனது இன்னொரு காலணியையும் கண்டுபிடிக்க முடியவில்லை. சூரியன் விரைவில் மறைந்துவிடுவான்; வெள்ளி போன்ற குளிர்ந்த நிலவொளியில் மீண்டும் இவன் உறைந்துபோகக்கூடும். புல்லாங்குழலை வாயருகே வைத்துக்கொண்டான். சோர்ந்து உலர்ந்து சுருங்கிப் போயிருந்த உதடுகளைக் குவிக்க முடியவில்லை. காற்றை மெதுவாகக் குழலில் ஊதினான். மிகத் தாழ்ந்த சுருதியில், தெளிவான 'ஸ'. தெளிந்த, ஆழமான, கனத்த சுரம். வானத்து மேகங்களின், மணலுக்குள் போவதும் வெளிவருவதுமாக இருந்த சின்னஞ்சிறிய உயிரினங்களின் இயக்கத்தை அது நிறுத்திவிட்டதுபோலத் தோன்றியது. ஸ, ரி, க, ம, ப, த, நி, ஸ. ஸ்வர வரிசை முழுவதையும், ஆரோகண அவரோகணத்துடன் ஒருமுறை வாசித்தான், ஒவ்வொரு சுரமும், தன் ஒலியின் நிறைவிலும் பூரணத்திலும் ஒவ்வொரு முத்து.

பூமியில் ஒரேயொரு கலைதான் கடவுளின் பரிபூரணத்தை எதிரொலிக்கிறது. அது இசை. இசையின் ஒவ்வொரு சுரத்திலும், மிகப் பூரணமான, முழுமையான இறைத்தன்மை பொதிந்து கிடக்கிறது. அதில் எதையும் கூட்டவும் முடியாது; குறைக்கவும் முடியாது. இதற்கெல்லாம் காரணமோ தர்க்கமோ இல்லை. அது தன்னளவில் நிறைவாக இருக்கிறது. சிறுவயதில் கற்றுக்கொண்ட ராகங்களின் நினைவுகள் அவனது விரல்களின் வழியே வழிந்தோடின. அவனுடைய குரல் கரகரப்பானது; அதிகம் மேலேறாதது. தற்சமயம், மூன்று ஸ்தாயிகளிலும் அவன் சஞ்சரிப்பதையும் பாலைவனத்தின் காற்றிலும் மணல் படுகையிலும் அவனது இருப்பின் நினைவுகளை விட்டுச் செல்வதையும் தடுத்து நிறுத்த எதுவும் இல்லை. அவன் உருவாக்கிய இசையும்,

மேற்கொண்ட பயணங்களும், அவனது உடைந்துபோயிருந்த மனத்திற்கும் சோர்ந்திருந்த ஆன்மாவிற்கும் அமைதியைக் கொணரும் தைலமாக, களிம்பாக, அமுதமாக அமைந்தன.

நட்சத்திரங்கள் மின்னத் தொடங்கின. அங்கு வந்த மங்கள் அவனை வாரியெடுத்து மார்போடு அணைத்துக்கொண்டான். அவனை மீண்டும் மீண்டும் முத்தமிட்டான். நண்பன் மங்கள் தன்னை விட்டுப்போய்விடாமல் இளவரசனும் தன் கரங்களால் அவனை இறுகப் பற்றிக் கொண்டான்.

அத்தியாயம் 20

பாவம், மாலிக் ஆயாஸ். அவர் அவமானத்திற்கும் வெறுப்பிற்கும் ஆளானார். அவர் திருப்பி அழைக்கப்பட்டார். அரசர்கள், இளவரசர்களைக் காட்டிலும் பிரதான தளபதிகளுக்கு யுத்தம் மிகவும் ஆபத்தான விளையாட்டு. யுத்தத்தில் தோற்றதற்காக எந்த அரசனும் அரியணையிலிருந்து இறக்கப்பட்டதில்லை. ஆனால், பதவியிழக்கும் தளபதியோ ஒரு காவல் நிலையத்திற்குத் தலைமை அதிகாரி ஆகிறார்; அல்லது அத்தியாவசியப் பொருட்கள் வழங்கும் துறையில் அவருக்குப் பொறுப்பு அளிக்கப்படுகிறது. அவர் விரட்டியடிக்கப்படாமல் இருக்கலாம். ஆனால், பெரும்பாலும் பதவியும் பணியும் பறிக்கப்படும். அவர் தன்னைச் சாதாரண மனிதராகக் கருதிக்கொண்டு, பூர்வீக கிராமத்திற்குச் திரும்பிவிடுவது விவேகமான செயல். தன் ராஜ்ஜியத்தை அவர் மிகவும் நேசிக்கிறார். எனினும் அவருக்கு இருக்கும் ஒரே நம்பிக்கை, அடுத்ததாக அந்தப் பதவிக்கு வருபவர் அவரைவிட மோசமாகச் செயல்படுவார் என்பதே. அப்போதுதான் அவர் திரும்ப அழைக்கப்படவும் படைக்கு மீண்டும் தலைமையேற்று வழிநடத்துங்கள் என்று அவரைக் கேட்கவும் வாய்ப்பு இருக்கிறது.

ஒரு எதிரியைத் தாக்கச் சரியான தருணம், அவன் மண்டியிடும் நேரம்தான். அவன் தலைக்குப்புற விழுவான்; நமக்கு நல்வாய்ப்பு இருந்தால் கொஞ்ச நேரத்திற்கு அவனால் எழுந்திருக்கமுடியாது. நாங்கள் வீட்டிற்குத் திரும்பியிருக்கலாம். ஆனால், யாராவது ஒருவர் ஜாஹிர் உல் முல்க்கை எதிர்கொள்ளத்தான் வேண்டும். மேவாரையும் என்னையும் சரியான இடத்தில் வைக்க நியமிக்கப்பட்ட புதிய பிரதம தளபதி அவர். எனக்குக் கிடைத்த குறிப்புகளின் படி ஜாஹிர் உல் முல்க் எச்சரிக்கையான மனிதர். அவர் மேலும் அதிகக் கவனத்துடன் இருக்கிறார். அதற்கு மாலிக் ஆயாஸுடன் நான் நடத்திய போர்முறை காரணமா என்று சொல்லமுடியாது. அல்லது மிகுந்த எச்சரிக்கையுடன் இருங்கள் என்று

பேரரசர் அவருக்கு அறிவுறுத்தியிருக்கிறாரா என்றும் தெரியவில்லை. வெற்றி பெற்றிருந்தாலும் கர்வமும் அதீத தன்னம்பிக்கையும் நம்மை மிக மோசமாகக் கீழே தள்ளிவிடும்; மணிக்கொரு தரம் என்னையே நான் எச்சரித்துக்கொண்டு இருந்தேன். இதன் பொருள், ஜாஹிர் உல் முல்கும் நானும் பரஸ்பரம் ஒருவரையொருவர் துரத்திச் செல்லும் நாய்கள்; என்றைக்கும் எதிர்கொண்டதில்லை.

இந்தப் படையெடுப்பு தொடங்கியபோது இருந்ததைக் காட்டிலும் நான் இப்போது மிகவும் தெளிவாக இருக்கிறேன்; குறிப்பாக, போட விரும்புவது எந்த வகையான சண்டை; அதற்கு எந்த மாதிரி உத்திகளைப் பின்பற்ற வேண்டும் என்பதில் தெளிவுடன் இருக்கிறேன். வேறு வழியில்லை என்றால்தான் மோதல்; சாத்தியமிருந்தால் நேருக்கு நேரான யுத்தத்தில் ஈடுபடக் கூடாது. இடைப்பட்ட காலத்தில் பயிற்சியில் ஈடுபட வேண்டும். நான் பிரசித்திப்பெற்ற தளபதி அல்ல. ஆனால், வீரர்கள் என்னை நம்பத் தொடங்கிவிட்டனர்.

போரில் தோல்வியடைந்து உயிர் பிழைக்கத் தப்பி ஓடுவதுபோல் அவர்களது தினசரி உடற்பயிற்சிகள் இருக்கின்றன: குதிரைகளில் விரைவாகச் சவாரி செய்வது, அப்படி விரையும்போதே தாக்குதல் நடத்துவது. இவை அவர்களுக்குத் திகைப்பை அளித்தன. இந்தப் பயிற்சிகள் தினசரி நடைபெற்றன. குதிரையில், போர் அணிவகுப்பு போல் செல்லவும், துரிதமாகவும், மேலும் துரிதமாகவும் இயங்கவும் அவர்களுக்குப் பயிற்சி அளிப்பது எங்கள் திட்டம். நாங்கள் எதிர்கொள்ளப் போகும் எதிரியின் உத்தேச எண்ணிக்கை, எப்போதும் எதிரிக்குச் சாதகமாகவே இருந்தது. ஐநூறு மேவாரி வீரர்கள், ஆயிரத்து ஐநூறிலிருந்து இரண்டாயிரம் எதிரிகளை எதிர்கொள்ள வேண்டும். அடுத்தது, இரவு நேரப் பயிற்சி. ராவ் வீரம்தேவ், ஷ∴பி கான் மற்றும் மீதமிருந்த தளபதிகள் எனது வித்தியாசமான வழிகளுக்குப் பழக்கப்பட்டு விட்டனர். ஆனால், இப்போதும் அவர்களுக்குள் ஒரு அழுத்தமான மறுப்பு ஓடுவதை என்னால் உணர முடிந்தது. ஏனென்றால், துணிவு என்பதையும் வீரச்செயல் என்பதையும் போர் முறையிலிருந்து நான் அகற்றிவிட்டேன்.

குஜராத்துடன் மீண்டுமொரு யுத்தத்திற்கு நாங்கள் இங்கு தயாராகிக் கொண்டிருந்தோம். அதேநேரத்தில் குடும்பத்தில் நடக்கும் போரில் போதுமான ஆயுதமின்றி நான் நிற்பதைப் பற்றிச் சிந்தித்தேன். துளைத்தெடுக்கும் கேள்விகளோ விசாரணையோ இல்லாமல் தம்பி விக்கிரமாதித்தன் வெளியில் வந்துவிட்டான். இது எப்படிச் சாத்தியம் என்று என்னைக் கேட்டுக்கொண்டேன். அவரது அரியணைக்கு ஏற்பட்டிருக்கும் ஆபத்தை தந்தை பார்க்காமல் இருக்கிறார், பார்க்க முடியாமல் இருக்கிறார்; அவரது சிந்தனை அசோகமரம் போல் நேரானது;

அவருக்குத் தெரியாமல் அரசவையினர் தீட்டும் வலிமையான அச்சுறுத்தும் சூழ்ச்சிகளை அவரால் உடைக்கமுடியும். ஆனால், தண்டனையில்லாமல் விக்கிரமாதித்தனை விடுதலை செய்துவிட்டார்; எனக்கும் மற்ற எனது சகோதரர்களுக்கும் முன்னுதாரணத்தை உண்டாக்கிவிட்டார்; சரி, நான் ஏன் இப்படி அப்பாவியாக இருக்கிறேன்?

ஒரு பெண் மீதான அன்புக்கு இதுதான் விலையா? ராணி கர்மாவதியைக் குறை சொல்லமுடியாது. முட்டாளான, பெண் மோகம் கொண்ட, மனைவி குதி என்றால் நன்றியோடு சிரித்து எவ்வளவு உயரத்திலிருந்து என்று கேட்கும் அவளது கணவனைக் குறைசொல்ல வேண்டும். சட்டத்திற்குமுன் குற்றவாளியான ஒருவனை, நீதியைக் காக்க நியமிப்பதைக் காட்டிலும் பெரும் பரிதாபத்தை உங்களால் கற்பனை செய்ய முடியாது. சித்தோரின் பாதுகாப்பும் காவல் துறையும் இப்போது விக்கிரமாதித்தனின் கையில். சாதாரண தலைமைக்காவலன் தொடங்கி, உதவி காவல் அதிகாரி, காவல் அதிகாரி, உரிமம் வழங்கும் எழுத்தர், சாதாரணப் பணியாளர்கள் வரை அனைவரும் லஞ்சம் கொடுத்தால்தான் வேலை செய்கிறார்கள்.

என் மனத்தின் முதன்மையான கேள்விக்கு வருவோம். நான் என்ன செய்வது? ஆமாம், உங்கள் காதில் சரியாகத்தான் விழுந்திருக்கிறது. நட்சத்திரங்களே, சூரியனே, சந்திரனே, மரங்களின் இலைகளே, தூரத்துக் கடலின் ஓய்வில்லா அலைகளே, மணலே, பறவைகளே, விலங்குகளே, அனைத்து உயிரினங்களே நான் என்ன செய்வது? வாரிசுரிமை உள்ளவன், வரிசையில் அடுத்து இருப்பவன், வருங்கால அரசன். எனது வாய்ப்புகள் மங்கிக் கொண்டிருக்கின்றன. நான் என்ன செய்வது? சித்தோரில் எவரும், எனக்காக என் நோக்கம் நிறைவேற கொஞ்சமும் பேசமாட்டார்கள். தீவிரமாக ஆதரிக்க மாட்டார்கள். என் தாய் மகாராணி இருக்கிறார், எனக்கு நல்லது நினைப்பவள். என் தந்தை தான் வளர்க்கும் நாய்களின் மீதும் பிரியமான விலங்குகளின் மீதும் வைத்திருக்கும் நேசம் போல், என் தாயின் மீதும் பிரியம் வைத்திருக்கிறார்.

தனது மூத்த மகனின் விஷயத்தை எப்படிப் பேசுவது என்று அவளுக்குத் தெரியாது. அப்படிப் பேசினால், தந்தை அவளை விநோதமாகப் பார்ப்பார். அவருக்காக அவள் பின்னிக் கொண்டிருக்கும் தொள்ளாயிரத்து எழுபத்தேழாவது குளிரங்கியில் ஒரு முடிச்சை விட்டுவிட்டாயே, மிகக் கவனமாக இரு என்பார். அப்புறம் என் மனைவி. என் தந்தைக்கு மிகவும் பிடித்த மருமகள். தந்தையின் பிரிய மனைவி ராணி கர்மாவதி கொண்டிருக்கும் கருத்திற்கு எதிராக தன் கருத்தை நிறுத்தியவள். தந்தையை சிந்தித்துப் பார்க்க வைத்த ஒரே நபர், என் மனைவி மட்டுமே. அவள் ராவ் வீரம்தேவின் சகோதரியின் உறவுக்காரி

என்பது மட்டுமே அந்தச் செல்வாக்கிற்கு காரணம் என்று சொல்லமுடியாது. அவளது தன்னம்பிக்கையும், கண்ணியமும், அறிவும், அழகும் சித்தோருக்கு அவள் வந்த நாள் முதலாக தந்தையின் இதயத்தில் அவளுக்குச் சிறப்பான இடத்தைப் பெற்றுத் தந்தன.

ஆனால், தந்தை இயங்கும் பாதையில் தான் இருக்கவேண்டும், அவரைப் பண்படுத்த வேண்டும், அவரது உள்வட்டத்திற்குள் நுழைய வேண்டும் என்று அவளுக்குத் தோன்றவில்லை. தந்தையின் நன்மதிப்பை அவள் தொடர்ந்து பெறுவதற்கு பேரற்புதம் ஒன்று இப்போது நிகழ வேண்டியது அவசியம். அவளுக்கு இப்போது நேரம் சரியில்லை என்று சந்தேகிக்கிறேன். உண்மையைச் சொல்லப்போனால், என்னையும் அது சேர்த்துக் கொண்டுவிட்டது. அவள் மேவாருக்கு இழிவை ஏற்படுத்திவிட்டாள்; வேறு எந்த இளவரசியும் செய்யாத அளவுக்கு அவமதிப்பைக் கொண்டு வந்துவிட்டாள்.

நிச்சயமாக, அவளுக்கு எதிராக மிகவும் வலிமையாக மற்றொரு விஷயம் பேசப்படுகிறது. வாரிசு வரிசையை உறுதிசெய்ய ஒரு மகனை அவள் பெற்றுத் தரவில்லை. கெடுவாய்ப்பாக, தான் குழந்தை பெறும் தகுதி கொண்டவள் என்பதை அவளால் நிரூபிக்க முடியவில்லை என்பதும் துயரமானது.

சித்தோரில் இப்போது எனக்காக வாதிடக்கூடியவர் ஒருவர்தான். பட்டத்தரசி. அவர் எனக்காகப் பேசுவார் என்ற நம்பிக்கை இருக்கிறது. ஆனால், எனது சகோதரர்களின் மனைவிகள் பலரும் கொடுத்திருக்கும் சந்தான விருத்தியை ஒப்பிடும்போது, குழந்தையற்ற என் நிலை நான் சரியான ஆண்மகனா என்று அவரை வியப்படைய வைத்திருக்கும். எனது ஆண்மையைச் சந்தேகிக்க அவருக்கு நல்ல காரணம் இருக்கிறது. மனைவியைக் கட்டுப்படுத்தும் திறமையில்லாதவன் என்பதையும் நிரூபித்துவிட்டேன். எனினும், அவள் தனது தயக்கங்களைத் தள்ளிவைத்து, எனது உரிமையை வலிமையாக எடுத்துரைத்தாலும் எவ்வளவு தூரம் அது எனக்கு உதவும் என்று தெரியவில்லை. தந்தை அவளை மதிக்கிறார்; எனினும் விக்கிரமாதித்தனின் தாய் ராணி கர்மாவதிக்கு இணையானவரல்ல.

* * *

குஜராத்துடன் நடந்த யுத்தம் எனக்கு ஒரு வரம் போன்றது. அதற்காக நான் சஞ்சலமடையலாம்; எனினும் அந்த நாட்களில் ஒரு நாளைக்குக் குறைந்தபட்சம் பதினாறு மணி நேரம் பணியாற்ற வேண்டியிருந்தது. கொரில்லா யுத்த முறையை நான் கண்டுபிடிக்கவில்லை. ஆனால், இந்த மின்னல் வேகத் தாக்குதல்முறையை மறுபடியும் கண்டுபிடித்து ராஜபுத்திரர்களிடம் புகுத்தியது நிச்சயம் நான்தான்.

படையணிகள்மீது கொடூரமாகத் தாக்குவது, தனியாக இருக்கும் படைப்பிரிவுகளை தாக்கி அச்சுறுத்துவது, படையின் பின்புறத்தை மின்னல் வேகத்தில் தாக்குவது, அதே வேகத்தில் மறைந்துவிடுவது போன்ற தந்திரங்கள். எங்கள் திட்டம் நிச்சயமாக நேருக்கு நேர் மோதலை தவிர்ப்பதுதான். அதேநேரத்தில் எதிரிப் படையின் மீது திடீர்த் தாக்குதல் நடத்துவது, குழப்பத்தையும் சீர்குலைவையும் ஏற்படுத்துவது. தாக்குதலின் வேகத்தைத் தளர்த்தாமல் எதிரிக்கு அச்சத்தையும் பதற்றத்தையும் உண்டாக்குவது. சுருக்கமாகச் சொன்னால், தந்திரமாக, இராணுவ ரீதியாக,, உளவியல் ரீதியாக அவனுடன் விளையாடுவது. நாம் பெற்ற முன்னேற்றத் தடங்களைப் பாதுகாத்துக் கொள்வது. அவன் உடலும் மனதும் நொறுங்கும் வரையில் தாக்குவது.

என் நண்பனும், வழிகாட்டியுமான ராஜா புராஜி கிக்கா திட்டமிடுவதில் முதன்மையாக இருக்கிறான். அவனும் அவனது இனத்தவரும் கொரில்லா உத்திகளை வேறு பெயரில் அழைக்கிறார்கள். ஆனால், மலையில் வாழும் அந்த மனிதர்கள் இதைப் போன்ற உத்திகளில் தம் பற்களை உடைத்துக் கொள்கிறார்கள்.

வீடு திரும்பிய வீரர்கள் போக, படையில் இருபத்தைந்தாயிரம் வீரர்கள் இருந்தனர். புராஜி கிக்காவும் நானும் பத்து அணிகளாக அவர்களைப் பிரித்தோம். தனித்த பத்து முகாம்களில் அவர்கள் இருப்பார்கள். சுய தேவை பூர்த்தியுடன் ஒவ்வொரு முகாமும் இருக்கும். செய்தி கொண்டு செல்வதற்குத் தனியாக நபர்கள், குதிரை நிறுத்த லாயங்கள் மற்றும் தேவையான பிற வசதிகளும் இருக்கும். இரண்டு முகாம்களுக்கும் இரண்டு அல்லது மூன்று மைல் இடைவெளி. ஏதாவது அவசரம் என்றாலோ அல்லது எதிரியின் திடீர் தாக்குதல் என்றாலோ அதிகபட்சம் பத்து நிமிடத்திற்குள் அடுத்த முகாமுக்குச் செய்தி போய்விடும். அடிக்கடி முகாமை மாற்றிக் கொண்டிருந்தோம். அதிகபட்சம் பதினைந்து நாட்களுக்குமேல் ஓரிடத்தில் இருப்பதில்லை. எங்களை ஸாகிர் உல் முல்க் தாக்குவதை இவற்றால் நிச்சயம் தடுக்கமுடியாது. ஆனால், தாக்குதல் நடக்கும் என்ற ஆபத்து பத்துக்கு ஒன்றாகக் குறைந்துவிட்டது. மிகத் துரிதமாக இயங்கக்கூடிய படையல்ல நாங்கள். ஆனால் ஒரே சிந்தனையில் செயல்படும் பத்து அதிரடிப் படைப்பிரிவுகள்.

புராஜி கிக்காவுக்கு இதைவிடச் சிறந்த மாணவர்கள் கிடைத்திருக்க மாட்டார்கள். தேஜ், ஷாஃபிகான், நான். ஆர்வத்துடன் கற்றுக் கொண்டோம். பாடங்கள் உடனடியாகச் செயலில் உருமாற்றப்பட்டன, சோதிக்கப்பட்டன. கொரில்லா போர்முறையின் சாரமே வேகமும், எதிர்பாராத இடத்திலிருந்து தாக்கிவிட்டு, வேறொரு இடத்திற்கு பின்வாங்குவதுமே என்பது பொதுவான நம்பிக்கை. அப்படியெல்லாம் இல்லை என்று புராஜி கிக்கா எங்களிடம் சொன்னான். வேகமும்

திசைதிருப்பும் தந்திரங்களும் மிகவும் அவசியம்; ஆனால், இதைப்போன்ற மோதல்களில் முக்கியமானது உங்களது மனநிலையும் ஓடுவதற்கு உங்களுக்கு இருக்கும் விருப்பமும்தான். 'எதிரியைத் தவிர்க்கப் பெரும் முயற்சி செய்தீர்கள். நீங்கள் தேர்ந்தெடுக்கும் இடத்தில், நேரத்தில், எதிரிக்குத் தீவிரமானப் பாதிப்பை ஏற்படுத்தவும், அதன்பின் சூரிய ஒளியில் பனித்துளிபோல் மறைந்துவிடவும் திட்டம் போடுகிறீர்கள். ஆனால் தவிர்க்கவியலாத சிக்கல் எழுகிறது. ஆயாசமும் உளவியல் ரீதியான அழுத்தமும் உங்களுக்கு ஏற்படும். ஏனென்றால் எதிர்பாராதது நடக்கப்போகிறது என்ற உணர்வு அடிவயிற்றில் எழும்; எனினும், எதிரியைத் தாக்கவேண்டும், விதியை நீங்கள் சந்திக்கவேண்டும் என்ற கட்டாயம் உங்களுக்கும் வீரர்களுக்கும் ஏற்படுகிறது. பொறியில் மாட்டிவிட்டோம் என்று கொஞ்சம் சந்தேகம் ஏற்பட்டாலும், கால்களுக்கிடையில் வாலை இடுக்கிக்கொண்டு ஓடும் துணிச்சல் உங்களுக்கு இருக்கவேண்டும்.'

எங்களது உத்திகள் ஜாஹிர் உல் முல்க்கை விரக்தியில் தள்ளின. வெற்றியைக் காட்டவேண்டிய தேவை அவருக்கு. அதற்குத் திட்டவட்டமான முடிவு தெரியும் சண்டை ஒன்றில் எங்களை அவர் சந்திக்கவேண்டும். அவர் எங்களைத் துரத்தினார். ஆனால், அந்த இடத்திலிருந்து நாங்கள் நகர்ந்து விட்டிருப்போம். அவரது முகாமைத் தாக்குவதும் அல்லது அவரது படையைப் பின்பக்கமாகத் தாக்குவதும் நடந்தது. எல்லா இடங்களிலும் நாங்கள் இருந்தோம். எங்களை அவரால் கண்டுபிடிக்க முடியவில்லை.

புராஜி கிக்காவும் நானும் எதிர்பார்ப்பது என்ன என்று எங்கள் வீரர்களுக்குப் புரிந்தது. எதிரியின் கவனத்தை ஈர்க்காமல் செய்யம் இந்த யுத்த முறை ஆற்றலையும் கட்டுப்பாட்டையும் அவர்களுக்கு அளித்ததாக எண்ணினர். நகர்ந்து கொண்டேயிருக்கும் இலக்கை எப்படித் திருப்பித் தாக்குவது என்பது தெரியாமல் குஜராத் வீரர்கள் விரக்தியுற்றனர்; ஒன்றும் செய்யமுடியாமல் தவித்தனர். ராஜபுத்திர வீரர்கள், ரகசியமாக இயங்கவும் அசையாமல் அமைதியாக ஓரிடத்தில் இருப்பதற்கும் கற்றுக்கொண்டனர். அசையாமல், ஒரு சொல்லும் பேசாமல் மணிக்கணக்கில் அவர்களால் குந்தியிருக்க முடியும். குதிரை மீதமர்ந்தே சாப்பிடவும், குதிரைகளைக் கனைக்காமல் கட்டுப்படுத்தவும் கற்றனர். அவற்றை அசையாமல் நிற்க வைத்தனர். இத்தகைய ரகசியத் தாக்குதலிலும் பெருமிதமும் வீரமும் இருப்பதை அவர்களால் காலப்போக்கில் கண்டுபிடிக்க முடியும்.

எங்களது மிகவேகமான தாக்குதல் முறைகளைச் செயலில் பார்க்க அன்று ராவ் வீரம்தேவ் முடிவெடுத்திருந்தார்; அன்று, சித்தோரிலிருந்து கடிதங்கள் வந்தன. லீலாவதி தன் கைப்பட கடிதம் ஒன்று

எழுதியிருந்தாள்; அதைத் தவிர்த்து மற்றவை வழக்கமானவை. அவளது கடிதங்கள் மோசமான செய்திகளை அல்லது கெட்ட செய்திகளை முன்னதாகவே தெரிவிக்கின்றன என்று நினைக்கத் தொடங்கி இருந்தேன். தோல்வியைச் சொல்லி செய்தி கொண்டுசெல்பவனைக் குழப்பும் வழக்கமான செயல். இந்த முறை கௌசல்யா என்ன கெட்ட செய்தி அனுப்பியிருப்பாள்?

ஜெய் ஏகலிங்கேஸ்வர்

மதிப்பிற்குரிய மகராஜ் குமார்,

ஓராண்டிற்கு முன்னால், ஏகாலியின் மனைவிக்கு நீங்கள் பரிசாகக் கொடுத்த இரண்டு கிராமங்களையும் பார்த்துக் கொள்ளும்படி அவள் என்னைக் கேட்டுக்கொண்டாள். சொத்து விஷயங்களில் தனக்கு அனுபவம் இல்லை என்றாள். சேவைக் கட்டணமாக ஏதாவது தருவதாகவும் சொன்னாள். எனக்கு வேலைகள் அதிகம்; அதனால், கோழிப் பண்ணை வைக்கவும், வரி வசூல் செய்யவும், கணக்கெழுதவும் பயிற்சி அளிக்க ஏற்பாடு செய்கிறேன்; யாரையும் நம்பியிருக்க வேண்டாம் என்றும் சொல்லியிருந்தேன். இரண்டு வாரங்களுக்கு ஒரு திங்கட்கிழமையில் நான்கு மணிநேரம் பாடம் எடுத்துக் கொண்டாள். ஒரு மாதத்திற்குமுன், தொடர்ந்து இரண்டு திங்கட்கிழமைகள் அவள் வரவில்லை. காரணத்தைச் சொல்லி அனுப்பவும் இல்லை. அவள் அப்படி நடந்து கொள்பவள் கிடையாது. தன் காலில், தன் மீது நம்பிக்கை இருக்கும் பெண்ணாக ஆகவேண்டும் என்பதில் அவள் குறியாக இருந்தாள். எப்போதும் சரியான நேரத்தில் வரக்கூடியவள். அவள் வீட்டிற்குச் சென்றுபார்த்தேன். வீட்டைவிட்டு வெளியில்வர மறுத்துவிட்டாள்.

அவளது கணவனிடம் பேசினேன். அவன் பதில் சொல்லத் தயாரில்லை. விரோதத்துடன், அவளுக்கும் எனக்கும் என்ன தொடர்பு என்று கேட்டான். சலவைப் பணிகளை மேற்பார்வையிட புதிதாக வந்திருக்கும் ஆய்வாளர் என்று கூறினேன்; பட்டத்தரசியின் தங்க இழைகள் கொண்ட இரண்டு காக்ராக்களைக் காணவில்லை; அதை விசாரிக்க வந்தேன் என்றேன். உடனே அவன், மேவாரின் ராஜாக்களுக்கு எழுபது ஆண்டுகள் வேலை செய்திருக்கிறேன். இதுவரையிலும் திருட்டுக் குற்றம் சுமந்ததில்லை என்று வேகமாகப் பேசினான். அவனை யாரும் குற்றம் சுமத்தவில்லை என்ற நான், அவன் அப்பாவியாக இருக்கலாம், ஆனால் அவன் மனைவி? அவனை அது உசுப்பிவிட்டது. வரிசையாக ஏதேதோ பெயர்களால் அவளை அழைத்தான்; அவளை வேசி, திருடி என்று வைதான். அவளைக் கைதுசெய்து சிறையில் அடைக்கச் சொன்னான். அவளுக்குப் பல ஆயுள் தண்டனை கொடுக்கும் அளவுக்குத் தன்னிடம் சான்று இருப்பதாகச் சொன்னான்.

அவன் பேசிய விதமும் மனநிலையும் திடீரென்று மாறிவிட்டது. சரளமாகப் பேசத் தொடங்கிருந்தான். அரைமணி நேரம் கழித்து அவன் பேச்சை மறித்தேன்; அவன் மனைவியைத் தனியாக விசாரிக்கவேண்டும் என்றேன். தேவையில்லை என்றான் அவன். அவளைப் பலமுறை அவன் விசாரித்துவிட்டதாகக் கூறினான். அடி, உதை, தண்டனைகளும் கொடுத்துவிட்டேன் என்றான். அது தவறு, பேரரசரும் அவரது நீதி மன்றமும்தான் தண்டனைக் கொடுக்க அதிகாரம் பெற்றவர்கள் என்று அவனிடம் கூறினேன். இதை அரசரிடம் சொல்வதைத் தவிர்த்து வேறுவழியில்லை என்றேன். அவனுக்கு வாயில் நுரை தள்ள ஆரம்பித்துவிட்டது. என் காலில் தலையை வைத்து புரட்டியபடி தனது முட்டாள்தனத்தை மன்னிக்கும்படி கூறினான். மனைவியை இனிமேல் தொடமாட்டேன் என்று சத்தியம் செய்தான். அவன் மனைவியுடன் தனியாகப் பேச வேண்டும் என்றதும் தயக்கத்துடன் அனுமதித்தான். அவளை விட்டுவிடாதீர்கள், அவள் கூறும் பொய்களை நம்பவேண்டாம் என்றான்.

மோசமானதை எதிர்ப்பார்த்துச் சென்றிருந்தேன். ஆனால், நான் பார்த்ததை முற்றிலும் எதிர்பார்க்கவில்லை. அவள் மண்டையில் அகலமாகத் திறந்த காயங்கள். அவளது உடல் முழுவதும், இடுப்புக் கச்சையால் அடிக்கப்பட்டிருந்தாள். உடம்பில் தோலே இல்லை, என்றுதான் சொல்லவேண்டும். என்னுடைய பல்லக்கில் அவளை வீட்டிற்கு அழைத்து வந்தேன். ராஜ வைத்தியரைக் கொண்டு அவளைப் பரிசோதிக்கச் சொன்னேன். அவள் கணவன் சாகும் அளவுக்கு அவளை அடித்தக் காரணத்தைச் சுனேரியா எப்போதும் என்னிடம் சொல்லவில்லை. ஆனால், நான் விசாரித்தவரையில் அவளுக்குப் பரிசாகக் கிடைத்த நிலம் பற்றி அந்தக் கிழவனுக்குத் தெரிந்திருக்கிறது. யாரிடமிருந்து அது வந்தது என்று தெரிந்துகொள்ள முயன்றிருக்கிறான்.

சுனேரியா வலிமையானவள். வேகமாகக் குணமடைந்து வந்தாள். நேற்று காலை இளவரசிக்கு உணவு தயாரித்துக் கொண்டிருந்தேன்; என்னிடம் சொல்லாமலே அரண்மனையை விட்டு வெளியே சென்றிருக்கிறாள். வீட்டிற்குச் சென்று தேவையானவற்றை எடுத்துக்கொண்டு, கணவனிடம் சொல்லிவிட்டு வருவாள் என்று நினைத்தேன். ஆனால், வேறொன்று நடந்துவிட்டது. வேகமாகக் கத்தியபடி துணி துவைக்கப் பயன்படுத்தும் மரத்தடி ஒன்றால் அவள் கணவன் அவளை அடித்திருக்கிறான். பக்கத்து வீட்டுக்காரர்கள் பார்த்திருக்கிறார்கள். அவள் மயங்கும் வரை அடித்திருக்கிறான். சுயநினைவுக்கு வந்தவள், அதே மரத்தடியை எடுத்து, அவளுக்கு எதிராகக் கையை உயர்த்துவது அதுவே கடைசி என்று சொல்லி அவன் மண்டையை உடைத்துவிட்டாள்.

அவள் மீது கொலைக்குற்றம் சாட்டப்பட்டுள்ளது. அவள் இப்போது சித்தோர் சிறையில் இருக்கிறாள். அதிர்ச்சியிலும் தீவிரமான மனச்சோர்விலும் இருக்கிறாள். தினமும் சென்று அவளைப் பார்க்கிறேன். அவள் உடல்நிலை குறித்தும், வழக்கு விசாரணை எப்படிப் போகிறது என்பதையும் தெரிவிக்கிறேன். அடுத்த பதினைந்து நாட்களுக்குள் வழக்கு, விசாரணைக்கு வரலாம்.

அனைத்தும் நிச்சயம் நன்றாக நடக்கும் என்று நம்புகிறேன்

விசாரிப்புகளும் ஆசிர்வாதங்களும்,
கௌசல்யா.

பி.கு. இன்றிரவு அவளைப் பார்க்கச் சென்றிருந்தேன். அவளுக்குச் சிறிது உணவும் எடுத்துப்போயிருந்தேன்.

அனைத்தும் நல்லதற்கே. நான் சுனேரியாவின் கணவனை ஏன் அழைத்துப் பேசவில்லை? அவனை முதுகில் தட்டிக்கொடுத்து, நேருக்கு நேர் பேசியிருக்கலாமே. 'இத்தனை ஆண்டுகளும் உன் மனைவியை இரவல் கொடுத்ததற்கு நன்றி. அவளை அறிந்துகொண்டது உண்மையில் மகிழ்ச்சியானதுதான். நிச்சயம், உன்னையும் குறிப்பிடாமல் இருக்கமுடியாது. அவளுக்கு ஏதாவது செய்யவேண்டும் என்று நினைத்தேன். என்னைத் தவறாக புரிந்துகொள்ள வேண்டாம். அவளது சேவைக்காகவோ அல்லது அதைப் போன்ற ஏதாவது ஒன்றிற்காகவோ என்று நினைக்கவேண்டாம். பாராட்டின் அடையாளமாக சிறிய பரிசு. தேவையானபோது பயன்படுமே என்றுதான் அளித்தேன். எப்படியும் கூடிய சீக்கிரம் இறந்துபோகப் போகிறாய். ஆகவே, வேறு யாரும் அவளைக் கவர்ந்து விடும் முன்னர் நான்...'

அது முன்னுணர்வா? அல்லது இறுதியாக என்னிடம் பேசியபோது என் கவனத்தை ஈர்ப்பதற்காக சுனேரியா வெறுமனே கூட்டிப் பேசியிருப்பாளா? இரண்டும் இருக்காது என்று நினைக்கிறேன். மோசமானது நிச்சயம் நடக்கப்போகிறது என்பது தெளிவு. ஆனால், கவலைப்படப் போவதில்லை. மார்பில் அடித்துக்கொள்வது உதவப்போவதில்லை. கௌசல்யாவின் முகவரியில் அவளுக்குக் கடிதம் எழுதினேன். லீலாவதி அவளுக்குப் படித்துக் காட்டுவாள்.

கடிதத்தை மிகச் சுருக்கமாக எழுதினேன்.

அன்புள்ள சுனேரியா,

நீ நினைப்பது தவறு என்று நிரூபிக்கப் போகிறேன். உன்னைப் பார்க்க வருவேன். விரைவில் வருவேன். விரைவில்.

உனக்கு மேலும் பண உதவி கிடைக்க ஏற்பாடு செய்துள்ளேன். கௌசல்யா உனக்கு உதவுவாள். விரைவில் நீ சிறையிலிருந்து வெளிவந்துவிடலாம். நீ குற்றமற்றவள். அதை மறந்துவிடாதே. சட்டம் உன் பக்கம்தான் இருக்கும். தைரியமாக இரு.

கடிதத்தின்மேல் எனது முத்திரையை வைத்தேன். செய்திகொண்டு செல்பவனை அழைக்க இருந்தேன். விபரீதமாக ஏதோ ஒன்று என் மனத்தில் அப்போது தோன்றியது. ஒவ்வொருமுறையும் மற்றவர்களைத் தூக்கத்திலிருந்து எழுப்பி, படுக்கையிலிருந்து எழச் செய்கிறேன். விடிவதற்குமுன், காலை ஒரு மணிக்கு உடற்பயிற்சியில் ஈடுபட வைக்கிறேன். தொடர்ச்சியாக பதினாறு மணிநேரம் அணிவகுத்துச் செல்ல கட்டாயப்படுத்துகிறேன். கட்டுப்பாட்டுடன் இருக்கச் சொல்கிறேன். அனைத்துமே எதிர்பாராத ஒரு தாக்குதலுக்குத் தயாராக இருக்கவேண்டும் என்ற பெயரில். இந்த முறை செய்திகொண்டு செல்பவனை நான் எழுப்பும் தேவையில்லை. கூச்சலும் கும்மாளமுமாக, நிறைந்த சகாக்களுடன் அவன் இருப்பதுபோல் தெரிந்தது.

நடந்தது வேறு. அவர்கள் எங்கள் கூடாரங்களைக் கீழே இழுத்துத் தள்ளிக் கிழித்துக் கொண்டிருந்தார்கள். புராஜி கிக்காவும் நானும் கண்டிருந்த மிக மோசமான கனவுகள் உண்மையாகிவிட்டதை அப்போதுதான் உணர்ந்தேன்.

எப்போதும் அதீத எச்சரிக்கையுடன் இருக்க விரும்புபவன் நான். ஆகவே ஒவ்வொரு முகாமிற்கும் புறக்காவல் வீரர்களை வழக்கமான எண்ணிக்கையை விட இரு மடங்கு அதிகப்படுத்தியிருந்தேன். அது தவிர்த்து, ஏழு உபதளபதிகள் ஒவ்வொரு வாரமும் கண்காணிப்புப் பணிகளை மேற்பார்வையிடுவார்கள். இன்று இரவு, ராவ் ராய்முலும் அவன் வீரர்களும் பணியில் இருந்திருக்கவேண்டும். நல்வாய்ப்பாக ராவ் வீரம் தேவும் மற்ற தளபதிகளும் என் கூடாரத்திற்கு வந்து இறுதியாக நடத்திய தாக்குதல் குறித்து விவரித்துக் கொண்டிருந்தனர். முடிக்கும்போது இரவு அதிக நேரமாகிவிட்டது. பதினைந்து நாளுக்கு ஒருமுறை நடக்கும் போராலோசனைக் கூட்டம் மறுநாள் காலையில் நடக்க இருந்தது. ஆகவே அவர்கள் அனைவரையும் என் கூடாரத்திலேயே தங்குமாறு கேட்டுக் கொண்டேன். நல்லவேளை. மிகமோசமாக எதும் இல்லை. இடாரின் ராவ் உட்பட மூத்த தளபதிகள் அனைவரும் என் கூடாரத்திற்கு வந்துவிட்டனர். இல்லாத ஒரே நபர் ராவல் உதய் சிம்மா.

ராவ் ராய்முலும் அவனது ஆட்களும் பணி முடிந்து சென்றிருக்க வேண்டும் அல்லது அதுபோன்ற ஏதாவது ஒன்று நடந்திருக்க வேண்டும். எங்களைத் தாக்க ஜாஹிர் உல் முல்க் முடிவெடுத்த நாளும் அன்றாகத்தான் இருக்கவேண்டும். அதிக அளவில் தற்செயல் நிகழ்வுகள்

நடந்துள்ளன. இந்த முகாமை குஜராத் ஒற்றர்கள் மிகவும் உன்னிப்பாகக் கண்காணித்திருக்கிறார்கள்; மற்ற முகாம்களின் ராஜபுத்திர தளபதிகளையும் பின் தொடர்ந்திருக்கிறார்கள். ஜாஹிர் உல் முல்க் முட்டாள் அல்ல. ஓடி ஒளிந்து விளையாடும் எதிரிக்குப் பதிலடி கொடுக்க ஒரேவழி, அவனது திட்டத்தை, விளையாட்டைக் கற்றுக்கொள்வது; அதை அவன் மேல் திருப்புவது. இதை அவன் உணர்ந்திருக்க வேண்டும். நொறுங்கி முடங்கிப் போய் உட்கார்ந்திருந்தேன். எவ்வளவு வீரர்கள் இறந்திருப்பார்கள்? சில நிமிடங்களுக்கு முன்புதான் தளபதிகளின் கூடாரங்களை குஜராத் படையினர் தாக்கியிருக்க வேண்டும. தேஜ், ஷ∴பி, புராஜி கிக்கா, ராவ் வீரம்தேவ். இவர்களைக் காட்டிலும் இந்தப் பூமியில் மிகவும் பிரியமானவர்கள், மதிப்பு மிக்கவர்கள் எனக்கு வேறு யாருமில்லை. எனினும் நான் நகரமாட்டேன். சிந்தனையை வேறு இடத்தில் வைத்துவிட்டேன். அது முக்கியமான ஒன்றுதான். ஆனால், அது என்ன என்ற யோசனை எனக்கு இல்லை.

மங்கள் வேகமாக கூடாரத்தில் நுழைந்தான். ‘சீக்கிரம், இளவரசே, நாம் தாக்கப்படுகிறோம். பெ∴பிக்கிரை வெளியில் நிறுத்தியிருக்கிறேன்’. அவனை அமைதியாக இருக்கும்படி கையை உயர்த்தினேன். என்ன நடந்துவிட்டது? முட்டாள், நான் ஏன் இப்படிக் கல்லாய்ச் சமைந்துவிட்டேன்? நான் நகர முடியாமல், அல்லது நகரக் கூடாது என்று இருப்பதன் முக்கியத்துவம் என்ன? ‘எழுந்திருங்கள், இளவரசே. மற்ற தளபதிகளை எழுப்பிவிட்டேன். அனைவரும் இங்கு வந்துவிடுவார்கள். நீங்கள் இப்போது தப்பிக்கவில்லை என்றால், அனைத்தும் குட்டிச்சுவராகிவிடும்’.

மங்கள் ஏன் இப்படி அலட்டிக்கொள்கிறான்? பதட்டப்படுகிறான்? அவனும் மற்றவர்களும் இங்கிருந்து போக விரும்பினால், எனக்கு ஆட்சேபணை இல்லை. கவனிக்கவேண்டிய, அதிக முக்கியத்துவம் வாய்ந்த பிரச்சனைகள் இருக்கின்றன. அவன் இப்போது கத்திக் கொண்டிருந்தான். ‘என்ன ஆயிற்று உங்களுக்கு? ஒரு நாளைக்கு ஏழு முறை நீங்கள் எங்களுக்குச் சொல்லியதுதானே? யுத்தமோ, அல்லது எதுவாக இருந்தாலும் தப்பித்து உயிரைக் காப்பாற்றிக்கொள்ள வேண்டும், முட்டாள்தனமாக சாகசம் செய்து செத்துப் போவதைவிட மீண்டும் யுத்தம் செய்ய உயிர் வாழவேண்டும் என்று சொன்னீர்களே. இப்போது எது உங்களைப் பிடித்து நிறுத்தியிருக்கிறது?’

அழுத்தம். கொடுக்கும் அழுத்தம் குறித்த விஷயம் இது. பகாவஜ் வாத்தியத்தின் அடிப்படை விஷயங்களைக் கற்றுக்கொடுத்த இசையாசிரியர், அந்தக் கருவியை வாசிக்கும்போது கொடுக்கும் அழுத்தம் எப்படி இருக்கவேண்டும் என்பதை அறிந்திருக்கவேண்டும்; அப்போதுதான் அந்த வாத்தியத்தில் முழுச் சுற்று வாசிக்க முடியும்.

அதேநேரத்தில் எவருக்காக நீங்கள் வாசிக்கிறீர்களோ அந்தப் பாடகரின் தாளகதிக்கு ஏற்பவும் வாசிக்கவேண்டும் என்று கூறியிருந்தார். ஆம், வாழ்க்கையிலும் ஒவ்வொரு நிகழ்விற்கும் எவ்வளவு அழுத்தம் கொடுக்க வேண்டும் என்பதையும் நீங்கள் அறியவேண்டும். ஜாஹிர் உல் முல்க்கின் நாள் இது. நாங்கள் இறந்து போகலாம் அல்லது சண்டை இன்னும் சில மாதங்களுக்கு, ஆண்டுகளுக்கு நீளவும் செய்யலாம். அந்த அளவுக்கு இடாரோ அல்லது குஜராத்தோ மதிப்புடையவை அல்ல. செய்வதற்கு ராஜ்ஜியத்தில் ஏகப்பட்ட வேலைகள் இருக்கின்றன. கைப்பற்ற டில்லியும் மால்வாவும் காத்திருக்கின்றன. முதலில் செய்யவேண்டியவை நினைவுக்கு வந்தன. பகுத்தறியும் உணர்வும் மீண்டது.

அந்தக்கணம், நான் என்ன செய்ய வேண்டும் என்பதை உணர்ந்தேன்.

'பிரதம தளபதியின் தலைமையில்தான் தாக்குதல் நடக்கிறதா?'

'ஆம்' என்றான் மங்கள்.

ராவ் வீரம்தேவ் ஏனையோருடன் உள்ளே நுழைந்தார். 'மங்கள், ராவல் உதய் சிம்மாவின் முகாமுக்குச் செல். நேர்ப் பாதையில் போ. சுற்றுப் பாதையில் குஜராத் ஆட்கள் உனக்காகக் காத்திருக்கலாம். குறுக்குப் பாதையில் எதிர்பார்க்க மாட்டார்கள். நமது நகர்வு எவ்வாறு இருக்கும் என்பதை எதிர்பார்த்து நம்மைத் தாக்க நினைப்பார்கள். தெற்கிலும் கிழக்கிலும் உள்ள ஐந்து முகாம்களின் வீரர்களை ஒன்றுசேர்த்து குஜராத் முகாமைத் தாக்கும்படி ராவல் உதய் சிம்மாவிடம் சொல். இரக்கமோ, கருணையோ காட்டவேண்டாம். இதே செய்தியை உனது ஆட்கள் மூலம் மற்ற முகாம்களுக்கும் அனுப்பு. வடக்கிலிருக்கும் இரண்டு முகாம்களின் வீரர்களை விரைந்து வரச் சொல். அவர்கள் எங்களுடன் இணைந்து கொள்ளட்டும். எங்களைப் பின்பற்றி அவர்கள் வரவேண்டும். மேற்கிலிருக்கும் இரண்டு முகாம்களின் வீரர்கள், ஜாஹிர் உல் முல்க்கின் வீரர்களைப் பின்னாலிருந்து தாக்கட்டும்.

'மங்கள், அந்தத் தளபதிகளிடம் சொல். குஜராத்தின் பிரதம தளபதி நமக்காக ஏதாவது பொறி வைத்திருப்பார். அதனால் நாம் துல்லியமாகவும், தெளிவாகவும் செயல்பட வேண்டும். அது கட்டாயம். நாம்தான் அவர்களை இங்கு திட்டமிட்டு வரவழைத்து முடிக்கப் போகிறோம். அவர்களல்ல என்று எதிரி நம்பும்படி செயல்பட வேண்டும் என்று சொல். கடவுள் உன் பக்கம் இருக்கட்டும். உயிரோடு திரும்பி வா. நீ செய்வதற்கு ஏராளம் வேலை இருக்கிறது'. அவன் புறப்பட்டான்.

'தேஜ், உன் ஆட்களை அழைத்துக் கொண்டு கிழக்குப் பக்கமிருந்து தாக்கு. பழைய பாணியில் முன்னணி தாக்குதலை மையப்

பகுதியிலிருந்து ராவ் வீரம்தேவ் தலைமையேற்று நடத்தட்டும். ஷெ·பி, உங்கள் ஆட்களை, யார் இருக்கிறார்களோ அவர்களை அழைத்துக்கொண்டு மேற்கிலிருந்து தீவிரமாகத் தாக்குங்கள். இது சாகசத்திற்கான நேரமில்லை. பார்த்து யோசித்து செயலில் இறங்குங்கள். ஆனால், உங்கள் உயிரைப் பணயம் வைத்து அல்ல. பின்வாங்குங்கள் என்று நான் சமிக்ஞை கொடுத்தால் உடனே செய்யுங்கள். ஷெ·பி கானின் பின் வாங்கும் திட்டம் எண் ஏழின்படி அதைச் செய்யவேண்டும். மீண்டும் மூன்றாம் முகாமில் ஒன்று சேர்வோம்; அடுத்த நடவடிக்கை பற்றிப் பேசுவோம்.'

அவர்கள் சென்றதும், கொஞ்சம் சேறு எடுத்து முகத்தில் பூசிக்கொண்டேன். வெளியில் சென்று ஐந்து நிமிடத்தில் இறந்த குஜராத்தி வீரன் ஒருவனை இழுத்து வந்தேன். அவன் உடைகளை அவிழ்த்து அணிந்து கொண்டேன். எனது வாளுறை அவ்வளவு அலங்காரமாக இருக்காது; அதுமட்டுமின்றி, அடையாளம் காண முடியாத ஒன்றும் இல்லை. வீரனின் வாளைச் சோதித்தேன். ஜாஹிர் உல் முல்க் எதையும் சரியாகச் செய்ய விரும்புகிறவர். ஆளைக் கொல்லும் ஆயுதங்களை அவரது ஆட்கள் நல்ல நிலைமையில்தான் வைத்திருந்தனர். அந்த வீரனின் கச்சையை என் இடுப்பில் கட்டிக்கொண்டேன். பெ·பிக்கிரின் சேணத்தை எடுத்து கீழே போட்டுவிட்டு அவனுடையதை ஏற்றினேன். தலைக் கவசம் எனக்குச் சரியாகப் பொருந்தவில்லை. அசௌகரியமாக இருந்தது. தூக்கி எறிந்தேன். குனிந்து மேலும் கொஞ்சம் சேற்றை எடுத்து முகத்தில் பூசிக்கொண்டேன். புராஜி கிக்கா அருகிலேயே நின்றிருந்தான். 'மகராஜ் குமார், கவனம். நான் உங்களைப் பின் தொடர்கிறேன்'. அவனது முன்கையை தொட்டுவிட்டு வெளியில் சென்றேன். மாலிக் ஆயாஸ் போல் ஜாஹிர் உல் முல்க் இல்லை. வீரர்களை நம்பிக்கையுடன் வழி நடத்தினார்.

அவர் இருக்குமிடத்தைக் கண்டுபிடிக்கச் சிறிது நேரமாயிற்று. சுற்றிலும் எங்கள் வீரர்கள் இறந்து கொண்டிருந்தனர். வீடு திரும்பிக் கொண்டிருந்த குஜராத் படைப் பிரிவுகள் மீது நாங்கள் விரைந்து நடத்திய தாக்குதல் மீண்டும் நிகழ்வதுபோல் இருந்தது. அலட்டிக்கொள்ளாமல், சண்டையைத் தவிர்ப்பதுபோல் நின்றிருந்த என்னை மேவார் வீரர்களில் ஒருவன் பார்த்தான். குதிரையைத் திருப்பிக்கொண்டு நேராக என்னை நோக்கி வந்தான். குஜராத் வீரர்கள் சிலர் என்னைக் கவனித்துக் கொண்டிருந்தனர். அவனது முதல் அடி என் தலைக்கவசத்தின் மீது விழுந்தது. இரண்டாவது என் கழுத்தை நோக்கி வந்தது. நண்பா, முதல் முறையிலேயே என்னை வீழ்த்தியிருக்க வேண்டும். வாளை அவன் வயிற்றில் செருகினேன். முன்பக்கம் விழுந்தவன், குதிரைச் சேணத்தை பிடித்துக் கொண்டான். குதிரையின் தொடையில் வேகமாக உதைத்தேன்.

ராஜபுத்திர வீரர்கள் வேகமாகப் பின்வாங்கிக் கொண்டிருந்த திசை நோக்கி அது பறந்தது.

தளபதிக்கு அருகில் செல்வது கடினமாகத்தான் இருந்தது. அவரைச் சுற்றிலும் கடுமையாகச் சண்டை நடந்து கொண்டிருந்தது. அதில் கலந்துகொள்ள விரும்பவில்லை. பேசும் தூரத்திற்குள் வரும்போதெல்லாம், ஜாஹிர் உல் முல்க் என்னிடமிருந்து நழுவுவதுபோல் தோன்றியது. குஜராத் வீரன் உடையை அணிந்திருந்தாலும், விலகி பக்கவாட்டில் நான் முன்னேறுவது குஜராத் படையின் முழுக்கவனத்தையும் ஈர்த்துவிட்டது. தயாராக இல்லாத எதிரியைக் கொல்வதில் ஏற்படும் கிளர்ச்சியிலும், பழிதீர்ப்பதில் கிடைக்கும் மகிழ்ச்சியிலும் குஜராத்திகள் ஈடுபட்டிருப்பார்கள் என்பதே என் நம்பிக்கை. அதற்கு இன்னும் எவ்வளவு நேரம் ஆகும்? என்னை விடவும் அதிக ஆபத்தை புராஜி கிக்கா எதிர்கொள்கிறான் என்பதை அறிவேன். என்னைப்போல் அவன் வேற்றுடையில் வரவில்லை. என்னைப் பின்தொடர்ந்த அவன், உயிரைக் காப்பாற்றிக் கொள்ள சண்டை போட்டுக்கொண்டே வந்தான்.

நான் நெருங்கிவிட்டேன். கௌரவர்களின் சக்கர வியூகத்தை உடைத்து உள்ளே சென்ற அபிமன்யூவின் உணர்வு எனக்கு ஏற்பட்டது. இப்போது இங்கிருந்து எப்படி வெளியேறுவேன்? ஆனால், முடிக்க வேண்டிய பணி எனக்கு முன்னால் நிற்கிறது.

'அந்தப் பூச்சியைக் கொல்'

ஜாஹிர் உல் முல்க் என்னிடம் பேசுவதாகத்தான் நினைத்தேன். என் உடையும் வேஷமும் அவ்வளவு வெளிப்படையாகத் தெரிகிறதா? சப்தமாகச் சிரிக்கவிருந்தேன். அல்லது, எந்த வேஷமும் முகத்தை மறைக்க முடியாத அளவு, பார்க்க அற்புதமான தோற்றத்துடன் தனித் தன்மையுடன் இருக்கிறேனா?

'ஏய் கழுதை, அந்தப் பூச்சியைக் கொல்,' புராஜி கிக்காவுக்கு அருகில் வந்த பில் வீரனைக் காட்டி அவன் திரும்பவும் சொன்னான். 'நான் ராஜாவைப் பார்த்துக் கொள்கிறேன்'

'சரி பிரபு,' என்ற நான் வாளை உயர்த்தினேன். பூச்சியே, காரியத்தைச் சரியாகச் செய். உனக்கு என்றைக்கும் கிடைக்காத ஒரே வாய்ப்பு. சுத்தமான ஒரே வீச்சில் உடலிலிருந்து தலையைத் துண்டிக்கவேண்டும். இல்லையெனில் பாதி முடிந்த வேலைபோலத்தான். இன்னும் கொஞ்சம் வேகம் கிடைக்கும் என்பதற்காக அங்கவடிகளில் எழுந்து நின்ற எனது கையும் வாளும் சென்ற திசையைப் பார்த்து ஏதோ தப்பு நடக்கிறது என்பதை ஸாகிர் உல் முல்க் உணர்ந்திருக்க

வேண்டும். அதற்குள் வாள் கீழே இறங்கிவிட்டது. ஆனால், எதிர்பார்த்த வேலையை வாள் செய்யவில்லை. அவனது முகக்கவசத்தின் முன்புறம் தொங்கிய சல்லடைபோன்ற மெல்லிய இரும்புத் திரை, பறவை இறகுபோல் பறந்தது. அந்த நேரம் அவன் புராஜி கிக்காவை நோக்கிச் சாய்ந்து வாளை அவன் மீது விரைந்து பாய்ச்ச இருந்தான். கண நேரம் தளபதியின் கழுத்து பாதுகாப்பற்று இருந்தது. தாக்குவதற்கு அது போதுமான நேரம். திறனும், நளினமும் தென்படாத வீச்சு தான்; ஆனால், அது காரியத்தை முடித்துவிட்டது. வாள் அவனது கழுத்தை வெட்டியது. ஒரு குஜராத்தி வீரனின் தோளில் விழுந்து, புராஜி கிக்காவிடமிருந்து இரண்டு கெஜ தூரம் தள்ளி தரையில் விழுந்தது. அவரின் உடல் கொஞ்சம் சாய்ந்தாற்போல் ஆனால், குத்திட்டு நின்றது. வலிப்புபோல் கை துடித்தது, பின் வாள் கையிலிருந்து வீழ்ந்தது.

இப்போது அந்த வெட்டை உங்களால் தெளிவாகப் பார்க்கமுடியும். சாய்வாக இறங்கியிருந்தது, கழுத்துப்பகுதியின் வலது பக்கத்திலிருந்து இடப்புறம் சரிவாக... இருநூறு ஆண்டு வயதுள்ள மரங்களை வெட்டும்போது இப்படி எல்லாப் பக்கங்களிலும் பீய்ச்சி அடிப்பதில்லை; கோடரியால் வீழ்த்தப்படும்போது இப்படி ஒழுங்கற்று விழுவதில்லை. சிறிய ஓடைபோல் இரத்தம் அவன் கவசத்தில் வழிந்தோடியது. இரத்தம் எளிதாக வெளிவருவதற்கு ஏதுவாக கழுத்துப் பிரதேசத்திலிருந்த நாளங்கள் விரிந்தன. சற்று நீட்டிக் கொண்டிருந்த கழுத்துப் பகுதியிலிருந்து நான்கு அல்லது ஐந்து அங்குல உயரத்திற்கு ரத்தம் பீய்ச்சி அடித்தது. கீழ் நோக்கித் திரும்பி அடங்கியது. உடல் ஒவ்வொரு முறை உதறியபோதும், ஊடுருவிப் பார்க்க முடிந்த ரத்தக் குமிழி ஒன்று கழுத்தில் உருவானது. உடைந்து, எல்லா பக்கமும் தெரித்தது. கீழிறங்கியோடிய குருதித் தடங்கள் ஏற்கனவே உறையத் தொடங்கியிருந்தன.

எண்ணிக்கையற்ற மனிதர்களைக் கொன்றிருக்கிறேன். ஆனால், எதிர்காலத்தில் எனக்குச் சுரம் வந்து பிரமை பிடித்தவன் போலாகிவிட்டால், எனக்குத் துணையாக இருக்கப்போவது நிச்சயம் இந்தத் தளபதியின் தலையற்ற முண்டமாகத்தான் இருக்கும். தங்களது வீரர்களில் ஒருவனே தளபதியைக் கொன்றதை சகித்துக் கொள்ள முடியாமல் குஜராத் வீரர்கள் திகைப்பிலும் அதிர்ச்சியிலும் நின்றிருந்தனர். அவர்களில் ஒருவன் துரோகி என்று சொல்லிக் கொண்டே என்னருகில் வந்தான். அவனது இரும்புக் கவசத்தில் என் வாளால் வேகமாக அடித்தேன். அவன் தலைக்குப்புற விழுந்தான். தளபதியின் மீது மோதி அவரைத் தள்ளிவிடாமல் இருக்கத் தன் குதிரையை அவன் இழுத்துப்பிடித்தான். வாளை ஆவேசத்துடன் சுழற்றி வீசியபடி அவ்விடத்திலிருந்து வெளியேறினேன். அந்தத் தலையை ஈட்டி ஒன்றில் தூக்கி எங்கள் பதாகைக்குமேல் உயர்த்திப் பிடித்த புராஜி கிக்கா,

'ஜாஹிர் உல் முல்க், இறந்தான், ஸாஹில் உல் முல்க் இறந்தான்' என்று கத்திக் கொண்டே அந்த இடத்தை விட்டு விரைந்தான்.

அந்தச் சொற்கள் குஜராத் வீரர்களிடம் ஏற்படுத்திய பெரும் தாக்கம் விசித்திரமானது. இறந்து போனவர்களாய் அவர்கள் சமைந்தனர். என்னைத் துரத்தி வந்தவர்களும் நின்றுவிட்டனர். கணநேரத்தில் மீண்டும் சுயநினைவு அடைந்து தொடர்ந்து துரத்தினர். என் முகத்திலிருந்த சேற்றைத் துடைத்தேன். மேலே அணிந்திருந்த குஜராத் உடையைக் கிழித்து எறிந்தேன். என் வீரர்களை நோக்கிக் கத்தினேன். 'அவர்கள் ஒருவரையும் விடாதீர்கள்'. புராஜி கிக்கா குதிரையில் அங்குமிங்கும் பாய்ந்து சென்று 'ஜாஹிர் உல் முல்க் இறந்தான். அவன் ஆன்மா அமைதி பெறட்டும்' என்று சப்தமாகக் குரல் கொடுத்தான். தளபதியின் தலை எங்கள் அனைவருக்கும் மேல் நின்றிருந்தது. என் அருகில் ராஜா புராஜி நிலையாக நிற்கும் வரையில் இருபக்கமும் அசைந்தாடிக் கொண்டிருந்தது. தேஜ், ஷஃபி, ராவ் வீரம்தேவ் எங்களுடன் சேர்ந்துகொண்டனர். நேரத்தை வீணாக்கக் கூடாது. 'புறப்படுவோம்'. என் குரல் சொர்க்கத்தின், நரகத்தின் எல்லைகள் வரை கேட்டிருக்கும். 'குஜராத் முகாமைக் கைப்பற்றுவோம்'.

அத்தியாயம் 21

அடுத்த நாள் அதிகாலையில் இடாருக்குப் புறப்பட்டோம். நான் ஏன் இவ்வளவு அவசரப்படுகிறேன் என்று ராவ் வீரம்தேவ் வியந்திருக்கலாம். நாகரீகம் அறிந்த, பண்பட்ட மனிதர் அவர். இதைப் போன்ற தனிப்பட்ட கேள்விகளை அவர் கேட்கமாட்டார். இரவு கவிந்த நேரத்தில் அந்தச் சிறிய ராஜ்ஜியத்தின் வாயிலில் நாங்கள் இருந்தோம். இந்தக் கணத்திற்காக மேவாரும் அதன் நண்பர்களும் மிக அதிகமான வீரர்களை இழந்திருக்கிறார்கள். என் வாழ்க்கையின் பதினெட்டு மாதங்களை முழுமையாக இதற்காகச் செலவிட்டுள்ளேன். அரியணையிலிருந்து விரட்டப்பட்டவன், வருங்கால அரசன் இருவருமே எங்களுடன் இருந்தனர். ராஜ்ஜியத்தை இழந்தவன்மீது, குறைந்தபட்சம் தற்காலிகமாக ஒரு இரக்கம் உண்டானது. பார்மல், இதற்குமுன் எனக்கு அறிமுகமில்லை. ஆனால், அவன் சண்டை போடுவதைப் பார்த்ததும் எனக்குப் பிடித்துவிட்டது. முதிர்ச்சியுற்றவன். தனது தோல்வியை அமைதியாக, கண்ணியத்துடன் ஏற்றுக்கொண்டான். என் மைத்துனனைப் பரிமாற்றம் செய்துவிட்டு, அவனைக் கூட்டாளி ஆக்கிக் கொள்ள விரும்பினேன். அவன் உயிருடன் இருக்கும் வரையிலும் ராவ் ராய்முல் அரியணையில் நிரந்தரமாக உட்காரமுடியாது. என் சகோதரியின் கணவனை முழுமையாகவும் இதமாகவும் நான் வெறுக்கிறேன். எங்கள்

அனைவரையும் ஏறத்தாழ அழித்துவிடக்கூடிய செயலை நேற்று அவன் செய்துவிட்டான்; எனினும் இந்தப் பெரும் ஆபத்தான முடிவை நான் எடுத்தேன். அதற்கு நான் என்னை மன்னிக்கவே முடியாது.

இறுதியில், ஒரே இரவில் நான் கதாநாயகனாகிவிட்டேன். இறுதியில் சரணடைவதற்கான ஆவணத்தில் ராவ் பார்மல் கையெழுத்திட்டான். குஜராத் வீரர்களின் ஆயுதங்கள் களையப்பட்டன. மேவாரின் நட்பு நாடுகளின் வீரர்கள் என்னைத் தோளில் தூக்கிக் கொண்டு, 'மகராஜ் குமாருக்கு வெற்றி' 'மகராஜ் குமார் வாழ்க' என்று நள்ளிரவு வரையும் முழக்கமிட்டனர். போரிடுவதில் புதிய முறைகளில் அவர்களுக்குப் பயிற்சி அளிக்கவேண்டும். நட்பு முறையில் அவர்களை வெல்வதற்கு ஓராண்டு காலமாக முயற்சிசெய்தேன். இப்போது முட்டாள்தனமான ஒரு நடவடிக்கை மூலம் அவர்களை என் கட்டுப்பாட்டில் கொண்டுவந்துவிட்டேன். எனக்கு அடிமையாக இருக்க விரும்புகிறார்கள். என் கட்டளையை நிறைவேற்றத் தயாராக இருக்கிறார்கள். அன்று இரவே டில்லியை நோக்கி அணிவகுத்துச் செல்லவும், லோடி ராஜாவுடன் போரிடவும் தயாராக இருந்தார்கள். அன்றைய இரவில் வேறு என்னென்ன உறுதிமொழிகளை அவர்கள் உதிர்த்தார்கள் என்பது கடவுளுக்குத்தான் தெரியும். ஆனால், இந்த நிலை எவ்வளவு நாள் நீடிக்கும் என்று தெரியாது. அவர்களை மீண்டும் வெற்றி கொள்ளவும் எனக்கு எதிராகத் திருப்பவும் விக்கிரமாதித்தனுக்கு அதிக காலம் ஆகாது. எதிரியை நேருக்கு நேர் எதிர்கொண்டு போரிடும் அந்தப் பழைய முறைகளுக்கு அவர்கள் விரைவாகத் திரும்பிவிடுவார்கள்.

ஆனால், அது முக்கியமல்ல. தவிர்க்க முடியாத, முழுமையான தோல்வியை வேறு எவராலும் வெற்றியாக மாற்றியிருக்க முடியாது என்று ராவ் வீரம்தேவ் உட்பட அனைத்துத் தலைவர்களும் கூறுகிறார்கள். இனி ஒன்றும் செய்வதற்கில்லை என்று அனைவரும் எண்ணியபோது நான் மட்டுமே தெளிவாகச் சிந்தித்ததாகக் கூறினார்கள். அசாதாரண நடவடிக்கையில் இறங்குவது தவிர்த்து வேறு வழி இல்லை என்று புரியவைத்தேன் என்று அழுத்தமாகச் சொன்னார்கள். ஒரு மாற்று வழி இருந்தது. நான் உருவாக்கிய, திரும்பத் திரும்பச் சொன்ன திட்டம். அது, பின்வாங்குதல். உயிரைக் காப்பாற்றிக் கொள்ளுதல். உயிருக்காகத் தப்பி ஓடுவது. நிச்சயமாக, எனக்கு நானே இட்ட அந்தக் கட்டளையையும் புறக்கணித்துவிட்டேன்.

நான் செய்த காரியத்தை என் உபதலைவர்களில் ஒருவன் செய்திருந்தால் அவன் பதவியைப் பறித்திருப்பேன். மேவாரிலிருந்து வெளியேற்றியிருப்பேன். நம்மை நாம் எப்படி மன்னித்துவிடுகிறோம்! மிகவும் நம்பிக்கையற்ற அந்தச் சூழலில் என் வாழ்வையே ஆபத்திற்கு உட்படுத்தினேன். ஒருவேளை நான் கொல்லப்பட்டிருந்தால், இந்தப்

படையை வைத்துக்கொண்டு என் சகாக்கள் என்ன செய்திருப்பார்கள்? நான் சிறைபிடிக்கப்பட்டேன் என்று அறிந்தால் எவ்வளவு மோசமான விளைவுகள் ஏற்பட்டிருக்கும்? குஜராத்தின் பிரதம தளபதியை நான் கொன்றபோது அவர்கள் படையின் மேல் கவிந்த அதே நிலைமை எங்கள் படைக்கும் ஏற்பட்டிருக்கும். தலைவன் இல்லாத படை உடனடியாக வீழ்ந்துவிடும். அத்துடன், பதின்பருவத்து இளைஞனின் செயல்போன்ற மன்னிக்க முடியாத எனது நடவடிக்கையால் ராஜபுத்திரர்கள் கொரில்லா போர்முறையைக் கைவிடும் நிலையை ஏற்படுத்தியிருப்பேன். நூற்றாண்டுகளுக்கு இல்லையென்றாலும் சில பத்தாண்டுகள் அப்படி நடந்திருக்கும்.

சீக்கிரம் வீட்டுக்குத் திரும்ப நான்தான் அவசரப்பட்டேன் என்று நினைத்தேன்; ஆனால், அரியணையில் அமர ராவ் ராய்முல் காட்டிய அவசரம் நகைச்சுவையின் உச்சம். காலை ஐந்தரை மணிக்கே என் அறைக்கதவை தட்டினான். சீக்கிரமாக உடையணிந்து மகுடம் சூட்டும் நிகழ்வுக்கு வரச் சொன்னான். முதலில் பதினைந்து நிமிடங்களுக்கு ஒருமுறை வந்தான்; ஆறு நாற்பத்தைந்துக்குப் பிறகு பத்து நிமிடங்களுக்கு ஒருமுறை வரத்தொடங்கினான்

'இளவரசே, முகூர்த்தம் காலை ஒன்பது பதினேழுக்கு. அதற்கு இன்னும் ஏறத்தாழ நான்கு மணி நேரம் இருக்கிறது'

'அதைக் கொஞ்சம் முன்னே வைத்துக் கொள்ள முடியாதா?'

'முகூர்த்தம் என்பது, கடவுளர்கள் உங்களைப் புன்னகையுடன் ஆசிர்வதிக்கவும், அரியணையிலிருந்து யாரும் உங்களை அவசரப்பட்டு இறக்கிவிடாமல் இருக்கவும் குறிக்கப்பட்டிருக்கும் ஒரு நல்ல நேரம். பல ஆண்டுகள் இடாரை ஆளலாம் என்ற நம்பிக்கையுடன் இன்னும் சில மணி நேரம் நீங்கள் காத்திருக்கலாம்.' நான் கூறிய அடிப்படைக் காரணத்தை அவன் ஏற்றுக்கொண்டதுபோல் தெரியவில்லை. அவன் மீண்டும் பேசத் தொடங்கினான். நான் இடைமறித்தேன். 'உங்கள் அறைக்குச் செல்லுங்கள், ராவ் ராய்முல். முடிசூட்டும் அரங்கில் சரியாக எட்டு நாற்பத்தைந்துக்கு அங்கு இருப்போம்'.

எனது மைத்துனனை நன்கு கவனிக்க வேண்டும் என்று நினைத்தேன். மற்றவரைப் பற்றிக் கவலைப்படாத அஜாக்கிரதையான ஆத்மா அவன். குஜராத்திகள் மீது இறுதித்தாக்குதல் நடத்தியபிறகு அவன் கழுத்தை நெறிக்கவேண்டும்; பொதுஇடத்தில் நிறுத்திச் சவுக்கால் அடிக்கவேண்டும்; அல்லது ஒரு விபத்தில் அவன் கழுத்து முறிவதுபோல் செய்யவேண்டும் என்று நினைத்தேன். 'நீங்களும் உங்கள் வீரர்களும் பாசறைக் காவலில் இல்லை. என்ன நடந்தது? எங்கு சென்றீர்கள்?'

வெற்றிக் கொண்டாட்டத்தின் முதல் நாள் இரவு ராவ் வீரம்தேவின் கூடாரத்தில் அமர்ந்திருந்தபோது அவனைக் கேட்டேன்.

மேர்த்தாவிலிருந்து வந்திருந்த படிகம் போன்ற மதுவை ஒரு பெரும் மிடறு குடித்தான். மூன்றாவது மிடறில் யானையையும் அந்த மது மல்லாத்திவிடும். புன்னகைத்தபடி ஒன்றுமறியாதவன்போல் கேட்டான். 'என்ன நடந்தது? எதைப்பற்றிக் கேட்கிறீர்கள்?' அவன் விளையாடவில்லையே? எதைப்பற்றிப் பேசுகிறேன் என்பது அவனுக்கு உண்மையில் தெரியவில்லையா? அல்லது என் மீதே திருப்புகிறானா?

'நீங்களும் உம் வீரர்களும் நேற்றிரவு எங்கிருந்தீர்கள்?'

'பாதுகாப்புப் பணியில்'

'ஜாஹிர் உல் முல்க் திடீரென்று தாக்கலாம் என்பது பற்றி எங்களை ஏன் எச்சரிக்கவில்லை?'

அவன் சிரித்தான். 'அவன் அப்படிச் செய்திருக்க மாட்டான்'

'அந்தத் தளபதி இதை உங்களிடம் சொன்னாரா, என்ன?'

'அவர் எதுவும் கூறவில்லை. ஆனால் முற்றிலும் நம்பகமான இடத்திலிருந்து எங்களுக்குத் தகவல் கிடைத்தது. எப்போதும் நேரடித் தாக்குதல் நடத்தாத உங்கள் உத்தியைப்பார்த்து அவன் வெறுத்துவிட்டான். அதனால் படைகளைப் பின்வாங்கச் செய்து, ஊருக்குத் திரும்பப் போவதாக எனக்குச் செய்தி கிடைத்தது'

'மிக முக்கியமான இந்தத் தகவலை எங்களிடம் ஏன் கூறவில்லை?'

'அடுத்த நாள் சொல்லலாம் என்று இருந்தேன். ஆனால், இடாரிலிருந்து சில நபர்கள் இங்கு வந்திருந்தனர். இடாருக்குத் திரும்பப்போவதையும் நான் முடிசூடப் போவதையும் கொண்டாட நினைத்தோம்'

'மகுடம் கிடைக்கும் என்று உறுதியுடன் இருந்தீர்களா?'

'ஆமாம், நிச்சயமாக. நமக்கு நூறு சதவீதம் நம்பகமான தகவல் அளிக்கும் நபர், பொய்க் கதை சொல்லி, வேண்டுமென்றே நம்மைத் தவறாக வழிநடத்துவார் என்று எப்படி அறிவோம்?'

ராவ் வீரம் தேவ் இவ்வளவு நேரமும் அமைதியாக, அதேநேரம் என் மதுக்குவளையை, அதைப் பிடித்துக் கொண்டிருந்த என் கையைப் பார்த்துக்கொண்டிருந்தார். இப்போது, ராவ் ராய்முலின் கழுத்தாக நினைத்து எனது கை குவளையை இறுக்குவதைப் பார்த்தார்.

‘மகராஜ் குமார், இன்னொரு குவளை?’ என் மைத்துனனை அடிக்கப்போகிறேன் என்பது ராவுக்குத் தெரிந்துவிட்டதா? ‘நாங்கள் மதுவை விரைவாகக் குடித்துக்கொண்டு இருக்கிறோம். நீங்கள் இன்னும் தொடக்கூட இல்லையே. ஒருவேளை மதுவை வடிகட்டின தரம் உங்களுக்கு அதிருப்தி ஏற்படும் அளவிற்கு அற்பமாக இருக்கிறதா?’ என் கையின் இறுக்கம் மெதுவாகக் குறைந்தது.

‘மன்னித்துவிடுங்கள் அரசே. இந்தப் பேச்சில் என்னை நான் மறந்துவிட்டேன். மோர்த்தாவின் மது நிச்சயமாக விசேஷமானதுதான். ஒரு சிறப்பான நிகழ்ச்சிக்காக இதை நீங்கள் பாதுகாத்து வைத்திருந்தீர்கள் என்பதும் தெரியும்’

ஓ... மகராஜ் குமார், நீங்கள் எங்களையும் கண்காணிக்கவில்லை என்று நம்புகிறேன்’. அவர் சிரித்தார். அற்புதமான, கரகரப்பான ஆழ்ந்த சிரிப்பு. நாங்களும் அவருடன் சேர்ந்துகொண்டோம்.

‘நீங்கள் அதிகமாகவே சிரிக்கலாம், ராஜ்குமார்’ என் மைத்துனன் எனக்கு அறிவுரை கூறினான்.

‘மகராஜ் குமார்’, ராவ் வீரம்தேவ் அவனை இடைமறித்தார். ராவ் ராய்முலை அதிகம் முறை மன்னித்தாகிவிட்டது. அவனது குறைகள் திரும்பத் திரும்ப கண்டுகொள்ளப் படவில்லை. ஆனால், ஒரேவிதமான தவறை அவன் செய்வதை இனியும் ராவ் வீரம் தேவ் அனுமதிக்கப்போவதில்லை.

’ஆம், நிச்சயமாக. அவர் என் சகோதரன், இல்லையா?’

’இருக்கலாம், ஆனால், அடிப்படையில் அவர் மகராஜ் குமார். நம் அனைவருக்கும் அவர் வருங்கால வாரிசு’

ராவ் ராய்முல் இந்தக் கண்டிப்பான சொற்களுக்கும் அடங்கவில்லை. ‘நீங்கள் அமைதியாக இருக்கக் கற்றுக்கொள்ளுங்கள், மகராஜ் குமார். சாதாரணமாக எடுத்துக்கொள்ளுங்கள். கோபப்பட்டுச் சுருங்காதீர்கள், இறுக்கம் கொள்ளாதீர்கள். நேற்றிரவு நாங்கள் நடத்தியக் கொண்டாட்டம் சரியானதுதான் என்று நீங்கள் ஒப்புக்கொள்ளத்தான் வேண்டும். எப்படியும் இடாரின் அரசனாகப் போகிறேன் இல்லையா?’

இந்த மனிதனிடம் கோபப்பட்டு என்ன ஆகப்போகிறது? எங்கள் மத்தியில் ஒரு முள்ளாகத்தான் தொடர்ந்து இருக்கப்போகிறான். ஒரு உண்மையைச் சொல்ல வேண்டும். அவன் தீயவன் அல்லது கொடூரமானவன் என்று சந்தேகப்பட்டேன். ஆனால் இவன் அதைவிட ஆபத்தானவன். இந்த உலகம் அவனுக்கு முடிசூட்டக் கடன்பட்டிருக்கிறது என்று நம்பிக்கொண்டிருக்கும் முட்டாள்.

***

ஒரு தாக்குதலுக்குத் தலைமையேற்றுச் செல்லும்போதோ, அல்லது ஒரு முழுமையான யுத்தத்திற்குச் செல்லும்போதோ நான் கவச உடை தரித்துக்கொள்ள மங்களோ, என் உதவியாளனோ உதவி செய்வார்கள். இந்த ஒன்றரை ஆண்டுகளில் முதன் முறையாகச் சாதாரண உடை அணியப்போகிறேன். கௌசல்யா இல்லாமல் என்னால் அது முடியாது. லவங்கப்பட்டையின் சுவை துளியூண்டுச் சேர்க்கப்பட்ட அரிசி மதுவைக் குடித்ததுபோல் கௌசல்யாவின் நினைவு எழும்பியது. வயிற்றில் நிரம்பி உடலில் வெப்பத்தை ஏற்றியது. சுனேரியாவையும் லீலாவதியையும், என் மனைவி என்று தவறுதலாக எல்லோரும் குறிப்பிடும் அந்தப் பெண்ணையும் நான் திரும்பி வரும்வரை பார்த்துக்கொள் கௌசல்யா. உன்னையும் பார்த்துக்கொள். விரக்தியில் ஆழ்ந்துவிடவேண்டாம் என்று சுனேரியாவிடம் சொல். ராவின் முடிசூட்டும் விழா முடிந்ததும் நாங்கள் விரைந்து சித்தோருக்குப் புறப்பட்டுவிடுவோம்.

எனக்கு என்ன நிகழ்ந்தது? என்னால் தலைப்பாகையைச் சரியாக சுற்றிக்கொள்ள முடியவில்லை. ஏதாவது யோசனையில் ஆழ்வதை நிறுத்து, மகராஜ் குமார். இல்லையெனில் உனக்குத் தாமதமாகிவிடும். கதவைத் தட்டும் சப்தம் கேட்டது. கடவுளே, மீண்டும் ராவ் ராய்முலா? உதவியாளன் கதவை நோக்கிச் சென்றான். ஆனால், கையில் வாளுடன் அவனைத் தாண்டிச் சென்று கதவை வேகமாகத் திறந்தேன். 'ராவ், மீண்டும் என்னை இப்படித் தொந்தரவு செய்தால்...' தேஜ். சிரித்துக்கொண்டே, 'உங்களையும் அவர் தொந்தரவு செய்தாரா? என்னை நான்கு மணிக்கே வந்து எழுப்பிவிட்டார்' என்றான்.

'உனக்கே முடிசூட்டலாம் என்பதுபோல் பார்க்க நன்றாக இருக்கிறாய், தேஜ். வீட்டிற்குத் திரும்பியவுடன், முதல் காரியமாக உனக்குத் திருமணம் செய்துவைப்போம். நம் பெண்களின் ஒழுக்கம் வருத்தப்படும் நிலையில்தான் இருக்கிறது. இன்னும் பிரம்மச்சாரியாக நீ இருப்பது ஆபத்து.'

கதவில் மீண்டும் ஒரு தட்டல். கையில் இப்போதும் வாளுடன் வேகமாகக் கதவைத் திறந்தேன். ராவ் வீரம்தேவ். 'இளவரசே, உங்கள் மைத்துனரை நீங்கள் எதுவும் செய்யமுடியாதா? முடிசூட்டுவதை முன்னால் தள்ளி வைக்க முடியாதா என்று நாலரை மணியிலிருந்து என் அறைக்கு வந்து கேட்டுக்கொண்டிருந்தார்.'

ஒன்றரை மணி நேரத்தில் விழா முடிந்தது. மதகுருக்கள் சடங்குகளை விரிவாக நடத்தினர். கடவுளர்களை எழுந்தருளச் செய்தனர்; ராவ் ராய்முல் மீதும் அவனது மூதாதையர்கள் மீதும் அவர்களுக்கு இருந்த மனக்கசப்புகளைப் போக்கி அமைதிப்படுத்தினர். ஏராளமான காணிக்கைகளை அளித்தனர். ராவ் ராய்முல் ஆசனத்தில் அசைந்தான்.

மேலும் மேலும் அமைதியிழந்து கொண்டிருந்தான். இறுதியில் தலைமை மதகுரு கையில் அரச மகுடத்தை ஏந்தி ராய்முலின் தலைக்குமேல் பிடித்தார். இன்னும் சடங்குகள் முடியவில்லை. சில ஸ்லோகங்கள் உச்சரிக்கப்பட வேண்டும். ராய்முல் மதகுருவின் கையைப் பிடித்திழுத்து, பொன்னால் அலங்கரிக்கப்பட்ட தலைப்பாகையைத் தலையில் வைத்துக்கொண்டான். மகுடம் சற்று சாய்ந்தாற்போல் இருந்தது. ஆனால், அவன் முகபாவம் அழகாக இருந்தது. அவன் பொறுமையிழந்தது குறித்து நான் கசப்படையவில்லை. அது விந்தைதான். இந்த நாளுக்காக அவன் நீண்ட நாட்களாகக் காத்திருந்தான். மகுடம் நழுவிப்போகிற விஷயம்தான். பல இளவரசர்கள் தங்கள் தலையில் இது அமராதா என்று வாழ்நாள் முழுவதும் பலனின்றிக் காத்திருந்திருக்கிறார்கள். அதை அணியும் நல்வாய்ப்புப் பெற்றவர்களும், இதை யாராவது தட்டிப் பறித்துவிடுவார்களோ என்று தொடர்ந்து அஞ்சிக்கொண்டு தான் இருக்கிறார்கள். மைத்துனனே, உன் மகுடத்தைப் பற்றிக்கொள். உன் தலையில் தரித்துக்கொள். உனக்கு என் நல்வாழ்த்துகள். அதன் விழிப்பில் உனக்கு முதிர்ச்சியையும் விவேகத்தையும் அது அளிக்கட்டும்.

அத்தியாயம் 22

அடுத்த நாளே நாங்கள் புறப்பட்டுவிட்டோம். மாலையில் ஷ∴பி கானுடனும் மேவாரின் பிரதானப் படைகளுடனும் சேர்ந்துவிட்டோம். மேர்த்தா, துங்கார்ப்பூர் மற்றும் ஏனைய படைகள் பிரிந்து அவர்கள் வழியில் தனித்தனியாகச் சென்றன. ராவ் வீரம்தேவ், ராவல் உதய் சிம்மா இருவரும் என்னுடன் வருகின்றனர். ராஜ்ஜியத்திற்குத் திரும்பும்முன் சித்தோர் வந்து செல்லும்படி தந்தை விடுத்த அழைப்பின்பேரில் அவர்கள் வருகிறார்கள். கோட்டைப் பாதுகாப்பிற்கும், உணவுப்பொருட்களுக்கும் பொறுப்பாக இருக்கும் தளபதியை, அவரது பொருள் வண்டிகளை முஸா∴பர் ஷா தாக்குவதற்கு வாய்ப்பில்லை. குஜராத்தி ஒட்டகங்களும், குதிரைகளும், யானைகளும், ஏராளமான தானியங்களும், உணவுப் பொருட்களும் உள்ளன. நாற்பத்து மூவாயிரம் வீரர்களும் இருக்கிறார்கள். பாதுகாப்பிற்கு இரண்டு படைப்பிரிவுகளை நிறுத்திவிட்டு வந்துள்ளேன். தவறு நிகழ்ந்துவிடக் கூடாது என்று எச்சரிக்கையுடன் செயல்பட்டுள்ளேன். யுத்த இழப்பீடுகள் குறித்தப் பேச்சுவார்த்தையின்போது, பேரம் பேசுவதற்கான முக்கியத் துருப்புச்சீட்டாக பிடிபட்டுள்ள குஜராத் வீரர்களைத் தந்தை பயன்படுத்துவார்.

எங்கள் பயணம் விரைவாகத்தான் இருந்தது. ஆனால், எனக்கு அது போதாது. என் போக்கில் விட்டிருந்தால், பறந்து சென்றாவது சித்தோரை அடைந்திருப்போம். சிறு குற்றங்களை விசாரிக்கும் நீதி மன்றத்தின் நீதிபதியாக இருந்திருக்கிறேன்; எனது சாட்சியம்

சுனேரியாவின் விடுதலைக்குக் கூடுதல் அழுத்தம் தந்து உதவியிருக்கும். சுனேரியாவின் கணவன் கூறிய குற்றச்சாட்டுகளை நீதிமன்றம் விசாரித்தது. அவை தவறானவை என்று கண்டுபிடித்தது. எனினும் அது அந்த நேரத்திற்கானது மட்டுமே. இல்லை என்றால், அவளைச் சந்தித்து அவளது கணிப்பு தவறென்று நிரூபிப்பது. என்னால் குறைந்தபட்சம் செய்ய முடிந்தது அதுதான். ஆனால், என்னுள் இருந்த அவசரத்தை மறைத்துக்கொண்டேன். தனிப்பட்ட காரணத்திற்காக, பிரதம தளபதியாக இருப்பவன், அதுவும் அரசனின் வாரிசாக இருப்பவன் படையை விட்டு விலகித் தனியாக முன்னால் போவது சரியான ஒன்றல்ல.

ராவ் வீரம் தேவ் என் தோளில் தட்டினார். 'மகராஜ் குமார், நீங்கள் ஏன் முன்னே செல்லக்கூடாது? என் சகோதரி மகள் உங்களைப் பார்த்தால் மகிழ்ச்சியடைவாள். எதையும் வெளிப்படையாக அவள் காட்டிக்கொள்ள மாட்டாள். ஆனால் உங்களை அவள் எவ்வளவு நேசிக்கிறாள் என்பது எனக்குத் தெரியும். எனக்கு எழுதும் ஒவ்வொரு கடிதத்திலும் உங்களைப்பற்றி அவ்வளவு ஏக்கத்துடனும், பிரியத்துடனும் விசாரிப்பாள்'.

இதுதான் முதல் முறை. இந்த மூத்தவர் தன் சகோதரியின் மகளான என் மனைவியைப் பற்றி என்னிடம் பேசியிருப்பது. இந்தத் திடீர் கேலிக்கான காரணத்தை என்னால் ஆழ்ந்து ஆராயாமல் இருக்கமுடியவில்லை. அவரது மனநிலையைப் புரிந்துகொள்ள அவர் முகத்தைப் பார்த்தேன். பயந்துபோனேன். அதில் வெளிப்படையாக நேர்மை தெரிந்தது. நிச்சயம், என் மனைவியின் கோமாளித்தனங்கள் அவருக்குத் தெரிந்திருக்கும். எனக்கும் அவளுக்கும் எந்த அளவு நல்ல மணவாழ்க்கை இருக்கிறது என்பதும். இந்த அழகான நாடகத்தை நடத்துவதில் அவருக்கு என்ன உள்நோக்கம் இருக்கும்? என் அமைதியைப் பார்த்து அவர் திகைத்துப்போனார். அப்போதுதான் ஓர் எளிய உண்மை எனக்குத் தோன்றியது. நிச்சயமாக, அவரையும், அவளுக்கு மிகவும் நெருக்கமான உறவினர்களையும் தவிர்த்து இந்த உலகமே உண்மை என்னவென்று தெரிந்து வைத்திருக்கிறது. கண்டிப்பும் நேர்மையும் மிக்க இந்த மேற்குடி மனிதரிடம் அவரது சகோதரியின் மகள் ஒரு சாதாரண நடனப் பெண். கணவனுக்கு விசுவாசமற்றவள் என்பதை யார் சொல்வது? நிச்சயம் நான் மாட்டேன்.

அவர் கையை என் கையில் எடுத்துக்கொண்டேன். 'அரசே, மிக்க நன்றி. இந்தப் பரிவை நிச்சயம் மறக்கமாட்டேன். ஆனால், என் இடம் நம் படைக்கு அருகில்தான். இல்லாமலிருப்பது....' என்னால் அந்த வாக்கியத்தை முடிக்க முடியவில்லை. மிகவும் நல்லவரான அம்மனிதர், அந்தப் பொய்யான கூற்றை முடித்துவைத்தார், 'இதயத்தில் நேசத்தை வளர்க்கிறது'

தூரத்தில் சித்தோர் கோட்டையின் கொத்தளங்கள் தெரிந்தன. வீரர்களின் முன்னேற்றத்தில் மெலிதான விரைவு கூடியது தனித்துத் தெரிந்தது. பெஃபிக்கிரை நான் தூண்டவில்லை. அவனே வேகமெடுத்தான். எங்களைப் பத்திரமாக வீட்டில் சேர்த்ததற்கு ஏகலிங்கேஸ்வருக்கு நன்றி தெரிவித்தேன். எதிர்காலத்தைப் பற்றி நாம் அரிதாகத்தன் சிந்திக்கிறோம் என்பது ஒரு நல்ல விஷயம்தான். திரும்பி வரமாட்டோம் என்று விதி எழுதியிருந்தால் யார் யுத்தத்தில் குதிப்பார்கள்? நமக்குள் எங்கோ ஓர் ஆழத்தில், சாவு மற்றவர்களுக்குத்தான் என்று நம்புகிறோம்.

கோட்டைக் காவலர்கள் எங்களைப் பார்த்துவிட்டனர். விரைவில் நகர மக்களும் எங்களுடன் சேர்ந்துகொண்டனர். இப்போது நாங்கள் ஓட்ட நடையில் சென்றோம். கட்டுப்பாடு சிறிது குலைந்துவிட்டது. இந்தத் தருணத்திற்காக ஒன்றரை ஆண்டுகளாக நாங்கள் காத்திருந்தோம். பத்திரமாகத் திரும்பிவந்த நிலையில், நிதானமிழப்பது அறிவற்ற செயல். அலுவலக வேலையை முடித்துவிட்டு திரும்பும்போதோ, நீண்ட படையெடுப்பிற்குபின் வீடு திரும்பும்போதோ, அந்த இறுதி ஐந்து நிமிடங்களில்தான் விபத்துகள் நிகழ்கின்றன. விரைவில் கம்பீரியை நெருங்கிவிடுவோம். இப்படிப் பைத்தியம் பிடித்தது போன்ற வேகத்தில் சென்றால், நிச்சயம் கோட்டைப் பாலத்தில் நெருக்கடி ஏற்படும். போர்க்களத்தில் இறந்தவர்களின் எண்ணிக்கையைப் பெருமளவு குறைத்துவிட்டோம். ஆனால், சண்டையில்லாத இந்த அமைதியான நேரத்தில் நூற்றுக்கணக்கானவர்கள் இறப்பது, அதுவும் சித்தோரின் வாயிலருகே என்பது முற்றிலும் அர்த்தமற்றது.

ஆனால், ஏற்கனவே சுராஜ் வாயிலை அடைந்துவிட்டோம். நூற்றாண்டுகளுக்கும் மேலாக இந்த இடத்தில் கூடிநின்றுதான், வெற்றிபெற்று வரும் படையை சித்தோர் மக்கள் ஆரவாரத்துடன் வரவேற்பார்கள்: கொடிகளும், பூக்களும் என்று ஒரு வாரத்திற்குக் கொண்டாட்டங்களாக இருக்கும். ஆனால், இன்று நாங்கள் உள்ளே நுழைந்தபோது மரண அமைதி நிலவியது. தந்தையோ, அமைச்சர்களோ, பிரபுக்களோ, ராணிகளோ, சித்தோரின் பெண்களோ எங்களை வாழ்த்தி வரவேற்க எவரும் அங்கு நிற்கவில்லை. நாங்கள் மேலும் முன்னேறினோம். ஆங்காங்கே கூட்டமாக ஆண்கள் கருப்புத்துணிகளைக் கொடிகளாகப் பிடித்து நின்றிருந்தனர். வீடுகளின் ஜன்னல்களில் கருப்புத் துணிகள் தொங்கின. லக்ஷ்மண் வாயிலில் திரும்பியபோது, கைகளில் கருப்புக் கொடிகளை ஆட்டியவாறு ஆயிரம் ஆண்கள் நின்றிருந்தனர். மௌனக் கோபத்துடன் அவர்கள் பின்னால் நகர்ந்தனர். திடீரென்று ஒருவன் சப்தமிட்டான். 'கசாப்புக்காரன், கோழை ஒழிக' சூழலின் இறுக்கத்தை அது தளர்த்தியது. மற்றொருவன், 'மகராஜ் குமார்

அவமானத்தைத் தந்துவிட்டார்' என்று கத்தினான். 'மகாராணா வாழ்க, இளவரசன் விக்கிரமாதித்தன் வாழ்க'

வரிசையிலிருந்து விலகிய தேஜ் அமைதியை உடைத்துக் கூச்சலிட்டவனை நோக்கிச் சென்றான். கூட்டம் மீண்டும் குரலை இழந்து நின்றது. குதிரையிலிருந்த குனிந்த தேஜ், அவன் பிடரியைப் பிடித்து இழுத்தான். 'யாரைக் கோழை என்கிறாய்? உங்களில் ஆயிரம் பேர்கூட இளவரசர் மகராஜ் குமாருக்கு இணையாக மாட்டீர்கள்'

'ஆமாம்' மெலிதாக ஒரு குரல் பின்னாலிருந்து கேட்டது. 'ஏமாற்றி, கொரில்லா உத்திகளைப் பயன்படுத்தி கௌரவக் குறைவாக எந்த முட்டாள்தான் ஜெயிக்க மாட்டான். நாங்கள் ராஜபுத்திரர்கள், கோழைகள் அல்ல'.

தேஜ் தன் வாளை உருவினான். ராவ் வீரம்தேவ் தேஜின் மணிக்கட்டைப் பற்றி தன் பக்கம் இழுத்தார். எங்களை நோக்கி இளம்பெண் ஒருத்தி வர முயல்வதுபோல் தெரிந்தது. நான் மூச்சை இழுத்துப் பிடித்தேன். ஆனால், கூட்டம் அவளை அனுமதிக்கவில்லை. அவள் நடந்துகொண்ட முறையும், காக்ரா மற்றும் சோளி அணிந்திருந்த பாணியும் பரிச்சயமானவளாகக் காட்டியது. எதனால் என்று சரியாகத் தெரியவில்லை. நுட்பமான மூக்கு. உள்ளுக்குள் ஒளிர்வதுபோல் பெரிய பளிங்குக் கண்கள். ஒருகணம், அறிவையும் அழகையும் குறிக்கும் சொற்கள் ஒன்றுதான், வேறல்ல என்று எனக்குத் தோன்றியது. சுருக்கமாக, அவளைப் பார்த்திருக்கிறேன். எப்படி எங்கே என்று யோசித்தேன். நவீன காலத்து அல்லது சமகாலத்து நடை உடை பாவனைகளில் அவள் அழகாகத் தோன்றவில்லை. படங்கள் நிறைந்த ராணா கும்பாவின் நூல்கள் ஏதோ ஒன்றில் பார்த்த உருவம்போல் தோன்றினாள். மற்ற அனைவரையும் அனைத்தையும் அவள் உருவம் பார்வையிலிருந்து மறைத்துவிட்டது.

உயிரோட்டமுள்ள சிறு சிறு பாடல்கள் சித்தோர் தெருக்களில் எதிரொலித்தன. 'எங்கள் மகராஜ் குமார் மெலிந்த எலி. சீக்கிரம், சீக்கிரம். கொழுத்த பெரிய பூனை ஒன்றை கொண்டு வா. அவமானமெனும் புதைமணலில் உன் தலையைப் புதைத்துக்கொள். அந்தக் கோழையின், கசாப்புக்காரனின் பெயரைத் துடைத்தெறிவோம். சீக்கிரம், சீக்கிரம். கொழுத்த, பெரிய பூனை ஒன்றைக் கொண்டு வா. அந்த அழகிய எலியில் உணவைச் சமை. நம் விக்ரமைப் பார். பூனைகளின் அரசன். அவரிடம் விட்டுவிடுவோம். எலிகளின் இனத்தையே அவர் அழித்துவிடுவார்'. இந்தப் பாடல் வரிகளை முணுமுணுத்தபடி அந்தப் பெண்ணைத் தேடினேன். எங்கும் அவளைக் காணவில்லை.

ஷஃபி நிதானமிழந்தான். 'பொழுது விடிவதற்கு முன்பாகவே ஜாஹிர் உல் முல்க்கும் குஜராத்திப் படைகளும் எங்களைச் சூழ்ந்து கொண்டபோது நீங்கள் எங்கிருந்தீர்கள்? மகராஜ் குமார் இல்லை யென்றால், உங்கள் மகனோ, சகோதரனோ, தந்தையோ பெரும்பாலோர் இன்று வீடு திரும்பியிருக்க மாட்டார்கள்'

கூட்டம் ஷஃபியை நோக்கிக் கத்தியது. அவனைச் சுற்றி வளைக்க நெருங்கியது. அவனுக்குப் பின்புறம் நின்ற ஒருவன் இடைக் கச்சையை பிடித்து இழுத்து அவனைக் கீழே தள்ளினான். அது சஜ்ஜத் ஹுசைன். என் தம்பி விக்கிரமாதித்தனுடன் சேர்ந்து சதித்திட்டம் தீட்டியவன். காளி பிஜ்லியுடனும் வேறு ஒன்பது குதிரைகளுடனும் சித்தோருக்கு வெளியில் பாகோலி கிராமத்தில் மங்கள் அவனைக் கையும் களவுமாகப் பிடித்தான். அது யாராக இருந்தாலும், ஒரு கிளர்ச்சிக்காரனுக்கே உரிய மிகச்சரியான உள்ளுணர்வுடன் படையின் பலவீனத்தை அறிந்து எங்களுக்காக யாரோ இந்த வரவேற்பைத் திட்டமிட்டிருக்க வேண்டும்: ராவல் உதய் சிம்மாவின் மரக் கால், மகராஜ் குமார் பாசறையிலிருந்து திடீரென்று மறைந்துபோனது, தேஜ் கூடாரத்தைக் கொளுத்தியது, வீரர்கள் செய்த கிளர்ச்சி போன்ற அனைத்தும் அன்றைக்குக் கீழ்த்தரமாகப் பேசப்பட்டன. மெல்லுவதற்கு ஏற்ற அவலாக அமைந்தன. ஆனால், மையக்கரு என்னவோ கோழைத்தனம். அத்துடன் அதைச் சுற்றி பன்னிரண்டு விதமான கதைகள் பின்னப்பட்டு நகரை வலம் வந்தன: மாலிக் ஆயாஸையும் குஜராத் படையையும் வெல்ல மகராஜ் குமார் பின்பற்றிய அவமானம் தரும் அசிங்கமான தந்திரங்கள், ஜாஹிர் உல் முல்க்கின் கொலை, இரவுகளில் நடத்தப்பட்ட கள்ளத்தனமான கோழைத்தனமான தாக்குதல்கள், ராஜபுத்திர படையில் ஏற்பட்டிருக்கும் வீரர்களின் இழப்பு; ஏன், ஒரேயொரு நாள் இரவு மட்டும் தாக்குதலில் ஈடுபட்ட ராவ் வீரம்தேவையும் அவர்கள் விட்டுவிடவில்லை.

ஒரு கைகலப்பும் அரங்கேறியது. சஜ்ஜத் ஹுசைன், ஷஃபியைக் கத்தியால் குத்தினான். வெளிப்பட்ட குருதி ஷஃபி சட்டையின் முன் பக்கத்தை நனைத்தது; கோரமான சிவப்பு மலர் ஒன்று பூத்தது. உடனே படையினர் வாளை உருவினர் சஜ்ஜத் ஹுசைனின் தாவங்கட்டையை தேஜ், தனது வலது காலால் உதைத்தான். சித்தோர் கோட்டைச் சுவர்களுக்குள் வாட்களும், கேடயங்களும், கவசங்களும் மோதிக் கொள்ளும் விநோதமான, கொடூர சப்தங்கள். சிறிது நேரம், அசிங்கமான சம்பவமாக இருந்தது, விரைவில் ஒரு உள்நாட்டுப் போராகத் தோன்றக் கூடும். என் கட்டுப்பாட்டை மீறி நடந்து கொண்டிருக்கும் பைத்தியக் காரத்தனத்தைப் பார்த்துத் திகைத்தேன்; இது எமது மக்களிடையில் நடக்கவில்லை, வேறு கிரகத்திலிருந்து வந்த மனிதர்களுக்கு இடையில் நடக்கிறது என்பதுபோல் பார்த்துக்கொண்டிருந்தேன்.

'நிறுத்துங்கள், இதை உடனே நிறுத்துங்கள்' மென்மையான தாழ்ந்த குரல் உத்தரவிட்டது. மெதுவாக, மிகவும் மெதுவாகக் கூட்டம் உறைந்தது. என் மனைவி, தனது ஐந்தடி இரண்டங்குல உயரத்துடன் மக்களை ஒதுக்கிக்கொண்டு என்னை நோக்கி வந்தாள். அவள் கையில் ஒரு தங்கத் தட்டு. விளக்கும், குங்குமமும் கற்பூரமும் அதில் இருந்தன. ஆரத்தி எடுத்தவள், தட்டைக் கீழே வைத்துவிட்டு என் பாதத்தைத் தொட்டாள். 'மகராஜ் குமார், உங்களை வரவேற்கிறோம்' அவள் குரல் சித்தோரின் கோட்டை கொத்தளங்களில் எதிரொலித்தது. 'ஏகலிங்கேஸ்வரரைப் போற்றுவோம். நீங்களும் நம் நண்பர்களும், நமது படையும் மேவாருக்கும் அதன் நண்பர்களுக்கும் கௌரவத்தையும் வெற்றியையும் கொண்டு வந்திருக்கிறீர்கள்'. தங்க இழைகள் கூடிய தனது துப்பட்டாவை இரண்டாகக் கிழித்தாள். ஒரு பகுதியைப் பலமுறை மடித்து ஷஃபியின் குருதி வெளிவரும் காயத்தின்மீது வைத்தாள். மற்றொரு பகுதியால் அந்தத் துணியை இறுகப் பிடிக்குமாறு வயிற்றைச் சுற்றிக் கட்டினாள். 'அரண்மனைக்குத் தூக்கிச் செல்லுங்கள்; ராஜ வைத்தியரை அழையுங்கள்' என்றாள். என் ஆட்கள் ஒரு கட்டிலில் ஷஃபியைத் தூக்கிச் சென்றனர்.

அவளது மாமா ராவ் வீரம்தேவ், ராவல் உதய் சிம்மா, ராஜா புராஜி கிக்கா, தேஜ் ஆகியோரையும் வரவேற்றாள். ஆரத்தித் தட்டின் விளக்குச் சுடரை அவர்கள் தம் கைகளில் ஒற்றிக்கொள்ளை ஏதுவாக அந்தத் தட்டை ஏந்தி நின்றாள். வீடுகளை விட்டு வெளியே வந்த பெண்கள் அவளுக்கு மாலையிட்டனர். அவளது காலடியில் விழுந்து வணங்கினர். இப்படி வணங்கியதைப் பார்த்து அவள் அதிர்ச்சியடைந்தாள். திடுக்கிட்டுக் கால்களைப் பின்னுக்கு இழுத்துக் கொண்டாள். யாரோ ஒருவன், 'இளவரசி நீடூழி வாழ்க' என்று குரல் கொடுத்தான். விரைவில் கோட்டையின் அந்தப் பகுதியில் நின்றிருந்த அனைவரும் இந்த வரிகளைத் திருப்பிக் கூறினர். சிறிது நேரத்தில் ஏராளமான ஆண்களும், படை வீரர்களும் இதைப் பின்பற்றினர். அவளுக்கு முன் விழுந்து வணங்கினர்.

எனது மனைவியை மக்கள் வணங்குவதற்கு வழிவிட்டு, ராவ் வீரம்தேவ், ராவ் உதய் சிம்மா, ராஜா புராஜி கிக்கா ஆகியோருடன் அதிதி அரண்மனைக்குள் சென்றேன். என் மனைவியின் மாமாவின் கண்களை என்னால் பார்க்கமுடியவில்லை. பேசுவதற்கு முன்னால் அவருக்கு அனைத்தும் சௌகர்யமாக இருக்கிறதா என்று உறுதிப்படுத்திக் கொண்டேன். 'அரசே, அவமரியாதை நிறைந்த இந்த வரவேற்பிற்கு மிகவும் வருத்தப்படுகிறேன். தந்தை எங்கிருக்கிறார் என்று எனக்குத் தெரியவில்லை. இன்று நிகழ்ந்ததைப் பார்த்திருந்தால் அவர் மிகவும் வேதனைப்பட்டிருப்பார்.'

தந்தை எங்கே? அவர் அழைத்து, இங்கு வந்திருக்கும் விருந்தனர்களை வரவேற்க அவர் ஏன் இல்லை? இப்படி இந்த நிகழ்வுகள் முற்றிலும் கட்டுப்பாடற்று நடக்கும் என்று அவர் எதிர்பார்த்திருக்க மாட்டார். அவர் இப்போது எங்கிருக்கிறார் என்று தெரியவில்லை. ஆனால், நடந்த நிகழ்வுகள் அனைத்தும் அவருக்குத் தெரியாமல் நடந்திருக்காது என்பது என் சந்தேகம். இதை நான் நேரடியாக ஏன் சொல்லக்கூடாது: கூலிக்காக ஏற்பாடு செய்யப்பட்டிருக்கும் விசுவாசிகளும், கூட்ட நிகழ்வுகளில் வெளிப்பட்ட புத்திசாலித்தனமும் தன்னை உயர்த்திக் கொள்ள எனது அன்புத் தம்பி செய்த தந்திரமான வேலையின் சாட்சிகளாய் எங்கும் தென்பட்டன. எனினும், நாணத்தக்க இன்றைய செயல் தந்தையின் மௌனமான சம்மதம் இல்லாமல் நடந்திருக்காது.

ஓரளவிற்கு வெளிப்படையாக இவை அனைத்தும் என்னைக் குறிவைத்துத்தான் நடந்தன. இன்னுமொன்று மிகவும் தெளிவாகத் தெரிகிறது. தந்தை விரும்பக்கூடியவனாக நான் இல்லை என்ற விஷயத்தில் கூட்டாளிகளின் மனத்தில் சந்தேகம் எழக்கூடாது என்பதை விரும்பியிருக்கிறார். செய்தி சரியாகப் போய்ச் சேரவேண்டும்: மேவாரின் பக்கத்தில் நின்று போராடிய சிறந்த நண்பர்களைத் தள்ளிவைக்க அவர் விரும்பவில்லை; எனினும், ஆபத்தான செயல் என்று தெரிந்தும், நண்பர்களின் மனம் வருந்தும் செயலைச் செய்யத் துணிந்திருக்கிறார். பின்னால் கூறிய விஷயத்தைப் பற்றி யோசிக்கும்போது, தந்தையின் தர்க்கம் எனக்குப் புதிராகத் தோன்றவில்லை. எனது தலைமையில் நடந்த குஜராத் படையெடுப்பில் என்னுடன் இருந்த எவரும், அதிலிருந்தும் என்னிடமிருந்தும் தம்மை விலக்கிக் கொள்வதே விவேகமான செயலாக எண்ணுவார்கள். அத்துடன் தந்தையிடம் அவர்களது விசுவாசத்தைப் புதுப்பித்துக் கொள்ளவும் விரும்புவர்.

‘மகராஜ் குமார், அதைப்பற்றி மேலும் பேசி என்னைச் சங்கடப்படுத்த வேண்டாம்’ எனது சிந்தனையோட்டத்தை ராவ் வீரம்தேவ் தடை செய்தார். ‘உங்களது ஏமாற்றத்தைத் தணிக்க என்னால் எதுவும் செய்யமுடியாது. சண்டைக்கு இழுத்த அந்தக் கும்பல்தான் இதற்கு வெட்கப்பட வேண்டும். ஒரு பெரிய யுத்தம் முடிந்திருக்கிறது; இதுவரை பெற்ற பாதிப்புகளைவிட இம்முறை மிகக்குறைவான மனித இழப்புகள்; வெற்றிகரமான, அசாதாரண படையெடுப்பை நடத்தி முடித்திருக்கிறீர்கள் என்பதை இவர்களின் போலித்தனம் மூடி மறைத்துவிடாது. எங்களிடம் ராணா சொன்னது சரிதான், “அவன் வயதைப் பார்க்காதீர்கள், நீங்கள் பத்திரமான கைகளில் இருக்கிறீர்கள்”. நானும் எனது சகாக்களும் உங்களிடமிருந்து அதிகமாகக் கற்றுக்கொண்டோம்’. நிறுத்திவிட்டு என் கண்களைப் பார்த்தார். ‘நான் உங்களிடம் இப்போது சொல்லப்போவதை,

பொருத்தமற்ற நேரத்தில் நான் கூறுவதாக, மனம் புண்படும் ஒன்றாக நீங்கள் நினைக்கலாம்.

'ஆனால், சுவாரஸ்யமாக இருந்தாலும் கேட்கப்படாத அறிவுரை எப்போதுமே பயனற்றதுதான். கெடுவாய்ப்பாக இருந்தாலும், இன்று தலைகீழாக நடந்த நிகழ்ச்சி உங்கள் மன உறுதியை மேலும் திடமாக்க வேண்டும். ராணா சங்கா நீண்ட காலம் நல்ல ஆரோக்கியத்துடன் இருக்கட்டும். உங்களது தந்தையின் இயற்கை மரணத்திற்குப்பின் அரியணையை விழையும் மகராஜ் குமார் தன் மனத்தை இரும்புபோல் ஆக்கிக்கொள்ள வேண்டும். இழிகுணம் கொண்டவனும், அல்லது விவேகமான மனிதனும் புகழ்ச்சியையும் அதிருஷ்டத்தையும் நம்பமாட்டார்கள். விவேகமுள்ளவன் மட்டுமே, நிந்தையாலும் பின்னடைவாலும் பாதிப்படைய மாட்டான். பீமன் தன் கையிலிருந்த தாயத்தின் மூலம் இதைக் கற்றான். நினைவில் கொள்ளுங்கள், இந்தத் தருணங்களும் கடந்துபோகும்'.

ஆம், இந்தக் கணங்களும் கடந்து போகும். எனக்குள் சொல்லிக்கொண்டேன். ஆனால், எந்த மாதிரியான புதிய, அதிசயமான நெருக்கடிகள் தொடர்ந்து வரப்போகின்றன என்பதை யார் சொல்லுவார்? 'ராவ், எனக்கு நல்ல அறிவுரையைக் கூறினீர்கள். என் தொலைநோக்கும் திறனை அது மீட்டிருக்கிறது'.

புறப்படவிருந்த நேரம், தந்தையிடமிருந்து ராவுக்கு கடிதம் ஒன்றை ஒருவன் கொண்டுவந்தான். அதை அவர் சப்தமாகப் படித்தார். 'பேரரசர் மகாராணா சங்கா உங்களுக்கு வாழ்த்துகளைத் தெரிவித்துள்ளார். உங்களை வரவேற்க சித்தோரில் இருக்கமுடியவில்லை என்பதற்கு ஆழ்ந்த வருத்தங்களையும் தெரிவிக்கிறார். குஜராத்திற்கு எதிரான நமது வெற்றிக்காக கடவுள் பிரம்மாவுக்கு நன்றி தெரிவிக்க புஷ்கருக்குச் சென்றோம். இந்த வெற்றியில் பொறுப்புமிக்க உங்களது மேற்பார்வை பெரும்பங்கு வகிக்கிறது. அதற்கு நாம் பெரிதும் கடமைப்பட்டுள்ளோம். திரும்பி வருகையில் திடீரென்று எமக்குத் தேக அசௌகரியம் ஏற்பட்டுவிட்டது. விருப்பமின்றி ஒருநாள் ஆஜ்மீரில் தங்க வேண்டியதாகி விட்டது. உங்களை உபசரிக்க முடியாமல் போயிற்று. விரைவில் உங்களைச் சந்திப்பேன். அப்போது எங்கள் கடமையை நிறைவேற்றுவோம். ராஜ் குமாரும், உமது சகோதரி மகளான அவனது மனைவியும் உங்கள் வீட்டிலிருப்பதுபோல் உங்களைக் கவனித்துக்கொள்வார்கள். நாம் அங்கு இல்லாத நேரத்தில் உமக்கான தேவைகள் அனைத்தையும் பூர்த்தி செய்வார்கள்.

'மேவாருடன் நீங்கள் கொண்டிருக்கும் சிறந்த உறுதியான நட்பிற்கு நாங்கள் எப்போதும் மேர்த்தாவுக்கு நன்றிக்கடன் பட்டிருக்கிறோம்.

காலப்போக்கில் நமது இரு ராஜ்ஜியங்களுக்கு இடையிலான உறவு மேலும் வலிமையாகும், நெருக்கமடையும் என்பதில் உறுதியாக இருக்கிறோம்'.

தந்தையை நீங்கள் பாராட்டத்தான் வேண்டும். குறைசொல்ல முடியாமல் காரியமாற்றுபவர். ராவ் வீரம்தேவ் போன்ற நண்பர்களைக் கொடுத்ததற்கு ஒப்புயர்வற்றக் கடவுளர்களுக்கு நன்றி கூறச் சென்றிருக்கிறேன்; வந்தவர்களை வரவேற்று உபசரிக்காமல் தவறியதற்கு இதைக் காட்டிலும் வேறு சிறந்த காரணம் என்ன சொல்லமுடியும்? தந்தை தாமதமாக வருத்தம் தெரிவித்தது குறித்து ராவிற்கு ஏதேனும் கருத்து இருக்குமா என்று திகைத்தேன். அவர் ஒன்றும் முட்டாளல்ல. எனினும் இந்தக் கதையை ஏற்றுக்கொள்வது தவிர்த்து அவருக்கு வேறு என்ன வழி இருக்கிறது? ஆனால், தந்தையின் கடிதத்தில் வியப்பதற்கு அதிகம் இருக்கின்றன. ஒருவேளை இன்றைய வரவேற்பு நிகழ்வின் நோக்கத்தை ராவ் கவனிக்காமல் போய்விட்டால்...? எவ்வளவு நேர்த்தியாக என் வீழ்ச்சியை அடிக்கோடிட்டுக் காட்டி, வாரிசு என்பதிலிருந்து சாதாரண இளவரசனாக என்னைக் கீழிறக்கிவிட்டார்.

அதிதி அரண்மனையைவிட்டு வெளியேறும்போது என் மனைவி எதிரே வந்தாள். நாங்கள் இதுவரை அந்நியர்களாகவே இருந்திருக்கிறோம். எதிர்பாராமல் அவளை நான் சந்திக்கும் ஒவ்வொரு முறையும் அசந்தர்ப்பமாகவும், சங்கடமாகவும் வெறுப்பாகவும் உணர்ந்தேன். அவளுடைய இருப்பு என்னை அமைதியிழக்கச் செய்தது. குற்றவுணர்வுள்ள நபர் என்பதால் இயல்பாகவே எச்சரிக்கையுடனும் ஆகச் சிறந்த நிதானத்துடனும் இருப்பாள். தன்னம்பிக்கை மிகுந்தவள், லகுவான மனநிலை கொண்டவள். மனதிற்குள் அவள் கணவனைப் பற்றிய பெருமிதம் உண்டு. இன்று மாமனைச் சந்தித்ததால் அவள் முகம் ஒளிர்ந்தது. அதை நான் திருப்பி எடுத்துக்கொள்வேன். அவள் எப்போதும் இப்படித்தான். அடக்கமாக ஒளிரும் சுடர். நான் அவளை அப்படித்தான் பார்க்கிறேன். குனிந்து எனக்கு வணக்கம் சொல்லிப் புன்னகைத்தாள். என் இறுக்கமும் கோபமும் அவள் மீது வீணடிக்கப்பட்டன. அவள் அவற்றைப் புறக்கணிக்கமாட்டாள். உண்மை என்னவென்றால், நான் அப்படி இருக்கிறேன் என்பதே அவளுக்குத் தெரியாது. எதிர்வினையாற்றுவது அவள் இயல்பல்ல. என்ன செய்ய வேண்டும் எப்படி என்பதை அவளை தீர்மானிக்கிறாள்.

எப்படி எதிர்வினையாற்றுவீர்கள் அல்லது எதிர்வினையாற்று வீர்களா, மாட்டீர்களா என்பது தேவையற்றது. சித்தோரிலோ அல்லது மேவார் முழுவதிலுமோ இவளைவிட மிகவும் நற்குணமுள்ள, அன்பான, அமைதியான மனம் கொண்டவர் யாராவது இருக்கிறாரா என்பது சந்தேகமே. அவளைவிட மிகவும் வஞ்சகமான, இரட்டைமுகம் கொண்ட,

ஆபத்தானவரும் கிடையாது. ஒரு விஷயத்திற்காக இப்போது அவளுக்குக் கடன்பட்டிருக்கிறேன். அவள் இல்லையென்றால், காலையில் அந்த நிகழ்வுகள் மேற்கொண்டு எப்படி சென்றிருக்கும் என்பது எனக்குத்தெரியாது. உணர்வுடன் தெரிந்துதான் அவள் செய்தாளா அல்லது தனது மாமாவையும் அவருடன் வந்திருந்தவர்களையும் வணங்கி வரவேற்கத்தான் அவள் கீழிறங்கி வந்தாளா? தெரியாது. உண்மை எதுவாகவும் இருக்கட்டும், மேவாரின் வரலாற்றில், மிகவும் ஆபத்தான வெட்கக்கேடான நெருக்கடியை ஒருத்தியாக நின்று தவிர்த்திருக்கிறாள். தந்தையைக் கொலை செய்தவர்களுக்கும், எதிரிகளுக்கும், வேறு விதமான குற்றவாளிகளுக்கும் எங்கள் வரலாற்றில் பஞ்சமில்லை. எனினும், மகராஜ் குமாருக்கும் படையினருக்கும் எதிராகத் திட்டமிட்டு நடத்தப்பட்ட இதுபோன்ற பொதுமக்களின் தாக்குதல் கேள்விப்பட்டிராதது. கடனை எப்படி நான் திருப்பிச் செலுத்துவேன்?

நாட்டிய மங்கை என்று தொடங்கி துறவி என்பதாக அவளது ஆச்சரியங்களைப் பேசும்போது, நம்பகத்தன்மையில் மட்டும் அது தாக்கத்தை விளைவிக்கவில்லை; மனிதனைக் காட்டிலும் அதிகமாக நிலைமாறும் தன்மை கொண்ட உயிரினம் வேறெதுவுமில்லை என்ற பழமொழியையும் அவை உறுதி செய்கின்றன. ஆண்டிற்கு ஒரு முறை துறவியின் பாதத்தைத் தொட்டு வணங்குவது என்பது ஒரு விஷயம்; ஆனால், அத்தகைய ஒருவரை மணந்திருப்பது என்பது முற்றிலும் வேறானது. அந்நியள், துறவி, மனைவி. என்ன வேறுபாட்டை எனக்குள் இவை ஏற்படுத்திவிடப்போகின்றன?

மாளிகைக்குள் நான் இன்னும் புகவில்லை. பொறுமை இழந்துகொண்டிருந்தேன். ‘ராஜா உங்களை அப்புறம் பார்க்கிறேன். என்னை மன்னித்துவிடுங்கள்’. உண்மையில் நான் புராஜி கிக்காவின் அனுமதியைக் கேட்கவில்லை. அது அவனுக்கும் தெரியும். புன்னகைத்து, கையசைத்தான். வீட்டை விட்டு பதினெட்டு மாதங்கள் என்பது ஒரு நீண்ட காலம்தான். ராஜேந்திரனை நாங்கள் எரியூட்டிய அன்றைய தினத்தின் காலைநேரத்தில் என் நினைவு அடுக்கில் பேராசையுடனும் அவசரமாகவும் பதியவைத்துக் கொண்ட அந்தச் சித்தோரை இப்போதைய சித்தோருடன் ஒப்பிட்டுப்பார்க்க விரும்பினேன். பொதுவான விஷயங்களையும் நுணுக்கமான விஷயங்களையும் பின்னர் அறிந்துகொள்ளலாம். அதற்குப் போதுமான நேரம் இருக்கிறது. பெஃபிக்கிரை சவுக்கு கொண்டு வீசவேண்டிய தேவை இல்லை. என்னைப் போல அவனும் வீட்டிற்கு விரைந்து போகும் அவசரத்தில் இருந்தான். ‘அவள் எங்கே?’ கௌசல்யாவின் முகத்தைப் பார்த்து விடையைத் தெரிந்துகொண்டேன். ‘விசாரணை இன்னும் முடியவில்லையா? இவ்வளவு நாள் ஆவதற்குக் காரணம் என்ன?’ கௌசல்யா தலையை மெதுவாக ஆட்டினாள். கௌசல்யாவின் கண்கள். அவற்றை உங்களால் திறக்க

முடியாது. கம்பீரியைப்போலவே எண்ணிக்கையற்ற ரகசியங்களையும் மனிதர்களின் துயரங்களையும் மூடத்தனங்களையும் அவை மறைத்து வைத்திருக்கின்றன.

அன்று இரவு என்னுடைய ஆற்றுக்குச் சென்று குளித்தேன். அம்மா...! அமைதியாக அலறினேன். என் சுமைகளை இறக்குங்கள். கம்பீரியின் நீரோட்டம் என்னைச் சுத்தம் செய்யவும் இல்லை; அல்லது எனக்கு மறதியையும் கொடுக்கவில்லை. திரும்பிச் சென்ற நான் பைத்தியம் பிடித்தவன்போல் கௌசல்யாவிடம் இன்பம் அனுபவித்தேன். என்னால் நிறுத்த முடியவில்லை. சுனேரியாவின் நினைவுகளை அழிக்கப்போகிறேன். கௌசல்யா என்னை இறுக்கிக் கொண்டாள்; என்னுடைய கோபத்தில் சிறிதளவையும், திகைப்பையும், மறைந்திருக்கும் வலியையும் வாங்கிக்கொள்ளலாம் என்ற நம்பிக்கையுடன் எனது மோசமான இயக்கங்களைத் தாங்கிக்கொண்டாள். ஆனால், துக்கத்தையோ, அல்லது மனித உணர்வுகள் எதையுமோ, அவற்றை மாற்றுவது இருக்கட்டும், நிச்சயம் வேறு எவராலும் பகிர்ந்துகொள்ள முடியாது.

'ஏழு நாட்களுக்கு முன்னர் அவள் இறந்துபோனாள் என்பது நல்ல விஷயம். நீங்கள் வருவதற்கு ஒரு நாள் முன்பாக அது நடந்திருந்தால், வேகமாகப் பயணித்து வரவில்லையே அல்லது இந்தத் தூரத்தை மந்திர சக்தியால் கடக்க முடியவில்லையே என்று உங்களை நீங்கள் மன்னித்திருக்கமாட்டீர்கள்'. கௌசல்யா எதையும் சர்க்கரை தடவிச் சொல்லமாட்டாள். சிறிது நேரத்திற்குப்பின் அவள் என்னிடம் கூறினாள். 'தூக்குப்போட்டுக் கொள்ளப்போகிற அன்று சுனேரியா என்ன சொன்னாள் தெரியுமா? "மகராஜ் குமாருக்கு இந்த உலகத்தைப் பற்றித் தெரியவில்லை. என் கணவர் உடல்ரீதியாக என்னைத் துன்புறுத்தியதால், நீதிமன்றம் அந்தக் கொலையை மன்னித்துவிடும் என்று நினைக்கிறார். மனிதர்கள் அடிப்படையில் நியாயமானவர்கள்; மிகச் சாதாரண நீதியை நீதிமன்றங்களால் வழங்க முடியும் என்று உண்மையில் அவர் நம்புகிறாரா? இங்கு பொருந்த முடியாதவள், நானல்ல. மகராஜ் குமார்தான். நல்ல, நேர்மையான மனிதருக்கு இங்கு இடமில்லை என்பதை அவர் விரைவில் கற்றுக்கொள்வார்"'

கௌசல்யா சொல்வதை நான் கேட்டுக்கொண்டிருந்தேனா? அவளது அமைதியான சொற்களிலிருந்தும் அல்லது குரலிலிருந்தும் என்னால் எதையும் புரிந்துகொள்ள முடியவில்லை. சுனேரியா மீண்டும் ஒருமுறை புரியாதவாறு பேசியிருக்கிறாள். அந்த நல்ல, நேர்மையான நபர் அவளா, அல்லது அவள் என்னைக் குறிப்பிட்டாளா? இந்த இரண்டு குணங்களும் அவளிடம் ஏராளமாக உண்டு. உண்மையில், விநோதமான இந்த எண்ணம் எனக்கு எப்போதும் தோன்றியதில்லை. சித்தோரின்

சூழல் மாறிவிட்டது; நேர்மையும் கண்ணியமும் கொண்ட மனிதனாக என்னைச் சிறிய அளவிலாவது கருதும் நபர் கௌசல்யா தவிர்த்து வேறு ஒருவரும் இல்லை என்பதை நினைத்துப்பார்த்தேன். எதையும் நான் நேரடியாக யோசிக்காதவன். கௌசல்யாவும் எனக்கு ஆதரவாக இருக்கமாட்டாள்; நிச்சயமாக இல்லை; ஆனால் அதற்கு முற்றிலும் வேறுபட்ட காரணங்கள் உண்டு. மௌரியர்களின் பிரதம அமைச்சர் மாபெரும் கௌடில்யரின் கொள்கைகளை ஸ்வீகரித்துக் கொண்டவள் அவள். ஒரு இளவரசனின் வேலை, சொல்லப்போனால் மகராஜ் குமாரின் வேலை ஆட்சி செய்வது மட்டுமே. அதில் நற்குணத்திற்கோ அல்லது நீதிக்கோ இடமில்லை.

வாழ்நாள் முழுவதும் 'கொலைகாரன்' என்ற பட்டம் என்னுடன் ஒட்டிக்கொள்ளும் என்ற எண்ணம் எழுந்தது. எவ்வளவுதான் முயன்றாலும் அது போகப்போவதில்லை. சாதாரண வாழ்க்கைக்கும், யுத்த காலத்திற்கும் நெறிமுறைகள் ஒரே மாதிரிதான் என்று என் மக்கள் உண்மையாக நம்புகிறார்களா? யுத்தம், ராஜபுத்திரனின் தர்மம். அவர்கள் என்னை நிராகரிக்கும் அதேநேரத்தில் யுத்தத்தையும் அவர்கள் நிராகரித்துவிடுவார்களா? யுத்தம் என்பது அதிகாரம், மேலாதிக்கம். நிலப்பரப்பைச் சேர்த்துக் கொள்ளவேண்டும் என்ற விழைவும் பேராசையும். எவரையும் கொல்லாமல் நீங்கள் யுத்தம் செய்யமுடியாது. போரை நான் கண்டுபிடிக்கவில்லை. அதன் நோக்கங்களையும் எல்லைகளையும் நான் வெறுமனே விரிவுபடுத்தினேன்; தர்க்கரீதியான உச்சங்களுக்கு அதை எடுத்துச் சென்றேன்.

ஆனால், இவையனைத்தும் இங்கு முக்கியமல்ல. சுனேரியா உதிர்த்த கடைசிச் சொற்களை கௌசல்யா என்னிடம் சொல்லும் வரையிலும் அதை நான் நம்பவில்லை. என் மீது சுனேரியாவுக்கு நம்பிக்கை இருந்திருந்தால், இன்னும் சில நாட்கள் அவள் காத்திருந்தால் அனைத்தும் சரியாக முடிந்திருக்கும் என்று நம்பியிருந்தேன். ஆனால், நான் அவ்வளவு உறுதியாகச் சொல்லமுடியாது. சமீபத்தில் நான் அவ்வளவு விவரமானவன் இல்லை என்பது மிகவும் நம்பும்படியாகவும் மிக மோசமாகவும் நிரூபிக்கப்பட்டது. என்னையே நான் ஏமாற்றிக் கொள்வதற்கு அதிகம் தயாராக இருந்தேன். சுனேரியாவுக்கு உலக நடப்புகள் அதிகம் தெரியாது. எனினும் இந்த உலகைப்பற்றியும் அதில் வசிக்கும் இரண்டுகால் உயிரினங்கள் பற்றியும் மிக யதார்த்தமான புரிதல் நிச்சயம் அவளுக்கு இருந்தது. அந்த நீதி விசாரணை ஒருவேளை அவளுக்கு எதிராக முடிந்திருக்கலாம். தூக்குத் தண்டனையோ அல்லது ஆயுள் தண்டனையோ அவளுக்குக் கிடைத்திருக்கும். அவளை விடுவிப்பதற்காக சட்டத்தைக் கையில் எடுத்து அதை வளைத்திருப்பேனா? தனது வாழ்க்கையை முடித்துக்கொண்டதன் மூலம், எனது கோழைத்தனத்தை எதிர்கொள்ள வேண்டிய வேதனையிலிருந்தும்,

சட்டத்தின் ஆட்சியில் நம்பிக்கை கொள்வதிலிருந்தும் என்னை விடுவித்துவிட்டாள்.

அந்த நிகழ்விற்குப்பின் அதை நியாயப்படுத்தும் வகையில் சிந்திக்கிறேனா? வாழ்க்கையைப் பற்றி எனக்குத் தெரியாத, உனக்குத் தெரிந்த ஏதாவது இருக்கிறதா சுனேரியா? யாரையும், குறைந்தபட்சம் உன்னையே நீ நம்ப மாட்டாய் அல்லவா? திரும்பி வா, துணி துவைப்பவளே! அவளைப் பார்த்துக் கூவினேன். திரும்பிவா. உன் செயல்களுக்கு நீ விளக்கம் சொல்வது நல்லது. துவைப்பதற்கு பதினெட்டு மாத துணிகளை சேர்த்து வைத்திருக்கிறேன். பெண்ணே, வேலைக்குத் திரும்பு. என் கைகள் முழுவதும் படிந்திருக்கும் இரத்தத்தைத் துவைத்துச் சுத்தம் செய்யவேண்டும்; சட்டையின் கழுத்துப் பட்டிகளையும் கைப்பட்டைகளையும், என் மனசாட்சியையும் சுத்தம் செய்ய மறந்துவிடாதே. குற்றவுணர்வின் ஒற்றைத் தடயத்தையும் பார்க்க விரும்பவில்லை. நான் பேசுவது கேட்கிறதா? ஒரு அதிகாலைப் பொழுதில் பத்தாயிரம் வீரர்களைக் கொன்று துடைத்தெறிந்தேன்; தொடர்ந்த மாதங்களில் மேலும் ஆயிரக்கணக்கானவர்களைக் கொன்றழித்தேன் என்று என்னை யாரும் சந்தேகிக்கக்கூடாது. போ. எனது ஆடைகளையும், என் மூளையையும், என் உடலையும் அடித்துத் துவை. ஆண்டுகளாக நாம் உடலுறவு கொண்டிருந்தாலும் கன்னிப்பெண் என்று உன்னை நீ சொல்லிக்கொள்வதுபோல் நான் கன்னிகழியாத மனிதனாக இருக்கிறேன். கஞ்சிப்பசை சேர்த்து மொரமொரப்பான மெல்லிய இரும்புத் தட்டைப்போல என்னை ஆக்கு. இனி, நான் உன்னைப் புதிராகப் பேச அனுமதிக்கப் போவதில்லை. ஏனெனில் மீதமிருக்கும் வாழ்நாளில் அவற்றை அவிழ்க்கவே முயற்சித்துக் கொண்டு இருப்பேன். திரும்பி வா, சுனேரியா. இப்போதே. இந்த நிமிடமே.

* * *

தூங்க முயற்சிப்பதில் எந்தப் பிரயோசனமும் இல்லை. எழுந்து குளியலை முடித்தேன். இன்னும் இருள் விலகவில்லை. இரவில் மலரும் ராட்ரனி மலர்கள் இன்னும் தம்மை மூடிக்கொள்ளவில்லை. அப்போதுதான் வீட்டிலிருக்கும் நினைவு வந்தது. அளவுக்கு மீறிய சோர்வும், நேற்றைய விசித்திரமான நிகழ்வுகளும் என்னை பலவீனமாக்கி இருக்கலாம். மலர்களின் நறுமணத்தால் தலை கிறுகிறுத்தது. மது அருந்தி, மிகச் சரியான அளவு போதை ஏறியதுபோல் உணர்ந்தேன். நேற்று மக்கள் கூட்டத்தில் மறைந்து போன பெண் நினைவுக்கு வந்தாள். அவள் எங்கே போனாள்? யார் அவள்?

என் அங்கார்க்காவின் பொத்தான்களைப் போட்டுக்கொண்டிருந்த போது கௌசல்யா உள்ளே வந்தாள். ‘பொத்தானைச் சரியாகப் போட

இன்னும் தெரியவில்லை. இத்தனை மாதங்களும் எப்படி இதைச் செய்தீர்கள்?’

நான் பள்ளிச்சிறுவன் போலானேன். கௌசல்யா மீண்டும் எனக்குப் பொத்தான்களைப் போட்டுவிட்டாள். அவளது தலைமுடியை இறுகப் பற்றி அணைத்துக்கொண்டேன். மிகப் பழமையான நினைவாக அவள் இருக்கிறாள்; எனினும் நம்ப முடியாத அளவிற்கு இளமையாக இருக்கிறாள்.

அவள் புன்னகைத்தாள். ‘இதோ, உலகத்தை எதிர்கொள்ள மகராஜ் குமார் தயாராகிவிட்டார்’ புன்னகைப்பது இப்போது என் முறை. நான் இன்னும் தயாராக இல்லை. என்றாலும் நான் நன்றாக இருக்கிறேன் என்பது தெரியும்.

அரண்மனைப் படிக்கட்டுகளின் உச்சியில் நின்றிருந்தேன். ஆதிநாத்ஜியின் பேத்திக்குக் கொடுக்க, கைநிறைய பரிசுப்பொருட்கள். நேற்று சுராஜ் வாயிலின் அருகில், கூட்டத்தைத் தாண்டிச் செல்லமுடியாமல் திணறிய அந்தப் பெண்ணை மறுபடியும் பார்த்தேன். உயரமான சுற்றுச் சுவருக்கு வெளியில் நின்றிருந்தவள், தலையில் ஓதனியுடன் விரைவாகவும், உறுதியாகவும் நடந்து வந்தாள். கையில் பொட்டலம் ஒன்றை வைத்திருந்தாள். அவள் தாவாங்கட்டை உயரமிருந்த அதை ஜரிகைப் பட்டுத் துணி சுற்றியிருந்தது. நான் கழுத்தை வளைத்துப் பார்ப்பதைக் கவனித்து விட்டாள். சில படிகள் விரைந்து இறங்கி, மறைந்து நின்றேன்.

அவள் இப்போது நுழைவாயில் வெளிச்சத்திற்கு எதிராக நின்று கொண்டிருந்தாள். அவளது நெற்றியிலும் மேல் உதட்டின் மேலேயும் சிறு சிறு வியர்வைத் துளிகள். அவளது மூச்சுக் காற்றைக் கேட்கமுடிந்தது. அவள் சுமந்து வந்த அந்தப் பெரிய பொட்டலத்தை தரையில் வைக்கக் குனிந்தாள்; அவள் போட்டிருந்த மெலிதான ஓதனியின் வழியாக அவளது உடல் அமைப்பு நிழலாகத் தெரிந்தது. அவள் என் சகோதரி சுமித்ரா.

’இளவரசே’, சிரித்துக்கொண்டே அந்தப் பெண் என்னை நோக்கிப் பாய்ந்து வந்தாள். என் கரங்களில் அவளை வாரி ஏந்திக்கொண்டேன். படிகளிலும் புல்வெளியிலும் பரிசுப்பொருட்கள் சிதறின. நிலை தடுமாறினேன், படிக்கட்டுகளில் உருண்டேன். படியொன்றின் கூர்மையான விளிம்பில் முதுகெலும்பின் கீழ்ப்பகுதி மோதியது. வலது கணுக்கால், அரைவட்ட வடிவமாகத் திரும்பிவிட்டது. தொடர்ச்சியான வலி, கண்களை நோக்கியும் நுனிக்கால்களை நோக்கியும் பரவுவதை உணர்ந்தேன்.

உடல்கள் ஒன்றாக ஒட்டிக்கொள்வதுபோல் என் மேல் வளைந்து விழுந்தாள். என் கழுத்தைச்சுற்றி ஒரு சுருக்குக்கயிறு போல் அவள் கரங்கள். பனித்துளி படர்ந்த மலர்போல் என் முகத்திற்கு அருகில் அவள் முகம். வெப்பத்தாலும், உடலுழைப்பாலும் வியர்வை வெளிவருகிறது என்றால், தொடும்போது அது குளிர்ச்சியாக இருப்பது எப்படி? என் மார்பில் புதைந்த லீலாவதியின் இளம் மார்பகங்கள், தகிக்கும் குழிகள் இரண்டை ஏற்படுத்தின. அவற்றை மீண்டும் நிரப்ப முடியாது. அந்த அனலும் அணையாது. அவள் கண்களில் தெரிந்த ஒளியையும், அவளது சிறிய இடையையும் ஆர்வமும் உற்சாகமும் நிறைந்த மனத்தையும் நேசித்தேன். என் கரங்கள் அவள் உடலில் எதையோ தேடின, புதைந்தன. லீலாவதியின் அண்மை என்னைச் சங்கடத்திலும் சஞ்சலத்திலும் ஆழ்த்தியது.

'எனக்கு எதுவும் எடுத்து வந்திருக்கமாட்டீர்கள் என்று பந்தயம் கட்டுவேன்'

குற்றவுணர்வும் அவமதிப்பும் என் முகத்தில் தோன்றின

'பொறுப்பற்ற, சுரணையற்ற ஒருவரை மணந்து கொள்ளப் போகிறேனோ என்று சமயத்தில் திகைப்பதுண்டு.'

'என் ஆலோசனையைக் கேள். அப்படிச் செய்துவிடாதே' அவளுடன் சேர்ந்து நானும் இரக்கப்பட்டேன். '

நம்பிக்கையற்று அவள் என்னைப்பார்த்தாள். அப்போதுதான் நான் அவளைக் கேலி செய்வதை உணர்ந்தாள்.

'நம் திருமணத்தை இப்போது எதனாலும் தடுக்கமுடியாது.' அவள் தீவிரமாகப் பேசினாள். திடீரென்று ஆர்வம் அவளை முந்திக் கொண்டது.

'எனக்கு என்ன வைத்திருக்கிறீர்கள்? காட்டுங்கள், காட்டுங்கள்'

இனிமேல் என் கரங்களில் லீலாவதி தாவமாட்டாள் என்பது எனக்குத்தெரியும். இந்த முட்டாள்தனமான விளையாட்டை நாங்கள் இருவரும் விளையாடுவது இதுவே கடைசியாக இருக்குமென்று என்னால் பந்தயம் கட்ட முடியும். அவளுடன் சேர்ந்து எனது சிறுகுமரப்பருவக் குணங்களும் முடிவுக்கு வந்து கொண்டிருக்கின்றன. ஆறுமாதத்திற்குள், அதிகபட்சம் ஓராண்டிற்குள் அவளுக்குத் திருமணம் முடிந்துவிடும்.

'உனக்காக எதுவும் கொண்டு வரவில்லை என்று உன்னிடம் சொன்னேனே. ஆனால், அங்கே பார், தோட்டக்காரனின் குழந்தைகளுக்காக நான் எடுத்துவந்த துணிமணிகளை புல்வெளியில் சிதறவிட்டுவிட்டேன்'

அவள் எழுந்துவிட்டாள். இப்படித்தான் லீலாவதியை நினைவில்கொள்ள விரும்புகிறேன். ஓதனியால் தலையைச் சுற்றிக்கொண்டவள், அது விழாமலிருக்க இடது தோளின் மீது ஒரு முனையைப் போட்டுக்கொண்டாள். காக்ராவை கைகளால் சற்றே தூக்கிப் பிடித்தபடி வெளியில் ஓடினாள். பசும் புல்வெளியில் திடீரென்று ஊதா நிற புயல் அங்குமிங்கும் பிரகாசித்தது. காலை வெளிச்சம் என்ற சிற்பியின் உளி, அங்குமிங்கும் ஓடும் உருவமொன்றின் கத்திபோன்ற கூர்மையான வெளிக்கோட்டை காற்றில் செதுக்கியது. குனிந்த லீலாவதி கைகளை நீட்டிப் பொட்டலத்தை எடுத்தபடி பறந்துவந்தாள். உண்மையில் அவள், சந்தேகத்திற்கு இடமற்ற, எல்லையற்ற, நேர்த்தியான அழகுள்ள சிறகு விரித்துப் பறக்கும் பறவை; மலைவாயிலில் சூரியன் விழும்வரை பறக்கும் மனஉறுதி மிக்கப் பறவை. துடுக்குத்தனம் நிறைந்த பெண் மயில் மிடுக்காக நடந்து அந்தப் பொட்டலத்தைக் கொத்தியது. லீலாவதி அதைக் கடிந்து விரட்டினாள். ஓதனியை புல்லின் மீது விரித்து, அந்தப் பொட்டலங்கள் அனைத்தையும் அதில் போட்டு மூட்டையாகக் கட்டினாள். துணிகளை மூட்டையாகக் கட்டி துவைக்க எடுத்துச் செல்லும் சுனேரியாபோல் அதைத் தோளில் போட்டுக்கொண்டாள்.

அருகில் வந்த லீலாவதி துணி மூட்டையைத் தரையில் வைத்துவிட்டு என் கைகளைப் பற்றிக் கொண்டாள். பாத நுனிகளை ஊன்றி எம்பி நின்று என் கண்களிலும் நெற்றியிலும் முத்தமிட்டாள். அவள் குழந்தையா, பெண்ணா? உங்களை நிலைகுலைய வைக்கும் ஆர்வம் அவளிடம் இருந்தது. அந்தத் தருணம், அவளுக்காக நான் அச்சம் கொண்டேன். அவளது விருப்பத்துடனோ விருப்பமில்லாமலோ, யாரோ ஒருவன் அவளைக் கடுமையாகக் காயப்படுத்தப் போகிறான்.

இடுப்பில் செருகியிருந்த சுருக்குப்பையிலிருந்து நான்கு புளியங்காய்களையும் காகிதத்தில் மடித்து வைத்திருந்த உப்பையும் வெளியில் எடுத்தாள். இரண்டைத் தனக்கு வைத்துக்கொண்டு இரண்டை என்னிடம் நீட்டினாள். வெளிர் பச்சை நிறத்தில் செங்காய். உப்பில் தோய்த்துத்தான் கடித்தேன் என்றாலும் அதன் புளிப்பைத் தாங்க கல்லால் ஆன பல் வேண்டும். புளிப்பு உச்சிக்கு ஏறியது. அடுத்த இரண்டு நாட்களுக்கு என்னால் எதையும் கடிக்க முடியாது. எனினும், புளியங்காய்க்கும் பச்சை மாங்காய்க்கும் அடுத்த நாள் என்பதே இல்லை.

'உங்களுடையதை முதலில் திறக்கட்டுமா அல்லது என்னுடையதையா?

'உன்னுடையது'

'இரத்தமா இது?' நூல் வேலைப்பாடு செய்து அவள் எனக்கு அளித்திருந்த அந்தப் பதாகையை நம்பிக்கையின்றிப் பார்த்தாள்.

'ஆமாம். பிரதம தளபதி ஜாஹிர் உல் முல்கினுடையது'

'நீங்கள் அவனைக் கொன்றீர்களா?'

அந்தக் கொடியை லீலாவதியிடமே திருப்பிக் கொடுத்தது நிச்சயம் விவேகமான யோசனை அல்ல. அவளும் அவள் குடும்பத்தினரும் ஜைனர்கள் என்பதை மறந்துவிட்டேன்.

'உன்னை இது சங்கடப்படுத்தினால்...'

'விசனத்தால் இதை நான் கேட்கவில்லை. நம் குழந்தைகளுக்கும் சந்ததியினருக்கும் இந்த வரலாற்றை எழுதி வைக்க விரும்பினேன்.'

'ஆமாம், ஜாஹிர் உல் முல்கை ஏமாற்றித்தான் கொன்றேன். நம் படைகள் தோல்வியால் துவண்டிருந்தன; மோசமான நிலைமையிலிருந்து அதை மீட்டெடுத்து மேவாருக்கு அவமானத்தைக் கொண்டுவந்தேன்'. எனது அற்பத்தனத்தை நான் வெறுத்தேன். என் உணர்வுகளை வெளிப்படுத்த விரும்பினேன். நான் துணிவு மிக்கவன்; உரிய பாராட்டு கிடைக்காமல் அதிகம் அவமதிப்பிற்கு ஆளானவன்; அதனால் இதுபோன்ற பரிவு நிறைந்த, நம்பிக்கை அளிக்கும் சொற்களை அவளிடமிருந்து எதிர்பார்க்கிறேனா? எனது மனநிலையில் ஏற்பட்ட மாற்றத்தை அவள் கவனித்தாலும் அதைப் புறக்கணிக்க முடிவெடுத்து அடுத்தப் பரிசுக்குச் சென்றாள்.

'இது என்ன?'

'இது ஓர் அதிசயக் கருவி. குழப்பம் நிறைந்த உனது வாழ்க்கைக்குத் திசை உணர்வை அளிக்கும். அறநெறிச் சங்கடங்களில் மாட்டிக்கொண்டு உன்னை நீ தொலைத்துவிட்டால், எப்படி வெளியில் வருவது என்பதைக் காட்டும்'.

'இது எனக்கு எதற்கு? என் மனத்தை எப்போதும் நான் அறிவேன்'

நான் வெடித்துச் சிரித்தேன். 'பகட்டான எனது சொற்களை ஒன்றுமில்லாமல் ஆக்கிவிட்டாயே? இது திசைகாட்டும் கருவி. கருமேகம் சூழ்ந்த இரவில் நட்சத்திரங்களைப் பார்க்க முடியாதபோது புவியியல் திசையை இது காட்டும்'.

'உண்மையாகவா? புத்தகங்களில் சொல்லப்பட்டிருப்பது போலவே வேலை செய்யுமா?'

'ஆமாம். நீயே சோதித்துப் பாரேன்'

பத்து நிமிடங்களுக்கு அந்தக் கருவியைச் சோதித்துப் பார்த்தாள். தாழ்வாரத்தை விட்டு வெளியில் சென்றாள். தோட்டத்தில் பல்வேறு

இடங்களில் நின்று பார்த்தாள். அரண்மனைச் சுவர்களுக்கு அருகில் நின்று, அரச மரத்தின் கீழ் நின்று, தோட்டத்தின் இருண்ட பகுதியில் நின்று, அவளை வேடிக்கைப் பார்த்தவாறு நான் நின்றிருந்த படிக்கட்டுகளில் நின்று சோதித்தாள். அவள் மனம் எப்படி இயங்குகிறது என்பதைப் பார்த்துக் கொண்டிருந்தேன். மிகச்சரியாக வடகிழக்கில் அவள் நிற்கையில் கருவி மேற்கு திசையைக் காட்டுவதைப் பார்த்து அந்தக் கருவியையே அவள் திகைக்க வைக்கப்போகிறாள்.

'உங்களுக்கு எப்படிக் கிடைத்தது?'

'உலகெங்கும் சுற்றியிருக்கும் ஒரு மாலுமியிடமிருந்து வாங்கினேன். வெனிஸ் நகரத்திற்கு அவன் சென்று கொண்டிருந்தானாம். புயல் வீசிய இரவொன்றில் அவன் கப்பல் திசைமாறிச் சென்றுவிட்டதாம்'.

'மலைகளுக்கும் வனங்களுக்கும் எப்போது நாம் சுற்றுலா செல்லப் போகிறோம்? திசை தவறிவிட்டால் திரும்பி வரும் வழியை நான் காட்டுவேன்'

'அடுத்த வியாழக்கிழமை?'

'சரி. சரியாக காலை ஏழு மணிக்கு இங்கு இருப்பேன்'

அவளுக்காக நான் வாங்கி வந்த மரகதக்கல் மாலையை கழுத்தில் ஏற்கனவே தவழவிட்டிருந்தாள். எனக்குத் திசைகாட்டும் கருவியை விற்ற அந்த மாலுமியிடம் இருந்து வாங்கிய எகிப்தியப் பருத்தியில் நெய்த ஓதனியை தலையில் அணிந்து பார்த்தாள்.

'அவ்வளவுதானா?' என்றாள் அவள். திடீரென்று கவனம் சிதைந்து, அவள் எரிச்சல் அடைந்தது எதனால் என்று என்னால் தெரிந்துகொள்ள முடியவில்லை.

'லீலாவதி, நீ நன்றி கெட்டவள்', அவளது மோசமான நகைச்சுவையை சிரித்து மழுப்ப முயற்சித்தேன். 'வெட்கமற்ற, திருப்தியடையாத நன்றி கெட்டவள்.'

'வெட்கமற்ற, திருப்தியற்ற மனிதனாய் காட்டிக்கொள்ளும் உங்களைவிட மேல்தான். எனக்கு நீங்கள் கொடுத்துக் கொண்டிருக்கும் பரிசுகளுக்கு எப்போதும் முடிவேயில்லை'

'சரி, உனது கடைசிப் பரிசை மறந்துவிடுவோமா?'

'எனக்கு வேண்டாம். உங்களுக்கு இரண்டு பரிசுகள் மட்டுமே வைத்திருக்கிறேன்'

'என் பரிசுகள் எனக்குக் கிடைக்குமா அல்லது அவற்றை நீயே வைத்துக்கொள்ள முடிவு செய்திருக்கிறாயா?'

அவள் கவனமாகச் சிந்தித்தாள்; எனினும் அவளால் மனத்தைத் தயார்செய்துகொள்ள முடியவில்லை. அவளை மகிழ்விக்க விரும்பினேன். ஆனால், அவள் பொருட்களைப் பிறர்க்கு கொடுத்து மகிழ்பவள் என்பதை நினைத்துப் பார்க்க என் சுயநலம் என்னை அனுமதிக்கவில்லை.

'சரி, அவற்றை வைத்துக்கொண்டு நீ என்ன செய்யப்போகிறாய்?' விஷயங்களை சரிசெய்ய முயற்சித்தேன். தங்க இழையால் ஆன துணியால் சுற்றப்பட்ட பொட்டலத்தை அவளிடமிருந்து பிடுங்கினேன். 'இது என்னுடையது'

அவள் கண்களில் கோபமும் நெருப்பும். ஆனால், அவள் விட்டுக் கொடுத்தாள். 'எடுத்துக்கொள்ளுங்கள். எனக்கென்ன ஆச்சு?' என் கரங்களில் அந்தப் பொட்டலத்தைத் திணித்துவிட்டு முதுகைத் திருப்பிக்கொண்டாள். பொட்டலத்தின் முடிச்சை அவிழ்த்தேன். தட்டையாக ஒரு பொட்டலமும், உயரமாகச் சுற்றப்பட்டிருந்த பொட்டலம் ஒன்றும் இருந்தன. தட்டையாக இருந்ததைப் பிரித்தேன். லீலாவதியின் குறிப்பு எழுதப்பட்ட ஒரு புத்தகம்,

'இந்த ஆண்டு நானும் தாத்தாவும் ஒன்றாக அமர்ந்து அர்த்த சாஸ்திரம் படித்தோம். அதைப் பற்றிய விளக்கவுரை ஒன்றையும் என்னை அவர் எழுதவைத்தார். இது பெண்கள் படிக்கும் புத்தகமல்ல என்று தந்தை எதிர்ப்புத் தெரிவித்தார். அதற்குரிய மூளை இருந்தால் அவள் படிக்கட்டுமே என்றார் தாதாஜி; வதந்திகளோ வெற்றுச் சொற்களோ முட்டாள்தனமான சொற்களோ அதில் கிடையாது. அறிவால் நிரம்பியிருக்கிறது என்றார். உங்களுக்காகப் பிரதி எடுக்கையில் அர்த்தசாஸ்திரத்தை ஆறுமுறையாவது படித்திருப்பேன்'.

அந்த நூலின் பாடல்களை மிகக் கவனத்துடன் பிரதி எடுத்திருந்தாள். பக்கங்களைப் புரட்டிப் பார்த்தேன். எதையும் அவள் கிறுக்கி எழுதவில்லை. பிரதி எடுப்பதில் ஏதேனும் தப்பு செய்திருந்தால், அந்தப் பக்கத்தை அவள் மீண்டும் எழுதியிருந்தாள். தலைநிமிர்ந்தேன். லீலாவதி என்னை ஓரக்கண்ணால் பார்த்துக் கொண்டிருந்தாள். என் முகத்தின் பிரதிபலிப்பைப் பார்த்து அவள் மகிழ்ந்தது வெளிப்படையாகத் தெரிந்தது. என் பக்கம் தயவு மீண்டும் திரும்பியிருக்கிறது..

'என்னுடைய அந்த இன்னொரு பரிசு எங்கே?'

மூடியிருந்த துணியைக் கவனமாகப் பிரித்தாள். ஆபரணங்களால் அலங்கரிக்கப்பட்ட வீர் விஜய் தலைப்பாகையை வெளியில் எடுத்தாள்.

'உங்களது வெற்றியை நேற்று அவர்கள் ஏற்க மறுத்தனர். நான் உடனே வீட்டிற்கு ஓடினேன். இன்று காலை வரை அமர்ந்து இந்தத் தலைப்பாகையைச் செய்தேன்'

'இந்த நகைகளெல்லாம் உனக்கு எப்படிக் கிடைத்தன?'

'எல்லாம் என்னுடையவை'.

அவள் சொல்வது சரிதான். நான் உற்றுப் பார்த்தேன். பெரும்பாலான நகைகளை அவள் அணிந்திருப்பதை சில சந்தர்ப்பங்களில் பார்த்திருக்கிறேன். தலைப்பாகையில் பயன்பட்டிருக்கும் தங்க இழைகள் நிரம்பிய சந்தேரித் துணியும் அவள் வழக்கமாக அணியும் ஓதனிகளில் ஒன்றுதான். அதன் மடிப்புகளில் ஏழு ஜோடிகள் வைரங்களும், மாணிக்கம், மரகதம், பச்சை, புஷ்பராகம் போன்ற விலையுயர்ந்த கற்களும். நீலமுத்துக்கள் பதிக்கப்பட்ட காதுவளையங்களும் வைத்துத் தைத்திருந்தாள். மூன்று ஜோடி தங்கக் கொலுசுகள் பக்கங்களில் தொங்கின. முன்பக்கத்தில், மையத்திலிருந்து சற்று ஒதுங்கினாற்போல், மடிப்புகள் குறுக்காகச் சேரும் மையத்தில் மீனாகாரி பாணியில் அற்புதமான வேலைப்பாடுகள் நிறைந்த தாமரை வடிவப் பதக்கம் ஒன்றைச் செருகியிருந்தாள். அதற்கும் மேல்பகுதியில் மேலைக்கடற்கரை பகுதி மராத்தியப் பெண்கள் மூக்கில் அணியும், அழுத்தமான, இதழ் வடிவ நத்து ஒன்று பொருத்தப்பட்டிருந்தது. பொருட்கள் தாறுமாறாக வைத்துத் தைக்கப்பட்டதுபோல் தெரிந்தாலும், வண்ணம் மற்றும் வடிவமைப்பில் தேர்ந்த நேர்த்தியுடனும் திறமையுடனும் உருவாக்கப்பட்டிருந்தது. கண்ணியமும் நுட்பமும் சிதையாமல், மிகுந்த உணர்வெழுச்சியை தந்தது.

'நகைகளைக் காணவில்லையே என்று கேட்டால் என்ன சொல்வாய்?'

'தாத்தாவுக்குத் தெரியும்'

'பின் எதற்காகக் காத்திருக்கிறாய்?' லீலாவதி விழித்தாள். 'தலையில் வை'

'அணிந்துகொள்ளப் போகிறீர்களா?' திகைப்புடன் நம்பிக்கையில்லாமல் லீலாவதி என்னைப் பார்த்தாள்.

'ஒரு பெட்டியில் வைத்து அதைப் பரணில் வைத்துவிடுவதில் உனக்கு விருப்பமா?'

அவள் முகத்தில் புன்னகை தோன்றியது. அவள் மீண்டும் சிறுமியாக ஆனாள்.

தலையைக் குனிந்தேன். என் முடியைப் பின்பக்கமாக அழுத்தமாகத் தள்ளி ஒருகணம் அழுத்திப் பிடித்தாள். அடுத்து, தலைப்பாகையை எடுத்துத் தலையின் மீது கவனமாக வைத்தாள். முகத்தைத் தள்ளி வைத்து தன் கைத்திறனை ரசித்தாள். தன்னியல்பாக சொற்களை உதிர்த்தாள். 'மகராஜ் குமார் போலவே இருக்கிறீர்கள்'.

'நான் மகராஜ் குமார் தானே. நீயும் நானும் அதை மறந்துவிட வேண்டாம். திரும்பிச் செல்லும்போது, அந்தப் புத்தகத்தைக் கௌசல்யாவிடம் கொடுத்துவிடுகிறாயா?'

தனது பரிசுகள் அனைத்தையும் புத்தகத்துடன் சேர்த்து எடுத்துக்கொண்டாள். 'அடுத்த வியாழக்கிழமை...'

'ஆமாம்' அவள் திரும்பிச் செல்லும்போது அழைத்தேன். 'லாயம் வரைக்கும் என்னுடன் வர முடியுமா?'

பெஃபிக்கிர் மீது தாவி ஏறும்போது அவள் என் கையைப் பிடித்துக்கொண்டாள். மங்கள் பொறுமையிழந்து காத்திருந்தான். எனது வெற்றித் தலைப்பாகையைக் கண்டும் காணாமலிருக்க முயற்சி செய்தான். அவனது செய்தியைச் சொல்வதற்கு முன்னால், நான் அவனிடம் சொன்னேன்.

'இன்று காலை பதினோரு மணிக்கு தர்பார் இருக்கிறது'

'பேரரசர் திரும்பி வந்துவிட்டார், சிறப்புத் தர்பார் கூட்டியிருப்பது, உங்களுக்கு எப்படித் தெரியும், இளவரசே?'

'தனது பரிவாரங்களுடன் நள்ளிரவில் திரும்பியிருக்கிறார். உயரிய மரியாதையும் விருதுமான மேவார் விபூஷண் ராவ் வீரம்தேவ்க்கு அளிக்கப்பட இருக்கிறது. அத்துடன் இருபது கிராமங்களும் மூன்று யானைகளும் அளிக்கிறார்கள். ராஜா புராஜி கிக்காவுக்கு மேவார் கௌரவ் பட்டம். பத்து கிராமங்களும், ஐம்பது குதிரைகளும். ராய் உதய் சிம்மாவுக்கு மேவார் பூஷண். ஏழு கிராமங்களும் முப்பது குதிரைகளும். இன்னும் சொல்ல வேண்டுமா?'

மங்கள் முகம் சுளித்தான். அவனது பாதுகாப்பு வீரர்களும் ஒற்றர்களும் அவனை ஏமாற்றிவிட்டார்களா என்ன? அவர்களை ஏமாற்றிவிட்டு நான் வெளியில் சென்றதாக நினைக்கிறானா?

'நீங்கள் உங்கள் தந்தையைச் சந்தித்தது நேற்றிரவா அல்லது இன்று காலையா, இளவரசே?'

'நான் போகவேண்டிய தேவையே இல்லையே மங்கள். பள்ளிக்கூட பையனும் இதை நேற்றே யூகித்திருப்பான்'

'யாரது?' பெ∴பிக்கிரின் புதிய சகாவைப் பற்றி, லீலாவதி நேரடியாகக் கேட்கவில்லை.

'அது நாஷா' நான் மேலோட்டமாகச் சொன்னேன்.

'யார்?'

'நாஷா'. எனது குரல் திடீரென்று உணர்வற்றதாக, கடினமாக ஒலித்தது. 'என் அப்பா குதிரை வைத்துக்கொள்ளக்கூடாது என்று சொல்லிவிட்டார். அதனால் என்னால் குதிரையில் வரமுடியாது என்று பின்னொரு நாளில் நீ சொல்லாமலிருந்தால் பாராட்டுவேன்'

'அவன் என்னுடையவனா?'

'எத்தனை முட்டாள்தனமான கேள்விகளுக்கு நான் இன்று பதில் சொல்வது?'

தகாத நடத்தையாலும் விடுபடுதல்களாலும், சேர்க்கைகளாலும் இந்த வாழ்க்கையில் செய்த குற்றங்களும், கடந்தகால எதிர்கால வாழ்க்கைகளும் மன்னிக்கப்பட்டுவிட்டன. அந்தக் கணமே பதிவிலிருந்து துடைத்தெறியப்பட்டன. திடீரென்று அவள் எங்களைப் பெரிதாகக் கட்டியணைத்தாள். மங்களும் நானும் பேச்சிழந்தோம்.

'அவன் மேல் ஏறி நான் வீட்டுக்குப் போகலாமா?'

'ஆனால், துள்ளு நடையில்தான். நீ சரி என்று சொன்னால் சப்பன்லால் கடிவாளக் கயிற்றைப் பிடித்துக்கொண்டு வருவான்'

ஒரு துறவியாக, குறிசொல்பவனாக, அசரீரி உதிர்ப்பவனாக, தீர்க்கதரிசியாக வாழ்க்கையில் என் இரண்டாவது தொழிலை மேற்கொள்ள வேண்டிய நேரம் வந்துவிட்டதோ? ஆனால், ஞான திருஷ்டியால் சொல்வது சரியாக இருக்கும் என்று இன்னும் நிரூபணமாகவில்லை. விதியால் ஏற்பட்ட திருப்பம் ஒன்றை அது கணக்கில் எடுத்துக்கொள்ள வில்லை. அல்லது சுத்த மோசம் என்று நான் சொல்லலாமா? (சொல்லில் விளையாடுவதை நான் தீவிரமாக விமர்சிப்பவன் என்பது உங்களுக்குத் தெரியும். ஆனால், ஒரு மோசமான நாளில் மாட்டும்போது, மிக மோசமான, வெறுக்கத்தக்க கலகமேற்படுத்தும் சிலேடைப் பேச்சுகளில் நானும் ஈடுபடுவதைப் பார்ப்பீர்கள்).

தர்பார் நிரம்பியிருந்தது. இந்த விழாவைத் தந்தை சாதாரணமாக எடுத்துக் கொள்ளவில்லை. ராஜ்ஜியத்தின் முக்கியமானவர்கள் அனைவரையும் இந்த விழாவில் கலந்து கொள்ளும்படி அவர் அழைப்பாணை அனுப்பியிருந்தது அனைவருக்கும் தெரியும்; யார் யாருக்குக் கௌரவம் அளிக்கப்படப்போகிறது? யாருக்கு இல்லை

என்பதை அனைவரும் நிச்சயம் அறிந்துகொள்ள வேண்டும் என்று தந்தை விரும்பினார்.

மதிப்பு மிக்கவர் கூடியிருந்த அவைக்குள் நான் நுழைந்தபோது அந்தச் சபையிலிருந்து விநோதமான வியப்பொலி வெளிப்பட்டது. பேரரசர் மட்டுமே உன் தலையில் தங்க இழைகளால் ஆன வெற்றித் தலைப்பாகையைச் சூட்டமுடியும். தனியாக ஒரு சிறப்பு நிகழ்ச்சி ஏதேனும் நடந்ததா? அல்லது அதற்கான சாத்தியம் இருப்பதுபோல், தனக்குத்தானே வெற்றி விருதை அறிவித்துக்கொள்ளும் மடத்துணிச்சல் மகராஜ் குமாருக்கு இருக்கிறதா? அவையில் கூடியிருப்பவர்களில் யாராவது துணிச்சலுடன் என்னை நேரடியாகக் கேள்வி கேட்டால், அது சுவாரஸ்யமாக இருக்கும். ஆனால், அதற்கு நேரமில்லை; அவை நடவடிக்கைகளுக்குப் பொறுப்பான அமைச்சர் தந்தையின் வருகையை அறிவித்தார். அனைவரும் எழுந்து அரசருக்குத் தலைவணங்கினோம். அவர் அருகில் சென்ற விக்கிரமாதித்தன், உரிமையுள்ளவன் போல் அலட்டிக்கொண்டு அவர் அமர்வதற்கு உதவினான். இளைய மகனிடம் புதிதாகத் தோன்றியிருக்கும் இந்த அக்கறையை எப்படி எடுத்துக் கொள்வது என்று தந்தைக்குத் தெரியவில்லை. ஏனென்றால், இவ்வளவு ஆண்டுகளும் இவற்றையெல்லாம் தனக்குத் தானே அவர் சமாளித்துக் கொண்டுதானே இருந்தார். ஆனால், இப்போது அவர் கனிந்த மனநிலையில் இருந்தார். கொஞ்சம் உறுதியற்ற மனநிலையுடன், ஈடுபாட்டுடன் புன்னகைத்தார்.

சித்தோரில் திரைமறைவுக்குப் பின்னால் நடப்பவற்றை அறிந்துகொள்ள விரும்பினால், நீங்கள் தந்தையின்மீது கண் வைத்திருப்பதில் எந்தப் பயனுமில்லை. இந்த நாடகத்தின் திறவுகோல் மற்றப் பாத்திரங்களைக் கவனிப்பதில்தான் இருக்கிறது. இதோ என் இளைய சகோதரன் ரத்தனைப் பாருங்கள். தன் தாயையும், என்னையும், இரண்டாவதாகப் பிறந்ததால் அவனுக்குக் கிடைக்காமல் போன அதிகாரங்களையும் அவன் மன்னித்துவிடவில்லை; உண்மையில் அவன் மோசமான வகையைச் சேர்ந்தவன் அல்ல. அவன் அறிவாளி, எதையும் கவனிப்பவன், கடினமாக உழைப்பவன். ஆனால், இந்த அரசியலின், வாரிசு விளையாட்டின் முட்டுக்கட்டைகள், அனைத்துவிதமான அவமதிப்புகளுக்கும் நிந்தனைகளுக்கும் அவனை ஆளாக்கின. இவை அனைத்தும் பெரும்பாலான நேரங்களில் நோக்கத்துடன் நடத்தப் படவில்லை; அல்லது அளிக்கப்படவில்லை. நாங்கள் விலகித்தான் இருந்தோம். எனினும் எங்களிடையே விரோதம் ஏதுமில்லை. வேறொரு பெற்றோர்கள், சூழ்நிலைகள் என்ற நிலையில், நாங்கள் நண்பர்களாக இருந்திருக்கக்கூடும். பாவம், ரத்தன், கொஞ்சம் குழப்பத்தில் இருக்கிறான். குஜராத் படையெடுப்பில் தந்தையுடன் களத்தில்

இருந்தபோது அவர் அவனுக்குரியவராக இருந்தார். அப்போது நானும் அமைச்சர்கள் குழுவும் விக்கிரமாதித்தனை ராஜத்துரோகக் குற்றத்தில் கும்பல்கார்க் சிறைக்கு அனுப்பிக்கொண்டிருந்தோம். தந்தையின் நற்பக்கங்களில் தன்னை நுழைத்துக்கொண்டு அவருக்குப் பிடித்த மகனாக தன்னை அவனால் ஏன் ஆக்கிக்கொள்ள முடியவில்லை? பாவம் ரத்தன். தந்தையின் பாச-பீடத்தில் அமர்ந்திருக்கும் விக்கிரமாதித்தனைக் கீழிறக்குவது எப்படி என்ற தந்திரம் தெரியாதவன். அவன் தன்மீது இவ்வளவு கடினமாக நடந்துகொள்ளக் கூடாது. உண்மை என்னவென்றால், இந்த ஓட்டம் சமம் இல்லாதவர்களுக்கு இடையில் நடப்பது. இதில் போட்டி, விக்கிரமாதித்தன் அல்ல.

போட்டி, ராணிகளுக்கான மாடத்தில் அமர்ந்திருந்தது. விக்கிரமாதித்தனின் காதுகளில் தந்தை ஏதோ சொல்வதைப் பார்த்த ராணி கர்மாவதியின் முகம், நன்கு கொதித்த எண்ணையில் போட்ட பூரி உப்பி மேலெழுவது போல் விகசித்தது. நான் அவனை இறுதியாகப் பார்த்தபோது இருந்ததைக் காட்டிலும் இப்போது முழுக் கிரகணத்திலிருந்து விடுபடும் சூரியனாக ஆகியிருக்கிறான். தனது கைவேலையும் அற்புதமான திட்டமிடலும் பிருஹன்னடாவின் உதவியும்தான் அதற்கு முழுக் காரணம் என்பதை அவன் தாய் மறந்திருக்க மாட்டாள்.

அவளுக்கு அடுத்து என் தாய், மகாராணி அமர்ந்திருந்தாள். அவள் முகம் மகிழ்ச்சியில் பிரகாசித்தது. அவள் ஒரு எளிய ஆத்மா. ராணி கர்மாவதிக்காகவும் விக்கிரமாதித்தனுக்காகவும் மகிழ்ச்சி அடையக்கூடியவள். அவளது மகனும் வாரிசுமான நான் இந்த ஓட்டத்தில் இனிமேல் இல்லை என்பதை ஆனந்தமாக மறந்திருப்பாள். ராணி கர்மாவதி எதிரிகள் இருக்கிறார்களா என்று ராஜ்ஜியத்தில் தேடினாள். ரத்தனைக் கண்டுபிடித்தாள். கவலைப்பட ஏதுமில்லை. எனினும், மோசமான, எதிரிடையான சூழலில் அவள் வென்றுவிட்டாள் என்பதற்கு உறுதியான சாட்சியாக அவன் இருக்கிறான்.

அவள் கண்கள் என்மீது விழுந்தன. மகிழ்ச்சியில் இந்தக் காதிலிருந்து அந்தக் காது வரைக்கும் சிரித்தாள். தந்தையால் எதிர்க்க முடியாதவளாக அவள் இருந்தாள்; எதனால் என்பதை முதன்முறையாக உணர்ந்தேன். கொடூரமான அழகு அவளுடையது. ஆனால், அவளது கவர்ச்சியின் ஆதாரம் காமவெறித் தூண்டும் மூர்க்கத்தனத்தில் இருந்தது. பெண்கள் விட்டுக்கொடுக்க வேண்டும் அல்லது அதற்கு மாறாக இருக்கவேண்டும். ஆனால், அவள் எப்போதும் அப்படிச் செய்ததில்லை. எங்கள் அனைவரையும் விஞ்சிவிடுவாள். நன்கு குனிந்து அவளை நான் வணங்கினேன்.

என் தலையில் தங்கத் தலைப்பாகையைப் பார்த்த தந்தையின் முகத்தில் புன்னகையைப் பார்த்தேனா? பொதுவிடத்தில் அதை அணிந்திருக்க என்னைத் தூண்டியது எது? அவளுக்கும் எனக்குமான தனிப்பட்ட விஷயமாக இருக்கட்டும்; வேறு விதமாக இல்லை என்று லீலாவதி சொன்னாள்; அதன் பிறகும் என் தலையில் ஏன் அதை வைக்கச் சொன்னேன்? தந்தையும், இந்த மேவார் மொத்தமும், என்னை ஒரு கசாப்புக்காரனாக, கோழையாகப் பார்த்தாலும், குஜராத்திற்கு எதிரான வெற்றியின் முதன்மைச் சிற்பி நான்தான் என்று உறுதிசெய்துகொள்ள விரும்புகிறேனா? அல்லது, இவர்கள் அனைவரையும் நரகத்திற்குப் போங்கள் என்று சொல்லிக் கொண்டிருக்கிறேனா? ஒருவித எதிர்பார்ப்புடன் ராவ் வீரம்தேவ் என்னைப் பார்த்துக்கொண்டு இருந்தார். தர்பாரில் அமைதி நிலவியது. தந்தையும் எனக்காகப் பொறுமையுடன் காத்திருந்ததுபோல் தோன்றியது. அடுத்து என்ன? இந்த வெற்றிக்காக வருத்தம் தெரிவித்தும், ராய்முலை இடாரின் அரியணையில் அமர்த்த எண்ணிய தந்தையின் விருப்பத்தை நிறைவேற்றியதை விவரித்தும் வருத்தத்துடன் ஒரு சிறிய உரை நிகழ்த்துவேன் என்று எதிர்பார்க்கிறார்களா? அல்லது முழந்தாளிட்டு வணங்கி, இருபத்தி நான்கு மணிநேரம் தாமதமாக வந்து நண்பர்களையும் கூட்டணி ராஜ்ஜியத்தின் தலைவர்களையும் அவமதித்ததற்கு நன்றி சொல்ல வேண்டுமா? விக்கிரமாதித்தனை என் தோள்களில் சுமந்து சென்று கூடியிருக்கும் அனைவரிடமும் இவன் தான் வாரிசு என்று சொல்லவேண்டுமா...?

தந்தைக்கு அருகில் சென்று அவருக்கு மரியாதை செய்யும் வரை, யாரும், ஏன் ராவ் வீரம்தேவும் அவர்களது இருக்கைகளை விட்டு அசையவில்லை. நான் வாரிசாக இல்லாமல் இருக்கலாம். எனினும், இப்போதும் நான்தான் மூத்தவன். வெற்றியுடன் திரும்பி வந்திருக்கும் படையின் பிரதம தளபதி. காலில் வலியின் வேதனையுடன் நடந்தேன்.

'இளவரசே, உனக்கு ஒன்றுமில்லையே?' தந்தையின் குரலில் கரிசனம் வெளிப்பட்டது. 'உனக்குக் காயம் பட்டிருப்பதை எனக்கு ஏன் தெரியப்படுத்தவில்லை?'

அவ்வளவு பெரிய, நீண்ட நாட்கள் ஆகிவிட்ட படையெடுப்பிற்குபின் காட்டிக் கொள்ள என்னிடம் ஒன்றுமில்லை; அதற்கு வெட்கப்பட்டு அரசவைக்கு வரும் வழியில் சிறிய விபத்திற்கு ஏற்பாடு செய்து கொண்டேன் என்று அவரிடம் சொல்ல வாயைத் திறந்தேன். ஆனால், அதற்குள் விக்கிரமாதித்தன் முந்திக்கொண்டான்.

'அப்படியெல்லாம் ஏதுமில்லை, பேரரசே' இகழ்ச்சியுடன் சிரித்தான் அவன். சொச்ச வாக்கியத்தின் சுமையை இறக்கும்முன், அடுத்தச் சொல்லை உதிர்க்கும்முன் பத்து விநாடிகள் தயங்கினான். அரசவை

மூச்சைப் பிடித்துக்கொண்டு காத்திருந்தது. நானும் விக்கிரமாதித்தனின் அந்த முக்கிய வரிக்காக காத்திருந்தேன். 'நமது மதிப்பிற்குரிய கருவூலத் தலைவரின் பேத்தி அழகி லீலாவதியுடன் அதிதி அரண்மனையின் பசுமையான புல்வெளியில் குதித்து விளையாடிக் கொண்டிருந்தான். திடீரென வழுக்கி முட்டாள்போல் அவள்மேல் விழுந்துவிட்டான். ஆனால், மகிழ்ச்சியுடன்தான். அவளைப் போன்ற சுவையான இணையுடன் விளையாடுவதற்கு அவன் கொடுத்த சிறிய விலை; நண்பர்களே, இதை ஒப்புக்கொள்வீர்கள் இல்லையா?' அவையில் இருந்தவர்கள் பதட்டத்துடன் சிரித்தனர். 'அவன் அணிந்திருக்கும் வீர் விஜய் தலைப்பாகையும் அந்தப் பெண் கொடுத்த பரிசுதான்'.

ஏதோ காரணத்தால், அந்தக் கடைசி வரிக்குத் தர்பார் சலசலத்தது. ஒருவேளை சிரிப்பு என்பது எதிர்பார்க்கிற விஷயமாகவும் படிப்படியாக வேலைசெய்வதாகவும் இருக்கலாம். அஸ்திவாரம் போட்டுவிட்டீர்கள் என்றால், மிகவும் மெலிதான நகைச்சுவை வரிகளோ அல்லது கொஞ்சம் ஆவேசத்துடன் பேசப்படும் வித்தியாசமான வரிகளோ அல்லது தற்செயலான, திடீரென்று எழும் விசித்திரமான குரலொலியும் சிரிப்பலைகளை வெளிக் கொணரும்.

ஒரு எளிதான சிரிப்பிற்கு மற்றவர்கள் விலை கொடுக்கவேண்டும் என்பதில் என் தம்பி எப்போதும்போல் அதிக விருப்பம் கொண்டவனாக இருந்தான். அதை அவன் மறைக்கவும் முயலவில்லை, மகராஜ் குமாரும் அந்தப் பெண்ணும் ஓரிடத்தில் காதல் லீலைகளில் ஈடுபட்டிருந்தனர் என்று மிகவும் எளிதாக ஆராய்ந்துபாராமல் என் சகோதரன் கூறிவிட்டான். லீலாவதிக்கு ஆதிநாத்ஜியால் மணம் செய்துவைக்க முடியாது என்று சொல்லமுடியாது; ஆனால், அவருக்கு இப்போது அது சிரமமான காரியமாகிவிட்டது. ஒரு ராஜாவுக்குக் கொடுக்கும் அளவு அவரது பேத்திக்கு ஆதித்நாத்ஜியால் வரதட்சணை கொடுக்கமுடியும்; இங்கு அது பொருட்டல்ல. பொய்யாக அல்லது அவன் வேடிக்கையாக சொல்லியிருக்கலாம். இருப்பினும் அவதூறு என்பது மேவாரில் ஒரு பெண்ணை சந்தேகத்திற்குரியவளாக மட்டும் ஆக்குவதில்லை. சந்தேகமேதுமின்றி அவள் குற்றம்செய்தவள் என்று சொல்லும்; அவளைத் தண்டிக்கவும் செய்யும். கருவூல அதிகாரியின் முகம் உணர்ச்சி எதையும் வெளிப்படுத்தவில்லை. நெற்றிச் சுருங்கவில்லை. ஆனால், அரிசி மாவு போன்ற அவரது வெண்ணிற முகம் செத்து சாம்பல் நிறமானது.

'கருவூல அதிகாரியிடம் நீ மன்னிப்பு கேட்பது நல்லது' என் குரல் உணர்ச்சியற்று இருந்தது.

என் தம்பியின் முகத்தில் தோல்விக்களை தெரிந்தது. அவன் என்னை மாட்டிவிட முயன்றான். அதிகபட்சமாக, அவன் வைத்த இரையை

நோக்கி நகர்வேன் என்று நினைத்தான். மாறாக அந்த விளையாட்டின் விதிமுறைகளை நான் மாற்றிவிட்டேன். அடிப்படையில் விக்கிரமாதித்தன் ஒரு முட்டாள். இப்போதும் அந்த விஷயத்தை ஒரு நகைச்சுவையாக மாற்ற நினைத்தான். ஆனால் அவன் உருவாக்கிய ரசனையற்ற சந்தோஷத்தின் ஆழத்தில் புதைந்துவிட்டான்.

'முடியாது, சகோதரா, முடியாது. எவ்வளவு உற்சாகத்துடன் விளையாடினாய்? கருவூல அதிகாரியிடம் நீ தான் மன்னிப்புக் கேட்கவேண்டும்.'

நான் ஓரடி முன்னால் நகர்ந்தேன். என் குரல் உலோகத்தின் கிசுகிசுப்பாக ஒலித்தது. 'விக்ரமாதித்தா, நான் சொன்னது கேட்டதா? ஆதிநாத்ஜியிடமும் அவரது பேத்தியிடமும் மன்னிப்புக் கேள்'.

பார்வையாளர் மாடமும் அதிலிருந்தவர்களும் பயங்கர அமைதியில் அசையாமல் இருந்தனர். இவ்வளவு ஆண்டுகள் மகனுக்காகப் போட்ட உழைப்பையெல்லாம் எப்படியாவது அழித்துவிட முடிவு கட்டிய முட்டாள் மகன்மீது ராணி கர்மாவதிக்கு நிச்சயம் கோபம் இருக்கும்.

'மகராஜ் குமார்!' எனது விழிப்பிலும் உறக்கத்திலும் திசைகாட்டியாக இருந்த அந்த இருசொற்களை அவள் வாயிலிருந்து கேட்டு ஆயிரக்கணக்கான ஆண்டுகள் ஆயிருக்கும். 'போக்கிரி போல் நடந்துகொண்டு இந்த நல்ல அழகான நாளைக் கெடுத்துவிடாதே. நிச்சயம், இளவரசன் வேடிக்கையாகத்தான் பேசினான். மேவாரின் பறவைகளிடமும், தேனீக்களிடமும், குழந்தைகளிடமும் இளைஞர்களிடமும் இந்த அரசவையிடமும் அவன் மன்னிப்புக் கேட்பான். இளவரசன் மன்னிப்புக் கேட்பது பற்றி மதிப்பிற்குரிய நிதியமைச்சர் என்ன நினைக்கிறார்?'

என்ன ஒரு புத்திசாலித்தனம்? மகன் கழுதையாக இருக்கலாம். ஆனால், அவன், அவனது தாய்க்கு நிச்சயம் இணையில்லை. ராணி கர்மாவதி என்னைச் செயலிழக்கச் செய்துவிட்டாள். அத்துடன் மகனைச் சிக்கலிலிருந்து திறமையுடன் மீட்டுவிட்டாள். நிதியமைச்சர் இப்போது சிக்கலில் மாட்டிக் கொண்டார். ஆனால், இதிலிருந்து நல்லவிதமாக வெளியேற என் தம்பிக்குத் தெரியவில்லை

'நான் மன்னிப்புக் கேட்பதா? அம்மா, அறிவோடுதான் பேசுகிறாயா? இந்த ராஜ்ஜியத்தின் இளவரசன், வட்டிக்குக் கடன் கொடுக்கும் சாதாரண நபரிடம் மன்னிப்புக் கேட்பதா?'

'விக்ரமா, நீ சொல்வது முற்றிலும் சரி. சாதாரணமாக நீ எவரிடமும், சாதாரண மனிதர்களிடம், மந்திரி அல்லது அரச குடும்பத்தைச்

சேர்ந்தவர்களிடம் மன்னிப்புக் கேட்கவேண்டாம்'. சொற்களுக்கு அழுத்தம் கொடுத்து நிதானமாக, யோசித்துப் பேசினார் தந்தை. 'ஆனால், வெறுக்கத்தக்க வகையில் நடந்துகொண்டாய். மதிப்புமிக்க இந்த அவையை மட்டுமின்றி, வயதில் மூத்தவரும், அவசரகாலத்தில் நிதியுதவி அளிப்பவருமான நமது நண்பரையும் அவமதித்து விட்டாய். நம் வீட்டுப் பேத்தி போல் நெருக்கமாகப் பழகும் ஒரு குழந்தையையும் அவமதித்துவிட்டாய். மேலும் தாமதிக்காமல் நீ உடனடியாக மன்னிப்புக் கேள்'.

விக்கிரமாதித்தன் முகம் கடுகடுப்பாக மாறியது. ஆனால், சிறிதளவும் அவன் அசையவில்லை. ஆனால், அவன் தாய்தான் இறங்கிவந்தாள். நிதியமைச்சரை நோக்கிப் பேசினாள்.

'பரிகாசமாகப் பேசப்பட்ட சின்ன விஷயத்தை, சித்தோர் திரும்பியிருக்கும் இளவரசன் முன்கோபத்துடன் கூச்சல் போட்டு குழப்பம் உண்டாக்கிவிட்டான். இல்லை என்றால், இந்த மகிழ்ச்சியான நாள் எந்தப் பிரச்சனையும் இல்லாமல் முடிந்திருக்கும். அவனது கோழைத்தனமான சாகசங்கள் குறித்து, அவர்களுக்கிருக்கும் மகிழ்ச்சியின்மையை மேவார் மக்கள் வெளிப்படுத்திவிட்டனர். பழைய நண்பர்களான நமக்குள் அவன் வெறுப்பை விதைக்க முயல்கிறான். நம்மைக் கௌரவப்படுத்த மதிப்பு மிக்க நண்பர்கள் வந்திருக்கிறார்கள். ஆதிநாத்ஜி உங்களை வேண்டுகிறேன், என் மன்னிப்பை ஏற்றுக்கொள்ளுங்கள். இல்லை என்றால் இந்த விழாவை நாம் கெடுத்துவிடுவோம்'

'ராணி, உன் மகனைத்தான் மன்னிப்புக் கேட்கச்சொன்னோம். உன்னையல்ல'. தந்தை தன் நிலையில் உறுதியாக நின்றார். ஆனால், நெருக்கடிநிலை கடந்து விட்டது என்பது தெளிவாகத் தெரிந்தது.

'பேரரசே, நடந்தது நடந்துவிட்டது'. கணக்கை முடிப்பதுதான் நல்லது என்று ஆதிநாத்ஜி முடிவெடுத்துவிட்டார். சேதம் ஏற்கனவே விளைந்துவிட்டது. இந்தப் பிரச்சனையிலேயே மேலும் உழன்றுகொண்டு இருப்பது லீலாவதிக்கு மேலும் தீங்கைத்தான் விளைவிக்கும். 'மதிப்பிற்குரிய மகராஜ் குமார், இடைமறிக்கப்பட்ட தனது பயணத்தை (சுற்றிலும் சிரிப்பு) முழுமை செய்யும்படி உங்கள் அனுமதியுடன் வேண்டுகிறேன். அதன்பின் பிரதம அமைச்சர் மரியாதை செய்யப்பட வேண்டியவர்களின் பெயர்களைப் படிக்குமாறு கேட்டுக்கொள்கிறேன்.'

எனது ஆறடி ஓரங்குல உயரமும், நீண்ட என் கரங்களும் தரையில் பட தந்தையின் பாதங்களில் விழுந்து வணங்கினேன்.

'ஏகலிங்கேஸ்வர் அவரது ஆசிர்வாதங்களை உன் மீது பொழியட்டும்'

கணுக்காலில் அடிபட்டிருப்பதை மறந்துவிட்டேன். எழும்போது கீழே விழுந்திருப்பேன். ஆனால் குனிந்த தந்தை என்னைத் தாங்கி, தூக்கி நிறுத்தினார். எனது எதிர்ப்புகளையும் நேற்றைய நிகழ்வுகளையும் மறந்துவிட்டு எனது வெற்றிக்குத் தந்தை பரிசளிக்க வேண்டும் என்று இப்போதும் எதிர்பார்க்கிறேனா? எனது பெயரை அறிவித்து, தந்தை என் தலையில் வீர் விஜய் தலைப்பாகையை அணிவிக்கும் வகையில் அதை அவரிடம் பிரதான் பூரண்மால்ஜி அளிக்க வேண்டிய நேரம். அதன்பிறகு பேரரசர் எனக்கு அளிக்கப்போகும் பட்டங்கள், கௌரவங்கள், நிலங்கள் மற்றும் பிற வெகுமதிகளைப் பிரதம அமைச்சர் படிப்பார்.

ஆனால் முன்னால் வருமாறு ராவ் வீரம்தேவை அழைக்கும் கட்டாயத்திற்கு ஆளானதாகப் பிரதம அமைச்சர் உணர்ந்தார்; அவருக்காக நான் விலகி நின்றேன். எனது மனைவியின் மாமாவின் முகத்தைப்பார்த்து அவரைச் சங்கடத்திற்கு ஆளாக்க விரும்பவில்லை. ராவ் வீரம்தேவின் நடையில் ஒரு இறுக்கமும் திகைப்பும் தெரிந்தது. அவரது சகோதரி மகளின் எதிர்காலம் ஆபத்தில் இருக்கிறதா? வருங்கால வாரிசு இனி இவரில்லை என்று கருதப்படும் இளவரசனுக்கு அவளை மணம் செய்வித்து, தவறான ஒரு முடிவை அவர் எடுத்துவிட்டாரா? அவரது நெடுங்கால நண்பர் பேரரசர் மகாராணா என்ன செய்யப்போகிறார்? என்ன நினைத்துக்கொண்டு இருக்கிறார்? இன்றையச் சடங்கு என்னை விட அவருக்கு மிகவும் கடினமானதாக இருக்கப்போகிறது. எனது நினைவுகள் சரியாக இருக்குமென்றால், மேவாரின் வரலாற்றில் வெற்றியுடன் படையை வழி நடத்தியவனுக்கு வீர் விஜய் பட்டம் அளிக்கப்படாத முதல் பிரதம தளபதி நானாகத்தான் இருக்கப்போகிறேன்.

வேறு எவ்விதத் தடங்கலுமின்றி அந்த நாளின் நிகழ்வுகள் நடைபெற்றுக் கொண்டிருந்தன. ஆனால், எனக்கான சோதனைகள் முடிந்துபோய்விடவில்லை. எப்போதும் போல, தந்தை மிகக் கவனமாக காரியங்களை நடத்தினார். ஒவ்வொரு போருக்குப் பின்னரும், அந்தப் போரில் தத்தம் கடமையைத் தாண்டி பங்களிப்புச் செய்தவர்களின் பட்டியல் ஒன்றை தளபதி அனுப்பவேண்டும். கடினமான, உணர்வுசார்ந்த வேலை. ஏனெனில் முதல் தரமான துணிவும் வீரமும்தான் ஒரு வீரனுக்கான விதி; அதில் விதிவிலக்கு ஏதுமில்லை; ஆகவே, சிறப்பாகக் குறிப்பிடப்படும் வீரன் மற்றவரைக் காட்டிலும் எவ்வாறு தகுதி பெற்றிருக்கிறான் என்பதை உறுதிப்படுத்த இதற்கான பொறுப்பதிகாரி கடுமையாக உழைக்கவேண்டும்.

மொத்தமாக, இருநூற்று இருபத்தேழு அதிகாரிகளும் வீரர்களும் விருதுகளைப் பெற்றனர். தேஜ் மூன்று விருதுகளுடன் நடந்தான். ஒன்று அவனுக்கு, ஒன்று அந்த இடத்தில் நின்று வாங்கமுடியாத அவனது நண்பன் ஷஃபிக்கு, மற்றொன்று அவனது சகோதரன் ராஜேந்திரனுக்கு

இறப்பிற்குப்பின் வழங்கப்படுவது. வியப்பிலிருந்து, அவநம்பிக்கைக்கும் அதிலிருந்து கோபத்திற்கும் அதிலிருந்து சீற்றத்திற்கும் அதிலிருந்து விரக்திக்கும் என் முகபாவம் மாறியது; அதையும் மீறி, அவனை எச்சரிக்கும் விதத்தில் சமிக்ஞை செய்தபிறகும், என் தந்தையின் பாதத்தைத்தொட்டு வணங்கியபின் தேஜ் என்னை நோக்கி நடந்து வந்தான். இந்தச் சமயத்தில் எனது இருப்பை அங்கீகரிப்பதைவிட பெரும் அபகாரத்தை எனக்கு அவன் செய்துவிட முடியாது என்பதை அந்த அன்பான முட்டாள் அறிந்திருக்கவில்லை.

மெதுவாக, பெரும் தீர்மானத்துடன் அவன் நடந்துவந்தான். என் நண்பா, தயவுசெய்து வேண்டாம். உன் விசுவாசத்தைக் காட்ட இன்று சரியான தருணமல்ல. ஒரு நண்பனாக அல்லாமல், ஒரு எதிரியாக எனக்கு நீ அதிகம் பயன்படுவாய். தேஜ், இதைச் செய்யாதே. அவன் தன் தலையை என் பாதத்தில் வைத்தான். புஜங்களைப் பிடித்துத் தூக்கி நிறுத்தும்வரை அவன் எழுந்திருக்கவில்லை.

கடவுளின் விருப்பம் அது. நான் அவ்வளவு நல்ல நிறம் கொண்டவனல்ல. இவ்வளவு ஆண்டுகளாக நான் பயின்ற சுயக்கட்டுப்பாடாலும் எவ்விதப் பயனும் இல்லை. இருநூற்று இருபத்தைந்து முறைகள் என் முகம் சிவந்தது. தேஜ் முன்னுதாரணமாகத் தொடங்கி வைத்தான். மற்றவர்களும் ஆட்டுமந்தைகள் போல ஒருவித மயக்கத்தில் அவனைத் தொடர்ந்தனர். எத்தகையப் பயிற்சியும், அது நடனக்கலைப் பயிற்சியோ அல்லது சேர்ந்திசைப் பயிற்சியோ இவ்வளவு மோசமான பேரழிவின் தாக்கத்தை உண்டாக்கியிருக்க முடியாது. முன்கூட்டியே திட்டமிடப்பட்ட, எவரையோ மட்டம்தட்ட நடந்த நிகழ்ச்சியாக அது தோன்றவில்லை. எனக்கு ஆதரவாக இருக்கும் அதிகாரிகள் மற்றும் வீரம் மிக்கவர்களின் பட்டியலுடன், என் தந்தைக்கும் இந்தத் தேசத்திற்கும் எதிராக விரைவில் கிளர்ச்சியில் ஈடுபடப் போகிறோம் என்ற அறிவிப்பைக் கொடுத்ததுபோல் இருந்தது.

இனிமேல் தந்தை எப்படி என்னை நம்புவார்? நான் உயிரோடு இருக்கையில் பாதுகாப்பாக எப்படி அவர் உணர்வார்? இந்த அபத்தமான நிகழ்வுகளுக்கு அரசவை உறுப்பினர்களும், ராணிகளும் விருந்தினர்களும் எப்படி எதிர்வினையாற்றுவார்கள் என்று எனக்குத் தோன்றவில்லை? காட்சிக்குள் நடக்கும் மற்றொரு காட்சியைப் பார்த்து அவர்கள் மருண்டிருக்கிறார்களா? தந்தையும் அவரது ஆலோசகர்களும் படைவீரர்களின் மனநிலையைத் தவறாகக் கணித்து எனது வெற்றியைக் குறைத்து மதிப்பிட்டுவிட்டதாக அவர்கள் நினைத்திருப்பார்களா?

இந்தப் பைத்தியக்காரச் செயலைச் செய்யும்படி அவர்களிடம் சொல்லியிருப்பேன் என்று நம்புவார்களா? இனிமேல் தெருக்களில்

என்னை நடக்க அனுமதிப்பது மிகவும் ஆபத்தானது என்று யோசனை கூறுவார்களோ? எனக்குத் தெரிந்ததெல்லாம் தந்தையைப் பார்க்காமல் இருப்பதுதான். எனினும், வழக்கம்போல் அவரது ஒரு கண்ணால் என்னை அவர் பார்த்துக்கொண்டிருக்கிறார் என்று உள்ளுணர்வு கூறியது. உங்களைப் பரிகாசத்துடன் பார்க்கிறாரா, சிந்தனையில் ஆழ்ந்திருக்கிறாரா, உயிரற்ற கண்ணை மீண்டும் பார்க்கவைக்க முயற்சிக்கிறாரா அல்லது தூக்க மயக்கத்தில் இருக்கிறாரா என்று எவராலும் சொல்லமுடியாது.

என்னைக் காவலில் வைக்க வீரர்களை அழைக்கும் அவரது குரலுக்காகக் காத்திருந்தேன்.

அத்தியாயம் 23

வியாழக்கிழமை. எப்போதும் போல் நான்கு மணிக்கு எழுந்துவிட்டேன். குளிப்பதற்கும் உடையணிவதற்கும் கௌசல்யா உதவினாள். இயல்பைக் காட்டிலும் பெரிதாக இருக்கும் பரங்கிக்காய் போல் பாதம் வீங்கியிருந்தது. இடது கன்னத்திற்கும் ஈறுகளுக்கும் இடையில் அடக்கியிருந்த ஓபியம் உருண்டைகளின் பெருந்தன்மை மிக்க உதவியால் வலியை கட்டுப்படுத்தி வைத்திருந்தேன்.

ஏழு, ஏழேகால், ஏழரை. எட்டு. பாதத்தில் உணர்ந்த அதிர்வையும் மீறி அறையில் குறுக்கும் நெடுக்கும் நடந்தேன். தோட்டத்திற்குச் சென்றேன். திரும்பவும் என் அறைக்கு வந்தேன். இல்லை என்ற பதிலை நான் ஏற்கப் போவதில்லை. அதுவுமின்றி, என்ன காரணமாக இருந்தாலும், எவ்வளவு தீவிரமானதாக இருந்தாலும் லீலாவதி நேரம் தவறியதில்லை. நான் செய்ய வேண்டியதெல்லாம் பொறுமையாகக் காத்திருப்பதுதான். அவள் வருவாள்.

காலை எட்டு மணியிலிருந்து கௌசல்யா நிதியமைச்சரின் வீட்டிற்கு நான்கு முறை சென்று வந்துவிட்டாள்.

‘எங்கே அவள்?’

‘அவர்களுக்கும் தெரியவில்லை. அல்லது நான் கேட்கும் ஒவ்வொரு முறையும் அவர்கள் ஒவ்வொரு கதையைச் சொல்கிறார்கள். முதலில், வாசலில் இருந்தவர்களிடம் கேட்டேன். தூங்கிக் கொண்டிருப்பதாகக் கூறினார்கள். இரண்டாவது முறை அவளது சித்தப்பாவைப் பார்த்தேன். பட்டும் படாமலும் அவர் பேசினார். “குழந்தைகள், உனக்குத்தான் தெரியுமே அவர்கள் எப்படி என்று. அவளது சித்தப்பா பெரியப்பா பசங்களுடன் தோழிகளுடன் விளையாடிக்கொண்டிருப்பாள்” என்றார். அடுத்தமுறை சமையலறைக்கே

சென்றேன். சமையல்காரன் தலையை ஆட்டினான். “நீ நம்ப மாட்டாய், அந்தச் சிறுபெண் எவ்வளவு புளியங்காய் பறித்து வந்திருக்கிறாள் தெரியுமா? கடந்த இரண்டு நாட்களாக அப்படித்தான் அவள் ஓடிக் கொண்டிருந்தாள்.

'“அழகான கதை சஜோ நாத். உண்மையைச் சொல். இல்லை என்றால், பருப்பிலும் காய்கறிகளிலும் கிடைக்கும் தள்ளுபடியை பையில் போட்டுக்கொள்கிறாயே, அது இனிமேல் கிடைக்காது. அந்தப் பணத்தை இந்த வீட்டில் வேலை செய்யும் மற்றவர்களுக்கு வட்டிக்குக் கடன் கொடுக்கும் திருட்டுத் தனம் செய்கிறாயே அது நடக்காது”. “எனக்குத் தெரியாது, கௌசல்யாமி. இளவரசர் விக்கிரமாதித்தர் அரசவையில் அவரைப்பற்றிப் பேசிய நாளிலிருந்து சின்ன எஜமானியை நான் பார்க்கவில்லை. இது சத்தியம்”. நான் திரும்பவும் காவல் காரனிடம் சென்றேன். “என்னைக் கேட்பதில் என்ன பயன், மாய்? அவரது உறவுக்காரப் பசங்களுக்கும் அல்லது சகோதரர்களுக்கும் அவர் இருக்குமிடத்தைச் சொல்லியிருக்க மாட்டார்கள். நிதியமைச்சரைக் காட்டிலும் வாய் திறக்காத மனிதர் சித்தோரில் வேறு யாராவது இருக்கிறார்களா என்ன? ஒருவேளை அவர், அபுவிலோ, ரனக்பூரிலோ அல்லது சந்தேரியிலிருக்கும் அவரது உறவினர் வீட்டிலோ இருக்கலாம். உனக்குத் தெரிந்ததுதான் எனக்கும் தெரியும்”.

'எங்காவது திருட்டுத்தனமாக அவளை அழைத்துச் சென்றிருந்தால், மங்களுக்கு நிச்சயம் தெரிந்திருக்கும். அந்த அரசவை நிகழ்ச்சிக்குப் பிறகு நகரத்து வாயில்களைக் கண்காணிக்கும்படி அவனிடம் சொல்லியிருந்தேன். மங்களைக் கூப்பிடு'

‘இளவரசே, கொஞ்சம் பொறுமையாக இருங்கள். அனைத்தும் ஒருவிதமாக அடங்கியபிறகு அவள் வெளிவரலாம்'

‘அவளை அவர்கள் ஏதும் செய்யவில்லை என்பதை எப்படித் தெரிந்து கொள்வது? அவள் உயிரோடிருக்கிறாளா என்பதை எப்படி அறிவது? மங்களை அழைத்து வரும்படி வேலைக்காரர்களிடம் சொல்'

முழுமையாக வளர்ந்த ஆலமரம் போன்று பெரும் வலி என் பாதத்திற்குள் வெடித்தது. அந்த மதிய வெயில் நேரத்தில் நினைவிழந்து விழுந்தேன். விழித்தபோது கௌசல்யா நெற்றியில் குளிர்ச்சியான களிம்பைத் தேய்த்துக்கொண்டிருந்தாள். அவளது மகன் அருகில் நின்றிருந்தான். அவர்கள் இருவரும் எச்சரிக்கை மிகுந்த அமைதியுடன் பரஸ்பரம் பார்த்துக்கொண்டனர்.

‘மகராஜ் குமார், ராஜ வைத்தியர் வந்துகொண்டிருக்கிறார்'

'லீலாவதி எங்கிருக்கிறாள் என்று கண்டுபிடித்தாயா? அல்லது உனக்கும் உனது வம்சத்திற்கும் தொடர்ந்து வேலை செய்யாமல் சம்பளம் வாங்கும் பணி கொடுக்கப்பட்டிருக்கிறதா?'

இதைப் போன்ற அர்த்தமற்றக் கேள்விகளைக் கேட்டு, பயனற்ற என் ஆத்திரத்தை மங்கள்மீது ஏன் காட்டுகிறேன்? அது என்னவாகவும் இருக்கட்டும், லீலாவதி என் தங்கையாகவோ அல்லது மகளாகவோ இருந்து, அரச குடும்பத்து இளவரசன் அவளது கற்பின்மீது களங்கம் சொல்லியிருந்தால், ஆதிநாத்ஜி ரகசியமாக ஏற்பாடு செய்ததுபோல் நானும் செய்திருக்க மாட்டேனா? என் சகோதரன் அவ்வாறு பேசிய அந்தக் கணமே, லீலாவதியைப் பார்க்க இனி நான் முயற்சிக்கக்கூடாது என்பது எனக்குத் தெரியவில்லையா?

'பதில் சொல். எங்கே அவள்?' அறைக்குள் அடித்த நல்ல சூரிய ஒளியின் ஊடாக அடர்த்தியான மஞ்சுமூட்டம் ஒன்று மிதந்துவந்தது. ஆனால், மங்களை நான் விடப்போவதில்லை'.

'தெரியவில்லை, இளவரசே. அந்த வீட்டிற்குள் யார் வந்தது, யார் வெளியில் போனது என்று என் ஆட்கள் குறித்து வைத்திருக்கிறார்கள். விசாரித்தோம். கையூட்டும் கொடுத்தோம். ஆனால் யாருக்கும் அவள் இருக்குமிடம் தெரியவில்லை'

'எவ்வளவு சௌகரியமான பதில். ஆதிநாத்ஜியும் அவள் இருக்குமிடம் தனக்குத் தெரியாதென்று பதில் சொல்லக்கூடும். நான் வேண்டுமானால் பந்தயம் கட்டுகிறேன்'.

அதன் பிறகுதான் எனக்குத் தெரிந்தது, லீலாவதியை இழந்தது நல்லதற்குத் தான் என்று.

* * *

'கறுப்பா அல்லது வெள்ளையா?'

'கறுப்பு''

என் படுக்கைக்கு அருகில் ஏழு நாட்களாக அமர்ந்திருக்கிறாள். ஏழு ஆண்டுகளாகவும் இருக்கலாம், எண்ணுவதற்கு மறந்துவிட்டேன். ஒரு சொல்லும் அவளிடம் பேசவில்லை. இப்போதும், அவளுடன் பேசவேண்டும் என்ற விருப்பம் இல்லாத சமயத்தில் என் வாயிலிருந்து அந்தச் சொல் தவறி வெளிவந்துவிட்டது. அவள் தன் நகர்த்தலைச் செய்துவிட்டாள். ஒன்று அவள் ஆட்டத்திற்குப் புதியவளாக இருக்க வேண்டும்; அல்லது தீவிரமான ஏமாற்றுக்காரியாக இருக்கவேண்டும். இதில் புதிதாக என்ன? நிச்சயமாக, அவள் இரண்டாவதுதான். எந்தச் சந்தேகமும் இல்லை. பதில் சொல்லும் அளவுக்கு முட்டாளாக

இருந்திருக்கிறேன். ஆனால், இப்போதும் நான் மனக்கசப்பிற்குள் நுழையலாம், வெளியே வரலாம். எப்படியிருந்தாலும், குழந்தைத்தனமாக நடந்துகொள்ள நான் விரும்பவில்லை. விளையாடுவதைத் தவிர்த்து எனக்கு வேறு வழியில்லை. அத்துடன், அவளது விளையாட்டின் மீது எனக்கு ஓர் ஆர்வம் இருந்தது. ஆனால், உரையாடல் ஏதுமில்லை. அது நிச்சயம். என்னை மீண்டும் அவள் முட்டாளாக்கப் போவதில்லை. அவளுடன் ஒரு சொல் பேசி ஆண்டுகளாகிவிட்டன. நான் படுக்கையிலேயே கிடந்து தவிக்கிறேன். எனது பாதத்தையும் கணுக்காலையும் சேர்த்துக் கட்டுப்போட்டிருக்கிறார்கள்; உடலின் மற்றப்பகுதிகளைவிட முக்கால் அடி உயரமாக இருக்கிறது. ஆனால், அவளுடன் இணக்கமாகப் போவதற்கு இவற்றிலிருந்து எந்தக் காரணத்தையும் என்னால் காண முடியவில்லை.

எனக்கு உணவு கொண்டுவருவது, குவளையில் நீர் அல்லது மது நிரப்புவது, தலைக்குக் கீழ் தலையணையைச் சரிசெய்வது, கட்டுப்போட்ட காலுக்குக் கீழ் முட்டுக்கொடுப்பது என்று எல்லாவற்றையும் அவளே செய்வேன் என்று பிடிவாதம் பிடித்தாள். என்னால் நம்ப முடியவில்லை. என் ஆடைகளைக் கழற்றி, குளிக்க வைத்து, துடைத்து, ஆடைகள் அணிந்து கொள்ள உதவிசெய்வேன், இரவு முழுவதும் அருகிருந்து என்னைப் பார்த்துக்கொள்வேன் என்று கூறும் துணிவு அவளுக்கு இருந்தது. நான் அதை ஏற்கவில்லை. அவள் சொல்வதை அப்படியே எடுத்துக்கொள்ளவும் இல்லை. சிறிய மயிரிழை முறிவை, பெரிய எலும்பு முறிவாக வெற்றிகரமாக மாற்றி வீரனாகிவிட்டேன். நாளுக்குநாள் அதிகரித்துக்கொண்டிருந்த ஓபியம் உருண்டை அளவின் உதவியுடன் வழக்கம்போல் என் வேலைகளையும் மேற்கொண்டேன். ஆனால், ஒன்றைத் தவிர்த்து. ஒரு மனைவியின் கடமைகள் அனைத்தையும் அக்கறையுடன் செய்யும் என் மனைவியை எதிர்கொள்ளும் அவமானத்திற்கு நான் தயாரில்லை. மாறாக, கௌசல்யாவுடன் அபத்தமாக மறைமுகமாக முக்கோண உரையாடலை மேற்கொண்டேன்.

'கௌசல்யா, இன்றிரவு ஏதாவது முஜ்ராவுக்கோ முஷைராவிற்கோ நீ போகவில்லை என்று நினைக்கிறேன். நூறு அடி தூரத்திற்குள் இருக்குமாறு வசதி செய்துகொள். ஒருவேளை படுக்கையிலிருந்து நான் உருண்டு விழுந்தாலோ அல்லது முலையூட்ட வேண்டும் என்றாலோ நீ தேவைப்படுவாய்'.

தரையில் விரிக்கப்பட்டிருந்த பாரசீக கம்பளத்திலிருந்த வான்கோழியில் தன் கிரகத்தின் எதிர்காலப் பலனைக் கௌசல்யா கண்டுபிடித்ததுபோல் தெரிந்தது. அதன் இறகுகளில் அவள் கண்கள் நிலைத்திருந்தன. அதேநேரத்தில் என் மனைவி விழுந்து விழுந்து சிரித்துக்கொண்டிருந்தாள்.

'கௌசல்யா மாயை எப்படி நீங்கள் இவ்வாறு சங்கடப்படுத்துவீர்கள்? அவர் உங்களை நேசிக்கும் அளவிற்கு, வேறு யாரும் நேசிக்கவில்லை. என்னையும் சேர்த்துத்தான் சொல்கிறேன். இதைப் போன்ற முட்டாள்தனமான சொற்களையும் அவர் ஏற்றுக் கொள்கிறார்'. நீலவிழியாள், சந்தேகமின்றி நினைத்ததைச் செய்துவிட்டாய். உனக்கு யாருடைய உதவியும் தேவையில்லை.

ஆட்டத்தில் நான் வென்றேன். ஆனால், தோற்பது அவள் வழக்கமும் இல்லை. வழக்கமான முறையில் எப்போதும் அவள் ஆடமாட்டாள்; வித்தியாசமான, கணிக்கமுடியாத அணுகுமுறை கொண்டவள். பாதிவழியில் தன் உத்தியை மாற்றிக்கொள்வதில் அவளுக்கு மன உறுத்தலும் இருக்காது. எதிரியின் தற்காப்பை உடைப்பதற்கும், அப்படி இருப்பது அவளது இயல்பு என்பதுபோல் இரண்டும் அதிலுண்டு. வியப்பூட்டும் ஆபத்தான நகர்வுகளைச் செய்பவள் அவள். வேறு ஏராளமான தெரிவுகள் இருக்கும்போது யானை ஒன்றை, ஏன் மந்திரியையும் வெட்டுக்கொடுப்பாள். விளிம்பில் நின்று தள்ளாடுபவளாகக் காட்டிக் கொள்வாள். ஆனால், என்றைக்கும் அஜாக்கிரதையான ஆட்டம் ஆடமாட்டாள். அவளிடம் ஒரு வக்கிரமான பாணி உண்டு, ஆனால், புத்திசாலி. எனினும் நானறிந்த வரை மிக மோசமாகத் தோற்று போகிறவளும் அவளே.

'நீங்கள் ஏமாற்றிவிட்டீர்கள். ஆனால், எப்படி என்று எனக்குத் தெரியவில்லை. உங்களுடைய பதினேழாவது நகர்விற்கும் பத்தொன்பதிற்கும் இடையில் செய்திருப்பீர்கள் என்று நினைக்கிறேன்' சதுரங்கப் பலகையை என் பக்கம் வீசியெறிந்தாள். 'ஒப்புக்கொள்ளுங்கள். நீங்கள் சகுனி மாமாதான். தோற்பதென்றால் உங்களுக்குப் பயம். அதனால் ஆட்டத்தின் முடிவை ஏற்கனவே முடிவு செய்து வைத்திருக்கிறீர்கள்'

அவளுடைய திடீர்க்கோபம் முற்றிலும் எதிர்பாராதது, ஆனால் மிகவும் உண்மையானது. நிதானத்தை இழந்து முட்டாள்தனமாக சிரித்துவிட்டேன். கைக்குக் கிடைத்ததை அது வீரனோ, குதிரையோ, ராஜாவோ எடுத்து என் பக்கம் வேகமாக எறிந்தாள். அவள் முகத்தில் கண்ணீர்ப் பெருக்கெடுத்தது. கரங்களை குறுக்காக வைத்து என் தலையை மறைத்துக்கொண்டேன். எனினும் அவள் எறிந்த குதிரை ஒன்று என் நெற்றியில் நேராகத் தாக்கியது. ஆனாலும், அவள் கோபத்தை அது தணிக்கவில்லை. என் வலது கண்ணுக்கு மேல் ஒரு அங்குலத்திற்கு வெட்டுக்காயம் ஒன்று உண்டு என்பது அவள் மனத்தில் பதிந்திருக்குமா என்று யோசித்தேன். சிரிப்பதை நிறுத்தியிருக்க வேண்டும். ஆனால், அவளது பறக்கும் கூந்தலும், விரிந்த, நீர்க் கசியும் மூக்கும், பளிச்சிட்ட கண்களும் என் களிப்பை அதிகரித்தன.

‘அறைக்குள் சதுரங்கப் பலகையையும் காய்களையும் நீதான் எடுத்து வந்தாய். அப்புறம் நான் அப்படி ஆட்டத்தை முடிவு செய்திருக்க முடியும்?

‘அதனால் என்ன? சித்தோரில் செய்யப்பட்டவை தானே இவை. இதைச் செய்தவனுக்கு நீங்கள் கையூட்டுக் கொடுத்திருப்பீர்கள். மகராஜ் குமார் என்பதால், அதையும் நீங்கள் செய்யத்தேவையில்லை. இப்படிச் செய்வதை அவர்கள் வழக்கமாக வைத்திருக்கிறார்கள் என்று பந்தயம்கட்டுவேன். பொறுங்கள். மேர்த்தாவில் இருந்து நான் சதுரங்கக் காய்களை வரவழைக்கிறேன். வாழ்நாளில் மறக்கவே முடியாத அளவுக்கு உங்களை தோற்கடிக்கிறேன்’.

’எப்படியோ, அதைத்தான் நன்கு வெற்றிகரமாகச் செய்கிறாயே. உனக்குச் சாதகமாக மேர்த்தாவின் கைவினைஞர்கள் சதுரங்கப்பலகையையும் காய்களையும் செய்துதருவதை யார் தடுத்தது?’ அவளுடைய குழந்தைத்தனத்திற்கு இணையாக இறங்க நான் அதிகம் சிரமப்படவில்லை.

‘அப்போது, மேர்த்தாவில் ஏமாற்றுபவர்களும் பொய்சொல்லிகளும் இருக்கிறார்கள் என்கிறீர்களா? உங்களைப்போல் அல்ல. நாங்கள் கௌரவமானவர்கள் என்பதை உங்களுக்குப் புரியவைப்பேன்.’ அவள் இப்போது என்னை நெருங்கிக் கொண்டிருந்தாள். அவளுடைய தேம்பலையும் கோபத்தையும் வேறுபடுத்திப் பார்க்கமுடியவில்லை. ஒல்லியான, கூச்ச சுபாவம் கொண்ட, அந்தக் கவர்ச்சிகரமான பெண் என் மீது சாய்ந்தாள். என்னை ஜன்னலுக்கு வெளியே தூக்கி எறியத்தான் போகிறாள் என்று நிச்சயமாக நினைத்தேன். ஆனால், எப்போதும் போல் அவளுடைய கரங்களின் லேசான அசைவால் படுக்கையிலிருந்து என்னைக் கீழே தள்ளினாள்.

‘கும்கும் கன்வரை எனக்குத் திருப்பிக் கொடுங்கள். அவளை எதற்காகக் கொன்றனர். அவள் யாருக்கும் தீங்கு நினைக்காதவள், அப்பாவி. அவளை அவர்கள் எரித்த அந்த நேரம் அவள் மணப்பெண் ஆகவிருந்தாள். கறுப்பாக, எரிந்து போன காகிதம்போல் நொறுங்கிக் கிடந்தாள். என்னை அவர்கள் எரிக்க வந்த அந்தச் சமயத்தில் பயத்தால் முகத்தில் உணர்ச்சியற்று உதவிக்கு யாருமற்றவளாய் நின்றிருந்தாள். கடவுளே, உங்கள் வீட்டில் தனியாகவும், துணையற்றவளாகவும் இருக்கிறேன்.’

‘என்னால் நகர முடியவில்லை. என்னுடைய இன்னொரு காலுக்கும் ஏதோ ஆகிவிட்டது. வைத்தியரை அழைத்துவர யாரையாவது அனுப்ப முடியுமா?’

* * *

முழங்கால் முக்கியம். அந்த நெகிழ்வான இணைப்பு இல்லை என்றால் நாம் உட்கார முடியாது, முழங்காலை மடக்கவோ அல்லது பத்மாசனம் போடவோ முடியாது. செங்குத்தான அல்லது படுக்கை வாட்டான நிலை மட்டுமே சாத்தியம். நிற்கலாம் அல்லது படுக்கலாம். இதற்கிடையில் எதுவும் முடியாது. முழங்கால் இல்லாமல் குதிரையில் எப்படிப் பயணிப்பது? எனக்கு எந்த யோசனையும் இல்லை. படிக்கட்டுகள், மாடிப்படிகள், பல மாடிக் கட்டிடங்கள், வெளிப்படையாகச் சொன்னால், முதல் மாடியைக் கூட முழங்கால் இல்லாமல் ஏறமுடியாது. தொழுகை செய்ய இஸ்லாம் வேறொரு நிலையைத்தான் கண்டுபிடிக்க வேண்டும். மல் யுத்தம் சாத்தியமே இல்லை. யாராவது முரடனோ அல்லது வழிப்பறித் திருடனோ திடீரென்று தாக்கினால் அவர்களது கவட்டையில் முழங்காலால் இடிப்பதும் முடியாது. இதுபோல் சிறுவயதில் ஒரு விளையாட்டு ஆடுவேன். நேராக நிற்கும் அல்லது கால்களை அகட்டிக் கைகளை இடுப்பில் வைத்து நிற்கும் வகுப்புத் தோழனின் பின்புறமாகச் சென்று, அவன் எதிர்பாராத சமயம் கால் மடிப்பில் என் முட்டியால் இடிப்பேன். எப்போதும் நான் நினைத்தது நடக்கும். அவன் தனது சமநிலையை இழந்துவிடுவான்; அல்லது மடங்கி விழ்ந்துவிடுவான். வேறு யாராவது ஒருவன் அதேபோல் எனக்குச் செய்யும் வரையிலும் நான் மடத்தனமாகச் சிரிப்பேன்.

லீலாவதியைப் பற்றிய தகவல் ஏதும் இதுவரை தெரியவில்லை; முழங்கால் பற்றிக் கவி பாடும் தருணம் இதுவா என்று நீங்கள் என்னைக் கேட்கக்கூடும்? நான் சொல்வதைக் கேளுங்கள், நம்பிக்கை இழந்துவிட்டேன். என் வாழ்க்கையில் மனைவியாகவும் சூனியக் காரியாகவும் இருக்கும் அந்தச் சபிக்கப்பட்ட பெண் எனக்கு ஒன்றைப் புரிய வைத்துள்ளாள்; அதாவது, வெடிக்க வைப்பதற்கான ஒரு விசை போன்று, முழங்கால், குறைந்த பட்சம் எனது முழங்கால் பாலுணர்வைத் தூண்டும் பரிமாணங்கள் கொண்டது என்பதை அறிந்தேன். படுக்கையிலிருந்த இந்த நாட்களில் முடிவிலாப் பொறுமையும் என் மீது ஈடுபாடும் உடைய என் துணையை, கௌசல்யாவை, மனச்சோர்விற்கும் விரக்திக்கும் ஆளாக்கித் துரத்திவிட்டேன். படுத்த படுக்கையாய் இருந்தாலும், தணியாத வேட்கையுடன் மூர்க்கத்தனத்துடன் ஒவ்வொரு மணி நேரத்திற்கும் ஒருமுறை, இல்லை அரைமணிக்கு ஒருமுறை அவளைக் கட்டாயப்படுத்தினேன்.

எனது மற்றொரு காலை முதலில் உடைத்தாள்; அதன்பின் பாதுகாப்பற்ற மற்றொரு முழங்கால் முட்டியின் மீது தனது ஈரமான உதடுகளைப் பதித்து, தன்னை மன்னித்துவிடும்படி கேட்பதற்கு எப்படிப் பட்ட கொழுந்துவிட்டெறியும் வக்கிரம் மனைவியைத் துரத்தியிருக்கும்? புரிந்துகொள்ள முடியாத இந்தச் சறுக்கலுக்கு, வேலையின்றி சும்மா

இருக்கும் எனது மனதும் மல்லாந்து படுத்திருக்கும் என் நிலையும் ஒருவேளை காரணமாக இருக்கலாம். குடும்பத்தின் கண்ணியத்தை கௌசல்யா என்றும் பராமரித்தாள், பாதுகாத்தாள். இறுதியில் பணிந்துபோனாள். சந்திரமஹாலுக்கு நான் போக முடியாது என்பதால் இரவு நேரங்களில் எனக்குத் தற்காலத் துணையை மறைவாக அழைத்துவந்தாள்.

வாடகை உடல் என்ற எனக்கென்ற தனித்த சாலில் கலப்பை கொண்டு உழுவதற்கு முடிந்தால் நான் மகிழ்ச்சியடைவேன் அல்லது குறைந்தபட்சம் வலியுடன் என் உடலை தளர்ந்து போகச் செய்துகொள்வேன். ஆனால், என் சொந்த வீட்டிலேயே, என் தனிப்பட்ட படுக்கை அறைக்கு உள்ளேயே எனக்கு அமைதி கிடைக்கவில்லை. அளவுக்கு அதிகமான, உணர்ச்சியான உரைகளுக்குப்பின், பேய்த்தனமான காக்ராவின் சுழற்சிகளையும், உணர்ச்சியற்ற பாடல்களையும் முடித்தபின் நேரங்கெட்ட நேரங்களில் அவள் உள்ளே வருவாள். பேசக்கூடாது என்று முடிவு செய்தேன். என்னைக் கட்டுப்படுத்திக் கொண்டு, கல்லைப்போல் அமைதியாக இருக்க முடிவுசெய்தேன். எப்படி இருந்தாலும் இதனால் எந்தப் பயனுமில்லை என்பதைச் சொல்லத் தேவையில்லை.

வாழ்க்கையில் நான் என்ன செய்யவேண்டும் என்று யாராவது எனக்குத் தயவுசெய்து சொல்லமுடியுமா? என் மனைவி நீலவிழியாள் உண்மையானவளா? அவள் ஒரு பெரிய நடிகையா, எல்லா நேரமும் அவள் போலியாக இருக்கிறாளா? அவள் ஒருத்தியா அல்லது இரட்டையா அல்லது பலரா? என்னைக் காயப்படுத்த வேண்டும் என்பதற்காகவே அவள் வேறு யாரையாவது காதலிக்கிறாளா? அவள் பொய் சொல்கிறாளா? கடந்துபோனவைக்கும், இந்த நிகழ்காலம், வரப்போவது என்னவோ அவை அனைத்திற்கும், அல்லது ஒன்றிற்கோ ஏதாவது பொருளிருக்கிறதா?

‘மாணிக்கங்களும் வைரங்களும் பதித்த உங்கள் இடுப்புக் கச்சையை பந்தயம் வையுங்கள்; உங்களை நான் தோற்கடிப்பேன்.’ சதுரங்கப் பலகையை அவள் மீண்டும் எடுத்து வந்தாள். அதனுடன் அந்த உடைந்த குதிரையையும்.

‘வேண்டாம். நன்றி.’

‘தோற்றுவிடுவோம் என்று பயமா?’

’ஆமாம், நிச்சயமாக’

’நீங்கள் எதைப் பந்தயம் வைப்பீர்கள்’ அவள் பிடிவாதமாகக் கேட்டாள்.

‘ஊசிகளும், நூலும், பொத்தான்களும் நிறைந்த எனது பெட்டி’

அவள் புரியாததுபோல் ஒரு கணம் உற்றுப்பார்த்தாள். அதன்பின் இடைவிடாமல் சிரித்தாள். விநோதமாக நின்றிருந்த என் வாழ்வு மீண்டும் உயிர்பெற்றது. என் மூன்றாம் தர நகைச்சுவையை என் மனைவி வேடிக்கையாக எடுத்துக்கொண்டாள்.

‘பொறுங்கள், கொஞ்சம் பொறுங்கள். அடுப்பங்கரையிலிருந்தும் வீட்டிலிருந்தும் உங்களை வெளியில் அனுப்பும் வரை பொறுங்கள்.’ துணிவுடன் அவள் என்னைப் பார்த்தாள். ‘ஆனால், நான் நியாயமானவள். கேளுங்கள், எதை வேண்டுமானாலும் கேளுங்கள், உங்களுக்கு வேண்டியதைக் கேளுங்கள். ஆனால், நானல்ல, நீங்கள் விளையாட்டில் வெற்றி பெற வேண்டும்’.

‘எது வேண்டுமானாலும்?’

‘எது வேண்டுமானாலும். கொடுத்த வாக்குறுதியிலிருந்து நான் பின்வாங்க மாட்டேன்’.

அவளிடம் நான் விரும்பியது ஒன்று இருந்தது. நீண்ட நாட்களுக்கு முன்பு நான் விரும்பியது. இப்போது நினைவுக்கு வந்தது. நான் ஆசைப்பட்டு ஏங்கிய, இத்தனை ஆண்டுகளும் நான் காத்திருந்த ஏதோ ஒன்று,

ஆட்டத்தில் நான் தோற்றுவிட்டேன். ஒருவேளை வென்றிருந்தால் அவளைக் கேட்டிருப்பேனோ? என் விருப்பத்தை அவள் நிறைவேற்றியிருப்பாளா?

அவளால் சூதாட்டம் விளையாடாமல் இருக்கமுடியாது. படுக்கையில் நான் மல்லாந்து படுத்திருக்க நூறு சதுரங்க ஆட்டங்களாவது விளையாடியிருப்போம். பலவற்றில் அவள் பந்தயம் வைப்பாள். சில நேரங்களில் அவள் தோற்பாள். ஆனால், அவள் என்றைக்கும் ‘எது வேண்டுமானாலும். நான் சொன்ன சொல்லிலிருந்து பின் வாங்க மாட்டேன்’ என்று பந்தயம் வைத்ததில்லை.

’நாம் கும்பல்கார்க் போகப் பேரரசரிடம் அனுமதி கேட்பதற்கு முன்னால் கொஞ்சம் தாமதிப்பது நல்ல யோசனையாக இருக்கும்.’

அவள் எதைப்பற்றிப் பேசுகிறாள்? பாதி ஆட்டத்தில் நாங்கள் இருந்தோம். நான் நினைப்பதை ரகசியமாக வைத்துக்கொள்ள எனக்கு இனிமேல் அனுமதியில்லையா? கும்பல்கார்க் பற்றி யாரிடமும் இதுவரை குறிப்பிடவில்லை. எங்கள் ஆட்டங்கள் எப்போதும் ஒரு நபர் பேசும் உரையாடலாகத்தான் இருந்தன. ஒருமுறை மட்டுமேதான் நாங்கள்

பேசிக்கொண்டோம். அவள் மட்டுமே பேசினாள். அப்படியானால் அவளுக்கு எப்படித்தெரியும்?

சித்தோரில் எனக்கு ஒரு வேலையும் இல்லை. தோட்டம் மற்றும் பூங்காக்களுக்கான குழுவிலும் நான் உறுப்பினர் கிடையாது. கழிவு நீர் மேலாண்மைத் திட்டம், தப்பிக்கும் குகைவழிகள், இராணுவத் தொழில்நுட்ப நவீனமயம் போன்ற நான் தொடங்கி வைத்தத் திட்டங்கள், தொடர்ந்து முயற்சிக்கப்படாமல் கிடப்பில் போடப்பட்டுள்ளன. கிடப்பில் போடப்பட்டது என்னை அதிகம் காயப்படுத்தவில்லை. ஆனால், முகத்திற்கு சங்கடம் கொடுக்க மூக்கை வெட்டுவதுபோல், என்னைக் காயப்படுத்த இவற்றைக் கண்டுகொள்ளாமல் விட்டதுதான் வருத்தம் தந்தது. இவற்றுடன் எனது பெயர் சம்பந்தப்பட்டு இருப்பதால், சித்தோரின் நலன்கள் கைவிடப்பட்டன. இத்தகைய குறுகிய கண்ணோட்டம் கொண்ட அமைப்பை ஒருவர் எப்படி எதிர்கொள்வது?

சிறுவனாக இருக்கும்போதே எனக்கு அதிக அளவில் நண்பர்கள் கிடையாது. திருமணத்திற்குப்பின், ஏறத்தாழ அனைவரையும் ஊக்குவிப்பதை நிறுத்திக்கொண்டேன். ராஜா புராஜி கிக்காவும், ராவ் வீரம்தேவ் மட்டுமே என்னைப் பார்க்க வருவார்கள். வேறு யாரும் வருவதில்லை. (இந்தப் பட்டியலில் ராணி கர்மாவதியையும் என் தாயையும் நான் சேர்க்கவில்லை). இப்போது அந்த இருவரும் தங்கள் ராஜ்ஜியத்திற்குச் சென்றுவிட்டனர். ஒரே விருந்தினர் என் மனைவி மட்டுமே. ஆனால், அவள் என்றுமே அழைக்கப்படாதவள். விரும்பப்படாத இடத்தில் ஏன் தங்கியிருக்கவேண்டும். வீட்டிலிருக்கும் வெளிநபர் நான். ஒருவேளை சித்தோருக்கு வெளியில் வீட்டில் இருப்பதுபோல் நான் உணரலாம்.

‘சித்தோரிலிருந்து நீங்கள் வெளியேறிவிட்டால் உங்களை ஒரு அச்சுறுத்தலாக யாரும் பார்க்கமாட்டார்கள். இதை நீங்களே உணரலாம். உங்களுக்கு எதிராக சதி செய்யும் மனிதர்கள் இதைத்தான் விரும்புகிறார்கள். நீங்களே வெளியேற விரும்பினாலும், தொந்தரவு தரவேண்டும் என்ற நோக்கத்தில்தான் அவ்வாறு செல்வதாக அவர்கள் சொல்வார்கள். வெற்றி விருதுகள் வழங்கப்பட்ட அன்று உங்களுக்குத் தலைவணங்கியவர்கள் அனைவரும் கும்பல்கார்க்கிற்கு வந்து உங்களோடு சேர்ந்து கொள்ளலாம். சித்தோருக்கு எதிராக நீங்கள் படையெடுத்து வரலாம். யாருக்கு தெரியும்? இவ்வாறு அவர்கள் சொல்லக்கூடும்’

நான் அமைதியாக இருந்தேன். குழலிசைப்போனின் ஆசைநாயகி யார் பக்கம்? மேவாரின் கோமாளியாக என்னை ஆக்கியவளிடம் இப்போது நான் பாடம் கேட்க வேண்டுமா? அரசக் கலையின் முதல்

விதியைக் கவனிக்கத் தவறிவிட்டேன் என்பதை ஒப்புக்கொள்ள வேண்டும். மற்றவர்களுடன் உங்களது உறவு குறித்த எந்த விஷயமாக இருந்தாலும், அவரது இடத்தில் உங்களை வைத்துப் பார்க்கவேண்டும். அவரது உடலுக்குள் சென்று, அவரது நோக்கில் உலகத்தையும் பிரச்சனைகளையும் பார்க்கவேண்டும். அப்போதுதான் செருப்பு எந்த இடத்தில் கடிக்கிறது என்று உங்களுக்குத் தெரியும். இரத்த ஓட்டத்தை முற்றிலுமாக நிறுத்த விரும்புகிறீர்களா? வலியைக் குறைக்க விரும்புகிறீர்களா? அல்லது நிலைமை எவ்வாறு மாறுகிறது என்பதைக் கவனிக்கப் போகிறீர்களா என்பதை இப்போது முடிவுசெய்யுங்கள்.

'நான் ஆலோசனை வழங்கக்கூடிய இடம் இது அல்ல'. ஆனால், அது அவளைத் தடுத்ததுபோல் தெரியவில்லை. 'ஆனால், பேரரசர் நல்ல மனிதர். படைத்தலைமையிலிருந்து உங்களை நீக்கவேண்டும் என்று அவருக்கு அதிக அழுத்தம் கொடுக்கப்பட்டது. ஆனால், அவர் அதை ஏற்கவில்லை. வழக்கத்திற்கு மாறான உங்கள் யோசனைகளையும் உத்திகளையும் சோதித்துப் பார்க்க உங்களை அனுமதித்தார். மாலிக் ஆயாஸை ஏமாற்றி, குஜராத் வீரர்களைச் சதுப்பு நிலப் புதைச்சேற்றில் தள்ளியவுடன், உங்களை உடனடியாகத் திருப்பி அழைக்கவேண்டும் என்று பொதுமக்கள் ஆர்ப்பாட்டம் நடத்தினர். இதற்குப் பின்னால் இருந்தது யார் என்று நம் இருவருக்கும் தெரியும். ஆனால், பொதுமக்கள் மத்தியில் நிலவிய திகைப்பும் ஏமாற்றமும் உண்மையானது. பேரரசர் என்ன செய்திருக்க முடியும்? போர்க் கலையில் நீங்கள் செய்துகொண்டிருக்கும் பெரும் மாற்றங்கள் குறித்து அவருக்கே எதுவும் தெரியாது. அப்படி இருக்கையில் மக்களுக்கும் கூட்டணியில் இருக்கும் ராஜ்ஜியத்தினருக்கும் அவற்றை அவரால் எப்படி விளக்கிப் புரியவைக்க முடியும்? அடுத்ததாக குஜராத்தி வீரன் போன்று மாறுவேடம் போட்டு நீங்கள் ஜாஹிர் உல் ஹக்கைக் கொன்றீர்கள். அதன்பின் உங்களைத் திருப்பி அழைக்கச்சொல்லி கோரிக்கை எழவில்லை. மாறாக, உங்களைப் பதவி நீக்கம் செய்யவேண்டும், பொறுப்பிலிருந்து விலக்க வேண்டும் என்று கேட்டார்கள்'

'நான்தான் பதவி நீக்கம் செய்யப்பட்டேனே'

எனது சுய-இரக்கத்தில் அவள் பங்கேற்கவில்லை.

'உங்கள் எதிரிகளுக்கு அன்று வெற்றி கிடைக்கவில்லை என்று கூறுவதற்கு நான் விரும்பவில்லை. ஆனால், காத்திருப்பதும், என்ன நடக்கிறது என்று கவனிப்பதும்தான் விவேகமானது. சில நேரங்களில் காலம் விஷயங்களைத் தன் கையில் எடுத்துக் கொள்ளும்; எப்போதும் இல்லை என்றாலும், சில நேரங்களில் மட்டும் அது தீர்வை அளிக்கக்கூடும்'.

அன்று இரவு கௌசல்யா ஒருவித வித்தியாசமான விருந்து ஒன்றை ஏற்பாடு செய்திருந்தாள்.

'நீ எனக்கு வேண்டும். வாடகை நபர்கள் அல்ல. உனது மார்பகங்களுக்கு இடையில் அல்லது தொடைகளுக்கு இடையில் என் தலையை வைத்து நசுக்கு. அசுத்தமாகிவிட்ட என் மூளை வெளியில் வரும்வரை நசுக்கு. என்னை ஆட்டிப்படைக்கும் மனப்பிரச்சனைகளிலிருந்து அப்போதாவது எனக்கு விடுதலை கிடைக்கட்டும்.'

அவள் தலையை அசைத்தாள்.

'நான் உனக்குச் சலித்துப்போய்விட்டேனா?'

கேலிக்குரிய, தகுதியில்லாத ஒன்றை உச்சரித்ததுபோல் கொஞ்சம் முரட்டுத்தனமாக அவள் சிரித்தாள். 'நான் எப்போதும் உங்களுடன்தான் இருக்கிறேன். இரண்டு அறைகள் தள்ளித்தான். இளவரசே, உங்களது நோய்க்கான காரணம் நேரம். முதல்முறையாக உலகத்து நேரம் முழுவதும் உங்களுக்குக் கிடைத்திருக்கிறது. நேரம் நோயைக் குணப்படுத்தும் என்றால், அது கொல்லவும் செய்யும். உங்களுக்குத் தேவை மாற்றம்தான். வேறுபட்ட முகங்கள், வேறுபட்ட துணைகள். உங்களது தொந்தரவுகள் அனைத்தையும் நான் நினைவுபடுத்திக் கொண்டே இருக்கிறேன். இப்போது வரும் பெண்கள் இருவரும் சில மணி நேரங்களுக்கு உங்களையே மறக்கச் செய்வார்கள்'

'இரண்டு பேரா?'

'ஆமாம். அவர்கள் இரட்டையர்கள். அவர்கள் தனியே வரமாட்டார்கள். மகிழ்ச்சியை இரட்டிப்பாக்குவார்கள். நாங்கள் செய்வது அதுதான் என்று அவர்கள் என்னிடம் கூறினார்கள்'

அவர்களுக்கு வயது அதிகம் இருக்க முடியாது. லீலாவதியின் வயது அல்லது அவளைவிட அதிகபட்சம் இரண்டு வயது அதிகம் இருக்கலாம். இதில் சிறப்பு ஒன்றும் இல்லை. மேவார் மக்களில் பெரும்பாலோர்க்கு சிறுவயதிலேயே மணமாகிவிடுகிறது. முதல் மாதவிலக்கு முடிந்ததும், அந்தச் சிறுமி அவளது கணவனுடன் உறங்குவதற்கு அனுப்பப்படுவாள். அரச குடும்பத்தினரும், அதிகமான சலுகைகள் மற்றும் செல்வாக்கு பெற்ற மனிதர்களும் இந்த வழக்கங்களை என்றும் பின்பற்றுவதில்லை. இளவரசர்களும் இளவரசிகளும் பதின்பருவத்தின் பின்பகுதிக்கு வரும்வரை காத்திருந்து, அதன்பின்னரே இணையர்களைத் தேடுவார்கள். ஆனால் என் தந்தையிடம் பெண் அடிமைகள் உண்டு. அவருக்குப் பன்னிரண்டு அல்லது பதிமூன்று வயதில்

மனைவி ஒருத்தி இருக்கிறாள் என்பதைக் குறிப்பிடாமல் இருக்கமுடியாது.

எப்படியும், இந்த இருவரும் அரிதான பறவைகள் தான். இளமையும் ஆர்வமும், ஒரு நிச்சயமற்ற தன்மையும் அவர்களிடம் தென்பட்டது. எனினும் எனக்கு ஒன்று தோன்றியது. கடந்தகாலத்தையும் எதிர்காலத்தையும் மாற்றிக்கொள்ள முடிந்த பெரும் ரிஷிகளைக் காட்டிலும் வாழ்வில் அதிகமான விஷயங்களை இவர்கள் பார்த்திருக்கலாம். ஒருத்தியின் பெயர் ராத், மற்றொருத்தியின் பெயர் தின். ஒரேமாதிரித் தோன்றும் இரட்டையர்கள். யார் இவர்களுக்குப் பெயர் வைத்ததோ? பெற்றோர்களோ, தரகனோ அல்லது வேறு எவரோ? நிச்சயம் அவர்களுக்கு கோணலான நகைச்சுவை உணர்வு இருந்திருக்க வேண்டும். கொஞ்ச நேரத்தில், அவர்கள் என்னிடம் விளையாடுகிறார்களோ என்று எண்ணினேன். ராத் என்று அழைத்து ஒருத்தியின் கையைப் பிடித்தேன்; அவள் வெட்கமாய் சிரித்து, அவள்தான் ராத், நான் தின் என்கிறாள்.

ஒருத்தி என் சட்டைப் பொத்தான்களை கழட்டத் தொடங்கினாள். மற்றொருத்தி, கீழே குனிந்து கால்சட்டை முடிச்சுகளை அவிழ்க்கத் தொடங்கினாள்

'என் போக்கில் நான் விளையாடுவேன், ராத் உங்களை எடுத்துக்கொள்வாள். அல்லது நீங்கள் ராத்துடன் விளையாட விரும்பினால், நான் என் நாவால் உங்கள் உடலின் பாகங்களைத் தேடுவேன். அவை இருப்பது இதுவரையிலும் உங்களுக்கே தெரிந்திருக்காது'

நோய்ப் படுக்கையில் இருக்கும்போது நினைவிலிருக்கும் காரங்களின், இனிப்புகளின் பெயர்களை ஒவ்வொன்றாகச் சொல்லி என் தாய் என்னைச் சாப்பிட வைப்பாள். இவள் செய்கை அப்படித்தான் இருந்தது.

'அல்லது எங்கள் இருவருக்கும் இடையில் படுத்துக்கொள்ளுங்கள். எங்கள் முலைக்காம்புகளால் உங்கள் உடலுக்கு ஒத்தடம் தருகிறோம். வாழ்நாளில் இதைப்போன்ற ஒன்றை நீங்கள் அனுபவித்தே இருக்க மாட்டீர்கள்'

நம்பிக்கையில்லை என்பதுபோல் என் முகம் காட்டியிருக்க வேண்டும்.

'நீங்கள் என்ன நினைக்கிறீர்கள் என்பது தெரியும்'. அறிந்தவள்போல் தின் புன்னகைத்தாள். 'விரல்களால், உதட்டால் அல்லது

நாவால் மட்டுமே முலைக்காம்பை உணர முடியும் என்று நினைக்கிறீர்கள். ஆனால், நீங்கள் எண்ணுவது தவறு. இந்தப் பிரத்தியேக விருந்தை நாங்கள் கண்டுபிடித்திருக்கிறோம். படிகாரத்தைத் தேய்த்தால் ஏற்படுவதுபோல் உங்கள் தோல் இறுக்கமாகும்; காட்டுக்குயில் பாடும்போதும், புற்களின் ஊடே பருவ மழை தூறிச் செல்லும்போது அவற்றில் ஏற்படும் நடுக்கம்போல் உங்கள் ரோமங்கள் சிலிர்த்து நிற்கும்'.

ஆடைகளை அவள் நழுவவிட்டாள். மிக இயல்பான இந்த ஆடை அவிழ்ப்பை கண்ணாடி முன் நின்று எத்தனை மாதங்கள் பயிற்சி செய்தாளோ? ராத் முன்னே வந்தாள்.

'இளவரசே, என் ஆடைகளைக் களைய விரும்புகிறீர்களா?'

அவள் கை தற்செயலாக அவளது சகோதரியின் மார்பகத்தில் பட்டது. தற்செயலானது போன்ற, ஆனால் முன்கூட்டியே திட்டமிட்ட இச்செயல் அப்பட்டமான வித்தைதான். இன்ப உணர்வைத் தூண்டுதல். அவளது சோளியை நான் அவிழ்க்கையில், தின்னின் விரல்களை ராத்தின் கால்களுக்கு இடையில் பார்த்தேன். அவளது முலைக்காம்புகள் மெதுவாக எழுச்சியுற்றன.

'என் மார்பகங்களைப் பிடியுங்கள், மகராஜ் குமார்' ராத் என்னிடம் கூறினாள். 'இல்லை, இல்லை, இறுகப் பிடிக்காதீர்கள். இயல்பாக, உள்ளங்கையில் தாங்கினாற்போல் பிடியுங்கள்'

அவளது சகோதரியின் மார்பகங்களில் அவளுடைய உள்ளங்கை இருந்தது; குரல் லேசான அதிர்வுடன் கிசுகிசுப்பாக, இன்ப நுகர்விற்கு வலிந்து ஈர்க்கும் அழைப்பாக இருந்தது. 'இவை பாரசீகப் பேரரசரின் தோட்டங்களில் இருந்து வந்த ஆப்பிள்கள், மகாராஷ்ட்ராவின் கொங்கணியிலிருந்து வந்த மாங்கனிகள். அந்தக் கருஞ்சிவப்பு திராட்சைகள்! இளவரசே, அவற்றைக் கடித்துப்பார்க்காமல் எங்கிருந்து அவை வந்தன என்று எப்படி தெரிந்துகொள்வீர்கள்?'

அவள் சகோதரி தன் நாவை இவளது வாய்க்குள் வைத்து துழாவ, மெலிதான தசைச்சுருக்கத்தால் எழுந்தடங்கும் வலியால் அவதியுறுவதுபோல் தின் நடுங்கினாள். என் கைகள் பக்கவாட்டில் விழுந்தன. அந்தத் திராட்சைகள் என் நாவையும் அல்லது என் உறுப்பையும் எழுப்பவில்லை. கண்ணாடியில் தெரிவதுபோன்ற பிரதிமைகளால் நான் குழப்பமுற்றேன், நிலைதடுமாறிப்போனேன். அலைவுறும் இந்தப் பிரதிபலிப்புகளுக்கு இடையில் வெளியாருக்கு இடமேதுமில்லை. அதில் போலியான செயல்பாடு எது, எங்கு அது தொடங்குகிறது, தன்னிச்சையான செயல் எங்கு முடிகிறது என்பதை நிச்சயம் உங்களால் சொல்ல முடியாது.

'இதை நாம் கொஞ்சம் நேரம் கழித்துச் செய்யலாமா?' சிறிது குற்றவுணர்வுடன் நான் கேட்டேன்.

அவர்களது உணர்வு வேகத்தைத் தடுத்தது போல் அவர்கள் பார்த்தனர்; ஆனால், உடனடியாக நிறுத்திவிட்டனர். அவர்கள் சற்றுத் தயக்கத்துடன் புன்னகைப்பதுபோல், அடுத்துச் செய்யவேண்டியவற்றிற்கு உத்தரவுகளை எதிர்பார்ப்பதுபோல் இருந்தது.

'செய்ய வேண்டியதை, அதாவது அனைத்து வேலைகளையும் நீங்கள் பிரித்துக் கொள்வீர்களா?'

'ஆமாம். திட்டமிட்டுச் செய்வதில்லை. நான் இடது பக்கம் இயங்கினால் அவள் வலது பக்கத்தை எடுத்துக்கொள்வாள். அவள் மேலிருந்து தொடங்குகிறாள் என்றால், நான் ஏற்கனவே பாதத்திலிருந்து மேல்நோக்கி வேலையைத் தொடங்கியிருப்பேன்'

அவர்கள் இடைவிடாமல் புன்னகைத்தனர்; ஆனால், நகைச்சுவை உணர்வும் அல்லது விளையாட்டுத்தனமும் அவர்களிடம் காணப்படவில்லை. அயராது சிரத்தையுடன் உங்கள் கட்டளையை நிறைவேற்ற எப்போதும் விருப்பத்துடன் காத்திருந்தனர்; சோர்வால் முழுமையாகச் செயலோய்ந்து தளர்ந்திருந்தாலும் விடாமுயற்சியுடன் செயல்பட்டனர். தவிர்க்கவியலாத நகைச்சுவை உணர்வுடன், வாடிக்கையாளரைத் திருப்திப்படுத்த எந்த எல்லைக்கும் தம்மை நீட்டித்துக்கொண்டனர். அவர்களால் திருப்திப்படுத்த முடியவில்லை என்றால், அவர்களுக்கும் அவர்களது சுயமரியாதைக்கும் என்ன நடக்கும் என்பதை என்னால் நினைத்துப்பார்க்க முடியவில்லை. வாடிக்கையாளரைக் கொன்றுவிடுவார்களா அல்லது தற்கொலை செய்துகொள்வார்களா?

அவர்கள், நேர்த்தியான ரசனை உணர்வுகள் கொண்ட பிறவிகள். எனினும், மிகவும் செயற்கையானவர்கள். அவர்களுடனான ஒரு மாலைப்பொழுது எப்படி வேண்டுமானாலும் அமையலாம்: வலியுண்டாக்கும் சலிப்பும் வெறுமையுமாக இருக்கலாம்; கண்ணாடியில் தெரியும் பிரபஞ்ச வெளியில் கிடைத்த அலங்கரிக்கப்பட்ட அரிதானதொரு அனுபவமாக இருக்கலாம். கண்ணாடியில் தெரியும் உருவத்திற்கு அசல் உருவம் இல்லாமல் போகும் சாத்தியமுண்டா என்று என்னைக் கேட்டுக்கொண்டேன். பிரதிபலிப்புகளுக்கு மட்டுமே உயிர் இருந்த உலகம் ஒன்று இருந்ததா? எதிர்த்துகள்-பொருள் என்பது மட்டுமே அங்கு இருந்ததா? ? அங்கு நாம் ஒரு நிழல் உலகம்; பிரபஞ்சமும், படைப்பும் மாயை அல்ல; அல்லது இட்டுக்கட்டப்பட்ட கற்பனையும் அல்ல. ஆனால், அப்படி இருக்கமுடியாத ஒரு சாத்தியம் அல்லது ஒரு தெரிவு. ஏனெனில் இவை போன்றவை மீது கடவுள் ஆர்வத்தை இழந்துவிட்டார்; விண்மீன்கூட்டத்தில் ஏதோ ஒரு மூலையில் இறந்துகிடக்கிறார்.

இப்போது அவர்கள் பாடிக்கொண்டிருந்தனர். இல்லை, ராத் பாடினாள், தின் நடனமாடினாள் அல்லது இதற்கு நேர்மாறாக. பாடல் என்னிடம், 'ஒரெயொரு தடைதான் உள்ளது, அது துயரம்' என்றது. 'இயலாதவர்க்கும் ஆரோக்கியமானவர்க்கும் ஒரேயொரு மருந்துதான் உள்ளது. அது காதல். ஏனெனில் காதல்தான் நோய். திறவுகோலும், பூட்டும் அதுவே. விடுதலையளிக்கும் சிறைவாசம்.'

முரண்களும் எதிர்நிலைகளும் குவிந்துகிடக்கின்றன. கவிஞர்களையும் அவர்களது ரசிகர்களையும் ஈர்க்கும் அற்ப விஷயங்களுக்கு என்றும் முடிவில்லை. இருந்தும், அவ்வப்போது செயற்கையான ஒரு உணர்வுச்சூழலில் ஒரு உயிர்ப்பிரதிமையோ அல்லது முரணோ உங்களை இழுக்கிறது; வெறுப்பு மனப்பான்மை கொண்ட ஒருவனின் கலக்கமுறாத உறுதியைத் தொந்தரவு செய்கிறது. பாட்டும் நடனமும் அசாதாரணமானவை என்று சொல்ல முடியாது. ஆனால், குறைந்தபட்சம் நல்லபடியாக நடந்து முடிந்தன. லக்ஷ்மண் சிம்மாஜியின் வீட்டில் அன்றிரவு நடந்தவை என் நினைவில் வந்தன. சஜனி பாய் அளித்தது அற்புதமான உள்முகத்தேடல் நிறைந்த இசைக் கச்சேரி. இவர்கள், தொன்மக் கதைகளில் வரும் நற்கூளிகள்; பெருஞ்செலவிலான ஒப்பனையுடன் வந்திருக்கும் ஆளற்ற சிறுமிகள்; அந்த இசையை இவர்களால் அளிக்க முடியும் என்று நிச்சயம் எதிர்பார்க்கவில்லை. ஆனால், எனது சிந்தனையில் மின்னல் வேகத்தில் எப்போதும் புகுந்துகொள்ளும் கவனச் சிதைவைக் கண்டுபிடிக்கும் அளவுக்கு சிறந்த ஈர்ப்புத் திறன் இந்தச் சகோதரிகளிடம் இருக்கிறது.

'நாங்கள் பாடும் பாடல் உங்களுக்குத் திருப்தியாக இல்லையா, இளவரசே?'

'அதிகத் திருப்திதான், பெண்களே'

அவர்கள் என்னை நம்பவில்லை.

'இளவரசர் பகதூர் எங்களுடன் விளையாடியதைபோல் விளையாடலாமா?'

ஷெஸாதாவை நினைத்து நீண்ட, நீண்ட நாட்களாகவிட்டன. அவன் எங்கிருக்கிறான்? இப்போதும் டில்லியில் மறைந்து வாழ்கிறானா? அல்லது தந்தையுடன் சேர்ந்துவிட்டானா அல்லது மால்வா சுல்தானிடம் தஞ்சமடைந்துள்ளானா? நினைவுகளின் வெளிச்சத்தில் காலம் வித்தியாசமாக விளையாடுகிறது. தெளிவான, துல்லியமான கோடுகளும், அம்சங்களும் காலப்போக்கில் படிப்படியாக மங்குகின்றன. அதிக இருளான இரகசியங்கள் முன்னே வருகின்றன அல்லது விளக்கம் பெற்றுவிடுகின்றன. ஒருவேளை, காலம் என்பது, ஒரே வண்ணம்

திரும்பவும் வராதபடி பலவண்ணம் காட்டும் கருவியா? ஆனால் நான் பெற்றிருந்த சில நண்பர்களில் ஒருவனாக பகதூரை இப்போதும் நினைக்கிறேன். வாழ்விலும் சாவிலும் நாங்கள் பிணைக்கப்பட்டுள்ளோம். ஆனால், அதற்கும் மேலான ஒன்றாக.

'மாற்றி மாற்றி உங்களுடன் நாங்கள் உறவு கொள்ளலாமா? இறுதிக் கட்டம் வரை வருவீர்கள். மிகுந்த இன்பம் தரும், தாங்கிக் கொள்ள முடியாத அனுபவமாக இருக்கும். எனினும், உங்களுக்கு வெளியேறாது என்பதை நாங்கள் உறுதிப்படுத்தமுடியும்'.

சில நேரங்களில் அவனை என்னுடன் பிறந்தவனாகவே நினைப்பதுண்டு. படையெடுப்பில், பல நேரங்களில் அவனுடன் பேசிக்கொண்டிருப்பதுபோல் உணர்ந்திருக்கிறேன். அவனை வெறும் எதிரியாகப் பார்க்கமுடியாது. பலரைப் போலன்றி, விஷயங்களை முழுவதும் எண்ணிப்பார்த்த பிறகுதான் ஒரு முடிவுக்கு வருவான். அரியணையின் மீதும் ராஜ்ஜியத்தின் மீதும் அவனுக்குக் கண் உண்டு. அவனது தற்போதைய நிலை, அந்த நோக்கத்தை அடைவதற்கான வழியை மேம்படுத்துவதே. குறுகிய பார்வை கொண்டவனாக, தீவிர மத நம்பிக்கை கொண்டவனாக, இனவாதியாக அவன் இருக்கலாம்; எனினும் வளர்வதற்கும் நெகிழ்வாக இருப்பதற்குமான திறன் அவனிடம் உண்டு.

'நீங்கள் எங்களைக் கட்டிப்போட்டு விளையாடலாம். சாட்டையும் வைத்திருக்கிறோம். விருப்பமில்லையா?'

சுல்தான் முஸஃபர் ஷாவுக்கு பிடிக்காதவனாக அவன் இருக்கலாம்; ஆனால் நிச்சயம் ஒருநாள் குஜராத் அரியணையில் ஏறிவிடுவான் என்பதில் எனக்குச் சிறிதும் சந்தேகமில்லை. அப்போது மேவாரின் மகா ராணாவாக நான் இருந்தால், எங்களுக்கிடையில் சமாதானம் நிலவுமா? எனக்குச் சந்தேகம்தான். மால்வா எங்கள் ராஜ்ஜியத்திற்குத் தென்கிழக்கில் அமைந்துள்ளது. அதன் அரசன் இரண்டாம் மகமது கல்ஜி ஒழுங்கற்றவனாக, பலவீனமானவனாக இருக்கிறான். பகதூர் நிச்சயம் அந்த ராஜ்ஜியத்தைச் சேர்த்துக்கொண்டுவிடுவான். இரண்டுக்கும் இடையில் நாங்கள் இருப்போம். எங்கள் ராஜ்ஜியத்துடன் ஒப்பிடும்போது குஜராத் இப்போதுதான் உருவான ராஜ்ஜியம். எங்களுடன் அவன் போருக்கு வரலாம். குறைந்தபட்சம், போரிடும் அளவுக்கு தகுதியான எதிரி அவன். கொரில்லா உத்திகள் அவனுக்கு எதிராகப் பயன்படாமல் போகலாம், அவனும் என்னைப்போல். தனது நண்பர்களையும் எதிரிகளையும் கவனிப்பவன். ஆர்வம் மிகுந்தவன்; கடந்த கால தோல்விகளையும் தனக்கு எதிரான குற்றங்களையும் அவன் மறக்கமாட்டான்.

'என் தொடையில் எரியும் கரித்துண்டை வைத்தார்; அவள் மயங்கும்வரை தின்னின் கையை முறுக்கினார்'.

நான் பகல் கனவுகளில் இருந்தேன்; அவர்களோ பல அரிய இன்பங்களை விவரித்துக்கொண்டிருந்தனர்.

'உங்களுக்கு அது மகிழ்ச்சியைத் தருமா?'

அவர்களை இழந்துவிட்டேன். ஒரு கட்டத்தில் அவர்கள் விக்கிரமாதித்தன் பக்கம் சென்று விட்டதாக உணர்ந்தது நினைவுக்கு வந்தது. அவர்களுக்கு வலி பிடித்திருக்கிறதா? அல்லது வலி அவர்கள் செய்யும் வேலையுடன் சேர்ந்தே வருமா? என் சகோதரனின் அல்லது பகதூரின் கையை உடைத்திருந்தால் அல்லது அந்தரங்கங்களை எரித்திருந்தால் தானா? அவர்களிடம் என்ன தவறு என்பதை அப்போதுதான் அறிந்தேன். ஒருவரது தொந்தரவை, முடிவிலாத் தொந்தரவை யாராவது எடுத்துக்கொள்ள முடிந்தால், எடுத்துக்கொண்டால் மட்டுமே ஒருவருக்கு இன்பத்தை அளிக்கமுடியும் என்பது அந்த இருவரில் ஒருத்திக்கும் எப்போதும் தோன்றியிருக்கவில்லை.

கதவைத் தட்டும் சப்தம் கேட்டது.

'மன்னித்துக் கொள்ளுங்கள், இளவரசே'

'உள்ளே வா'

கௌசல்யா கதவை லேசாகத் திறந்தாள். அவள் முதுகைக் காட்டியபடி நின்றிருந்தாள்.

'இந்தப் பெண்களை மன்னித்து விடுங்கள். இவர்களை அனுப்ப வேண்டும்'

என்ன, ஏன், எதனால் என்று நான் கேட்கவில்லை. தனிப்பட்டவரின் கேளிக்கைகளில் தலையை நீட்டுவது கௌசல்யாவின் வழக்கமில்லை.

'அவர்களுக்கு எவ்வளவு நேரம் ஆகும்?'

'அதிகபட்சம் ஒன்றரை நிமிடம்'

வெளியேறச் சொல்வேன், கோருவேன் அல்லது உத்தரவிடுவேன் என்று அவர்கள் காத்திருக்கவில்லை. வாடிக்கையாளரின் இன்பம் மட்டுமே அங்கு முக்கியம். அது ராத்தோ அல்லது தின்னோ, மார்பகங்களைச் சோளிக்குள் திணித்து, இரவின் தேவைக்குப் பத்திரப்படுத்தினாள். அவள் சகோதரி காக்ராவின் நாடாக்களை முடிச்சிட்டாள். இசைக் கருவிகளை மீண்டும் அறையின் மூலையில் வைக்க முயன்றனர்.

'அவை அப்படியே இருக்கட்டும். நீங்கள் என்னை மன்னித்துவிடுங்கள். ஒருவேளை, வேறொரு சமயத்தில் சந்திக்கலாம். உங்களுக்கான பணம் நிச்சயம் முழுமையாகக் கிடைக்கும்.'

தலைகுனிந்து வணங்கி வெளியேறினார்கள். கதவு வரையிலும் அவர்கள் பின்பக்கமாகவே நகர்ந்தனர். அவர்களை வெளியில் இழுத்தக் கௌசல்யா, தன் அறைக்கு அழைத்துச் சென்றாள். சரியான நேரத்தில்.

தலையையும் உருவத்தையும் நன்கு மூடிய மனிதர் நான்கு பாதுகாவலர்களுடன் உள்ளே நுழைந்தார். தந்தை.

பேரரசர் தன்னை மறைத்துக்கொள்வது என்பது யானை மாறுவேடத்தில் உலவ முயசிப்பது போலத்தான். காலை உந்தியபடி இழுத்து நடப்பதையும் அவரது நடையில் வெளிப்படும் அதிகாரத்தையும் யாரால் கண்டுகொள்ள முடியாது?

'எங்களைத் தனியே விடுங்கள்'

பாதுகாவலர்கள் வெளியே சென்றனர். எனது படுக்கை அருகே இருக்கை ஒன்றை இழுத்து அமர்ந்துகொண்டார் தந்தை. அவர் பக்கம் திரும்பி பாதத்தைத் தொட முயற்சித்தேன். தனது மோசமான காலை சற்றே தூக்கி எனது கை அதில் படுவதற்கு அனுமதித்தவர், மறுபடியும் காலைக்கீழே இறக்கினார்.

'ஸ்ரீஏகலிங்கேஸ்வர் உன்னை ஆசிர்வதிக்கட்டும்.' அறையைச் சுற்றிப்பார்த்து மோப்பம் பிடித்தார். 'உனக்குத் துணையாக யாரோ இருந்தாற்போல் தெரிகிறதே. எதிலும் ஈடுபட முடியாதவனாய் நீ இல்லை என்று பார்க்கும்போது எனக்கு நிம்மதியாக இருக்கிறது.' தந்தையிடமிருந்து எதுவும் தப்பாது. அவரது சகோதரர்களை அவர் விஞ்சி நின்றதில் ஆச்சரியம் ஏதுமில்லை. 'கால் எப்படி இருக்கிறது?'

'முன்னேற்றம் இருக்கிறது, தந்தையே'

'அடுத்தது, கரங்களும் தோள்களுமா? அல்லது அவற்றிற்கு முன்னால் கழுத்தை முறித்துக்கொள்ள தீர்மானித்திருக்கிறாயா?' அவர் சிரித்தார். சமத்காரத்திலும் அல்லது சிரிப்பிலும் அவருடன் நான் சேர்ந்து கொள்வதில்லை என்பது அவருக்குத் தெரியும்.

'அதிகாலை ஒரு மணிக்கு என்னை நகைச்சுவையில் ஆழ்த்த பேரரசர் இங்கு வரவில்லை என்று நினைக்கிறேன்'

'உன் உடல்நிலையை விசாரிக்கவே வந்தேன். நீ என் மகன், உண்மையில் மூத்த மகன்'.

'எந்த ஒரு கணத்திலும் நான் அதை மறந்ததில்லை'

அவர் முகத்தில் இருள் கவிந்தது. ஏதோ சங்கடத்தில் இருப்பதுபோல் தெரிந்தார். ஒருவேளை, பூர்வாங்கமாக கொஞ்சம் அதையும் இதையும் பேசிவிட்டு அதன்பின் விஷயத்திற்கு வரலாம் என்று நினைத்திருக்கலாம். ஆனால், லேசான கேலி பேச்சுகளுக்கான சாத்தியங்களை நான் தடுத்துவிட்டதாகவே தெரிகிறது.

'இந்த ராஜ்ஜியத்திலிருக்கும் வேறு யாரும் அப்படி நினைக்கவில்லை என்று தெரிகிறது. பதவியிலிருந்து உன்னை இறக்கவேண்டும், பட்டங்களைப் பிடுங்க வேண்டும், வாழ்நாள் முழுவதும் சிறையிலடைக்க வேண்டும் என்று கேட்கிறார்கள்'.

'தெய்வீகக் கட்டளையின்படி நீங்கள் மேவாரின் மகாராணா. ஆகப் பெரிய இறைவன் ஏகலிங்கேஸ்வரின் பிரதிநிதி. ராஜ்ஜியத்தில் சர்வ வல்லமை பெற்றவராக நீங்கள் இருக்கிறீர்கள். வேறு விதமான கருத்து எப்படி நிலவும்?'

'சந்தேகத்திற்கிடமின்றி அப்படித்தான் மகனே. ஆனால், அரசாட்சியின் திறவுகோல் முக்கியப் பிரச்சனைகளை தலையில் ஏற்றிக் கொள்ளாமல் இருப்பதில் இருக்கிறது. எதையும் சோதனைக்கு உட்படுத்தவேண்டும். பொருளாதாரமும், பண்பாட்டுக் காரணிகளும், வறட்சி, வெள்ளம், பஞ்சம் போன்ற எதிர்பாரா சந்தர்ப்பங்களும், கீழ்ப்படிந்து நடக்கும் குடிமக்களும், மாற்றுக் கருத்துள்ள மக்களும், ஏன் நிலப்பிரபுக்களும், மேற்குடி மனிதர்களும், இடைத்தரகர்களும், வணிகர்களும், மதகுருக்களும், நிலச்சுவான்தார்களும் உனக்கு எதிராக நிற்பார்கள். சமநிலையைச் சீர்குலைப்பார்கள். வாய்ப்புக் கிடைக்கையில் உன்னைக் கவிழ்க்க முயற்சிப்பார்கள். உன் திட்டம் நீரோட்டத்துடன் செல்வதாக இருக்கவேண்டும்.. மரபுரீதியான பண்புகளை நீ பாதுகாக்கும் வரையில் அடி நீரோட்டங்களை உருவாக்கலாம்; எப்போதாவது அலையை எதிர்த்தும் நீந்தலாம்.'

எவ்வளவு நேர்த்தியான தர்க்கம் நிறைந்த சொற்கள்; எத்தகைய அரசியல்! அரசவையில் இருப்பவர்களும் பொதுமக்களும் என்னைச் சிறையலடைக்கச் சொல்லி கூக்குரலிடுகிறார்கள் என்பது நம்ப முடியாதது. மறைமுக நோக்கங்கள் கொண்டது. (அதிகாரமற்றவனாக, விழுந்து கிடக்கிறவனாக நான் இருக்கலாம். ஆனால், கௌசல்யா, மங்கள், புதிதாகக் கண்டுபிடிக்கப்பட்ட எனது ஆலோசகரான என் மனைவி ஆகியோர் தகவல் சேகரிப்பதற்குத் தனிப்பட்ட வலைபோன்ற அமைப்பை அவர்கள் வைத்திருக்கிறார்கள். தந்தையின் உள்வட்டத்திலிருக்கும் அடிவருடிகளைக் காட்டிலும், பொதுமக்களின் கருத்துகளை அவர்கள் நன்கு அறிந்தவர்கள். தந்தை சொல்வதுபோல் என்றால் என்னை அவர்கள்

எச்சரித்திருப்பார்கள்). விவாத நோக்கில் விஷயம் ஒன்றை வழங்கியிருக்கிறேன் என்று வைத்துக்கொள்ளலாம்; எனினும், இந்த விவாதத்தின் அலை செல்லும் திசையை முடிவுசெய்தது ராணி கர்மாவதியும் அவளுடைய அன்பு மகன் என் தம்பி விக்கிரமாதித்தனும் என்பதை ஒப்புக்கொள்ள தந்தைக்குத் துணிவும் நேர்மையும் இருக்குமா?

‘என்ன செய்தேன் என்று என்மீது குற்றம் சுமத்துவார்கள்?’

’மன்னருக்கு எதிராகச் சதித்திட்டம் தீட்டியது, தேசத்துரோகம், அரசவையின் கண்ணியத்திற்கு எதிராக நடந்தது, ராஜபுத்திரர்கள் மிகவும் கௌரவமாகக் கருதும் பாரம்பரியங்களையும் வீரத்தையும் மதியாமல் நடந்துகொண்டது மிக மோசமான குற்றம், துணை அதிகாரிகளையும் வீரர்களையும் சேர்த்துக்கொண்டு இணை அதிகார மையம் ஒன்றை அமைக்கத் தூண்டியது, என்று பட்டியல் இப்படியே நீள்கிறது’.

’அப்படியென்றால், குற்றம் சாட்டப்பட்டவரை இந்த நாட்டின் ஆக உயர்ந்த நீதிமன்றத்தில் விசாரிக்கும் நடைமுறைகளை பேரரசர் தொடங்கட்டும்’

’இளவரசனே, ராஜ்ஜிய விவகாரங்களை எப்படி நடத்துவது என்று எனக்கு அறிவுரை கூற நினைக்காதே’ பேரரசரின் குரல் உயரவில்லை.

இந்த மனிதருடைய நோக்கமும் என்னுடையதும் ஏன் எதிரெதிராக இருக்கின்றன. என்னை அவர் கண்டிக்கும் இந்த நேரத்திலும், பேரரசருக்கே உரிய அவரது ஆளுமைத்தன்மையை, அரியணைமீது அவர் வைத்திருக்கும் மரியாதையை நான் மதிக்கிறேன். வெளிப்படைத்தன்மையும், நேருக்கு நேராக மனம் விட்டுப் பேசுவதும் தந்தையின் இயல்புக்கு அந்நியமானவை. நானும் அப்படித்தான். அதற்கு மாறாக, திட்டமிட்டு, நெருக்கடியை எதிர்கொள்ள முயல்வேன். இரக்கம் காட்டுங்கள் என்று அவரிடம் சரணடையலாம். ஆனால், எனக்காக தந்தை கவனமாக அமைக்கும் பொறியில் சிக்கிக்கொள்ளும் எண்ணம் எனக்கு இல்லை.

எந்த மோதலுக்கும் முன்னதாக, தனது உத்திகளை அவர் திட்டமிட்டுக் கொள்வார். அவரது பாதுகாப்பு வளையத்தை நான் உடைத்துவிடுவேன் என்பதை அவர் நிச்சயம் யோசித்திருப்பார். வாயை மூடிக்கொண்டிரு என்று என்னிடம் சொன்ன பிறகு வேறு ஒரு நகர்வை அவர் யோசிக்க வேண்டும். உயிரற்ற அவரது கண் என்னை நிலையாகப் பார்த்துக்கொண்டிருந்தது. ஒருவேளை இனிமேல் என்னோடு அவர் பேசாமலிருக்கலாம். ஒருவேளை அங்கிருந்து வெளியேறலாம். ஆனால், அரிதான சந்தர்ப்பங்களுக்காக ஒதுக்கி வைத்திருக்கும் ஒரு செயலில் அவர் ஈடுபடுவதைப் பார்த்தேன். அவரிடம் இருக்கும் ஆயுதங்களில்

ஆற்றல் மிக்கது; மற்றவரை மிகவும் குழப்பத்தில் ஆழ்த்தும் உத்திகளில் ஒன்று. தீவிரச் சிந்தனையுடன் உயிரற்ற கண் குழிக்குள் ஆட்காட்டி விரலை நுழைத்து உட்புறமாகச் சுழற்றினார். முகத்தில் உணர்ச்சி எதையும் காட்டாமல் இருக்க முயற்சித்தேன். நான் மோசமாக நடந்துகொள்ளவில்லை என்று நம்புகிறேன். ஆனால், நான் கத்தியிருக்கலாம் அல்லது அலறியிருக்கலாம். என்மீது ஏற்படுத்திய தாக்கத்தை அவர் ரசித்தார். அவரது அந்தத் தேடுதலை நிறுத்தவேண்டும் என்பதற்காக எனது கண்களைக் கிழித்து, தோண்டி வெளியிலெடுக்க நான் விரும்புகிறேன் என்பதைப் புரிந்து கொண்டார்.

'என்னிடம் ஒரு ஆவணம் இருக்கிறது. அதில் கையெழுத்துப் போடு. அதன் பின்னர் தேசத்துரோகம் என்றோ, அவமரியாதை என்றோ அல்லது வேறெதுவும் யாரும் பேசமாட்டார்கள். பொறுப்புகள் அனைத்தும் உனக்குத் திருப்பி அளிக்கப்படும். போராலோசனைக் குழுவில் மீண்டும் சேர்த்துக் கொள்ளப்படுவாய். இந்த நாட்டின் நலனுக்கும் பாதுகாப்பிற்கும் முக்கியமான அனைத்துத் திட்டங்களையும் முன்னின்று செயல்படுத்துவாய்'

'நான் அந்த ஆவணத்தைப் பார்க்கலாமா?'

'நிச்சயமாக. எதையும் படிக்காமல் கையெழுத்திடாதே என்று உனக்கு எப்போதும் சொல்வேனே'

ஆவணத்தை என்னிடம் கொடுத்தார். மகராஜ் குமார் என்ற பட்டத்தையும் அரியணைக்கு எனது உரிமை கோரல்கள் அனைத்தையும் துறக்கிறேன் என்ற வாசகம் எழுதப்பட்டிருந்தது.

'என்னை நம்பு மகனே. இது வெறும் சம்பிரதாயத்திற்குத்தான். மக்களுக்கு எப்போதும் குறைவான ஞாபகசக்திதான். காலப்போக்கில் இந்த விஷயத்தை மறந்துவிடுவார்கள். இந்தக் காகிதத்தை நாம் கிழித்துப் போட்டுவிடலாம்.'

விசித்திரமாக இருந்தது. பெருமளவுக்கு அவர் பேச்சில் மயங்கிவிட்டேன் என்றுதான் சொல்ல வேண்டும். அனைத்துப் போலியான சொற்களையும் அவர் பயன்படுத்தினார். அனைத்தின் மீதும் 'அபாயம்' என்ற சொல் எழுதப்பட்டிருந்தது. இருப்பினும் நான் அவரை நம்பினேன்.

'சித்தப்பா பிருத்விராஜுக்கும் ஜெய்மலுக்கும் சாதகமாகக் களத்திலிருந்து விலகிக்கொள் என்று தாத்தா உங்களைக் கேட்டிருந்தால் நீங்கள் கையெழுத்துப் போட்டிருப்பீர்களா?'

'இது ஒரு தற்காலிக ஏற்பாடுதான். வெறுமனே அவர்களது வாயை அடைக்க. என்னை நம்பு.'

'உங்களுக்கு எதிரான விளைவை உண்டாக்கும் சொற்கள் கொண்ட ஆவணத்தில் நீங்கள் கையெழுத்திடுவீர்களா?'

'இழிவாகப் பேசாதே'

'வெளிப்படையாகச் சொல்கிறேன். நீங்கள் அப்படி நடந்துகொண்டாலும் அந்த ஆவணத்தில் கையெழுத்திடமாட்டேன்'

அவருடைய குரல் தாழ்ந்துதான் இருந்தது. ஆனால், பழிவாங்குவேன் என்ற அச்சுறுத்தல் அவரது நல்ல கண்ணில் தெரிந்தது. 'மகனே, இது உனது கடைசி வாய்ப்பு.'

என்னை அடிப்பார்; வாளை என்னுள் செருகுவார் என்று நினைத்தேன். பெருமூச்சுடன் இருக்கையிலிருந்து எழுந்தார். கண்களை மூடியவாறு நின்றிருந்தார். என்ன ஒரு நீண்ட இரவு! எனது சுதந்திரத்தின் இறுதி இரவாகவும் இது இருக்குமா? அவரது தோள்கள் தளர்ந்து தொங்கின. அதிகம் வயதானவர்போல் தெரிந்தார். கதவை நோக்கி நடந்து, அதைத் திறந்தார். பாதுகாவலர்கள் நிமிர்ந்து நின்றனர். திரும்பவும் என்னை நோக்கி வந்தார். 'என்ன நடக்குமோ? என்ன நடக்குமோ?'. என் நெற்றியைத் தடவினார். 'போர் முனையில் நீ ஏழு முறை மிக மோசமாகக் காயமடைந்திருக்கிறாய். ஆனால், வீரம் தேவிடம் அதைப் பற்றி எனக்கு எழுதக்கூடாது என்று நீ சொன்னது உண்மையா?'

'சிறிய காயங்களும் சில வெட்டுக்களும் தான் பேரரசே'

'இப்போதும்கூட உன் தந்தையிடம் பொய் சொல்கிறாய்'

'உங்கள் காயங்கள் பற்றி எப்போதாவது நீங்கள் பேசியிருக்கிறீர்களா?'

'நீ, காலத்திற்கு முன்னே வந்துவிட்ட தீர்க்கதரிசி. நள்ளிரவு தாண்டிய உடனேயே விரைந்து விழித்துக் கொண்டு மக்களைத் துயிலெழுப்பும் பறவை நீ

அத்தியாயம் 24

மங்கலான, தெளிவான காலைப்பொழுது. சித்தோரின் கீழ்ப்பகுதியிலிருக்கும் சமவெளியில் தங்கப் பாளமாக கம்பீரி உற்சாகமாக ஓடிக்கொண்டிருந்தாள். வானத்தின் சூரியகாந்திப் பூவை பறித்த யாரோ, அதன் இதழ்களைக் கிள்ளி எறிந்து, ஒளிரும் அதன் மையத்தைச் சிதைத்துவிட்டார்களோ? கோபம் கொண்ட மகரந்த வெளிச்சம் அடிவானத்திலிருந்து அடிவானம் வரையிலும் பரவியிருந்தது. நிரந்தர திரவ நிலையில் இருந்தது. கூடவோ குறையவோ இல்லை. விரைவில் நான் மஞ்சள் நிறத் தூசியின் பூச்சால் மூடப்படுவேன். அது நுரையீரல்களுக்குள் புகும். துடைத்து மெருகேற்றும்; நிரம்பியிருக்கும் காற்று முழுவதும் கட்டாயமாக வெளியேற்றப்படும் வரை அனைத்துத் துளைகளையும் நிரப்பும். மூதாதை சூரியக்கடவுளுக்கு மரியாதை செலுத்தும் வகையில் தங்கத்தாலான தூணாக என்றும் நின்றிருப்பேன். பருவமழை நாளில் திடீரென்று உருவான இந்த இடைவெளியைக் கொண்டாட மயில்கள் கூட்டம் கூட்டமாக வெளியில் வந்தன. பளபளக்கும் அலைகளாய் ஒற்றைக் கண்களால் நிறைந்த சிறகுகளை விரித்தாடின. பாலியல் வேட்கையின் கடுமையான சுகந்தம் வெளிப்பட பெண் மயில்கள் தாவித் தாவி பறந்து அமர்ந்தன. அவற்றை வெறியுடன் அணுகும் எதிர்காலத் துணைகளின் கவனத்தைக் கண்டு கொள்ளாததுபோல் பாசாங்கு செய்துகொண்டே இரக்கமின்றி அகவின.

இனிமேல் மழையே வராது என்பதுபோல் தோன்றியது. களஞ்சியங்கள் பாதி காலியாகிவிட்டன. பாளம் பாளமாய் வெடித்தப் படுகையாக, புறக்கணிக்கப்பட்ட, சுருங்கிப்போன எலும்புக்கூடாக கம்பீரி தோன்றினாள். கற்களும், கூழாங்கற்களும், துருப்பிடித்தக் காசுகளும், மட்கிய வீட்டுப்பொருட்களும், ஆங்காங்கே குட்டைகளும் சிறு ஓடைகளுமாகக் காணப்பட்டாள். கோட்டையில், நீரையும் உணவுப் பொருட்களையும் ஏற்கனவே பகிர்ந்தளிக்கத் தொடங்கிவிட்டார்கள். இரண்டரை மாதங்கள் கடந்துவிட்டன. இனி மழையே வராது என்று அனைவருக்கும் மனம் விட்டுப்போயிற்று. தார் பூசியதுபோல் வானம் கறுத்தது. சூரியக் கடவுள் மூடப்பட்டார். சந்திரனும் நட்சத்திரங்களும் மறைந்துபோயின. இறுதி இருட்டு பூமியைப் போர்த்தியது. சுவாசிக்கக் காற்றே இல்லை. பறவைகள் அனைத்தும் மறைந்து போயின. குழந்தைகள் சப்தம்செய்யாமல் மூச்சுத்திணறின. மழையே இல்லை. மேவார் மீது கடவுளர்கள் கோபம் கொண்டிருப்பது வெளிப்படையாகத் தெரிந்தது. ஒரே தீர்வுதான். அவர்களைச் சாந்தப்படுத்துதல். கோபத்தைத் தணித்தல். கடவுளர்களின் கருணையைப் பெறுவதற்கும், மழையை வரவழைக்கவும் மகா யக்ஞம் ஒன்றை நடத்த அர்ச்சகர்கள் அனுகூலமான நாள் ஒன்றைத் தேர்ந்தெடுத்தனர். ஒரு வாரம் தீவிர ஏற்பாடுகள் நடந்தன.

சமித்துகள், நெய், பால், தேங்காய், மஞ்சள், கற்பூரம், குங்குமம் அனைத்தும் சேகரிக்கப்பட்டு, யாகத்தீ வளர்க்க முனையும் சமயம். இருள் விலகியது. மழை பெய்யத் தொடங்கியது. ஒன்றரை மாதங்கள் விடாமல் பெய்தது. இந்தக் கடவுளர்கள் நமக்கு என்ன சொல்ல முயல்கிறார்கள்?

நீங்கள் மூச்சை அடக்கிக் கொண்டால், அது ஓர் அழகிய காலைப் பொழுது. அல்லது நீங்கள் இனிமேல் மீண்டும் மூச்சுவிடாதீர்கள். ஏனெனில் சித்தோர் காலராவின் பிடியில் இருந்தது. சாவு, குப்பை, மலக்கழிவு ஆகியவற்றின் துர்நாற்றம் சகிக்கமுடியவில்லை. என் வீட்டிலேயே ஏழு மாதங்களாக நான் அஞ்ஞாதவாசம். தந்தை கூறியது சரிதான். மக்களுக்குக் குறைவான நினைவுதான். நான் புறக்கணிக்கப்படவில்லை, ஆனால், மறக்கப்பட்டேன். எது அதிகம் அவமானகரமானது என்று எனக்கு உறுதியாகத் தெரியவில்லை. முடிந்தவர்கள் சித்தோரை விட்டு வெளியேறிவிட்டார்கள். பேரரசர், ராணி கர்மாவதி, விக்கிரமாதித்தன், அரசவையில் பெரும்பகுதியினரும் அவர்களில் அடக்கம். ஒருவிதத்தில், தலைநகர் நிர்வாகத்தை நான்தான் மீண்டும் நடத்திக் கொண்டிருந்தேன்.

சாலைகள் சேறும் சகதியுமாக இருந்தன; மழை நீரும், கழிவுகளும் சேர்ந்த கட்டுக்கடங்காத கலவை திறந்த சாக்கடைகளில் விரைந்தோடிக் கொண்டிருந்தது. ஆங்காங்கே தேங்கியும், வழிந்தோடியும் நின்றது. எதுவும் புதிதல்ல. கோடையில் வெப்பம் தகிக்கும்; விரைந்து தொற்று நீக்கம் செய்துவிடும். குளிர்காலத்தில் உதடுகள் வெடிக்கும், தோலில் வெடிப்புகள் ஏற்படும். வடிகால் நீரும், சாக்கடையும் வற்றிவிடும். மழைக்காலத்தில் சேறும், மண்ணும், நீரும், மலக்கழிவுகளும் ஒன்றுசேர்ந்து கலவையாய் புரண்டோடும். பதினேழு பருவமழைக் காலங்கள் கடந்து சென்றுவிட்டன. அதில் இரண்டு ஆண்டுகள் வறட்சி நிலவியது. எனினும் காலரா வருகை தரவில்லை. சில ஆண்டுகளில் மட்டும் தொற்றுநோய்கள் உண்டாகின்றன, பரவுகின்றன; மற்ற ஆண்டுகளில் வருவதில்லையே ஏன்? அவை எங்கிருந்து வருகின்றன? பாதி மக்களை, சில நேரங்களில் முக்கால்வாசி மக்களைக் கொன்றபிறகு ஏன் அவை மறைந்துவிடுகின்றன? இதுவரையிலும் மூவாயிரத்து எழுநூற்று பதினெட்டு பேர் இறந்திருக்கிறார்கள். காலரா அற்றுப்போகும் முன் இன்னும் எத்தனை பேர் சாகப் போகிறார்களோ?

நீளும் இரவுகள் முழுவதும் ஓலங்கள், அழுகுரல்கள் முனகல்கள். புறப்படும்போது விக்கிரமாதித்தன் எனக்கு அளித்த பரிசு இது: அதிகாலைப் பொழுதில் குஜராத்தி வீரர்களைத் தாக்கி நான் செய்த காரியத்திற்கான தண்டனைதான் இந்த காலரா என்று வதந்திகள் உலவின. கதை நன்கு வேரூன்றிவிட்டது. சித்தோர் மக்களுக்கு யார்மீது பழி சுமத்துவது என்பது தெரிந்துவிட்டது. தந்தை குறிப்பிட்டிருந்த விரோதப்

போக்கு நிகழத் தொடங்கியது. முதலில், நான் குதிரையில் செல்லும்போது அந்தத் தெருவில் வசித்தவர்கள் உள்ளே சென்று படாரென்று கதவைச் சாத்திக்கொண்டனர். இரண்டு தருணங்களில் அவர்கள் என்னைத் தாக்கினர். முதல்முறை வாளை உருவி என்னைப் பாதுகாத்துக் கொண்டேன். மங்கள் உதவிக்கு வந்து அவர்களை விரட்டியடித்தான். அடுத்தமுறை அவர்கள் தாக்கியபோது பெஃபிக்கிரை விட்டுக் கீழிறங்கிவிட்டேன்.

திகைத்துப் பயந்துவிட்ட மங்கள் என்னைக் குதிரை மீது ஏறச்சொன்னான். அரண்மனைக்குச் சென்று உதவிக்கு ஆட்களை அனுப்பும் படியும் அதுவரையிலும் கூட்டத்தை அவன் சமாளிப்பதாகக் கூறினான். என்னை முதலில் அவர்கள் சூழ்ந்தபோது அதிகபட்சம் ஆறு அல்லது ஏழு நபர்கள் தான் இருந்தார்கள். இப்போது இருபத்தைந்து பேராவது சேர்ந்திருப்பார்கள். யாராவது முதலில் தொடங்கட்டும் என்று, முணுமுணுத்தபடி தீங்கு விளைவிக்கும் எண்ணத்துடன் அந்தக் கூட்டம் காத்திருந்தது. 'குருதி வேட்கையைக் குருதிதான் தீர்க்கும்' என்று குள்ளமான ஒருவன் கத்திக்கொண்டே வாளை உருவினான். பன்னிரண்டு வயதுள்ள ஒரு பையன் எறிந்த கல் என் மார்பில் பட்டுக் கீழே விழுந்தது. இப்போது அவர்கள் என்னைச் சுற்றிச் சுற்றி வந்தனர். நம்பிக்கைத் துரோகத்துடன் குற்றச் செயலில் ஈடுபடுவதற்கு முன், ஒரு வேகமும் தூண்டுதலும் தேவை. கவனத்தைத் திசை திருப்பும் நோக்கில் தனக்கு நெருக்கமாக நின்றவன்மீது மங்கள் வாளை இறக்கப் போனான். கையை உயர்த்தித் தடுத்தேன். அவன் நிறுத்திவிட்டான் ஆனால், வாளை உறையில் போடவில்லை.

'கொன்றுவிடுங்கள். காலராவிலிருந்து சித்தோரை அது காப்பாற்றிவிடும் என்றால், என்னைக் கொன்றுவிடுங்கள்' என்றேன். அவர்கள் தயங்கினர். அவர்களது முடிவுக்கு உடன்படுவேன் என்று அவர்கள் எதிர்பார்க்கவில்லை. அப்போது நரைத்தத் தலையுடன் ஒரு பெண்மணி முன்னே வந்தாள். முப்பத்திரண்டு பற்களில் பதினைந்தாவது விழுந்திருக்கும். கூட்டத்தைப் பார்த்து அவள் பேசினாள்.

'சொல்லப்படும் அறிவில்லாத விஷயங்கள் அனைத்தையும் நம்ப விரும்பும் முட்டாள்கள் இவர்கள்; ஐம்பது பேர் கூடிவிட்டார்கள் என்பதனால், அவர்களை உதாரணமாக எடுத்துக்கொள்ள வேண்டாம்; இளவரசே உங்களை முட்டாளாக்கிக் கொள்ளாதீர்கள். நீங்கள் அனுமதித்தால் இந்தப் பெரிய மனிதர்களிடம் ஒரு கேள்வி கேட்க விரும்புகிறேன்.'

என்னிடமும், என்னை கொல்ல வந்தவர்களைப் பார்த்தும் பேசுவதற்கு அவளிடம் விஷயங்கள் அதிகம் இருந்தன. 'மகராஜ் குமார்,

அவர்களைப் பார்த்தால் உங்களைக் காட்டிலும் புத்திசாலிகளாய்த் தெரிகிறார்கள். ஆகவே, உங்களைக் கேட்காமல் அவர்களைக் கேட்பதற்கு மன்னித்துவிடுங்கள். ஒரு எதிரியை எப்படி எதிர்கொள்வது? நம் உடலில் விஷப் பற்களைப் பதித்து நம்மை அழித்தொழிக்க வருகின்றன நச்சுப் பாம்புகள்; அவற்றிற்கு மார்பகத்தின் பாலை அளிக்க முடியுமா? ஒரு மனைவியாக கணவனை இழந்தேன். தாயாக ஒன்பது மகன்களைப் பலிகொடுத்தேன். நான் பதினேழு பேரப்பிள்ளைகளை பலிகொடுத்தப் பாட்டி. யுத்தத்தில்தான் அனைவரையும் இழந்தேன். ஒரு பேரப்பிள்ளை மட்டுமே உயிரோடு இருக்கிறான். உங்களுடன் குஜராத் படையெடுப்பில் அவன் கலந்துகொண்டான். சரி அநாதையானோம் என்று நினைத்தேன். இளவரசே, அவனை நீங்கள் உயிருடன் அழைத்து வந்தீர்கள். இடாரைத் திரும்பவும் கைப்பற்றினீர்கள். மூவாயிரம் வீரர்கள் சாவிற்கும் ராஜேந்திர சிம்மாவின் கொலைக்கும் பழிதீர்த்துக் கொண்டீர்கள்.

’இது பெருமைக்குரிய செயல் இல்லை என்றால், வேறு எது என்று இந்தப் பெரிய மனுஷர்கள் இப்போது சொல்லட்டும். மகராஜ் குமார் நீங்கள்...’ என்று நிறுத்தினாள் அந்தப் பெண்மணி. இது நான் தண்டனை பெறும் நேரம். ‘நீங்கள் வெளியில் கடுமையாக நடந்துகொள்கிறீர்கள். ஆனால், இங்கே இருக்கும் மக்களிடம் மென்மையாக இருக்கிறீர்கள். உங்களிடம் இருக்கும் பிரச்சனை இதுதான். கூச்சத்துடன் நீங்கள் ஒளிய வேண்டாம். உங்களது அந்தஸ்திற்கு ஏற்ற பண்பு இல்லை இது. எக்காளத்தைக் கையிலேந்தி ஊதுங்கள். மாவீரர்களின் வெற்றிகளைப் பாடும் சரணர்களும் கவிஞர்களும் எங்கே போய்த் தொலைந்தார்கள்? அவர்களது நோக்கத்திற்காக யாராவது இவர்கள் வாயை அடைத்திருப்பார்கள். உள்ளங்கைகளில் கொஞ்சம் வைத்தால், அது அவர்கள் நாக்கைத் தளர்த்திப் பாடவைத்துவிடும்’. பற்களற்ற வாயில் ஒரு தந்திரப் புன்னகை. ‘ஜோஹிரிபாயை ஏற்பாடு செய்யலாமா? அது வேறு யாருமல்ல நான்தான்’. அர்த்தத்துடன் இங்கே நிறுத்தினாள். ‘இன்றைக்கே வைத்துக் கொள்ளலாமா?’ கூர்மையான சொற்பிரயோகம் கொண்ட ஒரு அற்புத நடிகை அவள். தனது சொற்களை மகிழ்வுடன் அவள் அனுபவித்தாள். வேடிக்கைப் பார்த்தவர்களுக்கு அவளைப் பிடித்துப் போயிற்று. அவர்களும் சப்தமாகச் சிரித்தனர்.

அந்தப் பெண்மணி தன் நெற்றியை என் பாதத்தில் வைத்தாள். நான் அவள் தோளைப் பற்றித் தூக்கினேன். முன்னர் இருந்ததைக் காட்டிலும் கூட்டம் நான்கு மடங்காகப் பெருகியிருந்தது; ஒருமுறை சுற்றிப்பார்த்தாள். ‘தலையைக் குனியுங்கள், மகராஜ் குமார். வயதான, மிகவும் வயதானவள் இந்தக் கிழவி, சாகவே கூடாதென்று இப்போதுதான் முடிவெடுத்தக் கிழவி. உங்களை ஆசிர்வதிக்கிறேன்’. என் முகத்தை கைகளில் ஏந்தினாள். நொறுங்கிப் போகும் நிலையிலிருக்கும்

காகிதம்போல் அவளது உள்ளங்கைகள் இருந்தன. ‘கடவுள் உங்களை ஆசிர்வதிக்கட்டும், இளவரசே’.

சூரியன் மேலே உயர்ந்தான்; வெப்பம் அந்த நாளை இறுகப் பற்றியது; கம்பீரி தன் மதிப்பைத் தங்கத்திலிருந்து வெள்ளியாகக் குறைத்துவிட்டாள். மழையிலிருந்து கிடைத்த நிவாரணம் முடிந்துவிட்டதா? கம்பீரி பிரவாகமெடுத்துப் பாயும் அழகிய காட்சிகள் ஒரு சிலவற்றைத்தான் பார்க்க வாய்த்தது. திகிலும் மகிழ்ச்சியும் நிறைந்த ஒரு கட்டுப்படாதத் தன்மை அவளிடம் இருந்தது. அடக்கமுடியாதவள், கட்டுப்பாடற்றவள், ஆபத்தானவள். பருவமழைக் காலம்தான் அவளுக்குப் பிடித்த காலம். செறிவடைந்த வானம் அவள் மீது மழையை வீசியடித்தது. நீரைப் பொழிந்தது. அதன் விந்துகளை அவளுக்குள் தூவியது. ஆனால், இது போதும், போதும். ஒரு வாரமோ அல்லது பத்து நாட்களோ பொழிவதை நிறுத்தினால்தான், பூமி காயும். காலராவின் தாக்கம் கொஞ்சம் குறையும்.

எப்போதும் அது ஓரேமாதிரிதான். முதல் இரண்டு நாட்கள் ஆண்களும் பெண்களும், வளர்ந்த குழந்தைகளும் காலைக் கடன்களை வெளியில்தான் கழித்தனர். முப்பது, நாற்பது முறைகள். பாய்ந்து வெளியில் ஓடி, ஆத்திரத்துடன் முஷ்டியால் குத்துவதுபோல் பீய்ச்சி அடித்தனர். தங்கள் வயிறையும் குடலையும், பயங்கரமான, சுருட்டி நெளிய வைக்கும் மலைப்பாம்போ என்று எண்ணி திகில் அடைந்தனர்; வயிற்றிலிருந்த அனைத்தையும் வெளியில் கொட்டினர்.

அடுத்த இரண்டு நாட்களுக்குக் காலைக்கடன் கழிக்க அவர்கள் வீட்டிலிருந்து ஊர்ந்துதான் வெளியில் வரவேண்டும். அதன்பிறகு அவர்களால் நகரவும் முடியாது; அவர்களது மலம், சிறுநீரை விடவும் மிகவும் மெலிதாக இருந்தது. சோர்வும் மயக்கமுமாக, உலர்ந்து, திறந்த வாயுடன் கிடக்கும் அவர்கள் உயிருடன் இருக்கிறார்கள் என்பதற்கான ஒரே குறியீடு நாடாபோல வழிந்தோடும் பேதி மட்டுமே. பார்க்கச் சக்தியற்ற கண்களால் கூரையை பார்த்துக் கொண்டிருப்பார்கள். அவர்கள் சுவாசம் மிகவும் மெலிந்துவிட்டது. இப்படித்தான், இன்னமும் உயிர் இருக்கும் உடல்களை தவறுதலாக வண்டிக்காரர்கள் நான்கு அல்லது ஐந்து முறை ஏற்றிச் சென்றுவிட்டார்கள்.

வண்டிகளைத் தொடர்ந்து ‘துப்புரவு பறவைகள்’ செல்கின்றன. கழுகுகளையும், கழுதைப்புலி போன்றவற்றையும் விகாரமான தோற்றத்துடன் அழகற்றவையாக, கடவுள் ஏன் படைத்தார்? அவை உயிரற்ற உடல்களைத் தின்று வாழ்கின்றன என்பதாலா? எனினும், இங்கு ஒரு விதிவிலக்கைப் பார்க்க முடியும். நீங்கள் காக்கையைக் கவனித்திருக்கிறீர்களா? மிகவும் கூர்மையானது, தந்திரக்கார பறவை;

அதன் உடலின் கருமையான மேல்புறம் பளபளப்பானது, வழவழப்பானது. அதை உங்களுக்குப் பிடிக்காமல் போகலாம்; ஆனால் அது கச்சிதமான, சுறுசுறுப்பான பறவை. உலகின் பறவை. ஆனால், கழுகு முற்றிலும் வேறானது. அதைப் போன்ற அதிகம் ஒழுங்கற்ற, அசிங்கமான, அருவருப்பான உயிரினத்தைக் கண்டுபிடிப்பது கடினம். உணவைத் தவிர வேறொன்றும் அதைப் பறப்பதற்குத் தூண்டாது. அப்பொழுதும் வேண்டா வெறுப்புடன் இருந்த இடத்தைவிட்டு எழும், பிடிக்காத உணவைச் சாப்பிடுவது போன்ற முகபாவத்துடன் அதை உண்ணும். அதன் விருப்பத்திற்கு மாறாக சாப்பிடுவது அதற்கு ஒரு கடின உழைப்பு போலத்தான். ஆனால், இந்த ஒரு வேலையை அது தட்டிக் கழிக்காது. வயிறு நிரம்பி வெடித்துவிடுவதுபோல் இருந்தாலும், அழுகிய பிணம் எதையாவது பார்த்துவிட்டால் அதன்மீது அமர்ந்து தொடர்ச்சியாகக் கொத்த ஆரம்பித்துவிடும்; ஒரு மணி நேரமோ அல்லது நாள் முழுவதுமோ, அது கவலைப்படாது.

மீண்டும் சூரியன் ஓடிப்போய்விட்டான். அழுக்கு போன்ற, ஒழுங்கற்ற சாம்பல் நிற மேகங்கள் கிழக்கிலிருந்து நகர்ந்து வந்தன; மெதுவாக, வெதுவெதுப்பாக, பிசுபிசுப்பாக மழை கொட்ட ஆரம்பித்தது. நகரத் தயங்கும் வீங்கிப்போன அட்டைகள் போல் மழைத்துளிகள். அவை தோலில் ஒட்டிக் கொள்கின்றன. சிரமப்பட்டு வலுக்கட்டாயமாக அவற்றை அகற்றும்போது, மாவுபோல் அடுப்புக்கரிப் படலம் தோலில் உருவாகிறது. உங்களைச் சுத்தம் செய்யும் மழையல்ல இது. உங்கள் மனத்தைப் படலம்போல் மூடுகிறது; அழுக்காக உங்களை உணரவைக்கிறது.

பெண் மயில்கள் போலியாக நடிப்பதில் சோர்ந்து போயிருக்க வேண்டும்; அல்லது அடக்கமும் நாணமுமாக இனி நடந்துகொள்ள முடியாது என்பதை உணர்ந்திருக்க வேண்டும். ஆண்மயில்கள் நகர்ந்து போய்விடும்; நல்லதொரு சேர்க்கைத் தருணத்திற்காக அவை அடுத்த ஆண்டுவரை காத்திருக்கவேண்டும். திடீரென்று அவற்றிற்கு இடையே பெரும் பரபரப்பான இயக்கங்கள்; அற்ப ஊடல்கள், நாணம், தளுக்கான நடைகள், 'என்னைத் தொடாதே' போன்ற அனைத்தும் ஒருகணம் தள்ளிப்போடப்பட்டன. ஆண் மயில்கள் அனைத்தும் இப்போது பெட்டைகளின் மீது அமர்ந்திருந்தன. அரண்மனை ஜன்னல் வழியாக அவற்றின் வெறித்தனமான செயல்பாடுகளைப் பார்த்துக்கொண்டிருந்தேன். சூழலின் தீவிரத்தை அவை அறிந்திருக்கவில்லையா? மரணம் நிலத்தை நிரப்பிக் கொண்டு இருப்பதை அவை பார்க்கவில்லையா?

'லக்ஷ்மண் சிம்மாஜி வாழ்த்துகளை அனுப்பியிருக்கிறார். உடனடியாக அவரது அலுவலுகத்தில் சென்று அவரைச் சந்தித்து மகிழ்விக்க முடியுமா?' பணியாளின் குரலில் வருத்தம் தொனித்தது.

திருப்தியான முகபாவத்துடனும், நிரம்பி வழியும் மனநிறைவுடனும் பெண் மயில்களுக்குள் அவை ஆழமாக ஊடுருவிட்டதுபோல் மயில்கள் ஓய்வெடுத்துக் கொண்டிருந்தன. ஜன்னலில் இருந்து திரும்பினேன். வீரர்கள் பின்தொடர பாதுகாப்பு அமைச்சரின் அலுவலகத்துக்குச் சென்றேன்.

'நீயும் இளவரசியும் உடனடியாகச் சித்தோரை விட்டுப் புறப்படுங்கள்' லக்ஷ்மண் சிம்மாஜி நேரடியாக விஷயத்திற்கு வந்தார்.

'எதற்காக, சித்தப்பா?'

'எதற்காகவா?' என் கேள்வியால் திகைத்தவர், கொஞ்சம் எரிச்சலும் அடைந்தார். 'உனக்குத் தெரியவில்லையா? உங்கள் உயிர்கள் ஆபத்தில் இருக்கின்றன'

'யாரிடமிருந்து?

'மகராஜ் குமார், உனக்கு என்ன ஆயிற்று? உன் உயிரையோ அல்லது வேறு ஒருவரது உயிரையோ தேவையற்ற ஆபத்தில் மாட்டிவிடாத புத்திசாலி இளைஞன் என்று எப்போதும் உன்னைக் கருதுவேன்'. இப்போதும் அவர் என்ன சொல்ல வருகிறார் என்று எனக்குத் தெரியவில்லை. 'காலராவிலிருந்து தான், வேறென்ன?' என் முகத்தில் தெரிந்த நிம்மதியைப் பார்த்து அவர் சிரித்தார். 'வேறு என்னவென்று நினைத்தாய்?

'இதற்கு மேலும் என்ன நினைப்பது என்று எனக்குத் தெரியவில்லை, சித்தப்பா'

'எல்லா இடங்களிலும் மக்கள் கோபத்துடன் இருப்பதைப் பார்த்திருப்பாய், அது தவறென்று சொல்லமுடியாது. யோசித்துப் பார்க்கும்போது...' அவர் வாக்கியத்தை முடிக்கவில்லை. 'உங்கள் நிலையில் வேறு யாராவது இருந்தால், சிந்திக்காமல் முரட்டுத்தனமான ஏதாவது செய்திருப்பார்கள். சரி, நீயும் உன் மனைவியும் நாளைக் காலை புறப்படுகிறீர்கள், சரிதானே, இதற்கு நீ ஒப்புக் கொள்கிறாய்?'

'என் மனைவிக்காக நான் உறுதி கூறமுடியாது. நீங்கள் அவளிடம் பேசி என்ன சொல்கிறாள் என்று தெரிந்துகொள்ளுங்கள். என்னைப் பொறுத்தவரை எனக்கு இங்கு வேலை இருக்கிறது'

'நீ போகவில்லை என்றால், இளவரசியும் போகமாட்டார்கள் என்பது உனக்கு நன்றாகத் தெரியும்'

'நான் அப்படி நினைக்கவில்லை. எனினும் நான் போனாலும் அவள் போகமாட்டாள். அவள் இங்கே தனக்கு வேலைகள் வைத்திருக்கிறாள்.'

'சுகாதார அதிகாரிகளால் சமாளிக்க முடியாத எந்த வேலையும் இங்கு இல்லையே'

'எந்தச் சுகாதார அதிகாரிகள், சித்தப்பா? அமைச்சரவை கிடக்கட்டும், சுகாதாரத்துறைக்கு அலுவலகம் கூட கிடையாது. நாம் நியமித்திருக்கும் அந்த ஐந்து அதிகாரிகளும், வருவாய் மற்றும் வேளாண்மைத் துறையிலிருந்து மாற்றப்பட்டவர்கள். போதுமான பயிற்சியோ அல்லது உத்வேகமோ இல்லாதவர்கள். அதுமட்டுமின்றி போதுமான அதிகாரங்களோ நிதியோ அவர்களிடம் இல்லை'

'அது உண்மை இல்லை. பாதுகாப்புத்துறைக்கு ஒதுக்கப்பட்ட நிதியில் ஐந்து சதவீதத்தை, இந்தத் தொற்றை எதிர்த்துப் போராட ஒதுக்கி வைத்துள்ளேன்'

'நான் இன்னும் முடிக்கவில்லை, சித்தப்பா. அந்த அதிகாரிகளில் இருவர் இறந்துவிட்டார்கள்'

'மிகச் சுருக்கமாக அதைத்தான் சொல்லவருகிறேன். அந்த விதி வருங்காலப் பேரரசரையும் எடுத்துச்செல்ல மனசாட்சிப்படி நான் அனுமதிக்கமுடியாது. சித்தோரை விட்டு வெளியேற பேரரசரை ஒப்புக்கொள்ள வைக்க எனக்கு மூன்று வாரங்கள் ஆயிற்று. உன்னைத் தாஜா செய்ய அதே மூன்று வாரங்களை எடுத்துக் கொள்ள நான் தயாராயில்லை.' அவருக்கு மூச்சு வாங்கியது. அவர் முகத்தின் மென்மையான தசைகள் கோபத்தில் ஆடின.

'எங்கள் நலன் மீதான உங்களது அக்கறையை நான் குறைத்து மதிப்பிடவில்லை. கட்டாயப்படுத்தித் தந்தையை நீங்கள் அனுப்பி வைத்ததற்கு நன்றிக்கடன் பட்டிருக்கிறேன். பேரரசரின் ஒரே மகனாகப் பிறந்திருந்தால், மேவாரின் எதிர்காலத்தைப் பாதுகாக்க என் உயிரைப் பேணுவதைக் கடமையாகக் கருதியிருப்பேன். ஆனால், நான் இறந்துவிட்டாலும், வாரிசு வரிசையில் ஒரே குருதியைச் சேர்ந்த மேலும் ஆறு இளவரசர்கள் இருக்கிறார்கள். மக்கள், தாம் கைவிடப்பட்டோம் என்று எண்ணிவிடக் கூடாது. அவர்கள் தம் மன உறுதியையும் மனத்தையும் இழந்து விடக்கூடாது. அதற்கு அரச குடும்பத்தைச் சேர்ந்த யாரோ ஒருவர் கட்டாயம் சித்தோரில் இருக்க வேண்டும்.'

'நானும் ராஜ குடும்பத்தைச் சேர்ந்தவன் தான்' அவர் குரல் எச்சரிக்கும் கர்ஜனை போல் ஒலித்தது. அவர் நிமிர்ந்து உட்கார்ந்தார். அவருக்குரிய கண்ணியமான நிலையை முழுமையாக எதிரொலித்தார்.

'நீங்களும் உண்டுதான் சித்தப்பா. தலைநகர் இப்போதும் இயங்கிக் கொண்டு இருக்கிறது என்றால், நிச்சயமாக அதற்குக் காரணம் நீங்கள்

இங்கு இருப்பதுதான். உங்கள் தலைமைதான். ஆனால், நல்லதோ அல்லது கெட்டதோ, நான் பேரரசரின் மகன். மூத்த மகன். மக்களுடன் தங்கியிருக்கவே விரும்புகிறேன். உங்களின் கீழ் என்னைச் செயலாற்ற அனுமதியுங்கள்...' தந்தையுடன் அவரது உறவை சமரசத்திற்கு உட்படுத்த நான் விரும்பவில்லை. அதனால், உடனடியாக, 'அதிகாரப்பூர்வமற்ற நிலையில் மட்டுமே.' என்றேன்.

சித்தப்பா உண்மையில் நெகிழ்ந்து போனார். சாதாரண சமயத்தைவிட அதிக முரட்டுத்தனம் குரலில் தெரிந்தது. 'ஒரு கழுதைபோல் எப்போதும் பிடிவாதம் பிடிப்பவன் நீ. இத்தனை வயசுக்கு அப்புறமும் அறிவுடன் நடந்துகொள் என்று உன்னிடம் கூச்சல் போடுவதில் பயனேதுமில்லை'.

* * *

ஒவ்வொரு நெருக்கடிக்கும் நிச்சயம் ஒரு மீட்பர் தேவைப்படுகிறார். இந்தக் கொள்ளை நோய்க் காலத்தில் அந்தப் பாத்திரத்தில் என் மனைவி மிகச் சரியாகப் பொருந்தினாள். கணிசமான அளவிற்கு மக்கள் அவளைப் பின்தொடர்ந்தனர். பெண்கள் மட்டும் அவளைச் சுற்றி நிற்கவில்லை. நகரத்தில் உயிர்தப்பி வாழ்ந்துகொண்டு இருப்பவர்களும், நகர்வதற்கு வலிமை பெற்றிருந்த நோயாளிகளும், காலை ஏழு மணிக்கும் இரவிலும் ஆரத்தி நேரத்தில் பிருந்தாபாணி கோவிலில் அவளுடன் பிரார்த்தனையில் இணைந்தனர். அவளும் நானும் சந்தித்துக் கொள்வதேயில்லை. ஏனெனில் பகலில் பெரும்பாலான நேரம் அவள் வெளியில் இருப்பாள். இரவிலும் பாதிநேரம் குழலிசைப்போன் முன் அமர்ந்து சித்தோரைக் காப்பாற்ற வரும்படி பிரார்த்தித்துக் கொண்டிருப்பாள்.

பிருந்தாபாணி கோவிலுக்கு அருகில் இருந்த பழைய கட்டிடம் ஒன்றை ஒதுக்கித்தரும்படி கௌசல்யா வேண்டினாள். அதைக் குழந்தைகளுக்கான அநாதை இல்லமாக மாற்றினாள். அதற்கு நந்தவனம் என்று பெயரிட்டாள். அவள் இப்போதெல்லாம் சாதாரணமாகவும் பேசுவதில்லை. மேலும், மேலும் அமைதியாகிவிட்டாள். சில நேரங்களில் என் அறைக்கு வந்து, என் தோள்களில் தலையைப் புதைத்துக் கொள்வாள். அந்தக் குழந்தைகள் இல்லத்தில் அசாதாரண எண்ணிக்கையில் அன்று இறப்பு நிகழ்ந்திருக்கிறது என்பதை நான் தெரிந்துகொள்ள ஒரே வழி அதுதான். குழந்தை ஒன்றின் வளர்ச்சியில் அவள் மிகவும் அக்கறை கொண்டிருப்பதையும், அல்லது அதைக் காப்பாற்ற இரவும் பகலும் பெரிதும் முயற்சித்தும் அந்தக் குழந்தை இறந்துபோனதை அறிந்துகொள்ளும் வழியும் அதுதான். அவ்வப்போது எங்களிடையே உடலுறவும் நிகழ்ந்தது. அவள் எப்போதும் மறுத்ததில்லை. ஒருவேளை என்னைப் போலவே அவளுக்கும் வேறொன்றைப் பற்றிச்

சிந்திக்கும் வாய்ப்பை அது அளித்திருக்கலாம். மயில்கள் தனியாக இருக்கவில்லை என்பதை உணர்ந்து கொண்டேன். துக்கம், அலட்சியம், மரணம், மகிழ்ச்சி, வலி இவற்றையெல்லாம் மீறி நாங்கள் உடலுறவு கொண்டோம்.

வியாழக்கிழமை மாலை கட்டுமானப் பொறியாளரை நந்தவனத்திற்கு அழைத்துச் சென்றேன். சில இரவுகளுக்கு முன்னர் கௌசல்யா இதைப்பற்றிச் சொல்லியிருந்தாள். அந்தக் கட்டிடத்தின் கூரை பல இடங்களில் ஒழுகுகிறது. சில இடங்களில் உத்திரங்களும், கூரையைத் தாங்கி நிற்கும் மரச்சட்டங்களும், ஓடுகளும் எப்போது வேண்டுமானாலும் சரிந்து கீழே விழலாம் என்று சொன்னாள். தாமதமாகிவிட்டது. சாலைகளில் ஏறத்தாழ நடமாட்டமே இல்லை. ஆகவே, நல்ல வேகத்தில் சென்றோம். ஏழு மணிக்கு மேல் வெளியில் வருவதற்கு இப்போதெல்லாம் யார் முயற்சிப்பார்கள்? நான் அப்படித்தான் எண்ணினேன். ஆனால், நான் எண்ணியது தவறு. அப்போதுதான், கொள்ளை நோய்க்கும் வெறிச்சோடி கிடக்கும் சாலைகளுக்கும் தொடர்பில்லை எனத் தெரிந்தது. சித்தோரில் இருந்த அனைவரும், இறந்தவர்கள் அல்லது உயிருடன் இருப்பவர்கள், இளையவர் அல்லது முதியவர், சாதாரண நபர், படைவீரன், விலைமாதர்கள், அவர்களின் உதவியாளர்கள், ஆண்கள், பெண்கள், குழந்தைகள் என்று அனைவரும் பிருந்தாபாணி கோவிலில் இருந்தனர்.

குழலிசைப்போனின் விழா நாளா? சிலைகள் திருடப்பட்டுவிட்டனவா, விபத்து ஏதும் நிகழ்ந்ததா? நகரவே இடமில்லை. கோவிலும் அதை நோக்கிச் செல்லும் அகலமான மகாராணா கும்பா சாலையும் மக்களால் நிரம்பி வழிந்தன. சிலர் நடுக்கத்துடன் நின்றிருந்தனர். ஆனால், முற்றிலும் நனைந்திருந்தாலும், சுரத்தால் நோய்ப்பட்டிருந்தாலும், அதைப் பற்றி அவர்கள் கவலைப்படவில்லை. கூட்டம் என்னைப் பார்த்துவிட்டது. பெஃபிக்கிரின் சேணக்கயிற்றைப் பிடித்துக் கொண்டது. காப்பாற்ற இந்த முறை ஜோஹரிபாய் இல்லை. ஆயிரக்கணக்கான இந்த மக்களிடமிருந்து என்னைப் பாதுகாக்க, எதற்கும் அஞ்சாத, விசுவாசம் மிக்க மங்களும் இல்லை. என்னுடன் வந்த நபரும் குதிரையிலிருந்து இறக்கிவிடப்பட்டார்.

'அவரை விட்டுவிடுங்கள், நான்தான் பொறுப்பாளி' நான் கூறியதை யாரும் காதில் வாங்கவில்லை. வெறுமனே எனக்கு அவர்கள் ஒதுங்கி வழிவிட்டனர். ஒரே பிறவியில் பிறப்பும் இறப்பும் என்ற சுழற்சி நிகழுமா என எனக்குத் தெரியவில்லை. நரகம் என்பது வேறு இடமோ அல்லது வேறு பிறவியிலோ இல்லை. மீண்டும், மீண்டும் ஒரே மாதிரியான, கொடுமையான அனுபவங்களில் ஊடாகக் கடந்து செல்வதுதான். படிக்கட்டில் நின்றிருந்தேன். ஆண்டுகளுக்கு முன் அந்தக் குரலைக்

கேட்டிருக்கிறேன். மகாராணா கும்பா நிழற்சாலையில் திரும்பி, மெல்லோட்டத்தில் அன்று நாங்கள் சென்றபோது கேட்ட குரலை இன்றைக்கு மீண்டும் கேட்டேன். உண்மைதான் என்று என் மனம் ஏற்கவில்லை. இது அதே பாடலா? வெளிப்படையாகச் சொன்னால் என்னால் நினைவில் கொண்டுவர முடியவில்லை. ஆமாம். உன்னால் முடியும். அதன் ஒவ்வொரு சொல்லையும் நினைவுகூற முடியும். உனக்கு நன்கு தெரியும். இது முற்றிலும் வித்தியாசமானது. ஒரு தடவைக்கு ஒரு காலடி, மகராஜ் குமார், ஒரு காலடி மட்டுமே. ஒரு அடி மேலும் எடுத்து வைத்தால் நீங்கள் கைலாச மலையின் உச்சியில் இருப்பீர்கள். அங்கு அவள் ஏக்தாராவை மீட்டிக் கொண்டிருந்தாள். கண்கள் மூடியிருக்க, தன்னிலை இழந்த நிலையில் சுழன்று ஆடிக்கொண்டிருந்தாள்.

அவள் பல்லவியைப் பாடியபோது, கூடியிருந்த ஆயிரக்கணக்கான மக்களும் அவ்வரிகளைத் திருப்பிப் பாடினர்; சொர்க்கத்தை நோக்கி உயரே எடுத்துச் சென்றனர். காதலுடன் அவ்வரிகளைத் திரும்பத் திரும்பப் பாடினர். முன்னரே முடிவு செய்யப்பட்டது போன்ற சமிக்ஞையுடன் அவள் அடுத்த வரிகளுக்கு மாறினாள்.

மலர முடியவில்லை எனில்,
அது என்ன பூ?
நுரையீரலை நிரப்பவில்லை எனில்
அது என்ன காற்று?
தாகத்தைத் தணிக்கவில்லை எனில்
அது என்ன நீர்?
உடலுக்கு வெப்பமளிக்காதெனில்
அது என்ன சூரியன்?
இன்ப உணர்வுத் தரமுடியவில்லை எனில்
அது என்ன உடல்?
(புலனுணர்வும் ஆன்மீக உணர்வும்
ஒன்றுதான், ஒரே மாதிரிதான் என்று கருத
நம்புங்கள் அவளை, நம்புங்கள் அவளை).

சொர்க்கத்தை அடையமுடியாதெனில்
அது என்ன பிரார்த்தனை?
அவன் காக்கவில்லை எனில்,
அவன் என்ன மீட்பன்?
கடவுளே, எங்களைக் காப்பாற்று,
எங்களைக் காப்பாற்று, எங்களைக் காப்பாற்று.
சிசுபாலனை எதிர்க்க உனக்கு
குற்றங்கள் நூறு தேவையாயிற்று.

நூற்றியொன்றும் இழைத்துவிட்டோம்,
எங்கிருக்கிறாய் நீ?
திரௌபதி துகிலுறியப்பட்டதால்
வெளிப்பட்டாய் நீ
நிர்வாணமாகவே பிறந்திருக்கிறோம்
நீ எங்கிருக்கிறாய், எங்கிருக்கிறாய்?
தேவர்களின் அரசன் இந்திரன் சாபம்
பிரளயத்தைத் தொடங்கியது
சுண்டுவிரல் உயர்த்தி, நீ
பிருந்தாவனம் காப்பாற்றினாய்
இப்போது நீ எங்கிருக்கிறாய்?
கடவுளே, எங்களைக் காப்பாற்று,
எங்களைக் காப்பாற்று, எங்களைக் காப்பாற்று.

காலராவிலிருந்து எங்களைக் காப்பாற்று,
பிளேக்கிலிருந்து எங்களைக் காப்பாற்று
தீங்கிலிருந்து எங்களைக் காப்பாற்று
காக்கவில்லை என்றால்,
அவன் என்ன மீட்பனா?

உச்ச ஸ்தாயியில் உணர்ச்சி வசப்பட்டு அவள் பாடினாள்; 'எங்களைக் காப்பாற்று, எங்களைக் காப்பாற்று' என்ற கடைசி வரிகளைப் பாடும்போது மயங்கி சரிந்து குவியலாக விழுந்தாள். யாரும் நகரவில்லை. பின்னர் ஒவ்வொருவராகச் சென்று அவள் பாதங்களைத் தொட்டு வணங்கினர். ஒழுங்கில்லாமல் அவர்கள் நடந்திருக்கலாம். ஆனால், அவர்களே ஒரு வரிசையை அமைத்துக்கொண்டனர். காலம் எப்படி மாறிவிட்டது! நாட்டியமாடுபவள், ஒழுக்கம்கெட்டவள், ராஜாங்க விலைமாது; மொழியின் அசுத்தமான சொற்கள் அத்தனையும் சித்தோர் மக்கள் பயன்படுத்தினர். போதவில்லை எனும்போது, புதிதாகக் கண்டுபிடித்தனர். என் பெயர், பேடி என்பதற்கு மாற்றுப் பெயரானது. அதுபோல், அவள் பெயர் விசுவாசமற்ற மனைவிக்கு இணையாகியது. இப்போது அவளை 'இளந் துறவி' (சோட்டி சந்த் மாய்) என்று அழைக்கிறார்கள்.

குறிப்பிட்ட காலத்திற்கு ஒன்றோடு நீங்கள் பழகிக் கொண்டால், காலம் எதனோடும் உங்களைப் பழக்கப்படுத்திவிடும். முழுவயிறுக்கும் பட்டினிக்கும், சாதாரணத்திற்கும் அசாதாரணத்திற்கும், முடிக்கப்பட்ட தற்கும் தடைசெய்யப்பட்டதற்கும், செல்வத்திற்கும் வறுமைக்கும் இடையிலான தூரம் என்பது பழக்கம் தவிர்த்து வேறொன்றுமில்லை. அவள் பாடியபோதும், ஆடியபோதும் நான் சீற்றம் கொண்டேன்; கோபத்துடன், அவள் கையிலிருந்த உணவுத்தட்டைக் காலால்

உதைத்திருக்கிறேன். அரண்மனையில் அவளது அறையிலேயே அடைந்துகிட என்று உத்தரவு போட்டிருக்கிறேன். இப்போது அவள் பாடும்போது எனக்குக் கோபம் வரவில்லை. ஏன், தோள்களையும் குலுக்கவில்லை. என் காதுகளை மூடிக்கொண்டேன், என்னை மூடிக்கொண்டேன். வெளிப்படையாகச் சொன்னால், கவலைப்படுவதை நிறுத்திக் கொண்டேன். அவள் வழியில் அவள் செல்கிறாள், என் வழியில் நான்.

அவள் வந்தாள். தயங்கினாள். உட்கார்ந்தாள், பின் எழுந்தாள். காக்ராவால் தனது பாதங்களை இழுத்து மூடினாள். பின்னர் தனது கரங்களாலும் மறைத்துக் கொண்டாள். ஆனால், பிரயோசனமில்லை. தட்டில் காசைப் போட்டுவிட்டு மக்கள் அவள் பாதங்களைத் தொட்டனர். அல்லது நெற்றியாலும் தொட்டனர்.

'என்னுடையதல்ல, என்னுடையதல்ல. அவனுடையது. நீங்கள் வணங்கும் கடவுளின் பாதம்'

அவர்கள் சிரித்துக்கொண்டே நகர்ந்தனர். அவளுடைய பாதத்தைத் தொட முடியவில்லை என்றால், அவள் நின்றிருந்த இடத்தைத் தொட்டு வணங்கினர். ராணி கர்மாவதியும் விக்கிரமாதித்தனும் அந்த இடத்தில் இருந்திருக்க வேண்டும் என்று நினைத்தேன். அவர்களைத் தவிர்த்து வேறு யார் அவளை அதிகம் நேசித்தவர்கள், அவளுக்கு நல்லது நடக்கவேண்டும் என்று நினைத்தவர்கள் இருக்கமுடியும்? அர்ச்சகர்கள் மட்டுமே இன்னும் மாறவில்லை. விதி வசப்பட்ட அந்த ஜன்மாஷ்டமி நாளில் அவள் நடந்துகொண்ட முறை வெட்கக்கேடானது என்று அவர்கள் நினைத்தனர். அப்போது அவர்கள் அவளைப் பார்த்து இளித்தனர், பரிகாசம் செய்தனர். இப்போது வெறுத்தனர். கோவிலின் தலைமை அர்ச்சகரைப் பார்த்தான். அவர் கண்களில் வெறுப்பும் அச்சமும் தெரிந்தது.

இளந் துறவி என்று அவளை இப்போது எல்லோரும் அழைக்கின்றனர். அவர்களது கோவிலையும் அவர்களது முக்கியத்துவத்தையும் அவள் இப்போது பறித்துக் கொண்டாள். பிரதான அர்ச்சகர் தனது கரங்களை உயர்த்தினார். அவரது சமிக்ஞையில், கோவிலுக்குள் இருந்தவர்களும், வெளியில் இருந்தவர்களும் அமைதியாயினர். 'கற்பனை செய்யமுடியாத அளவுக்கு அழிவை ஏற்படுத்திய இந்தக் கொள்ளை நோயிலிருந்து சித்தோரை விடுவிக்க வேண்டும்; ஆகவே, ஒரு மாத காலத்திற்கு சங்கட விக்ன யக்ஞம் ஒன்றை நடத்துவது என்று இந்நகரின் அர்ச்சகர்கள் முடிவு செய்துள்ளனர்.' அர்ச்சகரின் குரல் ஒரு சவால் போல் ஒலித்தது. எவரையும், குறிப்பாக அவருடன் முரண்படும் இளவரசியையும் துணிவுடன் எதிர்கொள்ளத் தயார் என்பதுபோல் ஒலித்தது. 'அர்ச்சகர்கள் சமூகம் இருபத்திநான்கு

மணி நேரமும் இடைவிடாது இதனை நடத்தும், கடவுள்களை எழுந்தருளச் செய்து அவர்களைத் திருப்திபடுத்தி அவர்களது ஆசிகளையும் திருவருளையும் வேண்டும். நமது பிரார்த்தனைகளுக்குச் சாதகமாக அவர்கள் செவிமடுக்கும்வரை நாங்கள் ஓயமாட்டோம். தீய சக்திகளுக்கு எதிராக மனிதர்களின் கையிலிருக்கும் ஆற்றல் மிக்க ஒரே மாற்று சக்தி, மாற்று மருந்து இந்த சங்கட விக்ன யக்ஞம் மட்டுமே. நாங்கள் அதற்கு உறுதியளிக்கிறோம்'

வெளியிலிருந்த மக்கள் திரட்சியிலிருந்து அமைதியை உடைத்து, சிறியதாக ஒரு குரல் கேட்டது. 'இந்த இளந் துறவிதான் எங்கள் யக்ஞம். அவர்தான் அந்தத் தீ. இந்த நிலத்தைச் சுத்தம் செய்யப் போகிறவர்... உங்கள் அனைவரையும்தான்.'

அந்தச் சிறிய புத்திசாலி பிருந்தாபாணி கோவிலை நொறுங்கி வீழும்படி செய்யவில்லை என்பது ஓர் ஆச்சரியம்தான். பல மாதங்கள் சிரித்திராத அந்த மக்கள் சிரித்தனர்.

'நம்மிடையே இருக்கும் இந்தத் தீய சக்தியை விரட்டியடிப்போம்' கூச்சலை மீறி தலைமை அர்ச்சகரின் குரல் ஒலித்தது.

அவர் யாரைச் சொல்கிறார்? யாரைக் குறிப்பிடுகிறார்? காலராவையா? பொதுமக்களைச் சிரிக்க வைத்த அந்தச் சிறிய உருவமுள்ள மனிதரையா? அல்லது கடவுளை அணுக அர்ச்சகர்களின் உதவி தேவையற்ற, அவனைப் பெயர் சொல்லி அழைக்கும் என் மனைவியையா? எனது மனைவிக்கும் எனக்கும் இருக்கும் ஏராளமான எதிரிகள், ராஜ குடும்பத்தில் ஒரு சில ஜோடிகளுக்குத்தான் இருக்கும். இப்போது அந்தப் பட்டியலில் சித்தோரின் அர்ச்சகர்களையும் சேர்த்துக் கொள்ளலாம்.

'இளந் துறவி வாழ்க!' பெண் ஒருத்தி முழக்கமிட்டாள். மற்ற அனைவரும் திருப்பிக் கூவினர். அதன்பின் அவர்களை யாராலும் நிறுத்த முடியவில்லை.

* * *

கட்டிடப் பொறியாளரும் நானும் அநாதை இல்லத்தை விரிவாக ஆராய்ந்தோம். 'இது நமக்கு அதிகம் செலவு வைக்கும்' என்றார் அவர்.

'பரவாயில்லை. குழந்தைகள் தங்கியிருக்கும் இந்த இடத்திற்குக் கூரை வேண்டும். நெருக்கடி நேரத்தில் மட்டுமல்ல, நிரந்தரமாக வேண்டும். இதற்கான திட்ட மதிப்பீடு ஒன்றை நாளைக் காலை எனக்குத் தர முடியுமா?'

'ஆமாம். கட்டிடம் மோசமான நிலையில்தான் உள்ளது. உடனடியாகக் கவனிக்க வேண்டும்'

'கௌசல்யா, இந்தத் திட்ட மதிப்பீட்டுடன் லக்ஷமண் சிம்மாஜியைச் சந்திக்கும்படி இளவரசியிடம் உன்னால் கூறமுடியுமா? பிருந்தாபாணி கோவிலில் அவள் நடத்தும் ஆரத்திகளின்போது தட்டில் விழும் பணம் இதற்கு உதவும் என்று அவளது யோசனையாக கூறச் சொல்'

நான் இதைக் கூறியபோது என் முகத்தில் புன்னகை இல்லாமல் இருந்திருக்கலாம். ஆனால், என் மனத்தின் ஆழத்தில் அழகிய கவித்துவமான நீதி கிடைத்தது என்ற மனநிறைவு இருந்தது. பயனுள்ள ஒரு காரியத்திற்கு கோவில் அர்ச்சகர்கள் தங்களது சொந்தச் சேமிப்புகளிலிருந்து இனி நிதியளிப்பார்கள். நீங்கள் நினைப்பது போல் என் மகிழ்ச்சி கொஞ்சம் மலிவானதுதான். ஆனால், திருப்தியில் சிறிய மாற்றம் வேண்டுமென்றாலும் சித்தோரும் நானும் எவ்வளவு பெரிய விலையைக் கொடுக்க வேண்டியிருந்திருக்கும். கடவுளின் பெயரால் அளவிட முடியாத அளவுக்கு பால், தயிர், நெய், பழங்கள், உணவுப் பொருட்களை யக்ஞத்தின் அக்னியில் சொரிய வேண்டியிருக்கும் என்று உங்களுக்குத் தெரியுமா? எவ்வளவு விறகு எரிக்கப்பட்டிருக்கும், எவ்வளவு ஆடுகள் வெட்டப்பட்டிருக்கும், எவ்வளவு குங்குமம் தரையில் கொட்டப்பட்டிருக்கும், எவ்வளவு தேங்காய்கள் உடைக்கப்பட்டிருக்கும், எவ்வளவு சமையல்காரர்கள் இரவு பகலும் சமைத்திருப்பார்கள்?

யாரைத் திருப்திப்படுத்துகிறோம், எதற்காக? கனவான்களே, குற்றச்சாட்டை முதலில் சொல்லுங்கள், குற்றத்தை நிரூபியுங்கள், அதன்பின் தண்டனையை அறிவியுங்கள். அனைத்துமே உத்தேசம்தான், ஊகம்தான், சந்தேகம்தான். வறட்சியும், பஞ்சமும், வெள்ளமும், தொற்றுநோயும், அதிகமும் குறைவும், தோல்வியும் இழப்பும், தனிப்பட்ட நபரின் துன்பமோ அல்லது அனைத்து மக்களின் துன்பமோ எதுவாக இருந்தாலும் அளிக்கப்படும் விளக்கங்கள் எப்போதும் ஒரேவிதமாகத்தான் இருக்கும். அதாவது ஏதோ தவறு செய்துவிட்டோம், மிக மோசமான தவறைச் செய்துவிட்டோம். குற்றம் என்னவென்று எவருக்கும் தெரியாது. உங்களைப்போல், நானும் நன்றாகத்தான் ஊகித்துள்ளேன். குற்றம் என்னவென்று தெரியாமல் அதை எப்படி சரி செய்வது? என் தங்கை சுமித்ரா என்ன செய்தாள்? சுனேரியா எதற்காக இறந்தாள்? லீலாவதியின் குற்றம் என்ன?.

கடவுளை விலைக்கு வாங்கமுடியும் என்ற சிந்தனையில் எனக்கு எப்போதும் நம்பிக்கையில்லை; அதை வெறுத்தேன். இந்தச் சிந்தனையில் புதுமை ஏதுமில்லை. முனிவர்கள் அடிக்கடி, இதைவிடச் சிறப்பாகவும்

கூறியிருக்கிறார்கள். எனினும் தொடர்ந்து நாம் தெய்வங்களைச் சமாதானப்படுத்த முயற்சிக்கிறோம்.

அதிக அளவு உணர்வுக் கிளர்ச்சியுடன் நடைபெற்ற இளந் துறவியின் பிரார்த்தனை அமர்வுகளில் சித்தோரின் மக்கள் கலந்துகொண்டனர். அவள் பாடினாள், ஆடினாள். ஒரு தாமிர டங்காவும் அவள் கேட்கவில்லை. அவள் பாடிய வரிகளை அவர்கள் திருப்பிப் பாடினர். பாடல்கள் எளிமையாக, கவனத்தை ஈர்ப்பவையாக இருந்தன; கூர்மையான கருத்துகளுடன், உள்முகப்பார்வையுடன் இருந்தன. சொற்கள் உச்சரிக்கப்படும் முறை பழக்கமானதாக இருந்தது. எனினும், அவற்றில் தெரிந்த நெருக்கம் ஆச்சரியமாக இருந்தது. அதில் வெளிப்பட்ட நேர்மையும் மனவெழுச்சியும், பாடலுக்கு அவள் அமைத்திருந்த ராகமும் அனைவருடைய உதடுகளையும் பாட வைத்தன. ஆனால், அவர்கள் யக்ஞத்திற்கும் சென்றனர். சம்ஸ்கிருதத்தின் ஒரு சொல்லையும் அவர்களால் புரிந்துகொள்ள முடியவில்லை; சிலரால் முடிந்தது என்றாலும் குருமார்கள் மூன்று நான்கு வரிகளை ஒருசேர உச்சரித்தனர். சில நேரங்களில் ஒரு சூத்திரத்தின் மொத்தப் பாடலையும் ஒரே மூச்சில் ஓதினர். பொருளைப் புரிந்துகொள்ள கடவுளும் சிரமப்பட்டிருப்பார். ஆனால், சித்தோரின் நல்ல மனிதர்கள் யக்ஞத்தில் அவ்வப்போது கலந்துகொண்டனர். கொஞ்சம் பணமும் தட்டில் போட்டனர். மனத்தில் நிம்மதியை உணர்ந்தனர். நல்லுணர்வைப் பெற்றனர். இந்தச் சடங்கு, பார்ப்பதற்கு கண்கொள்ளாக் காட்சியாக இருந்தது. அதுமட்டுமின்றி, பிரச்சனை எதிலும் மாட்டிக் கொள்ளாமல் எச்சரிக்கையுடன் இருப்பதும் நல்லது.

அனைத்து விஷயங்களும் கடந்து போகத்தான் போகின்றன. (இந்த இடத்தில் அர்த்தம் பொதிந்த, போதுமான நிறுத்தம் தேவை. அதன்பின் அடுத்த வரிக்குச் செல்லுங்கள்). உரிய நேரத்தில். 'கடந்துபோகும்' என்பது ஒரு அழகான, தெளிவற்ற சொல். அனைத்து விஷயங்களும் கடந்து போகக்கூடுமோ? அல்லது, அனைத்து விஷயங்களும் நிலையற்றவை என்பதால் அவை காணாமல் போகும், மறைந்துபோகும் என்பதா? அல்லது இரண்டு விளக்கங்களும் சரியா?

நாளடைவில் காலராவின் உக்கிரம் தணிந்தது. மக்கள் இப்போதும் இறந்து கொண்டிருந்தனர்; ஆனால், சாவு எண்ணிக்கை குறைந்து கொண்டிருந்தது. தொற்றுநோயின் முதுகெலும்பை எது முறித்தது? இந்த வெறுக்கத்தக்க நோய்களுக்கும் சுழற்சிகள் உண்டா? அர்ச்சகர்கள் உறுதியளித்ததுபோல், முப்பது நாட்களும் முழுமையாக நடந்த சங்கட விக்ன யக்ஞம் கடவுளின் கைகளைக் கட்டிப்போட்டுவிட்டதா? அல்லது எனது மனைவியின் பிரார்த்தனைகள் இதைச் சாதித்தனவா? சித்தோரில் மிச்சமிருக்கின்ற மக்கள், பின்னால் கூறியதுதான் என்று நிச்சயம் நம்பினர்.

சாபத்தைத் திரும்பப் பெற்றுக்கொண்டு, கடவுள் எங்களைக் காப்பாற்றி யிருக்கலாம். ஆனால், இளந் துறவி கடவுளைக் கேட்டுக்கொண்டார்; குறிப்பாக, குழலிசைப்போனை இதில் தலையிடும்படி அவர் கேட்டதால் தான் இது நடந்தது என்றனர். இந்த நோய்க்கு முடிவு கட்டியது யாராகவும் அல்லது எதாகவும் இருக்கட்டும்; இந்தப் பயங்கரக் கனவு முடிந்துபோனதற்குக் காரணமான சக்தியின் முன் முழந்தாளிட்டு நன்றி கூற விரும்புகிறேன்.

அத்தியாயம் 25

கள்ளக் காதலனிடம் எச்சரிக்கையாக இருங்கள்; உங்களுக்குத் தேவைப்படும் நேரத்தில், உங்களது எதிரிகளைக் காட்டிலும் பெரும் ஆர்வத்துடன் உங்களைக் கைவிட்டுவிடுவான்

ஏறத்தாழ தொற்றுநோயின் பரவல் முடிந்துவிட்டது. அதன் இறுதிக்கட்டத்தின் போது மகராஜ் குமாரின் மனைவிக்கு நோய் தொற்றிக்கொண்டது. முதல் சில நாட்கள் அவள் வெளியில் வரவில்லை; அவளது மாதாந்திரப் பிரச்சனையாக இருக்குமோ என்று கௌசல்யா நினைத்தாள். மற்றவர்களைப் போலவே அவளும் சோர்ந்து போயிருப்பாள்; ஏனென்றால் அவளுக்கு மிகவும் நொய்மையான உடல். சரி, இனிமேலும் மறைக்கமுடியாது என்ற நிலையில், அவளுக்குச் சிகிச்சை அளிக்க ராஜ வைத்தியர் அழைக்கப்பட்டார். வெளிப்படையாகச் சொன்னால், அவளது கணவனைப் பொறுத்தவரை அது ஒரு சம்பிரதாயமே. எப்படியும் அவளது காதலனான அவள் கடவுளும் அவளைச் சாகவிடப் போவதில்லை. அவன் சார்பாகத் தான் வேண்டுகோள் வைக்கப்பட்டது என்று ஒருவர் நம்ப வேண்டும் என்றால், இளந் துறவி கேட்டுக்கொண்டதன் பேரில் கட்டுக்கடங்காமல் போய்க்கொண்டிருந்த இறப்பை அவளது கடவுள் நிறுத்தினார்

நாட்கள் சென்றன; நீர் கெட்டுப்போனது போன்ற மெல்லிய துர்நாற்றம் அவள் அறையிலிருந்து கசிந்து மகராஜ் குமாரின் அறைக்குள் வந்தது. அவள் குமட்டி வாந்தி எடுப்பது காதில் விழுந்தது. அந்தச் சப்தத்தை இப்போது கேட்கமுடியவில்லை. ஆனால், கவலைப்பட ஒன்றுமில்லை. இறுதி நிமிடத்தில் வந்தால்தானே கடவுளை, கடவுள் என்று ஏற்கமுடியும் என்று இளவரசன் நினைத்தான். நீங்கள் யோசித்துப் பாருங்கள். திரௌபதியின் புடவையைக் கௌரவர்கள் உருவும்வரை அந்தக் குழலிசைப்போன் அவளைக் காக்க வரவில்லையே. அவமானத்தை ஏற்படுத்தும் அந்தப் போக்கிரிகளின் செயல்களையும், திரௌபதியைத் துகிலுரிந்த சமயத்தில் அவையிலிருந்த மூத்தவர்கள்

அமைதி காத்ததையும் சியாமளன் முழுமையாக அறிந்துதானே இருந்தான். ஆனால், மறக்கமுடியாத தாக்கத்தை நீங்கள் ஏற்படுத்த வேண்டுமென்றால், காட்சிக்குள் நுழையும் நேரம் மிகவும் முக்கியம். குழலிசைப்போன் நிச்சயம் வரத்தான் போகிறான்... ஆனால், மிகவும் நெருக்கடியான அந்த இறுதி நேரத்தில் தான்.

இதற்கிடையில் நகரம் வதந்திகளால் நிரம்பியது. உண்மையில் ஒரே வதந்திதான். ஆனால், பல வித்தியாசமான வடிவங்களில். அதாவது சித்தோர் மக்களின் உயிர்களுக்காக தன் உயிரைத் தருவதாக இளந் துறவி கடவுளுடன் ஒப்பந்தம் செய்திருக்கிறாள். அது வதந்தியல்ல. முற்றிலும் உறுதியான உண்மை என்று இரண்டு நாட்களில் தெரிந்தது. பிரதான அரண்மனையின் சுவர்களுக்கு வெளியில் மக்கள் திரள ஆரம்பித்தனர். அவள் உடல்நலம் குறித்து அரைமணிக்கு ஒருதரம் செய்திகளை எதிர்பார்த்து காத்திருந்தனர்.

மழை நின்றுவிட்டது. கழுகுகள் ஏறத்தாழ மறைந்துவிட்டன. ஆனால், ஜன்னலின் வழியாக இளவரசன் பார்த்தபோது, அரண்மனைக்கு வெளியில் அந்தப் பறவைகள் ஒன்றுகூடியிருந்ததைக் கண்டான். இளந் துறவியின் பக்தர்களும் உண்மையில் காத்திருக்கவில்லை. அவன் மனைவி இறந்துவிடுவாள் என்று அவர்கள் உறுதியாக நம்பினார்கள். பிணந்தின்னிக் கழுகுகளைப்போல், அந்தப் பெரும் நிகழ்வின் சமயத்தில் அங்கிருக்க அவர்கள் விரும்பினர்.

அன்று இரவு வாயில் கதவைத் தட்டிய கௌசல்யா உள்ளேவர அனுமதி கேட்டாள். நடைமுறையை அனுசரிப்பதில் இன்று அவளுக்குப் பொறுமையில்லை.

'என்ன?'

'இளவரசே, தயவுசெய்து கொஞ்சம் அக்கறை காட்டுங்கள். ஒருமுறை அவரைப் பார்க்க வாருங்கள். இருபத்தி நான்கு மணி நேரத்திற்கும் மேலாக உணர்விழந்து மயக்கநிலையில் இருக்கிறார். அந்த இறுதி நிமிடத்திற்கு அவர் வந்துவிட்டார் என நினைக்கிறேன். உங்களைப் பார்த்தால் அவர் மகிழ்ச்சி அடைவார்'

தனக்குள் அவன் மகிழ்ச்சியுடன் சிரித்துக்கொண்டு இருந்திருப்பான். ஆனால், கௌசல்யா அவன் கண்களைப் பார்க்காமல் இருக்கவேண்டும்.

'நான் என்ன செய்யவேண்டும் என்று எதிர்பார்க்கிறாய்?'

'நாளை வரை தாங்கமாட்டார் என்று சந்தேகப்படுகிறேன்'

அதிகமாகப் பேசாதே என்று சொல்ல முனையும்போது, கௌசல்யா, ‘தயவு செய்து’ என்றாள். அந்தக் குரலில் ஏதோ இருந்தது. கௌசல்யாவின் நாக்கிற்கு அந்நியமான ஏதோ ஒன்று அதில் ஒலித்தது. அவளைத் தாண்டி வேகமாக, ஏறத்தாழ, ஓடினான். மனைவியின் படுக்கையருகில் இருந்தான். அவளை முதன்முதலில் பார்த்ததைவிட இப்போது இளமையாகத் தெரிந்தாள். சந்தேகமில்லை, அவள் பெருமளவு எடையை இழந்திருந்தாள். கண்முன் சிலமுறை தோன்றி மினுக்கிவிட்டு அதன்பின்னர், அந்த வீடற்ற அனாதைகள் எங்கே மறைந்து போகின்றனரோ அங்கே பின்வாங்கி மறையும் அருவம் போன்ற உருவமாகத் தெரிந்தாள். அவள் சிரித்தாள் அல்லது அவன் அப்படிக் கற்பனை செய்தானா? அவள் கை, ஒரு நூலளவு உயர்ந்தது போல் கனவு கண்டான். படுக்கை அருகில் சென்று மண்டியிட்டு அமர்ந்து அவள் கரங்களைக் கைகளில் ஏந்திக்கொண்டான். அவள் உதடுகள் அசைந்தன. ஒரு மருட்சியான நிலையில் அவன் இருந்தால் அது ஒரு பொருட்டா? அவனது இடது காது அவள் இதழ்களைத் தொடுமளவிற்கு நெருங்கி அமர்ந்தான்.

‘என்னை மன்னித்துவிடுங்கள் இளவரசே. உங்களுக்கு நான் அளித்த வலியையும் வேதனையையும் வேறெந்த மனிதரும் எந்தக் கடவுளும் தாங்கியிருக்க மாட்டார்கள். உங்களது மனவலிமையும், கண்ணியமும் வேறெந்த மனிதருக்கும் ஏன் கடவுளுக்கும் இருந்திருக்காது. என்னைப் போன்ற உணர்ச்சியற்ற, நன்றி கெட்ட ஒருத்தி உங்களை அடையத் தகுதியற்றவள். ஆனால், அதுதான் விதி. என்னையோ, உங்களது விதியையோ நீங்கள் மறுதலிக்கவில்லை. மோசமான நகைச்சுவையாக இது தோன்றலாம். ஆனால், என் ஆன்மா முழுவதும், ஏன் அதையும் தாண்டி நான் உங்களை நேசிக்கிறேன். விசித்திரமான நேசம். எனினும் அது அன்புதான். உங்களுக்கு என் நன்றி.’

அவள் குரல் தேய்ந்து அடங்கியது. அவள் கண்கள் மூடின. அவளது நாடியைப் பிடித்துப் பார்த்தான். அவனது கற்பனை சரியென்றால், பதினைந்து அல்லது இருபது விநாடிகளுக்கு ஒருமுறைதான் துடித்தது. எதையும் அவனால் உணர முடியவில்லை. அவனது விரல்களின் சுழற்சியில், அனைத்துப் பரந்த வெளிகளில், நுரையீரல்களின் மிகச்சிறிய தேன்கூட்டுத் துவாரங்களில், இதயத்தின் அறைகளில், அவனது தலையின் சிறிய மாடம் போன்ற இடத்திலும் பொருத்திவைக்க முடியாத மிகச் சிறிய இந்தப் பிரபஞ்சத்திலும் நிசப்தமும் வெறுமையும்தான் இருந்தன. அதன்பின் மிகச்சிறிய அசைவின் முதல் வீச்சு எழுந்தது. அதன்பின் அடுத்தது, அடுத்தது, அது துள்ளியெழும் அலையாக மாறும் வரையில்.

இதற்கு முந்தையக் கோபத்தைக் கீழே தள்ளி வீழ்த்தும், மற்றொரு கோபத்தின் கட்டுமானம் தவிர்த்து வேறொன்றுமில்லை. யாருக்காக ஒரு பேடியை அவள் உருவாக்கினாளோ, அனைவரும் பார்த்துச் சிரிக்கும் கோமாளி ஆக்கினாளோ, அந்த அவளது காதலன் எப்படி இவளைக் கைவிட முடியும்? அவனது அற்புதங்கள் எங்கே போயின? நாடகத்தனமாக அவன் நுழையும் நேரம் கடந்துவிட்டது. எங்கே அந்தக் கடவுள்? வெட்கம் கெட்ட, திமிர் பிடித்த, ஆயிரக்கணக்கான பெண்களை ஏமாற்றிய, இப்போதும் அவன் மனைவியை ஏமாற்றிக் கொண்டிருக்கும் அவனது வழக்கத்தையும் அவனைப்பற்றிய பழங்கதையையும் உண்மையென நிரூபிக்கும் அந்தக் கடவுள் எங்கே? எண்ணிக்கையில் ஒரு பெண் குறைவாகவோ அல்லது அதிகமாகவோ இருந்து விட்டால் என்ன வேறுபாட்டை அவனுக்கு அது ஏற்படுத்தி விடப்போகிறது?

ஆயினும், உலகத்திலிருக்கும் அனைத்து வேறுபாடும் எனக்குத் தான் என்று மகராஜ் குமார் நினைத்துக் கொண்டான். ஏனென்றால், உனது எரிச்சல் எதுவாக இருந்தாலும், உனது மனக்குறை எவ்வளவு பெரிதாக இருந்தாலும், உனக்குச் சொந்தமானவர்களை நீ கைவிட மாட்டாய்.

'தண்ணீர், எலுமிச்சைப் பழம், உப்பு, தேன். மூன்று போர்வைகள்' அவன் கிசுகிசுப்பாகச் சொன்னானா? அல்லது கத்தினானா? சில நிமிடங்களில் பணிப்பெண் அவன் கேட்டதையெல்லாம் கொண்டு வந்தாள். குளிர்ந்திருந்த அவளது உடலைப் போர்த்தினான். அவள் வாய்க்குள் வலுக்கட்டாயமாக சிறிதளவு எலுமிச்சைச் சாறைப் புகட்டினான்.

அருகிலிருந்த சேடிகளில் ஒருத்தி, 'எந்த நிலையிலும் இவருக்கு எதுவும் கொடுக்கக் கூடாது என்று ராஜ வைத்தியர் சொன்னார்' என்று அவனிடம் தைரியத்தை வரவழைத்துக்கொண்டு சொன்னாள்.

'வெளியே செல்லுங்கள். என் அனுமதியின்றி இந்த அறைக்குள் யாரும் வரவேண்டாம். கௌசல்யா மாயிடம் சொல்லி நான்கு மணிக்கொருமுறை கஞ்சியும், இரண்டு மணிக்கொரு முறை கால் குவளைப் பழச்சாறும் தயாரிக்கச் சொல். இந்த அறையில் இன்னொரு படுக்கை போடுங்கள். இரண்டு வாளிகளில் நீர்ப் பிடித்து வையுங்கள். ஒன்றில் சுடுநீர். மற்றொன்றில் வெட்டி வேர் போட்ட நீரும் இருக்கட்டும். கவனம், வெட்டிவேர் சாறு அல்ல. அப்புறம், மென்மையான துண்டுகள் ஏராளம் கொண்டுவாருங்கள்'.

எப்போது அவளுக்குப் புகட்டினாலும், அதைவிட இரண்டு மடங்கு வாந்தி எடுத்தாள். மணிக்கொரு தரம் வெளியேறிய சில துளி மலத்தால் படுக்கையும் படுக்கை விரிப்பும் நனைந்துபோனது. அதனால்தான் ராஜ

வைத்தியரும் மற்ற வைத்தியர்களும் திரவ உணவு நிலைமையை மேலும் மோசமாக்கும், மரணத்தை விரைவுப்படுத்தும் என்று நம்பினார்கள். அவர்கள் படித்திருக்கும் வைத்தியமுறை அது. நோயாளிக்கு மருந்துப் பொடியை நீரிலோ அல்லது தேனிலோ குழைத்துக் கொடுக்கும்போது மட்டுமே கட்டாயப்படுத்தி திரவமாக அளிக்கவேண்டும். பொதுவாக நோயாளிக்கு, திட உணவோ அல்லது பாதித் திடமான உணவோ, தேவையில்லை. சாதாரண சுரம் என்றாலும் வைத்தியர்கள் இதைப் பரிந்துரைப்பதில்லை. இதற்கு நேர்மாறான வைத்தியமுறையைப் பரிந்துரைக்கும் பள்ளியைச் சேர்ந்தவர்கள் கை விரல்களின் எண்ணிக்கையில் அடங்கிவிடுவார்கள். அந்த வைத்தியர்கள், மிகச் சாதகமான சூழ்நிலைகளில் திரவ உணவோ அல்லது பாதித்திடமான உணவோ இல்லாமல் உயிர்வாழ்தல் சாத்தியமில்லை என்கிறார்கள். உடல் தீவிரமாகப் பலவீனப்பட்டிருக்கும் நிலையில் எந்த உணவும் கொடுக்காமல் இருப்பது தற்கொலைக்குச் சமம் என்கிறார்கள். எப்படியும் நோய் கொல்லத்தான் போகிறது. ஆனால், எரிபொருள் ஏதும் கொடுக்கவில்லை என்றால், நோயை எதிர்த்துப் போராட உடலுக்கு ஆதார சக்தி எங்கிருந்து கிடைக்கும் என்று மகராஜ் குமார் சிந்தித்தான்.

இது பெரும் சர்ச்சைக்குரிய பிரச்சனை. வைத்தியர்களின் இரண்டு குழுக்களுக்கு இடையிலான பிரச்சனை என்பதாக நின்றுவிடவில்லை. இளவரசனுக்கும், பட்டினிதான் உணவு என்பதற்கு ஆதரவாக இருப்பவர்களுக்கும் இடையிலான சர்ச்சையாகிவிட்டது. நல்வாய்ப்பாக பெரும்பாலான நேரங்களில் ஏழைகளால் வைத்தியர்களைத் தேடிச்சென்று வைத்தியம் பார்க்கமுடியாது. ஆகவே, கடவுளின் அருளால் அவர்களுக்கு இந்தச் சர்ச்சை தெரியவாய்ப்பில்லை. அவர்கள் தண்ணீரைக் குடிப்பார்கள்; அல்லது அவர்களது மன நிலையைப் பொறுத்து, உடலின் சக்தியைப் பொறுத்து அவ்வாறு செய்யாமலும் இருப்பார்கள்.

அவளுக்குப் பாதி உணர்வுதான் இருந்தது. எனினும் கவனம் சிதைந்த நிலையிலும், சக்திக்காக உள்ளுக்குக் கொடுக்கும் உணவு எதையும் அவள் மறுத்தாள். ஆனால், மகராஜ் குமார் உறுதியாகவும், விடாமுயற்சியுடனும் இருந்தான். பெரும்பாலான நேரங்களில் வாய்த் திறக்க மறுத்தாள். பழச்சாறுடன் கரண்டியை அவள் உதட்டருகில் பல நிமிடங்களுக்கு வைத்திருப்பான். தொடர்ந்து இவ்வாறு பிடிவாதமாக இருக்கவும், அவளை மிரட்டினான்.

'நீ வேதனைப் படுவதில் எனக்கு எந்த ஆட்சேபணையும் இல்லை; ஆனால், கை அதைத் தவறவிடும்வரை நான் ஏன் கரண்டியைப் பிடித்துக்கொண்டே இருக்கவேண்டும்?'

அவளால் முடிந்தால், கண்களைத் திறப்பாள். அவனை இரக்கத்துடன் அல்லது சினமும் வெறுப்புமாகப் பார்ப்பாள். அது வீண்

வேலை. கொஞ்சமேனும் பழச்சாறையும் தேனையும் அவள் தொண்டைக்குள் வலுக்கட்டாயமாகப் புகுத்த எவ்வகையிலும் இறங்கிப் போக தயாராக இருந்தான். ஒன்று நிச்சயம். முதல் நாள் இரவு அவள் உயிரோடு இருந்ததற்கு, அவளுக்குப் புகட்டிய அனைத்தையும் குமட்டி வாந்தியெடுக்க அவள் கண்விழிக்க வேண்டியிருந்ததுதான் ஒரே காரணம். அவளை ஒருபக்கமாகப் புரட்டி அவள் வாயைத் துடைத்தான்; சோளியில் வழிந்தோடிய வாந்தியை ஈரத்துணியால் துடைத்தான். அவள் தன்னை அசுத்தமாக்கிக் கொண்டதும் தொடைகளுக்கு இடையிலான இறக்கத்தையும் மென்மையாக சுத்தம் செய்து துடைத்துவிட்டான்.

அவளது துணிகளை மாற்றிவிட்டு கைகளில் தூக்கினான். அப்போதுதான் அவளுக்கு மீண்டும் துணிகளை மாற்றுவது தேவையில்லை என்பதை உணர்ந்தான். அவள் உடல் கனக்கவில்லை. சிரமப்பட்டு மூச்சுவிட்டாள். தைரியத்தையும் நம்பிக்கையையும் அவன் இழந்தான். குழலிசைப்போன் மீது அவனுக்கு இருந்த நோய் போன்ற வெறுப்புதான் இந்தக் காரியத்தைத் தொடர்ந்து செய்யவைத்தது. அப்படிச் செய்யவில்லை என்றால், அவளது காதலன் மீண்டும் ஒருமுறை இவனைத் தோற்கடித்ததுபோல் ஆகிவிடும். அவளை மற்றொரு படுக்கையில் கிடத்தினான். முதல் படுக்கையின் விரிப்பையும் சணல் இழை விரிப்பையும் அப்போதுதான் மாற்றமுடியும்.

நான்கு நாட்களுக்கு அஸ்தமன வெளியில்தான் அவள் திரிந்து கொண்டிருந்தாள்.

‘வேண்டாம். தயவுசெய்து என்னைப் போகவிடுங்கள்‘ என்றாள்.

அவன் தனக்குள் சிரித்துக்கொண்டான். அவனால் எப்படி முடியும். இப்போது வரையிலும் அவள் அவனுக்குச் செய்த நம்பிக்கைத் துரோகம் தானே அவனைத் தொடர்ந்து செயல்பட வைக்கிறது. அவள் இல்லாமல் அவன் என்ன செய்துவிட முடியும்?

’எழுந்திரு. தடைபோடுவதை நிறுத்து. உன் சுயநலத்திற்கு முடிவே இல்லையா? இப்படி உன்னை ஆக்கிக் கொண்டதிலிருந்து என்னால் எந்த வேலையும் செய்யமுடியவில்லை. அனாதை இல்லத்தில் குழந்தைகள் சாகின்றன. நோயுற்ற மற்றவர்களும் அவ்வாறு இறந்து கொண்டு இருக்கிறார்கள். படுக்கையைவிட்டு எழுந்து, அவர்களைக் கவனித்துக் கொள்ள வேண்டும் என்று நீ நினைக்கவில்லையா?’

அவள் கண்களை மூடிக்கொண்டாள். முதலிரவில் அவள் அவனை வெறுத்து ஒதுக்கிய போது அவன் தன்னிலை இழந்தது எதனால்? சுனேரியா, கௌசல்யா அல்லது வேறு பெண்களுக்கு இருக்கும் அதே வளைவுகளும் பூரிப்பும்தான் இவளுக்கும் இருந்தது. அவை உயர்ந்தோ

அல்லது தாழ்ந்தோ, பெரிதாகவோ அல்லது சிறிதாகவோ இருக்கலாம்; தளர்ந்து தொங்கியோ அல்லது உறுதியாகவோ நிலையானதாகவோ இருக்கலாம். ஆனால், அவை அனைத்துமே மார்பகங்கள்தான். மையத்தில் மிருதுவாகவும் இரண்டுக்கும் இடையில் அதே பிளவுகளுடன் தான் இருந்தன. கௌசல்யா அவனுக்குப் போத மாட்டாளா? சாதாரண சூழ்நிலைகளில், வேறு இரண்டு அல்லது மூன்று இளவரசிகளை இதற்குள் எப்படியும் அவன் மணம் செய்திருக்கலாம். அவனுக்குப் பெண் கொடுக்க கணிசமான அளவிற்கு பலரும் முன்வந்தனர். இரண்டு சந்தர்ப்பங்களில் அவன் தந்தை மகாராணாவே அவன் மேல் வருத்தப்பட்டிருக்கிறார். ஏனென்றால், அவை முக்கியமான அரசியல் கூட்டணிக்கு உதவும் என்பதுடன், அந்தப் பெண்கள் அசாதாரண அழகுடன், திறமையுடன் இருந்தனர்.

ராவ் கங்கா இறந்ததும், அவரது கொள்ளுப்பேத்தியை அவன் மணம் செய்து கொள்ளலாம் என்று ராவ் வீரம்தேவ் ஆலோசனை நல்கினார். காலஞ்சென்ற அவர் மேவாருக்கு செய்த பங்களிப்புகளைப் பாராட்டும் நல்ல செயலாகவும் அது இருக்கும்; அத்துடன் இரண்டு ராஜ்ஜியங்களுக்கும் இடையில் உறவை வலுப்படுத்தவும் செய்யும்; மட்டுமின்றி பிறர்க்குத் தீங்கு செய்யும் எண்ணம் அவளுக்கு துளியும் இல்லை என்று அவனது மனைவியின் மாமா அவனிடம் உறுதியாகக் கூறினார். வற்றாத சுனையாக இனிமையும் உற்சாகமும் அளிக்கக் கூடியவள் என்றார்.

இல்லை. இந்தச் சந்தடிகள் எல்லாம் எதற்காக என்று மகராஜ் குமாரால் புரிந்துகொள்ள முடியவில்லை. நீட்டிக்கொண்டிருக்கும் பற்கள், மாறுகண், அதீதமான உடல் நடுக்கங்கள் போன்ற உடல்குறை உள்ளவர்களைத் தள்ளிவிடுவோம்; இருந்தும், மற்றவர்களைக் காட்டிலும் சில ஆண்களும் பெண்களும் அதிகம் விரும்பப்படுகிறார்கள், வேண்டப்படுகிறார்கள். இதற்குக் காரணம் என்ன? முடியாது என்று அவனிடம் சொன்னது தவிர்த்து அவன் மனைவியிடம் சிறப்பாகக் குறிப்பிட என்ன இருக்கு? இப்போது அவளைப்பார். அவள் சுருங்கிப் போய்விட்டாள். பிரபலமான அவளது வெண்மை நிறம், சிறுவயதில் அவன் வைத்திருந்த எழுதுபலகை நிறமாகிவிட்டது. தோல் சுருங்கிவிட்டது. பிளந்து, திறந்து கொள்ளும்போல் தோன்றுகிறது. முதலிரவில் அவளுடன் உறவில் ஈடுபட்டபோது, அவனை வெறிகொள்ள வைத்த அந்த மார்பகங்கள், இன்று காய்ந்து, சுருங்கி, பரிதாபமாக, சிறிதாய்த் தெரிந்தன

பளிச்சென்ற பச்சை நிறத்தில், பூஞ்சை படிந்த திரவம் அவள் வாயிலிருந்து வழிந்தது. சிறிய துணியால் அதைத் துடைத்தான். கடும் புளிப்பு நாற்றம். மாளிகையின் தரையில் ஓட்டை விழுந்துவிடும் அளவிற்கு விஷத்தன்மை கொண்டதாகத் தோன்றியது. இதுதான் காலராவா அல்லது

அவள் வயிற்றில் மிச்சம் இருந்து வெளிவந்தவையா? அந்தக் குழலிசைப்போன் பார்த்துக்கொண்டு இருக்கிறானா? இந்தப் பெண்ணுடன் மீண்டும் காதல்செய்ய விரும்புவானா? கீழே, உயரமான பாதுகாப்புச் சுவர்களுக்கு வெளியில், அவளது பாடல்களில் ஒன்றை மக்கள் பாடிக்கொண்டிருந்தனர்.

வாழ்விலும் சாவிலும்
நான் உன்னுடையவளே,
உன்னுடையவள் மட்டுமே.
எடுத்துக்கொள் என்னை, என்னிடம்
என்ன விரும்புகிறாயோ அதைச் செய்.
கல்லோ, தெரு நாயோ,
கரப்பானோ, ரோஜாவோ,
மீனோ அல்லது பறவையோ
மறுபிறப்பில் என் வடிவம்
என்னவாகவும் இருக்கட்டும்,
நான் உன்னுடையவள்,
உன்னுடையவள் மட்டுமே.
என்னை மறுக்க உனக்கு உரிமை உண்டு:
நான் உன்னை எப்போதும் மறுப்பதில்லை
என் உடலும் ஆன்மாவும் தரும் சுகங்களை
மறந்துவிடாதே, என் அன்பே.

நீ என்னுடையவன்,
என்னுடையவன் மட்டுமே
நான் உன் மணமகள்,
உன் ஆசைநாயகி, உன் அடிமை
என் பிரபுவே, என்னை
நீ மட்டுமே எடுத்துக்கொள்ள முடியும்,
நான் மட்டுமே கொடுக்க முடியும் என்று
உனக்குத் தோன்றியிருக்கிறதா?

உனது நாள் முடிந்தது, இப்போது
நான் சொல்வதைக் கேட்கும் நேரம்
கடவுள் என்பது கல்தான்
பக்தன் வரும் வரை,
குங்குமத்தை அதில் பூசும் வரை.
வாழ்விலும் சாவிலும்
நான் உன்னுடையவளே,
எடுத்துக்கொள் என்னை, என்னிடம்
என்ன விரும்புகிறாயோ அதைச் செய்.

அந்தச் சூழலின் முரண் அவனைப் புன்னகைக்க வைத்தது. வாளைச் செருகி அவளைக் கொன்றுவிட்டு தன்னுள்ளும் செருகிக்கொள்ள அவனை உந்தியிருக்கக் கூடிய தருணம் ஒரு நேரம் வாய்த்தது. அவள், அவன் கரங்களில் இருந்தாள். தனது இறுதி சுவாசங்களில் இருந்தாலும், அவள் வேறு யாரையோ தழுவிக்கொண்டு இருக்கிறாள். கௌசல்யா அரிசிக் கஞ்சி எடுத்துவந்தாள். அரிசி ரசம்போல் இருந்தது. போஷாக்கிற்குக் கோழிக்கறியின் துண்டுகள் சில போட்டிருந்தாள். அவளிடமிருந்து கிண்ணத்தை வாங்கும்போது அவன் கரம் நடுங்கியது.

'கொஞ்ச நேரம் தூங்குங்கள், இளவரசே. நான் ஊட்டுகிறேன்'

'உன்னைவிட நான் கொஞ்சம் பிடிவாதமாக இருப்பேன். கஞ்சியை அப்புறம் குடிக்கிறேன் என்பாள். நான் அவள் கெஞ்சினாலும் விடமாட்டேன்'

நீர் போலிருந்த அந்த ரசத்தைக் கரண்டியில் எடுத்து, மனைவியின் தலையைச் சாய்த்து வாயில் புகட்டினான். காற்றை முடிந்த அளவு உள்வாங்க வசதியாக அவள் வாய் எப்போதும் பாதித் திறந்தே இருந்தது. அவள் ரசத்தைத் துப்பினாள். கீழே வழிந்தது. அவள் அமைதி அடைந்ததும் அவன் மீண்டும் புகட்ட ஆரம்பித்தான்.

'நான் அவரிடம் கண்டிப்பாக இருக்கிறேன். ஏழுநாளாக நீங்கள் இங்கே இருக்கிறீர்கள். இரவும் பகலும் அவரைப் பார்த்துக்கொள்கிறீர்கள். நீங்களும் நோயில் விழுந்துவிட்டால், என்னால் இரண்டு நோயாளிகளைப் பார்க்க முடியாது'

முகத்தையும் முகவாயையும் கையால் தடவிக்கொண்டான். முடிக் கற்றை நன்கு வளர்ந்திருந்தது. அவன் தாடி வளர்க்க வேண்டுமா? கௌசல்யாவைப் பார்த்தான். அவள் விட்டுக்கொடுப்பது போல் தெரியவில்லை. அவள் சொல்வதும் சரிதான். கிண்ணத்தை அவளிடம் கொடுத்தான். அடுத்தப் படுக்கையில் சென்று விழுந்தான்.

அவன் மனைவி இறந்துவிட்டாள். கணவன் அருகிருக்க, அவனுக்கு முன்னதாகவே இறந்தது அவளுக்கு நல்வாய்ப்பு. கௌசல்யா அவளைக் குளிப்பாட்டி, மணநாளில் அவள் அணிந்திருந்த காக்ராவால் அவளைச் சுற்றினாள். அவளது பாடைக்கு முன்னால் அவன் நடந்தான். கையில் நெருப்பு நிறைந்த பானை. சித்தோர் முழுவதும், பிருந்தாபாணி கோவிலின் அர்ச்சகர்களும் அவளுக்கு இறுதி விடை கொடுக்க வந்திருந்தனர். ஆற்றங்கரை வரையிலும் அவள் கற்றுக்கொடுத்தப் பாடல்களை பாடியபடியே வந்தனர். அடுக்கிவைக்கப்பட்ட கட்டைகளின் மேல் அவளைக் கிடத்தினர். எதிர்பார்த்துக் காத்திருப்பதுபோல் சப்தம்

ஒடுங்கி அமைதியாகப் படுத்திருந்தாள். திருமண நாள் அவனுக்கு நினைவுக்கு வந்தது. அன்றுதான் அவளை முதன்முதலாகப் பார்க்கிறான். அன்று அவளுக்கு அவன் பலவற்றை உறுதியளித்தான். எந்த உறுதிமொழியையும் அவன் நிறைவேற்றவில்லை.

அவளை வழியனுப்ப அவனுக்கு எந்த உரிமையும் இல்லை. மண் பானை நெருப்பிலிருந்து தீப்பந்தத்தை ஏற்றி, அவளது காக்ராவின் முனையிலும், பின் சிதையின் விளிம்பிலும் தீ வைத்தான். உடனடியாகப் பற்றிக்கொண்ட தீச்சுடர்கள் மேல்நோக்கி எரிந்தன. அதிலிருந்து வேணுகோபாலன் எழுந்தான். மகராஜ் குமாரை அகந்தையுடன் நோக்கி, 'அற்புதங்கள் நிகழ்வதற்கான நேரம். அப்படி நான் சொல்லலாமா, நண்பனே! ஆனால், இது கடைசி நிமிடமல்ல; அந்த நேரம் தாண்டிவிட்டது' என்று சொல்லிப் புன்னகைத்தான். தீச்சுடர்களுக்குமேல் தன் கைகளை நீட்டினான். அவை உள்வாங்கி, தணிந்து அடங்கின. 'என் அன்புக்குரியவளே எழுந்திரு' அவள் உதட்டில் முத்தமிட்டான். அவள் கண்களைத் திறந்தாள். முடிவிலாத காதலில் அவர்கள் தோய்ந்தனர். அவளை அவன் கைகளில் ஏந்திக்கொண்டான். அவர்கள் வானத்திற்கு ஏகினர்.

'நான் கடைசியாகக் கொடுத்த மூன்று முறையும் அவள் வாந்தி எடுக்கவில்லை' என்றாள் கௌசல்யா.

'நான் எவ்வளவு நேரம் தூங்கினேன்?'

'பதினோரு மணி நேரம், இல்லை, அதைவிட அதிகம், பன்னிரண்டு மணி நேரம்'

அவன் கையிலிருந்து சவரக்கத்தி மூன்று முறையாவது நழுவியிருக்கும். மோசமாக அவனைக் கீறிவிட்டது.

'அது உன் கழுத்தை அறுக்குமாறு செய்திருக்க வேண்டும்' அறையில் வேறு யாருமில்லை. ஆனால், அது யாரென்று அவனுக்குத் தெரிந்துவிட்டது. பூட்டானி மாதாதான், அவன் உடலைக் கிழித்துக் கொண்டிருக்கிறாள். நீண்ட, சுத்தமான கோடுகள். அவற்றிலிருந்து குருதி ஆர்வத்துடன் வெளிவந்தது. 'அது அவ்வளவு எளிதான காரியமல்ல என்று உன்னை எச்சரித்தேன். பிரபஞ்சத்தின் அடிப்படைத் திட்டத்தையே என்னைத் திருப்பிப் போடச்சொன்னாய். கடவுளர்களின் தனிப்பட்ட விஷயங்களில் தலையிடச் சொன்னாய்' சவரக்கத்தி இப்போது அவன் முகம் நோக்கிச் சென்றது. 'ஆனால், நீ கேட்க மறுத்தாய். விலையைப் பற்றியும் விளைவுகள் பற்றியும் கவலையில்லை என்றாய். வேலையை செய்து முடி, "தயவுசெய்து சால்ஜாப்புகள் சொல்லவேண்டாம்" என்று

குறிப்பிட்டாய். பல ஆண்டுகள் முயற்சித்தேன். எது செய்தாலும், அனைத்தும் தவறாக முடிந்துவிட்டது. அவள் தப்பித்து விட்டாள்.

'இந்த முறையும் தீவிரமாக முயற்சித்தேன். வாய்ப்பை நழுவவிட விரும்பவில்லை. மீண்டும் தவறான நபரைக் கொன்றுவிடக்கூடாது என்று நினைத்தேன். மாதக்கணக்கில் திட்டமிட்டேன்; எதுவும் தவறாகிவிடக் கூடாது என்று ஒவ்வொரு செயலையும் முடிவுசெய்தேன். அவளுக்குக் காலராவைக் கொடுத்தேன். ஆனால், அவள் இறுதி மூச்சுவிடப் போகிறாள் என்ற நிலையில் அன்று இரவு நீ என்ன செய்தாய்? திடீரென்று உள்ளே நுழைந்தாய். வைத்தியர்களின் அறிவுரைகளை ரத்து செய்தாய். அவளுக்கு வலுக்கட்டாயமாக உணவளித்தாய். வாயைத் துடைத்து விட்டாய். மலத்தைக் கழுவினாய். நச்சுக் காற்று நிறைந்த அந்த அறையிலேயே தங்கி அவளுக்குப் பணிவிடை செய்தாய். எனது முயற்சிகள் அனைத்தையும் நீ கெடுத்துக் குட்டிசுவர் ஆக்கிவிட்டாய். மரணத்திலிருந்து அவளை மீட்டுவிட்டாய். நான் நோயை உனக்குக் கொடுத்திருக்க வேண்டும், அவளுக்கு அல்ல. அதன் மூலம் எனது பிரச்சனைகள் அனைத்திற்கும் ஒரேயடியாக முடிவு கட்டியிருப்பேன்.'

'தவறான நபரைக் கொன்றுவிடக் கூடாது என்று சொல்லி, சிறிய, பாதுகாப்பற்றப் பெண்ணைக் கொண்டு போவதற்காக, சித்தோரில் பாதியைக் கொன்றுவிட்டாய். கடைசியாக இறந்தவர்களையும் சேர்த்து ஒன்பதினாயிரத்து ஐந்நூறு பேர் செத்திருக்கிறார்கள். இதைத்தான் நேரடியான, நிச்சயமானத் தாக்குதல் என்கிறாயா? உன்னுடைய துல்லியமானத் தாக்குதலிலிருந்து கடவுளும் எங்களைக் காப்பாற்றியிருக்க முடியாது.'

'அவளைப் பார்த்துக் கொள்ள அங்கே சொர்க்கத்தில் கிங்கரர்கள் இருக்கிறார்கள். ஆனால், என்னிடம் நீ மாட்டிக்கொண்டாய், சின்னப் பயலே. உன்னைப் பாதுகாக்க இங்கேயோ அல்லது சொர்க்கத்திலோ யாருமில்லை.

'வெளிப்படையாகச் சொன்னால், உன்னைத் தொலைத்துவிட தங்கள் வலது கையையும் கொடுக்க அனைவரும் தயாராக இருக்கிறார்கள். மற்றொரு கையை ஏற்கனவே இழந்துவிட்ட பேரரசரும் சேர்த்துதான். ஆனால், அது அவ்வளவு எளிதல்ல. நீ மிகவும் புத்திசாலி, கூர்மதி படைத்தவன். உனது தலைக்குள் நீயாகவே சேர்த்து வைத்திருக்கும் பிரச்சனைகள் ஏராளம். மிக மோசமான உனது எதிரிகள் உட்பட யாரும் இதை விரும்ப மாட்டார்கள். நீயே உனக்கு உண்டாக்கிக் கொள்ளும் ஒவ்வொரு பின்னடைவையும், ஒவ்வொரு அவமானத்தையும் ஓரமாக உட்கார்ந்து நான் ரசிக்கப் போகிறேன்.'

அத்தியாயம் 26

ஒரு வாரத்திற்குள் நீலவிழியாள் வீட்டிற்குள் நடக்கத் தொடங்கிவிட்டாள். பத்தாவது நாள் அநாதை இல்லத்திற்குச் சென்று பார்த்தாள், பார்க்க விரும்பினாள் எனலாம். இளந் துறவி மீண்டும் எழுந்து வந்துவிட்டாள், பிருந்தாபாணி கோவிலுக்குச் சென்றவள் தடுத்து நிறுத்தப்பட்டாள் என்ற செய்தி சித்தோர் மக்களிடம் பரவியது. வேணுகோபாலனின் சிலையைக் கோவிலை விட்டு வெளியில் எடுத்து வரச்சொல்லி மதகுருக்களை வற்புறுத்தினர்; சிலையை, கோவிலுக்கு வெளியில் நிறுவினர். அன்றிலிருந்து பெருங்குழப்பம் தான். இளந் துறவி நோயிலிருந்து மீண்டு வந்த நிகழ்ச்சி கொண்டாடப்பட்டதுபோல், தீபாவளியோ, விழாக்களோ, பிறப்போ அல்லது வெற்றியோ சித்தோரில் கொண்டாடப்பட்டதில்லை. அவளைப் பாட வைத்து, அவர்கள் நடனமாடினர். அவளது பாடல்களைப் பாடினர். பல்லக்கு ஒன்றில் அவளை அமர வைத்து நகர் முழுவதும் சுமந்து சென்றனர்.

போக்குவரத்தை நிறுத்தினர். அனைத்துவிதமான செயல்பாடுகளும் நிறுத்தப்பட்டன. அலுவலகங்கள் இயங்கவில்லை, கடைகள் மூடப்பட்டன. நகரக் காவல் அதிகாரி உட்பட பாதுகாப்பு வீரர்கள் அனைவரும், ஏன் சில அர்ச்சகர்களும் அவள் பாதத்தில் தலைவைத்து வணங்கினர். அசைக்கமுடியாத நடைமுறை வாதியும், உணர்ச்சி வசப்படாதவரும், என்னைப் போல் முரட்டுத்தனம் மிக்கவருமான எனது சித்தப்பாவும் அவளை வணங்குவதற்குக் குனிந்தார். (எப்படி என்று என்னைக் கேட்காதீர்கள்; அவருடைய அதிக எடை தாங்காமல் கோட்டையும் இடிந்து விழக்கூடும்; அவரை எப்படி மேலே தூக்குவது என்பது எங்களுக்குத் தெரியாமல் போயிருக்கும்; கோவிலுக்கு முன்னேயே அவரைப் புதைக்க வேண்டி இருந்திருக்கும்). ஆனால், அதற்குமுன், விவேகம் நிரம்பிய பெண்ணான என் மனைவி அவரது பாதத்தைத் தொட்டு வணங்கினாள். 'மதிப்பிற்குரிய நீங்கள் இப்படிச் செய்யக்கூடாது, கூடியிருப்போர் முன்னிலையில் என்னைச் சங்கடப்படுத்த வேண்டாம்' என்றாள். அறிவும் விவேகமும் அங்கே நிலவியது. ஆனால், ஒரு நிமிடம்தான். அடுத்த நிமிடம் நகரம் முழுவதும் தொட்டு வணங்க இப்போது இரண்டு ஜோடி பாதங்கள்: இளந் துறவி மற்றும் லக்ஷ்மண் சிம்மாஜி, இருவருடையதும்.

மணமான பெண்கள் இருக்கும் ஒவ்வொரு வீட்டின் வாயிலிலும் ஊர்வலம் நின்று சென்றது. அந்த வீட்டுப் பெண், தீபம் ஏற்றி ஆரத்தி எடுத்தாள். நகர் முழுவதும் சுற்றிவந்து பிருந்தாபாணி கோவிலை அடைய மாலையாகிவிட்டது. ஒவ்வொரு தெருவும் வீடும் அகல்விளக்குகளால் அலங்கரிக்கப்பட்டிருந்தன. அனைவரும், அனைவருக்கும் இனிப்புகள் வழங்கிக்கொண்டிருந்தனர். யாரோ ஒருவர் இளந் துறவியின் எடைக்கு எடை தங்கம் அளிக்கலாம் என்றார். நிமிடத்தில் தராசுத் தட்டு ஒன்றில்

என் மனைவி அமர்ந்திருந்தாள். தானியக் கிடங்கு ஒன்றிற்கு அவள் சுமந்து செல்லப்பட்டாள். வளையல்கள், தோடுகள், காது மற்றும் மூக்கு வளையங்கள், சிலம்புகள், ஒட்டியாணங்கள், கழுத்து மாலை, கழுத்தணிகள் என்று அவளுக்கு எதிர்த்தட்டில் விழத்தொடங்கின. மெதுவாக, கண்ணுக்குத் தெரியாதபடி என் மனைவி உயரத் தொடங்கினாள். மனைவியின் தட்டு உயர்ந்த காட்சி கிளர்ச்சியை ஏற்படுத்தியது; விரைவில் இரண்டு தட்டுகளும் சமநிலையில் நின்றன; எனினும் தொடர்ந்து அவர்கள் தங்க ஆபரணங்களையும் நகைகளையும் தட்டில் சேர்த்துக் கொண்டே இருந்தனர். என் மனைவி இப்போது உயரத்தில் இருந்தாள். ‘நிறுத்துங்கள், தட்டில் நகைகளைப் போடுவதை உடனே நிறுத்துங்கள்’ என்று கத்தினாள்,

அவள் சொல்வதை யாரும் கேட்கவில்லை. திடீரென்று வாண வேடிக்கைகளால் வானம் பிரகாசித்தது. நகர காவல் அதிகாரியின் பரிசு. ஒரு மணி நேரத்திற்கு ஒளிரும் நீரூற்றுகள் வானில் எழுந்தன; மாணிக்கக் கற்களும் வைரங்களும், மரகதக் கற்களும் வியப்பூட்டும் வடிவங்களில் வானத்தில் வெடித்து மலர்ந்தன. இந்த அற்புதக் காட்சியைப் பார்த்துவிட்டு எல்லாம் முடிந்ததென்று மக்கள் கூட்டம் வீட்டை நோக்கிப் புறப்பட்டிருக்கும் என்று நீங்கள் நினைக்கலாம். இல்லை. உற்சாகக் கொண்டாட்டங்கள் தொடர்ந்து நடந்தன. ஆண்களும் பெண்களும் குழந்தைகளும் பாடல்களைப் பாடினர், ஆடினர், ‘பாங்’ அருந்தினர். மேர்த்தாவின் கிராமப்புறப் பாடல்களைப் பாடும்படி இளந் துறவியை வேண்டினர். மந்திரவித்தை காட்டுபவர்கள், நவ்டங்கி நடிகர்கள் மற்றும் நடிகைகள், கழைக்கூத்தாடிகள், சரணர்கள் போன்ற கொஞ்சம் திறமை இருப்பவர்களும் கூட்டத்தையும் தம்மையும் மகிழ்விக்கும் வகையில் சிறிய நிகழ்ச்சிகள் எதாவது நடத்தினர். ஒவ்வொரு காட்சி முடிந்ததும், அது நன்றாக இருந்ததோ, சலிப்பூட்டியதோ, எப்படி நடந்தேறியது என்பதையெல்லாம் கவனத்தில் கொள்ளாமல் மக்கள் ஆர்வத்துடன் கைதட்டினர். தன்னை விட்டுவிடும்படி அவர்களைப் பார்த்து என் மனைவி வேண்டினாள். சியாமளனுக்கு காலை ஆரத்தி நடந்த பின்னரே அவளை அவர்கள் போகவிட்டனர்.

அடுத்த நாள், சித்தோர் பாதுகாப்புடன் இருக்கிறது என்று அதிகாரபூர்வமாக அறிவிக்கப்பட்டது. பல மாதங்கள் தனிமைக்குப்பின் வணிக வாழ்க்கைக்குத் திரும்ப கோட்டைக் கதவுகள் திறக்கப்பட்டன. கம்பீரிக்கு மேலிருந்த பாலம் இப்போது இரவும் பகலும் சுறுசுறுப்பாகி விட்டது. நாசம் விளைவித்த நோய்க் காலத்தில் சித்தோரைவிட்டு வெளியேறிவர்கள் ஒவ்வொருவராய் நகரத்திற்குத் திரும்பினர். அவர்களை வாழ்த்தி வரவேற்போம். மேலும் ஆயிரக்கணக்கான மக்களுக்கு உணவளித்து, பேணிப் பாதுகாக்கவேண்டிய நிலைக்குத் தள்ளப்பட்டிருந்தால் நாங்கள் என்ன செய்திருப்போம். விரைவில்

தந்தையும் அரசவை உறுப்பினர்களும் திரும்பிவிட்டனர். இயல்பு வாழ்க்கைத் திரும்பியது.

பத்து நாட்களுக்குள் புறப்படுமாறு எனக்கு உத்தரவுகள் அளிக்கப்பட்டன. என் மனவியுடன் கும்பல்கார்க் செல்லவேண்டும். ‘உடன்’ என்பது அடிக்கோடு இடப்பட்டிருந்தது. அந்தக் கோட்டையின் கவர்னர் ராவத் சுமேர் சிம்மாவுடன் சேர்ந்து அந்தக் கோட்டையின் அரண்களைப் பழுதுபார்க்கும் வேலைகளை நான் மேற்பார்வையிட வேண்டும்.

என் தந்தைக்கு நகைச்சுவை உணர்வு இல்லையென்று யார் இப்போது சொல்வார்கள்? எனது கொள்ளுத் தாத்தா மகாராணா கும்பா தான், கும்பல்கார்க் கோட்டையைக் கட்டியவர். மேவார் முழுவதிலும் இருக்கும் சிறந்த கோட்டைகளில் இதுவும் ஒன்று. அதுமட்டுமின்றி, அது கட்டப்பட்டு இன்னும் ஐம்பது ஆண்டுகள் ஆகவில்லை. மிகவும் நல்ல நிலையில் இருக்கிறது. இந்த முறை யார் அங்கு மாற்றப்பட்டு இருக்கிறார் என்பது எனக்கு நிச்சயமாகத் தெரியவில்லை, நானா, என் மனைவியா, அல்லது இருவருமா? அந்த நடனப் பெண்ணின் அந்தஸ்து இப்போது மாறிவிட்டது என்ற செய்தி ராணி கர்மாவதியின், விக்கிரமாதித்தனின் காதுகளுக்கு நிச்சயம் சென்றிருக்கும். சரி செய்யும் நடவடிக்கைகளை உடனடியாக எடுத்ததற்கு அந்த ஜோடியை நான் குறைகூற முடியாது. நடவடிக்கை என்று அவர்கள் முடிவெடுத்துவிட்டால், தேசத்துரோகத்திற்காக நான் விசாரிக்கப்படலாம், சிறையில் அடைக்கப்படலாம் அல்லது நாடுகடத்தப்படலாம். சரி, என் மனைவியை என்ன குற்றத்திற்காக விசாரிப்பார்கள்? ஒரு துறவிமீது குற்றம் சுமத்துவதோ அல்லது அவதூறுக்கு ஆளாக்குவதோ சிரமமானது. இளந் துறவி தலைமையில் தினசரி நடக்கும் மாலைப் பிரார்த்தனைகளைத் தடைசெய்ய வேண்டும் என்று ராணி கர்மாவதி ஆலோசனை கூறியிருக்கிறார்; ஆனால், அது மிகவும் ஆபத்தானது என்று இளந் துறவியின் செயல்களை ஆதரிக்காத அர்ச்சகர்களும் தடுத்துவிட்டனர்.

அவளை நீக்கிவிடச் செய்யும் எந்த முயற்சியும் அவளை உடனடியாகத் தியாகி ஆக்கிவிடும். அவளது மரணம் எனக்கு மேலும் புகழைச் சேர்க்கும். என் பெயரைக் கெடுக்க அவர்கள் செய்த பெரும் முயற்சிகளையும் மீறி நான் பிரபலமாவதற்கும் சிறிது வாய்ப்பு இருக்கிறது. குறைந்தபட்சம் சேதாரத்தைக் கட்டுப்படுத்துவதுதான் இப்போதைக்கு மிகச்சிறந்த தீர்வு. சித்தோரைவிட்டு இளந் துறவியை வெளியேற்று. அவளை மக்கள் மறந்துவிடுவார்கள். அவளுக்கு ஒரு விபத்தும் நடக்கலாம். அவள் கண்பார்வையில் இல்லாத நேரத்தில் எதுவும் சாத்தியமே.

நான் சித்தோரை நேசிக்கிறேன். அயர்ச்சியே தராத நகரம் சித்தோர். ஆனால், இந்த முறை நகரத்திலிருந்து வெளியேறுவது எனக்கு நிம்மதி தரும் செயல். என்னை ஓரங்கட்டப்போகிறார்கள் என்றால், நடக்கப்போகிற சம்பவங்களின் மத்தியிலிருந்து நான் விலகியிருக்க வேண்டும். நானும் என் மனைவியும் ஒரே நாளில் மூட்டை முடிச்சுகளைக் கட்டிவிட்டோம். இரவு உணவுக்குப் பின் தந்தையைப் பார்க்கச் சென்றேன். நாளைக் காலை புறப்படப்போகிறேன் என்று அவரிடம் சொன்னேன். அவர் ஏதோ வேலையில் இருந்தார் அல்லது அப்படி இருப்பதுபோல் காட்டிக் கொண்டார்.

'உன் உடல்நிலை முற்றிலும் சரியாகிவிட்டதுபோல் தெரிகிறதே'.

கடந்த ஏழெட்டு மாதங்களாகவே நன்றாகத்தான் இருக்கிறேன் என்று சொல்லி அவரை நான் தொந்தரவு செய்யவில்லை.

'சரி கும்பல்கார்கை பழுதுபார்ப்பது பற்றி என்ன திட்டங்கள் வைத்திருக்கிறாய்?'

'உங்கள் உத்தரவுகளைப் பின்பற்றப் போகிறேன். அதாவது கும்பல்கார்க்கின் அரணை மேலும் வலுப்படுத்துவது'

என் பேச்சில் இருந்தச் சின்னக் குத்தலை அவர் பொருட்படுத்தவில்லை.

'அப்படியே செய். அந்தப் பகுதியில் வேலையாக வரும்போது நாம் கோட்டையை ஆய்வு செய்வோம்'.

'சரி, தந்தையே'

வழியனுப்புச் சடங்கு இருதரப்பாருக்கும் எவ்வித வலியும் ஏற்படாமல் நடந்தது. குதிரையில் ஏறி கொஞ்சம் சுற்றிவிட்டு வரலாம் என்று நினைத்தேன். லாயத்திற்குச் சென்று பெஃபிக்கிர் மீதேறி வெளியில் வந்தேன். லீலாவதிக்கு நான் அளித்த இளம் பொலி குதிரையான நாஷா என்ன ஆகியிருப்பான்? வேடிக்கைதான், அவளை நான் அடிக்கடி நினைத்துக்கொள்கிறேன். ஆனால், அந்த அழகிய குதிரையை மறந்துவிட்டேனே.

'கும்பல்கார்க்கிற்கு உண்மையாகவே நீ வர விரும்புகிறாயா, மங்கள்? நரகம் போல் உனக்கு அலுப்புத் தட்டிவிடும்.'

'ஆமாம், இளவரசே'

'என்ன, ஆமாம்?'

'உங்களோடு வர விரும்புகிறேன்'

'எனக்கு நீ மிக நெருக்கமானவன். நாம் அதிகம் பேசிக்கொள்வதும் கிடையாது. ஏனென்றால் நான் செய்யும் அனைத்தும் உனக்குத் தெரியும். இந்த நிமிடம்வரை ஒன்று நிச்சயம். நீ இல்லையென்றால் நான் பலமுறை இறந்துபோயிருப்பேன். உன்னிடமிருந்து பல தருணங்களில் நான் மாறுபட்டதுண்டு. அப்போதெல்லாம் நீ எனக்கு அளித்த தளராத, உறுதியான விசுவாசத்தைப் பயன்படுத்திக்கொண்டேன். நம் இருவருக்கும் சில திட்டங்கள் வைத்திருந்தேன், மங்கள். நல்ல, உறுதியான, சவால் மிகுந்த திட்டங்கள்; நம் நாட்டின் எதிர்காலத்தை மிகவும் பாதுகாப்பானதாக ஆக்கும் திட்டங்கள். ஆனால், எனக்கு இப்போது எதிர்காலம் என்பது இல்லை. குறைந்தபட்சம் இப்போதைக்கு. அல்லது ஒருவேளை இதுவும் நல்லதுக்காக இருக்கலாம். சித்தோருடன் எல்லாம் முடிந்துவிட்டது. இதை உன்னிடம் சொல்வது அபத்தமானதுதான். ஏனென்றால், நடக்கும் விஷயங்கள் குறித்து உனக்குத் தகவல்கள் கிடைத்திருக்கும். என்னைவிட இன்னும் சிறப்பாகவே.

'அமைச்சரவையில் இருக்கும் எந்தவொரு அமைச்சருக்கும் நீ பெரும் சொத்து. புறப்படுவதற்கு முன்னால் லஷ்மண் சிம்மாஜியிடம் இதைப்பற்றிப் பேசுகிறேன். உன்னைத் தன்னுடன் வைத்துக்கொண்டால் அவர் பெரும் மகிழ்ச்சி அடைவார். நகரத்தின் காவல் அதிகாரி மாற்றப்படும் வாய்ப்பு இருக்கிறது. இதைப் பார், மறுபடியும் உனக்குத் தெரிந்திருக்கும் விஷயங்களையே சொல்லிக்கொண்டு இருக்கிறேன்! அந்தப் பதவிக்கு உன்னைவிட மிகுந்த திறமையும் நேர்மையும் மிக்க அதிகாரியை என்னால் நினைத்துப்பார்க்க முடியாது. அந்தத் துறையின் நிர்வாகத்தைச் செப்பனிட வேண்டும். இல்லை, முற்றிலும் மாற்றியமைக்க வேண்டும். அதை நீ அற்புதமாகச் செய்வாய். நான் சித்தப்பாவிடம் பேசட்டுமா?'

'வேண்டாம், இளவரசே. வேண்டாம்.'

'மங்கள் பிடிவாதம் பிடிக்காதே. உன் எதிர்காலத்தைப் பற்றி நினைத்துப் பார். அதுமட்டுமின்றி உன் திறமையும் அனுபவமும் சித்தோருக்கும் மேவாருக்கும் பெரும் நன்மையைக் கொண்டுவரும். அத்துடன் கொஞ்சம் நல்வாய்ப்பு இருந்து, அல்லது வாய்ப்பிருக்கிற மனிதனாக திரும்பிவந்தால், நாம் மீண்டும் ஒன்று சேர்வோம். பிரிக்கமுடியாத ஜோடியாக செயலாற்றுவோம். இங்கேயே இரு மங்கள். உன் மனைவியைப்பற்றி, இன்னும் சொல்லப்போனால் உன் எதிர்காலத்தைப் பற்றி யோசி'.

'இளவரசே, வெளிப்படையாகப் பேசுவதற்காக நீங்கள் என்னைத் தப்பாக நினைக்கவேண்டாம். ஆனால், எனக்கு இதைத்தவிர வேறு

தெரிவு இல்லை. ஏறத்தாழ நாம் ஒரே சமயத்தில்தான் பிறந்தோம்; அதனால்தான் நம் விதி ஒன்றாகப் பிணைக்கப்பட்டிருக்கிறது. ஒரே தாய்தான் நமக்குப் பாலூட்டினாள்; அத்துடன் எனது எதிர்காலம் உங்களுடைய எதிர்காலத்தில் இருந்து பிரிக்கமுடியாதது. நீங்கள் என்னிடம் நல்லவிதமாக, நடந்துகொண்டீர்கள், நல்லதைத்தான் செய்தீர்கள். மற்றவர்களைக் காட்டிலும் நான் விரைந்து வளர்ந்துவிட்டேன். நம் நாட்டிற்கு ஏதோவிதத்தில் பயன்படவேண்டும்; தெளிவற்ற, ஏதோவொரு நேசத்தின் அடிப்படையில் அல்ல. ஆனால், திடமான வழியில், நெஞ்சுரத்துடன் செய்ய விழைகிறேன். நான் உங்களிடமிருந்து கற்றுக்கொண்ட பல விஷயங்களில் இதுவும் ஒன்று. வீர சாகசம் ஏதும் தேவையில்லை; முடிந்த வரையில் திறமையாகவும் சிக்கனமாகவும் காரியங்களைச் செய் என்று கூறினீர்கள். ஆனால், நான் குறிவைக்கப்பட்டி ருக்கும் மனிதன். ஒரே முகாம்தான் உண்டு. அது மேவார் என்று நீங்கள் நினைப்பது எனக்குத் தெரியும். ஆனால், யாரும் உங்களைப்போல் பார்ப்பதில்லை. அவர்கள் என்னை உங்கள் ஆளாகப் பார்க்கிறார்கள். இல்பாகவே நான் சந்தேகத்திற்குரியவன். நாம் தொழுநோயாளிகள் போல. நம்முடன் சேர்ந்திருக்கும் எவரும் களங்கப்பட்டவர்களே, இளவரசே.

'நான் எப்போதும் சந்தேகத்திற்குரியவனே. அதன் விளைவால் எழும் யூகத்தின்படி நான் உங்கள் ஒற்றன். உங்களைப்போல, அவர்களால் வேலை அளிப்பவரிடமிருந்து வேலையைப் பிரித்துப்பார்க்க முடியாது. எந்த ஒரு மனிதனுக்கும் விசுவாசமாக யாரும் இருக்க வேண்டாம்; செய்யும் வேலைக்கும் நிறுவனத்திற்கும் அமைப்பிற்கும் விசுவாசமாக இருந்தால் போதும் என்பதை அவர்களால் புரிந்துகொள்ள முடியாது. ஆகவே, உங்களுக்கு ஆட்சேபணை இல்லை என்றால், உங்களுடன் இருந்துகொண்டே எனக்கான வாய்ப்புகளைத் தேடுவேன்'

அவன் சிரித்தான்; பதிலுக்குச் சிரிக்கும் மனநிலையில் நான் இல்லை. இதுவரையிலும், எங்கள் வாழ்க்கை முழுவதும் இவ்வளவு நீண்ட உரையாடலில் நாங்கள் ஈடுபட்டதில்லை. பள்ளிக்கூடத்திலும் அப்படித்தான். அவனுக்கு எனது நலன்களே முக்கியம். நான், அவனது பொறுப்பு. அவன் எப்போதும் தன்னைப் பின்னணியில் இருத்திக் கொள்வான். வெளியில் காட்டிக் கொள்ளாத அடிமையாக அவனை வைத்திருப்பதற்கு முதல் முறையாக குற்ற உணர்ச்சிக்கு ஆட்பட்டேன். தேஜோ, ஷ்ஃபியோ, என்னுடன் பணிபுரிந்த நல்ல மனிதர்கள் வேறு எவருமோ, அவர்களது எதிர்காலம் குறித்து மங்களைப் போல் இப்படி முடிவெடுப்பார்களா?

குதிரைகள் பாய்ந்து சென்றன. முழுநிலவுக்கு இன்னும் இருநாட்கள் இருந்தன. நிலாவொளியில் வானம் கருத்துக் கிடந்தது. வானத்தில் விளையாடிக் கொண்டிருந்த நட்சத்திரங்கள் மின்மினிப்

பூச்சிகளாய் ரீங்காரித்தன. சித்தோர் முக்கால் பங்கு தூக்கத்தில் ஆழ்ந்திருந்தது. ஏகலிங்கேஸ்வரர் கோவிலின் கலசம் கலங்கரை விளக்கத்தின் கதிர் போல் ஒளிவீசியது. அரண்மனை வளாகங்களும், நகரத்தின் பிரதான வணிகக்கட்டிடமும், கடைக்காரர்களின், தொழிலாளர்களின் வீடுகளும் கண்கள் தோண்டியெடுக்கப்பட்ட முகங்களாய்த் தோன்றின. நீர் நிரம்பிய குட்டைகளும், சதுரங்க மௌரிய குளமும், சஸ்பாகு குளமும், ஃபதே ஏரியும் பளபளக்கும் பாதரசப் போர்வையாய் பார்வையைக் குருடாக்கின.

'மங்கள், ஒரு குளியல் போடலாமா?'

கம்பீரியின் கரையை அடையும் வரை அதிக வேகத்தில் பயணித்தோம். வேகமாக ஓடிக்கொண்டிருந்த ஆற்று நீர் குளிர்ச்சியாக இருந்தது. எந்த இடத்தில் ஆபத்தான நீர் வேகம் இருக்கும் என்று எங்கள் இருவருக்கும் தெரியும். எனினும் ஆற்றை நீங்கள் அலட்சியமாக எடுத்துக்கொள்ள முடியாது. பருவ மழைக்காலத்தில் அல்லது அது முடிந்த உடனேயோ ஆற்றில் குளிக்கலாம் என்று முட்டாள்தனமாக நீங்கள் முடிவெடுத்துவிட்டால், ஏமாற்றுவது எப்படி என்ற பாடத்தை உங்களுக்குக் அவள் கற்றுத்தந்துவிடுவாள். ஒவ்வொரு ஆண்டும் அவளை ஜெயித்து விடலாம் என்று ஆற்றில் இறங்கியவர்கள் ஐந்து அல்லது ஆறு பேர் குறிப்பாக இளைஞர்கள் தம் உயிரை இழந்திருக்கிறார்கள். இந்தக் கரையிலிருந்து அக்கரை வரை நீந்திவிட்டுக் கரையேறினோம். சாய்வாக நீந்தாமல், நேராக நீந்திக் ஆற்றைக் கடந்தோம். எனினும், நீரின் வேகத்தால் இழுத்துச் செல்லப்படவில்லை என்பதும் மகிழ்ச்சி அளித்தது. ஆடைகளை மீண்டும் அணிந்தபோது எங்கள் உடல் நடுங்கிக் கொண்டிருந்தது.

'இளவரசே, நாளை காலை எத்தனை மணிக்குப் புறப்படுகிறோம்'

'ஏழு மணி. உன் மனைவியையும் உன்னோடு அழைத்துவரப் போகிறாயா?'

'உங்களுக்குப் பிரச்சனை இருக்காது என்றால் தான், மகராஜ் குமார்'

'வேறு வகையில் என்றால் நான் ஏற்றுக் கொண்டிருக்க மாட்டேன்'.

படுக்கையறைக் கதவைத் திறந்தபோது ஒரு விளக்குதான் எரிந்து கொண்டிருந்தது. சுடரே கண்ணில் தெரியவில்லை. கதவைச் சாத்திவிட்டு, விளக்குத் திரியைத் தூண்டிவிட அதைநோக்கி நடந்தேன். அதை நான் செய்துமுடிக்கவில்லை.

'மகராஜ் குமார்'

அந்தக் குரலை நான் அறிவேன். ஆனால், அது இன்னொரு பிறவியிலிருந்து, வேறொரு கிரகத்திலிருந்து. விக்கிரமாதித்தனிடம் இருந்து வந்திருக்கும் தூதோ? ஒரு மறைமுகத் தாக்குதலுக்கு ஒரு பெண்ணை என்னை நோக்கி அனுப்புவது புத்திசாலித்தனமான நடவடிக்கைதான். நான் மிகவும் கவனமாக இருந்திருக்க வேண்டும். அறைக்குள் நுழைந்தவுடனேயே ஏதோ தவறாக நடந்திருக்கிறது என்பதை அறிந்துகொண்டிருக்க வேண்டும். அது யாருடைய குரல்? பழக்கமானது என்றால் ஏன் அந்நியமானதாக ஒலிக்க வேண்டும்? குரல் வந்த திசையில் திரும்பிய நான், உறைந்துபோனேன். தொண்டைக்குழி அனிச்சையாக செயல்படுவது நின்று போனது. எச்சிலை விழுங்கமுடியவில்லை, நகர முடியவில்லை. சூரியக் கடவுளின் உயிரளிக்கும் ஒளியும் வெப்பமும் கிடைக்காத நபரைப்போல் அவள் முகத்தின் நிறம் உறிஞ்சப்பட்டு, வெளிறிப் போயிருந்தது. அந்த செயல்முறையில் ஏதோ விதத்தில் அவளுக்குள் இருந்த சிறுமியும் பிழிந்து வெளியேற்றப்பட்டிருக்கிறாள்.

சித்திரவதைக்கு ஆளான வலிமிகுந்த அழகுடன், முழுமையாக வளர்ந்த பெண்ணாக அவள் தெரிந்தாள். என்னை நான் நிலைப்படுத்திக் கொள்ள முடியவில்லை. லீலாவதி அசையாமல் நின்றாள். என் கரங்களால் அவளை அணைத்துக்கொண்டேன். உதடுகள் தவிர்த்து அவள் தலையில், நெற்றியில், காதுகளில், கண்களில், கன்னத்தில், முகவாயில், புறங்கழுத்தில் என்று அனைத்து இடங்களிலும் முத்தமிட்டேன். அது முழுமையான தழுவல் அல்ல. அவள் மறைந்த நாளிலிருந்து என் அடிவயிற்றில் உருவாகியிருக்கும் மரத்துப்போன அந்த வெற்றிடத்தை நிரப்புவதற்கான ஒரு நிறைவேறா முயற்சியே. அவள் என்னை அணைத்துக்கொள்ளவில்லை. அவள் பேசவும் இல்லை. எனக்கு என்ன ஆயிற்று? என் தலையை அசைத்துக்கொண்டேன். வெறியோடு அவளை அணைத்து, கொன்றுவிடலாமா என்று எண்ணினேன். பின் என் தலையை மீண்டும் ஆட்டினேன். நிறுத்து என்று எனக்கு நான் சொல்லிக்கொண்டேன். ஆனால், அவளது உயிரற்ற கண்களையே பார்த்துக் கொண்டிருந்தேன்.

'நகராதே' என்று அவளிடம் சொல்லிவிட்டு விளக்கை எடுத்து வந்தேன். முழுமையான வெளிச்சம் அவள்மீது விழும் வரையில் அறையின் மற்ற விளக்குகளையும் ஏற்றினேன். படுக்கையருகே அழைத்துச் சென்று, அதில் அவளை அமர வைத்தேன். என்னைத் திகிலுக்கு உட்படுத்திய அந்த சவக்களை படிந்த கண்களை என்னால் பார்க்கமுடியவில்லை. தரையில் மண்டியிட்டு அமர்ந்தேன். மகாராணா வையும் மகாராணியையும் தவிர்த்து மற்றவர்களைவிட உயரமான ஆசனத்தில் மகராஜ் குமார் அமர வேண்டும் என்ற சம்பிரதாயத்தைக் கடைப்பிடிக்கவோ என்னவோ, எழுந்திருக்கமுயன்றாள். வலுக்கட்டாயமாக அவளை அமர வைத்தேன்.

'நாட்கணக்கில் வாரக்கணக்கில் நான் உன்னை எல்லா இடத்திலும் தேடினேன். நீ இறந்துவிட்டாயோ என்று நினைத்தேன்'

'உங்களைக் கண்டுபிடிக்க, ஒரு கொலை செய்திருப்பேன்.' கடுமையான வார்த்தைகளாக அவை ஒலிக்கவில்லை; ஆனால், உண்மையை வெளிப்படுத்தும் சாதாரண அறிக்கை. 'எனக்குக் காவலாக இருந்த அந்த பணிப்பெண்ணை கிட்டத்தட்ட நான் கழுத்தை நெறித்துக் கொன்றிருப்பேன். அப்போதுதான் வேறு வழியின்றி என் தாத்தா என்னைக் கட்டிப்போட்டார்'

'நீ எங்கே இருந்தாய்?'

'சித்தோரில் தான், ஆனால், வேறொரு வீட்டில். கடந்த ஆண்டைப் பற்றிப் பேச விரும்பவில்லை'

அவள் பாதத்தையும் கணுக்கால்களையும் பார்த்தேன். அவை சுருங்கிக் காணப்பட்டன. பெரிய நாற்காலியுடனோ அல்லது படுக்கையுடனோ அவளைக் கட்டிப்போட்டிருந்த பட்டுத் துணியின் அடையாளங்கள் தெரிந்தன. அவள் மணிக்கட்டுகள் வீங்கி, தோல் வெண்மையாகத் தெரிந்தது.

'நான் தற்கொலை செய்துகொண்டிருப்பேன். ஆனால், உங்களுக்கு என்ன ஆகிவிடுமோ என்று பயந்தேன்'

அவள் கண்களை என்னால் அதற்குமேல் பார்க்க முடியவில்லை.

'இப்போது, உங்களை கும்பல்கார்க் அனுப்பப்போவதாகக் கேள்விப்பட்டேன்.'

அவள் கால்களை சேர்த்தணைத்துக் கொண்டேன். அவள் முழங்கால்களுக்கு இடையே தலையைப் புதைத்துக் கொண்டேன்.

'நீங்கள் நாளை புறப்படப் போகிறீர்கள் என்று அறிந்ததும் என் தாத்தா வருகிற வியாழனன்று எனக்குத் திருமண ஏற்பாடு செய்திருக்கிறார்'

இதுதான் இறுதிக் கணம். நான் இனிமேல் லீலாவதியைப் பார்க்கமுடியாது. வாழ்த்துகள், என்பதுபோல் முட்டாள்தனமாக ஏதோ சொல்ல வாயைத் திறந்தேன். சொல்லியிருந்தால், லீலாவதி உடனே வெளியில் ஓடி கத்தியொன்றை எடுத்து வந்து என் நெஞ்சுக்குள் செருகியிருப்பாள். அந்த ஒளியிழந்த கண்கள் சொல்லாததைவிட வேறென்ன சொல்லிவிட முடியும்.

'மகராஜ் குமார், என்னை மணம் செய்துகொள்ளுங்கள்'

தூக்குப்போடுபவன், காலுக்குக் கீழிருக்கும் பலகையை உதைத்ததுபோல் என் கழுத்து இறுகியதை உணர்ந்தேன்.

'அது ஒரு சம்பிரதாயம் தான். நமக்கு ஏற்கனவே மணமாகிவிட்டது என்பது உங்களுக்கு தெரிந்ததுதான்'

அவள் கையில் அந்தக் கத்தியை ஏன் என்னால் கொடுக்க முடியவில்லை அல்லது குறுவாளை உறையிலிருந்து உருவி என்னைக் கொன்றுவிடு என்று அவளிடம் கூறமுடியவில்லை?

அவளுக்குப் பதில் சொல்வதைத் தவிர்க்க, இந்த சூரியனுக்குக் கீழிருக்கும் ஏதாவதொன்று, ஏதாவதொன்று...

'இல்லை, என்னால் முடியாது'

'என்னை உங்களோடு அழைத்துச் செல்லுங்கள், மகராஜ் குமார்'

மீண்டும் நான் சொன்னேன், 'இல்லை, என்னால் முடியாது'.

அவள் உடனே அருகில் வந்து என் மடியில் அமர்ந்து கொண்டாள். இந்த முறை என் கழுத்தை கரங்களால் சுற்றிக் கொண்டாள். என் நெற்றியிலும், பின் உதட்டிலும் முத்தமிட்டாள். நான் அமைதியாக இருந்தேன். காக்ராவின் பையிலிருந்து சிறிய வெள்ளிச் சிமிழை எடுத்துத் திறந்தாள். குருதி நிறத்தில் அதில் குங்குமம் இருந்தது. ஒரு துளி எடுத்து என் நெற்றியில் இட்டாள்.

'இப்போது குழந்தை பெற்றுக்கொள்ள தகுதியான பெண் நான்'. சுட்டுவிரலை குங்குமத்தில் தோய்த்துப் புருவங்களுக்கு இடையில் பெரிய திலகம் ஒன்றை இட்டுக்கொண்டாள். பெருவிரலையும் சுட்டுவிரலையும் சேர்த்து தலைவகிட்டின் நுனியில் குருதிக்கோடாக தீற்றிக்கொண்டாள். 'நான் அப்போதும் எப்போதும் உங்களைத்தான், உங்களை மட்டுமே மணம்செய்து கொண்டவள். முதன் முறையாக இதை எல்லோரும் அறிந்து கொள்ளட்டும்'

ஒரு மிகச்சிறிய காதுவளையமோ அல்லது மூக்குத்தியில் இருக்கும் ஒரு சிறு கல்லோ எப்படி முகம் முழுமையையும் பிரகாசமாகக் காட்டும்? பெண்ணின் இடுப்பைச் சுற்றி அணிந்திருக்கும் மெலிதான தங்கச் சங்கிலி எப்படி இத்தகைய இன்பக் கிளர்ச்சியைத் தூண்டுகிறது? ஒரு எளிமையான, தெளிவான சிவப்புத் திலகம் ஒரு பெண்ணை எப்படி அரச குலத்தவளாக, அதிகாரம் மிக்கவளாக, அவளுடைய அழகின் தன்மையையே மாற்றிவிட முடியும்? லீலாவதி அவள் தலையை என் பாதத்தில் வைத்தாள். 'மகராஜ் குமார் என்னை ஆசிர்வதியுங்கள்'. எனக்கு மிகவும் பிடித்த இந்தப் பெண்ணிடம் ஒரு சொல்லையும்

உதிர்க்கவில்லை. பரவாயில்லை, லீலாவதியிடம் எனக்கு இருக்கும் இந்த மாறுபட்ட விநோதமான அன்பிற்கு எந்த ஒப்பீடுதான் நியாயம் செய்யமுடியும்?

முழுமையாக அவள் எழுந்து நின்றாள். 'என் கணவனே, இளவரசே! இப்போது நானும் உங்களை ஆசிர்வதிக்க முடியும், தீங்கின் பாதையிலிருந்து நீங்கள் எப்போதும் விலகி இருப்பீர்களாக! மேவாருக்குப் புகழைச் சேர்ப்பீர்களாக! என் கரங்களின் அணைப்பிற்கு நீங்கள் விரைவில் திரும்பி வரவேண்டும்'.

அவள் முகத்தில் புன்னகை மலர்ந்தது. ஓர் ஆண்டின் தனிமைச் சிறை வாசத்தையும், கரங்களும் கால்களும் கட்டப்பட்டு இருந்ததையும் மனத்திலிருந்து அகற்ற முடியாது. எனினும் முகத்திலிருந்து அழித்துவிட்டாள். அந்த இடத்திலிருந்து வெளியேறினாள்.

அத்தியாயம் 27

கும்பல்கார்க் ஆட்சியாளர் ராவத் சுமேர் சிம்மாவிடம் நான் விரோதம் பாராட்டவில்லை. என்னையும் எனது குழுவினரையும் பார்த்துக்கொள்ள வேண்டிய வேலை அவருடையது. சங்கடமான, இப்படியும் அப்படியும் இல்லாத கோட்டில் அவர் பயணிக்க வேண்டும். நான் அவமதிப்புக்கு ஆளாகியிருப்பவன். ஆட்சியாளர் என் மீதும் ஒரு கண் வைத்திருக்க வேண்டும். நான் ஏதும் குறும்புத் தனம் செய்யாமலிருப்பதை உறுதிப்படுத்திக்கொள்ள வேண்டும். அவருக்குப் பிரச்சனை என்னவென்றால், நான் அரச குடும்பத்து இளவரசன். மாற்று அறிவிப்பு ஏதும் இதுவரையிலும் அதிகாரபூர்வமாக இல்லை. அதனால் நான்தான் பட்டத்து இளவரசன், மகராஜ் குமார். அந்தப் பிரதேசத்தின் நிர்வாகத்தில் நான் தலையிடலாம் என்பதே அவரது முதன்மையான அச்சமாக இருக்கும் என்று ஊகித்தேன். ஒரு மாதத்தில் அவருக்குப் புரிந்துவிட்டது. அவர் பொறுப்பிலிருக்கும் பொதுமக்கள், இராணுவம், நிர்வாகம் அல்லது வேறுவிதமான விஷயங்கள் எதிலும் நான் தலையிடவே இல்லை. அவர் அலுவலகத்திற்கு ஒருமுறையும் நான் செல்லவில்லை; அல்லது அதிகாரபூர்வ விழாக்கள் எதிலும் கலந்துகொள்ளவில்லை. சொகுசு வாழ்க்கை வாழ விரும்புபவன், சிற்றின்பத் தேட்டம் உடையவன் என்றும் அவர் கண்களில் என்னை அடையாளப்படுத்திக் கொள்ளவில்லை. ஏதாவது துணை, ஏற்பாடு செய்யலாமா என்று அவ்வப்போது என்னிடம் அவர் குறிப்பால் கேட்பார்.

'நீங்கள் நகரத்து வாசிகள். நாகரீகத்தால் பின்தங்கிய இடமாக உங்களுக்கு இந்த இடம் தோன்றலாம். ஆனால், கும்பல்கார்க்

உங்களுக்கு அளிக்கும் மகிழ்ச்சியையும் உற்சாகத்தையும் பார்த்து உங்களுக்கு வியப்பு உண்டாகலாம். நன்கு அனுபவிக்க முடிந்தவர்கள் அல்லது உழைத்துச் சோர்ந்தவர்கள் இருவருக்குமே.' என்று என்னைப் பற்றி தெரிந்தவர்போல் இளித்தார்.

ஓர் இசைக் கச்சேரி? வன விளையாட்டு சிறப்பாக இருக்கும். வேட்டைக்குச் செல்வது குறித்து யோசிக்கலாமா?

'எனக்கு எதுவும் தோன்றவில்லை. என்ன செய்ய விரும்புகிறீர்கள் என்று நீங்கள் சொல்லுங்களேன்.'

'ஒன்றுமில்லை'

'ஒன்றுமில்லையா?' அவர் குழம்பிப்போனார். மன அழுத்தத்தால் பாதிக்கப்பட்டிருக்கிறேனா? லௌகீக வாழ்க்கையை வெறுத்துவிட்டேனா? அல்லது மணிமுடிக்கும் அல்லது தேசத்திற்கும் எதிரான ஏதோ ஒரு பெரும் தீய திட்டத்தை மறைப்பதற்கு விரிவான திரையாக இதை வைத்திருக்கிறேனா? ஆராய்ந்து பின்பற்றவேண்டிய கொள்கை இது; ஏனென்றால் ஏதும் செய்யாமலிருந்து மாட்டிக்கொள்ள அவர் விரும்பவில்லை. ஆனால், அவர் முட்டுச் சந்தைத்தான் எதிர்கொண்டிருக்க வேண்டும். என்னைப் பார்க்க யாரும் வரவில்லை; தேஜ், ஷ்ஃபி மற்றும் எனது மற்ற உபதளபதிகளிடம் கடுமையான, உறுதியான உத்தரவுகளைப் பிறப்பித்து இருந்தேன். அடுத்த வீட்டில் இருந்தாலும் அவர்கள் யாரும் என்னைப் பார்க்க வரக்கூடாது. யாருக்கும் கடிதம் எழுதவில்லை. ஒரு கடிதம் தவிர்த்து, எனக்கும் எதுவும் வரவுமில்லை. வந்த ஒன்றும், லீலாவதியின் திருமண அழைப்பு. திருமணத்திற்கு முதல் நாள் இரவு எனக்குக் கிடைத்தது. அதனுடன் அன்புடன் எழுதப்பட்ட குறிப்பு ஒன்றும். மிகக் குறுகிய காலத்தில் திருமணம் முடிவுசெய்யப்பட்டுவிட்டது; இருப்பினும் என்னால் விழாவில் கலந்து கொள்ள முடியும் என்று நம்புவதாக அவர் எழுதியிருந்தார்.

கோட்டைக்குள்ளோ அல்லது வெளியில் இருப்பவர்கள் யாரிடமோ நான் கலந்து பழகவில்லை. தனிப்பட்ட விருந்திற்காக என்னையும் மனைவியையும் ஆட்சியாளர் அழைத்தால் எப்போதும் நான் மறுத்ததில்லை. பதிலுக்கு விருந்தளிப்பதையும் முக்கிய விஷயமாகப் பின்பற்றினேன். மீதி நேரங்களில் எழுதினேன், நடந்தேன், குதிரைச் சவாரி செய்தேன், படித்தேன். எங்கு போவதென்று அறியாத மனிதனாகவும், அதி சீக்கிரமாக எதிலும் ஆர்வமற்ற நபராகவும் ஆகிவிட்டேன் என்று ராவத் சுமேர் சிம்மா எண்ணிக் கொண்டிருக்கலாம். அவர் எண்ணுவது சரிதான். என் மீது யாருடைய கவனத்தையும் திருப்ப விரும்பவில்லை. தனியனாக விடப்பட்டு மறக்கப்பட்டவன் ஆக விரும்பினேன்.

கொள்ளுத் தாத்தா கும்பா அவர் காலத்தில் அளவுக்கு அதிகமாக பிரதேசங்களைக் கைப்பற்றியிருந்தார். ராஜ்ஜியத்தில் முப்பத்தைந்து அற்புதமான கோட்டைகளைக் கட்டினார். ஆனால், கும்பல்கார்க் போன்று ஒன்றுதான் இருந்தது. ஏனென்று நீங்கள் அறிந்துகொள்ள முடியும். கடந்த ஐநூறு ஆண்டுகளில் கட்டப்பட்ட மாபெரும் கோட்டைகளில் இதுவும் ஒன்று. கருங்கல்லால் கட்டப்பட்ட கும்பல்கார்க் வெல்லமுடியாதது; ஏமாற்றி நுழைய முடியாதது, ஊடுருவ முடியாதது. சுவர்கள் உயரமானவை, சாலைகள் போன்று அகலமானவை. மழைக்காலங்களில் கோட்டைச் சுவர்களின் தட்டையான மேற்பரப்பிற்கு உணவுப் பொருட்களையும் மற்றப் பொருட்களையும் கொண்டு செல்வது, சேற்றுத் தடங்களில் குதிரைகளை செலுத்துவதைவிட எளிதானது. அழகாக வெட்டப்பட்ட கருங்கல் பாளங்கள் மிகத் துல்லியமாக அடுக்கப்பட்டிருக்கும். முற்றுகையிடுவோர் கயிறுகளை வீசி சுவரில் ஏறமுடியாது. பிரதான வாயிலை வீரர்கள் தாக்குவதுபோல் பாசாங்கு செய்துகொண்டிருக்க, கோட்டைப் பக்கச் சுவர்களின் இடுக்குகளைப் பயன்படுத்தி பயிற்சி பெற்றவர்களாலும் ஏறிவிட முடியாது. பற்றாக்குறைப் பிரச்சனைகள் ஏதுமின்றி ஒன்றிரண்டு ஆண்டுகள் முற்றுகையை கும்பல்கார்கால் தாக்குப்பிடிக்க முடியும் என்று நினைக்கிறேன். ஒரு நடுத்தர மாநகரம் போல் நிலப்பரப்புக் கொண்டது. விவசாயம் செய்வதற்கான பெரிய நிலப்பரப்பும் அதற்குள் இருந்தது. எதையும் அங்கு விளைவித்துக் கொள்ளலாம். இதுவரையிலும் இந்தக் கோட்டையை ஏன் யாரும் முற்றுகையிட முயலவில்லை என்பதற்கான காரணத்தை இது விளக்கும்.

ராணா கும்பாவின் சாகசங்களையும் புகழையும் சரணர்கள் தங்களது பாடல்களில் பேசியிருப்பார்கள்; ராட்சதன் போன்ற உருவம்; உடல் ஆல மரம்; அதே அளவு உயரமும் அகலமும் கொண்டவர் என்று நம்மை நம்பவைக்க முயல்வார்கள்; காலை உணவுக்கு, முப்பத்தாறு முட்டைகள் ஊற்றி செய்யப்பட்ட முட்டை அடையாம். மதியம் பன்னிரண்டு தந்தூரி கோழி, ஒரு மான் அல்லது காட்டு ஆண் பன்றி, ஆறு வெள்ளாடுகள், ஐந்து பெருங்குவளை ரபடி, மகாய் ரொட்டி எழுபத்தியிரண்டு, அறுபத்துநான்கு ஜிலேபிகள். ஏழு வகை காய்கறிகளும் நான்கு வகைப் பருப்புகளும் கட்டாயம் உண்டு. அவருடைய துக்லோ, முஸ்லீம்களின் அங்கார்காவின் நீண்ட வடிவம். அதைத் தைக்க பதினேழு கெஜம் துணி வேண்டும். அவருடைய கால்சட்டைக்கு முழங்காலுக்கு கொஞ்சம் கீழேதான் பொத்தான்கள் போடப்படும்; அதன் இடுப்பின் சுருக்கப்படாத அளவு பதினான்கு கெஜம். கும்பல்கார்கில் நாம் பார்க்கும் ஒவ்வொன்றும் அவருடைய உடல் சுற்றளவாலும், உயரத்தாலும் தாக்கம்பெற்றவையாகத் தோன்றும். அரண்மனையும், அதிலிருக்கும் எங்கள் அறைகளும், குளியலறை வசதிகளும், ஏன் படிக்கட்டுகளும்,

இயல்பான ஆண் பெண்களைக் காட்டிலும் பெரிய உருவம் கொண்டவர்களுக்கு வடிவமைக்கப்பட்டவை.

என் அறைகளிலிருந்து ஆரவல்லி மலைத் தொடரைப் பார்க்கமுடியும். மேவாரின் பெரும்பகுதியை அது இணைக்கிறது. ஆனால், அடிவானம் குறித்த ஒருவரின் பார்வையை, நாம் பார்க்கும் சமவெளி காட்சி மறுவரையறை செய்யக்கூடும். தெளிவான ஒரு நாளில், என்றென்றும் இக்காட்சியைப் பார்க்க முடியும் என்று நம்புவது பொருத்தமானது. ஏனென்றால் எளிமையாகச் சொன்னால், அடிவானம் என்கிற கருத்து ஏறத்தாழ உடைந்துபோயிருக்கும். என் அறையின் ஜன்னல் அருகில் உட்கார்ந்து பார்க்கையில், இந்த உலகின் மாபெரும் பாலைவனத்தின் மத்தியில் இருக்கிறீர்கள் அல்லது சமுத்திரத்தின் நடுவில் இருக்கிறீர்கள் என்று நம்ப முடியும். அரண்மனையின் அந்தப் பக்கத்திற்குச் சென்று பார்க்கும்போது, பிரதான வாயிலின் வழியாகக் கோட்டைக்கு உள்ளே வருபவர்கள்மீதும், வெளியில் செல்பவர்கள்மீதும் நீங்கள் கண் வைத்துக்கொள்ள முடியும்.

அதைத்தான் மிகச் சரியாக ராணா கும்பா செய்தார். கோட்டைக்காவலர்கள் மீது கண் வைத்திருப்பார். எதிரிகளிடமிருந்து கோட்டையைக் காக்கும் வேலையைச் சரியாகச் செய்கிறார்களா என்று உறுதிபடுத்திக்கொள்வார். அதற்கப்பால், எழுநூறு அல்லது எண்ணூறு கெஜ தூரங்கள் தள்ளி மாபெரும் ஏகலிங்கேஸ்வர் கோவில் இருக்கிறது.

இங்கே அமர்ந்துதான் எனது கொள்ளுத்தாத்தா பிரார்த்தனை செய்தார். அரண்மனையின் ஒவ்வொரு மூலையும், ஒவ்வொரு மரமும், சாலையோரமிருக்கும் வழிபாட்டுத்தலமும் அல்லது கோவிலும், நதியும், ஏரியும் கோட்டையைக் கட்டியவரின் நினைவைச் சுமந்துகொண்டிருந்தன. என் அறையில் ஒரு மேஜை இருக்கிறது. அதில் அமர்ந்துதான் இசை தொடர்பான விளக்கக் கட்டுரைகளை ராணா எழுதினார். தெளிவாக விளக்கி எழுதிக்கொண்டிருந்த விதிகளை பரிட்சித்துப் பார்க்க விரும்பும்போது இங்கே கண்ணாடிப் பேழையில் வைக்கப்பட்டிருக்கும் வீணையை மணிக்கணக்கில் வாசிப்பார். அதன் தொடர்ச்சியாக அந்த இசைக்கருவியின் நோக்கத்தையும், சொற்தொகுதியையும் விரிவுபடுத்தினார்.

ஏகலிங்கேஸ்வர் கோவிலுக்கு முக்கால் மைல் தூரத்தில் ஒரு புளிய மரம் இருக்கிறது. ராணா அதைச் சிறப்பான, ஆசிர்வதிக்கப்பட்ட மரமாகக் கருதினார். கவனிக்க வேண்டிய ஒன்றாக இந்தச் செய்தி எனக்குப் பட்டது. ஏனென்றால், ஹிந்து மரபின் படி ஆலமரம் அல்லது அரச மரத்தின் அடியில்தான் ஒருவர் அறிவொளி பெறுகிறார். அல்லது வழிபாடு நடத்துவதற்கும் தியானம் செய்வதற்குமான இடமாகவும்,

உங்களுக்கு வரங்களை அருளக்கூடிய மரங்களாகவும் அவை இருக்கின்றன.

ராணா கும்பா பாரம்பரியத்தைப் பெரிதும் மதிப்பவர். ஆனால், அவர் அதை ஓடும் நதியாகத்தான் பார்த்தாரே தவிர, நம்பிக்கைகள் தேங்கிக் கிடக்கும் குளமாக அல்ல. ஒவ்வொரு வசந்தத்தின்போதும் சிற்றோடைகளும் அருவிகளும் நதியில் கலந்து அதைச் செழுமையாக்கின. நதியை மேலும் அகலமாக்கின. ஆகவே அவருடைய கற்பனையில் இடம் பிடிக்கும், அவரது மக்களுக்கு நலம் பயக்கக்கூடிய, வைத்தியம் சார்ந்த அல்லது வெறுமனே கொண்டாடும் அளவுக்கு எளிமையான அழகுள்ள எதையேனும் பார்க்கநேரிட்டால் அதைக் கையகப்படுத்திக் கொள்வார்; மேவாரின் பாரம்பரியத்திற்குள் இணைத்துவிடுவார். அந்த புளியமரத்தின் அடியில்தான் அவர் தியானம் செய்வார். அந்த மரத்தடி, குளுமையும், அமைதியும் தந்தது; அதன் அழகிய இலைகள் மகிழ்வளித்தன. பத்மாசனத்தில் அங்கு அவர் மணிக்கணக்கில் அமர்ந்திருப்பார். கண்கள் மூடியிருக்கும் ஆனால், மனம் என்ற மூன்றாவது கண் திறந்திருக்கும். தியானத்திற்கு முன்னும், அதன் பிறகும் அருகிலிருந்த கிணற்றில் குளிப்பார்.

திரும்பி நடந்துவருகையில் வழியில் பார்க்கும் முகந்தெரியா மனிதர்களிடமும் சாலையில் கடந்து செல்வோரிடமும் ஏதாவது பேசுவார்: உடல்நலன் எப்படியிருக்கிறது, பயிர்கள் நன்கு விளைந்திருக்கிறதா, புதிய வரிகள் குறித்து அவர்கள் என்ன நினைக்கிறார்கள், நாட்டின் நிலைமை எப்படி இருக்கிறது? உண்மையில் மேவாரின் வரலாற்றில் நன்கு கற்றறிந்த அரசர்களில் ஒருவர் அவர். அனைவராலும் மிகவும் விரும்பப்பட்டவராக இருந்தார். காரணம், அவர் செருக்கில்லாத மனிதர். அத்துடன், தனக்கு வலிமையைத்தரும் குடிமக்களிடமிருந்து என்றுமே விலகி இருந்ததில்லை.

அப்படி ஒருநாள் புளிய மரத்தடியில் ராணா தியானத்தில் இருக்கும்போதுதான், உதா அவர் மார்பில் மூன்று முறை குத்தியதாகச் சொல்கிறார்கள். வேறு சிலர் மரத்தின் அருகிலிருந்த கிணற்றைச் சுட்டிக்காட்டுகிறார்கள். முதல் வாளி நீரைத் தலையில் கொட்டிக்கொள்ளும்போது ராணா கண்மூடக் காத்திருந்த மகன், அந்தக் கணத்தில் மிக ஆழமான அந்தக் கிணற்றிற்குள் தள்ளிவிட்டான் என்று விவரிக்கின்றனர். கிணற்றையும் அவன் மூடிவிட்டான். ஏனெனில், அடிப்பட்ட, எலும்புகள் உடைந்த ராணாவைச் சமாளிப்பது மிகவும் கடினம். அவர் நன்றாக நீச்சல் அறிந்தவர். அவ்வளவு விரைவில் இறந்துவிட மாட்டார். உதா தந்திரமாகத் தனது தந்தையைக் கொலை செய்தது குறித்தும் அல்லது அவனுக்காக வேறு யாரோ அந்தக் காரியத்தைச் செய்தது பற்றியும் பல கதைகள் உலவுகின்றன. நமக்குத்

தெரிந்தவரையில் ஒன்று நிச்சயம், ராணாவைக் கொலைசெய்தது வேறு யாருமல்ல; அவரது சொந்த மகன் தான். அவன் அதை எப்படிச் செய்தான் என்பது ஒரு விஷயமா என்ன?

தந்தை என்னை கும்பல்கார்க் கோட்டைக்கு அனுப்பி வைத்தது, என்னையும் என் மனைவியையும் அவருடைய பாதையிலிருந்து விலக்கி வைக்கத்தான். ஆனால், அவர் எனக்குக் கொடுத்திருக்கும் பணியைப் புறக்கணிப்பதில் எந்த அர்த்தமும் இல்லை. நானும் மங்களும் சுவர்களை ஆய்வு செய்தோம்; கல் தச்சர்களுக்கும் கட்டிட வேலை செய்பவர்களுக்கும் கோட்டையை அழகுபடுத்த, பழுதுபார்க்கத் தேவையான உத்தரவுகளைப் பிறப்பிக்க எங்களுக்கு ஒரு வாரம் ஆயிற்று. ஓய்வு எடுக்கும்முன், வேறொரு காரியமும் செய்தேன். எதிரி இந்தக் கோட்டையைத் தாக்க முடிவுசெய்தால், பிரதான வாயிலைத்தான் அவன் தட்டுவான் என்று நம்புவது குறுகிய பார்வை, முட்டாள்தனம். சாதுர்யமான அதிரடிப்படை வீரர்கள் ஏழிலிருந்து பத்துபேர் கொண்ட குழு ஏதாவது ஒரு மூலையில் கோட்டைக்குள் ஊடுருவி ஒன்றிரண்டு கோட்டைக் கதவுகளை உள்ளிருந்து திறந்துவிட முடியும்.

கோட்டை எவ்வளவு பெரிது என்பதை உணர அதை உங்கள் கண்களால் பார்க்கவேண்டும். கோட்டைச் சுவர்கள் மீது எட்டு உயரமான கண்காணிப்புக் கோபுரங்களை எழுப்பும் திட்டம் ஒன்றை வரைந்தேன். அந்த இடங்களிலிருந்து கும்பல்கார்கை அனைத்துக் கோணங்களிலும் பார்க்க முடியும். மேலும் அதிக பாதுகாப்பை அது அளிக்கக்கூடும். ஏதாவது ஓர் இடத்தில் பலவீனம் அல்லது ஓட்டை இருக்கும் என்று ஆய்ந்துபார்த்த ஆளுநர் ஸ்தம்பித்துவிட்டார். தந்தையின் பதில் கடிதம் வந்து சேர்வதற்கு ஆறு வார காலமாவது ஆகும் என்று ஊகித்தேன். ஒரு மாதத்தில் அவருடைய ஒப்புதல் எனக்குக் கிடைத்தது. அந்தப் பணியை வாரம் ஒருமுறை மேற்பார்வை செய்தேன். அந்தச் சிறிய முயற்சியைத் தவிர்த்து ஒரு விரலையும் நான் அசைக்கவில்லை.

என் மனைவி தன்னை எப்படிச் சுறுசுறுப்பாக வைத்துக் கொண்டிருந்தாள் என்பது எனக்குத் தெரியவில்லை. சியாமளனின் கோவிலில் மாலை ஆறு மணிக்கு ஆரத்தி. முன்கூட்டியே சொல்லாமல் அவளை நீங்கள் சந்திக்க விரும்பினால், நீங்கள் செய்ய வேண்டியதெல்லாம் ஐந்தரை அல்லது ஐந்தே முக்கால் மணிக்கு அங்கு இருக்கவேண்டியதுதான். ஒரே அம்பில் இரு பறவைகளை வீழ்த்தி விடலாம்: சியாமளனின் தரிசனமும் இளந் துறவியின் சந்திப்பும். இளவரசியால் ஏற்படக்கூடிய அவதூறுகள் குறித்து எனக்கு அற்ப ஆர்வம் இருந்தது. ஆனால், எனக்குக் கவலைப்பட வேண்டிய தேவையில்லை. இளந் துறவியின் புகழ் அவளுக்கு முன்னால் சென்றிருந்தது. மாலை ஐந்து மணியிலிருந்தே கோட்டைக்குள்ளிருந்தும்

அருகாமை கிராமங்களிலிருந்தும் மக்கள் கூட ஆரம்பித்து விட்டனர். நீலவிழியாள் இனியும் உள்ளூர் பிரபலம் அல்ல. எங்கள் எல்லையைத் தாண்டி மற்ற ராஜ்ஜியங்களுக்கும் அவளது பாடல்களும் புகழும் பரவத் தொடங்கிவிட்டது. அவள் மேவாரின் கதாநாயகி ஆகிவிடக்கூடும்.

தனிப்பட்ட முறையில் அவளைப் பற்றிக் கேட்டிராத இங்கு வசிக்கும் மக்களும் நிச்சயம் அவள் பாடல்களைப் பாடிக்கொண்டிருந்தனர். சில ஆண்டுகளில் எங்கள் படைத் தலைமையை தந்தை என் மனைவியிடம் கைமாற்ற வேண்டியிருக்கும். அவள் பாடலும், நடனமும் குஜராத், மால்வா, விஜய நகரம், டில்லியின் மக்களையும் பற்றிக்கொள்ளும். தமது அரசர்களைத் துறந்துவிட்டு, இவள் செல்லும் இடங்களுக்கு எல்லாம் பின் தொடர்வார்கள். நமது கடவுள்கள் சமத்துவ எண்ணம் கொண்டவர்கள். பொறாமையோ பாதுகாப்பற்ற உணர்வோ அற்றவர்கள் என்பது நல்ல விஷயம். ஏனென்றால் எனது மனைவி இளந் துறவி ஆனதிலிருந்து குழலிசைப்போனை நோக்கி மக்கள் போகத்தொடங்கியதை ஒருவர் அளவிடவேண்டும்; மேவாரின் தலைமைத் தெய்வமான ஸ்ரீஏகலிங்கேஸ்வர் உள்ளிட்ட மற்ற பெரிய கடவுள்களைவிட அவன் இப்போது குறைந்தபட்சம் 50 சதவீதம் அதிகம் பிரபலமடைந்துவிட்டான். பல கடவுள் வழிபாட்டை நாம் பின்பற்றுகிறோம் என்பது நல்வாய்ப்பு; பாதுகாப்பாக, அனைத்துக் கடவுள்களையும் எப்போதாவது ஒருமுறை சென்று வழிபட்டுவிடுவோம். இருந்தும், தற்போது சியாமளனின் எதிர்காலம் எனது மனைவியின் விதியுடனும் செல்வாக்குடனும் நேரடியாக இணைந்து நிற்கிறது.

கும்பல்கார்க்கில், இளந் துறவியின் பக்தர்கள் ஆவதற்கு ஆளுநரின் குடும்பத்திற்கு வெறும் மூன்று மாதங்கள்தான் தேவைப்பட்டது. ஆளுநருக்கோ அவரது பருத்த, உண்மையாகவே நட்புணர்வு மிக்க மனைவிக்கோ அல்லது சம்பந்தப்பட்ட சிறிய மற்றும் பெரிய மனிதர்களுக்கும் மரியாதைக்குறைவு ஏதும் நிகழவில்லை. ஆனால், இளந் துறவியின் அனுமதியின்றி இப்போதெல்லாம் அவர்கள் கழிவறைகளுக்கோ குளிக்கவோ செல்வதில்லை. குழந்தைக்குப் பெயர் வைப்பது, பொய்சொல்வது, மோகம் கொள்வது, செல்வம் குவிப்பது, பயணம் மேற்கொள்வது அல்லது ஏதாவது தொடர்பு ஏற்படுத்திக் கொள்வது, அல்லது பழைய பாணியில் குடும்பச் சச்சரவுகள் தீர்வு என்று அனைத்திற்கும் அவள் அனுமதி தேவை.

நான் கொஞ்சம், கொஞ்சம் அதிகமாகச் சொல்கிறேன் என்பதை அறிவேன். பேரானந்த நிலையில் பெரும்பாலும் அவளைச் சுற்றி என்ன நடக்கிறது என்று அவளுக்குத் தெரியாமல் இருக்கலாம். அல்லது அப்படிப் பாசாங்கு செய்யலாம். பெரும்பாலும் அவர்களைக் கெஞ்சி, வேண்டாமென்றாலும் அவளது பாதத்தை அவர்கள் தொட்டு வணங்கினர்.

தனிப்பட்ட அவளை நோக்கிய எந்த அக்கறையும் அவளைச் சுருங்கச் செய்தது. அவளது கவனத்தைப் பெறுகிற அவனை நோக்கி, குழலிசைப்போனை நோக்கி, அனைத்தையும், சின்னச் சின்ன விஷயங்களையும் அவள் திருப்பிவிட்டாள். அத்துடன் விசித்திரமான பகுதி ஒன்றிருக்கிறது. அவளுக்காக அவர்கள் காத்திருந்தனர். கொட்டும் மழையில், உறைய வைக்கும் குளிரில் அவள் முகம்பார்க்க மணிக்கணக்கில் காத்திருந்தனர். எனினும் அவள் சொல்வதை அவர்கள் கேட்பதில்லை. அவளை வணங்குவதில் அவர்கள் மூழ்கியிருந்தனர். அவள் என்ன சொல்கிறாள் என்பதைக் கேட்க அங்கே யாருக்கு நேரம் இருந்தது?

அப்புறம், என்னைப்பற்றி? நான் இரண்டு ஆசனங்கள் மீது காலூன்றி நிற்கிறேன். கடவுளர்களின் உருவங்களை வழிபடுகிறேன்; எனினும், யோக நிலையின், தியானத்தின் ஆதாரமாக இருக்கும் உபநிடதக் கருத்துகளின் ஆழத்தையும் உணர்கிறேன்: 'சோ ஹம்'. நானே அது. ஒன்று மற்றொன்றின் இடத்தில் மாறிக்கொள்வது; அல்லது மிகத் துல்லியமாகக் கூறப்போனால், பிரபஞ்சத்துடனும் சர்வவல்லமை படைத்தவனுடனும் தனிப்பட்ட உயிரினங்கள் பகிர்ந்துகொள்கிற ஒற்றைத்தன்மை அல்லது ஐக்கியமாதல்; அல்லது நீங்கள் விரும்பினால், உயர்வான பிரக்ஞையுடனும் அல்லது ஆக்கச் சக்தியுடனும். இது உண்மையில் திகைப்பூட்டும் துணிச்சலான சிந்தனையாகும். எனினும், இதை நீங்கள் மேலும் ஆராய விரும்பலாம். இந்த உயர்வான கூற்றுகளால் அமைதியடையாமல் இருக்கலாம். எனில் 'நானே அது' என்பதில் இருக்கும் 'அது' என்பதற்கு என்ன பொருள்? யாருக்குத் தெரியும், அந்தச் சொல்லை நாம் ஒவ்வொருவரும் அவர்களுக்கு இருக்கும் திறன்கள் சார்ந்து, அவரவரே நிர்மாணித்துக்கொள்ள வேண்டியிருக்கும், சில நேரங்களில் இப்படி நினைக்க விரும்புவேன். அனைத்துமே கடவுளால் அல்லது உயர்நிலை பிரக்ஞையால் ஆட்டுவிக்கப்படுகிறது; எனில் முற்றிலும் அர்த்தமற்ற ஒரு குழந்தையின் மரணமும், மலரவிருக்கின்ற பூவைப்போல 'அது' என்பது தான்.

குழலிசைப்போன் மீது என் மனைவிக்கு இருந்த உடல்ரீதியான, ஆன்மிக ஈடுபாடும் 'அது'தான். அதுபோன்றதுதான் ஐந்து நாட்களாக சாப்பிடாமல் இருக்கும் ஒருவனின் பசியும்; அல்லது ஒரு கட்டியினால் ஏற்படும், மீள முடியாத தாங்க முடியாத வலியும். எனக்கும் அல்லது இளந் துறவிக்கும் எதிராக ராணி கர்மாவதி செய்யும் தந்திரங்களும், ஆயிரக்கணக்கான வீரர்களை மொத்தமாக சதுப்பு நிலத்தில் மூழ்கடித்ததும் 'அது' தான். 'அது' வேதனை, அதேசமயம் மகிழ்ச்சியும் ஆகும். நான் 'அது' என்றால், அனைத்துப் பொருட்களும் நான்தான். இந்தப் பிரபஞ்சத்தின் ஒவ்வொரு தனித்தப் பொருளும், உணர்ச்சியும், அனுபவமும், நினைவும் நான்தான். இந்த உலகத்தில் மிகவும் விசாலமான

மனத்தைப்போல், இது ஒரு நல்ல சிந்தனை. ஆனால், பின் நன்மை, தீமை பற்றி என்ன சொல்வது?

எனது தனிப்பட்ட செயல்கள் 'அது' என்பதன் தன்மையில் தாக்கத்தை ஏற்படுத்த முடியும், அதை மாற்ற முடியும் என்றால், இந்தப் பிரபஞ்சத்தின் அல்லது உலகத்தின் விழிப்பு நிலைக்கு நான் பொறுப்பேற்கிறேன். என்னில் தொடங்கி அனைவரும் நிச்சயம் கவனமாக இருக்கவேண்டும்; என்ன செய்யப்போகிறோம் என்ற தெரிவைக் கவனமாகத் தேர்ந்தெடுக்கவேண்டும். திருப்தியற்ற சுய இருப்பின் அல்லது தற்புகழ்ச்சியின் வெளி எல்லையா அது? அல்லது தர்மம் என்பதன் உன்னதமான கருத்து மற்றும் வாழ்க்கையில் நாம் ஏற்கும் பாத்திரங்களா?

கடவுளர்கள் பற்றி என்ன சொல்வது, அவர்களின் வேலை என்ன? 'சர்வ வல்லமை படைத்தவர்' என்பதன் பொருள் நம்முடன் அதற்கிருக்கும் இடையீட்டின் காரணமாக மாற்றப்பட்டதா? அத்துடன், 'அது' என்பது இவைதான் என்றால், காலம்-வெளியின் பிரிவிலா தொடர்ச்சி உள்ளிட்ட ஏனைய ஒவ்வொரு உடனிகழ்வுகளும் 'அது' என்றால், இவை அனைத்தும் வெறும் மிகைப்பெருமிதமா? எவ்வித முக்கியத்துவமும் பெற முடியாமல் போய்விட்ட ஒன்றா? நான் அறியேன். பதில்கள் ஏதுமில்லை. அல்லது ஒவ்வொருவரும் தங்களுக்கானதைக் கண்டறியவேண்டும் அல்லது உருவாக்க வேண்டும்.

ஒருவேளை நான் இசைக்குத் திரும்பியதற்கான காரணமாக இது இருக்கலாம். இப்போது அது, எவ்வித காரணமோ, தர்க்கமோ அல்லது விளக்கமோ இல்லாத யதார்த்தம். யார் கயிற்றை இழுக்கிறார்கள்? நாம் ஏன் நகர்த்தப்படுகிறோம், வேறு ஒரு உலகத்திற்குக் கொண்டு செல்லப்பட்டவர்களாக ஏன் உணர்கிறோம்? யார் அறிவார்? என்ன வேறுபாட்டை அது ஏற்படுத்துகிறது?

* * *

என் மேஜையருகில் அமர்ந்து, அதன் மேலிருந்த காகித அடுக்கின் மேல் தலையைப் புதைத்தேன். வித்தையை மற்றவர்களுக்குக் கொண்டுசேர்ப்பது காகிதம் தான். அறிவுடன் தொடர்புடைய எதுவும் உயரிய மதிப்பிற்குரியதே. என் கால் புத்தகமொன்றில் தவறுதலாக பட்டதற்காக ஆசிரியர் முழங்கால் எலும்பில் பிரம்பால் விளாசியது நினைவிற்கு வந்தது. நான் தந்தையாகி என் குழந்தை கல்வி தொடர்பான ஒரு பொருளுக்கு மரியாதை அளிக்கவில்லை என்றால், நானும் இப்போது அதைத் தான் செய்வேன்.

அகமதாபாத்திலிருந்து பூங்கொத்தாய் வந்திருந்த லேசான தந்த நிறக் காகிதங்களை முகர்ந்து பார்த்தேன். எவ்வளவு அழகிய காகிதங்கள். ஏறத்தாழ ஊடுருவிப் பார்க்கும் அளவுக்கு மெலிதானவை. அவற்றை நீங்கள் தவறாகக் கையாளவில்லை என்றால் நீண்டகாலம் இருக்கக்கூடியவை. காகிதங்களைச் சரிபாதியாகப் பிரித்தேன். பள்ளியில், முதல்நாளில் மாணவனின் எழுதுபலகையில் ஆசிரியர் வரையும் படத்தை முயன்றேன். வட்டம் ஒன்று, அதன் கோட்டை இடதுபக்கமாகக் கீழிறக்கி, அதன்பின் அந்தக் கோட்டை வலதுபக்கம் இழுத்து, மேல்பக்கமாக வளர்த்திச் சென்று முடிப்பது. அந்த வடிவத்தில் இறங்கு வரிசையில் ஒன்பது முறை குறுக்கே கோடுகள் வரையவேண்டும். இப்போது உங்களுக்கு கிடைத்திருப்பது சரஸ்வதியின் கோட்டுருவக் குறியீடு. கற்பதற்கான கடவுளை வரைந்த கோடுகளின் மை உலர்ந்ததும், ஆசிர்வாதம் வேண்டி அவளுக்கான பிரார்த்தனைப் பாடலைப் பாடினேன்.

எனது திட்டம் இரண்டு நூல்கள் எழுதுவது. ஒற்றைப்படை நாட்களில் எனது சுயசரிதையை எழுதினேன். இரட்டைப்படை நாட்களில் ஷஃபியின் 'பின்வாங்குதல் - கலையும் அறிவியலும்' என்ற நூலுக்கு பெரிய முன்னுரை ஒன்றை எழுதினேன். இரண்டாவது நூல், போர்முறைகள் குறித்தத் தற்போதைய சிந்தனைக்கு முக்கியப் பங்களிப்பாக இருக்கும். பின்வாங்குதல் தொடர்பான சாத்தியமான சூழல்களை ஷஃபி நன்கு விளக்கியிருந்தார். அத்துடன் பின்வாங்கித் தப்பியோடுவதில் எழுபது சாத்தியமான காட்சிகளையும் குறிப்பிட்டிருந்தார். தோல்வியும் பின்வாங்கலும் தத்துவத்தை எப்படி நடைமுறைப்படுத்துவது என்பதற்கு ஒரு முழுமையான விளக்கம் நூலில் சேர்க்கப்படவேண்டும். நீண்ட கால இலக்கிற்காக தன் மக்களையும் வீரர்களையும் திறமையுடன் தயார் செய்திருந்தாலன்றி, எந்த அரசனும் யுத்தத்தை இழப்பதற்கோ அல்லது ஒரு போரை வெல்வதற்கோ தோல்வியை ஒரு யுக்தியாகப் பயன்படுத்த மாட்டான். அதற்க்கு அவன் தொலைநோக்குக் கொண்டவர்களாகத் தம் மக்களையும் வீரர்களையும், திறனுடன் தயார்செய்து இருக்க வேண்டும். எனது முதல் பணி, தொடக்கத்திலிருந்து விளக்குவது என்பது போலாயிற்று: 'தப்பியோடுதல்' என்ற சொல்லுடன் இணைந்திருக்கும் இழுக்கை முதலில் போக்குவது; அதன்பின் அந்தச் செயலிலிருந்து தொடங்குவது என்பதுபோல் ஆகிவிட்டது. இது பெரிய அளவுக்குச் சர்ச்சைக்குரிய விஷயம். எனினும், ஷஃபியின் நூலுக்கு உண்மையான தேவை இருக்கிறது. மக்கள் அதைப் படிக்கவேண்டும், விவாதிக்க வேண்டும்; அதன்பின்னர், அதை அவர்கள் தீவிரமாக எடுத்துக்கொள்ளக் கூடும்.

எனது நினைவலைகளை நான் எழுத இவைதான் காரணங்கள் என்று எதையும் உறுதியாகச் சொல்லமுடியாது. மன்னிப்புத் தேவை

என்ற அளவுக்கு நான் மனமுடைந்து போய்விட்டேனா என்று என்னை கேட்டுக்கொண்டேன். மகராஜ் குமார் என்ற நிலையிலிருந்து அடையாளமற்றவனாக மாறுவது ஏறக்குறைய முழுமை அடைந்துவிட்டது. வாரிசு ஓட்டத்தில் மீண்டும் சேர்ந்துகொள்ள தேவையான ஒரு விசித்திரமான புள்ளிவிவரத்திற்காக விதி என்கிற சீட்டுகள் மீண்டும் மாற்றியமைக்கப்படவேண்டும். ஆனால், சுய மரியாதைக்கும் இதற்கும் எந்தச் சம்பந்தமும் இல்லை.

சாதாரண மனிதர்கள் பெரும்பாலும் ஒரு பொய்க்காரணத்தைக் கண்டுபிடித்து, அந்தக் காரணம் நீங்கள்தானென்று அவர்களை நோக்கியே விரல்களைக் காட்டினாலும் அதில் ஆறுதல் அடைவார்கள்.. நான் வீழ்ந்திருக்கலாம். ஆனால், ஏறத்தாழ இல்லாத ஒருவனாகிவிட்ட மகராஜ் குமாருக்கு இதை விட்டுவிடும் நோக்கமில்லை. ஒரு வாய்ப்பு வெளிப்படும் சமயத்தில் அந்தச் சீட்டுகளை எனக்குச் சாதகமாகச் சரியாக வைத்துக்கொள்வேன். பேரரசர் கூறியதுபோல் காலத்தை முந்திச் செல்பவனாக பட்டத்து வாரிசு இருந்தாலும், எனது தேசத்தவர்களை மெதுவாக ஒன்று திரட்டும் கலையை நான் கற்றுக்கொள்ள வேண்டும். என் வாழ்க்கையை அமைதியாக, உணர்வுக்கு ஆட்படாமல் அவதானிக்க வேண்டும்; எங்கு தவறு செய்தேன்; வித்தியாசமான, ஆனால், மேலதிக அனுகூலமான நகர்வுகளை எப்படிச் செய்வது என்று கணிக்க வேண்டும்

வாழ்க்கையில் ஒத்திகைக்கு எல்லாம் வழியில்லை. சில நேரங்களில், ஒருவர் எல்லாவற்றையும் உற்றுக் கவனிப்பவராக இருந்தால், நல்வாய்ப்பும் இருந்தால், வாழ்க்கையில் ஒரே மாதிரியான நிகழ்வுகளைக் கண்டுபிடிக்க முடியும். இதன் நோக்கம், ஒரே தவறை இரண்டாவது முறையும் செய்யக்கூடாது என்பதே. ஆனால், அதை வேறொருவர் செய்ய அனுமதிக்கலாம். விக்கிரமாதித்தனின் தேசத்துரோக விசாரணையை அத்தகைய ஒற்றை மனத்துடன் நான் இன்று தொடங்க முடியுமா? அல்லது ராணி கர்மாவதி மறக்கமுடியாத அளவுக்கு அவருக்கு உதவி செய்யும் வகையில், எதிரியுடன் சேர்ந்து பயனற்ற முறையில் அவன் நாட்டுக்கு எதிராகவே சதிசெய்த அவள் மகனை விசாரிப்பதை அவளிடம் அளித்துவிடலாமா? நாட்டில் ராணியைக்காட்டிலும் மோசமான எதிரி வேறு யாரும் இல்லை என்பதை மறுக்க முடியாது. ஆனால், ஒரு கூட்டாளியாக, நம்பமுடியாத கூட்டாளியாக அவரை எப்போதாவது கவனக்குறைவுக்கு ஆளாக்கலாம்; தவறாக கணிக்க வைக்கலாம்; அல்லது அவருடன் ஒரு புரிதலையும் ஏற்படுத்திக்கொள்ள முடியும். ஆனால், அவருடன் உறவு வைத்துக்கொள்ள இப்போது மிகவும் தாமதாகிவிட்டது. ஆனால், இப்போதும் உறுதிகுலையாத விக்கிரமாதித்தன் இருக்கிறான். அவனது ஆர்வம் எதன் மேல் இருக்கிறது என்பதை எப்போதும் அறியாமலேயே வஞ்சகமாக செயல்படும் அவனை ஒருவர் எப்போதும் நம்பியிருக்க முடியும்.

இந்த வெளி உண்மையில் வளமானது, ஒரு வளமூலம். முற்றிலும் இதை நான் பயன்படுத்தாமல் விட்டுவிட்டேன். இழந்துவிட்ட வாய்ப்புகளையும், புதிய வாய்ப்புகளையும் தேடுவதைக் காட்டிலும் அல்லது சுயபரிசோதனை செய்துகொள்வதைக் காட்டிலும், சுய சரிதை எழுதுவதற்கான உந்துதல் சற்று முன்னால் நின்றது. கடந்தகாலம், எனது தேசத்தவர்களுடன் அவர்களது வாழ்க்கையின் ஒவ்வொரு தருணத்துடனும் இருந்தது. அவர்களுக்கான வரலாறு புனைகதை போன்ற இரண்டாவது வாய்ப்பு. கடந்தகாலத்தை அவர்கள் திருத்தி எழுதமுடியும். இந்த முறை அதனைச் சரியாக எழுத முடியும். தோல்வி, புகழாக மாற்றிய நம்பிக்கை மற்றும் புத்தாக்கத்தின் செயல் அது: முன்னோக்கிய பார்வையைக் காட்டிலும் மேலானதாக தைரியமும், துணிச்சலும், வீரச்செயல்களும் தேர்ந்தெடுக்கப்பட்டன; உடன்பாடுகளைக் காட்டிலும் பகைமை விலைமதிப்பற்றது.

இவை எல்லாவற்றிலும் சிறப்பு, எல்லாவற்றையும் சேர்த்துப் பார்க்கத் தேவையில்லை என்பதுதான்; நீங்கள் கொண்டிருந்த மாபெரும் போலி நம்பிக்கைகளுக்கோ அல்லது சிந்திக்காமல் செய்த தவறுகளுக்கோ நீங்கள் விலைகொடுக்கத் தேவையில்லை. ஐநூறு ஆண்டுகளுக்கு முன்னர் என்பது, அவர்களுக்கு நேற்று நடந்தது போன்றதுதான். காலத்தின் சுற்றுப்பாதைக்கு வெளியிலிருக்கும் ஓர் அத்தியாயம். கடந்தகாலத்திற்கு எப்போதும் நீங்கள் பொறுப்பாக முடியாது. மனித குலத்தின் விவேகம், தவறுகள், உள்முகப் பார்வைகளின் கூட்டுத்தொகை அல்ல இது. இன்றைய இருட்டின் மீதோ, தெரிவுகளின் மீதோ வெளிச்சம் பாய்ச்சும் தீப்பந்தமும் அல்ல. எனது நினைவுகள், தொடர்ச்சிக்கு எதிராகவும், மரபிலிருந்து முறித்துக் கொள்ளவும் முயல்கின்றன.. தனிமனித வரலாறு, ஸ்வீகரித்துக் கொள்ளக்கூடிய ஒன்று என்றால், எனது குழந்தைகள் உள்ளிட்ட அடுத்தத் தலைமுறைக்கு ஆவணப்பதிவு ஒன்றை நான் விட்டுச்செல்வேன். அவர்களது தந்தைகளும், மூதாதைகளும் ராஜ தந்திரத் திருப்பங்களையும், சிக்கல்களையும் ராஜ்ஜிய நடவடிக்கைகளையும் எப்படிக் கையாண்டார்கள்; எப்படித் தோற்றுப்போனார்கள்; என்ன தவறுகள் செய்தார்கள்; தவறவிட்ட முனைகளை எப்படிப் பொறுக்கியெடுத்து புதிதாகத் தொடங்கினார்கள் என்பதை அதன் வழியாக அவர்கள் புரிந்துகொள்ள முடியும்.

வழக்கம்போல, நீளமான வாக்கியங்களில், உறுதியான தெளிவான கையெழுத்தில் எழுதினேன். இரண்டு உரைநடைகளின் மொழியும் எண்ணவோட்டமும் வித்தியாசப்பட்டிருந்தன. ஆனால், அப்படி எழுத வேண்டும் என்ற உணர்வு எனக்கு எதுவும் இல்லை. பின்வாங்குதல் குறித்த உரைநடை வழக்கமான வடிவத்தில் துல்லியமாக இருந்தது.

பத்திகளை நானே அமைத்தேன். பல பக்கங்களை முதலில் என் தலைக்குள் உள்வாங்கிக்கொள்வேன். பின்னர் அதைப் பக்கங்களுக்கு மாற்றினேன். நூலின் கலையமைப்பை நான் முன்கூட்டியே வடிவமைத்திருந்தேன். பல மாதங்கள் படுக்கையில் அடைபட்டிருந்த சமயத்தில் இதை யோசித்திருந்தேன். தடை செய்யப்பட்ட ஒரு விஷயம் குறித்து எழுதுகிறேன் என்பதால் அதிக நேரம் இதற்குச் செலவழித்தேன்; நகர வடிவமைப்பாளரின் தொழில்நுட்பச் சொற்களைப் பயன்படுத்தினேன்; பழமைவாதிகளின், வறட்டு சித்தாந்தவாதிகளின் எதிர்ப்பை முழுஆற்றலுடன் எதிர்கொள்ளும் வகையில் நூலின் ஆதார விஷயங்களை மேலும் உறுதிப்படுத்தினேன். அல்லது மேலும் வலுவானதாக எழுதினேன்.

எனது ஆய்வின் முக்கிய விஷயங்களைப் பேசும், அதிகம் பளுவான அத்தியாயங்கள் எவை என்பதை அறிவேன். அனைத்துக் கோணங்களில் இருந்து பார்த்தாலும் ஜரோகோவிலிருந்தும் உப்பரிகையிலிருந்தும் பார்த்தாலும் அவை வெளிப்படுத்தும் கருத்துகளும் நோக்கமும் புரிந்துகொள்ள முடிவதை உறுதிசெய்தேன்: பின்வாங்குதல் என்பது உயிரைக் காப்பாற்றிக் கொள்ளும் ஒரு உத்தி. மீண்டும் போரிடவும், மற்றொரு நாளில் வெற்றியை அடையவும் உயிர் வாழும் தந்திரம். ஒரு ஏய்ப்பு நடவடிக்கையாக அது இருக்கலாம்; உதவிப்படை வரும் வரையில் காத்திருக்கும் முயற்சியாக இருக்கலாம்; வேறொரு இடத்தில் உண்மையானத் தாக்குதல் நடக்கும்போது, இங்கு இந்தப் பக்கம் நடக்கும் திசைதிருப்பும் செயலாக இருக்கலாம். அல்லது வாலைச் சுருட்டி கால்களுக்கு இடையில் இடுக்கிக்கொண்டு, பின்வாங்கி, தப்பியோடுவது துரிதமாகவும் திறம்படவும் இருக்கும்வகையில் உடலையும் மனத்தையும் சீராக்கிக் கொள்வதுதான் உயிர் பிழைக்க ஒரே வழி என்ற மிக நெருக்கடியான சமயமாக இருக்கலாம்.

நினைவலைகளை எழுத என்னிடம் திட்டம் ஏதும் இல்லை. ஆனால் வெளிப்பட்ட மொழி எனக்கு அதிர்ச்சியை அளித்தது. அதை மாற்ற முயன்றேன்; சில நேரங்களில் எழுதிய பக்கங்களை ஒன்றன் பின் ஒன்றாகக் கிழித்து எறிந்தேன். ஆனால், இறுதியில் வேறுவழியில்லை என்று விட்டுவிட்டேன். என் மனம் இரட்டை நாக்குள்ள ஒரு சாதனம் என்பதை முதல்முறையாக உணர்ந்தேன். ஒருபுறம் உயர்வான மேவாரி மொழி பேசியது; பகுத்தாயவும், தர்க்கரீதியாகச் சிந்திக்கவும் உதவும் கண்டிப்பான, உணர்வு சார்பற்ற, கவனம் நிறைந்த மொழி அது; மறுபுறம், அரண்மனை ஹிஜிராக்கள், வேலைக்காரர்கள், பணிப்பெண்கள் ஆகியோர் பேசும் வண்ணமயமான, அழுத்தமும் கூர்மையும் நிறைந்த மொழியும், நீதிமன்ற மொழியும் இணைந்த ஒரு கலப்பு மொழியை பேசியது. உணர்ச்சியற்ற, கறாரான மொழியை நான் முயலவேண்டும்

என்று நினைக்கவில்லை. (அந்த வகையான நேர்மை போலியானது, புரிந்துகொள்ள முடியாதது என்பதை அதிகமாகவே அறிந்திருந்தேன்). ஆனால், இதுபோன்ற வலிமையான, தனிப்பட்டத் தொனியைக் கொண்டதாக எனது விவரிப்பு மொழி இருந்ததைக் கண்டு வியந்தேன்.

எந்தச் சந்தர்ப்பத்திலும் எப்படி ஆத்திரமூட்டினாலும் நான் கவனம் குலைந்துபோக மாட்டேன். அல்லது அப்படி கருதிக்கொண்டிருந்தேன். ஆனால், எனது ஆத்மாவுக்கு இங்கு தடைபோடவில்லை. எனினும், எனது வழக்கமான பழக்கத்தையும் எச்சரிக்கை முகமூடியையும் நிச்சயமாக காற்றில் வீசியெறிந்தேன். அனைத்தையும் சொல்லிக் கொண்டிருந்தேன்; கட்டுப்பாடுடன் எழுதிச் செல்வது பதிந்துபோன பழக்கமாக இருந்தாலும், அவ்வப்போது விலகினேன்; தந்தையையும் சேர்த்து, என்னையும் என் உறவினர்களையும் கடுமையாகச் சாடினேன். ஒரு விஷயத்தின் மீதோ அல்லது அனைத்து விஷயங்களின் மீதோ கருத்துத் தெரிவிப்பதில் இருந்த இதுபோன்ற வெளிப்படைத்தன்மையை, விருப்பத்தைப் பார்த்து எச்சரிக்கையடைந்தேன். இந்தத் திட்டத்தை கைவிட வேண்டுமா? என் கையைமீறிச் செல்கிறதா? ஆமாம் என்று ஒப்புக்கொள்ளத்தான் வேண்டும். ஆனால், அதைத் தணிக்கை செய்வது, ஏதோ ஆதாரத்திற்காக அதன் உள்ளடக்கத்தை மாற்றுவதற்கு ஒப்பாகும். நெறிமுறை சார்ந்து சரணர்களும் அவர்களைப் போன்றவர்களும் கடந்தகாலத்தை எழுதியது போன்று நானும் செய்துவிட்டேனோ என்றெண்ணி குற்றம் செய்ததுபோல் உணர்வேன். அத்துடன், முற்றிலும் எழுதாமலிருப்பது குறித்தும் சிந்தித்தேன். உண்மையைப் பேசுதல் என்பது நல்ல முழக்கம்தான்; எனினும் அதை நிஜவாழ்க்கையின் தாழ்வாரங்களில் அதனுடன் மோதக் கூடாது என்று நானும் கருதினேன். ஏனெனில் அது நமக்குத் தெளிவைத் தருவதில்லை; உறுதித்தன்மையும் உள்முகப் பார்வையும் நிறைந்த பண்பை அளிப்பதில்லை; அதற்குப் பதிலாக அது நம்மை ஆண்மை இல்லாதவர்கள் ஆக்கிவிட்டது. வறட்சியுடன் புன்னகைத்து, எழுத்தைத் தொடர்வதற்கு முடிவுசெய்தேன். ஒருவேளை எழுதுவதை நிறுத்துவதில் நான் அதிகம் மகிழ்ச்சியடைந்திருக்கலாம்.

அத்தியாயம் 28

கடவுளை எதிர்க்க, ஒரு கடவுளாக வேண்டும். (அல்லது கடவுள் என்பதுபோல் ஒரு முகமூடியாவது அணியவேண்டும்)

ஏழு மைல் தூரம் கோட்டைச் சுவர் மேல் நடந்துவிட்டு இரவு பதினோறு மணிக்கு அவன் திரும்பியபோது, குழலிசைப்போனின் கோவிலில் அவன் மனைவி அமர்ந்திருப்பதைப் பார்த்தான். மாளிகை பக்கம் திரும்பினான். ஆனால் அவளைப் பற்றிய ஏதோ ஒன்று அவனைத் திரும்பிப்போக வைத்தது. அவள் அசையாமல், கண்களை மூடி அமர்ந்திருந்தாள். அவள் இப்படி இருப்பது அசாதாரணமானது. அவளது பாதம் மட்டுமல்ல, காக்ராவும், அதன் மடிப்புகளும் எப்போதும் ஓய்வாக இருப்பதில்லை என்று அவளைப் பற்றிய கதைகளில் ஒன்று பேசுகிறது.. அவளது முகபாவம் விசித்திரமாகத் தோன்றியது. எதனாலென்று அவனுக்கு விளங்கவில்லை. ஆனால், மகிழ்ச்சியும், பரவசமும் நிறைந்த அமைதி என்று கூறமுடியும். இனி அவள் இந்த உலகத்தைச் சேர்ந்தவள் அல்ல.

அங்கிருந்த ஒற்றை விளக்கிலிருந்து வெளிப்பட்ட ஒளி அவள் முகத்தில் மாய ஜாலங்களை ஏற்படுத்திக் கொண்டிருந்தது. அவள் அருகில் நெருங்கிச் சென்றான். அவளிடமிருந்து ஒளிவீசிக் கொண்டிருந்தது. மூடியிருந்த அவளது கண்களில் இருந்தல்ல; அவள் உடல் முழுவதிலுமிருந்தும். அவளுக்குள் அது சுடராய் எரிந்தது. அவளை ஊடுருவிப் பார்க்க முடிந்தது. அவன் பார்த்ததற்கு அல்லது பார்க்காததற்கு நம்பகத்தன்மை அளிப்பதால் எந்த வேறுபாடும் ஏற்படப் போவதில்லை என்பதை உணர்ந்தான். அவளை எதுவும் தொட முடியாது.

அவள் ஒரு வட்டம் மற்றும் ஒரு முழுமை. மற்றவை அனைத்தும் ஒன்றுமற்றவை. புரிந்துகொள்ள முடியாத ஏதோ ஒன்றுடன் அவள் ஐக்கியமாகி இருக்கிறாள். தெய்வீகம் தீண்டியவர் மட்டுமே இவ்வாறு உணர்வற்று, சுயத்துக்குள் அமிழ்ந்தவர்களாகத் தோன்றுவார்கள். அவள் எதைப் பற்றிச் சிந்திக்கிறாள்? மடத்தனமான கேள்வி. அவள் சிந்தனைக்கு அப்பாற்பட்டவள். அவள் என்ற உயிரின் மையத்திலிருக்கும் புதிருக்குள் அவனால் என்றும் ஊடுருவ முடியாது. ஆனால், இயல்கடந்த அனுபவத்தின் இயல்பு அதுதான். இருவருக்கு இடையிலான நேரிடை உறவு. உலகின் பிற அனைத்தும் கட்டாயத்தால் மூடப்பட்டன. துறவியின் உலகம் என்பது சாராம்சத்தில் நித்தியமானது என்றே வெளியார் எண்ணுகிறார்கள். ஆனால், முக்கியமான ஒன்றை அந்த எண்ணம் தவறவிட்டுவிட்டது. அவளுக்கு வெளியுலகம் என்பதே இல்லை.

அவனுக்கு விசித்திரமான ஆசை ஒன்று தோன்றியது. கைகளைக் குவித்து அவளிடமிருந்து வெளிப்படும் ஒளியைப் பிடிக்க விரும்பினான்.

* * *

அன்றிரவு நள்ளிரவில் ஆடைகளைக் களைந்துவிட்டு ஆளுயர நிலைக் கண்ணாடியின் முன் நின்றான். அகலமான கிண்ணம் ஒன்றில் நீலச்சாயம். அதில் இரண்டு குவளை நீரை ஊற்றி கவனமாக நன்றாகக் கலக்கினான். அறையின் மத்தியில் நான்கு சாக்குப்பைகளை விரித்தான். தரையையோ அல்லது சுவரையோ கறையாக்கிவிடாமல், கவனமாக இருக்கவேண்டும். வாங்கியிருந்த அடர்த்தியான தூரிகையின் குச்சங்களை கிண்ணத்தின் உட்புறம் வளைவான பக்கங்களின் இலேசாக அழுத்தி, அதிகப்படியான நீரை வடித்தான். கண்ணாடியின் முன் நின்று எவ்வித ஆர்வமும் இன்றி தன் உருவத்தைப் பார்த்தான். சாயத்தை உடலில் பூசத் தொடங்கினான். நீரின் குளிர்ச்சியா அல்லது தோலின் மீது தடவப்பட்ட நீலச்சாயத்தின் உணர்வா? ஒரு நடிகன் ஒப்பனை செய்து கொள்வதுபோல் உணர்ந்தான். மெதுவாகச் செய்யவேண்டிய வேலை. அவனுக்கு அவசரம் ஏதுமில்லை. சரியாகச் செய்யவேண்டும். அக்குளில், காதுகளுக்குப் பின்புறம், தொடைகளுக்கு உட்புறம், கவட்டையில், எலும்பு துருத்தும் பகுதிகள், ஏற்றமும் இறக்கமுமாக இருக்கும் முதுகுப்புறம், என்று எல்லா இடத்திலும் தடவவேண்டும்; தோலின் சிறு துளி நிறமும் அல்லது கீற்றும் அவன் கண்களில் இருந்து தப்பிவிடக்கூடாது.

கண்ணாடியில் ஒருமுறை சரிபார்த்துக் கொண்டான். சுண்டுவிரலுக்கும் அடுத்த விரலுக்குமிடையில் அவனது வெண்ணிறத் தோல் தெரிந்தது. அந்த இடத்தில் கொஞ்சம் தடவினான், நிறம் மறைந்தது. திரும்பி நின்று பார்த்துக் கொண்டான். வலது தோள்பட்டைக்குக் கீழே மூன்று விலா எலும்புகளில் தடவுவது மிகவும் சிரமமாக இருந்தது. கொஞ்சம் முயற்சி எடுத்து பரவலாகத் தடவியதும் பலன் கிடைத்தது. பத்து நிமிடங்களுக்கு அப்படியே நின்றிருந்தான். வண்ணம் உலர்ந்துவிட்டது. எனினும் அவன் அதை உறுதிசெய்து கொண்டான். மஞ்சள் வண்ண பட்டுப் பீதாம்பரம் ஒன்றை எடுத்து உடுத்திக் கொண்டான். விலையுயர்ந்தது. மென்மையாகவும் அடக்கமாகவும் இருந்தது. சிறந்த கைவேலைப்பாடு நிறைந்த தங்கத்தாலான இடுப்பு ஆபரணம் அணிந்தான். சிகையை கவனமாக ஒன்று சேர்த்து தலைப்பட்டைக்குள் அடக்கினான்; மயிலிறகு ஒன்றை நெற்றி மத்தியிலிருந்து சற்றே விலகினாற்போல் வலது கண்ணிற்கு மேல் செருகினான். இறுதியாக கண்ணாடியில் ஒருமுறை பார்த்துக் கொண்டான். ராஜா புராஜி கிக்காவின் படைவீரன் அன்பளிப்பாகக் கொடுத்தப் புல்லாங்குழலை எடுத்துக்கொண்டு அறையைவிட்டு வெளியேறினான்.

அவளது அறைக்கதவை அவளுக்குத் தெரியாமல் மெதுவாகத் திறந்தான். அவள் தூங்கிக் கொண்டிருந்தாள். குழலை மென்மையாக வாசித்தான். அவன் மனத்தில் ராகமோ அல்லது சுருதியோ ஏதுமில்லை. ஆனால், ஸ்வரங்கள் சிரமமின்றி வெளிவந்தன. இதயம், ஆன்மா, மனம், குழல் அனைத்தும் ஒன்றாக இசைந்திருந்தன. அவன் தொடர்ந்து வாசித்துக்கொண்டிருந்தான். மூங்கிலிலிருந்து வெளிவந்த ஒலி, ஆழ்ந்த, முழுமையான, அற்புதமான பக்குவத்துடன் இருந்தது. ஊதுபத்தியிலிருந்து வெளியேறும் புகைபோல் இசை வெளிப்பட்டது. அந்தப் புகைவரிகள் எழுவதையும், அசைவதையும், வளையம்போல் சுழல்வதையும் அவனால் பார்க்கமுடிந்தது. அரை விழிப்பில் திரும்பிப் படுத்தவள் மீண்டும் தூக்கத்தில் ஆழ்ந்தாள். ஸ்வரங்கள் அவள் ஆழ்மனத்திற்குள் புகுவது போலும் வெளியேறுவதும் போலும் தோன்றின. மல்லாந்து படுத்தவள், தனது துப்பட்டாவால் முகத்தை மூடிக்கொண்டாள். அவன் வாசித்தப் பாடல் அவள் உதடுகளைப் பிரித்தது, ஓர் அலட்சியப் புன்னகை வெளிப்பட்டது. அவள் விழித்துக்கொண்டுவிட்டாள். குறும்புத்தனமான புன்னகை அவள் கண்களைச் சுற்றி படர்ந்தது; ஆனால் அவற்றை அவள் திறக்கவில்லை.

'இங்கு "நான்" இல்லை. உன்னுடைய மற்றப் பெண்களைத் தேடிச்செல்ல விரும்பினால் போகலாம். சுரத்திலும் வயிற்றுப்போக்கிலும் படுத்திருந்தேன்; உடலுக்குள் மிச்சம் ஏதும் இருந்துவிடக் கூடாது என்பதுபோல் தொடர்ந்து வாந்தியெடுத்தேன். ஆனால், என்னைப் பார்க்க உனக்கு நேரமே கிடைக்கவில்லை. தயவுசெய்து எனக்கு ஒரு உபகாரம் செய். பிரபஞ்சத்து விஷயம், ராஜ்ஜிய விவகாரம், அல்லது வேறு ஏதோ காரணம் என்று என்னிடம் எதையும் சொல்லாதே. அவை பெரிய விஷயமே இல்லை. சொல்லப்போனால் ஒன்றுமேயில்லை. நான் மரணப் படுக்கையில் இருந்தேன். எல்லோரும் கைவிரித்துவிட்டார்கள். ஆனால், அவருக்கு என்னை எப்படிப் பார்த்துக் கொள்ளவேண்டும் என்பது தெரிந்திருந்தது. பாவம், எனது அன்பான கணவர். இரவும் பகலும் என்னைப் பார்த்துக்கொண்டார். படுக்கையையும், கழிவுகளையும் சுத்தம்செய்தார். படுக்கை அருகேயிருந்து அவர் நகரவேயில்லை, ஒரு நிமிடமும் தூங்காமல் பார்த்துக்கொண்டார். ஆனால், அதைப் பற்றிப் பேச என்ன இருக்கிறது, அப்படித்தானே? நான் இறந்திருக்க வேண்டும். ஆனால், நான்தான் இறக்கவில்லையே என்று நீ சொல்லப்போகிறாய்?

'அப்புறம், நீ இப்படி அலட்டிக் கொள்ளவேண்டிய தேவை என்ன? தயவுசெய்து இங்கு நாடகம் போட வேண்டாம். இங்கே இருக்கும் நாங்கள் ஒழுக்கம் நிறைந்த நாகரீக மனிதர்கள்; நீ செய்தது முற்றிலும் சரிதான். இன்றுடன் அனைத்தையும் நிறுத்திக்கொள்வோம். பல மணி நேரங்களை நல்லவிதமாக கழித்திருக்கிறோம்; சில அற்புதமான தருணங்களும் அதில் உண்டு. ஆனால், அனைத்தும் முடிவுக்கு

வந்துவிட்டன. இப்போது நீ உன் வழியில் செல்லலாம்; நான் என் வழியைப் பார்த்துக் கொள்கிறேன். நாம் இருவரும் இனிமேல் சந்திப்பது என்பது இல்லை.'

புல்லாங்குழலை இடுப்பில் செருகிக்கொண்டு வாசலை நோக்கி நடக்கத் தொடங்கினான். அவள் தனது வழக்கமான திடீர்க் கோபத்தின் முனைப்பில் இருந்தாள். எந்த நேரத்திலும் தன்மீது ஏதாவது பொருள் விழக்கூடும் என்று அவன் எதிர்பார்த்தான்.

'நான் பேசுவது உனக்குக் கேட்கவில்லையா? ஏன் ஒன்றும் பேசாமல் நிற்கிறாய்? உன் செயலை நியாயப்படுத்தி ஏதாவது பேசுவாயே; அதில் ஒன்றுகூட உண்மையில்லை என்றாலும் பரவாயில்லை, பேசு. உனக்கு இது அவமானமாகத் தோன்றவில்லையா? மனிதாபிமானமே உனக்குத் துளியும் இல்லையா? புதிது புதிதாக ஏதாவது கதைகளைக் கண்டுபிடிப்பாய்; அவற்றை நான் நம்பவேண்டும் என்கிறாயா? எல்லாவற்றையும் மறந்துவிடு. உன்னுடன் எனக்கு அனைத்தும் ஒரேயடியாக முடிந்துவிட்டன.'

அவன் பின்னால் அவள் ஓடிவந்தபோது அவன் கதவுக்கு வெளியிலிருந்தான்.

'என்னைக் கட்டிப்பிடித்துக் கொள், கட்டிக்கொள், ஒரு வார்த்தையும் பேசவேண்டாம்'.

அடுத்த நாள், இரவு எட்டுமணிக்கு, மீண்டும் நிலைக்கண்ணாடியின் முன் அவன் நிர்வாணமாக நின்றிருந்தான். ஆறு மணிக்கே கரி போன்ற இருள். தன் உடலின் மீது நீலச் சாயத்தைப் பூசத் தொடங்கினான்

* * *

'அதன் மீது ஏறி நில்'

அவள் எதைச் சொல்கிறாள் என்று அவனுக்கு உறுதியாகத் தெரியவில்லை'.

'முட்டாளே, நகர். நான் இரவு முழுவதும் காத்திருக்க முடியாது. சரி, வாசிப்பதை ஏன் நிறுத்திவிட்டாய்?'

எப்போதும்போல் விளக்கு எதையும் அவள் ஏற்றியிருக்கவில்லை. தரமான தங்கத்தாலான பெரிய தட்டின் விளிம்பில் அவன் கால் பட்டது. தன்னை நிதானப்படுத்திக் கொண்டான். பில் இனத்தவன் அளித்தக் குழலை எடுத்தான். தங்கத்தாலான லோட்டாவையும் பெரிய கெண்டியையும் அவள் எடுத்துவந்தாள்.

'உனக்கு என்ன ஆயிற்று இன்றைக்கு? புல்லாங்குழல் வாசிக்கும்போது வழக்கமாக எப்படி நீ நிற்பாய் என்பது உனக்கு மறந்துவிட்டதா என்ன?'

அவன் வேகமாக, வலது பாதத்தை இடது பாதத்தின்மீது குறுக்காக வைத்துக்கொண்டான். நீரூற்றி அவன் பாதத்தைக் கழுவத்தொடங்கினாள். அவனுக்குப் பீதி ஏற்பட்டது. இதயம் பயங்கரமாக அடித்துக்கொண்டது. சரி, விளையாட்டு முடிந்துவிட்டது என்று தனக்குள் சொல்லிக்கொண்டான். இடது பாதத்திலிருந்து நீலச்சாயம் கரைந்து ஓடுவதை ஒருவித மயக்கத்துடன் பார்த்தான்.

'இப்போது வலதுபாதம். ஜாக்கிரதை, தடுமாறி விழுந்துவிடாதே. உன் இடுப்பு எலும்பு விலகிப்போனால், எனக்குக் கவலையில்லை' என்றவாறு நிமிர்ந்து அவனைப் பார்த்துச் சிரித்தாள். 'ஆனால், என் கழுத்து முறிந்துபோவதை நான் விரும்பவில்லை'.

அவன் யார் என்பது உண்மையில் அவளுக்குத் தெரியாதா? அவள் அவனை இந்த விளையாட்டில் இழுத்துவிட்டாளா? அல்லது அவனா? அல்லது இவை அனைத்துமே கற்பனையான, இருவருமே பங்கேற்க முடிவு செய்துவிட்ட புதிரான நாடகக் காட்சியா? நிச்சயம். நிச்சயம், அவளுக்குத் தெரியும்.

'காலை வெளியில் எடு' என்றவள் தன் முந்தானையால் பாதங்களைத் துடைத்தாள். 'காலையில், இந்தப் புனித நீரை துளசிச் செடியில் ஊற்றுவேன். அவள் மகிழ்ந்துபோவாள். வசந்தகாலம் போல் மலர்வாள்.' அவன் பாதத்தின்மேல் தலையை வைத்தவள், அவன் கணுக்கால்களை இறுகப் பற்றியவாறு உடலைத் தரையில் கிடத்தினாள். 'இறைவா, என்னை ஆசீர்வதியுங்கள். உங்களுக்குத் தகுதியானவள் என்று என்னை எண்ணிக்கொள்ளும் துணிவு எனக்கு என்றைக்கும் இருந்ததில்லை. உங்களது அன்பிற்குரியவளாக நீங்கள் என்னைத் தேர்ந்தெடுப்பீர்கள் என்று கனவிலும் நினைத்ததில்லை. இவை அனைத்தும் கனவா?' அவள் தனது தலையை உயர்த்தி அவனைப் பெரும் மரியாதையுடன் பார்த்தாள். 'நீ உண்மையா என்று உன்னைக் கிள்ளிப் பார்க்கிறேன்'. வலது கையை உயர்த்தி, அவன் குதிகால் சதையை விரல் நகத்தால் கீறினாள். வலியால் அவன் கத்தியதும் விரலை எடுத்துக்கொண்டாள். 'வலிக்கிறதா?' உண்மையான வியப்புடன் அவள் பார்த்தாள். 'அதிசயம்! அப்போது, உண்மையிலேயே நீ நிஜம்தான். ராதாவிற்காகவோ, வேறு யாருக்காகவோ என்னை விட்டுச் செல்லக்கூடாது என்று உனக்கு இது பாடமாக இருக்கட்டும்'.

அவன் தலையிலிருந்து மயிலிறகை அவள் பிடுங்கினாள். அடுத்தது என்ன, என்று வியந்தான். அறிந்துகொள்ள நீண்டநேரம் அவன்

காத்திருக்கத் தேவை எழவில்லை. மென்மையாக, அவளது துப்பட்டா நெய்யப்பட்டிருந்த டாக்கா மல்மல் போல், தொட்டறியமுடியாத காற்றுபோல் மென்மையாக இருந்தது; உண்மையில் அரிதான தென்றல் காற்றின் தீண்டுதலாகவும் கண்ணில் தெரியா நீரோட்டமுமாகவும் இருந்தது; நிச்சயம் இறகு போலில்லை. இதைக் காட்டிலும் தசையைக் கொத்தியிழுக்கும் இரும்பு வாரியின் கூர்மையான முனைகளை விரும்பியிருப்பான். அவனது தாக்குப்பிடிக்கும் சக்தியின் எல்லையைச் சோதிக்கும் மூச்சுத் திணறவைக்கும், தாளமுடியா அரவணைப்பு. விநோதமான சித்திரவதை அது. கடவுளின் அனுக்கிரஹம் அவனுக்குக் கிடைத்து விட்டதா என்று உறுதியாகத் தெரியவில்லை. ஆனால், அவனுக்குள் ஒரு சக்தியை எழுச்சி பெறச்செய்தது; அவனது தோலுக்குள் புகுந்து, பரவியது. அவனை நொறுக்கி, கட்டுக்கடங்காதவனாக்கியது. காலரா சமயத்தில் மயில்கள் நடத்திய கட்டுக்கடங்கா இனப்பெருக்கச் செயல்களுக்கும், இன்றைக்கு அவை அவன் உடலின்மீது நடத்திய பரவசமான நடனத்திற்கும் இடையிலான முரணை எப்படி அவன் சரிசெய்யப் போகிறான்?

சில நேரங்களில் மதிய உணவிற்குப் பின் அவர்கள் சீட்டு விளையாடுவார்கள்; அல்லது கட்டங்கள் பல வண்ணங்களில் வரையப்பட்டிருக்கும் கெட்டியான ‘செக்கர்ஸ்’ விளையாட்டுத் துணியை மம்தா எடுத்துவருவாள்; கம்பளம்போல் அதை விரிப்பாள். பந்தயம் ஏதும் வைக்காமல் விளையாடுவதையே இளவரசன் விரும்புவான். ஆனால், அவன் மனைவி பணம் வைப்பதை வலியுறுத்துவாள். அப்போதுதான் விளையாட்டு வேடிக்கையும் கிளர்ச்சியும் தருவதாக இருக்கும் என்பாள். ஜோடிகள் பற்றி அவர்கள் பேசவே இல்லை; குலுக்கல் போட்டு முடிவெடுக்கவும் இல்லை; ஆனால், அவர்கள் கும்பல்கார்க் வந்து சேர்ந்த உடனேயே அது முடிவாகிவிட்டது. மகராஜ் குமாருக்கும் மம்தாவிற்கும் எதிரான கூட்டாளிகளாக இளவரசியும் மங்களும் என்று முடிவானது. நாட்கள் செல்லச் செல்ல ஒன்று தெளிவாகிவிட்டது. இவர்கள் மூவரையும் இளவரசி தனது திறமையாலும் தந்திரத்தாலும் வென்றுவிட்டாள். ஆட்டத்தில் முன்னேறுவதற்காக அவள் திறமையுடன் கையாண்ட வழிகள், பலருக்கும் தெரியாதவை; ஆதாயத்திற்காக ஏமாற்று வழிகள், திருட்டுத் தனங்கள் அத்தனையும் செய்வாள்; அவற்றின் ஊடாக அப்போதெல்லாம், இளந் துறவியின் கள்ளமற்ற தன்மை, மெருகேற்றப்பட்ட கவசமாகப் பிரகாசித்தது.

அவளது பொய்ப்பேச்சுகளின் தீவிரம் எல்லைமீறும் போதும், அவள் விரல்கள் தந்திரமாக வேலைசெய்யும்போது கையும் களவுமாகப் பிடிபடும்போதும் ஆத்திரத்துடன் அவள் கத்துவாள்; அதைக் கிரகித்துப் புரிந்துகொள்வது சிரமமானது. தீராத அவளது அழகைப்போலவே அவள்

பேராசையும் பெரிது. சீட்டுகளை அவள் மோசமாக கையாண்டிருக்கலாம். பகடை வீசிய கடைசி நான்கு மணி நேரத்தில், ஒன்றும் ஒன்றுமாக விழுந்து, ஆட்ட நிலைமை அவளுக்குச் சாதகமாக இல்லாமல் இருந்திருக்கலாம். எனினும், எப்படியோ, மற்றவர்களை முந்திநிற்கும் சாமர்த்தியம் கொண்டவள். வழக்கமான தந்திரமாக, எப்போதும் மற்றவர்களைத் திசைதிருப்பும் உத்தியைப் பின்பற்றுவாள்: துப்பட்டாவைக் கீழே போடுவாள், காது வளையத்தின் திருகு, சப்தமாக கீழே விழும், அல்லது அவள் கண்களில் ஏதோ ஒன்று விழுந்துவிடும்; தயவு செய்து கையிலிருக்கும் கைக்குட்டையால் யாராவது அதை வெளியில் எடுங்களேன் என்பாள். அவள் துப்பட்டாவை சரிசெய்து கொண்ட பின், தங்கத் திருகாணியைத் தேடி எடுத்தப் பின், இமைக்கும் கண்ணுக்கும் இடையில் புதைந்திருந்த தூசியை யாராவது நீக்கிய பின் பார்த்தால், விளையாட்டின் போக்கும், தன்மையும் நினைத்துப் பார்க்கமுடியாத அளவுக்கு மாறிப் போயிருக்கும்.

பந்தயத்தை வெல்லும் அளவுக்கு கையிலிருக்கும் சீட்டுகளின் புள்ளிகள் உயர்ந்திருக்கும்; 'செக்கர்ஸ்' விளையாட்டுக் காய்களும் மற்றவர்களை முந்தி அமர்ந்திருக்கும். சூழ்ச்சிகள் எதுவும் வேலை செய்யவில்லை; எல்லாம் கைமீறிவிட்ட நிலை; அப்போது அவளுக்குத் திடீரென்று விக்கல் வந்துவிடும்; அல்லது பெரும் தும்மல். கட்டங்களால் நிறைந்திருக்கும் அந்தத் துணியில் உள்ள காய்கள் எதிர்பாராத விதமாக சிதறடிக்கப்படும்.

'இந்த ஈ சுத்த மோசம். விளையாடத் தொடங்கியதிலிருந்தே என்னைத் தொந்தரவு செய்கிறது' என்று சொல்லியவாறு தன் மார்பில் அவள் தட்டிக் கொண்டாள்.

முன்பக்கம் சாய்ந்த மகராஜ் குமார் அவள் கையை இறுகப்பிடித்தான். அவன் முஷ்டியின் ஒரு பக்கம் அவள் மார்பகத்தில் இடித்தது.

'உங்களைக் கெஞ்சிக் கேட்டுக்கொள்கிறேன், இளவரசே, என்ன செய்கிறீர்கள்?'

'அந்த ஈயைப் பிடிக்க உனக்கு உதவுகிறேன்' அவள் கையை அவன் திருகினான். அவள் மேலுதட்டில் வியர்வைத் துளிகள் அரும்பின.

'இளவரசே, கையை விடுங்கள்'

'என்னை அந்த ஈயைப் பிடிக்கவிட்டால், உன் கையை விட்டுவிடுகிறேன்.' எலும்புகள் உராயும் சப்தம் ஒரு மைல் தூரத்திற்குக் கேட்கும்படி அவள் கை எலும்புகளை முறுக்கினான். வலியிலும் கோபத்திலும் அவள் கண்கள் பனித்தன. ஆனாலும், மூடிய கையை

அவள் திறக்கவே இல்லை. மங்களும் அவன் மனைவியும் அந்தக் குடும்பம் போட்டுக்கொண்டிருந்த அற்பச் சண்டையை எச்சரிக்கையுடன் பார்த்தனர். மகராஜ் குமார் இவ்வளவு பிடிவாதமாக இருந்து அவர்கள் பார்த்ததில்லை. அவளுக்கு வலி உண்டாக்குகிறான் என்பது மட்டும் வெளிப்படையாகத் தெரிந்தது.

அவளது மார்பகம் மென்மையாக அடித்துக்கொள்வதைப் புறங்கையால் உணர முடிந்தது; எனில், நிச்சயமாக, அவளது அறைக்கு வந்த இரவு விருந்தாளியை அவளால் அடையாளம் கண்டிருக்கமுடியும். சில கணங்களுக்குமுன் பரஸ்பரம் தங்களைக் கட்டிப்பிடித்திருந்த ஜோடிகள், போலியான மறதியுடன் இயல்பாக இருப்பதுபோல் பாசாங்கு செய்வதும், மனிதகுலத்தின் ஆகச் சிறந்த போலித்தனமாக அவனுக்குத் தோன்றும்.

அவள் கரத்திலிருந்து சீட்டு ஒன்று விழுந்தது. அதை விரைந்து எடுத்த மங்கள், அசல் காகிதத்தினால் ஆனதா அல்லது தனது கண்கள் ஏதாவது தந்திரம் செய்கிறதா எனப் பார்த்தான். கணவனும், மனைவியும், மகராஜ் குமாரும் விழுந்துவிழுந்து சிரித்தனர். ஆனால், இளவரசி விளையாட்டாக எடுத்துக்கொள்ளவில்லை.

'இளவரசே அந்தச் சீட்டை என் கையில் நீங்கள்தான் வைத்தீர்கள். மிகமோசமான ஏமாற்றுக்காரர் நீங்கள்'

சீட்டுகளை வீசியெறிந்த இளவரசி, கால்களை உதைத்து நடந்தவாறு அறையைவிட்டு வெளியேறினாள். பின்னாடியே ஓடிய மம்தா, பெரும் கெஞ்சலுக்கும் சமாதானத்திற்கும் பிறகு அவளைத் திரும்ப அழைத்துவந்தாள். விளையாட்டு மீண்டும் தொடங்கியது. அந்தச் சின்னத் திசை திருப்பல், அவளது சீட்டுகளின் தரத்தைப் பெருமளவிற்கு அதிகரித்துவிட்டது.

அத்தியாயம் 29

சித்தோரிலிருந்தும் ராஜ்ஜியத்தின் பிற பகுதிகளிலிருந்தும் வந்த செய்திகள் கலவையாக இருந்தன. சென்ற ஆண்டில் பருவகாலம் பிறழ்ந்துவிட்டது. காலம் மாறிப் பெய்த மழை பயிர்களை அழித்துவிட்டது. பொருளாதாரம் மோசமாக இருந்தது. நாட்டில் பெரும் மந்த நிலை நிலவியது. விதைகள் வாங்க விவசாயிகளுக்குப் பணம் தேவை. ஆனால், நாட்டின் கருவூலம் ஏறத்தாழ காலியாகிவிட்டது. நிதியமைச்சர் ஆதிநாத்ஜியால் எந்தக் கடனும் கொடுக்க முடியாத நிலை. இந்தச் சூழ்நிலையில் உலகத்திலிருக்கும் பெரும்பாலான மன்னர்கள் என்ன செய்வார்களோ அதையே தந்தையும் செய்தார்: அண்டை நாட்டவர்களின் நிலங்களை ஆக்கிரமித்தார். கொள்ளையடித்தார், சூறையாடினார். சாத்தியமான இடங்களில் பிரதேசத்தை இணைத்துக் கொண்டார்.

மால்வாவைத் தாக்குவதா, டில்லியா? இரு சுல்தான்களுக்கு இடையில் யாரைத் தெரிவு செய்வது? வழக்கம்போல், தந்தை சாதக பாதகங்களை நிறுத்துப் பார்த்துப் புத்திசாலித்தனமாக முடிவெடுத்தார். டில்லி சுல்தானை தேர்ந்தெடுத்தார். டில்லியும் மால்வாவும் தங்களது ஆற்றலையும் வீரியத்தையும் இழந்து அவர்களது காலத்தின் இறுதியில் இருந்தனர். டில்லியின் இப்ராஹிம் லோடியிடமும் மால்வாவின் மகமது கல்ஜியிடமும் திட்டங்கள் ஏதுமில்லை. மேற்குடி பிரபுக்களையும் நிலப்பிரபுக்களையும் அவர்களால் கட்டுப்படுத்த இயலவில்லை. மால்வாவை எளிதாகக் கைப்பற்றியிருக்க முடியும். எளிதாக வெல்லக் கூடிய நிலையில் இருந்தது. ஆனால், மகமது கல்ஜியிடம் பிரதம அமைச்சர் ஒருவர் இருந்தார்; அவர் மீது சுல்தானுக்கு நம்பிக்கை கிடையாது. ஆனால், அவர் ஒரு ராஜபுத்திரர் என்பதுடன் மிகுந்த திறமைசாலி. அவர் பெயர் மெதினி ராய். திரும்பத் திரும்ப நான் கூறியதுபோல் அவருக்கு முந்தையவர்கள் போலன்றி, தந்தையின் மேலான திறமை இங்குதான் இருந்தது. ராஜபுத்திரர்களுடன் யுத்தம் செய்வது ஒருபுறம் இருக்கட்டும்; விரோதமான செயல்கள் எதிலும் அவர் இறங்கவில்லை. விளைவாக, கடந்த சில மாதங்களில் டில்லி சுல்தான் லோடியின் பெரும் நிலப்பகுதிகளை ராணா சங்கா கைப்பற்றிவிட்டார் என்று செய்திகள் வந்துகொண்டிருந்தன.

சுல்தான் எதையும் அதிகமாக சந்தேகிப்பவன். தனது ராஜ்ஜியத்தில் உயர்பதவியில் இருக்கும் ஏறத்தாழ அனைவரையும் தனது எதிரியாகக் கருதுபவன்: யார் மீதெல்லாம் அவனுக்குச் சந்தேகம் விழுகிறதோ அவர்கள் இவனுக்கு எதிராக முயற்சிக்கிறார்கள் என்று நினைப்பவன். அவனால் பாதிக்கப்பட்டவர்கள் நிலங்களையும் குடும்பங்களையும் தலைகளையும் இழந்தனர். ஆனால், பழிவாங்கும் சுல்தானும் மிக அதிக அளவில் விலை கொடுத்தான். குடும்பத்தில் அவனுக்கு இருந்த ஆதரவு

ஆட்டம் கண்டது. அவனது சந்தேகங்கள் அனைத்தும் உண்மையாகி விட்டன. நமக்குப் பாதுகாப்பில்லை என்ற நச்செண்ணம் அவனது ஆன்மாவைத் தின்றுவிட்டது.

'நம்பிக்கை நம்பிக்கையைப் பெருக்குகிறது' என்ற கூற்றைப் பாதியளவுக்கு நம்பலாம். எனில், அதன் தலைகீழ்நிலையும் உண்மையாகத்தான் இருக்கவேண்டும். தந்தையின் சூறையாடல்களை இப்ராஹிம் லோடி கண்டு கொள்ளவில்லை என்றால், அதற்குக் காரணம் அண்டை மாகாணங்களில் அவனது உப தலைவர்களின் தொடர்ச்சியான கிளர்ச்சிகளை ஒடுக்குவதில் அவன் தீவிரமாக ஈடுபட்டிருந்தான். தன் நாட்டிலேயே, தனது அரியணைக்கு ஏற்பட்ட அச்சுறுத்தல்களை ஒருவழியாக அவன் அடக்கினான்; குறைந்தபட்சம் தற்காலிகமாக அடக்கிவைத்தான். இறுதியில் ராணாவை எதிர்கொள்ள பெரும் வேகத்தில் பயணித்தான்.

தந்தை வெளியூரில் இருக்கும் நாட்களில் சித்தோரின் ஆளுநராக விக்கிரமாதித்தனை நியமிக்கும்படி அவர் புறப்படும் நாள் வரை, ராணி கர்மாவதி தந்தையைத் தொந்தரவு செய்துகொண்டே இருந்தார். ஆனால், தந்தை அசையவில்லை. எனது இளைய சகோதரன் ரத்தனை ஆளுநராக நியமித்தவர், விக்கிரமாதித்தனைத் தன்னுடன் போர்முனைக்கு அழைத்துச் சென்றார். தந்தையின் ஆதரவு பெற்றவர் என்ற நிலையிலிருந்த கர்மாவதி வீழ்ந்துவிட்டார்; ரத்தன் அரியணையின் வாரிசாகப் பேணி வளர்க்கப்படுகிறார் என்று அரசவை வட்டாரங்களில் வதந்திகள் உலவ ஆரம்பித்துவிட்டன. தந்தைக்குப் பிறகு ரத்தன் அரியணை ஏறுவான் என்பது நல்ல திருப்பம்தான். ஆனால், ராணியின் அதிகாரத்தையும் செல்வாக்கையும் குறைத்து மதிப்பிட முடியாது; அது குறுகிய பார்வை. விக்கிரமாதித்தனைத் தன்னுடன் தந்தை அழைத்துச் சென்றதற்குக் காரணம், சித்தோரின் விஷமத்தனங்களில் இருந்து அவனை விலக்கி வைக்கலாம்; அத்துடன், உண்மையான யுத்தத்தின் அனுபவம் அவனுக்குக் கிடைக்கச் செய்யவேண்டும் என்பதும் நிச்சயமான காரணமாக இருக்கும். (மங்களின் ஆட்கள், இதையொட்டி செய்தி அனுப்பியிருந்தார்கள். ஒப்பந்தத்தின் நிபந்தனைகள் என்ன என்று யாருக்கும் தெரியாது; எனினும், தந்தை அளித்த சில வாக்குறுதிகளின் அடிப்படையில் தான் ராணி விட்டுக்கொடுத்திருக்கிறார். பாதுகாப்பாக இரண்டு விஷயங்களை மட்டுமே நான் உறுதிப்படுத்த முடியும். ஒன்று, அரியணை வாரிசான என்னுடைய வழக்குப் பேசப்படவில்லை; இரண்டு, அந்த உடன்படிக்கையின் சாரம் என்ன என்பதை உரிய நேரத்தில் நாங்கள் கண்டுபிடிக்க வேண்டும்).

ஹராவதியின் எல்லையிலிருந்த காடோலி என்ற கிராமத்தின் அருகில் டில்லி மற்றும் மேவாரின் படைகள் ஒன்றோடொன்று மோதின.

போர் ஐந்து மணி நேரம் நடந்தது. இறுதியில் வீரத்தின் சிறந்த பகுதி தப்பித்து ஓடுவதுதான் என்று டில்லிப் படை முடிவெடுத்தது; பின்வாங்கி ஓடியது. லோடி இளவரசன் ஒருவனை தந்தை புத்திசாலித்தனமாக சிறைபிடித்தார். . சுல்தான் பெருந்தொகை ஒன்றைக் கொடுத்ததும் அவன் விடுவிக்கப்பட்டான். ஆண்டின் மிச்சமிருக்கும் நாட்களில் மேவார் விருந்து சாப்பிட முடியாது என்றாலும், குறைந்தபட்சம் அவ்வப்போது ஏதாவது சாப்பிட முடியும் என்பதை அத்தொகை உறுதிசெய்தது.

* * *

ஷஃபியின் நூலுக்கு இருநூற்றேழு பக்கம் முன்னுரை எழுதுகிறேன். அதற்கு இப்போது இறுதிவடிவம் கொடுத்துக்கொண்டிருந்தேன். கதவைத் தட்டும் சப்தம். தட்டிய பணியாளர், அவனோ அல்லது அவளோ, வாழ்க்கையிலே கேட்டிராத கோபக்குரலை கேட்கவிருக்கிறார்கள்.

'உள்ளே வரலாம்' கதவு திறந்தது. 'அப்படி என்ன...'

என் மனைவி. ஒரு குளியலுக்குப்பின் முற்றிலும் புதியவளாய் நின்றாள். அவள் கண்கள் ஒளிர்ந்தன. என்ன குறும்புக்கு அடிபோடுகிறாள்?

'உங்களது அந்த வாக்கியத்தை முடிக்கட்டுமா?'

'காலைவேளையில் ஏழரையிலிருந்து பன்னிரண்டரை வரையிலும் என்னை யாரும் தொந்தரவு செய்யக்கூடாதென்பது உனக்கு நன்கு தெரியும் தானே?'

'அவசரம் என்றால் கூடவா?'

'அப்படி என்ன நடந்துவிட்டது?'

'எனக்குத் தெரியாதா என்ன? மற்றவர்களின் மகிழ்ச்சியைக் கெடுப்பவர் நீங்கள். பதினெட்டு மாதங்களுக்கு ஒருமுறையாவது உங்களது வழக்கத்தைக் கெடுக்க எனக்கு உரிமை உண்டு'

'இல்லை'

'வாங்க, உங்களை ரனக்பூருக்கு அழைத்துச் செல்லப்போகிறேன்'

'சவால் விடுகிறேன், முடியாது'

'வேடிக்கையாக இருக்கிறது. எழுந்திருங்கள். மம்தாவும் மங்களும் முற்றத்தில் காத்திருக்கிறார்கள்'

'நீ...' என்று தொடங்கி, மறுபடியும் முடிக்காமல் நிறுத்தினேன். ஒரே பதிலைச் சொல்லும் மனிதனாக நான் மாறிவிட்டேன். முன்கூட்டியே சொல்லாமல் திடீரென்று ஏதாவது திட்டத்தை என் மனைவி அறிவிப்பாள். வேறு எதுவும் அவளுக்குத் தெரியாது. உனக்குப் பைத்தியம் பிடித்துவிட்டதா என்று நான் கேட்பேன். அவள் அப்படித்தான் என்பது இதுவரை எனக்குத் தெரியவில்லையா என்ன? அவள் கிறுக்குப்பிடித்தவள் என்று நிச்சயமாகக் கூறமுடியும். மற்றவர்களுக்கும் தொற்றிக் கொள்ளும் ஒருவித கிறுக்குத்தனம் அது. மங்கள், மம்தா, நான் எல்லோருமே இதன் முற்றிய அறிகுறிகளால் பாதிக்கப்பட்டிருக்கிறோம்.

'எப்படிப் போகப்போகிறோம்?

'குதிரையில் தான், வேறெப்படி?'

'உன்னால் முடியுமா?

'வேண்டுமானால், உங்களைத் தோற்கடித்துக் காட்டட்டுமா"

'நீ தோற்றுவிட்டால் எனக்கு என்ன கிடைக்கும்?'

'எனது வளையல்கள்'

'அவை என்னிடம் இருக்கின்றன. நினைவிருக்கிறதா, சீட்டு விளையாட்டில் நீ என்னிடம் தோற்றாய்'

'நீங்கள் என்னை ஏமாற்றிவிட்டீர்கள்'

'இல்லையென்று நிரூபித்திருக்க வேண்டும்'

வழக்கம்போல் கேள்வியை அவள் என்னிடம் திருப்பினாள்.

'என்ன பந்தயம் வைக்கிறீர்கள்?'

ஜன்னலுக்கு வெளியில் பார்த்தேன். 'அந்த மரத்திலிருக்கும் பாரிஜாத பூக்கள்'

நீண்ட நேரம் அவள் என்னையும், அதன் பிறகு தினந்தோறும் காலையில் சிவப்புக் காம்புள்ள நூற்றுக்கணக்கான வெள்ளை மலர்களால் தரையை மூடிக்கொண்டிருக்கும் அந்த மரத்தையும் வினோதமாகப் பார்த்துக்கொண்டு இருந்தாள்.

'எனக்குத் தெரிந்த மனிதர்களில் மிகவும் பெருந்தன்மையானவர் நீங்கள். அப்படியே இருங்கள். உங்கள் மீதிருக்கும் திருஷ்டியை அகற்றப் போகிறேன். அசையாதீர்கள் என்று சொன்னேன். உங்கள் மீது திருஷ்டிப்படுவதை விரும்பவில்லை.'

என் மனைவியைப் புரிந்துகொள்ள முயற்சிப்பதை நிறுத்தி நீண்ட காலம் ஆகிவிட்டது. இரண்டு தட்டுகளை எடுத்துவந்தாள். ஒன்றில் கனன்று கொண்டிருந்த அடுப்புக்கரி மற்றொன்றில் உப்பும் சிவப்பு மிளகாயும். தொடர்புடைய பொருட்களும். என் கண்களை மூடச்சொன்னாள். அவள் தனது மூடிய முஷ்டிகளை என் தலையைச் சுற்றி முன்னும் பின்னும் வேகமாக அசைத்தாள். காற்றைப் பிளந்த ஹிஸ் என்ற சப்தத்தையும் முஷ்டி முகத்தைத் தொட்டதையும் என்னால் உணரமுடிந்தது; ஏதோ முணுமுணுத்துக் கொண்டிருந்தாள். மூடிய கையைத் திறந்து அவற்றை தரையிலிருந்த தட்டில் கொட்டினாள். அவை கோபத்துடன் சப்தத்துடன் வெடித்துச் சிதறின.

‘கண்களைத் திறக்கட்டுமா?’

’உங்கள் எதிரிகள் அனைவரும் கொடூரமாக மரித்துப்போகட்டும்’. அவள் உணர்ச்சி வசப்பட்டிருந்தாள். தீய விஷயங்கள் இன்னமும் இருப்பதுபோல், பட்டாசுகள் வெடித்துக் கொண்டிருந்தன. ‘உங்களுக்கு கெட்டது நடக்க வேண்டும் என்று நினைக்கிறார்கள். ஆனால், என்னைத்தான் குற்றம் சொல்லவேண்டும். நீண்ட காலத்திற்கு முன்னரே கடுமையான நடவடிக்கை எடுத்திருக்க வேண்டும். இங்கே பாருங்கள். உங்களுக்கும் பேரரசருக்கும் இடையில் யாரும் வரமுடியாது. உங்களை ஜாக்கிரதையாகப் பார்த்துக்கொள்வேன். உங்கள் எதிரிகள் அனைவரையும் வெற்றிகொள்வேன்.’

‘கடவுளே, யாரை அவள் முதலில் அழிக்க வேண்டும் என்று அவளுக்குத் தெரியுமா?’

* * *

மாறுவேடத்தில் நாங்கள் பயணித்தோம். சிற்றுலாவிற்கான உணவை நீலவிழியாள் தயார் செய்து எடுத்துக் கொண்டிருந்தாள். ஆளுநரிடம், கடைசி நிமிடத்தில் எங்களது யோசனையைத் தெரிவித்தோம். முடிவெடுக்க முடியாமல் தயங்கினார். தந்தை ஒப்புக்கொள்வாரா? நாங்கள் நினைப்பது போல் பயணம் மிகவும் எளிதாக இருக்குமா? எங்களுக்கு ஏதாவது நடந்துவிட்டால் என்னசெய்வது? ஏன் இந்த மாறுவேடம்? இளவரசியும் மம்தாவும் எங்களுடன் குதிரையில் பயணிப்பது பற்றி என்ன சொல்வதென்று அவருக்குத் தெரியவில்லை. மனைவிகளுடன் செல்வதால் குறும்புச்செயல்கள் எதிலும் ஈடுபடமாட்டோம் என்று உறுதியளிக்க வேண்டியிருந்தது. இப்படிச் சிரமப்பட்டு வருத்திக்கொள்வதைக் காட்டிலும் பல்லக்குகளில் செல்லலாமே என்று ஆலோசனை கூறினார். அவரது ஆட்கள் நான்கு பேர் முன்னரே பயணித்து எங்களுக்கான கூடாரங்களை அமைக்கட்டும் என்ற என் வேண்டுகோள் அவர் மனத்தை அமைதிப்படுத்தியது. என் யோசனை

மிகவும் எளிமையானது. எங்களை எப்படியும் அவர் கண்காணிக்க ஆளனுப்பத்தானே போகிறார். அவர் யாரையாவது அனுப்பட்டும். அவர்களிடம் இப்படி ஏதாவது கொஞ்சம் வேலை வாங்கிக்கொள்ளலாமே.

கும்பல்கார்கிலிருந்து ரனக்பூர் செல்லும் சாலை குன்றின் மேல் செல்கிறது. கரடுமுரடாகவும் மரங்கள் அடர்ந்தும் இருந்தது. தன் முழுமையான கீர்த்தியுடன் சூரியன் வெளிப்பட்டிருந்தான். இரும்புச் சட்டங்களின் மீது வைக்கப்படும் மாமிசம் உருகும் அளவிற்கு ஆரவல்லி மலைத்தொடர்களின் பாறைகளில் வெப்பமேறும் மே மாதத்திற்கு இன்னும் சில மாதங்கள் இருக்கின்றன. இரண்டு மணி நேரம் பயணித்திருப்போம். இளவரசி எங்களுக்கு முன்னால் சென்று கொண்டிருந்தாள். கடைசித் துரத்தலுக்காக அவனது சக்தியை சேமிக்க வேண்டும் என்பதற்காக பெஃபிக்கிரை நான் விரட்டவில்லை.

அவள் எதற்காகக் காத்திருக்கிறாள்?

இளவரசி கையை உயர்த்தி எங்களை நிறுத்தினாள். ஆச்சரியப்படும் விதமாக மங்களிடமிருந்து வில்லையும் அம்பையும் வாங்கினாள். குதிரையின் கழுத்தில் தட்டினால் போல் தடவி அவனை அமைதிப்படுத்தினாள். சிங்கம் அல்லது புலி எதையாவது பார்த்துவிட்டாளா? இந்த நேரத்தில் அவை வர வாய்ப்பில்லை. எனினும் சாத்தியமில்லை என்று கூறமுடியாது.

அனைத்திற்கும் மேலாக, இது வேட்டையாடுதல் நடைபெறும் பிரதேசம். மங்கள் ஈட்டியைக் கையிலேந்தினான். நான் எனது வில்லையும் அம்பையும் தயார் செய்து கொண்டேன். நிமிர்ந்து அசையாமல் உட்கார்ந்த நீலவிழியாள், அமைதியாக அம்பை வில்லில் பொருத்தி, நாணை இழுத்துப்பிடித்தாள். பாராசிங்கா மந்தையொன்று, எங்களுக்கு முன்னிருந்த சாலையின் இடப்புறமிருந்த புல்வெளியில் மேய்ந்துகொண்டிருந்தது. பாராசிங்கா எவ்வளவு எடையிருக்கும் என்று அவளுக்குத் தெரியுமா? அந்த விலங்கு இறந்துபோகாமல் காயம்பட்டுவிட்டால், அவளை நோக்கி வரும், அவளையும் அவளது குதிரையையும் விண்ணை நோக்கித் தூக்கி எறியும்.

சீக்கிரத்தில் தெளிவாகிவிட்டது. குறி தவறக்கூடாது என்பதை உறுதிப்படுத்திக் கொள்கிறாள். அதைப் படுகாயப்படுத்த வேண்டும் அல்லது கொல்லவேண்டும்; இதற்கான வாய்ப்பு உறுதியானால்தான் அவள் அம்பை எய்வாள். மான் வகைகளில், பெருமளவிற்கு எனக்குப் பிடித்தது பாரசிங்கா. அந்த விலங்கை ஒருமுறை பார்த்தால் போதும், இளவரசி அதை ஏன் தேர்ந்தெடுத்தாள் என்று புரியும்.

பன்னிரண்டு மான்களில் உண்மையாகவே அந்த ஒன்று மட்டும் தனித்துத் தெரிந்தது. தலையும் தோள்களும் அதன் கூட்டத்தைக்காட்டிலும் உயரமாக இருந்தது. அதன் உடல் அடர்ந்த பழுப்பு கலந்த தங்க நிறத்தில் இருந்தது. இருட்டிலும், அதைச் சுற்றி ஒளி வட்டம் இருப்பதுபோல் பளபளவென தெரியும். அதன் கொம்புகளைச் சேர்க்காமல் ஏறத்தாழ ஐந்தடி உயரம் இருந்தது. பருமனின்றி, இறுக்கமான சதைப்பிடிப்புடன் ஒரு துளி கொழுப்பில்லாமல் அதன் உடல் இருந்தது. அதன் கால்களின் தசை நாண்கள் எஃகுக் கம்பிகள். அந்தக் கால்களுக்குக் குறிப்பிடும்படியாக மூன்று பணிகள் இருந்தன: வேகமாக முன்சென்று மோதுவது; தன் குடும்பத்தைப் பாதுகாப்பது, மந்தைக்கு ஆபத்து என்றதும் தப்பித்து ஓடுவது; தலைமைக்குப் போட்டிபோடும் மற்றொரு மானுடன் கொம்புகளைக் கோத்துவிட்டால் உறுதியாக நிலத்தில் கால்களைப் பதித்து நிற்பது. குஜராத் குத்துச் சண்டை வீரன் ஒருவனின் தொடைகள் இரண்டும் சேர்ந்தாற்போன்ற கழுத்து அதற்கு. தன்னைச் சுற்றிய ஈயை விலக்க, உடம்பை அவ்வப்போது சிலிர்த்துக்கொண்டது. ஆனால், மற்ற மான்களிடமிருந்து அதை வேறுபடுத்திக் காட்டியது அதன் கண்கள். கூர்மதி கொண்டவை; சாதாரணமாக பார்ப்பதுபோல் தெரிந்தாலும் தன்னுடன் இருப்பவர்களை அவை விழிப்புடன் கண்காணித்துக் கொண்டிருந்தன. தனித்தும் ஆணவத்துடனும் காணப்பட்டன. அவளைப்பார்த்து போதும், நிறுத்திக்கொள் என்றன. செய்தி தெளிவாக இருந்தது: என்னுடன் அற்பமாக விளையாட வேண்டாம்!

இளவரசியை அந்த ஆண் மான் நீண்ட நேரம் உற்றுப்பார்த்தது. பின் அவளை நிராகரிப்பதுபோல் தலையைத் திருப்பிக்கொண்டது. என் மக்களை ஒன்றும் செய்யாமல் இருக்கும் வரையிலும், நீ என்ன செய்கிறாயோ அது உன் விஷயம். ஒரு நிமிடம் புல் மேய்ந்த அந்த மான் மீண்டும் தலையைத் திருப்பிப் பார்த்தது. இந்த முறை, தன் எதிரில் நிற்கும் பெண் தனக்காகக் காத்திருக்கிறாள் என்று தெரிந்துவிட்டது. தனது வலிமையைக் காட்டும்நோக்கில், புத்திசாலித்தனமாக நடந்து அந்த இடத்தை விட்டுச் சென்று விடு என்று ஆவேசத்துடன் குளம்பால் தரையைத் தேய்த்தது. அடுத்த நடவடிக்கையை முடிவு செய்ய, இந்தச் செயல் அதற்கு இரண்டு விநாடி அவகாசத்தையும் கொடுத்தது. அதன் ஒவ்வொரு அசைவையும் இளவரசி கவனித்துக்கொண்டிருந்தாள். மானுக்குத் தெரிந்துவிட்டது, தான் தான் அவளது இலக்கு என்று. குறைந்தபட்சம் அதனால் செய்யமுடிந்தது, அதனை நகரும் இலக்காக ஆக்குவது. திடீரென்று அது ஓட்டமெடுத்தது. அந்த மான் ஓட்டத்தை தொடங்கியது, ஓர் அற்புதமானக் காட்சி. முன் கால்கள் இரண்டும் சற்றே மடிந்திருக்க, உடலும் பின்னங்கால்களும் வளையாமல் நேராக, பறந்து வரும் அம்பிலிருந்து தப்பிக்கும்

நம்பிக்கையுடன் ஓடியது. ஒரு புத்திசாலித்தனமான செயல்தான். தவிர்க்கமுடியாத ஆபத்து வருகிறது என்று தன் கூட்டத்தை எச்சரித்தது. இப்போது இடது புறத்திலிருந்து வலதுபுறமாக மிரட்சியுடன் ஓட்டம். என் மனைவி, முழுமையாக ஒரு அரைவட்டம் திரும்பினாள். ஆனால், அசையாமல் அமர்ந்திருந்தாள். வேகமாக ஓடும் விலங்கை பார்வையின் மிகச் சரியான மையத்தில் வைத்திருந்தாள்

அவளது முதுகெலும்பில், கழுத்தில் அல்லது அவளது கரங்களில், தசையில் தளர்ச்சியே இல்லை. அவை ஓடிய சப்தம் இடிபோல் காதைச் செவிடாக்கியது. எழும்பிய புழுதி பார்வையை மறைத்தது. மான் இப்போது கண்களில் இருந்து மறைந்துவிட்டது. அவள் காத்திருந்தாள். மான் முக்கால் பாகம் அளவு திரும்பியிருக்க வேண்டும். ஏனென்றால் மான் மீண்டும் கண்ணில் தெரிந்தது. வேகத்தை மான் அதிகரித்தது. நாணிலிருந்து அம்பு விடுபட்ட சப்தம் காதில் விழவேயில்லை. ஆனால், அம்பு கண்ணிலிருந்து மறைந்துவிட்டது. மந்தையின் ஏறத்தாழ இருநூறு மான்களும் முழுவதும் மறைந்து, புழுதி அடங்கட்டும் என்று காத்திருந்தோம். மான் ஒரு பக்கமாக சாய்ந்து படுத்திருந்தது. அம்பு இதயத்தைத் துளைத்திருந்தது. உடனடியாக இறந்திருக்க வேண்டும்.

'இளவரசி இவ்வாறு அம்பு எய்ய எங்குக் கற்றுக்கொண்டீர்கள்?' மங்கள் கேட்டான்.

தவிர்ப்பதுபோல் இளவரசி பேசினாள்.

'நிச்சயம் தற்செயல் இல்லை'

'என் மாமா சொல்லிக்கொடுத்தார்' அவள் மீதான கவனக் குவிப்பை உணர்ந்து அவள் சங்கடப்பட்டாள். 'நாம் இதேவேகத்தில் செல்வோம். பக்கத்திலிருக்கும் கிராமத்தவர்களைத் தொந்தரவு செய்யாமல் விலகிச் சென்று ஓய்வு எடுப்போம்'

யாரையும் சந்திக்க நான் அதிகம் ஆர்வம் கொண்டதில்லை. அந்தக் கிராமத்தவர்கள் என்னை அடையாளம் கண்டுகொள்வார்கள் என்ற சங்கடமும் இல்லை. ஆனால், யாரோ ஒருவர் இளந் துறவியின் பாதத்தைத் தொட்டு வணங்கியிருக்கலாம். அல்லது கும்பல்கார்கிலோ அல்லது சித்தோரிலோ அவளுடன் நடனமாடியிருக்கலாம் என்ற சாத்தியத்தை விலக்கிவிட முடியாது. ஆளுநர் மீது தேவையற்ற இறுக்கத்தை, அழுத்தத்தை இது ஏற்படுத்தும். அதன்பின் ஒவ்வொரு கிராமத்திலும் வரவேற்புக் குழுக்கள் எங்களுக்காகக் காத்திருக்கக் கூடும். ஆயிரக்கணக்கில் இல்லாவிட்டாலும் நூற்றுக்கணக்கானவர்கள் ரனக்பூர் வரையிலும் எங்களுடன் சேர்ந்து வரக்கூடும். ஆனால், அதைவிட பாரசிங்கா வீழ்ந்துகிடக்கிறது. எழுபது எண்பது பேர் சாப்பிடும்

அளவுக்குப் போதுமான மாமிசம். அருகே இருக்கும் கிராமத்தைக் கண்டுபிடிப்பதைத் தவிர்த்து செய்வதற்கு ஒன்றுமில்லை. பெண்களைத் தனியே விட்டுச்செல்ல எனக்குத் தயக்கமாக இருந்தது. ஆனால், என் மனைவி வழக்கம்போல் வாக்கியத்தை முடித்தாள்.

'என்னையும் மம்தாவையும் நான் பார்த்துக் கொள்வேன்'

முக்கால் மைலுக்கு அப்பால் ஒரு குக்கிராமம். கிராமத்தலைவரிடமும் அவரது நண்பர்களிடமும் பேசினோம். பாராசிங்கா மாமிசம் மிக அரியது. விருந்து நாட்களுக்கென்று ஒதுக்கி வைக்கப்படுவது. எங்கள் பரிசால் கிராமத்தவர்களுக்குப் பெரும் மகிழ்ச்சி. இரவு உணவை கிராமத்திற்குச் சுமந்து செல்வதில் அவர்களுக்கு உற்சாகம். பெரும் காளைகள் இரண்டை ஏற்பாடு செய்தனர், ஆறு இளைஞர்களுடன் கிராமத்தைவிட்டு வெளியேறும் சமயம் கிராமத்தலைவன், மதிய உணவாக பாங்க் ஏற்பாடு செய்வோம், தங்கிச் செல்ல முடியுமா என்று கேட்டான். மரணப்படுக்கையிலும் என்னால் மறுக்க முடியாத அழைப்பு இது.

பாங்க் என்பது ஒரு சாதாரண உணவல்ல; அருஞ்சுவை கொண்டது; விசித்திரமான சுவை கொண்டது. வயலிலிருந்து புதிதாகப் பறித்துவந்த சதைப்பற்றுள்ள ஜோவார் சோளத்தை லேசாக வறுத்து, கடலை மாவில் செய்த முறுமுறுப்பான சேமியாவில் செய்த கார வகைகளைப் படலமாக மேலே தூவுவார்கள். எந்த மனிதன் இப்படி யோசித்திருப்பான்? மென்மையாகவும் மொறுமொறுப்பாவும் இருக்கையில் அதைச்சாப்பிட்டால் மிகவும் சுவையாக, கணிக்க முடியாத சுவையுடன் இருக்கும். ஆனால், கொஞ்சம் எலுமிச்சைச் சாறு பிழிந்து சாப்பிட்டால், இனிப்பும், புளிப்பும் கரிப்பும் ஒன்றோடொன்று மோதுவதாக, மேலும் அதிகச் சுவையுடன் இருக்கும். ஒருவரது வாழ்க்கையின் உயர்ந்த அனுபவங்களில் ஒன்றுபோல் அமையும்.

என் மக்களை எப்போது நான் புரிந்துகொள்வேன்? கிராமத்து ஆண்கள் உயரமாக, நிமிர்ந்த உடலுடன் அழகாக இருந்தனர். பெண்கள் வெட்கமும் அழகும் நிறைந்திருந்தனர். (இதைத்தான் பாங்க் பேசுகிறது என்று நினைக்கிறேன், அது உண்மையாகவும் இருக்கிறது). விருந்தினர்களை நன்கு உபசரித்தனர், விரும்பினர். வானத்தின் கீழ் திறந்தவெளியில் விரிக்கப்பட்ட துர்ரியில் அமர்ந்திருந்தோம். நாங்கள் எங்கிருந்து வருகிறோம் என்று தெரிந்துகொள்ள விரும்பினர்.

'சித்தோர்' என்று பதில் அளித்தோம்.

'கேள்விப்பட்டிருக்கிறோம்' என்றனர் அவர்கள். 'உங்களைப் பார்த்தால் அப்படித் தோன்றவில்லை என்றாலும், அதிகார மையத்தைச்

சேர்ந்தவர்களாகத் தோன்றுகிறீர்கள். சுறுசுறுப்பான, அந்தத் தெளிவான பார்வை சித்தோருக்குச் சொந்தமானதுதான்; சந்தேகமில்லை. உங்கள் உச்சரிப்பும் அதைத் தெளிவாகச் சொல்கிறது. சரி, உங்கள் பெயர்..?'

'சிசோடியா'

'அரச குடும்பத்துடன் தொடர்புடையப் பெயராகத் தெரியவில்லை. நீங்கள் அரச வம்சத்து மனிதர்கள் என்றால், இங்கு என்ன செய்கிறீர்கள்? ஆனால், உங்களுக்குத் தெரியாது. சில இளவரசர்கள் மாறுவேடத்தில் பயணிப்பார்கள்; குடிமக்களை கண்காணிக்க வருவார்கள். நீங்கள் அப்படி வரவில்லை என்று நம்புகிறோம்'.

'நிச்சயம் நாங்கள் அப்படியானவர்கள்தாம். பெருந்தன்மையான எங்களது நடத்தையிலிருந்து உங்களால் தெரிந்துகொள்ள முடியவில்லையா? கவனமாக யோசித்துப் பேசுங்கள்.' என் மனைவி என் பக்கம் கைகாட்டினாள். 'நீங்கள் சொல்வதையெல்லாம் இந்த மனிதர் மனத்தில் குறித்து வைத்துக் கொள்கிறார். ஏனெனில் இவர்தான் மகராஜ்குமார். நான் இளவரசி.'

அவர்கள் இதை வேடிக்கையாக எடுத்துக்கொண்டனர். ஒருவருக்கொருவர் முதுகில் தட்டிக்கொண்டனர். பெண்கள் கொக்கரித்துச் சிரித்தனர். என் மனைவியின் தோளில் சிலர் இடித்தனர். எங்களைப் பார்த்துத் தலைவணங்கினர். எங்களை ரசித்தனர். பல விஷயங்களை உணர்ச்சியுடன் பேசிக்கொண்டிருந்தனர்.

'மேன்மைக்குரியவரே, எங்கள் பெண்ணுக்கு ஒரு கணவன் வேண்டும். மூன்று பசுக்களும் பன்னிரண்டு கோழிகளும் தருவோம். என்ன சொல்கிறீர்கள்? உங்களுடன் அவளை அழைத்துச்செல்வீர்களா? பேரரசர் நீண்ட ஆயுளுடன் வாழட்டும். நீங்கள் அரசனாகும்போது அவளை மேவாரின் ராணியாக்குங்கள். நாங்கள் நம்பும் முதல் நபர் ஒரு துறவிதான், ராணி அல்ல.'

'துறவியா...?' இப்போது மீண்டும் என் மனைவி. 'அவளை வேசி, நாட்டியக்காரி என்றல்லவா சொல்கிறார்கள்'

'உண்மையாகவா? எங்கள் அன்புக்குரிய மகள் பாடுவாள், ஆடுவாள் என்று மகராஜ் குமார் என்றைக்கும் கவலைப்பட வேண்டாம். அவளுக்கு இசை ஞானம் கிடையாது. காலில் சக்கரம் கட்டியதுபோல் வேகமாக வேலை செய்வாள். ஆனால், பசுவைப்போல் சாதுவானவள். அருமையாக சமைப்பாள். துணிகளைத் துவைப்பாள். எலும்புகள் நொறுங்கிப்போகும் அளவுக்கு உடல் பிடித்துவிடுவாள்; ஆனால், சில நிமிடங்களில் உங்கள் உடம்பை நேராக்கிவிடுவாள். அதோ அந்தப் பெண்தான். தன் அம்மாவின் துப்பட்டாவால் தலையை மூடிக்கொண்டு

இருக்கிறாளே, அவள்தான்'. குறிப்பிட்ட அந்தப் பெண், தன் அம்மாவிற்குப் பின்புறம் தன்னை மேலும் ஒடுக்கிக்கொண்டாள். துப்பட்டாவின் ஒரு முனையை வாயில் வைத்துச் கடித்துக் கொண்டிருந்தாள். 'நிஜமாகவே கேட்கிறேன். உங்கள் பெற்றோர் என்ன செய்கிறார்கள்? உங்களுக்குத் தம்பி இருந்தால், அவன் ஒருவேளை இவள் மீது ஆசைப்படக்கூடும்'.

நீங்கள் எவ்வளவு சம்பாதிக்கிறீர்கள்? உங்கள் பெற்றோர் எவ்வளவு சம்பாதிக்கிறார்கள்? கூடப்பிறந்தோர் எவ்வளவு? பதினான்கு சகோதரிகளா? ஒன்றையே எங்களால் கரையேற்ற முடியவில்லை. உங்கள் அம்மாவுக்கு இதனால் பிரச்சனை ஏதும் வரவில்லையா, என்ன? அற்புதமான மனிதர்கள் அவர்கள். அந்நியர்களாக இருந்தாலும், அவர்களது மூதாதையர்களைப் பற்றியும், சொத்துகளைப் பற்றியும், பிரச்சனைகளைப் பற்றியும் கேட்டு அறிந்துகொள்வதிலும், அவர்களது வாழ்வின் அந்தரங்க விவரங்களைத் தெரிந்து கொள்வதிலும் எவ்விதச் சங்கடங்களும் அவர்களுக்கு இல்லை.

'உங்கள் மகளுக்கு இன்னும் ஏன் மணம் செய்யவில்லை?' நீலவிழியாள் கிராமத்தலைவனைப் பார்த்துக் கேட்டாள்.

'சென்ற ஆண்டு ஒரு நல்ல பையனைப் பார்த்தோம். ஆனால் அறுவடை சரியாக அமையவில்லை. அப்புறம், செலுத்த வேண்டிய வரிகள்? எங்களால் வரதட்சனை கொடுக்க முடியவில்லை. பையனின் பெற்றோர்கள் காத்திருக்க விரும்பவில்லை. வேறொருத்தியுடன் அவனுக்கு மணமாகிவிட்டது'.

'மோசமான ஆண்டுக்கு என்று கொஞ்சம் பணம் எடுத்துவைக்க மாட்டீர்களா?'. கேட்டது நான்.

'எடுத்து வைப்போம். ஆனால், அதை வரிகளாகக் கொடுத்துவிடுவோம். அதன்பிறகு அந்த ஆண்டு முழுவதும் நாங்கள் எதைச் சாப்பிடுவது. மகாராணாவுக்கு, அவருக்கென பிரச்சனைகள் இருக்கின்றன. ஒப்புக்கொள்கிறோம். ஒரு நடுநிலையான வரிவிதிப்பு முறையை கொண்டுவந்தால் எங்களுக்கு உதவியாக இருக்கும். அதாவது நன்றாக விளையும் ஆண்டுகளில் அதிகமாகவும், குறைவாக விளையும் ஆண்டுகளில் குறைவாகவும்.'

சிரித்துக்கொண்டே கேட்டேன்: 'அப்படிச் செய்தால் உங்கள் கடனெல்லாம் தீர்ந்துவிடும், மகிழ்ச்சியாக இருக்கலாம் என்று நம்புகிறீர்களா?'

'நிச்சயமாக இல்லை. விலங்குகள் பேசமுடியாததால், எந்தப் புகாரும் செய்வதில்லை. ஆனால், மனிதர்கள்? புகார் சொல்ல அவர்களுக்கு ஏதாவது ஒரு காரணம் இருக்கத்தான் செய்யும்'

புறப்படும் நேரம் வந்துவிட்டது. ஸஜோராவில் கூடாரங்களை அமைத்துவிட்டு ஆளுநரின் ஆட்கள் காத்திருப்பார்கள். இன்னும் இரண்டு மணி நேரத்தில் நாங்கள் அங்கு இருக்கவேண்டும். இல்லையென்றால் நாங்கள் கூடாரத்தில் தங்கவில்லை என்று அவர்கள் நிச்சயம் நினைப்பார்கள். விரைந்து கும்பல்கார்க் சென்று ஆளுநரிடம் தகவல் தெரிவிப்பார்கள்.

* * *

அதிகாலை ஒன்றரைக்கு அனைவரையும் எழுப்பிவிட்டேன். கும்பல்கார்க் ஆட்கள் கூடாரங்களைப் பிரித்துக் கட்டினர். ஏறத்தாழ உடனடியாகப் புறப்பட்டுவிட்டோம். இதற்குமுன் ரனக்பூர் வந்ததில்லை. ஆகவே பொழுது புலரும்நேரத்தில் அந்த இடத்தைப் பார்க்கவிரும்பினேன். குன்றுகள், மலைகள் என்று சாலை சீராக உயர்ந்துகொண்டே போயிற்று. இருபக்கமும் அடர்ந்த காடுகள். அந்தக் கிராமத்தின் புறப்பகுதியை நாங்கள் அடைந்தபோது மணி ஐந்து. வேகமாக ஓடிக்கொண்டிருந்த சிற்றோடையில் குளித்தோம். கோடையின் முதல் அறிகுறி தென்பட்டவுடன் அந்த ஓடை மறைந்துபோய்விடும். நீரின் குளிர்ச்சியால் உடல் அதிர்ந்தது. உடலைச் சூடேற்ற ரத்தம் முன்னும் பின்னும் வேகமாக ஓடியதை, கொண்டை ஊசி வளைவுகளில் திரும்பியதை, மூளைக்கு வேகமாக உயர்ந்து சென்றதை, திடீரென்று பாதங்களில் இறங்கியதை என்னால் உணர முடிந்தது. புதிய ஆடைகள் அணிந்து கோவில் இருந்த மலை அடிவாரத்தில் நின்றிருந்தோம்.

ரனக்பூரில் தீர்த்தங்கரர் ஒருவர் பிரதிஷ்டை செய்யப்பட்டுள்ளார்; லீலாவதியின் தாத்தா ஆதிநாத்ஜிக்கு அவர் பெயர்தான் வைக்கப்பட்டிருக்கிறது. கட்டிடக் கலை மேவாரின் பொற்காலமாகத் திகழ்ந்த காலத்தில் இந்தக் கோவில் கட்டப்பட்டுள்ளது. எனது கொள்ளுத்தாத்தா கும்பா இதைக் கட்டவில்லை. கட்டி முடிக்கப்பட்டப் பிறகுதான் ராணா கும்பா கோவிலுக்கு விஜயம் செய்தார். அசாதாரண அழகுடன் கோவில் விளங்கியதாகக் கருதினார்.

கோவிலை அவர் கட்டாமல், அவருக்குக் கீழே பணிபுரியும் ஜைனரான நிதி அமைச்சர் கட்டியதில் ராணாவுக்கு வருத்தம். அதனால் என்ன? ஒன்றும் முடிந்துவிடவில்லை. கோவிலுக்குள் பளிங்கால் வெற்றித் தூண் ஒன்றை அமைத்து, நிதியமைச்சர் கட்டிய கோவிலின் பிரும்மாண்டத்தைக் குறைத்து, புறக்கணிக்கச் செய்துவிடலாம் என்று முடிவுசெய்தார். இந்த விகாரமான யோசனையை அமைச்சர் எப்படி

எடுத்துக் கொண்டார் என்பதை ஜைனக் கவிஞர்கள் விவேகத்துடனும் இங்கிதமாகவும் எடுத்துரைத்துள்ளனர். நிதியமைச்சரின் உணர்வுகள் எப்படி இருந்தாலும் அவரால் பேரரசருக்கு மறுப்புச் சொல்லமுடியாது. வரைபடம் தயாரிக்கப்பட்டது; தூணின் பக்கவாட்டு மற்றும் முன்பக்கத் தோற்றங்களும், ஒன்றோடொன்று கோத்ததுபோன்ற நுட்பமான சிற்ப வேலைப்பாடுகளும் திட்டமிடப்பட்டன. ராணாவின் ஒப்புதலுடன் வேலையும் தொடங்கியது. ஆனால், எவ்வளவு முயன்றும், பெரும் வலிமை மிக்கவராக இருந்தும், தூணை முழுமையாக அவரால் கட்டிமுடிக்க முடியவில்லை. உண்மையில், கண்ணை உறுத்தும் பிரும்மாண்ட சதுர அடித்தளத்துடன் முதல் தளத்தின் கூரையைக் கூட தொடமுடியாமல் நிற்கும் அந்தத் தூணை இன்றைக்கும் என்னால் பார்க்கமுடிகிறது.

படிக்கட்டுகள் ஏறத்தொடங்கும் இடத்தில் காலணிகளை அவிழ்த்துவிட்டோம். சித்தோரின் நடுத்தரமான தெருவின் அகலத்திற்குப் படிக்கட்டுகள் இருந்தன. கோவில் தரைத்தளம் நோக்கி ஏறினோம். சூரத் கடற்கரையில் மோதும் முதல் அலைபோல் சூரியக் கதிர்கள் திடீரென்று சப்தமின்றி வெளிப்பட்டன. பளிங்குக் கற்களுக்குள் நுழைந்தன. தூரத்தில் அடிவானத்தில் உதித்துக் கொண்டிருந்த சூரியனை துடைத்துச் செல்லும் மேகத்தில் பிரதிபலித்தன.

அந்த அதிகாலை நேரத்தில் வேறு யாரும் அங்கு இல்லை. சில நிமிடங்களில் ஆற்றில் பெருகும் வெள்ளமென சூரிய ஒளி உள்ளே வந்தது. கட்டிடத்தின் மூலைகளில் வட்ட வடிவ கொத்தளங்கள் காணப்பட்டன. அனைத்துக் கோட்டைகளிலும் இவற்றை நாம் பார்க்க முடியும். ஆனால், இவை மிகவும் உயரம் குறைந்தவை. அடித்தளச் சுற்றுச் சுவர்கள் முழுவதும் சிறிய அளவிலான கோவில்கள். ஜைன மதத்தில் இரண்டாம் நிலையில் இருந்த முக்கியமான புகழ்பெற்ற துறவிகள் அக்கோவில்களில் பிரதிஷ்டை செய்யப்பட்டிருந்தனர். அந்தக் கோவில்களைப் பிரித்ததுபோல் நான்கு பக்கங்களிலும், ஒரே அளவில் அழகிய வடிவமைப்பில், நான்கு மைய வாயில்கள். அங்கு சென்று அந்தக் கம்பீரமான கட்டிடத்தின் மையப் பகுதியில் நின்று பார்க்காதவரை, அந்தக் கோவில் எவ்வளவு பிரும்மாண்டமானது, சிக்கலான வடிவமைப்புக் கொண்டது என்பதை உங்களால் கணிக்க முடியாது. முதல் தளத்திற்கும், அடுத்து இரண்டாம் தளத்திற்கும் ஏறிச்சென்று பார்த்தால்தான் கோவிலின் பரிமாணம் முழுவதையும் காணமுடியும். இல்லையெனில் அரைகுறை காட்சியாகத்தான் அது இருக்கும்.

கோவிலின் வளாகத்தில் ஜைன சமயத்தின் மீட்பர்கள் உட்கார்ந்த நிலையில் அல்லது நின்ற நிலையில் நிமிர்ந்தும் நேராகவும் அமைக்கப்பட்டுள்ளனர். அவர்களது பெரிய, பளிச்சிடும், இமைக்காத

கண்கள் பார்ப்பவர்களின் கவனத்தை வலுக்கட்டாயமாக ஈர்ப்பவை. உயரத்தில் பிரதான அறையில், நான்கு புறமும் முகத்துடன் அமைந்திருக்கும் ஆதிநாத்தின் உருவமும் இதற்கு விதிவிலக்கல்ல. நீங்கள் கண்களை மூடிக் கொண்டிருந்தாலும், அந்த முதல் தீர்த்தங்கரரின் கண்கள் உங்களுள் இருக்கின்றன, வெளியில் இல்லை என்பதை எப்போதும் உணர்வீர்கள்.

ரனக்பூர் கோவில் எனக்குள் ஒரு திறப்பை ஏற்படுத்தியது. இதுவரை எனக்குள் தோன்றியிராத சாத்தியங்களுக்கு என் கண்களைத் திறந்தது. ஹிந்துக் கோவில்கள் பல வடிவங்களில், அளவுகளில் அமைக்கப்படுகின்றன. கோபுரம் சிறியதாகவோ, பெரியதாகவோ அல்லது கோபுரம் இல்லாமலோ ஒரு கோவில் கட்டப்படலாம். ஆனால், வழிபடும் தெய்வம் வாழுகின்ற புனித இடமான கர்ப்பக் கிரஹம் எப்போதும் இருளின் இதயமாகத்தான் இருக்கும். ஊடுருவ முடியாத தெய்வீகம் என்ற புதிரின் குறியீடாக அது இருக்கிறது. பிரதான கருப்பை எனும் கருவறை, இறுக்கமான, மூடப்பட்ட இருள். அச்சம் தரும், உங்களை மிரட்டுவது போன்ற தனிமையான இடம். அந்த இடத்தில் தெய்வத்திற்கும் சாதாரண மனிதர்களுக்கும் இடையில் உரையாடல் பிராமணர்களான இடை மனிதர்கள் மூலமாகத்தான். ரனக்பூரின் ஜைன கோவில், ஹிந்துக் கருத்தியலை தலைகீழாக மாற்றிவிட்டது. மறைக்கப்பட்டிருந்த விஷயங்களை வெளியில் கொண்டுவந்தது. மறைக்கப்பட்டவை அல்லது ரகசியம் என்பதற்குப் பதிலாக இங்கு ஒளியும் காற்றும் தெய்வீகத்தின் கூறுகளாக இருக்கின்றன. வெண்மையான பளிங்குக் கல் வெளிப்படைத்தன்மை. பாலை சொரியும்போது ஏற்படும் சுழற்சியையும் வேகத்தையும் கோவில் பெற்றிருக்கிறது.

முதல் தீர்த்தங்கரர் ஆதிநாத்திற்கு ரனக்பூர் கோவில் அர்ப்பணிக்கப்பட்டுள்ளது. எனினும் என்னைக் கேட்டால் கோவில் சூரியக் கடவுளையும் கொண்டாடுகிறது என்று சொல்வேன். கோவிலின் உந்துதலும், உந்துவிசையுமாக ஒளிதான் இருக்கிறது. அதன் குறிக்கோள் அறிவொளி பெறுதல். எனக்குத் தெரிந்த வேறு கோவில்கள் போல் இது அமைந்திருக்கவில்லை. நம்பமுடியாத கோவிலின் பரப்பளவு, பளிங்குக் கற்களின் ஏராளமான பயன்பாடு, அந்தக் கோவிலின் கருத்திற்கு மையமாக இருக்கும் நேர்த்தியான அதன் சிற்ப வேலைப்பாடுகள் போன்றவற்றை நான் குறிப்பிடவில்லை. கோவிலின் அமைப்பைக் குறிப்பிடுகிறேன். ஒவ்வொரு அடுக்காக கோவில் உயர்ந்து செல்லும்போது சுவர்களே இருக்காது. துண்கள் தான். வெளிச்சமும் காற்றும் உள்ளே புகுந்து கட்டமைப்புடனும் கற்களுடனும் ஒன்றிணைய தூண்கள் அனுமதிக்கின்றன. தூண்கள், கோவிலை அதிகப் பளுவுள்ளதாக, அழுத்தமானதாக, புவியுடன் பிணைக்கப்பட்டதாக ஆக்குகின்றன. பளிங்குக் கற்கள் இங்கு ஒளியாக மாற்றம் பெறுவதையும் பார்க்கிறேன்.

கட்டிடக் கலையில், கட்டுமானப் பொருட்களின் பகுதியாக, ஒருங்கிணைந்த பகுதியாக ஒளியை மாற்றியிருப்பதன் வழியாக, ஆதிநாத் கோவிலின் விட்டங்களும், உத்திரங்களும், செங்குத்தான தூண்களும், சுவர்களும் ஒளியால் உருவானதுபோல் தோன்றுகின்றன. கோவில் காற்றில் மிதக்கிறது.

ஆதிநாத் கோவிலை, ஒரு கோவில் என்று கூறமுடியாது. நூறு, ஆயிரம், நூறாயிரம் கோவில்கள் அடங்கியது. விடியலில், மதியத்தில், அந்தியில், ஒவ்வொரு மணியிலும், ஒவ்வொரு நிமிடத்திலும், முழு நிலவிலும், நிலவின் ஒவ்வொரு நிலையிலும் வித்தியாசமான வேறுபட்ட ஆதிநாத் கோவிலாக அது தோன்றும். மேகத்தின் வேகமும், எடையும் வடிவமும் அதை மாற்றிவிடும். மழையும், நிழலும், மின்னலும், இடியும் கோவிலைக் கலைக்கும், மீண்டும் உருசேர்க்கும். ஆக்கிரமிப்பையும் வெற்றியையும் அது கொண்டாடுவதில்லை. பணத்தின் வலிமையைக் கொண்டாட ராணா கும்பாவின் நிதி அமைச்சர் பாடிய வெற்றிப்பாடலா இது என்று தெரியவில்லை; அல்லது காலத்தின் தொடர்ச்சியில் தனது பெயரைப் பொறிக்க எண்ணினாரா என்றும் தெரியவில்லை. எதுவும் பொருட்டல்ல. அது ஒரு விழைவு; வெளிப்படைத்தன்மை. சுதந்திரத்தை நோக்கிய ஒரு முயற்சி. அது பறத்தலும் உயரே செல்லுதலும். அறியாததை மதிப்பீடு செய்யவும், உங்களுக்கு அப்பாற்பட்டதை அடைய முயற்சிக்கும் துணிவையும் உங்களுக்குத் தருகிறது.

பத்மாசனத்தில் அமர்ந்தேன். என்ன செய்கிறேன் என்பதைத் தெரிந்துதான் செய்கிறேனா என்று எனக்குச் சந்தேகம். எனது மூதாதையரான சூரியக்கடவுளின் ஒளி என் மீது கவிந்தது. 'சோ ஹம்'. நானே அது. 'சோ' என்று சொல்லி மூச்சை உள்ளிழுத்தேன். 'ஹம்' என்று சொல்லி மூச்சை வெளியேற்றினேன். அதனுடன் சேர்ந்து நானும் உருவ மாற்றம் அடைந்தேன். அந்த பளிங்குக் கல் நான் தான். ஒளியும் காற்றும் நான் தான். அதன் பின்னர் அந்தக் கோவில் தனது சுவர்களை இழந்தது; எஞ்சியிருப்பவை அனைத்தும் பிரக்ஞை நிலை: வாழ்கின்ற மற்றும் இறந்துபோன பொருட்கள் அனைத்துடனும் ஒன்றிப்போன, பிரிக்கமுடியாத ஒற்றைத்தன்மை.

ஜைன கோவிலில் நான் என்ன செய்துகொண்டிருக்கிறேன்? ஜைன மதத்தைத் தோற்றுவித்த மகாவீரரும், புத்தரும் போதாமை கொண்டதாக ஹிந்துயிசத்தை ஏன் கருதினர்? மோட்சம் பெறுவதற்கும், நிர்வாணம் என்று புத்தர் குறிப்பிட்டதை அடைவதற்கும் ஏன் வேறு வழிகளை அவர்கள் தேடினர்? வன்முறையை முற்றிலும் ஏன் விலக்கினர்? மானுடத்தின் மிகத் தீவிரமான உள்ளுணர்வுகளில் ஒன்றை (வன்முறை) மறுப்பது அல்லவா அது? நமது தேசத்தில் ஹிந்துயிசம் தன்னை மறுஉறுதி செய்து கொண்டதற்கும், ஸ்ரீலங்காவில் மட்டுமே ஒரு துளி

இருக்கும் அளவு பௌத்தத்தை நெருக்கி அழித்துவிட்டதற்கான காரணங்களில் ஒன்றாக அது அமையவில்லையா? ஜைனம் உயிர் வாழ்ந்துகொண்டிருக்கிறது என்பது உண்மைதான். ஆனால், அதுவும் மிகச் சிறிய அளவில்தான்.

அதிகாரத்தில் வன்முறை என்பது முதலும் இறுதியுமாகும். இரண்டு கலைமான்கள் தம் கொம்புகளைக் கோத்துக்கொள்வது, யாரிடம் அதிகாரம் என்பதை முடிவு செய்யத்தான். வன்முறை குறித்த கருத்தில் பௌத்தத்தைவிட ஜைனம் அதிகம் தீவிரமானது. அந்த சமயத்தின் ஆண், பெண் துறவிகள் அனைவரும் காற்றில் உலவும் நுண்ணிய உயிரிகளையும் கொல்லக்கூடாது என்று தங்கள் மூக்கையும் வாயையும் வெண்ணிற முகமூடிகளால் பெரும்பாலும் மூடிக்கொள்கிறார்கள். ஆனால், லேவாதேவி செய்து வன்முறையை இடப்பெயர்ப்பு செய்துவிட்டார்கள் என்றுதான் எனக்குத் தோன்றும். அதுவும் ஒருவிதமான அதிகாரத் தேடலே. வரலாற்றில் மனிதர்களைக் கும்பலாகக் கொலை செய்தவர்களில் நானும் ஒருவன். எனினும், அமைதியை, வன்முறையைக் கைவிடுவதன் மூலம் கிடைக்கும் மனஅமைதியை விரும்புபவன் என்று ஒப்புக்கொள்ள வேண்டும்.

மானுட நிலைமைகள் குறித்து பௌத்தமும், சியாமளனும் முன்வைக்கும் ஆய்வுகளை மறுப்பதற்கில்லை. ஆசை, புலனுணர்வுகள், பற்று, அறியாமை ஆகியன நம்மை துன்பம், வேதனை, பேராசை என்ற புதைகுழிக்குள் மேலும், மேலும் ஆழ்த்துகின்றன. முடிவில்லாத மறுபிறப்பு என்ற சக்கரத்தை சுழற்றிக் கொண்டிருக்கின்றன. எனினும் புத்தர் கூறும் நற்கருணை, நற்பார்வை, நற்புரிதல் ஆகியன மிகவும் குறிப்பிடத்தக்கவை. ஏனெனில், அறிவொளி பெற்ற புத்தர் நான் தான், நான் மட்டுமே ஒரே வழி; பின்பற்றுங்கள் என்று சொல்வதைத் தவிர்த்தார். மாறாக ஆர்வத்துடன் அணுகியவர்களிடம், நடுநிலைப் பாதையும் ஒழுக்கமும்தான் தனக்கு உதவியாக இருந்தன என்றார். அந்த வழி அவர்களுக்குப் பொருத்தமானதா என்பதை ஒவ்வொருவரும் அவர்களே கண்டறியவேண்டும். வாழ்வு-மரணம்- மறுபிறவி என்ற இந்த மாயையிலிருந்து விடுபட தமக்கான வழியைத் தேட வேண்டும்.

மற்ற போதனைகளைப் போல் புத்தர் போதித்த பற்றற்று இருத்தல் என்பதற்குப் பல்வேறு விளக்கங்களைக் கூறமுடியும். வீட்டை விட்டு வெளியில் வந்து சாலையைக் கடக்கவில்லை என்றால், படையில் சேர்ந்து சண்டைக்குப் போகவில்லை என்றால் ஒரு விபத்தைச் சந்திப்பதற்கான வாய்ப்புகள் குறைகின்றன என்பது அறிந்துணரக்கூடியது. விபத்தை நீங்கள் சந்திக்காமல் இருப்பதற்கான வாய்ப்புகள் திடீரென்று உயரவில்லை என்பதையும் சொல்லத் தேவையில்லை. ஆனால், நீங்கள் தற்கொலை செய்துகொள்கிறீர்கள் என்று வைத்துக் கொள்வோம்,

அப்போது அந்தச் செயல் நிச்சயம் நடைபெறக்கூடிய ஒன்றாக, தோல்வியடையாத ஒன்றாக மாறிவிடுகிறது.

ஆனால், பற்றற்று இருத்தல் என்பது உண்மையில் தோல்வியால் ஏற்படும் பயத்தின் விளைவு என்றால், ஒருவர் தன்னைச் சோதனைக்கு உட்படுத்திக் கொள்வதில்லை. புண்பட்டுவிடுவோம், அவமானப்படுவோம், புறக்கணிக்கப்படுவோம் என்ற காரணத்தால் வாழ்க்கையின் அனைத்துக் கதவுகளையும் அவர் மூடிவிடுகிறார். மகிழ்ச்சி, வலி, சோர்வு, சாதனை அனுபவம் போன்றவை பெறுவதற்கான சாத்தியங்களையும் சேர்த்து மூடிவிடுகிறார். நம்மில் பெரும்பாலோருக்கு மறுபிறவி இருக்கக்கூடும்; ஆனால், இந்த வாழ்க்கையை, அது மாயையோ அல்லது வேறு எதுவோ, எப்படியும் இருக்கட்டும், நாம் ஒருமுறைதான் வாழ்கிறோம். அதை எதிர்கொள்ள நமக்கான ஒரே வாய்ப்பு இந்தப் பிறவி மட்டுமே.

அதீதம் என்பது வளரிளம் பருவத்தின் மொழி. வாழ்க்கை என்பது உச்சங்களால் நிறைந்தது அல்லது எதிரெதிர் துருவங்களால் ஆனது, அல்லது ஒன்றுமில்லை என்பதற்கு அருகில் இருப்பது அல்லது மிதமிஞ்சியது என்று முன்வைக்க வேண்டியதில்லை. இறப்பிற்கு பின்னரான வாழ்க்கை அல்லது பிறவி அல்லது ஏன் நிர்வாணம் போன்ற சிந்தனைகள் அனைத்துமே, இந்த வாழ்க்கையில் நாம் அனைத்தையும் இழக்க வேண்டும் என்ற பொருளைக் கொண்டவை அல்ல

* * *

அடுத்த நாள் காலை. ஒரு பாடலுடன் படுக்கையில் கண் விழித்தேன். பாடல் என் உதட்டிலிருந்து அல்ல. என் மனைவி பாடிக்கொண்டிருந்தாள். அவளைத் தேடினேன். அறையில் அவள் இல்லை.

வெளியில் இருள் இன்னும் விலகவில்லை. லேசான காற்று புதர்களில் புகுந்து வெளியேறிக் கொண்டிருந்தது. கோவில் படிக்கட்டுகளை ஒரே மூச்சில் ஏறி, ஒரு தூணில் சாய்ந்து உட்கார்ந்தேன். உள்ளிருந்து குளிர்ச்சியான ஒளி பிரவகித்தது. பளிங்குக்கல் என்பது வேறொன்றுமில்லை, உறைந்துபோன நிலாவொளியே என்று அப்போது எனக்குத் தோன்றியது. உடலின் இயக்கங்களின் வேகம் குறைந்தது; உடலின் வெப்பம் இறங்கியது. மூச்சும் கட்டுப்பட்டது. சீரற்ற முறையில் என்னை இயக்கிக்கொண்டிருந்த எனது வாழ்வின் ஏற்ற இறக்கங்களிலிருந்து பின்வாங்கிக் கொண்டதுபோல் அல்லது அவற்றிலிருந்து விலகிநிற்பதுபோல் என்னைக் கண்டேன்: குடும்பத்திடமிருந்தும், தந்தையிடமிருந்தும், மனைவியிடமிருந்தும், ராணி கர்மாவதியிடமிருந்தும், விக்கிரமாதித்தனிடமிருந்தும்.

என் மனைவி நிகழ்த்திய அஞ்சலியை, பாடிய பாடலை, அளித்த காணிக்கையை, ஒருவர் எப்படி வேண்டுமானாலும் அதை அழைத்துக் கொள்ளட்டும், எப்படி விவரிப்பது என்று எனக்குத் தெரியவில்லை. சூரியக் கடவுளை அழைத்து, அவனை முன்னிறுத்தி வழிபடும் பாடல். முற்றிலும் சொற்களற்ற பாடல் என்று அதைக் கூறமுடியாது. ஆனால், அப்படித்தான் இருந்தது. இது வழக்கமாக அவள் பாடும் பாடலல்ல. என் மனைவி தனது சமயம் சார்ந்த பக்தியை வெளிப்படுத்த கவிதையைத்தான் தேர்ந்தெடுப்பாள். அவள் பாடுவதும் ஆடுவதும், அவளது பாடல் வரிகளின் வெவ்வேறு விதமான வெளிப்பாடுகளும் நீட்சிகளும் தான்.

இசையின் தூய்மையான வடிவமும், அதன் அடிப்படைச் சாரமும், அதிலிருந்து பெறப்படுவதும், அதை இசைக்கின்ற மானுடக் குரல்தான். எனில் சொற்களால் அதை நாம் ஏன் மதிப்பிழக்கச் செய்யவேண்டும்? நான் ஒரு பாடகன் இல்லை; பாரம்பரிய சங்கீதத்திற்கு என்று ஒரு பாடும்முறையை பள்ளியை நான் கண்டுபிடிக்கவும் வாய்ப்பில்லை; ஆகவே என்றைக்காவது வாய்ப்பாட்டின் மையப்புள்ளியாக ஆலாபனை அமைய முடியுமா என்று யோசிக்கிறேன். ஆலாபனை குறித்த என் கருத்தை எனது மனைவியுடன் என்றும் விவாதித்ததில்லை. எனினும், இங்கே, இந்த இடத்தில் அவள் பாடிக்கொண்டுதான் இருக்கிறாள்; விளக்கிப் பொருள்கூறும் வேலையைச் செய்யவில்லை; இது ரனக்பூர் கோவில் தானா? அல்லது நானும் அவளும், இந்த ஒற்றை விஷயத்தில் ஒன்றுபோலவே சிந்திக்கிறோமா?

இந்தப் பருவத்திற்கு இது விநோதமான வானிலை. கோவில் தளங்களின் இடைவெளிகளின் வழியாகப் பார்த்தேன். கறுப்பு மேகங்கள் பல்லை நறநறவெனக் கடித்தபடி ஒரு சண்டைக்குத் தயாராகிக் கொண்டிருந்தன. அவ்வப்போது கடுமையாக இடி இடித்தது. மழை போல் இருந்தது. ஆனால், நிலையற்ற பாறைகளாய் நிறைந்து நின்ற மேகங்கள் சூரியனையோ, மின்னலையோ அல்லது மழைத் தாரைகளையோ தம்மை ஊடுருவ அனுமதிக்கவில்லை. மனத்தை ஆய்வு செய்வதுபோல் சிந்தனையுடன் அமைதியாக, அவசரமேதுமின்றி என் மனைவி தொடங்கினாள். வேறொரு நிலப்பரப்பு அது. சமமற்றது, ஆனால், குழப்பமானதாக இல்லை. குளிர்ந்த, வெறுமையான பெருங்கடல்கள் என்றும் நீண்டு கிடக்கின்றன. எனினும் மென்மையான தீச்சுடர்களை ஆங்காங்கே வெளிப்படுத்துகின்றன; உங்கள் கரங்களை நீங்கள் சூடேற்றிக் கொள்ள முடியும்.

இரக்கமற்ற காற்று, மனிதர்களற்ற நகரங்களின் மீது வீசிக்கொண்டிருக்கிறது; ஏக்கம் மிகுந்த, நிறைவேறாத ஆசைகளின் செய்திகளைக் கொண்டுவருகிறது. ஆனால், இங்கேயும், தெள்ளிய,

நீல நிற நீர் நிறைந்த குளங்கள் காணப்படுகின்றன. அங்கே ஒரு மணிநேரமோ அல்லது இரு இரவுகளோ நீங்கள் ஓய்வெடுக்க முடியும். குன்றுகளின் மீது ஏறினால், அடிவானம் உங்கள் கால்களின் கீழே வழுக்கிச் செல்லும்; மறந்து நீண்டகாலமான கடந்தகாலத்தில் நிகழ்ந்த ஏதொவொன்றுதான் எதிர்காலம் என்பதுபோல் உங்களுக்குப் பின்புறமாக நகர்ந்து செல்லும். மஞ்சுமூட்டம் இப்போதுதான் மிதந்து வந்திருக்கிறது; உங்களால் நிகழ்காலத்தைப் பார்க்க இயலாது. ஆனால், அச்சம் கொள்ளத் தேவையில்லை. பிரபஞ்சத்தில் துருவ நட்சத்திரமொன்று இருக்கிறது; அது நம்பிக்கையும் எதிர்பார்ப்பும்.

என் மனைவி சூரியனைக் கூவி அழைத்தாள். அவளது பாடல் பொறுமையற்றும் அதிகாரம் நிரம்பியதாகவும் இருந்தது. ஆனால், அக்குரலால் மன்றாடி வேண்டவும் முடியும். பாறைகளையும் மேகங்களையும் தள்ளி ஒதுக்கி வைக்க எத்தகைய தந்திரத்தையும் பயன்படுத்தும். நான் என் கண்களை மூடிக்கொண்டேன்.

அவள் தனது உத்திகளை மாற்றினாள். அவள் குரல் மென்மையாக, பாவம் நிறைந்ததாக மாறியது; ரகசியச் சந்திப்புகளைச் சுட்டியது. இடைவெளிகளிலும் விரிசல்களிலும் தன்னை நிரப்பிக் கொண்டது. துடிப்பும், நெருக்கமும் நிறைந்ததாக மாறியது. வானத்துப் பாறையின் செங்குத்தான சரிவுகளில் வழுக்கியது; ஏறியது. பூமியின் நிலவறைகளுக்குள், பாதாள உலகங்களுக்குள் தன்னை நுழைத்துக்கொண்டது. அவ்விடங்களில் மஞ்சுபோல் உலவியது. அதன்பின் அங்கிருந்து திரும்பவும் புறப்பட்டது. படிப்படியாக வேகம் பெற்றது. அலை, வேகமான அலையாக உருண்டது. போராடி. வழியுண்டாக்கிக் கொண்டு வெளியில் வந்தது, எந்தத் தடையையும் பொறுக்காத, கர்ஜிக்கும் நீர்ச்சுவராக தன்னை உருமாற்றிக்கொண்டு, கருமையான அசைக்க முடியாத கோபுரத்தின் மேல் வீசியடித்தது. எதுவும் நிகழவில்லை. அப்போது அச்சம் தரும் கிரீச்சென்ற ஒலி எழுந்தது; வானம் பிளந்து கீழே விழுந்தது. கோவிலை உடைத்துக் கொண்டு சூரியன் வந்தான்; வளரும், தற்காலிக சூரியன் அல்ல. முழுமையான வடிவத்துடன், தடுக்க முடியாத தங்கக் கோளமாக வெளிவந்தான். சிற்ப வேலைப்பாடுகளும், தூண்களும், மண்டபங்களும், கோவிலின் அடுக்கு நிலைகளும், முழுமையான பளிங்குக் கட்டமைப்பும், உள்ளே இருந்த நாங்களும் ஒளியாக மாறினோம். எனது மனைவியின் பாடல் தூய்மையான ஒரு பெரு மகிழ்ச்சி. கோவில் குடை சாய்ந்தது. நாங்கள் விண்ணோக்கிப் பயணித்தோம். ஒளியின் வேகத்தில் நாங்கள் பறந்தோம். பிரபஞ்சம் என்ற அசைவற்ற அமைதியினுடைய இதயத்தின் மையத்தில் நாங்கள் இருந்தோம்.

* * *

சித்தோரிலிருந்து செய்தி கொண்டு வந்தவர்கள் கோவில் படிக்கட்டுகளுக்கு அடியில் எங்களுக்காகக் காத்திருந்தனர். டில்லி சுல்தான் இரண்டாவது முறையாக மேவார் படைகளுடன் மோதியிருக்கிறான். மீண்டும் துரத்தப்பட்டிருக்கிறான். நாங்கள் தலைநகருக்கு உடனடியாகத் திரும்ப வேண்டுமாம். வேகமாகப் பயணித்த நாங்கள் அன்றிரவைக் கும்பல்கார்கில் கழித்தோம். அடுத்த நாள் அதிகாலையில் தோட்டத்திற்குச் சென்றேன். கொட்டிக் கிடந்தப் பாரிஜாதப் பூக்களைப் பொறுக்கி ஒன்று சேர்த்தேன். ஐநூறு பூக்களாவது இருக்கும். எனது சாஃபாவில் அவற்றைச் சேகரித்தேன். பூக்களை நீலவிழியாளின் மேல் சொரிந்தேன்.

விழித்துக் கொண்ட அவள், தன்மீதும், தரையிலும் கிடந்த ஏராளமான பூக்களை ஆச்சரியத்துடன் பார்த்தாள். அவற்றைத் தன் கைகளால் எடுத்து, சற்றைக்கொரு தரம் தலையைப் பின்புறம் சாய்த்து, முகத்தில், நீண்ட வெண்மையான கழுத்தில், மார்பகங்களில், உடல் மீதும் தூவிக்கொண்டாள்.

'இந்த இடத்தைவிட்டுப் போக வேண்டாம். அப்புறம் நீங்கள் எனக்கு பாரிஜாத மலர்களை எப்போதும் கொண்டு வந்து தரமாட்டீர்கள்'

'இல்லை. கொண்டு வருவேன். இந்த மரத்தின் கிளையொன்றை நான் ஏற்கனவே எடுத்து வைத்திருக்கிறேன்'

அத்தியாயம் 30

எதுவும் அதிகம் மாறிவிடவில்லை; அவரைச் சந்திக்கவேண்டும், அவர் பாதத்தில் தலைவைத்து வணங்க வேண்டும் என்று கேட்டேன். இப்போது செளகரியப்படாது என்றார் அவர். சரி, என்னை ஏன் அவர் திருப்பி அழைத்தார்?

மாலையில் அவரைப் பார்க்க வெற்றிக் கூடத்திற்கு சென்றேன். உடல் முழுவதும் கட்டுப்போட்ட மனித உருவில் பொம்மை ஒன்று அரியணையை நோக்கி இழுத்தவாறு நடந்து சென்றது. அவரது முகத்திலும் தையல் போடப்பட்டிருந்தது. அவரது உயிரற்ற கரத்தை வெட்டுவதற்கு டில்லி வீரர்கள் சிலர் முயன்றிருக்கிறார்கள். நன்றாக இருந்த தொடையும் வாள் வீச்சால் பிளந்திருந்தது. அனைவரும் எழுந்து, தலைதாழ்த்தி மரியாதை செலுத்தினோம். அவர் எங்களைப் பார்த்தார். புதிதாகப் பார்ப்பவர் எவரும் அவரை ஒற்றைக்கண்ணன் என்று பரிகாசம் செய்யக்கூடும்; ஆனால், இந்தப் பார்வை, அவரது மிகவும் இனிய, இணக்கமான முகபாவங்களில் ஒன்று எனலாம். தனது நல்ல கரத்தை தலைக்குமேல் உயர்த்தி, தலையைச் சற்றே தாழ்த்தி எங்கள்

அனைவருக்கும் அவர் வணக்கம் செலுத்தியது எல்லோருக்கும் வியப்பை அளித்தது. எதிரி கொடுத்த அடிகளில் ஒன்று அவர் மூளையைப் பாதித்துவிட்டதோ?

எந்த ராணாவும் தலைக்குமேல் கையை உயர்த்தி வணக்கம் சொன்னதில்லை; மாட்சிமை பொருந்திய பேரரசர் அவருக்குக் கீழுள்ளவர்களுக்கும் குடிமக்களுக்கும் எப்படித் தலைவணங்க முடியும்? என்ன செய்வதென்று தெரியாமல் அரசவையினர் நின்று கொண்டிருந்தனர். ஆனால், ஆச்சரியங்கள் அப்போதுதான் தொடங்கியிருந்தன. வழக்கமாக நாங்கள் உட்காரும் இடங்களில் எங்களை உட்காரும்படி அவர் கைகாட்டினார். அதன்பின், அரியணையில் அமராமல், மற்ற பிரபுக்கள் போலவே, தரையில் போடப்பட்டிருந்த இருக்கை ஒன்றில் அமர்ந்தார்.

அரசவையினரும், வாஸல்களும் இருக்கைகளில் அசைந்தனர். அவர்களால் உணர்ச்சியை அடக்கமுடியவில்லை. அவருக்கு மனநிலை சரியில்லையோ? ஆட்சி செய்வதற்கான தகுதியை இழந்துவிட்டாரோ என்று தமக்குள் கிசுகிசுத்தனர். என் இருக்கையை விட்டு நகர்ந்து சென்று தந்தையின் முன்னால் தரையில் விழுந்து வணங்கினேன். அரசவையில் உள்ளோரின் கவனத்தைத் திருப்ப ஒரேவழி இதுதான். மிகச் சுருக்கமாக, உணர்ச்சியற்ற குரலில் வாழ்த்தினார்: ஸ்ரீஏகலிங்கேஸ்வர் உன்னை ஆசிர்வதிக்கட்டும். சூழலைப் புரிந்துகொண்ட என் மனைவியும் என்னைப் பின்பற்றினாள். அரசவையில் அனைவரின் முன்னிலையில் இளவரசி பேரரசருக்கு மரியாதை செலுத்துவது இயல்புக்கு மாறானதுதான். ஆனால், அன்றைய நாள் மறக்கமுடியாத அளவிற்கு மரபை மீறிய ஒன்றாக மாறிக்கொண்டிருந்தது. தந்தை, என் மனைவியுடன் பேசினார்.

‘இளவரசி, இதற்கு முன் எப்போதாவது நீ ஆவியைப் பார்த்திருக்கிறாயா?’

’அதைவிட மோசமானதைப் பார்த்திருக்கிறேன், பேரரசே. நாளையிலிருந்து உங்களுக்கு நான்தான் உணவு தயாரிக்கப் போகிறேன். பதினைந்து நாளில் உங்களை முழுமையாகக் குணமாக்கிவிடுவேன்.’

‘இளந் துறவிக்கு சமையல் பற்றி என்ன தெரியும்?’

‘மேர்த்தாவில், கடவுளர்களும் என் உணவைச் சாப்பிட வருவார்கள், பேரரசே.’

’இளவரசி, நீ சொல்வதை நிச்சயம் கணக்கில் எடுத்துக் கொள்கிறேன்’

'உங்களுக்கு வேறு வழியில்லை, பேரரசே'. பின் மென்மையாக, 'நீங்கள் அரியணையில் அமர்வதற்கு நான் உதவட்டுமா?' என்று கேட்டாள்.

சிரித்தபடி அவர் தலையாட்டினார்.

அவளுடன் கிசுகிசுப்பாகக் கதை பேசி முடித்ததும், தந்தை அரசவை முன் பேசத்தொடங்கினார்.

'பிரபுக்களே, ராவ்களே, ராவத்களே, ராஜாக்களே, இந்த நிலத்தின் உயரிய மனிதர்களே, வீரஞ்செறிந்த மனிதர்களே, நண்பர்களே, மேவாரின் குடிமக்களே!' அவரது குரல் தாழ்ந்தும் உணர்வு வயப்பட்டும் இருந்தது. 'உங்களை வரவேற்கிறோம். மிகப்பெரிய மகிழ்வளிக்கும் வெற்றியைப் பகிர்ந்துகொள்ள, கொண்டாட எங்களுடன் நீங்கள் இருப்பது மிகப்பெரிய கௌரவம். இரண்டாவது முறையாக டில்லி சுல்தானுக்கு மிக மோசமான தோல்வியை அளித்திருக்கிறோம். இப்ராஹிம் லோடி சமாதானத்தை வேண்டியிருக்கிறார். அதுமட்டுமின்றி, நமது அனைத்து விதிகளுக்கும் நிபந்தனைகளுக்கும் ஒப்புக்கொண்டுள்ளார். உங்கள் உதவியும், ஒத்துழைப்பும், மேவாருக்கு நீங்கள் காட்டும் விசுவாசமும் இல்லாமல் நாம் இதைச் சாதித்திருக்க முடியாது. உண்மையாகவே நாங்கள் உங்களுக்கு நன்றிக்கடன் பட்டிருக்கிறோம். இப்போது விருந்து மண்டபத்திற்கு செல்வோம்; அதன்பின் வெற்றிவிழா கொண்டாட்டங்கள்; முஷைராவும் வாண வேடிக்கைகளும் உண்டு; ஆனால், அதற்குமுன் ஒரு சிறிய அறிவிப்பைச் செய்ய விரும்புகிறேன்.

'அன்பான பிரபுக்களே, நமது ஹிந்து பழக்கவழக்கங்களும் பண்பாடும் உங்களுக்கு நன்கு தெரியும்.' அவரது குரலில் திடீர் மாற்றம். இரண்டு மைல்களுக்கு அப்பாலிருக்கும் முடிசூட்டு வைபவம் நடத்தப்படும் பழமையான மைதானத்தில் இந்தக் குரலை நீங்கள் கேட்டிருக்க முடியும். 'உடைந்து போன சிலையை நாம் வணங்குவதில்லை.' அவர் நிறுத்தினார். மற்ற எல்லோரையும் போலவே நானும் வியந்தேன். என்ன நடக்கிறது, எதைப்பற்றி இவர் பேசுகிறார்?

'சின்ன கீறல், சிறிது பின்னம் இருந்தாலும், அந்தச் சிலை தனது புனிதத் தன்மையை இழந்துவிடுகிறது. அதன்முன் நின்று நாம் பிரார்த்தனை செய்வதில்லை; மாலை அணிவிப்பதில்லை; பாதங்களில் விழுந்து வணங்குவதில்லை. தெய்வீகம் அச்சிலையிலிருந்து வெளியேறிவிடுகிறது. அந்த இடத்தில் புதியதாகச் சிலை ஒன்றை பிரதிஷ்டை செய்கிறோம். அன்பிற்குரிய, மேன்மையான என் நண்பர்களே! அத்தகைய உடைந்த, சேதப்பட்ட சிலையைப்போல உங்கள் முன் நிற்கிறேன். வெற்றி, அதற்கான விலையை எடுத்துக்கொண்டது. தலையிலிருந்து கால்வரையிலும் உடைந்து போயிருக்கிறேன், காயம் பட்டுள்ளேன். இவ்வளவு ஆண்டுகளும் மேவாருக்குத் தலைமை ஏற்க

எனக்கு வாய்ப்புக் கிடைத்தது, அது பெரும் கௌரவம். ஆனால், எப்போது ஓய்வு பெறுவது என்பதை அறிந்தவன் தான் விவேகமான அரசன். என் மகுடத்தை இறக்கிவைக்க எனக்கு அனுமதி அளிக்கும்படி உங்களைக் கெஞ்சிக் கேட்கிறேன். அரசக் கடமைகளிலிருந்து என்னை விடுவியுங்கள்; எனக்குப் பதிலாக, புதிய, உடலில் குறை இல்லாத முழுமையான அரசனை நியமனம் செய்யுங்கள். மிகவும் பகட்டாக, ஆடம்பரமாக என்னைப் பராமரிக்க வேண்டாம். உடலுடன் உயிர் ஒட்டியிருக்கப் போதுமான போஷாக்கை எனக்குக் கொடுத்தால் போதும்; இந்த அவையில் கூடியிருக்கும் வீரஞ்செறிந்த பெருமக்களையும் பிரபுக்களையும் போல் மீதமுள்ள வாழ்நாள் முழுவதும் மேவாருக்குச் சேவை செய்ய அனுமதியுங்கள்'.

இதை நான் கணித்திருக்க வேண்டும்; சபாஷ், ஹுரே, மகிழ்ச்சி. அது ஓர் அற்புதமான நடிப்பு. அப்படி இல்லையெனில், நடிப்பைப் பற்றி எனக்கு அதிகம் தெரியவில்லை என்று கூறலாம். ஓ.. என்ன ஒரு அடக்கம், பணிவு, பெருந்தன்மை! ராஜபுத்திர இளைஞர்கள், மூத்தவர்கள் என்று அனைவரது கண்களிலும் நீர். உங்கள் கையிலிருக்கும் சீட்டுகள் முழுமையாக சேர்ந்திருக்கலாம்; ஆனால், உங்களைத் தோற்கடிக்க, எப்போதும் அவர் கையில் கூடுதலாக ஒரு சீட்டு இருக்கும். அவையில் முணுமுணுப்பு எழுவதை என்னால் கேட்க முடிந்தது. இடிமுழக்கம் போன்ற ஒருமித்தக் குரலாக நிச்சயம் அது உருமாறும். எளிதில் எதையும் நம்பிவிடுகிற முட்டாள்கள்! கொஞ்சமும் நிதானிக்கவில்லை; இத்தனை ஆண்டுகள் பெற்ற வெற்றிகளுக்கும், உடற்காயங்களுக்கும் பிறகு, அரியணையிலிருந்து இறங்க, பேரரசர் இந்தத் தருணத்தைத் தேர்ந்தெடுத்தது ஏன் என்று யோசிக்கவில்லை.

அவர் என்ன செய்யப்போகிறார்? என்ன இந்த விளையாட்டு, எதற்காக? வெளிப்படையாக அவர் ஏன் இதைக் கூறவில்லை? வணக்கத்திற்குரிய, மேவாரின் மிகப்பெரிய மனிதருக்கு என்ன வேண்டும்? ஆனால், நான் ஏன் அவசரப்படுகிறேன்? இன்னும் சில நிமிடங்களில் பூனை சாக்கை விட்டு வெளிவரப் போகிறது. தனது செல்வாக்கை நிரூபிக்கத் தந்தை முயல்கிறார் என்றால், அவர் தனது எண்ணத்தை வெளிப்படுத்திவிட்டார். அமளி உருவாகியது; அந்தப் பெரும் மண்டபம் இடிந்துவிழும் அளவிற்கு அவர்கள் குரலெழுப்பினர்; விசுவாசத்தை வெளிப்படுத்த ஒருவரையொருவர் பரஸ்பரம் பார்த்துக்கொண்டனர். தம்பி விக்கிரமாதித்தன் அனைவரையும் முந்திக்கொண்டு தந்தையிடம் ஓடினான். அரியணையிலிருந்து தந்தையைக் கீழிறக்க அவன் முயற்சித்துப் பல ஆண்டுகள் ஆகவில்லை; இப்போது அவர் கீழிறங்கினால், தனது கழுத்தை அறுத்துக்கொள்வேன் என்கிறான். அன்பை வெறித்தனமாக வெளிப்படுத்தும் மகனாக அவன் சபதமிடுவதைப் பார்க்க அருமையாக இருந்தது.

ஒரு மூலையில் ஓவியம்போல் நான் நின்றுவிட்டேன். என்னைத் தவிர்த்து வேறு யாரையும் நான் குறைசொல்ல முடியாது. நீங்கள் பொதுச்சேவையில் இருக்கும் ஆளுமை; அவ்வாறே தொடர்ந்து இருக்கவும் விரும்புகிறீர்கள்; எனில், உங்களை வெளிப்படுத்திக் கொள்ளாமல், கூச்சப்பட்டு நீங்கள் விலகிப்போக முடியாது. நேர்மையாகவும் விசுவாசமாகவும் மட்டும் இருந்தால் போதாது; நீங்கள் அப்படி இருக்கிறீர்கள் என்று மற்றவர்கள் நினைக்கும்போது, நீங்கள் அப்படி இல்லாமலிருப்பது, வெளிப்படையாக சொன்னால், ஒரு பெரிய விஷயமல்ல. ஏன் என் நாவை அடக்கிக்கொண்டிருக்கிறேன். தந்தை சொல்வது உண்மை; வேறெதுவுமில்லை என்றால் மற்றவர்களுடன் சேர்ந்து, அரச பதவியிலிருந்து ஓய்வுபெற அனுமதிக்கமாட்டேன் என்று தந்தையிடம் ஏன் என்னால் கூறமுடியவில்லை? நீங்கள் விரும்பினால், கொஞ்சம் இழிவான ஒன்றாகவும் இதைப் பார்க்கலாம். சரி, அனைத்தையும் தூக்கிப் போட்டுவிட்டு அவர் வெளியில் நடந்து சென்றால் என்ன நடக்கும்? அவர் கேட்டுக்கொண்டார் என்பதற்காக, அவரது வாரிசாக விக்கிரமாதித்தனை அவர்கள் நியமித்தால் என்ன ஆகும்?

எப்படியோ, நீங்கள் பார்த்ததுபோல் மற்றவர்களுடன் சேர்ந்து கழுதைபோல் கத்துவதைத் தவிர்த்து எனக்கு வேறு வழியில்லை. ஆனால், இப்போது நேரம் கடந்துவிட்டது. கூச்சமும், காட்சிப்படுத்திக் கொள்ள விரும்பாத தன்மையும் என்னை வென்றுவிட்டன. அத்துடன் மேவாரின் பெரும்பான்மை வாஸல்களிடமும் நண்பர்களிடமும் நியாயத்துடன் நான் நடந்துகொள்ளவில்லை. அவர்களுக்குத் தனிப்பட்ட முறையில் என்ன விருப்பங்கள் இருந்தாலும் அவர்கள் தந்தையை மதித்தனர்; அவர் மீதும் அவரது தலைமையின் மீதும் நம்பிக்கை கொண்டிருந்தனர். லக்ஷ்மண் சிம்மாஜி என்னை விசித்திரமாகப் பார்த்துக்கொண்டிருந்தார். அவர் என் தந்தையின் சகா, சமகாலத்தவர். அவர் வாயை மூடிக்கொண்டிருக்க அனுமதியுண்டு. அவரது நோக்கங்களை யாரும் கேள்விகேட்க மாட்டார்கள்.

இரண்டு நிமிடங்கள், 'வேண்டாம்', 'கூடாது' என்ற கூக்குரல்கள் போதும்; ஆனால், தந்தை ஐந்து நிமிடங்களுக்கும் மேல் அனுமதித்தார். பேரரசர் வெளிப்படையாக முன்வைத்த உணர்ச்சி வசப்பட்ட வாதத்தை மறுப்பது, இப்போது சலும்பாரின் ராவத் ரத்தன் சிம்மாவின் தலையில் விழுந்தது. பணிவுடனும் ஆர்வத்துடனும் தனக்கிடப்பட்ட பணியை அவர் ஏற்றுக்கொண்டார். இதில் மாட்டிக் கொள்ளக்கூடாது என்ற எண்ணமும் போலித்தனமும் அந்த மனிதரிடம் துளியும் காணப்படவில்லை. அவரது பேரரசர், ஒவ்வொரு சொல்லையும் உணர்ந்துதான் சொல்லியிருக்கிறார்; அரச பதவியையும், அதற்குரிய பணிகளையும் துறந்துவிடுவார் என்று ஏறத்தாழ பிரபுக்கள் அனைவரையும் போலவே நம்பினார். எந்த இடத்தில்

எவ்வாறு தந்தை விரும்புகிறாரோ அவ்வாறே வாஸல்களின் கூட்டத்தையும் அரசவையில் உள்ளோரையும் மிகச்சரியாக, சாதுர்யமாக அவர் அமர்த்தியிருந்தார்.

தெய்வீக உரிமையின் படி அரசர்களாக, இந்தப் பூமியில், இறைவன் ஏகலிங்கேஸ்வரின் பிரதிநிதிகளாக இருக்கிறோம். ஏகலிங்கேஸ்வர் வேறு யாருமில்லை, சாட்சாத் மாபெரும் சிவன் தான். உவமானம் என்ற ஒரு எளிய சாதனத்தின் வழியாக, மிக ஆபத்தான, நம்ப முடியாத நீரில் இறங்கிய தந்தை, தனக்குத் தானே தெய்வீகத்தன்மையை நிறுவிக்கொண்டார். எனினும், இங்கே, ராவத் ரத்தன் சிம்மாவும், ஏனைய மூத்தவர்களும் ஒருவர் மேல் ஒருவர் விழுந்து அவர் அரியணையில் தொடர வேண்டும் என வேண்டினர்; மேலும் மேலும் சிக்கலான தர்க்கவாதத்தை முன் வைத்து மகா ராணா தனது பணிகளைத் தொடரவேண்டும் என்று விளக்கிக் கொண்டிருந்தனர்.

'உங்களது அதீத அடக்கமும், நாட்டின் நலனை முன்னிறுத்தி நீங்கள் செய்யும் அயராத, விடாமுயற்சியும், இந்த அவை மீது உங்களுக்கு இருக்கும் நன்மதிப்பும், மெல்லிய ஒளியூடுருவாத கண் புரைத் திரையாக உங்கள் மனத்தை மூடிவிட்டன; அதனால்தான் இந்தத் தவறான புரிதல்களும், எண்ணங்களும். பேரரசருக்கு இதை அன்புடன் தெரிவித்துக் கொள்கிறோம். உங்கள் கண்களை மூடியிருக்கும் திரையை அகற்ற எங்களுக்கு அனுமதி கோருகிறோம். பேரரசர் உடம்பிலிருக்கும் காயங்கள் அனைத்தும், ராஜபுத்திர வீரன் எவனும் பெற விழையும், பெருமை கொள்ளத்தக்க வீர சாகசத்தின், வல்லமையின் அடையாளங்கள். நீங்கள் ராஜ்ஜியத்திற்கு ஆற்றிய உயர்ந்த கடமையின்போது பெற்றவை. எதிரியை நிர்மூலமாக்கி, மேவாருக்கும் அதன் நண்பர்களுக்கும் பெருமைக்குரிய வெற்றியை அவை உறுதிசெய்துள்ளன. அங்கங்களை நீங்கள் இழந்ததால் அல்லது காயங்களால் நீங்கள் குறைந்துபோய்விடவில்லை. உங்களது நற்பெயரையும் அந்தஸ்தையும் அவை குறைக்கவில்லை. மாறாக, மிகச் சிறப்பான விருதுகளாய் உங்களை அலங்கரிக்கின்றன; மேவாரின் புகழையும் கீர்த்தியையும் உயர்த்துகின்றன. எப்போதையும் விட நீங்கள் இப்போது தெய்வீகத்தின் முன்னுதாரணமாகத் திகழ்கிறீர்கள்.'

ஆடம்பரமான பாசாங்கு மொழியை மன்னித்துவிடலாம். சலும்பாரின் பிரபுவுக்கு மிகவும் கடினமான பணி. தனது பேரரசரை வசீகரிக்க முயன்றார். சொற்கள், நம்மை எப்படி இழுத்துச் சென்றுவிடுகின்றன. மனிதக் கடவுளர்களை உருவாக்க நமக்கிருக்கும் ஆர்வத்தில், சுயவிருப்பத்தால் நாம் விட்டுக்கொடுக்கும் உரிமைகளையும் சலுகைகளையும் யார் கவனிக்கிறார்கள், எண்ணிக்கையில் கொள்கிறார்கள்? இரைச்சல் உயர்ந்தது; உரத்த மகிழ்ச்சிக் குரல்கள்.

இறுதியில், ராவ் வீரம்தேவ் இருக்கையைவிட்டு முன்னால் வந்து, கைகளை உயர்த்தினார். இறுதிக் குரல் அடங்குவதற்குக் காத்திருந்தார்.

'பேரரசே, மேவார் மக்களும், ராவ்களும், ராவத்துகளும், இளவரசர்களும், அரசவை அதிகாரிகளும் அளித்த தீர்ப்பைக் கேட்டீர்கள். டில்லி சுல்தான் மீதான வெற்றியைக் கொண்டாட இங்கு கூடியிருக்கிறோம். வேதனைப்பட வேண்டிய தோல்வியாக நீங்கள் அதை மாற்றிவிட வேண்டாம் என்று வேண்டிக்கொள்கிறேன்.' அதன் பின், வீரம் தேவ், புராஜி கிக்கா உள்ளிட்ட தலைவர்கள், பேரரசரின் கைகளைப் பற்றி அரியணையில் அவரை அமர வைத்தனர்.

தந்தை முணுமுணுத்தார், தந்தை ஆட்சேபித்தார், தந்தை இணங்கிப்போனார்.

'நான் என்ன சொல்ல? நான் இப்போது மறுத்தால் என் மீதும் அரச பதவியின் மீதும் நீங்கள் வைத்திருக்கும் நம்பிக்கையைத் தவறாகப் பயன்படுத்தியது போலாகும். ஒரு விஷயம் மட்டும் தான் எந்த அரசையும் நீடித்திருக்கச் செய்கிறது: அது மக்களின் நம்பிக்கையும் நல்லெண்ணமும் மட்டுமே. என் மீது நீங்கள் வைத்திருக்கும் மரியாதையைப் பார்த்துத் திகைத்தேன். மிகவும் நெகிழ்ந்தேன். உங்களுக்குப் பெரிதும் கடமைப்பட்டுள்ளேன். நீங்கள் வைத்திருக்கும் பெரும் நம்பிக்கைக்குத் தகுதியுடையவனாக தொடர்ந்து இருப்பேன்.'

கைதட்டல் ஓய்ந்ததும் தந்தை மென்மையாகப் பேசினார். 'ஒரு சிறு வேண்டுகோளை முன்வைக்க விரும்புகிறேன்'. 'சொல்லுங்கள், சொல்லுங்கள்' என்று ஒட்டுமொத்த அவையும் குரலெழுப்பியது. 'உங்களுக்காக எங்கள் உயிரையே கொடுப்போம், பேரரசே'. கொஞ்சம் நேரடியாக சொல்லமுடியாத வாழ்க்கைப் பரிசு போன்ற ஏதோ ஒன்று அவர் மனத்தில் இருக்கிறது. நடந்து முடிந்த விரிவான ஒட்டுமொத்த நாடகத்தின் மையப்புள்ளிக்கு வந்துவிட்டோம்! 'ரண்தம்போர் கோட்டையையும், அந்தப் பிரதேசத்தையும் இளவரசன் விக்கிரமாதித்தனுக்கும் அவன் தம்பி இளவரசன் உதய் சிம்மாவுக்கும் ஜாகீர்களாக அளிக்கலாம் என்பது எமது விருப்பம்'.

அனைத்து உற்சாகக் குரல்களும் உரத்த சப்தங்களும் எங்கே போயின? 'எதுவாயிருந்தாலும், அது எதுவாயிருந்தாலும் நிச்சயமாகச் செய்வோம் பேரரசே! நீங்கள் கேளுங்கள், நாங்கள் தருகிறோம்', என்பதெல்லாம் எங்கே போயின? அவை திகைத்துப்போய் அமர்ந்திருந்தது. கடந்த நூறாண்டுகளாகத் திட்டமிட்டு உருவாக்கிய மரபையும், அரச நடைமுறைகளின் புனிதத்தையும் பேரரசர் உடைத்துக் கொண்டிருந்தார். எண்ணியதை அவரால் சாதித்துக் கொள்ளமுடியும், அதில் சந்தேகமில்லை. ஆனால், வெற்றிக்களிப்பின் தருணத்தில், அதீத

நம்பிக்கையில் தந்தை அந்தத் தவறை செய்தார். அரசவையின் மனநிலையைத் தவறாகக் கணித்துவிட்டார்: அவரது பிரபுக்களும், மேற்குடி மக்களும், ராஜாக்களும் எல்லா சமயங்களிலும் அவரை ஆதரிக்கத் தயாராக இருந்தனர். ஆனால், ராஜாங்க விஷயங்களில் தேவைக்கு அதிகமாகத் தலையிடும் அகங்காரம் நிறைந்த ராணியின் நிலையற்ற போக்கை, பாரபட்சத்தை ஆதரிக்க அவர்கள் தயாரில்லை. அவளுக்கு விட்டுக்கொடுப்பதன் மூலம், நெருக்கமான நண்பர்களிடமிருந்து விலகிப்போகும் ஆபத்தை எதிர்கொள்ள விரும்புகிறார். ஆனால், மேலும் பல விஷயங்கள் இதைத் தொடரப்போகின்றன. ஒப்புக்கொள்ள மாட்டார்கள் என்று தெரிந்தும் கர்மாவதியின் இரண்டு மகன்களுக்கும் அவர் இதைச் செய்கிறார். இளையவன் இன்னும் குழந்தைதான். ஆனாலும், அந்த இருவருக்கும் சிறந்த, அசாதாரண பாதுகாப்பைக் கேட்கிறார்; அவர்களது நலன்களைத் தொடர்ந்து பாதுகாக்கும் கட்டாயம் ஏற்பட்டிருப்பதை தந்தை உணர்கிறார்.

ராணி கர்மாவதி முட்டாள்தனமாகச் செயல்படலாம். ஆனால், முட்டாள் இல்லை. ரண்தம்போர் ஜாகிர் கணிசமானது மட்டுமல்ல, எங்களது மதிப்புமிக்க பிரதேசங்களில் ஒன்று. தனது அன்புக்குரிய மகன் விக்கிரமாதித்தன், அந்த அழகிய கோட்டையைப் பாதுகாக்கும் பணியைச் சரியாகச் செய்வானா என்று அவளுக்குச் சந்தேகம் எழுந்திருக்கும்.

'ரண்தம்போரில் இரண்டு இளவரசர்களுக்கும் பாதுகாவலராக மேன்மை தாங்கிய ஹாதா சூரஜ்மல் இருந்து செயல்பட வேண்டும் என்று கேட்டுக்கொள்ள விரும்புகிறேன்.'

ஹாதா சூரஜ்மல் உணர்ச்சியைக் காட்டாமல் அமர்ந்திருந்தார். தந்தையின் வேண்டுகோளால் ஏற்பட்ட வியப்பையும், கோபத்தையும், அசௌகரியத்தையும் இறுகிய அவரது தாடை நரம்பின் துடிப்பில் மட்டுமே அறியமுடிந்தது. ராணி கர்மாவதியும் ஹாதாவும் உடன்பிறந்தவர்கள் என்பதைத் தவிர்த்து பொதுவானது என்று எதுவுமில்லை. ஹாதா சூரஜ்மல் வெடுக்கென்று பேசக் கூடியவர், கர்வம் கொண்டவர், சிரமப்பட்டுத்தான் நிமிர்ந்து உட்கார்ந்திருந்தார். தனக்குக் கிடைத்திருக்கும் அந்தஸ்தும் சலுகைகளும் தன் தங்கையைப் பேரரசர் மணந்ததால் கிடைத்தவை என்று கருதுவதற்கான சாத்தியம் எழும் என்பதால் அதீதமாக உணர்ச்சி வசப்பட்டிருந்தார். மருமகன் விக்கிரமாதித்தனை அவர் வெறுத்தார்; முடியுமென்றால் சித்தோருக்கு என்றைக்கும் வராமலேயே இருந்திருப்பார். இப்போதும், அவர் அரண்மனையில் தங்கவில்லை. அவரது தலைநகரத்து நண்பர்களுடன் தங்கியிருந்தார். எங்களது மிகமுக்கியமான, மதிப்புமிக்க நண்பர்களில் அவரும் ஒருவர். அதுமட்டுமின்றி தந்தையை எதிர்த்துப் பேசக்கூடிய மூன்று அல்லது நான்கு பேரில் ஒருவர்.

'பேரரசே, மேவாரின் நலன்களே எனக்கு மிகவும் முக்கியம்'. என்றவர் குறிப்பாக என்னைப் பார்த்தார். 'ஆகவே, பொறுப்பை ஏற்றுக்கொண்டால் ஒருவேளை அச்செயல் ஏதாவது கருத்து வேற்றுமையை ஏற்படுத்திவிடுமோ என்று அரியணை மீது எனக்கு இருக்கும் விசுவாசம் அதைத் தடுக்கிறது.'

ஹாதா என்னை உற்று வெறித்துநோக்கியது எனக்கு வேடிக்கையாக இருந்தது. அரியணைக்கு அடுத்தது யார் எனும் வரிசையில் நான் இல்லை. அதனால், அவரது மருமகன்களுக்கு இடையில், குறிப்பாக விக்கிரமாதித்தனுக்கும் எனக்கும் கருத்துவேற்றுமை எழ நிச்சயம் வாய்ப்பில்லை.

'மதிப்பிற்குரியவரே,' வழக்கமற்ற சமாதானப்படுத்தும் தொனியில் தந்தை பேசினார். 'அந்த மாதிரி தீவிரமான அவசரம் எதுவும் எழாது என்று நினைக்கிறேன். ஆனால், ஒன்று உறுதி. நலன்கள் இடம் மாற நிச்சயமாக வாய்ப்பில்லை. எப்படியும் மேவாரின் நலனுக்குத்தான் முன்னுரிமை'.

அந்தப் பணியை ஏற்றுக்கொள்வதைத் தவிர்த்து ஹாதா சூரஜ்மலுக்கு வேறு வழியில்லை. 'பேரரசே, உங்கள் விருப்பம் போல் நடக்கட்டும். ஆனால், என்னால் ஏற்க முடியாத சூழல் எழுமானால் நான் பொறுத்துக்கொள்ள மாட்டேன் என்பதைப் போதுமான அளவு தெளிவாக்கி விட்டேன் என்று நம்புகிறேன்'. தனது எதிர்ப்பைப் பதிவு செய்யாமல் அவர் விட்டுக்கொடுக்கத் தயாரில்லை.

தந்தை புன்னகைத்தார்; கருத்து ஏதும் சொல்லாமல் இருந்தார். 'கடைசியாக ஒரு விஷயம்; அதன்பின், கொண்டாட்டங்களுக்கு நாம் செல்லலாம். எமது மூத்தமகனை கும்பல்கார்கிலிருந்து திரும்ப அழைத்துவிட்டோம். நாளையிலிருந்து சித்தோரின் ஆளுநராக அவர் நியமிக்கப்படுகிறார்; போராலோசனை குழு கூட்டங்களிலும் அவர் எனக்கு உதவியாக இருப்பார்.'

ராணி அமரும் இடத்திலிருந்து தனித்து ஒரு திகைப்பொலி. எனக்கு மிகவும் விருப்பமான தாயின் நம்பிக்கைக்குரிய ஹிஜிரா, முகத்தில் உணர்வு எதையும் காட்டாமல் அமர்ந்திருந்தான். ஆனால், ராணியால் தன்னைக் கட்டுப்படுத்திக்கொள்ள இயலவில்லை. தொடர்ந்து அவையில் உரத்தச் சப்தமும் கைத்தட்டலும் கேட்டன. சாதாரண மனிதனின் உள்ளார்ந்த ஞானம் பற்றி உற்சாகமான சொற்களில் அடிக்கடி உரையாற்றியிருக்கிறேன். அவ்வப்போதான பிறழ்வுகள் இருந்தாலும், நடைமுறைவாதம், மன உறுதி, சமுதாயத்தின் நன்மை என்ற உறுதியான அடித்தளத்தில் அது நிலைபெற்றிருக்கிறது. நல்ல ஆய்வுதான், ஆனால், சந்தேகமின்றி தவறான ஒன்று. சாதாரண மனிதன் நிலையற்ற சிந்தனை

உள்ளவன். குறுகியகால பார்வை கொண்டவன், விவேகமானவன். அல்லது இந்த அவையில் கூடியிருக்கும் மேற்குடி மனிதர்கள் போன்றவன். மனிதன் பகுத்தறிவுள்ள விலங்கு என்று சொல்லும்போது நாம் நம்மை ஏமாற்றிக்கொள்கிறோம்.

நாம் அவனை, அதாவது, நம்மைப் புரிந்துகொள்ள வேண்டுமென்றால், நமது உள்ளுணர்வை, அந்தத் தருணத்தின் மனோநிலையை, மந்தை மன உணர்வை கவனிக்கவேண்டும். நமது செயல்களின் விளைவுகளை எடைபோட கடுஞ்சொற்களைப் பயன்படுத்தத் தயங்காத விருப்பமற்ற நிலை வேண்டும். என் மீது காட்டப்படும் இந்தத் திடீர்ப் பாசத்திற்கு உண்மையில் ஒரு எளிய விளக்கம் இருக்கிறது. கெட்ட செய்திகளைத் தொடர்ந்து வித்தியாசமான தகவல்கள் வரும்போது, வாழ்வின் ஒவ்வொரு மணியிலும் வேண்டிய, ஏங்கிய நல்வாய்ப்பு நம் பக்கம் திரும்பியிருக்கிறது என்று அவை வாழ்த்தி வரவேற்கப்படுகின்றன.

அரசவையினருக்கு ஏற்பட்டுள்ள புதிய உற்சாகத்தையும், என் பார்வையை சந்திக்கவும், வாழ்த்துகளைத் தெரிவிக்கவும் அவர்கள் முயல்வதைப் பார்த்து வெறுப்படைய, மோசமான மனநிலையும், அகங்காரமும் கொண்டவனாக நான் இருக்கவேண்டும். இல்லை. அவர்களைப் பார்த்துப் புன்னகைத்தேன். ஆனால், நினைவுகள் வேறெங்கோ இருந்தன. பேரரசர் ஒரு கிழ நரி. ஆரோக்கியமான, சிந்திக்கும் மன நிலையில் இருந்தார்; தந்திரமான செயல்பாடுகளில் சிறந்தவராக இருந்தார். அவரை நீங்கள் பாராட்டத்தான் வேண்டும். அவருக்குப் பிடித்தமான ராணி, ரண்தம்போர் ராஜ்ஜியத்தையும் அதன் வருவாயையும் அவளது குழந்தைகளுக்குப் பரிசளிக்க வைத்துவிட்டார். ஆனால், அவர் ராணியை முட்டாளாக்கிவிட்டார். அவரிடமிருந்து வெளிப்பட்ட சலசலப்பு நாடகத்தனமான எதிர்வினை இல்லை. உண்மையாகவே எழுந்ததுதான்.

ராணி விரும்பியது அவருக்குக் கிடைத்துவிட்டது; எனினும், மற்றவர்களைத் திகைப்பில் ஆழ்த்துவதில் குரு தான்தான் என்பதை மீண்டும் தந்தை நிரூபித்துவிட்டார். சந்தேகமின்றி, திட்டமிட்டிருந்த இந்தப் புதிய நகர்த்தல் ராணி கர்மாவதிக்கு தெரியாதவாறு வைத்திருந்தார். அத்துடன் என்னையும் விக்கிரமாதித்தனையும் ஒருசேர முறியடித்துவிட்டார். எங்களது எதிர்கால நிலைமை உயர்ந்துவிட்டது என்றாலும், முன்னர் இருந்ததைக் காட்டிலும் மேல்நிலையில் நாங்கள் இல்லை. உங்களால் அனைவரையும் திருப்திப்படுத்த முடியாது. அதுவும் ஓர் அரசனால் நிச்சயம் முடியாது. சிறுவனாக இருக்கையில் தந்தை என்னிடம் இதைக் கூறியிருக்கிறார். அந்தச் சொற்றொடரின் அடுத்த பகுதியை அவர் சொல்ல மறந்துவிட்டார். நீங்கள் அனைவரையும்

அதிருப்திக்கு ஆளாக்கலாம்; அதன்மூலம் கொஞ்சம் மனநிம்மதியைப் பெறலாம். தந்தை தன் வாரிசாக மனத்தில் யாரை நினைத்திருக்கிறார் என்பதை ஊகிக்கும் சுதந்திரம் ராணி உட்பட ஒட்டுமொத்த அரசவைக்கும் இருக்கிறது. இளவரசர்கள் சதிவேலையிலும், ஒருவருக்கு எதிராக மற்றவர் சூழ்ச்சியிலும் ஈடுபடலாம்; கொஞ்சம் அதிருஷ்டம் இருந்தால் மற்றவரைக் கொன்று போட்டியிலிருந்து விலக்கலாம்

* * *

இதுவரையிலும், என்னிடம் வேலை செய்யும் நிர்வாக அதிகாரிகளில் இருவர் மட்டுமே பணிகளை வித்தியாசமாகச் செய்தோம் என்று தாமாகவே என்னிடம் கூறினர். விஷயங்கள் எதுவும் மாறிவிடவில்லை; முன்னர் இருந்த நிலைக்கே அவை திரும்பிவிட்டன என்று அமைதியாகவும், பாதித் தீவிரமாகவும் அவர்களுக்கு நினைவூட்டினேன். வேலை செய்யும் எனது பாணி மாறவில்லை, ஆனால், பணிநேரங்கள் மாறிவிட்டன. வேலைகளை ஓரளவு செய்து முடிக்கும் வரைதான் இந்த நிலைமை என்று நம்புகிறேன். இல்லையெனில், எட்டு மணி நேரமோ அல்லது இருபது மணி நேரமோ வேலை செய்யலாம், ஆனல், ஒரு சாதாரண நாளில் செய்து முடிக்கப்படும் வேலையின் அளவு ஒன்றுதான் என்று பொய் சொல்லியிருப்பேன்.

விக்கிரமாதித்தன், ஒரு இரண்டாவது/ இணை நிர்வாக சேவை அமைப்பை அமைத்திருந்தான். அந்த அதிகாரிகளுடன் நேரம் முழுவதையும் செலவழித்தான். பொருளாதாரம், காவல் துறை, உணவு மற்றும் வேளாண் துறை, வர்த்தகம் மற்றும் வணிகம் ஆகிய அனைத்திற்கும், இணை-அமைச்சகங்களை அமைத்தான். உண்மையானக் கட்டமைப்பை இவை சிதைத்துவிட்டன. சுல்தான் இப்ராஹிம் லோடிமீது தந்தை படையெடுத்துச் சென்றபோது, சித்தோரின் பொறுப்பு எனது இளைய சகோதரன் ரத்தனிடம் கொடுக்கப்பட்டிருந்தது. அவன் எதையும் மாற்ற முயலவில்லை. அவனுடைய வேலைத் திட்டம், ஒரு இடைக்கால ஏற்பாடுதான்; தந்தை சித்தோர் திரும்பும்வரை அரசு செயல்பாடுகள் தடையின்றி இயங்குமாறு பார்த்துக்கொள்வது. முக்கியமாக, அரசு இயந்திரம் வேலைசெய்வதை உறுதி செய்வதே அவன் பொறுப்பு.

நான் என் வேலைகளைத் தந்தையின் நேரடிப்பார்வையில் செய்யவேண்டும். என்னை அது முடக்கியிருக்க வேண்டும்; ஆனால், என்னைச் சுதந்திரமாகச் செயல்பட அனுமதித்துள்ளார் என்று எடுத்துக்கொண்டேன். அனைத்திற்கும் மேலாக, தன் கண்காணிப்பில்தான் என்னை வைத்திருக்கிறார் என்று அவரது குடிமக்கள் நினைக்கவேண்டுமே. இணை-அரசாங்கத்தை நடத்திய அதிகாரிகள் மீது நடவடிக்கை எடுக்க வேண்டுமா என்று ஒரு மாத காலம் ஓயாமல்

எனக்குள் விவாதித்தேன். எமது வரலாற்றில் இவ்வாறான பணிப்புறக்கணிப்புகள் ஒரு சிலவே இருக்கின்றன. அவர்கள் செய்த தவறுகளுக்குப் போதுமான ஆவணச்சான்றுகள் தேஜிடமும் ஷ்ஃபியிடமும் இருந்தன; குறிப்பாக மூத்த அதிகாரிகள் பற்றிய ஆவணங்கள். அவர்களுக்கு இரட்டை ஆயுள் தண்டனை கொடுத்துச் சிறையிலடைக்க அவை போதும். முன்னுதாரணம் ஒன்றை ஏற்படுத்தி, இதைப்போல் நிகழாவண்ணம் தடுக்க ஏற்பாடுகள் செய்வதும்தான் சரியான நடவடிக்கை என்பதை அறிவேன். ஆனால், தண்டிக்கும் நடவடிக்கைகளில் இறங்குவது விவேகமான செயல் அல்ல என்று இத்தருணத்தில் உணர்கிறேன். பழைய விஷயங்கள் பலவற்றையும் கிளறி ஒட்டுமொத்த நிர்வாகத்தையும் பதற்றமடையச் செய்துவிடுவேன்.

நேர்மையானவன், நியாயமானவன் என்பதற்குப் பதிலாக பழிவாங்குபவனாக என்னைப் பார்ப்பார்கள். குடிமைப்பணிகள் அனைத்தும் முடங்கிப்போய்விடும். பதிலாக, இதிலிருந்து வெளியேற ஒரு எளிய வழியைப் பின்பற்றினேன். அதாவது பிரச்சனைகளைக் கண்டுகொள்ளாமல் விட்டுவிடுவது. (உயர் அதிகாரிகள் சம்பந்தப் பட்டிருக்கும் பெரும்பாலான விஷயங்களில், பெரும் ஊழல்களுக்குப் பின்னிருந்து இயங்கும் சக்திகள் எப்போதும் தண்டனையில்லாமல் தப்பித்துவிடுவார்கள்.) அனைவரையும், சின்ன தவறுகளையும் என் மனத்தில் பொதுவாக மன்னித்துவிட்டேன். ஆனால், இதற்குப்பின் கடமையிலிருந்து தவறும் எவரும், கடந்த காலத்திற்கும் நிகழ்காலத்திற்கும் சேர்த்துப் பெரும் விலைகொடுக்க வேண்டியிருக்கும்.

வேலையைப் போல, தினசரி வழக்கங்களைப் போல் உங்களை அடிமையாக்கும் விஷயம் வேறில்லை. சித்தோர் வந்து ஐந்து வாரங்கள் கூட ஆகவில்லை; ஏறத்தாழ மூன்று ஆண்டுகள் எந்தப் பணியிலும் ஈடுபடாமல் இருந்தேன் என்று நினைத்துப் பார்ப்பது கடினமாகவே இருக்கிறது. அதாவது சித்தோரில் ஓராண்டும் ஏறத்தாழ கும்பல்கார்கில் இரண்டாண்டுகளும்.

வலுக்கட்டாயமாக நான் ஓரங்கட்டப்பட்ட, செயல்படாமலிருந்த இந்த நீண்ட காலகட்டம் என்னை எந்தவிதத்தில் பாதித்துள்ளது? மனிதர்கள் எப்போதாவது மாற்றமடைகிறார்களா? பருவநிலைப் பேரழிவுகளும், நெருக்கடிகளும், சுய-மரியாதையைத் திடீரென்று இழத்தலும், வாழ்வின் அர்த்தமும், நெருக்கமான நண்பர்களின் அல்லது உறவினர்களின் இறப்பும் வெளிப்படையாகவோ அல்லது நுட்பமான வழிகளிலோ ஒருவரை மாற்றுகிறதா? நமது இலக்குகள் மாறுகின்றனவா? வாழ்க்கை குறித்துத் தொலைநோக்குப் பார்வை இருக்கிறதா? மகிழ்ச்சியைத் தராத நமது அனுபவங்கள், மக்களையும் அவர்களது சிறு குறைபாடுகளையும் நன்கு புரிந்துகொள்ள உதவுகின்றனவா?

சாத்தியப்படும் விஷயங்களின் பட்டியலை இரண்டு பக்கங்களுக்கு ஒருவரால் எழுத முடியும். ஆனால், ஒரு கேள்வி மட்டுமே போதுமானது. அவை நம்மை, மேலும் நல்ல மனிதர்களாக ஆக்குகின்றனவா?

பெரிய எழுச்சிகளும் அதிர்ச்சிகளும் நமது இருத்தலின் மையத்தைத் தொடாமல் நம்மை விட்டுவிடக்கூடும் என்ற சிந்தனை எனக்குத் தோன்றியது. இதற்கு மாறாக பேரழிவைத் தரக்கூடியதை நாம் எதிர்த்தாலும், அங்குதான் உண்மை பொதிந்து இருக்கிறதோ என்று எண்ணுகிறேன். பெரிய அளவில் எதையும் நான் பொதுமைப்படுத்தவில்லை; இந்த விஷயத்தை ஆழ்ந்து ஆய்வு செய்திருக்கிறேன் என்றும் கூறவில்லை. நான் எனக்காக மட்டுமே பேசமுடியும். எப்போதும் போல், மகராஜ் குமாராக இருக்கும் ஆசை இப்போதும் எனக்குள் இருக்கிறது. அதில் தீர்மானமாக இருக்கிறேன். மற்ற எதையும் காட்டிலும் ஒரு விஷயத்தை, ஒரு விஷயத்தை மட்டுமே நான் விரும்புகிறேன்: தந்தை இறந்த பின்பு, அந்த மணிமகுடம்.

இரண்டாவது, எங்கள் ராஜ்ஜியத்தை அந்த சமுத்திரங்கள் வரை விஸ்தரிக்க வேண்டும் என்ற உலகியல் சார்ந்த லட்சியம் இருக்கிறது. அதனுடன் முழுமையாக, பிரிக்க முடியாத வகையில் என்னை இப்போதும் இணைத்துக் கொண்டுள்ளேன். எனது மிகக் குறைந்தபட்ச இலக்கு அது. இந்த இரண்டு விஷயங்களையும் என்னிடமிருந்து எடுத்துவிட்டால் என்னிடம் என்ன மீதமிருக்கும்? என் மனைவி, கௌசல்யா, என் அன்பு நண்பர்களான ராஜா புராஜி கிக்கா, தேஜ், ஷஃபி ஆகியோர் எனக்கு முக்கியமானவர்கள்; ஆனால், என் வாழ்வின் பொருள் அவர்களைச் சுற்றிச் சுழலவில்லை.

ஒன்றல்ல, பல பொழுதுபோக்குகள் கொண்ட மனிதன் நான். இதை எனது நலம் விரும்பிகளும் வேறுவழியின்றி ஒப்புக்கொள்வார்கள். இழந்துவிட்ட இந்த இடைப்பட்ட ஆண்டுகள், ஒரு புதிய, அவசரமான உணர்வைக் கொண்டு வந்துள்ளன. அதனால் இப்போது அனைத்தின் மீதும் ஒரே நேரத்தில் சவாரி செய்ய முயற்சிக்கிறேன். ஒவ்வொன்றிற்கும் தனித்தனி தாளமும் இயக்க வேகமும் உண்டு. சற்று முன்னதாக ஏறினாலோ அல்லது தாமதமாக ஏறினாலோ நீங்கள் தலைகுப்புற விழுந்துவிடுவீர்கள். நல்ல நேரம் என்பதின் முக்கியத்துவத்தை இப்போது மேலும் மேலும் பாராட்டத் தொடங்கியுள்ளேன். ஒரு திட்டத்தில் இறங்குவதற்கு நேரம் ஏன் மிகவும் முக்கியமானதாக ஆகிறது? ஏனென்றால், விதைப்பதற்கு முன்னாலேயே ஒரு மரம் காய்க்க வேண்டும் என்றே மனித குலம் விரும்புகிறது. ஆழமான மற்றும் உறுதியான அடித்தளங்கள் அமைக்காமல் வெற்றிக் கோபுரங்கள் நமக்கு அர்ப்பணிக்கப்பட வேண்டும் என்று அனைவரும் விரும்புகிறோம். அனுகூலமான அந்தத் தருணம் அரிதாக அடுத்த நாளோ அல்லது

அடுத்த நிமிடமோ இருக்கலாம். ஒரு வாரம் தள்ளியோ, பல மாதங்கள் அல்லது ஆண்டுகள் தள்ளியோ வரலாம்.

உங்களது புத்திசாலித்தனத்தை ஒருமுகப்படுத்தவும், தரவுகளைப் பகுத்தாய்வு செய்யவும், வெற்றிக்கான வாய்ப்புகளை மதிப்பிடவும், தகவல்களைச் சரியாகத்தான் பெற்றிருக்கிறீர்களா என்பதைச் சரிபார்க்கவும், உங்களுடன் யார் வரக்கூடும், உங்களுக்கு எதிராக யார் செயல்படுவார்கள், யார் நடுநிலையாக நடந்துகொள்வார்கள் என்பதை ஒன்றுக்கு இருமுறை சரிபார்க்கவும் உங்களை அது தூண்டுகிறது. உங்கள் உத்தியை இறுதித் துளி வரை திட்டமிடுங்கள், அதன்பின் அந்த நற்தருணத்தை எப்போது கைப்பற்றுவது என்பதை அறிந்து கொள்வீர்கள். முதிர்ச்சிதான் அனைத்தும். அல்லது சொற்றொடரை இன்னும் கொஞ்சம் யதார்த்தமாகவும் தனிப்பட்ட முறையிலும் அமைத்துப் பார்க்கலாம்: தந்தையையும் அவரது மூத்த ஆலோசகர்களையும் சரியான நேரத்தில் பிடிப்பது. ராஜ்ஜிய விவகாரங்களிலும், சில நேரங்களில் ஆட்சி தொடர்ந்து நடப்பது என்பதே ஆபத்திலிருக்கும்போது, அனுகூலமான தருணத்தின் தாக்கத்தை ஒருபோதும் குறைத்து மதிப்பிடக் கூடாது. நல்ல நேரம் பார்க்காமல், அர்த்தமற்ற அவசரத்துடன் அல்லது காலந்தாழ்த்தி ஒரு காரியத்தைச் செய்வது அனைத்தையும் ஒன்றுமில்லாமல் ஆக்கிவிடும்.

சித்தோர் திரும்பிய பிறகு நடந்த மூன்றாவது அமைச்சரவைக் கூட்டத்தில், நகரத் திட்டமிடும் அதிகாரி சஹஸ்மலும் நானும் குடிநீர் மற்றும் கழிவுநீர் திட்டங்களுக்கு ஒப்புதல் பெற்றோம். அவர்களை ஒப்புக்கொள்ள வைக்கத் தனிப்பட்டத் திறமைகள் தேவைப்படவில்லை. சுரங்கப்பாதையைப் பொறுத்தவரை, அங்கு தேவைப்படும் காற்றோட்ட வசதிகளுக்கு ஒரு சிறந்த அமைப்பை சஹஸ்மால் உருவாக்கினால் மட்டுமே அந்தத் திட்டத்தை நான் முயற்சிக்க முடியும்.

ஆகவே எனக்கு நானே விதித்துக் கொண்ட அந்த மூன்றாவது, மிகவும் அவசரமான பணிக்கு அடுத்து செல்லவேண்டியுள்ளது: அதாவது ஆயுதங்கள், படைக்கலன்கள் குறித்த நடைமுறை அறிவும், அதற்குத் தேவையான நம்பகமான தகவல்களும், சமீப காலங்களில் பயன்படுத்தப்படும் இராணுவ உத்திகளும். ஒவ்வொரு திட்டத்திற்கும் தனித்தனியாக சூழல் சார்ந்த நடைமுறைத் தெரிவு ஒன்றை எடுத்துக்கொண்டு ஆய்வு செய்யத் தேவையில்லை; அதற்குப் பதிலாக, உளவுத்துறை என்ற அமைப்பின் கீழ் அனைத்தையும் ஒன்றிணைத்து, அதன்வழியாக பெரும்பாலான சிக்கல்களைத் தற்காலிகமாகத் தவிர்த்துவிட்டேன். நான் செய்தது, உளவுத்துறையின் தலைமைப் பொறுப்பில் மங்களை நியமிக்கத் தந்தையின் ஒப்புதலைப் பெற்றதுதான். மேவாரின் எல்லைகள் பெரிதாகிக்கொண்டிருக்கின்றன. ஆகவே

உளவுத்துறையில் அதிக நபர்களை நியமிக்கவேண்டும். அந்தத் துறைக்கான நிதி ஒதுக்கீட்டை நிச்சயமாக கணிசமாக அதிகரிக்கவேண்டும் என்பது தந்தையின் கருத்து. ராஜ்ஜியத்தின் பாதுகாப்புக்குக் குந்தகம் ஏற்படாத வரையில், ஒதுக்கப்படும் நிதியை நானும் மங்களும் என்ன செய்தோம் என்பது எனது விவகாரம் மற்றும் பொறுப்பு.

மேவாரின் உளவுத்துறை செயல்பாடு எந்தக் காலத்தையும் விட மிகவும் தாழ்ந்த நிலையில் இருந்தது. அதை நான் இப்படி மாற்றிச் சொல்கிறேன். எங்களது உளவுத்துறை ஒற்றர்கள் பலரிடமிருந்தும் அறிக்கைகள் முறையாக வருகின்றன. ஆனால் வழிகாட்டுதல் தரக்கூடிய, உயிர்ப்புடன் செயல்படும், அதிகார மையம் இங்கு இல்லை. திட்டவட்டமான தெளிவான இலக்குகளும், அக்கறை கொள்ளவேண்டிய பிரத்தியேகமான விஷயங்களும் கிடையாது. அதனால், எங்கள் ஒற்றர்கள் கண்காணித்தல், விசாரணை, ஊடுருவல் மற்றும் அறிக்கை அளித்தல் போன்ற உளவுத்துறையின் மரபு சார்ந்த வெளிகளில் சிக்கிக் கொண்டனர். அவர்கள் அளிக்கும் அறிக்கைகளை மதிப்பீடு செய்ய எந்த அமைப்பு முறையும் இல்லை. பொய்த் தகவலை நாம் ஆங்காங்கே தூவுவது போல், எதிரியும் அவ்வாறு செய்வதில் சுறுசுறுப்பாக இருந்தான். அத்துடன், கிடைக்கும் தகவல்களை அவ்வப்போது உடனடியாகச் சரிபார்ப்பதற்கும் பெரும்பாலான துறைகளில் வழிமுறைகள் இல்லை. உளவுத்துறை ஒற்றன் தனது முக்கியத்துவத்தை உயர்த்திக் கொள்ள ஒரேவழிதான் உண்டு; ஆபத்துகளையும் அச்சுறுத்தல்களையும் அதிகரித்துக் காட்டுவது. இன்னும் சிறப்பாகச் சொல்லவேண்டும் என்றால், புதிய அச்சுறுத்தல்களைக் கண்டுபிடிக்க வேண்டும்; நெருக்கடி நீண்ட நாட்களாய் இருக்கிறது என்ற மனப்போக்கை அவசியம் புகுத்தவேண்டும். உளவு பார்க்கும் சூழல்களில் போட்டியாக வேறு ஒரு ஒற்றன் சேர்க்கப்படும்போது விஷயங்கள் முற்றிலும் கைமீறிப்போவதும் சிக்கல் பிரிக்க முடியாமல் போவதும் தவிர்க்க முடியாத ஒன்று.

ஒற்று வேலை பார்ப்பவர்கள், மற்றவர்கள் சமர்ப்பித்த அறிக்கைகளில் என்ன இருக்கிறது என்பதை அரிதாகவே அறிந்திருந்தனர். ஆனால், தெரிந்துகொள்ள எந்த முயற்சியும் எடுக்க அவர்கள் விரும்புவதில்லை. அவர்கள் தலைசிறந்த கதைசொல்லிகளாக மாறினர். பெரும்பான்மையான அறிக்கைகளில் அவர்கள் தங்களை நாயகர்களாகக் காட்டிக்கொண்டனர். எதிரியின் சாகுபடி நிலைமையை அல்லது கோட்டைக் காவற்படையின் எண்ணிக்கையை அறிந்துசொல்வது போன்ற சாதாரண ஒன்றுமில்லாத விஷயங்களிலும் அப்படித்தான். டெல்லி, குஜராத், மால்வா அல்லது எமது மற்ற வலிமையான எதிரிகளை யார் துணையுமின்றி எதிர்கொண்டதுபோல் பேசுவார்கள்; ஆயிரத்தில் ஒன்று என்பதாகத்தான் வாய்ப்புகள் இருந்தன; எனினும், தகவலைச் சேகரித்துக் கொண்டு உயிருடன் தப்பிவந்துவிட்டனர் என்பதுபோல் பேசுவார்கள்.

ஆனால், ஒற்றர்களைக் குறைகூற முடியாது. நமது அமைப்பு முறையில் தவறு இருக்கிறது. மங்கள் பொறுப்பேற்ற பின் விஷயங்கள் மோசமான நிலையிலிருந்து கொஞ்ச நாட்களிலேயே மிகவும் மோசமாகி விட்டன. அவனைத் தேர்ந்தெடுத்து நான் தவறு செய்துவிட்டேனா? மகராஜ் குமாரைக் கவனித்துக் கொள்வது, கிடைக்கும் வதந்திகள், கிசுகிசுக்கள் அனைத்தையும் சேகரிப்பது, பேரரசரைப் பாதுகாப்பது என்பது ஒரு விஷயம்; தன்னம்பிக்கைக் குறைந்து, மனச்சோர்வு அடைந்திருக்கும் ஒற்றர்களின் கடிவாளத்தைக் கைக்குள் கொண்டு வருவது என்பது மற்றொரு விஷயம். ஒழுங்கு நடவடிக்கை என்ற அச்சுறுத்தலை எப்போதும் உயிர்ப்புடன் வைத்திருக்க வேண்டும்; அதேநேரத்தில் ஒற்றர்களுக்கு உற்சாகமூட்ட வேண்டும்; அதைவிட அனைத்திலும் மிக முக்கியமானது மதிப்பு மிக்கதான, நம்பகமான தகவலை அளிப்பது என்பதையும் உறுதிபடுத்த வேண்டும். ஒருவேளை, இவை மங்களின் திறமைக்கு சாத்தியப்படாமல் இருந்திருக்கலாம்.

அவன் பதவியேற்ற இரண்டு மாதங்களில், அவனது ஒற்றர்களிடமிருந்து கிட்டத்தட்ட அறிக்கைகள் எதுவும் வரவில்லை. அதன்பின் அவ்வப்போது சில நாட்களுக்கு ஒருமுறை துருக்கி மொழியில் எழுதப்பட்ட காகிதங்களை எனக்கு அனுப்பத்தொடங்கினான். அவற்றில் சில குழந்தைத்தனமான கையெழுத்துக்களில் இருந்தன; சில கையெழுத்துக் கலையைப் பயன்படுத்தி எழுதப்பட்ட நேர்த்தியான பக்கங்கள். குழப்பமான, புரிந்துகொள்ள முடியாத கையெழுத்தில் எழுதியவை சில. துருக்கி மொழியின் மொழிபெயர்ப்பு என்று கருதக்கூடிய கிறுக்கல் கையெழுத்து நிறைந்த காகிதச் சுருள்கள். யாரோ ஒருவரது நாட்குறிப்பின் பக்கங்கள் என்று இவற்றை நிச்சயமாகச் சொல்ல முடியும். இந்தக் காகிதத் துண்டுகளைப் பிரித்து, படித்துப்பார்க்கும் விருப்பமோ, பொறுமையோ என்னிடம் இல்லை.

அவற்றில் எழுதப்பட்டிருக்கும் விஷயங்கள் அரிதாகவே புரிந்தன. மேலும் அந்த நாட்குறிப்பை எழுதியவனைப் பற்றியோ அல்லது அவனது மனம் செயல்பட்டவிதம் குறித்தும் எனக்கு எந்த உணர்வும் தோன்ற வில்லை. அதுமட்டுமின்றி, அக்குறிப்புகளைத் தொடர்ந்து படித்தால், மற்றவர் நடவடிக்கைகளை ஜன்னல் வழியாகப் பார்ப்பவனாக மாறி விடுவேன் என்ற வினோத உணர்வும் எனக்கு ஏற்பட்டது. நாட்குறிப்பு என்பது கடந்தகால நிகழ்வுகளை, கால வரிசைப்படி குறித்து வைப்பதாகும். ஆனால், இக்குறிப்புகளில் பூக்களையும் பழங்களையும் விரிவாக விளக்கும் பத்திகள் அதிகம் காணப்பட்டன; கொள்ளையடித்தல் என்று எளிய மொழியில் சொல்லக்கூடிய இரவு நேரத் தாக்குதல்கள் பற்றிய குறிப்புகள் இருந்தன.

ஒரு காலத்தில் என் வாழ்வின் துயரமாக கவிதை இருந்தது. கடந்த இரண்டு ஆண்டுகளும் அவற்றைத் தொடர்ச்சியாகப் படித்தேன். அவை என்னை பலவீனமாக்கின. எந்த அளவுக்கு என்றால், அவற்றை ஏற்றுக்கொள்ளும் பக்குவம் எனக்கு வந்துவிட்டது அத்துடன் எப்போதாவது அவற்றைக் கேட்கவும் முனைந்துவிட்டேன் என்பதை ஒப்புக்கொள்ளத்தான் வேண்டும். ஆனால் இந்தத் துருக்கியக் கவிதைகளில் காணப்படும் ஓசைநயமும் சொல்விளையாட்டும் கலவரத்தை ஏற்படுத்துகின்றன. மேலும், அந்த மொழிபெயர்ப்பாளனுக்கு பல பொருள் கொண்ட சொல்லடுக்குகளைச் சரியாகக் கையாளும் திறனில்லை. சரி, பரவாயில்லை, நன்றி. என் சொந்தத்தில் இப்படிப்பட்ட உறவுகள் போதுமான அளவுக்கு இல்லை என்பதுபோல், மாமா, தந்தைவழி உறவினர்கள், ஒன்றுவிட்ட சகோதரர்கள் போன்ற உறவு முறைகளைக் குறிப்பிடுவதில் தொடர்ந்து பிரச்சனைகள், மது விருந்துகளும், அதில் மது அருந்துவதும் விருந்து முடிந்தவுடன் அதைப்பற்றிய, குற்றவுணர்வும் பதிவாகியிருந்தன.

கல்வியறிவும் நாகரீகமான ரசனைகளும் கொண்ட தொலைதூரத் தேசத்திலிருக்கும் கொள்ளைக்காரனான ஒரு எளிய மனிதன் மீது தந்தைக்கு என்ன ஆர்வம் இருக்கமுடியும்? அந்தத் துண்டுச் சீட்டுகளைப் படிப்பதை நிறுத்திவிட்டேன். என்னிடம் இப்போது குறைந்தது ஏழு அல்லது பத்து துண்டுச் சீட்டுகள் உள்ளன, அவற்றில் சில இரண்டு வரிகள் நீளமுள்ளவை, சிலவற்றில் ஒரு பத்தி மட்டும். இரண்டு சீட்டுகளில் ஒரு பக்க அளவுக்கு இருந்தன. அவற்றை ஒரு மேசைக்குள் திணித்துவிட்டு, இந்தத் துருக்கிய நாட்குறிப்பைக் கொடுத்து என் நேரத்தை ஏன் வீணாக்குகிறாய் என்று மங்களை அழைத்துக் கேட்க முடிவுசெய்தேன். டெல்லி, மால்வா, குஜராத் மற்றும் பிற இடங்களில் உள்ள ஒற்றர்களிடமிருந்து அறிக்கைகள் வருவது முற்றிலும் வறண்டுவிட்டது. இந்நிலையில், இன்றிலிருந்து மூன்று வாரங்களில் நடக்கப்போகிற போராலோசனைக் கூட்டத்தில் பேரரசருக்கு எப்படி, என்ன அறிக்கை அளிப்பேன் என்று அவன் எதிர்பார்க்கிறான்?

மங்கள் மீது எனக்கு எரிச்சல் அதிகரித்துக்கொண்டே இருந்தது. ஆனால் சில காரணங்களால் அவனை அழைப்பதையும் விசாரிப்பதையும் வெறுத்தேன். (துருக்கி மொழித் துண்டுச் சீட்டுகளும் அவற்றின் மொழிபெயர்ப்புகளும் இப்போது இருபத்தியொன்றாக உயர்ந்துவிட்டன.) செய்வதற்கு ஒரேயொரு விஷயம் தான் இருந்தது. அறிக்கை மீது எனக்குக் கோபம் ஏற்படும் சமயத்தில் எழுதுகோலுடன் அமர்ந்து கொள்வேன். வாக்கியங்களை வரிக்கு வரி படிப்பேன். பின்னர் அதை எழுதியவன் அளித்திருக்கும் தகவல்களையும் மதிப்பீட்டையும், அவனது அக்கறையின்மையையும், குழப்பமான மேலோட்டமான மொழியையும் கடுமையாக விமர்சித்து, ஒன்றிரண்டு நாட்களுக்குள் அறிக்கையைத்

திருத்தி எழுதச் சொல்லிக் குறிப்பு எழுதுவேன். அப்படித்தான் இன்றும். காகிதம், எழுதும் இறகு, வந்திருக்கும் பிரதிகள் சிலவற்றுடன் அமர்ந்து மங்களை கோபத்துடன் தாக்கி எழுதத் தயாரானேன். சிறுவயதிலிருந்து ஒன்றாகவே வளர்ந்தோம் என்பதாலும், நான் அவனைச் சார்ந்திருக்கிறேன் என்ற காரணத்தாலும் அவன் செய்வதை எல்லாம் ஏற்றுக்கொள்வேன் என்று நினைத்தால், அவன் தவறு செய்கிறான்.

யாரேனும் தவறிழைத்திருந்தால், அது மங்கள் அல்ல, அது நான்தான். கோபத்துடனும், கடுமையாகவும் எழுதிக்கொண்டே போனேன். ஏழாவது குறிப்பு வரும்போது, எழுதப்பட்டிருக்கும் விஷயங்களில் ஒருவித பாணி வெளிப்பட்டதைக் கவனித்தேன். பதினொன்றாவது பகுதி என்னை இழுத்துப்பிடித்தது. ஏதோ விடுபட்டிருப்பதுபோல் எனக்குத் தோன்றியது:

'கருணையும், பரிவும் கொண்ட கடவுளின் பெயரால்'.

'எனது பன்னிரண்டாம் வயதில், *1494* ஆம் ஆண்டு ரம்ஜான் மாதத்தில் ஃபர்கானா நாட்டின் அரசன் ஆனேன்.

'ஐந்தாவது காலநிலைப் பிரதேசத்தில் ஃபர்கானா அமைந்திருக்கிறது; மக்கள் நிரந்தரமாகக் குடியேறி வசித்துவரும் பிரதேசமொன்றின் எல்லைப்பகுதியாக அது அமைந்திருக்கிறது. அதன் கிழக்கில் காஷ்கர் உள்ளது; மேற்குத் திசையில் சாமர்கண்ட்; தெற்கில், படாக்ஷன் மலைகளின் எல்லைப்பகுதி; வடக்கில், முந்தையக் காலங்களில் அல்மலிக், அல்மாடு, யாங்கி போன்ற நகரங்கள் இருந்திருக்கவேண்டும். புத்தகங்களில் டாரஸ் என்று அவை குறிப்பிடப்படுகின்றன. தற்போது அந்நகரங்கள் அனைத்தும் பாழடைந்து, வெறிச்சோடிக் காணப்படுகின்றன. கொஞ்சம் இருந்தாலும், நிரந்தரமான மக்கள் குடியிருப்புகள் எதுவும் அங்கு இல்லை. மொகலாயர்களும் அவுஸ்பெக்ஸ்களுமே இதற்குக் காரணம்.

'ஏழு தனி நகரியங்கள் ஃபர்கானாவில் உள்ளன. சைஹுன் ஆற்றிற்குத் தென்பகுதியில் ஐந்தும் வடக்குப் பகுதியில் இரண்டும் உள்ளன'.

'தெற்கில் உள்ளவற்றில் ஆண்டிஜனும் ஒன்று. ஒரு மைய அந்தஸ்து அதற்கு இருக்கிறது. அது ஃபர்கானா நாட்டின் தலைநகரம் ஆகும். இங்கு தானியங்களும், ஏராளமாக பழங்களும், சிறந்த திராட்சையும், முலாம்பழங்களும் அதிகமாக உற்பத்தியாகின்றன. முலாம்பழப் பருவத்தில் படுகைகளில் நேரடியாக விற்பனை செய்யும் வழக்கம் இங்கு கிடையாது. ஆண்டிஜனில் விளையும் பேரிக்காயைக் காட்டிலும் சிறந்தது வேறெதுவும் இல்லை. சாமர்கண்டிற்கும் கேஷிற்கும் பிறகு, ட்ரான்சோக்சியானா பிரதேசத்தில் ஆண்டிஜனின் கோட்டைதான்

மிகப்பெரியது. அதற்கு மூன்று வாயில்கள் உள்ளன. கோட்டையின் தென்பகுதியில் அதன் அரண்மனை இருக்கிறது. அதற்கான நீர் ஒன்பது கால்வாய்கள் மூலம் செல்கிறது; அவற்றில் ஒன்றுகூட மீண்டும் வெளியில் தென்படாதது விந்தையான ஒன்று. கோட்டை அகழியின் வெளிப்புற விளிம்பைச் சுற்றி சரளைக்கல் பாவிய சாலை அமைந்துள்ளது. இந்தச் சாலை நன்கு அகலமானது; கோட்டையைச் சுற்றி அமைந்துள்ள புறநகர்ப் பகுதிகளிலிருந்து கோட்டையைப் பிரிக்கிறது.

‘வேட்டையாடுவதற்கு ஆண்டிஜன் நல்ல இடம். காட்டுக்கோழிகளும் இங்கு அதிகம் உண்டு. இப்பகுதியில் காணப்படும் வால் நீண்ட வண்ணப்பறவைகள் மிக விரைவில் பருமனாக வளர்ந்துவிடுவது வியப்பூட்டும் ஒன்று. நான்கு பேராலும் ஒரு பறவையைச் சாப்பிட முடியாது என்ற வதந்தி இங்கு உலவுகிறது.’

குடும்பமின்றி வீடின்றி ஒரு மலையிலிருந்து இன்னொரு மலை என்று அலைவதைச் சிபாரிசு செய்வதற்கு எதுவும் இல்லை என்று என் மனத்தில் தோன்றியது.

‘புகார் சொல்வதற்காக இதை எழுதவில்லை; கலப்படமற்ற உண்மையை எழுதியுள்ளேன். இதன்மூலம் எனது பாலைவனங்கள் குறித்து மற்றவர்கள் தெரிந்துகொள்வார்கள் என்பதாகக் கீழேயுள்ள விஷயங்களைப் பார்க்கவில்லை; என்ன நடந்தது என்பதைத்தான் மிகச்சரியாக விவரிக்கிறேன். நான் கூறும் இந்த வரலாற்றில், ஒவ்வொரு விஷயத்திலும் உண்மை எட்டப்பட வேண்டும், ஒவ்வொரு செயலும் நடந்ததைப் போலவே துல்லியமாகப் பதிவு செய்யப்பட வேண்டும் என்பதில் உறுதியாக இருக்கிறேன். தந்தையைப் பற்றியும், மூத்த சகோதரனைப் பற்றியும் உறவினர்கள் மற்றும் அந்நியர்களைப் பற்றியும் நல்லது கெட்டது இரண்டையும் விவரித்துள்ளேன் என்பதை நீங்கள் தெரிந்துகொள்ள முடியும். தெரிந்தவரையில் அவர்களது அனைத்து நற்பண்புகளையும் குறைபாடுகளையும் கவனமாகப் பதிவு செய்துள்ளேன். இதைப் படிப்பவர் என்னை மன்னிப்பாராக. இந்தத் தீவிரமான இடத்திலிருந்து வாசகர் கடந்து செல்லட்டும்!’

’என் தந்தை உமர் ஷேக் மிர்சா, குட்டையானவர், பருமனானவர், வட்டமான தாடியும் சதைப்பற்றான முகமும் கொண்டவர். அவர் தனது அங்கியை மிகவும் இறுக்கமாக அணியும் வழக்கம் கொண்டவர். தனது வயிற்றை நன்றாக உள்ளே இழுத்து, அதன்பின் அங்கியை இழுத்துக்கட்டுவார். அணிந்தபின் வயிற்றை இயல்பான நிலைக்கு அனுமதிக்கும்போது பெரும்பாலும் அடிக்கடி ஆடை கிழித்துவிடும். உடையோ, உணவோ அவற்றில் அவருக்குத் தேர்வு என்று எதுவும் இல்லை.’

‘அவர் மிகவும் தாராள குணம் கொண்டவர்; உண்மையில், அவரது பண்பு தாராள மனப்பான்மையின் உச்சம். அவர் அன்பானவர், பேச்சாற்றல் மிக்கவர், இனிமையாகப் பேசக்கூடியவர், துணிவும் தைரியமும் மிக்கவர்.

'அவர் சராசரி வில் வீரர்தான், ஆனால், அவருக்கு வலிமையான முஷ்டி. அவரது அடியால் வீழாத மனிதன் எவனும் இல்லை. அவருக்கு இருந்த உயர்வான லட்சியத்தின் காரணமாக, போருக்கு மாற்றாக சமாதானமும், பகைமைக்கு மாற்றாக நட்பும் அடிக்கடி பரிமாறிக்கொள்ளப்பட்டன,’

’அகூஷி கோட்டை ஆழமான பள்ளத்தாக்கின் மேல் அமைந்துள்ளது என்று குறிப்பிடப்பட்டுள்ளது; இந்தப் பள்ளத்தாக்கின் ஓரமாக அரண்மனைக் கட்டிடங்கள் நிற்கின்றன, அதிலிருந்து, ரம்ஜான் நான்கில், திங்களன்று உமர் ஷேக் மிர்சா தனது புறாக்களுடனும் அவற்றின் கூடுகளுடனும் பறந்துசென்றார், அவர் ஒரு பருந்தாகிவிட்டார்.’

'எங்களிடம் ஆட்கள் குறைவாக இருப்பதைக் கண்டுகொள்ளாமல் எங்களது நகராக்களை ஒலிக்கச் செய்தோம். மேலும் கடவுள் மீது நம்பிக்கை வைத்து எங்கள் எதிரியான முக்விமைச் சந்திக்கப் புறப்பட்டோம்.’

’சிலரோ அல்லது பலரோ, கடவுளே அனைவருக்கும் முழு பலம்.’

’அவருடைய அரசவையில் எந்த மனிதனுக்கும் அதிகாரம் இல்லை.’

‘கடவுள் விரும்பும் பட்சத்தில் ஒரு சிறிய படை, பெரிய படையை அடிக்கடி வீழ்த்தியிருக்கிறதே! நகராக்களின் சப்தத்தால் நாங்கள் நெருங்கி வருகிறோம் என்பதை அறிந்து கொண்ட முக்விம், அவன் முடிவு செய்திருந்த திட்டத்தை மறந்துவிட்டு சாலை வழியாகத் தப்பியோடினான். கடவுள் அதைச் சரியாகச் செய்துமுடித்தார்.’

’பஜாவூரிகள், கிளர்ச்சியாளர்கள். அத்துடன், இஸ்லாமிய மக்களுடன் பகைமையுடன் இருந்தனர். அவர்கள் மத்தியில் புற ஜாதியினருக்கு எதிரான மனப்போக்கும், விரோதப் பழக்கவழக்கங்களும் நிலவின. இஸ்லாம் என்ற பெயர் அவர்களது இனத்திலிருந்து வேரோடு பிடுங்கப்பட்டது. அவர்கள் அனைவரும் படுகொலை செய்யப்பட்டனர். அவர்களது மனைவிகளும் குழந்தைகளும் சிறைபிடிக்கப்பட்டனர். ஒரு யூகத்தின்படி, மூவாயிரத்திற்கும் மேற்பட்ட ஆண்கள் கொலை செய்யப்பட்டனர்; கோட்டையின் கிழக்குப் பகுதிவரை சண்டை நீளவில்லை என்பதால் சிலர் அங்கிருந்து தப்பிவிட்டனர்.’

'கோட்டை பிடிபட்டது. உள்ளே நுழைந்து அதைச் சுற்றிப் பார்த்தோம். கோட்டைச் சுவர்களிலும், வீடுகளின் உள்ளேயும், தெருக்களிலும், சந்துகளிலும், எண்ண முடியாத அளவிற்கு இறந்தோரின் சடலங்கள்! போவோரும் வருவோரும் முன்னும் பின்னும் உடல்களின் மீது நடந்து சென்றனர்.'

'புயல்வேகத் தாக்குதலில் இரண்டிலிருந்து மூன்று நாழிகைக்குள் பஜாவூரைக் கைப்பற்றினோம். அதன் மக்கள் அனைவரையும் வெட்டிக் கொன்றோம். அதன்பின் பீரா நகருக்குள் நுழைந்தோம். அங்கு நாங்கள் எல்லை மீறவில்லை என்பதுடன் கொள்ளையடிக்கவுமில்லை. அந்த மக்களிடம் பெருந்தொகையைக் கொடுக்கச் சொன்னோம். நான்கு லட்சம் ஷாருக்கி மதிப்பின் அளவுக்கு அவர்களிடம் பணமாகவும் பொருளாகவும் பெற்றோம். படையினருக்கும், படை உதவிகளுக்கும் அதைப் பிரித்துக்கொடுத்தபின் காபூல் திரும்பினோம்.'

காகிதச் சீட்டுகள் மேலும் இருந்தன. அனைத்தும் கிழிந்தும் துண்டுகளாகவும் இருந்தன. தோல்வியைப் பற்றி பல்வேறு குறிப்புகள் இருந்தன. தற்காலிக இருப்பிடமாகப் பயன்பட்ட இடத்திலிருந்து அவமானம் தரத்தக்க வகையில் தப்பியோடிய நிகழ்வுகளையும் சீட்டுகள் குறிப்பிடுகின்றன. எப்படிப்பட்ட காலநிலை நிலவினாலும் நீச்சலடிப்பதில் கிடைக்கும் மகத்தான மகிழ்ச்சியை நாட்குறிப்பாளன் மீண்டும் மீண்டும் குறிப்பிடுகிறான். ஒரே இடத்தில் நிரந்தரமாகத் தங்கவில்லை. சாமர்கண்டிலிருந்து காபூல், காந்தஹார் திரும்பவும் சாமர்கண்ட் மற்றும் பிற இடங்கள் என்று தொடர்ந்து நகர்ந்துகொண்டேயிருந்தான். அவன் படையில் இருநூறுக்கும் குறைவான எண்ணிக்கையில் வீரர்கள் இருந்து வெற்றி பெற்ற நேரங்களும் உண்டு.

மொழிபெயர்க்கப்பட்ட இந்தக் கையெழுத்துப் பிரதிகளை நான் பார்க்கவேண்டும் என்று மங்கள் விரும்பியதற்கு இரண்டு காரணங்கள் இருக்கலாம். முதலாவது, இந்த நாட்குறிப்புக்குச் சொந்தக்காரன் ஒருபோதும் முயற்சியைக் கைவிடவில்லை. தோல்வி அவனுக்குப் புத்துணர்ச்சியை அளித்தது. திரும்பத் திரும்பத் தோற்கடிக்கப்படுகிறான்; முயற்சியில் தோல்வியுறுகிறான்; அரியணையிலிருந்து தூக்கி எறியப்படுகிறான். என்றாலும் மக்களை அவன் பால் இழுக்கும் குணாதிசயம் அவனிடம் இருந்தது. இரண்டாவது அம்சம், மேவாரின் மீது நேரடித் தாக்கத்தை ஏற்படுத்தக் கூடியது. அந்த மனிதன் சிந்து நதியைக் கடந்திருக்கிறான். பஜாவூர் மீதான தாக்குதல் சமயம் சார்ந்த காரணங்களுக்கு என்று தோன்றுகிறது. தாக்குதலைத் தவிர்க்க, பீரா மக்களிடமிருந்து கணிசமான தொகையை வாங்கியிருக்கிறான். இயல்பில் எதையும் சந்திக்கத் துணிந்த விரைவுத் தாக்குதலாகவே அவை தோன்றுகின்றன. ஹிந்துஸ்தானின் நீர்நிலைகளை முன்னமே சோதித்துப்

பார்த்தவன் என்பதால் அவை மீண்டும் தன்னை அழைப்பதாகக் கருதி காபூலில் உள்ள தனது தளத்திலிருந்து இப்போது இரண்டாவது ஊடுருவலைச் செய்திருக்கிறான்.

ஒருவேளை அவனது வருகைகள் தந்தைக்குத் தெரிந்திருக்கலாம். அவன், எனக்கு ஒரு செய்தி. ஏனெனில், உலக விஷயங்கள் எதுவும் அறியாமல் கும்பல்கார்கில் அடைபட்டிருந்தேன். எண்ணற்ற முஸ்லிம் சிற்றரசர்கள், மன்னர்கள், பாதுஷாக்கள் கைபர் கணவாய் வழியாக உள்ளே நுழைந்திருக்கிறார்கள்; சிந்து நதியைச் சுற்றியுள்ள நிலங்களையும் சில நேரங்களில் டெல்லி வரையிலும் நுழைந்து கொள்ளையடித்திருக்கிறார்கள்; கோயில்களை இடித்துத் தள்ளி யிருக்கிறார்கள்; லட்சக்கணக்கில் மக்களைப் படுகொலை செய்துள்ளனர். ஆனால் அவர்களில் பெரும்பாலோர் ஒரு எளிய காரணத்தால் திரும்பிச் சென்றுவிட்டனர். அவர்கள் அனைவரும் அவ்வப்போது தோன்றும் கொள்ளையர்கள்; அவர்களின் ஒரே நோக்கம் கொள்ளையடிப்பதும், அந்தப் பொருள்களை அள்ளிச் செல்வதுமே. சிலர் மட்டும் இங்கேயே தங்கினர். டெல்லி, தலைமுறைகளாக ஆப்கானியர்களின் ஆட்சியின் கீழ் உள்ளது. ஹிந்துஸ்தானத்தில் குடியேற வேண்டும் என்ற தெளிவான யோசனை இல்லாமல்தான் தம் முன்னோர்கள் ஹிந்துகுஷ் மலையின் உயரமான கணவாய்களைக் கடந்தார்கள் என்பது அவர்களில் யாருக்கும் நினைவில் இல்லை. இந்த மனிதன் (மங்கள் இவனது பெயரை வெளியில் சொல்லாமல் இருக்கிறானே?) கூர்ந்து கவனிக்கப்பட வேண்டியவன்.

எனினும், வேறு ஒரு காரணமும் உள்ளது. உணரமுடியாதது, விசித்திரமானது அல்லது அபத்தமானது என்று கூறலாம்: அந்த நாட்குறிப்பாளனை நோக்கி நான் ஏன் ஈர்க்கப்பட்டேன்? அவனில் என்னை நான் பார்க்கிறேன். நானும் குறிப்புகளை எழுதுகிறேன். கும்பல்கார்க் சென்றதிலிருந்து அவற்றை ஒருவிதமான சுயசரிதையாக மாற்றத் தொடங்கியிருக்கிறேன். படிக்கும் ஒருவர் அதை எப்படி எடுத்துக்கொள்வார் என்பதைப் பொருட்படுத்தாமல் உண்மையை எழுதுகிறேன் என்று அவன் பேசும் பத்தியை, எனது நினைவுக் குறிப்புகளின் முதல் பக்கத்தில் நீங்கள் பார்க்கலாம். நிச்சயமாக மொழியும், பிரத்தியேகமான விஷயங்களும் வேறுபடும். ஆனால், உணர்வு மிகச் சரியாக அதுவேதான்.

நதிகளின் குறுக்கே நீந்துவதில் அந்த மனிதன் அனுபவிக்கும் இன்பத்தைப் பற்றி படித்தேன். அதிலும் நான் என்னைப் பார்க்கிறேன். அவன் தனது தந்தைமீது பற்றுள்ளவனாக இருக்கிறான். ஆனால், எழுத்தில் அதை வரையும்போது, அந்த வரைவு எப்போதும் பாராட்டைத் தெரிவிப்பதாக அமையவில்லை என்றால் அவன் கவலைப்படுவதில்லை. வேறு ஏதோ ஒன்று, கடுமையான, இருண்மையான, தொந்தரவு தரும்

ஒன்று இருக்கிறது. மனிதர்களைக் கூட்டமாகக் கொலைசெய்த விஷயத்தை எழுதும்போது மனசாட்சியையும், உணர்வுகளையும், காட்சியிலும் நாட்குறிப்பிலும் அவன் தவிர்த்துவிடுகிறான். அந்த மனிதனுடன் ஒரு நெருக்கத்தை நான் உணர்கிறேன், அவன் மனது எனக்குப் பரிச்சயமானது என்று உணர முடிகிறது. நாம் அனைவரும் அறிந்தது அல்லது குறைந்தபட்சம் தெரிந்துகொள்ள வேண்டியது ஒன்று உண்டு: ஒரு தளபதி தனது தோல்வியையும் பேரழிவையும் உறுதிசெய்வதற்கான எளிய வழி அவன் தனது உள்ளுணர்வை மட்டுமே நம்பி இறங்குவது.

இதைச் சொல்லிய பின், எங்களுக்கு இடையில் இருக்கும் கூர்மையான, இணைக்க முடியாத வேறுபாடுகளை குறைத்து மதிப்பிட வேண்டாம் என்று நினைக்கிறேன். அவனது எழுத்தில் மீண்டும் மீண்டும் தோன்றுகிற உண்மையிலேயே திகிலூட்டும் ஒரு வாக்கியம், 'கடவுள் அதைச் சரியாக நடத்திக் காட்டினார்'. நமது கடவுளர்கள் மீது எனக்கு நம்பிக்கையுண்டு. குழலிசைப்போனுடன் இனி எனக்குத் தீவிரமான உரையாடலோ அல்லது பரிவர்த்தனையோ கிடையாது. ஆனால் ஏகலிங்கேஸ்வரனை நோக்கி பிரார்த்தனை எதையும் முன்வைக்காமல் நாளொன்று தொடங்குவதையோ அல்லது முடிவதையோ என்னால் கற்பனைசெய்து பார்க்கமுடியாது. எனினும் கடவுளுடன் எனது உறவு என்பது சற்று தள்ளி இருப்பது, முறைமை சார்ந்தது. மரபை அனுசரித்தல் வழக்கத்தைப் பின்பற்றுதல் போன்ற ஒன்று. மாறாக இந்த நாட்குறிப்பாளன் அசாதாரண இறை நம்பிக்கை கொண்டுள்ளான். கடவுளை அவரது எதிர்பார்ப்புகளுக்கு ஏற்றவாறு ஏறக்குறைய வளைத்து வற்புறுத்தி எழவைக்கக்கூடிய, கட்டாயப்படுத்தி இணங்கவைக்கும் ஒருவகை நம்பிக்கை. நான் எழுதுவதை அப்படியே எடுத்துக்கொள்ள வேண்டாம். அந்த நாட்குறிப்பாளன் இதைத் தீவிரமான நிந்தனையாகப் பார்க்கக்கூடும். ஆனால் அவனது தொனியில் ஏதோ ஒன்று இருக்கிறது, சர்வவல்லமை உள்ளவனையும் நிச்சயமாக அது தயங்கவைக்கும்.

இந்த நம்பிக்கைக்கு ஒரு பக்க விளைவு இருக்கிறது. இது எங்களுக்குக் கடுமையான விளைவுகளை ஏற்படுத்தக்கூடும். ஹிந்துஸ்தானில் குடியமரும் தொலைநோக்குத் திட்டத்துடன் அவன் எப்போதாவது இங்கு வந்தால் அவன் ஒரு காஸியாக, மேவாரிலிருக்கும் நம்மைப் போன்ற காஃபிர்களுக்கும் புறஜாதியினருக்கும் எதிராகப் போரிடும், கடவுளின் புனித வீரனாக இருக்க விரும்புவான். மால்வா, குஜராத் போன்ற முஸ்லீம் ராஜ்ஜியங்களை அவன் தாக்காமல் விட்டுவிடுவானா? அல்லது பிரதேசங்களைக் கைப்பற்றும் அவனது லட்சியங்கள் அவற்றையும் தாக்குமா? இது ஒரு ஊகம்தான். ஆனால் முட்டாள்தனமான கற்பனைகளை விட இதில் சிந்திக்க வேண்டியது அதிகம் உள்ளது. சித்தோர் திரும்பியதிலிருந்து, இந்து-முஸ்லிம்

பிரிவினை குறித்து அதிகமாகச் சிந்திக்கிறேன். மேவார் வளர்ந்து விரிவடைய வேண்டுமானால், ஒரு இந்து ராஜ்ஜியத்தில் நாம் பாதுகாப்பாக இருக்கிறோம் என்று முஸ்லிம்களை உணர வைப்பது முக்கியம். மேவாரின் எதிர்காலத்தில் ஜைனர்களையும் இந்துக்களையும் போலவே அவர்களுக்கும் அதே அளவு பங்கு இருக்கவேண்டும். கடவுளும் மத நம்பிக்கையும் வீட்டிற்குள்ளேயே இருக்க, பொதுவாழ்வில் அரசுக்கே முதல் முன்னுரிமை என்ற இரட்டைக் கொள்கையை இங்கு எவ்வாறு உறுதி செய்வது என்று நான் திகைக்கிறேன்.

மாலையில் மங்களிடமிருந்து ‘அந்தரங்கமானது, உயர் ரகசியம்’ என்று எழுதப்பட்ட கோப்பு எனக்கு வந்தது.

மதிப்பிற்குரிய இளவரசே,

‘கடந்த சில மாதங்களாக நான் உங்களுக்கு அனுப்பிய குறிப்புகளை நீங்கள் கவனமாகப் படித்திருப்பீர்கள் (அந்த மனிதன் 24 மணி நேரமும் என்னைப் பின்தொடர ஆட்களை நியமித்திருக்கிறான். நான் சிறுநீர் கழிக்கும் போதும், எந்த நேரம், எந்த இடம், அந்த திரவத்தின் நிறம் என்ன என்பதையும் அவனது ஆள் நிச்சயம் குறித்து வைத்திருப்பான்.) இப்போது அறிக்கையை நான் சுதந்திரமாக முன்வைக்க முடியும். வரவிருக்கும் அமைச்சரவைக் கூட்டத்தில் வைப்பதற்கு எனது முதல் அறிக்கையை இதுவரையிலும் சமர்ப்பிக்கவில்லை; உங்கள் பொறுமையைச் சோதித்து உங்களை இக்கட்டான நிலைக்கு ஆளாக்கினேன் என்பதை அறிவேன். நான் உங்களைத் தவிர்த்தேன் என்பதும் உண்மைதான். ஆனால், நாட்குறிப்பின் அந்தப் பகுதிகளைப் படித்து, அவை குறித்து உங்கள் மனத்தில் நீங்கள் சுயாதீனமாக ஒரு முடிவு எடுக்காதவரை உங்களுடன் உரையாட விரும்பவில்லை.

’நான் அறிக்கைக்கு வருவதற்குமுன் ஒரு சொல். நமது ஒற்றர்கள் அனுப்பிய பெரும்பாலான அறிக்கைகளை ஏன் உங்களுக்கு அனுப்பவில்லை என்று நீங்கள் வியந்திருக்கலாம். வெளிப்படையாகச் சொன்னால், அந்த அறிக்கைகளின் உண்மைத்தன்மை சந்தேகத்திற் குரியதாக இருந்தது, ஒவ்வொரு ஒற்றனுடனும் நான் அமர்ந்தேன். எனது நேரத்தைச் செலவழித்து, அந்த மனிதன் எப்படிப்பட்டவன் என்பதை அறிய முயன்றேன். அவனது தனித்திறன்கள், எவ்வளவு தூரம் அஜாக்கிரதையாக இருக்கக்கூடியவன், தனது தேசபக்தியை அவன் நியாயப்படுத்த வேண்டிய தேவை என்ன என்பதை ஆராய்ந்தேன். அவர்களது முயற்சிகளில் அவர்களை ஊக்குவித்தேன்; இணையாக, வேறொரு உண்மையும் இருக்க வாய்ப்பிருக்கிறது என்ற கருத்தை எண்ணி அதைரியப்பட வேண்டாம் என்று சொல்லி, தொடர்ந்து நடக்கும் கூட்டங்களில் அவர்களைக் கலந்துகொள்ள வைத்தேன்; எதையும் எளிதாக

எடுத்துக்கொள்ளுங்கள் என்று சொல்லி அவர்களின் நம்பிக்கையைப் பெற்றேன். அதன்பின் அவர்களின் முந்தைய அறிக்கைகளைப் படித்துப் பார்த்தேன். எனது மதிப்பீட்டின்படி அந்த அறிக்கையில் எவ்வளவு உண்மை இருக்கிறது; எவ்வளவு புனைவு இருக்கிறது என்று சொல்வேன்; அவர்கள் தங்கள் கதைகளை ஆதாரத்துடன் உறுதிப்படுத்தும் வரையில், எனது மதிப்பீட்டோடு முரண்பட அவர்களுக்குச் சுதந்திரம் இருக்கிறது என்றும் கூறினேன்.

'இன்னும் பத்து நாட்களில் உளவுத்துறை அறிக்கைகள் மீண்டும் உங்கள் மேஜையில் வைக்கப்படும் என்று நம்புகிறேன். ஒவ்வொன்றும் அதற்கான முன்னுரிமை மதிப்பீட்டுடனும், உண்மைத்தன்மையின் அளவு எவ்வளவு என்ற குறிப்புடனும் இருக்கும். இந்த இரண்டு அளவுகோல்கள் தவிர்த்து, ஒவ்வொரு முறையும் விளக்கம் ஒன்றையும் பார்க்க முடியும்: "தகவல்களும் தரவுகளும் நம்பகத்தன்மையற்றவை", "நிலைமை கண்காணிப்பிற்கு உட்பட்டது", "தள்ளுபடி செய்யப்படக்கூடாது" போன்ற விளக்கங்கள். ஒற்றனின் வேலையில் எதற்கும் உத்தரவாதம் அளிக்க முடியாது; ஏன் அவன் கூறும் பொய்களும் அப்படித்தான். ஆனால், அவ்வப்போது நடக்கும் சம்பவங்களால், அவனது கட்டுக்கதைகள் சரியென்று உறுதிப்படுத்தப்படுவதை நீங்கள் கண்டறிவீர்கள். இப்போது அறிக்கைக்கு வருவோம்:

பொருள்: ஜாஹிருதீன் முகமது பாபர்
பதவி: காபூல் அரசன்

ஆதாரங்கள்: ஜாஹிருதீன் முகமது பாபர், தனது ஒன்பது வயது உறவினர் மகன் ஹைதருக்கு, எழுதுவதற்கும் பிரதி எடுப்பதற்கும் அளித்தப் பயிற்சிகள். பாபரின் மேற்பார்வையில் அவரது நாட்குறிப்பைப் பிரதி எடுக்கும் முன்பாக, பாபரின் அலுவல் உதவியாளர், எழுதும் இறகையும், மையையும், தனது கையெழுத்தையும் எழுதிச் சரிபார்த்தக் காகிதங்களின் துண்டுகள்; அல்லது பிரதி எடுக்கும்போது ஏற்பட்ட எழுத்துப் பிழைகள் மற்றும் வேறு ஏதாவது பிழைகள் காரணமாக குப்பைக்கூடையில் எறியப்பட்ட காகிதங்கள்.

பரம்பரை: தந்தையின் வழியில், 'நொண்டி' தைமூரின் எள்ளுப்பேரன். தாய் உறவு வழியில், மங்கோலிய ஆக்கிரமிப்பாளன் செங்கிஸ்கானின் இரண்டாவது மகன் சாகாட்டைக் கானின் வழி வந்தவன்.

ராஜபுத்திரர்களும், ஏன் டில்லி லோடி வம்சத்தவர்களும் தைமூரையும் செங்கிஸ்கானையும் காட்டுமிராண்டிகளாகத்தான் கருதுகின்றனர். ஆனால், இது வெளியில் இருப்பவர்களின் கருத்து. ஆனால், பாபர் தன் நாளங்களில் இந்த இரண்டு ஆக்கிரமிப்பாளர்களின் குருதி ஓடுவதை உயரிய பெருமையாகக் கருதுகிறான்.

தன் வாழ்வின் பெரும்பகுதி பாபர் ஓடிக்கொண்டேயிருந்தான். 1497ல் தனது பதினான்காவது வயதில் அவனது முன்னோர்களின் நகரமான சாமர்க்கண்டைக் கைப்பற்றினான். இந்தப் படையெடுப்பில் அவனுக்குத் தாங்கமுடியாத அளவிற்கு நிதியிழப்பு. நூறு நாட்களுக்குள் அவனது ராஜ்ஜியமான ஃபர்கானாவையும் சாமர்க்கண்டையும் அவன் இழந்தான்.

பாபர் ஃபர்கானாவை 1499ல் மீண்டும் கைப்பற்றி விட்டான். எனினும் அடுத்த ஆண்டு அவன் சகோதரன் ஜஹாங்கிருடன் பங்குபோட்டுக் கொள்ள வேண்டியதாயிற்று.

மீண்டும் 1500ல் சாமர்க்கண்டை கைப்பற்றிவிட்டான். ஆனால், சில மாதங்களுக்குள் அதை மீண்டும் இழந்தான். நாடில்லாமல் மூன்று ஆண்டுகள் அலைந்த பாபர், 1504ல் காபூலைக் கைப்பற்றி அதைத் தலைநகர் ஆக்கிக்கொண்டான். சாமர்க்கண்டின் அரியணையை மீண்டும் 1511ல் பாபர் கைப்பற்றினாலும், 1512 மே மாதம் அதை விடுத்து வெளியேற வேண்டியதாயிற்று. இந்தஸ் (சிந்து) நதியை முதலில் 1519 ம் ஆண்டில் கடந்த பாபர், பஜாவுர் கோட்டையை வென்றான். 1520ல் மூன்றாவது முறையாக ஹிந்துஸ்தானம் நோக்கிப் படையெடுத்தவன் ‘காக்காய்’ (GAKKAI) பழங்குடியினரைத் தாக்கினான். பீராவில் தனக்கு எதிரான கிளர்ச்சியை அடக்கிவிட்டு சியால்கோட்டை அடைந்தான்.

அவனது செயல்பாட்டில் ஒரு தெளிவான அணுகுமுறையைப் பார்க்க முடிகிறது சாமர்க்கண்ட் நகரத்தை, தனது சொந்த நகரமாகவும், தளமாகவும் தைமூர் பயன்படுத்தியதாக. பாபர் தனது நாட்குறிப்பில் குறிப்பிடுகிறான்; தைமூர் 1398ல் படையெடுத்த நகர் டில்லி என்று சொல்கிறான். திரும்பிப் போவதற்குரிய தளமாகச் சாமர்க்கண்டை தைமூர் வைத்திருந்தான். பாபர் மூன்று முறை சாமர்க்கண்டைக் கைப்பற்றினான், மூன்றுமுறை அதை விட்டு வெளியேற வேண்டியதும் ஆயிற்று. அந்த நாட்களில் அவன் காபூலையும் இழக்க நேர்ந்தது. ஹிந்துஸ்தானம் அவனைப் பொறுத்தவரை எல்லையில்லாத அளவுக்குப் பெரியது, அளவிட முடியாத அளவிற்கு செல்வம் மிக்கது. அத்துடன் அவனது முக்கிய ஈர்ப்பு, அது காஃபீர்களால் நிறைந்திருந்தது. அவன் டில்லியைக் கைப்பற்ற முடிவெடுத்தால், அல்லாவின் நோக்கங்களையும் அவரது இலட்சியத்தையும் அவனால் நிறைவேற்றமுடியும்.

முடிவுரை: பாதகமான சூழல்களால் பாபர் என்றைக்கும் வருத்தப்பட்டதில்லை. எங்கு அவன் சென்றாலும் சாமர்கண்டோ, காந்தகாரோ அல்லது காபூலோ, அரசவை ஒன்றை உடனடியாக அமைத்து விடுவான். தன்னைச் சுற்றி கவிஞர்களையும், கைவினைஞர்களையும் கூட்டி வைத்துக்கொள்வான். சொன்னதைச் செய்பவன் என்பதால் அவனது

மனிதர்கள் மத்தியில் வலிமையான விசுவாசத்தை ஏற்படுத்திக் கொண்டான். மிக வேகமாகத் தாக்குவதைப் போலவே, பின்வாங்கவும் செய்வான். அவனது மிகச்சிறந்த வெற்றிகள் வெறும் ஆயிரம் அல்லது ஆயிரத்திருநூறு வீரர்களைக் கொண்டு பெற்றவை. தாக்குதலுக்கு வெறும் இருநூறு வீரர்களுடன் செல்பவன் வெற்றியுடன் திரும்புவான் என்பதை நினைத்துப் பார்க்கவும் முடியவில்லை. ஆயுதத் தொழில்நுட்பத்தில் தளரா ஆர்வமுள்ளவன்; தொடர்ச்சியாக அவற்றைத் தேடிப் பெறவும், அதைத் தனது போர் உத்தியில் சேர்த்துக் கொள்ளவும் செய்வான். பீரங்கி என்று அழைக்கப்படும் புது விதமான போராயுதம் ஒன்றை தனது படையில் சேர்த்திருக்கிறான் என்று கூறுகிறார்கள். உஸ்தாத் அலி என்ற துருக்கியன் அதை உருவாக்கியதாகச் சொல்லப்படுகிறது. இந்த ஆயுதம் குறித்த மேலும் தகவல்களைச் சேகரிக்கவேண்டும்.

பரிந்துரைக்கப்படும் நடவடிக்கைகள்:

1. உங்களது உணர்வுகளின்படி, பாபர் தொடர்ந்து கண்காணிப்பில் இருக்க வேண்டியவன்.

2. அந்தப் புதிய போர்க்கருவியின் மாதிரிகளை எப்படியாவது பெறவேண்டும்.

3. இந்தப் புதிய போர்க்கருவி எப்படி இயங்குகிறது என்பதைப் பேரரசருக்கு இயக்கிக் காட்டவேண்டும்.

4. துப்பாக்கிகளும் பீரங்கிகளும் அதிகமாக வாங்குவதற்குப் பெரிய அளவில் நிதி ஒதுக்கீட்டிற்கு ஒப்புதல் பெறவேண்டும்.

5. இந்த ஆயுதத்திற்கு எதிராக எப்படித் தாக்குதல் நடத்துவது, எப்படித் தற்காத்துக் கொள்வது என்பதற்கு உத்திகளை உருவாக்க வேண்டும்.

6. படைவீரர்களுக்கு இத்தகைய ஆயுதங்களைக் கையாளப் பயிற்சி அளிக்க வேண்டும்.

7. இந்தத் தொழில்நுட்பத்தில் செய்யப்படும் நமது முதலீட்டு முயற்சி, ஒருமுறையோடு முடிவதல்ல. அது தொடர்ச்சியானது. எந்த நேரத்திலும் எதிரிக்குத்தான் இதனால் பாதகமே தவிர்த்து, நமக்கு அல்ல என்பதை உறுதிப்படுத்த வேண்டும்.

8. தொடக்க நடவடிக்கையாக அந்நிய மனிதர்களிடம் புதிய ஆயுதங்கள் குறித்த அறிவைப் பெறுவது நல்லதுதான். ஆனால், தொலைநோக்கில் அந்தப் புதிய அறிவைப் பெறுவதில் நம்மை ஈடுபடுத்திக்கொண்டு, சொந்தக்காலில் நிற்கக் கற்கவேண்டும்.

இதன் கருத்து என்னவென்றால், இந்த ஆயுத வெளியில் எதிர்காலத்தில் ஏற்படப்போகும் புதிய முன்னேற்றங்கள் நம்மிடமிருந்துதான் வரவேண்டும்.

***

மங்களின் அறிக்கையைப் படித்த பிறகு அவனும் நானும் ஒரே மார்பில்தான் பாலருந்தினோம் என்பதில் சந்தேகம் யாருக்காவது இருக்குமா? என்னைக் காட்டிலும் அவன் மிகவும் சுருக்கமாக வெடுக்கென்று பேசுபவனாக இருக்கலாம், ஆனால், மேலே உள்ளவர்க்கு சுருக்கமாக அறிக்கை அளிக்கும்போது அதில் செறிவும், தெளிவும், முடிவும், எப்படிச் செயல்படலாம் என்பதற்குக் கோடிட்டுக்காட்டும் ஒரு வரியும் இருக்கவேண்டும். மங்களின் அறிக்கையைத் தந்தையிடம் சமர்ப்பிக்கும்முன் அதைத் திருத்தி எழுத வேண்டுமா என்ற சந்தேகம் எப்போதும் எனக்கு ஏற்பட்டதில்லை. மங்களின் பரிந்துரைகள் தந்தையிடம் எதிர்பார்க்கும் தாக்கத்தை ஏற்படுத்துமா? அனைத்திற்கும் மேலாக, கடந்த ஏழெட்டு ஆண்டுகளாகப் பேரரசரிடம் ஒரே விஷயத்தைத்தான் நான் சொல்லிக் கொண்டிருக்கிறேன். அவரிடம் நான் சொல்லியது அனைத்தும் உண்மையில் கொள்கை சார்ந்த விஷயம்; ஆனால், மங்கள் முன்வைக்கும் செயல்படுவதற்கான-காட்சிவரைவு இப்போது ஒரு நிஜமான சூழலில் நிலைபெற்றுள்ளது என்பதை மறுப்பதற்கில்லை. அதேநேரத்தில், மங்கள் முன்வைக்கும் பரிந்துரைகள் வரிசையாக அனுமானங்களைச் சார்ந்து இருக்கின்றன என்று போராலோசனைக் கூட்டத்தின் விவாதங்கள் தடைபட்டு நிற்காது என்று நம்புகிறேன்: ஒன்று, காபூலின் ஆட்சியாளர் மீண்டும் ஹிந்துஸ்தானத்திற்கு வரத் திட்டமிட்டுள்ளான்; இரண்டு, விரைவில் அவன் டெல்லி சுல்தான்மீது போர் தொடுக்கக்கூடும்; மூன்று, நமக்குச் சொந்தமான பிரதேசங்களும் ராஜ்ஜியமும் அவனால் அச்சுறுத்தப்படும்.

மறுபுறம், பாபர் ஹிந்துஸ்தானத்திற்குள் நுழைய முயன்றாலும், வேகமான ஒரு தாக்குதல் நடத்திக் கொள்ளையடித்து விரைந்து திரும்பும் மற்றுமொரு படையெடுப்பாகத்தான் அது இருக்கும் என்பதை மறுக்கமுடியாது. அல்லது இப்போதைக்கு டில்லியைத் தாக்காமல் விட்டுவிட்டு, சாமர்கண்டை மீண்டும் பெறுவதற்கு முயற்சிக்கலாம். ஏறத்தாழ அது அவனுக்கு உணர்வுசார்ந்த அதிகாரத்தின் அடையாளம். நினைவேக்கம் தரும் இடம். சொல்லப்போனால் அதற்காக அவன் தலையையும் இழக்கத் தயார்.

பாபர் ஏற்கனவே இரண்டு முறை ஹிந்துஸ்தானத்திற்கு வந்துள்ளான். சில மாதங்களில் அல்லது பிறிதொரு சமயத்தில் ஹிந்துஸ்தானத்தில் மேலும் சில ஊடுருவல்களைச் செய்யலாம் என்பது

மங்களின் உள்ளார்ந்த யூகம். பேசுவதற்கு முன், கவனமாக எடைபோட்ட பின்னர்தான் மங்கள் பேசுவான். அந்த எளிய காரணத்திற்காகவே மங்களின் ஆய்வுகளுடன் உடன்படுவேன். பாபரின் இலட்சியத்தைக் காபூலால் கட்டுப்படுத்த முடியாது. சாத்தியமில்லை என்றாலும் ஹிந்துஸ்தானை நோக்கிச் செல்லும் அவனது விருப்பத்தை பாபர் தவிர்க்கமுயல்வது சிரமம். ஆனால், ஹிந்துஸ்தானத்தின் மீது படையெடுக்கத் திட்டமிட்டிருக்கும் இந்த ஒற்றை எதிரியின் திட்டங்களின் அடிப்படையில் நமது வியூகத்தைத் திட்டமிட வேண்டுமா என்பதுதான் முன்னிற்கும் கேள்வி. நிச்சயமாக, வடமேற்கிலிருந்து படையெடுப்பு நிகழலாம். அது உட்பட எந்தவொரு திடீர் நிகழ்வுகளுக்கும் தயாராக இருக்கவேண்டும். ஆனால், சற்று அதிகமாகச் சொல்லவேண்டும் என்றால், மேலும் அதிகமான ஆயுதங்களுடன், மேலும் சிறப்பான தயாரிப்புகளுடன் இருக்கவேண்டும், ஏனென்றால் நமக்கும் அவனைப்போல் பிரதேசங்களைச் சேர்த்துக் கொள்ளும் ஆசை இருக்கிறது.

நம்புவது சிரமமாகத்தான் இருக்கிறது. அரசன் எழுதியது என்று கருதப்படும் விஷயங்கள் அடங்கிய பக்கங்கள் என் கைகளில். அவை எங்கே எப்போது எழுதப்பட்டவை என்று கடவுளுக்குத்தான் தெரியும்: ஃபர்கானாவா, சாமர்கண்டா, காந்தஹாரா அல்லது காபூலா. தெரியவில்லை. அந்த அரசனின் மூதாதைகள் தொலைதூரத்து ராஜ்ஜியமான துருக்கியில் வாழ்ந்தவர்கள். அவர்கள் எப்படி இவ்வளவு தூரம் பயணித்திருக்க முடியும்? பெரிய புரட்டாக இருக்குமோ? காபூலின் தற்போதைய அரசனுக்குத் தூதனை அனுப்பி என் முன்னால் இருக்கும் குறிப்புகள் அவன் எழுதியதா என்று விசாரித்தறியலாம். இந்த ஆவணங்களின் நம்பகத்தன்மையைச் சரிபார்க்க அதைத்தவிர வேறு நம்பகமான வழி என்னிடம் இல்லை. ஆயினும், இந்தச் சொற்கள் உறுதியும், தொலைநோக்கு பார்வையும் கொண்ட மனிதனுக்குச் சொந்தம் என்று நம்புகிறேன். அந்த மனிதன் தன்னைப் பற்றிக் கொண்டிருக்கும் உணர்வு மிகையானதோ அல்லது அடக்கமானதோ அல்ல; ஆனால், உண்மை.

சில காரணங்களால் நான் இரண்டு பத்திகளுக்குத் திரும்பவும் செல்கிறேன். ஒன்று ஃபர்கானாவில் இருக்கும் ஆண்டிஜனைப் பற்றியது; மற்றொன்று அவனது தந்தையைப் பற்றிய குறிப்பு. எழுதப்பட்ட விதத்திலும் தொனியிலும் அமைதியான நேசம் வெளிப்படுகிறது. நாட்டின்மீது ஆழ்ந்த பற்றுள்ள ஒருவரிடமிருந்து மட்டுமே இதை எதிர்பார்க்க முடியும். ஆயினும், தாயகம் குறித்த பெரும்பான்மை எழுத்துக்களில் காணப்படும், குறிப்பாக நாட்டை விட்டு வெளியிலிருக்கும் ஒருவனது எழுத்தில் காணப்படும் உணர்வெழுச்சி இதில் இல்லை. ஆனால், அந்த இடத்தைத் தேடிச் சென்று சுற்றிப்பார்க்க வேண்டும்

என்ற ஆவலை படிப்பவரிடம் ஏற்படுத்துகிறது. ஆண்டிஜன் கோட்டைக்குள் ‘நீர் ஒன்பது கால்வாய்கள் மூலம் செல்கிறது; அவற்றில் ஒன்றுகூட மீண்டும் வெளியில் வராதது விந்தையான ஒன்று.’

அந்தத் தண்ணீர், என்னவாகிறது? அது எங்கே போகிறது? நிலத்தடியில் ஆண்டுதோறும் சேகரிக்கப்படுகிறதா? (தலையின் வீக்கம் போல், கோட்டை உயர்ந்து கொண்டே இருக்கிறதா? அதன் அடியில் சேரும் தண்ணீரின் அழுத்தத்தால், வரும் நாட்களில் முற்றிய காயைப்போல் ஆண்டிஜன் வெடித்துத் திறந்து கொள்ளுமா?) அக்ஷி கோட்டையில், உமர் ஷேக் மிர்சாவின் இருப்பையும் புறாக்களையும் குறித்தப் பத்தியை எடுத்துக் கொள்ளுங்களேன். மாடங்களில் இருந்த புறாக்களைப் பார்க்க பாபரின் தந்தை சென்றிருக்கிறார், அப்போது மலைச்சரிவின் உச்சியிலிருந்த பாறைப் பகுதி சரிந்து விழுந்து இறந்திருக்கிறார். அதன்பின் உமர் ஷேக் ‘பருந்தாக மாறிப்போனார்.’ இதை அறிந்து உணர்வதற்குமுன், அந்த இடத்தைக் குறைந்தது பத்து முறையாவது படித்திருப்பேன்.

வேட்டையாடுவதில் எனக்கு விருப்பமில்லை என்பது குறித்து அதிகம் பேசப்படாதது நல்லதுதான்; ஆனால் நான் ஆண்டிஜன் செல்ல விரும்புகிறேன் என்பதை ஒப்புக்கொள்ள வேண்டும். அங்கு வளரும் நீண்ட வாலுள்ள வண்ணப் பறவைகளை ஆராய்வதற்கு ஆசையாக உள்ளது. பாபர் போதுமான அளவு வேட்டையாடி இருக்கிறான்; காட்டுக் கோழிகளைப் பிடித்திருக்கிறான் என்பது எல்லோருக்கும் தெரியும்; இருந்தும் ‘வதந்தி’க்கு அவன் ஏன் தாவவேண்டும்? கொழுத்தப் பறவையின் ரசத்தை நான்கு பேராலும் சாப்பிட்டு முடிக்கமுடியாது என்று நம்மிடம் ஏன் கதையளக்க வேண்டும்? நகைச்சுவையில் எனக்கு எப்போதுமே விருப்பம் உண்டு. ஆனால் உண்மையில் என்னைக் கவரும் நகைச்சுவை, முகத்திற்கு நேராகச் சொல்லப்படுவது. கவனமாக இருந்தால்தான் அதிலிருக்கும் நகைச்சுவையை அறிந்து ரசிக்க முடியும்.

மேவாரில் இருக்கும் யாராவது ஒரு சரணோ, கவிஞனோ, ஏன் ஒரு வரலாற்றாசிரியனோ மாட்சிமை தாங்கிய மகாராணாவைப் பற்றி மிகவும் நேர்மையாகவும், எவ்விதச் சார்புமின்றி, பிரியத்துடன் எழுதுவதை உங்களால் கற்பனை செய்யமுடியுமா? வெளிப்படையாகச் சொன்னால், எனது சகோதரர்களில், உறவினர்களில் அல்லது சித்தப்பாக்களில் யாராவது ஒருவர் செய்வார்கள் என்பதையும் என்னால் நினைத்துப்பார்க்க முடியவில்லை. எதையும் மூடிமறைக்க வேண்டாம், பணிந்து போகவேண்டாம், அருவருப்பான, இச்சகமான சொற்கள் வேண்டாம்; ஆகச் சிறந்த உறுதிப்பாட்டுடன் விரைவாக எழுதப்பட்ட ஒரு சுருக்கமான குறிப்பு போதும். அந்த மனிதன் விமர்சனத்திற்கு பயப்படவில்லை என்பது வெளிப்படை; ஒருவரை மதிப்பிடும் அல்லது ஒருவரைப் பற்றி முடிவு

செய்யும் செயலானது, அந்த ஒருவர் மீதான பாசத்தையும் அல்லது உயரிய மரியாதையையும் நிராகரிக்கிறது என்று அவன் நம்பவில்லை.

'தயவுசெய்து என்னைத் தவறாகப் புரிந்து கொள்ளாதீர்கள்; தவறான முடிவெடுத்துவிட்டேன் என்று என்னை யாரும் சொல்லக்கூடாது. நான் இதைத்தான் விரும்புகிறேன்' என்ற நிபந்தனையுடன் மூத்த அதிகாரிகள் உரையாற்றுவதை ஒருவர் அடிக்கடி கேட்கமுடியும். அவர்களது உத்தரவிற்காக இவ்வளவு பேர் காத்திருக்கும் அளவுக்கு, அவர்கள் உயர் பதவிகளில் ஏன் நியமிக்கப்பட்டனர்? சூழலையும் மனிதர்களையும் மிகத் தீவிரமாகவும் இரக்கமின்றியும் ஆய்வுசெய்து மதிப்பீடு செய்வார்கள் என்று அவர்களிடம் எதிர்பார்க்கப்படுகிறது. கடுமையும் இரக்கமற்றத் தன்மையும் ஒருவரது பார்வையிலிருக்கும் அனுதாபத்தைத் தடுக்காது. மதிப்பீட்டில் இறங்குவதற்குமுன், ஒருவர் தன்னுடைய பலத்தையும், பலவீனத்தையும், திறன் குறைவான பகுதிகளையும் தெரிந்து அறிந்துகொள்ள வேண்டும்; அப்போதுதான் முடிவுகளை, அதுவும் முக்கியமான முடிவுகளை எடுப்பது, எதிரிகள், நண்பர்கள், சகாக்கள், இளையவர்கள், மூத்தவர்கள் அல்லது மனைவி, குழந்தைகள் போன்றோரை எதிர் கொண்டு சமாளிப்பது சாத்தியமாகும்.

* * *

'அடுத்த பத்து நாட்களுக்குள் உனது அறிக்கை எனக்குக் கிடைக்காவிட்டால் என்ன செய்வது?' மங்களின் பதில் என்னவாக இருக்கும் என்று தெரியும், ஆனால் அவனை நெளிய வைக்க விரும்பினேன். 'அமைச்சரவைக்கும் நமது நட்பு நாடுகளுக்கும் நான் என்ன கூறுவது? மேவார் ராஜ்ஜியம் குறித்த விஷயங்களைத் தள்ளி வையுங்கள் என்று அமைச்சரவையில் கூறமுடியுமா? இப்போது மங்களால் பாதுகாப்பு ஆலோசனைக் குழுவிற்கு அறிக்கை அளிக்க இயலாது. ஆகவே மேவார் மீது தாக்குதல் நடத்தும் திட்டங்களை சற்றுத் தாமதப்படுத்துங்கள் என்று நட்பு நாடுகளிடம் சொல்வதா?'

'இளவரசே, அடுத்தப் பத்து நாட்களுக்குள் உங்களுக்குக் கிடைக்கும்' அவன் முகம் வெளிறவில்லை. அதையும் நான் அறிந்திருக்க வேண்டும்.

'நான் உனக்கு மிகவும் கடமைப்பட்டிருக்கிறேன்'. மிகவும் இழிவான, முற்றிலும் தேவையற்ற சொற்பிரயோகம். ஆனால், என் உத்திக்குப் பலன் கிடைத்தது. அவனது கல் போன்ற இறுக்கமான முகத்தில் ஒரு கணம் சுருக்கம் தெரிந்தது. ஆனால், ஒருவேளை முகத்திற்கு அடியில் அந்த மனிதன் வலியை அனுபவித்திருக்கலாம். 'சரி, சந்திப்பு முடிந்தது'.

சிறுபிள்ளைத்தனமான எனது குத்தலைப் பொருட்படுத்தாமல், அவன் புறப்படத் தயாரானான்.

‘மங்கள் நீ செய்தது அற்புதமான வேலை. அந்த ஆவணம் உனக்கு எப்படிக் கிடைத்தது?’

மங்கள் சிரித்தான். ‘வீடு சுத்தம் செய்பவனிடமிருந்து’

சிரித்தேன். சபாஷ். இந்த முறை அவன் என்னைப் பார்த்துச் சிரிக்க வேண்டியதுதான். ‘சரி இப்போது உண்மையைச் சொல்’

’இளவரசே, உண்மைதான்’

‘விஷயத்தைச் சொல்ஞ்’ அவன் வேடிக்கையாகப் பேசவில்லை என்பது தெரிந்தது.

’நானும் நமக்கு உள்ளூரில் உளவுவேலை செய்யும் ஒருவனும் சமோசா சாப்பிட்டுக் கொண்டிருந்தோம். அப்போது அவன் என்னிடம் சிரித்துக் கொண்டே காலம் மாறிவிட்டது என்றான். "துப்புரவு வேலை செய்பவர்கள் விரைவில் ஜாகீர்தார்களைக் காட்டிலும் சிறப்பான வாழ்க்கை வாழ்வார்கள்" என்றான். "அது எப்படி?". "உங்களுக்கு எப்போதாவது வெளிநாட்டிலிருந்து பொட்டலம் ஏதாவது வந்திருக்கிறதா?" என்று கேலியாக என்னிடம் கேட்டான். நான் தலையை ஆட்டினேன். "பிரதான் பூரண்மால்ஜியின் வீட்டில் துப்புரவுப் பணி செய்யும் ஷியாம் துலாரேக்கு வருகிறது’’. "எங்கிருந்து?". "எனக்கு எப்படித் தெரியும்? என்னால் உங்களுக்குச் சொல்லமுடிந்தது இவ்வளவுதான்: இந்த வழியாகச் செல்லும் பிச்சைக்காரர்கள் சிலர் அவற்றைக் கொண்டுவந்து தருகிறார்கள் என்பதுதான்.’’ மீதியை நீங்கள் யூகித்திருக்கலாம் என்று நினைக்கிறேன்.’

’நான் யூகிப்பது இருக்கட்டும். நீ விவரங்களைச் சொல். சரி, ஷியாம் துலாரேக்கு காபூல் அரசவையுடன் எப்படித் தொடர்பு கிடைத்தது?’

‘பஜாவூரில் ஷ்யாம் துலாரேவின் உறவினன் பியாரேலால் என்பவன் வேலைசெய்தான். பஜாவூர் கைப்பற்றப்பட்டபோது, பியாரேலாலும் அவனது குடும்பத்தினரும் கொல்லப்படவில்லை. ஆக்கிரமிப்பில் ஈடுபட்டிருந்த படைத்தளபதியிடம் பியாரேலால் இவ்வாறு கேட்டான். “கருணையும் அன்பும் கொண்ட கடவுளின் பெயரால் கேட்கிறேன்; உண்மையான இறைவனை, அல்லாவைக் கண்டறிந்த பிற மதத்தவரான காஃபீர்களைக் கொல்லக்கூடாது என்று தன் விசுவாசி களுக்கு நபிகள் நாயகம் தடை விதித்திருப்பது உண்மையில்லையா?’’. தளபதி சிரித்துக்கொண்டே, “இறைவனை, பிரபஞ்சத்தின் தலைவனைக் கண்டறிந்தீர்களா? அல்லது நபிகள் நாயகத்தின்மீதும் மேன்மை தங்கிய

ஜாஹிருதீன் முஹமது பாபரின் மீதும் நம்பிக்கை வைக்காத வரையில் உங்கள் வாழ்க்கைக்கு மதிப்பு கிடையாது என்பதைக் கண்டுபிடித்தீர்களா?' "நீங்கள் இரண்டாவதாகக் கூறுவதே உண்மையாக இருந்தால்தான் என்ன?" என்று துப்புரவுத் தொழிலாளியின் உறவினன் துடுக்காகப் பதிலளித்தான். "குருடர்களைப் பார்க்கவும், செவிடர்களைக் கேட்கவும், ஊமையர்களைப் பேசவும், அறிவில்லாதவர்களுக்கு விவேகத்தை அளிக்கவும், வஞ்சிக்கப்பட்டவர்கள் அதிலிருந்து மீளவும், கபடம் மிக்கவர்கள் பாசாங்குத்தனத்தைக் கைவிடவும் வல்லமை பெற்ற அல்லாவின் பன்முகமான வழிகளை நீங்கள் கேள்வி கேட்பீர்களா?' என்று கேட்டான்.

'"அப்படி நீங்கள் செய்தால், அல்லாவைக் காட்டிலும் அறிவாளியாக உங்களைக் கருதுகிறீர்கள் என்பது தெளிவாகிறது இல்லையா? இந்தப் பூமியையும், அதிலிருக்கும் உயிருள்ள, உயிரற்றப் பொருட்கள் அனைத்தையும், கடலலைகளையும், பறவைகளின் வண்ணங்களையும், வளைந்த வானத்தையும், நம் தாகம் தீர்க்கப் பூமிக்கு நீரையும், ஒரு விதையிலிருந்து ஆயிரம் மடங்கு தானியத்தையும் உருவாக்கியிருக்கும், அனைத்தும் அறிந்த, அனைத்தையும் உணர்ந்த அவனுக்கும் மேலாக உங்களை வைத்துக் கொள்வதைக் காட்டிலும் பெரிய குற்றம் ஏதேனும் உள்ளதா?' பியாரேலாலைக் கொல்லத் தயாராக இருந்த வாளை கீழே இறக்கிய தளபதி, அவனை அரசன் பாபரிடம் அழைத்துச் சென்றான்; துப்புரவு செய்பவனின் நாவிலிருந்து வெளிவந்த அதிசயமான சொற்கள் பற்றிக் கூறினான்; ஏனென்றால், அவை அங்கீகரித்து மதிக்கப்படவேண்டிய புனித புத்தகத்தின் சொற்கள். பாபர், துப்புரவு செய்பவனை தனது கைகளால் உயர்த்திப் பிடித்தான்; "சமய நம்பிக்கையின் படி இன்று முதல் இவன் என் சகோதரனாக இருப்பான், எனது வீட்டில் வேலை செய்வான்" என்றான். இவ்வாறு தான் அந்தப் பொட்டலம் இங்கு வர முடிந்தது.'

'மங்கள், தொன்மையான மொழியைத் தவிர்க்கக் கூடாதா?'

'ஷியாம் துலாரே இந்த மொழியில்தான் இந்தப் பெரும் கதையை என்னிடம் கூறினான்.'

'எனினும், பியாரேலால் இன்னும் மதம் மாறவில்லை என்று தோன்றுகிறது'

'பியாரேலால் இப்போது கரீம் முஹமது. மதம் சார்ந்த வேலையில் ஈடுபட்டுள்ளான்'

கதை சொல்லும் வேலையை மங்கள் இனிமேல் ரசிக்கமாட்டான் என்று தெரிந்தது. 'ஷியாம் துலாரே என்ற வழித்தடம் நீண்ட நாட்களாகச்

செயல்பட்டு வருகிறது, இளவரசே. டில்லி, குஜராத், பஜாவூர் அரசவைகளுக்கும் மால்வாவின் மெதினி ராய்க்கும் தகவல்கள் இந்தத் தடம் வழியாகச் சென்றுகொண்டு இருக்கின்றன'

'அது ஆறுதல் அளிக்கும் செய்திதான். குறைந்தபட்சம் ஷியாம் துலாரே பணத்திற்கும், பணத்தோட மதத்தின் நிறத்திற்கும் பாரபட்சம் காட்டவில்லை. சரி, நமது பிரதான் பூரண்மால்ஜியும் இந்த விஷயத்தில் ஈடுபட்டுள்ளாரா?'

'அவ்வாறு சொல்ல எனக்கு இதுவரை ஆதாரம் எதுவும் கிடைக்கவில்லை'

'"இதுவரை" என்பது எதிர்காலத்தில் கண்டுபிடிக்கப் போகிற விஷயங்களுக்கு எதிரான பாதுகாப்பரணா? அல்லது எதையாவது மறைக்கிறாயா?'

'இளவரசே, முரட்டுத்தனமாகப் பேசுவதற்கு மன்னிக்கவும். உளவுத்துறை பொறுப்பில் இருக்கும்வரையிலும், எப்போதாவது புலனாய்வு வலைக்குள் நீங்கள் இருந்தால், உங்களைப் பற்றிப் பேசும்போதும், "இதுவரை" என்ற சொற்றொடரை பயன்படுத்துவேன்.'

'செய்வாய் என்று தெரியும், மங்கள். வேறு யாரும் இல்லாமல் இந்தப் பதவியில் நீ இருப்பதற்கான காரணங்களில் இதுவும் ஒன்று. ஷியாம் துலாரே விஷயத்தில் அவனுக்கு நாம் என்ன செய்கிறோம்?'

'அவனுக்குப் பணம் கொடுக்கிறோம். தகவல்களை அளிக்கிறோம். நமது கண்காணிப்பில் வைத்திருக்கிறோம்'

'இந்தக் காகிதங்களைப் பெற்றுத்தர அடுத்தடுத்த தவணைகளுக்கு அவன் விலையை அதிகரிக்க மாட்டான் என்பதை எப்படித் தெரிந்து கொள்வது?'

'நிச்சயமாகத் தெரியும், இளவரசே. அவன் ஏற்கனவே விலையை ஏற்றிவிட்டான்'

'அவன் செய்வது ராஜத்துரோகம் என்பது தெரிந்த பின்னுமா?'

'அவன் மூலம் தொடர்ந்து நாம் தகவல் பெற விரும்பினால், அவன் உயிரோடு இருந்தால்தான் நமக்கு நல்லது என்பதை அவன் அறிவான்'

'நம்மைத் தவறான பாதையில் செல்ல வைக்க பாபர் திட்டமிட்டு பியாரே லாலுக்கு பொய்த்தகவல் அளித்திருக்கக் கூடாதா? அதை எப்படித் தெரிந்துகொள்வது?'

'அந்த வாய்ப்பு இருக்கிறது; அதையும் யோசித்தேன். ஆனால் அதைப்பற்றி அதிகம் கவலைப்பட வேண்டியதில்லை. அந்த மனிதன் புவியியல் ரீதியாக நமக்கு அருகில் வராதவரை அவனைப் பற்றிய, அவனது திட்டங்கள் பற்றிய உளவுத் தகவல்களைப் பெறுவது சாத்தியமில்லை. பாபருக்குக் குடலிறக்கம் இருக்கிறதா, அவன் தாமதமாகத் தூங்குகிறானா, முதல் நாள் அருந்திய மதுவின் கிறக்கம் எவ்வளவு நேரம் நீடிக்கும் என்பதைத் தெரிந்து கொள்வதில் உங்களைத் தவிர யாரும் ஆர்வம்காட்ட மாட்டார்கள். அவனுடைய மூதாதையர்கள் தைமூரின், செங்கிஸ்கானின் இராணுவ உத்திகளை ஆராயும்படி நீங்கள் கேட்கப் போகிறீர்கள் என்பதையும் அறிவேன்.'

'மகராஜ் குமாரின் வாயிலிருந்து வெளிவரும் அனைத்துப் பேச்சுகளையும் தேவையற்றதாக்கத் திட்டமிட்டிருக்கிறாயா, மங்கள்? என்னிடம் அது நடக்காது. ஷ்யாம் துலாரேமீது சுமத்த உன்னிடம் ஏதாவது இருக்கிறதா?'

மகராஜ் குமார். என் வாயிலிருந்து வார்த்தைகள் நழுவிவிட்டன. நான் முகம் சுளிக்கவில்லை, அதற்குப் பதிலாக, வாரிசு வரிசையில் அடுத்த இடத்தில் இருக்கிறேன் என்று இன்னமும் மனத்தில் எண்ணுவதைக்கண்டு வெட்கப்பட்டேன்.

'இளவரசே நாம் செய்திருப்பது ஒரு சிறிய தற்காப்பு நடவடிக்கை' மங்கள் வேண்டுமென்றே பேச்சை மாற்றினான்.

போக்கிரித்தனத்தில் மங்கள் இறங்கிவிட்டானோ என்று திகைத்தேன், 'சரி, அது என்ன?'

'அவன் குழந்தைகளில் ஒன்றை நம் பாதுகாப்பில் வைத்திருக்கிறோம்'

'நம்முடையது அராஜக அரசு இல்லை, மங்கள்' உண்மையாகவே பயந்துபோனேன்.

'இளவரசே, ஒரு நேரத்தில் நீங்கள் இருவழிகளில் செல்ல முடியாது'

இந்தப் பதில் என் வாயையும் என் பாசாங்குத் தனத்தையும் திறம்பட மூடியது. 'அந்தச் சிறுவன் கல்வி கற்க ஏற்பாடு செய்திருக்கிறோம். வீடு கூட்டும் ஒருவனின் குழந்தை நினைத்துப் பார்க்கமுடியாத விஷயம். அத்துடன், அந்தச் சிறுவன் நம்முடன் இருப்பான் என்பதற்கும் உத்திரவாதம் இல்லை. ஷியாம் துலாரே திடீரென்று சொல் மாறலாம். "முடியாது, உங்கள் விருப்பம்போல் செய்துகொள்ளுங்கள். இளமை யாகத்தான் இருக்கிறேன், என்னால் மேலும் பெற்றுக்கொள்ள முடியும்"'

'துருக்கியிலிருந்து யார் மொழிபெயர்ப்புச் செய்வது?'

'பியாரேலால் தான். இப்போது அவன் பெயர் கரீம் முகமது.'

'அசல் காகிதங்கள் எதில் எழுதப்பட்டுள்ளன? உண்மையில் அது துருக்கியா அல்லது அர்த்தமற்ற குழப்பமான வார்த்தைகளா?

'அது துருக்கி மொழிதான், இளவரசே. கரீம் முகமது மோசமான மொழிபெயர்ப்பாளன் இல்லை என்பது இப்போது தெரிந்திருக்குமே.'

* * *

'என்னைத் தவிர்க்க எவ்வளவு காலமாக நீ திட்டமிட்டாய்?

'ஒரு நாளைக்கு நான்கிலிருந்து ஏழு முறை நாம் ஒருவரையொருவர் எதிரெதிரே பார்த்துக் கொண்டுதானே இருக்கிறோம்?'

'இனி என்னைப் பார்க்க விரும்பவில்லையா, கௌசல்யா?'

'இப்போது உங்களுக்கு வேறு முக்கியப் பணிகள் இருக்கின்றன, இளவரசே'

'ஒருமுறை உன்னை முட்டாள்தனமாக இழந்துவிட்டேன். இனிமேலும் அந்தத் தவறைச் செய்ய விரும்பவில்லை' .

கௌசல்யாவின் மணிக்கட்டைப் பிடித்திருந்த விரல்களை விடுவிக்க அவள் முயவில்லை. ஆனால் அவள் கண்களின் ஆழத்தில் ஒரு வலி தென்பட்டது. நெருக்கத்தையும் அந்நியோன்யத்தையும் இழக்கப்போவதை தள்ளிவைத்து, தவறான நம்பிக்கையுடன் வாழ்வதை விடவும் பிரிவின் வலியை இப்போதே அனுபவித்துவிடலாம் என்ற தீர்மானத்தால் உண்டான வலி. விரும்பியிருந்தால் பல மாதங்களுக்கு முன்பே அவளுடைய அறைக்குள் நான் நுழைந்திருக்கலாம் என்று என்னிடம் சொல்வதை அவள் மிகவும் பெருமையாக உணர்ந்தாள். அரண்மனையில் நூற்றுக்கணக்கான பெண்கள் தம் காதலர்களுக்காகவும் அல்லது கணவர்களுக்காகவும் காத்திருப்பதை நினைத்துப்பார்த்தேன். எத்தனை மாதங்களுக்கு அல்லது ஆண்டுகளுக்கு அவர்கள் கண்விழித்துக் காத்திருப்பார்கள்? அவர்களது தனிமைக்குத் திட்டவட்டமாக யார் முடிவுகட்டுவார்கள்? தம் கணவர்கள் அல்லது காதலர்கள் யாருடன் இரவைக் கழிக்கிறார்கள் என்பது அவர்களுக்குத் தெரியக்கூடும். ஸெனானாவில் நிலவும் கசப்பையும் மனவேதனையையும் அளந்து தீர்க்க முடியாது. தினமும் நிராகரிக்கப்படுவதை எப்படி எடுத்துக் கொள்வது? மரணம்தான் இதற்கான ஒரே வழியா?

'இளவரசே, ஒரு வேண்டுகோள். என் மீது இரக்கம் காட்டவேண்டாம். கடமை தவிர்த்து வேறு எதற்கும் நீங்கள் வர வேண்டாம்.'

எல்லைகளை மீண்டும், மறுவரைவு செய்துவிட்டாள். அவற்றைத் தாண்ட முடியாது. எனக்கும் அவளுக்கும் இடையில் இருந்த இறுக்கம் தளர்ந்து விட்டதை இருவருமே கவனிக்கவில்லை.

'தரையில் அமர்ந்து என் தலையை உன் மடியில் வைத்து, சிறுவயதில் எனக்கு செய்ததுபோல், தலையிலிருக்கும் ஆயிரக் கணக்கான பேன்களை எடுத்து நசுக்கக்கூடாதா? அப்படியே என் தலையில் கொஞ்சம் அறிவையும் புகுத்தக்கூடாதா?'

நாய்களுக்கும் ஆண்களுக்கும் வித்தியாசம் ஏதும் இல்லை. லட்சக்கணக்கான முறை நம்மையே சுற்றி வருவோம். கடந்த பதினோரு ஆண்டுகளாக செய்ததுபோல், பத்திரமாக நம்மைத் திணித்துக் கொள்வதற்கு ஒரு விருப்பமான இடத்தைத் தேடி, அதன்பின் அதற்குள் எளிதாக நுழைந்து கொள்வோம். கௌசல்யாவின் வலது மார்பகத்தின் உட்புறச் சரிவில், என் தலையின் பின்பகுதி அளவுக்கு ஒரு பள்ளம், தாழ்வான பகுதி நிச்சயம் இருக்கிறது. அந்த இடத்தை நன்கு அறிவேன். கௌசல்யா கன்னத்தின் அடிப்புறத்தைப் பார்த்தவாறு பல மணி நேரங்கள் பேசிக் கொண்டு இருந்திருக்கிறேன். அவளது தோல் இயற்கையிலேயே களங்கமற்றதா? ஆங்காங்கே தோன்றும் கூர்மையான ரோமங்களை, முளைக்கும் முன்பே வேருடன் அகற்ற ஏதேனும் மெழுகு போன்ற பொருட்களை மறைவாகப் பயன்படுத்துகிறாளா என்று வியந்திருக்கிறேன். அந்தப் பள்ளத்தில் படுத்து தூங்கிப் போய்விடுவேன். ஆனால், கௌசல்யாவோ எனக்காக ஏதோ ஒரு ராவ் அல்லது சுல்தான் குடும்பத்தின் பரம்பரையைக் கண்டுபிடிப்பதில் ஈடுபட்டிருப்பாள்; அவர்களுக்கு இடையிலான சச்சரவிற்கு நிஜமான காரணம் என்னவென்று அறியாமல் இரண்டு ராஜபுத்திர குடும்பங்கள் இன்றளவும் ஒருவரையொருவர் பரஸ்பரம் கொலை செய்துகொண்டிருக்கும்; அந்தப் பகைக்குக் காரணமான கசப்பான வேர்களைத் தேடிக்கொண்டிருப்பாள்.

தூரத்தில் பிருந்தாபாணி கோவிலின் மணி ஓங்கி ஒலித்தது.

கடவுள்கள் இனி பூமியில் பிரத்தியட்சம் ஆகமாட்டார்கள்; குறைந்தபட்சம் மிக மோசமான இந்தக் கலியுகத்தில் தோன்றமாட்டார்கள். தெய்வத்தின் தலையீடு என்பது செவிவழிச் செய்தி, ஒரு நம்பிக்கை, எதையும் நம்பிவிடும் போக்கு என்பதை ஒப்புக்கொள்ளத்தான் வேண்டும். வாழ்வில் நிகழும் அற்புதங்களைக் காலம்தான் உருவாக்குகிறது. இப்போது தினமும் மாலை ஆறு மணிக்கு என் மனைவி பாடுகிறாள், நடனமாடுகிறாள். அவள் நடத்தும் பிரார்த்தனைக் கூட்டங்களில் அடிக்கடி

கலந்துகொள்வது, வேறு யாருமல்ல, பேரரசர் தான். கோவில் வளாகம் உட்பட சுற்றுச் சுவருக்குள்ளாக ஐம்பதாயிரம் பேர் தங்கும்வகையில் இரண்டையும் விரிவுபடுத்தும் திட்டங்கள் தொடங்கியுள்ளன. சியாமளனின் முன்னிலையில் என் மனைவி ஆடும் நடனத்தில் விரிந்து பறந்து சுழலும் அவளது காக்ராவால் உருவாகும் காற்றை, மிகவும் புகழ்பெற்ற சித்தோரின் நுணுக்கமான வெள்ளி நகை வேலைப்பாடுகளுடன் ஒப்பிடக் கூடிய வேலைத்திறன் நிரம்பிய கோவிலின் பளிங்குச் சாளரங்கள் தடுக்கின்றன.

வெளிப்படையாகச் சொன்னால் புகார் சொல்ல சித்தோருக்கு எந்தக் காரணமும் இல்லை. கும்பல்கார்கிலிருந்து நாங்கள் திரும்பி வந்த நாளிலிருந்து அரண்மனைக்கு வரும் யாத்ரீகர்களின், சுற்றுலாப் பயணிகளின் எண்ணிக்கை நூற்றைம்பது சதவீதம் உயர்ந்துவிட்டது. குறைவதற்கான அறிகுறி ஏதும் தென்படவில்லை. சந்தேரி, சம்பானேர், ஜெய்ப்பூர், டில்லி, ஆக்ரா, மதுரா, அகமதாபாத், ரைசென், தௌலதாபாத், புனே, விஜய நகர், ஏன் காஷ்மீர் பள்ளத்தாக்கிலிருந்தும் ஏராளமானோர் மாட்டு வண்டியிலும், ஒட்டக வண்டியிலும், பல்லக்கிலும், குதிரை மீதேறியும் வருகின்றனர். இந்த மாதிரி சொகுசாகப் பயணம்செய்து வரமுடியாதவர்கள் படுக்கையையும் கொஞ்சம் பாத்திரங்களையும் கட்டி, தலையில் வைத்துக்கொண்டு சித்தோரை நோக்கி அத்தனைத் தொலைவும் நடந்தே வந்தனர். உயிருடன் வாழும் அரிதான பொக்கிஷம் என்றும், சித்தோரின் பொருளாதார வரவுக்கான மாபெரும் சொத்து என்றும் நிதி அமைச்சகம் என் மனைவியை புரிந்து கொள்ளத் தொடங்கியிருந்தது. இத்தனை ஆண்டுகளும், வெவ்வேறு நிலப்பரப்பு சார்ந்த, வரலாறு சார்ந்த ராஜபுத்திர நலன்களை தந்தையின் தொலைநோக்குப் பார்வையும் ராஜதந்திரமும் ஒருங்கிணைத்து வைத்திருந்தன. இளந் துறவி, குழலிசைப்போன், பேரரசர் ஆகிய மூவருக்கும் இடையில் இன்று நிலவும் உறவு, ராஜபுத்திரர்களையும், பில் இனத்தவரையும், ஹிந்துக்களையும், ஜைனர்களையும், முஸ்லீம்களையும் ஒன்றாகப் பிணைத்திருக்கிறது. இப்படி நிகழக்கூடுமென்று சில ஆண்டுகளுக்கு முன் ஏறத்தாழ நினைத்தே பார்த்திருக்க முடியாது.

குழலிசைப்போனை வழிபடுவதிலும், வீட்டுவேலைகளிலும் இளந் துறவி தனது நேரத்தைச் செலவிட்டாள். அதே நேரத்தில், சித்தோரும், சொல்லப்போனால் மேவார் முழுவதும் அவளைத் தொன்மமாக்குவதில் தீவிரமாக ஈடுபட்டிருந்தது. அவளது புனிதத்தன்மையும், தெய்வபக்தியும், சியாமளனுடன் அவள் நடத்தும் உரையாடல்களும், அவள் மீது நடத்தப்பட்ட தாக்குதல்களிலிருந்து அதிசயம்போல் உயிர் தப்பியதும் கணிசமான அளவுக்கு, குறைந்தபட்சம் இரண்டு பாகங்கள் எழுத முடிந்த அளவுக்கு மக்களிடம் கதைகளாக உலா வருகின்றன. சமீபத்தில் புதிதாக

ஒருவிஷயம் பேசப்படுகிறது: மறைந்த சைதன்ய மகா பிரபுவின் சீடர் சுவாமி ரூப கோஸ்வாமியுடன் அவரது சந்திப்பு. அவர் பெரும் கவிபாடும் துறவி, குழலிசைப்போனைப் பின்பற்றுபவர்.

சில மாதங்களுக்கு முன் ரூப கோஸ்வாமி சித்தோர் வழியாகப் பயணம் மேற்கொண்டார். ஏறத்தாழ வைணவ சந்நியாசிகள் அனைவரும் செய்வதுபோல் பிருந்தாபாணி கோவிலில் தங்கினார். அறிவொளி பெறுதல் இல்லையென்றாலும், கற்றுக்கொள்வதும் வீடுபேறு அடைதலும் குருவின் மூலம்தான் கிடைக்கும்; யோகிகளின் தொடர்பின் மூலம்தான் பெறமுடியும் என்று என் மனைவி நம்புகிறவள். அடுத்த நாள் கோஸ்வாமியைச் சந்திக்கச் சென்றாள். அந்தத் துறவி தீவிர சந்நியாசி என்பதுடன் பெண்களிடமிருந்து விலகி இருக்க உறுதியேற்றவர். ஆகவே, இளந் துறவியைச் சந்திக்க மறுத்துவிட்டார். இறைச்செயல்களில் உண்மையாகவே அவள் ஈடுபடவில்லை; அப்படி நடிக்கிறாள். பொதுவிடங்களில் அவள் வெளிப்படுத்தும் பக்தியும், நடனமாடுதல், பாடுதல் போன்ற கோமாளித்தனங்களும் மக்களின் கவனத்தைப் பெறுவதற்கான ஒரு தந்திரமே என்று உறுதியாக நினைத்தார். ரூப கோஸ்வாமி பெரும் கீர்த்திப் பெற்றவர். ஆனால், இளவரசி தனது நிதானத்தை இழக்கவில்லை, திகைப்பு அடையவில்லை. அவரும் சாதாரண ஆண் போல்தான் நடந்துகொண்டார் என்று தன் வியப்பை வெளிப்படுத்தினாள். அப்படித்தான் என்றால், பிருந்தாவனத்தில் நுழைவதற்கு அவருக்கு என்ன உரிமை இருக்கிறது? இந்தப் பிரபஞ்சத்தில் இருப்பது ஒரே ஆண்மகன்தான்; அது சியாமளன். விலக்கு ஏதுமின்றி மற்ற அனைவருமே பெண்கள் தான் என்று கோஸ்வாமிக்குத் தெரியாதா?

இளந் துறவி எதைப் பற்றிப் பேசுகிறாள்? இதைப் போன்ற உயர்நிலை குழுக் குறியீடுகளுக்கு என் மனைவி மாறியதும் எனக்கு ஒன்றும் புரியவில்லை. என் அறிவுக்கு அப்பாற்பட்ட விஷயம் இது. ஆனால், கோஸ்வாமி அவளது உண்மையான நோக்கத்தைப் புரிந்துகொண்டார். மேலும் தன்னை மட்டம் தட்டியதுபோல் அவள் பேசியது குறித்து அவர் சினம் கொள்ளவில்லை. இறைவன் எனும் சாராம்சத்தைப் புரிந்தகொண்ட அறிவொளி பெற்ற பக்தர் ஒருவர் இங்கு இருக்கிறார் என்பதை உணர்ந்தார். இளவரசியைச் சந்திக்க ஒப்புக்கொண்டார்.

என் மனைவியின் கீர்த்தி இப்படி உயர்ந்துகொண்டே இருப்பது குறித்து ராணி கர்மாவதி என்ன சொல்கிறாள்? மேவார் சிம்மாசனத்திற்கு ஒரு வலிமையான போட்டியாளனாக நிச்சயமாக விக்ரமாதித்தனை அவள் ஆக்கியிருக்கிறாள். ரணதம்போரிலும் அதைச் சுற்றியிருக்கும் இடங்களிலும் விக்கிரமாதித்தன் சார்பாக பிரச்சாரம் செய்து அவனுக்கு

ஆதரவான அடித்தளத்தை உருவாக்கியிருக்கிறாள்; அவளது இருப்பையும், அவள் குறிப்பால் செய்திகள் சொல்வதையும், நபர்களின் வேலைகளை மாற்றியமைப்பதையும், சித்தோரின் விவகாரங்களில் தலையிடுவதையும் ஏறத்தாழ தினசரி ஒருவர் பார்க்கமுடியும். தொலைவில் இருந்தாலும் இதைப்போன்ற விவகாரங்களில் அவளது தலையீடு மிகவும் வலிமையுடன் இருந்தது; ஆனால், தந்தைக்கு இன்றியமையாத நபராக என் மனைவி மாறிக்கொண்டிருந்தாள். பண்டக சாலைகள், அரச குடும்பத்து நகைகள் இருக்கும் பெட்டிகள், பேரரசரின் அலமாரிகள், அவரது ஆடைகளும் காலணிகளும் தலைப்பாகைகளும் இருக்கும் பெட்டிகள் போன்ற அனைத்தின் சாவிகளும், சுருக்கமாகச் சொன்னால் தன் காக்ராவின் இடுப்புப் பையில் சர்வசாதாரணமாக அவள் செருகி வைத்திருக்கும் வெள்ளிக் கொத்தில் அரண்மனையே தொங்கிக்கொண்டிருந்தது.

அவளைப் பார்த்தால் கொஞ்சம் குழம்பியவளாக, நம் போன்ற சாதாரண மனிதர்களைவிட முற்றிலும் உயர்ந்த ஆன்மிக வெளியில், வேறு உலகத்தில் இருப்பது போல் தோன்றும். ஆனால், ஹிஜிராக்களின் ஒட்டுமொத்த படிநிலையும், அரண்மனை அதிகாரிகளும், பணியாளர்களும், வேலையாட்களும் அந்தப்புரத்துப் பெண்களும் அவளிடமிருந்து எந்த விஷயமும் தப்பமுடியாது என்பதை உணர்ந்துகொள்ளத் தொடங்கினர். இனிமையான முறையில் பேசி, காரியம் நடக்கவில்லை என்றால் அவள் கடினமாகப் பேசுவாள், பிடிவாதமாக இருப்பாள். கடினமான, தனிப்பட்ட நபர்களின் விஷயங்களைக் கையாள்வதில் பெண்களுக்கு உரித்தான நயமான அணுகுமுறை அவளைத் தடுக்கும் என்று யாராவது நினைத்தால், அவர்கள் அதிகம் தவறு செய்கிறார்கள். உடல் சார்ந்த விஷயங்களோ, நோயோ, சங்கடமான அல்லது கவர்ச்சியான பாலியல் போக்குகளோ, கடும் வட்டியோ அல்லது மிரட்டலோ, சண்டையோ அல்லது சூழ்ச்சியோ எதுவாக இருந்தாலும் சூதுவாதற்ற அவளது அணுகுமுறையால் நேரடியாக விஷயத்தின் மையத்திற்குச் சென்றுவிடுவாள். தேவையென்றால், கசப்பான சொற்களைப் பயன்படுத்தாமல் ஒரு நபரை வெளியில் அனுப்பவும் அவளால் முடியும்.

நாங்கள் எவரும் குறைவாகச் சாப்பிடுகிறவர்கள் கிடையாது; சமைக்கப்பட்ட உணவின் தரம் குறையவில்லை; அரண்மனைப் பராமரிப்பில் கஞ்சத்தனமும் இல்லை. எனினும் செலவுகள் முப்பது சதவீதம் அளவிற்குக் குறைந்துவிட்டன. அன்றாடம் பல்வேறு வேலைகளுடன் பரபரப்புடன் இயங்கும் அவளுக்கு, அரண்மனை விவகாரங்களைக் கவனிக்கவும், தந்தைக்கு உணவு பரிமாறவும், அவரது ஆடைகளை எடுத்துவைக்கவும், அடிபட்டதால் தொடர்ந்து வலியால் அவதிப்படும் அவரது உடலைப் பிடித்துவிடவும், தனது சிறுவயது

கதைகளையும், அவளது தாத்தா ராவ் துதாவைப் பற்றியும், மாமா ராவ் வீரம்தேவைப் பற்றியும் சொல்லி அவரை உற்சாகப்படுத்தவும், முடிவெடுக்க முடியாமல் அவர் குழம்பி நிற்கும் நேரங்களில் அவரருகில் அமர்ந்து பாடவும், அல்லது அவருடன் சீட்டு விளையாடவும் நேரம் எங்கிருந்து அவளுக்குக் கிடைக்கிறது? எனினும் அந்தக் காரியங்களை எரிச்சலோ, பரபரப்போ, முன்கோபமோ கொள்ளாமல் செய்வது எங்களுக்குப் புதிராகத் தோன்றியது; அதுமட்டுமின்றி, என்னைப் போன்றவர்களும், நேரத்தைச் சரியாகப் பயன்படுத்த விரும்பினாலும், அந்த விஷயத்தில் அவளது திறமையில் கால் பங்கையும் சாதிக்க முடியாதவர்களும் எச்சரிக்கை அடைவதற்கான விஷயமாகவும் அமைந்தது. அவள் தனக்கு மற்றுமொரு திறமையைக் கண்டுபிடித்தாள் என்றுதான் தோன்றுகிறது. அரசியல் விவகாரங்களில் அல்லது ராஜ்ஜிய விஷயங்களில் ஒரு கருத்தை அமைதியாக யாரும் அறியாமல் சொல்லக் கூடியவள். ஆனால், ராணி கர்மாவதியைப் போலன்றி, அந்த யோசனை தந்தையிடமிருந்துதான் வந்தது என்று எண்ணுவதற்கு அவரை அவள் எப்போதும் அனுமதித்தாள்.

அந்த மாலையின் முதல் பஜனையில் என் மனைவியின் குரலோடு தந்தையின் ஆழமான, கரகரப்பான, கம்பீரமான குரல் சேர்ந்து ஒலிப்பதை நான் கேட்டேனா? அவர் அரசனாக இருக்கலாம். ஆனால், பிருந்தாபாணி கோவிலில் தந்தையின் குரலை மூழ்கடிக்கும் விஷயத்தில் பக்தர்களுக்கு சங்கடமோ பதற்றமோ கிடையாது. எனக்கும் கௌசல்யாவுக்கும் அந்த மாலை நேரம் முழுவதும் கிடைக்கும். சியாமளனை நினைத்துப் பாடும் பக்திப் பாடல்களும் ஆரத்தியும் முடிய குறைந்தபட்சம் மேலும் ஒரு மணி நேரமாவது ஆகும். தந்தைக்கு உணவு பரிமாறிவிட்டு, கீதையின் அத்தியாயங்கள் இரண்டைப் படித்துவிட்டு வர, இளவரசிக்கு இரவு ஒன்பதரை அல்லது பத்தாகிவிடும்.

மிக விரைவாகவே ஒருவர் தனது பழைய பழக்கங்களுக்குத் திரும்பிவிடுகிறார். அந்தப் பழக்கத்தின் தாக்கங்களும் விளைவுகளும் திரும்பிவிடுகின்றன. காலத்தில் ஒரு உடைவு ஏற்பட்டதுபோல், திருமணத்திற்கு முந்தைய காலத்தில் நான் இயங்கிய முறைகளுக்கு நான் நழுவிப் போய்விட்டேன். அன்றைக்கு எனது வேலைகளைப் பற்றி கௌசல்யாவிடம் கூறினேன். பாதுகாப்பு ஆலோசனைக் குழுக் கூட்டம் காலை பதினோரு மணிக்குக் கூட்டப்பட்டிருந்தது, ஆனால், தந்தை பத்து மணிக்குத்தான் எனக்கு ஆளனுப்பினார். வெளிநாட்டிலிருந்து ஒரு விருந்தினர் அன்று வருவதாக இருந்தார். நேரடியாகப் போர்ச்சுகலில் இருந்து வருகிறாராம். நான் சென்றபோது பேரரசர் ஓவியர் ஒருவரின் முன்னிலையில் அமர்ந்திருந்தார். உருவ ஓவியம், எமக்கு ஒரு அந்நியக் கலைவடிவம். எமது ஓவிய முறையில் பல்வேறு வகைமாதிரிகளையும்

மரபார்ந்த விஷயங்களையும் வரைகிறோம். ஆனால், கடந்த பத்தாண்டுகளில் இந்த விஷயத்தில் பெரும் மாற்றம் ஏற்பட்டுள்ளது. பிரான்சிலிருந்தும் இத்தாலியிலிருந்தும் வருகை தந்தவர்கள் தம்முடன் கொண்டுவந்த ஓவியங்களைக் காட்சிப்படுத்தினர். அவை அந்நாட்டு மன்னர்களின், அரசுத் தலைவர்களின் ஓவியங்கள். அதன்பின் எங்கள் கலைஞர்களில் சிலர் அந்த ஓவிய பாணியைப் பின்பற்றத் தொடங்கினர். அதன் விளைவாக, அவ்வப்போது இங்கிதமான, மனநிறைவை அளிக்கும் ஓவியங்கள் வரையப்படுகின்றன. இரண்டு பாணிகளும் இணைந்த விநோதமான கலவையாக அந்த ஓவியங்கள் திகழ்கின்றன.

தந்தையின் உயிரற்ற கண்ணைத் தவிர்க்கும் நோக்கத்துடன் அவருக்குப் பதிலாக சிற்றோவியக் கலைஞர் சந்த் ராய் தன் முகம் காட்டி அமர்ந்திருந்தார். தந்தையின் முகம் பயமுறுத்துவதாகவும் கர்வத்துடனும் தென்பட்டது. கனமான சிவப்பு நிற பட்டுத் துணியால் மூடப்பட்டு, அதன்மேல் அரசரது குதிரைச் சேணம் போடப்பட்டிருந்த சற்று உயரமான மரப்பலகையின் விளிம்பில் அவர் அமர்ந்திருந்தார். வலது கையை ஒரு தோல் கையுறை மூடியிருந்தது, ஏழாவது விலா எலும்பின் உயரத்திற்கு அதை உயர்த்தி வைத்திருந்தார். பேரரசரின் சாத்தி என்ற குதிரையும், ஆகாஷ் என்ற பருந்தும் பின்னர் வரையப்படும். தந்தையின் அங்கர்காவில் மலர்களைச் சரியாகச் செருகுவதில் ஓவியர் கவனமாக இருந்தார். ஒரு ஓவியருக்கு வரைவதற்கு ஏற்ற சிறந்த கருப்பொருளாக தந்தை இருப்பார். அசையாமல் மணிக்கணக்கில் அவரால் அமர்ந்திருக்க முடியும். அத்துடன் எதையும் முயலாமலும், பேசாமலும் இருக்கவேண்டும். ஏனென்றால், ஓவியர் விருந்தினர்களுக்கு விளக்கியது போல், உதட்டின் அசைவுகள் முகபாவத்தையும், உணர்ச்சி வெளிப்பாடுகளையும், முக அமைப்பையும் மாற்றிவிடும். அத்துடன், உடலின் தோரணையையும் பாதித்துவிடும் .

கடந்த ஏழு ஆண்டுகளாக இந்த ஓவியம் வரையப்படுகிறது என்பதை இங்கு சொல்லவேண்டும். ஓவியத்தை நீங்கள் கூர்ந்து கவனித்தால், தந்தை அணிந்திருப்பது மஞ்சள் நிற துக்லோ, நீல நிறம் அல்ல என்பதும், அதில் செருகியிருக்கும் பூ குண்டுமல்லிகை அல்ல, பச்சை நிற செண்பகப்பூ என்பதும் புரியும். இந்த உருவ ஓவியம், தூண்டிலின் இரை என்று நீங்கள் யூகிக்கலாம். அரசவைக்கு வரும் வெளிநாட்டவர்களை தந்தை மதிப்பிட விரும்புகிறார். ஒரு நல்ல சந்தர்ப்பத்தில் பேசுவது அவருக்குப் பிடிக்காது. அந்தச் சந்தர்ப்பங்களில் வாயை மூடிக்கொண்டு ஒதுங்கி இருப்பதுபோல் காட்டிக்கொள்வார். அரசவையில் உள்ள மற்றவர்கள் விருந்தினருடன் உரையாடுவார்கள். விருந்தினர் தனது வாழ்க்கை வரலாறு முழுவதையும் சொல்வார்; அவரது அரசனின் இரவு நேர சாகசங்களையும், அவனது பயணங்களையும் பேசுவார்; போர் குறித்து அவன் கொண்டிருக்கும் திட்டங்களையும்

முழுமையாகச் சொல்லும்வரை உரையாடல் நடக்கும். மேவாரிலோ அல்லது வேறு ஏதாவது ஓரிடத்திலோ பேரரசரை வாயை மூடுங்கள் என்று சொல்லித் தண்டனையின்றித் தப்பிப்போகும் உரிமை சந்த் ராய்க்கு மட்டுமே உண்டு. ‘உங்கள் வேலைக்காரன் சந்த் ராய் தனது அதிகப்பிரசங்கித்தனத்திற்கு பணிவுடன் மன்னிப்புக் கேட்கிறான். ஆனால், பேரரசர் பேசுவதைக் கொஞ்சம் நிறுத்தி தொடர்ந்து ஓவியம் வரைய என்னை அனுமதித்தால், சந்ததியினருக்கு முக்கியமான சேவையைச் செய்தது போலாகும்’.

இரண்டு அல்லது மூன்று ஆண்டுகளுக்கு ஒருமுறை இத்தாலியிலிருந்தோ, துருக்கி, ஸ்பெயின், போர்ச்சுகல் அல்லது பிரிட்டனிலிருந்தோ யாரேனும் ஊர் சுற்றுபவர் அல்லது வணிகர் சித்தோருக்கு வருவதுண்டு. ஒரு வாரமோ அல்லது இரண்டு வாரங்களோ, சில நேரங்களில் ஒரு மாதமோ எங்களுடன் தங்குவார்கள். எங்களுக்கிடையே உரையாடல் எப்போதும் எளிதானதாக இருக்காது. ஆனால், நாங்கள் அனைவரும் பகிர்ந்துகொள்ளும் உலகளாவிய மொழி, அதுதான் வர்த்தகம் என்பது உள்ளதே. கடலுக்கு அப்பாலிருந்து தங்கத்தை எடுத்துவரும் வணிகர்கள், அதை, துணி, மிளகு, இலவங்கப் பட்டை அல்லது அந்த நேரத்தில் அவர்கள் ஊரில் என்ன பொருள் அதிகம் தேவைப்படுகிறதோ அதைப் பண்டமாற்றாக வாங்கிச் செல்வார்கள். இந்த முறை வந்திருக்கும் எங்கள் விருந்தினர் கொஞ்சம் வித்தியாசமானவர். மானுவல் டி பைவா போபெலா டா கோஸ்டா. அரசனின் தூதுவராகவும், வணிகம் சார்ந்த விஷயங்களைப் பேசி முடிவுசெய்யும் அதிகாரத்துடனும் இங்கு வந்திருக்கிறார்.

கடந்த நூற்றாண்டின் இறுதியில், அது 1498ம் ஆண்டு என்று நினைக்கிறேன். வாஸ்கோடகாமா என்ற போர்த்துகீசிய கப்பற்படைத் தளபதி, நன்னம்பிக்கை முனையைச் சுற்றிப் பயணித்து, ஐரோப்பாவிலிருந்து ஹிந்துஸ்தானத்திற்குக் கடல் வழியைக் கண்டுபிடித்தார். அப்போதிலிருந்து, போர்த்துகீசியர்கள் தொடர்ந்து நாட்டிற்கு வருகிறார்கள். மேற்குக் கடலோரப் பகுதிகளில் சிறிய அளவில் அவர்கள் தளங்களை அமைத்துக் கொண்டிருந்தனர். வினோதமாக இந்த ஆண்டு, மூன்று ஆளுநர்களைப் பார்த்துவிட்டது: துவார்த்தே டி மென்செஸ், வாஸ்கோ ட காமா, ஹென்ரிக் டி மென்செஸ். (1498-ல் கோழிக்கோடு வந்திறங்கிய அதே மனிதர்தானா இந்த வாஸ்கோடகாமா என்று டா கோஸ்டாவிடம் கேட்க வேண்டும்) கோவாவின் போர்த்துகீசிய ஆளுநர் ஹென்ரிக் டி மென்சஸ் அனுப்பியவர்தான், இன்றைய விருந்தினர். இந்தப் பிரதேசத்திலிருக்கும் ராஜ்ஜியங்களுடன் வணிகத் தொடர்புகள் வைத்துக்கொள்வதற்கு சாத்தியக்கூறுகளை ஆராய்வதற்கு அனுப்பப்பட்டுள்ளார். ஒவ்வொரு ராஜ்ஜியமாக விஜயம் செய்து வருகிறார். குறைந்தபட்சம் இது அவர் கூறும் கதை.

மேவார் போர்த்துகீசியர்களுடன் வர்த்தகம் செய்ய ஆர்வத்துடன் இருந்தது. முடிந்தால் வாங்குவதைக் காட்டிலும் அவர்களிடம் அதிகமாக விற்கவேண்டும். பிரச்சனை என்னவென்றால், போர்த்துகீசியர்கள் எதில் ஆர்வம் கொண்டிருக்கிறார்கள் என்பது எங்களுக்குத் தெரியவில்லை. அவர்கள் விரும்பும் வணிக நிறுவனங்களோ அல்லது அவர்கள் கூறும் தொழிற்சாலைகளோ நிறுவுவதற்குப் பதிலாக, படைகளைப் பயன்படுத்தி கோட்டைகள் கட்டுகிறார்கள், முதலில் கொச்சியிலும் இரண்டாவதாக கண்ணனூரிலும் கட்டியுள்ளனர். 1510ல் கோவாவைக் கைப்பற்றினர். சரியானதொரு வணிக நடவடிக்கை என்று அதை ஒப்புக்கொள்ள முடியுமா? இந்தச் செய்தி உங்களை கொஞ்சமும் யோசிக்க வைக்கவில்லை என்றால், வேறொன்றும் இருக்கிறது. போர்த்துகீசிய மன்னன் முதலாம் டோம் மானுவல் தனக்குச் சூட்டிக் கொண்டிருக்கும் பட்டம்! உங்களைத் தொந்தரவு செய்யும் செய்திகள் அதில் மறைந்துள்ளன. வாஸ்கோடகாமா ஹிந்துஸ்தானத்திற்கு கடல்வழியைக் கண்டுபிடித்த உடனேயே, 'எத்தியோப்பியா, அரேபியா, பாரசீகம், ஹிந்துஸ்தானை வெற்றி கொண்டவன், கடற்பயணத்திற்கும் வர்த்தகத்திற்கும் இறைவன்' என்று அவனாகவே பெயர் சூட்டிக் கொண்டான்.

இப்போதைய போர்த்துகீசிய மன்னர் மூன்றாம் ஜோவோ ஹிந்துஸ்தானைக் கைப்பற்ற விரும்புகிறான். நான்காயிரம் மைல் தொலைவிலிருந்து அதை ஆட்சி செய்யவும் நினைக்கிறான். இந்தியப் பெருங்கடலில் போர்த்துகீசியர்களின் இருப்பால் ஏற்படும் விளைவுகளை இதுவரையிலும் முக்கியமாக மேலைக் கடலோரம்தான் அனுபவித்து வருகிறது. ஆனால், நாங்கள் முற்றிலும் தப்பிவிட்டோம் என்றும் சொல்லமுடியாது. ஆசியக் கடல்பரப்பின் தலைவனாகத் தன்னை எண்ணிக் கொண்டிருக்கும் மூன்றாம் ஜோவோ வின் ஆளுநர் ஹென்ரிக் டி மென்செஸ் மேலைக் கடல்பரப்பில் ரோந்துப் பணியில் ஈடுபட்டுள்ளான். கடலில் பயணிக்கும் கப்பல்களுக்கு, அது இந்தியக் கப்பலோ அல்லது வெளிநாட்டவருடையதோ சுங்கம் விதிக்கிறான். அதாவது, எங்களது கப்பல்கள் உட்பட சரக்குகள் கொண்டுசெல்லும் எவரும் கப்பல் உரிமையாளர்களுக்குக் கூடுதல் கட்டணம் செலுத்தவேண்டும்; அவர்கள் அதை போர்த்துகீசியர்களுக்குக் கைமாற்றுவார்கள்.

போர்த்துகீசியர்கள் இயல்பை மீறிய மிகச் சிக்கனமான மனிதர்களாக இருக்கவேண்டும். அல்லது ஹி?ந்துஸ்தானில் அவர்களை உபசரிப்பவர்களைப் பற்றி தாழ்வான எண்ணம் கொண்டிருக்கவேண்டும். மானுவல் டி பைவா போபெலா டா கோஸ்டா பேரரசருக்கு ஓவியம் ஒன்றைக் கொண்டு வந்திருந்தார். அவர்களது கடவுள் தன் தாயின் கைகளில் குழந்தையாக இருக்கும் ஓவியம். தாய் ஒல்லியாக, நிம்மதியற்ற சோகம் நிறைந்த முகத்துடன் இருந்தார். அவளது மகன் குழந்தைக்கே

உரிய குண்டான உடலும், விரிந்து கிடக்கும் சுருள் முடியுடனும் இருந்தான். ஆனால் முகமோ, வினோதமாக, குழப்பம் நிறைந்து வயது வந்தவனின் முகமாக இருந்தது. குழந்தையின் இடது கையில் பூமி உருண்டை ஒன்றும், அதன் மேல் வைரம் பதித்த சிலுவையும் இருந்தது. ஓவியத்தின் மேல்புறத்தில் இடது மற்றும் வலது மூலைகளில் தேவதைகள் எனப்படும் சிறகுகள் கொண்ட உயிரினங்கள். பின்புலத்தில், மத்தியிலிருந்து வலதுபுறம் ஒதுங்கி மரத்தாலான சிலுவை ஒன்று. அதன்மீது மெலிந்த மனிதன் ஒருவன் கெட்டியான ஆணிகளால் அறையப்பட்டிருந்தான். அவனது மார்பின் விலா எலும்புகள் அனைத்தும் வலியுடன் புடைத்துக் கொண்டிருந்தது

அந்த மனிதர் வேறு யாருமல்ல, அந்தப் பெண்மணியின் வளர்ச்சி பெற்ற மகனே என்று தூதுவர் எங்களுக்குத் தெரிவித்தார். அவரது முகம் அம்மாவின் முகத்தைக் காட்டிலும் அதிக சோகத்துடன் இருந்தது. முட்களால் செய்யப்பட்ட கிரீடத்தை அவர் அணிந்திருந்தார்; அவரது மார்பின் நடுவில் ஒளிரும், மிகத் தூய்மையான இதயம் காணப்பட்டது. சாதாரணமாகச் சொன்னால், கடவுள் குறித்த ஒரு வித்தியாசமான கருத்து எனலாம். கடவுளர்கள் அனைவரும் வல்லவர்கள் என்பது எப்போதும் என் எண்ணம். இருப்பினும், இந்தக் கடவுளுக்கு உதவியும் ஒத்தாசையும் அவசியம் தேவை. நித்திய வேதனையிலிருக்கும் கடவுளுடனும், வேதனையும் கண்ணீருமாக இருக்கும் இந்தத் தாயுடனும் குழந்தையுடனும் வாழ்வதற்கு அதைத் தாங்கும் மனம் உங்களுக்குத் தேவை.

ஓவியம் தந்தையிடம் காட்டப்பட்டது. அவர் அதை என்னிடம் தந்ததும், அதைப் பிரதமர் பூரண்மால்ஜியிடம் கொடுத்தேன். ஓவியத்தைப் பற்றி எந்தக் கருத்தையும் நான் கூறவில்லை, ஆனால், பூரண்மால்ஜி என்னைக் காட்டிலும் நடைமுறையை மிகவும் அனுசரிப்பவர். சட்டமிடப்பட்ட அந்த ஓவியத்தைக் கைகளில் பிடித்து, உற்றுக் கவனித்தார்; குறியீடுகளையும் கவிதையையும் படிப்படியாக உள்வாங்கிக் கொள்வதுபோல் தலையை மெதுவாக ஆட்டினார். பின்னர், அதைப் பேரரசரின் அரண்மனைக்கு அனுப்புமாறு, அரசவை எழுத்தரிடம் கொடுத்தார். 'கவனமாக, மிகக் கவனமாக இதைக் கையாளவேண்டும். இங்கிருந்து இதை அனுப்புமுன் ஓவியம் சரியாகக் கட்டப்பட்டிருக்கிறதா என்பதை உறுதிசெய்து கொள்ளுங்கள். மேன்மை மிக்க மன்னர் ஜோவோ, மாட்சிமை பொருந்திய ராணா சங்கராம் சிம்மாவுக்கு அளித்த சிறந்த பரிசிற்கு மிக்க நன்றி. சரி, நாங்கள் உங்களுக்கு மிகவும் அற்பமான ஒரு அன்பளிப்பை அளிக்கிறோமோ என்று அஞ்சுகிறோம். நீங்கள் அளித்த ஓவியத்தின் உன்னதக் கலைத்திறனுடன், அதுவும் அந்த ஓவியத்தின் புனிதத்துடன் நிச்சயமாக இதை ஒப்பிட முடியாது'

அந்தக் குரலின் தொனியை நன்கு அறிவேன். போர்த்துகீசிய மன்னரிடமிருந்து, ஹிந்துஸ்தானில் இருக்கும் அவரது பிரதிநிதியிடமிருந்து மிகச் சாதாரண பரிசு ஒன்றை பிரதான் எதிர்பார்த்திருந்தார், லிஸ்பனில் உள்ள ஒரு கலைக்கூடத்தில் இருந்து வரைந்து அனுப்பப்படும் ஆயிரம் அல்லது பத்தாயிரம் ஓவியங்களில் ஒன்றாக இருக்கலாம். அதை விஞ்சும் அளவுக்கு உயர்வான கலைப்பொருள் ஒன்றை அளித்துத் தூதரை வெட்கப்பட வைக்கப்போகிறார் என்று எண்ணினேன். துணியால் சுற்றப்பட்டிருந்த அந்தப் பொருள் தூதர் அளித்த ஓவியத்தைவிட நூறு மடங்கு மதிப்புள்ள மென்மையான ஷடூஷ் சால்வை. அதை நெய்வதற்கு நிச்சயம் ஒன்றரை ஆண்டுகள் ஆகியிருக்கும்.

'மேன்மை தாங்கிய தூதரே, இதை உங்கள் தோளைச் சுற்றி அணிந்து கொள்ளுங்கள்' பூரண்மால்ஜி சால்வையை விருந்தினரிடம் கொடுத்தார். ஷடூஷ் மிகவும் லேசாக இருந்ததைக் கண்டு தூதர் கொஞ்சம் குழம்பித்தான் போனார். ஆனால், பூரண்மால்ஜியின் வேண்டுகோள்படி நடந்துகொண்டார். 'தூதருக்கு யாராவது ஒருவர் உடனே ஒரு முகம்பார்க்கும் கண்ணாடியைக் கொண்டுவாருங்கள்.'

நாங்கள் குளிர் காலத்தின் மத்தியில் இருந்தோம். அந்தச் சால்வை சந்தேரி ஓதனியைவிட கொஞ்சம் கனமாக இருக்கும். ஆனால், அவர்கள் கண்ணாடியை கொண்டுவருவதற்குள் தூதருக்கு வியர்த்துக் கொட்டியது. 'பனி பெய்யும் நேரத்திலும் இந்த ஒரு சால்வை மேன்மை தாங்கிய ஜாவோவைக் கதகதப்பாக வைத்திருக்கும்.'

தோளிலிருந்து சால்வையை நீக்கிய தூதர் ஏதோ நினைவில் அதை மடிக்கத் தொடங்கினார். பூரண்மால்ஜி சாதகமானச் சூழலைப் பயன்படுத்திக் கொண்டார். 'நான் மடித்துத்தருகிறேன், தூதரே'. விருந்தினரின் கையிலிருந்து சால்வையை பிரதான் மெதுவாக வாங்கினார். 'நாங்கள் மோசமான நெருக்கடியில் இருக்கிறோம். ஆகவே அனைத்து இறக்குமதிகளின் மீதும் சுங்க வரி விதிக்கவேண்டிய கடும் கட்டாயத்தில் இருக்கிறோம் என்பதை மேன்மை தாங்கிய தூதருக்குப் பணிவுடன் சொல்லிக்கொள்ள விழைகிறோம். இதுவரையிலும் வந்த அதைப்போன்ற வேண்டுகோள்கள் அனைத்தையும் நாங்கள் மறுத்துவிட்டோம். எனினும் நான் அஞ்சுவது என்னவென்றால்...'

அந்த வாக்கியத்தை முடிக்கும் எண்ணம் பிரதானுக்கு இருப்பதாக எனக்குத் தோன்றவில்லை. தர்பாரின் இந்தக் குறிப்பிட்ட அமர்வில் அப்பா என்னை ஏன் கலந்துகொள்ளச் சொன்னார் என்று ஆச்சரியப்பட்டேன். ஒருவேளை அவர் தனது மூத்த மகனின் கல்வியில் ஏதாவது குறைபாடுகள் இருக்கலாம் என்று எண்ணி அதை நிரப்ப விரும்பி யிருக்கலாம். இராஜதந்திர உரையாடல் நடத்துவதும், அதிலிருந்து

அடையாளபூர்வமாகவும் போர்த் தந்திரத்துடன் பின்வாங்குவதும், அதிலிருக்கும் அவமதிப்புகளும், கொடுக்கப்படும் மதிப்பும், சொல்லப்படாத விஷயங்களும் என்னைக் கவர்ந்தன, ஆர்வமூட்டின. ஆனால், நான் அதற்குப் பொருத்தமற்றவன் என்று எனக்குத் தெரியும், ஆனால் பூரண்மால்ஜி போன்ற ஆசிரியரிடம் கற்றுக் கொள்வதில் எனக்குத் தயக்கம் இல்லை.

பிரதான்ஜி யாரை முட்டாளாக்குகிறார்? அவருக்கு அழுத்தம் கொடுப்பது யார்? மேவாரின் மக்களா, வணிகர்களா, கருவூலத்துறை அமைச்சரா, பேரரசரா? வர்த்தகக் கொள்கையில் என்றும் தந்தை குறுக்கிட்டதே இல்லை. அதுமட்டுமின்றி நிதியமைச்சர் ஆதிநாத்ஜியும் பிரதம அமைச்சரும் ஒத்திசைவான எண்ணப்போக்கைக் கொண்டிருந்தனர். அவர்களுக்கிடையே உரையாடல் தேவையில்லை, வெளிப்படையாக விஷயங்களை சொல்லவேண்டியதும் இல்லை. பூரண்மால்ஜி மேம்படுத்தும் வேலையைச் செய்கிறார் என்று ஊகித்தேன். ஆனால் நான் பந்தயம் கட்டத் தயாரில்லை. இத்தனை ஆண்டுகளுக்குப் பிறகும் பிரதமரின் கணக்குகளையும், மனத்தையும் என்னால் புரிந்துகொள்ள முடியவில்லை. உண்மையான இராஜதந்திரிக்கான, அரசியல் தலைவருக்கான அடையாளம் அது என்று நினைக்கிறேன்.

'மேன்மை தாங்கியவரே,' என்று பூரண்மால்ஜி விட்ட இடத்திலிருந்து போர்ச்சுகல் தூதர் தொடர்ந்தார், 'எமது சுங்க அதிகாரிகள் அவ்வப்போது வசூலிக்கும் சுங்க வரிகளுக்கு எதிராகப் பழிவாங்க இதைச் செய்யவில்லை என்று நம்புகிறேன்.'

'அப்படிச் செய்தார்களா? எனக்கு வயதாகிக் கொண்டிருக்கிறது என்பதை ஒப்புக்கொள்ள வேண்டும்.' பிரதமர் தனது தோளில் போட்டிருக்கும் உத்தரியத்தைப் போல மிருதுவாகப் பேசினார். அந்த மாதிரி விஷயங்களிலிருந்து இப்போதெல்லாம் கொஞ்சம் விலகி இருக்கிறேன். ஆனால். இதைப்போன்ற அற்பமான பழிவாங்கும் நடவடிக்கைகளில் மாட்சிமை பொருந்திய ராணா சங்கராம் சிம்மாவுக்கு நிச்சயம் நம்பிக்கையில்லை.'

'அப்படிச் சுட்டிக்காட்டும் நோக்கம் எனக்கு இல்லை' தூதர் தடுமாறினார்.

'நீங்கள் அப்படி நினைக்கவில்லை என்று நிச்சயம் நம்புகிறேன்'

'மதிப்பிற்குரிய ஆளுநரிடம் நான் பேசுகிறேன். மேவாரின் சரக்குகள் மீது சுங்கவரி விதிக்கக்கூடாது என்று மிகவும் வலுவான சொற்களில் பரிந்துரைப்பேன்.'

‘மேன்மை தாங்கிய தூதர் மிகவும் பெருந்தன்மை மிக்கவர். உங்கள் தேசத்தைப்பற்றி மேலும் சொல்லுங்களேன். நண்பரின் வீட்டிற்கு அழைப்பின்பேரில் விருந்துக்குச் சென்றால், சாப்பிடும்போது பயன்படுத்தும் ஒரு கரண்டியை, அதை எப்படி அழைக்கிறீர்கள், முள் கரண்டி, அதையும் உங்களுடன் எடுத்துச் செல்வீர்களாமே! அது உண்மையா?

தூதரின் காது மடல்கள் நன்கு சிவந்துவிட்டன. சரி, தூதர் சந்திப்பை முடித்துக் கொள்வார் என்ற உணர்வு எனக்கு உண்டானது.

‘ஓ... அது ஏழைகளின் மத்தியிலிருக்கும் வழக்கம். வீட்டின் ஆண்மகன் தன்னுடன் முள்கரண்டியை எடுத்துச் செல்வான்’

‘அப்புறம்... அவனுடன் செல்லும் அவன் மனவியும் குழந்தைகளும்? அவர்கள் அங்கு சாப்பிடமாட்டார்களா?’

‘சாப்பிடுவார்கள், சாப்பிடுவார்கள். ஆனால், கைகளால். ஏனெனில் முள்கரண்டி அவர்களுக்கு ஒரு ஆடம்பரமான விஷயம்’

வெளிநாட்டு விருந்தினர் அனைவருக்கும் நன்றி கூறிவிட்டு அரசவையை விட்டு வெளியேறும்போது நான் அவரை இடைமறித்தேன். 'மேன்மை தாங்கிய தூதர் அவர்களே, ஒரு நிமிடம். நாங்கள் நிலத்தில் உழல்பவர்கள் என்பது உங்களுக்கு நன்கு தெரியும். அதைத் தவிர்த்து, கடல் பயணம் குறித்தோ கப்பல்கள் பற்றியோ எதுவும் எங்களுக்குத் தெரியாது. ஆயிரம் ‘டன்’ எடை கொண்ட உலகின் மிகவும் மேம்பட்ட கப்பல்கள் உங்களிடம் இருப்பதாக நாங்கள் கேள்விப்படுகிறோம். அதைப்பற்றிச் சொல்லுங்கள்’

'ஆமாம், எங்களிடம் இருக்கின்றன, இளவரசே' என்றார் டா கோஸ்டா. அன்றைய தினத்தில் முதல் முறையாக அவர் ஆசுவாச நிலையில் இருந்தார். ‘உங்களுக்குக் கப்பல்களை வழங்குவதில் எங்களுக்கு மகிழ்ச்சிதான்.’

‘தூதர் அவர்களே நாங்கள் அவற்றை எந்த இடத்தில் ஓட்டுவோம்?’

வியாபாரத்திற்கான வாய்ப்பை விட்டுவிட அவர் விரும்பவில்லை. ‘கடலோரத்திலிருக்கும் வர்த்தகர்களுக்கு அவற்றை நீங்கள் வாடகைக்குக் கொடுக்கலாம். அதன் மூலம் உங்களுக்குப் பணம் கிடைக்கும் என்று உறுதியாகச் சொல்வேன்.’

’இது சுவாரஸ்யமான யோசனையாக இருக்கிறதே. நாங்கள் இதை ஆராய்ந்து பார்க்கவேண்டும். ஒருவேளை, பேரரசர் ராணா குழு ஒன்றை நியமித்து இதைப்பற்றி அறிக்கை அளிக்கச்சொல்லலாம். உங்கள்

கப்பல்களில் என்ன வகையான துப்பாக்கிகள் பொருத்தப்பட்டுள்ளன என்று யோசித்துக் கொண்டிருந்தேன்.'

'பீரங்கிகள், இளவரசே. தளத்தில் எட்டு முதல் பன்னிரண்டு வரை நிறுவப்பட்டிருக்கும். இதுபோன்ற விஷயங்கள் பொதுவாக கப்பல் மாலுமிகளுக்குத்தான் அதிகம் தெரியும். என்னால் மேலும் அதிக விவரங்களை கொடுக்க முடியவில்லை என்று அஞ்சுகிறேன்.'

'தவறாக எடுத்துக்கொள்ள வேண்டாம். இதைப்போன்ற பீரங்கிகளைத்தான் தரையில் நடக்கும் சண்டைகளுக்கும் பயன்படுத்துவீர்களா?'

'இல்லை, இவை போன்றவை கிடையாது, இளவரசே. இதைவிடப் பெரியவை'

'...அவற்றின் முக்கிய நோக்கம், உங்களது கோட்டைகளையும் அரண்களையும் பாதுகாப்பதா?'

'அவற்றை, இதற்கும் நாங்கள் பயன்படுத்துகிறோம். உங்களுக்குத் தெரிந்திருக்கும் என்று உறுதியாக நம்புகிறேன். போரின்போது முதல் வரிசையில், தற்காப்பிற்கும், தாக்குதலுக்கும் இவை இருக்கும். சண்டை எங்கு நடந்தாலும் இவற்றை நாங்கள் எடுத்துச் செல்வோம்'

'ஆமாம், தெரியும். சரி, நீங்கள் கப்பல்களை விற்பதாகச் சொன்னதுபோல் இந்தப் பீரங்கிகளையும் விற்பதற்கு உங்களுக்கு ஆர்வம் உண்டா?'

'இந்த விஷயத்தை ஒருவர் என்னிடம் பேசுவது இதுவே முதல்முறை. மதிப்பிற்குரிய ஹிந்துஸ்தானின் ஆளுநர், அதாவது ஹிந்துஸ்தானில் எங்களுக்கு இருக்கும் தளங்கள் என்று சொல்ல வருகிறேன், இதைப்போன்ற ஒரு கருத்தை யோசித்துப் பார்ப்பதில் ஆர்வம் கொள்வார் என்று நம்புகிறேன்.'

'அவரைக் கலந்தாலோசித்து எங்களுக்குத் தகவல் தெரிவிப்பீர்களா?'

அரசனைக் கலந்தாலோசிக்காமல் கவர்னர் ஹென்ரிக் டி மென்சஸ் இது குறித்து முடிவு எடுக்கமாட்டான் என்பது உறுதி. தொலைவிலிருந்து எய்யப்பட்ட அம்பு. பதில் கிடைப்பதற்கு எப்படியும் ஒன்று முதல் ஒன்றரை ஆண்டுகள் ஆகலாம். ஆனால் விஷயங்கள் நகரத் தொடங்கினால் நல்லதுதானே. தீங்கேதும் இல்லை.

* * *

உளவுத்துறை தலைவன் என்ற முறையில் முதல் முறையாக பேரரசருக்கும் அவரது பாதுகாப்பு ஆலோசனைக் குழுவிற்கும் மங்கள் அறிக்கை அளித்தான். சூழ்நிலையின் கனத்தால் அவன் கலவரம் அடையவில்லை. தடுமாறவில்லை. என்னிடம் விளக்குவதைப் போலவே துல்லியமாக, விஷயத்தை மட்டும் எடுத்து வைத்தான். அண்டை நாடுகளைப் பற்றியும், நண்பர்களைப் பற்றியும் எதிரிகளைப்பற்றியும் விரைவான ஆய்வறிக்கை ஒன்றையும் அளித்தான்; அவர்கள் எதிர்பார்ப்பது என்ன, அவர்களின் ஸ்திரத்தன்மை எப்படி அல்லது அதற்கு மாறாக இருக்கிறதா, அவர்களால் மேவாருக்கு என்ன ஆபத்து என்பதையும் விளக்கினான்.

மங்கள் அடுத்ததாக, காபூலின் மன்னன் ஜாஹிருதீன் முகமது பாபர் குறித்தத் தகவலைக் கூறினான். கிட்டத்தட்ட நான்கு ஆண்டுகளுக்குப் பிறகு மீண்டும் ஹிந்துஸ்தானைத் தாக்கியிருக்கிறான். லாகூரையும் பஞ்சாபையும் கைப்பற்றியபின் நாடு திரும்பியிருக்கிறான் என்றவன் மற்றொரு தகவலையும் கூறினான். ராஜ்ஜியத்திற்கு அருகில் நடக்கும் விஷயம். அதாவது, குஜராத்தின் முஸாஃபர் ஷா, மால்வாவின் சுல்தான் இரண்டாம் மகமது கல்ஜியைத் தூண்டிவிடுகிறான். அடுத்த சில மாதங்களுக்குள் தனது முன்னாள் பிரதான் மெதினி ராயுடன் ஒரு போர் நடத்த தனது படைகளை ஒன்றிணைக்கும் வேலைகளைத் தொடங்கியுள்ளான் என்பதற்கு அறிகுறிகள் தெரிகின்றன.

ஆலோசனைக்குழு உறுப்பினர்களைப் பார்த்துப் பேசுவதைவிட தனக்கே பேசிக் கொள்வதுபோல் தந்தை பேசத் தொடங்கினார். ‘காபூல் அரசன்! சுல்தான் இப்ராஹிம் லோடி டில்லியை ஆட்சி செய்யும் வரையில் பாதுகாப்பாக அவனைக் கண்டுகொள்ள வேண்டாம். டில்லி என்கிற பெருந்தடையை உடைத்துப் புகுந்தால்தான், அந்த அந்நியன் பாபர் நம்மை அணுகமுடியும். ஆனால், மால்வா சுல்தான் குறித்து நாம் என்ன செய்யலாம்? பிரதான்ஜி உங்கள் ஆலோசனை என்ன?’

’இந்தப் பூமியில் மெதினி ராயின் தடம் எதுவும் இல்லாமல் துடைத்தழிக்க வேண்டும் என்று மகமது கல்ஜி விரும்புவான். அமைதியாக ஓரமாக உட்கார்ந்து, என்ன முடிவு வரப்போகிறது என்று அமைதியாகக் காத்திருக்கலாம்.’

எப்போதும்போல் பிரதான்ஜியின் தூண்டிலில் எளிதாக மாட்டினார் லக்ஷ்மண் சிம்மாஜி. ‘நமது துணை இல்லாமல் மெதினி ராய்க்கு நிச்சயம் வாய்ப்பில்லை’

‘அப்படியானால் நமது உதவிக்கு என்ன விலை நிர்ணயிக்கிறோமோ அதைத் தருவதற்கு மெதினிராய் தயாராக இருக்கவேண்டும்’

'சுல்தானுக்கு மெதினி ராய் மீது ஒரு வருத்தம் இருக்கிறது. ஆனால் இந்த விஷயத்தில், மகமதுக்கு, மெதினி ராய் ஒரு சாக்கு. அவ்வளவுதான். நாம் தவறேதும் செய்யக்கூடாது. மகமது கல்ஜி நம்மைப் பின்தொடர்கிறான். இந்த முறை மெதினி ராயை நாம் ஏமாற்றினால், ஒரு கூட்டாளியை இழந்துவிடுவோம். அதுமட்டுமின்றி, நாம் பலவீனமாகிவிடுவோம். நமது நண்பர்கள் இனி நம்மை நம்பமாட்டார்கள்.'

'சென்றமுறை ராயின் உதவிக்கு நமது படையை விரைந்து அனுப்பியபோது, அதற்கு யார் பணம் தந்தது?'

'அதற்கான காரணம் எதுவாக இருந்தாலும் நாம் அங்கு தாமதமாகப் போய்ச் சேர்ந்தோம் என்பது உண்மை. அதனால் அவருக்குச் சிறிதும் நாம் பயன்படவில்லை. முஸாஃபர் ஷாவின், மகமது கல்ஜியின் இணைந்த படைகள் மாண்டு கோட்டையைக் கைப்பற்றியபின் நடந்த படுகொலையில் இருபதாயிரம் பேரை அவர் இழந்திருக்கலாம். ஏன் நாற்பதாயிரம் பேர் என்று சிலர் கூறுகிறார்கள்.'

'நம் உதவியுடன் மெதினிராய் மகமது கல்ஜியைத் தோற்கடித்தால் அத்தனை செலவையும் அவர் தானே ஏற்கவேண்டும்?' இது ஆதிநாத்ஜி. ஒரு எளிமையான கேள்வியால் பிரதானுக்கும் லக்ஷ்மண் சிம்மாஜிக்கும் இடையிலான மோதலை அவர் ஒன்றுமில்லாமல் ஆக்கிவிட்டார்; அத்துடன், நேரடியாக விஷயத்தின் மையத்தை அடைந்துவிட்டார்.

'நமது நண்பர்களை எச்சரித்து, அவர்களைக் கலந்துகொண்டு போராலோசனைக் கூட்டம் ஒன்றிற்கு தேதியை முடிவு செய்யலாமா?' லக்ஷ்மண் சிம்மாஜி தந்தையைக் கேட்டார்.

'இப்போதைக்கு அதற்கான நேரம் முதிரவில்லை. முதலில் மெதினி ராய் நம்மிடம் உதவி கேட்கட்டும்.' பின்னர் பேரரசர் தன் உயிரற்ற கண்ணை என் பக்கம் திருப்பினார். 'ஒருவேளை இந்த விஷயத்தில் இளவரசருக்கு வேறுவிதமான கருத்து இருக்கலாம்'

கருத்தேதும் சொல்லாமல் கொஞ்சம் அடக்கி வாசிக்க நினைத்தேன். மூத்தவர்கள் என்ன முடிவு எடுக்கிறார்களோ அதை ஏற்றுக்கொண்டு யாரும் கவனிக்காதபடி நல்ல பிள்ளையாய் இருக்க நினைத்தேன்.

'இல்லை. எனக்குக் கருத்துகள் ஏதுமில்லை, பேரரசே'

'நீங்கள் கூர்மையான புத்திசாலி இளைஞர்; அண்டை நாடுகளுடன் நடக்கும் யுத்தம் என்ற முக்கியமான விஷயத்தில் கருத்து எதுவும் இல்லை என்றால் நம்புவோம் என்று எதிர்பார்க்கிறீர்களா?' பூரண்மால்ஜி, பிரதானுக்கே உரிய மென்மையான புன்னகையைத் தவிர்க்காமல் சிறிது ஏளனமாக உதட்டை வைத்துக்கொண்டார்.

'ஆமாம், மேன்மை தாங்கியவரே. ஒருவேளை நான் சொன்ன விதம் கொஞ்சம் தெளிவில்லாமல் இருக்கலாம். பாதுகாப்பு ஆலோசனைக் குழுவின் கருத்துக்களுடன் உடன்படுகிறேன் என்பதைத்தான் கூறவந்தேன்.

'இளவரசே,' என் கண்களைப் பார்த்துப் பேசிய ஆதிநாத்ஜியின் முகத்தில் மென்மையான புன்னகை இல்லை. 'இங்கிருக்கும் எவரையும் போல இந்த ஆலோசனைக் குழுவில் நீங்களும் அங்கம் வகிக்கிறீர்கள்'.

லக்ஷ்மண் சிம்மாஜி என் முதுகில் தட்டி, வாய்விட்டு உரக்கச் சிரித்தார். 'தவறாக நினைக்கவேண்டாம், இளவரசே. நாங்கள் அனைவரும் வயதான முட்டாள் கூட்டம் என்று நீங்கள் நினைப்பது எங்களுக்குத் தெரியும், சில நேரங்களில் அதற்கு ஏதாவது நல்ல காரணமும் இருக்கலாம்.' தந்தையும் இப்போது சிரித்தார். என் சித்தப்பாவால் மட்டுமே இதைப்போன்ற மோசமான விமர்சனத்தை வைத்துவிட்டுத் தப்பிக்க முடியும். 'ஆனால், நீங்கள் கூறும் கருத்துகளால் ஏற்படும் நன்மையை எங்களுக்கு வழங்க ஆலோசனைக் குழுவிற்கும் மேவாருக்கும் கடமைப்பட்டிருக்கிறீர்கள்.'

எனது எதிர்ப்புகளை தொடர்ந்து முன்வைக்க வேண்டுமா அல்லது என் மனதில் உள்ளதைப் பேசுவதா?

'புத்திசாலித்தனமான நடவடிக்கை ஒன்றை பாதுகாப்பு ஆலோசனைக்குழு முடிவு செய்துள்ளது. வேறு எவ்விதமான கருத்தும் சிந்தனைக்கு அப்பாற்பட்டதாக, வழக்கத்திற்கு மாறானதாக இருக்கும்.'

'இளவரசே, சிந்திக்க முடியாததை இந்த வயதில் நீங்கள் நினைக்கவில்லை என்றால், நிச்சயமாக என் வயதில் அதைச் செய்யமாட்டீர்கள். பேரரசர், உங்களை இந்தக் குழுவில் ஏன் நியமிக்க வேண்டும்? அவரது கருத்துகளுக்கு எதிரான, எங்களது கண்ணோட்டத்திலிருந்து முற்றிலும் மாறுபட்ட கருத்தை எப்போதாவது நீங்கள் முன்வைப்பீர்கள் என்பதால்தானே?'

எனது அரைவேக்காட்டுத்தனமான, நேர்த்தியற்ற கருத்துகளை தந்தை உண்மையில் கேட்க விரும்புவாரா? அவர் என்னைச் சங்கடமான நிலைக்குத் தள்ளிவிட்டார்; அத்துடன், தந்தை வெளிப்படையானவர் என்று அவர் மீது ஒரு சுமையையும் ஏற்றிவிட்டார். அதை அவர் விரும்பமாட்டார். ஆனால், அவருக்கு இப்போது வேறுவழியில்லை. பொறுமையாக உட்கார்ந்து தனது மகனின் வினோதமான யோசனைகளைக் கேட்டுத்தான் ஆக வேண்டும்.

'நம்முடன் போர் செய்யுமாறு மகமது கல்ஜியை குஜராத்தின் முஸாஃபர் ஷா வற்புறுத்துவதாக மங்கள் நம்மிடம் கூறினார். இந்த முறை ஊக்கமான சொற்களைத் தவிர்த்து மால்வாவின் போர்

முயற்சிகளுக்கு குஜராத் சுல்தான் எந்தப் பங்களிப்பும் செய்யமாட்டார் என்பது என் யூகம். எனில், அதிக லாபம் தரும் நடவடிக்கையில் நமது ஆற்றலைச் செலவிடுவது நமக்குச் சாத்தியமா?'

'அது என்னவாக இருக்கும்?' வெறுப்பை மறைக்க பிரதான்ஜி கவலைப்படவில்லை.

'ஸாஹிருதின் முஹமது பாபர் இதுவரையிலும் பஞ்சாபிற்குள் நான்கு முறை படையெடுத்துள்ளான்; ஒவ்வொரு முறையும் முந்தையதைக்காட்டிலும் இன்னும் அதிகமான தூரம் உள்ளே வந்திருக்கிறான். அவனது அடுத்த நிறுத்தம் டெல்லியாக இருக்கும் என்று எண்ணுவது சரியாக இருக்கும். அவனது துருக்கிய மூதாதை தைமூரைப் போல, வடமேற்கிலிருந்து வந்த ஏனைய படையெடுப் பாளர்களைப் போல அவனும் ஒரு துரிதத் தாக்குதலில் ஈடுபடலாம். நகரத்தைச் சூறையாடிவிட்டுத் திரும்பலாம். இந்த விஷயத்தில் அவனுக்கு வேறு யோசனைகள் இருந்தால் என்ன செய்வது என்பதைத்தான் நாம் விவாதிக்க வேண்டும். காபூல் அவனது ராஜ்ஜியமாகும். அந்தக் குளிர்ந்த மலைப்பிரதேசத்தின் மீதிருக்கும் ஈர்ப்புக்குக் காரணம் எதுவாக இருந்தாலும், அது ஒரு அதிகார மையம் இல்லை. ஹிந்துஸ்தான் பெற்றிருக்கும் செல்வம் அங்கு இல்லை. டெல்லியைக் கொள்ளையடிக்க அவனை அனுமதிக்கப் போகிறோமா அல்லது நாம் டெல்லியில் புகுந்து, தள்ளாடும் லோடி சாம்ராஜ்யத்தைக் கைப்பற்றி, நம் கட்டுப்பாட்டில் கொண்டுவரலாமா?'

அதிக அளவில் பயன்படுத்தப்பட்ட சொற்றொடரான, 'திகைப்பான அமைதியுடன்' என்ற சொல்லைப் பயன்படுத்த விரும்பவில்லை. ஆனால், அதைத் தவிர்த்து வேறு எதுவும் பொருந்தாது. கடைசியில், தந்தைதான் அமைதியைக் கலைத்தார்.

'இதற்கிடையில் மகமது கல்ஜி சித்தோருக்குள் நுழைவதை நாம் அனுமதிக்கப் போகிறோமா?'

'இல்லை பேரரசே. நீங்கள் டெல்லியின் மகுடத்தை ஏற்கும்போது, நானும் மெதினி ராயும் மால்வா படைகளுக்குத் தொந்தரவு கொடுப்போம். ஒரு துரிதமான தாக்குதலில் அவற்றை அழிப்போம்.'

'போரின் முதல் கொள்கைகளில் ஒன்றை மறந்துவிட்டீர்களா? ஒரே நேரத்தில் இரண்டு போர் முனைகள் கூடாது' இது லக்ஷ்மண் சிம்மாஜி.

'மேன்மைக்குரியவரே அப்படி இறங்கும் எண்ணம் எனக்கு இல்லை,' அவருக்கு என் பதில். 'டெல்லி சுல்தானுக்கு எதிராக நாம் முடிவு செய்யும் ஒரு போர்முனை மட்டுமே இருக்கும். மால்வாவில்

எங்களது வேலை வரம்பிற்குட்பட்டது. சிறந்த பயிற்சி பெற்ற, ஓரிடத்தில் நிலைத்திருக்காத படையுடன் சென்று மால்வா படையுடன் போரில் ஈடுபடுவோம். அதன் சமநிலையைக் குலைத்துவிடுவோம். டெல்லியை நீங்கள் கைப்பற்றிய பிறகு, அடுத்த வேலை எங்களுடையது. மால்வாவில் எங்கள் உத்திகளை மேலும் விரிவுபடுத்துவோம்.'

'டில்லியைக் கைப்பற்றுவது அவ்வளவு எளிதான காரியமென்றா நினைக்கிறாய்?'

'இல்லை பேரரசே. இறந்து கொண்டிருக்கும் நோயாளிதான் உயிரை விடாமுயற்சியுடன் பற்றிக்கொண்டு இருப்பான். வேறு யாரும் இல்லை. ஆனால், நாம் டெல்லியை இணைத்துக் கொள்ளவில்லை என்றால், வேறு யாரோ ஒருவர் அதைச் செய்வார்கள். அத்துடன், உங்கள் தலைமையில் செல்லும் படைக்கு இப்ராகிம் லோடியைத் தோற்கடிப்பதில் சிரமம் இருக்கும் என்று நினைக்கவில்லை.'

'உணர்ச்சி மிக்க இந்தச் சொற்களை வேறு யாராவது சொல்லியிருந்தால் அவரிடம், "துதிபாடுவதால் உனக்கு எந்தப் பலனும் இல்லை" என்று சொல்லியிருப்பேன். ஆனால், செய்யக்கூடியதை பேசுகிறாய் என்று நம்புகிறேன். இளவரசர் கூறும் யோசனைகள் குறித்து நாம் பேசலாம் என்று நினைக்கிறேன். என்ன சொல்கிறீர்கள்?'

நான் முன்வைத்த யோசனைகள் குறித்து அப்பா உண்மையிலேயே யோசிப்பாரா?

* * *

கௌசல்யா எப்போதும்போல் வித்தியாசமான முறையில் தலையைத் தடவிக் கொடுத்தாள். அவள் மகிழ்ச்சியில் இருந்தாள். வெறுமனே மரியாதைக்காக நான் வரவில்லை என்பதைத் தெரிந்து கொண்டாள். என் தலைமுடியில் விரல்களைக் கோத்து அதை மென்மையாக நீண்ட நேரம் இழுத்துப்பிடித்து பின் விடுவித்தாள். சிறுவயது நினைவுகளை அது தூண்டியது. என்னைத் தூங்க வைப்பதற்குமுன் என் தலையை விளையாட்டாகத் தடவிக் கொடுப்பாள். பாதிப்பு ஏற்படாதவாறு தலையை விரல்களால் சுரண்டுவதுபோல் தடவினாள். அது இறுக்கத்தைப் போக்கியது. எனக்கு உறக்கம் வருவதுபோல் தோன்றியது.

'இளவரசே, அரசவையில் நடந்த கதைகளையும் குறிப்பாக மனிதர்கள் பற்றி நீங்கள் கூறிய கருத்துக்களையும் மிகவும் ரசிக்கிறேன். ஆனால், நிச்சயமாக போர்த்துகீசிய விருந்தாளியைப் பற்றி என்னிடம் சொல்வதற்கு நீங்கள் இங்கு வரவில்லை!'

'ஏன் கௌசல்யா?' நான் திகிலடைந்தேன். 'உள்நோக்கம் இன்றி எதையும் செய்யாதவன், கணக்குப் பார்த்துக் கூலிக்காக வேலை செய்பவன் என்று சொல்ல வருகிறாயா? உண்மையில் நான் புண்பட்டுவிட்டேன்'

'நான் அப்படி எதையும் சொல்லவில்லை, இளவரசே'. கௌசல்யாவை இப்படி லேசான, வேடிக்கையாகப் பேசும் மனநிலையில் பார்ப்பது மிகவும் அரிது. 'எப்போதாவது ஒரு தன்னலமற்ற செயலில் நீங்கள் ஈடுபடும்போது பிடிபட்டால் அல்லது அதிலிருந்து கிடைக்கும் வெறும் மகிழ்ச்சிக்காக மட்டுமே அதில் ஈடுபடுகிறீர்கள் என்று சொன்னால் மட்டுமே உங்களுக்கு முடிவில்லாத வருத்தம் ஏற்படும் என்று எனக்குத் தெரியும்.'

அவளை விட்டுப் புறப்படும் சமயம், 'இரண்டாம் மகமுது கல்ஜியைப் பற்றியும் மெதினிராய் பற்றியும் தெரிந்ததைச் சொல்' என்று கேட்டேன்.

வாழும் ராஜபுத்திர நாயகர்களில் மெதினி ராயைவிட அதிகம் பிரசித்தி பெற்ற ஆளுமை வேறு யாரும் இல்லை. (அவருடைய அசல் பெயர் யாருக்காவது தெரியுமா என்பது சந்தேகமே. மால்வா சுல்தான் அவருக்கு மெதினி என்ற பட்டம் அளித்த நாளிலிருந்து அவருடன் அது ஒட்டிக்கொண்டது). தந்தை அதிகம் மதிக்கப்படுபவர் தான்; மற்றவருடையதைக் காட்டிலும் அவர் சொல்லுக்கு அதிகம் மதிப்புண்டு. அவரை எதிர்த்துப் பேசுவதற்கு ராவ்களும் ராஜாக்களும் பத்து முறை யோசிப்பார்கள். ஆனால், அதிகாரத்திலிருந்து வீழ்ந்துவிட்டாலும் மெதினி ராய் காவிய நாயகன்தான். எனது பதினான்காம் வயதில் நடந்தது எனக்கு நினைவுக்கு வருகிறது. இடது கன்னத்தில் இருந்த மூன்று பருக்களை எண்ணிக் கவலைப்பட்டுக் கொண்டிருந்தேன். மாண்டுவுக்கு தனது உறவினரைப் பார்க்கச் சென்றிருந்த கௌசல்யா என்னைப் பார்த்துக் கூறினாள். 'இன்னும் அதிகம் கொப்புளங்கள் வந்துவிட்டுப் போகட்டுமே மகராஜ் குமார். மெதினி ராய் தனது தோற்றம் நன்றாக இருப்பதற்கு தொடர்ந்து கவலைப்படுவதையும், அதனால் அவருக்கு உண்டாகும் பாதகங்களைப் பற்றியும் கற்பனை செய்துபாருங்கள்.'

அந்த ஆண்டுகளுக்குப் பிறகு மெதினிராயைப் பற்றி அதிகம் தெரிந்துகொள்ள வேண்டியிருந்தது. எங்கிருந்தோ திடீரென்று தோன்றியிருக்கும் இந்த ராஜபுத்திரன் யார்? அனைவராலும் கைவிடப்பட்ட மகமது கல்ஜியுடன் தனது எதிர்காலத்தை இணைத்துக் கொண்டார்; அவரது அரசனின் நல்வாய்ப்பையும் சாத்தியங்களையும் மாற்றினார். மால்வாவின் பிரதம அமைச்சராக அதிகாரத்தின் உச்சத்திற்கு உயர்ந்தார். பின்னர், அவருக்குச் சொந்தமான அரியாசனத்தை யாருக்குத் திரும்பப்பெற்றுத் தந்தாரோ அவரால் வேட்டையாடப்பட்டு ராஜ்ஜியத்திற்கு

வெளியில் துரத்தப்பட்டார். அரசனுக்கும் மெதினிராய்க்கும் இடையில் இருந்த நல்லுறவு வீழ்ச்சியடைந்ததற்கு என்ன காரணம்? அவர் வீழ்ந்த பிறகும் மெதினி ராயை அச்சுறுத்தலாக மகமது கல்ஜி ஏன் பார்க்கவேண்டும்? சென்றமுறை உதவி கேட்டபோது உரிய நேரத்தில் நாங்கள் செல்லவில்லை எனும்போது இப்போது எங்கள் உதவியை மெதினி ராய் கேட்பாரா?

'விரிவாகச் சொல்ல வேண்டுமா அல்லது முக்கியமான சில நிகழ்வுகளுடன் சுருக்கிச் சொல்லட்டுமா?' கௌசல்யா என்னைக் கேட்டாள்.

'இப்போதைக்குச் சற்றுச் சிறியதாகவே போதும். கதைக்குள் மெதினிராய் வந்த பிறகு கொஞ்சம் விவரமாகவும் வண்ணம் தீட்டியும் சொல்'

கௌசல்யா என்னிடம் சொன்னதை அப்படியே நான் கூறவில்லை. அதை என் சொற்களில் கூறுகிறேன். ஆனால், நெருக்கமாக.

இரண்டாம் மகமது கல்ஜியின் தாத்தாவின் பெயர் கியாத் துதின். (அவரது அந்தப்புரத்தில் பதினைந்தாயிரம் பெண்கள் இருந்தார்கள் எனும் பிரசித்தி அவருக்கு உண்டு. அதை சொல்லாமல் இருக்கமுடியவில்லை. அவற்றில் ஆயிரம் பேர் அவரது பாதுகாவலர்கள். இந்த எண்ணிக்கையை நான் எழுத்தால் எழுதுகிறேன். ஏனென்றால், தாக்கத்தை ஏற்படுத்த வேண்டும் என்பதற்காக ஒன்றிரண்டு சுழியங்களை நான் விட்டுவிட்டேன் அல்லது சேர்த்துவிட்டேன் என்று நீங்கள் நினைப்பீர்கள் என்பது நிச்சயம்).

இரண்டாம் மகமது கல்ஜி அவனது தாத்தாவைப் போலில்லை. பலவீனமானவன், சிறுபிள்ளைத்தனமாக நடந்துகொள்பவன். தனது ஆலோசகர்கள் கூறுவதையும் கேட்கமாட்டான், தீர்க்கமாகச் செயல்படத் தெரியாதவன். காற்றில் மிதந்து காதில் விழும் கதைகள், வதந்திகள், கிசுகிசுக்கள் அனைத்தையும் நம்புகிறவன். சிறிய அளவிலோ அல்லது பெரிய அளவிலோ சூழ்ச்சியின்மீது நாட்டம் கொண்டிருக்கும் அமீர் அல்லது மேற்குடி பிரபுக்கள் என்று யார் சொல்வதையும் கேட்கக் கூடியவன்.

விரைவில் மகமது கல்ஜி ராஜ்ஜியம் இல்லாத ராஜா ஆகிவிட்டான். அவன் தம்பி மாண்டுவைக் கைப்பற்றி அரியணையைப் பறித்துக் கொண்டான். சுல்தானின் ஆதரவாளர்கள் அவனைக் கைவிட்டனர். மகுடத்தை மீண்டும் பெற மாட்டான் என்று தோன்றியது.

அப்போதுதான் ராய் சந்த் புராபியா என்ற ராஜபுத்திரன் கிழக்கிலிருந்து காட்சியில் நுழைந்தான். அவனுடைய கடந்த காலம் ஒரு புதிர். அந்த அரசனின் நிலைமை நம்பிக்கை அளிக்காத, சீர் செய்ய

முடியாத நிலையில் இருக்கையில் அவனுடன் தனது எதிர்காலத்தை எந்த மனிதனாவது இணைத்துக் கொள்ள விரும்புவானா? மகமது கல்ஜியின் கெடு வாய்ப்பான சூழலை மாற்றமுடியும்; அந்த அரசனை மாண்டுவின் அரியணையில் திரும்பவும் அமர வைக்க முடியும் என்று ராய் சந்தை நினைக்க வைத்தது, விதியின் மீது அவனுக்கு இருந்த நம்பிக்கையா? அவனுக்கு இருந்த திமிரா, கட்டுக்கடங்கா அகந்தையா? அவனிடம் எவ்வளவு வீரர்கள் இருந்தனர்? இந்தக் கேள்விகளுக்கு எல்லாம் கௌசல்யாவிடம் பதில்கள் இல்லை. நிச்சயமாக என்னிடமும் இல்லை. ஆனால், மேவாரில் அல்லது மால்வாவில் ஏராளமான மனிதர்களுக்கு இந்த விஷயத்தில் ஏதோ உள்ளுணர்வு இருந்திருக்கும். எப்படி அது நடந்ததோ தெரியவில்லை. ஏறத்தாழ ஒரே நாள் இரவில் மகமதுவின் மேல் கவிந்திருந்த மேகம் விலகிவிட்டது.

ராய் சந்த் புராபியா மந்திர வித்தை கற்றவர் அல்ல. நர்மதைக்கு இந்தப்புறம் மாபெரும் தளபதி என்ற கீர்த்தியும் அவருக்குக் கிடையாது. ஆனால், ராசி மண்டலத்தின் கோள்கள், மிகுந்த நற்சகுனம் நிறைந்த நேரத்தில் சந்திப்பதை நிச்சயமாக அவர் சாத்தியமாக்கினார். எதிரிகளான இரண்டு சுல்தான்களின் படைகளும் இறுதியில் சந்தித்தபோது ராய் சந்த் அரியணையை அபகரித்தவனைத் தூக்கி எறிந்தார்.

தனது வாய்ப்புகள் மோசமான கட்டத்தில் இருந்த நிலையிலிருந்து தன்னை மீட்டெடுத்த மனிதனிடம் மகமது கல்ஜி மிகவும் நன்றியுடன் இருந்தான். அவரை வாசிர் ஆக நியமித்தான். எந்தப் பெயரால் நாடு முழுவதும் அறியப்படுகிறாரோ, அந்த மெதினி ராய் என்ற பட்டத்தையும் அளித்தான். கணிகையர் இல்ல நட்பைத் தவிர்த்து வேறு நட்பைப் பெறும் தகுதி சுல்தானுக்கு இல்லை. வாசிர் எந்தத் தவறும் செய்ய மாட்டார். ராய் மீது மகமது கல்ஜிக்கு இருந்த அபிமானமும் நம்பிக்கையும் எவ்வித இடையூறுமின்றி போய்க்கொண்டிருந்தது.

ராயும், அவரது முன்னோடிகளிடமிருந்து எந்தப் பாடத்தையும் கற்கவில்லை என்று தோன்றுகிறது. ஒருவேளை அதைத்தான் அதிகாரம் செய்கிறதோ? கண்ணுக்கு முன்னே தெரிவதையும் பார்க்கவிடாமல் செய்கிறது. தனது சரிவையும் வீழ்ச்சியையும் சுட்டிக்காட்டிய நிமித்தங்களை அவரால் உணர முடியவில்லை. மகமது கல்ஜி வெறும் விளையாட்டுப் பொருளாகிவிட்டான்; அதுவும் குறிப்பாக, ஊசலாடும் அரசனை கொந்தளிக்கும் நீர்நிலையில் தள்ளிவிடுவதற்கு அதிருப்தியில் இருக்கும் பிரபுக்களுக்கும் மனக்குறை உள்ளவர்களுக்கும் பஞ்சமே இல்லை என்ற நிலையை மகமது கல்ஜி உணரமாட்டார் என்று ராய் உண்மையில் நம்பினாரா? சுல்தானுக்கு நம்பகமானவர்கள் சிலர் அவரது உத்தரவுகளின்படி வாசீரின் உயிரைப் பறிக்க முயற்சித்தபோது நிகழ்வுகள் ஒரு முழு வட்டத்தை முடித்துவிட்டன.

மெதினிராய் மிக மோசமாகக் காயமடைந்தார். ஆனால் உயிர் பிழைத்துவிட்டார். சீற்றம் கொண்ட ராஜபுத்திரர்கள், ராயின் மகன் தலைமையில் அரண்மனையைத் தாக்கினர். அரசனும் அவனது பாதுகாப்பாளர்களும் மாளிகையைக் காக்க முரட்டுத்தனமான தற்காப்புப் போரில் இறங்கி ராஜபுத்திரர்களை விரட்டியடித்தனர். தொடர்ந்து நடந்த கைகலப்பில் ராயின் மகன் கொல்லப்பட்டான். மோசமான இழப்பும், தனிப்பட்ட முறையில் அவருக்குக் காயமும் ஏற்பட்டதை இங்கு குறிப்பிட வேண்டியதில்லை, சுல்தானுக்கு மெதினிராய் எழுதினார். 'என் வாழ்நாள் முழுவதும் உங்கள் நலனையே விரும்பினேன்; அதற்காகவே எதையும் செய்தேன். சாப்பிட்ட உப்புக்கு உண்மையாகவே இருந்தேன். காயம்பட்டாலும் உயிரைத் தாங்கிநிற்கிறேன். உண்மையில், நான் கொல்லப்படுவதன் மூலம் ராஜ்ஜியத்தின் விவகாரங்கள் சிறப்பாகச் சீரமைக்கப்படும் என்றால் அதற்கும் எனக்கு ஆட்சேபணை இல்லை.' தங்களது அரசனை புண்படுத்தியிருக்கும் பெரும்பாலான பிரபுக்கள், மன்னிப்பை வேண்டி இது போன்ற வேண்டுகோள்தான் எழுதுவார்கள். இந்த அர்த்தத்தில் தான் மெதினி ராய் எழுதினாரா? (அப்படி அவர் செய்திருந்தால் நான் ஆச்சரியப்பட்டிருக்க மாட்டேன் என்றாள் கௌசல்யா.)

அரசனுக்கும் அவனது வாசீருக்கும் இடையில் நல்லுறவு இருந்தது, ஆனால், நீடித்திருக்காது என்பதை அறிய தீர்க்கதரிசனம் தேவையில்லை. அரசன் அன்று ஓடிக்கொண்டிருந்தபோது அவனை மெதினி ராய் காப்பாற்றினார். இப்போது அந்த அரசன் அதே மனிதனிடமிருந்து தப்பி, ஒரே இரவில் மாண்டுவை விட்டு வெளியேறி குஜராத்தின் முஸாஃபர் ஷாவிடம் தஞ்சம் புகுந்தார்.

மகமது கல்ஜி மற்றும் முஸாஃபர் ஷாவின் படைகள் ஒன்றிணைந்து மாண்டுவை நோக்கிப் படையெடுத்து வருவதைக் கேள்விப்பட்ட மெதினி ராய் தனது உப தளபதியின் பொறுப்பில் தலைநகரை விட்டுவிட்டு தந்தையின் உதவியைக் கேட்பதற்காக மேவார் அரசவைக்குப் புறப்பட்டார். ஆனால், தந்தையும் மெதினி ராயும் மால்வா தலைநகர் மாண்டுவை அடைவதற்குமுன், கோட்டை வீழ்ந்துவிட்டச் செய்தி அவர்களுக்குக் கிடைத்தது. முஸாஃபர் ஷா எதிரிகளைக் கொலை செய்யும்படி உத்தரவிட்டான். இருபதினாயிரம் வீரர்கள், சில மதிப்பீடுகளின் படி நாற்பதினாயிரம் பேர் கொல்லப்பட்டனர்.

அது சில ஆண்டுகளுக்கு முன். குஜராத் சுல்தான் முஸாஃபர் ஷாவை நீண்ட நாட்களுக்கு மகமது கல்ஜியால் தன்பக்கத்தில் இருத்திக்கொள்ள முடியவில்லை. ஆனால் ஒன்றை அவன் சரியாகக் கணித்தான். இப்போது காக்ரோனுக்குச் சென்றிருக்கும் மெதினி ராயை உடனடியாக அழிக்கவில்லை என்றால், அனைத்தும் கைமீறிப் போய்விடும்..

அத்தியாயம் 31

ஒரே மாதிரியான இரட்டையர்கள் நெருக்கமானவர்கள். ஆனால், உண்மையான எதிரிகள் மேலும் நெருக்கமானவர்கள்.

மங்கள், மம்தா, இளவரசியுடன் சித்தூருக்குத் திரும்பிய மகாராஜ் குமார் செய்த முதல் காரியம், அரண்மனையின் பெரிய முற்றத்தில் பாரிஜாத மரக்கன்றை நட்டதுதான். முற்றத்தின் சரியான மையத்தில் குழி தோண்ட வேண்டும் என்றுதான் விரும்பினான். ஆனால் அது சாத்தியமில்லை, ஏனென்றால் அந்த இடம் ஒவ்வொரு இல்லத்தரசியும் வணங்கும் துளசி செடிக்கு சொந்தமானது, ஏனெனில் கணவனுக்கு விசுவாசமாக இருப்பதில் துளசியைப் போல் உறுதியானவள் வேறு யாருமில்லை. ஒரு மூலையில் சுவரிலிருந்து சற்றுத் தள்ளி ஒரு இடத்தைத் தேர்ந்தெடுத்தான். பாரிஜாதம் தன் கிளைகளை விரித்து வளரப் போதுமான இடம் வேண்டுமே. ஒவ்வொரு நாள் காலையிலும், குளித்து, பிரார்த்தனையை முடித்துவிட்டு, பூவாளியில் கிளையைச் சுற்றி மெதுவாக நீரூற்றுவான். வேர்ப் பிடித்து பூக்கள் மலரும் என்ற நம்பிக்கையுடன். ஹிஜிராக்களும் பணிப்பெண்களும் அவன் முதுகுக்குப் பின்னால் கேலியுடன் சிரிப்பதும், ராஜ வேலைக்காரன் என்று சொல்லி நகைப்பதும் அவன் காதில் விழும்.

ஒரு மாதம் ஆகியும் கிளையிலிருந்து பசுந்துளிர்கள் வரவில்லை. செடி செத்துவிட்டதுபோல் இளவரசனுக்குப் பட்டது. மண்ணைக் கிளறிப் புரட்டிப்போட்டு நீர் வார்த்தான். ஏழு நாட்களுக்குப்பின் அவன் முற்றிலும் நம்பிக்கையிழந்தான். செடிகள் வளர்ப்பது சிலருக்கு இயல்பாக வருகிறது; சிலருக்கு செத்துப்போகும் செடிகள்தான் பரிசாகக் கிடைக்கின்றன. இந்த வாக்கியத்தை நகைச்சுவையாகக் கூறினாலும், பட்டுப்போன கிளையை இதயத்திற்குள் செருகியதுபோல் உணர்ந்தான்.

தோட்டக்காரன் இவனைப் பல நாட்களாகக் கவனித்துக் கொண்டிருந்தான். ஆனால், ஆலோசனை எதுவும் கூறாமல் தள்ளி இருந்தான். இளவரசனுக்கு அவனைத் தனியாக விடுவது மகிழ்ச்சியாக இருந்தது. என்றாலும், அவன் மிக முக்கியமானதாகக் கருதும் அந்த உலர்ந்துபோன குச்சியை மீண்டும் உயிர்ப்பித்துத் தரும் கண்ணியம் தோட்டக்காரனிடம் இல்லையே என்று வெறுப்படைந்தான். மகராஜ் குமார் தோல்வியை ஒப்புக்கொள்ள விரும்பவில்லை. இருந்தும் அந்த நிபுணனை அணுகி ஆலோசனை கேட்பதைத்தவிர வேறு வழியில்லை.

'இந்தச் செடிக்கு உயிர் கொடுக்க உன்னிடம் உரம், 'அம்ப்ரோஸியா' போன்று ஏதாவது இருக்கிறதா?'

'செத்துப்போன செடிக்கு அம்ப்ரோஸியா வேலைசெய்யாது. உயிருடன் இருப்பவர்களுக்கு அது நீண்ட ஆயுளைத் தரும். அவ்வளவுதான். ஆனால், இந்தச் செடிக்கு உரம் தேவையில்லை. அதிக அக்கறையும் கவனிப்பும் அதனைப் பட்டுப்போக வைத்துவிட்டது. செடியுடன் பேசுவது நல்லதுதான். ஆனால், இந்தச் செடி குழந்தை போன்றது; இரவில் மூன்று அல்லது நான்கு தடவை நீர் ஊற்றுவது; கட்டிப்பிடித்துச் செல்லம் கொஞ்சுவது; சீக்கிரம் வளரவில்லை என்றால் மோசமான விளைவுகளைச் சந்திக்கவேண்டியிருக்கும் என்று அச்சுறுத்துவது என்பதெல்லாம் கூடாது.'

அந்த மனிதனின் குரல்வளையை நெறிக்க ஆசைப்பட்டான். தோட்டக்காரன் தனது நீண்ட போதனையை இன்னமும் முடிக்கவில்லை. 'இயற்கையை அதன் போக்கில் விட்டுவிடக் கற்றுக்கொள்ள வேண்டும். அவ்வப்போது கவனித்துப் போஷித்தால் போதும். ஒருவேளை, செடி கொஞ்சம் மனது வைத்தால், சாம்பலிலிருந்து முளைத்துவிடும்.'

பாரிஜாதத்திற்கு மீண்டும் உயிர்கொடுக்கும் வேலையைத் தோட்டக்காரன் எடுத்துக்கொள்வான் என்று மகராஜ் குமார் எதிர்பார்த்தான். இதுவரை அவனிடமிருந்து அந்தச் சொல் வரவில்லை.

'எனக்காக தயவு செய்து இந்தச் செடியைக் கவனித்துக் கொள்ளமுடியுமா?'

'நிச்சயம், இளவரசே. எனக்கு அதற்காகத்தானே ஊதியம் கொடுக்கிறீர்கள்'

இளவரசன் இவ்வாறு நினைத்துக்கொண்டான்: அடுத்த வாரம் ஒருவேளை இந்தச் செடி செத்துவிட்டால், தெளிவான மனநிலையுடன் இந்தப் பன்றியைச் சிறையில் அடைக்கவேண்டும்; அல்லது பொதுமக்கள் மத்தியில் அவன் தலையைக் கொய்துவிட வேண்டும். ஆனால், இரண்டு நாளிலேயே குச்சியில் பசுமை தென்பட்டது. ஒரு வாரத்திற்குள் அதிலிருந்து ஏழு துளிர்கள் வெளிவந்தன. ஏழு மாதங்களுக்குள் முற்றம் முழுக்க பாரிஜாத மலர்கள் இறைந்துகிடந்தன. ஒவ்வொரு நாளும் அதிகாலையில் அப்பூக்களைச் சேகரித்து, பாதித் தூக்கத்திலிருக்கும் இளவரசியின் மேல் வர்ஷித்தான். சில நேரங்களில் அவளுடைய ஜடையில் செருகினான். அல்லது மாலையாகத் தொடுத்து அவள் கழுத்தில் போட்டான்.

* * *

அறை, ஊடுருவ முடியாத இருட்டுச் சதுரம்போல் இருந்தது. ஆனால், அவள் அங்கில்லை என்று தெரிந்தது. இனம்புரியாத அச்சம் உண்டாகி அவனை ஆட்கொண்டது. முழந்தாளிட்டு, கைகளால்

தடவிப்பார்த்துப் படுக்கையை அடைந்தான். அவள் அதில் படுத்திருக்கவில்லை. படுக்கைக்கு அடியில் புகுந்து, குப்புறப்படுத்து அசையாமல் கண்களை மூடிக்கொண்டான். சினம் கொண்டு கத்தவேண்டும், கட்டுப்பாட்டை இழக்கவேண்டும், மீண்டும் அறிவுள்ளவன் ஆகவேண்டாம் என்ற அடக்கமுடியாத உந்துதல் அவனுக்குள் ஏற்பட்டது கட்டிலை முதுகால் தூக்கியபடி எழுந்தான். பூட்டானி மாதா இறுதியில் வென்றுவிட்டாளா? அவன் மனைவியைக் கொன்றுவிட்டாளா? கைகளை ஊன்றியவாறு தவழ்ந்தான். இடிக்கும் தூண் போல் அறையின் சுவரில் கட்டில் மோதியது.

மிகக் கொடூரமானச் சிந்தனை ஒன்று அப்போது அவனுக்குத் தோன்றியது. யாருடனாவது ஓடிவிட்டாளா? கட்டிலைத் தரையில் போட்டுவிட்டு அசையாமல் படுத்திருந்தான். அவன் எழுந்திருக்கப் போவதில்லை. இப்போது மட்டுமல்ல எப்போதும். இயல்பான உதடுகள் கோரமாகத் தோன்ற, சரியாக வண்ணம் பூசப்படாத நீல நிற உடலுடன் பிணமாகக் காலையில் அவனைக் கண்டுபிடிப்பார்கள்;. அப்புறம், அவள் கதி? அவளை இப்படியே விட்டுவிடப்போகிறானா என்ன?

சிவப்பு நிறத்தில் ஒளிரும் பாதச்சுவடுகள் கண்களில் பட்டன. ஒருவிதமான அச்சத்திலிருந்த அவன் அவற்றைக் கவனிக்கவில்லை. அந்தச் சிறிய, மென்மையான காலடித் தடங்கள் என்னவென்று அறிந்துகொண்டான். அந்தப் பெரிய வட்டப்புள்ளி கட்டைவிரல்; சரிந்தாற்போலிருக்கும் அந்த நான்கு சிறிய வட்டப்புள்ளிகள் மற்ற நான்கு விரல்கள். கூர்மையாக வளைந்திருந்த பந்து போன்று பாதத்தின் முன்பக்கம் திடமான அகண்டபகுதியாக மாறி, பாதத்தின் உள்பக்க வளைவாக கீழிறங்கியது. வட்டமாக வளைந்து குதிகால் ஆனது.

***

முன் முற்றத்தில் இறங்கியபோது ஒரு பெரும் சப்தம். விழப்போகும் அடியைத் தவிர்க்க விரைந்து ஓரமாக ஒதுங்கினான். காற்று ஊதிய தாள் பை ஒன்றை அவள் உடைத்திருக்கிறாள். முன்பக்கம் சரிந்து சத்தமாகச் சிரித்தாள். இந்தப் பெண்ணைத்தான் அவர்கள் இளந் துறவி என்கிறார்களா? அவள் ஒரு குழந்தைதான். சிறிய, அற்பச் செயல்கள் அவளுக்கு மகிழ்ச்சியைத் தந்தன. உற்சாகத்தை மற்றவர்களுக்குக் கடத்தும் விநோதமான திறன் அவளிடமிருந்தது; அவர்களையும் சிறிய குழந்தைகளாக்கிவிடுவாள்; கடவுள் பக்தியுடன் நாட்டியம் ஆடுபவர்களாக்கிவிடுவாள்; அல்லது அதிகம் ஈடுபாடுகொண்ட முதிர்ச்சியான பக்தர்களாக்கிவிடுவாள்; கவலை தரும் அம்சங்கள் இவைதான்.

அவன் கைகளை எடுத்துத் தனது சோளிக்குள் அவள் வைத்துக் கொண்டாள். நேரமும் மூச்சுக்காற்றும் முடியப்போகிறது என்பதைப்போல் வேகமாகப் பேசினாள். 'ஒவ்வொரு நாளும் மீண்டும் மீண்டும் ஒரே நபருடன் காதல் வயப்படுவது சாத்தியமா, சாத்தியமா? மற்றப் பெண்கள்போல் நான் பாக்கியம் செய்தவள் இல்லையா? என் பிரபுவே, உன் குழலை இசைத்து, இசைத்து, என் நாடித் துடிப்பை நிறுத்து. உன் மீதான காதலைச் சேர்த்துவைக்க இடம் வேண்டும். எனவே என் இதயத்தை விரிவாக்கு. பிரபஞ்சமளவுக்கு என் இதயத்தைப் பெரிதாக்கு; இல்லை. பன்னிரண்டு பிரபஞ்சங்கள் அளவுக்குப் பெரிதாக்கு. என் அன்புக்குரியவனே குழலூது!'

பிரபஞ்சம்? பன்னிரண்டு பிரபஞ்சங்கள்? அன்புக்குரியவனே? இந்த விசித்திரமான, பழமையான, மோசமான பழக்கங்களை எப்படி விட்டொழிக்கப் போகிறாள்? அவை ஒவ்வொன்றிற்கும் அர்த்தம் தருகிறாள்; இவற்றை நம்பச் சொல்கிறாள். வசந்தத்தை விரைந்து அழைப்பதுபோல், அவன் வசந்த் பஹார் வாசித்தான்.

'இதைப் பிடியுங்கள்' கைகளில் இரண்டு தாண்டியா குச்சிகள்.

'இவற்றை வைத்துக்கொண்டு என்ன செய்வது?

'நீங்கள் கேட்பது வேடிக்கையாக இருக்கிறது. மற்றவர்களைக் காட்டிலும் உங்களுக்குத்தானே இந்த ஆட்டம் நன்றாகத் தெரியும்'

'இல்லை, வேண்டாம். எனக்கு நடனமாடத் தெரியாது. வெளிப்படையாகச் சொன்னால், மேவார் அரச குடும்பத்து இளவரசன் இதைப்போன்ற விஷயத்தில் ஈடுபடுவது...' என்று சொல்ல வந்தான். ஆனால், நல்லவேளையாக, அப்படி ஏதாவது சொல்வதில் இருக்கும் அபத்தத்தை உடனே உணர்ந்தான். மூத்த இளவரசன், வருங்கால மகராஜ் குமார் இதில் போதுமான அளவுக்கு, அதிகமாகவே ஈடுபட்டுவிட்டான். நான் செய்யவில்லையே என்று பெரும்பாலான இளவரசர்கள் உடனடியாகக் கூறக்கூடிய பல விஷயங்களை அவன் செய்திருக்கிறான். அதுவுமில்லாமல் இதைச் செய்யவேண்டும் என்று அவன் மனைவி முடிவெடுத்துவிட்டால், 'வேண்டாம்' என்பதை ஏற்கமாட்டாள். இரண்டு குச்சிகளையும் வாங்கிக் கொண்டான். குச்சிகளின் மேல் கறுப்பு அரக்கு படலம்போல் பூசப்பட்டிருந்தது. அதன்மேல் வரையப்பட்டிருந்த கொடிகளும் சிவப்பு மலர்களும் இருட்டில் பளிச்சிட்டன. காக்ராவின் வலப்பக்க பையில் கையை விட்டு மற்றுமொரு ஜோடி தாண்டியாக்களை எடுத்தாள். இவற்றில் சித்திரம் வரைந்திருந்த முறை மிகச்சரியாக தலைகீழாக இருந்தது: தங்க நிற பூச்சும், அதில் கறுப்பு நிற கொடிகளில் பூக்களும்.

பாரம்பரியமான பாடல் ஒன்றைப் பாடத் தொடங்கினாள்; கரங்களை உயர்த்தி, தாளத்துடன் தாண்டியாக்களைத் தட்டினாள். அவன் அவளைப் பின்பற்றினான், ஆனால், அவன் அசைவு கொஞ்சம் விகாரமாக இருந்தது. அவளது குச்சிகளுடன் அவனுடையவை மோதும் என்று அவள் காத்திருந்தாள். அவன் அசைவும் காலப்பிரமாணமும் அவளுடன் ஒத்துப்போகவில்லை.

‘இப்படி முட்டாள்தனமாக ஆடாதீர்கள்’. அவனைப் பிடித்து இழுத்து நிறுத்தினாள். ‘நான் வலப்புறமிருந்து வரும்போது நீங்களும் அப்படிச் செய்யக்கூடாது. நீங்கள் இடப்புறமாக உள்ளே வரவேண்டும்.’ அவன் திகைத்து நிற்பதைக் கண்டதும், குரலின் தொனி மென்மையானது. ‘தாண்டியா ராஸ நடனத்தை எப்படி மறந்தாய்? இது உன் நடனம். நீ தானே இதை உருவாக்கினாய்’

வெட்கத்துடன் அவன் தலை கவிழ்ந்தான்.

’நான் செய்து காட்டுகிறேன், பார். ஒன்று, இரண்டு, மூன்று, குச்சிகளை வலப்பக்கம் உயர்த்தி, டக், டக், டக். ஒன்று, இரண்டு, மூன்று, குச்சிகளை இடப் பக்கம் உயர்த்தி, டக், டக், டக்.. ஒன்று, இரண்டு, மூன்று, குச்சிகள் மோத வேண்டும், டக், டக், டக். இப்போது குச்சிகளைக் கீழிறக்குங்கள்; முன்பு செய்ததுபோல் திரும்பவும் செய்யவேண்டியதுதான். ஒருமுறை செய்துபார்ப்போம். சரியா? இதோ உங்களுக்குப் புரிந்துவிட்டது. இவ்வளவு நேரமும் தெரியாததுபோல் பாசாங்கு செய்திருக்கிறாய். தாண்டியா நடனத்தை எவ்வளவு அழகாக ஆடுகிறாய். அப்புறம், தந்திரக்காரி ராதாவும் மதுராவின் கோபிகைகளும் உன்னைத் தொடாமல் எப்படி இருந்திருக்க முடியும்? அதில் ஆச்சரியம் ஏதுமில்லை. நண்பா, எனக்குப் பின்னால், ஏதாவது குறும்புத்தனம் செய்தாயோ, இந்தத் தாண்டியா குச்சிகளாலேயே உன் கால்களை உடைத்துவிடுவேன், ஜாக்கிரதை’.

அந்தப் பாடலை கவனமாகக் கேட்க முயன்றான். வழக்கம்போல், கோபியர்கள் யமுனை நதிக்கரையில் தங்கள் பானைகளில் நீரை நிரப்பிக் கொண்டிருக்கிறார்கள். ஆயிரம் நாமம் கொண்டவன் தனது கவனை எடுத்து, அந்தப் பெண்கள் தலையில் சுமந்திருந்த பானைகளை ஒவ்வொன்றாக உடைத்தான். உடல் நனைந்த அந்தப் பெண்கள்மீது காதல் பார்வையைச் செலுத்தினான். நனைந்த துணிகள் அவர்களது உடல் பாகங்கள் அனைத்தையும் வெளிப்படுத்துகின்றன. அந்தப் பெண்கள் எப்படி தம் வீடுகளுக்குச் செல்வார்கள்? மதுசூதனன் என்ற குழலிசைப்போன் வெட்கம் துறந்தவன் என்பது எல்லோருக்கும் தெரியும். ஆனால், இந்தப் பெண்கள் மதிப்பானவர்கள், பண்புமிக்கவர்கள். சிலருக்குக் கணவர்களும் குழந்தைகளும் இருக்கிறார்கள், அனைவரும்

களங்கமற்றவர்கள். நற்பெயர் கொண்டவர்கள். தம் குடும்பத்தாரை எப்படிச் சந்திப்பார்கள்? என்ன விளக்கம் சொல்லமுடியும்?

இந்தப் பாடல்களை எப்படி அவனால் வெறுக்கமுடிந்தது. ஹிந்துஸ்தானின் கவிஞர்களுக்கு எழுத வேறொன்றும் கிடைக்க வில்லையா? பெண்களைக் கேலி செய்யும் இந்தக் கடவுள் குறித்து ஆயிரக்கணக்கான பாடல்கள் இருக்கின்றன. ஒவ்வொரு நாளும் யாரோ ஒருவர், இந்தப் பாடல்களுடன் மேலும் பாடல்களைச் சேர்த்துக் கொண்டிருக்கிறார். எளிமையான, பாசாங்கான எரிச்சலும், கோபமும், நிறைந்த குரல்களில் அவனைப் பற்றி அந்தப் பெண்கள் புகார் கூறுகிறார்கள். ஆடைகளைத் திருட வேண்டாம்; பொது இடத்தில் எல்லோருக்கும் முன்னால் காதல் விளையாட்டுகளில் ஈடுபடாதே என்று கெஞ்சுகிறார்கள்; ஹோலிப் பண்டிகையில் அவர்கள் மீது வண்ணப் பொடிகள் தூவ வேண்டாம் என்று கேட்கின்றனர்: தயவு செய்து எங்களை விட்டுச் சென்றுவிடு, எங்கள் பக்கம் வராதே என்றனர். ஆனால், மேலும், மேலும் விளையாடு, தயவு செய்து நிறுத்தாதே என்று சொல்ல விரும்பிய அவர்கள், அதற்குப் பதிலாக வேண்டாம், இனி வேண்டாம், வேண்டாம் என்றனர். அவர்களைச் சந்தோஷப்படுத்தாமல், அவர்கள் பக்கம் திரும்பாமல் இருந்தால், துயரத்தால் அவர்கள் மனம் பிறழ்ந்தார்கள். சோர்ந்துபோனார்கள், எரிச்சலுற்றார்கள், நரம்புத் தளர்ச்சிக்கு ஆளானர்கள். அவர்களது அடக்கமும் நாணமும் சமரசத்திற்கு உள்ளான போது வேதனை அடைந்தார்கள் என்றால், காதல் நோயால் அவதியுற்ற போது தாங்கமுடியாமல் புலம்பினார்கள்.

மெல்லிய ஆபாசம் நிறைந்த, குறிப்பால் உணர்த்தும் இந்தப் பாடல்களை யார் எழுதியிருப்பார்கள்? ஏறத்தாழ ஒட்டுமொத்த ஆணினமும் மற்றவரது அந்தரங்க வாழ்க்கையைப் பார்க்கும் சாவித்துவாரங்களாக இந்தப் பாடல்கள் தோன்றுகின்றன; கற்பனையான இரட்டை வாழ்க்கையை அவர்கள் நடத்த இவை உதவி செய்தனவா? பாடலின் குரலும் நபரும் பெண்களாக இருந்தாலும் இவற்றை எழுதியவர்கள் பெரும்பான்மையும் ஆண்கள். இருப்பினும், வாய்ப்பிருக்கும் நேரம் இதில் ஏதாவது ஒரு பாடலைப் பாட முடிந்த குடும்பத்தலைவி, ‘பாரும்மா, இந்தக் குழலிசைப்போன் என் ஜடையை அவிழ்க்கிறான், முந்தானையைப் பிடித்து இழுக்கிறான்’ என்ற பாடலை நிச்சயம் விரைவில் கற்றுக்கொள்வாள். நிச்சயம் இது ஒரு மரபுதான்; ஒரு சட்டகத்திற்குள்தான் அந்தக் கவிஞர்கள் இயங்குகிறார்கள்; பயன்படுத்தும் சொற்களும் படிமங்களும், ஆழமான இயல் கடந்த வாழ்வின் முக்கியத்துவத்தைப் பேசுகின்றன. (எப்போதா அவன் கேட்டிருக்கக்கூடிய ஒரு கதை போன்றே இதுவும் இருந்தது). ஆர்வமூட்டும் மற்றொரு விஷயம் இதில் இருக்கிறது: இந்தப் பாடல்களைப் பெரும்பான்மையாகப் பாடுவோர் பெண்களே.

ஆண்களைப்போல், அவர்களும் அடக்கி ஒடுக்கப்பட்டவர்களா? இந்தக் கடவுளிடம் அப்படி என்ன ஈர்ப்பு இருக்கிறது? ஆனால், அவரால் கவரப்பட்டவர்கள் பெண்கள் மட்டும் இல்லை; நாட்டின் ஒட்டுமொத்த மக்களுமே அவனுடன் தொடர்ச்சியான காதல் உறவு ஒன்றை வைத்திருக்கிறார்கள். ராமன், விஷ்ணு அல்லது சிவன் மீது காதல் வயப்பட்டு எழுதிய பாடல்களை யாரும் பாடுவதில்லை. மயிலிறகைத் தலையில் செருகியிருக்கும் இந்தக் கடவுளின் மீதான தவிர்க்க முடியாத ஈர்ப்பிற்கு காரணம் என்னவாக இருக்கும்? வேறு ஆண்கள் செய்திருந்தால் ஆயுள் முழுவதும் சிறையிருக்க நேரிடும் செயல்களைச் செய்துவிட்டு இவன் மட்டும் எப்படித் தப்பித்துவிடுகிறான்? அங்கங்கள் தெரியுமளவுக்கு நனைந்த உடைகளையும் சோளிகளையும் அணிந்து தெருக்களில் நடக்க தம் இதயத்தில் பெண்கள் விரும்புகிறார்களா? தலையில் மயிலிறகைச் செருகியிருக்கும் அந்தத் துணிச்சலான இளைஞன், தங்கள் ஓதனியைப் பிடித்து இழுக்கக் காத்திருக்கிறார்களா?

முரண்களும் முரண்பாடுகளும் என்னவாக இருக்கட்டும்; ஆண்கள் பெண்கள் இருவரும் மனத்திருப்தியுடன் இருப்பதை குழலிசைப்போன் விரும்புபவன் என்று அவன் நம்பினான்.

கண்மூடிய அன்புடன் குழலிசைப்போன் மீது பாடப்படும் காதல் பாடல்களில் புதிதாக ஏதுமில்லை என்று குறை கூறுபவன் அவன். எனினும் அந்தப் பாடலிசையின் தாளமும் சந்தமும் அவனை ஈர்த்தன. வழக்கம்போல், அவன் மனைவி ஆன்மாவையும் அற்புதமான குரலையும் அவள் பாடிய 'ஹோரியில்' சொரிந்து கொண்டிருந்தாள். அவள் பாடும்போது உங்களை எதிர்பாரா வியப்பில் ஆழ்த்தும் நிலையில்தான் வைத்திருப்பாள். ஏனெனில் மிகவும் பிரபலமான பாடலாக அது இருந்தாலும் அவள் எப்படி அதைப் பாடப்போகிறாள் என்பதை நீங்கள் அறிய முடியாது.

அவள் குரலில் தீச்சுடரும் ரௌத்திரமும் இருக்கும்; அது திடீரென்று கிசுகிசுப்பாக, நெருக்கமாக, உணர்வு வயப்பட்ட கெஞ்சலாக மாறும். சிறுவயதிலிருந்து அவன் பார்த்துவரும் 'பிச்வாய்' ஓவியங்கள் நினைவில் வந்தன. அவை எப்போதும் குழலிசைப்போனின் நடனத்தை சித்தரிப்பவை; நிச்சயம், எப்போதும் தனித்து அல்ல. நூற்றுக்கணக்கான அல்லது ஆயிரக்கணக்கான இடையர் பெண்களுடன் காணப்படுவான். அந்தப் பெண்கள் வரிசையில் காத்திருக்கத் தேவையில்லை; அல்லது அவர்களது அன்புக்குரிவனைப் பங்கிட்டுக் கொள்ளவும் அவசியமில்லை. அவன் தன் நேரத்தை அவர்களிடையே பகிர்ந்து கொள்ளும் அவசியமும் இல்லை; அனைவருக்கும் அவன் நிறைவளிப்பவனாக இருந்தான். சித்திரத்தில் பல கோபியர்கள் இருந்தனர், அதுபோல் அத்தனை குழலிசைப்போன்களும். ஒரேயடியாக போட்டியில்லாமல் செய்வதற்கு

இளவரசி கவனமாக இருந்தாள் என்பது தவிர்த்து, அந்த பிச்வாய் சித்திரத்திற்குள் அவனும் நுழைந்துவிட்டான் என்பது அவனுக்கு உறுதியாய்த் தெரிந்தது.

ராஸ நடனம் உணர்ச்சியுடன் சுற்றிச் சுழன்று ஆடுவது. அரைமணி ஆடிய பிறகு உங்கள் நரம்புகளுக்குள் நடனம் புகுந்துவிடும். நீங்கள் மெதுவாக அல்லது துரிதமாக ஆடினாலும், நினைப்பது போல் எப்படி ஆடினாலும், அதிகம் சலிப்பூட்டுகிற ஒரே மாதிரி திரும்பத் திரும்ப ஆடும் நடனம். குருட்டாம் போக்கில் இப்படியும் அப்படியும் சுற்றினால் அவன் தொலைந்தான். நடனத்தை அவன் மேம்படுத்திக் கொள்ள வேண்டும். வேறுவழியில்லை. பகாவஜ் வாத்தியத்தை வாசிக்கப் பயன்படும் அதே உத்தியைத்தான் இதற்கும் பின்பற்ற வேண்டியிருந்தது. அதன் தாளத்தில் பன்னிரண்டு அல்லது பதினாறு தாளத்தட்டுகள் இருக்கின்றன.

ஒரு தாளத்தைப் பற்றி முழுமையாகத் தெரிந்துகொள்ளாமல் அதை நீங்கள் தேர்ந்தெடுத்துவிட்டால் அதன் முழுமையை எட்டும்வரை வரம்புக்கு உட்பட்ட அதன் பாடமுறையிலிருந்து நீங்கள் தப்பிக்கமுடியாது. எனினும், கிட்டத்தட்ட நினைத்துப் பார்க்கமுடியாத சுதந்திரம் தாளத்தில் இருக்கிறது. ஏறத்தாழ நீங்கள் விரும்பிய அனைத்தையும் நீங்கள் நிகழ்த்த முடியும்; செய்ய வேண்டியதெல்லாம் உரிய காலப்பிராமணத்திற்குள் அந்தத் தாளத்திற்குரிய பன்னிரண்டு அல்லது பதினாறு தட்டுகளை, மூலத்தை நீங்கள் துரிதமாகத் தொட்டுவிடவேண்டும்.

தடங்களை மாற்றியும் நடனத்தின் ஒருங்கிணைப்பை மாற்றியும் அவன் நடனமாடிக் கொண்டிருக்கையில், இளவரசி மயக்கத்துடனும் இயல்பாகவும் தொடர்ந்து ஆடிக்கொண்டிருந்தாள். மனைவி குழப்பத்துடன் தடுமாறுகிறாள்;; தாளம் தவறப்போகிறாள் என்று நினைத்தான். ஆனால், அவள் அவனிடம் நகர்ந்து வந்தாள்.

‘நண்பனே, என்னுடன் சண்டைபோட விரும்புகிறாயா?’ அவள் கிசுகிசுத்தாள். ‘அதற்காக வருத்தப்படப் போகிறாய்’. என்று சொல்லி புன்னகைத்தாள். அவள் உடல் மொழி மாறியிருந்தது. மின்னல் போல் எச்சரிக்கையுடனும், விழிப்புடனும் செயலில் உடனடியாக இறங்கத் தயாராக இருந்தாள். அவள் கைகளும் கால்களும் தளர்வாக இருந்தன. நடனத்தில் சகாவும்-எதிராளியுமாக இருப்பவனின் அடுத்த நகர்வு என்னவாக இருக்கும் என்று அவள் கணித்துக்கொண்டிருந்தாள்; ஏறத்தாழ அதேநேரம் கண்ணுக்குப் புலப்படாதபடி அசைந்து கொண்டிருந்தாள். அவளது நீலவிழிகளில் ஒரு களிப்பு. விழுங்குவதற்குமுன், தனது இரையுடன் விளையாடும் பூனைபோல் தெரிந்தாள். கையிலிருந்த தாண்டியா குச்சிகளை ஒருவிதமாகத் தட்டி, ஆட்டத்தில் தான் நுழைந்துவிட்டதை குறிப்பால் உணர்த்தினாள்.

யாராவது அவனைப் பார்த்துவிட்டால்? வதந்தி உருவாக்கும் நபர்களுக்குச் சிறந்தக் காட்சியாக அவன் இருப்பான். அவன் கண்கள் அங்குமிங்கும் பாய்ந்தன. ஜன்னல்களையும் அரண்மனையின் இருண்ட மூலைகளையும் பார்த்தன. பணியாட்களும், தோட்டக்காரர்களும், ஏன் ராணி கர்மாவதியின் அடிவருடிகளும் வேவுகாரர்களும் நிச்சயம் பார்த்துக்கொண்டிருப்பார்கள். ஒரு நிழல் நகர்ந்து சென்றது தெரிந்தது. அவன் தன்னிடமே ஏன் பொய் சொல்லவேண்டும்? இல்லை, யாரும் அங்கே இல்லை; கும்பல்கார்க்கிலிருந்து அவர்கள் திரும்பி வந்து மாதங்கள் வாரங்கள் ஆகிவிட்டன; இங்கு யாரும் தங்குவதில்லை. அனைத்து சேடிகளும், ஹிஜிராக்களும், ஏராளமான மற்றப் பணியாட்களும் அங்கிருந்து வெளியேறுவதை கௌசல்யா உறுதி செய்திருந்தாள். அரண்மனையின் வேறொரு பகுதியில் அவர்களுக்கு வேலை ஒதுக்கப்பட்டது.

'உன்னைப் பற்றி கவலைப்படுகிறேன், மகராஜ் குமார். பார், உன் கண்களைச் சுற்றி கருவளையங்கள்'. அரண்மனை உப்பரிகைக் கூரையிலிருந்து வௌவால் மாதிரி பூட்டானி மாதா தொங்கிக்கொண்டிருந்தாள். கைகளை அவள் பயன்படுத்தவில்லை; ஆனால், சிரமமில்லாமல் தொங்கிக் கொண்டிருந்தாள். 'இரவு முழுவதும் எப்படி கண்விழித்திருந்தாய்? வழக்கொழிந்துபோன மோசமான விஷயங்களையெல்லாம் வெளியில் கொண்டு வந்திருக்கிறாய். சொல்லு, எங்கே எல்லோரும்? அரண்மனையில் பிளேக் வந்ததா என்ன? அவள் பெயரை மறந்துவிட்டேன். அந்தப் பழைய நம்பிக்கையான பணிப்பெண் தவிர்த்து, வேறு எந்த ஆத்மாவையும் காணவில்லையே. அவள் உன் செவிலித்தாயா அல்லது முதன் முதலில் உனது ஆணுறுப்பை தன் கால்களுக்கிடையில் நுழைத்துக் கொண்டவளா? அவள் பெயர் என்ன? நாக்கு நுனியில் இருக்கிறது.'

'மறக்கவேண்டிய முக்கியமற்ற அத்தனை பெயர்களும் மிகத் தெளிவாக உனக்கு நினைவிருக்கிறது; அதுபோல் அவள் பெயரும் இருக்குமே. அவளைவிட்டு நீ தள்ளி இருக்கலாம் என்று நினைக்கிறேன்'.

'இது நாள் வரை கௌசல்யா மீது நாம் அனுதாபத்துடன் தானே இருக்கிறோம். ஆனால், அவள் ஏன் தன்னை மறைத்துக் கொண்டுள்ளாள்? என்ன நடக்கிறது இங்கே?'

'நீ ஏன் உன் வேலையை மட்டும் பார்க்கக்கூடாது?'

'ஆனால், என் வேலையே நீதானே. இப்போதைக்கு எனக்கு இருக்கும் ஒரே வேலை.' அவள் இளவரசியைப் பார்த்த பின் அவனை நோக்கினாள். 'இதைக் காதல் உணர்வு என்று சொல்ல முடியாதா என்ன? எதிரியின் மீதே கண்மூடித்தனமான அன்பு வைத்திருக்கும்

யாரையும் இதுவரை பார்த்ததில்லை. அந்தப் பெண்ணின் இடத்தை நான் எடுத்துக் கொள்ள என்ன வேண்டுமானாலும் கொடுப்பேனே'. பூட்டானி மாதா தொடையிடுக்கைத் திறந்தாள். 'இந்த இடைவெளியில் உற்றுப்பார். ஒரு கணம் உனக்குப் பிரபஞ்சம் தெரியும். மகராஜ் குமார்! இந்தப் பிரபஞ்சத்தின், ஏனைய பிரபஞ்சங்களின் அனைத்து இன்பங்களும், பொக்கிஷங்களும் உனக்காகக் காத்திருக்கின்றன. அந்த உள்ளார்ந்த எதுகையும் மோனையும் உனக்குப் பிடித்திருக்கிறதா? நிச்சயம், நீ விரும்ப மாட்டாய். கவிதை கேட்கும், ஏன் மோசமான கவிதையையும் கேட்கும் காதுகள் உனக்கு இல்லை'

அந்தக் கருந்துளையில் அவன் துப்பினான். 'இங்கு உனக்கு என்ன வேலை?'

'பொல்லாத கண்ணை உன் மீது வைக்கிறேன்'. அவள் சிரித்தாள். இதயத்திலிருந்து நேரிடையாக வெளிவரும் ஒரு தீய சப்தம். 'உன்னை ஆசிர்வதிக்கிறேன். நீ தொடும் எதுவும் சாம்பலாகட்டும். உனக்கு நெருக்கமானவை அனைத்தும், உன் எல்லைக்குள் வந்த அன்றைய தினமே பாழாகட்டும்'.

அத்தியாயம் 32

ராஜா புராஜி கிக்காவும் நானும் ஆத்மார்த்தமான நண்பர்கள்; ஆனால், இது மிகவும் தள்ளியிருக்கும் ஒரு நெருக்கம். அதுமட்டுமல்ல, நாங்கள் இருவரும் அருகருகே இருந்தாலும், அதிகம் பேசிக்கொள்ள மாட்டோம். குறைவாகப் பேசுவோம், அமைதியை அதிகம் பகிர்ந்துகொள்வோம். நண்பர்களை ஏற்படுத்திக் கொள்வதில், முக்கியமாக அவர்களைப் பேணிக்காப்பதில் திறமையில்லாதவனா என்று என்னை அடிக்கடிக் கேட்டுக்கொள்வேன். எனினும், இவ்வாறு முற்றிலும் நண்பர்களே இல்லாத எனது நிலை, ஒருவேளை அரசனாக இருப்பதற்கு இது நல்ல பயற்சியாக இருக்கக்கூடும். ஒரு அரசனுக்குப் பல கூட்டாளிகள் இருக்கலாம். ஆனால், நண்பர்கள் கூடாது.

ஆயினும் கவிஞர்களும் காதல் புனைவின் படைப்பாளிகளும் இதை மறுப்பார்கள். எதிர்க்கக்கூடும். நட்பும், சாதகமாக நடந்து கொள்வதும் ஒன்றோடொன்று கைகோர்த்துச் செல்பவை என்பார்கள். பாரபட்சமாக நடத்தல் இருக்குமிடத்தில் அந்த அரசனோ அல்லது அரச வம்சமோ வீழ்ச்சியை சந்திக்க அதிகக் காலம் ஆகாது. தந்தைக்கும் மகனுக்கும் இடையிலான சிறந்த உறவு நட்பைப் போன்றது என்று சொல்லக் கேள்விப்பட்டுள்ளேன். அதில் எவ்வித சந்தேகமும் இல்லை. ஆனால், மகன்களை தந்தை சற்றுத் தள்ளி வைத்திருப்பது விவேகமானது என்றுதான் நினைக்கிறேன். பாசத்துடன் இருப்பது பெரும்பாலும் முட்டாள்தனம்தான். வேறொன்றுமில்லை. உணர்ச்சியின் அடிப்படையில்

உங்களை மிரட்டாத மனிதர்களிடம் மட்டுமே 'முடியாது' என்று சொல்லமுடியும். அரசன் ஒரு நாளைக்கு, பல தடவை 'முடியாது' என்று சொல்லவேண்டியிருக்கும். எடுத்துக்காட்டாக, வேலைகள் என்று வரும்போது, அவற்றிற்கு வரம்பு இருக்கிறது. இரண்டு பிரதம அமைச்சர்களை அல்லது இரண்டு பிரதம தளபதிகளை நீங்கள் வைத்துக்கொள்ள முடியாது என்பது வெளிப்படை. பணியிடங்களின் எண்ணிக்கை வரம்புக்குட்பட்டது என்று சொல்லமுடியாத கீழ்நிலைப் பணிகளிலும் ஒரு குறிப்பிட்ட எண்ணிக்கையில் தான் நபர்களை நியமிக்க முடியும். இல்லையெனில், 'அதிகாரி' மற்றும் 'கட்டளைச் சங்கிலி' என்ற கருத்து பொருளற்றதாக ஆகிவிடும். அரசாங்கக் கருவூலத்தின் மீதான பளு தாங்கமுடியாமல் போய்விடும்.

ஆனால், மங்கள் இந்த வரம்பிற்குள் வரமாட்டான். எனது ராஜாங்கப் பணி சார்ந்த பரிவர்த்தனைகளில் அவன் மட்டுமே கூட்டாளி. இந்தச் சூழ்நிலைகளில் ஒரு நண்பனுக்கு மிக நெருக்கமாக இருக்கும் விஷயம். நட்பு என்ற கருத்தை தரம் தாழ்த்திவிட்டேனோ என்று கருதுகிறேன். என்னைப் பொறுத்தவரை நான் இதை திறமைக்கு மரியாதை அளிப்பதாகப் பார்க்கிறேன்; கற்பனை, அசல்தன்மை, சிக்கனத்துடன் ஒரு இலக்கை அடைய முயலும் விருப்பத்தை மதிப்பதாக எண்ணுகிறேன். தனது பணியை ஒரு கலையாகக் கருதிச் செய்துமுடிப்பதிலும் விஷயம் இருக்கிறது. அவன் செயல்படும் வெளியில் மங்கள் உண்மையிலேயே ஒரு கலைஞன். இருப்பினும், காபூல் அரசவையிலிருந்து வந்துகொண்டிருக்கும் ஆவணங்களின் சில பகுதிகள் குறித்து எனக்கு ஒரு பயம் இருக்கிறது: குரிப்பாக அவற்றின் நம்பகத்தன்மை. என் மனைவி துறவியாக உயர்ந்தபின் கடந்த சில ஆண்டுகளாக மேவாரில் போலியான சிற்றோவியங்கள் மற்றும் நினைவுச்சின்னங்களின் எண்ணிக்கைப் படிப்படியாகப் பெருகி வருகிறது. அது என் மனத்தை உறுத்துகிறது. சிற்றோவியம் வரைவதில் எங்கள் ஓவியர்கள் அஜீத் சோலங்கியும் ஷரஃபத் அலியும் புகழ்பெற்றவர்கள்.

இளந் துறவி பாடுவது போல், ஏக்தாரா வாசிப்பது போல், குழலிசைப்போனுடன் நடனமாடுவது போல், சராசரியாக இருபதிலிருந்து நாற்பது ஓவியங்கள் தினந்தோறும் பிருந்தாபாணி கோவிலுக்கு வெளியில் விற்பனையாகின்றன. அவற்றில் அஜீத் அல்லது ஷரஃபத் கையெழுத்திட்டிருப்பார்கள். ஆனால் நினைவுச்சின்னங்கள் வியாபாரத்தில் சிற்றோவிய விற்பனை ஒரு பகுதிதான். இன்றைய பொழுதில் அவள் தலை ஏழுமுறை மொட்டையாகியிருக்கும் என்பதுபோல், தினந்தோறும் இளவரசியின் தலைமுடியும் மிக அதிகம் விற்கப்படுகிறது.

சரளமாகத் துருக்கி மொழி பேசும் ஒரு புத்திசாலி வியாபாரி, ஷியாம் துலாரேவுடனும் பியாரிலாலுடனும் கூட்டுச் சேர்ந்துகொண்டு,

போலிகளையும் ஜோடிக்கப்பட்டவற்றையும் விற்றுக் கொஞ்சம் காசுபார்க்கிறான்; இதையொட்டித்தான் பாபரின் குறிப்புகள் மீதான எனது ஆர்வமும் சந்தேகமும். அவை பெறப்படும் இடத்திலேயே ஒருமுறைக்கு இருமுறை சரிபார்க்க மங்கள் தானாகவே முடிவுசெய்தான். பெருமளவு புத்திகூர்மையும், தந்திரமும், விடாமுயற்சியும் அதற்குத் தேவைப் பட்டிருக்கும். ஆனால், தனது உளவு அமைப்பின் வலைப்பின்னலை காபூல் வரையிலும் படிப்படியாக அவன் நிறுவினான். அரசனின் அரண்மனைக்குள் ஊடுருவினான். பாபருக்கு ஹைதர் என்ற பெயருள்ள இளைய உறவினன் இருந்தான்; அவன்மீது அதிக பாசம் வைத்திருந்தான். ஹிந்துஸ்தான் நோக்கி அவ்வப்போது அவன் நடத்தும் படையெடுப்புகள்; அண்டை நாடுகளுடன், கிளர்ச்சியாளர்களுடன் பல்வேறு சண்டைகள்; இவற்றுடன் குடிமக்கள் சார்ந்த, நிர்வாகம் சார்ந்த விஷயங்களையும் குறிப்பிட வேண்டும்; இவை அனைத்திற்கும் மத்தியில் அந்த இளையவனின் கல்வி மீது கவனம் செலுத்துவதைத் தனது பொறுப்பாக ஏற்றுக்கொண்டான்.

சித்திர எழுத்துக்கலை, வாசித்தல், கடிதங்களும் கவிதைகளும் எழுதுதல் போன்ற பாடங்களுக்கு பாபரே அவனுக்கு ஆசிரியராக இருந்தான். இவற்றிற்கு மங்கள் உறுதியான சான்றுகளை அளித்திருந்தான். ஹைதரின் வசிப்பிடத்திலிருந்து அலங்காரமான மைக்கூடு வைக்கப்படும் பீங்கான் பாத்திரம் ஒன்றையும், ஹைதர் பயன்படுத்திய எழுதும் இறகையும் மங்களால் எடுத்துவர முடிந்தது. திருடி வர முடிந்தது என்பது சரியான சொல்லாக இருக்கமுடியும். மையும், எழுதும் முறையும், வீச்சும், கோணமும் இறகின் அகலமும், திருடி வரப்பட்ட நாட்குறிப்பில் சொல்லப்படும் குறிப்புகளை ஒத்து இருந்தன.

ஏறத்தாழ கடந்த ஓராண்டாக ஷியாம் துலாரே மங்களுக்குக் கடத்தி அனுப்பிக்கொண்டிருந்த காகிதக் குறிப்புகளிலிருந்து சில முக்கியமான வரிகளை சுட்டிக்காட்டுகிறேன். அவன் முன்னதாக அனுப்பிய சில குறிப்புகளைக் காட்டிலும் இவை நீண்டதாக, அதிகம் நம்பக்கூடியதாக இருக்கின்றன.

பதினாறு வயதில் அவனது முதல் திருமணத்தைப் பற்றிய குறிப்பு இது:

'என் தந்தையும் அவளது தந்தையும், அதாவது என் நெருங்கிய உறவினர் அல் அகமது மிர்ஸாவும் ஆயிஷா சுல்தான் பேகத்தை நிச்சயம் செய்தனர். குஜாண்ட்டிற்கு வந்த அவளை ஷா-பான் மாதத்தில் கைப்பிடித்தேன். அவளிடம் வெறுப்புடன் நடந்துகொள்ளவில்லை. எனினும் என்னுடைய முதல் திருமணம் என்பதால் அடக்கம், நாணம் காரணமாக

பத்து, பதினைந்து அல்லது இருபது நாட்களுக்கு ஒருமுறைதான் அவளைப் பார்க்கச் சென்றேன். அதன் பின்னும், அவள் மீது ஏற்பட்ட முதல் ஆர்வம் குறையவில்லை, என்றாலும் நாணம் குறையவில்லை, அதிகரிக்கத்தான் செய்தது. அப்போது என் தாய் கானிம், மாதம் ஒரு முறையோ அல்லது நாற்பது நாட்களுக்கு ஒருமுறையோ எனக்குச் செய்தி அனுப்புவாள்; சென்று பார்க்கச்சொல்லித் தூண்டிக்கொண்டே இருப்பாள்; வலியுறுத்துவாள், கவலைப்படுவாள்.'

ஒரு பதின்பருவத்து இளைஞனுடன் பாபருக்குத் தீவிரமான ஈர்ப்பு இருந்தது. ஆழ்ந்த இளம்பருவ மோகம்; அவனுடைய வாழ்நாளில் இதுபோன்ற தொடர்பு ஒன்றுமட்டுமே இருந்தது.

'அவசரமற்ற அந்த நாட்களில், எனக்குள் ஒரு விசித்திரமான நாட்டம் ஏற்பட்டிருந்தது. இல்லை, அந்த பாடல் வரி குறிப்பிடுவதுபோல், முகாமுக்கு அருகிலிருந்த கடைத்தெருப் பையன் ஒருவன் மீது 'தீவிரமான பிரியம் எற்பட்டிருந்தது, என் மீது தாக்கம் ஏற்படுத்திவிட்டான்'. அவன் பெயர் பாபுரி. அன்றிலிருந்து இன்றுவரை வேறு யார் மீதும் இப்படி நாட்டம், அது காதலோ, ஆசையோ ஏற்பட்டதில்லை; யாராவது சொல்லக்கேட்டோ அல்லது எனது அனுபவத்தின் மூலமோ ஏற்படவில்லை; கேள்விப்படவுமில்லை, இதைப்பற்றி நான் பேசியதும் இல்லை. அந்தச் சமயத்தில் பாரசீக மொழியில் சிறிய கவிதைகள், ஒன்றிரண்டு, அவ்வப்போது, எழுதிக்கொண்டிருந்தேன். அவற்றில் இது ஒன்று.

என்னைப்போல்
அடக்கமுள்ள, மகிழ்ச்சியற்ற,
காதல் நோயுற்றவர் எவருமில்லை
தயவற்றும் அக்கறையற்றும் இருக்கிறாய்.'
என்னிடம் நீ அன்பாக இல்லை.

'பாபுரி அவ்வப்போது என் வசிப்பிடத்திற்கு வந்துபோவான். ஆனால், அடக்கமும், நாணமும் நான் அவனை நேருக்குநேர் பார்ப்பதைத் தடுக்கும். அப்படியிருக்க, எப்படி உரையாடுவது, கவிதைகள் சொல்வது? மகிழ்ச்சியிலும் படபடப்பிலும். அவன் வந்துபோவதற்கு நன்றி கூறியதில்லை; அப்படியிருக்க, அவன் திரும்பிப்போவதை எப்படிக் கடிந்துகொள்ள முடியும்? எனக்குச் சேவைசெய்தல் என்ற கடமையை, கட்டளையாக இட எனக்கு என்ன அதிகாரம் இருந்தது? ஆசையும் உணர்வும் அலைக்கழித்த ஒருநாள்; கூட்டாளிகளுடன் ஒரு சந்தின் வழியே சென்று கொண்டிருந்தேன்; திடீரென்று அவன் எதிரில் வந்தான்; மனம் குழம்பிவிட்டது. நேரடியாகப் பார்க்கவோ அல்லது பேசவோ என்னால் இயலவில்லை. அதனால் ஏறத்தாழ வேகமாக விலகிச் சென்றுவிட்டேன்.

நூறு வேதனைகளுடனும் அவமானங்களுடனும் தொடர்ந்து நடந்தேன். முகமது சபிஹ் எழுதிய பாரசீகக் கவிதை ஒன்று நினைவுக்கு வந்தது.

'வெட்கத்தால் முகம் சிவந்தேன்,
என் நண்பனைப் பார்த்தபோது;
கூட்டாளிகள் என்னைப்பார்த்தனர்,
நான் வேறுபுறம் பார்த்தேன்.

'அந்தச் சந்தர்ப்பத்திற்கு இந்தக் கவிதை அற்புதமாகப் பொருந்தியது. ஆசையும் காம உணர்வும் பொங்கியெழ, இளமைக்குரிய மூடத்தனத்தின் அழுத்தத்தால், தெருக்களிலும் சந்துகளிலும், பழத்தோட்டங்களிலும் மது தயாரிக்கும் இடங்களிலும் தலைப்பாகையின்றி, வெற்றுக் கால்களுடன் அலைந்து திரிவேன். நண்பர்களுக்கும் அல்லது அந்நியர்களுக்கும் மரியாதை காட்டவில்லை; என்னைப் பற்றியோ மற்றவர்கள் பற்றியோ அக்கறை கொள்ளவில்லை.

என்னையறியாமல்
எனக்குள் இருந்த ஆசை
என்னை உந்தித் தள்ளியது,
தேவதை முகம்கொண்டவரை
காதலிப்பவருக்கு அப்படித்தான்

'சில நேரங்களில் பைத்தியக்காரன் போல், குன்றுகளிலும் சமவெளிகளிலும் அலைந்து திரிவேன். சில நேரங்களில் தோட்டங்களிலும், புறநகர்ப் பகுதி சந்துகளிலும் திரிவதுண்டு. எனது இந்தத் திரிதல் என் விருப்பம் அல்ல. போவதா அல்லது இருப்பதா என்றும் நான் முடிவு செய்யவில்லை.

'செல்வதற்கான வலிமையும்
தங்குவதற்கான வலிமையும்;
என்னுடையதல்ல, ஓ... இதயத் திருடனே
என்னை உருவாக்கியதுபோல்தான்
நானிருக்கிறேன்,

பாபரைப் போல் நானும் ஒரு போர்வீரன் தான். எனினும் மனத்தில் இருப்பதை, நாட்குறிப்பு என்ற ரகசியமாக வைத்துக்கொள்ளும் குறிப்பிலும், ஓரினச் சேர்க்கையாளன் மீதான ஏக்கத்தை வெளிப் படையாகக் கூறுவேனா? பாபரின் சொற்கள் மீது என்றாவது எனக்கு அவநம்பிக்கை ஏற்படுமா என்பது சந்தேகமே.

இரவுநேரத்தில் பிறர் வீட்டு ஜன்னல் வழியாகப் பார்ப்பவன்போல் என்னை உணர்ந்தேன். என் செயல்களை மட்டுமல்ல, என் எண்ணங்களையும் எழுத்துகளையும் ரகசியமாக அறிந்தவர் யாரோ

ஒருவர் இருக்கிறார் என்று கண்டுபிடிக்கும்போது எப்படி அதை நான் எடுத்துக்கொள்வேன்? (அரண்மனையில் வசித்துக் கொண்டு, நீங்கள் தனிமையை எதிர்பார்க்க முடியாது). குறைந்தபட்சம் தவறான உள்நோக்கமின்றி, நேர்மையாக, எல்லோரும் பார்க்கும்படி எழுதப்பட்ட நாட்குறிப்புகள், அந்த நபரை நேருக்கு நேர் சந்திப்பதைக்காட்டிலும் அல்லது அந்த நபருடன் நமக்கிருக்கும் நீண்ட கால பரிச்சயத்தைக் காட்டிலும் எழுதிய நபர் குறித்து அதிகமான விஷயங்களை வெளிப்படுத்துகின்றன. ஒன்று நிச்சயம்: எவ்வளவு அதிகமாக பாபரைப் பற்றித் தெரிந்துகொள்கிறேனோ, அந்த அளவுக்கு அவனைப் பற்றி அறிந்துகொள்ள ஆசைப்படுகிறேன். இணைக்கவே முடியாத ஒரு பிளவாக ஏன் மதம் இருக்கவேண்டும்? அவனைச் சந்திக்க விரும்பியிருப்பேன்; ஒருவேளை அவனுடன் நட்பாக இருக்கவும்.

என் சிந்தனையோட்டம் தடைபட்டது. அழுத்தமாகக் காலை இழுத்தபடி யாரோ நடந்து வருவதும், பணியாட்களின் பரபரப்பும் காதில் விழுந்தது. இருக்கமுடியாது. ஆனால், பேரரசர்தான். நேரம் அதிகமாகிவிட்டது. அவசரமாக துக்லோவை அணிந்துகொண்டிருந்தார் தந்தை. நன்றாக இருக்கும் அவரது கை தாழ்ந்து தலைமுடியைக் கலைத்தபோது, அவர் பாதத்தில் என் தலை இருந்தது. அவரது வழக்கத்திற்கு மாறான செய்கை! இறுதியில் உரிய வயதை அடைந்துவிட்டேனா? அனைத்திற்கும் பின், தன் மூத்தமகன் அப்படியொன்றும் மோசமானவன் இல்லை என்று அறிந்துகொண்டாரா? அல்லது இளந் துறவியின் மீதான அவரது பாசத்தால் எனக்குச் சாதகமாக முடிவெடுத்திருக்கிறாரா?

வெள்ளி லோட்டாவில் நீர் எடுத்துவந்த என் மனைவி, அதைக் குவளையில் ஊற்றி அவரிடம் தந்தாள்.

'மெதினி ராயிடமிருந்து இப்போதுதான் கடிதம் ஒன்று வந்தது. அவரது முன்னாள் அரசன் மால்வா சுல்தான் காக்ரோனை முற்றுகை இட்டிருக்கிறானாம். அவன் படையில் நாற்பதினாயிரம் வீரர்களும் முந்நூறு யானைகளும் இருக்கிறார்களாம். கோட்டையை ராயின் மகன் ஹேம் கரண் காத்துக்கொண்டு இருக்கிறான். உணவுப்பொருட்கள் தீர்ந்துகொண்டிருக்கின்றன. கோட்டையைப் பாதுகாக்கும் அளவுக்கு அவனிடம் போதுமான வீரர்கள் இல்லையாம்.'

'மெதினி ராய் எங்கே இருக்கிறார்?'

'தரம்பூரில். நம்முடைய உதவிக்காகக் காத்திருக்கிறார். நமது படைக்கு யாரை தளபதி ஆக்குவது? மிகக் குறைந்த காலத்தில் எவ்வளவு வீரர்களை நம்மால் திரட்டமுடியும்?'

'இளவரசன் ஹேம் கரணால் காக்ரோனில் எவ்வளவு நாட்கள் தாக்குப்பிடிக்க முடியும்?'

அந்த வேலையை யாரால் சிறப்பாகச் செய்யமுடியும் என்று கலந்தாலோசிக்க வந்திருக்கிறாரா?. கடந்தகாலத்தில் அவர் இப்படிச் செய்ததில்லை. அல்லது அவர் மனத்தில் வேறு ஏதாவது இருக்கிறதா?

'ஏழு நாட்கள், அல்லது மிஞ்சினால் எட்டு நாட்கள். அதற்குப்பின் அவன் 'கேசரியாபானா' அறிவித்துவிட்டு, கோட்டைக் கதவுகளைத் திறந்து வீரர்களுடன் வெளியேறி, நிச்சயமான சாவைச் சந்திக்க வேண்டியதுதான். மகனே, நாம் யாரை அனுப்பலாம்?'

'என்னால் ஒரே ஒருவரைத்தான் நினைக்க முடியும்.'

என் மனைவி பேரரசரின் போராலோசகர் என்பதை என்னால் நினைத்துப் பார்க்கமுடியவில்லை. தந்தையும் அப்படி நினைக்கவில்லை. என்னைப் போலவே அவரும் வியப்புடன் பார்த்தார்.

'யார் அந்த நபர், இளவரசி? சொல்.' இளவரசியிடம் இதைப்பற்றி விவாதிக்க தந்தை தயாராகிவிட்டார். ஆனால், அவரது பொறுமையை அவள் சோதிக்கிறாளோ என்று எண்ணினேன்.

'என்னைக் குறைத்து மதிப்பிடாதீர்கள், பேரரசே.' என் மனைவியின் முகத்தில் ஒரு முறுவல். அதேசமயம் தன்னை லேசாக எடுத்துக் கொண்டால் பொறுத்துக்கொள்ள மாட்டேன் என்று சொல்வது போலும் இருந்தது. 'இளவரசர் விக்கிரமாதித்தன். ஆக்ரோஷமானவர்; காரியத்தை முடிப்பவர்; முக்கியமாக, வெற்றிபெற வேண்டும் என்ற உந்துதல் அவரிடம் இருக்கிறது. எது நடந்தாலும், இளவரசர் ஹேம் கரணையும் அவரது வீரர்களையும் காப்பாற்றிவிடுவார்.'

'இளவரசி, இந்த விஷயங்கள் எல்லாம் அவனிடம் இருக்கின்றன. ஒப்புக்கொள்கிறேன். ஆனால், அவசரக்காரன். இந்த மாதிரி படையெடுப்பிற்கு அது தேவையற்ற தகுதி. தெளிவாகச் சிந்திக்க வேண்டும், விரைவாக, தீர்க்கமாக முடிவெடுக்க வேண்டும்'

'அப்படியானால், ரத்தன் சிம்மா? அந்தத் தகுதிகள் அவரிடம் சிறப்பாக இருக்கின்றன.' நீலவிழியாள், வாய் மூடப்போவதில்லை என்பது தெளிவு. 'அவரும் நன்கு சிந்திக்கிறவர், நம்பிக்கையானவர், அனுபவம் மிக்கவர். அவர் காக்ரோனை நிச்சயம் விடுவிப்பார்'

இளந் துறவியின் நோக்கம் என்ன? உண்மையில் என் சகோதரர்களுக்கு ஆதரவாகப் பேசுகிறாளா? அமைதியிழந்தேன். அவளிடம் மிகுந்த பணிவு தெரிந்தாலும், அதிகம் நம்பமுடியாது.

தந்தையை எங்கேயோ இழுக்கிறாளா அல்லது அவரும் ஒரு மறைமுகத் திட்டத்துடன் அவளுடன் சும்மா விளையாடுகிறாரா?

'உன் கணவனை இந்த வேலைக்குப் பரிந்துரைக்க மாட்டாயா?'

'பேரரசே? மாட்டேன். அவர் திறமையானவர்தான். ஆனால், வழக்கத்தை மீறிய யோசனைகளும் திட்டங்களும் அவரிடம் அதிகம் இருக்கின்றன. இவரது போர் முறைகளால் மேவார் தளபதிகள் அதிருப்தியடைந்தால், பாவம், மெதினிராயின் எதிர்வினை எப்படி இருக்கும் என்று யோசியுங்கள். மீண்டும் ஒருமுறை அவரைக் கைவிட்டுவிட்டோம் என்று நிச்சயம் நினைப்பார்'

'அது சரிதான். ஆராய வேண்டியதுதான். நானும் அப்படித்தான் நினைத்தேன். ஆனால் உன் கணவனை அனுப்பச்சொல்லி ராய் தான் கேட்டிருக்கிறார்.'

என் மனைவி நடத்திய இந்த விரிவான நாடகம், மால்வாவிற்கு எதிராக மேவாரின் படையை வழிநடத்த தந்தை என்னை நியமிக்கவேண்டும் என்பதற்காக என்று தெரிந்தது. ஆனால், எப்போதும்போல், தந்தை ஏற்கனவே தன் முடிவை எடுத்திருந்தார்.

'அப்போது, பிரச்சனை தீர்ந்தது. பேரரசே, என்னை மன்னியுங்கள். நான் இளவரசரின் பொருட்களை எடுத்துவைக்கிறேன்'

'கணவன் போருக்குப் போகிறான் என்பதால் உன் அன்புக்கு பாத்திரமானவர்களில் நான் இரண்டாமிடத்துக்குப் போக வேண்டுமா? இன்றிரவு நான் தனியாகத்தான் உணவு உண்ண வேண்டுமா?' தந்தை புன்முறுவல் பூத்தார். என்னைவிட என் மனைவி தந்தையை நன்கு அறிந்திருந்தாள் என்பது தெளிவு.

'பேரரசே, நிச்சயம் உங்களுக்கு அந்த வாய்ப்புக் கிடைக்காது. சீட்டு விளையாட்டில் என்னை ஏமாற்றிப் பறித்த காசையெல்லாம் செலவு செய்துவிடலாம் என்று நினைக்காதீர்கள். அத்தனையும் வட்டியோடு திரும்பவும் ஜெயிக்கப்போகிறேன்'

'தவறான குடும்பத்தில் மணமாகி வந்துவிட்டாய் என்று உன் மனைவியிடம் அவ்வப்போது சொல்வேன். ஆதிநாத்ஜியின் பேரன்களில் யாருக்காவது இவளை ராவ் வீரம்தேவ் மணம் செய்து கொடுத்திருக்கலாம். இந்தப் பெண், துறவி கிடையாது. லேவா தேவிக்காரனின் இதயமும், மனமும், ஆன்மாவும் இவளிடம் இருக்கிறது.'

நீலவிழியாள், நாடகத்தனமாக கால்களை தரையில் உதைத்தாள். மருமகளின் இந்த மிகை நாடகத்தை என் தந்தை ரசித்தார் என்று சொல்ல வேண்டியதில்லை.

'மெதினி ராய் படை எண்ணிக்கை எவ்வளவு?' தந்தை திரும்பவும் காரியத்தில் இறங்கிவிட்டார்.

'பேரரசே, கிட்டத்தட்ட பத்தாயிரம் இருக்கலாம். கிழக்குப் பிராந்தியத்தின் ராய்கள் அவருடன் சேரலாம்; ஸில்ஹாதி தன் படைகளைக் கொண்டுவந்தால் இன்னுமொரு பத்தாயிரம் கூடும். ஆனால், மகமது கல்ஜி சரியான நேரத்தைத் தேர்ந்தெடுத்திருக்கிறார். ஸில்ஹாதியும் மற்ற ராய்களும் இவர்கள் பக்கம்தான் என்ற சாதகமான பதிலைச் சொல்கிறார்கள். எனினும், அவர்கள் காத்திருந்துதான் முடிவெடுப்பார்கள் என்று நினைக்கிறேன். சுல்தான் கையால் மற்றொரு தோல்வியைச் சந்திக்க அவர்கள் தயாராக இருக்கமாட்டார்கள்'.

'சென்றமுறை மகமது கல்ஜி அவர்களைத் தனியாகத் தோற்கடிக்கவில்லை. குஜராத்தின் முஸா்ஃபர் ஷா உதவிக்கு வரவில்லை என்றால், மகமது கல்ஜியை மெதினி ராய் நிச்சயம் தோற்கடித்திருப்பார்'

'நிச்சயமாக. அதற்கு வாய்ப்பு இருந்திருக்கலாம். ஆனால், இப்போது விவாதிக்க வேண்டிய விஷயம் அது. ராயும், அவருடன் இருந்த ராஜபுத்திரர்களும் இருபதினாயிரம் வீரர்களை மட்டும் இழக்கவில்லை; நாற்பதினாயிரம் பேருக்கு நெருக்கமாக இழந்திருக்கிறார்கள்; அதில் பெரும்பான்மை மூத்த தளபதிகளும் உண்டு என்று மங்கள் என்னிடம் கூறினான்.'

'உன்னுடன் எத்தனை வீரர்களை அழைத்துச் செல்லப்போகிறாய்?'

'மூவாயிரம். அனைத்தும் குதிரைப்படையினர்.'

'திமிர்த்தனமாக நடந்து கொள்ளாதே என்று எச்சரிக்க வைத்துவிடாதே, மகனே'

'இந்தப் படையெடுப்பில் நேரம் மிகவும் முக்கியமானது. இருபது அல்லது முப்பதினாயிரம் வீரர்கள் கொண்ட படையைத் திரட்ட குறைந்தபட்சம் பத்திலிருந்து இருபது நாட்களாகும். படைக்குத் தேவையான உணவுப் பொருட்கள் போன்றவற்றை ஏற்பாடுசெய்ய மேலும் ஒரு வாரம். இதை நாம் செய்து முடிப்பதற்குள் நேரம் கடந்துவிடும்; அப்புறம் இளவரசன் ஹேம் கரணுக்கோ அல்லது மெதினி ராய்க்கோ உதவி செய்யமுடியாமல் போய்விடும்.

'தேஜும் ஷஃபியும் கடந்த ஒன்றேகால் ஆண்டாக மின்னல் வேகத்தில் இயங்க படைகளுக்குப் பயிற்சி அளித்து வருகிறார்கள். வீரர்களில் பெரும்பாலோர் கடந்தகாலங்களில் என் பக்கத்தில் நின்று போரிட்டவர்கள். ஆனால், வித்தியாசமான, கட்டுப்பாடான முறையில் இயங்க அவர்களைத் தயார்படுத்துவதுதான் திட்டம். ஒரு அதிரடிப்

படையாக உருவாக்கவேண்டும். நெருக்கமாக இணைந்து இயங்கும், உயர்வான பயிற்சி பெற்ற தாக்குதல் படையாக ஒரேமாதிரியாக அவர்கள் சிந்திக்கவேண்டும்; செயல்பட வேண்டும். எனினும், மற்றவர்களால் ஊடுருவ முடியாத படையாகவும் இருக்கவேண்டும். இதுவரை அவர்கள் ஒரு போலியான யுத்தத்தில் பயிற்சி பெற்றிருக்கிறார்கள். அவர்களது திறனை சோதிக்க இது நல்ல தருணம். அதுமட்டுமல்ல, மெதினிராயுடன் மேவார் படையும் சேர்கிறது என்ற செய்தி, அவரது கூட்டாளிகளின் ஊசலாட்டத்தைத் தடுக்கும். காக்ரோனை நோக்கி நகர வைக்கும்'

'செய்வதைத் தெரிந்து செய்வாய் என்று நம்புகிறேன். உனக்கு வெற்றி கிடைக்கட்டும். எப்போது புறப்படுகிறாய்?'

'எழுநூற்றைம்பது பேர் இன்றிரவு புறப்படுவார்கள். தேஜுடனும் ஷ்ஃபியுடனும் உடனடியாகப் பேசுவேன். அவர்கள் தனித்தனியாக, யார் கவனத்தையும் ஈர்க்காமல் செல்வார்கள். ஆயுதங்களை மறைத்துக்கொண்டு, விவசாயிகள் போலவோ அல்லது இளந் துறவியைத் தரிசித்துவிட்டு ஊர் திரும்பும் யாத்ரீகர்கள் போலவோ செல்வார்கள். நாளைப் பகலில் ஆயிரத்தைந்நூறு பேர் வேறொரு பாதையில் செல்வார்கள். மீதியுள்ளவர்கள் நாளை இரவு. நாங்கள் அனைவரும் தரம்பூரில் சந்திப்போம்.

'இதையெல்லாம் முன்னதாகவே முடிவுசெய்து வைத்துவிட்டாய், இல்லையா?'

'சில வாரங்களுக்குமுன் நடந்த பாதுகாப்புக்குழு கூட்டத்தில் மாண்டுவிலும் அதைச் சுற்றியும் வீரர்கள் நடமாட்டம் இருப்பதாக மங்கள் தெரிவித்தான். மகமது கல்ஜி ஒரு திடீர் தாக்குதலுக்குத் திட்டமிடலாம் என்று அப்போது நினைத்தேன். ஆனால், வெளிப்படையாகச் சொல்லப்போனால், தேஜ் மற்றும் ஷ்ஃபியின் அதிரடிப் படை எந்த நேரமும் புறப்படத் தயார் நிலையில்தான் இருக்கும்'

'அப்போது, மங்கள் எனக்கு அளிக்கும் அறிக்கைகள் அனைத்தையும் உன்னிடமும் தெரிவித்துவிடுகிறானா?' தந்தையின் முகத்தில் புன்னகை. ஆனால், எங்கள் சந்திப்பின் மிக முக்கியமான, கவனமாகக் கையாளவேண்டிய பகுதிக்கு வந்துவிட்டோம் என்பதை அறிந்துகொண்டேன். எல்லாவற்றிற்கும் மேலாக, தேஜும் ஷ்ஃபியும் 'காதன்' ராணி அரண்மனைக்குப் பின்புறம் இருந்த பயிற்சி மைதானத்தில் வீரர்களுக்குப் பயிற்சியும், உத்தரவுகளும் அளித்துக் கொண்டிருப்பது தொடக்கத்திலிருந்தே அவருக்கு நிச்சயம் தெரிந்திருக்கும்.

'பேரரசே. மங்கள் எப்போதும் ராணாவுக்கும் மேவாருக்கும்தான் விசுவாசமாக இருப்பான். அந்தரங்கமானது என்று பாதுகாப்பு

ஆலோசனைக் குழு முடிவு செய்த எந்தத் தகவலையும் மங்கள் என்னிடம் பகிர்ந்துகொண்டது கிடையாது'

'மங்கள் இல்லாமல் நாம் என்ன செய்ய முடியும்?'

'ஆம், அவன் இல்லாமல் நாம் எதுவும் செய்யமுடியாது'

'ஒரு சின்ன விஷயம், மகனே. யுத்தத்தில் மால்வாவின் சுல்தான் இறந்துவிடாமல் இருப்பதை நீ உறுதி செய்ய வேண்டும்.'

தந்தையை நீங்கள் என்றும் நம்ப முடியாது; அல்லது ஆதிநாத்ஜியின் இனத்தோர் சொல்ல விரும்புவதுபோல் 100.7சதவீதம் அவரை நம்பலாம். இதற்கு முன்னரும் இதே தந்திரத்தைத் தந்தை என் மீது பிரயோகித்திருக்கிறார். ஆனால், நான் இதுவரை அதைக் கற்றுக்கொள்ளவில்லை. வரச்சொல்லி ஆளனுப்புவதற்குப் பதிலாக அவரே என்னைத் தேடி வருவார். இளவரசியிடம் பரிகாசமும் கேலியுமாக உரையாடி என்னை லேசாக்குவார். நேர்மையான, விசாரித்தறியும் கேள்விகளைக் கேட்பார். பின்னர் அவமதிப்பது போன்ற செயலில் இறங்குவார்; ஒரு மூலையில் என்னை ஓரங்கட்டுவது போல், மங்களின் நேர்மையையும் என்னுடையதையும் கேள்விக்கு உட்படுத்துவார். அந்தத் தருணத்தை எதிர்கொள்ளத் தயாராகிவிட்டேன், தகுதி பெற்றேன் என்று பெரும் நிம்மதி அடையும் சமயம், அவரது வருகையின் காரணத்தை தந்தை போகிறபோக்கில் வெளிப்படுத்துவார்.

மெதினி ராய் உண்மையில் என்னை அனுப்பச் சொன்னாரா? ஒருவேளை அவர் கேட்டிருக்கலாம். இல்லை, ஒருவேளை தந்தை அந்த நிலைக்கு அவரைத் தள்ளியிருக்கலாம். அது பொருட்டல்ல. எப்போதும்போல், ஒரே சமயத்தில் இரண்டு மூன்று ஆட்டங்களைப் பேரரசர் விளையாடிக்கொண்டிருந்தார். சித்தோருக்குத் திரும்பவேண்டும் என்று கடந்த ஆறு மாதங்களாக ராணி கர்மாவதி ஆரவாரம் செய்துவருகிறார்: நயமாகப் பேசி தந்தையின் மூலம் தனது உத்தரவுகளை நிறைவேற்றிக் கொண்டிருப்பதாக ராணி நினைத்தார்; இப்போது தந்தை, என் அன்புக்குரிய தந்தை அவரை ஓரங்கட்டிவிட்டதை உணர்ந்துவிட்டார். இதற்கிடையில் தந்தையும் என் மனைவியும் நெருக்கமாகிவிட்டார்கள்..

அவர்கள் இருவரும் பிரக்ஞையுடன், திட்டமிட்டுச் செய்த நகர்வு இது என்று நினைக்கவில்லை ஆனால். அப்படி நடந்தபிறகு, தனது நோக்கங்களுக்காக அந்த நட்பை வளைத்துக்கொள்ள தந்தை தயங்கவில்லை. ராணி திரும்பவும் அழைக்கப்படலாம். ஆனால், ராணியின் நடவடிக்கைகள் இளவரசியால் தடைபடும். ஒரு முக்கியப் பணி கொடுக்கப்பட்டுக் காட்சியிலிருந்து விலக்கி வைக்கப்பட்டுள்ளேன். ஒருவேளை, மரபிற்கு மாறான போர்முறைகளைச் சோதித்துப் பார்க்க அவர் எனக்கு அளிக்கும் இரண்டாவது வாய்ப்பாக இருக்கலாம். ஆனால்,

விட்டிருக்கிற கயிறின் நீளம் மிகவும் குறைவு. மகமது கல்ஜியைக் கொன்று மால்வாவைக் கைப்பற்றுவதை இந்தப் படையெடுப்பின் நோக்கமாக கருதுகிறேன். அதிலிருந்து, முற்றிலும் ஒதுங்கியிருக்க வேண்டும் என்று உறுதியாகக் கூறப்பட்டுள்ளது:

ஒரு அரச வம்சத்தை ஒழித்துவிட்டு, அந்தப் புதிய ராஜ்ஜியத்தைத் தன் கட்டுப்பாட்டில் கொண்டுவர பேரரசர் குறைந்தபட்சம் இப்போதைக்குத் தயாராகவில்லை. அதற்கான வலிமையான காரணங்கள் அவரிடம் ஒருவேளை இருக்கலாம். ஒரு வலுவான ராஜபுத்திரக் கூட்டமைப்பை முதலில் உருவாக்க நினைக்கலாம்; அந்தப் புதிய அதிகார அமைப்பிலும், உயர் பதவிகளிலும் அமர்த்த, மிக முக்கியமாக, புதிய அரசில் சட்டம் ஒழுங்கைப் பராமரிக்கவும், எதிர்ப்புகள், புரட்சிகள் போன்றவற்றை அடக்கவும் பயிற்சி பெற்ற மனித வளம் இல்லை என்று நினைக்கலாம். அப்படி எண்ணுவது சரிதான். ஒரு அரசன் சரியான தருணத்திற்காக நீண்ட நாட்கள் காத்திருக்கலாம்; ஆனால், கனிந்தத் தருணத்தைப் பயன்படுத்திக் கொள்ள தாமதம் ஆகிவிட்டால், அந்த வாய்ப்பு முற்றிலும் இழந்த ஒன்றுதான்.

அத்தியாயம் 33

'இளவரசே' என்று அழைத்தவாறு மெதினி ராய் என்னை நோக்கி வேகமாக வந்தார். தலைப்பாகையைச் சுற்றிக்கொள்ள நேரமில்லை என்பதுபோல் அதைக் கையில் வைத்திருந்தார். 'மன்னித்துக் கொள்ளுங்கள். உங்களை வரவேற்க நேரில் வரமுடியவில்லை. நீங்கள் வருவதற்கு ஒரு வாரம் ஆகும் என்று நினைத்தோம். ஒருவரை முன்னமே அனுப்பியிருந்தால், சிரமம் பாராமல் பயணித்து உங்களை எல்லையில் சந்தித்திருப்பேன்.'

சற்றுக் கலைந்திருந்த தலைமுடியின் குறுக்கே வெட்டியது போல் ஒரு வெள்ளிக்கோடு; மதிய நேர சூரிய ஒளியில் உலோகக்கோடாய் மின்னியது. அடர்த்தியான சிகையைக் கையால் பின்பக்கம் தள்ளி, தலைப்பாகையை அணிந்துகொண்டார். அவர் முகத்துதி செய்யவில்லை, புகழவுமில்லை. ஆனால், எனக்கு முகமன் கூற நிச்சயம் எழுபது மைல்கள் பயணம் செய்திருப்பார்.

'பேரரசர் ராணாவின் வாழ்த்துகளையும், விவரமான கடிதம் ஒன்றும் கொண்டு வந்துள்ளேன். என்னுடன் உபதளபதிகள் தேஜ் சிம்மாவும் ஷஃபிகானும் மேவாரிலிருந்து வந்துள்ளனர். இன்று அதிகாலையிலிருந்து தரம்பூரில் என் வீரர்கள் மூவாயிரம் பேர் காத்திருக்கின்றனர்.'

'மகராஜ் குமார், அப்படி இருக்க வாய்ப்பில்லை. மேவார் வீரர்கள் வந்திருந்தால், என் தளபதிகளிடமிருந்து செய்தி வந்திருக்குமே. அல்லது... இப்படி இருக்காதென நினைக்கிறேன்...' எங்கள் உடைகளைப் பார்த்துவிட்டு நம்பமுடியாதவர் போல் சிரித்தார். 'ஒருவேளை அவர்களும் கிராமத்து மனிதர்கள் உடையில் மாறுவேடத்தில் பயணித்தார்களா?'

'ஆமாம். சுல்தான் மகமது கல்ஜிக்கு சந்தேகத்தை ஏற்படுத்த விரும்பவில்லை. அத்துடன் அதிக முன்னெச்சரிக்கையுடன் தான் வருவார்கள்; முதலில் கிழக்கு, மேற்கு, வடக்குத் திசைகளில் பயணித்துவிட்டு, பின்னர் தென்கிழக்கில் திரும்புவார்கள். திரும்பி வரும் சுல்தான் நம்மைத் தரம்பூரில் தாக்க எவ்வளவு நாட்கள் ஆகலாம்?'

'படையுடன் அவர் பயணம் செய்தால் நான்கிலிருந்து ஏழு நாட்கள் ஆகும். ஆனால், கிடைக்கப்போகிற பரிசை விட்டுவிட்டு அவர் நம்மைத் தேடி ஏன் வரவேண்டும்?'

'ஒருவேளை நான் நினைப்பது தவறாகவும் இருக்கலாம். ஆனால், மேவார் படைகள் உங்களுடன் சேர்ந்துவிட்டன என்பது சுல்தானுக்குத் தெரிந்தால், காக்ரோன் மிகக்குறைவான காலம்தான் தன்னிடம் இருக்கும் என்று நினைக்கலாம். அதனைக் கைப்பற்றிவிட்டால், அடுத்த இரண்டு நாட்களில் நாம் அதை முற்றுகையிடுவோம்; அது அவருக்கு ஒரு தொந்தரவாக அமைந்துவிடும். ஏனெனில், இளவரசர் ஹேம் கரணும் அவரது ஆட்களும் உணவுப்பொருட்கள் அனைத்தையும் தீர்த்துவிட்டனர். தானியக் களஞ்சியங்களை மீண்டும் நிரப்ப சுல்தானுக்குக் கொஞ்ச நாளாகும். எனினும், நீங்கள் விரும்பினால் உடனடியாகக் காக்ரோனுக்குச் சென்று முற்றுகையிடுவோம்; இளவரசரை விடுவிப்போம். இன்னும் ஒரு மணி நேரத்தில் நாம் புறப்பட முடியும்'.

நான் கூறிய இரண்டு காட்சிகளையும் நீண்ட நேரம் ஆராய்ந்தார். 'இளவரசன் ஹேம் கரணையும் என் மக்களையும் காப்பாற்றவேண்டும் என்று ஆவல் இருக்கிறது. ஆனால், இந்தக் கவலையால் விவேகமற்ற நடவடிக்கையை எடுத்துவிட முடியாது; அது மன்னிக்க முடியாத தவறாகிவிடலாம். உங்கள் அனுமானம் மிகச் சரியாக இருக்கலாம். அதற்கு மெலிதான சாத்தியம் இருக்கிறது. எனினும் அது ஒரு சாத்தியம்தான். அது மட்டுமின்றி, காக்ரோனை விடுவிக்க பதிமூன்றாயிரம் வீரர்கள் போதுமா என்ற சந்தேகமும் இருக்கிறது.'

'அப்படியானால், இதைப்பற்றி உங்களிடமும், உங்கள் தளபதிகளுடனும் முழுமையாக விவாதிக்கவேண்டும்; அதற்குமுன், ஒரு துரிதக் குளியலுக்கு எங்களுக்கு நேரமிருக்கிறது. அரசே, உங்களிடம் ஒரு கேள்வி, நேராக, துணிந்து கேட்கலாமா? உதவி கேட்டுப் பேரரசருக்கு எப்போது எழுதினீர்கள், என்னை எதற்காகக் கேட்டீர்கள்?'

'மகராஜ் குமார் பதில் சொல்வதற்கு முன்னால், உங்களிடம் ஒன்றைக் கேட்க விரும்புகிறேன். நீங்கள் வெளிப்படையாகக் கேட்டதுபோல், நானும் நேர்மையாகப் பேசினால் வருத்தப்படக் கூடாது. நீங்கள் நியாயம் அநியாயம் பார்க்காத மனிதர் என்றார்கள். அதனால்தான் உங்களை அனுப்பச் சொன்னேன். சாத்தியமிருந்தால், படையின் ஒற்றை வீரனையும் இழக்காமல் யுத்தத்தை வெல்ல ஆசைப்படுவீர்கள் என்றார்கள்; மனத்தில் உறுத்தல் ஏதுமின்றி செயல்படுபவர். பின்புறமிருந்தோ, இருட்டிலோ எதிரியைத் தாக்குவதற்கு யோசிக்க மாட்டீர்கள். உங்களது திட்டங்கள் உங்களுக்கு மட்டுமே தெரியும். வெளியில் தெரியாது. பெரிய கைகலப்புகளிலும் உபதளபதிகள் தமது நிலைகளுக்குச் செல்வதற்குச் சில மணி நேரங்களுக்கு முன்னர்தான் அவர்களுக்கே திட்டம் என்னவென்று தெரிய வரும் என்கிறார்கள். நீங்கள் எப்போதும் தப்பியோடத் தயாராக இருப்பீர்களாம்; படைக்குச் சிறிய பாதிப்பு ஏற்படக்கூடும் என்றால், உடனடியாக பின்வாங்கிவிடுவீர்கள். உங்களைக் கணிக்கமுடியாது, முன்னறிவிப்பின்றி திட்டங்களை மாற்றிக்கொண்டே இருப்பீர்களாம். நீங்கள் ஒரு பொய்யர்; எதிரிகளும் உங்களை நம்பக்கூடாது. நண்பர்களும் உங்களைச் சற்றுத் தள்ளியே வைத்துக்கொள்ள வேண்டும் என்றார்கள். அதனால்தான், உங்களைத் தேர்ந்தெடுத்தேன், மகராஜ் குமார்.'

மீண்டும் சந்தித்தபோது, நான் எழுதியிருந்த கடிதத்தை மெதினிராயிடம் காட்டினேன். மிக விரைவாகச் செல்லக்கூடிய நபரின் மூலம் சுல்தானிடம் சேர்க்கச் சொன்னேன். அது ஒரு நட்பு முறையிலான கடிதமே.

பெறுதல்

மேன்மைக்குரிய மகமது கல்ஜி, மால்வா சுல்தான்.

மாட்சிமை தாங்கிய பேரரசர் ராணா சங்கராம் சிம்மா, மேவாரின் ஹிந்து, முஸ்லீம் மற்றும் ஜைன குடிமக்கள், மேவாரின் மகராஜ் குமாராகிய நான் ஆகிய அனைவரும், உங்களுக்கும் மால்வாவின் பொதுமக்களுக்கும் வணக்கங்களை உரித்தாக்குகிறோம். நீண்ட, மகிழ்ச்சியான, ஆரோக்கியமான ஆட்சி உங்களுக்கு அமையட்டும்.

மேவாரின் ஐம்பதினாயிரம் வீரர்கள் கொண்ட படை தரம்பூரிலிருந்து பதினைந்து மைல்கள் தூரத்தில் முகாமிட்டிருப்பதை ஒற்றர்கள் ஏற்கனவே உங்களுக்கு நிச்சயம் தெரிவித்திருப்பார்கள். உங்களது வருகைக்காக அந்தப் படை பொறுமையிழந்து காத்திருக்கிறது. அரசர் மெதினி ராய், அரசர் சில்ஹாதி, அவர்களது இளவல்கள் சந்த் ராய், அர்ஜுன் ராய், ஜெய் ராய், ராய் பித்தோராவின் மகன் இந்திர சேன ராய் ஆகியோரும் அவர்களது வீரர்களும் என் வீரர்களுடன்

விரைவில் இணைவார்கள். ஆக மொத்தம் எழுபதினாயிரத்திற்கும் மேற்பட்ட வீரர் கூட்டம் உங்களை வரவேற்கக் காத்திருக்கும்.

நாங்கள் விரும்புவது சமாதானம் மட்டுமே. மால்வாவின் மக்களுக்கு நாங்கள் அளிக்கும் பரிசு எங்களது நட்புக்கரம் மட்டுமே. மால்வாவிற்குள் குருதி சிந்திய மோதல்களும் சண்டைகளும் என்று மிகவும் சோர்ந்து போயிருப்பீர்கள். அதனால், மேன்மைக்குரிய மெதினி ராயுடனும், மேவார் ராஜ்ஜியத்துடனும், மற்றும் கீழ்த்திசை ராய்களுடனும் சமாதான ஒப்பந்தம் ஒன்றில் கையெழுத்திட ஆர்வத்துடன் இருப்பீர்கள். இதன் பிறகாவது மேவார் மற்றும் மால்வாவின் குருதி சிந்தாமல் இருக்கட்டும். நமது குழந்தைகள் சகோதரர்களாக நன்கு வளரட்டும்.

மேன்மைக்குரிய சுல்தான் அவர்களே இதனைக் கருணையுடன் பரிசீலியுங்கள்.

எப்போதும் உங்கள் சேவையில்,
மகராஜ் குமார்.

பின்குறிப்பு: ஆக்கிரமிக்கும் எண்ணத்தில்தான் காக்ரோனுக்கு நீங்கள் வந்திருக்கிறீர்கள் என்று அரசர் மெதினி ராயின் ஒற்றர் படைத் தலைவர் அஜீத் சிம்மா கூறுகிறார். நாங்கள் அவரைக் கேலி செய்தோம். எப்படிச் சாத்தியமாகும் என்று அவரைக் கேட்கிறோம். ஏனெனில் நீங்கள் விவேகம் நிறைந்தவர்; அமைதியை விரும்பும் மனிதர் என்று அவருக்குத் தெரியாதா என்ன? அவர் மேவாருடன் மோதினால், குஜராத் சுல்தானுக்கும், முஸாஃபர் ஷாவிற்கும் நடந்ததுபோல், சுல்தான் பத்தாயிரக்கணக்கான வீரர்களின் உயிர்களைப் பலி கொடுக்கநேரிடும்; மால்வாவின் விலை மதிப்பற்ற பல பிரதேசங்கள் போய்விடும் என்பது சுல்தானுக்குத் தெரியாதா என்று அவரைக் கேட்டோம். நட்பென்றால் அதிகப் பெருந்தன்மையுடன் இருக்கிற அதேநேரத்தில், எதிரியென்றால் இரக்கம் காட்டமாட்டோம் என்பதும் அவருக்குத் தெரியும் என்றோம். ஆனால், அஜீத் சிம்மா முட்டாள் என்றும், முட்டாள்தனத்தை நீங்கள் பொறுக்கமாட்டீர்கள் என்பதும் எங்களுக்குத் தெரியும்.

'இளவரசே, உங்கள் ஆலோசனையை அவர் ஏற்றுக்கொண்டால்?'

'ஏன் அப்படி நடக்கக்கூடாதா என்ன? அரசே, அப்படி நடந்தால், காக்ரோனோ அல்லது மால்வாவோ இதுவரை பார்த்து இருக்காத அளவுக்கு ஒரு விருந்துக்கு ஏற்பாடுசெய்வோம்; மதுவருந்துவோம், உணவருந்துவோம். அவருடன் சமாதான ஒப்பந்தம் ஒன்றைக் கையெழுத்திடுவோம். அதன்படி சந்தேரி உங்களுக்கு மானியமாக வழங்கப்படும். இந்த ஒப்பந்தத்தை மீறும் துணிச்சல் இருக்கும் எவரும் அவரது ராஜ்ஜியம் முழுவதையும் இழக்க நேரிடும். சுல்தான்

விவேகத்துடன் நடப்பார் என்று விரும்புகிறேன். ஆனால், அதேநேரம் இதுவரையிலும் வந்துவிட்ட அவர், தன் கௌரவத்திற்கு இழுக்கு ஏற்படலாம் என்று எண்ணி சண்டைக்குத்தான் வருவார் என்று நினைக்கிறேன்.'

'சரி, போரில் வென்றுவிட்டால்? அரசர் ஸில்ஹாதியும், ஏனைய ராய்களும் நம்முடன் சேர்வதில் அவ்வளவாக உற்சாகம் காட்டவில்லை. அத்துடன், இந்தக் கணம் வரை உங்கள் படை மூவாயிரத்திற்குக் கொஞ்சம் அதிகம். அவ்வளவு தான். ஐம்பதினாயிரம் அல்ல என்று நினைக்கிறேன்'.

'தோற்றுவிட்டால், உங்களைக் கைவிட்டதற்கு என் தந்தை ராணா என்னை மன்னிக்கமாட்டார். மற்றொன்று, முப்பதினாயிரம் வீரர்களுடன் வரவேண்டும் என்று முடிவுசெய்திருந்தால், அதற்குக் குறைந்தபட்சம் இருபது, இருபத்தைந்து நாட்கள் ஆகும். அப்படித் தாமதமானால், காக்ரோனையும் உங்கள் மகன் ஹேம் கரணையும் இழக்கநேரிடலாம். அந்த நெருக்கடியை எதிர்கொள்ள நான் விரும்பவில்லை.'

'அப்படியானால் வெற்றியோ தோல்வியோ, உங்களை அதற்குப் பொறுப்பாக்கிவிட்டு, நானும் என் மக்களும் நீங்கள் சொல்வதைக் கேட்க வேண்டியதுதான்'

* * *

மெதினி ராயின் தளபதிகளுடன் நடந்த ஆலோசனைக் கூட்டம் அவ்வளவு மகிழ்ச்சிகரமாக இல்லை. எனினும் திருப்தியாக முடியவில்லை என்று சொல்லமுடியாது. என்னுடன் ஒத்துப்போனாரா, இல்லையா, நான் ஆபத்தானவன் என்று நம்பினாரா அல்லது மூளை பிறழ்ந்தவன் என்று நினைத்தாரா தெரியாது. ஆனால், கூட்டம் அவர் கட்டுப்பாட்டில் இருந்தது. எனது விசித்திரமான யோசனைகளையும் முடிவுகளையும் எதிர்க்காமல் அல்லது கேள்விக்கு உட்படுத்தாமல் என் போக்கில் கூட்டத்தை நடத்த அனுமதித்தார். எங்களது முதல் பணி இதுதான். தோலா, மாரு என்றழைக்கப்படும் ஆரவல்லி மலைத்தொடரின் அந்த இரண்டு பெரும் மலைமுகடுகளுக்கு இடையில் ஐம்பதினாயிரம் வீரர்கள் முகாம் போட வசதியாக இடத்தை ஏற்பாடு செய்திருக்கிறோம் என்ற செய்தியை மக்கள் நம்பும்வகையில் பரப்புவது. தரம்பூரிலும் அருகிலுள்ள இடங்களிலும் கிடைக்கும் கூடாரங்கள் அனைத்தும் ஒன்றுவிடாமல் எங்களுக்கு வேண்டும்; மேலும் நூறு கூடாரங்கள் இரண்டு நாட்களில் கொடுக்கவேண்டும் என்று வியாபாரிகளிடம் பேசுவது.

அடுத்து, கண்ணில் படும் நாய்கள் அனைத்தையும் பிடித்து படை முகாமில் அடைத்து வைக்கவேண்டும். தரம்பூர், குரங்குக்கூட்டத்திற்குப்

பேர்போனது என்பது அனைவருக்கும் தெரியும். ஆயிரக்கணக்கில் இருக்கின்றன. நல்ல விளைச்சல் இருக்கும் ஆண்டில் மூன்றில் ஒரு பங்கு பயிர்களை அவை தின்றுவிடுகின்றன. மக்கள் அவற்றைப் பெரிதும் வெறுக்கிறார்கள். ஆகவே அவற்றைக் கொல்வதற்கு எதிராக எந்தச் சட்டமும் இல்லை. எனினும், அவை அனுமானின் சந்ததியர்கள் என்று யாரும் அப்படிச் செய்வதில்லை. பத்து நாய்களையோ அல்லது குரங்குகளையோ படையின் பண்டக சாலைக்கு யாராவது கொண்டுவந்து கொடுத்தால், அவர்களுக்கு மகராஜ் குமார் ஒரு டங்கா கொடுப்பார் என்று கிராமங்களில் அறிவிப்புகளை ஒட்டவேண்டும்.

'படையின் பண்டகசாலைக்கா?' அரசரின் இரண்டாம் நிலை தளபதி கரண் ராய் குழப்பத்துடன் கேட்டார். 'அவற்றை அவர்கள் என்ன செய்வார்கள்?'

'வழக்கம்போல் வீரர்கள் சமைத்துக் கொள்வார்கள். ஆனால், ஐம்பதாயிரம் வீரர்கள் கொண்ட படை உணவுக்கு என்ன செய்யும்? சென்ற ஆண்டின் வறட்சிக்குப் பிறகு இந்தப் பகுதியில் விளையாட்டு என்பதெல்லாம் அதிகம் குறைந்துவிட்டது என்று நினைக்கிறேன்'

'குரங்குகளை வைத்தா, மகராஜ் குமார்?' கரண் ராய் குரலில் உண்மையான பயம் இருந்தது.

'உயிருள்ள குரங்கின் மூளையை சீன ராஜ்ஜியத்தில் அரிதான உணவாக சாப்பிடுகிறார்கள், கரண்ஜி'

'உங்களது உணவு ரசனை மோசமாக இருக்கிறது என்றுதான் சொல்லவேண்டும்' கலக மனநிலையில் அவர் இருந்தார். 'எனது வீரர்கள் நிச்சயம் இதைத் தொட மாட்டார்கள்'

'ஆனால், மேவார் படைகளுக்கு வேறு வழியில்லை. படையெடுப்பின் போது, தேவையானால் யானை மாமிசத்தையோ அல்லது எலிகளையோ அவர்கள் சாப்பிடுவார்கள். குஜராத் படையெடுப்பின்போது கடும் வறட்சி; மிக மோசமான உணவுப் பற்றாக்குறை ஏற்பட்டது. நானும் படையினரும் ஒரு வாரத்திற்கு பாம்பு, கீரிப்பிள்ளை, வறுத்த சிவப்பெறும்புகளைத்தான் சாப்பிட்டோம்.'

பொருட்களை மூட்டை கட்டிக்கொண்டு உடனடியாகப் புறப்படுங்கள் என்று கரண் ராய் சொல்வாரென்று நினைத்தேன்; ஆனால், மெதினி ராய் முகத்தில் உணர்ச்சியேதும் காட்டாமல் இருந்தார்; வாயை மூடிக்கொண்டு இருப்பதைத் தவிர அவருக்கு வேறுவழியில்லை.

படையெடுப்பிற்கு உளவு அதிகாரியாக மங்கள் அனுப்பியிருந்த ஷிராஸ் அலியின் பக்கம் திரும்பினேன். கைதியாகப் பிடிக்கப்படும்

எதிரிப்படை வீரர்களின் கண்கள் குருடாக்கப்படும்; எண்ணெய் செக்குகளிலோ அல்லது மாவு ஆலைகளிலோ எருதுகளுக்குப் பதிலாக அவர்கள் அங்கு வேலைசெய்ய அனுப்பப்படுவார்கள் என்ற செய்தியை கல்ஜியின் படைமுகாமில் பரப்பச் சொன்னேன். அப்படியில்லை என்றால், காயடிக்கப்பட்டு நிலக்கரிச் சுரங்கங்களுக்கு வேலைசெய்ய அனுப்பப் படுவார்கள்; அங்கு போனவர்கள் எவரும் உயிருடன் திரும்பியதில்லை என்பதும் அனைவருக்கும் தெரியும். அவர்களது தாய், மனைவி, மகன், மகள் ஆகியோர் பரத்தமை தொழிலில் ஈடுபடுத்தப்படுவார்கள். இயற்கைக்கு மாறான, மிருகத்தனமான வேலைகள் செய்யவேண்டி இருக்கும். அவர்களால் பயனேதுமில்லை என்றால் சாகடிக்கப்படுவார்கள். அவர்களது நிலங்கள் பறிக்கப்பட்டு ஏலம் விடப்படும். மாறாக, கல்ஜியின் வீரர்கள் மேவார் படையுடன் சேர்ந்தாலோ அல்லது வீட்டுக்குத் திரும்பிவிட்டாலோ, கைநிறையப் பலன்கள் உண்டு: தரம்பூரிலிருக்கும் யுத்த அலுவலகத்திற்கு வந்து தகவல் தெரிவிப்பவர்களுக்கு இரண்டு மாதச் சம்பளம் முன்கூட்டியேத் தரப்படும்; யுத்தம் முடிந்ததும் அவரவர் விருப்பத்திற்கு ஏற்ப பாரமிழுக்கும் விலங்குகளோ அல்லது பசுக்களோ தரப்படும் என்று அறிவிக்க சொன்னேன்.

'இளவரசே, வயதான பெற்றோர்களையும், மனைவிகளையும் குழந்தைகளையும் பரத்தமைத் தொழிலில் ஈடுபடுத்தமாட்டீர்கள் இல்லையா? இயற்கைக்கு மாறான வேலைகளைச் செய்யச் சொல்ல மாட்டீர்கள். அப்படித்தானே?' கரண்ஜியின் உபதளபதிகளில் ஒருவன் சிரித்துக்கொண்டே, என்னைச் சிரிக்க வைக்க முயன்றான்.

'ஏன் கூடாது?' அவனை இடைமறித்துக் கேட்டேன்.

'ஏனென்றால், நாம் அவர்களைப் போன்றவர்கள் இல்லையே, நாகரீகமானவர்கள் அல்லவா?'.

'நீங்கள் சொல்வது சரி. நாம் அவர்களைப்போல அல்ல. நாம் அதைச் செய்யமாட்டோம் என்று சொல்லுமளவிற்கு மிகவும் கொடிய, ஒழுக்கக்குறைவான செயல் எதுவும் இல்லை என்பதை அவர்கள் கண்டுபிடிக்கவேண்டும். கனவான்களே, உங்களுக்கு ஒரு கணக்கை விவரிக்கிறேன். நமது வட்டிவிகிதம் இப்போது 300 சதவீதம். பல ஆண்டுகளுக்குமுன் மேவார், குஜராத்திடம் 3000 வீரர்களை இழந்தது உங்களுக்குத் தெரியும். அதற்குச் சில ஆண்டுகளுக்குப்பின், ஒரே நாளில் அதிகாலையில் குஜராத்தின் 10,000 வீரர்களை மேவார் அழித்தது. அரசர் மெதினி ராய் மாண்டுவில் 39,917 வீரர்களை இழந்தார். இந்த எண்ணிக்கையைக் காட்டிலும் மூன்று மடங்கு மனிதர்கள் தமது ராஜ்ஜியத்தில் ஏதோவொரு வழியில் கொல்லப்படப் போகிறார்கள் என்பதை மகமது கல்ஜி அறியவேண்டும்: அவர்கள் குடிமக்களோ அல்லது வீரர்களோ, ஆண்களோ அல்லது பெண்களோ.'

ராயின் போராலோசனைக் கூட்டத்தில் இருந்தவர்கள் இந்தத் தகவல்களைக் கலக்கத்துடன், அமைதியாக அசைபோட்டுக் கொண்டிருந்தனர்.

'இளவரசே, இறுதியாக ஒரு கேள்வி.' கரண் ராய் அவ்வளவு எளிதாக என்னை விடப்போவதில்லை. 'உங்களுடைய மீதி ஐம்பதினாயிரம் வீரர்கள் எப்போது வந்து சேருவார்கள்?'

'ஒரு வாரத்திற்குள். ஷிராஸ் அலியும் அவர்களது ஆட்களும் நீலகாந்த் கணவாய் வழியாக நேரடியாக அவர்களை முகாமிற்கு அழைத்து வருவார்கள். மக்களின் அமைதியான தினசரி வாழ்க்கை நடைமுறைகளுக்கு தொந்தரவு ஏற்படக்கூடாதல்லவா? அவர்கள் மிக நல்ல மனிதர்கள், கரண்ஜி.' ஏளனமாகச் சிரித்தேன். 'ஆனால், மற்ற வீரர்கள் போலவே கொஞ்சம் விளையாட்டுத்தனமும் சுறுசுறுப்பும் மிக்கவர்கள்'.

கரண் ராயும் அவனது உபதளபதிகளும் மிகத் திறமையாக எங்களைக் கெட்டவர்கள் ஆக்கினர். ஐந்தாம்படையைக் காட்டிலும் அல்லது வதந்திகள் பரப்புவோர்களைக் காட்டிலும் மிகச்சிறப்பாக அதனைச் செய்தனர். நகரத்தில் பெரும் வெறுப்பு அலை பரவியது. எங்கள் படையினர் இரண்டு சந்தர்ப்பங்களில் அவமதிக்கப்பட்டனர். ஒரு சம்பவத்தில் அவர்கள் மீது கல்லெறிந்தனர். அந்தத் துஷ்டர்களைச் சாட்டையால் விளாசும்படி மெதினி ராய் உத்தரவிட்டார். ஆனால், இந்தச் சம்பவங்களுக்குப் பிறகு பாசறையின் எல்லைக்கு உள்ளாகவே இருப்பது நல்லது என்று முடிவுசெய்தோம். நகரத்தில் எங்களது வருகை தேவை என்ற நிலையில் வேறுவழியில்லாமல்தான் வெளியில் சென்றோம்.

என் சகோதரன் விக்கிரமாதித்தனும் ஒருவிதத்தில் பயன்பட்டான் என்பதை ஒப்புக்கொள்ளவேண்டும். இல்லையென்றால் புறம்பேசுதல் மற்றும் வதந்திகளின் ஆற்றல் எனக்குத் தெரிந்திருக்காது. மூன்றாம் நாள், தெருவில் ஒரு நாயையும் பார்க்கமுடியவில்லை. இல்லை, நாங்கள் அவற்றைச் சாப்பிடவும் இல்லை. (அப்படிச் செய்ய தீவிரமாக விரும்பினேன் என்பது உண்மை; ஆனாலும் இரவில் பாசறையில் அவை எழுப்பிய அருவருப்பான, அபசகுனமான ஊளைகளைத் தாங்க முடியவில்லை. மோசமாகச் சொன்னால், பத்ரிநாத்தில் அல்லது பஜாவூரில் இருக்கும் துணையை நினைத்து அவை ஊளையிட்டனவா, தெரியவில்லை?) நகரத்தின் மக்கள் அவற்றைத் தொலைதூரத்திற்கு விரட்டிவிட்டனர். அல்லது இந்த மேவாரி அரக்கர்களிடம் மாட்டிவிடக் கூடாது என்பதற்காக அவற்றைத் தங்கள் வீட்டிலோ முற்றத்திலோ கட்டிப்போட்டனர்; அடைத்து வைத்தனர்.

* * *

ஒருநாள் பின்னிரவில், இங்கு வந்த நான்காவது நாள் என நினைக்கிறேன். மெதினி ராய் எங்கள் பாசறைக்கு வந்தார். அவருடன் மற்றொரு மனிதர். ராய் மிகவும் களைத்திருந்தார், பேசமுடியவில்லை. கடவுளே, கெட்ட செய்தியாக இருக்கக்கூடாது. இளவரசன் ஹேம் கரணை சாக விட்டுவிடாதே. காக்ரோன் வீழ்ந்துவிட்டதா? ஒரு தளபதி செய்யக்கூடாத மன்னிக்கமுடியாத குற்றத்தை இழைத்துவிட்டேனா? அதீத நம்பிக்கையா? நான் இதைப் பாதுகாப்பாக முயற்சித்திருக்கலாமே. காக்ரோனுக்கு ராயுடன் சென்று கோட்டையின் மீது கவிந்திருக்கும் அழுத்தத்தைத் தளர்த்தியிருக்கலாமே!

'ஒருவர் தீர்க்கவே முடியாத கடன்களும் இருக்கின்றன, இளவரசே'. மெதினி ராய் கூடாரத்திற்குள் வந்துவிட்டார். 'எந்த நிலையிலும் அதிலிருந்து நான் விடுபட விரும்பாத கடன். சாகும் நாள் வரை அந்தக் கடன் என்னுடன் இருக்கும். என் மகன் ஹேம் கரணையும், காக்ரோனில் சிக்கியிருந்த என் மக்களையும் திருப்பிக் கொடுத்துள்ளீர்கள்.'

ஐம்பதினாயிரம் மேவார் வீரர்கள் குறித்து நான் கட்டிய கதையை சுல்தான் நம்பியதற்கு எங்கள் குலதெய்வம் ஏகலிங்கேஸ்வருக்கு நன்றி தெரிவித்தேன். எந்த நேரத்திலும் சுல்தானை எதிர்பார்க்கலாம்; ஆனால், அது பெரிய பிரச்சனையல்ல. கரணை நான் அணைத்துக்கொண்டேன். எவ்வளவு நேரம் என்று தெரியவில்லை. அருகிலிருந்த இருக்கையில் அவனை அமரவைத்தேன். சில நிமிடங்களில் அவன் அயர்ந்து தூங்கிவிட்டான்.

'உங்கள் அரவணைப்பில் அவனை வைத்துக்கொள்ளுங்கள், மகராஜ்குமார். நீங்கள் அவனுக்கொரு வீரநாயகன். உங்களைப் பின்பற்றி நடக்க அவன் விரும்புவான்.'

கடவுள் இதைத் தடுக்கட்டும். இன்றைய நாயகர்கள் நாளைய எதிர்நாயகர்கள். ஆனால், தேஜையும், ஷஃபியையும் தவிர்த்து, வாழ்க்கை என்பது சாகும் கலையைப் பற்றியதல்ல என்று நினைக்கும் மற்றொரு ராஜபுத்திரனைப் பார்த்ததில் எனக்கு மகிழ்ச்சிதான்.

மால்வா சுல்தானின் திட்டம் என்ன? காக்ரோனின் முற்றுகையை அவன் விலக்கி கிட்டத்தட்ட மூன்று வாரங்கள் ஆகிவிட்டன. அவன் இருக்கும் அடையாளமே தெரியவில்லை. ஹேம் கரணைப் பின்தொடர்ந்து வந்து அவன் எங்களை மிதித்துத் துவைத்திருக்கலாம். உதவிப்படைக்காக அவன் காத்திருக்கிறானா?

அவரைப்பற்றி நான் நினைத்ததைவிட அதிகப் புத்திசாலியா, தந்திரசாலியா? நான் பயன்படுத்திய அதே தந்திரத்தை, எங்கள் பயத்திற்கு எதிராகப் பயன்படுத்தி அவரும் விளையாடுகிறாரா? அப்படித்தான்

என்றால், அவர் சிறப்பாகச் செயல்படுகிறார். சந்தேகம், ஊகம், அச்சம் ஆகிய அனைத்தும் சேர்ந்து கொதிக்கும் பானையில் மெதினிராய், ஹேம் கரண், தேஜ், ஷஃபி, நான் என்று எங்கள் அனைவரையும் தள்ளிவிட்டார். அவரது அடுத்த நகர்வு என்னவாக இருக்கும் என்று எங்களைத் திகைக்க வைத்துவிட்டார்.

ஆழம் பார்க்கவேண்டிய நேரம்; சாத்தியப்பட்டால் சுல்தானின் பொறுமையைச் சோதிப்பது; அவரது எதிர்வினை என்னவென்று பார்ப்பது. அவர்தான் எலி என்ற நம்பிக்கையில், எலியும் பூனையும் விளையாட்டை அவருடன் விளையாடலாம். மெதினி ராயின் வீரர்கள் மூவாயிரம் பேரைத் தேர்ந்தெடுத்து, எமது படையுடன் சேர்த்து ஆயிரத்தைந்நூறு வீரர்கள் கொண்ட நான்கு அணியாகப் பிரிப்பது. ஒருநேரத்தில் இரண்டு அதிரடிப் படைகளுக்கு மேல் தாக்குதலுக்குச் செல்லக்கூடாது. தேஜும் ஷஃபியும் பொறுப்புடன் செயல்படுவார்கள். இளவரசன் ஹேம் கரணும் கரண் ராயும் விஷயங்களைக் கற்றுக்கொள்ளும் வரை அவர்களுக்கு இவர்கள் உதவி செய்வார்கள். அதன்பின் அவர்கள் சுயாதீனமாகச் செயல்படுவார்கள்.

‘உங்கள் மனத்தில் தோன்றுவதுபோல் செயல்படப்போகிறீர்கள்’. நால்வரையும் நோக்கிப் பேசிக்கொண்டிருந்தேன். ‘நான் எப்படி எடுத்துக்கொள்வேன், எப்படி எதிர்வினையாற்றுவேன்; உங்கள் நடவடிக்கையை ஒப்புக்கொள்வேனா, மாட்டேனா என்றெல்லாம் குழப்பிக்கொள்ளாதீர்கள். களத்திலிருப்பது நீங்கள். என்ன செய்யவேண்டும் என்பதை முடிவுசெய்யும் சிறந்த நீதிபதி நீங்கள்தான். இரண்டே விதிகள்தான். எதிரியை நேருக்குநேர் சந்தித்துவிடாதீர்கள். சாத்தியமிருப்பின், ஒரே நேரத்தில் வெவ்வேறு முனைகளில் தாக்குங்கள். எதிரியின் மத்தியில் குழப்பத்தையும் பீதியையும் விதையுங்கள். நமது திட்டம், எதிரிப் படையின் வீரர்கள் எண்ணிக்கையைக் குறைப்பது. சரியான காரணமின்றி வீரர்களில் ஒருவரை நீங்கள் இழந்தாலும், உங்கள்மீது கொலைக்குற்றம் சுமத்தப்படும். வெற்றியுடன் வாருங்கள்.’

அத்தியாயம் 34

சித்தோர் செய்திகள் பெரும்பாலும் மங்களிடமிருந்துதான் எனக்குக் கிடைத்தன. குடிநீர் வடிகால் திட்டத்தின் முதல் கட்டப்பணிகள் நல்ல விதமாக முடிந்துள்ளன. லக்ஷ்மண் சிம்மாஜிக்குப் பக்கவாதம் ஏற்பட்டது. ஆனால், பாதிப்பிலிருந்து விரைந்து மீண்டு வருகிறார். அரசாங்க நாவிதனுக்கு ஓர் ஆசைநாயகி இருக்கிறாள். இதை அறிந்த மனைவி கணவனின் உறுப்பைச் சவரக் கத்தியால் வெட்ட முயன்றிருக்கிறாள். நாவிதன் மதன்லால், மனைவியைப் பற்றி அளவுக்குமீறி பெருமை கொள்கிறான். தனது சேதமாகிவிட்ட ஆணுறுப்பை, பேரரசர் உட்பட எல்லோருக்கும் காட்டுவதற்கு அதிகம் விருப்பப்படுகிறான். கொசுறு செய்தி ஒன்றும் உண்டு. பிருந்தாபாணி கோவில் விரிவாக்கப்பணிகள் முடிந்துவிட்டன. மாலை ஆரத்தியில் பேரரசர் கலந்துகொள்வதைச் சிலர் எதிர்க்கின்றனர்; எனினும், அதையும் மீறி அவர் தொடர்ந்து கலந்துகொள்கிறார் என்று அரண்மனை நபர்கள் சிலர் கூறுகிறார்கள்.

காபூல் அரசன் ஜாஹிருதீன் முகமது பாபர், பஞ்சாபில் ஒழுங்கை நிலைநாட்டும் நோக்கத்துடன் ஹிந்துஸ்தானை நோக்கிச் சிரமத்துடன் பயணம் செய்துகொண்டிருக்கிறான். அவனது நாட்குறிப்புப் பக்கங்கள் என்று மேலும் சிலவற்றை மங்கள் அனுப்பியிருந்தான். ‘அவை அர்த்தமற்றவையாகத் தோன்றுகின்றன’ என்று மங்கள் எழுதியிருந்தான். ‘அங்கிருந்து நமக்குத் தகவல் அனுப்பும் நபர், கிடைத்ததை எல்லாம் சேகரித்து அனுப்புகிறான். பெரும்பாலும் அவை சூழலுடன் தொடர்பற்றவையாக இருக்கின்றன’ என்று கூறியிருந்தான். ஒரு மாலைவேளையில் பாபரின் கூடாரத்திற்கு வெளியில் அமர்ந்து உரையாட வேண்டும் என்று சிலநேரங்களில் தோன்றும்; இனிமேல் அருந்தப்போவதில்லை என்று பாபர் அடிக்கடிக் கூறும் அந்த மதுவை அருந்தியபடி இந்தக் குறிப்புகளுக்கான விளக்கங்களையும் தொடர்புடைய வேறு தகவல்களையும் அவனிடம் கேட்கலாம் என்று நினைப்பேன்.

’அந்தப் பிரதேசத்திலிருந்து புறப்பட்ட நாங்கள், காஹ்ராஜுக்கு அருகில் குதிரைகளிலிருந்து இறங்கினோம். காஹ்ராஜ் மற்றும் பேஷ்க்ராம் பள்ளத்தாக்கின் வாயில் அது. கணுக்கால் ஆழத்திற்கு பனி பெய்திருந்தது. அந்த இடத்தில் பனிப்பொழிவு மிகவும் அரிது என்பதால், மக்களுக்குப் பெரும் வியப்பு. சாவாத் பிரதேசத்தின் சுல்தான் வைஸ் ஒப்புதலின்படி படை உபயோகத்திற்கு காஹ்ராஜ் மக்கள் நாலாயிரம் கழுதைப் பொதியளவு அரிசி அளிக்கவேண்டும் என்று விதிக்கப்பட்டது. அதை வசூல் செய்ய சுல்தானே அனுப்பப்பட்டான். முரட்டுத்தனம் நிறைந்த இந்த மலைவாழ் மக்கள் இதற்கு முன்னர் எப்போதும் இவ்வளவு பெரிய சுமையை ஏற்றதில்லை. அவ்வளவு தானியத்தை அவர்களால் கொடுக்கமுடியவில்லை; ஆகவே அவர்கள் அழிவை எதிர்கொண்டனர்.’

இந்தக் குறிப்பு என் ஆர்வத்தைத் தூண்டியது. பாபரின் மூதாதையர்கள் நாடோடிகள்; விரைவான திடீர்த் தாக்குதல் அவர்களுக்கு வழக்கமானது. தானியங்களையும், பெண்களையும், குதிரைகள், ஒட்டகங்கள், ஆடுமாடுகள், நகைகள் போன்ற சொத்துகளையும் அவர்கள் கொள்ளையடிப்பார்கள். மக்கள் அனைவரையும் ஒட்டுமொத்தமாகக் கொலைசெய்த பிறகு, அந்த நகரத்தை அல்லது குடியிருப்பைத் தீக்கிரையாக்குவது வழக்கமாக நடப்பதுதான். ஆனால், பாபர் இயல்பிலேயே அதிக எச்சரிக்கையுடன் செயல்படுபவன்; நியாயமான மனிதன். பொழுதுபோகவில்லை என்பதற்காக யாரையும் தாக்குவதில்லை; தேவையின்றி மக்களை விரோதித்துக் கொள்வதும் இல்லை. தவறான கணிப்பால் அவனுக்குத் திடீரென்று உணவுப்பொருள் பற்றாக்குறை ஏற்பட்டதா? அப்படியே ஏற்பட்டிருந்தாலும், அந்தத் தானியத்திற்கு அப்போது என்ன விலையோ அதை அந்த மக்களுக்கு ஏன் கொடுத்திருக்கக் கூடாது? அந்த மலைவாழ் விவசாயிகளும் அவர்களது குடும்பங்களும் பட்டினி கிடக்காமல் இருப்பதை அவன் உறுதி செய்திருக்கலாமே?

இருப்பினும், பாபரின் அடுத்தக் குறிப்பு என் தூக்கத்தை ஒரேயடியாகப் போக்கிவிட்டது. மங்களுக்கும் எனக்குமிருந்த அச்சங்கள் உண்மையாகிவிட்டன.

'எங்களுடைய பாசறைகளைச் சுற்றி அந்தப் பிரதேசத்து மக்களின் பல்வேறு மந்தைகளையும் கால்நடைக் கூட்டங்களையும் பார்க்கமுடிந்தது. ஹிந்துஸ்தானை எனதாக்கிக்கொள்ள வேண்டும் என்ற எண்ணம் இதயத்தில் எப்போதுமுண்டு. அதுபோல, பீரா, குஷாப், சீனாப், சீமுட் போன்ற பல்வேறு நாடுகள் ஒரு காலத்தில் துருக்கியர்களிடம் இருந்தன. அவை என்னுடையவை என்றே மனத்தில் எண்ணியிருந்தேன். சமாதான வழியிலோ அல்லது வலுக்கட்டாயமாகவோ திரும்பவும் அவற்றைக் கைப்பற்ற முடிவு செய்துள்ளேன். இந்தக் காரணங்களால் அந்த மலைவாழ் மனிதர்களை நல்லவிதமாக நடத்துவது தவிர்க்கமுடியாதது. ஆகவே பின்வரும் உத்தரவு பிறப்பிக்கப்பட்டது: "இந்த மக்களின் மந்தைகளையோ அல்லது கால்நடைகளையோ தொந்தரவு செய்யாதீர்கள்; காயப்படுத்தாதீர்கள். அவர்களது பின்னல் வேலைகளையும் தொந்தரவு செய்யக்கூடாது, ஏன் உடைந்த ஊசிகளையும் தொடக்கூடாது".'

அதற்குப் பிறகான குறிப்புதான் மேலும் வெளிப்படையானது. சில விஷயங்களைச் சொல்லுகிறது.

'எல்லோரும் எப்போதும் சொல்லிக்கொண்டிருக்கிறார்கள். "ஒரு காலத்தில் துருக்கியைச் சார்ந்திருந்த நாடுகளுக்கு, அமைதியை உத்தேசித்துத் தூதுவர்களை அனுப்புவதால் எந்தத் தீங்கும் இல்லை".

அதன்படி ரபியுலாவல் மாதத்தின் முதல் நாள் வியாழன் அன்று, டில்லி சுல்தான் இப்ராஹிமைச் சந்திக்க முல்லா முர்ஷித் நியமிக்கப்பட்டார். (அடுத்த ஒன்றரை வரிகள் சரியாகப் புரியவில்லை)...அவனுக்குப் பெரிய வல்லூறின் மூலம் செய்தி அனுப்பி, பழங்காலத்திலிருந்து துருக்கியைச் சார்ந்திருந்த நாடுகள் எவை என்று கேட்டிருக்கிறேன். தௌலத்கானுக்கும் சுல்தான் இப்ராஹிமுக்கும் கடிதம் எழுதும் பொறுப்பு முல்லா முர்ஷிதுக்கு அளிக்கப்பட்டுள்ளது. செய்தியை நேரடியாகத் தெரிவிக்கவும் ஆட்கள் அனுப்பப்பட்டனர்; அங்கு செல்வதற்கு அவனும் விடுவிக்கப்பட்டான். ஹிந்துஸ்தான் மக்களும் அதற்குமேல் ஆப்கானியர்களும் உணர்வுக்கும் அறிவுக்கும் அப்பாற்பட்டவர்களாய் இருக்கிறார்கள்; மதிப்பீடு செய்வதிலிருந்தும் கலந்து பேசுவதிலிருந்தும் விலகி நிற்கிறார்கள்; அவர்களால் எதிரிகளைப்போல் நகரவும் அல்லது நிலை எடுக்கவும் முடியவில்லை. நட்புணர்வை உருவாக்கும் வழிகளும், விதிகளும் அவர்களுக்குத் தெரியாது. தௌலத்தைச் சந்திக்க எனது ஆட்கள் பல நாட்கள் லாகூரில் காத்திருக்க வேண்டியதாயிற்று. அவனைச் சந்திக்கவே இல்லை. சுல்தான் இப்ராஹிமைப் பார்க்கச் செல்வதற்கும் அவனை (முல்லாவை) விரைவுப்படுத்தவில்லை; பதிலேதும் கிடைக்காமல் சில மாதங்களுக்குப் பிறகு அவன் காபூலுக்குத் திரும்பி வந்தான்'.

சரியற்ற, போலியான வாதமாகத் தோன்றினாலும், மிகவும் வலுவானது. நிர்வாகத்திற்கு மிகவும் அடிப்படையான முக்கிய உண்மையை பாபர் கிரகித்துவிட்டான். நாகரீக மக்களின் இதயத்தில் ஒப்பந்தம் ஒன்று இருக்கிறது. அது உண்மையானதா அல்லது போலியானதா, வெளிப்படையானதா அல்லது உள்ளுறைந்ததா என்பது ஒரு பொருட்டல்ல. அதன் வடிவம்தான் முக்கியமானது. அது கொண்டிருக்கும் பார்வைதான், ஒரு நாட்டின் அனைத்து அதிகாரங்களுக்கும் ஒழுங்குமுறைகளுக்கும் மூலாதாரமாக இருக்கிறது. குழப்பங்களை அது கட்டுப்படுத்துகிறது. முடியாட்சிக்கு அல்லது வேறுவிதமான ஆட்சிமுறைக்கு அடித்தளமாக இருக்கிறது. அங்கு சிலரின் கட்டளைகளுக்குப் பலர் அடிபணிகிறார்கள்.

சிசோடியர்களாகிய நாங்கள் முதன்மை சக்தியான சிவனின் பிரதிநிதிகள். எங்கள் குடும்பத்திற்கு அளிக்கப்பட்டிருக்கும் அதிகாரத்தின் மூலாதாரம் அவர்தான். மக்கள் ஏன் வரிகட்டுகிறார்கள்? கொத்தவாலோ அல்லது சாதாரண காவலரோ வாசலில் வந்து நின்று, உங்கள்மீது திருட்டுக்குற்றம் அல்லது கொலைக்குற்றம் சுமத்தப்பட்டுள்ளது என்று சொல்லி கைது செய்ய வரும்போது மக்கள் தமது மணிக்கட்டுகளை ஏன் நீட்டுகிறார்கள்? ஏனெனில் வரிவிதிக்கும் அலுவலகங்களும், சட்டங்களும், அரசாங்கத்தின் ஏனைய கருவிகள் அனைத்தும், அந்த உடன்படிக்கை, ஒப்பந்தம் அல்லது அதை எப்படி நீங்கள் அழைக்க

விரும்புகிறீர்களோ அதிலிருந்து உற்பத்தியாகும் அதிகாரத்தின் வழித்தடங்களே. அந்தப் பிணைக்கும் சாராம்சத்தில் பொதிந்திருக்கும் உத்தேசமான அதிகாரத்தைச் சொல்லித்தான் மூதாதைத் தைமூரைச் சுட்டிக்காட்டி, டில்லி அரியாசனத்தின் மீது தனக்கு உரிமை இருக்கிறது என்று நிறுவுவதில் பாபர் மிகவும் தீர்மானமாக இருக்கிறான். அத்தகைய உரிமை கோரலுக்கு அவனுக்கிருக்கும் சட்டரீதியான அந்தஸ்து பெரும் சந்தேகத்திற்குரியது; சரியாகச் சொன்னால் ஏற்கமுடியாதது. 'நொண்டித்' துருக்கியன் தைமூர் ஒரு சுழல்காற்றைப்போல் கொள்ளையடித்துச் சென்றான்; இந்தப் பிரதேசங்களில் ஆளும் அரசர்களைப் போலன்றி, தாக்கிக் கொள்ளையடித்து ஓடியவன். அவன் டில்லியை 1399ல் துடைத்தெடுத்துச் சென்றான். டில்லிக்கு உரிமை கோருவதற்கு பாபருக்கு ஒரு சாக்குத் தேவைப்படுகிறது. நூறு ஆண்டுகளுக்கு முன் அந்த இடத்திற்கு தைமூரின் விரைவான வருகை போதுமான காரணமாக அமைகிறது.

அவனுக்கும் தைமூருக்கும் உள்ள தூரத்து உறவை எளிமையான, வசதியான காரணத்தைச் சொல்லி, எதிர்காலத்தில் ஏதோ ஒருநாளில் ஹிந்துஸ்தானை கையகப்படுத்த பாபர் முடிவு செய்துவிட்டான்; (அனைத்திற்கும் மேலாக இந்த 'நொண்டிக் கொடுமைக்காரன்' தைமூருக்குப் பல மகன்களும், பல பேரன்களும், எண்ணிக்கையற்ற கொள்ளுப் பேரன்களும் இருக்கிறார்கள். ஐந்தாம் தலைமுறை ஒன்றுவிட்ட தம்பிகளில் தற்போதிருக்கும் எந்தப் பிள்ளையை டில்லி அரியணையின் வாரிசாகச் சொல்வது?) இப்போது, சுல்தான் இப்ராஹிமிடம் பெருந்தன்மையுடன் நடந்து கொள்ளவும், ஒப்பந்தம் செய்துகொள்ளவும் விரும்புகிறான்: சுல்தானின் ஆளுகைக்கு உட்பட்ட பகுதிகளுக்கும் தைமூர் ஆக்கிரமித்த அனைத்துப் பிரதேசங்களுக்கும் பண்டமாற்றாக ஒரு வல்லூறு! எவ்விதத்திலும் நேர்மையான, நியாயமான இந்தப் பேரத்தையும் பண்டமாற்றையும் நீங்கள் ஒப்புக்கொள்ள மாட்டீர்களா என்ன?

காபூல் அரசனின் துணிச்சலை, முன் யோசனையை, அரசியல் கூர்மையை, தந்திரத்தை வியந்து உள்ளூர சிரித்துக் கொண்டிருந்தேன். அப்போது பாதுகாப்புத் தலைவர் உள்ளே வந்தார்.

'இளவரசே, மன்னிக்கவும்...' முகத்துதிகளை நிறுத்த என் கையை உயர்த்தினேன். என்னை யாரும் தொந்தரவு செய்யக்கூடாது என்று உறுதியான உத்தரவுகள் பிறப்பித்திருந்தேன்; அப்படியும் என்னைத் தொந்தரவு செய்யும் மடத்துணிவு இருக்க வேண்டும் என்றால் ஏதாவது முக்கிய காரணமாகத்தான் இருக்க வேண்டும். 'உங்களைப் பார்க்க ஒரு பெண்மணி வந்திருக்கிறார்'.

நான் புன்னகைத்தேன். போர்க்களத்திற்கு அருகிலிருக்கும் பாசறைக்கு ஒருவகையான பெண்கள் மட்டுமே வருகைதருவார்கள். 'என் மீது உங்களுக்கிருக்கும் அக்கறை நெகிழ்ச்சியைத் தருகிறது. ஆனால், எனக்குப் பெண் துணை தேவைப்படும்போது உங்களிடம் சொல்கிறேன்'.

'இளவரசே, மன்னித்துக் கொள்ளுங்கள். உங்கள் உறவினர் என்கிறார். நெருக்கமான உறவாம்'.

மூன்று பேரில் யாராக இருக்கும்? ஊகிக்க எனக்கு நேரமில்லை. முதலாமவர், ராணி கர்மாவதி. இரண்டாவது, நீலவிழியாள். மூன்றாவது... என் முன்னால் அவள் நின்றுகொண்டிருந்தாள்.

பிரமைதான் என்று நினைத்தேன். கிட்டத்தட்ட நான்கு ஆண்டுகளாக ஒரு எண்ணத்தை அடக்கி வைத்திருந்தேன். மனிதன் செய்யமுடிந்த மிக கோழைத்தனமான காரியம் என்று கருதும் அந்தச் செயலைச் செய்தேன்: எனது காதலை மறுத்தல். அவளைக் கொன்றிருந்தால் கருணை மிக்க செயலாக இருந்திருக்கும். மாறாக, அவளை வாழ அனுமதித்து, அவள் ஆன்மாவைக் கொன்றுவிட்டேன்.

என் பாதத்தைத்தொட்டு, 'என்னை ஆசிர்வதியுங்கள், பிரபு' என்றாள்.

கைப்பிடித்து அவளைத் தூக்கினேன். 'லீலாவதி இங்கே தரம்பூரில் என்ன செய்கிறாய்?'

ஆஹா, இளவரசர்கள் பேசும் பேச்சு! எனது சிறு உரையாடல்களின் எண்ணமுடியா சேமிப்பிலிருந்து தோண்டியெடுக்க முடியாத அற்பமான விஷயம் ஏதாவது இருக்கிறதா?

'என் கணவரை மாண்டுவிலிருந்து மகமது கல்ஜி உடனடியாக வரச் சொல்லியிருந்தார். அவசரமாகக் கடன் தேவையாம். அது சம்பந்தமாகப் பேச வேண்டும் என்றார். நானும் அவருடன் வந்தேன். உங்களைத் தனியாகச் சந்திக்க நினைத்தேன்.'

'உன் கணவர் போகுமிடமெல்லாம் அவருடன் நீயும் போவாயா?'

'அவர் லேவா தேவி செய்பவர்' என்று அவள் புன்னகைத்தாள். 'நானும் கடன் கொடுப்பவள் தான். அரசியல்வாதியின் மூளை கொண்டவள். முக்கியமான, சிக்கலான விஷயங்களில் என்னைக் கலந்துகொண்டால் பலன் இருக்கிறது என்று அவருக்குத் தெரிந்திருக்கிறது'.

'அவருக்கு என்ன அறிவுரை கூறியிருக்கிறாய்?'

'உங்களது வலிமை, மின்னல் வேகத் தாக்குதல் என்று சுல்தான் நினைக்கிறார். அது காயப்படுத்தும். பலவீனமாக்கும். ஆனால், அழித்துவிடாது. நீண்டகால அடிப்படையில் பலன் தரக்கூடியது. இந்தமுறை உங்களுக்குத் தாக்குப்பிடிக்கும் திறன் குறைவு என்று அதைப் பயன்படுத்திக்கொள்ள நினைக்கிறார். இல்லையெனில், ஐம்பதினாயிரம் வீரர்களை நீங்கள் ஏன் அழைத்து வரவேண்டும்.

'குன்றுகளும் ஆழமான பள்ளத்தாக்குகளும் நிறைந்த நிலப்பரப்பில் அவர் உங்களைச் சந்திக்கமாட்டார். இடார் போரில் மாலிக் ஆயாஸ் செய்ததுபோல், சமமான நிலப்பகுதியில் உங்களைத் தோற்கடித்துவிடலாம் என்று நம்புகிறார். சுல்தானின் புத்திசாலித்தனமான யோசனை இது. ஆனால், பிரச்சனை சுல்தான் அல்ல; நீங்கள்தான் என்று என் கணவரிடம் கூறினேன். அரசாங்கப் பணம், மனித ஆற்றல் என்று வரும்போது இந்த நாட்டிலேயே அரச வம்சத்தில் மிகவும் கஞ்சத்தனமான நபர் நீங்கள் தான் என்று அவரிடம் சொன்னேன். மிகக் குறுகிய காலத்தில் இவ்வளவு பெரிய படையைச் சேகரித்து, இங்கு அழைத்து வந்திருப்பதை நம்பமுடியவில்லை. அப்படி நடந்திருந்தாலும், சுல்தானுக்கு எதிராக இவ்வளவு அதிகமான பணத்தையும் நேரத்தையும் செலவழிப்பீர்களா என்றும் சந்தேகமாக உள்ளது. உங்கள் மடியில் மால்வா விழுந்தால் அதைச் சட்டைப் பையில் போட்டுக்கொள்வது நல்லதுதான். ஆனால், டில்லிதான் உங்கள் கண்ணில் தெரியும் பரிசு என்று ஊகிக்கிறேன்'.

'இந்தப் படையெடுப்பில் என் திட்டம் என்னவென்று நினைக்கிறாய்?'

'எனக்கு எதுவும் தோன்றவில்லை, இளவரசே. உங்கள் மனத்தில் குறிப்பாகத் திட்டம் ஏதும் இருக்கும் என்று நான் நம்பவில்லை'

முகத்தில் உணர்ச்சி எதையும் காட்டவில்லை; அல்லது அப்படி நினைத்தேன். ஆனால், ஆடை களையப்பட்ட உணர்வு ஏற்பட்டது; உடல் மட்டுமல்ல, மனத்தின் மிக ஆழமான இடைவெளிகளும் நிர்வாணமாக்கப்பட்ட உணர்வு ஏற்பட்டது.

'ஆனால், ஒரு விஷயம் எனக்கு நிச்சயமாகத் தெரியும். குறிப்பிட்ட ஒரு இராணுவக் கொள்கைக்கோ கோட்பாட்டிற்கோ முற்றிலும் விசுவாசமானவர் அல்ல நீங்கள். அதுதான் உங்களைக் கணிக்க முடியாதவராக, ஆபத்தானவராக ஆக்குகிறது'

'சரி, உன் கணவர் சுல்தான் மீது பணம் கட்டுவாரா மாட்டாரா?

'இளவரசே, நாங்கள் ராஜபுத்திரர்கள் அல்ல' அவள் சிரித்தாள். கபடமற்றச் சிரிப்பு. 'எங்களுக்கு என்றைக்கும் அனைத்தும் கிடக்கும்

என்பதோ அல்லது ஒன்றுமே கிடைக்காது என்பதோ கிடையாது. இடரை எதிர்பார்த்து, பாதுகாப்புடன்தான் பந்தயங்கட்டுகிறோம். சுல்தான் நிதி நெருக்கடியில் சிக்கி இருந்தார் என்பது உங்களுக்கு நன்றாகத் தெரியும்; அவர் ஏற்கனவே கடனில் இருக்கிறார்.' அவள் குறும்பாகச் சிரித்தாள். 'மங்களும் அவரது ஆட்களும் தசமப் புள்ளியுடன் சரியான தொகையை உங்களிடம் சொல்லியிருப்பார்கள் என்பது நிச்சயம்.

'மேலும் கொஞ்சம் அதிகச் சதவீதம் வட்டியைப் பிரித்தெடுக்க நிச்சயமாக இதுதான் சரியான சமயம். ஆனால், அது பயனற்றது. பொருத்தமான ஒரே கேள்வி இதுதான். சுல்தானைத் தோற்கடிப்பதுடன் மேவார் திருப்தியடையுமா? அல்லது இந்த முறை மால்வா முழுவதையும் கைப்பற்ற விரும்புகிறதா? பின்னது நடக்குமென்றால், நாங்கள் அனைத்தையும் இழக்க நேரிடும்: அதாவது முன்னால் கொடுத்த மொத்தக் கடனும், அதோடு சேர்ந்து இப்போது கொடுத்திருக்கும் கடன் தொகையும். பிரச்சனையின் மையம் எது என்பதை சுட்டிக் காட்ட அனுமதியுங்கள்: மேவார் படையெடுப்பின் நோக்கம் என்ன? மிகவும் குறிப்பாக, அதைத் திட்டமிட்டது யார்? பேரரசர் ராணாவா அல்லது நீங்களா?'

என் மீதிருந்து அவள் கண்களை எடுக்கவில்லை. 'மாட்சிமை பொருந்திய பேரரசரின் மீது நான் பணம் கட்டுகிறேன். அதனால்தான் என் கணவரிடம் ஒரு யோசனை சொன்னேன். குஜராத், விஜய நகர் மற்றும் கிழக்குப் பிரதேசங்களில் இருக்கும் கடன் கொடுக்கும் லேவாதேவிக்காரர்கள் அனைவரும் சேர்ந்து கூட்டமைப்பு ஒன்றை ஏற்படுத்துங்கள்; அதன் மூலமாக சுல்தானுக்குக் கடன் கொடுங்கள் என்றேன். தேவையற்ற ஆபத்தும் நமக்கு ஏற்படாது; கூட்டமைப்பு கொடுக்கப்போகிற கடனுக்குத் தரகுத்தொகையும் கிடைக்கும். என் கணவர் குடும்பத்தில் கடன் கொடுக்கப் பின்பற்றும் கொள்கைகள் குறித்த நீங்கள் செய்திருக்கும் மதிப்பீடுடன் இவை ஒத்துப்போகின்றனவா?'

எனக்கு தெரியாததையோ அல்லது இந்த இரண்டு நாட்களில் என்னால் கண்டுபிடிக்க முடியாத எதையுமோ அவள் கூறவில்லை. மேவாரின் மிகக் கூர்மையான மூளை கொண்டவர்களில் அவளும் ஒருத்தி என்பதையும் மறந்துவிடவில்லை. ஆனால், பிரச்சனையை வெவ்வேறு சிறு பகுதிகளாகப் பிரித்து, அவற்றைத் தனித்தனியாக அலசி ஆராய்ந்து, அனைத்தையும் ஒரு கூட்டுத் தீர்வு மூலம் அவள் துடைத்தெறிந்தாள்; அடர்த்தியான, மிகச் சிக்கலான சதுரங்க ஆட்டத்தில் ஒரு விற்பன்னன் செய்யும் நகர்த்தல்களைப் பார்ப்பதுபோல் இருந்தது.

தலையை மெதுவாக ஆட்டினேன். 'சுல்தானின் ஆட்சிப் பிரதேசத்தில் இல்லாமல், மேவாரில், சித்தோரில் யாராவது ஒருத்தருக்கு தாத்தா உன்னை மணம் செய்து கொடுத்திருக்கலாம்; எதையும்

விட்டுவிடாமல் கணக்கில் எடுத்துக்கொண்டு விரைந்து சிந்திக்கிறாய்; புத்திசாலித்தனமான மூளையால் அளவற்ற பலனைப் பெற்றிருக்க முடியும்'.

'மேவாருக்குத்தான் மணம் முடிக்கப்பட்டுள்ளேன், மகராஜ் குமார். உங்கள் கவனத்திலிருந்து அது தப்பியிருக்கலாம். ஆனால், என்னால் என்றும் மறக்கமுடியாது'. என் மனத்தில் பதியட்டும் என்பது போல் அவள் சற்று நிறுத்தினாள். 'இப்போது திரும்பி வந்திருக்கிறேன், போகமாட்டேன்'.

'லீலாவதி, வேடிக்கையாகப் பேச இது ஒரு மகிழ்ச்சியான நேரமில்லை'.

'இளவரசே, நான் தீவிரமாகத்தான் பேசுகிறேன்'. அவசரமே இல்லாமல், ஆனால், மிகக்குறைவான அசைவுகளில் ஒரு மறைவான பாதையைத் திறக்கக் கைப்பிடியை அழுத்துவதுபோல், ஆடையிலிருந்து தன்னை உருவிக்கொண்டாள். 'என்னை எடுத்துக்கொள்ளுங்கள், இளவரசே.'

ஆதிநாத்ஜி மாளிகையின் முன்முற்றத்திலிருக்கும் பெருந்துறவி மகாவீரரின் உருவச் சிலையைவிட பெரிதாக நின்றாள். இயல்பை மீறிய அந்தச் சிலையின் அமைதியைக் காட்டிலும், இவளது நிர்வாணத்தில் அதிக சாந்தமும் உணர்வுகளின் அடக்கமும் தெரிந்தது. கண்களை மூடிக்கொண்டேன். அதற்குள் அவள் நின்றிருந்தாள்.

லக்ஷ்மண் சிம்மாஜியின் நூலகத்தில் ஓவியங்கள் நிறைந்த வாத்ஸ்யாயனரின் காம சூத்திரம் உள்ளது. விலைமதிக்க முடியாத பிரதி. அதில் ஒரு பெண்ணின் முக ஓவியம் இருக்கிறது. தலையைப் பின்பக்கம் சாய்த்திருப்பாள். கிடைக்கவிருக்கும் இன்பத்திளைப்பை எதிர்நோக்கி அவள் கண்கள் மூடியிருக்கும்; ஈரமான உதடுகள் சற்றே திறந்திருக்கும். அவளது எதிர்பார்க்கும் ஏக்கத்தின் முடிவில் ஒரு ஆணின் சுட்டுவிரல் இருக்கும். ஒரு பெண்ணுடையதாகவும் அது இருக்கலாம். உதடுகள் விரலை மூடும், ஈரமான நாக்கு விரலைச் சுற்றிச் சுழலும்.

எனினும் வாத்ஸ்யாயனரோ அவரது சித்திரக்காரனோ லீலாவதியின் காலின் முன்பகுதியைப் பார்த்ததில்லை.

வாழ்க்கையில் ஒருவரால் அது இல்லாமல் ஒன்றும், முற்றிலும் ஒன்றும் செய்யமுடியாது. அதிலிருந்து விலகியிருக்கும்வரை அனைத்துத் தேவைகளும் தவிர்க்க முடிந்தவையே. வெளியில் தெரியாமல் உங்கள் இதயத்தில் அங்குமிங்கும் ஓடிக்கொண்டிருக்கும் அவசரமான ஒரு ஏக்கத்தை நீங்கள் கண்டுபிடித்தால், என்ன நடக்கும்? மீதமிருக்கும் வாழ்நாள், ராஜ்ஜிய பணி, சிற்றின்பத்தில் திளைத்தல், சித்தோரின்

தரையடிச் சுரங்கப்பாதைகள், நாட்குறிப்பு எழுதுதல், இராணுவக் கையேடுகள் உருவாக்குதல், யுத்தங்கள், போராலோசனைக் கூட்டங்கள் ஆகியவற்றை வைத்து அந்த ஓட்டையை அடைக்க நினைக்கிறீர்கள். இருப்பினும் உங்களால் எந்த முன்னேற்றமும் அடைய முடியவில்லை. அந்த ஏக்கம் அப்படியே இருக்கிறது. போகும் இடமெல்லாம் அதைச் சுமந்துசெல்கிறீர்கள். பெரிதாக வலி ஏதுமில்லை. ஆனால் வெறுமை மட்டுமே. லீலாவதியையும் உன்னையும் நீ ஏமாற்றிவிட்டாயே என்ற சந்தேகம் மட்டுமே.

அரசியல் என்றால், நிமிர்ந்த முகத்துடன் பொய் சொல்லுவதில் எனக்குப் பிரச்சனைகள் இல்லை. ஆனால், எனக்கு நானே பொய் சொல்லிக்கொள்ளும் பழக்கம் எனக்கில்லை; குறைந்தபட்சம் மனதறிந்து. எனினும், இந்த இடைப்பட்ட ஆண்டுகளில், லீலாவதியின் நினைவுகளை அழிக்க சிரமப்பட்ட போதெல்லாம் என்னைக் கேட்டுக்கொள்வேன்: அவள் எனக்கு என்ன வேண்டும்? வாழ்க்கையில் நாங்கள் வகிக்கும் பதவிகளும் பாத்திரங்களும் அனுமதிக்கும் உறவு என்ன? சில கேள்விகளுக்கு என்னால் பதில் சொல்ல முடியும். மற்றவற்றிற்கு என்னால் எதுவும் செய்யமுடியாது. ஆனால், மழுப்பலாகப் பேச முடிந்தவை எவை, பொறுப்புடன் பதில் சொல்லவேண்டியவை என்னென்ன? ஒரு விஷயத்தின் மிகவும் நிஜமான, நியாயமான, வசப்படுத்த முடியாத உண்மை எது என்று என்னால் பிரித்தறிய முடியாத இடங்களும் இருக்கின்றன.

சிறுமியாக இருக்கையில் லீலாவதியை நேசித்தேன். அந்த வயதிலேயே நன்கு வளர்ந்தவளாக, அழகானவளாக, உயிர்த்துடிப்புடன் என் மேல் பிரியத்துடன் (இது எப்போதும் உதவுகிறது) இருந்தாள். அவள் மீது எனக்கு அதிகமான பாசம் உண்டு; எனினும் எல்லா இளைஞர்களைப் போலவும் நான் அவளைவிட பெரிய ஆளாக என்னை காட்டிக்கொண்டு இருந்திருக்கக்கூடும். அவளுக்கு என் மீதிருக்கும் ஒட்டுதல் தீவிரமானது என்பதை மறுக்கவில்லை. ஆனால், அதை என்னால் குழந்தைக் காதலாகத்தான் பார்க்க முடிந்தது. விக்கிரமாதித்தன் என்னை இழிவுபடுத்துவது போலவே, லீலாவதியின் பெயருக்கும் அவளது எதிர்காலத்திற்கும் களங்கம் ஏற்படுத்துவது பற்றி என் தம்பி கவலைப்பட மாட்டான். லீலாவதிக்கும் எனக்கும் இடையில், எங்கள் உறவில் அது பெரும் திரையை மிகத்திறமையுடன் எழுப்பிவிட்டது. அப்படி விக்கிரமாதித்தன் தலையிடவில்லை என்றாலும், எனக்கும் லீலாவதிக்கும் இடையிலான விஷயங்களில் ஏதாவது வித்தியாசம் ஏற்பட்டுவிடுமா என்ன?

அவளுடைய விதிக்கு எந்த விதத்தில் நான் பொறுப்பாவேன். நாங்கள் ராஜபுத்திரர்கள், அவளது குடும்பத்தினர் ஜைனர்கள். அவளது தாத்தா நிதியமைச்சர் மட்டுமின்றி ராஜ்ஜியத்தில் லேவாதேவி

செய்பவர்களில் மிகவும் வலிமையானவர்; இந்தச் சூழலில், அவள் வளர்ந்த பிறகு இயல்பான, தூரத்து நண்பர்களாக நாங்கள் ஏன் இருக்கக்கூடாது? மேவாரில் நாங்கள் ஒரு மூடப்பட்ட, ஒடுக்கப்பட்ட சமூகம் இல்லை. ஆனால், திருமணம் முடிக்கப்படாத ஆண்களோ, பெண்களோ சமுதாயக் கூடுகைகள் தவிர்த்து வேறு சந்தர்ப்பங்களில் ஒருவருக்கொருவர் சந்திப்பதில்லை.

'உன் கணவர் என்ன சொல்வார்?'

என் மூதாதை சூரியக்கடவுள் எங்கே? எரிக்கும் பார்வையை என் பக்கம் திருப்ப மாட்டாரா? அவளுக்கு உத்தரவு போட்டு வெளியில் போகச்சொல்லாமல் வெற்று வார்த்தைகளைத் தயங்கித்தயங்கிப் பேசும் மனிதனிடமிருந்து லீலாவதியைக் காப்பாற்ற மாட்டாரா?

'நான் இன்னும் கன்னிதான், மகராஜ் குமார்'

என் முகத்தில் சிறிது மனிதத் தன்மையையும், அத்துடன் கொஞ்சம் திகைப்பையும் அவள் பார்த்திருக்கவேண்டும்.

'அவருடைய தவறு ஏதும் இதில் இல்லை, இளவரசே. அவர் முழுமையான ஆண்மகன் தான். இதில் கெடுவாய்ப்பு என்னவென்றால், அவருக்கு ஜைனக் கோட்பாடுகள் மீது ஆழ்ந்த நம்பிக்கை உண்டு. திருமணமான புதிதில் என்னைக் கட்டாயப்படுத்த முயன்றார்; என்னைத் தொட்டால் அவர் வளர்க்கும், அவருக்கு மிகவும் பிடித்த பாடும் பறவையைக் கொன்றுவிடுவேன் என்று அச்சுறுத்தினேன். கீதம் என்ற அந்த மைனாவிற்கு தினந்தோறும் அவர் கையால்தான் உணவளிப்பார். அதன் ரத்தம் தலையில் சிந்திவிடுமோ என்று பயந்துவிட்டார். மகராஜ் குமார், அவர் என் மீது இன்னும் மயக்கத்தில்தான் இருக்கிறார். ஆனால், உண்மையான ஜைனர். அன்பிற்காகக் கூட குருதி சிந்துவதை விரும்பமாட்டார்.'

'உன் கணவரிடம் திரும்பச் செல் லீலாவதி' மெதுவாகச் சொற்களை உதிர்த்தேன். 'அவனுக்கு மகிழ்ச்சியைக் கொடு'

'நான் உங்களுக்குத்தான் சொந்தம். வேறு யாருக்குமல்ல'

'லீலாவதி, உண்மையில் நெகிழ்ந்து போய்விட்டேன். இவ்வளவு பெரிய புகழுரைகளை வேறு எவரிடமிருந்தும் கேட்டதில்லை.' சொற்களைக் கவனத்துடன் தேர்ந்தெடுத்தேன். தனிப்பட்ட உணர்வுகளை வெளிப்படுத்தாத, மகிழ்ச்சியைச் சரியாக வெளிப்படுத்தும் சொற்கள். ஏமாற்றும், போலியான சொற்கள் என் வாயை அடைத்தன. எவ்வளவு முயன்றும் அவற்றை என்னால் அகற்ற முடியவில்லை. 'இரக்கமற்ற உன் துன்புறுத்தலும், மறுப்பும் அந்த மனிதனைக் கொன்றுவிடும்,

லீலாவதி. இந்த முட்டாள்தனத்தை நிறுத்திக் கொள்'

'இளவரசே, உங்களுக்கு ஒரு வாரிசு வேண்டும். தன்னைப் பற்றி மட்டுமே சிந்திக்கும் இளந் துறவியால் அதைக் கொடுக்கமுடியவில்லை. ஆண், பெண் குழந்தைகளை நாம் பெற்றுக்கொள்வோம். உங்களுக்கு நல்ல மனைவியாக, அணுக்கியாக இருப்பேன்.' என் கரங்களை ஏந்தி, அவற்றை இறுக்கிப் பிடித்தாள். 'உங்களது முதல் திருமணத்தின் அந்தப் பயங்கரமான ஆண்டுகளைத் துடைத்தெறிவேன். உங்களை மகிழ்ச்சியாக வைத்துக்கொள்வேன்'.

நான் அவளைச் சந்தேகிக்கவில்லை; ஆனால், சபிக்கப்பட்ட அந்த அமைதியை நான் நீட்டிக்க முடியாது.

'என் கணவரைப்பற்றி நீங்கள் எதுவும் பேசவேண்டாம். இளவரசிக்காக நீங்கள் யோசிக்கிறீர்களா? அவள் வேறு யாரையோ நேசிக்கிறாள், வேறு ஒருவரை விரும்புகிறாள் என்பது இன்னமும் உங்களுக்குத் தெரியவில்லையா?

நண்பா, எல்லாம் சரியாகத்தான் செய்கிறாய். முகத்தில் உணர்ச்சியைக் காட்டாமல் இருப்பதற்கு கண்ணாடி முன் நின்று இனியும் நீ பயிற்சி எடுக்கவேண்டாம். கல்லாகவே ஆகிவிட்டாய்.

'ஆனால், ஏன் மகராஜ் குமார்? ஏன்?'

அத்தியாயம் 35

தேஜ், ஷ்ஃபி, ஹேம் கரண் ஆகியோரிடமிருந்து வந்த செய்திகள் ஊக்கம் தந்தன. அவர்கள் எந்த இடத்திலும் இல்லை; ஆனால், எல்லா இடத்திலும் இருந்தனர். மாண்டுவைப் போல் மால்வாவின் வடக்கு மற்றும் கிழக்குப் பகுதிகளும் சுல்தான் மகமதுவின் ஆளுகைக்கு உட்பட்டவையே. ஆனால், இந்தப் பகுதிகளில் சுல்தானுக்கு பாதகமான சூழல் மிகஅதிகம். மெதினி ராயும், அவரது கூட்டாளிகளான மற்ற ராய்களும் இந்தப் பிரதேசத்தைச் சேர்ந்தவர்கள். மக்களின் இதயத்திற்கு நெருக்கமாக இருப்பவர்கள்.

வீரர்கள் செய்த அச்சமூட்டும் பிரச்சாரத்தால் எதிரியின் எண்ணிக்கை படிப்படியாகக் குறைந்து கொண்டிருந்தது என்பதை மறுப்பதற்கில்லை. சந்தைகளிலிருந்து உணவுப்பொருட்கள் விரைந்து மறைந்துகொண்டிருந்தன. அவற்றை விற்கும் வியாபாரிகளிடமிருந்து மால்வா படையினர் தானியங்கள், பருப்புகள், அல்லது உப்பு அடங்கிய மூட்டைகளைப் பிடுங்கினர்; அந்த நேரங்களில், தேஜோ, ஹேம் கரணோ

விரைவாகவும் தீவிரமாகவும் எதிர்த் தாக்குதல் நடத்தினர். அந்தப் படையினர் தம் பாசறைக்குத் திரும்பும் சமயத்தில் தான் பெரும்பாலும் இந்தத் தண்டனை வழங்கும் தாக்குதல் நடைபெற்றது.

மொத்தத்தில் மகிழ்ச்சி நிரம்பிய மனிதனாக நான் இல்லை; ஆனால், நிறைவுடன் இருந்தேன் என்று சொல்லவேண்டும். ஆனால், மேலும் மேலும் அமைதியற்றவன் ஆனேன். எங்களை எதிர்கொள்ள நிதி உதவியும் படை உதவியும் கேட்டு டில்லி சுல்தானுக்கு மகமது கல்ஜி அவசரமாகக் கடிதம் அனுப்பியிருந்தார். டில்லி இப்ராஹிம் லோடியைப் பார்த்து அஞ்சுவதற்கு எனக்குக் காரணம் ஏதுமில்லை. எதிர்வினையாற்ற அவருக்கு நேரம் கிடைக்குமென்றால், மன்றாடுவதற்குத் தான் அதை பயன்படுத்திக்கொள்வார் என்று நினைக்கிறேன்.

எனது விசாரத்திற்கும், பதற்றத்திற்கும், உதவியற்ற நிலைக்கும் இதுதான் காரணம். மொகலாய பாபர் ஹிந்துஸ்தானை நோக்கி எவ்வளவு தூரம் வந்திருப்பான்? டில்லி சுல்தானால் அவனை எதிர்த்து நிற்க முடியுமா? பொறியில் சிக்கியது போல் உணர்ந்தேன். சித்தோருக்கு விரைந்து திரும்பவேண்டும். முக்கிய முடிவுகள் எடுக்கவும், எங்கள் படையைக்காட்டிலும் மூன்று மடங்கு அதிகப் படை பலம் மிக்க எதிரியுடன் சண்டையிடவும் தேவையான மனநிலை இது அல்ல.

இந்த நேரத்தில் சுல்தான் முஸாஃபர் ஷாவிடமிருந்து சென்ற கடிதம் ஒன்றை மங்களின் வலதுகையான ஷிராஸ் அலி இடைமறித்துக் கைப்பற்றியிருந்தான். பத்தாயிரம் வீரர்கள் கொண்ட வலிமை மிக்க குஜராத் படை, தரம்பூர் நோக்கி விரைந்து வந்துகொண்டு இருக்கிறது. இந்தச் செய்தியால் நான் மொகலாயனை மறந்துவிட்டேன். மால்வா படைக்கும் குஜராத் வீரர்களுக்கும் இடையில் மாட்டினால், மிக வசதியான இலக்காகிவிடுவோம். யுத்தம் செய்வதற்கென்று ஒரு நேரம் உண்டு. அதுபோல்தான் பின்வாங்கி ஓடுவதற்கும். எங்களது பொருட்களில் எவற்றையெல்லாம் சேகரித்துக்கொள்ள முடியுமோ, அவற்றை எடுத்துக்கொண்டு மேவாரை நோக்கி, முடிந்தால் சித்தோருக்கே ஓடிவிடுவது.

ராயின் மாளிகைக்குச் சென்றேன். இவரைப் போன்ற மூத்த, ராஜ்ஜியத்தின் தலைவரிடம் இவ்வளவு சுருக்கமான சந்திப்பை இதுவரை நான் நடத்தியதில்லை. ஐந்து நிமிடத்திற்குள் அனைத்தும் சொல்லி முடிக்கப்பட்டது. வெளியில் வந்தேன். மாலை நான்கு மணிக்குள் உண்மையான மற்றும் போலியான கூடாரங்கள் அனைத்தையும் பிரித்து, மடிக்கச் சொன்னேன். தூதுவன் மூலம் தேஜ், ஷஃபி, ஹேம் கரணுக்கு செய்தி அனுப்பினேன். எல்லோரிடமும் சொல்லிக்கொண்டு விடை பெறுதல், சம்பிரதாயச் செய்கைகள், சொற்கள் அனைத்தையும் மறந்துவிட்டு பின்வாங்குமாறு செய்தி அனுப்பினேன்.

தரம்பூரை விட்டு மெதினி ராயும் நானும் எங்கள் படைகளுடன் யாருக்கும் தெரியாமல் அவசரத்துடன் வெளியேறினோம். அதற்குமுன், அங்கு இல்லாத சுல்தானைச் சந்திக்க மாண்டுவை நோக்கிச் செல்கிறோம் என்ற செய்தி பரவுவதை உறுதிசெய்தோம்.

தேடுதல் நடத்தி, தாக்கும் சிறிய படைபோல் அல்லது சிறிய குழுவாக, பிசாசைப் போல் ஒரு படை பயணிக்க முடியாது. ஆனால், நாங்கள் இடைப்பட்ட நிலையில் செயல்பட்டோம். மூன்று இரவுகள் பயணித்தோம். கொரில்லா வீரர்கள் இரண்டாம் நாள் இரவு எங்களுடன் இணைந்துகொண்டனர். நான்காம் நாள் நானும் மெதினி ராயும் அந்தப் பிரதேசத்தைச் சுற்றிப்பார்த்தோம். கணிசமான உயரமுள்ள மலைகளால் நாலாபக்கமும் சூழப்பட்ட பள்ளத்தாக்கு ஒன்றை, சமமான நிலப் பரப்பைத் தேர்ந்தெடுத்தோம். குதிரையில் அரைமணியில் ஏறிவிடக்கூடிய உயரமுள்ள மலைகள். ஊசலாடும் மனநிலையில் இருந்த மெதினி ராயின் கூட்டாளிகளில் ஒருவரான சூரஜ் ராய், அடுத்த நாள் காலை ஐயாயிரம் வீரர்களுடன் எங்களுடன் இணையப் போகும் செய்தி கிடைத்தது.

இந்தச் சந்தர்ப்பம் தவிர்த்து வேறு எப்போதும் இவ்வளவு போலியாக நடந்து கொண்டதில்லை. அவனை நோக்கி விரைந்துசென்று, நண்பன் ராஜா புராஜி கிக்காவை அணைத்துக் கொள்வதுபோல் தழுவிக்கொண்டிருந்தால் நிம்மதியாக இருந்திருக்கும். மாறாக, நாகரீகமாக, மரியாதையுடனும் நடந்துகொண்டேன்; ஆனால், சற்று விலகியிருந்தேன். விரிந்த கைகளுடன் வரவேற்கப்போவதில்லை; சந்திக்க வந்ததற்கு அவனுக்கு நன்றி சொல்லவும் போவதில்லை.

மாலையில், பாசறைக்கு வெளியில் மூட்டப்பட்டிருந்த முகாம்-நெருப்பின் அருகில் குளிர் காய்ந்து கொண்டிருந்தோம். நாள் முழுவதும் மனத்தில் சுமந்து கொண்டிருந்த அந்தக் கேள்வியை அவன் கேட்டான்.

'மற்ற வீரர்கள் எங்கே இருக்கிறார்கள்?' முடிந்த அளவு இயல்பாகக் கேட்பதுபோல் கேட்க முயற்சித்தான்.

நான் அமைதியாக இருந்தேன். எங்களுக்குப் பின்னிருந்த மலைகளை நோக்கி மெதினி ராய் அரைகுறையாகக் கைகாட்டினார்.

'சரியான நேரத்தில் அவர்கள் வெளியில் வருவார்கள்.'

நாங்கள் இரவு உணவில் இருந்தபோது மெதினி ராயையும் மேவாரின் மகராஜ் குமாரையும் சந்திக்க வேண்டுமென்று ஸில்ஹாதி அனுமதி கேட்டான்.

'இது எனக்கு அரிதான வாய்ப்பு. இளவரசே, பேரரசர் ராணாவின் பக்கத்தில் நின்று போர் புரிந்திருக்கிறோம். ஆனால், ஒவ்வொரு

துளியிலும் அவரது தந்தை போலவே அவர் மகன் இருக்கிறார் என்று இப்போது கேள்விப்படுகிறோம்'.

ஸில்ஹாதியின் குரல் சீனப் பட்டுப் போல் வழுவழுவென்று இருந்தது. ஆனால், தன்மையும் நேர்மையும் அதில் இல்லை.

'அப்படியானால், பாராட்டி வியத்தல் பரஸ்பரம் நம் இருவருக்கும் உரியது. பேரரசர் உங்களைப் பற்றி அடிக்கடி பேசியிருக்கிறார். ஆனால், இவ்வளவு மாதங்களுக்குப் பின் வருகை தந்து என்னை நீங்கள் கௌரவப்படுத்துவீர்கள் என்று நினைக்கவில்லை.'

எனது சிறிய அம்பு, குறியில் சரியாகச் சென்று தைத்தது. ஆனால், ஸில்ஹாதி மயக்கமடையத் தயாராக இல்லை. மாறாக, அவருக்கு நாங்கள் கடமைப்பட்டிருக்கிறோம் என்பதை அவன் எனக்குத் தெரியப்படுத்தக்கூடும்.

'இது வெறும் தனிப்பட்ட வருகையல்ல, இளவரசே. வீரஞ்செறிந்த ஏழாயிரம் வீரர்கள் உங்களுக்கு உதவ என் பின்னால் அணிவகுத்து வருகிறார்கள்.'

'அப்படியானால் நாங்கள் இருமடங்காக கௌரவிக்கப்பட்டோம். உங்களை இரட்டிப்பு மகிழ்ச்சியுடன் வரவேற்கிறோம். எங்களுடன் இரவு உணவு அருந்தலாமே?

தட்டிலிருந்த தொக்குப் போன்ற கௌதாரி கறியுடனும் சார்சன் கா சாகுடனும் அவன் விளையாடிக் கொண்டிருந்தான். விளக்கு வெளிச்சத்தில் ஒரு பாம்புக்கு இருக்கும் வசீகரம் அவனிடம் தென்பட்டது. நல்ல சூழலும் நேரமும் சாதகமாக இருந்தால் எதைப் பற்றியும் கவலைப்படாத நல்ல நண்பனாக அவன் இருக்கக்கூடும் என்று விநோதமாக எனக்குத் தோன்றியது. தொனிப்பதுபோல், உண்மையில் இது எதிர்மறையான கருத்து அல்ல. விஷயங்கள் அரிதாகவே நெருக்கடிக்கு ஆளாவதும், நட்பும் அடிக்கடி சோதனைக்கு உட்படுவதில்லை என்பதும் மானுடத்திற்கு மகிழ்வான சூழல்தான்

அந்த நேரத்தில், என்னிடம் சிறிது பேசவேண்டும் என்று ஷிராஸ் அலி காத்திருக்கும் தகவல் வந்தது.

இரவு அதிக நேரம் ஆகிவிட்டது என்பதை உணர்ந்ததுபோல் சூரஜ் ராய் தன்னை மன்னித்துக் கொள்ளும்படி சொல்லி வெளியேறினான். அந்த நீண்ட நாள் தன்னை பெரும் அயர்ச்சிக்கு ஆளாக்கிவிட்டதைக் கண்டுபிடித்த ஸில்ஹாதியும் புறப்பட்டான்.

அவர்கள் சென்றபிறகு ஷிராஸ் அலியை உள்ளே வரச் சொன்னேன்.

'சுல்தானும் அவனது படையும் மதியம் ஒரு மணிக்கு, அதிகபட்சம் இரண்டுக்குள் இங்கு வந்துவிடுவார்கள்'.

* * *

ஷிராஸ் அலி சொன்ன நேரத்திற்கு சற்று முன்னதாகவே சுல்தான் வந்துவிட்டார். தனது தலைநகரை மேவாரி கொலைகாரர்களிடமிருந்து காக்க விரைந்து வந்திருந்தார். இரவு அவர் தங்கியிருந்த பாசறையிலிருந்து காலை ஆறு மணிக்கே புறப்பட்டிருக்கவேண்டும். மிகவும் வேகமாகத்தான் வந்திருக்கிறார். மலைகள் சூழ்ந்த இந்தப் பகுதியில் யானைகள், ஒட்டகங்கள், குதிரைப்படை, காலாட்படையுடன் நுழைவதற்கு ஆறு அல்லது ஏழு மணி நேரம் அவர் பெரும் சிரமப்பட்டிருக்க வேண்டும். அவரது சொந்த குடிமக்களிடமிருந்து சுல்தான் மகமது கல்ஜியை பாதுகாக்க ஐயாயிரம் எண்ணிக்கைக் கொண்ட குஜராத்தி குதிரைப்படை மால்வாவில் நிறுத்தப்பட்டிருந்தது. எல்லோராலும் மிகவும் வெறுக்கப்பட்ட அந்தப் படைதான் அணிவகுப்பில் முதலில் வந்தது. மீதமிருந்த மால்வா படை தொடர்ந்து வந்தது. தலைநகர் மாண்டுவை நாங்கள் சுற்றி வளைத்து முற்றுகை இட்டிருக்கவேண்டும். அதைச் செய்யாமல், படைகளுடன் தரம்பூரிலிருந்து எண்பது மைல் தொலைவில் என்ன செய்து கொண்டிருக்கிறோம்? மேவாரின் ஐம்பது அல்லது அறுபதினாயிரம் வீரர்கள் எங்கேயிருக்கிறார்கள்? பள்ளத்தாக்கில் ஒன்றாகக் கூடியிருப்பவர்கள் பத்தாயிரம்கூட இருக்க மாட்டார்கள். படைகளை நிற்கச் சொல்லி சுல்தான் கைகளை உயர்த்தினார். அடுத்த ஒரு மணி நேரத்திற்கு அவர்கள் வந்து கொண்டே இருந்தார்கள். தனித்தனிப் பிரிவுகளாக அணிவகுத்து நின்றனர். சுல்தானும் அவரது தளபதிகளும் தங்களைச் சுற்றி மெதுவாக நோட்டம் விட்டனர். திகைத்துப் போயினர்.

ஸில்ஹாதியின் வீரர்கள் வடதிசை மலைகளில் நின்றிருந்தார்கள். சூரஜ் ராயின் வீரர்கள் மேற்குத் திசை மலைகள் மீதும், மெதினி ராயின் ஏழாயிரத்திற்கும் நெருக்கமான வீரர்கள் தென் பகுதிச் சரிவுகளிலும் பாதுகாப்பாக நின்றிருந்தனர். அந்த மலைகளில் மிகச்சரியாக எத்தனை வீரர்கள் இருப்பார்கள்? முப்பது, நாற்பது, அறுபது அல்லது வெறும் பத்தாயிரம் வீரர்கள் மட்டுமா? பள்ளத்தாக்கில் கூடியிருக்கும் சகோதரர்களுடன் சேர்ந்து நிற்காமல் அவர்கள் அங்கே என்ன செய்கிறார்கள்? மெதினி ராயும் மேவாரின் மகராஜ் குமாரும், நாற்பத்தைந்தாயிரம் வீரர்கள் கொண்ட சுல்தானின் படையை வெறும் ஏழாயிரம் அல்லது எட்டாயிரம் பேர் கொண்ட படையால் எதிர்கொள்ள நினைக்கிறார்களா? நிச்சயம் எதிர்வினை இருக்கும். அணிவகுத்து நிற்கும் ஒட்டுமொத்த குதிரைப் படையையும் ஒரு மணி நேரத்தில் அல்லது அதிக பட்சம் ஒன்றரை மணி நேரத்தில் சுல்தானால் வெட்டித்தள்ளிவிட முடியும். ஆனால், அதன்பிறகு? மலை முகடுகளில் நின்றிருக்கும்,

எவ்வளவு எண்ணிக்கை என்று கூறமுடியாத வீரர்கள் வேகமாக கீழிறங்கி, மால்வா படையைச் சுற்றி சுருக்குக் கயிற்றை மாட்டிவிடுவார்கள். அல்லது, இப்போது நாங்கள் திட்டமிட்டிருக்கும் நிலை ஒரு ஏமாற்றும் தந்திரம்; தற்காலிகமானது என்றால், சுல்தானை தாமதப்படுத்தி, காத்திருக்க வைத்திருக்கும் அந்தநேரத்தில் எங்கள் படையின் பெரும்பகுதி மாண்டுவை நோக்கி விரைந்து அதைக் கைப்பற்றிவிடலாம் அல்லவா?

அது ஒரு விநோதமான காட்சிதான். இரண்டு எதிரிகள் எதிரெதிராக நிற்கிறார்கள். ஒருவர் தொடர்ந்து ஏழு மணி நேரப் பயணத்திற்குபின் உச்சி முதல் பாதம் வரை பசியுடன் நிற்கிறார். மற்றொருவர் வயிறு முழுக்க உணவுண்டு, புத்துணர்ச்சியுடன் நிற்கிறார். இருவரில் எவரும் முதலில் நகர்வதற்குத் தயாரில்லை. மால்வா சுல்தான் முடங்கிப் போயிருந்தார். அவருடைய வேதனையைப் போக்கும் நேரம் இதுதான் என்று கருதினேன். எங்களிடமிருந்து பிரிந்து ராய்க்கும் எனக்கும் முன்னால் தேஜ் நின்றுகொண்டிருந்தான். சுல்தானிடமிருந்து வெறும் எழுபதடி தூரம் தான். சிவப்புத் துணியால் சுற்றப்பட்டிருந்த ஓலைச்சுருள் ஒன்றை வெளியில் எடுத்தான்.

'பேரரசே, என் குரல் தெளிவாகக் கேட்கிறதா?' நிறுத்தினான். 'உங்களால் கேட்கமுடியாது. ஆகவே, நான் கொஞ்சம் நெருங்கி வருகிறேன்'. பதிலுக்காகக் காத்திராமல் மேலும் இருபதடி அளவு முன்னே சென்றான். 'மேன்மை தாங்கிய அரசர் மெதினி ராய், மேவாரின் இளவரசர் மகராஜ் குமார், இளவரசர்கள் ஸில்ஹாதி, சூரஜ் ராய் ஆகியோர் மேவாரின் பேரரசர், மாட்சிமை தாங்கிய ராணா சங்கராம் சிம்மாவின் வாழ்த்துகளைத் தெரிவிக்கிறார்கள். நீண்ட, ஆரோக்கியமான, வளமான ஆட்சி நடத்தவேண்டும் என்று மாட்சிமைதாங்கிய ராணா உங்களை வாழ்த்துகிறார். எனவே தங்களைப் பற்றிய நல்லெண்ணம் மட்டுமே அவர் மனத்தில் இருக்கிறது; உங்களுடன் மோதலைத் தவிர்க்க விரும்புவதையே மீண்டும் வலியுறுத்துகிறார். மேவாரின் மக்களும் அமைதியையே விரும்புகிறார்கள். ஒரு அந்நிய சக்தி உங்கள் மீது ஆதிக்கம்செலுத்த விரும்புகிறது; மேவாருடனும் அதன் கூட்டாளிகளுடனும் உங்களை யுத்தம் செய்ய அதுதான் தூண்டுகிறது.

'உங்கள் வீரர்களைக் கேளுங்கள்; உங்கள் விவசாயிகளையும் கிராமத்து மக்களையும் விசாரியுங்கள்; உங்கள் நகரத்து மக்கள் சொல்வதைக் கேளுங்கள்; உங்கள் ஆட்சிக்கு உட்பட்ட பிரதேசத்தை ஒரு அடிமைப்பட்ட பகுதியாகவும், அந்த மக்களை இரண்டாம் தர குடிமக்களாகவும் நடத்தும் குஜராத்திப் படைகளை விரட்டிவிடுங்கள் என்று சொல்வார்கள். அவர்கள் சுதந்திரமாக வாழ விரும்புகிறார்கள். அமைதியை விரும்புகிறார்கள்.

'மாட்சிமை பொருந்திய ராணா கேட்பதெல்லாம் நியாயமும் நீதியும்தான். உமது அரியணையையும், இழந்த தலைநகரையும் மீண்டும் பெறுவதற்கு உங்களுக்கு உதவிய மனிதருக்கு சந்தேரியைக் கொடுங்கள். மேன்மைக்குரிய மெதினி ராய் உங்களது நெருக்கமான கூட்டாளி மட்டுமல்ல நண்பரும் ஆவார். மால்வாவின் சுல்தான் என்ற முறையில் மேன்மைக்குரிய ஸில்ஹாதியுடனும் சூரஜ் ராயுடனும் பெருந்தன்மையுடன் சமாதானம் செய்துகொள்ளும் அதிகாரம் உங்களிடம் மட்டுமே இருக்கிறது. நீங்கள் அளித்தத் தொல்லைகளுக்கு மேவாருக்கு என்ன இழப்பீடு அளிக்கலாம் என்பது குறித்து, இரண்டு பெரும் ராஜ்ஜியங்களும் நட்பு அடிப்படையில் நல்லெண்ணத்துடன் முடிவு செய்வோம்.

'உங்களை நோக்கி எங்கள் கரங்களை மீண்டும் நீட்டுகிறோம். நட்புடன் அதை நீங்கள் என்றும் பற்றிக்கொள்வீர்களா?'

தேஜ் நிறுத்தினான். சுல்தானையும் அவரது தளபதிகளையும் நிமிர்ந்து நோக்கினான். அதன்பின் சுல்தானோ, முன்னர் ஆட்சி செய்த மகாராணாவோ இதுவரை எவ்வகையிலும் அறிந்திராத மால்வாவின் சாதாரண மக்களையும், வீரர்களையும் பார்த்தான்.

'மாட்சிமை பொருந்தியவரே, சமாதானத்தை விரும்புங்கள். இல்லையெனில் இந்த நாளை நினைத்து வாழ்நாள் முழுவதும் வருத்தப்பட வேண்டியிருக்கும். சத்தியம் செய்கிறோம். மேவார் மற்றும் அதன் கூட்டாளிகளின் ஏழாயிரத்தைந்நூறு வீரர்களும் மனசாட்சியும், மனித இதயமும் இல்லாத இயற்கைக்கு மாறானவர்கள்; நாகரீகமற்ற மனிதர்கள், எவரும் சாப்பிடாத நாயையும், குரங்கு மாமிசத்தையும் சாப்பிடுபவர்கள். அதனால் யாராலும் அவர்களை வெல்லமுடியாது. யமனும் அணுக முடியாது. அணிவகுத்திருக்கும் மால்வா வீரர்கள்மேல் பாய்ந்து, படுகொலை செய்து, தடயமின்றி அனைவரையும் அழித்துவிடுவோம்.

'பேரரசே, இது வெற்று அச்சுறுத்தல் அல்ல. இந்தக் கோர யுத்தத்தில் எங்களுடன் சேர்த்துக் கொள்ளாமல், எமது படையின் பெரும்பகுதியைத் தனியாக, தூரத்துக் குன்றுகளின் மேல் நிறுத்தி வைத்திருக்கிறோம்; இயல்பை மீறிய இந்தத் தன்னம்பிக்கையை எப்படி எடுத்துக்கொள்வீர்கள்?

'பேரரசே, சிந்தியுங்கள். பத்து நிமிடங்களுக்குள் நட்புணர்வுடன் பதில் ஏதும் வரவில்லை என்றால், நாற்பத்தைந்தாயிரம் அப்பாவி வீரர்களின் சாவுக்கு நீங்கள், நீங்கள் மட்டுமே பொறுப்பாவீர்கள்'.

மாட்சிமை பொருந்திய சுல்தான் அம்பாரிமீது அமர்ந்திருந்த பட்டத்து யானையின் அருகே தேஜ் குதிரையை நடத்திச் சென்றான்.

ஓலைச் சுருளை மீண்டும் நன்றாகச் சுருட்டி, இணைந்திருக்கும் சிறிய கயிற்றால் கட்டி, நேர்த்தியாக முடிச்சிட்டான். நன்றாக குனிந்து வணங்கி, மால்வாவின் அரசனிடம் அதைக் கொடுத்துவிட்டு எங்களுடன் சேர்ந்துகொண்டான். மெதினி ராயும் நானும் படையின் விலாப்புறங்களுக்கு ஒதுங்கிப் பின்வாங்கினோம். தேஜும், ஷஃபியும், ஹேம் கரணும் மூன்று பிரிவுகளாகப் பிரிக்கப்பட்டிருந்த படையணிகளுக்குத் தலைமை ஏற்கச் சென்றனர்.

அதிகாலையில் நான் எழுந்துவிட்டேன். ஹேம் கரணை யுத்தக் களத்திற்கு அனுப்பி அவன் உயிருக்கு ஆபத்து ஏற்படுத்திவிடக்கூடாது என்ற முடிவை மாற்றிக்கொண்டேன். அவனது நல்வாய்ப்பை மேலும் சோதிக்க விரும்பவில்லை. ஆனால், நாங்கள் பெரும் மாவீரர்கள். அச்சத்திற்கு மறுபெயர் உணர்ச்சிவசப்படுதல். அச்சங்களுடன் வாழக் கற்றுக்கொள்ள வேண்டும். அவற்றைப் பார்த்து கண்களை மூடிக்கொள்ளக்கூடாது.

'நாம் நடத்திக் கொண்டிருக்கும் இந்த யுத்தம், உணர்வு யுத்தம்'. காலையில் வீரர்களிடம் உரையாற்றினேன். 'அதை உங்களால் பார்க்கமுடியாது. குழந்தையின் விளையாட்டு, அல்லது கால விரயம் என்றோ தோன்றலாம். எனினும், அது வேலை செய்கிறது என்பதற்குச் சான்றுகள் உள்ளன. இரத்தம் ஏதும் சிந்தவில்லை; ஆனால், இளவரசர் ஹேம் கரணும் அவரது துணிவு மிக்க வீரர்களும் நம்முடன் இருப்பதை நீங்கள் மறுக்கமுடியாது. ஆனால், இந்த உணர்வு யுத்தம், அடிப்படையில் மரபு ரீதியான யுத்தமுறைக்கு, கொரில்லா யுத்த முறைக்கு உதவி செய்யக்கூடியது. இதன் நோக்கம், நிஜமானத் தாக்குதலுக்குமுன் எதிரியின் முதுகெலும்பை, அவன் மனநிலையைத் தகர்ப்பது. அதில் நாம் வெற்றி பெற்றிருக்கிறோமா? எனக்குத் தெரியாது. அந்த சோதனைக்கான முடிவுகளை நீங்கள் மட்டுமே இன்று மதியம் கொண்டுவர முடியும்.

'சுல்தானின் வீரர்கள் வழக்கமாகப் பயன்படுத்தும் வாளைவிட உங்களது வாட்கள் ஏழு அங்குலம் அதிக நீளமுள்ளவை. ஆனால், அவற்றைக் காட்டிலும் எடை குறைந்தவை. லேசானவை. ஆனால், உறுதி, துளியும் குறைந்தவை அல்ல. முப்பது சதவீதம் அதிக இழுதிறன் கொண்டவை. சுருக்கமாகச் சொன்னால் உங்கள் வாள் நீளும் தூரமும் செயல் திறனும் மிக அதிகம்.

'இளவரசன் தேஜும் அவரது வீரர்களும் எங்களுடன் இருப்பார்கள். அவசரத்திற்கான உதவிப்படையாக இருப்பார்கள். எங்கிருந்து அவர்கள் வெளிவந்தார்களோ, அந்தக் குறுகிய பள்ளத்தாக்கிற்குள் சுல்தானின் ஆட்களை நீங்கள் வலுக்கட்டாயமாகத் துரத்தவேண்டும். மாறி நடந்தால், அவர்கள் நம்மை ஓட வைத்து

விடுவார்கள். அப்போது வேறுவழியின்றி மலைகளின் மேலிருக்கும் நம் வீரர்களை வரவழைக்கலாம். அப்படி நிகழவேண்டும் என்று விரும்புகிறீர்களா?

'நமது புதிய கூட்டாளிகள் சந்தர்ப்பவாதிகள். நம் வாய்ப்புகள் நன்றாக இருக்கிறது என்று தெரிந்தபின்னர்தான், சில மாதங்களுக்குப் பின் நம்முடன் சேர்ந்துள்ளனர். யுத்தத்தின் பலன்களையும் புகழையும் பகிர்ந்து கொள்வார்கள். அனைத்து வேலைகளையும் நீங்கள் செய்வீர்கள். புகழ் மாலைகளை சூடிக்கொள்ள அவர்கள் வருவார்கள்; இது எனக்கு நியாயமாகத் தோன்றவில்லை.

'மிகக் குறைவானவர்கள் அதிக எண்ணிக்கையிலான எதிரியைத் தோற்கடிக்க முடியுமா? முடியும் என்று நினைக்கிறேன். முன்னே செல்லுங்கள், வரலாறு படையுங்கள். வெற்றி உங்களுக்குத்தான்'.

சுல்தானுக்கு அளிக்கப்பட்ட பத்து நிமிடம் முடிந்தது. தரையோடு தரையாகக் இழுத்துக் கட்டப்பட்டிருந்த நாற்பதடி நீளமான கரண்டி போன்ற அமைப்பு பொருத்தப்பட்ட ஐம்பது எறி எந்திரங்கள், திடீரென்று துள்ளி எழுந்தன; அவற்றின் குண்டு எறியும் பிரும்மாண்ட கரங்கள், நெருப்புப் பந்துகளை பெரும் வால் நட்சத்திரங்களாக வீசி எறிந்தன. பருத்தி கம்பளிகள் கொண்டு சுற்றப்பட்ட துணிப்பந்துகள் எண்ணையில் நனைக்கப்பட்டு எரியூட்டப்பட்டு விசிறப்பட்டன; இப்பந்துகளால் எதிரிகளுக்கு உடல்ரீதியான சேதாரம் அதிகம் ஏற்படுமா என்பது சந்தேகமே. ஆனால், படையில் பெரும் கலவரத்தையும் குழப்பத்தையும் ஏற்படுத்தின. இந்த எந்திரங்கள் கேந்திரமான பகுதிகளில் தள்ளித் தள்ளி நிறுத்தப்பட்டிருந்தன. எதிரிப் படையின் அனைத்துப் பகுதிகளிலும் இந்த எரிபந்துகள் விழும்படி, அதிகச் சோதனைக்குப் பின் நிறுத்தப்பட்டிருந்தன.

ஒரு பக்கம் நெருப்புமழை பொழிந்துகொண்டிருக்க, ஷஃபியும் அவன் ஆட்களும் நெருக்கமான, இறுக்கமான முக்கோணமாக அணிவகுத்தனர். குஜராத்திப் படையை நோக்கி முன்னேறினர். அவர்களது இலக்கு காலவரம்பிற்கு உட்பட்டது: குஜராத் குதிரைப்படையை முப்பது நிமிடங்களுக்குள் அழிக்கவேண்டும். அதேநேரத்தில் குழல்போன்ற நூறு ஒலிபெருக்கிகள் சுல்தானின் ஆட்களை நோக்கிப் பேசின. 'மால்வா சகோதரர்களே, உங்களைக் கொல்லும் நோக்கம் எங்களுக்கு இல்லை. ஆயுதங்களைப் போட்டுவிட்டு ஓரமாகச் சென்றுவிடுங்கள். உங்களுக்கு எதிராக யாரும் ஆயுதங்களை உயர்த்தமாட்டார்கள். சகோதரனை எதிர்த்துச் சகோதரன் சண்டையிட மாட்டான்'.

ஷஃபியும் அவனது வீரர்களும் முஸாஃபர் ஷாவின் வீரர்களின் அணிவகுப்பிற்குள் நுழைந்து, தாக்கி ஏற்படுத்திய சேதத்தை மால்வா

வீரர்கள் களத்தின் ஓரங்களில் நின்று பார்த்துக்கொண்டிருந்தனர் என்று என்னால் அறிக்கை அளிக்க முடிந்தால், மற்றுமொரு அழகான கதையாக அது அமையும். ஆனால், அதைப்போல் எதுவும் நிகழவில்லை. பெரும்பாலோர் வாட்களை வீசி வீரமுடன் போரிட்டனர். ஆனால், அவர்களிடம் ஒரு தயக்கம் தென்பட்டது. ஒன்றுபட்ட மனநிலை இல்லை. இதுபோன்ற சில விஷயங்கள் அவர்களது எதிரிக்கு ஆதரவாக மிகத்திறனுடன் வேலைசெய்தன. குஜராத் படைவீரர்கள் சில கணங்கள் தாம் தனிமைப்பட்டிருப்பதாக கருதினர். ஆனால், எங்களது நோக்கத்திற்கு அந்தச் சில கணங்கள் போதுமானவை. அவர்கள் சிறந்த, அனுபவம் மிக்க மாவீரர்கள். எதிரிகளைக் கொல்ல வேகமாக வாட்களை வீசினர். ஆனால், ஏழு அங்குலம் அதிக நீளமுள்ள கொலைகார வாள் முந்திக்கொண்டது; அவர்களை வெட்டித் தள்ளியது.

படைகள் என்பவை வீரர்களின் கூட்டமே. அந்தப் படைப்பிரிவுகளை ஒரு அமீரோ, ராவோ, ராஜாவோ, சர்தாரோ அல்லது அந்த வாஸல் கௌரவமாக சுமந்துகொண்டிருக்கும் ஏதோ ஒரு பெயரைக் கொண்டவர்கள் வழிநடத்துகிறார்கள். இரண்டு கிராமங்களுக்கு இடையில், அரச குடும்பங்களுக்கு இடையில், சாதிகள் அல்லது மதக்குழுக்களுக்கு இடையில் வழிவழியாகத் தொடரும் பகைமையும் போட்டியும், அவர்களது பொது எதிரி யாராக இருந்தாலும், எவ்வித மாற்றமுமின்றி யுத்தக் களத்திற்கு மாற்றப்படுகிறது அல்லது எடுத்துச்செல்லப்படுகிறது. ஹேம் கரணின் வீரர்கள் அணிவகுப்பைப் பிளந்து முன்னேறினர். பிளவுகளைப் பயன்படுத்தி ஆப்புகளைப்போல் மேலும் உள்ளே நுழைந்தனர். பிளவுகளை மேலும் பெரிதாக்கினர். அதன்பின், இலையுதிர் காலத்தின் பின்பகுதியில் புல் வெட்டுவதுபோல், அந்த நீண்ட, நீண்ட வாட்கள் மனிதர்களை வெட்டித் தள்ளின.

சுல்தானின் வீரர்கள் நம்பிக்கை இழக்கத்தொடங்கினர். சீக்கிரத்தில் வேறுவழியின்றி விரைந்து பின்வாங்கினர். எனினும், யுத்தம் நான் திட்டமிட்டபடி நடக்கவில்லை. ஒரு மணி பத்து நிமிஷத்திற்குமேல் சண்டையில் இருக்கிறோம். ஆனால், திட்டத்தில் பின்தங்கியிருக்கிறோம். அந்தப் பின்தங்கலுக்குக் காரணம் ஒரு மனிதன்: சுல்தான் மகமது கல்ஜி

என் காலத்தில் சில சிறந்த வீரர்களைப் பார்த்திருக்கிறேன். என் தந்தை, ராவ் வீரம்தேவ், ராவ் கங்கா, மாலிக் ஆயாஸ் ஆகியோர். ஆனால், அன்றைய தினத்தில், சுல்தான் வெளிப்படுத்திய போர்த்திறனுக்கு இணையான தரத்தைச் சேர்ந்தவர்கள் அவர்கள் எனக் கூறமாட்டேன். சாகசம் புரிபவராகவும், அதேநேரம் திறன்மிக்க கொலைகாரராகவும் இருந்தார். ஒரு கெஜம் நீளமுள்ள வாட்கள் எங்களிடம் இருக்கலாம்; ஆனால், எந்தத் தந்திரத்தாலும் அவரைச் சிக்கவைக்க முடியவில்லை. அவரது வீரர்கள் அவரைச் சுற்றித் திரளத்

தொடங்கியிருந்தனர். ஒரு நாற்பத்தைந்து நிமிடத்தில் வெளிச்சம் குறைந்துவிடும். சரியாகப் பார்க்கமுடியாது. யார் வெற்றி பெறுவார் அல்லது தோற்பார் என்று திட்டவட்டமாகக் கூறமுடியாமல் அன்றைய நாள் முடிந்துவிடும்.

நானும் தேஜும் மெதினிராயும் ஐநூறு வீரர்களுடன் புறப்பட்டோம். சில நிமிடங்களில் நேருக்குநேர் மோதலில் ஈடுபட்டோம். அதன்பின் சுல்தானை நேருக்குநேர் சந்தித்தேன். எனக்கே நான் பொய் சொல்லிக்கொண்டதாகத் தெரிகிறது. அவர் சிறந்த வீரர், மிகச் சிறந்த வீரர். ஆனால், நான் அதற்காகப் போரில் இணையவில்லை. அவர் எனக்குப் பிணமாக வேண்டும். அதன் பின் மால்வாவை நாங்கள் கைப்பற்ற வேண்டும். ஏற்கனவே நாங்கள் டில்லியை இழந்தது போன்ற முட்டாள்தனத்திற்கு முற்றுப்புள்ளி வைக்கவேண்டும். இதுவரையிலும் வெல்ல முடியாதவராக அவரைக் காட்டிக்கொண்டிருந்த மந்திர வளையத்தையும் மீறி அவரை முடிக்க வேண்டும். மகமது கல்ஜி என்னுடையவர். என் வாள் அவர் மீது இறங்கப்போகிற சமயத்தில் மெதினி ராயை பார்த்தேன். அவர் தலையை ஆட்டியவாறு ஓரக்கண்ணால் என்னைப் பார்த்தார். அது ஒரு விபத்து என்பதாக அவரிடம் சொல்ல விரும்பினேன். அரசே, இந்த அளவுக்கு நீங்கள் எனக்குக் கடன்பட்டிருக்கிறீர்கள். எனக்கு ஆதரவாக இருங்கள். உங்கள் சொந்த நலனுக்காகவும், மேவாரின் நலனுக்காகவும் பேரரசர் ராணாவிடம் ஒரு பொய் சொல்லுங்கள். மால்வா மீது எங்களுக்கு வெற்றி தேவையில்லை. யோசித்துப் பாருங்கள். அதை இணைத்துக்கொள்ள வேண்டும்; அது நிரந்தரமானதாக இருக்கவேண்டும். ஆனால், இந்தச் சிந்தனையுடன் அந்தக் கணம் கடந்தது. சுல்தானின் வாள் என்னை நோக்கிப் பாய்ந்தது. நான் வலதுபுறம் ஒதுங்கினேன். வாள் சற்று நகர்ந்து, என் தலைக்கவசத்தின் முன்புறம் தொங்கும் கம்பிவலையில் மோதி பொறிபறந்தது. வாள் மேலும் நகர்ந்து இடது தோள்பட்டைச் சதையில் இறங்கியது.

இரத்தக் குழாய் ஒன்றை அவர் வெட்டியிருக்கவேண்டும். அவர் முகத்தில் பீய்ச்சி அடித்த இரத்தத்தால் அவர் கண்களை மூடினார். தரையில் விழுந்த எனது வாளை எடுக்கக் குனிந்தபோது நான் சற்று மயங்கியிருக்க வேண்டும். இரத்தம் எவ்வளவு விரைவில் உறைந்துபோகிறது. கண்களை அவர் வெறித்தனமாகத் திறக்க முயன்றார், பசை போல் கண்களில் படிந்த ரத்தத்தையும் துடைக்க முயன்றார். மணிக்கட்டு முதல் முழங்கை வரை கவசம் மூடிய வலது கரத்தால் சுல்தானின் வாள் முனையைப் பிடித்தேன். பிடிமானம் சரியாகக் கிடைக்கவில்லை; சிரமப்பட்டேன். வேறு வழியின்றி எனது இடதுகையையும் பயன்படுத்த வேண்டியிருந்தது. அழுத்தமும் வலுவும் கிடைப்பதற்காக, குதிரையில் விரைந்து எழுந்து நின்று, அவரது வாளைத்

திருப்பி அவர் மார்பில் சக்தியுடன் செலுத்தினேன். சமநிலை இழந்து, அவர் பக்கவாட்டில் சரிந்தார். தரையில் அலங்கோலமாக விழுந்த அவரது பாதங்களில் ஒன்று அங்கவடியில் மாட்டியிருந்தது. குதிரையிலிருந்து இறங்கினேன். கையில் வாளுடன், சுல்தானின் மார்பின்மீது வலது பாதத்தை வைத்தேன். எதற்கும் இருக்கட்டும் என்று பாதுகாப்பு கருதி, வாளின் முனையை தொண்டைக்குழியில் வைத்தேன். பல ஆண்டுகளுக்குமுன், என் தாயின் தொண்டையில் கோழி எலும்பு மாட்டிக்கொண்டது என்பதற்காக வாள் முனையை இரக்கமற்ற மனத்துடன் என் தந்தை செருகிய அதே இடம். முகத்திலும் கண்களிலும் படிந்திருந்த ரத்தத்தைத் துடைத்த சுல்தான் என்னைப் பார்த்தார்.

'மகராஜ் குமார், ஏன்? ஏன், தயங்குகிறீர்கள்? ஒன்று நீங்கள் அல்லது நான்.' குழந்தைத்தனமான குரல். மகிழ்ச்சியற்ற குரல். சுற்றுலா முடித்து வீடுதிரும்பியபின், கனவுக்கண்கள் கொண்ட அந்தச் சிறுவன் நம்முடன் வரவில்லையே என்று உங்களைத் தேடத்தூண்டும் குரல். 'குறி தவறாமலிருந்தால், நிச்சயம் நான் உங்களை விட்டிருக்க மாட்டேன்.'

நான் சிரித்தேன். கனவுக்கண்கள் கொண்ட மனிதர்கள், கூலிப்படையைக் காட்டிலும் சற்று அதிகம் கொடூரமானவர்கள் என்பது நான் அனுபவத்தில் அறிந்து கொண்டது.

சுல்தானிடம் என்ன சொல்வது? தந்தையின் கட்டளையை மீறாத ஏழு வயது பையன் நான், என்றா?

சிக்கலில் இருக்கும்போது, மிகையான சொற்களை பயன்படுத்திப் பேசுங்கள். 'மிகச் சிறந்த வீரரை யாரும் கொல்ல மாட்டார்கள், அரசே'

இளவரசன் என்பதைக் கைவிட்டு, உண்மையான எனது பணியை ஏற்றுக்கொள்ளும் நேரம் ஒருவேளை இதுவாக இருக்கக்கூடும்: தோல்விகளையும் இக்கட்டான நேரங்களையும் வெற்றியாக மாற்றும், ஒரு அரசவை வரலாற்றாசிரியராகவோ அல்லது ஒரு சரணாகவோ மாறிவிட வேண்டும்.

அத்தியாயம் 36

ஒரு பள்ளிச் சிறுவன் போலத்தான் நான். எப்போதுமே வீட்டிற்குச் சீக்கிரம் திரும்ப விரும்புபவன். இடாரிலிருந்து, கும்பல்கார்கிலிருந்து, இப்போது தரம்பூரிலிருந்து. ஏதோ ஒரு தருணம், என் தலையீடு இல்லாமல் தீர்க்கமுடியாத ஏதோ ஒரு நெருக்கடி என்னை அழைப்பதுபோல் எப்போதும் நடிக்கவேண்டியுள்ளது. நான் ஒரு முட்டாளா, மனிதத் தலையீட்டால் விதியை மாற்றமுடியாது என்பதைத் தெரிந்துகொள்ள இயலாதவனா நான்? இருக்கலாம். ஆனால், அந்த விவேகத்தைப் பெறும் நாளில், அல்லது அந்த விவேகத்தின் கட்டளையை ஏற்கும் நாளில் நான் அரசன் ஆவதற்குத் தகுதியற்றவன் ஆகிவிடுவேன். உண்மையில் சரி போகட்டும் என்று விட்டுவிட ஒரு நேரம் இருக்கிறது. அது நான் இறந்து, மறைந்து போகும்போதுதான் என்று கூறுவேன்:

எனினும் இப்போது எனது பொறுமையின்மையில் ஒரு விரக்தி சேர்ந்திருக்கிறது; எனினும் அது புதிது. முந்திச் சென்று அது நிகழ்ந்துவிடாமல் தடுக்க விரும்பும் விஷயம் குறித்து நான் சிந்திக்கவே இல்லை. ஆனால், ஒரு பாதி மனது, அல்லது முக்கால் என்று வைத்துக்கொள்வோமே, இப்படி நினைத்தது. ராய்கள், சுல்தான்கள், இளவரசர்கள் அனைவரையும் விருப்பம்போல் வரச்சொல்லிவிட்டு, சித்தோரை நோக்கி எங்கும் நிறுத்தாமல் விரைந்து செல்லவேண்டும். ஒருவேளை பெஃபிக்கிரால் முடியாமல் அவன் விழுந்துவிட்டால், மிச்சமிருக்கும் ஐம்பது அல்லது எழுபது மைல்களையும் ஓடிக்கடந்து மங்களின் வீட்டுக் கதவைத் தட்டவேண்டும்: மங்கள், செய்திகளைச் சொல்.

தினசரி யோகப் பயிற்சிகளுடன் ஒருமுறை மட்டுமே தியானம் செய்துவந்த நான், இருமுறை தியானத்தில் அமர்ந்தேன். நான் எதையும் சரியாகச் செய்யவில்லையோ என்று பயந்தேன். சமநிலைக்கான எனது முயற்சிகள் அனைத்தையும் நீள்வட்டங்கள், நீளுருவ வடிவங்கள், ஏறுபாதைகள், தொடுகோடுகளால் பாபர் இடையில் வெட்டுகிறான். என் மனத்தை அது துண்டாடுகிறது, இடப்பெயர்ச்சி செய்கிறது. என்னை சஞ்சலப்படுத்துகிறது. நல்வாய்ப்பாக மற்ற அனைவரும் நல்ல மனநிலையில் உள்ளனர்; என்னைப் பொருட்படுத்துவதில்லை.

சுல்தான் தன்னைப் போர்க்கைதியாகக் கருதிக் கொண்டாரா அல்லது கௌரவ விருந்தினராக நினைத்துக்கொண்டாரா என்று சொல்வது சிரமம். எப்போதாவது கோபப்படுவார்; மற்றபடி எளிமையான, விரும்பக்கூடிய மனிதர். இளவரசன் பகதூரிடம் தென்பட்ட ஆணவம் இவரிடம் இல்லை. அவரது ஒரே பிரச்சனை, தவறான தொழிலைத் தேர்ந்தெடுத்ததுதான். வைரங்கள் அல்லது புடவை வியாபாரியாக

அற்புதமாக, சிறந்து விளங்கியிருப்பார். கலகலப்பும் கனிவும் நிறைந்த மனிதர். ஒவ்வொரு நிகழ்விற்கும் அவரிடம் கதை இருந்தது. மட்டுமின்றி எதைப்பற்றியும் உங்களுடன் அவரால் பேசமுடியும். பேச விரும்பினார், அதைப்போல் பிறர் பேசுவதைக் கேட்கவும் விரும்புவார். படையில் கீழ்நிலையில் இருக்கும் வீரனோ அல்லது பெருக்குபவனோ யாரும் அவரிடம் நெருங்கிப் பேசமுடியும். அவனது முதல் காதல் வெற்றி பெற்றதையோ அல்லது அவனது ஆறு மாத ஆண்குழந்தை இறந்துபோனதையோ அவருடன் பகிர்ந்துகொள்ள முடியும்.

சாதாரண மக்களின் மகிழ்ச்சியை, துன்பங்களை, குழப்பங்களை பகிர்ந்துகொள்ளும் நேர்மையான திறன் சுல்தானுக்கு இருந்தது. ஒரு அரசனுக்குரிய அரிதான பண்பு. கெடுவாய்ப்பாக அவரிடமிருந்த சில குணங்களில் இதுவும் ஒன்றாக அமைந்துவிட்டது. அதிகாரத்தில் இருக்கும்போது, சுல்தான் ஆவதற்கு மகமது கல்ஜி கடினமாக முயற்சித்தார். ஆனால், மிக மோசமாகத் தோற்றுப்போனார். இப்போது வெறும் படைவீரன் மட்டுமே, சொல்லப்போனால் ராஜாங்கக் கைதி. இனிமேல் போலியாக நடிக்கவேண்டாம். எவ்வளவு நிம்மதியாக தன்னை உணர்கிறார் என்பதை அவரைப் பார்த்தால் தெரியும். எவ்வளவு மகிழ்ச்சியான நேரம் .

சித்தோரை அடைய இன்னும் மூன்று நாட்கள் இருக்கையில் குஜராத்தின் முஸாஃபர் ஷா இறந்துவிட்டதாகச் செய்தி கிடைத்தது. அவரது மூத்த மகன் சிக்கந்தர் அரியணை ஏறிவிட்டான். ஒருகாலத்தில் என் நண்பனாக, விருந்தாளியாக இருந்த இளவரசன் பகதூர் எங்கே போனான்? தனக்கு ஆதரவையும் மகுடத்தையும் தேடி இன்னமும் அலைந்துகொண்டிருக்கிறானா? குஜராத்தின் புதிய அரசன் சுல்தான் சிக்கந்தர் தனது சகோதரனின் தலைக்கு ஃபத்வா அறிவித்திருக்கிறானா? ஒன்று நிச்சயம். பகதூர் உயிருடன் இருக்கும்வரை, சிக்கந்தரோ அல்லது அவனது மற்ற சகோதரர்களோ நிம்மதியாக இருக்கமுடியாது.

சித்தோருக்கு விரைந்து செல்லவேண்டும் என்று கவலைப்பட்டிருக்க வேண்டாம். பாபரிடம் டில்லி வீழ்ந்துவிட்டது. சுல்தான் இப்ராஹிம் லோடியும் காபூலின் அரசனும் பானிபட்டில் மோதினர். சுல்தான் உயிருடன் இல்லை. ஹிந்துஸ்தானின் மிக முக்கியமான மகுடம் கைப்பற்றப்பட்டது. விரைவாகப் பயணித்து வந்திருந்த தூதுவனுக்கு மூச்சு இரைத்தது. செய்தியை அந்த வீரன் படித்தபோது மிகவும் எளிமையாகத்தான் ஒலித்தது. அவ்வளவுதானா? சித்தோருக்கு விரைந்து சென்று தடுக்கவேண்டும் என்று வெறித்தனமாக நான் விரும்பியது இந்தப் பேரழிவைத்தானா? பாபர் அல்ல, நாங்கள், என் தந்தை- சுல்தான் இப்ராஹிம் லோடியிடம் போரிட்டு டில்லியைக் கைப்பற்றி இருக்க வேண்டும்.

ஹிந்துகுஷ் மலைகளின் பனி மூடிய, இணக்கமற்ற, அசௌகரியமான கணவாய்களைத் தாண்டி, கைபர் கணவாயை ஐந்து முறை பாபர் கடந்து வந்திருக்கிறான்; ஒவ்வொரு முறையும் ஹிந்துஸ்தானை நோக்கி மேலும் முன்னேறி வந்திருக்கிறான். பாபரின் இந்த முயற்சிகளை எத்தனை ஆண்டுகளாகப் பின்தொடர்ந்து கொண்டிருக்கிறேன்? உடனடியாகச் செய்யவேண்டியது, டில்லிக்குச் சென்று புதிய பாதுஷாவை நேருக்குநேர் சந்திப்பது. வெளிப்படையாகச் சொன்னால், இதையும் நான் செய்ய வேண்டியிருக்காது. எனென்றால், மிகவிரைவிலோ அல்லது கொஞ்சம் தாமதமாகவோ நாங்கள் சந்திக்கவேண்டும் என்று விதிக்கப்பட்டிருக்கிறோம் என்பதில் எனக்குச் சிறிதும் சந்தேகமில்லை.

* * *

நான் விரும்பிய அனைத்தும் இந்த மால்வா படயெடுப்பில் கிடைத்தது. ராவ் ராய்முலை இடார் அரியணையில் மீண்டும் அமர வைத்தப் பிறகு, நான் நீண்ட நாட்களாக மிகவும் ஏங்கிய வெற்றி எனக்குக் கிடைத்துள்ளது. கம்பீரி பாலத்தைக் கடந்து நகரமக்களின் முக்கால்வாசியும், அரசவை உறுப்பினர்களும் மகாராணாவுக்குப் பின்னால் அணிவகுத்துக் காத்திருந்தனர். யானையிலிருந்து இறங்கிய பேரரசர் ராஜா மெதினி ராயையும் என்னையும் நோக்கி இரண்டு அடிகள் எடுத்து வைத்தார். அனைத்து அரச நெறிமுறைகளுக்கும் மாறான செயல்; மிக முக்கியமான கௌரவம். அந்த நிகழ்வின் தன்மை, அவசரம் அல்லது மகிழ்ச்சி, அது என்னவாக இருந்தாலும், மகாராணா எதையும் பொருட்படுத்தமாட்டார். தான் நின்ற இடத்திலேயே மகாராணா உறுதியாக நிற்பார். அந்த வாஸல் அல்லது இளவரசனின் அந்தஸ்து, தகுதி என்னவாக இருந்தாலும், ராணாவுக்கு முன்னால் வந்து அவரை வணங்கவேண்டும்.

மெதினி ராய் முன்னால் நகர்ந்து பேரரசரின் ஆசிர்வாதங்களைப் பெறுவதற்காகக் குனிந்தார். ஆனால், தந்தை கையை அவர் தோளின் மீது வைத்துத் தடுத்தார். 'இறைவன் ஏகலிங்கேஸ்வரன் உங்களுக்கு எப்போதும் நன்மையை அளிக்கட்டும். மாட்சிமைமிக்க மால்வா சுல்தானைத் தோற்கடித்த உடனேயே இங்கு வருகைதந்து, மேவாருக்கும் எங்களுக்கும் பெரும் கௌரவம் அளித்திருக்கிறீர்கள்.' தந்தை சற்றுத் திரும்பினார். பிரதான் பூரண்மால்ஜி வெற்றித் தலைப்பாகையை அவர் கைகளில் வைத்தார். 'ராஜபுத்திரர்களின் வரலாற்றில் இதுவரையிலும் குறைந்த எண்ணிக்கையிலான வீரர்கள் அதிக எண்ணிக்கையிலான எதிரிப் படையை வென்றதில்லை. அத்தகைய வெற்றியாளனுக்கு இந்த வீர் விஜய் தலைப்பாகையை அணிவித்து அலங்கரிப்பது எங்களுக்குக் கிடைத்த பாக்கியம்.'

'பேரரசே, ஒரு ராஜபுத்திரனுக்கு மேவாரின் வீர் விஜய் தலைப்பாகையைக் காட்டிலும் பெரும் கௌரவம் வேறொன்றுமில்லை. அதைப் பெருமிதத்துடன் எப்போதும் தரித்துக்கொள்வேன். ஆனால், முழுநேர்மையுடன் ஒன்றை ஒப்புக்கொள்ள வேண்டும். இந்தக் குறிப்பிடத்தக்க, அற்புதமான வெற்றியின் பெருமை எனக்கு உரியதல்ல. மகராஜ் குமாருக்கு உரியது. ஆகவே, வீர் விஜய் அவருக்குரியது என்பதே மிகப் பொருத்தமானது.'

இந்தச் செயல் அதீதப் பெருந்தன்மையா? நன்றியை வெளிப்படுத்தாத ராவ் மெதினி ராயின் மடத்தனமான எதிர்வினையா என்று மேவார் அரசவையினர் திகைத்து, மூச்சடைத்து நின்றிருந்தனர். எனினும், தந்தை அதை வேடிக்கையாக எடுத்துக்கொள்ளும் மனநிலையில் இல்லை. ராயை விமர்சிக்கவும், லேசாகக் குத்திப்பேசவும் தயங்கவில்லை.

'அரசே, இந்த யுத்த முயற்சி ஏதோ ஒருவகையில் எங்கள் கருவூலத்தைக் காலிசெய்திருக்கலாம். ஆனால், நிதியமைச்சர் மதிப்பிற்குரிய ஆதிநாத்ஜி என்னிடம் ஒன்று சொன்னார்; விஷயங்கள் இப்போது சிறியதாகத் தோன்றலாம்; ஆனால், பேரரசர் மகமது கல்ஜியால் நம் கருவூலத்திற்கு உயிர் கொடுக்க முடியும், நிதியால் அதை நிரப்பமுடியும் என்றார். ஆகவே, எங்கள் மகனுக்குத் தனியாக மற்றொரு வீர் விஜய் தலைப்பாகை அளிக்க வசதி இருக்கிறது.'

பூரண்மால்ஜி தன் கையில் இரண்டாவது தலைப்பாகையை ஏந்தியிருந்தார்; அதை தந்தை என் தலையில் அணிவித்தார். 'நீ உன்னை நன்கு நிரூபித்துவிட்டதாக எல்லோரும் சொல்கிறார்கள் மகனே. அரிதான, விலை மதிக்கமுடியாத பரிசை எனக்குக் கொண்டு வந்திருக்கிறாய். உன் தாயும், நானும், இளந் துறவியும் உன்னை நினைத்துப் பெருமை கொள்கிறோம்'

எங்களுக்குப் பின்னால் அடைத்தாற்போல் நின்றிருந்த படைப்பிரிவுகள் விலகின. தேஜும், ஷஃபியும் பேரரசர் மகமது கல்ஜியை அழைத்து வந்தனர்.

'மாட்சிமை பொருந்தியவரே, பேரரசர் மால்வா சுல்தானை உங்கள் முன் அறிமுகப்படுத்துவதில் மகிழ்ச்சியடைகிறோம்.'

இந்த மனிதரை எந்த அளவுக்குக் குனிந்து வணங்குவது என்று சுல்தான் முடிவு செய்திருக்கவில்லை. குறைந்தபட்சம், இப்போது அவர் இவருடைய தற்காலிக எஜமானர்; அவருடைய கைதி. ஆனால், தந்தை பெருந்தன்மை மிக்க ஆன்மாவாக அன்று இருந்தார். 'மாட்சிமை மிக்கவர் மேவாருக்கு வருகை தந்ததால் எவ்வளவு பெருமிதம் அடைகிறோம் என்பதைப் பேரரசருக்கு எடுத்துரைக்க இயலாது. சித்தோர் தன்

கதவுகளை விரியத் திறந்து உங்களை வரவேற்கிறது. எங்களது உபசரிப்பில் உங்களுக்கு எந்தக் குறையும் இருக்காது என்று உறுதி கூறுகிறோம்'

தன்னைச் சிறைபிடித்திருப்பவரின்முன், குனிந்து வணங்குவதுதான் விவேகம் என்று சுல்தான் இப்போது முடிவுசெய்தார். அதன்பின், கூட்டத்தின் உற்சாகத்தை கட்டுப்படுத்த முடியவில்லை. பத்து நாட்கள், ஒரே ஜெய் மகாராணா, ஜெய் ராஜா மெதினி ராய், ஜெய் மகராஜ் குமார் தான். என் எதிர்காலத்தில் ஏற்பட்ட திடீர் மாற்றத்தைப் பார்த்து என் தாய் கொஞ்சம் குழப்பமடைந்துதான் போனார். என் நெற்றியிலும் கன்னத்திலும் முத்தமிட்டு, கேட்டார்.

'அந்த மோசமான மனிதனை நீ உண்மையிலேயே தோற்கடித்துவிட்டாயா?'

'இல்லை, அம்மா. நம் வீரர்கள் தோற்கடித்தார்கள். அவருக்கு நம்மைப் பார்த்தால் கொஞ்சம் மோசமானவர்களாகத் தெரிவோம் இல்லையா? அவர் என்னிடம் எதையும் இழந்ததாகத் தோன்றவில்லை'.

'நல்லது, நீ பத்திரமாக இருந்தால் போதும். அதுதான் எனக்கு மகிழ்ச்சி. சரி, நீ சாப்பிட்டாயா, மகனே?

என்னால் இப்போது புன்னகைக்காமல் இருக்கமுடியவில்லை. எளிமையான, அன்பான அம்மா. அவர் மட்டுமே எமது வெற்றியை, பெரிதுபடுத்தாமல் சரியாகப் பார்த்தவர்.

'என்னால் உற்சாகம் கொள்ள முடியவில்லை.' ராணி கர்மாவதி எனக்களித்த மிகக்கடுமையான ஆசிர்வாதம்: 'மிக வேகமாக வளர்ச்சி அடைபவர்கள், மிக வேகமாக வீழ்ச்சியும் அடைவார்கள்'.

என் நலனை விரும்பாதவர்களின் ராணியே, உங்களுக்கு ஒன்று சொல்கிறேன். நானும் இந்த வெற்றியால் பெரிதும் மகிழவில்லை. என்னைத் தவறாக எடுத்துக்கொள்ள வேண்டாம். இது முக்கியமற்ற யுத்தம் என்று சொல்லமுடியாது. ஆனால், உண்மையான மோதலுக்கு முன்னோட்டம்; அற்புதமான பயிற்சி, நல்ல அனுபவம். ஆனால், நாங்கள் மால்வாவை அடக்கித்தான் வைத்திருக்கிறோம். கைப்பற்றவில்லை. டில்லி அரியாசனத்தில் இப்போது ஒரு புதிய மனிதன் அமர்ந்திருக்கிறான்.

* * *

மேவாரின் மக்களுக்கு பாபர் தற்போதைக்கு தூரத்தில் இருப்பவன்; ஒரு கற்பனை மனிதன். மகிழ்ச்சியான சூழல் சித்தோரில் நிலவுகிறது. என்னால் அதை மறுப்பது கடினம். சுல்தான் மகமது கல்ஜி

மாண்டசோரை எங்களுக்கு விட்டுக்கொடுத்தார். மெதினி ராய் இப்போது சந்தேரியின் ராவ். ஸில்ஹாதிக்கு ஜாகீர்களாக பில்ஸாவும், ரைஸனும், சாரங்கபுரமும் வழங்கப்பட்டன. வெற்றிவிழா கொண்டாட்டங்கள் சித்தோரில் எப்போதும் ஏழு நாட்கள்தான் நடக்கும். களியாட்டங்களை இந்த முறை பத்து நாட்களுக்கு நீட்டித்து பேரரசர் உத்தரவிட்டார். வெற்றி பெற்றும் சென்றமுறை எனக்குக் கிடைக்காத மகிழ்ச்சியை இந்த முறை மகாராணா எனக்கு கிடைக்கச் செய்திருக்கிறார். அல்லது அவரது அனுமதியின்றி ரண்தம்போரிலிருந்து சித்தோர் வந்திருக்கும் என் தம்பி விக்கிரமாதித்தனுக்கு ஒன்றைச் சுட்டிக்காட்டுகிறாரா?

'விக்கிரமாதித்தா, உன்னைத் தலைநகரில் பார்ப்பது மகிழ்ச்சிதான். இருந்தாலும் நீ வந்தது தேவையற்ற ஒன்று.' என் தந்தை தம்பியைத் தனியே சந்திக்க மறுத்துவிட்டார். மால்வா படையெடுப்பின் வெற்றியாளர்களுக்கு மரியாதை செய்வதற்கு நடந்த தர்பாரில்தான் அவனைச் சந்திக்க முடிவுசெய்தார். 'நாங்கள் அழைப்பு அனுப்பியது உன் மாமா சூரஜ்மலுக்குத் தான். ரண்தம்போர் இப்போது பாதுகாப்பில்லாமல் இருக்கிறது. அதன்மீது கண் வைத்திருக்கும் யாராவது எதிரி அதை இப்போது அதிக எதிர்ப்பின்றி கைப்பற்றிவிட முடியும் என்பதைப் புரிந்துகொள்ள வேண்டாமா?'

'இந்தத் தவறுக்கு முற்றிலும் நான்தான் பொறுப்பு, பேரரசே.' மகன் முட்டாள்தனமாக ஏதாவது பேசுவதற்குமுன் ராணி கர்மாவதி பேசினார். 'அவனைப் பார்க்காமல் இருப்பது எனக்கு மிகவும் வருத்தமாக இருக்கிறது. அதுமட்டுமின்றி, வெற்றியையும் மகிழ்ச்சியையும் பகிர்ந்துகொள்ள இளவரசன் விக்ரம் இங்கு இல்லையென்றால் அவன் அண்ணன் மகராஜ் குமார் மிகவும் வருத்தப்படுவான் என்பது எனக்குத் தெரியும்'

என்றைக்கும் சாகமாட்டேன் என்று சொல்லும் என் சித்தியே, அருமையான நகர்த்தல்.

'அரசியே, உங்கள் தாய்ப்பாசத்தை இந்த அரசவை மிகவும் உருக்கமானதாகப் பார்க்கிறது. தாய்மார்கள் மகன்களைத் திரும்ப அழைப்பார்கள், தந்தையர்கள் அவர்களை வெளியில் அனுப்புவார்கள்.'

நாடகத்தனமான முக மலர்ச்சியுடன் என்னை அவள் தழுவிக்கொள்ளப் போகிறார் என்று நினைத்தேன்; அதற்குள் என் கையை ராணி விடுவித்தார். 'மகராஜ் குமார், உன் புகழ் உச்சத்தை அடையட்டும். முடிந்தால் அதற்கு மேலும் உயரட்டும். உன் தம்பி இளவரசன் விக்கிரமாதித்தனையும் கவனித்துக்கொள்'

யாராவது எச்சரிக்கையாக இருக்கவேண்டும் என்றால், அது நான்தான். மரணத்தைத் தழுவியதுபோல் உணர்ந்தேன்.

அந்த அவையின் முன் வரிசைகளிலிருந்து ஒதுங்கி பின்னால் நின்றிருந்த என் மனைவி என்னைப் பார்த்துக்கொண்டிருந்தாள். சம்பந்தமில்லாதவள் போல் அமைதியாக ஒதுங்கி நின்றிருந்தாள். மேவாரின் எளிமையான மக்கள் மட்டுமல்ல, அரசவை உறுப்பினர்களும் தாங்கள் யார் என்பதை மறந்துவிடுகிறார்கள்; நினைத்துப் பார்க்க முடியாததைச் செய்கிறார்கள்: பேரரசரின் பக்கம் முதுகைக் காட்டியபடி திரும்பி, இளந் துறவியின் காலடியில் நெடுஞ்சாண்கிடையாக விழுந்து வணங்குகிறார்கள்.

திடீரென்று வளர்ந்துவிட்ட என் தம்பியின் சகோதர பாசத்தை என்னால் கையாள முடியும். ஆனால், தந்தைக்கும் ராணி கர்மாவதிக்கும் இடையிலான உறவில் ஒரு திருப்பம் ஏற்பட்டிருப்பதை ஊகிக்கமுடிந்தது. மற்ற ராணிகளை விடவும் அல்லது ஆசைநாயகிகளை விடவும் அவரது படுக்கையை அவர் அடிக்கடி பகிர்ந்துகொண்டிருப்பார். தந்தையிடமிருந்து தன்னை இவர் முறித்துக் கொண்டுவிட்டார் என்ற வெளியில் சொல்லமுடியா எச்சரிக்கை உணர்வு ஏற்படுகிறது. கடந்தகாலத்தில் அவரால் அவள் பாதிப்போ, வருத்தமோ அடைந்திருந்தாலும் பிரச்சனைகளின் இறுதித் தீர்வாளராக அவரே இருந்தார்.

வேறுவழியின்றி பரிகாரத்திற்காகத் தந்தை பக்கம் அவர் திரும்புவார்; அவருடைய பாசத்தைத் தந்திரமாகப் பயன்படுத்திக் கொள்வார். இப்போது அவர் பெரும் விரக்தியில் இருக்கிறார். என் மனைவிக்குக் கிடைத்திருக்கும் உயர் அந்தஸ்திற்கும் இதற்கும் ஏதாவது தொடர்பிருக்கலாம். எனினும் இளவரசிக்கும் பேரரசருக்கும் இடையில் பாலியல் ரீதியான தொடர்பு எதுவும் இல்லை என்பதை ஒற்றர்கள் மூலம் ராணி அறிந்திருப்பார் என்பது நிச்சயம். அதுபோல் அரசியல் செய்வதிலும் இளந் துறவிக்கு ஆசையில்லை என்பதையும். இது மிகவும் எளிமையானது. ராணியின் அடிமனத்தில் பாலியல் உறவின் மூலம் ஒரு ஆணை கட்டுப்படுத்திவிடலாம் என்ற எண்ணம் இருந்திருக்கும். அதனால் இதைக் குறிப்பிட்டேன். நாட்கள் வேகமாகச் செல்கின்றன. உறுதியான முடிவை, நகர்வை அவர் எடுக்கவில்லை என்றால், மேவாரின் அரியணையைப் பெறுவது அவர் மகன் விக்கிரமாதித்தனுக்கு மிகவும் சிரமம்.

அவரைக் கண்டு அஞ்சினேன். ஆனால், இப்போது எழும் அச்சங்கள், என் தந்தையின் இடத்திலிருந்து, அவர் சார்பாக.

அத்தியாயம் 37

வாழ்க்கையின் சாரம் காரணமும் விளைவும் அல்ல. அது இயற்கைக்கு முரணானது. ஒருவரது செயல்களுக்கான விளைவுகள் என்னவென்று சொல்லமுடியாது. என்ன விதைக்கிறீர்களோ, அதை அறுவடை செய்வீர்கள் என்ற தெளிவான சொல் அதனுடன் ஒட்டிக்கொண்டிருக்கிறது. ஆனால், இதைப்போன்ற மலினமான உணர்வின்மீது நம்பிக்கை வைத்தால், மோசமான தவறைச் செய்கிறீர்கள். நம்மைச் சுற்றிலும் வெறும் பாலைவனங்கள் மட்டும் இல்லை. பாவத்தின் கூலி எப்போதும் நரகமாகத்தான் இருக்கும் என்பதுமில்லை. நல்லதின் பாதையில் பெரும்பாலும் துரோகங்கள் வரிசைகட்டி நிற்கின்றன. ஏனென்றால் எதுவும் ஒழுங்காக நடைபெறாத, சீரற்ற கொள்கையின் மீதுதான் உலகம் இயங்குகிறது.

மெதினி ராய் எனக்கு இப்படி ஒரு பாதகம் செய்வார் என்று யார் கற்பனை செய்திருப்பார்கள்?

'அரசே, உங்களையும் உங்கள் குடும்பத்தையும் மிக உயர்வான இடத்தில் வைத்திருக்கிறேன். அதில் மாற்றுக்கருத்து ஏதுமில்லை. எனவே, உங்களைக் கெஞ்சிக் கேட்கிறேன். காரணம் சொல்ல வைக்காதீர்கள். இந்த யோசனை வேண்டாம்.'

'மகராஜ் குமார், இப்போது அதற்குச் சிறிது தாமதமாகிவிட்டது. இந்தக் காரியம் முடிந்தது போல்தான். ராணா இதற்கு ஒப்புதல் அளித்துவிட்டார்.'

மது அருந்தலாம் என்று ராய் என்னை அதிதி அரண்மனைக்கு அழைத்து வந்திருந்தார். குளிர்ச்சியான காற்று வீசும் மாலைப்பொழுது. அந்த மாளிகையின் மேல்தளத்தில் அமர்ந்திருந்தோம்.

'எப்படிச் சொல்வது என்று எனக்குத் தெரியவில்லை. ஒருவேளை, மேவார் உங்களுக்குச் செய்ததற்கு நீங்கள் திருப்பிச் செய்யவேண்டிய கடமையிருக்கிறது என்று நினைக்கிறீர்களா?'

'என்னை யாரும் வற்புறுத்தவில்லை. உங்களுக்கும் பேரரசருக்கும் நிச்சயம் நன்றிக்கடன்பட்டிருக்கிறேன். ஆனால், உங்களுடன் பழகிய இந்த சில மாதங்களில் எனக்குள் உங்கள் மீது அன்பு உருவாகியிருக்கக் கூடாதா?'

'இந்தக் கௌரவத்தை எளிதாக எடுத்துக்கொள்ளவில்லை; நான் நன்றிகெட்டவனும் இல்லை. ஆனால், பாபரின் பாசறையில் ஒலிக்கும் போர்ப்பறை என்னைப் போருக்கு அழைக்கிறது. மேவாரும் அதன்

கூட்டாளிகளும் போரைப்பற்றி முடிவு செய்தபிறகு இந்த விஷயம் பற்றிப் பேசலாம் என்று நினைக்கிறேன்.'

'டில்லியின் புதிய ஆட்சியாளருடன் மோதுவது என்றுதான் முடிவு செய்வோம் என்று நினைக்கிறேன். அப்படி முடிவு செய்தோம் என்றால், அப்போது போரின் முடிவு தெரியும்வரை காத்திருக்கலாம் என்று சொல்வீர்களா?'

'அப்படி யோசிப்பதுதான் சரியாக இருக்கும். நீங்கள் அதை ஒப்புக்கொள்ள மாட்டீர்களா, என்ன? யுத்தத்திலிருந்து எல்லோருமே திரும்புவதில்லை'

'மிகச் சரியாகச் சொன்னீர்கள். அப்படி நான் திரும்பவில்லை என்றால், எனது குடும்பத்திற்குக் கேடயமாக, விளக்காக நீங்கள்தான் இருக்கவேண்டும் என்று விரும்புகிறேன்'

'இரண்டு குடும்பங்களுக்கும் இடையிலான உறவு என்கிற சம்பிரதாயம் இல்லாமலேயே ஏற்கனவே நாம் அப்படித்தான் இருக்கிறோம், அரசே, '

ஒருவேளை கடைசி வரியைக் கொஞ்சம் அதிக ஆர்வத்துடன் சொல்லிவிட்டேன் என்று நினைக்கிறேன். மெதினி ராய் சத்தமாகச் சிரித்தார்.

'மேர்த்தாவின் இளவரசியுடன் எவ்வளவு விசுவாசத்துடன் இருக்கிறீர்கள் என்பது எங்களுக்குத் தெரியும். ஆனால், மனைவிக்கு மாற்றாக ஒரு துறவி இருக்கமுடியாது. இளவரசே, என் மகள் மிகவும் அன்பானவள். எந்த வீட்டிற்கும் மகிழ்ச்சியைக் கொண்டுவருவாள். அவள் இதயத்தில் சித்தோருக்குச் சிறப்பான இடம் உண்டு. அவளது சகோதரனையும், தந்தையையும் நீங்கள் காப்பாற்றிய பிறகு உங்களை வழிபட்டுக்கொண்டிருக்கிறாள்.'

'பீடத்தில் அமர நான் விரும்பவில்லை. எங்கள் குடும்பத்திற்கு ஒரு துறவி போதும்.'

என் குரலில் இருந்த கூர்மை ராயை அதிர்ச்சிக்கு ஆளாக்கியது.

'இளவரசியின் உலகம் குறித்தும் என் மகள் யோசிக்கிறாள். நாட்டின் பெரும்பான்மை மக்களைப் போலவே அவரது தோழியாக, நம்பிக்கைக்கு உரியவளாக இருக்கவும் ஆசைப்படுகிறாள். ஆனால், அவள் துறவி கிடையாது, இளவரசே. உங்களது படுக்கையில் ஒரு பெண்ணை, தசையாலும் குருதியாலும் ஆன சாதாரணப் பெண்ணைப் பார்ப்பீர்கள்.'

என்னைத் தவிர்த்து என் இரண்டாவது திருமணத்தை எதிர்த்தது ராணி கர்மாவதி மட்டுமே.

தந்தையும் நானும் அமர்ந்து விருந்தினர் பட்டியலைச் சரிபார்த்துக் கொண்டிருந்தோம்; அப்போது அங்கு வந்தவர், 'நான் சொல்வதைக் கொஞ்சம் கேளுங்கள்' என்றபடி இடைமறித்தார். 'அவன் எல்லாவற்றையும் கெடுத்துக் குழப்பிவிடுவான். எனக்கு அதனால் வருத்தமில்லை. ஆனால், மெதினி ராயுடன் நமக்கிருக்கும் உறவையும் கெடுத்துவிடுவான்.' பின்னர், என் பக்கம் திரும்பினார். 'உன்னைப் போன்ற புத்திசாலிகள் எப்படிப்பட்டவர்கள் என்று தெரியும். காதைக் கையால் மூடிக்கொண்டு, கடல் சத்தம் கேட்பதாக நினைத்துக் கொள்வீர்கள். நிலையாக நிற்கும் நீர் எப்போதும் ஆழத்தை நோக்கி ஓடாது, மகராஜ் குமார். பொதுவாக இதெல்லாம் வெறுமையான சுரங்கப்பாதையில் வீசும் காற்று போல்தான்.'

எப்போதும்போல் ராணி பேசியதிலிருந்த தெளிவின்மை என் ஆர்வத்தைத் தூண்டியது. எனது சித்தியின் சொற்கள் நெருக்கமாக ஆய்வுக்கு உட்படுத்தும் அவசியமற்றவை என்பது முக்கியமல்ல. அவள் பேசிய சொற்றொடரில் ஒரு பழமொழி உள்ளடங்கி இருக்கிறது. அப்படி செய்வதன் மூலம் முரண்பட்ட படிமங்களின் சங்கிலித்தொடர் ஒன்று அமையும். அவற்றிற்குப் பொதுவான தொடர்பு இழை இருப்பதுபோல் அல்லது ஒரே உருவகங்களின் குடும்பத்தைச் சேர்ந்ததுபோல் தோன்றும். அதனால் கவனத்தை ஈர்க்கின்றன. என் சித்தி மனத்தளவில் ஒரு கவியா? எங்களால் அதை புரிந்துகொள்ள முடியாத அளவிற்கு ஆழமாக அவள் எதையோ சொல்கிறாள் அல்லது மிக மோசமாக அபத்தமாகப் பேசுகிறாள்.

'எந்தப் பாத்திரம் அதிகம் சத்தம் போடும் என்று உனக்குச் சொல்லவேண்டியதில்லை. இளவரசே, இப்போது திருமணம் செய்துகொண்டால் அந்த நாளை நினைத்து வருத்தப்படுவாய். பாவம் அந்தப் பெண்ணை கடவுள்தான் காப்பாற்ற வேண்டும்.'

'அம்மணி, நடக்கப்போவதைச் சொல்லி முடித்துவிட்டீர்களா? நானும் இளவரசனும் மிக முக்கியமான, உடனடியாக முடிக்கவேண்டிய விஷயங்களில் கவனம் செலுத்தவேண்டும்' பொறுமையிழந்தார் தந்தை.

வஞ்சனையையும் விநயத்தையும் இடம்பார்த்தும் ஆள்பார்த்துப் பேசுவதையும் எரித்துவிட்டு விஷயத்தின் மையத்திற்கு நேரடியாக செல்லும் சாத்தியம் விஷத்திற்கும் வெறுப்பிற்கும் உண்டா? அவநம்பிக்கைகளுடன் நான் பார்க்க முடிந்ததைக் காட்டிலும் ராணி எதிர்காலத்தை நன்றாகவே கணித்திருக்கிறார்.

என் மனைவி சுகந்தா அவளது தந்தைபோல் உடல் தோற்றம் கொண்டவள் இல்லை. ஆனால், அவளது வெள்ளந்தியான மனம் கொண்டவள்; மற்றவர்களை மகிழ்விக்க வேண்டும், மற்றவர்கள் தன்னை விரும்பவேண்டும் என்ற எண்ணம் உள்ளவள். என் சம்மதத்தைப் பெறுவதற்கு பேசியபோது அவள் தசையாலும் குருதியாலும் உருவானவள் என்று மெதினி ராய் குறிப்பிட்டது மிகையில்லை. அவள் சற்றே பருத்த உடல் கொண்டவள் என்று சொல்ல முடியாது. ஆனால், அவள் உடலின் மென்மைத்தன்மை அமைதியிழக்கச் செய்தது. அவள் தோளிலோ அல்லது உந்திச்சுழியிலோ ஆள்காட்டி விரலை வைத்து அழுத்தினால், விரலைச் சுற்றியிருக்கும் தசை, விரல் நுனியை உடனே மூடிவிடும். என் முஷ்டியைத் திரும்பவும் பார்க்க முடியாதோ என்று பயந்தேன்.

திருமண இரவுகள் எனக்கு ஒத்துவராது என்பதை இப்போது முற்றிலும் ஏற்றுக்கொண்டுவிட்டேன். இது தாமதமாக வந்த ஞானம் அல்ல. ஆனால், திருமணத்திலிருந்து ஓடிப்போவதைக்காட்டிலும் இது பரவாயில்லை. இரண்டாவது நிச்சயதார்த்தத்தை நிறுத்த ஆன மட்டும் முயன்றேன். ராயை நான் முழுமையாக எதிர்க்கவில்லை என்றாலும் அருவருப்பாகத்தான் நடந்துகொண்டேன். ஆனால், என் மாமனாரைத் தவிர (என் நாவில் இந்தச் சொல் எவ்வளவு விநோதமாக அமர்ந்துவிட்டது பாருங்கள்) வேறு யாராக இருந்தாலும் மணம் புண்பட்டிருப்பார்கள். மகளை எனக்குக் கொடுக்க மறுத்திருப்பார்கள்; அத்துடன் மேவாருக்கு எதிராகத் தணியாத பழிவாங்கும் வெறுப்பை வளர்த்துக்கொண்டு இருந்திருப்பார்கள். மாறாக, என்னை ஒரு நண்பனாக, நலம் விரும்பியாக ராய் கருதுகிறார். தவறு செய்துவிட்டோம் என்பதை அறிந்துகொள்ள அவருக்கு எவ்வளவு காலம் பிடிக்கும்? அவரது வருத்தம் எந்த வடிவை எடுக்கும்?

அதுமட்டுமின்றி, இளந் துறவி என்ன நினைப்பாள்? என் புதிய மனைவியுடன் எந்த மாதிரியான உறவுநிலையை அவள் ஏற்படுத்திக் கொள்வாள்? எப்போதும்போல் எனக்கு எதுவும் தோன்றவில்லை. திருமணத்திற்கு ஒரு வாரம் இருக்கும்போது என் படிப்பறைக்கு வந்தாள். நாடகத்தனத்துடன் 'என் அறைகளைக் காலி செய்துவிடுகிறேன்' என்று தெரிவித்தாள்.

'ஏன்?'

'உங்களுக்குச் சந்தேகம் எழாமல் இருக்கலாம். ஆனால், கொண்டாட்டத்தால் மேவாரை மூழ்கடிக்கக்கூடிய முக்கிய நிகழ்வு பற்றி எனக்குத் தெரியாமல் இல்லை.'

அவள் குரலில் ஒரு ஏளனம் தெரிந்ததா? அல்லது அது காயம்பட்டவரின் கேலியா? என் மனைவி இரண்டாவது திருமணத்தை மிகத்தீவிரமாக ஆதரித்தவள்தான். மட்டுமின்றி அவள் உபதேசித்ததைப் பின்பற்றுபவள். இரண்டாம் மனைவி, (கணவனின் இரண்டாம் மனவியை அப்படித்தானே ஒரு மனைவி அழைக்கவேண்டும்?) நீலவிழியாள் செய்யவேண்டிய குடும்ப வேலைகளின் பாரத்தைக் குறைக்கிறாள். கணவனிடம் குடும்பக் கடமை சார்ந்து மரியாதையுடன், பணிவுடன் பேசவேண்டும் என்கிற மிகச் சிரமமான பணியிலிருந்து விடுதலை கிடைக்கும் என்பதையும் குறிப்பிடவேண்டும். அதனால் குழலிசைப்போனிடம் முழுமையாகத் தன்னை அவள் அர்ப்பணிக்க முடியும்.

'அந்தப் பெண்ணுடன் நீங்கள் தனியாக இருக்க வேண்டுமல்லவா?'

'மேவார் அரச குடும்பத்தில் பலபேர் இரண்டாவது மணம் செய்திருக்கிறார்கள்; நான் முதல் நபரோ அல்லது இறுதியான நபரோ இல்லையே.'

'நான் அப்படி விரும்பினால் என்ன நடக்கும்?'

'என்ன விரும்பினால்?'

வேண்டுமென்றே புரியாதவன்போல் கேட்கிறேன் என்பது அவளுக்குத் தெரிந்தது. எனினும் தைரியமாகப் பதில் கூறினாள்.

'மறுமணம்?'

'மாளிகையில் தேவையான அளவுக்கு அறைகள் இருக்கின்றன; ஒரு பகுதியே புதுப்பிக்கப்பட்டுள்ளதே' தொடர்ந்து வேறு விஷயம் பேசிக்கொண்டிருந்தேன்.

இருப்பினும், அவளது வலையில் வீழ்ந்துவிட்டேன். அதிலிருந்து விலகுவதற்குள் நேரம் கடந்துவிட்டது.'

'யாருக்கு? எனக்கா அல்லது உனக்கா?'

ஒரு கொடூரமான பதிலை சொல்வதற்குத் தேவையான திறனும், கூரிய அறிவும் எனக்கு இல்லை. அதனால், தனி அறைகள் இருந்தாலும், இல்லாவிட்டாலும் மனத்தில் நினைத்தபடி அவளது இரகசிய சந்திப்புகளும் உறவுகளும் யாருமறியாமல் நடந்துகொண்டுதானே இருக்கின்றன என்று சுட்டிக்காட்டத் தவறிவிட்டேன்.

என் மனைவி ஒரு விடையில்லாத புதிரோ என்று சில நேரங்களில் வியப்பதுண்டு. அல்லது அப்படி விடை இருந்திருந்தாலும், அது நீண்ட

நாட்களுக்கு முன்பு தொலைந்து போயிருக்கலாம். என் புது மனைவியுடன் இளவரசி நடந்துகொள்ளும் விதத்தை ஒருவர் எப்படிக் குறிப்பிடமுடியும்? இரண்டாவது திருமணம் முடிந்து ஒரு வாரம் ஆகியிருக்கலாம். அன்றைய பணிகளை முடித்துத் திரும்பியிருந்தேன். 'நில்லுங்கள், நில்லுங்கள்' என்று சுகந்தா இளந் துறவியை நோக்கி கூவியது கண்ணில் பட்டது. சுகந்தா அருகில் வரும்வரை படிக்கட்டுகளின் அடியில் நீலவிழியாள் நின்றிருந்தாள்.

'நானும் உங்களுடன் கோவிலுக்கு வரட்டுமா?'

'சரியான சொல், "வரலாமா?" என்பது. நீ என்னுடன் கோவிலுக்கு வரலாம். ஆனால், உன்னால் வரவியலாது'. இளந் துறவியின் சொற்களில் செருக்கும் அவமதிப்பும். அதற்குச் சரியான பதிலடி கொடுக்கமுடியாத அளவுக்கு ராயின் மகள் அப்பாவியாக இருந்தாள்.

'ஏன்?'

'உன் இடம் உனது கணவனுக்கு அருகில், என் தலைமுடியில் அல்ல'

அவளை நான் மணம் செய்த நாளிலிருந்து முதல்முறையாக நீலவிழியாள் தன் வழியிலிருந்து விலகியதைப் பார்த்தேன். ஏன் எதிரிகளை உருவாக்கிக் கொள்கிறாள்? என் அதிருஷ்டம் திடீரென்று மேலும் நற்திசையை நோக்கித் திரும்பிவிட்டதா? அவள் பொறாமையும் உடைமைத்தன்மையும் கொண்டவள் ஆகிவிட்டாளா?

என் மனைவியைப் பார்த்த சுகந்தா அதன்பின் என்னையும் ஒரு பார்வை பார்த்துவிட்டு படிகளில் வேகமாக ஏறி அறைக்குள் சென்று தாளிட்டுக்கொண்டாள். அவள் பக்கம் பேசுவேன் என்று எதிர்பார்த்தாளோ? அவள் தவறு செய்துவிட்டாள். இரண்டு மனைவிகளுக்கும் இடையில் நான் சமாதானம் செய்துவைக்கப் போவதில்லை; அல்லது இருவருக்கும் இடையில் முதல் இடத்திற்கான போட்டியையும் ஊக்குவிக்கப் போவதில்லை.

ராயின் மகள் விலகியிருக்கும் செயலை, இளந் துறவி விரைவுபடுத்தி இருக்கலாம். ஆனால், எவ்வளவு வெறுப்புள்ள ஆளாக இருந்தாலும், யாருக்கு மதிப்புக் கொடுக்கவேண்டுமோ அவர்களுக்குக் கொடுக்கத்தான் வேண்டும்: அதாவது, எனக்கு, எனக்கு மட்டுமே. முற்றிலும் மாறாக, நான் அப்படி விரும்பவில்லை. ஆனால், முடிவுகளை சீர்குலைக்கத்தான் போகிறோமென்றால் நாம் கொண்டிருக்கும் நல்ல நோக்கங்களால் என்ன பயன்?

* * *

திருமணச் சடங்கைப் பற்றில்லாமல் சகிப்புத்தன்மையுடன் எதிர்கொள்ள வேண்டும் என்று முடிவுசெய்தேன். அதற்கு மாறாக என்னை அதில் ஈடுபடுத்திக்கொண்டேன். என் சம்ஸ்கிருதம் வழக்கம் போலில்லை. ஆனால், சடங்குகள் பாதி முடிந்தநிலையில் உச்சரிக்கப்பட்ட பல ஸ்தோத்திரங்களும் பாடல்களும் எனக்குப் புரிந்தன. மகிழ்ச்சியுற்றேன். இளம் புரோகிதன் எளிய உத்தி மூலம் அந்த மொழியை மறுகண்டுபிடிப்பு செய்தான். ஒருவேளை அதற்கான சரியான சொல் உள்முகப்பார்வை என்பதாக இருக்கலாம். பாடல்களை அவன் மனனம் செய்து கற்றுக்கொண்டு ஒப்பிக்கவில்லை. ஒரு எளிமையான மேவாரி பேசுவதுபோல் சம்ஸ்கிருதத்தைப் பேசினான். சம்ஸ்கிருதத்தின் திறவுகோல் மிகத் துல்லியமான உச்சரிப்பு. இதைச் சொல்வதில் பண்டிதர்கள் சலித்துக் கொண்டதில்லை. அவர்கள் சொல்வது சரி, மிகச் சரி. ஆனால், அவர்கள் குறிப்பிட மறந்துபோனது ஒன்று உண்டு. புரிதலின் வெளிச்சம் இருந்தால்தான் உச்சரிப்பு அர்த்தம் கொண்டதாக அமையும். பொருளையும் சூழலையும் தூக்கி எறிந்துவிட்டால், உங்கள் தாய்மொழியும் உணர்வற்றுதான் ஒலிக்கும். அது பேச்சு வழக்கிலான மொழி என்பதால், மிகவும் சுருக்கப்பட்ட, சிந்தனைக்கு மிகவும் நெருக்கமான அந்த மொழியில் அல்லது இசைப்பாடல் போன்ற அதன் வசனங்களில் எதுகை மோனையும், சந்தமும் அதிகமாக இல்லை என்று அந்தப் புரோகிதர் குறிப்பிடுவதுபோல் தோன்றியது.

சம்ஸ்கிருதத்தைக் கொன்றது யார்? ஒரு மொழி எப்படி இறந்துபோகும்? நாட்டுமக்களை அரசியல் கொந்தளிப்பு துடைத்தெறிந்ததுபோல் இது நடக்கவில்லை; அல்லது நமது மொழிகளுக்குத் தாயான அதன் இடத்தில் இனி அரபி அல்லது ஆப்கானிய மொழிதான் இருக்கும் என்று முஸ்லீம்கள் ஒருநாள் உத்தரவிட்டிருக்கக் கூடும் என்பதாலும் நடக்கவில்லை. நமக்கு விருப்பம் இல்லை, பிடிக்கவில்லை என்று நினைத்தால் தள்ளிவைக்கக்கூடிய அந்தப்புரத்துப் பெண்ணா, மொழி? பிராமணர்களும், நீதிமன்றமும் மட்டும் பேசாமல், அனைத்துச் சாதியினரும் பேசும்மொழியாக சம்ஸ்கிருதம் இருந்திருந்தால் ஒருவேளை அது பிழைத்திருக்குமா? மேவாரின் மொழியும் அவ்வாறு இறந்துவிடுமா? புவிப்பரப்பையும் மதத்தையும் போல தாய்மொழியும் மக்களின் விதியா? மனிதன் மொழியை உருவாக்கினான், இப்போது நம்மை அது உருவாக்குகிறது என்ற விநோத உணர்வு எழுந்தது. சிந்தனைக்குள் அடங்காத பெரும் விஷயம் இது. நான் முட்டாள்தனமாகப் பேசுகிறேனா? இது குறித்த கருத்துப் பரிமாற்றங்களை ஆழ்ந்து ஆராயவேண்டும்.

திடீரென்று பார்த்தால் மணப்பெண்ணும் நானும் படுக்கையறையில் இருக்கிறோம். என் பக்கம் முதுகைக் காட்டி அவள் அமர்ந்திருந்தாள்.

ஒவ்வொரு மேவாரி ஜோடியும் முதலிரவன்று திரும்பத் திரும்ப நடிக்கும் காட்சி அது. பெரும்பாலான திருமணங்களின் விதி நிர்ணயிக்கப்படும் நேரம் அதுதான் என்ற உணர்வு ஏற்பட்டது. தயவுசெய்து அச்சம்கொள்ள வேண்டாம். நான் உன்னைத் தொடமாட்டேன். படுக்கையை என்னுடன் பகிர்ந்து கொள்ளுங்கள் என்று என்னைக் கேட்கும் நாள் வரையிலும் உன்னைத் தொடமாட்டேன். உனக்கு உறுதிகூறுகிறேன். என்னிடம் அல்டா தூள் இருக்கிறது. அதைக் கொண்டு படுக்கை விரிப்பைக் கறையாக்கிவிடலாம். காலையில் அறையைச் சுத்தம்செய்ய வரும் பணிப்பெண் கதை எதையும் ஜோடிக்கமாட்டாள். எனக்கொரு போர்வையை மட்டும் எடுத்துக்கொண்டு அந்த அறையின் மூலையில் படுத்துக்கொள்வேன்.

நகர முடியாமல் கதவுக்கு முன்னால் நின்றிருந்தேன்; இறுதியாக, அவள் திரும்பி என்னைப் பார்க்கும் வரையிலும் அதே வாக்கியங்களை திரும்பத்திரும்ப சொல்லிக்கொண்டிருந்தேன். நான் நின்ற இடத்திலிருந்து அவளது நாடித்துடிப்பைக் கேட்கமுடிந்தது. எதிர்பார்ப்புடன் அவள் என்னைப் பார்த்தபோது முகத்தில் புன்னகை ஒன்று தோன்றி மறைந்தது. எனக்குள் பேசிக்கொண்ட சொற்களை தவறான இடத்தில் சொல்லிவிட்டேன் என்பதை உணர்ந்தேன். கணவனுக்குரிய கடமையை நான் செய்யவேண்டும் என்று அவள் விரும்பினாள். அவள் கண்களில் நான் பார்த்த ஆசை என்னை முந்திக்கொண்டது. அவளருகில் சென்று அவள் ஆடைகளை மென்மையாகக் களைந்தேன். நானும் அவளும் முழுமையாக எழுச்சிப் பெறும்வரை முன்விளையாட்டுகளில் ஈடுபட்டேன். கண்களை மூடிக்கொண்டு அவள் காத்திருந்தாள். அவள் சாகும்வரையிலும் காத்திருக்க வேண்டியதுதான்; என்னால் இயங்க முடியவில்லை.

எனக்குள் நான் சுருங்கிப்போனேன்; திகிலுடன் என்னையே பார்த்துக் கொண்டிருந்தேன். இயலாமையின் ஆத்திரத்தில் மூழ்கிப்போனேன். என் உலகம் அதன் கட்டுத்தளைகளை இழந்திருந்தது. முழுமையான, நேரடியான இச்சைக்குட்பட்டு இயங்க முடியாவிட்டால் வாழ்க்கையில் வேறு என்ன மிச்சமிருக்கிறது? தொடைகளுக்கு இடையில் எழும் கடினத்தன்மையைக் காட்டிலும் உடனடி நிச்சயம் எதுவுமில்லை. இப்போது அதுவும் என்னிடமிருந்து பறிக்கப்பட்டுவிட்டது. என் உடல் என்னை ஏமாற்றிவிட்டது. புதிய மனைவியைப் பார்த்துச் சீறினேன். ஆத்திரத்துடன் கத்தினேன். முழந்தாள்களை முகவாயில் இழுத்துச் சேர்த்து அணைத்துக்கொண்டு பந்துபோல் தன்னை ஆக்கிக்கொண்டாள். அவளை அடிக்கப் போகிறேன் என்று அச்சத்தில் ஒடுங்கினாள். அவளை அடிக்க என்னால் கைகளைத் தூக்கமுடியவில்லை; ஆனால், ஆத்திரத்துடன் கத்துவதை நிறுத்தவில்லை.

அந்தத் திருமணத்தை வெறுத்தேன். இருவரும் ஒன்றாக வாழ்வதால் ஏற்படும் வலியிலிருந்தும் அவமதிப்பிலிருந்தும் என்னையும் அவளையும் காப்பாற்ற, இயன்ற அனைத்தையும் செய்தேன் என்று அவளிடம் கூறினேன். ஆனால், யாராவது அதைக் கேட்டார்களா? எனக்குச் சிறந்தது எது என்று மற்றவர்களைக் காட்டிலும் எனக்குத்தான் தெரியும். என்ன மாதிரியான இணைப்புகளை என் மனம் உருவாக்குகிறது அல்லது துண்டிக்கிறது என்று புரியவில்லை. ஆனால், பாபரையும் வரவிருக்கிற யுத்தத்தையும் அந்தச் சித்திரத்திற்குள் கொண்டுவந்தேன். அனைத்துப் பக்கங்களிலும் எதிரிகளால் சூழப்பட்டிருந்தேன்; அவளுக்கு அது தெரியுமா? என் சகோதரர்கள் அனைவரும் மகுடத்தின்மீது கண் வைத்திருக்கிறார்கள். அவளுக்கும் அது வேண்டுமா? சட்டப்படியான வாரிசுக்கு அது கிடைக்கவில்லை என்றால் என்ன செய்வது? அதற்காக என்னை அவள் குறைசொல்லப் போகிறாளா? மக்களிடம் என்னைப் பற்றிய எதிர்பார்ப்புகளுக்கு முடிவே இல்லை. நான் எதையும் சாதிக்கும் அசகாய சூரன் இல்லை, புரிகிறதா? மகுடமோ அல்லது வேறு எதுவுமோ கிடைக்குமென்று அவளுக்கு உத்தரவாதம் அளிக்கமுடியாது. நான் ஒரு கோழை என்று மக்கள் நினைத்துக் கொண்டிருப்பது அவளுக்குத் தெரியுமா?

நான் பிறந்த நாளிலிருந்து என் வாழ்வில் தவறாகப் போனவை அனைத்திற்கும் என் தாய்தான் பொறுப்பு. ஏன், கருப்பையில் இருந்தபோது நடந்தவற்றிற்கும் அவள்தான் பொறுப்பு. அதிகமானவை, இன்னும் அதிகமானவை இருந்தன; ஆனால், விஷயம் என்னவென்றால், எனது போதாமையால் ஏற்பட்ட அகண்ட இடைவெளியை எதுவும் நிரப்பப் போவதில்லை. இவள் மெதினி ராயின் மகள், என் மனைவி; நல்லதோ கெட்டதோ, வியாதியோ அல்லது வியாதி இல்லையோ, வாயை மூடிக்கொண்டு இருக்கவேண்டும் என்று எனக்குத் தெரியும். தந்தையிடம் ஓடிச்சென்று நடந்தவை அனைத்தையும் சுகந்தா சொல்லிவிடுவாள் என்று ஒருகணம் சந்தேகப்பட்டேனா? ஒரு முக்கியமான நேரத்தில் ராயுடன் மேவாருக்கு இருக்கும் நட்பை சிதைத்துவிட விரும்பினேனா?

'என்னை மன்னித்துவிடுங்கள், இளவரசே. உங்களை வேதனைப்பட வைத்ததற்கு என்னை மன்னித்துவிடுங்கள்'. இப்போதும் தலை அவள் முழந்தாள்களுக்கு இடையில்தான் அவள் பேசுவது கேட்கவில்லை.

'என்ன சொல்கிறாய்? முணுமுணுக்காதே, பெண்ணே'. புதுப்பிக்கப்பட்ட கோபத்துடன் அவளை நோக்கிக் கத்தினேன். 'பேசு. என்ன சொன்னாலும் அதை எதிர்கொள்ளப் போதுமான பலம் கொண்ட ஆண்மகன் நான்'. ஒரே தடத்தில் சென்ற என் மனம் இப்போது அவள் பேசியதைப் புரிந்துகொண்டது. முன்னைக் காட்டிலும் இன்னும்

அதிகமாகக் கோபமடைந்தேன். 'உன்னைப் பன்றியைப்போல நடத்துகிறேனா? உனக்கு மன்னிப்பு வேண்டுமா? கடவுளே, இந்தத் தியாகிகளை வெறுக்கிறேன். எழுந்து நின்று என்னைப் பார்த்து வாயை மூடிக்கொண்டு வெளியில் போ என்று கத்தமாட்டாயா?'

அவள் பக்கம் முதுகைத் திருப்பிக்கொண்டு உடையணிந்தேன். (எனது கண்ணியத்தையும் விவேகத்தையும் திரும்பப் பெற்றுவிட்டேன்). அவள் திடீரென்று என் இடைக்கச்சையை அவள் பக்கமாக இழுத்தாள். என்ன நடக்கிறது என்று உணர்வதற்குள் உறையிலிருந்து குறுவாளை உருவி தன் சுட்டுவிரலை படுக்கை விரிப்பின் மீது வைத்து வெட்டிக்கொண்டாள்.

* * *

குருகுலத்தில் பயிற்சி முடித்து வெளியில் செல்வோருக்கு நடக்கவிருக்கும் அணிவகுப்பில் பேசுவதற்கு ஒரு உரையை எழுதிக்கொண்டிருந்தேன். வழக்கத்திற்கு மாறாக ஏதோ அவசரம் என்பதுபோல் மங்கள் வேகமாக உள்ளே வந்தான்.

ஆர்வமூட்டும் விஷயம் என்னவென்றால், மங்கள் மௌனமாக இருந்தாலும், அனைவரும் அவனைக் கவனமாகக் கேட்பார்கள். இதற்கு நானும் விதிவிலக்கல்ல. உளவுத்துறைத் தலைவராக ஆவதற்கு முன்னாலேயே, மனத்தில் இருப்பதை வெளிப்படுத்துவது மங்களின் குணம் கிடையாது. உணர்ச்சியை வெளிக்காட்டாத தோற்றம், மிகக் குறைவான உடல் அசைவுகள் கொண்டவன்; சிறிதும் உணர்ச்சி வசப்படாதவன்; நம்பிக்கையை விசுவாசத்தைப் போற்றும் இயல்பான மனிதன். ஆனால், இங்கு ஒரு முரண் இருக்கிறது. மங்கள் கல்லைப் போன்ற இறுக்கமான மனிதன் என்றாலும் எளிதாக, மிகவும் எளிதாக அணுக முடிந்தவன். அப்படி இல்லையென்றால், அந்தப் பணிக்குப் பயனற்றவன் ஆகிவிடுவான்.

அவனிடம் தனிப்பட்ட, சிறப்பான குணம் உண்டு. உங்களுக்கு அவனுடன் ஒரு தனித்த உறவு, பரஸ்பர உறவு இருக்கிறது என்று உங்களை எண்ண வைத்துவிடுவான். உங்களது கணிப்புத் தவறு என்று கண்டுபிடிக்க எப்போதும் அனுமதிக்க மாட்டான். ஆட்டம் முடிந்தாலும் கையில் இருக்கும் சீட்டைக் காட்டமாட்டான். அவன் எப்படிக் காட்டுவான்? எங்களது சிறுபிராய நாட்கள் முழுவதும், அவனது கவனம் முழுவதையும் நான் எடுத்துக் கொண்டேன். பல்வேறு மனநிலைகளில் இருந்திருக்கிறேன்; திடீரென்று கோபப்படுவேன். இன்றைக்கும் எதுவும் பெரிதாக மாறிவிடவில்லை. அனைத்தும் சரியாக நடக்கிறது. இது மிகச் சரியான, நேர்மையான உலகம்; அவனுக்கு உணர்வுகளோ அல்லது விருப்பு வெறுப்புகளோ இல்லை என்பதுபோல் காட்டிக்கொள்ள வேண்டும்.

மங்களுக்கு மறுக்கப்பட்ட சிறுபிராய வாழ்க்கையைப்பற்றி நான் அதிகம் வருத்தப்பட விரும்பவில்லை. மேவாரில் எதையும் மிகக் கவனமாகக் கேட்பவனாக இப்போது அவனை அது ஆக்கியிருக்கிறது. இந்த ராஜ்ஜியத்தில் மிகவும் வலிமை மிக்க, அதிகாரம் படைத்த இரண்டாவது மனிதனாக அவனை ஆக்கியிருக்கிறது என்றும் சொல்லலாம்.

என் மேஜை மீது வைக்கப்பட்ட அந்தக் குறிப்பைப் பார்த்தேன். எனக்கு எழுதப்பட்டிருந்தது. ஆனால், யாரிடமிருந்து என்று தெரிந்து கொள்ள முடியவில்லை. கையெழுத்தும் எனக்குப் பரிச்சயமானதாக இல்லை. முத்திரையும் அழிந்து கலைந்திருந்தது.

மேன்மை பொருந்திய, மகராஜ் குமார், மேவார்.
வணக்கங்கள். கருணை கூர்ந்து தாங்கள் எங்களைச் சந்திக்க இயலுமா? நகர எல்லைக்கு வெளியே நாங்கள் காத்திருக்கிறோம்.

தங்கள்,
இளவரசன் பகதூர்.

'ஷெஸாதா பகதூர் உண்மையில் நமக்காகக் காத்திருக்கிறானா?'

'ஆலமரத் தோப்பிற்கு வெளியில் தூங்குமூஞ்சி மரநிழலில் நின்று கொண்டிருக்கிறார் இளவரசே'

'கைகலப்புக்கு ஏதேனும் வாய்ப்பு இருக்கிறதா?'

'அப்படி நான் கருதவில்லை. அவருடன் அவர் கூட்டாளிகள் பதினோரு பேர் மட்டுமே இருக்கிறார்கள்'

'சென்றமுறை இங்கு வந்தபோது அவனுடன் இருபத்தேழு பேர் இருந்தார்கள்'

'சூழல் ஷெஸாதாவின் உதவியாளர்களின் எண்ணிக்கையைக் குறைத்திருக்கிறது என நினைக்கிறேன்'

பகதூர் குறித்துக் கலவையான உணர்வுகளே எனக்குள் இருந்தன. அதிகம் வெறுப்பேற்றப்பட்டதால் ராஜேந்திரனை அவன் கொலைசெய்தான்; அவனை வெறுக்கவேண்டும். எனினும், அவன் மீது எனக்கிருக்கும் பாசத்தை என்னால் மறுக்கமுடியவில்லை. போர்க்களத்தில்தான் சந்திப்போம், வேறு வாய்ப்பில்லை என்று கற்பனை செய்திருந்தேன். இப்போது அவனைச் சந்திக்கப் போகிறோம் என்றதும் இதயத்துடிப்பு அதிகரித்தது; உள்ளுக்குள் உற்சாகம் எழுந்தது. எனது புதிய நண்பனும் எதிரியாகப் போகிற டில்லியின் பாதுஷா உள்ளிட்ட உலகத்தின் அனைத்து மனிதர்களிடமும் வெளிப்படையாகக் கேட்க நினைக்கும் அவசியமான கேள்வியொன்றை நிச்சயம் நான்

கேட்கப்போவதில்லை: இந்தப் பகதூர் சித்தோரின் வெளிப்புறத்தில் என்ன செய்து கொண்டு இருக்கிறான்?

மங்கள் கூறியது சரிதான். ஷெஸாதா மீது காலம் கருணை காட்டியிருக்கவில்லை. அவன் எப்போதும் தன்னைச் சார்ந்த விஷயங்களில் கவனம் செலுத்துபவன். கடந்தகாலத்தில் தனது கொடூரமான குணங்களை வேடிக்கைத்தனத்தால், எளிதான மற்றும் மகிழ்ச்சிகரமான வழிகளால் மறைப்பதற்கு அக்கறை எடுத்துக்கொண்டிருந்தான். இப்போது வயதான நோயாளிபோல் அருவருப்பான தோற்றத்துடன் நின்றிருந்தான். முயற்சிகளை அவன் கைவிட்டிருக்க வேண்டும்; அல்லது அக்கறையற்றவனாக மாறியிருக்க வேண்டும்.

சந்தேகம் நிரம்பிய அவனது ஆழமான கண்கள் அலைபாய்ந்தன. உங்களது நல்ல எதிர்காலத்தை அவனது எதிர்காலத்துடன் ஒப்பிட்டுப்பார்த்தன. ஏமாற்றிய விழைவுகள், கடினமான நாட்கள், விதியின் மீதான ஊசலாடும் நம்பிக்கை ஆகியன அவனுக்குள் கசப்பை நிரப்பியிருக்கின்றன. கண்களைக் கொடூரமாக்கியுள்ளன. இந்த உலகத்தின் தீமைகள் அனைத்தும் உங்களுக்கு வந்து சேரவேண்டும் என்று அவன் விரும்பலாம்; விரும்பியிருக்கவும் முடியும். அமைதியைக் குலைக்கும் பெரும் மாற்றம் அவனிடம் ஏற்பட்டிருக்கிறது: எந்த ஒரு விஷயத்தின்மீதும் அவனால் சில நிமிடங்களுக்குமேல் கவனம் செலுத்தமுடியாது; செயல்பட முடியாது. உங்களிடம் ஒரு கேள்வி கேட்பான், கூர்மையாகக் கேட்க முனைவான்; ஆனால், உடனே ஆர்வத்தை இழந்துவிடுவான். பொறுமையற்று, எந்த நிமிடத்திலும் தனது கட்டுப்பாட்டை இழந்துவிடுவான்.

நாங்கள் ஒருவரையொருவர் தழுவிக்கொண்டோம். தொடர்ச்சியாக குடிக்கிறவனாக மாறிவிட்டான் என்று வெளிப்படையாகத் தெரிந்தது. மது பூண்டு போன்றது. அது எழுப்பும் வாயுவும் துர்வாசனையும் உடல் முழுக்க பரவும்.

'இளவரசே என்னைக் கண்டு ஆச்சரியப்பட்டுவிட்டீர்களா?'

'உங்களைப் பார்த்து மகிழ்ச்சியடைந்தேன் என்பதே சரியாக இருக்கும்'

'எப்போதும் நீங்கள் சிறந்த மனிதராக நடந்து கொள்வீர்கள், மகராஜ் குமார். அப்புறம், வாழ்க்கை உங்களை எப்படி நடத்துகிறது?

'வழக்கமான ஏற்ற இறக்கங்கள்தான்' அடுத்த இரண்டு நாட்களுக்கு இப்படியே அற்ப விஷயங்களைப் பேசிக்கொண்டிருக்கப் போகிறோமா என்று வியந்தேன்.

'மாட்சிமை பொருந்திய ராணாவின் வாரிசாக அதிகாரபூர்வமாக உங்களை அறிவித்துவிட்டார்களா?'

'இல்லை, இளவரசே, ஆனால், கடவுளின் விருப்பப்படி மேலும் பல பயனுள்ள ஆண்டுகளை மாட்சிமை பொருந்திய பேரரசர் பெற்றிருக்கிறார்'

'என் தந்தை இறந்துவிட்டார். ஆனால் நான் இன்னும் குஜராத் சுல்தான் ஆகவில்லை'

'சுல்தானின் மறைவு வருத்தம் தருகிறது. ஆனால், மனத்தைத் தேற்றிக்கொள்ளுங்கள், இளவரசே. அரசராக வேண்டும் என்று எழுதப்பட்டிருந்தால் அரசனாகிவிடுவீர்கள். இந்த உலகின் எந்தச் சக்தியாலும் அதைத் தடுக்கமுடியாது. எங்களது வாழ்த்துகள் எப்போதும் உங்களுக்கு உண்டு'.

'ஆனால், மகராஜ் குமார் அப்படி எழுதப்பட்டிருக்கிறதா?' அதிகக் கடுமை இல்லையென்றாலும், அதிக வெறுப்பு குரலில் வெளிப்பட்டது.

'ஷெஸாதா, நானும் விதியின் புரிந்து கொள்ளமுடியாத சிக்கல்களை அவிழ்க்க மிகவும் ஆர்வமாகத்தான் இருக்கிறேன்.'

'இளவரசே' அவன் குரல் திடீரென்று மாறியது. 'நான் வீடற்ற மனிதன். ஒரு வீட்டைத் தேடிக்கொண்டிருக்கிறேன். மால்வாவை நோக்கித்தான் சென்றுகொண்டு இருந்தோம். மால்வாவைத் தோற்கடித்து விட்டீர்கள்; சுல்தான் மகமது கல்ஜியை சிறைக்கைதியாக வைத்திருக்கிறீர்கள் என்று கேள்விப்பட்டோம். மால்வாவின் கதவை முகத்தில் அடித்தாற்போல் சாத்திவிட்டீர்கள். சுல்தான் அங்கு இல்லை என்றால் எனக்கு யாரும் அங்கு அடைக்கலம் தரமாட்டார்கள்.'

சுல்தான் மால்வாவில் இருந்திருந்தால், மேவாரில் கிடைத்ததைவிட குறைவான வரவேற்பே கிடைத்திருக்கும் என்று அவனிடம் சொல்ல விரும்பவில்லை. குஜராத்தும் மால்வாவும் சமீபத்தில்தான் கூட்டாளிகள் ஆகியிருக்கிறார்கள். ஆனால், குஜராத்தின் நோக்கங்களால் சுல்தான் மகமது மயங்கிவிட்டதாகத் தெரியவில்லை. கோபத்தை சிறிதளவுத் தூண்டி விட்டால் போதும்; காலஞ்சென்ற முஸாஃபர் ஷாவோ அல்லது அவரது மகன் சிக்கந்தரோ மால்வா முழுவதையும் ஏப்பம் விடாமல் விழுங்கியிருப்பார்கள்.

'இங்கும் அங்கும் ஓடி நான் சலித்துவிட்டேன். தற்காலிகமாக எனக்கு ஒரு வீடு வேண்டும். நடந்தவை நடந்தவையாக இருக்கட்டும் என்று நினைப்பீர்களா?

'கடந்தகாலத்தில் நான் வாழவில்லை, ஷெஸாதா. நீண்ட காலமாகவே என் எண்ணங்கள் என்னவென்று உங்களுக்குத் தெரியும். குஜராத்தும் மேவாரும் நண்பர்களாகவும் சமாதானத்துடனும் இருப்பது அவசியம். இந்த விஷயத்தில் இப்போதும் அதிக நம்பிக்கையுடன் இருக்கிறேன் என்றுதான் சொல்வேன். நான் மட்டுமே முடிவெடுப்பது என்றிருந்தால், விரும்பும்வரை எங்களுடன் நீங்கள் தங்கியிருக்கலாம். ஆனால், உங்களிடம் நேர்மையாக நடந்துகொள்ள வேண்டும். மேவாரின் மக்கள் உங்களை வரவேற்க மாட்டார்கள். அதுவும் உங்களது சென்ற வருகையின் போது நடந்த அந்தச் சம்பவத்திற்குப் பிறகு.'

'இளவரசே, அடைக்கலம் கேட்டுக் கெஞ்சுகிறேன். இல்லையென்று சொல்கிறீர்களா?'

'இந்த விஷயத்தில் சொல்ல ஒன்றுமில்லை, ஷெஸாதா. ஆனால், ஒரு கிராமத்தில் இரண்டு நாட்கள் மறைவாக தங்கி ஓய்வெடுத்துச் செல்ல ஏற்பாடு செய்யமுடியும். எனது தனிப்பட்ட சேமிப்பிலிருந்து கடனாக பத்தாயிரம் டங்காக்கள் தருகிறேன். உங்களால் முடியும்போது திருப்பித் தாருங்கள்'

'உங்கள் உபசரிப்புகளை நான் ஏற்றுக்கொள்கிறேன்.' தோரணையுடன் பகதூர் கூறினான். அவனது தயவு, பெருந்தன்மையை ஏற்றுக்கொள்கிறவன் நான் என்பதுபோல் என்னை உணரவைத்தான். 'எனினும் உங்கள் பெருந்தன்மையை தவறான இடத்தில் வைத்துவிட்டீர்கள், இளவரசே. எனக்கு யானையைப் போன்ற ஞாபக சக்தி உண்டு. நீங்கள் எனக்கு தங்க இடம் தர மறுத்திருப்பதை மறக்க மாட்டேன். மகராஜ் குமார், உங்களை எச்சரிக்கிறேன். பத்தாயிரம் குஜராத் வீரர்களை வஞ்சகமாகக் கொன்றீர்கள். ஒரு குஜராத்தி வீரனைப் போல உடை அணிந்து மாலிக் ஆயாஸைக் கொன்றீர்கள். இடாரைத் திரும்பவும் கைப்பற்றிவிட்டீர்கள். இவ்வளவு மோசமான தோல்வியைக் குஜராத்திற்கு இதுவரை யாரும் அளித்ததில்லை. மகராஜ் குமார், நான் பழிவாங்குவேன். என் சொற்களைக் குறித்துவைத்துக் கொள்ளுங்கள்; கிராமம் கிராமமாக உங்களைத் தேடி வேட்டையாடுவேன். மேவார் முழுவதையும் தரை மட்டமாக்குவேன்.'

என்னால் சிரிக்காமல் இருக்க முடியவில்லை. உதவி கேட்டு வந்தவனின் பேச்சா அல்லது அதிகாரத்தின் உச்சத்தில் இருக்கும் ஒரு சர்வாதிகாரியின் பேச்சா?

'நீங்கள் களைத்துப் போயிருக்கிறீர்கள்; பொறுமையின் விளிம்பில் நிற்கிறீர்கள். உங்கள் பக்கம் நல்வாய்ப்பு திரும்பும், மிக விரைவில் திரும்பும் என்று நம்புகிறேன். அப்போது யானையைப் போல் உங்களுக்கு இருக்கும் ஞாபக சக்தி நாம் இருவரும் பரிமாறிக்கொண்ட நல்ல

விஷயங்களை உங்களுக்கு நினைவூட்டட்டும். பாரம்பரிய எதிரிகளான நாம் இருவரும் நெருங்கி வரவும், நண்பர்கள் ஆவதற்கும், சமாதானத்திற்காக போராடுவதற்கும் ஏதாவது வாய்ப்புக் கிடைத்தால் அது குஜராத்தும் மேவாருமாகத்தான் இருக்கும்.'

'அப்புறம் கௌரவமும் பழிவாங்குதலும் என்னாவது?'

'கௌரவத்துடன் சமாதானத்தை ஏன் முயற்சிக்கக்கூடாது, இளவரசே? அதனால் உண்டாகும் விளைவுகள் அற்புதமானவை. அது நமக்கு நேரத்தையும் நிதியையும் தரும். புதிய நகரங்களை உருவாக்கமுடியும்; பழையனவற்றைப் புதுப்பிக்கமுடியும். அரசவைக்குக் கலைஞர்களும் இசைவாணர்களும் தேடி வருவார்கள். மேவாருக்குச் சாக்கடை வசதிகளை ஏற்படுத்த ஆர்வத்துடன் முயன்று வருகிறேன். அதைச் செய்ய எனக்கு அப்போது நேரம் கிடைக்கும்:

அவன் உத்தேசமாகச் சிரித்தான்: 'நீங்கள் அப்படி நினைக்கிறீர்களா?'

'ஆமாம். என் மனமும் அறிவும் அப்படித்தான் சொல்கின்றன'

'குதா ஹஃபிஸ், மகராஜ் குமார்'

'குதா ஹஃபிஸ், ஷெஸாதா. நாம் மீண்டும் சந்திப்போம்.'

* * *

வெற்றி விழா நிகழ்வுகளின் இறுதி நாள் காலையில், மால்வா சுல்தானும், மெதினி ராயும், மேவார் ராணாவும் அமைதி ஒப்பந்தம் ஒன்றில் கையெழுத்திட்டனர். அன்று இரவு மாளிகையில் சஜனி பாய் எங்களுக்காகப் பாடினார்.

நான் தான் இதற்கெல்லாம் ஏற்பாடு செய்ய வேண்டியவன்; அதனால், வழக்கமாக இதற்கான ஏற்பாடுகளை கௌசல்யா தான் செய்வாள். ஆனால், அவள் ஏமாற்றிவிட்டாள். சித்தோருக்கு நான் திரும்பியபோது என்னை வாழ்த்தி, வரவேற்க அவள் இல்லை.

'ஒரு மாதத்திற்கு முன் அவசர வேலையாக கிராமத்திற்குப் போவதாக மம்தாவுக்கு செய்தி அனுப்பியிருந்தாள். ஆனால், அதன் பிறகு எந்தத் தகவலும் இல்லை' என்றான் மங்கள்.

'நான் திரும்பிவிட்டேன் என்பது அவளுக்குத் தெரியுமல்லவா?'

'தெரியும் என்று நினைக்கிறேன்'

அவனது தாயைப்பற்றி மங்களுடன் நடத்தும் உரையாடல்கள் எப்போதும் புரிந்துகொள்ள முடியாததாக, சந்தேகம் நிரம்பியதாக ஏன் மாறிவிடுகின்றன?

'நம்புகிறேன் என்பதற்கு என்ன பொருள்? மங்கள், திமிராக பேசாதே. அவளுக்குத் தெரியுமா, அல்லது தெரியாதா?'

'எனக்குத் தெரியாது, இளவரசே. வரச்சொல்லி அவளுக்கு ஆள் அனுப்ப வேண்டுமா?'

'ஆம்'

'அவள் அந்தக் கிராமத்தில் இல்லை, மகராஜ் குமார்'

'எங்கு போய்த் தொலைந்தாள்?'

'தெரியவில்லை, கனிகாமா தர்பார். ஆனால், உங்களுக்கு ஒன்றைக் கட்டாயம் சொல்லவேண்டும். என் அம்மா சுதந்திரமாக வாழ்பவள். எனக்குப் பதில் சொல்லவேண்டிய அவசியம் அவளுக்கு இல்லை'

'கிராமத்திற்குப் போய்விட்டு வேறு இடங்களுக்குப் போவாளா?'

'கிராமத்திற்கே அவள் போகவில்லை'

'அப்போது, எங்கே போயிருப்பாள்?'

'அவளைக் காணவில்லை என்று காவல் நிலையத்தில் புகார் அளித்திருக்கிறேன். நகரத்தை அலசித் தேடிக்கொண்டு இருக்கிறார்கள். நிழல் உலகத் தொடர்புகளையும் விசாரிக்கிறார்கள். காவல் உயரதிகாரியிடம் தனிப்பட்ட முறையில் பேசியிருக்கிறேன். ராஜ்ஜியத்தின் அனைத்து நகரங்களுக்கும் மாநகரங்களுக்கும் அம்மாவின் விவரங்களை அனுப்பி தேடச் சொல்லியிருக்கிறார்'

'அவளுக்கு ஒன்றும் ஆகியிருக்காதே, மங்கள்?'

என்னை நானே திடப்படுத்திக்கொள்ள வேண்டும். மங்கள் என்ன சொல்லக்கூடும்? தாய் காணாமல் போய் ஐந்து வாரங்களுக்கு மேலாகிவிட்டது, ஆனாலும், அவள் நல்லாயிருக்கிறாள் என்றா?

'உளவுத்துறை ஆட்களையும் எச்சரித்திருக்கிறேன், இளவரசே. நீங்கள் வைத்திருக்கும் அவளது படங்களில் ஒன்றை உங்களைக் கேட்காமல் வாங்கி, கோவில் ஓவியர் ஒருவரிடம் சொல்லி பன்னிரண்டு பிரதிகள் வரையச்சொல்லி இருக்கிறேன்'

'நன்றி, மங்கள். நல்ல விஷயம்'

மங்கள் உணர்ச்சியற்று சிரித்தான். 'நாம் எப்போதும் ஒன்றாக பயணிப்பதில்லை, இளவரசே. ஆனால், அவள் என் அம்மா, அவளைப் பற்றிய கவலை எனக்கு இருக்கிறது'

'நீ சொல்வது சரிதான். உனக்கு ஏதாவது தகவல் தெரிந்தால் எனக்குச் சொல். என்னவாக இருந்தாலும்.'

***

விருந்தினர்கள் உபசரிப்பு, அரச குலத்து நடைமுறை மரபுகள் குறித்து கவலைப்படத் தேவையில்லை. இரவு உணவோ அல்லது விருந்தோ, இருபத்தைந்து பேரிலிருந்து இரண்டாயிரத்தைந்நூறு நபருக்கு நான் இல்லாத நேரத்திலும் இளவரசி வழக்கமாக ஏற்பாடு செய்துவிடுவாள். திட்டமிடுவதும் ஏற்பாடுகள் செய்வதும் அவள். அவளது உத்தரவுகளை நிறைவேற்றுவது மங்களின் மனைவி மம்தா. இப்போதெல்லாம் அரண்மனையில் மேர்த்தா பிரதேசத்தின் சமையல் பாணியை அதிகம் பார்க்க முடிகிறது; ஆனால், உணவில் டில்லி அல்லது அகமாதாபாத் பதார்த்தங்களை அறிமுகப்படுத்தி பாகுபாடு காட்டுகிறாள் என்று தன்னை யாரும் குற்றம் சொல்லாமல் இருப்பதை இளவரசி எப்போதும் உறுதி செய்துகொள்வாள். சுல்தான் மகமது கல்ஜியைக் கௌரவப்படுத்த அன்று இரவு இசை நிகழ்ச்சி ஏற்பாடாகியிருந்தது அதனால், இரவு மால்வா உணவு வகைகள் பரிமாறப்பட்டன. எனது மனைவி தயாரிக்கும் திராட்சை மது மால்வா அரசருக்கு மிகவும் பிடித்திருந்தது. அதை அவர் வெளிப்படையாகவே காட்டிக்கொண்டார். உணவும், உற்சாகமூட்டும் நகைச்சுவையும் அவருக்கு மகிழ்ச்சியளித்தன. நானும், தலையில் கவலை எதையும் சுமக்காமல் தடைகளற்றவனாக இருந்தேன். ஏனென்றால், திசை திருப்பும் விதமாக கேள்வியொன்றை அவர் செருகியதை எதிர்பார்க்கவில்லை. உணவு முடிந்து, இசை நிகழ்ச்சிகள் நடக்கவிருக்கும் ராணா கும்பா அரங்கத்திற்கு நாங்கள் இருவரும் அப்போது நடந்துகொண்டிருந்தோம்.

'இப்போது அதிக முக்கியமற்ற வெறும் நினைவுதான் அது. இருந்தாலும் நீங்கள் ஒருவேளை அதைப்பற்றி எனக்குச் சொல்ல விரும்பலாம். மால்வா படையெடுப்பில் ஐம்பதினாயிரம் படைவீரர்களுடன் வந்தீர்களா அல்லது அது வெறும் ஏமாற்றுவேலையா?'

அதைப்பற்றி மீண்டும் நினைத்துப் பார்க்கையில், விடையை முன்னமேயே யோசிக்காமல் இருந்தது நல்லவிஷயமாக அமைந்தது. ஏனெனில் என் முகத்தில் தெரிந்த வியப்பு தவறாக எதையும் வெளிப்படுத்தவில்லை. எங்களுடன் வந்துகொண்டிருந்த மெதினி ராயும் நடை வேகத்தைக் குறைத்து, என்ன பதில் சொல்லப்போகிறேன் என்று சுல்தானைப் போலவே காத்திருந்தார்.

'பேரரசே, அது ஏமாற்றுவேலை அல்ல. எண்களை முழுமையாக்கி சொல்வது.'

'எவ்வளவு பேர்?' உண்மையைத் தெரிந்துகொள்ள நிஜமாகவே விருப்பமா என்று தன்னையே கேட்டுக்கொள்வதுபோல் சுல்தான் தயங்கியபடி கேட்டார். 'எவ்வளவு எண்ணிக்கையை முழுமையாகச் சொல்வதுபற்றி இங்கு பேசுகிறோம்?'

'ஐம்பதினாயிரம் என்று சொல்லும்போது மனத்தில் பதியும் உணர்வில் பாதியளவும், நாற்பத்தேழாயிரத்து எழுநூறு என்று சொல்லும்போது ஏற்படவில்லையே. ஆகவே எண்ணிக்கையைக் கொஞ்சம் கூட்டிக் கொண்டோம். ஏன், ஏன் கேட்கிறீர்கள் பேரரசே?'

நிம்மதி அடைந்தவராய் அவர் காணப்பட்டார். 'நேற்று யாரோ சொல்லிக் கொண்டிருந்ததைக் கேட்டேன். சுழியம் ஒன்றை தாராளமாக பக்கவாட்டில் சேர்த்து, நாற்பத்தைந்து நூறை நாற்பத்தைந்தாயிரமாக மாற்றிவிட்டீர்களாம்.'

'பெரும் சாகச வீரனாக, ஏறத்தாழ இயற்கையை மீறிய சக்தி கொண்டவனாக இருந்தேன் என்று என் குழந்தைகள் நம்பவேண்டும் என்று விரும்புகிறேன். ஆனால் மேவாரில் அனைவராலும் கேலிசெய்யப் படும் பொருளாக இருக்க விரும்பவில்லை, அரசே. உலகத்தில் மிக மோசமான பொய்யர்கள் படைவீரர்கள் தாம். ஆனால், உங்களுக்கு இந்தத் தகவலைச் சொன்னவர்கள் கொஞ்சம் மிகைப்படுத்திக் கூறியிருக்கிறார்கள் என்று எண்ணுகிறேன்.'

சுல்தான் என்னுடன் உரையாடலை முடிக்கவில்லை. 'அவ்வளவு பெரிய படை இவ்வளவு பெரும் தூரத்தை இவ்வளவு குறுகிய நேரத்தில் கடந்து வந்ததை எப்படி நீங்கள் விவரிக்க முடியும்? மிகச் சரியாகச் சொன்னால் மூன்று நாட்களில்?'

கேள்விக்குப் பதில் சொல்வதைத் தவிர்க்க முயன்றேன். 'பேரரசே, உண்மையில் உங்களுக்குத் தெரிந்துகொள்ள விருப்பமில்லையா?'

'இல்லை, தெரிந்துகொள்ள வேண்டும்'

'அது ஒரு மிகையான பொய். நீங்கள் என்னைக் கையும் களவுமாகப் பிடித்துவிட்டீர்கள். ஒரு சுழியத்தை விடுவதுதான் இப்போது விஷயம். மாண்டுவை விட்டு நீங்கள் புறப்பட்டதும், பேரரசர் ராணாவிடம் உதவி கேட்டு, அரசர் மெதினி ராய் தூது அனுப்பியிருந்தார். நேரம் மிகவும் குறைவு. ஆகவே, இருக்கும் வீரர்களை பத்து குழுக்களாக நாங்கள் பிரித்தோம். ஒவ்வொரு குழுவும் இரண்டு அல்லது மூன்று நாள் இடைவெளியில் புறப்பட வேண்டும்; ஆனால், சரியாக அதே பாதையில் பயணிக்கக் கூடாது என்பது திட்டம்.'

அடுத்த கேள்வி என்னவாக இருக்கும் என்பது எனக்குத் தெரிந்துவிட்டது.

'அப்புறம் அந்த நாயையும் குரங்கையும் சாப்பிடும் விஷயம், அது உண்மையா?'

'முற்றிலும் உண்மைதான். சில ஆண்டுகளுக்குமுன் எங்கள் நகருக்கு வருகை தந்த சீனப் பயணி ஒருவரிடமிருந்து கற்றுக்கொண்டது. மிருகங்களின் மாமிசம், குறிப்பாக குரங்குகளின் மூளை போர்க்குணத்தை அதிகரிக்கிறது. வீரியத்தை பத்து மடங்கு உயர்த்துகிறது. நாங்கள் மிகச் சிலர்; அதிக எண்ணிக்கையில் இருந்த உங்கள் படையை எதிர்க்க முடிந்ததற்கு அதுதான் காரணம்'

'அருவருப்பாக இருக்கிறது. நாய் மனிதனின் சிறந்த நண்பன். இந்த உலகில் அதனால் பலன் கிடக்கும் என்றாலும், நாய் அல்லது குரங்கின் தசையை சாப்பிட மாட்டேன். எனக்கு வாந்தி வரும்போல் இருக்கிறது'

அவரால் இயலாது. ஒன்று எனக்கு உறுதியாயிற்று: மால்வாவிற்குத் திரும்பிச் சென்றதும் நாளைக்கு ஒரு முறையாவது குரங்கு மூளையைச் சமைக்கச் சொல்லப் போகிறார். ராஜ்ஜிய நிர்வாகத்தைக் காட்டிலும், அந்தப்புரத்தைச் சரியாக வைத்துகொள்ளும் கடமையை சிறிய அளவுக்கேனும் தீவிரமாகச் செய்யப்போகிறார்.

'மேவாரின் மக்களும் இளவரசர்களும் அவர்கள் மத்தியில் பாடுவதற்கு என்னைத் திரும்ப அழைத்ததை எனக்குச் செய்த மிகப்பெரிய கௌரவமாகக் கருதுகிறேன். மிகவும் நெகிழ்ந்து போனேன் என்று சொல்ல இந்த உரையைத் தொடங்கவில்லை. மாட்சிமை பொருந்திய ராணாவிற்கு வணக்கங்கள். மாட்சிமை பொருந்திய மால்வா சுல்தானுக்கு என் ஆதாப். மேன்மை தாங்கிய மகராஜ் குமார், மேன்மை தாங்கிய லக்ஷ்மண் சிம்மாஜி ஆகியோருக்குச் சிறப்பு வணக்கங்கள். இந்தப் பெருமைமிகு அவையில் கூடியிருக்கும் அனைவரும் எனக்கு முக்கியமானவர்களே. உங்கள் ஒவ்வொருவரையும் தனித்தனியாக என்னால் குறிப்பிட்டுப் பேசமுடியும். தனித்து நாம் இருவர் மட்டுமே இருக்கும்போது அதைச் செய்யமுடியும்'. சஜனி பாய் நிறுத்தினாள். வேறு என்ன மாற்று அவளிடம் இருந்தது? ஒட்டுமொத்த அவையையும் வீழ்த்திவிட்டாள். கைதட்டுவதை அவர்கள் நிறுத்தப்போவதில்லை. அவள் தனது கம்பீரத்தை இழக்கவில்லை. அவளது ஒவ்வொரு சொல்லுக்காகவும் அரச குடும்பத்தினர் காத்திருந்தனர். அவளது சொற்களைக் காட்டிலும் அவளது உடலசைவுகள் ஒவ்வொன்றிற்காகவும்.

அவளுடன் நஸகத் மற்றும் நாக்ரா இருக்கையில் எந்த அரசனுக்கும் பேரரசனுக்கும் இணையானவள் அவள். 'உங்களுக்காக பாடப்போகிறேன். ஆனால், அதற்குமுன் கலைகளை ஆதரிக்கும் சிறந்த புரவலரிடம் ஒரு வேண்டுகோள். இங்கு கூடியிருக்கும் இசைவிரும்பிகள் அனைவரின் சார்பாக, மேன்மைக்குரிய ராஜா மெதினி ராய் அவர்களை நமக்காக ஒரு பாடலைப் பாடும்படி வேண்டுகிறேன்.'

ஆண்கள் வெறித்தனமாகக் குரலெழுப்பினார்கள் என்று ஊகித்திருக்கலாம். ஆனால், பெண்களும் கத்தினார்கள் என்பதைப் பார்த்திருக்க வேண்டும். நகரத்தின் விலைமாதர் பகுதியின் அனுபவம் மிக்க மகளிரையும் அவர்கள் வெட்கப்பட வைத்திருப்பார்கள். பெரும் சத்தங்கள், ஊளையிடல், அலறல்கள், கைதட்டல்கள். கைகளைக் கோத்துக்கொண்டு மெதினி ராய் அமர்ந்திருந்த இடம் நோக்கிக் கூட்டமாக விரைந்தனர். அவரைச் சுற்றி வட்டமாக நின்று திடீரென்று தாண்டியா போல் ஆடத்தொடங்கினர். கைகளைப் பலமுறை உயர்த்திய ராஜா, அமைதியாக இருக்கச் சொன்னார். அதன்பின் பேசாமலிருந்து விட்டார்.

வெட்கப்படாதே, மெதினி ராய்,
வெட்கப்படாதே
லோரியோ, ஹோரியோ,
தும்ரியோ எங்களுக்காகப் பாடு
இல்லையெனில் சந்தேரிக்கும்
உன்னைத் தொடர்ந்து வருவோம்
லோரியோ, ஹோரியோ,
தும்ரியோ எங்களுக்காகப் பாடு

சந்தேரி ராஜா புன்னகைத்தார்; சித்தோரின் பெண்கள் பெருமூச்சு விட்டனர், மயங்கி நின்றனர்.

'என்னைப் பாடும்படிக் கெஞ்சுவதில் எந்தப் பயனும் இல்லை, எதுவும் பயனில்லை'. புன்னகை பெரிதாகிக்கொண்டே போயிற்று. கில்லி தண்டு விளையாடலாம் போல் அவரது கன்னத்தில் அருகருகே ஆழமான குழிகள். 'சஜனிபாயுடன் சேர்ந்து பாடாமல் அனுப்பிவிடுவேன் என்று நீங்கள் அனைவரும் உண்மையில் நினைத்தீர்களா என்ன?'

கவனமாகக் கேள், அழுகையை நிறுத்து,
முளையிலேயே கிள்ளி எறி
அதில் வரும் மனிதர்கள்,
உன்னையும் என்னையும் போல்
நிஜமானவர்கள் என்றாலும்,
அது வெறும் கதைதான்,
அதில் புதுமை ஒன்றுமில்லை.

சாதாரண சிறுவனும் சிறுமியும்
சிந்திய சிறிது ரத்தம் .
கவனமாகக் கேள், அழுகையை நிறுத்து,
முளையிலேயே கிள்ளி எறி.
எல்லாவற்றிற்கும் மேல்
நீயோ நானோ
தோலாவோ மாருவோ இல்லை.
நீங்கள்...?

காதலர்கள் தோலா மற்றும் மாருவிற்காகவும் இறந்துபோன என் சித்தப்பா மகன் ராஜேந்திரனுக்காகவும் சஜனிபாய் கண்களை மூடிக்கொண்டாள். அந்தப் பாடலைக் கேட்கும்போதுதான் அன்று அவன் இறந்தான். அந்தக் காயம் இன்னமும் வடுவாக மாறவில்லை. வெள்ளந்தியாக, சந்தேரியின் மெதினி ராய் அந்தக் காயங்களைக் கீறிவிட்டார். அவள் தொடர்ந்து பாடுவாளா, அல்லது வேறொரு பாடலைப் பாடுவாளா என்று எங்களை சஜனி பாய் காக்க வைத்தாள்; திகைக்க வைத்தாள். அவளது தெளிவான, கங்கையின் ஊற்றுப்போன்ற குரல் காயத்திற்குள் நுழைந்தது; குருதியை வெளியேற்றியது, எங்களைச் சுத்தம் செய்தது.

மரணம் அவர்களைப் பிரிக்காது,
உறுதியாய்ச் சொல்கிறது பாடல்.
கவிஞனே
உனக்கு எப்படி அது தெரியும்?
நீ இறந்துபோய், அதன்பின்
கதையைச் சரிபார்த்துக் கொண்டாயா?
மறுபிறவி குறித்து என்னிடம் பேசாதே.
இங்கு, இக்கணம் என்பதில்தான் என் அக்கறை.
தோலா மாருவை
உயிருடன் வரவழைக்க முடியுமா?
விதியை மாற்றி, முடிவை மாற்றமுடியுமா?
முடியாதா, அழுகையை நிறுத்து.
அப்படியே இருப்பது நல்லது.
வாயை மூடு, நாங்கள் சொல்வதைச் செய்.
நீ விரும்பியதைச் சொல்,
அந்தக் கதை கூறப்படும்.
அந்தக் கதையை
மறுபடியும் சொல்வதில்தான்
தோலாவும் மாருவும் வாழ்வார்கள்.

நிறுத்திவிட்டு சஜனி பாய் சுற்றிலும் பார்த்தாள். இது வழக்கமானதுதான். எமது பாடகர்கள், வாத்தியக் கலைஞர்கள், ஏன் செவ்வியல் இசை பாடுபவர்களும் ஒரு சுரக்கோவையை, ஒரு ராகத்தை, ஒரு பஜனை அல்லது நாட்டுப்புறப் பாடலை இப்படித்தான் இடையில் நிறுத்துவார்கள். அதன் வரலாற்றைக் கூறுவார்கள்; ஒரு சிறிய சம்பவத்தை விவரிப்பார்கள்; இதே சொற்களை, வரிகளை வெவ்வேறு பாடகர்கள் அல்லது இசைப்பள்ளிகள் எப்படிக் கையாளுகின்றன என்பதை ஒப்பிட்டு விளக்குவார்கள்; அல்லது அந்த விஷயம் குறித்துத் தத்துவார்த்த விளக்கமும் அளிப்பார்கள். மாறாக, சஜனி பாய் என்னை நோக்கி அந்தக் கேள்வியை வீசினாள்.

'பாடல் உங்களுக்கு மகிழ்ச்சி அளிக்கவில்லையா, மகராஜ் குமார்?'

'அம்மணி, மகிழ்ச்சிதான். ஆனால், வேதனை தரும் நினைவுகளையும் அது தட்டி எழுப்புகிறது என்பதையும் மறுக்க முடியாது'

'முன்னர் நடந்ததுபோல் கொடூர நிகழ்வு ஏதாவது இப்போதும் நடக்குமோ என்று அஞ்சுகிறீர்களா? ஆனால், அதுபோன்ற காரணமும் விளைவும் இங்கு செயல்படவில்லை, இளவரசே. நமக்கிருக்கும் நினைவுகளின் சுமையால் ஒரு பாடலை மறந்துவிடுகிறோம் என்று வைத்துக்கொள்வோம்; அப்படிச் செய்யமுடியும் என்றால், ஒட்டுமொத்த மக்களும் அவர்கள் செய்த ஒரு கொடூரமான செயலை மறதிக்குத் தள்ளிவிடுவார்கள்; ஒருவரது சொந்த வாழ்கையையும் மறதி எனும் கருந்துளைக்குள் தள்ளிவிடும் சாத்தியமும் உண்டு. மறதித்தன்மையைத் தேடியும், குற்ற உணர்விலிருந்து விடபடவும் இதை அவர்கள் செய்துவிடுவார்கள்.'

'அவ்வளவு எளிதாக மனிதர்களையும் நிகழ்வுகளையும் ஒருவரால் துடைத்தெறிய முடியும் என்று நம்புகிறீர்களா?'

'ஒவ்வொரு நாளும் நினைவுகளை மறுபரிசீலனை செய்கிறோம்; நம் ரசனைகளுக்கும் விருப்பத்திற்கும் ஏற்ப அவற்றை மறுகண்டுபிடிப்பு செய்கிறோம்; வரலாற்றிலிருக்கும் ஒரு சிறிய விரிசலை சில நூற்றாண்டுகளுக்குப் பின் யார் கவனிக்கப் போகிறார்கள்?

எவர் காதிலும் விழக்கூடாது என்பதுபோல் தந்தை கேட்டார். 'நினைவில் வைத்துக்கொள்வது ஏன் அவ்வளவு முக்கியத்துவம் பெறுகிறது, சஜனி பாய்?'

'அப்படி இல்லையென்றால் நம் வாழ்க்கை பொய்களால் நிரம்பியிருக்கும் பேரரசே. உண்மையைப் பேசுங்கள் என்று இனிமேல் குழந்தைகளிடம் சொல்லமுடியாமல் போய்விடும்'

'சித்தோரை நினைவுபடுத்துபவளாக நீ இருப்பாயா, சஜனி பாய்?

'எனக்கு அது மிகப் பெரிய கௌரவம், பேரரசே'

'எனில், உண்மைக்கு எப்போதும் ஆபத்து இல்லை, குறைந்தபட்சம் மேவாரில்.'

இதைப்போன்ற பொதுநிகழ்விற்கு சிறப்பாகப் பொருந்தும் அரசனின் அறிவிப்பு. எனினும், அவர் விரும்பும் நம்பிக்கைகள் ஒருபுறம் இருக்கட்டும், பேரரசர் கொஞ்சம் உணர்ச்சி வசப்பட்டு விட்டார் என்று நினைத்தேன்.

அத்தியாயம் 38

நாட்கள் பயனின்றிக் கடந்தன. உற்சாகமான நாட்கள் முடிவுக்கு வந்தன. மீண்டும் பணிக்குத் திரும்பும் நேரம். வாரிசு உரிமை உள்ளவன். ஆனால், அடுத்தது என்ன என்ற கேள்விக்குறி; இளந் துறவியின் கணவன்; கறுப்பு ஆடு, அடிவானத்தின் கருமேகம், அனைத்துத் தீமைகளுக்கும் மூலாதாரம், விக்கிரமாதித்தன் அரசன் ஆகவிடாமல் அவனுக்கும் ராணி கர்மாவதிக்கும் இருக்கும் ஒரேயொரு தடை; ராஜா புராஜி கிக்காவுக்கு, அவனருகில் இல்லாத நண்பன்; கொடுமைக்காரன் என்றாலும், திரும்பத் திரும்ப மங்களுக்குக் கட்டுப்பட்டவன்; காதலன் எனினும் கௌசல்யாவைத் தீவிரமாகத் தேடிக்கொண்டிருப்பவன்; விதியையும், வெறுமையையும் தாக்கும் பூட்டானி மாதாவுக்கு விளையாட்டுப் பொருள்; சளைக்காத பாலின்பப் பிரியன், பாபரது நாட்குறிப்பின் நொறுங்கிப்போன பக்கங்களையும், ஓலைகளையும் படிக்கிறவன்; அப்பாவி (பூமியில் இப்படிப்பட்டவர்கள் இருக்கிறார்களா?) குஜராத்தி வீரர்கள் பத்தாயிரம் பேரைக் கொலைசெய்தவன்; மெதினி ராய் மகளின் பயனற்றக் கணவன்; பாசாங்குக்காரன்; மனைவியாகவும், மேவாரின் எதிர்கால ராணியாகவும் இருக்கத் தகுதி படைத்த பெண் லீலாவதியை அழித்தவன். அடுத்தது என்ன, இளவரசே? நிரப்பவேண்டியவை மற்றும் நீண்ட போதனைகள் இன்னமும் ஏதாவது இருக்கின்றனவா? ஆமாம், ஆமாம், ஆமாம். எதிர்காலம் என்ற கேள்விக்குறி எழுப்பும் பெரும் தாக்கத்தைத் தடுக்க உதவும் எதுவும் தேவைதான். விஷயங்களைச் சிக்கலாக்குவதற்கு ஒரு நேரத்தில் ஒரு தருணம் மட்டும் இல்லை, ஒரு எதிர்காலம் மட்டும் இல்லை, ஆனால், பல எதிர்காலங்கள்.

* * *

எதிர்காலம் ஒன்று: மால்வா சுல்தானை என்ன செய்வது?

அமைச்சரவைக் கூட்டத்தில் இந்தச் சாதாரண விஷயம் நாலரை மணி நேரம் விவாதிக்கப்பட்டது. மெதினி ராயும் ஸில்ஹாதியும் சிறப்பு ஆலோசகர்களாக அழைக்கப்பட்டிருந்தனர். பிரதான் பூரண்மால்ஜியும் ஸில்ஹாதியும் ஒரே கருத்தைக் கொண்டிருந்தனர்; ஆனால், அவர்களுக்கு வெவ்வேறு காரணங்கள் இருந்தன சுல்தானை ஆறு மாதங்களுக்குப் பிணையாகவும் கைதியாகவும் வைத்துக்கொண்டு, போருக்கான இழப்பீடுகள் அனைத்தையும் உறுதியாகப் பெற்றுவிடலாம் என்றார் பூரண் மால்ஜி. முட்டாள்தனமாகவும் இரக்க மனதுடன் நடந்து கொள்கிறோம் என்று மேவார் மக்களில் பத்தில் ஒன்பது பேர் நினைப்பதாக ஸில்ஹாதி முற்றிலும் உறுதியாக நம்பினார். அந்த ... கல்ஜியை (வசைச்சொல் நீக்கப்பட்டுள்ளது) ஒரு ஆண்டோ அல்லது இரண்டு ஆண்டுகளோ நிலவறையில் அடைக்க வேண்டும். மாண்டுவில் நாற்பதினாயிரம் பேர் கொலை செய்யப்பட்டதை மறந்துவிட்டோமா? பொறுப்பற்ற அந்த அரசனின் கரங்களால் ராவ் மெதினி ராயும் புராபியா ராஜபுத்திரர்களும் அனுபவித்த அவமானத்தையும் மறந்துவிட்டோமா?

லக்ஷ்மண் சிம்மாஜி அன்று நடந்துகொண்ட விதம் குறிப்பிடும் படியாக இருந்தது. ஸில்ஹாதி இடைவிடாமல் பேசி முடிக்கும் வரையிலும் சித்தப்பா தன் பொறுமையின்மைக்கு மூடிபோட்டிருந்தார். அன்றைக்கு மேலும் பல ஆச்சரியங்கள் எங்களுக்குக் காத்திருந்தன. சித்தோரின் மிக நேர்மையான, வெளிப்படையாகப் பேசும் அந்த மனிதர் ஸில்ஹாதிக்கு ஒன்றை நினைவூட்ட பொறுமையுடன் காத்திருந்திருக் கலாம்: போர்க்களத்திற்கு வராமல் இறுதி நிமிடம் வரை ஏன் அவன் எல்லையிலேயே காத்திருந்தான்; ராவ் மெதினிராய் காக்ரோனையும், இளவரசன் ஹேம் கரணையும், ஆதரவாளர்களையும் நிச்சயம் இழந்து விடுவார் என்றுதான் அவன் காலம் கடத்தினான். மால்வா படையெடுப்பில் ஸில்ஹாதியின் அசாதாரணமான இந்தப் பங்களிப்பிற்காக அவனுக்கு மூன்று ஜாஹிர்கள் வழங்கப்பட்டன.

இதற்கு மாறாக, மிக்க நயமாக லக்ஷ்மண் சிம்மாஜி அன்று பேசினார். 'அப்படியானால், மால்வா ஒன்றிரண்டு ஆண்டுகளுக்கு அரசன் இல்லாமல் இருக்கலாம் என்கிறீர்களா? குழப்பங்கள் ஏற்படும். வெற்றிடத்தை இயற்கை நீடித்திருக்கச் செய்யாது. சுல்தானுக்கு சகோதரர்கள் இருக்கிறார்கள். அடுத்த அரசனாக வாய்ப்புள்ள அவர் தத்தெடுத்த உடன் பிறந்தானின் மகனும் இருக்கிறான். உள்நாட்டுச் சண்டை வராது என்று நினைக்க சாத்தியமில்லை.'

'நல்லது. அப்படியானால் மால்வாவைத் துண்டாடுவோம், நமக்குரியதை எடுத்துக்கொள்வோம்'

'உங்களுடையது என்று சொல்வது விவாதத்திற்குரிய கருத்து,

அரசே. ஆனால், கிடைப்பதை எடுத்துக் கொள்வோம் என்ற அடிப்படையில் உங்களால் முடிந்ததை நீங்கள் எடுத்துக்கொள்ளமுடியும்; ஆனால், குஜராத்தோ அல்லது மால்வாவின் அண்டை ராஜ்ஜியங்களோ எதுவும் செய்யாமல் வெறும் பார்வையாளர்களாக இருப்பார்களா? வேட்டையில் அவர்களும் நுழைவார்கள். மால்வாவின் ஒரு பகுதியை அவர்களும் எடுத்துக் கொள்ள நினைப்பார்கள்.'

'நான் பேசுவது ஒருவேளை பொருத்தமற்றதாக இருக்கலாம். சுல்தானின் எதிர்காலத்தை முடிவு செய்யும் முன் நம் மனத்தில் என்ன இருக்கிறது என்பதைத் தெரிந்துகொள்வது நல்லது.'

குரல்வளையைப் பிடித்த மென்மையான குரல் வேறு யாருடையதும் அல்ல, ஆதிநாத்ஜியினுடையது. உங்களது பிதற்றல்களை, ஆவேசக்குரல்களை நிதிமந்திரியாக அமைதியாகக் கேட்டுக்கொள்வார்; அதன்பின், செயலில் இறங்கும்முன் எவ்வளவு செலவாகும் என்பதை யோசித்துக்கொள்ளுங்கள் என்று பணிவுடன் மெதுவாக எடுத்துரைப்பார். 'நமக்கு இப்போது என்ன வேண்டும்? பழிவாங்குவதும் குறைந்தகாலப் பலன்களுமா? அல்லது சமாதானத்தை உறுதி செய்துகொண்டு நம் ஆதிக்கத்திலிருக்கும் அந்தப் பிரதேசத்தைச் சீரமைத்து வலிமைப்படுத்தப் போகிறோமா? நம் நோக்கம் இரண்டாவது என்றால் இப்போது நமக்குத் தேவை ஸ்திரத்தன்மை. எனினும் ஸ்திரத்தன்மை குறுகியகாலம் மட்டுமே இருக்கும்; அது மாயை போன்றது. சட்டங்கள் மூலமும், இயல்பான ஒழுங்குமுறைகள் வழியாகவுமே ஸ்திரத்தன்மை ஏற்படும். இந்தச் சூழ்நிலையில் மால்வா அரசர் விரைவில் தனது அரியணைக்கும் மக்களிடமும் திரும்புவதுதான் நல்லது; அதிக நன்மைகள் அப்போதுதான் கிடைக்கும்.'

'அரசே, இந்தப் போலியான நியாயத்தை ஏற்கப்போகிறீர்களா?' மெதினி ராய் பக்கம் திரும்பிய ஸில்ஹாதி, அவர்கள் இருவருக்கும் எதிராக மேவாரிகள் சதிசெய்கிறார்கள் என்பதுபோல் பேசினான். 'அழகான, பெருந்தன்மையான, உணர்ச்சி மிக்க கருத்துகளை அவர்கள் கூறலாம். அதற்கு ஒரு காரணம், ஒரு காரணம்தான் உண்டு: குஜராத்தின் முஸாஃபர் ஷாவும், அவனை வரவேற்று உபசரித்த அவனது அடிமை, மண்டிபோட்டு அவனிடம் கெஞ்சிய மால்வாவின் எலியும் நம் குடும்பத்தினர் நாற்பதினாயிரம் பேரைத் தாக்கி வாளுக்கு இரையாக்கிய அன்று, இவர்களில் எவரும் ஆண்கள், பெண்கள், குழந்தைகளில் ஒருவரும் உயிரிழக்கவில்லை. அன்றிலிருந்து, தூக்கமின்றி நீங்கள் விழித்திருக்கும் ஒவ்வொரு இரவும் இந்த விஷயம் உங்களுக்கு வியப்பளிக்கவில்லையா? நமது உதவிக்கு வரமுடியாமல் மேவார் படைகளைத் தடுத்தது எது? செய்தி கிடைத்த உடனேயே புறப்பட்டதாக லக்ஷ்மண் சிம்மாஜி சொல்கிறார். சந்தேகத்தின் பலனை அவருக்கு அளிக்கலாம். எனினும்,

சரியான நேரத்தில் அன்று அவர்கள் அங்கு இருந்திருந்தால் நாற்பதினாயிரம் பேரின் இறப்பில் பெரும் வேறுபாட்டை ஏற்படுத்தியிருக்க முடியும்.

'மகராஜ் குமார் உங்களுக்கு முகமன் கூறும் ஒவ்வொரு முறையும், உங்கள் முகத்தில் நன்றிப் புன்னகை தோன்றுவதைப் பார்க்கிறேன். காக்ரோன், கல்ஜியின் தாக்குதலில் வீழ்ந்துவிடும் என்ற கடுமையான ஆபத்தில் இருந்தது. இளவரசன் ஹேம் கரணையும் காக்ரோனையும் காப்பாற்ற லக்ஷ்மண் சிம்மாஜியால் அளிக்க முடிந்தது மூவாயிரத்து ஐந்நூறு வீரர்கள் மட்டுமே. நாற்பத்தேழாயிரத்து எழுநூறு வீரர்கள் கொண்ட படையுடன் வந்திருப்பதாக சுல்தானிடம் மகராஜ் குமார் கூறினார். அந்த முட்டாளும் அதை நம்பினான். ஆனால், நானும் நீங்களும் நேற்று பிறந்தவர்கள் அல்ல; குழந்தைத்தனமான பொய்க் கற்பனையால் நாம் ஏமாறவில்லை. ஆனால், அந்தப் பொய் வேலை செய்தது என்பதை ஒப்புக்கொள்ள வேண்டும். அது தற்செயலாக நடந்தது என்பதுடன் அதிருஷ்ட தேவதை அன்றைக்கு மகராஜ் குமார் பக்கம் இருந்தாள். அந்தப் பொய்யை முட்டாள் சுல்தான் உடைத்திருந்தால்? நாம் இன்றைக்கு எங்கு இருந்திருப்போம்? ராவ், யோசனை செய்யுங்கள். நினைத்துப் பார்க்க முடியாதது நடந்திருக்கும்.

'லக்ஷ்மண் சிம்மாஜியும் ஜைன நிதியமைச்சரும் நம்மை விவேகத்துடனும் ராஜதந்திரத்துடனும் நடந்துகொள்ளச் சொல்கிறார்கள். அனுபவம் முதிர்ந்த ஆட்சியாளராக நம்மை யோசிக்கச் சொல்கிறார்கள்; சுல்தானை அவன் தலைநகருக்கு அனுப்ப அனுமதிக்கச் சொல்கிறார்கள். எனக்கு இதில் உடன்பாடில்லை. பொய்யான நன்றி உணர்வு உங்களை ஆட்கொண்டுவிடாது என்று நம்புகிறேன். நீங்களும் முடியாது என்று சொல்லுங்கள். இந்தப் பன்றி கல்ஜி சாகும் வரையிலும் சிறையில் கிடந்து அழியட்டும்'

ஸில்ஹாதியின் சொற்தாக்குதலிலிருந்து மெதினி ராய் மீளுவதற்குமுன் பேரரசர் இடைமறித்தார்.

'மேன்மை தாங்கிய மெதினி ராயும், ஸில்ஹாதியும் நான் சொல்வதைத் தயவுசெய்து கொஞ்சம் கேட்கவேண்டும். நீங்கள் அனுபவித்த கொடூர வேதனைகளையும் இழப்புகளையும் அறிவோம். அதற்காக மிகவும் வேதனைப்பட்டோம். பேரரசர் மால்வா சுல்தானுக்கு எதிராக உங்களுக்குத் தீவிரமான உணர்வுகள் இருக்கின்றன. ஒருவேளை நாங்கள் அதை முழுமையாக கருத்தில் கொள்ளத் தவறியிருக்கலாம். ஆனால், எங்களது அனுபவம் வேறு: ராணுவ ரீதியாக சந்திக்கும் தோல்வியே பேரழிவு என்று சொல்லக்கூடிய அளவுக்குப் பெரும் அடிதான். பிரதேசம் சார்ந்த இழப்புகள் மற்றும் கிடைக்கும் யுத்த

இழப்பீடுகள் ஆகியவற்றையும் தாண்டி, மேலதிகமாக நாம் மேற்கொள்ளும் அவமதிப்புச் செயல்கள் எதிர்விளைவை ஏற்படுத்தக்கூடியன.

'எனினும், நீங்கள் எமது கூட்டாளிகள்; நெருங்கிய நண்பர்கள். இவை எல்லாவற்றையும் தாண்டி நாம் பொது நலன்கள், பொதுப் பாரம்பரியம் மற்றும் கொள்கைகள் கொண்டவர்கள்; அனைவரும் பரஸ்பரம் மற்றவரின் ஆழமான, உள்ளார்ந்த உணர்வுகளை மதிக்கிறோம். அவற்றால் எழும் வலிமையை மேவார் பெரிதும் மதிக்கிறது. சுல்தான் எங்கள் கைதியாகவே இருப்பார் என்று உறுதியளிக்கிறோம்.

'அதிக நேரம் விவாதித்த ஒரு நீண்ட நாளாக இது அமைந்துவிட்டது. கொஞ்சம் ஓய்வெடுக்கலாம். நீங்கள் எமது மதிப்பிற்குரிய விருந்தினர்கள்; விரும்பும்வரை இங்கு தங்கலாம். சித்தோர் உங்களது முதல் வீடு என்று போலியாகச் சொல்ல நான் விரும்பவில்லை; ஆனால், உங்களது இரண்டாவது வீடாக உரிமையுடன் சித்தோரை நீங்கள் கருதலாம் என்று வேண்டிக்கொள்கிறேன்'

அமைச்சரவை ஆலோசனைக் கூட்டம் எதுவும் இவ்வளவு புத்திசாலித்தனத்துடன் முடிந்திருக்கிறதா? பங்கேற்றவர்கள் தம் குறிப்புகளைப் பரிமாறிக்கொள்ளுதல், பிரிவதற்குமுன் சற்றுத் தாமதித்து, பேசிக்கொண்டு அங்கேயே நிற்பது என்பதாகத்தான் பெரும்பாலான கூட்டங்கள் முடியும். அன்றைக்கு அந்த இடத்தை விட்டு உடனடியாகப் புறப்பட்டு அவரவர் வழிகளில் சென்றுவிட்டோம். தனது செயலால் ஸில்ஹாதி என்ன பலனடைந்தான் என்று சுத்தமாகத் தெரியவில்லை. ஆனால், அவனது முறைகளில் அல்லது முயற்சியில் புதிரானது எதுவும் இல்லை. லக்ஷ்மண் சிம்மாஜி, ஆதிநாத்ஜி ஆகியோரின் மனதிற்குள்ளும் எனக்குள்ளும் ஓடிய, இணக்கமாக இருத்தல் என்ற முக்கியக் கருத்தைத்தான் அவன் வெளிப்படையாகக் குறிவைத்தான். மெதினி ராய்க்கும் எங்களுக்கும் இடையில் கருத்துவேறுபாட்டை விதைத்தான்; அல்லது குறைந்தபட்சம் விதைப்பதற்கு அதிகம் முயன்றான். ஆனால், உண்மையில் அவன் துரத்திய இரை, ராணா.

பேரரசர்மீது இத்தகைய ஒளிவுமறைவற்றத் தாக்குதலை நடத்த ஸில்ஹாதியை ஏற்பாடுசெய்தது யார்? நீண்டகாலமாக என்னுள் வளர்ந்து கொண்டிருக்கும் மனஉறுத்தல்களை ஓரங்கட்டி, எதையும் மங்களிடம் விவாதிக்காமல் (எவ்வாறு செய்யமுடியும்?) ராணி கர்மாவதியை கண்காணிப்பில் வை என்று அவனிடம் கூறமுடியுமா? இல்லை, அந்த மனிதன் ஏற்கனவே அதைச் செய்துகொண்டு இருக்கிறான் என்றால், மங்களைக் காட்டிலும் ராணாவிற்கு நல்ல பாதுகாப்பாக வேறு எவரும் இருக்கமுடியாத நிலையில், அந்தத் தகவலை எப்படிப் பெறுவது?

இன்னும் மோசமானது ஒன்றுள்ளது; சரி, ஒரு மோசமான தகவல் கிடைக்கிறது என்று வைத்துக்கொள்வோம். அப்போது பேரரசருக்கு மிகவும் பிரியமான ராணிக்கு எதிராக என்ன நடவடிக்கையை ஒருவர் எடுக்க முடியும்?

* * *

எதிர்காலம் இரண்டு: பாரிஜாத மரம்

என்னுடைய அந்த மரம் இறந்துகொண்டிருந்தது. கிளைகளில் இன்னும் ஏராளமான இலைகள் மிச்சமிருந்தன. ஒவ்வொரு நாள் காலையிலும் பனி நனைத்தத் தரையில் இப்போதும் பாரிஜாத மலர்கள் இறைந்து கிடந்தன. ஆனால், என் நண்பன் எனக்கு முதுகைக் காட்டிவிட்டான் என்பது தெரிந்துவிட்டது. பேசப்படாத எந்த ஒப்பந்தத்தை நான் முறித்துவிட்டேன்? எழுதப்படாத எந்த இயற்கை விதியை மீறிவிட்டேன் அல்லது மகிழ்ச்சியளிக்கும் என் காலைநேர நண்பனை எவ்விதத்தில் ஏமாற்றிவிட்டேன்? அன்பிற்குரியவர்களுக்கு என்ன மாதிரி துன்பத்தை இழைத்தோம் என்பது யாருக்குத் தெரியும்? எப்படியாயினும், மரமே, ஒன்று சொல்லிக்கொள்கிறேன். என் வழிகள் மோசமாக இருந்திருக்கலாம்; ஆனால், என்னைப் பார்த்து நீ சுருங்கிப்போவதால் ஏற்படும் காயத்துடன் அதை ஒப்பிடமுடியாது.

நீ வாடுதைப் பார்க்கிறேன். உயிர்ச்சத்து குறைந்து, இதயம் மெதுவாகத் துடிப்பதைக் கேட்கிறேன். சாகக் கிடக்கும் நிலையிலும், வாழ வேண்டும் என்ற வலிமையான விருப்பம் இருந்தால், நோயும் மரணமும் தற்காலிகமாகத் தள்ளிப்போகுமாம்; வைத்தியர்கள் சொல்லக் கேட்டிருக்கிறேன். யார் அல்லது எது உன் ஆசையைக் கொன்றுபோட்டது?

என்ன நடந்தது? என்னிடம் சொல், மரமே. நீ, முந்நூறு கரங்கள் கொண்ட தேவி. கோடைகாலத்து பொழிவைப் போல் ஒவ்வொரு நாளும் கொடைகளை வாரிவழங்குபவள். மால்வா படையெடுப்பிலிருந்து நான் திரும்பி வந்த அன்று காலையில், உன் முகத்தில் தெரிந்த மகிழ்ச்சியை, உன் உடலெங்கும் மயிர்க்கால்கள் சிலிர்த்து நின்றதை நினைத்துப் பார்க்கிறேன். உதிர்ந்து விழுந்த ஆயிரம் பாரிஜாத மலர்கள் என்னை மூடின; சிறுவயதில் வளர்த்த என் அன்பிற்குரிய நாய்களும் நான் இல்லாததை நினைத்து இப்படி ஏங்கியதில்லை; என் வருகையை வரவேற்றதை, உணர வைத்ததில்லை. வெறும் பத்து வாரங்கள்தான்! அதற்குள் உனது முந்நூறு கரங்களை மடக்கிக்கொள்ள விரும்புகிறாய். இறுக்கமான, சிறிய கூட்டிற்குள் உன்னை இழுத்துக்கொள்கிறாய். படைப்பின் பொதுவெளியிலிருந்தும், உன் மார்பில் கூடுகட்டியிருக்கும் பறவைகளிடமும், புழுக்களிடமும், பூச்சிகளிடமும் விடைபெறுகிறாய்.

சுரம் இல்லை, காயங்கள் ஏதுமில்லை, அறிகுறிகள் ஏதுமில்லை. எனினும் எனக்குத் தெரியும் ஏதோ நடந்திருக்கிறது; பயங்கரமான ஏதோ ஒன்று நடந்திருக்கிறது.

இதைப் பற்றி நாம் பேசுவோமா? முடியாதென்று நினைக்கிறேன். முதுகைக்காட்டி நிற்பவரிடம் பேச முடியாது; கேட்பதை நிறுத்தியவரிடமும்.

பெ்ஃபிகிரின் உரத்தை எடுத்து வந்து மண்ணில் இட்டேன். இரண்டு நாட்களுக்கு ஒருமுறை மண்ணைப் புரட்டிப்போட்டேன். நானே நீரூற்றினேன். பணி முடிந்த பின், ஏன், சில நேரங்களில் அலுவலக நேரத்திலும் உன்னைப் பார்க்க அன்புமிக்க பெற்றோர்கள்போல் அல்லது காதலன்போல் ஓடோடி வந்திருக்கிறேன். மணிக்கணக்கில் உனக்காகப் புல்லாங்குழல் வாசித்தேன். இறுக அணைத்து, போகவிடமாட்டேன் என்று கூறியிருக்கிறேன். கும்பல்கார்கிலிருந்து எடுத்துவரும்போது அப்போதுதான் நீ துளிர்விடத் தொடங்கியிருந்தாய். உன் வீட்டைப் பிரிந்து வருந்துகிறாயோ என்று தெரியவில்லை. நீ பிறந்த அந்த இடத்தைக் காட்டிலும், இந்த நிலமும், நீ பெறும் போஷாக்கும் வித்தியாசமானது என்றும் தெரியாது. ஏறத்தாழ நீ இறந்துவிட்டாய்; ஆனால், மனத்தை இழந்துவிட வில்லை.

கடினமான போராளி நீ. பூக்கத் தொடங்கியபோது எவ்வளவு இளமையாக இருந்தாய் தெரியுமா? ராணிகளும், இளவரசர்களும், அந்தப்புரத்தின் சிறந்த அழகிகளும் உனக்குக் கீழ் நின்று ஆச்சரியத்துடன் உன்னைப் பார்த்திருக்கிறார்கள். வயதின் முதிர்வில் உன் நிழலில் அமர்ந்து உனது பூக்கள் என் மீது தூறலாய் விழவேண்டும் என்று விரும்பியிருக்கிறேன்.

நான் அச்சப்படுவதுதான் பெரும்பாலும் நடக்கிறதா? என் தொடுதலில் மரணம் இருக்கிறதா?

பூட்டானி மாதா இங்கு வந்திருந்தாளா? அவளது தீய கண்களால் உன்னைப் பார்த்தாளா?

* * *

எதிர்காலம் மூன்று: சுல்தான் பகதூர் ஷாவிற்கு எப்படி முகமன் கூறுவது?

உங்களது விதியை வழிநடத்துவது நீங்கள்தான் என்று உங்களைக் கருதிக்கொண்டால் உங்கள் கருத்தைப் பகிர்ந்துகொள்கிறேன். இல்லை, உங்கள் நண்பன், அண்டை வீட்டுக்காரன், மனைவி போன்றோர் விதியின் முடிவிலா கரங்களில்தான் அனைத்தும் இருக்கின்றன என்று என்னை

எச்சரித்தால், அவர்களுடனும் உற்சாகமாக உடன்படுவேன். குஜராத் சுல்தான் சிக்கந்தர் ஷாவிற்கு என்ன நடந்தது பாருங்கள். எதையும் புரிந்துகொள்ள முடியவில்லை என்பதை அறிவீர்கள். அப்படி இருக்கவேண்டும் என்பதே அதன் பொருள். புதிராக இயங்குவது மட்டுமல்ல, புரிந்துகொள்ள முடியாததாக இருப்பதும்தான் விதியின் சாரமும் கடவுளின் சாரமும்.

குஜராத்தின் சுல்தான் முஸா∴பர் ஷா மார்ச் 16, 1526ல் இறந்தான். இரண்டு மாதம் ஒன்பது நாள் கழித்து, மே 25ஆம் தேதி சுல்தான் சிக்கந்தர் ஷா இறந்தான். அவன் தீயகுணம் கொண்டவன்; அவனது அடிமை இமத்-உல்-முல்க் வேறு சிலருடன் சேர்ந்து சதிசெய்து சிக்கந்தர் கழுத்தை நெறித்துக் கொன்றுவிட்டான் என்கிறார்கள்.

அதிகாலை மஞ்சு மூட்டத்திலிருந்து ஷெஸாதா பகதூர் வெளிப்பட்ட அந்த நாள் இன்னும் நினைவில் இருக்கிறது. வெற்றிக் கோபுரத்தின் மேல்மாடத்து ஜன்னல் அருகில் நின்றிருந்தேன். அங்கிருந்து அந்தப் பிரதேசம் முழுவதையும் பார்க்கமுடியும். கைநழுவிப் போய்க்கொண்டே இருக்கும் அவன் தந்தையின் மகுடம் என்ற அந்த தலையணியைத் தேடிப் பல ஆண்டுகளைப் போக்கிவிட்டான். இப்போது ஒரு கணப்பொழுதில், மிக விரைவாக, கதைப் புத்தகங்களில் விதியின் திருப்பத்தைப் படிப்பதுபோல் தங்கக்கோள் ஒன்று அவனைத் தேடச் சொல்லி நல்வாய்ப்பு ஆணையிட்டுள்ளது. கற்பனை செய்துபாருங்கள்; பாபருடன் தொடர்பு ஏற்படுத்திக்கொண்ட இளவரசன் பகதூர், அவனுடன் சேர்ந்துவிடலாம் என்று எண்ணியபோது, தந்தையின் அரியணையில் அமர்வதற்கு அவனை அழைத்துச் செல்ல குஜராத்திலிருந்து தூதுவன் வருகிறான்.

வாழ்த்துகள், சுல்தான் பகதூர் ஷா. உங்களுக்குக் கிடைத்த இந்த நல்வாய்ப்பு குறித்து மகிழ்கிறேன்.

அரியணை ஏறியதும் சுல்தான் எடுத்த முதல் நடவடிக்கை, அவனது சகோதரனின் உயிரைப் பறித்த அடிமை இமத்-உல்-முல்க்கிற்கும், அவனை இதற்குத் தூண்டிய அமீர்களுக்கும் மரண தண்டனை அறிவித்தது.

நேரம் முதிர்ந்து வரும்போது புதிய சுல்தானுக்கு நல்லெண்ணத் தூதுக்குழு ஒன்றையும் பரிசுப்பொருட்களையும் அனுப்பவேண்டும். அவ்வப்போது பேசிக்கொண்டிருந்த சமாதான ஒப்பந்தம் குறித்து நினைவூட்டவேண்டும். ஒருவேளை அதையும் தாண்டி நாங்கள் செல்லக்கூடும். எங்கள் ராஜ்ஜியங்களை எதிரி யாராவது தாக்கவரும் பட்சத்தில் ஒருவருக்கொருவர் உதவமுடியும். அதற்கு இராணுவ உடன்படிக்கை ஒன்றும் செய்துகொள்ளலாம். சரி, குஜராத்தின் புதிய சுல்தானுக்கு நட்புக்கரம் நீட்டும் விஷயத்தில் அமைச்சரவை

உறுப்பினர்களை ஒப்புக்கொள்ள வைப்பதில் எந்த அளவுக்கு வெற்றிபெறுவேன்?

எனக்கு இருக்கும் ஒரே வாய்ப்பு, பாபரை அவர்களுக்குச் சுட்டிக்காட்டுவதுதான்.

* * *

எதிர்காலம்: நான்கு, பேரரசர் ராணா என்ன செய்யப்போகிறார் என்று யாராவது சொல்லமுடியுமா?

வடமேற்கிலிருந்து ஹிந்துஸ்தானத்தின் மீது படையெடுத்த மற்றவர்கள் போல் பாபர் இல்லை. அப்படி இருந்தால், டில்லியைச் சூறையாடியிருப்பான்; ஆயிரக்கணக்கில் கொன்றிருப்பான்; முடமாக்கியிருப்பான்; புகழ்பெற்றக் கைவினைஞர்களை, கைத்தொழில் நிபுணர்களை, அடிமைகளைத் தன்னுடன் அழைத்துச் சென்றிருப்பான். சுல்தான் இப்ராஹிம் போல் போரிடாமல், பானிபட் போர்க்களத்திலிருந்து காயமின்றி உயிர் பிழைத்தோடிய அவனது சகோதரன் மகமது லோடிக்கு டில்லி அரியணை கிடைத்திருக்கும்.

எனினும், இப்போதைக்கு மறைந்துவாழும் ஹிந்துஸ்தான் சுல்தான் என்ற பெயருடன் மகமது லோடி திருப்தியடைய வேண்டியதுதான். யுத்தமும் கெடுவாய்ப்பும் விசித்திரமான நட்புகளை உருவாக்குவதில் பிரசித்திப் பெற்றவை. ஆனால், என் தந்தை மகமது லோடிக்கு அடைக்கலம் மட்டும் கொடுக்கவில்லை, பாபரை விரட்ட அவனுடன் கூட்டணியும் சேர்ந்தார். செயல்பாட்டு ஒப்பந்தம் ஒன்றை உருவாக்க ஏன் இந்த தேவையற்ற அவசரமும் உற்சாகமும்? அதுவும் முன்னாள் எதிரியுடன். அண்டை வீட்டுக்காரனாக ஒரு புதியவன் வரும்போது, காத்திருக்க வேண்டும்; அவனைக் கவனிப்பது முக்கியம் என்ற பழம்பெரும் விதி இப்போது என்னவாயிற்று? அதுவும் குறிப்பாக, வந்திருப்பவன் முரடன், வெற்றிகளைக் குவித்தவன் என்ற சூழலில் செய்யவேண்டியது என்ன? தந்தை பாபரை எதிர்க்க விரும்புகிறார் என்றால், அவரால் எவ்வளவு தூரம் செல்லமுடியும் என்று பார்ப்போம். ஆனால், பாதையிலிருந்து விலகி, வேண்டுமென்றே டில்லியின் புதிய பாதுஷாவைத் தந்தை வெறுப்பேற்றுகிறார் என்று நினைத்தால், கதையின் மிச்சத்தை நீங்கள் இன்னும் கேட்கவில்லை.

வலிமையான காந்தர் கோட்டையைக் கைப்பற்றிய தந்தை அதைத் தன் வசமாக்கிக் கொண்டார். அதை ஆட்சிசெய்த ஹஸன் விரட்டியடிக்கப் பட்டான். எனினும், நிகழவிருக்கும் விஷயங்களுக்கு இது வெறும் முன்னறிவிப்புதான். நேரமில்லை என்று அவசரமாகக் காரியம் செய்பவனைப்போல், முன்னாள் லோடி ராஜ்ஜியத்தின் நகரங்களையும்

மாநகரங்களையும் தாக்கிச் சேர்த்துக்கொண்டிருந்தார். இந்த நிமிடம்வரை மொத்தம் இருநூறு புதிய பிரதேசங்களை இணைத்துள்ளார். அவற்றில் சில சிறியவை, சில அற்பப் பிரதேசங்கள்; மற்றவை கணிசமான பரப்பளவுள்ளவை. அவற்றை யுத்தத்தில் கிடைத்தவை என்கிறார்கள். ஆனால், உண்மையில், இந்தக் கொள்ளைப் பொருட்கள் பேரரசருக்குச் சொந்தமானவையல்ல. ஏனெனில், ராணா, இப்ராஹிம் லோடிக்கு எதிராகப் போரிடவும் இல்லை; வெற்றி பெறவும் இல்லை; ஆனால், யுத்தம் செய்தது பாபர். இந்த அனைத்து நிலப்பறிப்புகளும், ஏராளமான இடப்பெயர்விற்குக் காரணமாக இருந்தன. சில இடங்களில், முஸ்லீம் தலைவர்களுக்குப் பதிலாக ஹிந்துக்கள் நியமிக்கப்பட்டனர். இந்த ஹிந்துக்கள் அனைவரும், சகிப்புத்தன்மை கொண்டவர்கள் அல்ல; திறந்த மனம் கொண்டவர்களும் கிடையாது. இவ்வாறு அதிருப்தியுற்ற அனைவரும் பாபரின் பக்கம் ஈர்க்கப்படுகிறார்கள்; அத்துடன் அவனைத் தமது தலைவனாகவும் மீட்பராகவும் பார்க்கத் தொடங்கியுள்ளனர். அதை நாம் உறுதிப்படுத்துகிறோம். என் தந்தை தன்னால் இயன்ற அளவு பிரதேசங்களை சேர்த்துக்கொண்டிருக்கிறார்; அதேநேரத்தில் மகமது லோடியும், பாபரும் தம் பிரதேசங்கள் ஒவ்வொன்றும் பிரித்து எடுத்துச் செல்லப்படுவதை வெறுப்புடன் பார்த்துக்கொண்டிருந்தனர். இரண்டு மனிதர்களும் இவற்றைத் தங்களுடையது என்று கருதுகின்றனர். முதலில் குறிப்பிடப்படுபவரால், இதைத் தடுக்க இப்போதைக்கு எதுவும் செய்யமுடியாது. ஆனால், பின்னவர் நிச்சயம் ஏதாவது செய்யமுடியும் என்று நினைக்கிறேன்.

ஏதோ ஒரு நேரத்தில் அல்லது வேறோரு சமயத்தில் பாபருடன் யுத்தம் நடக்கத்தான் போகிறது. ஆனால், பேரரசர் யுத்தத்தை உடனடியாக விரும்புகிறாரா? வேறு என்ன முடிவுக்கு ஒருவர் வரமுடியும்? (இப்போது மட்டும், ஏன்? கைப்பற்றப் படுவதற்காக இத்தனை ஆண்டுகளும் டில்லி அங்குதானே இருந்தது. என் வேண்டுகோளுக்குத் தந்தை செவிமடுக்கவில்லையே!) தேவையற்றதாக, முட்டாள்தனமாக தோன்றுகிறது. பாதுஷா எதையும் அறிவுபூர்வமாக அணுகும் ஆற்றல் நிறைந்தவன்; சுய-அக்கறை கொண்டவன். குறைந்தபட்சம் இந்தத் தருணத்தில் செய்யவேண்டியது இதுதான். வலிமையான ஒரு நிலையில் இருந்துகொண்டு, இரண்டு ராஜ்ஜியங்களும் பரஸ்பரம் தத்தமது எல்லைகளை மதிக்கும் வகையில் ஒரு உடன்பாட்டை முன்மொழிவது.

* * *

எதிர்காலம், ஐந்து: கௌசல்யா

இரண்டு அல்லது மூன்று நாட்களுக்கு ஒருமுறை மங்கள் கேட்கும் அதே முட்டாள்தனமான கேள்விகளைக் கேட்டேன். சில நேரங்களில் ஒரே நாளில் இரண்டு அல்லது மூன்று முறை.

'அவள் மறைந்துவிட்டாள் என்பதுபோல் தெரிகிறது என்பதற்கு என்ன அர்த்தம்? இது சித்தோர், மங்கள். மேவாரின் தலைநகர். காட்டுமிராண்டிகள் வசிக்கும் புராதன கிராமம் இல்லை. அவளால் மறைந்துபோக முடியாது. ஏற்கக்கூடியதாக இல்லை. உன் வேலையை நீ ஒழுங்காகச் செய்யவில்லை. அவ்வளவுதான்.'

'இளவரசே, காவல் துறையிடம் விசாரித்தேன். அவர்கள் பதிவேடுகளைக் காட்டினார்கள். சித்தோரிலிருந்து மட்டுமே ஒவ்வொரு ஆண்டும் எழுபது பேருக்கு நெருக்கமாகத் தொலைந்துபோகிறார்கள். அவர்கள் பற்றி தகவல் எதுவும் கிடைப்பதில்லையாம்'.

'மங்கள் என்னிடம் இதைச் சொல்லாதே...' அவனைத் திட்டுவதை நான் நிறுத்த வேண்டும். எனக்கு என்ன ஆயிற்று? மோசமான நாட்களில் மட்டுமல்ல எல்லா நாட்களிலும் அனைவரிடமும் நிதானமிழந்து பேசுகிறேன்; முன்கோபம் கொள்கிறேன், எரிச்சலடைந்து கத்துகிறேன். தியானமும், எனக்குள் பேசிக்கொள்வதும் என்னை எங்கேயும் கொண்டுசேர்க்கவில்லை. இன்னும் நான் அலறிக்கொண்டுதான் இருக்கிறேன். 'உளவுத்துறையின் தலைவன் நீ. நான்தான் தந்தையிடம் உன்னை நியமிக்கச் சொன்னேன். உன்னால், உன் அம்மாவையே கண்டுபிடிக்க முடியவில்லை. தினமும் நீ எனக்கு அதே...' உரிய நேரத்தில் சொல்லை மாற்றினேன். '...கதையை சொல்கிறாய். அதற்குப் பதிலாக நீ ஏன் அவளைக் கண்டுபிடிக்கக்கூடாது?'

'இளவரசே, முயற்சி செய்துகொண்டுதான் இருக்கிறேன். மால்வா, குஜராத் மற்றும் டில்லி காவல் தலைவர்களிடம் தொடர்பு கொண்டுள்ளேன். காசி, மதுரா, பிரயாக், கேதார்நாத், மதுரை போன்ற ஊர்களுக்கு யாத்திரை சென்று திரும்புவோர்களிடமும் எனது ஆட்கள் விசாரணை செய்கிறார்கள். நான் முயற்சியைக் கைவிடவில்லை'.

'மம்தா அவளிடம் ஏதாவது சண்டைபோட்டாளா? நீ ஏதாவது அசிங்கமாகப் பேசிவிட்டாயா?'

'இளவரசே, மம்தாவை உங்களுக்குத் தெரியும். அம்மா யாரோடும் நெருக்கமான நட்புடன் இருக்கமாட்டாள். மம்தாவும் விதிவிலக்கல்ல. ஆனால், அம்மாவை நேருக்குநேர் பார்த்துப் பேசும் தைரியம் என்றைக்கும் மம்தாவுக்கு இருந்ததில்லை. கடைசியாக அம்மா வீட்டிற்கு வந்திருந்தபோது, மம்தா கர்ப்பமாக இருப்பதைத் தெரிந்துகொண்டு மகிழ்ச்சியடைந்தாள்.'

'குழந்தை எப்போது பிறக்கும்?'

'இன்னும் ஒரு மாதம் இருக்கிறது'

'நீ அதற்குள் கௌசல்யாவைக் கண்டுபிடித்துவிடு. செய்வாயல்லவா? மகனுக்குக் குழந்தை பிறக்கும் நேரத்தில் அந்த இடத்தில் அவள் இல்லையென்றால் என்ன காரணம் சொல்லமுடியும் என்பதற்காகச் சொல்கிறேன்?'

'அவளைக் கண்டுபிடிக்க நான் எதுவும் செய்வேன்'

'லீலாவதியைக் கண்டுபிடிக்க முடியாதபோது அவர்கள் என்ன சொன்னார்கள், நினைவிருக்கிறதா? சித்தோருக்கு வெளியில் அவளைக் கடத்திச் சென்றுவிட்டார்கள்; அல்லது ஆதிநாத்ஜி அவளை முடித்துவிட்டார் என்றார்கள். நம்மால் கண்டுபிடிக்க முடியவில்ல; ஆனால், அவள் இங்கு கோட்டைக்குள்தான் இருந்திருக்கிறாள். உடல் நலிந்து, பட்டினியுடன் அவள் வந்தபோது எவ்வளவு வேதனைப்பட்டிருப்பேன். யோசித்துப் பார். நான் சிரமப்பட்டுத் தேடியிருந்தால் அவளைக் கண்டுபிடித்திருக்க முடியும் என்றும் சொன்னாள். மங்கள், சித்தோரின் ஒவ்வொரு வீட்டிலும், குடிசையிலும் தேடச் சொல். நானும் நகரக் காவல் அதிகாரியிடம் பேசுகிறேன்.

'ஏற்கனவே பேசிவிட்டேன். தேடல் உத்தரவில் பேரரசர் கையெழுத்திட்டுள்ளார். இப்போது மூன்றாம் முகல்லாவில் தேடும் பணி நடந்து கொண்டிருக்கிறது.'

'பணக்காரர்களின் வீடுகளையும் விட்டுவிடாதே. யாரையும் வெளியில் செல்ல அனுமதிக்காதே. அப்புறம், உனது நிழல் உலகத் தொடர்புகள் என்ன சொல்கிறார்கள்?'

'நகைகளுக்காகவோ அல்லது ஏதாவது பணயத்தொகை கேட்பதற்காகக் கடத்தியிருக்கலாம்; அல்லது கொலையாகியிருக்கலாம் என்று சந்தேகிக்கிறார்கள். பொதுவாக, இந்த மாதிரி விஷயங்கள் அவர்களுக்குத் தெரியும். ஆனால், அம்மா குறித்து எதுவும் அவர்கள் கேள்விப்படவில்லையாம்.'

இதை மீண்டும் நான் நாளைக்கு ஆரம்பிப்பேன் என்று தெரியும். திசை திருப்பிப் பேசுவதாலும் சுற்றிச்சுற்றிப் பேசுவதாலும் எதையும் அடையப் போவதில்லை. ஆனால், அவளை உயிருடன் வைத்திருக்க எனக்குத் தெரிந்த ஒரே வழி இதுதான். நான் செய்த அந்த முட்டாள்தனமான ஒரு தவறைத் தவிர்த்து, கௌசல்யாவும் நானும் எப்போதும் சண்டை போட்டதில்லை என்று தோன்றியது. இதை என்னால் விளக்கமுடியவில்லை. ஆனால், பெண் புலி ஒன்றில் அவள் ஏறி வருவதுபோன்ற படிமம்தான் எனக்குள் இருக்கிறது. ஆனால், அந்த இடத்தோடு விஷயங்கள் எப்போதும் இருண்டுபோகின்றன. அவள் அந்தப் பெண்புலியா அல்லது அதன்மீது ஏறி வருபவளா? அல்லது இரண்டுமா?

நான் அவளுடையவன். அதைத் தக்கவைக்க, யாரை நான் விரும்பினாலும் அவர்களுடன் என்னை அவள் பகிர்ந்துகொள்வாள்.

அவளின்றி, பாதுகாப்பற்றவனாய் உணர்கிறேன். எனக்குச் சொந்தமானவர்களை என்னால் பார்த்துக்கொள்ள முடியவில்லை என்றால் மகராஜ் குமாராக இருந்து என்ன பயன்?

பூட்டானி மாதா நீ எங்கிருக்கிறாய்? கௌசல்யாவை என்ன செய்தாய்?

* * *

எதிர்காலம் ஆறு: டில்லி பாதுஷா.

விஷயங்கள் மாறக்கூடியவை தாம். ஆனால், சுல்தான் இப்ராஹிம் லோடியை பாபர் தோற்கடித்து டில்லியைக் கைப்பற்றிய நாளிலிருந்து, மேவாருக்கு ஒரேயொரு எதிர்காலம்தான். அந்த மொகலாய அரசனுடன் எங்களது உறவு எப்படி இருக்கவேண்டும் என்பது குறித்த எங்கள் முடிவு. எங்களது கூட்டாளிகளும் எங்களது ஏனைய சிறிய, பெரிய எதிரிகளும் இதை அறிவார்கள். எதிர்கால செயல்பாடு குறித்து விவாதித்து முடிவெடுக்க போராலோசனைக் கூட்டம் ஒன்றை அக்டோபர் பதினேழாம் தேதி என் தந்தை கூட்டினார். முன்னணி ராஜபுத்திர அரசர்களையும், முஸ்லீம் மன்னர்களையும், பில் இளவரசர்களையும் அதற்கு அழைத்திருந்தார்.

இராஜபுத்திரர்களும், முஸ்லீம் ஜாஹிர்தார்களும், அமீர்களும், அரசர்களும் அடங்கிய மொத்த கூட்டமைப்பும் பாபருக்கு இவ்வளவு முக்கியத்துவம் அளிப்பது ஏன்? தங்கள் ராஜ்ஜியங்களுக்கு அவனிடமிருந்துதான் ஆபத்து வரும் என்று எண்ணுகிறார்களா என்ற கேள்விக்கு என்னால் முழுமையாகப் பதிலளிக்க முடியவில்லை. மிகச் சமீபம் வரையிலும் அவன் ஒன்றுமில்லாதவன்; குமரப்பருவத்தவன். நாடற்ற அரசன். அங்குமிங்கும் பலதடவை அலைந்து திரிந்து, பல ஏற்றத் தாழ்வுகளுக்குப்பின், முக்கியத்துவமற்ற காபூல் அரியணையைக் கைப்பற்றினான். டில்லிக்கும் இதற்கும் ஏதாவது தொடர்பு இருக்கிறதா? அவனுடைய கீர்த்தி அதிகரித்திருப்பதற்கும், எங்களது வாழ்வில் மிகக் கவனம் பெற்ற, முக்கிய மனிதனாக அவன் ஆனதற்கும் பானிபட் யுத்தத்தில் டில்லி சுல்தான் தோல்வியுற்று, இறந்துபோனது காரணமா? அல்லது ஹிந்துஸ்தானைக் கைப்பற்றுவேன் என்று ஏறத்தாழ மந்திரம்போல் திரும்பத்திரும்பச் சொல்லும் அவனது வெளிப்படையான உரிமைகோரலா? இந்தக் கேள்விகளுக்கு நிச்சயம் பல விடைகள் இருக்கின்றன. எனினும் முழுமையாக ஏற்கக்கூடிய ஒரு விடையை எவராவது சொல்ல முடியுமா என்பது சந்தேகமே.

காபூலுக்கு வெளியேயும் உள்ளேயும் பயணங்களிலும், யுத்தங்களிலும் அதிக முனைப்புடன் அவன் ஈடுபடுகிறான். தூரத்து ராஜ்ஜியங்களின் தூதரகங்களுக்குச் செய்திகள் அனுப்புவதில் மும்முரமாக இருக்கிறான். எனினும் மொகலாய பாதுஷாவின் அரசியல் நிர்வாகக் கடமைகள் மும்மடங்காகப் பெருகவில்லை என்றாலும் இரட்டிப்பாகிவிட்டன. அதனால், அவனது நாட்குறிப்பில் பதிவுகள் குறைந்துவிட்டதை உணரமுடியும். அல்லது அவனுக்கு அதில் சிரத்தை குறைந்துவிட்டது என்றும் கருதலாம். ஆனால், ஹிந்துகுஷ் மலைகளுக்கு இடையிலிருக்கும் அவனது கழுகுக்கூடு ராஜ்ஜியத்தைக் காட்டிலும் முப்பது முதல் ஐம்பது மடங்கு பெரிதான ராஜ்ஜியம் ஒன்றைக் கைப்பற்றி இணைத்துக்கொள்வது இதற்கு நேர்மாறான விளைவைக் கொண்டது. குறிப்புகள் எழுதவும் பிரதிகள் எடுக்கவும், சித்திர எழுத்தர்களையும் பிரதி எடுப்பவர்களையும் இருவருக்கு மேல் அவன் பணியமர்த்தியிருக்க வேண்டும்.

அவனது ஆர்வத்தையும், அலட்சியத்தையும், வசைப்பேச்சுகளையும், ஆச்சரிய உணர்வையும் ஹிந்துஸ்தான் நிச்சயம் தூண்டியிருக்கிறது. அதிக சுய-உறுதி கொண்டவன் போல் இப்போது அவன் பேச்சு இருக்கிறது. அதற்கு நல்ல காரணம் இருக்கிறது. ஆனால், அவனது அறிவையோ அல்லது கூரிய அவதானிப்பையோ அவனது சுய-முக்கியத்துவம் மூழ்கடித்துவிடவில்லை. எனக்குத் தெரிந்தவகையில் புவியியலையும் இயற்கைக் காட்சிகளையும், மக்களையும் அவர்களது பழக்கவழக்கங்களையும், சமூக நியமங்களையும் எப்போதும் மிகவும் புறநிலையில் நின்று பேசும் நபர்களில் இவன் ஒருவன். இவை பற்றி வேறு ஒரு நேரத்தில் அதிகமாகப் பேசலாம். இப்போது மேவார் அக்கறை கொள்ளும் விஷயங்களாக பாபரின் மனநிலையும், அவனது குரல் தொனியும், பானிபட்டில் அவனது யுத்தத் தந்திரமும்தான் இருக்கின்றன.

’காஸி கானுக்கு எதிராக குறைவான வீரர்களை அனுப்பிவிட்டு, எடுத்த முடிவு என்ற அங்கவடியில் ஏறினேன்; கடவுள் நம்பிக்கை என்ற கடிவாளத்தைப் பிடித்தேன்; சுல்தான் இப்ராஹிமை நோக்கிப் புறப்பட்டேன்... ஹிந்துஸ்தானமும் அதன் தலைநகரான டில்லியும் அரியணையும் அவன் வசம் இருந்தன. தயாராக இருந்த அவன் படையில் இலட்சம் வீரர்கள்; அவனுடையதும் அவனது பெய்குகளுடையதும் சேர்த்து ஆயிரம் யானைகளாவது இருக்கும்.

‘அனைத்தும் தயாராக இருந்தன; துணிவும் வீரமும் மிகுந்த, யுத்த அனுபவம் கொண்ட அனைத்து பெய்குகளும் ஆலோசனைக் கூட்டத்திற்கு அழைக்கப்பட்டனர். கருத்துகள் பரிமாறப்பட்டன. பின் இந்த முடிவு எடுக்கப்பட்டது: பானிபட் நெருக்கமான வீடுகளும் புறநகர்ப் பகுதிகளும் நிறைந்த நகரம். இவை படையின் ஒருபுறம்

இருக்கும்வகையில் அணிவகுப்பு அமையவேண்டும். மற்றொரு புறத்தில் வண்டிகளையும் தளவாட வண்டிகளையும் நிறுத்திப் பாதுகாக்கவேண்டும்; அதற்குப் பின்புறம் காலாட்படையினரும் மாட்ச்லாக் துப்பாக்கி ஏந்திய வீரர்களும் நிற்கவேண்டும். இவ்வாறான தயாரிப்புகளுடன் புறப்பட்டோம். வழியில் ஒரு இரவு மட்டும் தங்கினோம். வியாழக்கிழமை, ஏப்ரல் பன்னிரண்டாம் தேதி பானிபட்டை அடைந்தோம்.'

பாபரது பாதுகாப்பு அரணின் அடிப்படைத் திட்டங்களையும் படைப்பிரிவுகளை நிறுத்திய விதத்தையும், போர் உத்திகளையும் புரிந்துகொள்ள வரிவடிவ ஓவியங்களும் வரைபடங்களும் வரைந்தேன். படையிலிருந்த அனைவரையும் வண்டிகளைச் சேகரிக்க அவன் உத்தரவிட்டிருக்கிறான். இறுதியில் மொத்தம் எழுநூறு வண்டிகள் சேகரிக்கப்பட்டன. திறந்தவெளி யுத்தக் களத்தையும் ஒரு நகரும் கோட்டையாக உருவாக்கிக் கொள்வதே அவனது யோசனை. காலாட்படைக்கு முன்புறம் வண்டிகளும், அடர்த்தியான மரக்கிளைகளும் இறுகப் பிணைக்கப்பட்டு 'மாண்டெலெட்ஸ்' என்று சொல்லப்படும் கவசம்போல் ஒரு பாதுகாப்பு அரண் அமைக்கப்பட்டது. பாபரது படையுடன் மோதுவதற்கு இப்ராஹிம் லோடியின் படை இந்தத் தடையை உடைக்கவேண்டும்; இந்த இடை-மோதலில் டில்லி சுல்தானின் குதிரைப்படையும் வீரர்களும் அதிக அளவில் பலியாவார்கள். தாக்குதலுக்கு அசைந்து கொடுக்காத சுவராக பானிபட் நகரத்தைத் தேர்ந்தெடுத்ததன் மூலம் படையின் ஒரு பகுதியை, வலப்புறத்தை பாபர் பாதுகாத்துவிட்டான். இடது பக்கம், கிடைத்த இடங்களில் எல்லாம் பதுங்கு குழிகள் போன்ற பள்ளங்களைத் தோண்டினான்.

அம்பு விழும் தூரத்திற்கு இடைவெளி விடப்பட்டு, நூறு அல்லது இருநூறு குதிரை வீரர்கள் திடீரென வெளிப்பட்டு தாக்குதல் நடத்த இடவசதி செய்யப்பட்டிருந்தது. அனைத்தும் ஆர்வத்தை ஊட்டின; கண்திறப்பாக அமைந்தன. துருக்கியர்களின் போர்த் தந்திரங்களும் பாதுகாப்பு முறைகளும், நாங்களும் சுல்தான் இப்ராஹிமும் பயன்படுத்தும் உத்திகளிலிருந்து ஒரு இடத்தில் மிகவும் வேறுபடுகின்றன: அதாவது ஒரு கோட்டையை அமைப்பதிலிருக்கும் அடிப்படைக் கோட்பாட்டை, யுத்த களத்தின் ஒவ்வொரு இடத்திற்கும் நீட்டித்துக் கொள்வது; எடுத்துக்காட்டாக ஒன்றைச் சொல்லலாம்; அதாவது பதுங்கு குழிகள் போன்ற பள்ளங்கள், கோட்டையைச் சுற்றி அமையும் அகழிதானே தவிர, வேறொன்றுமில்லை,

'சுல்தான் இப்ராஹிமின் யானை களத்தில் தோன்றிய கணத்திலிருந்து மிக விரைவாக அவன் இயங்கினான்; நேரடியாக எங்களை நோக்கித் தடையேதுமின்றி முன்னேறினான்; எதிரில் அடர்த்தியாக, கூட்டமாக எமது வீரர்கள் நிற்பதைப் பார்த்ததும்தான்

நின்றான்; "நிற்பதா வேண்டாமா? முன்னேறுவதா அல்லது வேண்டாமா?" என்று கேட்பதுபோல் எங்கள் அணிவகுப்பையும் பிரிவுகளையும் நோட்டமிட்டான், அவர்களால் நிற்கவும் முடியாது; முதலில் செய்ததுபோல் வேகமாக முன்னேறவும் முடியாது.

'வில்லேந்திய வீரர்களுக்கு உத்தரவுகள் தெளிவாக இருந்தன; எதிரியின் பின்வரிசையைத் தாக்குவதுபோல், வலப்புறமும் இடப்புறமும் மாறி மாறி அம்புகளை வீசவேண்டும்; எதிரியைச் சண்டையில் ஈடுபட வைக்கவேண்டும். ஒருமுறை அம்பு வீசிய பின், அந்த இடத்தில் மற்றொரு வீரன், நாணில் பொருத்திய அம்புடன் வந்து நிற்பான். படையின் வலதுபுறத்திலும் இடதுபுறத்திலும் இருக்கும் வீரர்கள் முன்னேறிச் சென்று எதிரியுடன் சண்டையில் ஈடுபட வேண்டும். முகமதி குகுல்தாஷ், ஷா மன்சூர் பார்லாஸ், யுமாஸ்-இ- அலி, அப்துல்லா ஆகியோர், எதிரிப்படையின் மையத்தில் இருப்பவர்களுடன் நேரிடையாகப் போரிட வேண்டும் என்று உத்தரவுகள் அளிக்கப்பட்டன.

'உஸ்தாத்-அலி-குலி அவன் நிலையிலிருந்து விலகாமல் ஃபீரங்கிகளிலிருந்து நல்ல முறையில் குண்டுகளை வீசினான். படையின் மையப்பகுதியின் இடது புறத்திலிருந்து உபதளபதியான முஸ்தஃபா, ஸார்ப் ஸன்னைப் பயன்படுத்தி மிகச் சிறப்பாகச் சுட்டுக்கொண்டிருந்தான். வலதுபுறத்து, இடதுபுறத்து, மையப்பகுதிப் படைப்பிரிவுகளும், வில்லேந்திய வீரர்களும் எதிரிகளை நன்றாகச் சூழ்ந்து கொண்டனர்; அம்பு மழை பொழிந்தனர்; சுணக்கமின்றிப் போரிட்டனர். கடவுளின் கருணையும் இரக்கமும், இந்தச் சிரமமான பணியை எங்களுக்குச் சுலபமாக்கின! அரை நாளிலேயே ஆயதமேந்தியவர்கள் பூமியில் வீழ்த்தப்பட்டனர். ஒரே இடத்தில், இப்ராஹிமுக்கு அருகில் ஐந்தாயிரம் அல்லது ஆறாயிரம் வீரர்கள் கொல்லப்பட்டனர். எங்கள் கணக்குப்படி இறந்துபோனவர்கள், அதாவது போர்க்களத்தில் கிடந்தவர்களின் எண்ணிக்கை பதினைந்தாயிரத்திலிருந்து பதினாறாயிரம் இருக்கும். ஆனால், பின்னர் ஆக்ராவில் ஹிந்துஸ்தானியர்கள் வெளியிட்ட அறிக்கையின்படி அந்தப் போரில் நாற்பதாயிரத்திலிருந்து ஐம்பதினாயிரம் பேர் இறந்திருக்கலாம் என்று எங்களுக்குத் தெரியவந்தது'.

ஸார்ப்-ஸன் மற்றும் ஃபீரங்கி. இறுதியில், புதிய தொழில்நுட்பம் ஒன்றை நேருக்குநேர் சந்திக்கிறேன். எங்களைப் போலன்றி மாட்சலாக் துப்பாக்கிகளை பாபர் தொடர்ந்து பயன்படுத்துகிறான். அற்புதமான ஒலி கொண்ட இந்த இரண்டு சொற்களும் குறிப்பிடும் போர்க்கள ஃபீரங்கிகள் அவனிடம் இருக்கின்றன. அவற்றை வார்த்து உருவாக்குவதை மறந்துவிடுங்கள். அவற்றை வெளிநாட்டில் வாங்கி இங்கே எடுத்துவருவதற்குக் குறைந்தபட்சம் ஒரு ஆண்டோ அல்லது ஒன்றரை ஆண்டோ ஆகிவிடும். அந்தக் காலவரம்பு பற்றி இப்போது யோசிப்பதில்

பயனில்லை. முக்கிய விஷயம், அவற்றை யார் எங்களுக்கு விற்பார்கள் என்பதும், உடனடியாக அனுப்பச் சொல்லி அவர்களுக்கு எப்படித் தகவல் அனுப்புவது என்பதும்தான். இந்த விஷயத்தில் லக்ஷ்மண் சிம்மாஜி எனது கூட்டாளி. போர்த்துகீசியர்களிடமும் பாரசீகர்களிடம் இதைப்பற்றி விசாரிக்க அவர் மங்களிடம் கூறியிருக்கிறார்.

எங்களுக்கு அவற்றை விற்க விருப்பமுள்ளவர்களிடம் இருந்து குறைந்தபட்சம் ஆறு பீரங்கிகளை வாங்க ஏற்பாடு செய்யும்படி மங்கள் அறிவுறுத்தப்பட்டுள்ளான்.

பாதுஷாவின் நாட்குறிப்புகளில் இதுவரை எனக்குக் கிடைத்தவற்றில் மிகவும் விநோதமான ஒரு குறிப்பு இது.

'நாம் காபூலில் இருக்கும்போது ராணா சங்கா ஒரு தூதுவரை அனுப்பி நல்வாழ்த்துகளைத் தெரிவித்து பின்வரும் திட்டத்தையும் முன்மொழிந்தார்: "மதிப்பிற்குரிய பாதுஷா அந்தப் பக்கத்திலிருந்து டில்லியை நோக்கி வருகையில், இந்தப் பக்கமிருந்து ஆக்ராவை நோக்கி நான் நகர்வேன்." ஆனால், நான் இப்ராஹிமை தோற்கடித்து டில்லியையும் ஆக்ராவையும் கைப்பற்றிவிட்டேன். இதுவரையிலும், தான் நகர்ந்ததற்கான அறிகுறி எதையும் அந்த காஃபீர் காட்டவில்லை'

இந்தக் குறிப்பிற்கு முக்கியத்துவம் கொடுக்க வேண்டுமா? எனது அனுபவம் மற்றும் மதிப்பீடுகளின்படி பாபர் ஜோடிக்கப்பட்ட கதைகளுக்கு இடம் கொடுக்கவில்லை. அப்படி இருக்கையில் மேற்கண்ட பதிவைப் பார்க்கும் ஒருவர் தந்தையைப்பற்றி என்ன முடிவுக்கு வருவார்? தந்தையின் உள்நோக்கங்கள் என்னவாக இருக்கும்? என்ன ஆதாயத்தை அவர் எதிர்பார்க்கிறார்? எதிரியின் எதிரி தனக்கு நண்பன் என்று உண்மையில் நம்புகிறாரா? இப்படித்தான் என் முன்னோர்கள் பலரும், ராஜபுத்திர சகோதரர்களும் செய்தார்கள். செய்தது எவ்வளவு பெரிய தவறு என்று பின்னர் அறிந்து துன்புற்றார்கள். யுத்தத்தில் கிடைக்கப்போகும் ஏராளமான செல்வத்தையும், ஏன், டில்லி சுல்தானின் நிலப்பகுதியையும் பிரித்துக்கொள்ளலாம் என்ற வெற்று நம்பிக்கையில் அந்நியன் ஒருவனை ஹிந்துஸ்தானத்திற்குள் மேவாரின் ராணா வரவேற்கிறாரா? தன் படைமீதும் தன் தலைமை மீதும் பேரரசர் ராணாவிற்கு அவ்வளவு நம்பிக்கை இல்லையா? இந்தப் பிரதேசத்தில் மிகவும் வலிமையான அரசன் அவர்தான். டில்லி சுல்தானுக்கு, அவரது ஆட்சிக்குட்பட்ட நிலப்பகுதியின்மீதான பிடிப்பு விரைவாக நழுவிக்கொண்டிருந்தது; சிதைந்து கொண்டிருந்தது. அதனால் இப்ராஹிம் லோடியை வெளியேற்ற பாபரின் உதவி அவருக்குத் தேவை என்று உணர்கிறாரா? ஆனால், மிகவும் வெளிப்படையாக சொல்லமுடியாத ஏதோ ஒன்று இருக்கிறது: நடவடிக்கையின்போது ஆதரவளிக்கும் நோக்கம் இல்லையென்றால்

நானும் இறங்குகிறேன் என்று ஏன் இசைவளிக்க வேண்டும்? அறிமுகமற்ற அரசனை, மிக மோசமான, பழிவாங்கும் எதிரியாக மாற்றிக் கொள்ளும் நிச்சயமான வழி இது என்று அனைவருக்கும் தெளிவாகத் தெரியும்.

ஆனால், நடந்தது நடந்துவிட்டது. இனிமேல் அதைப்பற்றிப் பேசத் தேவையில்லை.

ஆக்ராவில் மனக்குறையுள்ள அதிருப்தியாளர்களுக்குப் பஞ்சமில்லை. அந்த மாநகரில் மங்களுக்கு ஆட்கள் இருக்கிறார்கள்; அவர்களிடமிருந்து நம்பிக்கையான தகவல்கள் எங்களுக்கு எப்போதும் கிடைத்தன. ஒவ்வொரு திங்கட்கிழமையும் காலையில் மேற்கோள்களுடன், ஆய்வறிக்கைகளுடன் சிலநேரங்களில் வாரநாட்களிலும் மங்கள் அறிக்கைகள் அனுப்பிக்கொண்டிருந்தான்: நிதி சார்ந்த விவரங்கள், படை நகர்வுகள், யார் ஆதரவாக இருக்கிறார்கள், யார் இல்லை, மேவார் குறித்து ஆக்ரா என்ன நினைக்கிறது, அதுகுறித்து நடக்கும் விவாதங்கள் போன்றவை. ஆனால் ஒன்று தெளிவு; எங்கள் மீது பாபர் மிகுந்த விரோதத்துடன் இருந்தாலும், நல்வாய்ப்பாக அவனைச் சுற்றி நடந்துகொண்டிருந்த பிரச்சனைகளில் மாட்டிக் கொண்டிருந்தான்.

விவசாயிகளும், முன்னாள் படைவீரர்களும் பாபரைப் பார்த்தும் அவன் ஆட்களைப் பார்த்தும் அச்சம் கொண்டிருந்தனர். மிக முக்கியமாக, இறந்துபோன சுல்தானிடம் சேவைசெய்த ஏறத்தாழ அத்தனை அமீர்களும் வெளிப்படையாகவோ அல்லது மறைமுகமாகவோ பாதுஷாவிற்கு எதிரான கலகத்தில் ஈடுபட்டிருந்தனர். கிழக்குப் பிரதேசத்தைச் சேர்ந்த ஜன்பூரில் நடந்த கலவரங்கள் அதிகத் தொந்தரவுகள் தந்தன. அவற்றை அடக்க பாபரின் மகன் ஹுமாயூன் ஏற்கனவே புறப்பட்டிருந்தான். அனைத்தும் நன்மைக்குத்தான். முடிந்தவரை சண்டையைத் தள்ளிப்போட வேண்டும். போர்க்கள பீரங்கிகளும் பத்தாயிரம் மாட்ச்லாக்குகளும் வாங்கவேண்டும். அவற்றை எப்படிப் பிரயோகிப்பது என்று வீரர்களுக்குப் பயிற்சியளிக்க வேண்டும். முன்னேறித் தாக்குவது, பாதுகாத்துக் கொள்வது குறித்த பாபரின் போர்க்கள உத்திகளையும் தந்திரங்களையும் பெருமளவிற்குப் பரிசீலனை செய்யவேண்டும்.

ஆனால், சகுனங்கள் நன்றாக இல்லை. மேவாரின் எதிரிகளுக்கு உரிய மதிப்பைக் கொடுப்பது என் வழக்கம். மிகவும் பலவீனமானவர்களையும் தீவிரமாக எடுத்துக்கொள்வேன். பாபரைப் பொறுத்தவரையில் அவன் மேம்பட்டவனாகத் தோன்றுகிறான். அவனது நாட்குறிப்பிலிருந்து கிடைத்த அரிதான, முழுமையான சில குறிப்புகளில் இருந்து அவனை அறிந்துகொள்ள முடிந்தது. அவனை விரும்பத் தொடங்கியது மட்டுமின்றி மதிக்கவும் தொடங்கிவிட்டேன். நல்ல நண்பனாகவும் சரியான எதிரியாகவும் இருக்கக் கூடியவன். ஆனால், கடந்த சில மாதங்களாக

அவனது வேறு சில முகங்கள் வெளிப்படுகின்றன. என் மனஅமைதியை அவை குலைக்கின்றன.. நிச்சயமாக இவை அவனது மதநம்பிக்கையின் விளைவுகள். ஆனால், நம்பிக்கை என்பது விவேகத்தாலும் சகிப்புத்தன்மையாலும் பண்படுத்தப்பட வேண்டும்; அதுவும் குறிப்பாக ஒரு அரசனாக நீங்கள் இருக்கையில். ஹிந்துஸ்தானுக்கு வந்ததிலிருந்து அவன் மொழியில் பெரும் மாற்றம் ஏற்பட்டுள்ளது. அதுவும் எங்களுடனான யுத்தத்தைப் பற்றிப் பேசுகையில், அதைத், திரும்பத்திரும்ப புனிதப்போர் என்கிறான். அரசர்களையும் சுல்தான்களையும் விட்டுத்தள்ளுங்கள்; இப்ராஹிம் லோடியுடனும், சுற்றியுள்ள பிரதேசங்களில் ஷியா, சன்னி தலைவர்களுடன் அவன் நடத்திய யுத்தங்களை என்னவென்று ஒருவர் அழைக்க முடியும்?

ஒருவனுக்கு அவன் வெற்றிகொண்ட மக்கள்மீது வெறுப்புக் கூடாது; அதனால் எதிர்விளைவுகள் ஏற்படும் என்று சொல்ல முடியாவிட்டாலும் மக்களிடையே வருத்தத்தை உண்டாக்கும். பாபரை எடுத்துக்காட்டலாம்: உருவ வழிபாடு செய்பவர்களின் கடவுள்களை இடித்துத் தள்ள வேண்டும். இந்தப் பாதையைப் பின்பற்றினால் வெற்றிகொண்டவர்களை குடிமக்களாக எப்போதும் நீங்கள் பார்க்கவியலாது. ஒரு தந்தையாக, நீங்கள் இருக்கமாட்டீர்கள். கட்டாயம் செய்யவேண்டிய, அக்கறை மிகுந்த நடவடிக்கைகளில் இறங்கமாட்டீர்கள். வலிமையாக இருக்கவிரும்பும் அரசன், மக்களுடன் நெருக்கமாக இருக்கவேண்டும். மதம், சாதி, இனம் ஆகியவற்றைக் கடந்து தம்மைப் பாதுகாக்கும் கேடயமாக, வாளாக அவன் இருக்கிறான் என்று அனைவரும் உணரவேண்டும்.

இவை அனைத்தும் புதிதாக உருவான சிந்தனைகள் என்று நினைப்பவர் ஒரு முட்டாளே. அறிவு மிகுந்த மக்கள் தலைவன் எவனும் இதை சுய-அக்கறை என்றே சொல்வான். ஏனெனில், உங்களது ராஜ்ஜியத்தின் அழிவுக்கான விதைகள் பிரிவினைகளில்தான் புதைந்திருக்கின்றன.

ஹிந்துஸ்தானை நோக்கிய அவனது ஆரம்பகால படையெடுப்பு ஒன்றின்போது பஜாவுரைத் தாக்கிய பாபர், தன்னை அப்போது ‘மத நம்பிக்கைக் காவலனாகக் கருதிக்கொண்டான். மூதாதை தைமூரின் வழிகளைப் பின்பற்றினான்; அந்நகரத்தை நீர்மூலமாக்கினான்; கிழக்குத்திசை நோக்கித் தப்பியோடிய சிலரைத் தவிர்த்து வசித்தவர்கள் அனைவரையும் கொலைசெய்தான். ஏனெனில் அவன் பார்வையில் அவர்கள் உண்மையான மத நம்பிக்கையாளர் அல்ல. டில்லி அரியணை ஏறியிருக்கும் அவன், கடவுளின் பெயரால் பழிவாங்குபவனாக, ‘காஸி’யாக தன்னைக் காட்டிக்கொள்ளத் தொடங்கியுள்ளான். ‘பழிவாங்குபவன்’, ஒரு விநோதமான சொல்! அவன் இதுவரையிலும்

பார்த்திராத, அவனுடன் சமூக, வியாபாரத் தொடர்புகளும் கொண்டிராத அந்தப் புறச்சமயத்தவர்கள் செய்த எந்த அவமதிப்புகளுக்கு, ஏற்பட்ட வருத்தங்களுக்கு பாபர் இப்போது பழிதீர்த்துக்கொள்ள விரும்புகிறான்? நமது குற்றம் ஒரு விபத்திலிருந்து தோன்றியதுபோல் தெரிகிறது: அதாவது பிறிதொரு மதநம்பிக்கையாளனாக நாம் பிறந்த விபத்து.

சுல்தான் இப்ராஹிம் லோடியை வெற்றிகொண்டது முதல் பாதுஷா கோவில்களை இடித்துத் தள்ளுகிறான்; அந்த இடத்தில் மசூதியைக் கட்டுகிறான். அல்லது நேரமும் நிதியும் குறைவாக இருந்தால், ஹிந்து வழிபாட்டுத் தலங்களையே இஸ்லாமுக்குரியதாக உருமாற்றுகிறான். இதில் சிறப்பாகக் குறிப்பிட என்ன இருக்கிறது? ஹிந்துஸ்தான்மீது படையெடுத்த நாளிலிருந்து நம் கோவில்களை முஸ்லீம்கள் என்ன செய்கிறார்களோ, அதைத்தான் நாங்கள் பௌத்தர்களின் புனிதத் தலங்களுக்கும் மசூதிகளுக்கும் செய்தோம்!

உண்மையில் இது வாழ்வின் பெரும் புதிர்களில் ஒன்று. தோற்கடிக்கப்பட்ட ஒரு நம்பிக்கையைச் சார்ந்தவர்களின் முக்கிய வளாகங்களை ஆக்கிரமிக்கும் வெறித்தனமான தேவை எதனால் எழுகிறது? ஹிந்துயிசத்திற்கும் பௌத்தத்திற்கும் இடையிலான உறவு விரோதமாகவே இருந்துள்ளது. இருப்பினும், அவர்கள் பரஸ்பரம் ஒருவரையொருவர் அசுத்தமானவர்கள் அல்லது புனிதமற்றவர்கள் என்று கருதியதில்லை. ஆனால், ஹிந்துக் கடவுளர்களின் உருவங்களை வைத்து வழிபடும் கோவில்களைவிட அவமதிப்பிற்குரியதாக இஸ்லாமிற்கு வேறு என்ன இருக்க முடியும்?

வெற்றி பெற்றவர் மற்றொரு மத நம்பிக்கைக்கு உரியவர்களின் வழிபாட்டுத்தலம் இருக்கும் இடத்தை வலுக்கட்டாயமாக ஆக்கிரமிக்கிறார். ஏனென்றால், அந்த இடத்தில் உள்ளார்ந்திருக்கும் புனிதத் தன்மையை தனதாக்கிக் கொள்ள அவர் விரும்பலாம். இது ஒரு தந்திரமான வாதம்; இந்தத் தர்க்கத்தில் ஓரளவு சாரம் இருக்கிறது. ஒருவேளை இன்னும் அதிக எளிமையான விளக்கம் போதுமானதாக இருக்கலாம். இது முரட்டு வலிமையின் வெளிப்படையான ஆக்கிரமிப்பு. பழைய அமைப்புமுறை இறந்துவிட்டது. குடிமக்கள் தமது புதிய எஜமானன் யார் என்பதை அறிந்துகொள்வதற்கு வெற்றி பெற்றவனின் அறிவிப்பே இது.

அத்தியாயம் 39

ஆண்மகன் ஒருவன் தான் இருக்கிறான்; அவன் பெயர் குழலிசைப்போன்.

சுகந்தாவுடன் தோல்வியைச் சந்தித்த இரவு அவன் நேராக இளந் துறவியின் அறைக்குத்தான் சென்றான்.

'எங்கு போயிருந்தீர்கள்?' அவன் கையைப் பற்றி உலுக்கினாள். ஏமாற்றத்தின் விளைவால் உருவான கோபத்தில் இருந்தாள். அவளால் பேச முடியவில்லை. 'என்னை எப்படி நீங்கள் துன்புறுத்தலாம்? இப்படிக் கொடூரமாக, இதயமற்றவராக உங்களால் எப்படி இருக்கமுடிகிறது?'

அவன் தாமதாக வந்துவிட்டானா? மறுபடியும் எப்போது சந்திப்பது என்று நேற்றிரவு நேரம் ஏதும் முடிவு செய்யவில்லை; எப்போதும் அவ்வாறு செய்வது கிடையாது. கடந்த இரவுகளில் வந்ததுபோல, முடிந்த வரையில் அதேநேரத்தில், ஒரு நிமிடம் முன்னே பின்னே இருக்கலாம், அவள் அறைக்கு அவன் வருகை தந்தான்.

'என்ன விஷயம்?'

'உங்களுக்குத் தெரிந்திருக்க வேண்டும்'

குழலிசைப்போனின் பிறந்த நாளா இன்று? இருக்கமுடியாது. சித்தோர் முழுவதும் அந்த நாளைக் கொண்டாடும். இப்போது ஒன்றும் தெரியாதவன் போல் அவன் நின்றான்.

'மறந்துவிட்டீர்கள், உண்மையாகவே மறந்துவிட்டீர்கள்' அவன் பாதத்தை ஓங்கி மிதித்தாள். 'இன்றைக்கு ஹோலி'.

தொடர்ச்சியாக, மிக சப்தமாக பட்டாசு வெடித்ததுபோல் தலைக்குள் எச்சரிக்கை மணி ஒலித்தது. எப்படி அவன் அதை மறந்தான்? இதைப் போன்ற முக்கிய நாட்கள்மீது கண்வைத்துக் கொள் என்று சுய-பாதுகாப்பு அவனுக்கு அறிவுறுத்தியிருக்க முடியும். இப்போது என்ன செய்யப்போகிறான்? கும்பல்கார்கில் இருக்கும்போது அவளது அறையில் நுழைந்த நாளிலிருந்தே இந்த வசந்த விழாவைப் பற்றி அவன் சிந்தித்துக்கொண்டு இருந்தான். வண்ணப் பொடிகளை எண்ணி அவன் அஞ்சவில்லை. ஆனால், வண்ண நீரைக் குறித்துத்தான். பித்தளையால் செய்யப்பட்ட பீய்ச்சங்குழலிலிருந்து வேகமாக வெளியேறும் வண்ண நீரால் நீலநிறத் தோல் கரைந்து ஆடையற்றவனாய் அவனது வேடம் கலைந்துபோவதை அவன் கற்பனை செய்தான். இல்லை அவனே காரியத்தில் இறங்கலாமா? விரைந்து அவளை நெருங்கி, சிவப்பு, மஞ்சள், பச்சை, ஊதா நிறப் பொடிகளை அவள் மீது பூசிவிட்டு,

அவள் கண்கள் மீது கொஞ்சம் தூவிவிட்டு அந்த இடத்திலிருந்து தப்பித்துவிடலாமா?

'அசையாமல் நின்று இந்தச் சோளியைப் போட்டுக்கொள்'

சந்தேகம் இல்லை. உண்மையில் அவள் மனம் குழம்பியிருக்கிறாள்.

'நான் ஏன் சோளியைப் போட்டுக்கொள்ள வேண்டும்?'

'ஏனென்றால், இன்றைக்கு நீ ஒரு பெண்'

மிக எளிமையான் பதில்.

'இந்த உலகத்தில் ஆண்மகன் ஒருவன்தான்; அது சியாமளன்; மற்றவர்கள் பெண்கள் என்று ரூப கோஸ்வாமியிடம் நீ சொல்லவில்லையா?'

'ஆணுக்கும் பெண்ணுக்கும்தான் பாலினம் உண்டு. கடவுளர்கள் இரண்டுமாக இருப்பவர்கள். அதனால்தான் அர்த்தநாரீஸ்வரர் போல், நீங்கள் ஆணும் பெண்ணுமாக இருக்கிறீர்கள். மற்றவர்களைவிட நீங்கள் இதை நன்கு அறிந்திருக்க வேண்டும்'

'ஒன்றும் புரியவில்லை'

'வாழ்க்கைக்குப் பொருள் சொல்ல முடியாது. வாழ்க்கையின் சாரம் இருநிலையில் இருத்தல், அல்லது அதற்குப் பல பொருள் கூறலாம். அதுமட்டுமல்ல, உனக்குப் பிடித்த இடையர் குலப் பெண் ராதாவுடன் இருக்கையில் பெண்களின் ஆடைகளை அணிவதால் உனக்கு என்றும் பிரச்சனை வராது. இங்கே ஒரு ராதா, அங்கே ஒரு ராதா. ஏன் உன் பெயரும் ராதேகிருஷ்ணன் என்று மாறிவிட்டதே'.

தப்பிக்க முடியாது. நிச்சயம் முடியாது. அந்த ரவிக்கையை அணியத்தான் போகிறான். அவன் ஓர் இளவரசன். அதுவும் ராஜாவின் வாரிசு. மேவாரின் மகராஜ் குமார் ஒரு பெண்ணின் ஆடையை அணிகிறான் என்று கற்பனை செய்ய முடியுமா? ஏற்றமும் இறக்கமும் நிறைந்து அவன் எதிர்காலம் ஊசலாடுகிறது; அவனது விழைவுகளுக்கு ஏற்கனவே முடிவு கட்டிவிட்டது; இப்போது புதிதாகச் சேரும் அத்தியாயம் அவனது எதிர்காலத்தை மூடி முத்திரையிட்டுவிடும்.

தான் ஒரு முட்டாள் என்று தனக்குள் சொல்லிக்கொண்டான். இது ஒரு சதித்திட்டம் என்பதை இவ்வளவு ஆண்டுகளும் எப்படி உணராமல் இருந்தான்? உண்மையில், விக்கிரமாதித்தனுடனும், ராணி கர்மாவதியுடனும் அவன் மனைவி உடன்படிக்கை செய்திருக்கிறாளா?

அனைத்தும் இப்போதுதான் புரியத்தொடங்கியுள்ளன. மகராஜ் குமாரை இளவரசி மணம் செய்த கணத்திலிருந்தே ராணி கர்மாவதியும் அவளும் திட்டம் ஒன்றைத் தயாரித்துவிட்டனர். இருவரும் கைகோத்து செயல்படுகிறார்கள்; ஆனால், இளவரசியை வெறுப்பதுபோல் ராணி கர்மாவதி நடிக்கிறாள்.

அவனுக்கு எதிரான விஷயங்களைக் கட்டமைத்து ஒவ்வொரு கட்டத்திலும் அவனை அவமானப்படுத்திய அவன் மனைவி அவனை மேவாரின் முதல் தரமான பேடி ஆக்கிவிட்டாள்; அத்துடன் ராணாவின் குடும்பத்தின்மீது பொதுமக்களை அவதூறு பேசவைத்தாள். அதேநேரத்தில் ராணி கர்மாவதி இவளது குருதிக்காக ஊளையிட்டாள்; இளவரசியின் எதிரியாக வேண்டுமென்றே ஒளிவு மறைவின்றி நடித்தாள். அவளது குணம் என்று பொதுமக்கள் கருதிய படிமத்துடன் அது ஒத்துப்போனது. அதனால் அவன் அவமதிப்பிற்கு ஆளாவதைத் துரிதப்படுத்தினாள். இப்போது அவன் மனைவி, இறுதியாக ஆபத்தான தாக்குதல் ஒன்றை நடத்தப்போகிறாள். ஒருபாலின மோகம் கொண்டவனாக அவனை வெளியுலகுக்குக் காட்டப்போகிறாள். ராணி கர்மாவதி மீதியைச் செய்துவிடுவார். இந்த முறை அரச பதவியை எப்போதைக்கும் இழந்துவிடுவான்.

அவன் வலக்கையை எடுத்து சோளிக்குள் நுழைத்தாள். அதுபோல் இடது கையையும் நுழைத்தாள். 'திரும்பு', என்று சொல்லி, சோளியின் திறந்த முதுகுபக்கத்தில் கயிறுகளை முடிச்சிட்டாள். ஒருமுறை மேலும் கீழும் பார்த்தாள். 'சரியாக இருக்கிறது என்று நினைக்கிறேன். நீ என்ன சொல்கிறாய்?' அவனது பதிலுக்காகக் காத்திருக்கவில்லை. 'இரு, இரு, ஒரு நிமிஷம் இரு. ஒன்றை விட்டுவிட்டேன்'. ரவிக்கையின் முடிச்சை மீண்டும் அவிழ்த்தாள். அறைக்கு வெளியில் ஓடினாள், ஒரு சவரக் கத்தியுடன் உள்ளே வந்தாள். இப்போது என்ன? அவன் தலையை மழிக்கப்போகிறாளா? இடது ஆள்காட்டி விரலால் கத்தியின் கூர்மையைச் சோதித்துவிட்டு, விரைவான, அழுத்தமான வீச்சுகளால், அவன் கரங்களில், அக்குள்களில், மார்பில், முதுகுப் புறத்தில் இருந்த ரோமங்களை மழித்தாள்.

நம்ப முடியாமல், 'என்ன செய்கிறாய்' என்று முணுமுணுத்தான்.

அவள் உடனடியாக, 'ஒரு பெண்ணுக்குத் தேவையற்ற இடங்களில் முடி இருக்கக்கூடாதே?'

அவள் கை தொடுதல் லேசாகத்தான் இருந்தது. எனினும், அவனது தசையை அவள் கிழித்து நீக்குவதுபோல் கட்டுப்படுத்த முடியாமல் அவன் உடல் வெடவெடத்தது.

'என்ன இது? ஏன் இப்படி நடுங்குகிறாய்?' அவன் உடலைக் கரங்களால் மென்மையாகத் தடவி அவனை அமைதிப்படுத்தினாள். இப்போது, அவனது வேட்டியை அவிழ்த்தாள். அவன் நிர்வாணமாக நின்றான். அவனுக்கு அவமானமாக இல்லை. ஏன், குஜராத் படையெடுப்பிலிருந்து திரும்பிய அன்று அவனையும் அவன் படைவீரர்களையும் சித்தோர் மக்கள் கேலிசெய்தபோதும் அவன் அப்படி உணரவில்லை. மாநகரத்தின் முக்கியச் சாலைகளில் அவனை ஊர்வலமாக அழைத்துச் செல்ல விரும்புகிறாளா என்று வியந்தான். அல்லது அவனை முழுமையான பெண்ணாக மாற்றுவதற்கு அவனது உறுப்பையும் வெட்டப் போகிறாளா? சவரக் கத்தியை வயிற்றுக்குக்கீழே நகர்த்தி முக்கோண வடிவில் வளர்ந்திருந்த முடியை அகற்றினாள்; அதன்பின் கால்கள் மீதிருந்த முடியையும் நீக்கினாள். அவள் என்ன செய்கிறாள்? முக்கியமாக, அவன் என்ன செய்துகொண்டிருக்கிறான்? அவள் கையிலிருந்து கத்தியைப் பிடுங்கி, அவளது கரத்தை ஏன் அவன் வெட்டக்கூடாது?

இப்போது ஆடை அணிவிக்கும் நேரம். உட்புறத்தில் மென்மையான டாக்காவின் மெலிதான பருத்தித் துணி அமைந்த கறுப்பு நிற பட்டு காக்ரா; கறுப்பு சிவப்பில் பந்தானி சோளி. இறுதியில் சிவப்புத் துப்பட்டா. வண்ணத் தெரிவில் அவளுக்கு நல்ல ரசனை இருந்தது. ஓடிச்சென்று தனது நகைப்பெட்டியை எடுத்து வந்தாள். தலைமுடியை மத்தியில் வகிடெடுத்தாள். தங்கச் சங்கிலி ஒன்றை, அதன் 'மீனாகாரி' பதக்கம் முன்நெற்றியில் தொங்குவதுபோல் மாட்டினாள். இப்போது, ஆடைகளுக்குப் பொருத்தமாக கண்ணாடி வளையல்கள். கறுப்பு, சிவப்பு, பொன்னிற வளையல்கள். விரல் கணுக்களைத் தாண்டி அவற்றை அவளால் தள்ளமுடியாது என்று உறுதியாக நம்பினான். ஆனால், அவன் எண்ணியது தவறு. சுனேரியா போலவே, இவளும் கையிலும் மணிக்கட்டிலும் எலும்புகள் இல்லை என்பதுபோல் செயல்பட்டாள்; செய்ய வேண்டியதெல்லாம், அந்த இடங்களை மென்மையாகத் தடவிக்கொடுத்து, வளையல்களைத் தள்ளவேண்டியதுதான். கொலுசுகள் அதிகம் தொந்தரவு தரவில்லை. இரண்டை ஒன்றாகக் கோத்தவள், காக்ராவை சற்று உயர்த்தி, கணுக்காலில் அவற்றை மாட்டினாள்.

'பார்க்க எவ்வளவு அழகா இருக்கிறாய்'

அவள் கொண்டு வந்த கண்ணாடியில் தன்னைப் பார்த்தவன் திகைத்துப் போனான். சரியாகப் பூசப்படாத கோரமான நீல வண்ணமும், துருத்திக் கொண்டிருந்த சிவப்பு உதடுகளும், தட்டையான மார்பகங்களும் இல்லை என்றால் நிச்சயம் ஒரு பெண்ணாக அவன் தேறியிருப்பான்.

அவசர அவசரமாக தனது உடைகளையும் அவள் களைந்தாள். என்ன நடக்கப் போகிறது? அவன் கண்களில் தெரிந்த நாணத்தைப் பார்த்துச் சப்தமாகச் சிரித்தாள்.

வியக்கும் வேகத்தில் அவனது பீதாம்பரத்தை தனது இடுப்பைச் சுற்றிக் கட்டிக்கொண்டாள். அவள் கூறியது சரிதான், அவன் ஒரு முட்டாள்தான். அவன் ராதா என்றால், அவன்தான் நீலவிழியாள் என்றால், அவள்தானே குழலிசைப்போன். (இந்த எண்ணத்தை அழித்துவிடு; அவளது பழம்பெரும் எதிரியுடன் தன்னை அவன் குழப்புகிறான் என்று நினைத்தால், அவனது கழுத்தை அறுப்பதற்கு அவன் மனைவி தயங்கமாட்டாள்). மயிலிறகை தலைப்பட்டையின் ஓரமாகச் செருகிக்கொண்டாள்.

இந்த ஆபத்தான பாதையில் இளந் துறவி எவ்வளவு தூரம் பயணிப்பாள்? சியாமளனை வழிபடும் சில சிறிய இனக்குழுக்களின் விசித்திரமான பழக்க வழக்கங்கள் பற்றிக் கேள்விப்பட்டிருக்கிறான். அவர்களது பக்தியின் மைய அம்சம், கற்பனையை உண்மைபோல் நடித்தல். குழலிசைப்போனாக சுழற்சி முறையில் அவர்கள் மாறுவர். பாலினம் என்பது ஒரு தெளிவற்ற கோடு. தொடர்ந்து அவர்கள் அதை மீறிக்கொண்டிருந்தனர். ஒரு குறிப்பிட்ட நிலையில், நிச்சயமாக அத்தகையப் பாலியல் ஈடுபாடுகள் தாமாகவே முடிவுக்கு வந்துவிடும்; அத்துடன் அவை விசித்திரமான வக்கிரச்செயல்களில் ஈடுபடவும், சீரழிவுக்கும் இட்டுச் செல்லுமல்லவா?

தனது கைகளை இளவரசி குறுக்காக வைத்துக்கொண்டாள்; அவன் கைகளையும் அவ்வாறு வைக்கச்சொல்லி கரங்களால் பற்றிக்கொண்டாள். மெதுவாகச் சுற்றத் தொடங்கினாள். அவள் மனத்தில் என்ன இருக்கிறது என்று அவனுக்கு ஒன்றும் புரியவில்லை; எனினும் அவளைப் பின்பற்றினான். அவர்கள் முகத்திற்கு முகம் பார்த்தாற்போல்தான் அசைந்தனர். எனினும், அவர்கள் பரஸ்பரம் ஒருவரையொருவர் கணித்துக் கொண்டிருந்தனர் என்றுதான் நினைத்தான். இப்போது அவள் எலியும் பூனையும் விளையாட்டைக் கண்டுபிடித்திருக்கிறாளோ? சீக்கிரத்தில் அவ்வாறு ஏதும் நடக்கவில்லை என்பதை உணர்ந்தான். அவள் முயன்றதெல்லாம் தட்டாமாலை விளையாட்டு. அவர்களது கரங்கள் குறுக்காகப் பிடித்துக்கொண்டிருந்தன. தரையை விட்டு விலகாமல், கால்கள் வட்டமாகச் சுற்றின. படிப்படியாக அவர்கள் வேகத்தை அதிகரித்தனர். அரண்மனைச் சுவர்கள், பாரிஜாத மரம், வெற்றிக் கோபுரம், துளசிச் செடி அனைத்தும் வேகமாக நகர்ந்தன, சுழன்றன; அதுபோல் மீண்டும் விரைவாகத் தோன்றின. பின்பக்கம் எவ்வளவு அதிகமாக சாயமுடியுமோ அந்த அளவு சாய்ந்து அவர்கள் வேகமாக, மேலும் வேகமாகச் சுழன்றனர். இருவரது துப்பட்டாக்களும் நழுவி விழுந்தன. காக்ராக்கள் எழுந்து விரிந்து பறந்தன; வானம், ஏறி இறங்குவதுபோல் சுழன்றது. விநோதமான பரவச உணர்வு எழுவதை உணர்ந்தான். உடல்களிலிருந்து வியர்வை சொட்டியது. உடலின் தாங்கும்

சக்தியின் எல்லையை அடைந்துவிட்டனர். எனினும், அதையும் தாண்டிச் சுழன்றனர்; நிறுத்தப் போவதுபோல் தெரியவில்லை.

அவளது பிரபஞ்சத்தின் எளிமையை, அங்கு அவள் செய்வதனைத்தும், நினைக்கும் அனைத்தும், இறைவன் மீதான பக்தியை வெளிப்படுத்துவதாக இருப்பதை எண்ணிப் பொறாமை கொண்டான். பாலின்ப நுகர்வு ஒரு வழிபாடு; அதுபோல் அவனது தந்தையைப் பார்த்துக்கொள்வதும், சீட்டு விளையாடும்போது ஏமாற்றுவதும், அவளது சிரிப்பும், ஊஞ்சல் பலகையில் நின்று கொண்டு, பூமியை முன்னும்பின்னும் விசிறி விளையாடுவதும், பாடுவதும், நடனமாடுவதும். அவளது முழு வாழ்வும், எழுச்சியும் தாழ்ச்சியும், கோபங்களும், மகிழ்ச்சிகளுமாக, அனைத்தும் அவளுக்கும் அவளது கடவுளுக்கும் செய்யக்கூடிய அர்ப்பணிப்பாக இருக்கின்றன. குழலிசைப்போன் சொல்லும் சிந்தனையான கர்ம யோகி அல்லது அதாவது துறவி என்பதன் சாரம் அவள். அவளைப் பொறுத்தவரை அவளது வாழ்வின் செயல்பாடுகள் அனைத்தும் வாழ்க்கையை வாழக்கூடியதாக ஆக்குகின்றன. நாளை என்பதே இல்லை என்பதுபோல் அவள் வாழ்க்கையில் ஈடுபட்டிருந்தாள். மறுபிறவி என்பதைப் பற்றிச் சிந்திக்காமல் இருப்பதில்தான் ஒருவேளை மோட்சம் இருக்கலாம்.

'என் இளவரசே' பாரிஜாத மரத்திற்குப் பின்னால் பூட்டானி மாதா அமைதியாக நின்றிருந்தாள்.

'உன்னை ரொம்ப நாளாக பார்க்கவில்லையே? ஏதாவது விபத்தில் மாட்டிக் கொண்டாயோ என்று பயந்துவிட்டேன்'. அவளிடம் கேலியாகப் பேசுவதில் எந்தப் பிரயோசனமும் இல்லை என்பதை இன்னமும் கற்கவில்லை.

'அந்த அளவுக்கு என்னை எதிர்பார்த்தாயா என்ன? ஆனால், எப்போதுமே கூப்பிடும் தூரத்தில்தான் இருப்பேன் என்பதைப் புரிந்து கொள். வெளிப்படையாகச் சொன்னால், உனது அன்புக்குரியவளைப் போல் நானும் உன் இதயத்தில் தங்கியிருக்கிறேன்.'

'உனக்கு நல்லது எது என்று தெரியுமென்றால், என் மனைவியிடமிருந்து தள்ளி இருப்பது நல்லது என்று எச்சரிக்கிறேன்'

'உன் நினைவைக் கொஞ்சம் புதுப்பிக்கட்டுமா, இளவரசே. ஒரு மணிக்கு ஒருமுறை என்று என்னிடம் புலம்பியும் கெஞ்சியும் நீ கேட்டது நினைவிருக்கிறதா? அப்போது நான் உனக்கு கூறிய ஆலோசனை, அன்புக்குரிய மனைவியிடமிருந்து தள்ளி இரு என்பதுமட்டுமல்ல,' பூட்டானி மாதா நிந்திப்பதுபோல் புன்னகைத்தாள். 'அவளை முற்றிலும் மறந்துவிடு என்பதுதான். உன் மனைவியின் எதிர்காலத்தில் ஒரு பெரும்

மாற்றம் ஏற்பட்டுள்ளது என்பது மகிழ்ச்சியளிக்கிறது. இந்த நாட்டு மக்கள் இனியும் அவளை ஒரு விலைமாதாகப் பார்க்கமாட்டார்கள்; இளந் துறவி என்றுதானே அவளை இப்போது எல்லோரும் அழைக்கிறார்கள்? இளந் துறவியின் துறவுசார்ந்த செயல்பாடுகளால் நகரத்து மக்கள் ஒவ்வொரு இரவும் மிகவும் ஈர்க்கப்படுவார்கள்.

'நம்மிடையே கேலி ஏதும் வேண்டாம்'

'முகத்தைச் சுளிக்க வேண்டாம், மகராஜ் குமார். முன்னர் சண்டை போட்டுக் கொண்டிருந்தவர்களுக்கு இடையில் இப்போது இணக்கம் ஏற்பட்டிருக்கிறது. அதை ஒப்புக்கொள்வாய்; ஆனால், சொர்க்கமும் நரகமும் இடம் மாறினால்தான் நண்பர்களாக முடியும். உன்னைப் பார்க்க, சலிப்புற்றவனாய் தெரிகிறாய்; பொறுமையிழந்து விட்டாய்; என்னிடமிருந்து எப்படித் தப்பிப்பது என்று பார்க்கிறாயா இளவரசே.?'

'சரி விஷயத்திற்கு வருவோமா? எனக்கு வேறு வேலைகள் இருக்கின்றன'.

'உனது களியாட்டங்களைத் தாமதப்படுத்த விரும்பவில்லை. உனக்கு ஒரு நல்ல செய்தி சொல்கிறேன். இந்தக் கணத்திலிருந்து உன்னுடன் உறவு வைத்துக்கொள்ளும் கெடுவாய்ப்பிருக்கும் எவரும் அச்சுறுத்தலுக்கு ஆளாவார்கள். என்னுடன் நீ செய்திருக்கும் இந்த ஒப்பந்தத்தை முற்றிலும் அறியாதவர்கள் உன் பாவங்களுக்கும் உனது மனக்கோளாறுகளுக்கும் விலை கொடுக்கவேண்டும். அப்பாவிகள்மீது நீ அவிழ்த்துவிடப்போகிற பெரும் அழிவின் தாக்கமும் குற்ற உணர்வும், உன்னைச் சீரழித்துவிடும். மேலும் மோசமானது நடக்கும், இளவரசே. இப்போது விடைபெறுகிறேன்.'

அவள் புறப்படத் திரும்பினாள். அவனுடன் அவளுக்கு இன்னும் வேலை முடியவில்லை என்று அவன் அறிவான்.

'ஓ... எப்படி மறந்தேன்? சரி, அந்தப் பாரிஜாத மரத்தைப் பற்றியும் கௌசல்யாவைப் பற்றியும் என்னிடம் நீ கேட்கப் போவதில்லையா?'

'இல்லை'

'நீ கவலைப்படவில்லையா?'

'அவர்களுக்கு ஏதாவது நடந்திருந்தால் அதற்கு நான்தான் காரணம் என்று நீ சொல்வாய். அதைப் பற்றி எனக்கு அக்கறையில்லை என்று வேண்டுமானால் சொல்வேன்'

'பூமி இரண்டாகப் பிளந்து சீதாவை விழுங்கியது என்று கதைப் புத்தகங்கள் கூறுவதைப்போல் கௌசல்யாவுக்கும் நடந்திருப்பதாக

நினைக்கிறாயா, நண்பனே? வெப்பம் அதிகமான நாளில், நீரின்றி வாடிப்போய் பாரிஜாத மரம் மடிந்துவிட்டதாக நினைக்கிறாயா?'

'பூட்டானி மாதா! தற்பெருமை பேசும் ஆளாக மாறிக்கொண்டிருக்கிறாய். இந்த ஆண்டில் விஜயநகரில் ஏற்பட்ட பஞ்சம், பானிபட்டில் பாபரின் வெற்றி, சமீபத்தில் சூரத் அருகில் போர்த்துகீசியரின் கப்பல் கடலில் மூழ்கியது, எல்லாம் உன்னால் தான் என்று என்னை நம்பச்சொல்கிறாயா? அது உண்மை என்றால், உனக்குச் சமமானவர்களிடம் ஏன் விளையாடக் கூடாது? குழலிசைப்போனிடம் விளையாடு. இந்த உலகத்தின் மூன்றாந்தர பாபாக்கள், குரு, மீட்பர்கள் போல்தான் நீயும். உன்னால் முடிந்தது ஆண்களிடமும் பெண்களிடமும் இருக்கும் அச்சத்துடன் விளையாடுவது. ஆனால், எனக்கு அச்சம் ஏதுமில்லை; அதாவது நீ என்னை ஏதாவது செய்துவிடுவாயோ என்ற அச்சம் எனக்கு ஏதுமில்லை.'

அவன் பாதங்கள் சுருங்கத் தொடங்கி விகாரமடைந்தன. கைகளில் இருந்த வளையல்கள்மீது அவன் கவனம் செல்லவில்லை. சிறியவனாக, பலவீனனாக மாறிவிட்ட விநோத உணர்வு அவனுக்கு ஏற்பட்டது. எதிர்பாலின ஆடை அணிந்து பொய்த்தோற்றம் கொள்ளுதல் என்ற சிந்தனை அவனுக்குத் திகிலை அளித்தது. ஆனால், அவன் அடியெடுத்து வைப்பது லேசாகிவிட்டது என்பது பற்றியோ, உடல் சுருங்கிச் சிறிதாகிவிட்டது பற்றியோ அவன் ஏன் ஆத்திரம் அடையவில்லை? இதற்கான காரணங்கள் முற்றிலும் எளிமையானவையா, அற்பமானவையா? மனத்தளவில் அவன் ஒரு பெண்ணா, அல்லது அனைத்து மனித உயிர்களும் இருபாலினத் தன்மை கொண்டவர்களா? ஒருவரது பாலினத்தன்மையின் மூலாதாரம் எது? ஆடைகளுக்கு இதில் ஏதேனும் பங்கு இருக்கிறதா? வெறுமனே காக்ராவையும் சோளியையும் அணிவதன் வழியாக ஒரு பெண்ணின் தோலுக்குள் அவனால் உண்மையாக புகுந்துகொள்ள முடியுமா? ஆண்களுக்கும் பெண்களுக்கும் இடையிலான ஒரே வேறுபாடு அவரது உடல்கள்தான் என்று இத்தனை ஆண்டுகளும் நம்பியிருந்தான். ஆனால், வேறுபட்ட மனங்களுடன்தான் அவை படைக்கப்படுகின்றனவா? பெண்ணாக இருப்பது என்றால் என்ன? பின்னலாகவோ அல்லது முடிச்சாகவோ தோன்றும் நீண்ட, வழிந்தோடும் தலைமுடியா? முழுமையாகப் பருத்துக் கிடக்கும் தனங்களா அல்லது வலிமையும் அறிவும் இருக்குமளவு பொறுமையாகப் பேணி வளர்க்கும் அவர்களது குணமா? மனித குலம் பெற்றிருக்கும் மிக முழுமையான, போதுமான சிந்தனை எது? கடவுள். நீங்கள் கடவுளுக்கும் பாலினத்தை அளித்தால், பின்னர் அவரோ அல்லது அவளோ வரம்புக்கு உட்பட்டவராக முழுமையற்றவராக மாறிவிடுகிறார்.

அவளது சோளியும் துப்பட்டாவும் நனைந்துவிட்டன. அவளையும், சுழன்றும் வேகமாகவும் கட்டுப்பாடற்றும் நகர்ந்த மேகங்கள் திடீரென்று நின்றுவிட்டதையும் பார்த்துக்கொண்டிருந்தான்; அதைப் பார்த்த அவள், அவனது கரங்களுக்குள் நுழைந்துகொண்டாள். அவளை இறுக அணைத்துக்கொள்ள முயன்றான்; ஆனால், வழுவழுவென்றிருந்த அவளது தேகம் நழுவிக்கொண்டே இருந்தது. அந்த நழுவும் மெல்லிய தொடுதலில் அவன் மனத்தைத் தொலைத்தான். அவர்களது தனித்தனி உடல்களை நிர்மூலமாக்கிவிட்டு அவளுடன் ஒன்றிவிட விரும்பினான். அவர்களால் பரஸ்பரம் ஒருவரை ஒருவர் பிடித்துக்கொள்ள முடியவில்லை. கீழே குனிந்த அவள், தரையைத் தடவி எடுத்த மண்ணை, எழுந்து அவள் மீதும் அவன் மீதும் வெறித்தனமாக தடவினாள். ஈர மண்ணின் வாசனை அவனது நினைவை மீட்டது.

வசந்தம் காற்றில் இருந்தது. வெளியில் தெரியாதபடி அவளது தசை படர்கொம்புகளாக உடைந்து, கொடிகளாக வளர்ந்தது. அவளது கரங்களையும், மார்பகங்களையும் அவை சுற்றிக்கொண்டன; அவள் தொடைகளின் மீதும், கெண்டைக்கால் மீதும், பாதங்களின் மீதும் பரவிச் சுற்றின. அதேநேரத்தில் சிறிய பசுமையான இலைகள் துளிர்த்தன; மேலும் வளர்ந்தன. இதுவரையிலும் இல்லாத அளவு மெதுவாக, மஞ்சள், சிவப்பு மொக்குகள் நாணத்துடன் வெளிப்பட்டன. சப்தமின்றி அவை மலர்ந்தன. விரலை நீட்டி பூவையும் இலையையும் அவன் தொட்டான். அவன் உணரும்முன், அந்தப் பசுமை அவனது கரத்தில் தாவி சுற்றிக்கொண்டு, அந்தக் கொடிப்பெண்ணை நோக்கி அவனை இழுத்தது. எதுவும் அவர்களை வெவ்வேறாய் பிரிக்கமுடியாது என்பதை அப்போது அவன் அறிந்தான். அந்நேரம் அவள் அவனை அழைத்தாள், ‘கிருஷ்ண கன்னையா, கிருஷ்ண கன்னையா’.

அத்தியாயம் 40

அது வருவதை நான் பார்த்திருக்க வேண்டும்; ஆனால், நான் தற்பெருமை பேசிக் கொள்ளும் என் முன்னுணர்வு செயல்படவில்லையா, அல்லது இது வெறும் யூகமா? அல்லது இத்தனை ஆண்டுகளும் ஏதோ நல்வாய்ப்பு, தீர்க்கதரிசனம் போல் எனக்குக் காட்சி தந்திருக்கிறதா? அரசியல் சார்ந்த சிந்தனைகள் மட்டுமே என்னை இரண்டாவது மனைவி நோக்கி திரும்பிப்போக வைத்திருக்க வேண்டும்; ஆனால், பாபர் தன் முதல் மனைவியிடம் அவ்வளவாக ஆர்வம் காட்டாதது போலத்தான் தெரிகிறது. அவனது நாட்குறிப்புகள் கூறுவதுபோல், நாற்பது நாட்களுக்கு ஒருமுறை பாபர் தனக்குரியவளைப் பார்த்துவர வேண்டும் என்று அவனது தாய் கெஞ்சிக் கேட்டுக்கொண்டாளாம். என் தாய் அவளுக்கென்று ஒரு உலகத்தில் வாழ்ந்து கொண்டிருந்தாள். அதனால் வாழ்வில் தன்னை ஈடுபடுத்திக்கொள்ள அதிக ஆர்வம் காட்டவில்லை.

சமீபத்தில் எனக்கு இரண்டாவது மணம் ஆகியிருப்பது அவளுக்குத் தெரியும். எனக்கும் என் இரண்டாவது மனைவிக்கும் இடையிலான உறவு எப்படி இருக்கிறது என்று என்னை விசாரிக்க அவளுக்குத் தோன்றவில்லை. ஆனால், என் மனசாட்சி தீவிரமாக உறுத்தியது. ஆனால், எவ்வளவு முயன்றாலும் என்னால் சுகந்தாவைப் பார்க்கச் செல்ல முடியவில்லை.

அரண்மனைக்குப் புதிதாக வரும் மனைவி, அந்தப்புரப் பெண்களால் விரோதிபோல் நடத்தப்படுவாள். (ஒருவேளை அனைத்து அரச குடும்பங்களிலும் இதுபோல் நடக்கலாம்). ராணுவப் பயிற்சி கேந்திரத்தில் நடப்பதற்கு இணையான கேலி விளையாட்டுகளை அவள் எதிர்கொண்டாள். முதல் சில மாதங்களுக்கு இழிவுப்படுத்தப்படாமல், அவமதிக்கப்படாமல், முட்டாளாக்கப்படாமல் எந்த நாளும் அவளுக்குக் கடந்துபோகவில்லை. குத்தல் பேச்சுகள் அனைத்தையும் சுகந்தா எளிதாக உதறிவிடுவாள். பெரும்பாலான திறமைசாலிகளுக்கு இருப்பது போல் வெளியில் தெரியாத போராடும் குணம் அவளிடம் இருந்தது. ஆனால், அவளுக்கு எடுத்துக்காட்டாக இருந்த இளந் துறவிக்குத்தான் நன்றி கூறவேண்டும். சித்தோரின் மிகப்பெரிய பெண்கள் மன்றமான அந்தப்புரம் அவளை முற்றிலும் புறக்கணித்தது. சுகந்தா, அனுபவமற்றவள், செல்லம் கொடுத்துக் கெடுக்கப்பட்டவள்; பெரும்பாலும் அவளை உருவாக்கியது அவளது குடும்பம்தான். மெதினியின் தோற்றத்தைப் பெறாதவள் அவள் மட்டுமே; அவள் தனித்து விடப்பட்டபோது அவள் சுக்குநூறாகிப் போனாள்.

தீவிரமான தனிமை என்ற அந்த வெற்றிடத்தில் என் இரண்டாவது தாய் புகுந்தாள்; தன் கரங்களில் சுகந்தாவை ஏந்திக்கொண்டாள். அவளை முகத்துதி செய்யவில்லை, அவளைப்பற்றிப் பேசி சந்தடி செய்யவில்லை. தனது பரிவாரத்தின் பகுதியாக அவளை ஆக்கிக்கொண்டாள். அவளுக்கு ஆதரவாக உறுதியுடன் இருந்தாள். அரச குடும்பத்தின் தினசரி செயல்பாடுகளில் அவளுக்கு ஒரு பாத்திரம் அளித்தாள்; அவளது முக்கியத்துவத்தை உணரவைத்தாள். அதைத் தொடர்ந்து நிகழ்ந்தது தவிர்க்கவியலாத சூழலால். இருப்பினும் தொடர்ச்சியான தவறுகள் நிறைந்த, இருண்ட நகைச்சுவை நாடகத்தைப் பார்ப்பவன்போல் கவனித்துக்கொண்டிருந்தேன். இந்தத் தருணத்தில் ராணி திட்டமிட்டுக் காரியங்களை நடத்தினாள் என்ற வதந்தியில் ஓரளவுக்கு உண்மை இருக்கலாம். ஆனால், விக்கிரமாதித்தனின் கரங்களுக்கு என் மனைவியை நான்தான் விரட்டியடித்தேன் என்பதை மறுப்பதற்கில்லை.

விக்கிரமாதித்தன் ரணதம்பூரிலிருந்து திரும்பி வந்துவிட்டான். அங்கிருந்த ஆற்றோர நீர்த் தேக்கங்கள் அவனுக்குச் சலித்துவிட்டதாம். அதனால் சித்தோரின் நீரூற்றுகளில் குளித்துப் புத்துணர்ச்சி பெறவேண்டும்

என்று திரும்பிவந்ததாக அவன் கூறினான். அவன் என்றைக்கும் தனிப்பட்ட மனிதனாக இருந்ததில்லை. ஒரு விஷயத்தை ரகசியமாக வைத்துக்கொள்வதும் அவனுக்கு அந்நியமானது. மிகச்சரியாகக் கூறப்போனால் என் மனைவி சுகந்தாவை அவன் கைப்பற்றியது அரிதான வெற்றியல்ல; ஆனால், எனக்கு எதிராக அவன் பயன்படுத்தப் போதுமான வெடிமருந்து அது. தனது வெற்றியையோ அல்லது எனக்கு ஆண்மை இல்லாததையோ அவன் குறைவாகப் பேசப்போவதில்லை. உண்மையில் சித்தோர் அவனிடம் பெரும் அதிசயங்களை நிகழ்த்தியிருக்கிறது. நீரூற்றின் அருகிலமர்ந்து நீண்ட நேரம் குடித்தான். போதுமான அளவு தான் அருந்தவில்லை என்று முடிவுசெய்து, சித்தோரில் தனது இருப்பை முடிவற்றதாக நீட்டித்தான். பெரும் உற்சாகமான மனநிலையில் இருந்தான். சுகந்தாவும் அப்படியே. வதந்தி, என் இரண்டாவது மனைவிக்குப் பொருந்திப்போனது. மக்கள் திடீரென்று அவளைக் கவனிக்க ஆரம்பித்தனர். அவளது சுயமரியாதையை அது மீட்டுத் தந்தது. ஆபத்தான விளையாட்டில் தான் ஈடுபட்டிருக்கிறோம் என்பது ராணி கர்மாவதிக்குத் தெரியும். தனது உரிமைகளை உயர்த்திக் கொள்ள அவள் போடும் திட்டங்களின் ஒரு பகுதி இது என்பதும், பேரரசரின் பிடியிலிருந்து விலகிச் செயல்படுவதை உறுதி செய்யும் காரியம் என்பதையும் தெளிவாக உணர்ந்திருந்தாள்.

இரண்டாவது சுற்றிலும் நான் ஒரு பேடி என்று கண்டுபிடிக்கப் பட்டதற்கு எனது எதிர்வினை கலவையானது. எனக்கு அதனால் எந்தப் பலனும் இல்லை. சுகந்தா இளம்பருவத்தினள்; அவளது நேரம் நன்கு இருந்தது. என்னைப் பழிவாங்குவதில் அவளுக்கு திருப்தி கிடைத்தது; அதனால் அவளுக்கு ஆதரவாக இருக்கவேண்டும் என்ற உணர்வு எனக்குள் இருந்தது. வாழ்க்கை மிகவும் குறைந்த காலமே என்று சொல்ல கவிஞர்கள் என்றும் சோர்வுற்றதில்லை. என் தம்பிக்கு பெண்கள்மீது இருக்கும் ஆர்வம் அதைக்காட்டிலும் மிகக் குறைவு என்று சுகந்தாவை எச்சரிக்க விரும்பினேன். அத்துடன் எனது சித்தியின் வஞ்சகக் கைகளில் அவள் வெறும் சதுரங்கக் காய் என்பதும் அவளுக்குப் புரியவில்லை. ஆனால், ஏதோ, எங்கோ ஒரு இடத்தில் நிம்மதியாக உணர்ந்தேன். சித்தோரில் தங்கி என்னிடம் பயிற்சி எடுத்துக்கொள்ள வேண்டும் என்று ஹேம் கரண் சில மாதங்களுக்கு முன்புதான் என்னிடம் மிகவும் கெஞ்சிக் கேட்டிருந்தான். அவனது சகோதரிக்கும் எனக்கும் நடந்தத் திருமணத்திற்குப் பிறகு அவன் இறுகிப்போனான்.

என்னைப் பரிகாசத்துடன் பார்த்த அவன், அதேயளவு அவனையும் பார்த்துக் கொண்டான். அவன் சகோதரிக்குப் போதுமான நியாயம் செய்ய முடியாத ஆண்மகன் நான். என்னை ஒரு மீட்பராக அவன் எப்படி வழிபட முடியும்? இப்போது சுகந்தா மேவார் அரச குடும்பத்தையும் (கணவனின் சகோதரனுடன் உறவு வைத்திருப்பதை வெளிப்படையாகக்

காட்டிக்கொள்வது அரச குடும்பங்களில் பெரிய விஷயமில்லை என்றாலும்) அவமதித்துவிட்டாள். என்னை நேருக்குநேர் பார்க்கும் துணிவு ஹேம் கரணுக்கு இல்லை. இப்போதும் என்னைக் குற்ற உணர்விலிருந்து நான் விடுவித்துக்கொள்ள முடியும்; அல்லது அப்படிப் பாசாங்கு செய்யமுடியும். ஹேம் கரணின் சங்கடம் என் ஆன்மாவிற்கு மருந்தாக அமைந்தது. விக்கிரமாதித்தனுக்கும் சுகந்தாவுக்கும் இடையிலான மிகவும் மோசமான வெட்கம் கெட்ட உறவு என் மனசாட்சியைத் தெளிவாக வைத்திருக்க உதவியது.

என்னை ஒரு தியாகி என்று பேசவேண்டும். வேறென்ன வேண்டும். எனது சகிப்புத்தன்மையும் அமைதியான கண்ணியமும் வீரம் மிக்கதாகப் பார்க்கப்பட வேண்டும்; ஒட்டுமொத்த மேவாரும் என் மனைவிக்கும் சகோதரனுக்கும் எதிராகத் திரும்பவேண்டும். அவமதிக்கப்படுவது எனக்கு புதிய உணர்வு அல்ல. எனது அனுபவம் மற்றும் திறனுக்கு இணையானவர்கள் சித்தோரில் சிலர் இருக்கலாம். எனது நோக்கங்களைத் தெள்ளத்தெளிவாக வெளிப்படுத்திவிட்டேன்; ஆனால், ஒவ்வொரு நாள் காலையிலும் எனது விரிந்து பரந்த குடும்பத்தின் முன்னும், அல்லது மோசமாக சொன்னால், பொதுமக்கள் மத்தியில் தோன்றுவதற்கு முன்னும் என்னைத் தேற்றிக்கொண்டு, துணிவை வரவழைத்துக்கொள்ள எனக்கு சில மணி நேரம் ஆகிறது.

எனினும், ஏனைய கெடுவாய்ப்பான பக்க விளைவுகளையும் குறைத்து மதிப்பிடக் கூடாது. நாட்கள் செல்லச் செல்ல எனது பணிகளிலும் கட்டளைச் சங்கிலியை நிர்வகிப்பதிலும் படிப்படியாக அதிகம் திறமையற்றவனாக ஆகிக்கொண்டிருந்தேன். எனது ஆற்றலைப் போர்க்களத்தில் திரும்பத்திரும்ப நிரூபித்தாலும் அதை அங்கீகரிக்கும் மனநிலை எவருக்கும் இல்லை. படுக்கையில் உன் செயல்பாடு நன்றாக இல்லை என்றால், நீ பயனற்றவனே. விஷயம் முடிந்தது.

திருமணத்தன்று இரவில் படுக்கையில்தான் அரசனான உங்களது திறமைகள் கணிக்கப்பட்டு, நிரூபிக்கப்படுகின்றன என்று மக்கள் நினைக்கிறார்கள். எனக்கு இரண்டாவது வாய்ப்பும் அளிக்கப்பட்டது; ஆனால் மீண்டும் என்னை நிரூபிக்கமுடியாமல் தோற்றுவிட்டேன். மனைவியுடன் இணைந்து இன்பம் அனுபவிக்க முடியவில்லை; அல்லது அவளைக் கட்டுப்படுத்த முடியவில்லை. எனில், உனக்கு நிர்வாகத் திறமையோ அல்லது போர்த் திறனோ இருந்து என்ன பயன்?

ஒரு மாதத்திற்குமுன் சகோதரனுக்கும் சகோதரிக்கும் இடையில் அடங்கிய குரலில் நடந்த வாக்குவாதம் ஒன்றைக் கேட்டேன். அவள் அண்ணன் கிசுகிசுப்பாக ஏதோ பேசுவதற்கு முயன்றான்; அதேநேரத்தில் சுகந்தா சித்தோர் நகர மக்களின் நம்பிக்கையைப் பெறவேண்டும் என்று சொல்லிக்கொண்டிருந்தாள்.

'உன் கணவன் இல்லாமல் நீ வேட்டையாட வெளியில் போகக்கூடாது'

'நான் போகக்கூடாதா? பார்த்துக் கொண்டேயிரு'

'விளைவுகளை எண்ணிப்பார் சுகந்தா. நாம் மேவாரின் கூட்டாளிகள். அவர்களது உறவினர்கள். நமது உயிர்களுக்கும், நமது விடுதலைக்கும், சந்தேரியின் விடுதலைக்கும் அவர்களுக்கு நன்றிக்கடன் பட்டிருக்கிறோம். மீண்டும் ஒரு தொந்தரவில் மாட்டிக்கொண்டால், எந்த ராஜபுத்திர ராவும் அல்லது ராவத்தும் நம் உதவிக்கு வரமாட்டார்கள். நிச்சயம் மகாராணா வரமாட்டார்.'

'பாபருக்கு எதிரான போரில் நமது உதவி மகா ராணாவுக்குத் தேவை. வேறு வழியில்லை. அதுமட்டுமல்ல, உனக்காகவோ அல்லது தந்தைக்காகவோ என் வாழ்வைத் தியாகம் செய்யப்போவதில்லை. அப்பாதான் இந்தக் குழப்பத்தில் என்னை இழுத்துவிட்டார்; என்னை நான்தான் இதிலிருந்து விடுவித்துக் கொள்ள வேண்டும்'

'அப்படியானால், உன்னோடு வருவதைத்தவிர எனக்கு வேறு வழியில்லை'

சந்தேகமின்றி இதயப்பூர்வமான சிரிப்பு என் காதில் விழுந்தது. 'நல்லவேளை துணைக்கு வரும் 'காவல் பெண்' திருமணமானவள்தான். மோசமான யோசனையில்லை.'

இந்த யோசனை விக்கிரமாதித்தனை சூடாக்கியது. 'நாங்கள் ... நீ பார்த்துக் கொண்டிருப்பாயா...?'

ஆத்திரத்துடன் ஹேம் கரண் அந்த இடத்தைவிட்டு அகன்றான். எனினும் சொன்ன சொல்படி நடந்தான்; இந்தத் தருணத்தில் கிடைக்கக்கூடிய மரியாதை எப்படி இருந்தாலும் பரவாயில்லை என்று சகோதரியுடன் வேட்டைக்குச் சென்றான்.

வேட்டைக்குப் போய்வந்த பின்னால் ஒரு இரவு, தனது பைகளை எடுத்துக்கொண்டு சுகந்தா புறப்பட்டாள். அறைகளுக்கு வெளியில் அவளுக்காக நீலவிழியாள் காத்துக்கொண்டிருந்தாள்.

'எங்கு போகிறாய்?'

'எங்கு போவதாக நீங்கள் நினைக்கிறீர்கள்?'

'என்னால், எதையாவது ஊகிக்க முடியும், ஆனால், நீ சொல்லு'

முன் மதியத்தில் அல்லது மாலையில் சுகந்தா சென்றிருக்க வேண்டும். நான் பணியில் இருந்திருப்பேன். இளந் துறவி பிருந்தாபாணி

கோவிலில் ஆரத்தியில் இருந்திருப்பாள். ஆனால், சுகந்தாவின் நோக்கத்திற்கு அது உதவியாக இருந்திருக்காது. என் முதுகிற்குப் பின்னால் எதையும் செய்ய விரும்பமாட்டாள். அல்லது தயவுதாட்சண்யம் இன்றி இப்படிச் சொல்லலாம்: அவள் புதிதாகக் கண்டுபிடித்திருக்கும் வாழ்க்கையின் கேவலமான விவரங்கள் அனைத்தையும் அறிந்து நான் பொறாமைப்பட வேண்டும் என்று விரும்பியிருக்கலாம்.

'நான் இளவரசர் விக்கிரமாதித்தனுடன் வசிக்கப் போகிறேன்'

'இது நல்ல யோசனை இல்லை, அன்பே'

'என்னை அன்பே என்று குறிப்பிடாதீர்கள்'

'உன் நேரத்தை நீ எங்கு செலவிடுகிறாய் என்பது உன் விஷயம். ஆனால், நீ இருக்கவேண்டிய இடம் உன் கணவனின் வீடு'

'எந்தக் கணவர்? ஒன்றும் முடியாத அந்த மனிதன்...'

'ஒரே கணவனைப் பகிர்ந்துகொண்டிருக்கிறோம். மேன்மை தாங்கிய மகராஜ் குமாரை மோசமாகப் பேச அனுமதிக்க முடியாது'

'அவரிடம் நீ இருப்பதை வரவேற்கிறேன். நான் புறப்படுகிறேன். போலியாக வாழ்வதைவிட நான் நேர்மையாக இருப்பேன்.'

'அரசாட்சி என்பது ஒரு நிறுவனம். மனநிறைவுதான் அதன் சாரம். ஒருவேளை திருப்தியற்ற சூழல் நிலவுகிறது எனில் மனநிறைவான சூழல் உருவாகும் என்ற நம்பிக்கையுடன் அரச வடிவம் அதற்காகச் செயல்பட வேண்டும். உன் பொருட்களை இருந்த இடத்திலேயே வை.'

'அப்படிச் செய்யவில்லை என்றால் என்ன செய்வீர்கள்?'

சொல்வதைச் செய்வேன் என்பதாக இளந் துறவியின் குரல் இருந்தது. 'உன் காலை உடைத்து உள்ளே தள்ளிக் கதவை வெளியில் பூட்டிவிடுவேன்'

'அப்படி என்னைத் தடுக்கமுடியாது. சரியான பிறகு மீண்டும் போவேன்'

'இல்லை, உன்னால் முடியாது. உன் காலை மறுபடியும் உடைப்பேன்'

இளந் துறவியின் மன உறுதியைச் சோதிக்க என் இரண்டாவது மனைவி விரும்பவில்லை.

* * *

மால்வாவுக்கு எதிரான வெற்றியைக் கொண்டாடிக் கொண்டிருந்தோம். ஆனால், நிகழ்வுகளின் அழுத்தத்தால், புஷ்கரில் கட்டாயம் நிகழ்த்த வேண்டிய நன்றி தெரிவிக்கும் சடங்கை தந்தை தள்ளி வைத்திருந்தார். கடவுள் பிரம்மா மிகவும் கனிவானவர், குறைவாக மதிக்கப்படுபவர்; ஆனால், இந்தப் பிரபஞ்சத்தைப் படைத்தவனைக் காட்டிலும் அவர் குறைந்தவரல்ல என்பதை எவரும் மறுக்கமுடியாது. யக்ஞம் நடத்த சரியான இடம் கிடைக்கவில்லையே என்று திகைத்துத் தேடிக்கொண்டிருந்த பிரும்மா கையிலிருந்த தாமரை மலரை அஜாக்கிரதையாக தவறவிட்ட இடம் புஷ்கர். மலர் விழுந்த இடத்தில் கடமையாகச் செய்யவேண்டிய வழிபாட்டைவிட புஷ்கருக்கு விஜயம் செய்வது கொஞ்சம் மேலானது. புஷ்கர் ஏரி, நாட்டின் மிகவும் புனிதமான தலங்களில் ஒன்று. இமயமலையின் மானசரோவர் ஏரியின் நீருக்கு அடுத்தபடியாகப் புனிதத்தன்மை கொண்டது, பாவத்தைச் சுத்தம் செய்யும் ஆற்றல் கொண்டது. உண்மையில் பாலைவனத்தில் அமைந்திருக்கும் உற்சாகம் தரும் ஓய்விடம். என் குடும்பத்திற்கு மிகவும் பிரியமான இடம்.

தந்தையும் நானும் குதிரையில் சென்று வந்துவிடலாம் என்று திட்டமிட்டோம்; ஆனால், நீலவிழியாள் அவளும் எங்களுடன் வருவதாக முடிவு செய்தாள்.

’சரிப்பட்டு வராது என்று நினைக்கிறேன். ஏனென்றால், எங்கேயும் நிற்காமல் பயணம் செய்து ஒருவாரத்திற்குள் திரும்பத் திட்டமிட்டுள்ளோம். வந்தவுடன் போராலோசனைக் கூட்டத்திற்குத் தயாராகவேண்டும்’

ஆனால், என் மனைவி முடிவெடுத்துவிட்டாள். ‘மிக வேகமாக என்னால் குதிரைச் சவாரி செய்யமுடியும். மகராஜ் குமாரைக் கேளுங்கள். ரனக்பூரில் பந்தயத்தில் அவரைத் தோற்கடித்தேன்’. அதை மறுத்து, உண்மையில்லை என்று சொல்ல இருந்தேன். பிறகு, பேசாமலிருப்பது நல்லதென்று முடிவு செய்தேன்.

திடீரென்று, புஷ்கர் பயணம் அந்த ஆண்டின் முக்கிய நிகழ்வாக மாறியது. அடுத்த நாள், அரண்மனையில் நொண்டிக்குதிரை வைத்திருப்பவரும் எங்களுடன் வருவதற்கு முயற்சி செய்தனர். பெண்களிடம், நாம் சுற்றுலா செல்லவில்லை, புனிதக்கடமைக்காகச் செல்கிறோம் என்று அவர்களை வரவேண்டாம் என்று தந்தை உறுதியாகச் சொல்லியும் இந்த முறை அவர் பேச்சை யாரும் கேட்கவில்லை. அனைத்தும் கை மீறிவிட்டது. என் தாய் மகராணியே புறப்பட்டுவிட்டார். ஆகவே ராணி கர்மாவதியும் அவர் மகனும் அவன் மனவியும் சேர்ந்துகொண்டனர்.

நீலவிழியாளை அதிகாரப்பூர்வமாக யாரும் கேட்கவில்லை என்றாலும், இந்த விரிவடைந்த பயணத்திற்கு அவள் பொறுப்பேற்றுக் கொண்டாள். தேவையான பொருட்களுடன் வண்டிகள் முன்னதாக செல்லும். நான்கு நாட்கள் பயணம். ஐந்தாவது, ஆறாவது நாட்கள் புஷ்கரில். திரும்புவதற்கு மீண்டும் நான்கு நாட்கள் பயணம். ஒவ்வொரு நாளும் ஆண்களும் பெண்களும் என்ன உடை அணிவது என்று முடிவு செய்யப்பட்டது. முதல் நான்கு நாட்கள் மாலை நேரத்தில் டாக்கா, பைதானி, இக்காத், பாலுசேரி புடவைகளையும் ஆடைகளும் அணிவது. புஷ்கரில் முதல் நாள் வெள்ளையாடை, இரண்டாம் நாள் ஊதாநிற ஆடை. உடனடியாக முடிவு செய்யப்பட்ட திட்டங்களால், விதிகளால் இந்தப் பயணம் பெரும் சுற்றுலாவாக மாறிப்போனது. இதில் கலந்து கொள்வோரின் மனநிலையை இளந் துறவி உயர்த்திவிட்டாள். தயாரிப்புப் பணிகளில் வெறித்தனமாக ஈடுபடுவதைத் தவிர்த்து அரண்மனைப் பெண்களுக்கு வேறு வழியில்லாமல் போயிற்று.

அரச குடும்பத்துப் பெண்களிடம் ஆடைகளுக்குப் பஞ்சம் இருக்காது; ஒன்றுமில்லாதவர்களாக இருக்கமாட்டார்கள் என்று நீங்கள் கற்பனை செய்யலாம். ஆனால், திடீரென்று ஊதாநிறச் சோளிகளும், டாக்காக்களும், வெள்ளை ஆடைகளும் பாலுசேரிகளும் அந்தப்புரத்தில் இல்லாமல் போய்விட்டன. பேசிக்கொள்ளவோ அல்லது இரவில் சில மணி நேரம் தூங்குவதற்கோ வாய்ப்பு கிடைக்கவில்லை. அரண்மனைக்குப் பித்துப் பிடித்து விட்டது. சித்தோரின் ஆடைச் சந்தை முழுவதும் அரண்மனைக்கு இடம்பெயர்ந்துவிட்டது. ஆடை வியாபாரிகள், நாள் முழுவதும் அரண்மனைப் பெண்களின் குடியிருப்புகளுக்கு வந்தவண்ணம் இருந்தனர். தையல்காரர்கள், பணிப்பெண்கள், ஹிஜிராக்கள், இவர்களுடன் ராணி கர்மாவதியும் மற்றப் பெண்மணிகளும் துணிகளை வெட்டுவதும் தைப்பதும் சோளிகளுக்குள் காக்ராக்களின் விளிம்புகளை திணித்துத் தைப்பதுமாக இருந்தனர். எனக்கு இருந்த ஒரே ஆறுதல், புறப்படும் நாளன்று, பெரும்பாலான பெண்கள் வரமாட்டார்கள்; அவர்களது கணவர்களும் வராமலிருக்க வாய்ப்பு உண்டு என்பதே. அப்படியொன்றும் நான் அதிகமாக தவறாக எடைபோடவில்லை.

நெருக்கடி மக்களை ஒன்று சேர்க்கிறது என்று எண்ணுகிறோம். இந்த ராஜபுத்திர ராஜ்ஜியம் தொடர்ந்து நெருக்கடியில் இருக்கிறது. மேற்சொன்ன தர்க்கத்தின்படி பார்த்தால், இந்த உலகத்திலேயே மிக நெருக்கமாக ஒன்று சேர்ந்த மக்களாக நாங்கள்தாம் இருப்போம். ஆனால், யுத்தத்திலும் நெருக்கடியிலும் உருவாகும் பந்தத்திற்கு அடிப்படையாக அச்சம் உள்ளது. மனித உணர்வுகளில் மிகவும் அழிவை ஏற்படுத்தக்கூடியது அச்சமே. அது ஆன்மாவைச் சிதைக்கிறது. அது வளர்த்தெடுக்கும் தோழமை பொய்யானது; கட்டாயத்தால் ஏற்படுவது.

முதல் நான்கு நாட்கள் பயணத்தில் கிடைத்த பேரின்பம் எங்களுடன் தொடர்ந்து இருக்குமா? பரஸ்பரம் அதிகம் சகிப்புத்தன்மை கொண்டவர்களாக எங்களை ஆக்குமா என்று எனக்குத் தெரியாது. ஆனால், ஒரு விஷயத்திற்கு நான் உறுதியளிக்க முடியும். வலி மட்டுமே நிஜமாக இருக்கலாம். ஆனால், மானுடத்திற்கு அறிவு இருந்தால் மகிழ்ச்சி என்று சொல்லப்படும் மாயையை அது தேடிச் செல்லும். இந்தப் பிரபஞ்ச அமைப்பில் வலிக்கும் வேதனைக்கும் ஒரு இடமும் நோக்கமும் இருக்கிறது என்று தத்துவ அறிஞர்களும் கவிஞர்களும் சொல்கிறார்கள். வலியை எதிர்கொள்ள அவர்கள் வரவேற்கப்படுகிறார்கள். புரட்டுக்காரர்கள் அவர்கள். அதை என்ன செய்யமுடியும் என்று தெரியாமல்தான் வலியை நியாயப்படுத்துகிறோம். அதைத் தாங்கிக் கொள்வது தவிர்த்து நமக்கு வேறு வழியும் இல்லை. மகிழ்ச்சி நமக்குக் கிட்டுகிற நேரத்தில், மகிழ்ச்சி மட்டுமே அந்த நேரத்தில் நம்மைக் காட்டிலும் பெரிதானவர்களாக நம்மை ஆக்குகிறது. எப்போதும் இல்லையென்றாலும், குறைந்தபட்சம் எப்போதாவது ஒருமுறை, சுயத்துடன் நமக்கு இருக்கும் உணர்வுப் பிணைப்பை உடைக்கிறது.

புஷ்கர் பயணம் ரம்யமாக இருந்தது. பயணத்தில் நூற்றுப் பதினேழு பேர் இருந்தோம். பெண்கள் மாலைநேரத்தில் பாடினர்; குழந்தைகள் விளையாடினர். குதியாட்டம் போட்டனர். சூரிய உதயமும் அஸ்தமனமும் அதிகம் கிளர்ச்சி அளித்தன. என் மனைவி சுகந்தா விக்கிரமாதித்தனுடன் சுற்றிக் கொண்டிருந்தாள்.

அந்தக் கடைசி பத்தியை எழுதிவிட்டு நிறுத்தினேன். கண்ணியமான விலகலும், விரைவான தூரிகைவீச்சுகளும், வாழ்க்கையின் மெலிதான சோர்வுகள் அலங்கரித்த படிமங்களும் சரியான அளவில் அதில் இருந்தன. காதலுணர்வை வெளிப்படுத்தும் சூழலும் அதனால் உண்டாகிய அதிர்வையும் கடைசி வாக்கியத்தின் பிற்பகுதி சொற்கள், லேசான மனத்துடன் ஒரு நிஜத் தகவலை மிக நயமாக மறைத்துப் பேசுகின்றன. ஆனால், அது ஒரு பாவிப்பு. புஷ்கர் பயணம் எனக்கு, ஒருவேளை எங்கள் அனைவருக்கும் ஒரு விஷயத்தைத் தெளிவு படுத்தியுள்ளது. அது, நாம் நடிக்கும் கதாபாத்திரங்கள் மிகவும் வெறுமையானவை என்ற அதிர்ச்சி அளிக்கும் உண்மை.

எனினும், அதை அதிகம் மறுத்தாலும். குறிப்பிட்ட வகை நிகழ்வுகளுடன்தான் நாம் ஊடாடிக்கொண்டிருக்கிறோம். மனைவிகள், குழந்தைகள், செயலாளர்கள், ஆசைநாயகிகள், அமைச்சர்கள் தவிர்த்து மனிதர்களாய் எவரையும் நாம் பார்ப்பதில்லை. அவர்கள் குறித்து நாம் கொண்டிருக்கும் முன்னனுமானங்களுடன்தான் உரையாடல் மேற்கொள்கிறோம். புஷ்கருக்குச் செல்லும் வழியில் எதிர்பாராதவிதமாக, என் குடும்பத்தை, விரிவான என் குடும்பத்தை நான் கண்டேன்.

முதல் நாள் முன்னிரவில் கூடாரத்திற்கு வெளியில் முகாம் நெருப்பைச் சுற்றி அமர்ந்திருந்தோம். அச்சாக என் குரலில் யாரோ பேசுவது காதில் விழுந்து எனக்குத் திகைப்பளித்தது.

'மால்வாவுக்கு எதிரான நமது வெற்றிக்கு நான் எந்த உரிமையும் கோர முடியாது. பாராட்டை ஏற்றுக்கொள்ள முடியாது. இந்தப் போரில் மேன்மை தாங்கிய மெதினி ராய் தான் பிரதம தளபதி. அவருடைய தலைமை பெரும் வித்தியாசத்தை ஏற்படுத்தியது. பாராட்டின் ஒரு பகுதி இளவரசர் ஹேம் கரணுக்கும் உரியது. இளைஞர், அர்ப்பணிப்பு உணர்வு கொண்டவர், அற்புதமான வீரர். எனது நண்பர்கள் ஷஃபியின், தேஜின் வீரத்தையும், புத்திசாலித்தனம் நிறைந்த உத்திகளையும், போராடும் குணத்தையும் குறிப்பிடாவிட்டால் மேவாரையும் அதன் கூட்டாளிகளையும் அவமதித்தவன் ஆகிவிடுவேன்.

'வீரர்களின் துணிச்சலையும், வேகத்தையும், ஒருமுகத்துடன் இலக்கை நோக்கி அவர்கள் முன்னேறியதையும் தலைகுனிந்து வணங்குகிறேன். இல்லையெனில் என்னை யாரும் மன்னிக்கமாட்டார்கள். இறுதியாக ஒன்று. இந்தப் பெரும் யுத்தத்தை மாட்சிமை பொருந்திய மால்வா சுல்தானின் உதவியின்றி நாம் எப்படி வென்றிருக்க முடியும்? அவர் தோற்கவில்லை என்றால், எந்த வெற்றியை இன்று கொண்டாட முடியும்? இத்தகைய சூழலின் காரணமாக, மிகச் சிறந்த வீரனுக்கு மேவார் அளிக்கும் கௌரவத்தை, வீர் விஜய் என்ற வெற்றிவிருதை திருப்பித்தர நிர்ப்பந்திக்கப்படுகிறேன். அதைத்தவிர எனக்கு வேறுவழியில்லை. என்னைத் தவறாகப் புரிந்துகொள்ள வேண்டாம் என்று வேண்டுகிறேன். நான் நன்றிகெட்டவன் அல்ல. மேவாரின் பெருங்குடி மக்களையோ அல்லது மாட்சிமை தாங்கிய மகா ராணாவையோ நான் அவமதிக்கவும் விரும்பவில்லை'.

எனது கொழுந்தியாள் ரத்தன் சிம்மாவின் மனைவி, அந்த இடத்தில் தன் உரையை நிறுத்தினாள். கேட்டுக்கொண்டிருந்தவர்கள் சிரிப்பை நிறுத்தியதும் தொடர்ந்து பேசினாள். 'மகா ராணா வளத்துடனும் நலத்துடனும் நீண்ட நாள் வாழட்டும். எனது பணிவான நன்றியை உங்கள் அனைவருக்கும் தெரிவித்துக் கொள்கிறேன். எனினும், நிர்ப்பந்தம் காரணமாக எந்த நேரத்திலும் மகுடத்தை ஏற்றுக்கொள்வேன் என்பதை உங்களுக்குத் தெரிவித்துக் கொள்கிறேன்.'

என்னைப் பார்த்தால் வெட்கப்பட்டு நகரும், பேச்சுக் குழறும் தீபமாலாவா? என் முதல் தம்பியின் ஐந்தாவது மனைவி. 'எப்படி இருக்கிறாய்?' என்று இதுவரை ஒருமுறைகூட அவளைக் கேட்டதில்லை; ஒருவேளை கடந்த நான்கு ஆண்டுகளில் ஏழு முறை விசாரித்திருக்கலாம். மேவாரின் அரசியலைக் கூர்மையாகக் கவனித்துக் கொண்டிருப்பவர்களில்

நிச்சயம் அவளும் ஒருத்தி. இல்லை, அரசியல் காட்சிகளை மட்டும் அவள் கவனிக்கவில்லை. அடுத்ததாக ஆசைநாயகி ஒருத்திக்குக் கடன் கொடுத்த ராணி கர்மாவதி; அந்தத் தொகையைக் காட்டிலும் ஆயிரம் மடங்கு பெறுமானமுள்ள அவளது சொத்தை எடுத்துக்கொள்வதுடன், யாரும் கேள்விப்படாத அளவு வட்டியும் வசூலிப்பதை நடித்துக் காட்டினாள். ராணிக்குப் பங்கம் உண்டாக்கும் சித்திரம்தான். அதைத் தொடர்ந்து விக்கிரமாதித்தனுக்கும் பணிப்பெண் ஒருத்திக்கும் இடையிலான உரையாடல் ஒன்றைக் காட்சிப்படுத்தினாள்.

அந்தப் பெண், தனக்கு அம்மை போட்டிருக்கு என்கிறாள், மாதவிலக்கு என்கிறாள், கணவனைப் பற்றியும், நீலவிழியாளுக்கு தான் செய்யவேண்டிய கடமைகள் பற்றியும் கூறுகிறாள், மூளைக்காய்ச்சல் என்கிறாள், மாமியார் வரப்போகிறாள் என்று பலவித காரணங்களைச் சொல்லி ரோஜா தோட்டத்தில் இளவரசனை அவளால் சந்திக்க இயலாது என்கிறாள்; இந்தத் தடைகள் ஒவ்வொன்றையும் தாண்டி விக்கிரமாதித்தன் அவளை மயக்கிவிட்டதால் மகிழ்ச்சியும் அடைகிறாள்.

பாவம் விக்ரம். அவன் இந்த உலகத்தையே கேலி செய்பவன். ஆனால், நாகரீகமற்ற சில செயல்களைச் சொல்லி அவன் குறிவைக்கப்பட்ட போது வலிப்பு வந்தவன்போல் குதித்தான். அவன் முகத்தில் பலவிதமான எதிர்வினைகள். அவன் கொழுந்தியாள் அவன் பாதத்தைத் தொட்டு மன்னிப்புக் கேட்டபோதும் 'எப்போதும் அப்படி நடந்ததில்லை, எப்போதும் இல்லை' என்று உறுமினான். அவனது தாய் தந்திரமாக நடந்துகொண்டாள். தனது மருமகளை ஆசிர்வதித்தாள்.

தீபமாலா என் பக்கமாக வந்தபோது 'ஓ... இளவரசே, நீங்கள்தான் மிகவும் சத்தமாகச் சிரித்தீர்கள்' என்றாள். மிக மெதுவாக, 'என்னுடைய அதிகப் பிரசங்கத்தை மன்னியுங்கள். உங்களை இப்படிக் கேலிசெய்ததை உண்மையாகவே நீங்கள் ரசித்தீர்களா? அல்லது இந்தக் கூட்டத்தில் நீங்கள்தான் மிகப்பெரிய வெளிவேஷக்காரரா?' என்று கேட்டாள்.

'இரண்டுமே இளவரசி. இரண்டுமேதான்.' கையிலிருந்து மாணிக்கக் கல் பதித்த மோதிரமொன்றை கழட்டி அவளிடம் நீட்டிறினேன்.

'இரண்டாவதாகவே இருங்கள், இளவரசே. அது உங்களை நீண்ட தொலைவிற்கு அழைத்துச் செல்லும்'.

இளந் துறவியைவிட சிறந்த நிகழ்ச்சி அமைப்பாளர் மேவாரில் வேறு யாரும் இல்லை. அவள் அன்று மேடையேற்றிய ஆச்சரியங்களில் முதலாவது, தீபமாலா. இரண்டாவது நாளன்று தேஜை ஒரு மந்திரவாதியாக மேடையில் நிறுத்திவிட்டாள். (நீலவிழியாளை ஒரு ரம்பத்தால் அவன் அறுத்தான். கை, கால்களை வானிலும்,

பார்வையாளர்களை நோக்கியும் வீசியெறிந்தான். இறுதியாக அவற்றைத் திரும்பவும் பொருத்திக் காட்டினான்.) அடுத்து மேடையேறியது, நம்புகிறீர்களோ இல்லையோ என் இரண்டாவது மனைவி.

சுகந்தா என்ன நிகழ்த்தப் போகிறாள்? அவளும், அரண்மனை ஆசைநாயகி ஒருத்தியும் மேடையில் அமர்ந்தனர்; இரண்டு பணியாளர்கள் வீணையையும் பகாவஜையும் கொண்டு வந்தனர். எதிரொலிக்கும் வெற்றிடம் கொண்ட பெரிய மற்றும் சிறிய குடங்களுடன் அமைந்த வீணை, வாசிக்க அத்தனை வசதியானது அல்ல. அதன் மையத்தண்டின் இருபுறமும் கால்போட்டு அமர்ந்து என் இரண்டாவது மனைவி ஹை ஹை என்று குதிரை ஓட்டுகிற மாதிரி ஒரு விகாரமானக் காட்சி எனக்குள் தோன்றியது.

அநேக இசைக்கருவிகளைக் காட்டிலும், வீணையின்மீது எனக்கு அதிக அபிமானம் உண்டு என்பதைச் சொல்லத்தான் வேண்டும். அதை ஏனோதானோவென்று வாசித்து என் மகிழ்ச்சியை அவள் கெடுப்பதை நான் விரும்பவில்லை.

எனினும் சுகந்தா அப்படி ஒன்றும் தன்னம்பிக்கை இல்லாமலோ ஜாக்கிரதை உணர்வுடனோ வாசிக்கவில்லை. ஆரம்பத்தில் அவள் வாசித்த இறைவணக்கம் சுருக்கமானது. நுட்பமான, பாவபூர்வமான விளம்பித வாசிப்பால் அதை ஈடுகட்டினாள். அவள் இன்னது செய்கிறாள் என்று புரிந்துகொள்ள எனக்குச் சிறிது நேரம் பிடித்தது. வைராக்கியம் நிறைந்த இசைஞர்கள் போல அவள் தூய்மைவாதி இல்லை. அவளது ஆசிரியர் தெற்கிலிருந்து வந்தவர்; அதனால், உருவாக்கத்திலும் ஸ்வரப் பிரயோகத்திலும் அவளது பயிற்சியும் ஒழுங்கும் வெளிப்படையாய்த் தெரிந்தன. ஆனால் அவளது இயல்பான மனப்போக்கு, இறுக்கமான கர்நாடக இசை வடிவத்தை எதிர்த்தது. இந்த இரண்டு உணர்வுப்போக்குகளுக்கும் இடையிலான இறுக்கம் சுதந்திரம் அளிக்கக்கூடிய ஒன்று. முயற்சித்துப் பார்க்கும் அனைத்திலும் எப்போதும் அவள் வெற்றி ஈட்டுவதில்லை. ஆனால், அதற்குக் காரணம், இளம் பருவத்தினள், அதிக அனுபவமற்றவள் என்பதே. ஆனால், பூடகமான, பரபரப்பு நிறைந்த சூழலை அவளால் உருவாக்க முடியும்; அமர்ந்திருக்கும் நேரத்தை அவள் பயனுள்ளதாக ஆக்குவாளா என்ற ஆர்வத்தை உங்களிடம் ஏற்படுத்தி விடுவாள் என்பதும் முக்கியமானது.

என்னையும் அல்லது மற்ற ரசிகர்களையும் அவள் ஏமாற்றவில்லை.

மாலைவேளைகளில் இரண்டு நிகழ்ச்சிகள் இருந்தன. ஒன்று நீலவிழியாள் அளிப்பது. மற்றொன்று வானத்தில் நடப்பது. பிரபஞ்சத்தின் படைப்புக் கடவுளான பிரம்மா நீங்கள்தான் என்றால் அழகியல் விதிகள் அனைத்தையும் அவமதிக்கலாம். வண்ணங்களின் ஒத்திசைவு மற்றும்

வண்ணம் கூட்டும் பலகை பற்றிய பேச்சால் உங்கள் வாயை மூடிக்கொள்ளுங்கள் என்று ஓவியக் கொள்கை பேசுவோரிடம் சொல்லலாம். அசாதாரண வண்ணங்களால் நிரம்பியிருக்கும் பெரும் கொப்பரையில் தனது கைகளை, பிரபஞ்சத்தையே அடக்கிக்கொள்ளும் அளவுக்குப் பெரிதான தன் உள்ளங்கைகளை நுழைக்கும் பிரம்மன், மாலை வேளைகளில் அடிவானமெங்கும் அந்த வண்ணங்களை விசிறி இறைப்பான்.

இயல்பில் நான் ஒரு செவ்வியல்வாதி; எனது சொந்த வாழ்க்கையும், எழுத்துகளும், மற்ற அதிகப்பிரசங்கித்தனங்களும் இந்தக் கூற்றைப் பொய்யென்று சொல்லலாம். ஆனால், என் மனச்சாய்வை அது மாற்றாது. சிக்கனம், தெளிவான கோடுகள், பரந்த காட்சிகள், அனைத்திற்கும் மேல் துல்லியம் மற்றும் விஷயங்களின் சாரத்தை அறிதல் போன்றவைக்குத்தான் எதிர்வினையாற்றுவேன். புஷ்கரின் கடவுள் பகட்டானவர்; ஆடம்பரத்தை விரும்புபவர். அலங்காரத்தை விரும்புபவர், ஊதாரித்தனமானவர், தாராளவாதி. தன்னை வெளிக்காட்டிக் கொள்வதை அவரால் நிறுத்தமுடியாது. ரசனையற்றவர், சுய-மோகி. உயர்வு நவிற்சியின் எல்லையையும் தாண்டி மிகையாக இருப்பவர். ஆனால், இவை அனைத்தும் முக்கியமல்ல, நிச்சயம் பொருட்டல்ல. ஏனென்றால், அவனது வண்ணம் கூட்டும் பலகையின் வண்ணக்கலவை எவ்வளவு வேறுபட்டதாக இருந்தாலும், மாறானதாக இருந்தாலும், அது வேலை செய்கிறதா என்பதே இங்கு விஷயம். பதில் ஆமாம், ஆமாம், மீண்டும் ஒரு ஆமாம். அப்படி இருக்கக்கூடாது, ஆனால், அப்படித்தான் இருக்கிறது. நான் சொல்வதை நீங்கள் ஏற்கவேண்டாம். புஷ்கருக்கு வாருங்கள். நீங்களே அதைப் பார்க்க முடியும்.

இந்தக் கடவுள் கருநிறத்தில் சூரிய அஸ்தமனங்களை ஏற்படுத்துகிறான்; நஞ்சு போன்ற கருமை. அமுதத்தைப் பெற தேவர்களும் அசுரர்களும் சமுத்திரத்தைக் கடைந்தபோது வாசுகியின் வாயிலிருந்து உதிர்ந்த நஞ்சு. இருபது நிமிட இடைவெளியில் கோள்களுக்கு இடையில் பலவிதமான தீச்சுடர்களைத் உண்டாக்குகிறார்; அவற்றை மிகவும் மென்மையான ஆறுதலளிக்கும் களிம்புகளால் மூழ்கடிக்கிறார். ஒரு சொடுக்கில் மணற்புயல்களை மழையாகவும், விரைந்துசெல்லும் வெள்ளமாகவும் மாற்றிவிடுகிறார். சந்தேரி பருத்தி நெசவின் தன்மை, கனமான காஞ்சிபுரத்துப் பட்டாகவும், வெளிர் மஞ்சள் நிறம் வெளிர் நீலமாகவும் மாறுகிறது. வெளியில் தெரியாத மாற்றம். ராஜபுதனத்தின் அனைத்து முரண்பாடுகளும், அதன் உச்சங்களும், பழமையான நகைச்சுவைகளும் எங்கிருந்து வருகின்றன இப்போது உங்களுக்குத் தெரிந்திருக்கும்: நெருப்பும் பனிக்கட்டியும், பாறையும் திரவமும், ஆணவமும் உச்சபட்சப் பணிவும். ஆமாம். புஷ்கரில் சூரிய அஸ்தமனத்தைக் கருமையாகவும் வெண்மையாகவும் நீங்கள் பார்க்கலாம்.

எனக்குத் தெரியாத பாலைவன வெளிச்சம் பற்றி என் மனைவிக்கு ஏதாவது தெரியுமா? புஷ்கரில் முதல் நாளன்று அனைவரையும் அவள் வெள்ளையாடை அணியச்சொன்னதற்கு அது காரணமாக இருக்குமோ? ஒருவேளை சூரியனுக்கும் மணலுக்கும் இடையிலான பரிமாற்றம், ஆண்கள், பெண்கள், கோவில்கள் என அனைத்துப் பொருட்களையும் ஒளி ஊடுருவக்கூடியதாக ஆக்கியிருக்கலாம். எங்கள் அனைவரையும்விட கானல் நீரில் அதிக சாரம் இருந்தது. மெலிதான காற்றும், எங்களைச் சிதறடித்து அந்தப் புனித ஏரிக்குள் மூழ்கடித்துவிடும் என்று உறுதியாகக் கூறுவேன்.

புஷ்கர் நீர். இங்கு ஒரு புதிர் நிலவுகிறது. அந்த நீர் நம்மை தூய்மைப்படுத்தும், பாவங்களைப் போக்கும் என்றால் மறுபிறப்பு என்பது ஒரு பொய்: அல்லது குறைந்தபட்சம் மிகைக்கூற்று. மறுபிறவி என்ற சுழற்சியை நம்மால் உடைக்க முடியும். புஷ்கரில் ஒரு தடவை மூழ்கி எழுந்தாலே மோட்சத்தை அடைய முடியும். மெக்காவிற்குப் பயணம் மேற்கொண்டு முஸ்லீம்கள் இதைப்போல ஒன்றை அடைகிறார்கள். செய்த குற்றத்திற்கு வருந்தி பாவமன்னிப்புக் கோருவதன் மூலம் கிறித்துவர்களும் தம் பாவங்களைப் போக்கிக்கொள்கிறார்கள். பின்பற்றுவதற்கு மிகவும் கடினமான சமயமாக பௌத்தம் மட்டுமே இருக்கமுடியும் என்று சில நேரங்களில் நினைப்பேன். கடவுள் பற்றிய உரையாடல்கள் அனைத்தையும் அது தவிர்க்கிறது; அத்துடன் உடனடி நிவாரணம் எதையும் தருவதுமில்லை. ஒருவர், தம் செயல்களுக்கு அவரே பொறுப்பேற்க வேண்டும் என்பது மட்டுமே அது கூறும் இயல்கடந்த ஆன்மீகம்.

அவ்வாறெனில், புஷ்கரில் தலை முழுகுவதை புறக்கணித்தேனா? நீங்கள் செய்வீர்களா? நான் எதையும் சந்தேகிப்பவனாக இருக்கலாம். அடிக்கடி அவ்வாறு செய்யக்கூடியவன். ஆனால், அதைப் பாதுகாப்புடன் செய்வேன். அதுபோல் புனித நீராடல் மூலம் வாய்ப்புகள் கிடைக்கும் என்றெண்ணும் வெளிவேஷக்காரன் நான் இல்லை. ஒரு பதிலாக ஏற்க முடியாத அளவுக்கு இது மிகவும் மேலோட்டமானது. ஒருவரது பாவங்களைக் கழுவுதல், அவை போகவேண்டும் என்பதற்காகவே செய்யப்படுவது. எனினும், அந்த ஏரி நீருக்கு இருக்கும் குணப்படுத்தும், தூய்மைப்படுத்தும் சக்தியை நான் என்றும் சந்தேகித்ததில்லை. மூச்சை இழுத்துப் பிடித்துக்கொண்டு, என் மனம் அமைதியாகும் வரை நீருக்குள் மூழ்கியிருந்தேன்.

பிரம்மன் கோவிலின் சிவப்பு நிறக் கோபுரத்தை சூரியக் கடவுளின் கதிர்கள் தொட்டுக்கொண்டிருந்தன; கோவிலுக்குள் நுழையும் பிரம்மனின் பக்தர்களை அவரது அன்னப்பறவை பார்த்துக்கொண்டிருக்கும் வாயிலின் வழியாக நானும் தந்தையும் உள்ளே நுழைந்தோம். படைப்புக்

கடவுளின்முன் நெடுஞ்சாண்கிடையாக விழுந்தோம். என்னுள் பிரம்மன் செலுத்தியிருக்கும் மூச்சுக்காற்று எனும் உயிருக்கு நான் நன்றிக்கடன் பட்டவன். காக்ரோனிலிருந்து ஹேம் கரண் தப்பிக்க முடிந்ததற்கும், மால்வா சுல்தானை வெற்றிகொண்டதற்கும் பிரம்மனுக்கு நன்றி கூறினேன். அந்தத் தருணத்தில், நன்றி தெரிவிக்கும் அந்தக் கணத்தில் என் நினைவுகள் டில்லி பாதுஷாவை சுற்றியலைந்தன. பாபருக்கு அவனது கடவுள் மீது விசுவாசமும் நம்பிக்கையும் இருந்ததுபோல் எனக்கும் இருக்கிறது என்று சொல்லலாமா? தோல்வியைச் சந்திக்கும்போது, 'இந்தத் தவறான நிகழ்வை கடவுள்தான் செய்தார்' என்று சொல்வானா? அல்லது தன் பாவங்களுக்கான விலைதான் தனது தோல்விகள் என்று கருதுவானா? வரும் நாட்களில் அந்த மொகலாயனுடன் நிச்சயம் போரிடப் போகிறோம்; இதில் தலையிட்டுப் போரை வெல்ல உதவவேண்டும் என்று படைப்புக்கடவுளை வேண்டுவதில் எனக்கிருக்கும் சங்கடம், இந்த யுத்தத்தின் முடிவில் பாதிப்பேற்படுத்துமா?

கோவில் படிக்கட்டுகளின் உச்சியில் பேரரசரும் நானும் ஒருகணம் நின்றோம். பாலின் பளபளப்பும் அதன்மேல் நுரையுமாக, ஏரி அமைதியுடன் தோன்றியது. குடும்ப உறுப்பினர்கள் அனைவரும் இப்போது கூடாரங்களை விட்டு வெளியில் வந்திருந்தனர். கோடைக்கான துணிப் பந்தல்களுக்கு இணையாக ஒளிரும் வெள்ளை ஆடைகளை அணிந்திருந்தனர். ஒளியும் காற்றும், மெல்லிய துணியாலும் டாக்கா மஸ்லீனாலும் வடிகட்டியதுபோல் தோன்றின. காலையில் அவள் ஆற்றிய சொற்பொழிவு தவிர்த்து, அந்த நாளை ஏரிக்கரை ஓரமாக நீண்ட, சோம்பலான நடைக்கு நீலவிழியாள் ஒதுக்கியிருந்தாள்.

எதைப்பற்றிப் பேசுவது என்பதில் எனக்கு இரண்டு எண்ணங்கள். ஆனால், இரு விஷயங்களைப் பற்றிப் பேசக்கூடாது என்று தவிர்த்து வந்தேன். எப்போதும் அதில் வெற்றி அடையவில்லை என்றாலும் முயற்சி செய்தேன். ஒன்று வானிலை. மேவார், சுட்டெரிக்கும் வறட்சியும் வெப்பமுமாக இருக்கும், அல்லது உடலுக்குத் தீங்கேற்படுத்தும் அளவு வறட்சியும் குளிருமாக இருக்கும். அதைப் பற்றி மேலும் சொல்வதற்கு ஏதுமில்லை.

மற்றொரு தலைப்பு அரண்மனையில் பணிபுரியும் ஹிஜிராக்கள். அவர்கள் என்னருகில் இருக்கும்போது தனிப்பட்ட முறையில் அசௌகரியமாக உணர்வேன். அதற்கு அவர்களைக் குறைசொல்ல முடியாது. நிச்சயமாக, அவர்கள் அதிகம் குற்றச் செயல்களில் ஈடுபடுகிறார்கள் என்பதைக்காட்டிலும் அவர்களுக்கு எதிராக அதிகக் குற்றங்கள் இழைக்கப்படுகின்றன எனலாம். ஆனால், அவர்கள் ஆபத்தான கூட்டம். அவர்கள் இருக்கும் இடத்தில் பாலுணர்வு கிளர்ச்சி மிக்க, விபச்சார விடுதிச் சூழலை உருவாக்கிவிடுகிறார்கள். அவர்கள்

திட்டம் போடுவார்கள், சூழ்ச்சிகளும் சதிவேலைகளும் செய்வார்கள். அதற்கு நோக்கம் ஏதும் இருக்காது. ஆனால், அவர்களது வாழ்வின் முடிவும், அனைத்தும் அதுவே என்பதுபோல் இயங்குவார்கள். அவர்கள் எங்கே இருக்கிறார்களோ, அங்கே பிரச்சனை இருக்கிறது. பெரும்பாலும் மிகக் கடுமையான பிரச்சனைகள்.

இன்றைக்கு உரை நிகழ்த்தப்போவது பிருஹன்னடா. சித்தோரில் வசிக்கும் அவனது இனத்தவர்களில் மிகவும் சக்திவாய்ந்த, திமிர்ப் பிடித்த, வஞ்சகம் நிறைந்த நபர். எந்தப் பாலின அடையாளத்தையும் நீங்கள் அவனுக்கு அளிக்கலாம்; ஆனால், இந்தச் சொற்கள் அந்த மனிதனின் குணம் பற்றி உங்களுக்கு சிறிது சொல்லக்கூடும். அவன் ராணி கர்மாவதியின் பிரதான ஹிஜிரா. அவளுக்கு நெருக்கமானவன், மிகவும் நம்பிக்கைக்குரியவன்; ஆகவே அமைச்சர்களும், சித்தோருக்கு வருகை தரும் ராஜாக்களும், ராவத்துகளும் அவனைச் சந்திக்க நேரம்கேட்டுக் காத்திருப்பார்கள். அவனது நெருக்கத்தை இத்தனை ஆண்டுகளும் உறுதியாகத் தவிர்த்துவிட்டேன். இன்றும் அவ்வாறே செய்ய விரும்பினேன்; ஆனால், பேச்சின் தலைப்பு எனக்கு ஆர்வமூட்டியது: மகாபாரதத்தில் சுய-மறுப்பு.

நான் அங்கு சென்றபோது, துணிப்பந்தல் நிறைந்திருந்தது. ஒன்று சொல்ல மறந்துவிட்டேன். எனக்கு வேண்டுமானால் பிருஹன்னாடாவின் தோற்றம் பிடிக்காமல் இருக்கலாம். ஆனால், தனித்துப் பார்க்கையில் அவன் நல்ல தோற்றம் கொண்டவன். விரும்பினால், மகிழ்ச்சி தரும் துணையாக/ கூட்டாளியாக அவனால் இருக்கமுடியும். பிருஹன்னடா தனது மகாபாரதத்தை எங்கள் அனைவரையும்விட நன்கு அறிந்திருந்தான். எடுத்துரைக்க அவனுக்கு ஒரு கொள்கை சார்ந்த பார்வையும் இருந்தது. அந்த இதிகாசத்தின் பெரும் பிரம்மச்சாரியான பீஷ்மரை எதையும் மிதமாக நுகரும் பழக்கத்தின் அடையாளமாகத் தேர்வு செய்திருந்தான். சாதாராணமாக யாரும் இந்தத் தலைப்பைத் தேர்ந்தெடுக்க விரும்பமாட்டார்கள். ஆனால், நிச்சயம் தெளிவாக விளக்கப்படாத பகுதி இது. வயது முதிர்ந்த பீஷ்மரின் தந்தை பேரழகியான சத்யவதியின் மீது காதல் கொண்டார் என்பது அனைவருக்கும் தெரியும். ஆனால், திருமணத்திற்கு அவள் ஒரு நிபந்தனை விதித்தாள். பீஷ்மருக்குப் பதிலாக அவளுக்குப் பிறக்கும் மகன் தான் அரியணை ஏறவேண்டும் என்றாள். இந்தக் கொடூரமான தியாகத்தைச் செய்யும்படி சாந்தனு தன் மகனைக் கேட்கவில்லை; எனினும், பீஷமர் அரியணையைத் துறந்தார்; முடிவற்ற பிரம்மச்சரியத்திற்கு உறுதி ஏற்றார்.

அதைப் பற்றி பிருஹன்னடா விவரமாகப் பேசவில்லை; மாறாக, பீஷ்மருக்கும் ஹிஜிராக்களுக்கும் இடையில் ஒத்துப்போகும் சில விஷயங்களை அவன் சுட்டிக்காட்டினான். இல்லை அவன் அதற்கும்

மேலே சென்றான். அவர்கள் பொதுவான பரம்பரையைப் பகிர்ந்து கொள்கின்றனர்; சந்ததிப் பெருக்கம் செய்யமுடியாத வாழ்க்கையை இருவரும் வாழ்ந்தனர் என்றான்.

நிச்சயம் அவன் அத்துடன் நிறுத்தவில்லை. உங்கள் மீது திணிக்கப்படும் சூழலை எப்படி நீங்கள் கையாளப்போகிறீர்கள் என்பதுதான் எதை நீங்கள் தேர்ந்தெடுக்கப்போகிறீர்கள் என்ற கேள்வியைக் கொணர்கிறது. கெடுவாய்ப்பிற்கு எதிராக உங்களைப் பாதுகாத்து கொள்ள வாழ்க்கை முழுவதையும் செலவழிப்பதை முற்றிலும் அது நியாயப்படுத்துகிறது. ஆனால், மற்றொரு தெரிவும் இருக்கிறது. உங்களது விதியையும் மீறி நீங்கள் எழ வேண்டும். நீங்கள் சந்திக்கும் நெருக்கடியை உள்வாங்கிக்கொண்டு, பீஷ்மர் செய்ததுபோல் அதற்கு ஒரு வீர சாகசப் பரிமாணம் தரவேண்டும். இது சிந்திக்கவேண்டிய விரிவான விவாதம். அதன் மைய ஒளிப்பாய்ச்சல் எல்லோருக்குமே பொருந்தக்கூடியது. ஏனெனில், இந்த உலகில் பிறந்தவர்கள் அனைவரும் ஏதோ ஒரு வழியில் ஊனமுற்றவர்களே. ஆகவே கவனக்குறைவாக எடுத்துக்கொண்ட பணியை சிறப்பாக செய்துமுடிப்பது நம் கையில்தான் உள்ளது.

காலை உணவிற்குப்பின், மிருகண்ட முனிவர் குளத்திற்குச் சென்றோம். அது அறிவுச் செல்வம் அளிக்கும் இடம். ஏரியின் கரையோரம், மரங்கள் அடர்ந்த, தனிமை நிரம்பிய ஒரு இடத்திற்கு நெருக்கமாக அந்தக் குளம் அமைந்திருந்தது. நீண்ட நாட்களுக்குப்பின் இவ்வளவு அமைதியாக ஒருநாள் மீண்டும் எனக்கு வாய்த்தது. அதை முழுமையாக அனுபவிக்க நினைத்தேன். என் தம்பிகள் விக்கிரமாதித்தன், ரத்தன், அவர்களது ஒன்பது குழந்தைகள், தேஜ், மங்கள் ஆகியோருடன் சேர்ந்து ஏழு-ஓட்டுச்சில்லுகள் விளையாடினேன். விளையாடி முடித்து நீண்ட நேரம் ஏரியில் நீந்தினேன். கரையருகில் மல்லாந்து படுத்திருந்தேன்.

கரைமீது ஏரியின் நீர் மோதும் மெதுவான, ஊடுருவலற்ற, மென்மையான ஓசையைக் காட்டிலும் ஆறுதல் தரும் ஓசை வேறொன்றுமில்லை. தூரத்தில் கூடிநின்றிருந்த பெண்களை அவ்வப்போது திரும்பிப் பார்த்துக்கொண்டிருந்தேன். இவர்கள் அனைவரும் என் குடும்பமா? இப்படி ஒன்றுசேர்ந்து நிற்கும் அழகான பெண்கள் பலரை அரிதாகவேப் பார்த்திருக்கிறேன். அவர்களில் சிலர் கண்ணாமூச்சி விளையாடினர். சிலர் மாலைகள் தொடுத்தனர். சிலர் தமக்குள் ஏதோ பேசிக்கொண்டும், குழந்தைகளைத் திட்டிக்கொண்டும் இருந்தனர். அவர்கள் குரல்கள் நீண்ட தூரத்திலிருந்து ஒலிப்பதுபோல் தோன்றியது. ஒருவித மயக்கத்தில் கையால் நீரைத் துழாவினேன்.

‘விச்...விச்...விச்-வீ-வீ-விச்’. நெஞ்சுப் பகுதியில் கரும் பழுப்பு நிறம் அழகுடன் அமைந்த கல்குருவி, மிகமகிழ்ச்சியுடன் வாழ்வை விசாரித்துக் கொண்டிருந்தது; அத்தகு பறவை வேறு எதுவும் இல்லை. பக்கத்தில் எங்காவது குளமோ அல்லது நதியோ இருந்தால், நிச்சயம் அங்கே சிவப்புச் சில்லை பார்க்கலாம். சிவப்புச் சில்லை பறவை எனக்கு ஒரு குழந்தையை நினைவூட்டும். எப்போதும் மூச்சுவிட சிரமப்படுவதுபோல், இசைக்கும் பறவை அது; தொடர்ச்சியாக இல்லாமல், மெலிதாகப் பாடக்கூடியது. இத்தனை ஆண்டுகளும் நான் எங்கு சென்றிருந்தேன்? குருகுலத்தில் ஒன்றாகப் படிக்கும்போது புராஜி கிக்கா எனக்கு அறிமுகப்படுத்திய உலகத்தை எப்படிப் புறக்கணித்தேன்? விடுமுறை நாட்களில் பறவைகளைப் பார்க்கச் செல்வோம். சிலந்திகளையும் பூச்சிகளையும் கொத்தித் தின்னும் அந்த கறுப்பு-ஆரஞ்சு நிற பறவை, செவ்வாலியாகத்தான் இருக்கும். தீவிரமாக இரையெடுத்துக் கொண்டு, அதேநேரத்தில் விட்... விட்... விட்... என்று கூர்மையாக அழைத்துக் கொண்டிருந்தது. கூச்ச சுபாவமுடைய அந்த மழைக்கால விருந்தாளியை பார்த்தபடி இருந்தேன். நீல வண்ண கழுத்துக் கொண்ட மற்றொரு பறவை, நாணல்காட்டின் கம்பளிப்புழுக்களையும் வண்டுகளையும் சாப்பிடும்போது நான் தூங்கியிருக்க வேண்டும்.

எவ்வளவு நேரம் அப்படித் தூக்கத்தில் ஆழ்ந்திருப்பேன் என்று தெரியவில்லை. பின்னணியில் கேட்டுக்கொண்டிருந்த குரல்கள் முற்றிலும் அடங்கிவிட்டன. மதிய உணவை முடித்துவிட்டு அனைவரும் சிறுதுயிலில் ஆழ்ந்திருக்க வேண்டும். கண்களைத் திறக்க எனக்கு விருப்பமில்லை. ஆனால், என்னை யாரோ பார்த்துக்கொண்டிருப்பதுபோல் ஒரு விசித்திர உணர்வு. சுகந்தா. முழந்தாளிட்டு, குனிந்து உட்கார்ந்திருந்தாள். கைகளால் உடலை இறுகக் கட்டியிருந்தாள். அரை நிமிடத்திற்கு ஒருமுறை அவள் உடல் குலுங்கியது. ஆழ்ந்த, சொல்லமுடியாத வேதனையை வெளிப்படுத்த அவள் தொண்டையும் நாக்கும் சிரமப்பட்டன. எனினும் அவ்வப்போது விக்கல் போன்ற சப்தம் அவளிடமிருந்து வெளிப்பட்டது. ஆனால் அவளது கண்கள். கவனத்தை ஈர்த்தன. அவை என்னைப் பார்க்கவில்லை. திகில் நிறைந்த அவள் கண்கள் அங்குமிங்கும் அலைந்தன. மரங்களையும், ஏரியையும், வானத்தையும் பார்த்தன; பின்னர் என் வயிற்றில் குவிந்தன. மெதுவாகவும், சாந்தமாகவும் எழுந்து உட்கார்ந்தேன். அவள் தோளில் என் கையை மென்மையாக வைத்தேன். என் தொடுதலில் அவள் உடல் இறுகியது; கண்களைச் சுழற்றியபடி வலிப்பு வந்தோ அல்லது மூர்ச்சையாகியோ விழுந்துவிடுவாள் என்று நினைத்தேன்.

அவள் மனத்தில் இருப்பது எதுவாக இருந்தாலும் என்னிடம் ஏன் அவள் வர விரும்பினாள்? விக்கிரமாதித்தன் அவளது நண்பன்.

நான் நிச்சயம் இழிவாக இதைச் சொல்லவில்லை. அவனிடம் அவள் சென்றிருக்கலாம். அவள் முதுகை, முதலில் பட்டும்படாமலும் பின்னர் அழுத்தமாகவும் தடவிக்கொடுத்தேன். அடிவயிறு குலுங்க அவளிடமிருந்து வெளிப்பட்ட தேம்பலின் தீவிரம் கொஞ்சம் குறைந்தது. ஆனால், அவளால் இப்போதும் பேசமுடியவில்லை. என் கைகளைப் பற்றி இழுத்தபடி ஒரு நிமிட தூரம் நடந்தாள். ஏதோ தீவிரமான அவசரம் அவளைப் பிடித்திருந்தது. சில கணங்களில் ஓடத்தொடங்கினாள். ஏரியோரமாக ஓடி, கரையிலிருந்து சற்று விலகியிருந்த மரங்களின் இடைவெளியில் நுழைந்தாள். ஆழமற்ற நீர்ப்பகுதியில் அந்த உடல் முக்கால்வாசி மூழ்கியிருந்தது. தலை மார்பில் சாய்ந்திருந்தது. உடலைச் சுற்றியிருந்த நீர் செந்நிறமாக மாறியிருந்தது. வெள்ளையாடை, அழுக்குப் படிந்த பழுப்பு நிறமாக மாறியிருந்தது. தலையை நிமிர்த்தினேன். பிருஹன்னடா.

சிரமப்பட்டு அவனை வெளியில் இழுத்தேன். அவனது வலது கால் சேற்றில் சிக்கியிருந்தது. ஆடைகள் நீரில் ஊறி இருந்ததால், கனமாக இருந்தான். மார்பு முழுவதும் ஏராளமான கத்திக் குத்துக் காயங்கள். முதுகுப் பக்கம் ஏதுமில்லை. அவனது அந்தரங்க உறுப்பு அல்லது ஹிஜிராவுக்கு அதை என்னவென்று சொல்வோமோ அந்த உறுப்பு திரும்பத்திரும்ப கத்தியால் குத்தப்பட்டிருந்தது. ஒரு ஹிஜிராவின் அந்தரங்க உறுப்பை முடமாக்கவேண்டும் என்று ஒருவர் ஏன் விரும்பவேண்டும். திகைத்தேன்.

இறந்துபோன உடலைப்போல் அவன் உதடுகள் சாம்பல் நிறமாகியிருந்தன. நாடித்துடிப்பை உணர முடியவில்லை. ஆனால், மார்பில் காதை வைத்தபோது, பலவீனமான, ஆனால், ஒழுங்கற்ற இதயத்துடிப்பு மெலிதாகக் கேட்டது.

'யாரையாவது உதவிக்கு அழைத்துவருகிறேன். அதுவரை இங்கேயே இருக்கிறாயா?' என்று சுகந்தாவைக் கேட்டேன்.

'என்னைத் தனியாக விட்டுவிட்டுச் செல்லாதீர்கள்'

'அவனுக்கு உடனடியாக மருத்துவ உதவி தேவை'

'நீங்கள் அழைத்து வருவதற்குள் அவன் இறந்து போய்விடலாம்'

'ஆனால், அந்த வாய்ப்பை முயற்சிக்காமல் இருக்க முடியாது'

நான் திரும்பி அந்த இடத்திற்கு வந்தபோது, என் இரண்டாவது மனைவி அங்கு இல்லை.

* * *

புஷ்கரில் இரண்டு நாட்கள் இருக்கவேண்டும் என்று நீலவிழியாள் திட்டமிட்டிருந்தாள். அனைவரும் மகிழ்ச்சியுடன், கவலையற்று இருந்தோம். இன்னும் ஒருநாள் அதிகப்படியாகத் தங்கலாம் என்றும் தந்தை யோசித்தார். சொர்க்கம் எப்போதும் குறுகிய காலம் தான் இருக்கும் போலும். புஷ்கர் ஏரியின் நீர் திடீரென்று உள்வாங்கிக்கொண்டது; கோடைப்பந்தல்கள் களையிழந்து போயின. பெண்கள் இளந் துறவியை சூழ்ந்து நின்றனர். எப்போதும்போல் அவள் பொறுப்பேற்றுக் கொண்டாள்; கூடாரங்களைப் பிரித்து சுருட்டச்சொல்லி ஏற்கனவே அவள் உத்தரவு பிறப்பித்துவிட்டாள். வீடு திரும்பும் பயணத்திற்கு ரத்தனை பொறுப்பாக்கிவிட்டு, தந்தையும், நானும், மங்களும் சித்தோருக்குப் புறப்பட்டோம்.

சித்தோரில் நுழையும்போது, 'புலன் விசாரணையை மங்கள் நடத்தட்டும்' என்று தந்தை என்னிடம் கூறினார். 'நீ வழக்கை விசாரி'.

'பேரரசே, மங்கள் உள்துறையில் இல்லையே. அத்துடன் சிறு வழக்குகளை விசாரிக்கும் நீதி மன்றத்தில் நான் ஒரு சாதாரண நீதிபதி மட்டுமே.'

'யார் எந்தத் துறையில் இருக்கிறார்கள் என்பது எனக்குத் தெரியும். இது அரண்மனையுடன் தொடர்புடைய விஷயம். அரண்மனையை விட்டு வெளியில் போகக்கூடாது. தெரிந்ததா? குற்றவாளிகளை நீதிக்குமுன் விரைவாக நிறுத்தவேண்டும். உன் வேலையை நன்றாகவே நீ செய்கிறாய்'

'உங்களைக் கெஞ்சிக்கேட்கிறேன். நானும் குடும்பத்தில் ஒருவன். வெளியிலிருந்து ஒருவரை நியமித்தால். நீதியின் நோக்கங்கள் நன்கு நிறைவேறக்கூடும்.'

'குற்றத்திற்கான அடிப்படைக் காரணம் என்னவென்று தெரிந்துகொள்ள வேண்டும். வெளியார் என்றால், அச்சுறுத்தலுக்கு ஆட்படலாம். அதனால்தான் உன்னை நியமிக்கிறேன். சரி, நீ உன் வேலையைத் தொடங்கப்போகிறாயா அல்லது என் வேலையை எப்படிச் செய்யவேண்டும் என்று விடாமல் சொல்லிக்கொண்டு இருக்கப்போகிறாயா?'

அத்தியாயம் 41

அவர்கள் நம்மைப் பார்த்து பயந்திருக்கவேண்டும். சந்தேகமில்லை. இல்லையென்றால் ஜூன்பூரிலிருந்து டில்லிக்கு மகன் ஹுமாயூனை பாபர் ஏன் திரும்ப அழைக்கவேண்டும்? போராலோசனைக் கூட்டத்தில் ஸில்ஹாதி பொதுவாக இந்தக் கேள்வியைக் கேட்டான். பெரும் உற்சாகத்தில் அவன் இருந்தான். சென்றமுறை சித்தோரில் இருந்தபோது தேவையற்று எறிந்த ஆத்திரமூட்டும் சொற்களை மறந்துவிட்டதுபோல் தோன்றியது. (அதுமட்டுமின்றி, மெதினி ராய் சித்தோரிலிருந்து புறப்பட்ட ஒரு வாரத்திற்குள் மால்வா சுல்தான் அவரது ராஜ்ஜியத்திற்குப் பாதுகாவலர்களுடன் திருப்பி அனுப்பப்பட்டது எதனால்? யாருடைய அதிகாரத்தில் அது நடந்தது என்று கேட்கவும் இந்தத் தருணத்தை அவன் பயன்படுத்திக் கொள்ளப் போவதில்லை என்றும் தோன்றியது).

என் மனைவியின் மாமா ராவ் வீரம் தேவ் அவனைப் பார்த்துக் கேட்டார். 'இந்த போராலோசனைக் கூட்டத்தில் பாதுஷாவுக்கு எதிராகப் படையெடுக்க முடிவெடுக்கிறோம். நம்பிக்கைக்குரிய மனிதரை உங்களுடன் இருக்குமாறு நீங்கள் அழைக்க மாட்டீர்களா?'

'அழைப்பது இயல்புதானே'

'அப்போது, ராஜபுத்திரர்கள் தன்னைப் பார்த்து அஞ்சுகிறார்கள் என்று பாதுஷா முடிவு செய்வானா?'

தன் சொற்களை வைத்தே தன்னை மடக்கி, அசிங்கப்படுத்தி விட்டார்கள் என்று ஸில்ஹாதி உணர்வதற்குமுன் பிரதம அமைச்சர் பேச்சை மாற்றிவிட்டார்.

'உங்களுக்குத் தெரியுமா? பானிபட் போருக்கு முன்னதாகவே பாபரும், டில்லி சுல்தான் இப்ராஹிம் லோடியும் மேவாரின் உதவியைக் கோரியிருந்தார்கள். மேவாரையும் அதன் நண்பர்களையும் இந்தத் தளர்வான கூட்டணிதான் ஒன்றாகப் பிணைத்திருக்கிறது. ஹிந்துஸ்தானின் இந்தப் பகுதியில் ஆகப்பெரும் சக்தி வாய்ந்தது இந்தக் கூட்டணி. இதை அனைவரும் ஒப்புக்கொண்டுள்ளோம். சூடாக இருக்கும்போதே இரும்பை அடிப்பதுதான் நல்லது. எவ்வளவு சீக்கிரம் முடியுமோ அவ்வளவு விரைவில் பாபரைக் களத்தில் சந்திப்போம்'.

யுத்தம் தொடர்பான விஷயங்களை விவாதிக்க கூட்டம் விரும்பவில்லை என்று தோன்றியது. இந்த மோதலை சிறிது காலத்திற்கு, ஏன், இரண்டு ஆண்டுகளுக்கு தள்ளிப்போடுவதால் ஏற்படும் நன்மைகளையும் தீமைகளையும் விவாதிக்கவில்லை. உடனே புறப்பட்டுப் போய் பாபரை முடித்துவிட வேண்டும் என்று அனைவரும் பொறுமையிழந்திருந்தனர்.

‘அந்த முக்கிய முடிவு எடுப்பதற்கு முன்னால்’, சிறிது தயக்கத்துடன் என் கேள்வியை ராவ் வீரம்தேவை நோக்கி வைத்தேன். அந்தத் தருணம் உண்டாக்கியிருக்கும் உஷ்ணத்தால் இல்லாமல், பிரச்சனையின் நன்மை தீமைகளின் அடிப்படையில் அதை யோசிப்பார் என்று நினைத்தேன். ‘பெரும் எண்ணிக்கையில் இருந்த இப்ராஹிம் லோடியின் படையைத் தன் சிறிய படையால் பாபர் எப்படித் தோற்கடித்தான் என்று ஆராய்வது நமக்கு உதவியாக இருக்காதா?’

’ஏன், அது என்ன பெரிய புதிரா?’ என் கேள்வியை எதிர்கொண்டவர் லக்ஷ்மண் சிம்மாஜி. ‘பல ஆண்டுகளாகத்தான் நீங்கள் சொல்லிக்கொண்டு இருக்கிறீர்களே; டில்லி சுல்தானின் படை சோர்ந்து தளர்ந்து. நொறுங்கத் தயாராக இருக்கும் படை என்று’.

முகம் முழுக்கப் பரவி நின்ற புன்னகையுடன் பிரதம அமைச்சர் பூரண்மால்ஜி பேசத் தொடங்கினார். ‘அது தவிர அர்ப்பணிப்பு உணர்வு மிக்க வீரர்கள் அடங்கிய சிறிய படை, மால்வாவும் குஜராத்தும் இணைந்த பெரும்படையைத் தோற்கடிக்க முடியும் என்று சமீபத்தில் சந்தேகத்திற்கு இடமின்றி நீங்கள் நிரூபிக்கவில்லையா?’

’ராஜபுத்திர வீரர்களுக்கு இருக்கும் துணிவையும் தீரத்தையும் குறைவாக மதிப்பிடவில்லை. ஆனால், அனுமானத்தின் அடிப்படையில் ஒரு கேள்வி கேட்க விரும்புகிறேன். நாம் செய்ததுபோல் பாதுஷா பாபரும் ஏன் செய்யக்கூடாது? எது அவனைத் தடுக்கும்? ஒன்றிணைந்த மேவார் படைக்கு அவன் பலத்த அடியை ஏன் கொடுக்கக்கூடாது’.

பிரதம அமைச்சர் என்னைப் பொறுமையாகக் கையாண்டார். ‘ஏனென்றால் டில்லியைப் போன்றோ மால்வாவைப் போன்றோ மேவார் இல்லை. வலிமையில், அதன் உச்சத்தில் இருக்கிறது. ராஜபுத்திரர்கள் இவ்வளவு ஒற்றுமையுடன் இதுவரை இருந்ததில்லை. அவர்களது ஆதிக்கம் எதிர்க்க முடியாத ஒன்றாக இருக்கிறது’.

’மகராஜ் குமார், நீங்கள் ஏதோ சொல்ல வருகிறீர்கள்’ நான் முதலில் சொன்ன கருத்திற்கு ராவ் வீரம்தேவ் மீண்டும் உயிர்கொடுத்தார். ‘லோடி பேரரசு மோசமான நிலையில் இருந்திருக்கலாம். ஆனால், சந்தேகத்திற்கு இடமின்றி சுல்தானிடம் வெல்லமுடியாத படை இருந்தது. அவரது தோல்விக்கான காரணங்களாக நீங்கள் எதைச் சொல்வீர்கள்?’

‘நான்கு காரணங்கள். மொகாலாயர் பயன்படுத்தும் வில் சிறந்த முறையில் வடிவமைக்கப்பட்டது. இரும்புமுனை கொண்ட அதன் அம்புகள் அபாரமான ஊடுருவும் சக்தி கொண்டவை. மேட்ச்லாக்குகளை அவர்கள் அதிகமாகவும் வழக்கமாகவும் பயன்படுத்துகின்றனர். நாம் அப்படியல்ல. தூரத்திலிருந்தும் அதனால் சுட முடியும். எனினும் அம்புகளைக்காட்டிலும்

மிகத் துல்லியமாகவும், மிகப் பயங்கரமாகவும் தாக்கக் கூடியவை. பாரம்பரியமான, உயர்தரமான ஆயுதங்களை மட்டும் அவர்கள் பயன்படுத்தவில்லை. அவர்கள் போர்க்களத்திலேயே அரண்களை அமைத்துக்கொள்கிறார்கள்.' பானிபட்டில் பாபரின் போர் உத்தியை விளக்கும் வரைபடம் ஒன்றை அவர்களுக்குக் காட்டினேன். அவனது போர்த் தந்திரம் எப்படி வேலை செய்தது என்று விளக்கினேன். 'நான்காவது. புதிய, பயங்கரமான ஆயுதம் ஒன்றை அவன் பயன்படுத்துகிறான். பீரங்கி என்று அதைச் சொல்கிறார்கள். அதிகத் தூரத்திலிருந்து பெரிய பறக்கும் கற்பந்துகளை அதி வேகத்தில் எதிரிகளின் மத்தியில் அவை வீசும். பாபரின் காலாட்படையுடன் அல்லது குதிரைப்படையுடன் மோதுவதற்கு முன்னால் இப்ராஹிம் லோடியின் படைகளுக்கு இந்தப் பீரங்கிக்குண்டுகள் பேரழிவை ஏற்படுத்திவிட்டன'.

'வண்டிகள் வரிசையாக இணைத்துக் கட்டப்பட்டு, குழிகள் தோண்டப்பட்டு, மரக்கிளைகளால் அமைக்கப்பட்ட அரண்கள் என்று சொல்கிறீர்களா?' ஸில்ஹாதி என்னை ஏளனமும் இகழ்ச்சியுமாகக் கேட்டான். 'நமது யானைகள் அவற்றை இடித்துத் தள்ளிவிடும்'

'இப்ராஹிம் லோடியிடம் ஆயிரம் யானைகள் இருந்தன'

'பாதுஷாவிடம் எவ்வளவு பீரங்கிகள் இருக்கும்?' ராவ் வீரம்தேவ், மீண்டும் ஒரு கேள்வியுடன்.

'மூன்று அல்லது நான்கு. எனக்கு எண்ணிக்கை சரியாகத் தெரியாது. பீரங்கி உருவாக்குதில் திறமையான ஆளை பாபர் தன் படையில் வைத்துள்ளான். துருக்கிக்காரன். பெயர் உஸ்தாத்-அலி-குலி. சமீபத்தில் பெரும் பீரங்கி ஒன்றை வார்த்து உருவாக்கியுள்ளான். ஆயிரத்து அறுநூறு தப்படி தூரம் அதனால் குண்டை வீச முடியும் என்று கணக்கிட்டுள்ளனர்'

'சரி, நாம் அடுத்து என்ன செய்யலாம் என்று நீங்கள் சொல்கிறீர்கள்?' ராவ் வீரம்தேவ் விவாதத்தைத் தொடர்ந்தார்.

'நேரத்தைக் கடத்துவோம்'

'அதனால் என்ன பலன்?'

'பீரங்கி பற்றி விசாரித்துக் கொண்டிருக்கிறோம். போர்த்துகீசியர்கள் நான்கு பீரங்கிகளை நமக்கு விற்பதற்கு நல்ல வாய்ப்பு இருக்கிறது. ஒன்று அல்லது ஒன்றரையாண்டில் நமக்குக் கிடைக்கும். இரண்டாயிரம் மேட்ச்லாக்குகள் வாங்கவும் நமக்குப் போதிய அவகாசம் கிடைக்கும். பாபரின் நடமாடும் அரண்களைக் கடக்கவும் உத்தியைக் கண்டுபிடிக்கலாம்'.

'மகராஜ் குமார், அது என்ன மாதிரியான உத்தி?' என்னை புராஜி கிக்கா மடக்கினான். 'நிச்சயம் நீங்கள் அதைப் பற்றி ஏதாவது யோசித்திருப்பீர்கள்'.

'அனைத்து நேரடி மோதல்களையும் தவிர்ப்பது. தவிர்க்க முடியாத நிலையில்தான் தாக்குவது, தொல்லை கொடுப்பது. படையின் பக்கவாட்டில் தாக்கிவிட்டு மறைந்து போவது...'.

'மால்வா சுல்தானோடு பாரம்பரிய முறையில் ஒரு யுத்தம் செய்திருக்கிறீர்கள். ஆகவே வேடிக்கையையும் விளையாட்டையும் விட்டுவிட்டு வளர்ந்திருப்பீர்கள் என்று நினைத்தோம். மகராஜ் குமார், இது விளையாட்டுக்கான நேரமில்லை. யுத்தம் குறித்துப் பேசுகிறோம்.'

ஸில்ஹாதியின் குத்தல் பேச்சை புராஜி கிக்கா கண்டுகொள்ள வில்லை. 'இந்த உத்தியை எவ்வளவு நாட்கள் பின்பற்றுவது. நீங்கள் எங்களிடம் கூறியதுபோல் பாதுஷாவை யாரும் ஏமாற்றமுடியாது இல்லையா?'.

'வேறு வழியில்லாத போதுதான், இறுதி ஆயுதமாக இந்தத் தவிர்க்கும் உத்தியைக் கையிலெடுப்போம். ஆனால், ஒரு கருத்தில் முற்றிலும் உடன்படுகிறேன். பாதுஷாவை நேருக்கு நேர் நாம் சந்திக்கத்தான் போகிறோம். நாளைக்கே அல்ல. பாபருக்கு இணையாகப் போர்க்கலன்களை தயார் செய்து கொண்டவுடன்...'

'நான்கு பீரங்கிகள், ஆயிரம் மேட்ச்லாக்குகள் மட்டும் இப்ராஹிம் லோடியை வீழ்த்தி இருக்காது என்று எண்ணுகிறேன்.' எப்படி நடந்திருக்கலாம் என்று இதைப் பற்றியே யோசித்து வியந்ததுபோல் மெதினி ராய் பேசினார். 'சுல்தானைப் பொறுத்தவரையில், அவர் படையில் வீரர்களின் மனஉறுதி தளர்ந்துபோயிருந்தது. நெருக்கமானவர்களிடமிருந்து அவர் விலகி நின்றார். அவரது அமீர்களும் தளபதிகளும் அவருடன் வேறுபட்டு நின்றார்கள். ஆனால், நம்முடன் மோதும் பாதுஷா ஒன்றிணைந்த படையைச் சந்திப்பார்; பொது நோக்கங்களுடன் விழைவுகளுடன் படைத்தலைவர்கள் ஒன்றுபட்டு நிற்பதையும் காண்பார்.'

'அரசே, உங்களது கருத்துகளில் இருக்கும் உண்மையை மறுக்கவில்லை. நம்முடையது பெரிய வலிமையான, ஒன்றுபட்ட படைதான். ஆனால், ஒத்திசைவுடன், கச்சிதமாக இயங்குவது நீடித்தப் பயிற்சியால், அனுபவத்தால் வருவது; சென்ற படையெடுப்பில் இதைப் பார்த்தோம். சிறிது காலம்கடத்துவதால் நமக்கு என்ன தீங்கு ஏற்பட்டுவிடப் போகிறது? இடைப்பட்ட நேரத்தில் சிறிய, பெரிய துப்பாக்கிகள் பயன்படுத்துவதில் நம் திறனை அதிகரித்துக் கொள்ளலாமே'.

'அதுவரையிலும் பாதுஷாவை எப்படி நிறுத்தி வைப்பீர்கள்?'

'ராஜதந்திர தாக்குதல் நடத்துவோம். ஆக்ராவிற்கு ஒரு தூதுக்குழுவை அனுப்புவோம். பாதுஷாவுக்கும், ஷெஸாதா ஹுமாயுனுக்கும் ஏனைய அரசகுடும்பத்தினருக்கும் அன்பளிப்புகளைக் கொடுத்தனுப்புவோம். பாபரை வாழ்த்துவோம். நட்புமுறையிலான பேச்சுக்களைத் தொடங்குவோம். தேவையெனில் எல்லைகள் மற்றும் எல்லைக்கோடுகள் பற்றி அவனுடன் பேசுவோம். இது அவனை நிலைதடுமாற வைக்கும். நமது நோக்கம் என்ன என்று அவன் குழம்புவான்'.

'இவ்வளவு மாதங்களும் பகைமை வளர்ந்துவிட்டது, இந்நிலையில், வெளிப்படையான சூழ்ச்சிகளால் அவன் ஏமாறுவான் என்கிறீர்களா?' ஸில்ஹாதியின் ஏளனம் ஒருவேளை நிஜமாக இருக்கலாம்.

'இது ஒரு நல்ல முயற்சி அவ்வளவுதான். அவன் அடக்கவேண்டிய பல கிளர்ச்சிகள், கலவரங்கள் இருக்கின்றன; மற்றப் பிரச்சனைகளும் அவனுக்கு உள்ளன. மேவாரிலிருக்கும் காஃபீர்களின் பிரச்சனையிலிருந்து சிறிது காலம் ஓய்வுகிடைக்கும் என்றால் மகிழ்ச்சியடைவான் என்றுதான் நினைக்கிறேன்'

'நீங்கள் சொல்வது சரிதான் மகராஜ் குமார். நேரம்தான் இதில் மிகவும் முக்கியம். எதிரியைத் தாக்க, சிறந்த நேரம் அவன் வீடு ஒழுங்கற்று இருக்கும் நேரம்தான். இப்போது நாம் எதிரியைச் சந்திக்கவில்லை என்றால், அவன் கை ஓங்கிவிடும். இந்தப் பிரதேசத்தில் வலிமை மிக்கவர்கள் நாம். நிச்சயம் வலிமை மிகுந்தவர்களாகத்தான் நடந்துகொள்ள வேண்டும் இல்லையா?' பூரண்மால்ஜி எனக்குப் பொறுமையாக விளக்கினார்.

'பாதுஷாவிற்கு எதிராக நாம் விரைந்து நகர வேண்டும் என்பதுதான் முடிவு இல்லையா'. தந்தை முதன் முறையாக அன்று பேசினார்.

இதை நான் அறிந்திருக்க வேண்டும். போராலோசனைக் கூட்டம் கூடுவதற்கு முன்னதாகவே பேரரசர் தன் மனத்தில் முடிவு எடுத்திருக்க வேண்டும்.

* * *

பின் மதியத்தில், மெதினி ராயும் புராஜி கிக்காவும் விடை பெற்றனர்.

'சித்தோரில் பாதி எப்போதும் பள்ளமாகவே இருக்கிறதே, ஏன்?' குதிரையில் செல்லும்போது மெதினி ராய் கேட்டார்.

'விஜய நகர சாம்ராஜ்ஜியத்தில் இருப்பதுபோல் நீர் எடுத்துச் செல்லும் கால்வாய் அமைப்பை உருவாக்க முயல்கிறோம்'

'அரசே, அதனால்தான் அவருக்கு யுத்தத்தில் செல்ல விருப்பமில்லை' புராஜி கிக்கா ராவிடம் கூறினான். 'அவருக்கு பிடித்தத் திட்டத்திற்கு இல்லாமல் பணம் வேறிடத்திற்கு போய்விடும் என்று நினைக்கிறார்.

'அதைப் பற்றி நான் யோசிக்கவில்லை. ஆனால், நீ சொல்வது ஒருவிதத்தில் சரி. நாம் திரும்பி வரும்வரையில் அனைத்தும் நின்றுபோயிருக்கும்'

'அப்போது, பெரிய யுத்தமாக இது இருக்கும் என்று நினைக்கிறீர்கள்?' மெதினி ராய் என்னிடம் கேட்டார்.

'நான் அப்படித்தான் சந்தேகிக்கிறேன். உங்கள் கருத்து என்ன?'

'ஆக்ராவின் இந்தப் புதிய மனிதன் மேலும் மேலும் அதிகரிக்கும் சுரம் போன்றவன். யுத்தக் களத்திற்குச் செல்கையில், இப்படி அனைவரும் பிதற்றிக்கொண்டே இருக்கக் கூடாது.' மெதினி ராய் சொல்வது சரி. பாபரை தவிர்த்து, வேறு எதைப்பற்றியும் நினைக்கப்போவதில்லை. 'நம் நண்பர்கள் அவ்வளவு எளிதில் விட்டுக்கொடுக்க மாட்டார்கள். இதுபோன்ற தன்னம்பிக்கையும் உற்சாகமும் நமக்குத் தீங்கு விளைவிக்காது, ஆமாம், வெறியுணர்ச்சியுடன் பாபர் இந்த யுத்தத்தை அணுகுவதைப் பற்றி நீங்கள் ஏதும் சொல்லவில்லையே?'

'அதீதத் தேசப்பற்றுடன் பேசுவதைக் குறைத்து, பகுத்து ஆராயும் நிலைக்கு விவாதத்தின் போக்கை கொண்டுசெல்ல எண்ணினேன். பாபர் மிகவும் தீவிரமாக இருக்கிறான் என்று பேச்சு வந்திருந்தால், இன்றைக்கே சண்டைக்குப் போவோம் என்று சொல்லியிருப்பார்கள்'

'எப்படி இதை எதிர்கொள்ளப் போகிறீர்கள் என்ற கேள்விக்கு இது பதிலல்ல என்று நினைக்கிறேன்' மெதினி ராய் என்னை இடைமறித்தார்.

'உங்களுக்கு ஏதாவது யோசனைகள் இருக்கிறதா?'

'ஒருவேளை, நாமும் மதத்தைச் சொல்லி சண்டையில் இறங்கவேண்டிய நிலை ஏற்படுமோ?'

'முஸ்லீம் ராஜாக்களின் ஆதரவையும் அந்த மக்களின் ஆதரவையும் இழக்கப் போகிறீர்களா?'

'நாம் வேறு என்ன செய்வது?'

'ஒரு புனிதப் போரைத் தடுத்து நிறுத்த இரண்டு வழிகள்தான் உள்ளன. நம் பக்கத்தில் எவ்வளவு முஸ்லீம் வீரர்களைச் சேர்க்க முடியுமோ, சேர்க்கவேண்டும். முன்னேறுவதற்கு ஒரே அளவுகோலாக தகுதிதான் இருக்கவேண்டும், மதமல்ல. நான் அனைத்துக் கூட்டங்களிலும் சொல்வதுதான் இரண்டாவது. நாம் தொழில்நுட்பத்தில் அதிகம் முன்னேற்றம் அடையவில்லை. எனினும் குறைந்தபட்சம் அவர்களுக்கு இணையாக உயர்த்திக்கொள்ள வேண்டும். இராணுவ ரீதியாக ஒன்றைச் சொல்லவேண்டும். நமது படைப்பிரிவுகள், பத்துப்பிரிவுகளாக பத்துத்திசையில் நகரக்கூடாது. ஒற்றைப் படைப்பிரிவாக எதிரியைச் சந்திக்க வேண்டும். எப்படி என்பது குறித்து சிந்திக்கவேண்டும்.' நான் கூறியதை மெதினி ராய் உன்னிப்பாகக் கேட்டார். ஆனால் அடுத்து சொன்னதுதான் அவரைக் கடுமையாக முகஞ்சுளிக்க வைத்தது. 'நம்மைப் பற்றி பாபர் என்ன சொல்லிக் கொண்டிருக்கிறான் தெரியுமா? "ஹிந்துஸ்தானிகளில் வாள் வீரர்கள் சிலர் இருக்கலாம். ஆனால், படைகளை நகர்த்துவது, சரியான இடத்தில் அணிகளை நிறுத்துவது குறித்த அறிவும், திறமையும் பெரும்பான்மை தலைவர்களுக்குக் கிடையாது. சிப்பாய்களுக்கு ஆலோசனை வழங்குதல், யுத்த நடைமுறைகள் பற்றியும் அறியாதவர்கள்". அவனது இந்தக் கருத்து தவறு என்று நாம் நிரூபிக்க வேண்டும்'.

'குறைந்த எண்ணிக்கையில் இருந்த தன் படையை பாபர் சிறப்பாகப் பயன்படுத்தினான். இப்ராஹிம் லோடியின் மீதும் தவறு இருக்கிறது என்று நான் கூறியது சரியல்ல என்பதாகத்தான் எனக்குத் தோன்றுகிறது' தன் கருத்தை இரண்டாவது சிந்தனைக்கு உட்படுத்தும் துணிவு மெதினி ராய்க்கு இருப்பதுகண்டு மகிழ்ந்தேன். 'படைக்கலன்கள் விஷயத்தில் பாபர் பெற்றிருக்கும் தொழில்நுட்ப மேன்மையிலிருந்து நமது கவனத்தை அது திசை திருப்பிவிட்டது.'

'கொஞ்சம்தான். பீரங்கிகளும் மேட்ச்லாக்குகளும் நம் படைக்கு மோசமான சேதத்தை ஏற்படுத்திவிடாது என்பதுதான் கூட்டத்தில் இருந்த அனைவரின் எண்ணம்.'

'மற்றொரு விஷயத்தில் உங்களிடமும் பேரரசர் ராணாவிடமும் மன்னிப்புக் கேட்கவேண்டும். காலம் கடந்துவிட்டது. சென்றமுறை நடந்த கூட்டத்தில் மால்வா சுல்தானை என்ன செய்வதென்று விவாதித்தோம். அன்று அரசர் ஸில்ஹாதி அதிகம் பேசிவிட்டார். நான் உங்களுக்கு நன்றிக்கடன் பட்டிருக்கிறேன் இளவரசே. அதை நான் மறக்கவில்லை. நீங்கள் இல்லையென்றால் என் மகனையும் காக்ரோனையும் இழந்திருப்பேன். அந்தச் சண்டையில் நிச்சயம் வெற்றி பெற்றிருக்க மாட்டோம்.'

'அப்படி நீங்கள் எண்ணவேண்டாம், அரசே. ஸில்ஹாதியை நான் உங்களுடன் குழப்பிக்கொள்ள மாட்டேன்'

* * *

தந்தை என்னைப்பார்க்க வந்தபோது, நேரம் கடந்தும் அலுவலகத்தில் வேலை செய்துகொண்டிருந்தேன். (எல்லோரும் அப்படித்தான் செய்துகொண்டிருந்தார்கள். புறப்படுவதற்கு நேரம் குறைவாகத்தான் இருந்தது).

'ஒரு விளக்கம் சொல்வது சரியாக இருக்கும் என்று நினைத்தேன். நாட்குறிப்பில் அவன் எழுதியிருப்பதுபோல் மொகலாய பாதுஷாவுக்கு நான் எழுதவில்லை. அவன் தான் உதவி கேட்டு எழுதியிருந்தான்'.

'பேரரசே, யார் யாரைக் கேட்டார்கள் என்பது இங்கே முக்கிய மில்லை. தனக்குத் துரோகம் இழைக்கப்பட்டதாக பாபர் எண்ணுவதுதான் பிரச்சனை. ஏனென்றால், அவனை ஆதரிப்பதாகவும், ஆக்ராவைத் தெற்கிலிருந்து தாக்குவதாகவும் நீங்கள் எழுதியிருக்கிறீர்கள். அவன் எதையும் எளிதாக மறக்கும் மனிதனல்ல. இருவருக்கும் இடையிலான மோதலில் பகைமையை அவன் கூட்டுவான். காரணம், நாம் வேற்று மதத்தினர் என்பதால் அல்ல. நம்முடன் கணக்குத் தீர்க்க வேறு விஷயங்கள் இருக்கின்றன'.

'வேறு யூகங்களின் அடிப்படையில் நான் முடிவு எடுத்தேன். பாபரின் குறைந்த எண்ணிகையிலான படையை இப்ராஹிம் லோடி வென்றுவிடுவான் என்று நினைத்தேன். ஆனால், நடைமுறையில், நினைத்துப் பார்க்கமுடியாத இழப்புகளுடன் அவன் தோற்றுவிட்டான்.

'மற்றொன்றையும் யோசித்தேன். பாபர் டில்லி சுல்தானைத் தோற்கடித்ததும், பெருந்தொகையை வசூலிப்பான். அதிகபட்சம் ஒன்றிரண்டு மாகாணங்களை இணைத்துக்கொள்வான் என்று எண்ணினேன். எப்படியும் இப்ராஹிம் லோடியைத் தாக்கச் சரியான தருணம், பாபருடன் அவன் மோதியபிறகுதான் என்று கருதினேன். பாபர் டில்லியில் உட்கார்ந்துவிடுவான் என்று யார் நினைத்திருப்பார்கள்?

நிறைவேற்றியே தீரவேண்டும் என்று உறுதி எடுத்துக்கொண்ட நோக்கங்களை மனிதர்கள் மதிக்காமல் இருப்பது என்னை எப்போதும் வியப்புக்கு ஆளாக்கும். பாபரது நாட்குறிப்பின் துண்டுக்காகிதங்களின் மொழிபெயர்ப்புகள் அமைச்சர்களுக்கு அனுப்பப்பட்டிருந்தன. சில தலைமுறைகளுக்கு முன்னர் அவனது மூதாதை தைமூர் டில்லியைக் கைப்பற்றிய நாளிலிருந்தே சுல்தானின் ராஜ்ஜியம் தன்னுடையது என்று கருதியதாக பாபர் நீண்ட நாட்களுக்கு முன்பே அறிவித்தது தந்தைக்கும் தெரியும்.

'ஒருவேளை கொஞ்சம் அசிரத்தையுடன் இருந்துவிட்டோமோ என்று கருதுகிறேன்'. பேரரசர் ஒரு தவறை இவ்வளவு நெருக்கமாக ஒப்புக்கொண்டது இதுவரை நிகழ்ந்ததில்லை.

'நீங்கள் அத்துடன் நின்றுவிடவில்லை. பானிபட் போருக்குப்பின் அடுத்து டில்லி அரியணை ஏறப்போகிற இப்ராஹிம் லோடியின் சகோதரன் மகமூதை சித்தோருக்கு வரவழைத்தீர்கள். அப்புறம் டில்லிப் பேரரசுக்குச் சொந்தமான காந்தர் கோட்டையை கைப்பற்றினீர்கள். சுல்தான் இப்ராஹிம் லோடியை தோற்கடித்து விட்டதால் கோட்டை தன்னுடையது என்று பாபர் நினைக்கிறான். போதாதென்று, மேலும் நூற்றுத் தொண்ணூறு, இல்லை இருநூறு என்றே வைத்துக்கொள்ளலாம், நகரங்களையும் கிராமங்களையும் சேர்த்துக்கொண்டீர்கள். இவையும் தனக்குச் சொந்தம் என்று பாபர் நினைக்கிறான். பாபரை மிகமோசமாக ஆத்திரமூட்டிவிட்டோம் என்பதை மறுக்கமுடியாது தந்தையே' நான் புன்னகைத்தேன். 'உங்கள் நோக்கம் அதுவாகத்தான் இருக்கும் என்று சந்தேகப்படுகிறேன்'.

'அதற்கு நான் அவ்வளவு தூரம் போகவேண்டியதில்லை'

'இப்போது எதுவும் நடக்கப்போவதில்லை தந்தையே. பாதுஷா இப்போது, ஆக்ராவில். இந்த மோதலைத் தவிர்க்கமுடியாது. அதே கருத்தை மீண்டும் நான் வலியுறுத்துவதற்கு என்னை மன்னியுங்கள். சண்டையைத் தள்ளிப்போடுவது குறித்து நீங்கள் ஏன் பரிசீலனை செய்யக்கூடாது?'

'ராஜபுத்திரர்களின் வரலாற்றில் மிகச் சிறந்த, திறமையான தளபதிகளில் ஒருவன் நீ. மன உறுதி இழந்து கோழையாகிவிட்டாய் என்று கூறமாட்டேன். தேவைக்கதிகமான எச்சரிக்கை உன் இதயத்தை வலுவிழக்கச் செய்துவிடும். நாம் தாமதம் செய்யச் செய்ய, அவன் வலிமையாகிவிடுவான். அவன் தன்னை நிலைப்படுத்திக் கொள்வதற்கு முன் பாதுஷாவைத் தாக்க இதுவே நேரம். அதுமட்டுமின்றி லோடியின் நிலப்பிரபுக்களும் ஆங்காங்கே கலவரங்களை ஏற்படுத்திக் கொண்டிருக்கிறார்கள்'

அத்தியாயம் 42

'யார் மங்கள். யாராக இருக்கும்?'

அரசவைக் குறிப்புகளில் 'விபத்து' என்று கூறப்பட்டிருக்கும் அது நடந்து பதினேழு நாட்கள் ஆகிவிட்டன.

'அந்த நூற்றுப்பதினான்கு பேரில் யாராவது ஒருவராக இருக்கலாம்'

நான் மங்களைக் கூர்ந்து பார்த்தேன். புஷ்கருக்குச் சென்ற நூற்றுப்பதினேழு பேரில் முழுமையாக நூறு பேர் என்றோ அல்லது தொண்ணூத்தி மூன்றுபேர் என்றோ ஏன் இருக்கக்கூடாது. சொல்லக்கூடாது என்று முடிவெடுத்துவிட்டால் பொறுப்பற்றவன் போலத்தான் மங்கள் பதில் சொல்வான். ஆனால், அவன் சொன்னதன் பொருள் அதுதான். கூறியது சரிதான். ராணி கர்மாவதியின் பிரதான ஹிஜிரா வலிமையானவன் மட்டுமல்ல; அந்த வலிமையை மனிதர்களைத் துன்புறுத்தவும் அழிக்கவும் பயன்படுத்தினான். அந்தப்புரத்தின் பெண்கள் அவனுக்குக் கட்டுப்பட்டிருக்க வேண்டும்; அதன் மூலம் ஏதாவது முக்கிய தருணத்தில் அவர்களிடமிருந்து ஒரு மிகையான உதவியை அல்லது பெரும் விலையைப் பெற முடியும் என்று நினைப்பான். அவன் அழகாக இருப்பான். ஆனால், அவன் செயல் ஏதாவது உள்நோக்கத்துடன் தான் இருக்கும். ராணிகளும் அவனைப் பார்த்து அஞ்சுவார்கள். மங்கள் கூறுவது சரிதான். ராணி கர்மாவதியும் விக்கிரமாதித்தனும் தவிர்த்து அன்றைக்குப் புஷ்கரிலிருந்த அனைவரும் ஹிஜிராவுக்கு மோசமாக ஏதாவது நடக்கட்டும் என்ற எண்ணம் கொண்டவர்களே.

'அவனுக்கு நினைவு திரும்பிவிட்டதா?

'இல்லை'

'உடல்நிலை திடமாக இருக்கிறதா?'

'இல்லை. இரத்தம் அதிகமாக வெளியேறி விட்டதாக வைத்தியர் சொல்கிறார். உடல் மோசமான அதிர்ச்சியால் பாதிக்கப்பட்டுள்ளதாம். பிழைப்பானா மாட்டானா என்று இன்னும் அவர் கூறவில்லை'

'பிருஹன்னடாவின் முதுகில் கத்திக்குத்து ஒன்றுகூட இல்லை. தன்னைத் தாக்குவது யார் என்று அவனுக்குத் தெரிந்திருக்கிறது. ஆனால், அவன் எதிர்க்கவில்லை. ஓடவும் முயலவில்லை. உடலில் விழாதவாறு குத்துக்களை தன் கைகளால் தடுத்திருக்கிறான். தான் சாகவேண்டியவனே என்று அவன் எண்ணியிருப்பான் என்று நீ நினைக்கிறாயா?'

'இருக்கலாம்'. மங்கள் ஒற்றைச் சொல்லில் பதில் சொல்லும் நாள் இது.

'யாராக இருக்கலாம், மங்கள்? பாதுகாத்துக் கொள்ள கைகளை உயர்த்தாமல் தாக்குதலை ஏற்றுக்கொள்வதைத் தவிர அவனுக்கு வேறு வழியில்லை என்ற அளவுக்கு யாராவது சக்தி வாய்ந்த நபராக இருக்கலாம் என்று நினைக்கிறாயா?'

'இளவரசே, இந்தச் சிந்தனை என் மனத்திலும் ஓடுகிறது'

'நீ என்னுடன் அதிகாரப் பூர்வமாக பேசுவதுபோல் நடிப்பதை நிறுத்து; அடுத்து என்ன செய்யலாம் என்பதைச் சொல். பேரரசர் இருந்த இடத்திற்கு மிக அருகில்தான் இந்தக் குற்றம் நடந்திருக்கிறது. பிருஹன்னடாவை நெருங்கிய யாரும் பேரரசரையும் நெருங்கியிருக்கலாம்.

'பாதுகாப்பில் குறைபாடு இருந்ததை பாதுகாப்பு அதிகாரிகள் ஒப்புக் கொள்கிறார்கள், இளவரசே. ஆனால், நான் விசாரணை அதிகாரியாக நியமிக்கப்படிருப்பது அவர்களுக்குப் பிடிக்கவில்லை. மிகச் சரியாகச் சொன்னால் விசாரணைக்கு அவர்கள் ஒத்துழைக்கவில்லை.'

'யாராவது அவர்களுக்கு அழுத்தம் கொடுப்பதாக எண்ணுகிறாயா?'

'சாத்தியமிருக்கிறது'

'ராணி கர்மாவதியோடு பேசினாயா?'

'நான் காவல் துறையில் இல்லை, புலனாய்வில் இருக்கிறேனாம். அதனால் என்னிடம் பேச வேண்டிய கட்டாயமில்லை என்று என்னிடம் கூறினார். ஆனால் இறுதியில் நேற்று அவரைச் சந்திக்க அனுமதி தந்தார்.

'அப்புறம்...'

'என்னிடம் சுருக்கமாகத்தான் பேசினார். யார் செய்திருப்பார்கள் என்று தெரிந்திருந்தால் உன்னிடம் சொல்லியிருக்க மாட்டேனா என்று என்னையே கேட்டார்கள்'

'அவர் யாரையாவது சந்தேகப்படுகிறாரா?'

'எல்லோரையும். எல்லோரையும் சந்தேகப்படுவதாகச் சொன்னார்,'

'அவர் செய்யவில்லை என்று நீ நினைக்கிறாயா?'

'எனக்குத் தெரியவில்லை'

'என் இரண்டாவது மனைவியை விசாரித்தாயா?'

என்னை வெறுமையாகப் பார்த்தான் மங்கள்.

'என்னிடம் விளையாடாதே மங்கள். கத்தியால் குத்தப்பட்டுக் கிடந்த அவனை முதலில் பார்த்தது அவள்தான்'

'மிகவும் குளிராக இருந்ததால் காலைக் குளியலை தவிர்த்துவிட்டதாகக் கூறினார். நீர் சற்று சூடாக இருக்கும் என்பதால் மதியத்தில் அமைதியான இடத்தில் நீராடலாம் என்று அங்கு சென்றதாகவும் கூறினார்'

'அவள் சொன்ன கதையை நம்புகிறாயா?'

'அதைச் சந்தேகப்படக் காரணம் ஏதுமில்லை, இளவரசே'

மங்களின் மனத்தை என்னால் படிக்கமுடிந்தது; ஏன், காதிலும் விழுந்தது -உங்கள் மனைவியை விசாரித்து எல்லா விவரங்களையும் நீங்களே முதலில் சேகரிக்கக் கூடாதா?

'வேறு யாரையாவது அந்த இடத்தில் அவள் பார்த்தாளாமா?'

'இல்லையென்று அவர் சொல்கிறார்'

எரிச்சலும் விரக்தியும் அடைந்தேன். அனைத்து அசிங்கமான வேலையையும் மங்களைச் செய்யச் சொல்கிறேன் என்று தெரியும். ஏனென்றால், உயர் காவல்அதிகாரியும் அவரது ஆட்களும் இதற்கான விடையோடு வந்துவிடக் கூடாது என்று விரும்புகிறேன். இது அரண்மனை விவகாரம். பிரச்சனையை அவர்களால் கையாளமுடியாது. ஆனால், இதுவரையிலும் அவனோ அல்லது நானோ சென்ற இடங்கள் அனைத்தும் முட்டுச்சந்தாகவோ அல்லது காலி இடமாகவோதான் இருக்கின்றன.

'ஏதாவது தெரிந்தால் என்னிடம் சொல்'

'ராணி, தனது சேடி ஊர்வசியை பண்டியில் இருக்கும் அவளது வீட்டிற்குத் திரும்பிப் போகச் சொல்லியிருப்பதாகத் தோன்றுகிறது'

'தன்னுடைய சேடிகளில் ஒருத்தியை வீட்டுக்கு அனுப்புவது ராணி கர்மாவதிக்குப் புதிது இல்லையே'

'செய்தி என்னவென்றால், ஊர்வசிக்கு மாதவிடாய் இரண்டு மாதம் தள்ளிப்போயிருக்கிறதாம்'

'ஊர்வசிக்கு மாதவிடாய் தள்ளிப்போகும் விஷயத்தில் நமக்கு என்ன அக்கறை இருக்கும்? அம்மாவின் பணிப்பெண்களில் ஒருத்தியுடன்

என் தம்பி விக்கிரமாதித்தன் உறவு கொண்டது இது முதல் முறையில்லையே'

'சரி. ஆனால், இளவரசர் விக்கிரமாதித்தனின் குழந்தை அவள் வயிற்றிலிருந்து, சித்தோரைவிட்டு அந்தப் பெண் வெளியில் அனுப்பப்படுகிறாள் என்றால் இதுபோன்ற விஷயத்தில் ஒரு முன்னுதாரணமாக அமைந்துவிடுமே'

'மங்கள், யார் சம்பந்தப் பட்டிருப்பார்கள் என்று எனக்குப் புரியவில்லை'

'என்னாலும் அந்தத் தொடர்பைக் கண்டுபிடிக்க முடியவில்லை என்பது கவலையாக இருக்கிறது'

'ஒருவேளை, ஒன்றுமில்லாமலும் இருக்கலாம். ராணி கவலைப்படுவதைப் பற்றி நீ அதிகம் யோசிக்கிறாய். அந்தப் பெண், தன் வீட்டுக்குப் போகிற வழியில் அவளை மடக்கி விசாரித்து, கிடைத்த தகவல்களை நீ ஏன் சரிபார்க்கக் கூடாது?'

'அந்த எண்ணம் இருக்கிறது, இளவரசே'

மங்கள் அவனது அலுவலக வளாகம் நோக்கிப் பாதிதூரம் சென்றிருப்பான், நான் ஓடிச்சென்று அவனை நிறுத்தினேன்.

'மங்கள், அவனை எங்கே அடைத்து வைத்திருக்கிறாய்'

'அதிதி அரண்மனையில். தனிமைப்படுத்திச் சிறைவைக்கும் அறைகள் ஒன்றில் இருக்கிறான். எனது ஆட்களில் ஒருவனைக் காவலுக்குப் போட்டிருக்கிறேன்.'

'யாருக்கும் தெரியாமல் அவனை வேறிடத்திற்கு மாற்ற முடியுமா?'

'நகரத்திற்கு வெளியிலிருந்து வருபவர்கள் தங்குவதற்குப் புளியமரச் சாலைக்குப் பின்புறம் இருக்கும் அவளது தோட்ட வீடுகளை ரஸிகாபாய் வாடகைக்கு விடுவதாகக் கேள்விப்பட்டேன்'

'அவனை அங்கே மாற்றிவிடு. ஆனால், அதற்கு முன்னால் மாற்றாள் ஒருவனை அவனிடத்தில் நன்றாக, முழுமையாக துணியால கட்டுப்போட்டு அடைத்து வை. குறைந்தபட்சம் இரு வாரங்களோ அல்லது ஒரு மாதமோ தனிமைச் சிறையில் வைத்துவிடு'

'இதை எப்போது செய்ய வேண்டும்?'

'முடிந்தால் இன்றிரவே. அப்புறம் குறைந்தபட்சம் அரை டஜன் மாற்று இடங்களை மனத்தில் குறித்துக்கொள். தேவைப்பட்டால் ஹிஜிராவை நாம் அடிக்கடி இடம் மாற்ற வேண்டியிருக்கும்'

அதிதி அரண்மனையின் பின்பகுதி, தொற்று நோயாளிகளுக்கான பகுதி. பிருஹன்னடாவை நாங்கள் இடம் மாற்றிய இரண்டு நாட்களில் அந்தப் பகுதியில் தீப்பற்றியது. மாற்று ஆள் இருபத்தைந்து சதவீத தீக்காயங்களுடன் நல்வாய்ப்பாகத் தப்பித்துவிட்டான்.

முதல் நாளிலிருந்தே இந்தக் கேள்வியைத் திரும்பத் திரும்பக் கேட்டுகொண்டிருந்தேன். ஒரு ஹிஜிராவின் பிறப்புறுப்பை வெட்ட யாரோ ஒருவர் ஏன் விரும்பவேண்டும்? காரணம் புரியவில்லை. பிருகன்னடாவின் முகத்தைச் சிதைப்பதைப் புரிந்துகொள்ள முடிகிறது அதற்கு. ஏதோ ஒரு காரணத்தை ஒருவர் கற்பிக்கலாம். பிரதான ஹிஜிரா பார்க்க நன்றாக இருப்பான். அந்த உணர்வு அவனுக்கு உண்டு. யாராவது அவனை பழிவாங்க நினைத்தால், முகத்திலிருந்து தொடங்குவது சரிதான். நாங்கள் யாரைத் தேடுகிறோம் என்பது எனக்கு நிச்சயமாகத் தெரியவில்லை. தனிப்பட்ட விஷயமா அல்லது அரசியல் பழிவாங்கலா? செய்தது ஆணா அல்லது பெண்ணா? சரி, அது அல்லது அந்த அவர்கள் யாராகவும் இருக்கட்டும், ஹிஜிரா ஏன் தன்னைத் தற்காத்துக் கொள்ளவில்லை?

நானும் மங்களும் கம்பீரியில் ஒரு நீச்சல் போடச் சென்றோம். பிருஹன்னடா வழக்கில் குற்றவாளி யார் என்று கண்டறிய நாங்கள் சிரமப்படும் இந்த நாட்களில் ஒவ்வொரு இரவும் ஆற்றங்கரையில் சந்திப்பது என்று அப்போது முடிவு செய்தோம். எங்களுக்குத் தனிமை கிடைக்கும் ஒரே இடம் அதுதான். நாட்கள் மிகக்குறைவு. தந்தை பொறுமையிழந்து கொண்டிருந்தார். நானும் மங்களும் டில்லி பாதுஷாவின் விஷயத்தில் முழுக்கவனம் செலுத்தவேண்டும் என்று நினைத்தார். அரண்மனையின் சூழல், குஜராத் படையெடுப்பின் அந்த மாலைப்பொழுதை நினைவுபடுத்தியது. எருமையின் கழுத்து வெட்டப்படுவதையும், மற்ற எருமைகள் தலைதொங்கி எதிர்ப்பார்ப்புடன் வரிசையில் காத்து நிற்பதையும் அன்று நான் பார்த்தேன்.

அந்தப்புரத்துப் பெண்கள் குளிக்கச் சென்றாலோ, கழிவறைக்குச் சென்றாலோ மூன்று பேராகவோ அல்லது அதற்கும் மேற்பட்ட குழுவாகத்தான் சென்றனர். திரைச்சீலையோ அல்லது நிழலோ அசைந்தால் போதும் கூச்சலிட்டுவிடுவார்கள். அடுத்த நிமிடம் கொலை செய்யப்படப் போகிறோம் என்று மொத்தப் பெண்களும் பயந்து பதுங்கிக் கொள்ள இடந்தேடி ஓடினர். சித்தோரில் குற்றங்கள் நடைபெறாது என்று சொல்ல முடியாது. மனைவியை அடித்தல், திருட்டு, கத்திக் குத்துகள், நெடுஞ்சாலை வழிப்பறி, கொலைகள் எல்லாம் இங்கும் உண்டு. ஆனால், ஹிஜிராவின் மீது நடந்த தாக்குதலிலிருந்த கொடூரமும் மிருகத்தனமும் பெண்களின் கற்பனையைப் பற்றிக் கொண்டன; மன உறுதியிழக்கச் செய்தன.

அரண்மனையில் பணிபுரியும் ஹிஜிராக்களின் நிலையை நகரத்திலிருந்த ஏனைய ஹிஜிராக்களும் பகிர்ந்துகொண்டனர்; தங்களது கர்த்தாவாக பிருஹன்னடாவை வரித்துக்கொண்டிருந்தனர். அவனுக்கு மரியாதை தெரிவிக்கும் முறையிலும் அவர்களது அவலநிலையை மக்களுக்குத் தெரியப்படுத்தவும் நாளை காலை பத்துமணிக்கு அமைதி ஊர்வலம் நகரத்தில் நடத்தவிருக்கிறார்கள். ஆர்வத்தைத் தூண்டும் இந்தத் திடீர் நிகழ்வுகள் பிருஹன்னடாவையே ஆச்சர்யத்தில் ஆழ்த்தலாம். ஏனெனில் அவர்களையும், சித்தோரின் ஏனைய ஹிஜிராக்களையும் ஒன்று என்று மக்கள் குழப்பிக்கொள்வார்கள் என்ற மோசமான கனவு அவனுக்கும் அரச குடும்பத்தினரின் இல்லங்களில் பணிபுரியும் ஹிஜிராக்களுக்கும் இருந்தது. அவன்மீது எனக்கிருக்கும் குறையவே குறையாத விரோதம் தவிர்த்து வேறொன்றும் இல்லை; ஆனால், இப்போது அவனைப் பாதுகாக்க ஆளொருவனை நியமிக்கிறேன். அதிக சுவாரஸ்யமான விஷயம் இதுதான்.

ராணி கர்மாவதியின் திட்டங்களுக்குப் பின்னால் அவளது பிரதான ஹிஜிராவின் மூளையும் நுணுக்கமான யோசனைகளும் இருக்கின்றன என்று மங்களும் நானும் சந்தேகிப்போம். தேவை என்ன என்று ஹிஜிராவுக்குத் தெரியும்; அதைப் பெறுவதற்கு என்ன செய்யவேண்டும் என்பதும் தெரியும். அரிதான வரங்களில் ஒன்று அவனிடம் இருந்தது; அதாவது இடைவிடாமல் சளைக்காமல் சிந்திப்பது. அதிகாரத்தில் உள்ளவர்களை ஆட்டிப்படைக்கவும், திரைக்குப் பின்னிருந்து ஆட்சிசெய்யவும் விரும்பினான். அந்த இடத்தை எப்படி அடைவது என்பதை மிகக் கவனமாகவே திட்டமிட்டமிருந்தான். ராணி கர்மாவதி அளவுக்கு விக்கிரமாதித்தனை அவன் நேசிக்கவில்லை. எனினும் அவனை மிகவும் விவேகத்துடன் நேசித்தான்.

இப்போது அவன் அதிகாரத்தின் உச்சத்தில் இருக்கையில், அரண்மனையில் இருப்போர் அவனைப்பார்த்து அஞ்சும் சூழலில், அவனைத் தொட யாருக்குத் துணிவு இருந்திருக்கும்; அவன் ஏன் அவர்களை விட்டுவிட்டான்?

'ராணி கர்மாவதி இன்று என்னை அழைத்திருந்தார்; அவனைப் பார்த்துக்கொள்ளும் திறமை எனக்கு இல்லையாம். அதனால் பிருஹன்னடாவை அவரிடம் ஒப்படைக்கச் சொன்னார்'

'இப்போது எதுவும் செய்ய இயலாது. நேரம் கடந்துவிட்டது என்று அவரிடம் சொல்லவில்லையா மங்கள்?'

'சொன்னேன். அவரிடம் சாம்பலையும் எலும்புத் துண்டுகளையும் கொடுத்தேன். என்னைப் பார்த்து சிரித்தார். இந்தப் பாட்டி கதைகளை எல்லாம் என் மனைவியிடமோ அல்லது நான் சொல்வதை நம்புகிறவர்களிடமோ சொல் என்று கூறிவிட்டார்.'

நம்மை வேவு பார்ப்பது யார் என்று மங்களைக் கேட்கப்போனேன். உடனே அது முட்டாள்தனமான கேள்வி என உணர்ந்தேன். எதுவும், நிச்சயமாக எதுவும் ராணி கர்மாவதியின் காதுகளிலிருந்து தப்பாது.

'ராணியின் பணிப்பெண் ஊர்வசியை விசாரித்தாயா?'

'அந்தப் பெண் பேசமாட்டாள், இளவரசே'

'அவள் கர்ப்பமாக இருக்கிறாளா?'

'மருத்துவச்சி அதை உறுதி செய்துவிட்டாள்'

'அது விக்கிரமாதித்தனின் குழந்தையா?'

'எனக்குச் சந்தேகம்தான். அவள் பேச மறுத்ததால், இளவரசர் விக்கிரமாதித்தனைக் கூப்பிடுவேன் என்று பயமுறுத்தினேன். உடனே, கூப்பிடுங்கள். என்னை சாகடித்துக் கொள்வேன் என்கிறாள். அவள் சொன்னபடி செய்வாள் என்று நினைக்கிறேன்'

'மங்கள், பண்டியிலிருக்கும் அவளது பெற்றோரின் வீட்டிற்கு அவள் போகட்டும். நாம் அவளை வழிமறித்து விசாரிப்பது விக்ரமுக்கோ அல்லது அவன் அம்மாவுக்கோ தெரிந்துவிட்டால், அவளுக்குத் துன்பம் கொடுத்தோம் என்று பேரரசரிடம் நிச்சயம் புகார் சொல்லுவார்கள்'

'இன்னும் ஒன்று அல்லது இரண்டு வாரம் அவளை இங்கேயே வைத்திருக்கலாம் என்று நினைக்கிறேன்'

'ஏன்?'

'ஊர்வசியிடம் விசாரணையை முடித்துப் புறப்படும்போது பிருஹன்னடா பற்றி அவள் விசாரித்தாள்?'

'ஏன் கூடாது? உலகத்தில் அனைவருமே அவனைப் பற்றித்தானே பேசுகிறார்கள்'

'உலகத்தில் உள்ளவர்கள் பேசட்டும், ஆனால், அவள் அவனைப் பற்றி கேட்டது விநோதமாக இருந்தது'

'சரி, உன் இஷ்டம் போல் செய். அவள் எங்கிருக்கிறாள் என்பது மட்டும் விக்ரமுக்கோ, அவன் அம்மாவுக்கோ நிச்சயம் தெரியக்கூடாது. ஹிஜிராவை இன்று இடம் மாற்றுகிறாயா?'

'ஏற்கனவே மாற்றிவிட்டேன். அவனை மீட்க வருபவர்கள் யாராயிருந்தாலும், ராணி கர்மாவதியைப்போல அவன் இருக்குமிடத்தை நன்கு அறிந்தவர்களாகத்தான் இருப்பார்கள்'

'ராஜ வைத்தியர் என்ன சொல்கிறார்? அவனுக்கு எப்போது நினைவு திரும்புமாம்?'

'அவர் எதையும் ஊகமாகக்கூட சொல்லவில்லை'

'நாம் எதையோ தவறவிடுகிறோம் என்று தோன்றிக்கொண்டே இருக்கிறது. ஹிஜிராவுக்கு எதிராக உன்னிடம் என்ன இருக்கிறது?'

'உண்மையில் எதுவுமே இல்லை. இளவரசர் விக்கிரமாதித்தருக்கு ஏதாவது மாற்றம் தேவைப்படும்போது அவ்வப்போது இவனுடன் ஓரினச்சேர்க்கை வைத்துக் கொண்டு இருந்திருக்கிறார்'

'பிருஹன்னடாவுக்கு வேறு யாராவது காதலன் இருக்கிறானா? சின்னப் பையனாக அல்லது வேறு ஏதாவது ஒரு இளவரசன்?

'அப்படி ஏதும் இல்லை; பாலின்பத்தில் அவனுக்கு ஆர்வம் இருப்பதுபோல் தெரியவில்லை. இளவரசரோடு இருக்கும் நேரத்திலும்.'

'தவறான பாதையில் செல்கிறோம் என்று நினைக்கிறாயா? இது பாலியல் குற்றமாக இருக்க வாய்ப்பில்லை. இதைச் செய்தவர் யாராயிருந்தாலும் நாம் அப்படி நினைக்க வேண்டும் என்று விரும்புகிறார்கள்'

'சரி, இது என்ன மாதிரியான குற்றம்?'

தொடங்கிய இடத்திற்கே வந்து சேர்ந்தோம். எங்கும் போகவில்லை.

அன்றிரவு நீச்சலை முடித்துவிட்டு அரண்மனைக்குத் திரும்பியபோது என் அறையில் விளக்கு எரியவில்லை. பிருஹன்னடா சுரம் என்னையும் பற்றிக் கொண்டது. வாளின் கைப்பிடிக்கு கை சென்றது. இருட்டுக்குக் கண்கள் பழகட்டும் என்று காத்திருந்தபோது இரண்டு கரங்கள் என் கால்களைப் பிடித்தன.

'தயவு செய்து விளக்கை ஏற்ற வேண்டாம்'

நிச்சயம் மனிதக் குரல் அல்ல. பாதாள உலகத்திற்குச் சென்றுகொண்டிருக்கும் நபரின் உடைந்த மிச்சங்கள். சுகந்தாவின் குரலை அரை நொடி தாமதித்துக் கேட்டிருந்தால் என்ன நடந்திருக்கும்? விசுவாசமற்ற மனைவியை எதிர்பாராதவிதமாகக் கொன்றுவிட்டேன் என்றால் யார் நம்புவார்கள்?

வாளை கீழே எறிந்து அவளைத் தூக்கினேன்.

அறையின் இருட்டிலும் அவளது காயங்களின் ஊதா நிறம் காஞ்சிபுரம் பட்டுப் புடவையில் பளிச்செனத் தெரியும் வண்ணங்களாய் ஒளிர்ந்தன. அவள் உடல் கோரமாய் வீங்கியிருந்தது.

‘யார் இப்படிச் செய்தது, சுகந்தா?’

‘அது பெரிய விஷயமில்லை. உங்கள் பெயருக்கு நான் ஏற்படுத்தியிருக்கும் களங்கத்திற்கு ஈடான தண்டனை நரகத்திலும் இல்லை’ மிக அடர்த்தியான திரவமாய் அவள் உடல் தசை என் கைகளில் அசைந்தது. வலியால் முனகினாள்.

‘என்னை இறுகப் பற்றிக்கொள்ளுங்கள். என்னை விட்டு எப்போதும் போகமாட்டேன் என்று சத்தியம் செய்யுங்கள். எப்போதும்’

அவள் மீது தாளமுடியாத அன்பும் பிரியமும் என்னுள் இருந்ததை அந்தச் சமயத்தில் உணர்ந்தேன். முட்டாள்தனமாக, அவளுக்கு அந்த நேரத்தில் எதையும் சத்தியம் செய்துதரத் தயாராக இருந்தேன். அவளைக் கைவிட்டதற்காக, மீதமிருக்கும் வாழ்நாள் முழுவதும் அவளுடனேயே இருப்பேன் என்று சொல்ல விரும்பினேன். எனினும் ஏதோ ஒன்று என்னைப் பின்னிருந்து இழுத்தது. இந்தப் பரிவு அவள் மீதா அல்லது எனக்காகவா?

அவளது குழந்தை முகத்தைப் பார்த்தேன். கடவுளே, குழந்தை போன்ற சிறுபிள்ளைத்தனம் நிரம்பிய இந்தப் பெண்ணிற்கு நான் செய்தது என்ன? அவளை விக்கிரமாதித்தனிடம் செல்ல எப்படி அனுமதித்தேன்? தன்னைச் சேதப்படுத்தவும் சீர்குலைக்கவும் அவளது தசை விடுக்கும் மென்மையான அழைப்பை என் தம்பியால் மறுக்க முடியாது என்பது எனக்குத் தெரியாதா என்ன? சட்டென்று நான் யாரென்று என்னையே பார்த்துக் கொண்டேன்: மனைவி வேறு ஆணுடன் உறவு வைத்திருக்கிறாள் என்று நிம்மதியாக இருப்பவன். காரணம், அவன் மனசாட்சி தெளிவாக இருக்கும். அவனது மாமனாருக்கு எதிராக எந்தக் குற்றத்தையும் தடையின்றி செய்யமுடியும். அற்பமான, பழிவாங்கும் மனிதன். என் சகோதரன் அவளுக்கு எவ்வளவு மோசமான காரியத்தைச் செய்திருக்கிறான்? ராஜபுத்திர கௌரவம் என்னை என்ன செய்யச் சொல்கிறது? வாட்சண்டைக்கு அவனிடம் சவால் விடவேண்டுமா? அவனுடைய தலையை வெட்டி, மூளையைச் சிதறடிக்க வேண்டுமா? பொதுவெளியில் அவன் உடைகளைக் கிழித்து, நிர்வாணமாக மேவாரின் தெருக்களில் நடக்க வைக்க வேண்டுமா?

ஒரு ராஜபுத்திரன்போல் அவன் நடக்கவில்லை; அந்த அவமதிப்பிற்கு என்ன தண்டனையோ அதை அளிக்கலாம். பின்னாலிருந்து அவனைக் குத்திக் கிழித்து இதயத்தை வெளியிலெடுக்க வேண்டும்.

தரையில் போட்ட மீன்போல் சுவாசிப்பதற்கு அது துடிப்பதைப் பார்க்க வேண்டும். எனினும், நினைத்தது எதையும் என்னால் செய்யமுடியாது என்பது தெரியும். மாறாக எச்சரிக்கையுடன் இருக்கவேண்டும். செருப்பின் அடியில் ஒட்டிக்கொண்டிருக்கும் சாணியைப்போல என் பெயருடன் போதுமான அளவுக்கு வதந்தி ஒட்டிக்கொண்டிருக்கிறது. என் கால்கள் ஏற்கனவே புதைந்திருக்கின்றன. ஆகவே, மேலும் ஆழத்திற்குச் செல்லக்கூடாது. சுய-கட்டுப்பாட்டுடன் இருப்பதும், விக்ரமுடன் மோதாமல் இருக்க ஏதாவது காரணத்தைக் கண்டுபிடிப்பதுமே வீரம்.

எனக்கு எதிராக வீசும் வெறுப்பு அலையை மனைவியை இறுக்கி அணைத்துக் கொள்வதின் மூலம் சாகடிக்க முயன்றேன். அவள் உதடுகள் என் உதடுகளைத் தடவின. மார்பகங்கள் என்மேல் மோதின.

நம்மைப் பற்றி நாம் கேட்டுக்கொள்ளும் மிகத்தொன்மையான கேள்விகளுக்கு எப்போதும் விடைகள் இல்லையே ஏன்? வன்முறையும் வலியும் எங்கே நிற்கின்றன? எங்கே பாலின்பம் தொடங்குகிறது? காதலுறவு என்பது, தனிமையை உடைத்துக்கொண்டு வெளிவர முயலுதல் என்பது தவிர்த்து வேறு ஒன்றுமில்லை.

சிறிது நேரம் சென்றபின், அவளது மார்பகங்களுடன் ஒட்டியபடி படுத்திருக்கையில் அவளைக்கேட்டேன். 'இளவரசி, என் தம்பி ஏன் இன்று அதிகம் ஆத்திரப்பட்டுவிட்டான்?'

'அவர் இப்படித்தான் தினமும் செய்வார். இன்றைக்கு அது எல்லை மீறிப் போய்விட்டது. புஷ்கருக்கு சென்று வந்ததிலிருந்தே இப்படித்தான் இருக்கிறார். எனக்கு ஏதோ தெரியும் என்பதாக அவர் பயப்படுகிறார்'

'அப்படி ஏதாவது உனக்குத் தெரியுமா?'

'நான் சொன்னால் நீங்கள் நம்புவீர்களா?'

'நம்புவேன்'

'எனக்குத் தெரிந்திருக்கலாம் என்று அவர் நினைப்பது பற்றி எனக்கு எதுவும் தெரியாது'

அடுத்த நாள் ஒரு நல்ல செய்தி; பிருஹன்னடாவுக்கு நினைவு திரும்பிவிட்டது. அவனை உற்றுப்பார்த்தேன்; உடல் நலம் விசாரித்தேன். பின்னர் அந்த இடத்தைவிட்டு வெளியேறிவிட்டேன். அவனுக்கு மேலும் ஒரு நாள் அவகாசம் கொடுக்கலாம். உடல் வலிமை திரும்பட்டும். அதுமட்டுமின்றி கொஞ்சம் கௌரவக்குறைவான நோக்கங்களும் எனக்கு இருந்தன. அவன் புத்திசாலி. இந்த உலகம் எப்படிச் செயல்பட்டது என்பது குறித்த மிகுந்த விவேகமான சிந்தனை அவனிடம் இருந்தது.

ஆனால், அவன் திமிர் பிடித்தவன். அவனுக்கு அனைத்தும் தெரியும் என்பதுடன், அவை பற்றி சிறப்பாகவும் அறிந்திருப்பவன் என்ற எண்ணமுண்டு. உடனடியாக, இரவும் பகலும் விசாரணை என்று தன்னை சித்திரவதை செய்வார்கள் என்பதையும் எதிர்பார்த்திருப்பான். அவனைத் தொந்தரவு செய்யாமல் விட்டால், என்ன நடக்கிறது என்று திகைப்பான்; அப்படிச் செய்வது நல்ல யோசனையாக இருக்கும் என்று நினைத்தேன். ஒரு சிறிய, நிச்சயமற்ற நிலை, யாருக்கும் எப்போதும் எந்தத் தீங்கும் செய்ததில்லை.

'எவ்வளவு நாளாக உனக்குத் தெரியும்?' மங்களைக் கேட்டேன்.

'இளவரசே, எதைப்பற்றி?'

'எதைப்பற்றி அல்லது யாரைப்பற்றி என்பது உனக்குத்தெரியும்'

'எனக்கு மனதைப் படிக்கத் தெரியாது, இளவரசே. இப்போதெல்லாம் நீங்கள் மிகவும் பூடகமான மனிதராக மாறிக் கொண்டிருக்கிறீர்கள்'

'என் பொறுமையைச் சோதிக்காதே மங்கள்.' அவன் முகத்தில் நுண்ணிய கேலிச் சிரிப்பு. அதை என்னால் நீக்க முடியவில்லை. ஆனால், என் முகத்திலும் ஒன்று இப்போது தோன்றியது. 'விரைவில் உன்னை நான் மது அருந்த அழைத்துச் செல்லப் போகிறேன். அது இருக்கட்டும், இப்போது வெளிப்படையாகப் பேசப்போகிறாயா அல்லது இன்னும் கொஞ்ச நேரம் இப்படிப் பிடிகொடுக்காமல் தான் பேசுவாயா?'

'இரண்டு நாட்களாகத்தான், இளவரசே. எனினும், இந்த நிமிடம் வரை ஒரு உள்ளுணர்வுதான். ஆனால், உங்களுக்கு என்னை விட அதிகம் தெரிந்திருக்கிறது.'

'உன்னைப் போல் எனக்கும் ஊகம்தான் மங்கள். அதிகமில்லை. நமக்கு ஆதாரம் தேவை'

எங்களைக் கடந்துசெல்லும் எவருக்கும் எங்கள் உரையாடல் சுத்த முட்டாள்தனமாகத் தோன்றலாம்; ஆனால், நானும் மங்களும் மிகவும் நெருக்கமாக இருந்தோம் என்று நீங்கள் நினைத்துக் கொள்ளலாம். எனது ஆழ்மனதின் எண்ணங்களையும் அவனால் அணுக முடியும். நல்லது, ஆனால், எல்லாவற்றையும் அல்ல என்று நம்புகிறேன்.

நேற்று என்னிடம் சுகந்தா பொய் சொன்னாள் என்று தெரியும். என்னிடமோ அல்லது வேறு யாரிடமோ அவள் சொல்லக்கூடும் என்று என் தம்பி பயப்படும் அந்தரங்கமான விஷயம் ஏதோ அவளிடம் இருக்கிறது. அவள் பொய் வேடம் போடுகிறாள், அல்லது விக்ரம்

அப்படி அவளை நடக்கச்சொல்கிறான் என்றோ நான் நினைக்கவில்லை. அவள் என்னைப் பாதுகாக்க முயற்சிக்கிறாள் என்பது என் ஊகம். அவசரப்பட்டு முடிவெடுக்கும் பெரும்பாலான மனிதர்களைப்போலவே, இயல்பாகவே விக்ரமும் தீவிர சந்தேகப்பேர்வழி. ஆனால், அவன் புத்தி வரம்பிற்குட்பட்டது; எதையும் அலசி ஆராய்ந்து, யோசித்து முடிவெடுக்காமல் நேரடியாகச் செயலில் இறங்கிவிடுவான். சுகந்தாவுக்கு ஏதாவது விஷயம் தெரியக்கூடிய வாய்ப்பு இருந்தாலொழிய, அவள் வாயை மூடவேண்டுமென்று அவனுக்குத் தோன்றியிருக்காது. நான் நினைப்பதும் தவறாக இருக்கலாம்.

குற்றம் நடந்த அன்று தவறான நேரத்தில் இவள் விக்ரமை எதிர்பாராமல் சந்தித்திருக்க வேண்டும். எனது இந்தக் கோணத்தை மங்களுடன் அமர்ந்து, ஆராய்ந்துபார்க்க விரும்பினேன். ஆனால் எப்போதும் இதுபோன்ற விஷயங்களில் அவன் என்னைவிட மிகவும் திறமையானவன். எனக்கு முன்பாகவே இந்தக் கோணத்தில் சிந்தித்து முடித்துவிட்டான். ஆனால், மங்களிடமும் ஒரு கேள்விக்குப் பதில் இல்லை: மிகவும் விசுவாசமான தனது கூட்டாளியை விக்ரம் ஏன் கொல்வதற்கு விரும்ப வேண்டும்? பேரரசர் நாளைக்கு என்னிடம் அறிக்கை கேட்பார். நாங்கள் சந்தேகிக்கும் முக்கிய நபர் விக்கிரமாதித்தன் என்று அவரிடம் என்னால் எப்படியும் சொல்லமுடியாது. பல நாட்களாக இருக்கும் பகையைத் தீர்த்துக் கொள்ள தம்பிமீதே குற்றத்தை ஜோடிக்க நினைக்கிறேன் என்று கருதுவார்கள்.

இரவு நான் வீடு திரும்பியபோது, பதினொன்று நாற்பது. அன்றைக்கும் சுகந்தா விளக்கேற்ற அனுமதிக்கவில்லை.

‘எவ்வளவு நாள் இருட்டிலேயே இருக்க நீ திட்டமிட்டிருக்கிறாய்?’

’நான் பயனற்ற பெண் அல்ல, இளவரசே. மிக அழகான பெண்ணும் அல்ல’. மிக எளிமையாக அவள் என்னிடம் கூறினாள். பாசாங்காகத் தெரியவில்லை. ‘இந்த நிலையில் என்னைப் பார்ப்பதால் உங்களுக்கு என் மீது ஏற்பட்டிருக்கும் கொஞ்சம் பிரியத்தையும் இழக்க விரும்பவில்லை. இளவரசே, உங்கள் தம்பியின் கோபத்தைத் தூண்டியிருக்கக் கூடாது. மிகவும் ஆபத்தான, பழிவாங்கும் எண்ணம் கொண்ட மனிதர் அவர் என்பது உங்களுக்குத் தெரியாது’

நேற்றுக்காலை நான் மேற்கொண்ட குறுகிய தேடலைத்தான் சுகந்தா குறிப்பிட்டாள். நானும் மங்களும் முன்னறிவிப்பின்றி அவன் மாளிகையில் குதிரையில் சென்று இறங்கினோம். விக்கிரமாதித்தனின் பாதுகாப்பு வீரர்களும் பரிவாரங்களும் பதட்டமும் திகைப்பும் அடைந்தனர். திகைத்துப் போன அவன் பாதுகாப்பு அதிகாரி, ‘யார் வந்திருப்பதாகக் கூறட்டும்?’ என்றான். அவனைப் புறக்கணித்துவிட்டு

என் தம்பியின் படுக்கையறையில் நுழைந்தேன். ரஸிகா பாயின் வீட்டிலிருந்து வந்திருந்த பெண் ஒருத்தியுடன் படுக்கையில் இருந்தான். அவளது கண்ணியமும் மதிப்பும் சமரசத்திற்கு ஆளானதுபோல் அந்தப் பெண் கணிசமாக அலட்டிக்கொண்டாள். அவளது உடைகளை அவள் மேல் வீசியெறிந்து வெளியில் போகச்சொன்னேன்.

'என் விருந்தாளியை வெளியில் போகச்சொல்ல நீ யார்?' விக்ரம் என்னைப் பார்த்துக் கத்தினான். 'வீரர்களே, அதிகாரி...!'

அவனை மீறி உள்ளே நுழைந்த அதிர்ச்சியிலிருந்து, 'யார் வந்திருப்பதாக கூறட்டும்' இன்னமும் மீளவில்லை. எஜமானனுக்கு ஏதாவது ஆபத்தென்றால் உதவ, எங்களைப் பின்தொடரும் அளவுக்கு அவனுக்கு முன் யோசனை இருந்தது. அந்தப் பெண் வெளியில் செல்லும்வரை காத்திருந்தேன்.

'விக்ரம், சொல்வதைக் கவனமாக கேள். என் மனைவியை அடிக்க கையை ஓங்கினாலோ, அவள் இருக்கும் இடத்திலிருந்து தற்செயலாக நூறு அடி தூரத்தில் நீ இருந்தாலோ, நீயோ அல்லது நீ ஏற்பாடு செய்யும் ஆட்களோ விளையாட்டுத்தனமாக அவளுக்கு ஏதாவது செய்ய நினைத்தாலோ, இல்லை, இன்னும் சுருக்கமாகச் சொல்கிறேன், அவளுக்கு ஏதாவது நடந்தால், ஜுரமோ, குளிர் காய்ச்சலோ அல்லது குதிரையிலிருந்து விழுந்தாலோ, அவளுக்குத் தீங்கு இல்லையென்றாலும் அவளது படுக்கையருகில் தீப் பற்றி எரிந்தாலோ, அவள் உணவில் விஷம் இருப்பதாகக் கண்டுபிடித்தாலோ நீதான் அதற்குக் காரணம். எது நடந்தாலும்... உன்னைக் கொன்றுவிடுவேன்.' பாதுகாப்பு அதிகாரியின், நின்றிருந்த வீரர்களின் பக்கம் திரும்பி, 'நான் சொன்னது புரிந்ததா?' என்று வேகமாகக் கேட்டேன்.

'ஏய்...பேடியே! விசுவாசமற்ற உன் மனைவிகளில் யாரைப் பற்றி பேசுகிறாய்?'

விக்கிரமாதித்தனின் படுக்கையருகே சென்றேன். கற்பைக் காப்பாற்றிக் கொள்பவன்போல் போர்வையை கழுத்துவரை இழுத்துப் போர்த்திக் கொண்டான். புறங்கையால் முகத்தில் வேகமாக அறைந்தேன்.

இவ்வளவு ஆண்டுகளும் இதை ஏன் நான் செய்யவில்லை? திகைப்புடன் என்னையே கேட்டுக் கொண்டேன். ஒன்று, விக்ரம், அல்லது இருவரில் யாராவது ஒருத்தர்.

* * *

'அவன் இனிமேல் உன்னைத் தொட பயப்படுவான், சுகந்தா'

'நான் என்னைப்பற்றிப் பயப்படவில்லை. உங்கள் உயிர்தான் ஆபத்திலிருக்கிறது'

'இளவரசி, உன்னிடம் ஓர் உதவி கேட்கலாமா?'

'இளவரசே, நீங்கள் விஷயத்தைத் திசை திருப்புகிறீர்கள்'

'இல்லை. நேற்று எனக்குள் தோன்றிய விஷயம்'

'என்ன அது?'

'எனக்கு வீணை மீட்டச் சொல்லித் தருவாயா?'

'என்னை கேலி செய்கிறீர்கள், இல்லையா?'

நான் தலையாட்டினேன்.

'உண்மையாகத் தான் கேட்கிறீர்களா?

'சரோடைத் தவிர்த்து, வேறு எந்த இசைக் கருவிக்கும் வீணையின் நாதத்தை ஒத்த செழுமையும் உயர்வும் ஆழமும் கிடையாது. உனக்குத் தெரியுமா? என் கொள்ளுத் தாத்தா மிகச்சிறந்த வீணை வித்வான். அதுமட்டுமல்ல, இசை குறித்து பல நூல்களை அவர் எழுதியுள்ளார்'

'தெரியும். அவரை ஆராய்ந்து கற்க வேண்டும்'

நான் சிரித்தேன். 'நீ அவரை வெறுக்கிறாயா?'

'அவரது பாணி மிகவும் கடினமானது. அந்த நிலையை அடைய அவருக்கு நீண்டகாலம் ஆனது. ஆனால், அவரை ஆய்வு செய்யவோ அல்லது அக்கருவியை வாசிக்கும்படியோ என்னை யாரும் வற்புறுத்துவது இல்லை என்பது விசித்திரமாக இருக்கிறது. அதனால். அவரது பாணியை நோக்கித்தான் நான் செல்கிறேன். இசை குறித்து எழுதியுள்ள மரபார்ந்த சிந்தனையாளர்கள் அனைவரிடமிருந்தும் விலகி வேறுபாதையில் சென்றவர். அனைவரும் ஏற்றுக் கொண்ட பல விஷயங்களை, மறுபரிசீலனை செய்ய வைக்கிறார்'

'ஒரு ரகசியம் சொல்கிறேன். இதுவரை நான் அவரைப் படித்ததில்லை'

'ஆனால், நீங்கள் கட்டாயம் படிக்கவேண்டும்'

'படிப்பேன். ஆனால், இப்போது முதலில் வீணை வகுப்பு'

'எப்போது தொடங்கலாம் என்கிறீர்கள்?'

'நாளை காலை ஆறு மணிக்கு. உனக்கு ஒத்துவருமா?'

'அவ்வளவு சீக்கிரம் நான் எழுந்ததே இல்லையே?

'அப்போது, இந்த யோசனையை விட்டுவிடுவோம்'

'இளவரசே, நல்ல மனைவியாக இதுவரை என்னை நீங்கள் பார்க்கவில்லை. ஆறு மணிக்குத் தயாராக இருப்பேன்'

அப்போது எனக்குள் ஒரு கேள்வி, ஒரு நல்ல கணவனாக நான் மாறுவேனா?

ஆண்மைக்குறைவு என்பது விநோதமான விஷயம். வாழ்நாளில் ஒருமுறைதான் உங்களைத் தாக்கும். ஆனால், அதன்பிறகு நீங்கள் குறிக்கப்பட்ட மனிதர். மீண்டும் எப்போது அது உங்களைத் தாக்கும் என்ற நீங்காத பயத்தில் இருப்பீர்கள். உடல், நீங்கள் உருவாக்கியதல்ல என்பது முதன்முறை உங்களுக்குத் தெரியவரும். நீங்கள் அதன் விளையாட்டுப் பொருள். ஒரு பயங்கரமான, அச்சுறுத்தும் உணர்தல் அது. ஆனால், மோசமானது இனிதான் வரப்போகிறது. இது அர்த்தமற்றது. முற்றிலும், அடிப்படையில் முட்டாள்தனமானது. எனினும், அவனது உறுப்பு அவனைக் கைவிடும் சூழல் உருவாக்கும் பயம் மிகத் தீவிரமானது. போர்க்களத்தில் அல்லது வேறொரு இடத்தில் சந்திக்கும் தோல்வியும் ஒரு மனிதனின் இதயத்தை அப்படி அரித்திருக்காது. இந்த நாட்களில் அது மீண்டும் நிகழலாம். ஆனால், எப்போது என்பது பொருட்டல்ல. ஆனால், என் தோல்வியை எனக்குத் திறந்து காட்டிய சுகந்தாவை வெறுக்கத் தொடங்கிவிடுவேன். அல்லது நான் அவளை வெறுப்பது முடிவுக்கு வந்துவிடுமா? யாருக்குத் தெரியும்? தற்போதைக்கு இங்கு மீண்டும் மகிழ்ச்சியான நாட்கள்.

சுகந்தாவை மகிழ்ச்சியில் ஆழ்த்த மிகக்குறைவான முயற்சியே எனக்குத் தேவைப்பட்டது. சிறிது அக்கறையும், அன்பும் மட்டுமே. போகுமிடமெல்லாம் என்னைத் தொடர்வாள். விரும்பியதையெல்லாம் செய்வாள்.

'இளவரசே, ஒரு தவறை உங்களிடம் ஒப்புக்கொள்ள- வேண்டும். நேற்று உங்களிடம் பொய்தான் சொன்னேன்.' என்னைக் குப்புறப் படுக்கச் சொல்லி, கேட்காமலேயே முதுகையும் புறங்கழுத்தையும் பிடித்துவிடத் தொடங்கினாள். என் முகம் மெத்தையில் ஆழப் புதைந்திருந்தது. எனவே என் பதில் குளறித்தான் வெளிவந்தது.

'என்ன சொன்னீர்கள்?' சரியாகக் கேட்பதற்கு அவள் குனிந்தாள்.

'தெரியும் என்று சொன்னேன்'

'தெரியுமா? எப்படி?

'அன்றைக்கு நீ பார்த்தவற்றை முந்தானைக்குள் முடிந்து வைத்துக் கொள் என்று என் தம்பி அவனது வழக்கமான, நட்புரீதியான பாணியில் உன்னை எச்சரித்திருப்பான் என்று ஊகித்தேன். இல்லையெனில்...'

'உங்களிடமோ அல்லது வேறு யாரிடமோ ஏதாவது சொல்லிவிட்டால், உங்களைக் கொன்றுவிடுவேன் என்று மிரட்டினார்.'

'கூடப் பிறந்தவனேயே கொல்லத் தூண்டுமளவுக்கு என்ன விஷயத்தை என்னிடம் சொல்லிவிடப் போகிறாய்?'

'உண்மையில் நீங்கள் அதைக் கேட்க விரும்புகிறீர்களா? உங்களை மீண்டும் இழந்துவிடுவேன் என்று பயமாக இருக்கிறது..'

'கடந்தகால முட்டாள்தனம் நம்மிடையில் வருவதும் வராததும் நம் இருவர் கையில்தான் இருக்கிறது'

ஒரு நிமிடம் அமைதியாக இருந்துவிட்டு அவள் பேசினாள். 'மிருகண்டு முனிவர் குளத்துப் படித்துறை அருகில் ஓரிடத்தில் சந்திப்பதாக இருந்தோம். அந்த நாட்களில் என் மனம் என்னிடம் இல்லை. இளவரசருடன் சேர்ந்திருக்க வேண்டும் என்று பொறுமையிழந்து வேகமாகப் போவேன். வரச்சொன்ன நேரத்தைவிட இருபது நிமிடம் முன்னதாகவே அங்கு போய்விட்டேன். அவர் குரல் கேட்டது; சித்தம் குலைந்தவனின் தொனி அதில் இருந்தது. இடத்தைவிட்டு நான் நகரவில்லை. அவர் கண்ணில் தென்படவில்லை. சொன்னதையே திருப்பித் திருப்பி சொல்லிக் கொண்டிருந்தது காதில் விழுந்தது. "எப்படி உன்னால்...". அவள் தயங்கினாள். 'அவர் பேசியது என்ன என்பதை நீங்கள் தெரிந்து கொள்ள வேண்டுமா?'

'ஆமாம். அது முக்கியமாக இருக்கலாம்'

'இனிமேல் உன்னால் யாருடன் உடலுறவு கொள்ள முடியும் என்று பார்க்கிறேன்'

'ஏதாவது கைகலப்பு காதில் விழுந்ததா?'

'இல்லை. பயந்துபோன குழந்தைபோல் இளவரசர் அழுதது கேட்டது. ஓடிப்போய் அவரை சேர்த்து அணைத்துக்கொண்டேன். "எல்லாம் நல்லபடியாக நடக்கும், கவலைப்படாதீர்கள்" என்றேன். அவர் என்னைப் பார்த்து, "முட்டாளே, என்ன நல்லா நடக்கும்?" என்றார். பின் என்னைப் பார்த்து, "இவ்வளவு அதிகாலையில் இங்கே என்ன செய்கிறாய்? சரியாக இரண்டு மணிக்குத் தானே நாம் சந்திப்பதாக இருந்தோம். எப்போதுமே சொல்வதைச் செய்யமாட்டாயா?" என்னைக் கோபத்துடன் அடித்துவிட்டு அங்கிருந்து போய்விட்டார்.

விசாரணையில் முன்னேற்றம் தெரிகிறது. தந்தையிடம் இப்போது நான் பேசமுடியும். குற்றம் செய்தவனை அடையாளம் கண்டுவிட்டோம் என்று சொல்லமுடியும். எனினும், தொடங்கியபோதைவிட ஏதோ விதத்தில் இப்போது நாங்கள் இன்னும் அதிகம் இருளில்தான் இருக்கிறோம்.

என் தம்பி அந்த ஹிஜிராவிடம் ஏன் சண்டை போடவேண்டும்? 'இனிமேல் உன்னால் யாருடன் உடலுறவு கொள்ள முடியும் என்று பார்க்கிறேன்' என்று அவன் சொன்னதற்குப் பொருள் என்ன? உண்மையில் ஒரு ஹிஜிராவிடம் பேசுவதற்குப் பொருத்தமற்ற, திகைப்பூட்டும் கடுஞ்சொல். அல்லது அந்தச் சொல்லை விக்ரம் ஒரு அடையாளமாகத்தான் பயன்படுத்தினானா? ஒருவேளை அவனுக்கு நெருக்கமான யாருக்கோ பிருஹன்னடா தீங்கு விளைவிக்க அல்லது அவர்களை அழிக்க நினைக்கிறான் என்று சீற்றம் கொண்டிருக்கலாம்.

இந்தக் கொலைமுயற்சி எங்களைப் போல் ராணி கர்மாவதிக்கும் அதிர்ச்சியளித்திருக்கும். அவன், அவளுக்கு மிகவும் பிடித்த ஹிஜிரா. கிட்டத்தட்ட இறந்துபோகுமளவிற்கு அவன்மீது நடத்தப்பட்ட தாக்குதலால் அவள் மனக்கலக்கம் அடைந்திருக்கிறாள். அத்துடன், அம்மாவிற்கும் மகனுக்கும் இடையில் முதல்முறையாக தீவிரமான கருத்துவேறுபாடு உருவாகியுள்ளது என்றும் தோன்றுகிறது.

ஆனால், அந்தச் சூழ்நிலை குறித்த ராணியின் பார்வை அதற்குப்பின் மிகவும் மாறிவிட்டது. இரண்டு முறை காயடிக்கப்பட்ட ஹிஜிரா உயிருடன் இருப்பது, இருவருக்கும் தாங்கமுடியாத அச்சுறுத்தலாக இருக்கும் என்று விக்கிரமாதித்தன் அவளை ஏற்கவைத்திருக்க வேண்டும். மிகவும் ஆபத்தான எதை பிருஹன்னடா தெரிந்துகொண்டான்?

கண்ணை மூடிக்கொண்டு ஒன்றை ஏறத்தாழ உறுதிசெய்ய முடியும்: விக்கிரமாதித்தனும் அவன் தாயும் அவர்களது பணியாளைத் தவறாக எடைபோட்டுவிட்டனர். அவன் அனைவரிடமும் பேசுகிறவனோ அல்லது வம்பு பேசுகிறவனோ இல்லை.

'என்னைக் கட்டாயப்படுத்தினால் உளறுவேன் என்று நினைக்கிறீர்களா?' அவன் முகத்தில் வெறுப்பு நிறைந்த மெல்லிய புன்னகை சமநிலையின்றி அமர்ந்திருந்தது.

மிக இயல்பாக அவனுக்குப் பதில் சொன்னேன். 'நான் அப்படி நினைக்கவில்லை. ஆனால், உன்னைக் கொலைசெய்ய முயன்றவர்கள் அப்படித்தான் நினைத்திருக்கிறார்கள்; உன் வாயை அடைத்துவிடலாம் என்று நம்பியிருக்கிறார்கள்'

‘எனில், இந்த வழக்கில் உங்களுக்கு என்ன அக்கறை, இளவரசே?’ மூச்சிரைப்பால் அவன் சிரமப்பட்டான். சிறிது சுடுநீர் குடித்து, மூச்சு விடும் சிரமத்தை சற்றுக் குறைத்துக்கொண்டான். ஆனால், அவனது திமிரும் தன்னம்பிக்கையும் குறையவில்லை.

’பேரரசர் என்னை இந்த வழக்கை விசாரிக்கப் பணித்திருக்கிறார்; உன்னைத் தாக்கியது யாராக இருந்தாலும் அந்த நபரை நீதியின் முன் நிறுத்தச் சொல்லியிருக்கிறார்’

’நீதி என்பது நல்ல சொல்தான். சிறுவயதில் என் விருப்பமின்றி எனக்குக் காயடிக்கப்பட்டபோது யாரும், எவரையும் குற்றவாளி ஆக்கவில்லையே. அதைப் போன்ற செயல்தான் இது. யாருக்கோ இதில் ஏன் அக்கறை உண்டாகிறது. அதைக் குற்றச் செயலாக இப்போது ஏன் கருத வேண்டும்?’

’பிருஹன்னடா, நடந்த தவறை என்னால் சரிசெய்ய முடியாது. ஆனால் இப்போது அதைச் செய்வதற்குக் கடினமாக முயல்வேன்’

’என் வாழ்த்துகள், இளவரசே. ஆனால், உங்கள் நம்பிக்கையை நான் பெறவேண்டும். இது எனது தற்கொலை முயற்சிதான்.’

மீண்டும் சூழல் அவன் கட்டுப்பாட்டில் வந்துவிட்டது. என்னுடன் விளையாடுவதில் அவனுக்கு மகிழ்ச்சி. உரையாடலைத் தொடர்வதில் எந்தப் பயனும் இல்லை.

விரைவில் உடல் நலம்பெற வாழ்த்துகளை சொல்லிவிட்டு வெளியில் வர எழுந்தேன். அப்போது, ஒரு சமயம் என் தம்பியின் ஆசைநாயகியாக இருந்த ஊர்வசியுடன் மங்கள் உள்ளே வந்தான். அது ஒரு தொலைமுயற்சிதான். ஆனால், பிருஹன்னடா, ஊர்வசி இருவருக்கும் அதிர்ச்சி அளிக்க மங்கள் விரும்பினான்.

ஆம், அதிர்ச்சிதான்.

பிருஹன்னடா தன் சமநிலையை இழந்தான். ஆனால், ஒரு கணம்தான். அகந்தை நிரம்பிய அவனது நாகரீகத்தனம் கண நேரம் விரிசலுற்றது; ஆனால், உடனடியாக அதிலிருந்து மீண்டுவிட்டான். ஊர்வசி மிகவும் தன்னியல்புடன் நடந்துகொண்டாள். அவனது கரங்களுக்குள் புகுந்த அவள் மகிழ்ச்சியை எதுவும் தடுக்கவில்லை. ‘கடவுளே, நீங்கள் உயிரோடிக்கிறீர்கள், நலமாக இருக்கிறீர்கள்’.

ஒருவன் அவனது அழிவில்தான் மங்களின் ஊகங்களை புறந்தள்ள முடியும். ராணியின் பணிப்பெண்ணிற்கும் அவளது பிரதான ஹிஜிராவிற்கும் இடையில் ஏதோ இருக்கிறது என்று அவன்

நினைத்திருந்தான். அவன் நினைத்தது சரியே. கேள்வி, அந்த ஏதோ என்பது என்ன?

அதன்பின் நான் வெளியேறினேன்.

* * *

பிருஹன்னடா மீது அழுத்தம் கொடுத்துக்கொண்டே இருப்பது நல்ல யோசனை என்று நினைத்தேன்.

'என் வாழ்க்கை எவ்வளவு ஆபத்தான நிலையில் இருக்கிறது என்பதை வெளிப்படுத்த, தினமும் வெவ்வேறு இடத்திற்கு என்னை மாற்றுகிறீர்களா?' அடுத்த நாளே பொறுப்பற்ற, உற்சாகமான உரையாடலை அவன் திரும்பவும் பெற்றுவிட்டான்.

'இருக்கலாம். மாறாக அதேயிடத்தில் தங்கியிருக்க நீ விரும்புவாயா?'

'இல்லை. நானும் உங்களுடன் சேர்ந்து விளையாடுகிறேன். எனக்கும் உங்களைப் போலவே நாடகத்தின் மீது ஆர்வம் உண்டு'

'மகாபாரதம் குறித்த உன் பேச்சு சிந்தனையைத் தூண்டும் ஒன்று. சில முக்கியமான கேள்விகளை எழுப்பியது.'

கூச்சத்துடன் தலையை ஆட்டினான். 'இளவரசே, புகழ்ச்சி நம்மை எங்கேயும் அழைத்துச்செல்லப் போவதில்லை'

'பிருஹன்னடா, உன்னுடன் நான் எங்கே செல்வது? உன் வாழ்க்கை முட்டுச் சந்தில் நிற்கிறது'. எந்த வன்மமும் இல்லாமல்தான் பேசினேன். ஆனால், நான் எதிர்பார்த்த விளைவு அதற்கு இருந்தது. 'அனுமதித்தால், உன் பேச்சைப் பற்றி உரையாட விழைகிறேன். பேசலாமா?'

'பேசலாம், நீங்கள் விரும்பினால்' தன்னைப் பற்றி அதிகம் உறுதியில்லாதவன்போல் பேசினான்.

'நம் நாட்டு மக்களுக்கு விசுவாசம் குறித்து ஒருவித வார்த்தெடுக்கப்பட்ட சிந்தனை இருக்கிறது. தியாகத்தைப் பற்றியும் விசுவாசம் பற்றியும் நாம் கொண்டிருக்கும் கருத்திற்கு உச்ச அடையாளமாக பீஷ்மர்தான் இருக்கிறார். ஆனால், ஏற்றுக்கொண்டிருந்த நம்பிக்கைகளைத் துணிவுடன் அவர் கேள்விக்கு உட்படுத்தியிருந்தால் ஒருவேளை அது அவருக்கு உதவியிருக்கும். அறநெறி சார்ந்த தேர்வை நாம் கைவிடுவதன் மூலம் நமது செயல்களுக்குப் பொறுப்பு ஏற்பதைக் கைவிடலாம் என்று சொல்ல வருகிறாரா? அவர்களுடன் பிறந்துவிட்டோம்,

அவர்களுடன் குடும்ப உறவு இருக்கிறது என்பதாலேயே, அவர்கள் எவ்வளவு தவறு செய்தாலும், எவ்வளவு தீயவர்களாக இருந்தாலும் அவர்களுடன் சேர்ந்திருக்க வேண்டுமா என்ன? அல்லது நாம், நம் விசுவாசத்தை மனிதர்கள்மீதும் அமைப்புகள்மீதும் வைக்காமல் விழுமியங்கள்மீது வைக்கவேண்டுமா? குறிப்பாக, பீஷ்மர் தார்மீக உணர்வுள்ள மாபெரும் மனிதர் என்று அறியப்பட்டவர். அதனால், மரபைக் குருட்டுத்தனமாகப் பின்பற்றாமல் நல்லவர்களின் பக்கம் நின்றிருந்தால், மானுடத்திற்கு அவர் சிறந்த சேவை ஆற்றியிருக்கலாம் இல்லையா?'

'உங்கள் புரிதல் தவறானது, இளவரசே. நதியின் எந்தக் கரையில் பிறந்திருந்தாலும், எந்தச் சாதியைச் சேர்ந்தவராக, தொழில் செய்பவராக இருந்தாலும் அதற்கு உண்மையாக இரு என்றுதான் கீதையின் கடவுள் நம்மிடம் சொல்கிறான்'

'அவர் அப்படித்தான் சொல்கிறார், பிருஹன்னடா. அப்படித்தான். ஆனால் எப்போதாவது கடவுளும் தவறுசெய்யலாம். அதற்கு எதிராக இயங்கும் தைரியம் ஒருவருக்கு வேண்டும். ஏன், கடவுளின் கட்டளையை மீறவும் செய்யலாம்'

'இளவரசே, ஜாக்கிரதை. எல்லை மீறுகிறீர்கள். தெய்வத்தின் கோபத்திற்கு ஆளாகாதீர்கள். உங்களுக்கு நினைவூட்டுகிறேன், பீஷ்மர் ஆகஉயர்ந்த நேர்மையின் அடையாளம்.'

'பிருஹன்னடா, நேர்மை போதாது என்றுதான் சொல்ல வருகிறேன். சரியான காரணத்திற்கு என்றால் மட்டுமே அது பயனுள்ளது'

'அப்படியானால் மகாபாரதத்தை நீங்கள் திரும்பவும் எழுதுங்கள், மகராஜ் குமார்'

'பீஷ்மருக்கு, ஹிஜிரா பரம்பரையுடன் தொடர்பு இருக்கிறது என்று கண்டுபிடித்ததன் மூலம் நீ அதைத்தான் செய்கிறாய்'

'இந்த உரையாடல் நம்மை எங்கு அழைத்துச் செல்கிறது, இளவரசே? என் மனைவிக்கும், குழந்தைக்கும் நல்ல எதிர்காலத்தை உறுதிசெய்யாமல் உங்களுடன் எந்தப் பரிவர்த்தனையும் செய்யப் போவதில்லை. ஊர்வசிக்கும் அவள் வயிற்றிலிருக்கும் குழந்தைக்கும் எந்தத் தீங்கும் நேராது என்று அரசாங்க முத்திரையுடன் உறுதி தரவேண்டும். என் குழந்தை ஒருவேளை பெண்ணாக இருந்தால், அந்தப்புரக் கணிகையாக மாற்றப்படமாட்டாள். பையனாக இருந்தால் ஹிஜிராவாக ஆக்கப்பட மாட்டான் என்று அதில் தெளிவாகக் குறிப்பிட வேண்டும். நீங்கள் தான் பார்க்கிறீர்களே! அறுவை சிகிச்சை செய்த அந்த முட்டாள்களுக்கு, உண்மையில் அவர்கள் காட்டுமிராண்டிகள், அந்த வேலையை ஒழுங்காக செய்யத் தெரியவில்லை'

'ஒப்பந்தம் ஏதும் வேண்டாம் பிருஹன்னடா.' இந்தச் சொற்றொடர் எனக்குள் பதிவாகும் அந்தக்கணத்தில் ஊர்வசி வயிற்றிலிருக்கும் கருவிற்குத் தந்தை அவன்தான் என்ற உண்மையை உள்வாங்கிக் கொள்ள முயன்றேன். 'பெண்களையும் குழந்தைகளையும் பிடித்துவைத்துக் கொண்டு பணம் கேட்டு இங்கு யாரிடமும் பேரம் பேசவில்லை. நாம் இருவரும் இங்கு என்ன பேசிக்கொண்டாலும், என்ன முடிவு எடுத்தாலும், ஊர்வசிக்கும், உன் மகனுக்கு அல்லது மகளுக்கு எந்தத் தீங்கும் நேராது என்று பேரரசர் உனக்கு உறுதியளிப்பார்.'

போதுமான அளவுக்கு அந்த மனிதனுடன் சமரசங்களும் பரிவர்த்தனைகளும் செய்து பார்த்துவிட்டேன். கதவிற்கு அருகில் சென்ற நான், திரும்பினேன். 'பிருஹன்னடா, உனது உரிமையை அறநெறி சார்ந்த தேர்விற்காக என்றாவது பயன்படுத்தி இருக்கிறாயா? உண்மைக்கென்று வசீகரங்களும், திருப்திகளும் இருக்கின்றன என்பது உனக்கு வியப்பூட்டலாம். இன்னும் சொல்லப்போனால், நன்னடத்தைக்கும் ஒரு பீஷ்மர் தேவைப்படுகிறார்'

நான் பேசிய இந்த முட்டாள்தனமான விஷயங்களுக்கு ஏதாவது அர்த்தமிருக்கிறதா? நீங்கள் வியக்கத்தான் போகிறீர்கள்.

* * *

'உனக்குள்ளிருக்கும் ஆண் தன்மை முற்றிலும் அகற்றப்படவில்லை என்பதை எப்போது அறிந்துகொண்டாய்?'

'குமரப் பருவத்தில். எப்போதாவது என்னையறியாமல் விந்து வெளியேறும். அதைப் பார்த்துத் திகைத்திருக்கிறேன். ஆனால், எனது பால்தன்மையற்ற நிலைக்கு அது எதிரானது என்று நான் நினைக்கவில்லை.'

'இரண்டு வெளியேற்றங்களுக்கு இடையே எவ்வளவு இடைவெளி இருக்கலாம்?'

'நான்கிலிருந்து ஏழு மாதங்கள் இருக்கலாம்'

மூன்றாவது நாளாக விசாரணை போய்க்கொண்டிருந்தது. விசாரணை ரகசியமாக நடந்துகொண்டிருந்தது. அதனால், பாதிக்கப்பட்டவரின் வாக்குமூலத்தை மங்கள் எழுதிக் கொண்டிருந்தான். எழுதியதைப் படித்து, தான் கூறியது சரியாக எழுதப்பட்டிருக்கிறதா என்று சரிபார்த்தப் பின்னர்தான் பிருஹன்னடா அதில் கையெழுத்து இடுவான்.

'வயதில் முதிர்ச்சி அடைந்தபின், பால் தன்மை குறித்த உன் பார்வை மாறியதா?'

'நிச்சயமாகத் தெரியவில்லை. ஆனால், இருபத்தி ஐந்து வயது இருக்கலாம், நான் இனியும் ஹிஜிரா இல்லை என்று எனக்குத் தோன்றியது.'

'சம்பந்தப்பட்ட அதிகாரிகளுக்கு இதை நீ ஏன் தெரிவிக்கவில்லை?'

'ஒவ்வொரு ஹிஜிராவிற்கும் ஒரேயொரு வருத்தம், ஒரேயொரு கனவு தான். அதாவது, நான் இந்தப் பாலினத்தைச் சேர்ந்தவன் என்று சொல்லிக்கொள்ள முடியவில்லை என்ற வருத்தமும், விருப்பங்களும்தான். எப்போதாவது ஒருமுறை ஆணாக இருக்கமுடிந்தது. எனினும் எனக்கிருந்த நல்ல எதிர்காலத்தை வேண்டுமென்றே அழித்துக்கொள்ள விரும்பவில்லை. அத்துடன் எனது நிலை என்ன என்பதும் உறுதியாகத் தெரியாது. எனென்றால் அதைப்பற்றி யாரிடமும் நான் விவாதிக்கவில்லை.'

'ஊர்வசி எப்படி உனக்கு அறிமுகமானாள்?'

'பத்து ஆண்டுகளுக்குமுன். சித்தோருக்கு வந்தப் புதிதில் அவள் என் கட்டுப்பாட்டில் இருந்தாள்.'

'அவள் இளவரசன் விக்கிரமாதித்தனின் ஆசைநாயகி என்று உனக்குத் தெரியுமா?'

'ஆம். ஆனால் ஒரு மாதம் மட்டுமே அவள் அப்படி இருந்தாள். அதன் பிறகு அவருக்கு ஆர்வம் போய்விட்டது'

'அவளை நீ எப்போது பார்க்கத் தொடங்கினாய்?'

'ஏழு ஆண்டுகளுக்கு முன்'

'அவளுடன் நீ ரகசியத் தொடர்பு வைத்திருப்பது பற்றி இளவரசன் அவளைக் கேட்கவில்லையா?'

'ஒரு முறையும் கேட்கவில்லை. அவள் மிகவும் கூச்சப்படுகிறாள். விரைப்பாக இருக்கிறாள் என்று கூறினார். அவள் பெயரை சொன்னாலோ, படுக்கைக்கு அனுப்பட்டுமா என்று கேட்டாலோ என்னை வேலையிலிருந்து அனுப்பிவிடுவதாகக் கூறினார்.

'ஊர்வசி கர்ப்பம் என்று உனக்கு எப்போது தெரியும்?'

'நான்கு மாதங்களுக்குமுன். மாதவிடாய் தள்ளிப்போயிருக்கிறது என்று அவள் சொன்னாள். நான் முதலில் நம்பவில்லை. இரண்டாவது மாதம் ஆயிற்று. அதன் பிறகு சந்தேகம் எழவில்லை. அவள் உண்மையாகவே கருவுற்றிருந்தாள்.'

'அது உன் குழந்தைதான் என்று உனக்கு எப்படித் தெரியும்?'

'ராணி கர்மாவதியின், இளவரசரின் மாளிகையில் அவள் யார் யாருடன் உறங்குகிறாள் என்பதை தெரிந்து கொள்வதை வழக்கமாக வைத்திருந்தேன்.'

'அந்தப்புரத்தில் ஊர்வசியின் கர்ப்பத்தை மறைக்க என்ன திட்டம் வைத்திருந்தாய்?'

'மூன்றாவது மாதத்திற்குப்பின் அவளது பெற்றோரின் ஊருக்கு அனுப்பிவிடலாம் என்று நினைத்திருந்தேன்'

'ஊர்வசி கர்ப்பமாக இருப்பது இளவரசனுக்கு எப்போது தெரிய வந்தது?'

'அவருக்குத் தெரியாது. குறைந்தபட்சம் அந்த நேரம் வரையில் என்று நினைக்கிறேன். எச்சரிக்கையுடன்தான் இருந்தோம். அன்று அவளுடன் நான் இருப்பதைத் தற்செயலாகப் பார்த்துவிட்டார். அப்போது அவள் இரண்டு மாத கர்ப்பம்.'

'அவன் உன்னிடம் என்ன சொன்னான்?'

'விசித்திரமான அந்தச் செய்தி என் எஜமானருக்குப் பெரும் ஆத்திரத்தை ஊட்டியது. வெறி பிடித்ததுபோல் அவருக்குக் கோபம்.'

'ஊர்வசியுடன் உனக்கிருக்கும் தொடர்பைக் கண்டுபிடித்த பின்னும் உன்னைப் படுக்கைக்கு வரச் சொன்னானா?'

பேச்சின் போக்கை மாற்றியதால் அதிருப்தி அடைந்தாலும், அதை அவன் வெளிக்காட்டவில்லை.

'இயல்பை மீறிய பழக்கம் உள்ளவன் என்று நினைத்து அவர் என்னைத் தனியாக விடுவதில்லை'

'ஊர்வசியுடன் உனக்கிருந்த தொடர்பு அவள் மீதான அவனது ஆர்வத்தை மீண்டும் தூண்டிவிட்டதா?'

ஹிஜிரா அல்லது அந்த முன்னாள் ஹிஜிரா தனது கண்களை மூடிக்கொண்டான். அவனை விசாரிக்கத் தொடங்கியதிலிருந்து முதன்முறையாக தனது உணர்ச்சிகளை அவன் வெளிப்படுத்தினான்.

'அது வெறும் தொடர்பில்லை, இளவரசே. நானும் ஊர்வசியும் நீண்ட நாட்களுக்கு முன்னரே ரகசியமாக மணம் செய்துகொண்டோம்'

'நீ சொல்வதைக் குறித்துக்கொள்கிறேன். ஆனால், என் கேள்விக்கு இது பதிலல்ல'

'ஊர்வசி ஒரு ஹிஜிராவுக்கு இணங்கி நல்லவிதமாக நடந்து கொண்டு இருக்கிறாள்; ஆனால், அவரைப் போன்ற 'உண்மையான' ஆணிடம் இல்லை என்பது அவரது கோபத்தைத் தூண்டிவிட்டது. அவளைப் பழிவாங்க வேண்டும் என்ற கோபமே முதலில் அவரிடமிருந்து வெளிப்பட்டது. சில வாரங்கள் கழித்து, அவளை அவரிடம் அனுப்பச் சொன்னார். அன்று இரவு அவருக்கு இரண்டு கன்னிப் பெண்களை ஏற்பாடு செய்திருப்பதாகக் கூறினேன். சாக்குச் சொல்லாதே, எனக்கு ஊர்வசி வேண்டும், வேறு யாருமில்லை புரிந்ததா என்று கத்தினார். ஊர்வசி என் மனைவி என்று அப்போது அவரிடம் கூறினேன். மற்ற எதையும் விட இது அவரை அதிகம் தூண்டிவிடும் என்பதை நான் அறிந்திருக்கவேண்டும். அன்று அவளை அவர் அடைந்தார். ஒரு முறை அல்ல. மீண்டும், மீண்டும். நான் வெறுப்பு என்ற சொல்லைப் பயன்படுத்தவில்லை. ஏனென்றால், அந்தச் சொல் கொஞ்சமும் போதாது. தனக்குள் அவள் தன்னை அதிகமாக உள்ளடக்கிக்கொண்டு எதிர்ப்பைக் காட்ட காட்ட, அவர் அவளை அதிகம் கேட்டார்.'

'அவன் உன்னைக் கொல்லத் திட்டமிட்டிருப்பதாக உனக்கு ஏதாவது அறிகுறி தெரிந்ததா?'

'இளவரசே, என் எஜமானர் உணர்ச்சி வசப்படும் மனிதர். சில நேரங்களில் கட்டுப்பாட்டை முற்றிலும் இழந்துவிடுவார். நாங்கள் புஷ்கருக்குச் செல்லும்போது மிகவும் நட்புடனும், ஏன், அக்கறையுடனும் நடந்துகொண்டார். அவரது கூடாரத்திலேயே என்னையும் தங்கும்படி வற்புறுத்தினார். மதிய உணவுக்குப்பின், எல்லோரும் தூங்கிய பிறகோ அல்லது ஏரியில் படகுப் பயணம் செய்வதற்கு அனைவரும் சென்ற பிறகோ தன்னைச் சந்திக்கும்படி கூறினார். என் உடைகளைக் களையத் தொடங்கியபோது, என்னுடன் இன்பமாக இருக்கத்தான் விரும்புகிறார் என்று நினைத்தேன்'

'ஏன் நீ உன்னைத் தற்காத்துக்கொள்ளவில்லை?'

'நான் இந்த வீட்டின் உப்பைத் தின்றிருக்கிறேன் இளவரசே. நான் விசுவாசமற்று இருக்க முடியாது.'

விசாரணையின் இறுதிக்கட்டத்திற்கு வந்துவிட்டோம். பிருஹன்னடா மீது எனக்குச் சிறிதளவே அனுதாபம் இருந்தது; ஆனால், அவன் நடந்துகொண்ட முறையை மிகவும் மதித்தேன். எனக்குள் ஒரு வெறுப்பு ஏற்பட்டது. அதற்குப் பெரும் காரணம் என் சகோதரன். விக்ரம் போன்ற மனிதர்களை என்ன செய்யமுடியும்? ஒருவன் தனது மகிழ்ச்சிக்கு முக்கியத்துவம் அளிப்பது மோசமானது. அதை அதிகாரத்துடன் இணைக்கையில், மிருகத்தனமான செயல்பாடுகளுக்கும் தீங்கிழைக்கவும் உங்கள் பசி வரம்பில்லாமல் போய் விடுகிறது. உனது இன்பம்தான்

ஒரே விதி எனும்போது அதை அடையும் முயற்சியில், நெருக்கமான சகாவையும், ஏன் ஓர் அந்நியனையும் நீங்கள் அழித்துவிடக்கூடும்.

அவனது விருப்பங்கள் மட்டுமே அனைத்தையும் விட முன்னுரிமை பெற்றவை என்று சிந்திக்க பிருஹன்னடா என் சகோதரனை ஊக்குவித்தான். அதுபோல் பிருஹன்னடாதான் அவனது சிற்றின்பத் தேவைகளுக்குப் பெண் தரகனாகவும், ராஜ்ஜிய விஷயங்களில் காரியங்களை முடிப்பவனாகவும் இருந்தான். பிருஹன்னடாவுக்குக் கிடைக்கவேண்டிய தண்டனை கிடைத்து விட்டது என்று தார்மீக அடிப்படையில் அகங்காரத்துடன் மகிழ்ச்சியடையலாம். ஹிஜிராவின் நன்மைக்காக அவனைச் சிறையிலடைக்க எனக்கு அதிகாரம் இருக்கிறது. ஆனால், தன்னை நேர்மையாளன் என்று சொல்பவர்களின் சகிப்பின்மையும், எதையும் கண்டுகொள்ளாமல் கண்ணை மூடிக்கொள்வதும், விக்ரம் போன்ற மனிதர்களிடம் அதிகம் காணப்படும் அழிவுப்போக்கைக் காட்டிலும் மிகவும் ஆபத்தானது. மனிதாபிமானம் இல்லாதது.

'ராணியும் அவர் மகனும் உன்னைக் கொலை செய்ய ஏன் இவ்வளவு பிரயத்தனப்படுகிறார்கள்? உன்னால் அவர்களுக்கு என்ன ஆபத்து?'

'இளவரசே, சிறந்த நண்பர்கள்தான் மோசமான எதிரிகளாகவும் மாறுகிறார்கள்'

இந்த விஷயத்தை மேலும் தொடர்வதில் பயனில்லை. பிருஹன்னடா தான் சாவது குறித்துப் பயப்படவில்லை என்பதை நிரூபித்துவிட்டான். அவன் மிகவும் நேசித்த இருவரிடம் காட்டும் விசுவாசத்தைக் கைவிடுவதாகவும் தெரியவில்லை.

'என்னை என்ன செய்யப்போகிறீர்கள், இளவரசே?'

'பிருஹன்னடா நீ இந்த நாட்டின் சட்டங்களை, இந்த அரண்மனையின் விதிகளை மீறியிருக்கிறாய். சாதாரண சமயம் என்றால் உன் தலை போகும். அல்லது வாழ்நாள் முழுவதும் சிறையில் அடைக்கப்படுவாய். ஆனால், ஏற்கனவே ஒரு பயங்கரமான விலையைக் கொடுத்துவிட்டாய். எங்கேயாவது சென்று அமைதியாக வாழ உன்னை அனுமதிக்கலாம் என்று பேரரசரிடம் பரிந்துரைக்கலாம் என்று நினைக்கிறேன்.'

என்னை விசித்திரமாகப் பார்த்தவன், பின்னர் சிரித்தான். 'உங்களை நம்பச் சொல்கிறீர்களா? நாம் இவ்வளவு நாட்களும் எதிரிகளாக இருந்தோம். பழிவாங்க நேரம் பார்த்திருப்பீர்கள்'

'பிருஹன்னடா, உன்னை எனக்குப் பிடிக்காமலிருக்கலாம். ஆனால், என்னை உன்னோடும் உன் நண்பர்களோடும் சேர்த்துக் குழப்பிக்கொள்ளாதே. நீதியின் நோக்கம், தனிப்பட்ட விரோதங்கள் மற்றும் பழியைத் தீர்த்துக்கொள்வதல்ல. உனது விடுதலை உத்தரவுகளில் பேரரசர் கையொப்பம் இட்டவுடன் நீ வெளியில் வந்துவிடுவாய்.'

'சுத்தமான வேலை. இளவரசர் விக்கிரமாதித்தர் உங்களுக்காக அந்த அசிங்கமான வேலையைச் செய்துவிடுவார். என்னையும் என் மனைவியையும் முடித்துவிடுவார். ஆகவே நீங்கள் கைகளைக் கழுவிக் கொள்ளலாம்'

'நீ எங்கே விரும்புகிறாயோ அந்த இடத்தில் அரசு உன்னைக் குடிவைக்கும். மேவாருக்குள்ளோ அல்லது வெளியிலோ. உனக்கும் உன் மனைவிக்கும் ஒரு புது அடையாளம் கொடுக்கப்படும். புதிய வாழ்க்கைத் தொடங்க கொஞ்சம் பணமும் கொடுக்கப்படும். இரண்டாவது உனக்குத் தேவைப்படாது என்று நினைக்கிறேன். ஏனெனில் மேவாரின் செல்வந்தர்களில் நீயும் ஒருவன் என்று நம்புகிறேன்.'

அனுப்புவதற்கான ஏற்பாடுகளைச் செய்ய ஒரு வாரமாவது ஆகும் என்று மங்கள் கூறினான். இந்த ஜோடியை எங்கே குடியமர்த்தப் போகிறாய் என்று கேட்க எனக்கு அரைகுறை மனது. ஆனால், அவன் பதில் என்னவாக இருக்கும் என்று எனக்குத் தெரியும்: 'நீங்கள் ஏன் தெரிந்துகொள்ள விரும்புகிறீர்கள்? ஒருவேளை அவன் சந்தேகப்படுவது சரியாக இருக்கலாம். சில விஷயங்களில் விவேகத்தின் சிறந்த பகுதியாக அறியாமைதான் இருக்கிறது.'

விக்கிரமாதித்தனை என்ன செய்வது? தந்தையைக் கேட்க விழைந்தேன். பேரரசின் இளவரசன் என்ற போர்வையில் இந்தக் காட்டுமிராண்டித்தனமான கொலைச் செயல் மூலம் அவரது மகன் என்ன செய்யத் திட்டமிட்டான்? ஆனால், அதை என்னால் செய்யமுடியாது. உன் வேலையைப் பார் என்று சொல்லப்படுவதை நான் விரும்பவில்லை; அல்லது இன்னும் மோசமாகக் கூறினால், இந்தக் குற்றத்திற்குப் பிராயச்சித்தமாக சித்தோரின் அரசாங்க அனாதை இல்லமான நந்தவனத்திலிருக்கும் குழந்தைகளுக்குத் தொடர்ந்து மூன்று நாட்கள் கதைகள் படிக்க வேண்டும் என்று விக்ரம் பணிக்கப்படாமல் இருக்க வேண்டும்.

நல்வாய்ப்பாக, இதுபோன்ற முட்டாள்தனமான வக்கிரமான விமர்சனங்களுக்கு எனக்கு நேரமில்லை. இந்த நாட்களில் என் வேலைகளுக்குப் பின்னால் ஓடிக்கொண்டிருந்தேன். இவற்றுடன் சுகந்தாவின் பிரச்சனையும் சேர்ந்துகொண்டது. அவள் இப்போது முற்றிலும் தனித்து விடப்பட்டாள். ஒருகாலத்தில் அவளை ஆதரித்த

ராணி கர்மாவதி இப்போது அவளைக் கைவிட்டுவிட்டாள். ராணியின் மகனும் அப்படியே. இளந் துறவியும் வழக்கத்திற்கு மாறாக நடந்துகொண்டாள். குறிப்பாக அவள் ஒரு துறவியைப்போல் நடந்துகொள்ளவில்லை. புஷ்கர் பயணத்தின்போது வீணை வாசிக்க சுகந்தாவை நீலவிழியாள் ஏற்பாடு செய்ததில், அவர்களுக்கு இடையிலான உறவில் விரிசல் ஏற்பட்டிருக்கலாம் என்று நினைத்தேன். ஆனால், சுகந்தா, விக்ரமிடமிருந்து முறித்துக் கொண்டதும் அதன்பின் அவளுக்கும் எனக்கும் ஏற்பட்டிருக்கும் நல்லுறவும் நீலவிழியாளிடம் விரோதத்தைத் தூண்டியிருக்கவேண்டும். நீலவிழியாள் சுகந்தாவை இறக்குமளவுக்கு வெட்டிப்போட்டதால், அல்லது, புறக்கணித்ததால் அந்தப்புரத்தின் மற்றப் பெண்களும் அவ்வாறே ஒதுக்கி வைத்தனர். யார் தான், இளந் துறவியின் அதிருப்திக்கு ஆளாக விரும்புவார்கள்?

சுகந்தாவைத் தனியாக விடக்கூடாது என்பதற்காக மதிய உணவிற்கு வீட்டிற்குப் போகத் தொடங்கினேன். அவளைத் தனித்து விடுவதை அவள் வெறுத்தாள். அத்துடன் மதியத்திலும் வீணை வகுப்பில் உட்காரத் தொடங்கினேன். அந்தச் சமயத்தில் அவள் முகம் பிரகாசிக்கும். நன்றியுடன் என்னுடன் ஒட்டிக்கொள்வாள். ஆனால், இந்தத் தோழமையால் கிடைத்த மகிழ்ச்சி நீண்ட நாள் நீடிக்கவில்லை. ஒரு நாள் மதியம் வீட்டிற்கு வந்தபோது இளந் துறவி எனக்காகக் காத்திருந்தாள்.

'சுகந்தா உங்களுக்கு இனிமேல் உணவு பரிமாற மாட்டாள்.'

'ஏன்? உடல் நலமில்லையா?'

'தேவையில்லாமல் அவளுக்காக கலங்கவேண்டாம். எருமைபோல் நன்றாக வலிமையாகத்தான் இருக்கிறாள். அந்த விலங்கின் பல குணங்களுடன், குறிப்பாக சோம்பேறித்தனத்துடன் நன்றாகத்தான் இருக்கிறாள்'

'அவள் இனத்தைப்பற்றி எனக்கு அக்கறை இல்லை. எங்கே இருக்கிறாள்?'

'ஒரு மாற்றத்திற்காக வேறுவேலை செய்யப் போயிருக்கிறாள். பெண்கள் வசிக்கும் பகுதியை ஆண்டுக்கு ஒருமுறை சுத்தம் செய்யும் வேலை. அதை மேற்பார்வையிடச் சொன்னேன்'

அந்தப்புர அரசியலில் தலையிட விரும்பாமல் வெளியேறினேன். ஆனால், அடுத்த நாளும் அவள் வீட்டில் இல்லை.

'இளவரசே,' என்று என்னை வரவேற்க நீலவிழியாள்தான் இருந்தாள். 'உணவுக்குப் பின் நீங்கள் மேற்கொள்ளும் களியாட்டத்தைத் தியாகம் செய்தால் மேவாருக்கு நல்லது என்று நினைக்கக்கூடாதா?'

‘என் வேலைகளை எப்படிச் செய்யலாம் என்பதற்கு ஆலோசனை தேவைப்படும்போது உன் சேவையைப் பயன்படுத்திக்கொள்கிறேன், அம்மணி. அதுவரையில், இப்படி இலவச ஆலோசனை வழங்குவதை நிறுத்திக் கொண்டால், நல்லது’

சுகந்தாவை அழைத்து வர அவளை ஆளனுப்ப சொல்ல நினைத்தேன். பின்னர் வேண்டாம் என்று கைவிட்டேன். இளந் துறவியும் அந்தப்புரத்தின் மற்றவர்களும் அவளை அவமானப்படுத்தவும் தனிமைப்படுத்தவும் செய்வார்கள்.

’காதலின் இடத்தைப் பரிவால் நிரப்பமுடியாது என்று உங்களிடம் கூறலாமா, இளவரசே? கடமையாலும் நிரப்பமுடியாது.’

அவளால் மனத்தைப் படிக்கமுடியுமா? இவள் மனைவியாக இருக்கமாட்டாள். அல்லது வேறு யாரையும் அப்படி இருக்கவும் அனுமதிக்க மாட்டாள். நேரடித் தாக்குதலில், தான் வெற்றிபெற்றதைத் தெரிந்துகொண்டாள்.

அவள் முகத்தில் துறவியின் புன்னகை.

அத்தியாயம் 43

பிருஹன்னடாவும் அவன் மனைவியும் சித்தோரை விட்டுப் புறப்படுவதற்கு முதல்நாள் அவன் எனக்கு செய்தியனுப்பியிருந்தான். சந்திக்க முடியுமா என்று கேட்டிருந்தான்.

‘இளவரசே, நான் வந்து உங்களைச் சந்திக்காததற்கு மன்னித்துக் கொள்ளுங்கள். நான் இந்த நேரத்தில் வெளியில் வருவது விவேகமில்லை என்பது நீங்கள் அறிந்ததுதான்.’

பிருஹன்னாவிடம் நான் கொஞ்சமும் பொறுமையிழக்கவில்லை; ஏனென்றால் அந்த மகிழ்ச்சியற்ற, விரும்பத்தகாத அத்தியாயம் முடிந்துவிட்டதாக நினைத்தேன். அதைப்பற்றி நினைத்தாலே வெறுப்பு ஏற்பட்டது. எதிர்பார்த்ததுபோல், தனக்குப் பிடித்த மகனுக்கு எதிராக பேரரசர் எந்த நடவடிக்கையும் எடுக்கவில்லை.

’இளவரசே, நீங்கள் முன்பு என்னிடம் சொன்னதை ஆழ்ந்து சிந்தித்தேன். மகாபாரதத்தின் மிகவும் மதிப்பிற்குரிய மனிதர் நேர்மையானவர்கள் பக்கம் நின்றிருந்தால் என்ன நடந்திருக்கும்?’

’இது சரியான நேரமில்லை என்று அஞ்சுகிறேன், பிருஹன்னடா. சரியான சந்தர்ப்பம் ஒன்றில் அந்த அறிவார்ந்த கேள்வியை ஒட்டி

விவாதிப்போம். நாளைக்கு நீ புறப்படுகிறாய். அதனால், இந்த நேரமும் நமக்கு வாய்ப்பாக இல்லை என்று உனக்கே தெரியும்.'

'மேவாரின் அரசு அதிகாரத்தைச் சீர்குலைக்க சதித்திட்டம் தீட்டுவது, அறிவு சார்ந்த விஷயம் என்று சொல்வீர்களா?'

அதிகமான இரைப்பால் ஹிஜிரா மூச்சுவிட மிகவும் சிரமப்பட்டான். ஆனால், அவனது சொற்களின் தாக்கத்தை அதிகப்படுத்த நிச்சயம் அது உதவியது. என் முகத்தில் நான் உணர்ச்சிகளைக் காட்டவில்லை. ஆனால், நான் மோசமாக நடிப்பதும், முழுமையான கவனத்துடன் விழிப்புடன் இருப்பதும் பிருஹன்னடாவிற்கு நிச்சயம் தெரியும்.

'என் வாக்குமூலத்தைப் பதிவு செய்வீர்களா, இளவரசே? இல்லை, ராஜ்ஜியத்திலேயே பெரிய நீதிமன்றத்தைப் பேரரசர் அமைத்திருக்கிறார் என்று சொல்லப்போகிறீர்களா?'

'நாம் பேசப்போவது தேசத்துரோகம் சம்பந்தப்பட்ட விஷயம் என்றால், அதை முதலில் நான் பேரரசரிடம் கட்டாயம் தெரிவிக்கவேண்டும். அதற்கு முன்னால், இதை மறுபரிசீலனை செய்யும்படி உன்னைக் கேட்டுக்கொள்ள கடமைப்பட்டுள்ளேன். ஏனென்றால், ஒருவேளை அந்தச் சதித்திட்டத்தில் நீயும் சிக்கியிருந்து, அரசுக்கு ஆதரவாக சாட்சியைத் திருப்புவதனால் உன்னை அது பாதுகாக்காது அல்லது உனக்குப் பாதுகாப்பும் அளிக்காது'

'உங்களது எச்சரிக்கையை மதிக்கிறேன், இளவரசே. ஆனால், அத்தகைய பெரிய செயலில் சரியாகச் சிந்திக்காமல் இறங்குவேன், திரும்பமுடியாத காரியத்தில் காலடி எடுத்து வைப்பேன் என்று நம்புகிறீர்களா?

'இல்லை பிருஹன்னடா' நான் சற்று அடக்கி வாசிப்பது எனக்கே விசித்திரமாக இருந்தது. 'சிலருக்குத்தான் வாழ்க்கையில் இரண்டாவது வாய்ப்புக் கிடைக்கும். இப்போது மூன்றாவது முறையாக விதியுடன் விளையாட நினைக்கிறாய். உன் மனைவி ஊர்வசிக்கும், பிறக்கப்போகிற குழந்தைக்கும் என்ன ஆகும் என்று சிந்தித்தாயா?'

'பல்வேறு முரண்பாடான சிந்தனைகளைப் பற்றி சுருக்கமாக உங்களிடம் சொல்கிறேன். ஆனால், எனது வாழ்க்கையின் இந்த நிலையில் என் மனம் கூறும் தர்க்கம் இதுதான். அப்படித்தான் நான் இந்த முடிவுக்கு வந்துள்ளேன். உண்மையில் இப்போது நான் இருப்பதுபோல் ஒரு ஹிஜிராவாகத்தான் வாழ்க்கையைத் தொடங்கினேன். ஊர்வசி பரிவும் மென்மையும் கொண்டவள். காலப்போக்கில், அவளுக்கு இன்பத்தைக் கொடுக்கமுடியாத கணவனிடம் அவளுக்கு சலிப்பு ஏற்படலாம்.' கொஞ்சம் சுடுநீர் அருந்துவதற்காக பிருஹன்னடா பேச்சை நிறுத்தினான்.

தொண்டையிலும் நெஞ்சிலும் அடைப்பு சிறிது குறைந்ததும் தொடர்ந்து பேசினான். 'இளவரசே, பரிவுகாட்டப்பட வேண்டிய மனிதனாக இருக்க எனக்குத் தகுதியில்லைதான். ஆனால், உண்மையில், என் வாழ்க்கை இப்படி ஆகிவிட்டதே என்ற கசப்பான உணர்வுதான் என்னைக் கொல்கிறது.

'இதை நீங்கள் நம்புவது கடினம் தான். ஆனால், எனக்குள் பழிவாங்கும் எண்ணம் இல்லை. என் விதியும் எனது வலிமையின் ஆதாரமும் என் விசுவாசத்தில்தான் இருக்கின்றன. விதியை எதிர்கொள்ளத் தயங்கினாலும், எனது விசுவாசத்தின் நோக்கத்தை நீங்கள் சந்தேகப்படுகிறீர்கள். இந்த நிலையிலும் வாழ்க்கையைப் பயனுள்ளதாக மாற்றமுடியுமா என்று பார்க்கவேண்டிய தேவை எனக்கு இருக்கிறது'

ஒரு ஹிஜிராவின் உடலைத் தொடுவதில் எனக்கு எப்போதும் வெறுப்புதான் இருந்திருக்கிறது. எனினும், பிருஹன்னடாவின் தோள் மீது என் கரத்தை வைத்தேன். 'பிருஹன்னடா நீ மிகவும் துணிச்சல் மிக்கவன்'.

அந்தத் தருணத்தில் வெளிப்படையாகத் தெரியும் அனைத்து முரண்பாடுகளின் தாக்கமும் கொஞ்சம் அதிகம் சக்திமிக்கதாகவே இருந்தது. விக்ரமுக்கு பாதுகாப்பான எதிர்காலத்தை உறுதிசெய்ய ராணி கர்மாவதி போட்ட திட்டங்கள் அனைத்திற்கும் சூத்திரதாரியாக பிருஹன்னடா தான் இருந்தான் என்றே நானும் மங்களும் சந்தேகப்பட்டோம். மொகலாய பாபரை வெற்றி கொள்வது தவிர்த்து, அவனிடமிருந்து ஒப்புதல் வாக்குமூலத்தைப் பெறுவதைக் காட்டிலும் பெரிய வரம் ஒன்றை அருளுமாறு எம் கடவுள் ஸ்ரீஏகலிங்கேஸ்வரிடம் வேண்டியிருக்க மாட்டேன். மிக மோசமானது என்று அதைக் கருதமுடியவில்லை என்றாலும் ஏதோ ஒன்று என்னைத் தொந்தரவு செய்தது: அது பிருஹன்னடா நம்பிக்கையையும் விசுவாசத்தையும் இழந்தது. அதைப் புரிந்துகொள்வது எப்போதும் எனக்குக் கடினமாகவே இருந்திருக்கும். ராணியும் அவரது மகனும் தங்களது பணியாளை மேலும் நல்லவிதமாக அறிந்திருந்தாலோ அல்லது நம்பியிருந்தாலோ தனது விசுவாசத்தை அவன் மறுபரிசீலனை செய்திருக்கமாட்டான். அவனுக்கு இப்படித் தோன்றியிருக்காது. இல்லை, இந்த ஹிஜிராவை வெட்டிப்போட என் தம்பி முயற்சி செய்த பிறகும் அவனுக்குத் தோன்றியிருக்காது.

விஷயங்களை எப்போதும் அதன் போக்கில் அனுமதிக்க வேண்டும் என்பது நம்மில் எவ்வளவு பேருக்குத் தெரிந்திருக்கிறது?

* * *

மற்ற நீதிபதிகளும் தங்கள் இருக்கைகளில் அமர்ந்தனர். ஆர்வமும் பற்றற்ற உணர்வும் அவர்களிடம் தென்பட்டது. நகைச்சுவையான மனநிலையில் நான் இருந்திருந்தால், அந்தப் பழைய கும்பல்தானே என்று சொல்லியிருப்பேன்: பிரதான் பூரண்மால்ஜி, சித்தப்பா லக்ஷ்மண் சிம்மாஜி, நிதியமைச்சர் ஆதிநாத்ஜி ஆகியோர் தான் நீதிபதிகள். விக்கிரமாதித்தனின் ராஜத்துரோக வழக்கை விசாரிக்க நாங்கள் சந்தித்து எவ்வளவு ஆண்டுகள் ஆகியிருக்கும் என்பது மறந்துவிட்டது. சீக்கிரமாகவே தலையில் வழுக்கை விழுந்த பலரும் செய்வதைப்போல், லக்ஷ்மண் சிம்மாஜியும் தலையின் இருபுறங்களிலும் முடியை வளர்த்து மேல்புறம் கொண்டுவந்து வழுக்கையை மறைக்க முயன்றிருந்தார். காதுகளின் மேல்புறம் பூனையின் மீசையைப்போல் கொஞ்சம் முடி நீட்டிக்கொண்டிருந்தது. பூரண்மால்ஜி மிகவும் மெலிந்துவிட்டார். இரண்டு கண்களையும் புரை மூடிவிட்டது. லீலாவதியின் கொள்ளுத் தாத்தாவின் முகத்தில் இப்போதும் சுருக்கம் ஏதும் இல்லை. ஆனால், முகம் கருத்துவிட்டது. அவரது இயக்கங்கள் மெதுவாகவும் தடுமாற்றத்துடனும் இருந்தன. நம் கண்களுக்கு மற்றவர்கள் வயதானவர்களாய்த் தெரியும்போது, நாம் அப்படி நம்மைப் பார்த்துக் கொள்வதில்லை. தொண்ணூறு வயதை நெருங்கிய வயதில், மூத்தவர்களும், சமகாலத்தவரை வயதானவர் என்று சொல்வதை நீங்கள் தவறாமல் பார்க்க முடியும்.

அமர்வின் மற்ற மூன்று உறுப்பினர்களும் என்னை எப்படிப் பார்ப்பார்கள்? வயதானவனாகவா? சலித்துச் சோர்வுற்றவனாகவா? ஆனால், என் நெற்றியில் விவேகத்தின் கோடுகளை அவர்கள் பார்க்கமாட்டார்களா என்ன? வேறு ஒருவனுடன் படுத்துக்கொள்ள வேண்டும் என்ற நிபந்தனையுடன் புதியதாக ஒருத்தியை மணந்துகொள்ளும் இளவரசனான நான் அவர்களுக்கு அதிகாரப்பூர்வ பேடியா ?

இந்த விஷயத்தில் தந்தை என்னை எப்படிப் பார்க்கிறார்? மோசமான செய்திகளை முன்னதாகவே அறிவிப்பவனாகவா? அல்லது அந்தத் தீய செய்தியே நான் தான் என்றா? நேற்று தனது அலுவலகத்தில் நான் பேசுவதை மிக நீண்டநேரம் ஒரு சொல்லையும் விடாமல் கேட்டுக்கொண்டு அமர்ந்திருந்தார். அறையில் குறுக்கும் நெடுக்குமாக நடக்கவும், கண்களை இறுக மூடியவாறு, வெளியில் போ, அதிருஷ்டம் கெட்ட உன் முகத்தைக் காட்டாதே என்று சொல்லவும் அவர் விரும்பினார் என்பதை அறிவேன். ஆனால், அவர் அரசன். தனக்கிருக்கும் அதிகாரத்தை ஒட்டி இறுதி முடிவு எடுக்கும் பொறியில் அவர் சிக்கியுள்ளார்.

'எந்தச் சிராய்ப்பும் இல்லாமல் தப்பிப்போக அந்த ஹிஜிரா போடும் தந்திரமாக இது இருக்காதென்று நினைக்கிறாயா?'

'பேரரசே, பிருஹன்னடா இப்போது சுதந்திர மனிதன். நீங்கள் அவனை மன்னித்து விடுதலை செய்துவிட்டீர்கள்'

'அவன் பழிவாங்க நினைக்கிறான், அதற்குத் தான் இந்தத் திட்டம். அவன் திரும்பவும் அதைப் பெற... இல்லை... அது சரியாகத் தோன்றவில்லை. ஏனென்றால், இந்த நடைமுறையில் அவனுடைய தலையே போய்விடும்'

'இல்லை, சரியாகத்தான் தோன்றுகிறது பேரரசே. முன்னாள் எஜமானர்களை அவன் வெறுக்கிறான். உயிரே போனாலும் பரவாயில்லை என்று அவர்களை அழித்துவிட அவன் விரும்புவதாகத் தோன்றியது. ஆனால், அவன் கூறும் அத்தனைக்கும் அவன் சான்றுகளைத் தரவேண்டும். அவன் சுமத்தும் குற்றங்களை நீதிமன்றம் சரிபார்க்கும்'

'இடத்தை முடிவு செய்துவிட்டாயா?'

'இன்னும் இல்லை. நீதிபதிகளை நியமித்து, உங்கள் தலைமையில் விசாரணைக்குழு ஒன்று அமைந்து தேதியை முடிவு செய்தபின்னர் இடத்தைத் தேர்ந்தெடுக்கலாம் என்பது மங்களின் யோசனை'

'நல்ல செயலைத் தள்ளிப்போடக்கூடாது. ஆனால், நாம் விரும்பாத விஷயங்கள் எப்போதுமே விரைவாக நடந்துவிடும். நடைமுறைகள் நாளைத் தொடங்கட்டும். இளவரசன் விக்கிரமாதித்தனுக்கு எதிராக ராவ் பலேச் முன்வைத்த குற்றத்தை விசாரித்த அதே நீதிமன்றம் இதையும் விசாரிக்கும். உன் தலைமையில்'

'நானா?' என்று நம்ப முடியாமல் கேட்டேன். 'மேவாரின் முதன்மை நீதிபதி பேரரசரான நீங்கள்தான். இந்த விஷயத்தில் நீங்கள்தான் முடிவு எடுக்க முடியும்'

'ஏதோ சங்கடத்தை, அமைதியின்மையை பார்ப்பதுபோல் உணர்கிறேன் மகனே? அரியணையின் மீது உனக்கு விழைவுகள் இருக்கிறது. ஆகவே சான்றுகளை மதிப்பீடு செய்வதில் இரட்டிப்புக் கவனத்துடன் நீ இருக்கவேண்டும்'

'மேவாரின் மீது மட்டுமன்றி ஒட்டுமொத்த ராஜபுத்திரக் கூட்டமைப்பின் மீதும் வழக்கு தாக்கத்தை ஏற்படுத்தும் என்றால்?'

தந்தையின் உயிருள்ள கண் என் பக்கம் திரும்பியது. அதில் அருவருப்பைப் பார்த்தேனா அல்லது அவரது அச்சம் உறுதிப்பட்ட அறிகுறி தெரிந்ததா என உறுதியாகத் தெரியவில்லை. ஆனால், எல்லை மீறிவிட்டதை உணர்ந்தேன்.

'உன்னை எது அப்படி நினைக்க வைத்தது?'

'பிருஹன்னடாவுக்கு விழைவுகள் அதிகம்; விளைவுகள் குறித்து எச்சரிக்கையாக இருப்பவன். பேரரசே, தனது மதிப்பையும் வாழ்க்கையையும் அவ்வளவு எளிதாக அவன் பந்தயம் வைக்கக்கூடியவன் அல்ல'

'உண்மை எதுவாகவும் இருக்கட்டும்' தந்தையின் குரலில் உணர்ச்சியில்லை. அச்சம் தென்பட்டது. அவருக்குள் குடியிருக்கும் பேய்களுடன் அவர் உடன்பாடு செய்துகொண்டது போல இருந்தது. 'நான் உன்னுடன் இருக்கிறேன், இளவரசனே. தேவையெனில் என்னிடம் ஆலோசனை கேட்டுக்கொள்'

நேற்றிரவு ஹிஜிராவை மங்கள் எங்கு ஒளித்து வைத்திருந்தான் என்று எனக்குத் தெரியவில்லை. ஆனால், அதிதி அரண்மனையின் சிறப்பு தர்பார் அறைக்குள் மங்களின் ஆட்கள் நால்வருடன் அவன் நுழைந்தபோது நிம்மதி அடைந்தேன். என்னைப் போலவே பிருஹன்னடாவும் இரவைத் தூக்கமின்றி கழித்திருக்க வேண்டும். முகம் சோர்ந்து இருந்தது. கடந்தகாலத்து ஆவிகளின் தொந்தரவைத் தடுக்கமுயன்று அதில் வெற்றியடையாமல், சித்திரவதைப்பட்ட மனிதனின் பார்வை. சென்ற இரவு ஆஸ்துமா தொந்தரவு அவனுக்கு அதிகமாக இருந்திருக்க வேண்டும்; அவன் மூச்சுவிட சிரமப்பட்டதில் அது தெரிந்தது. அவன் மூச்சுவிடும்போது அனிச்சையாக மூக்கிலிருந்து சப்தம் வந்தது. அருகில் சுடுநீர் நிரம்பிய லோட்டாவை ஞாபகமாக வைத்திருந்தான். கீதையின்மீது கைவைத்து அவன் உறுதிமொழி எடுத்தபோது பிருஹன்னடாவின் குரல் நிதானமாக வெளிப்பட்டது. இன்று கவனத்திற்குரியவனாக அவன் இருக்கிறான் அவனுக்குத் தெரியும். நாடகத்தனமாக இல்லாமல் அமைதியாக அவன் நடந்துகொண்டான்.

'கீதையின் மீது சத்தியம் செய்வதால், நீ மழுப்பலாகப் பேசுவதெல்லாம் வாக்குமூலம் ஆகிவிடாது'. கிசுகிசுப்பைவிட மெதுவாக ஒலித்தது பிரதம அமைச்சரின் குரல். ஆனால், நிச்சயம் அதில் அச்சுறுத்தல் இருந்தது. அது வெற்று மிரட்டல் அல்ல. தவறு செய்தால் வரக்கூடிய ஆபத்தையும் தண்டனையையும் அக்கறையுடன் தெரிவிப்பது. 'கேட்பதற்குக் கசப்பானதாக இருந்தாலும், பொய் சத்தியம் செய்வது சட்டச்செயல்முறையின் தவிர்க்கமுடியாத அம்சமாக இருக்கிறது. சாட்சியங்களை ஆராயும் விசாரணையை நாங்கள் இன்று நடத்தவில்லை. ஆனால், இன்றைக்கு நடக்கும் விசாரணை அதைப்போன்ற ஒன்றுக்கோ பலவற்றிற்கோ இட்டுச்செல்லக்கூடும். சுயாதீனமாக முடிவுசெய்து உன் விருப்பப்படிதான் வந்திருக்கிறாய். கடுமையான குற்றச்சாட்டுகளைக் கூறப்போகிறாய் என்று எடுத்துக்கொள்கிறோம். பலரது நற்பெயர்களை அது அழிக்கலாம்; பதவிகளிலிருந்து மனிதர்களைத் தூக்கி எறியலாம், தலைகள் உருளலாம். உன்னை முன்கூட்டியே எச்சரிக்கிறேன். சான்றுகள்

எதையாவது கலைப்பதோ, சேதப்படுத்துவதோ அல்லது உண்மையைத் திரிப்பதோ, நிரூபிக்க முடியாத விஷயம் எதையாவது இங்கு கூறுவதோ, இந்த நாட்டின் உச்சபட்ச தண்டனையை உனக்கு அளித்துவிடும். உன் தலை துண்டிக்கப்படும், உன் கையும் காலும் துண்டிக்கப்பட்டு பிரபஞ்சத்தின் எட்டுத்திசைகளிலும் வீசப்படும். ராம் போல் வாயிலின் அருகே உன் தலை தொங்கவிடப்படும். சொந்த நலனுக்காகச் செயல்படுபவர்களுக்கு மற்றவர்கள்மீது குற்றம் சுமத்துபவர்களுக்கு, எதிரிகளுடன் உறவாடுபவர்களுக்கு அது ஒரு பாடமாக அமையும்.'

இறுதிப் புகலிடமான இந்த நீதிமன்றத்தின் நீதிபதிகள் தங்களது பணியை எளிதாக எடுத்துக்கொண்டதாக நான் நம்பவில்லை. ஆனால், பூரண்மால்ஜியின் சொற்களிலிருந்த அழுத்தம் எங்களைத் தாக்கியது; பிருஹன்னடா தவிர்த்து அனைவரும். சற்றுத் திகைத்து அடங்கி அமர்ந்திருந்தோம். தொண்டையைச் சரி செய்து கொண்ட அவன் சொற்களை அளந்து பேசினான்.

'மதிப்பிற்குரிய பிரதம அமைச்சரின் சொற்களை நான் எளிதாக எடுத்துக் கொள்ளவில்லை. நான் முன்வைக்கப் போகிற குற்றச்சாட்டுகளின் தீவிரம் என்னைப் பீடித்துள்ளது என்பதை உங்களுக்குச் சொல்ல விழைகிறேன். குற்றம் சுமத்துபவனாக மட்டுமல்ல, குற்றம் சாட்டப்பட்டவர்களில் முக்கியமான ஒருவனாகவும் இங்கு நிற்கிறேன்.

'பதினான்கு மாதங்களுக்கு முன், நமது ராஜ்ஜியத்தின் நடவடிக்கைகளில் மிகவும் அதிருப்தியுடன் இருக்கும், மேவாருக்கு உள்ளேயும் வெளியிலும் இருக்கும் மிகவும் நம்பிக்கைக்குரிய மனிதர்களின் குழு ஒன்றைக் கூட்டுமாறு என்னைக் கேட்டுக்கொண்டார்கள். மதிப்பிற்குரிய இளவரசர் மகராஜ் குமாரின் அதிகாரத்தின் எல்லை விரிந்துகொண்டிருப்பது குறித்து எனது ஆதரவாளர்கள் மிகவும் கவலைப்பட்டனர். பேரரசர் மகாராணா சங்கா மேலும் மேலும் அவரைச் சார்ந்திருப்பது குறித்து அவர்கள் அச்சம்கொண்டனர். தங்களுக்கு விருப்பமான ஒருவரை அரியணைக்கு நியமிப்பதன்மூலம் மகராஜ் குமாரிடமிருந்து அவர்கள் மேவாரைக் காப்பாற்ற விரும்பினர். அடுத்தப் பதினோரு மாதங்களும் விரிவாகவும் ரகசியமாகவும் நான் பயணம் செய்தேன். அதிருப்தியுடன் இருந்த மிகவும் வலிமை வாய்ந்த மேற்குடி மனிதர்களையும் நிலப்பிரபுக்களையும், மேவாரின் கூட்டாளிகளையும் சந்தித்தேன். பதினேழு பேர் கொண்ட குழு ஒன்றை ஒருங்கிணைத்தேன்.

'பிரதான ஒருங்கிணைப்பாளர் என்ற முறையில் நான் கூறிய முதல் முக்கிய விதி, எந்த நேரத்திலும் செய்திகளையும் தகவல்களையும் காகிதத்தில் எழுதி பரிமாறிக்கொள்ளக் கூடாது. சாத்தியமான சந்தர்ப்பம் ஒவ்வொன்றிலும் பேரரசரின், இளவரசர் மகராஜ் குமார் ஆகியோரின்

அதிகாரத்தைக் குறைப்பதே எங்கள் நோக்கம். டில்லி பாதுஷாவும் மேவாரும் மற்றும் அதன் கூட்டாளிகளும் சந்திக்கும் அந்த யுத்தத்தின் முடிவு தெரியும் வரையிலும் ராஜ்ஜியத்தின் நிகழ்வுப் போக்குகளில் தலையிடக் கூடாது. நாம் தோற்றால், பேரரசர் பயனற்றவர், தேசத்தை வழிநடத்தும் திறமையற்றவர் என்பதற்குச் சான்று எதுவும் தேவையில்லை. வெற்றி பெற்றால், நமது உத்தியை மறுபரிசீலனை செய்யவேண்டும்.

‘இப்போது நீங்கள் என்னைக் கேள்வி கேட்கலாம்.’

பிருஹன்னடாவின் குரலில் கரகரப்பு இருந்தது. திடீரென்று கடுமையான இருமல் அவனை ஆட்கொண்டது. மூச்சுவிட முடிந்ததும், லோட்டாவிலிருந்து சுடுநீரை குவளையில் ஊற்றிக் குடித்தான். முதல் துளிகளை அவன் உறிஞ்சும்போது, வசியம் செய்யப்பட்டவன்போல் அந்தத் தாமிரப் பாத்திரத்தையேப் பார்த்துக் கொண்டிருந்த மங்கள், துள்ளிக் குதித்து, ‘அந்த நீரை குடிக்காதே. குடிக்காதே’ என்று கத்திக்கொண்டே அவனை நோக்கி ஓடினான்.

நேரம் கடந்துவிட்டது. குவளை பிருஹன்னடாவின் கையிலிருந்து நழுவியது. அவன் முச்சுவிட முடியாமல் திணறினான். ஏழு முறை வாயைத் திறந்து, திறந்து மூடினான். கண்களின் வெண்விழி மட்டுமே தெரிந்தது. அவன் இறந்துவிட்டான்.

நடந்தவற்றைத் திரும்பிப் பார்க்கும்போது, அன்றைக்கு நான் பிருஹன்னடாவின் இறுதிச் சடங்கிலிருந்து வீட்டிற்குத் திரும்பியபோது அதாவது விசாரணை நடந்த அன்று இரவு, கொஞ்சம் அதிகக் கவனத்துடன் இருந்திருந்தால் சுகந்தாவைப் பொறுத்தவரை விஷயங்கள் வித்தியாசமாக முடிந்திருக்குமோ என்று என்னையே தொடர்ந்து கேட்டுக்கொண்டிருந்தேன்.

நடந்ததை, பேரரசருக்குச் சுருக்கமாகக் கூறிவிட்டு, பிருஹன்னடாவின் மனைவி ஊர்வசியிடம் தகவல் தெரிவித்துவிட்டு, அவனிடமிருந்து பிரியும் நகைமுரணாக, சிதை விறகுகள் மீது நெய்யூற்றி எரியூட்டித் திரும்பியபோது மிகவும் தாமதமாகிவிட்டது; அதிகாலை மூன்றரை மணி. மரித்துவிட்ட அந்த மனிதனின் உடல்மீது என்னுடையதான் இறுதி சொற்கள்.

‘பீஷ்மரைவிடப் பெரும் நேர்மையாளர் யாருமில்லை என்கிறது மகாபாரதம். பிருஹன்னடாவிற்கு பீஷ்மர்தான் இலட்சிய புருஷன். அவரது பொறுமையும், சுயக்கட்டுப்பாடும், விரதங்களும் சத்தியங்களும், சோதிக்கப்பட்டதுபோல் வேறு எவருடையதும் சோதிக்கப்படவில்லை. எனினும் விசுவாசம் எனும்போது, பிருஹன்னடாபோல் பீஷ்மர் கடுமையான சோதனைக்கு ஆளானாரா என்பதில் எனக்குச் சந்தேகமே.

சிறப்பான ஏதோ ஒன்றை, அமானுஷ்யமான ஏதோ ஒன்றைச் செய்கிறோம் என்ற பிரக்ஞையின்றி அவன் அதைக் கடந்து வந்தான். அவனுக்கு கீதை உபதேசங்களில் இருந்த நம்பிக்கையால் அதைச் செய்தான்: ஏனெனில் அது அவனது கடமை, அதைத் தவிர வேறொன்றுமில்லை.

'ஆனால், அவனது மகத்துவம் அதில் இல்லை. அவனது வீரமும், துணிவும் அவனது தனியியல்பு கொண்ட மனத்திலும் ஆன்மாவிலும் ஊன்றியிருக்கின்றன. மிகவும் அரிதான குணங்களை அவன் பெற்றிருக்கிறான்: அவனது வாழ்வின் வழிகாட்டும் நட்சத்திரமாக இருந்த, உயிரை விலையாகத் தரக் காரணமாயிருந்த அடிப்படைக் கொள்கைகளை அவனால் கேள்வி கேட்க முடியும். மனத்தில் கொள்ளுங்கள்; அந்த நிலை பழிவாங்கும் எண்ணத்தாலோ அல்லது விரக்தி மற்றும் ஏமாற்ற உணர்வாலோ ஏற்பட்டது என்று நினைக்கவேண்டாம். ஏனென்றால், தான் கடைபிடித்ததைக் காட்டிலும் அதிகக் கௌரவமான, அர்த்தம் மிகுந்த விசுவாசத்தை வெளிப்படுத்தும் சாத்தியம் தற்போது இருப்பதை அவன் உணர்ந்தான்: நியாயமான வழிகளின்மீது நம்பிக்கையும், அநியாயத்தைவிட நியாயத்திற்கு மதிப்பு அதிகம் என்பதையும் அறிந்தான்.

'அவன் தன்னைத் திறமைசாலியாகக் காட்டிக்கொண்டான் என்று குற்றம் சுமத்தலாம். அனைவரும் ஏற்றுக்கொண்ட ஞானத்தைக் கேள்வி கேட்பவர்கள் அப்படித்தான் இருப்பார்கள். வருத்தம் தரும் உண்மை என்னவென்றால், கடமை குறித்த அவனது புதிய கருத்தை சோதித்துப் பார்ப்பதற்கு முன்பாகவே அவன் உயிரை அது பறித்து விட்டது.

'பீஷ்மரை விட அவன் மேம்பட்டவனா? பொருத்தமற்ற, அர்த்தமற்ற கேள்வி இது. நம்மை மட்டுமின்றி, ஏன், மாபெரும் பீஷ்மரையும் விசுவாசம் குறித்த அவரது கருத்தையும் அவன் மறுபரிசீலனை செய்யவைத்திருக்கிறான் என்பதே இங்கு முக்கியமான விஷயம்.

'அவர்களைப் பற்றி இவ்வாறு சொல்லுமளவிற்கு அதிகமான மனிதர்கள் இல்லை'.

அதன்பின் அந்த அதிகாலை இருளில் கீதையின் வரிகளை உரத்து, தெளிவாகப் பாடினேன். இந்த வரிகளை ஆயிரம் முறைகள் கேட்டிருக்கிறேன். அவற்றை அதிக முறை கேட்கக் கேட்க, பாடலின் கூர்மை மழுங்கியதாகத் தெரியவில்ல. மாறாக, பொருளும் தொலைப்பார்வையும் மேலும் விசாலம் பெற்றுள்ளது.

ஆன்மா என்றும் பிறப்பதில்லை;
என்றும் அது மரிப்பதுமில்லை;
எப்போதும் இங்கு இருந்ததுமில்லை
எப்போதும் இல்லாதிருந்ததுமில்லை;

பழமையான ஆன்மாவிற்கு
பிறப்பில்லை, இறப்பில்லை,
அது நிலையானது,
உடல் வீழ்ந்த போதும் இறவாமலிருப்பது.

நைந்த பழந் துணிகளைக் களைந்தெறிந்து
புதிய ஆடைகளை மனிதன் அணிவதுபோல்
ஆன்மாவும் பழைய உடல்களைத் துறந்து
புதிய உடல்களை ஏற்கிறது.

வாட்களால் வெட்ட முடியாது
தீயால் எரிக்க முடியாது
நீரால் நனைக்க முடியாது
காற்றால் உலர்த்த முடியாது.

பிளக்க முடியாதது, எரிக்க முடியாதது,
நனைக்கவும் உலர்த்தவும் அரியது
என்றும் இருப்பது, இடப்பெயர்ப்பற்றது
நித்தியமானது,
உறுதியானது, நிலைத்திருப்பது.

பிறந்தவர் அனைவருக்கும் மரணம் உண்டு
இறந்தவர் பிறவியிலிருந்து தப்ப முடியாது
பிறப்பும் இறப்பும் தவிர்க்க முடியாதெனில்
இதில் துயரம் கொள்ள உனக்கு என்ன உளது?

நான் வீடு திரும்பியபோது, முதல் மாடிப் படிக்கட்டுகளின் அருகில் கைப்பிடிச் சுவர் மீது சாய்ந்து சுகந்தா தூங்கிக்கொண்டிருந்தாள். நீலவிழியாள் அவளை வெளியில் தள்ளி கதவைச் சாத்திவிட்டாளோ என்று வியந்தேன். மற்றுமொரு உட்பூசல் வேண்டாமே என்று எனக்குள் சொல்லிக் கொண்டேன். ஸெனனாவில் இளந் துறவியிடமோ அல்லது வேறு யாரிடமோ சுகந்தா சண்டை போட்டாள் என்று புகார் சொல்லக் காரணம் ஏதுமில்லை. காலணிகளைக் கழட்டிவிட்டு நுனிக்காலால் நடந்தேன். ஆனால், அவள் விழித்துக் கொண்டாள்.

என்னைப் பார்த்துப் புன்னகைத்தாள்.

'நான் கர்ப்பமாக இருக்கிறேன்'

என்னைத் தொடுவதற்கு அவள் கரங்கள் நீண்டன. பின்னால் நகர்ந்தேன். இறுதிச்சடங்கிற்குப் பின்னர் இன்னும் குளிக்கவில்லை. காரணங்களைச் சொல்ல முயற்சித்தேன். ஆனால், சேதம் விளைந்துவிட்டது. வருத்தத்துடன் அவள் குரல் ஒலித்தது.

'உங்கள் தம்பியுடையது என்று நினைக்கிறீர்களா?'

'எது?'

'குழந்தை'

'நான் அதைப்பற்றி நினைக்கவில்லை'. இல்லை, நான் நினைத்தேன். இது இழிவான அவதானிப்பாக இருக்கலாம். ஆனால், என்னைப் பற்றியோ அல்லது வேறு எவரைப் பற்றியுமோ நல்லதை நினைப்பதற்குமுன், அவர்களைப் பற்றி மோசமானதை சிந்தித்துவிடுகிறேன்.

'நீங்கள் நினைத்தீர்கள். குழந்தை அவருடையதல்ல. நான் அப்படி நினைக்கவில்லை'. அவள் முகம் நொறுங்கிப்போனது. அவள் சொன்ன நல்ல செய்தியால் விளைந்த மகிழ்ச்சியைக் குலைத்துவிட்டேன். என்னை விட்டு விலகி அவளது அறையை நோக்கி நடந்தாள்.

'என்னை விட என் மனத்தில் இருப்பது உனக்குத் தெரியும் என்று சொல்கிறாயா?' மிக மோசமாகப் பாதிக்கப்பட்டிருக்கும் மெதினி ராயின் மகளைச் சமாதானப்படுத்த முயன்றேன். மோசமான சிக்கலில் மாட்டிக்கொண்டேன்.

'நீங்கள் நல்ல நடிகர், இளவரசே. ஆனால், நடிப்பு வெளிப்பட்டுவிடும் நேரங்களும் இருக்கின்றன. யாருடைய குழந்தையை நான் சுமக்கிறேன் என்பதில் நீங்கள் எப்போதும் உறுதியாக இருக்கப் போவதில்லை'

என் உத்தியை மீண்டும் மாற்றினேன். 'ஏறத்தாழ இன்றைக்கு என் காதில் விழும் செய்தியெல்லாம் மோசமாகவும் ஆபத்தானதாகவும் இருக்கிறது. இன்றைக்கு நான் கேட்ட ஒரே நல்ல செய்தி நீ சொல்லியதுதான். அந்தச் சின்ன சந்தோஷத்தைக் கெடுத்துவிடாதே.'

உடனடியாக அவள் தவறை உணர்ந்தாள். 'நான் வருந்துகிறேன். உண்மையாகவே என்னை நம்புகிறீர்களா?'

'ஆம். நம்புகிறேன்..' உண்மையாகவே சொன்னேன். மெதினி ராயுடன் எங்கள் நட்பை முறித்துக்கொள்ள நிச்சயம் விரும்பவில்லை. ஏகாலி வெளிப்படுத்திய சந்தேகத்திற்காக சொந்த மனைவியின் கற்பின்மீது சந்தேகப்பட்ட ராமன் செய்ததுபோல் இந்த ராஜ்ஜியத்தின் அமைதியை அழிக்க எனக்கு விருப்பமில்லை. சுகந்தாவை இனியும் சந்தேகிக்க விரும்பவில்லை. அசுத்தமான என் கரங்களால் சுகந்தாவைச் சுற்றி வளைத்தேன்.

* * *

மனிதர்களின் மனம் எப்படி வேலை செய்கிறது என்று எனக்கு யாராவது விளக்க முடியுமா? அவளை மணம் செய்த நாள் முதல் தன்னிடமிருந்து விலகி இருக்கும்படி நீலவிழியாள் கூறிவிட்டாள். இப்போது எனக்கு இரண்டாவது திருமணம் ஆகிவிட்டது. என் விருப்பத்திற்கு மாறாக அது நடந்தது என்பதைப் பொருட்படுத்தவேண்டாம். அவளது நேரத்தையெல்லாம் என்னைக் கவர்வதற்கே செலவழித்தாள். அவளது தந்திரங்கள் அசாதாரணமானவை. மிகச் சாதாரணமாகச் சொல்ல வேண்டுமென்றால், அவளிடம் அசாதாரண படைக்கலன் இருந்தது. வண்ணங்களிலும் ஆடைகளிலும் சிறந்ததைத் தேர்ந்தெடுக்கும் திறனுடன் பிறந்தவள். ஆனால், இந்த ஆண்டுகளில் அவற்றை எல்லாம் அவள் பொருட்படுத்தாமல், சாதாரணமாக இருந்தாள். இந்த அற்ப விஷயத்தை மன்னித்துவிடலாம். ஆனால், அவளது நோக்கங்களை இப்படித்தான் விவரிக்கமுடியும்: இப்போது அவள் என்னைக் கொல்வதற்காகவே ஆடையணிகிறாள். கடந்த ஏழு நாட்களும், பச்சை வண்ணத்தில் வந்து வெறியாட்டம் போட்டாள். அவள் எந்த வண்ணத்திலும் உடை அணிவாள்; அழிவை ஏற்படுத்தும் கண்ணைப் பறிக்கும் மஞ்சள் அல்லது மின்னும் பழுப்பு நிறத்தில். ஆனால், அவள் அணியும் பச்சை நிறந்தான் ஆபத்தை விளைவிப்பது. அவள் இதை நன்கு அறிவாள். நூறு, சொல்லப்போனால், இருநூறு ஒதனிகள், காக்ராக்கள் சோளிகள் பச்சை வண்ணத்தில் அவளிடம் இருந்தன.

நான் அலுவலகத்திற்குப் புறப்படும்முன் முழுமையாக ஆடை அணிந்து என் முன் வருவாள்; அதை அவள் வழக்கமாகச் செய்தாள். நான் அவளைப் புறக்கணிக்க முடியும். (இல்லை, அது சாத்தியமில்லை). ஆனால், ஒன்றைச் சொல்லவேண்டும். ஒருநாளும் அவளால் நான் மகிழ்ச்சியடையவில்லை: முதன்முதலாய் அவளைப் பார்த்த நாளிலிருந்து அவளுடையவன் ஆகிவிட்டவனை, மனத்தை மாற்றிக்கொள்ளும் அறிகுறி எதையும் காட்டாத ஒருவனை அவள் ஏன் கவர்ந்திழுக்க முயலவேண்டும்? பாவம் சுகந்தா. மேர்த்தாவின் இளவரசிக்கு எதிராக எந்த முயற்சியிலும் எப்போதும் அவள் ஈடுபட்டதில்லை. வெளிப்படையாகச் சொல்லவேண்டுமென்றால், இந்த அவதாரத்தில் நீலவிழியாளுக்கு இணையாக இருக்கக்கூடிய பெண் எவளும் ஸெனானாவில் இல்லை.

இளந் துறவிக்கு என்ன வேண்டும்? என்னை அவள் இழந்திருக்கிறாள் என்று சொல்ல சிறிதளவும் சாத்தியமுண்டா? அல்லது ஒருவேளை எதிர்காலத்தில் நான் மேவாரின் ராணா ஆகிவிட்டால், அவள் மகாராணி ஆகும் வாய்ப்புக் குறித்து அச்சப்படுகிறாளா? பின் வேறு எதற்காக, சுகந்தாவின் கர்ப்பம் குறித்து அவள் பொறாமை கொள்ளவேண்டும். ஏற்கனவே தடுமாறிக் கொண்டிருக்கும் மணவாழ்வை முறிக்க விரும்பவேண்டும்?

சுகந்தா கர்ப்பமாக இருக்கிறாள் என்பதை அறிந்ததும், நீலவிழியாள் என் இரண்டாவது மனைவியுடன் கொரில்லா யுத்தத்தை நிறுத்திவிட்டாள். இப்போது அது வெளிப்படையான யுத்தம்.

சுகந்தாவின் வயிற்றிலிருக்கும் குழந்தையின் தந்தை விக்கிரமாதித்தனாக இருக்கலாம் என்பதற்குக் உத்தரவாதம் ஏதுமில்லை என்று அனைவரும் அறியும்படி செய்தாள். அனைத்திற்கும் மேலாக, என் இரண்டாவது மனைவி அவளது துரோகத்தை எவ்வாறு பரவலாகப் பரப்பினாள் என்பது யாருக்குத் தெரியவேண்டும்? சுகந்தாவை கெட்டவளாகச் சித்தரிக்க, என்னை ஒரு முன்னுதாரண நபராக்கும் தேவை நீலவிழியாளுக்கு இருந்தது. எதிர்பார்த்ததுபோல் அவள் மிகவும் திறமையான பெண். ஒரு பணிக்குத் தேவையானதைச் சிறப்பாக செய்துமுடிப்பவள். எனக்குத் தெய்விகத் தன்மை அளிக்கும் வேலை நல்ல விதமாக நடந்துகொண்டிருந்தது. நல்வாய்ப்பாக பெருமளவு சேறும் சகதியும் சுகந்தாவின்மீது ஒட்டிக்கொள்ளவில்லை. தப்பிக்கமுடியாத அளவிற்கு ஒரு பொறியை தனக்குத் தானே என் முதல் மனைவி அமைத்துக் கொண்டுவிட்டாள். என் இரண்டாவது மனைவி வயிற்றிலிருக்கும் கருவின் தந்தைமைப் பற்றி அவள் அதிகம் பேசப்பேச, சுகந்தா அற்பமாக அதிக அளவு திருப்தி அடைந்தாள்.

'இந்தக் குழந்தையின் தந்தை யாராக இருக்கக்கூடும் என்பதை என்னால் சரியாக நினைவுகூற முடியவில்லை. ஏதோ ஒரு ஹிஜிராவா, தோட்டக்காரனா அல்லது பால்காரனா தெரியவில்லை.' நீலவிழியாளை எதிர்கொண்ட போது சுகந்தா அந்த விஷயத்தையே ஒரு புதிராக்கினாள். 'யார் இதற்குக் காரணமாக இருந்தாலும் சரி, இந்தக் குழந்தையைப் பெற்றுக்கொள்ளத்தான் போகிறேன். இத்தனை ஆண்டுகள் ஆகியும், இளவரசியே, உங்களால் ஒரு பொய்க் கர்ப்பமாவது தரிக்க முடிந்ததா?'

திடீரென்று, நீலவிழியாளிடம் ஒரு விரக்தியும் வலியும் தென்பட்டது. அதனை அவளால் மறைக்கமுடியவில்லை. சுகந்தா அதை இயல்பாகவேப் பற்றிக்கொண்டாள். அவள் விரும்பும் அளவுக்கு நீலவிழியாள் தொடர்ந்து அற்பப் புகார்களையும், தந்திரங்களையும் செய்யலாம். சுகந்தா செய்ய வேண்டியதெல்லாம், அந்த நாளில் கர்ப்பமாக இருப்பதுதான்.

கௌடில்யர் தனது அரசனுக்கு கொடுத்த அறிவுரை உங்களுக்கு நினைவிருக்கிறதா? (அவருடைய நிர்வாகக்கலை பற்றிய கோட்பாடுகளைத்தான் மிகவும் அக்கறையுடன் லீலாவதி எனக்குப் பிரதி எடுத்துத் தந்திருந்தாள்). இளவரசனோ அல்லது அரசனோ எவரையும் நம்பக்கூடாது; அது விவேகம் அல்ல. போர்ப் பயிற்சி மையத்தில் இருந்தபோது என் மூளையில் அது பதிந்தது. நான் வளர்ந்து, அரசுரிமைக்கு ஆசைப்பட்டபோது ஓரளவுக்கு அந்த விஷயத்தில் பயிற்சி

எடுத்துக்கொண்டேன். அப்படி நடிக்கிறேன் என்பதை இப்போது உணர்கிறேன். உண்மையில் என் இதயம் அதில் ஆழ்ந்திருக்கவில்லை. இனிமேலும் இருக்காது. பிருஹன்னடாவின் இறப்பு வீண்போகவில்லை. இப்போது அனைவரையும் சந்தேகிக்கிறேன் என்பது அவன் எனக்கு விட்டுச்சென்ற சொத்து. மேவாரைச் சீர்குலைக்கவும், பேரரசரையும் என்னையும் நீக்குவதற்குச் சதி செய்யும், மறைவாகக் காரியமாற்றும் அந்தப் பதினேழு சதிகாரர்கள் யார்?

இழிவான, குற்றம் காணும் சில தருணங்களில், இப்படி நினைப்பேன். ஒரு சாகசக்காரன் போல் பீஷ்மரை விஞ்ச வேண்டும் என்று பிருஹன்னடா முயன்றான்; அவன் அப்படி முயலாதிருந்தால் பேரரசருக்கும், மங்களுக்கும், எனக்கும், அமர்வின் மூன்று நீதிபதிகளுக்கும் அனைத்தும் நல்லவிதமாக முடிந்திருக்கும். பிருஹன்னடா, அவனது பாதுகாப்பில் இருக்குபோது இறந்ததால் பதவியைத் துறப்பதாக மங்கள் கூறினான். அவள் பெற்றோர் வசித்த ஊருக்கு ஊர்வசி அனுப்பப்பட்டாள். ஒரு மகனுக்கோ, மகளுக்கோ அல்லது பாலினம் சொல்லமுடியாத ஒரு உயிருக்கோ தந்தை என்று பிருஹன்னடாவை நிச்சயமாக சொல்லமுடியாது. அடுத்தது, விடுபட்ட விக்கிரமாதித்தன். இறுதியில், இந்த மகனால் ஏற்பட்ட அச்சுறுத்தலால் பேரரசர் கொஞ்சம் விழித்துக்கொண்டார். அவனை ரண்தம்பூருக்கு அனுப்பி, வீட்டுக் காவலில் வைக்கச் சொன்னார். ராணி கர்மாவதி கூச்சல் போட்டு எதிர்த்திருப்பாள். பிருஹன்னடா ஹிஜிராவுக்கான நடத்தை விதிகளை மீறிவிட்டான்; அதை விக்கிரமாதித்தன் கண்டுபிடித்துவிட்டான். ஆண்மையற்ற (அவள் பயன்படுத்திய சொல்) மகராஜ் குமார் தவிர்த்து எந்த இளவரசனும் செய்யக் கூடியதைத்தான் அவன் செய்தான் என்று அவரிடம் கூறினாள்.

எனினும், சதித்திட்டம் என்ற இந்தச் சிறிய விஷயத்தை தந்தை மேலும் தொடர விரும்பவில்லை. ஏனெனில் ஹிஜிராவின் சொற்கள் தவிர்த்து வேறு ஆதாரம் ஏதும் எங்களிடம் இல்லை; சதி விசாரணை தொடங்குவதற்கு முன்னால் அவர் சொன்னார்; பழிவாங்கும் செயல் தவிர்த்து வேறொன்றும் இதில் இருப்பதாகத் தெரியவில்லை. ஆனால், பிருஹன்னடா ஏதாவது பெயர்களைச் சொல்வதற்கு முன்னால் ஒழித்துக் கட்டப்பட்டான்; அதன் பிறகும், நம்ப முடியாத அந்தக் கதையைப் பேரரசர் நம்பினாரா என்ன?

ஆனால், தந்தை நினைத்தது சரிதான். இந்தச் சதித்திட்டத்துடன் தொடர்புடைய ஆதாரங்கள், தேதிகள், திட்டங்கள், பெயர்கள் போன்ற ஏதாவது ஒன்றோ அல்லது அனைத்துமோ எங்களுக்குத் தேவை. என் தம்பியின் மீது சிறிது அழுத்தம் கொடுக்க பேரரசர் அனுமதி அளித்திருந்தால் இவை, அல்லது இதற்கு மேலும் எங்களுக்குக் கிடைத்திருக்கும். மற்றவர்களைத் துன்புறுத்தி மகிழ்ச்சியை

அடைபவர்கள், அதே வலியை அவர்கள் அனுபவிக்கும்போது அரிதாகத்தான் நல்லவர்களாக நடக்கிறார்கள்; இதற்கு ஆதாரமேதும் தேவையில்லை. ஒரு ராஜபுத்திரனுக்கு இருக்கவேண்டிய வீரம் விக்கிரமாதித்தனிடம் இல்லை என்று ஒரு கணமும் கூறமாட்டேன். ஆனால், யுத்தம் போன்ற ஆயுதம் ஏந்திய மோதல், கவனமாக ஒருங்கிணைக்கப்பட்டு கூட்டமாக நடத்தப்படும் வெறித்தனம். மனத்தளவில் ஒருவர் தன்னைத் தயார்படுத்திக்கொள்ள போதுமான நேரம் அதில் கிடைக்கும். குருதி பெருக்கெடுத்து ஓடட்டும். ஒரு நான்கிலிருந்து ஆறு மணி நேரத்திற்குள் கொல்வதற்கும் கொல்லப்படுவதற்கும் தயாராக இருக்கவேண்டும். (போரில் உடல் ஊனமுற்றோம் என்று பேசுவதை ஒருபோதும் நாங்கள் ஊக்குவிப்பதில்லை).

சித்திரவதை, குறிப்பாக உங்கள் மனிதர்களால் சித்திரவதைக்கு ஆளாவது முற்றிலும் மாறுபட்ட கருத்தாகும். உங்கள் நண்பர்களும் உறவினர்களும் உங்களைத் தாக்குவார்கள், அனைத்து மிருகத்தனமான செயல்களையும் செய்வார்கள் என்பதை நம்ப முடியவில்லை. உண்மை என்றால், எதுவுமே காலவரம்பிற்கு உட்பட்டதோ அல்லது தடை செய்யப்பட்டதோ அல்ல. அதற்கு ஒருநாளும் ஆகலாம், ஒரு வாரமோ அல்லது மாதங்களோ ஆகலாம். ஏதாவது ஒன்றோடு அவர்கள் நின்றுவிடுவார்கள் என்றும் சொல்ல முடியாது.

அந்த அனுபவத்திலிருந்து உடையாமல் வெளிவருவதற்கு நீடித்த, உடல்சார்ந்த பொறுமையைக் காட்டிலும் ஒரு வித்தியாசமான மனோநிலை உங்களுக்குத் தேவை. வெளிப்படையாகச் சொன்னால், விக்ரமைப் பேச வைக்க அதிகச் சிரமம் தேவைப்படுமா என்பது சந்தேகமே. நோயியல் ரீதியாக என் தம்பிக்கு ஒவ்வாமை ஏற்படுத்தக்கூடியது, தனிமையில் இருத்தல். இரண்டு அல்லது மூன்று நாட்களுக்கு அவனைத் தனிமைச் சிறையில் அடைத்துவைத்தால், அதிகம் நயமாகப் பேசாமல், அவன் தைரியத்தை உதிர்த்துவிடுவான். அவனுக்குத் தொலைப்பார்வை இல்லை. தான் மடக்கப்பட்டோம் என்று உணர்ந்தாலோ அல்லது நம்பிக்கை யிழந்தாலோ தாயையும் அவன் மூழ்கடித்துவிடுவான்.

கூடுதலாகச் சட்ட நடவடிக்கைகள் ஏதாவது எடுக்கலாம்; ரண்தம்பூருக்குச் செல்லும் தம்பியின் வேகத்தைத் தடுக்கலாம் என்ற எண்ணம் கடுமையாக என்னுள் எழுந்தது. வழக்கமான பாதையிலிருந்து அவனைக் கொஞ்சம் விலகிச் செல்லவைத்தால் அவனுக்கு வசதிக் குறைவை, சிரமத்தை அது தந்துவிடாது. அதற்குள் சதித்திட்டத்தின் விவரங்களைச் சேகரித்துவிடலாம். வழக்கத்திற்கு மாறானதைச் செய்வதற்கு எனக்குத் துணிச்சல் இல்லையா அல்லது புத்திசாலித் தனமாகத்தான் நடந்தேனா என்றும் எனக்குத் தெரியவில்லை. என்னிடம் இருக்கும் மிக மோசமான குறைபாடு இதுதான். என்ன தேவையோ

அதை என்ன விலை கொடுத்தேனும் செய்து முடிக்கவேண்டும் என்ற எண்ணம். விக்ரமைப் பிடித்துவிட்டால், அவனிடமிருந்து பெற்ற விவரங்களைத் தந்தையிடம் கொண்டு செல்வேன்; தாயும், மகனும், மற்ற பிரபுக்களுடன் சேர்ந்து தீட்டிய திட்டத்தின் கேவலமான விவரங்களை எடுத்துச்சொல்லி அவருடன் வாதிடுவேன். ஆனால், அது என்னை எங்கு கொண்டு நிறுத்தும்? தான் ஒரு மூலையில் நிறுத்தப்பட்டதாக தந்தை உணர்வார். அவர் எதிர்கொள்ள முடியாத ஒன்றை செய்யும் துணிவு எனக்கு இருப்பதை அங்கீகரிக்க வேண்டிய கட்டாயம் அவருக்கு ஏற்படும். வேறு வழியின்றி தனக்கு மிகவும் பிடித்த ராணியின் மீதும் விக்ரமின் மீதும் நடவடிக்கை எடுக்கவேண்டியிருக்கும். எல்லாம் நன்மைக்கே. இந்த வாஸல்களின் கூட்டத்திலும் கூட்டணி ராஜ்ஜியங்களிலும் அவரது நண்பர்கள் யார், எதிரிகள் யார் என்பதைப் புரிந்துகொள்வார்.

ஆனால், இந்த முயற்சியை மேற்கொண்டதற்கும், அவரது உத்தரவுகளை மீறியதற்கும் என்றும் என்னை மன்னிக்கமாட்டார். அவரைச் சங்கடத்தில் தள்ளியதுதான் மிகவும் மோசமானது. அவர் மீண்டும் என்னை நம்பமாட்டார். எனக்கிருக்கும் ஒரே வழி, என் தம்பியை விசாரிப்பது; முடிந்தவுடன் 'தற்செயலாக நிகழந்ததுபோல்' அவனைக் கொல்வது. ராஜ்ஜியத்திற்குள்ளும் கூட்டமைப்பிற்குள்ளும் இருக்கும் எதிரிகள் யார் என்பதை அறிந்துகொள்வேன். அதன்பின் மங்களின் ஆட்கள் வேலையைத் தங்கள் கைகளில் எடுத்துக்கொள்வார்கள். அவர்களைக் கண்காணிப்பில் வைத்திருந்து, கையும் களவுமாகப் பிடிப்பார்கள்.

ஒருவேளை திட்டம் தோல்வியிலும் முடியலாம். எனினும் நிச்சயமாக முயற்சித்துப் பார்க்க வேண்டிய அளவுக்கு மதிப்பு மிக்கதுதான்.

மாறாக நான் தந்தையிடம் மீண்டும் சென்றேன்.

'பேரரசே, இதுவரையிலும் காணாத அளவிற்கு பயங்கரமான எதிரியை மேவார் விரைவில் சந்திக்கப்போகிறது. நமது அணிகளுக்குள் இருக்கும் பலவீனத்தை டில்லி பாதுஷா பயன்படுத்திக்கொள்ள வாய்ப்புள்ளது. பிருஹன்னடா எச்சரிக்கை செய்தபிறகும் ராஜ்ஜியத்திற்கு எதிராகச் சதிசெய்தவர்களை அடையாளம் கண்டு வெளிப்படுத்த தவறிவிட்டால் அந்த ஹிஜிராவின் சாவிற்குப் பலனில்லாமல் போய்விடும். அவர்கள் மீது கடுமையான நடவடிக்கை எடுக்க வேண்டியது அவசியம்'

'பிருஹன்னடா சொல்வது உண்மை என்றே ஒருகணம் நாம் ஒப்புக்கொள்வோம். ஆனால், அவனை உயிர்ப்பித்தால்தான், சதித்திட்டத்தில் ஈடுபட்டவர்களின் பெயர்களை நாம் தெரிந்துகொள்ள முடியும்'

'நம்மால் முடியும்' தந்தையின் எதிர்வினை எப்படி இருக்கும் என்று தெரியாததால் ஒரு கணம் நிறுத்தினேன். 'விக்கிரமாதித்தனை விசாரிக்கலாம்.'

'ரண்தம்பூரிலிருந்து அவனைத் திரும்ப அழைப்பதா?'

'அல்லது, அவனை விசாரிக்க நாம் ஒரு குழுவை அனுப்பலாம்'

'தகவலை எப்படிப் பெறலாம் என்று உத்தேசித்திருக்கிறாய்?'

'தனிமைப்படுத்தி விசாரிப்பதும் சில அச்சுறுத்தல்களும் பயன் தரக்கூடும்'

'ஆனால், தேவைப்பட்டால் மூன்றாந்தரமான வழிமுறைகளையும் பயன்படுத்தத் தயங்கமாட்டாய்?'

ஒரு கணம் நான் தயங்கினேன். உண்மையைச் சொல்வதா வேண்டாமா?

'ஆம்' அவர் தனக்குத்தானே பேசிக்கொள்வதுபோல் தோன்றியது. 'அவன் அப்பாவி என்றாலும், நீ கூறும் நாட்டின் மீதான அக்கறை என்ற அடிப்படையில் உன் தம்பியை ஒழித்துக்கட்டவும் தயங்கமாட்டாய் என்று நம்புகிறேன்'.

'பேரரசே, இது உண்மையல்ல, நியாயமும் அல்ல'

'அப்படியா? எனது அண்ணன்கள் இருவரும் அவர்களது சுயநலத்திற்காக என்னைத் தியாகம் செய்ய முயற்சித்தனர்'

அப்பட்டமான பொய் இல்லை. எனினும் தந்தை எல்லாவற்றையும் சமமாகப் பாவிப்பதைக் கண்டு திகைத்துப்போனேன். தனது சகோதரர்களைப் பற்றியும் வாரிசுரிமைக்காகப் பரஸ்பரம் அவர்கள் தாக்கிக்கொண்டதையும் இப்போதுதான் முதன்முறையாகக் குறிப்பிடுகிறார். அவருக்கும் மேவாருக்கும் எதிராக சதி செய்தவர்களைக் கண்டுபிடிக்க வேண்டும் என்ற எனது விருப்பத்தை, அரியணைக்காக அவரது சகோதரர்கள் பிருதிவிராஜும், ஜெய்மலும் நடத்திய கொலைவெறித்தனமான போட்டியுடன் ஒப்பிடும் அளவிற்கு அவருக்குள் என்மீது கசப்பு இருக்கிறது. விக்கிரமாதித்தனுடன் வெளிப்படையாகவே தன்னை அவர் அடையாளப்படுத்திக் கொள்கிறார். ஏனென்றால், அவர்கள் இருவரும் இளைய சகோதரர்கள், வாரிசு வரிசையில் மூன்றாவதாக இருந்தவர்கள். என் தம்பியின் தவறுகளும் குற்றங்களும் எவ்வளவு பெரியதாக இருந்தாலும், அவரைப் பொறுத்தவரை எப்போதும் அவன் பலவீனமானவன். இந்த ஆண்டுகளில் தந்தை என்னை நடத்தும் விதத்தை விளக்க இது உதவக்கூடும். ஆனால், மனித பலவீனத்தின் மீதான

சங்கடப்படுத்தும் விமர்சனம். மக்களையும் ராஜ்ஜியத்தையும் ஆபத்தான, கடினமான தருணங்களிலிருந்து மீட்டு வழிநடத்திய சிந்திக்கக்கூடிய, விவேகம் நிறைந்த, புத்திசாலி மனிதன் இதோ இருக்கிறார்; மிக ஆபத்தான எதிரியை எதிர்கொள்ளவும் தயாராகிக் கொண்டிருக்கிறார். இருந்தும், அரசன் என்பதற்கு முன்னுதாரணமாக இருக்கும் இவர், நேராகச் சிந்திக்க மறுக்கிறார்; தந்தைப் பாசம் என்ற மேலோட்டமான, உணர்வு வயப்படும் தன்மையால், தன் நாட்டின் எதிர்காலத்திற்கு ஆபத்தை விளைவிக்கும் காரியத்தைச் செய்கிறார்.

'விக்கிரமாதித்தனை வெளியேற்றிவிட்டோம். நமக்கு எதிராக சதி செய்த அனைவருக்கும் இந்த எச்சரிக்கை போதுமானது. தூங்கிக்கொண்டிருக்கும் நாய்கள் அப்படியே கிடக்கட்டும். குறைந்தபட்சம், புதிதாக உள்ளே நுழையும் இந்த மொகலாயனை நாம் தோற்கடிக்கும் வரையிலாவது.'

தந்தையிடம் சொல்வதற்கு என்னிடம் வேறொன்றுமில்லை.

'நீ விரைவில் தந்தை ஆகப்போவதாகச் சொன்னார்கள். உனக்கென்று குழந்தைகள் வந்த பிறகு குறைவான கடுமையுடன் என்னை மதிப்பிடுவாய். உன் போலவே எல்லோரும் உயர்ந்த அறிவுடன் இருக்கமாட்டார்கள். சிலர் உன் பொறுமையை நொறுங்கிப்போகும் அளவுக்குச் சோதிப்பார்கள்'

ஏகலிங்கேஸ்வரா, சிவனே, என் தர்மம் எது? இந்த ராஜ்ஜியத்திற்கும், மேவாரின் மக்களுக்கும், முஸ்லீம்களும் மற்றும் ஹிந்துக்களும் இணைந்திருக்கும் கூட்டமைப்பிற்கும் நான் செய்யவேண்டிய கடமை என்ன? நான் வெறும் ஷத்திரியன் மட்டுமல்ல; மகுடத்தின்மீது எனக்கு ஆசை இருக்கிறது. மேவாரைப் பேணுவதும் பாதுகாப்பதும் என் கடமையென்றால் நான் எப்படி நடந்துகொள்ள வேண்டும்? சதித்திட்டம் குறித்துப் பேரரசர் வெளிப்படுத்திய ஆர்வமற்ற எதிர்வினையைப் புறக்கணிக்காமல், விஷயத்தை என் கையில் எடுத்துக்கொள்ள வேண்டுமா? என் சகோதரனை நெருக்கி, என்ன விலையானாலும் எப்படியாவது அவனிடமிருந்து தகவலைப் பெறவேண்டுமா? பொறுப்பு இருக்கிறது; ஆனால், ராணாவின் உத்தரவை மீறிச் சுதந்திரமாகச் செயல்படும் திறனும் அதிகாரமும் இல்லை; இதைச் சொல்லி ஒரு மனிதன் தன் அரசை இழக்க நேரிட்டால் அதனால் அந்த மனிதனுக்கு என்ன பயன்?

சரி. பதில் சொல்லப்படாத மற்றொரு கேள்வியும் இவற்றிற்கு அடியில் இருக்கிறது. விக்ரமைச் சமாளிப்பதற்கான சாத்தியங்கள் அனைத்தையும், தேவையேற்பட்டால் அவனை ஒழித்துக்கட்டுவதையும் தள்ளிவைத்துவிட்டு, நான் ஏன் தந்தையை அணுகினேன்?

அத்தியாயம் 44

உண்மையில் நான் யுத்தத்திற்குத் தேவையான நிதியைத் திரட்ட புதிய வரிகள் என்ன விதிக்கலாம் என்று யோசித்துக்கொண்டு இருந்திருக்க வேண்டும்; இல்லை என்றால் இரவு கவிந்துவிட்டதை எப்படி கவனிக்காமல் இருந்திருப்பேன்? அலுவலகம் வந்து நிச்சயமாக இரண்டரை மணி நேரம் தான் ஆகியிருக்கும். பின் எப்படி இது சாத்தியம்? ஏதோ தவறு நடந்திருக்கிறது. மிக மோசமான தவறு. பறவைகளின் சப்தம் எப்படி திடீரென்று மறைந்துபோயிருக்கும்? சித்தோரின் மக்கள் அனைவரும் எங்கு போயிருப்பார்கள்? சிறுவர்கள் தெருக்களில் பளிங்குகளை உருட்டிக்கொண்டும், பம்பரம் விட்டுக்கொண்டும் இருப்பார்களே; வசியப்படுத்தும் ஆடைகளின் அசைவும், பளேரென்று அவை கற்களில் மோதும் ஏகாலிப் படித்துறை சப்தங்கள், காய்கறி, பழங்கள், முத்துக்கள், விலைமதிக்க முடியாத கற்கள் விற்பவர்கள், வீதிகளில் செல்வோரை யாரோ ஒருவர் கூவியழைத்து வேகமாக, அதிகாரத்துடன் பேசுவது கேட்கவில்லை. அதுமட்டுமின்றி சஹஸ்மாலின் குடிநீர் மற்றும் சாக்கடை வடிகால் திட்டத்திற்காக கற்கள் தொடர்ந்து வெட்டப்படும் சப்தமும் கேட்கவில்லை.

பதட்டமாக இருந்தது. என்ன நடக்கிறது என்று வெளியில் சென்று பார்க்க விரும்பினேன். ஒரு பூனையோ, நாயோ, பறவையோ, சிறு குழந்தையோ, முதியவர்களோ எவரும் தெருக்களில் தென்படவில்லை. அடிவயிறு அச்சத்தால் இறுகியது. காலராவின் போதோ அல்லது தாத்தா ராணா ராய்முல்லின் இறுதிச் சடங்கின் போதோ இவ்வளவு திகில் நிரம்பிய அமைதி நிலவவில்லை. பாபர் திருட்டுத்தனமாக சித்தோரில் நுழைந்துவிட்டானா? அலாவுதீன் கில்ஜிபோல் நகரத்தில் வசிப்போர் அனைவரது உடலிலும் வாளைச் செருகிப் படுகொலை செய்துவிட்டானா? தந்தைக்கு ஒன்றும் ஆகியிருக்காதே? மனநிலை பிறழ்ந்தவன் போல் ஏன் என்று தெரியாமல், மங்களின் பெயரைச் சொல்லி, கூவி அழைத்தபடி ஓடினேன்.

அதன்பின்னர் தான் வானத்தை நோக்கினேன்.

நட்சத்திரங்கள் இல்லாத அந்த இரவில், வானத்தின் மையத்தில் மிகச்சரியான வட்டத்தில் முழு நிலவு; அதைச் சுற்றி, மங்கலான ஒளிவட்டம். வானத்தின் நெற்றியில் தீமையின் அறிகுறியாய் திலகம்; என்ன இது?

என்னை நோக்கி வரும் அரக்கர்களிடமிருந்து என்னைப் பாதுகாப்பவன் போல் அருமை நண்பனும், பாதுகாவலனுமான மங்கள் கையில் ஏதோ காகிதங்களுடன் இருட்டில் ஓடிவந்தான்.

'இளவரசே, தயவு செய்து அந்த கிரஹணத்தைப் பார்க்காதீர்கள்'. கைகளால் கண்களைப் பொத்தி என் தலையை தன் நெஞ்சில் புதைத்துக்கொண்டான். 'உங்களுக்கு ஒன்றுமில்லையே, மகராஜ் குமார்?'

முழுச் சூரிய கிரஹணம். தன்னை அழித்துக் கொள்வதற்குச் சூரியக்கடவுள் வேறொரு நேரத்தையும், இடத்தையும் தெரிவு செய்திருக்கக் கூடாதா? என் மூதாதை எனக்கு என்ன சொல்ல முயல்கிறான்? மொகலாயர்களின் அச்சுறுத்தலை எதிர்கொள்ள நாங்கள் தேர்வு செய்திருப்பது மிகவும் கெட்ட நேரம் என்று ஒளிக்கடவுள் அனுப்பும் மறைவான செய்தியா இது? ஆனால், இந்த கிரஹணம் இதே நேரத்தில் ஆக்ராவிலும் நிகழ்ந்திருக்கும்; பாதுஷாவும் இதனைப் பார்த்திருப்பான். சூரியக் கடவுள் யார் பக்கம்? சூரியனும் சந்திரனும் சந்திப்பதால் அழிவு மேவாருக்கா அல்லது மொகலாய பாதுஷாவிற்கா? எனக்குத் தெரியாது, எனக்கு அக்கறையுமில்லை. இப்போது, இதற்குப் பின்னால் உள்ள மூடநம்பிக்கையை முழுமையாகப் பயன்படுத்திக் கொண்டு பாபருடன் சந்திப்பைத் தள்ளி வைக்க முயற்சிக்கப்போகிறேன்.

'கிரஹணத்தை உற்றுப்பார்த்து என்ன செய்துகொண்டிருந்தீர்கள்? ராஜ வைத்தியரை அழைத்து வந்து உங்கள் கண்களுக்கு உடனடியாக சிகிச்சை அளிக்க வேண்டும்'

'அப்புறம், அப்புறமாகச் சொல்கிறேன். இப்போது பேரரசரைச் சந்திக்க வேண்டும்' என் கண்களுக்கு மத்தியில் தழல்கள் தெரிந்தன. ஓடும்போதே தடுக்கி விழுந்தேன். ஆனால், நிற்கவில்லை.

'பேரரசே' எனக்கு மூச்சு வாங்கியது. 'இந்தச் சமிக்ஞைகளையும் சகுனங்களையும் கவனியுங்கள். யோசித்து விவேகமாக முடிவெடுங்கள். மொகலாயப் பாதுஷாவுடன் சண்டை போட இது வாய்ப்பான தருணமல்ல என்று நம் மூதாதை சூரியக் கடவுள் நம்மை எச்சரிக்கிறார்.'

'மகனே' சிரித்துக் கொண்டே பேரரசர் என் முதுகில் தட்டினார். 'கவலைப்படாதே. மாறாகத் தூதுவன் ஒருவனை நம் மூதாதை அனுப்பியிருக்கிறார். பாபர் மரணப் படுக்கையில் இருக்கிறானாம்'.

அனைத்து வேலைகளும் நின்றுவிட்டன. யுத்தத் தயாரிப்புகள் அனைத்தும் நிறுத்தப்பட்டன. நாங்கள் டிசம்பரில் தீபாவளி கொண்டாடினோம் என்று எண்ணிக் கொள்ளுங்கள். எழுத்தர்கள் எழுதுவதைப் பாதி வரியிலேயே நிறுத்தினார்கள். குதிரைக்கு மூன்று கால்களுக்கு லாடம் அடித்த குதிரை லாயத்தின் நிர்வாகி நான்காவதை நிறுத்திவிட்டான். வாட்கள் தயாரித்தவர்கள், உலை நெருப்பில் நீரை ஊற்றி அணைத்துவிட்டு, துருத்தியைக் கட்டிவைத்து 'நவ்டங்கி' பார்க்கச் சென்றுவிட்டார்கள். நம்புவீர்களோ மாட்டீர்களோ, சில இடங்களில் மக்கள்

மிட்டாய்கள் வழங்கினார்கள். அரசாங்க அலுவலகங்களிலும், அமைச்சர்களின் அலுவலகங்களிலும் மூன்று மாதங்களாக ஓய்வின்றி வேலை செய்தவர்கள், இரண்டு நாட்கள் ஓய்வில் சென்றுவிட்டார்கள். கோவில்களில் மணியோசை நாள் முழுவதும் கேட்டுக் கொண்டே இருந்தது. முஸ்லீம் சகோதரர்கள் உட்பட அனைவரும் நன்றி சொல்லிக்கொண்டிருந்தனர்.

வயது முதிர்ந்த சுல்தான் இப்ராஹிம் லோடியின் தாயின் மீது பரிதாபம் கொண்டு, மொகலாய பாதுஷா அவளைத் தன் மாளிகை யிலேயே தங்க வைத்திருந்தான். தன்னைப் பார்த்துக்கொண்டவர்களில் ஒருவர் மூலம் அந்தப் பெண்மணி பாதுஷாவிற்கு விஷம் வைத்துவிட்டாள். இருபத்திநான்கு மணி நேரமாக பாபர் தொடர்ந்து வாந்தி எடுத்துக் கொண்டிருக்கிறானாம்.

‘எந்த நேரத்திலும் பாதுஷா இறந்து போகலாம்.’ ஷ்ஃபியின் தந்தை என்னிடம் கூறினார். ‘அவன் ஆத்மா சொர்க்கத்திற்குச் செல்லட்டும்.’

அவரைத் தொடர்ந்து வந்தது வேறு யாருமில்லை, பேரரசர்தான். பிரச்சனை எதையாவது விவாதிக்க வேண்டியிருந்தால் கௌரவம் பார்த்து என்னை அவர் இடத்திற்கு அழைக்கமாட்டார். என்னிடத்திற்கே வந்துவிடுவார். இருவரும் பிரச்சனையை விவாதித்து, அங்கேயே, அந்த இடத்திலேயே ஏறத்தாழ முடிவு எடுத்துவிடுவோம்.

‘நீங்கள் என்னை அழைத்திருக்கலாம், பேரரசே’

‘எதற்காக உன்னை அழைக்கவேண்டும்? இன்று அறிவிக்கப்படாத விடுமுறை தினம்.. இருப்பினும் அதிகாரப்பூர்வ விடுமுறை அல்ல. சித்தோரில் நீயும் மங்களும் மட்டுமே வேலை செய்து கொண்டிக்கிறீர்கள்.’

சிரித்துக்கொண்டே எழுந்து, எனது இருக்கையில் அவரை அமரச்சொன்னேன்.

’மகனே உனக்கு அவநம்பிக்கை அதிகம். பாபர் சாகமாட்டான். அல்லது ஏற்கனவே இறந்திருக்கமாட்டான் என்று ஏன் நினைக்கிறாய்?’

’அந்தக் கிழவியின் பணியாள் தான் அந்த வேலையைச் செய்திருக்க வேண்டும். விஷம் அருந்தியவன், பன்னிரண்டு மணி நேரத்திற்குள் சாகவில்லையென்றால் அவன் உயிர் பிழைத்துவிடக்கூடும்’

‘எப்படி அவ்வளவு நிச்சயமாகச் சொல்கிறாய்?’

’கடவுள் அவன் பக்கம் இருக்கிறாரா இல்லையா என்பது எனக்கு தெரியாது. ஆனால், அவன் இவ்வளவு நாள் பிழைத்திருப்பதற்கு ஏதோ

நம்பிக்கைதான் காரணமாக இருக்கவேண்டும். மிகவும் நெருக்கடியான தருணங்களிலிருந்து காப்பாற்றும் திறன் அந்த நம்பிக்கைக்கு இருப்பதாகத் தெரிகிறது. தந்தையே, பூனைக்கு ஒன்பது உயிராம். பாபர், ஏற்கனவே பத்தொன்பது அல்லது இருபத்தியொன்பதைக் கடந்திருப்பான்'

'மகனே, இந்தப் படையெடுப்பு ஆபத்தானது என்று நினைக்கிறாயா?'

'இல்லை. ஆனால், எதையும் வரட்டும் பார்த்துக்கலாம் என்று விட்டுவிட நான் தயாரில்லை'

'அப்படியானால், நானும் என் வேலையைப் பார்க்கப் போகிறேன்'

'நீங்கள் போவதற்கு முன்னாடி ஒரு கேள்வி கேட்கலாமா?'

'கேள்'

'நாம் இங்கு இல்லாதபோது சித்தோரின் ஆளுநராகவும் மேவாரின் தற்காலிக நிர்வாகியாகவும் யாரை நியமிக்க இருக்கிறீர்கள்?'

'இது தொடர்பாக எந்த முடிவும் எடுக்கமுடியாமல், வாரங்களாக திகைத்து நிற்கிறேன். பூனை வெளியில் போய்விட்டால், எலிகள் வெளியில் வந்து விளையாடும். மற்றப் பூனைகளும் இந்தப் பிரதேசத்தின் மீது கண்வைக்கும். இந்த விஷயத்தை எனது நீண்ட கால நண்பன் லக்ஷ்மண் சிம்மாவுடன் விவாதித்தேன். ஆனால், இந்த முறை அவன் மிகப் பிடிவாதமாக இருக்கிறான். என் பக்கத்தில் இருக்க வேண்டுமாம்; அவனது கண்பார்வையில் எனக்குப் பாதுகாப்பாக இருக்க அவன் விரும்புகிறான். உன் மனத்தில் இருப்பது யார்?

'மங்கள் சிம்மன்'

'அவன் அம்மா எங்கே இருக்கிறாள் என்ற தகவல் கிடைத்ததா?

'இல்லை, தந்தையே'

'அவன் நல்லவன், உணர்ச்சிகளை வெளிப்படுத்தாதவன், நியாயமானவன். அதேசமயத்தில் இரக்கமற்றவன். அரியணைமீது முழுமையான விசுவாசம் கொண்டவன். ஆனால், அவர்கள் அவனை ஏற்கமாட்டார்கள். அவன் இளைஞன் என்பதுடன். ராஜ வம்சத்தின் நேரடி வாரிசும் கிடையாது. இருப்பினும், அவனுக்கு ஒரு வாய்ப்பு இருக்கிறது. ஆனால், மேவாரின் தற்காலிகத் தலைவராக அவரை நியமிக்கவில்லை என்றால் நமது பிரதான், ராவ் பூரண்மால்ஜி தனக்கு மிகவும் அநீதி இழைக்கப்பட்டதாக நினைப்பார். என்னிடம் ஒரு தீர்வு இருக்கிறது. மங்களை சித்தோரின் ஆளுநராக நியமித்துவிடுகிறேன். இது யாரையும்

வருத்தப்படுத்தாது. மங்களால் உள்நாட்டு வெளிநாட்டு விவகாரங்களிலும் கண் வைத்துக் கொள்ளமுடியும்'.

* * *

இப்போதெல்லாம் நான் வீணை வாசிக்கும் விதம் ஏதோ தண்டனை போல் தோன்றுகிறது. சுகந்தாவிடம் இருந்து விடுதலை இல்லை என்றாலும். வருத்தம் தெரிவிப்பதுபோலவும், மன்னிப்புக் கிடைத்தே ஆகவேண்டும் என்று அவளை வேண்டுவது போல் இருந்தது. என்னால் முடிந்த நேரங்களில் பயிற்சி செய்தேன். இப்போதெல்லாம், ஓய்வு என்பதே இல்லை. ஆகவே தூங்கும் நேரத்தைக் குறைத்துக்கொண்டேன். குழல் வாசிப்பதில் தேர்ச்சி பெற்றிருப்பதும், பாரம்பரிய இசைப்பாடங்களில் சிறிது பரிச்சயம் இருப்பதும் எனக்குப் பயன்பட்டன. மீட்டும் விரல்களில் தோல் தடித்துவிட்டது என்பதால் விரல்களில் ரத்தம் வருவது நின்றுவிட்டது. ஸ்வரங்களில் ஆரோகணம் அவரோகணம் தவிர்த்து, நரம்புகளை மீட்டுவதில் விரல்கள் நாளுக்கு நாள் மேம்பட்டிருக்கின்றன. கடந்த சில மாதங்களாகக் கடினமாகப் பயிற்சி செய்வதுபோல் தொடர்ந்து செய்தால், வீணை விற்பன்னரான ராணா கும்பா, அவர் ஆன்மா இப்போது எங்கே அலைந்து கொண்டிருக்கிறதோ அங்கிருந்து, கொள்ளுப்பேரன் தனது இசைத் தடத்தைப் பின்பற்றுவதைப் பாராட்டுவார்.

நான் தொடர்ந்து பெருமை பேசுபவன், என்னை மிகையாகக் காட்டிக்கொள்பவன் என்று மனத்தளவில் இப்போது உணர்ந்துகொண்டேன். அந்த இசைக்கருவியில் எனக்கு மேலதிகப் பயிற்சி இருந்திருந்தால் பொதுமேடையில் வாசிக்கச் சென்றிருப்பேன். பிரபலமான ராஜாக்களின் அரசவையில் தொழில்முறை கச்சேரிகள் செய்திருப்பேன்; குஜராத் சுல்தானின் தர்பாருக்கு என்னை அழைக்கும்படி செய்திருப்பேன்; ஏன், டில்லியின் புதிய பாதுஷாவிற்காகவும் வாசிக்க என்னை அழைக்க வைத்திருப்பேன். கெடுவாய்ப்பாக, முடிவிலா கைத்தட்டல்கள் மீது எனக்கிருக்கும் ஆசையும் என் திறமையும் இணைந்து போகவில்லை. குறைந்தபட்சம் இப்போதைக்கு. ஒவ்வொரு முறையும் என் பொதுப்புத்தியை எனது ஆசை வென்றுவிடுகிறது; இசையை மிகவும் நேசிக்கும் தேர்ந்தெடுக்கப்பட்ட சில மனிதர்கள் முன் வாசிக்கப் பிரியப்படுகிறேன். என் குருவை நினைத்துப்பார்க்கிறேன். கண்ணியமாகவும் மென்மையாகவும் தன் தலையை ஆட்டி, பொறுமையாக இருக்கும்படி அறிவுரைக்கிறார்.

முதல் முறையாக, 'நோயாளி' என்ற சொல் வேதனையுறுவது என்பதிலிருந்து கிளைத்திருக்குமோ என்று விசித்திரமாகத் தோன்றுகிறது. அதனால் நோயுற்றவர்கள், அவதிப்படுபவர்கள் ஆகியோரைக் குறிக்க அது பயன்படுகிறது என மனத்தில் பதிகிறது. அவர்கள் மீண்டு வரவும்

அல்லது இறந்துபோகவும் சகிப்புத்தன்மையும் பொறுமையும் மனவலிமையும் வேண்டும் என்று எதிர்பார்க்கப்படுகிறது. சுகந்தா ஏன் பொறுமையாக இருக்கிறாள் என்று எனக்குத் தெரியவில்லை. எனக்குத் தெரிந்து யாரும் இவ்வளவு பொறுமையாக இருந்ததில்லை. அவள் அழவில்லை, வானத்தைக் கிழிப்பதுபோல் அலறவில்லை. கண்ணில் பட்ட அனைத்தையும் உடைக்கவில்லை, ஆரோக்கியமும், நடமாடும் சக்தியும் உள்ளவர்களைக் கத்தியால் குத்தவோ, தாக்கவோ செய்யவில்லை.

தாங்க முடியாத இந்த வலியை அவள் ஏன் தாங்கிக்கொண்டிருந்தாள்? ஒருவருக்கு இந்த விஷயத்தில் வேறு வழியில்லை என்பதை அறிவேன். ஆனால், கடவுளை நோக்கி அவள் கத்தியிருக்கவும் சாபமிட்டிருக்கவும் அடிப்படைக் காரணம் அதுவாக இருந்திருக்க வேண்டும் அல்லவா? மனிதகுலம் சக்தியற்றதாக இருக்கலாம்; ஆனால், ஆண்மையற்றவர்களும் சாபமிடவும், நிந்திக்கவும் செய்யலாம் என்பது அவளுக்குத் தெரியாதா என்ன? யாருக்குத் தெரியும்? எதிர்வினையாற்ற முடியாத உயிரினங்களின் கோபத்திற்குச் சில நேரங்களில் கடவுளும் பயந்துதானே ஆகவேண்டும். சுகந்தா ஒரு முட்டாள். தனது விதியை அவள் அற்புதமாகத் தாங்கிக்கொண்டாள். வலியைப் பொறுத்துக் கொள்வதில் என்ன வீரசாகசம் இருக்கிறது? அனைத்து வலிகளும் அவமானத்தையே தருகின்றன, மதிப்பிழக்க வைக்கின்றன. குறைந்தபட்சம், அவள் சித்தோரின் மக்கள் அனைவரும் படைத்தவனின் அற்பத்தனத்தையும் கீழ்த்தரமான செயலையும் பார்க்கச் செய்திருக்க முடியும்.

அனைவரும் அவளைச் சுற்றி நின்றிருந்தோம். பேரரசர், ராணி கர்மாவதி, அவளுடைய சகோதரன் ஹேம் கரண், செய்தி சொல்லி வந்திருந்த அவளது தந்தை. பிழைக்கமாட்டாள் என்பது மெதுவாக தெரியத் தொடங்கியது. ஆமாம், இதற்கு நாங்களும் காரணம் என்ற வெளியில் தெரியாத குற்றவுணர்வுடன், பாதிக்கப்பட்டது அவள்தான், நாங்கள் இல்லை என்ற நன்றியுணர்வுடனும், இனி தவறுகள் ஏதும் செய்யக்கூடாது என்று எண்ணத்துடன் நானும் இளந் துறவியும் அமைதியாக நின்றிருந்தோம். நாங்கள் வருத்தப்பட்டோம், பரிதாபப்பட்டோம், மன உளைச்சலுடனும் அமைதியின்றி படுக்கையில் புரண்டோம். நீலவிழியாள், குழலிசைப்போனிடம் பிரார்த்தனை செய்தாள், வேண்டிக்கொண்டாள்; வற்புறுத்தினாள். அவன், இந்த மாளிகையை, சித்தோரை, ஏன் இந்தப் பிரபஞ்சத்தை விட்டே ஒருவேளை ஓடிப்போயிருக்கலாம். ஆனால், சுகந்தாவின் மீது தன் பார்வையைப் பதிக்காமல் சென்றிருக்க மாட்டான்.

அப்புறம், நான். நான் என்ன செய்தேன்? உள்ளுக்குள் இரத்தம் சிந்திக்கொண்டிருந்தேன் என்று நிச்சயம் சொல்லமுடியும். என் ஆணவத்தால் விளைந்த குற்றத்தின் பெரும்சுமையால் முதுகெலும்பும் மூளையும் நொறுங்கிவிட்டன. என் ஆணுறுப்பு தந்த ஏமாற்றம் ஒரு தொடக்கமே. அவளது கருப்பையில் வெடித்து வெளிவரக் காத்திருப்பது என் விதையா அல்லது விக்கிரமாதித்தனுடையதா? சுகந்தா பிழைத்து, நலத்துடன் ஒரு இளவரசனையோ அல்லது இளவரசியையோ அவள் பெற்றெடுத்தால், பிறக்கும் அந்தக் குழந்தையின் தந்தை யார் என்பது எப்போதும் சந்தேகத்திற்குரிய ஒன்றுதான்; ஆனால் அதனால் என்ன நடந்துவிடும்? சுகந்தா இறந்துபோக முடிவுசெய்துவிட்டாள் என்பதால், என் தாராள மனப்பான்மையை, அக்கறையை, வேதனையை வெளிப்படுத்துகிறேனோ?

இறப்பதற்கு முதல் நாள் இரவு என்னைப் பார்த்துக் கேட்டாள். ‘நான் இறந்து கொண்டிருக்கிறேன். நானும் நம் குழந்தையும். உங்களிடம் விசுவாசமாக நடந்துகொள்ளவில்லை என்பதால் தானே இந்த நிலை?’

’இல்லை’ என்று வெறியோடு கத்தினேன். ‘அது உண்மையில்லை. இந்த உலகத்தில் நீதி இல்லை. பழிக்குப் பழி என்பதுமில்லை. ஏனெனில், அப்படி ஒன்று இருந்திருந்தால், விக்கிரமாதித்தன் நீண்ட நாட்களுக்கு முன்பே இறந்திருப்பான். இடார் படையெடுப்பில் நான் கொலைசெய்த மனிதர்களுக்காகவும், உன்னை நடத்திய முறைக்கும் குறைந்தபட்சம் பத்தாயிரம் முறை இறந்திருப்பேன்’

ஆனால், அவள் கேட்கும் நிலையைக் கடந்துவிட்டாள். அவளுக்குள் இருந்த கருவும் கொலைசெய்யப்பட்டுவிட்டது. அது வேதனைப்பட காரணமாக இருந்ததற்கு அவள் தன் உயிரையே விலையாகக் கொடுப்பதை உறுதிசெய்து கொண்டது.

தவிர, எவ்விதத்திலும் அவள் என்னை நம்பியிருக்க மாட்டாள்.

* * *

காலை ஆறு மணி இருக்கும். கிரஹண நாளன்று என் கண்களுக்கும் நான் பார்த்தவைக்கும் இடையில் தெரிந்த செந்தீ வட்டங்கள், கண்களை மூடும்போதும், உறங்கும்போதும் என்னைவிட்டு அகலாத நிலைத்த நண்பர்களாகிவிட்டனர். ராஜ வைத்தியரிடம் திரும்பத் திரும்ப ஆலோசனை செய்தேன். கற்பூர எண்ணையும் மூலிகைகளும் கலந்து கண்ணில் விட்டுக்கொள்ள சொட்டுமருந்து அளித்தார். அது குணப்படுத்தும் என்று எண்ணினேன். ஆனால், நெருப்பு அணையவில்லை. கிரஹணத்தின் பாதிப்புப் போவதற்கு எவ்வளவு நாள் ஆகும் என்று கேட்டேன். ஆனால், அவர் மழுப்பினார். என்

கண்களிலிருந்து ஒளியை எடுத்துக்கொண்ட சூரியக் கடவுள், கண்டுகொள்ளாமல் இருக்கிறாரா? இரண்டு மணி நேரம்தான் தூங்கியிருப்பேன். குளித்துக் கொண்டிருந்தபோது பணிப்பெண் கதவைத் தட்டினாள்.

'இன்னும் ஒன்றரை மணி நேரத்தில் உங்களைப் பார்க்க வரலாமா என்று கேட்டு நகரக் காவல்தலைவர் ஆளனுப்பியிருக்கிறார். சந்தேகப்படும்படியாக ஒரு பெண்ணை பிடித்திருக்கிறார்களாம். நீங்கள் தேடிக்கொண்டிருக்கும் பெண்ணாக அவள் இருக்கலாம் என்று வந்தவன் சொல்கிறான்'

'இன்னும் ஏழு நிமிடத்தில் காவல் நிலையத்தில் இருப்பேன் என்று அவனிடம் சொல்'

காவல்துறைத் தலைவர் பிடித்து வைத்திருக்கும் சந்தேகத்திற்குரிய அந்தப் பெண்ணைப் பார்க்க என்னால் ஒன்றரை மணி நேரம் காத்திருக்க இயலாது. நான் உடைந்து போய்விடுவேன். கௌசல்யாவை எப்போதும் சந்தேகத்திற்குரியவளாக நான் நினைத்ததில்லை. குளித்த ஈரம் இன்னும் உலரவில்லை. அவசரத்தில் துக்லோவுக்குள் வலது கையை விடும்போது அது கிழிந்தது. பெஃபிக்கிர் மீதேறிப் போகும்போது பொத்தான்களைப் போட்டுக்கொண்டேன். 'சௌக்கி'யில் ஏழு நிமிடத்திற்கு முன்னதாகவே நுழைந்தேன். உள்ளே ஒரே இருள். அந்தப் பெண்மணியைப் பார்த்தேன். கௌசல்யா போலத்தான் இருந்தாள். என் நினைவில் இருப்பவளைக் காட்டிலும் கொஞ்சம் ஒல்லியாகத் தெரிந்தாள். தலைமுடி நரைக்கத் தொடங்கியிருந்தது. இந்தக் கடினமான நாட்களால் இருக்கலாம். துவைக்கப்படாத உடைகள், வாரப்படாத கூந்தல். அவள் என்னைப் பார்க்கவில்லை. பயத்தினால் அல்ல, என் மீது அவளுக்கு ஆர்வம் இல்லை. அல்லது எதன் மீதும் ஆர்வம் இல்லாத காரணத்தால் இருக்கலாம்.

'இவளை எங்கே கண்டுபிடித்தார்களாம்?' பணியிலிருந்த காவலரைக் கேட்டேன்.

'மங்கள் சிம்மாஜியின் ஆட்களின் ஒருவன் ரிஷிகேஷில் இவளைப் பார்த்தானாம்'

'நீங்கள் வெளியே இருங்கள்'

காவலருடன் அந்தப் பெண்மணியும் எழுந்து வெளியில் செல்லமுயன்றாள். ஆனால், தடுமாறி விழுந்தாள்.

'ஏன் இவளைக் கட்டிப் போட்டிருக்கிறீர்கள்?'

'அவளை கட்டித்தான் இங்கே அழைத்துவந்தார்கள். சித்தோருக்கு வர அவளுக்கு விருப்பமில்லை என நினைக்கிறேன்'

'அவிழ்த்துவிடுங்கள்'

முடிச்சுகளை அவிழ்க்க சிறிது நேரமாயிற்று. பொறுமையாக இருந்த அந்தப் பெண், கட்டுகள் அவிழ்க்கப்பட்டதும், வெளியில் செல்ல நடந்தாள். பின்னால் ஓடிய காவலர் அவளைத் திரும்ப அழைத்துவந்தார்.

'உன்னிடம் பேச வேண்டும்' உட்கார்ந்த அவள் முகத்தில் தயக்கமோ மகிழ்ச்சியோ தென்படவில்லை. உணர்வுகளைக் கடந்தவள்போல் தெரிந்தாள். 'பசிக்கிறதா? சாப்பிட ஏதாவது வேண்டுமா?'

'வேண்டாம்'

'உன் பெயர் என்ன?'

'பெயர் கிடையாது'

'எங்கிருந்து வருகிறாய்?'

'நான் எங்கிருந்தேனோ அங்கிருந்து'

'எங்கே போகிறாய் என்று சொல்லலாமா?'

'தெரிந்து என்ன செய்யப்போகிறீர்கள்?

'உனக்கு குழந்தைகள் இருக்கிறார்களா?'

'என் நாயிடம் திரும்பிப் போகலாமா? ரிஷிகேஷில் எனக்காகக் காத்திருக்கும்' அவள் மொழி, தொனி, பேசும் முறையிலிருந்து எதையும் விளங்கிக்கொள்ள முடியவில்லை. எந்தத் துப்பும் கிடைக்கவில்லை.

'அதன் பெயர் என்ன?'

'ஆனந்த்'

'ஒரு நாய்க்கு வித்தியாசமான பெயர் இல்லையா?'

'இல்லையே. அவன் அப்படித்தான் இருப்பான். என் வாழ்வின் மகிழ்ச்சி அவனே.' திடீரென்று எழுந்து அருகில் வந்தவள் என் கையைப் பிடித்துக்கொண்டாள். என் சட்டையின் தோள்பகுதி இடைவெளியின் ஊடாக அவளது வலது கையை உணர்ந்தேன். 'தயவுசெய்து என் ஆனந்திடம் என்னைத் திரும்பிப்போக அனுமதியுங்கள்'.

என் உடலைப் பரிசோதிக்கவேண்டும் என்பதுபோல் திகைத்தேன். அந்தக் காவலரிடம், காவல்துறைத் தலைவரிடம், பேரரசரிடம், மங்களிடம்,

ஏன், அந்தப் பெண்மணியிடம் என்ன சொல்லப்போகிறேன்? உன்னை உடையின்றி பார்க்க விரும்புகிறேன். தயவுசெய்து என்னுடன் உறவு கொள்வாயா? அது கௌசல்யா இல்லை. அந்தப் பெண்மணியின் கைகள் என்னிடம் கூறின. உறுதிப்படுத்திக் கொள்ள அவள் கைகளை என் கைகளில் ஏந்தினேன். மெலிதான, மென்மையான கரங்கள்; அவை கௌசல்யாவினுடையது அல்ல.

அப்போது மங்கள் நுழைந்தான். 'மன்னியுங்கள், கொஞ்சம் தாமதமாகிவிட்டது. கூட்டம் ஒன்றில் இருந்தேன். என் அம்மா தானா?'

'நீயே சொல்'

அவன் தயங்கினான். அவனுக்குத் தெரிந்ததைக்காட்டிலும் எனக்கு அவளை நன்கு தெரியும் என்று சொல்ல வருகிறானா? அப்படித்தான் எனில், அவனது பதில் வித்தியாசமாகத்தான் இருந்தது.

'என் தாயுடன் நான் வசித்து பதினான்கு ஆண்டுகள் இருக்கும். அம்மாவை போலத்தான் தெரிகிறாள். என்னால் சொல்ல முடியவில்லை'

'இல்லை, அவள் இல்லை'

அந்தப் பெண்மணியிடம் கொஞ்சம் டங்காக்கள் கொடுத்தேன். அவளும் அவள் நாய் ஆனந்தும் அடுத்த இரண்டு ஆண்டுகளுக்குச் சிரமமின்றி வாழலாம்.

'நீ ரிஷிகேஷுக்குப் போக வேண்டுமா?'

'ஆனந்த் அங்குதானே இருக்கிறான்'

காவலரை அழைத்தேன். வடக்கே புனிதத் தலங்களுக்குச் செல்லும் யாத்திரை குழு ஒன்றுடன் அவளைத் திருப்பி அனுப்பும்படி கூறினேன்.

'கொஞ்சமாவது தூங்கினாயா, மங்கள்?'

'நீங்கள் எவ்வளவு தூங்கினீர்களோ அந்த அளவு. இப்போதுதான் ஒரு செய்தி கிடைத்தது. பாபர் தன் படைப்பிரிவுகளை பயனா கோட்டைக்கு விரைந்து அனுப்பிக் கொண்டிருக்கிறான். அந்தக் கோட்டைக்கு நம்மால் ஆபத்து ஏற்படலாம் என்று நினைக்கிறான்.'

'படைப்பிரிவுக்குத் தலைமையேற்றுச் செல்பவர்கள் யார்?'

'முகமது சுல்தான் மிர்ஸா, யுமாஸ்-இ-அலி, ஷா மன்சூர் பர்லாஸ், கிட்டா பெக், கிஸ்மதி மற்றும் புஜ்கா'

சமாளித்து வெளிவந்தது போல் பாபர் இப்போது தப்பித்து விட்டான். மரணத்தின் வாயிலில் இருந்தாலும் விஷத்தால் இறந்துபோகவில்லை. அவனது உயிரைக் காப்பாற்றிய கடவுளுக்குப் பெரும் நன்றியைத் தெரிவித்திருப்பான்.

* * *

என் உதவியாளன் மலேரியாவில் படுத்துவிட்டான். ஆகவே கடிதங்களை நானே திறந்து படிக்க ஆரம்பித்தேன். யுத்தத்திற்கு தானியங்கள் விற்கும் வியாபாரிகளிடமிருந்து சில கடிதங்கள்; குதிரைகள் விற்பவன் நானூற்று எழுபது குதிரை குறைவாகத்தான் கொடுக்க முடியும் என்று எழுதியிருந்தான். ரைஸனில் இருக்கும் ஆயுதக் கிடங்கிலிருந்து, ஐயாயிரம் வாட்கள் தயாரிக்க முன்பணம் கேட்டிருந்தார்கள். வேறு முப்பது, முப்பத்தைந்து கடிதங்கள். அடுத்துத் திறந்த கடிதத்தின் மேல், அரசாங்க முத்திரை இல்லை. 'தனிப்பட்ட நபர்க்கு' என்று குறிப்பிட்டிருந்தது. கையெழுத்துப் பரிச்சயமானதாக இருந்தது. ஆனால், யாருடையது என்று சொல்ல முடியவில்லை.

பெறுதல்
பெருமதிப்பிற்குரிய, மகராஜ் குமார்.

இறைவன் ஏகலிங்கேஸ்வர் உங்களது கவசமாகவும், ஊக்கமாகவும் இருக்கட்டும். அவர் எப்போதும் உங்களை கவனித்துக் கொள்வார், பாதுகாப்பார்.

உங்களது இரண்டாவது மனைவியின் மறைவுக்கு என் ஆழ்ந்த இரங்கல். அவர்களை எனக்குத் தெரியாது. அதனால், புகழ்ந்தோ இகழ்ந்தோ எதுவும் பேச விரும்பவில்லை. எனினும், இந்தக் கடிதத்திற்கான காரணம் அவர் அல்ல.

இறுதியாக நாம் சந்தித்த நாளிலிருந்து ஒரு மனைவி அல்லது/ மற்றும் நண்பனின் வரையறை என்ன என்று என்னையே கேட்டுக்கொண்டு இருக்கிறேன். என்னிடம் சில குறைகள் இருக்கின்றன என்பதை ஒப்புக்கொள்கிறேன். நெருக்கமான நண்பர்களின் மனம் வருத்தப்படும் என்று பயந்து உண்மையைப் பேசவில்லை என்றால், நண்பர்களையும் நம்மையும் கைவிட்டுவிடுவது போல் ஆகிவிடும். சிறுமியாக இருக்கையில், நட்பை சம்பாதிக்க வேண்டும் என்று நீங்கள் சொன்னது நினைவுக்கு வருகிறது. நான் உங்களது தோழியும் மனைவியும். அப்படியே இருக்கவேண்டும் என்று விரும்பினால், இப்போது நான் பேசித்தான் ஆகவேண்டும். என் நண்பனாக, கணவனாக இருந்தால் நீங்களும் இதைப் புரிந்துகொள்ள வேண்டும். என் சொற்கள் கடுமையானதாக இருந்தாலும், அவற்றின் தரத்தை கருத்தில்கொள்ள

வேண்டும். என் மேல் வெகுளக்கூடாது அல்லது துவண்டுவிடக் கூடாது. அல்லது நான் பொறாமைக்காரி என்றோ அல்லது உங்களை விட்டுச் செல்லப்போகிறேன் என்றோ நினைக்காதீர்கள்.

இதைப் பற்றி கௌசல்யா உங்களிடம் பேசியிருக்கமாட்டாள். இளவரசியும் குறிப்பிட்டிருக்கமாட்டாள். சுனேரியா இப்போது இறந்துவிட்டாள். ஆனாலும், அவளுமே இந்த விஷயத்தை உங்களிடம் பேசியிருக்கமாட்டாள் என்று எண்ணுகிறேன். நான் பேசுவேன்.

உங்களுக்கும் இளவரசிக்கும் இடையில் எதுவுமில்லை. இருந்ததுமில்லை, இருக்கப்போவதுமில்லை. அருகாமையில் இருப்பதால் உங்களை நெருக்கத்தில் கொண்டு வந்திருக்கலாம். நிச்சயமாக நானும் என் கணவரும் அருகருகேதான் இருக்கிறோம். வன்முறை வழியிலோ வலுக்கட்டாயமாகவோ உங்கள் மனைவியை படுக்கைக்குக் கொணரும், வாழ்க்கைக்குள் கொண்டுவரும் வலிமை உங்களிடம் இருந்தது. ஆனால், நீங்கள் கௌரவமான மனிதர். வற்புறுத்தலில் இறங்கமாட்டீர்கள். அவள், உங்களது மிகச் சிறந்த தோழி. அதற்கு மேல் வேறொன்றுமில்லை.

இவ்வளவு ஆண்டுகள் கடந்தும், உங்கள் மனைவியை நீங்கள் நேசித்தீர்களா என்று உங்களுக்குத் தெரியாது; அல்லது வேறொருவரை அவர் நேசிக்கிறார் என்பதற்காக நீங்கள் அவளை வெறுக்கவும் இல்லை. அவள் பின்னால் நீங்கள் தொடர்ந்து சென்றதற்குக் காரணம், அவர் உங்களை நிராகரித்ததே. உங்களால் ஒன்றை, ஒன்றை மட்டும் மறக்கமுடியாது. அதாவது வேறொருவருக்காக உங்களை அவர் நிராகரித்ததை. அவரை நீங்கள் வெறுப்பதற்கும் இடைவிடாமல் அவளுக்காக நீங்கள் ஏங்கியதற்கும் இதுதான் ஒரே காரணம்.

மனிதர்களில் துறவிகளைக்காட்டிலும் அதிகம் சுயநலமானவர்கள் யாருமில்லை. அவர்கள் தன்னிறைவு பெற்றவர்கள். அவர்களைத் தாண்டி அவர்களுக்கு வாழ்க்கை என்பதேயில்லை. தேவையென்றால் அவர்கள் உங்களைப் பயன்படுத்திக் கொள்வார்கள். மற்றவர்களுக்குத் தீங்கிழைக்கும் எண்ணம் அவர்களிடம் இல்லை. எதையும் நினைவில் கொள்வதுமில்லை. இதுவரையிலும் நீங்கள் உங்களை ஏமாற்றிக்கொண்டது போதும். அதற்கு முடிவு காணவேண்டிய நேரம் இது.

இரண்டு யுத்தங்களை ஒரே நேரத்தில் இரண்டு முனைகளில் நடத்துவது தலைக்கு அழிவைக் கொண்டு வராது என்றாலும், அது பிரச்சனையை வரவேற்பது என்று உங்களுக்குத் தெரியும். அரசுரிமைக்கு நீங்கள் நேரடி வாரிசு. உங்கள் மனவியின் காதலன் உங்களுக்கு எதிரி அல்ல. பாபர் தான். உங்களது தந்திரம், பிடிவாதம், கற்பனை, புதுமை இவை எல்லாவற்றிற்கும் மேலாக நெகிழ்வுத்தன்மை அனைத்தும் அந்த

மொகாலயனை எதிர்ப்பதற்குத் தேவை. அவனைப் போர்க்களத்தில் சந்திப்பது குறித்து உங்களது யோசனையை நிச்சயமாக எவரும் ஏற்கப்போவதில்லை. எப்போதும் போல் நீங்கள் தனித்துத்தான் நிற்பீர்கள். இந்தக் காரணத்தால்தான், இந்தப் போரில் விடாமுயற்சியுடன் நீங்கள் வெற்றிபெறுவதை உறுதிசெய்வது அவசியமாகிறது. ராஜ்ஜியத்தில் உங்களுக்கு எதிரிகள் இருக்கிறார்கள்; நல்லதை நினைத்தாலும் மேவாரின் நலன்களைப் பாதுகாப்பது எப்படி என்பதை அறியாத மக்கள்; இவற்றை மீறி இதை நீங்கள் சாதிக்க வேண்டும். இளவரசி அப்படியே இருக்கட்டும். அவர் கடவுளிடம் அவரை விட்டுவிடுங்கள்.

இரண்டு குழலிசைப்போன் இருப்பதாக என்னிடம் நீங்கள் சொல்வதுண்டு. போர்வீரன் மற்றும் காதலன். நாம் ஆராய வேண்டியது போர் வீரனைத்தான். அதற்கு மாறாக இளவரசி தனது கள்ளக் காதலனையே தேடிச் செல்வது, அந்தப் பெண்பித்தன் சியாமளனை மேவாரின் எடுத்துக்காட்டாக ஆக்கியுள்ளது. இது வருத்தமானது. நாம் போர்வீரர் இனத்தைச் சேர்ந்தவர்கள். மணஉறவை மீறி உறவு வைத்திருக்கும் பழங்குடியினர் இல்லை; வனங்கள் நிறைந்த நம் கிராமப்புற பள்ளத்தாக்குகளில் பெண்களுடன் உல்லாசமாக இருக்கும் வாள்வீரர்களும் அல்ல.

குழலிசைப்போனின் பெரும் சாதனை பகவத்கீதை என்று மேவார் மக்களுக்கு இப்போது நினைவுபடுத்துவது சரியாக இருக்கும். சண்டை போடத் தயங்கிய வீரன் அர்ஜுனிடம், தயக்கத்தை உதறு, நியாயமான யுத்தத்தை நடத்து என்ற அவனது உபதேசம்தான் கீதையின் தெளிவான நோக்கம்.

இறுதியாக ஒன்று. நீங்கள் தான் என் கணவர். வேறு எந்த ஆணையும் பெண்ணையும் நேசிக்காத அளவு உங்களை நேசிக்கிறேன். நீங்கள் மிகவும் தனியாக நிற்கும் மனிதர். நீங்கள் என்னை நேசிக்கிறீர்கள். நான் உங்களுக்குத் தேவை. உங்களுக்குத் தகுதியானவளாக இருக்க முயற்சிப்பேன். நீங்களும் எனக்குத் தகுதியானவராக இருக்க விரும்புவீர்கள். நான் நல்லவள், வலிமையானவள், விவேகமானவள். உங்கள் வாழ்க்கைத் துணைவியாக இருப்பேன். வேலையில் உங்கள் சுமையையும் மகிழ்ச்சியையும் பகிர்ந்துகொள்வேன். பொறுமையானவள் தான். ஆனால், நீண்ட காலத்திற்கு என் பொறுமையைச் சோதிக்கவேண்டாம். அதற்கும் எல்லையுண்டு.

பாதுஷாவைத் தோற்கடியுங்கள், திரும்பிச் செல்கையில் என்னையும் உங்களுடன் அழைத்துச் செல்லுங்கள். சூரியக்கடவுளின் ஒளிக்கிரணங்கள் உங்கள்மீது எப்போதும் வீசிக்கொண்டிருக்கட்டும்.

லீலாவதி.

அத்தியாயம் 45

பெண்ணொருத்தியின் தோலுக்குள் நீங்கள் புகுந்து கொள்ளலாம்; ஏன் அவளுடன் ஒன்றாகவும் ஆகலாம். ஆனால், ஒரு கடவுளுக்குள் புகுந்தால், நீங்கள் கொடுக்கவேண்டிய விலை ஏராளம் இருக்கிறது.

'கிருஷ்ண கண்ணையா, கிருஷ்ண கண்ணையா' அவனை அவள் அழைத்தாள். மரண வேதனையிலும்கூட இனி எப்போதும் அவள் படுக்கைக்குச் செல்லமாட்டேன் என்று அன்று இரவு முடிவு செய்தான். எனினும் இதோ அவன் அந்த நீல முகமூடி விளையாட்டில் மீண்டும் இறங்கிவிட்டான். .

ஆனால், ஏதோ தவறு நடந்துவிட்டது. கருநீலக் கரைசலைப் பூசியதும், உடல் வீங்கத் தொடங்கியது. விநோதமான நோய்த் தன்மையுடன் அரிப்பு உடல் முழுவதும். அவன் எப்போதும் நீண்ட நகங்கள் வைத்துக் கொள்வதில்லை. ஆனால், இன்று உடல்மீது ஆழமான கீறல்களை ஏற்படுத்திக்கொண்டான். முடிந்த மட்டும் சொரிந்தான். ஆனால், அரிப்பைத் தணிக்க முடியவில்லை. விரல்களால் தொடர்ந்து கீறிக்கொண்டிருந்தான். தோலில் நகத்தைச் செலுத்தி பள்ளம் தோண்டுவது போல் வார் வாராகச் சுரண்டினான். இன்னும் ஆழமாக நகத்தால் கீறினான்; மழைக்காலச் சித்தோரின் சேறும் சகதியுமான சாலைகளில் செல்லும் வண்டிகளின் குறுக்கும் நெடுக்குமான தடங்கள்போல் அவை தோன்றின. தசையில் ஏற்பட்ட ஆழமான புண்கள் பழுக்கத் தொடங்கியிருந்தன. அவற்றிலிருந்து மஞ்சள்-பச்சை நிறத்தில் நீர் கசிந்தது. பழுக்கும் கொய்யாவின் நிறத்தில் அவன் உடலிலிருந்து நீர் சொட்டிக்கொண்டிருந்தது.

கருநீலச் சாயம் அவனுக்கு ஒத்துக்கொள்ளவில்லை. ஒவ்வொரு இரவும் சியாமளன் போல் நடித்தான். அவனைப்போல் புல்லாங்குழல் வாசித்தான். தாண்டியா நடனமாடினான். அவனைப்போல் பெண்ணாகவும் மாறினான். நிச்சயமாக, இவையனைத்தும் நம்ப வைப்பதற்கான தந்திரங்கள் என்று அவன் மனைவிக்குத் தெரியும் என்று ஆயிரம்முறை தனக்குள் சொல்லிக்கொண்டான். இந்த நாட்களில் ஏதோ ஒருநாளில் தன் முகமூடியை அவன் நீக்கப்போகிறான். இனியும் கருநீலச் சாயம் இல்லை, இனியும் பட்டுப் பீதாம்பரம் இல்லை. அவனுடைய நிர்வாணமான உடல் மட்டுமே. அவர்கள் கணவனும் மனைவியுமாக இணைந்து வாழ்வார்கள். எனினும், அவனது இரண்டாவது திருமணத்து அன்று இரவு, திடீரென்று கடவுளின் பெயரைச் சொல்லி அவள் அவனை அழைத்தபோது திகைத்தான். தன்னைச் சிதைத்து, அவனது ஆணுறுப்பைத் துண்டித்ததுபோல் உணர்ந்தான். அரண்மனையின் ஏனைய ஹிஜிராக்களுடன் அவனும் சேர்ந்துகொண்டான். ராணிகளின்

மார்பகங்களை கடுகு எண்ணையாலோ அல்லது கடலை எண்ணையாலோ தடவி விட்டான். ஆசைநாயகிகளின் உறுப்பிற்குள் விரல்களைச் செலுத்தி அசைத்தான். எனினும், ஆதிகால நினைவுகள் சில தோன்றின. அவ்வளவுதான். கால்களுக்கு இடையில் எழுச்சி ஏற்படவில்லை.

அவள் அவனை நேசிக்கவில்லை. அவளது இரவு வாழ்க்கையில் அவனுக்கு இடமில்லை. அவள் தனது கரங்களில் அணைத்திருந்தவன், அவள் பேசியவன், அவள் விளையாடியவன், காதலுறவுக்குப் புதிய வழிகளைக் கண்டுபிடித்தவன் அவனல்ல. அது அவளது காதலன், அந்தக் கடவுள். அவன் இருப்பதே அவளுக்குத் தெரியாது; அதனால் அவன் பொய் கூட கிடையாது. அவனது விளையாட்டின் ஊடாக அவள் எப்போதும் பார்க்கவில்லை; அவன் தான், தன்னையே ஏமாற்றிக் கொள்ள நினைத்தவன். அவ்வளவே. மூளையின் புறணியில் ஈட்டி பாய்ந்ததுபோல், இறுக்கமான செங்கோபம் அவனைத் தாக்கியது. அது அவனைக் குருடாக்கியது. ஆனால், அது பொருட்டல்ல. இப்போதும் அவனால் பார்வையிலிருக்கும், பார்வைக்கு வெளியிலிருக்கும் அனைத்தையும் அழித்துவிடமுடியும். என்ன வேண்டுமானாலும் நடக்கட்டும் என்று விசுவாசமற்ற மனைவியை அவனால் கொல்லமுடியும்.

சூனியக் கிழவி பூட்டானி மாதாவுக்கு ஆத்திரம் பற்றியும் பழிவாங்குதல் பற்றியும் என்ன தெரியும்? அவனது கடவுளும், குடும்பத்தெய்வமும் சிவன்தான். இறப்பையும் அழிவையும் காட்சிப்படுத்தும், களிப்பும் மகிழ்ச்சியும் நிரம்பிய நடனத்தை, அந்தத் தாண்டவத்தை அவரிடமிருந்து அவனால் கற்றுக்கொள்ள முடியும். ஆமாம். அவனால் நடனமாட முடியும். ஒவ்வொரு அடி எடுத்து வைக்கும்போதும் ஒரு கண்டத்தை நொறுக்க முடியும், பெருங்கடலைப் புரட்டிப்போட முடியும். இந்தப் புவியை, பறவைகளை, மீனை, மரங்களை, மனித இனம் முழுவதையும் அவனால் துடைத்தெறிய முடியும். அதன்பின் கடவுளர்களை நோக்கித் திரும்புவான், அனைத்துக் கடவுளர்களையும் நோக்கியல்ல, அந்த நீலமேக சியாமளனை நோக்கி மட்டுமே.

மயிற்பீலி அணிந்திருப்பவனுக்கு எதிரான யுத்தத்தை ஒப்பிடும்போது, பாபருடனான யுத்தம் அவனுக்குச் சிறுவர்களின் விளையாட்டுப் போலத்தான். செய்ய வேண்டியது ஒன்றிருக்கிறது. அவன்தான் அதைச் செய்யவேண்டும். பூட்டானி மாதாவிடம் விட்டுவிடக் கூடாது. என்ன வேண்டுமானாலும் நிகழட்டும் அவன்தான் அதைச் செய்வான். தன்னிடமும் கடவுளிடமும் அவன் செய்திருக்கும் சத்தியம் அது. பாதுஷாவுடனான குழப்பங்கள் முடிவுக்கு வரட்டும்.

அவன் தோல் வெடித்து அழுக ஆரம்பித்தது. உக்கிரமான, திறந்த ரணங்கள் உடல்முழுவதும் ஏற்பட்டன.. புண்களைச் சுற்றி சிவந்த

வளையங்கள் உண்டாகின. ஒன்றை மற்றொன்று நெருங்கிப் பெரிதாகிவிட்டன. சிதைந்து அழுகும் தசை, தீங்கு விளைவிக்கும் வடித்தெடுக்கப்பட்ட நொதியாய் துர்நாற்றம் அடித்தது. சோர்ந்து போகும்போது சொரிவதை நிறுத்துவான். ஆனால், அப்போது மறைந்திருக்கும் மற்றொரு அரிப்பு அலை, வலது கால்நுனியிலிருந்து தொடங்கும்; அல்லது வயிற்றின் அடிப்புறத்திலிருந்து உருண்டு மேலெழும். அதன்பின் மிச்சமிருக்கும் அவனது ஆணுறுப்பு அழுகிப் போய் உறுத்தும்

அவன் சிவந்து, வீங்கி பயங்கரமான வலியில் இருந்தான். அவளிடம் வந்தபோது, அவன் தலையை தன் மடியில் ஏந்தி சிசுருட்சை செய்தாள். அவன் புருவங்களைத் துடைத்தாள். அவன் உதடுகளை வலுக்கட்டாயமாக திறந்து தனது உமிழ்நீரை அவனது வாய்க்குள் துளிகளாய்ப் பெய்தாள். என்னை விட்டுவிடு, தள்ளிப்போ: உனது குழலிசைப்போனிடம் செல். நுரையீரல் வெடிக்கும் அளவிற்கு அவன் கத்தினான். ஆனால், அவன் குரல்வளையிலிருந்து சப்தம் ஏதும் வரவில்லை. உன் முகத்தை மீண்டும் பார்க்க எனக்கு விருப்பமில்லை; ஏமாற்றுக்காரனான அந்தக் கடவுளின் மணப்பெண் நீ. இனியும் வேண்டாம். உன்னோடு எனக்கு எல்லாம் முடிந்துவிட்டது. இப்போதும், எப்போதும். வெற்றிக் கோபுரத்தின் மேலிருந்தோ அல்லது கோட்டைச் சுவரின் மேலிருந்தோ அவளைக் கீழே வீசும் அளவிற்கு அவன் அவளை வெறுத்தான்.

அவனது அழுகிய புண்களை மூடியிருந்த பொருக்குகளை அவள் தனது வாயால் மென்மையாக உறிஞ்சி எடுத்தாள். அவளது நாக்கின் குளிர்ச்சியான சுவாலை அவன் நோவைத் தணித்தது; உடல் முழுவதும் ஊடுருவிப் பரவி கண நேரத்து மறதியைக் கொண்டுவந்தது.

சுரம் குறைந்தது. கொடிய அரிப்பிலிருந்து தற்காலிக ஓய்வு. ஓடு, மகராஜ் குமார் ஓடிவிடு. அந்தப் பெண்மணி உனக்குச் சூனியம் வைப்பதற்குமுன், உன்னை மீண்டும் பொறியில் சிக்கவைப்பதற்குமுன் ஓடிவிடு. அவளிடமிருந்து விலகிச்செல்ல அவன் முயன்றான். ஆனால் அவனுக்குச் சக்தியோ விருப்பமோ இல்லை.

'உன் சுரத்தை எனக்குக் கொடு' அவள் பேசினாள். 'கொழுந்துவிட்டு எரியும் இந்த நெருப்பை நான் அணைப்பேன்; உனது வலி அனைத்தையும் வேதனையையும் வாங்கிக்கொள்வேன்; மகிழ்ச்சியில் அனைத்தையும் மறந்துவிடுவேன், என் நீலமேக சியாமளனே!'

மனைவியுடன் அனைத்தும் முடிந்துவிட்டதை அவன் அப்போது உணர்ந்தான்.

வேதனையுடன் அமர்ந்திருந்தான். பின்னர், அவளிடமிருந்து திரும்பி அறையை விட்டு வெளியேறினான்.

* * *

யுத்தத்திற்குப் புறப்படுவதற்கு முதல் நாள் மகராஜ் குமார் இளந் துறவியின் அறைக்குச் சென்றான். அவள் அறை பாதி திறந்திருந்தது. முதல் முறையாக அவள்மீது அவன் ஊடுருவியபோது, காதல் பரவசத்தில் அவள் தன்னை மறந்திருந்தாள். அப்போது அவன் கிட்டத்தட்ட இடார் யுத்தத்திற்குச் சென்றிருக்கவில்லை. விலகிச் செல். கண்மறைப்புகளைப் போட்டுக்கொள், நகர்ந்து போ. நீ உணர்வதற்குமுன், உன்மீது அவள் தனது வசிய மந்திரங்களை ஏவிவிடுவாள்; அதன்பின் உனது யுத்தத்தை, உன் வாழ்வின் முக்கியமானதை, பாபருடன் உனது போரை மறந்துவிடுவாய். கதவைச் சிறிது தள்ளினான். கீல்கள் கிரீச்சிட்டன. எனினும், அந்தத் துருப்பிடித்த சப்தத்தை அவள் கேட்டதாகத் தெரியவில்லை. குழலிசைப்போனுக்கு முன் அமர்ந்திருந்தாள். அவள் அங்கங்களை அவனால் பார்க்கமுடிந்தது. பளிச்சென்ற பழுப்பு மஞ்சளில் சங்கமனேரி சோளியும் காக்ராவும் அணிந்திருந்தாள். கரும்பச்சையில் வெங்கடகிரி துப்பட்டா அவள் தலையை மூடியிருந்தது. செவ்வந்தி மாலை ஒன்றை எடுத்துத் தன் கழுத்தில் அணிந்துகொண்டாள். மீண்டும் ஒன்று, மீண்டும் ஒன்று. மஞ்சள் தூளில் கட்டைவிரலைத் தோய்த்து நெற்றியில் இட்டுக்கொண்டவள், அதன்மேல் குங்குமத் திலகத்தையும் வைத்துக் கொண்டாள். தேங்காய் ஒன்றைத் தரையில் மோதினாள். மிகச் சரியாக இரு பாதியாக உடைந்தது. தனக்கு முன்னால் வைத்துக்கொண்டாள். அவள் தன் கண்களை மூடிக்கொண்டாள்.

'என்னை வழிபடு' குழலிசைப்போனிடம் கூறினாள். 'உன்னுள் இருப்பதுபோல் என்னுள்ளும் அதே அளவு தெய்வீகம் இருக்கிறது'

அதோ. அவள் செய்துவிட்டாள். சொல்லமுடியாததைச் சொல்லிவிட்டாள். அதில் காணப்பட்ட உறுதியையும் துணிச்சலையும் பார்த்து மகராஜ் குமார் திகைத்துவிட்டான். எனினும், அவள் சொன்னது மிகப் பொருத்தமானதாக இயல்பான விஷயமாக இருந்தது என்பதை அவன் ஏற்கத்தான் வேண்டும். அவன் வளர்ந்த இந்த ஆண்டுகளில் 'சோ' 'ஹம்' என்ற மந்திரத்தை அவன் உச்சரித்தது இல்லையா, அதன்மீது நம்பிக்கை வைக்கவில்லையா? 'நான் அது'; அது, பிரபஞ்சத்தில் பரவியிருப்பது, எழுச்சியூட்டுவது, அதனைச் சூழ்ந்திருப்பது. இருப்பினும் அந்தச் சொற்கள் காலியான ஓடுகள் தவிர்த்து வேறொன்றுமில்லை. இளந் துறவியின் நம்பிக்கை இறுதிப் பாய்ச்சலை நிகழ்த்திவிட்டது. நடிக்கப்போகும் பாத்திரங்களை குழலிசைப்போனுடன் அவள் மாற்றிக்கொள்ள முடியும். அவள்தான் கடவுள் என்பதன் சாரம், ஆற்றல், சக்தி.

அத்தியாயம் 46

என்ன ஓர் அற்புதமான காட்சி. முழு ராணுவ உடையில், பகட்டும் கீர்த்தியும் வெளிப்பட மேவார் படை அணிவகுத்துச் சென்றது. படைப்பிரிவுகளின் வணக்கத்தையும் மரியாதையையும் தந்தை ஏற்றுக்கொண்டார். (இது ஒரு முக்கியமான நாள். மனத்தளவில் மேவாரி எவரை விடவும் நான் அதிகம் அழகுணர்வு கொண்டவனல்ல). கர்வமும், உயரமும், அழகிய தோற்றமும் கொண்ட வீரர்கள்! அழகிய, பிரகாசமான வண்ணம் கொண்ட உடைகளை அணிந்திருக்கிறார்கள். ஏதோ திருமணத்திற்குப் போகிறார்கள் என்று நீங்கள் நினைத்துக் கொள்ளலாம்; முதலில் குதிரைப்படை, அதற்குப் பின் ஒட்டகப் படை, அதன்பின் யானைப் படைப் பிரிவு. அடுத்ததாக, தோள்களின் குறுக்கே வில்லும், முதுகில் தொங்கும் அம்பறாத்தூணியில் அம்புகளும், இடையில் வாளும், கையில் ஈட்டியுமாகக் காலாட்படை.. இறுதியாக மேட்ச்லாக் துப்பாக்கி ஏந்திய நூறு வீரர்கள்.

மேவார் படையைத் தொடர்ந்து, எங்களுடன் இணைந்து கொண்ட நட்பு ராஜ்ஜியங்களின் படைகள் அணிவகுத்து வந்தன. பகட்டும் கம்பீரமுமாக அணிவகுப்பிற்கு முடிவே இல்லை என்பதுபோல் தோன்றியது. படையின் மிகப் பெரிதான தோற்றம் நல்ல தகுதியா அல்லது தீமையா?, சீற்றம் நிறைந்த வீரர்களின் வரிசை. அடுத்தடுத்து அடுக்கப்பட்டது போன்று செல்லும் பெரும் படையின் தோற்றமே எதிரியை வெற்றி கொண்டுவிடும், அவன் இயக்கத்தை முடக்கிவிடும். ஆனால், அது படையின் நெகிழ்வுத்தன்மையை இயக்கத்தைத் தடைசெய்கிறது. பெரிய, சிறிய துப்பாக்கிகளை ஏந்தி நிற்கும் எதிரிக்கு உங்களைத் துல்லியமான இலக்காக்கி விடுகிறது. எந்தப் பக்கம் நோக்கி அவன் சுட்டாலும், ஒரு வீரன் வீழ்ந்துவிடுவான். திடீரென்று எங்கள் வீரர்கள் மிகவும் வலிமை மிக்கவர்களாக எனக்குத் தோன்றவில்லை.

மீண்டும், எனக்கேயுரிய சந்தேகங்களுடன் உலவிக் கொண்டிருந்தேன். கடந்த சில மாதங்களாக என்னை நானே கவனித்து வருகிறேன். சுலபமாக உடையக்கூடியவனாக மாறி, துண்டுகளாய் உடைந்துவிட்டதுபோல் தெரிகிறது. இது இறுதி யுத்தமல்ல என்று எனக்கு நானே உரத்துக் கூறிக்கொண்டேன். என்னவெல்லாம் முடியுமோ அதைச் செய்து யுத்தத்தை வெல்லவேண்டும். பாதுஷாவைத் திரும்பவும் காபூலை நோக்கி ஓடவைக்க வேண்டும். ஏதோவொரு காரணத்தால் இந்த முறை நாங்கள் வெற்றிபெற முடியவில்லை என்றால், அது ஒரு தற்காலிக பாதகம்தான். பாடம் ஒன்றைக் கற்றுக்கொள்வோம். அடுத்த யுத்தத்தை மேலும் அறிவுடன், விவேகத்துடன், சிறந்த தயாரிப்புடனும் எதிர்கொள்வோம். புறப்படுவோம், மகராஜ் குமார், புறப்படுவோம். வேலையில் இறங்குவோம். நம் நன்மைக்காக, எதிரியை முடிப்போம்.

ஏதோ நினைவில் இளவரசி கைகளை ஆட்டிக்கொண்டிருந்தாள். குறிப்பாக யாரை நோக்கியுமல்ல. அவளது கணவன், சட்டப்பூர்வமான கணவன் யுத்தத்திற்குச் செல்கிறான் என்பது அவளுக்குத் தெரியுமா? அவளிடம் ஏதாவது வித்தியாசத்தை அது ஏற்படுத்துமா? பெரும் தருணங்களுக்கு உரிய விஷயங்களில், கடவுளுக்கு இணையான விஷயங்களில் ஆர்வமுடன் தன்னை மறந்து ஈடுபட்டிருந்தாள் என்று நினைத்தேன்.

யுத்தத்தைப் பரிந்துரைக்க சில விஷயங்கள் இருப்பதை ஒப்புக்கொள்ளத்தான் வேண்டும். இரண்டரை வாரங்களாக முடிந்தவரை மிகுந்த கவனத்துடன் அவளைத் தவிர்த்துவிட்டேன். ஆனால், எப்போதும் வெற்றிகரமாக அல்ல. இப்போது வெளியூர் செல்கிறேன். அவளை எதிர்கொள்ளும் வாய்ப்போ அல்லது தற்செயலாக அவள் முகத்தைப்பார்க்கும் வாய்ப்போ கிடைக்கப் போவதில்லை. மிகுந்த ஆர்வத்துடன் அவளிடமிருந்து நான் விரும்புவது விடுதலையைத் தவிர்த்து வேறொன்றுமில்லை.

* * *

பயனாவுக்கு ஐம்பது மைல் இருக்கும்போது மங்கள் அனுப்பிய செய்தி எனக்குக் கிடைத்தது. நாங்கள் தாக்குவோம் என்ற எண்ணத்தில் அந்தக் கோட்டையின் பாதுகாப்பு அரணை மேலும் வலுவாக்க கணிசமான வீரர்களை பாதுஷா பாபர் அனுப்புகிறானாம். நிச்சயம் நாம் அவனை ஏமாற்றக்கூடாது. யுத்தத்திற்கு முன்பு நல்ல விதமான சூழலை உருவாக்க இது உதவும்.

இறுதி நேரத்தில் நான் கூறும் இந்த விவேகமற்ற திட்டத்தை தந்தை ஒப்புக்கொள்வாரா என்பது சந்தேகமே; ஆனால், அதை முயன்று பார்க்க விரும்பினேன். எனது பெரும் வேண்டுகோளுக்கு மறுப்புத் தெரிவித்தவர், இதைப்போன்ற முக்கியமற்ற விஷயங்களில் என்னை ஈடுபடுத்த விரும்பினார். அவரிடம் நான் நியாயமாக நடந்துகொள்ளவில்லை. பிரதான படையெடுப்பிற்குமுன் மிரட்டல் தொனியில் கடிதம் ஒன்றை அனுப்பலாம் என்ற என் யோசனையை அவர் விரும்பினார்.

‘கோட்டை உன் வசம் பத்திரமாக வந்தபிறகு நாங்கள் உன்னுடன் சேர்ந்து கொள்கிறோம். மந்தசூருக்கு நாம் சேர்ந்து செல்லலாம்’.

எங்களது சிறிய படைப் பிரிவை பாபரின் வீரர்கள் கொன்று குவித்துவிடும் சாத்தியம் இருப்பதை தந்தை ஏன் சிந்திக்கவில்லை என்று அவரிடம் கேட்கவில்லை.

நானும், தேஜுºம், ஷஃபியும் ஐநூறு குதிரை வீரர்களுடன் புறப்பட்டோம். இந்த நிலப்பரப்பை பாதுஷாவின் ஆட்களைவிட நாங்கள் நன்கு அறிவோம். நாங்கள் ஒன்றிணைந்து செயல்பட்டோம். பரஸ்பரம் ஒருவர் மனத்தை மற்றவர்கள் புரிந்துகொள்ளும் அளவிற்கு ஒத்த மனம் கொண்ட நல்லுறவை உருவாக்கியிருந்தோம். அந்த இடத்திற்கு சீக்கிரமாகச் சென்று சேர சாத்தியமான குறுக்குப் பாதையில் பயணித்தோம். வேகமாகப் பயணித்து, பாபரின் பெய்குகளும் வீரர்களும் வருவதற்கு பதினோரு மணி நேரத்திற்கு முன்னதாகவே அந்த இடத்தை அடைந்துவிட்டோம்.

பாபர் அனுப்பிய உதவிப்படைக்காக பயனாவின் ஆளுநர் கோட்டையின் பெரும் கதவுகளைத் திறந்தவுடன் நாங்கள் அவரது படையின் மீது பாய்ந்தோம். நல்வாய்ப்பு எங்கள் பக்கம் இருந்தது. அதை நன்கு பயன்படுத்திக்கொண்டோம். ஒரு மணி நேரத்திற்குள் எதிரி வீரர்கள் பலரும் படைப்பிரிவுகளின் தலைவர்களும் இறந்தனர். நாங்கள் கோட்டைக்குள் விரைந்தோம். அன்றைய நாளின் வெளிச்சத்தை சங்கூர் கான் ஜான்ஜுºவா மீண்டும் பார்க்கவில்லை. யாராலும் வெல்லமுடியாத கோட்டா கான் எங்கள் வீரர்களில் ஒருவனை கிட்டத்தட்ட வீழ்த்திவிட்டான். ஆனால், எதிரி ஒருவனிடமிருந்து வாளைப் பறித்த எங்கள் வீரன் அதனால் கானின் தோள்பட்டையின் குறுக்காக வெட்டினான்.

எனினும், மீண்டும் யோசிக்கும்போது, பயனாவைத் தாக்கியது விவேகமான செயலாகத் தோன்றவில்லை. இதைப்போன்ற தாக்குதலில் கிடைத்த பெரும் வெற்றி எங்களிடம் கொஞ்சம் அதீத நம்பிக்கையை ஏற்படுத்தியது. பாபரின் வீரர்களின் மத்தியிலும், தளபதிகளிடமும் நிச்சயம் இது அச்ச அலையை உண்டாக்கியது. யுத்தத்தின் முடிவில் தீவிர தாக்கத்தை ஏற்படுத்திய ஒரு முடிவை எடுக்கப் பாதுஷாவை அது கட்டாயப்படுத்தியது.

பேரரசருக்காகவும் மீதிப்படைகளுக்காகவும் நாங்கள் காத்திருந்தோம். சித்தோரை விட்டுப் புறப்படும்போது கம்பீரியிடம் விடைபெற்று வரவில்லை என்பது அப்போதுதான் நினைவுக்கு வந்தது. கோட்டை மீது ஏறவில்லை. வெற்றிக்கோபுரத்தில் ஏறி சுற்றியுள்ள இடங்களைப் பார்க்கும் வழக்கமான உலாவையும் நடத்தவில்லை. நிதானத்தையும் அமைதியையும் இழந்துகொண்டு இருக்கிறேனா? சித்தோரில் வாழ்க்கை இயல்பாகத் தொடரட்டும்; குடிநீர் வடிகால் அமைப்பு மற்றும் குகைப்பாதைகளின் வேலையும் திட்டமிட்டபடி தொடர்ந்து நடக்கட்டும் என்ற எனது யோசனையைத் தந்தை ஏற்றுக்கொண்டார். அந்தப் பணிக்கான நிதியை ஆதிநாத்ஜியை அளிக்க உத்தரவிடும் பேரரசர் முத்திரையிட்ட ஆணையை நகரத் திட்டமிடல் அதிகாரியிடம் கொடுக்க மறந்து போனது உறுத்துகிறது. அலுவலக

மேஜையின் இரண்டாவது அறையில் வைத்துப் பூட்டியிருக்கிறேன். சித்தோருக்கு அடுத்ததாகச் செய்திகொண்டு செல்பவனிடம் சாவியைக் கொடுத்தனுப்ப மறந்துவிடக் கூடாது.

பேரரசரும் எங்களது கூட்டாளிகளும் நல்ல மனநிலையில் வந்து சேர்ந்தனர். பயனா வீழ்ந்தது ஒரு நல்ல சகுணம் என்று நினைத்தனர். நாங்கள் கைப்பற்றிய நகரின் ஆளுநராக ராவ் பிரான்மலை தந்தை நியமித்தார். அடுத்தநாள் அதிகாலையிலேயே நாங்கள் புறப்பட்டோம். இதுவரையிலும் சிறப்பாக முன்னேறியிருக்கிறோம்; கிடைத்திருக்கும் அனுகூலத்தைப் பயன்படுத்தி மேலும் அழுத்தம் கொடுக்கப் பேரரசர் விரும்பியதை அறிந்து மகிழ்ந்தேன். தயாராகிக் கொள்ள பாபருக்குக் குறைவான நேரமே இருக்கையில் எதிரியை முழுமையாகத் துடைத்தெறியும் வாய்ப்பு எங்களுக்கு மிகவும் அதிகம். அதுமட்டுமின்றி எங்களது மின்னல் வேகத் தாக்குதலால் பாதுஷாவின் முகாம் மனத்தளவில் பலவீனம் அடைந்திருப்பதாக எங்களுக்குச் செய்தி கிடைத்தது.

ஆனால், நான் இன்றுவரையிலும் விளக்க முடியாத ஒரு காரியத்தை அப்போது ராணா செய்தார்.

ஆரம்பத்தில் ஆக்ராவுக்கும் சிக்ரிக்கும் இடையில் மந்தாகூரில்தான் பாபர் தன் பாசறையை அமைத்திருந்தான். படைவீரர்கள் கூடாரங்களையும் அமைத்துவிட்டனர். அவனது வலிமையான பீரங்கிப்படையும் அதன் இடத்தில் நிலைநிறுத்தப்பட்டது. ஆனால், அந்தச் சமவெளியில் போதுமான நீர் வசதி இல்லை என்பதை அறிந்ததும் பாபர் முகாமை, ஃபதேப்பூர் சிக்ரியின் ஏரிக்கு அருகில் மாற்றிவிட்டார். பயனாவிலிருந்து வடகிழக்குத் திசையில் பயணித்திருந்தால், வழியில் அழகான காட்சிகளைப் பார்த்துக் கொண்டு மெதுவாகச் சென்றிருந்தால் கூட, அப்படி எதுவும் இல்லை என்பது வேறு, ஒன்று அல்லது ஒன்றரை நாளில் சிக்ரியை அடைந்து பாதுஷாவின் படைகளைச் சந்தித்திருக்கலாம்.

எதிரி எதிர்பாராத நேரத்தில், அவன் பாசறை அமைக்கும் வேலையில் இருக்கும்போது எதிரியைத் தாக்கி வீழ்த்துவதற்குப் பதிலாக தந்தை வடமேற்கில் செல்வதைத் தேர்ந்தெடுத்தார். புசாவரில் படையை ஓய்வெடுக்கச் சொன்னார். என் குழந்தைகளோ அல்லது வேறு யாரோ இதை நம்புவார்களா என்பது சந்தேகமே. ஆனால், பாபருக்கு உணவுப் பொருட்களும் வேறு உதவிகளும் கிடைப்பதைத் துண்டிப்பதே தனது நோக்கம் என்றார் தந்தை. பேரரசர் எதையும் நேராகச் சிந்தித்து எளிமையான கணக்குகளைப் போடமாட்டாரா? அவர்... இழந்துவிட்டாரா...? கவலை வேண்டாம். பரவாயில்லை. ஆத்திரமடைவதில் பிரயோசன மில்லை. அது உங்களை மேலும் பலமற்றவராகத்தான் உணரவைக்கும்.

இந்தத் தாமதத்தால் மேலும் ஒரு மாதம் கடந்துவிட்டது. உதவும் பண்புள்ள இதைக்காட்டிலும் நல்ல எதிரி பாதுஷாவுக்குக் கிடைத்திருக்க மாட்டார்.

சிக்ரியிலிருந்து பத்து மைலில் இருக்கும் சமதளப் பூமியான கனுவா என்ற கிராமத்தை யுத்தத்திற்காக பாபர் தேர்ந்தெடுத்துள்ளதாக எங்களது உளவுத்துறையின் கள ஆய்வு முதன்மை அதிகாரி ஷிராஸ் அலி கூறினார். ஒரு கட்டுமானப் பொறியாளரின் துல்லியத்துடன் படைகளை நிறுத்தியுள்ளதாக அவர் கூறினார். பீரங்கிகள் முன்வரிசையில் எதிரியை நோக்கி நிறுத்தப்பட்டுள்ளன. சக்கரங்கள் பொருத்தப்பட்ட முக்காலி போன்ற அமைப்பில், பீரங்கியை இயக்குபவர்கள் நிற்கப் போதுமான வசதியுடன் அவை பொருத்தப்பட்டுள்ளதாக தகவல் அளித்தார். அவற்றிற்குப் பின்னால் வண்டிகள், ஒன்றுக்கும் மற்றொன்றுக்கும் இடையில் ஏழு அல்லது எட்டு கெஜ தூர இடைவெளியில் நிறுத்தப்பட்டுள்ளன. வண்டிகள் கனமான இரும்புச் சங்கிலிகள் கொண்டு பிணைக்கப்பட்டுள்ளன. இறுக்கமாகவும் உறுதியாகவும் இருக்கின்றனவா என்று அவற்றைத் திரும்பத் திரும்ப பாபர் பரிசோதித்துப் பார்த்தான். அவனது இரண்டாவது வரிசை பாதுகாப்பு அரண் இது. அதற்குப் பின் துப்பாக்கிப் படையினர் மேட்ச்லாக்குகளுடன் பாதுகாப்பாக நின்றிருந்தனர். பாதுகாப்பரணாக வண்டிகளை நிறுத்த முடியாத இடங்களில் உதவிப் படைத்தலைவன் குராசானியின் தலைமையில் பள்ளம் தோண்டுபவர்களையும் சுரங்கம் தோண்டுபவர்களையும் பயன்படுத்தி பதுங்குவதற்குப் பள்ளங்களை உருவாக்கச் சொல்லியிருந்தான்.

பயனாவைப் புயல்வேகத்தில் நாங்கள் தாக்கிப் பிடித்தது பாபரின் படையில் அதிர்ச்சி அலைகளை ஏற்படுத்தியது. எங்களது ஆக்ரோஷமும் வீரமும் பாதுஷாவின் முகாமிற்குள் பரவியது. இதனுடன் காபூலிலிருந்து சமீபத்தில் கிடைத்த சோதிட வல்லுநர் முகமது ஷெரிப் கூறிய அனுமானமும் சேர்ந்து கொண்டது: ‘செவ்வாய் இப்போது மேற்குத் திசையில் இருக்கிறது. கிழக்குத் திசையிலிருந்து படையெடுத்து வரும் எவரும் தோற்கடிக்கப்படுவார்’. எவ்வளவு முயன்றும் தனது வீரர்களின் கவலைகளையும் அச்சங்களையும் பாபரால் போக்கமுடியவில்லை. நெருக்கடிக்கு அவனது எதிர்வினை வழக்கமான ஒன்றாக இருந்தது. தோல்வி குறித்த வீரர்களின் பேச்சால் அவன் முற்றிலும் ஆடிப்போய்விடவில்லை. வாழ்க்கையிலேயே வியக்கும்படியான இரண்டு காரியங்களை அவன் செய்தான். நம்பிக்கை அடிப்படையில்தான் அவை செய்யப்பட்டன என்பதில் சந்தேகம் இல்லை. ஆனால், மற்ற பெரும் தலைவர்கள் போன்றே, எப்போது எப்படி என்ற உணர்வு அவனிடம் அதிகம் இருந்தது. முதலாவது, மதுவின்மீது அவனுக்கிருந்த பெரும் ஆசையைத் துறந்தது. தனது கட்டுப்பாட்டிலிருந்த பிரதேசங்களில்

இதையொட்டி அரசாணை ஒன்றைப் பிறப்பித்தான். அலங்காரமாக, முற்றிலும் பகட்டான சொற்களில் எழுதப்பட்ட ஆணை. ஒரு நாட்குறிப்பு எழுதுபவனின் வேலையாக அது தோன்றவில்லை. அவனது செயலர்களில் எவரோ அல்லது இமாம்களில் யாரோ எழுதியிருக்கலாம். அதிலிருந்து சில பகுதிகள்:

'காஃபிர்களுக்கு எதிராக, அவர்களைக் கொன்றொழிக்க புனித வீரனின் உடையை அணிந்து இஸ்லாமின் படையுடன் நாம் முகாமிட்டிருக்கிறோம். இந்த மகிமையான தருணத்தில், ரகசியமானதொரு உத்வேகம் கிடைக்கப்பெற்றேன். தவறிழைக்காத குரலொன்றைக் கேட்டேன்: 'நம்பிக்கைக் கொண்டிருப்பவர்கள், வெளிப்பட்டிருக்கும் உண்மைக்கும் கடவுளின் அறிவுரைக்கும், தம் இதயங்களைத் தாழ்மையுடன் சமர்ப்பித்துக் கொள்வதற்கு உரிய நேரம் இன்னும் வரவில்லையா?' அதன்பிறகு துன்மார்க்கர்களின் செயல்களை அழித்திட நாம் புறப்பட்டோம். அதன்பின்னர், எனது இதயப்பேழையில் எப்போதும் அகலாதிருக்கும் மதுவின் மீதான ஆசையை விட்டொழிக்கப் பகிரங்கமாக உறுதியேற்றோம். இந்த மகத்தான உத்தரவின்படி வெற்றி நிறைந்த சேவகர்கள், வெறுப்பால் நிரம்பிய நிலத்தின் மீது மதுப்பாத்திரங்களையும் கோப்பைகளையும், தங்கத்திலும் வெள்ளியிலும் இருந்த மற்ற பாத்திரங்களையும் மோதி உடைத்து அழித்தனர். அவை அவர்களது எண்ணிக்கையின் படியும் அறிவின்படியும் வானத்து நட்சத்திரங்களின் அளவுக்கு இருந்தன. கடவுளின் விருப்பப்படி அவற்றை போட்டுடைத்தனர்! விரைவில் விக்கிரக ஆராதனை செய்பவர்களின் கடவுளர்களும் மோதி உடைக்கப்படுவார்கள்; ஏழைகளுக்கும் தேவைப்படுபவர்களுக்கும் உடைந்த பாத்திரங்களின் துண்டுகளை விநியோகித்தனர்.'

மேற்குறிப்பிட்ட அந்தச் சிறிய செயல் பாபர் மேற்கொண்ட ஒரே பரோபகாரச் செயல் என்று கூறமுடியாது. தனது ராஜ்ஜியத்திலிருந்த முஸ்லீம் மக்களின் ஆதரவைப் பெறுவதற்காக, முஸல்மான்கள் எவரும் இனிமேல் வரி செலுத்த வேண்டாம் என்ற உத்தரவையும் பிறப்பித்தான்.

எனினும், இந்தப் பெரும் உறுதிமொழியும் தியாகமும் தேவையான விளைவைத் தந்ததா என்று தெரியவில்லை. ஷிராஸ் அலி எனக்கு அனுப்பிய பாபரின் நாட்குறிப்புப் பக்கத்தில் ஒரு குறிப்பு இருந்தது.

'மனிதர்களின் இதயத்திலிருக்கும் ஆசை குறித்து நான் நீண்ட விசாரணையை நடத்தினேன். அவர்களிடம் சுறுசுறுப்பின்மை இருப்பதை நானே பார்த்தேன். எனக்குள் ஒரு திட்டம் தோன்றியது. அனைத்து பெய்குகளையும் வீரர்களையும் அழைத்து அவர்களிடம் கூறினேன்: "பெய்குகளே, வீரர்களே! கெட்ட பெயருடன் வாழ்வதைவிட நல்லபெயருடன் சாவது மேல்."'

என்னிடமா இருக்கிறது, நல்ல பெயருடன் நான் சாவேனா என்பது!

உடல் மரித்துவிட்டது என்பதால். நல்லபெயர் எனக்குவேண்டும்.

"ஆக உயர்ந்தவரான கடவுள், பெரும் மகிழ்ச்சியை நமக்குத் தந்துள்ளான். தியாகிகளாக நாம் சாகக்கூடிய, அவரது இலட்சியத்திற்காக, பழிதீர்ப்பதற்காக எதிரிகளைக் கொல்லக்கூடிய நல்லகாலத்தை நமக்கு உருவாக்கித் தந்துள்ளான். எதிரியிடம் இருந்து கடவுள் தனது முகத்தைத் திருப்பிக் கொள்ள எண்ணமாட்டான். அல்லது எதிரியின் உடலில் உயிர் இருக்கும்வரை இந்த ஆபத்தான யுத்தத்திலிருந்து தன்னை அவன் விடுவித்துக் கொள்ள மாட்டான் என்று அவரது புனித நூலின் மீது நாம் ஒவ்வொருவரும் உறுதிமொழி எடுத்துக் கொள்வோம்." இங்கு கூடியிருக்கும் அனைவரும், வறியவரோ, பணியாளரோ, பெரியவரோ சிறியவரோ இந்தப் புனித நூலை மகிழ்ச்சியுடன் கையில் ஏந்துங்கள். உறுதி கொள்ளுங்கள். இந்த நோக்கத்திற்குத் தங்களை உட்படுத்திக் கொள்ளுங்கள்.'

இறுதியாக நாங்கள் கனுவாவை அடைந்தபோது, அங்கு எங்களுக்காக தயாராக, பாபர் காத்திருந்தான்.

அத்தியாயம் 47

யுத்தத்திற்கு முந்தைய நாள் இரவு இறுதிப் போராலோசனைக் கூட்டம் நடந்தது. எல்லோருடைய மனநிலையும் சற்று மிதப்பாகவும் சூழல் நகைச்சுவை நிரம்பியதாகவும் காணப்பட்டது. பெரும்பாலோரின் பேச்சு பாதுஷாவின் படை எவ்வளவு சிறியது; இறந்து போகும் மொகலாயர்களைப் புதைக்க குழிகள் தோண்டியாகிவிட்டதா என்பதுபோல்தான் இருந்தது. ஆலோசனைக் குழுவில் எனது இருப்பு உறுப்பினர்களுக்குப் பழகிவிட்டது. கூட்டத்தின்போது கசப்பான குறிப்புகளை மட்டுமே நான் எடுத்துரைத்தேன். என்னைப்பற்றி அவர்கள் நகைச்சுவையாகப் பேசினார்கள். ஆனால், என் கருத்தைச் சொல்லாமலிருப்பது எப்படி என்றுதான் எனக்குத் தெரியவில்லை.

'நம்மிடமிருக்கும் ஒரே போர்த்திட்டம், நமது ஆயிரம் யானைகளின் காலடியில் எதிரியைப் பலவீனப்படுத்துவது. அதைத் தொடர்ந்து நான்கு பெரும் பாறைகளாகத் தோன்றும் நமது படையை முன்னேறச் செய்து தாக்குவது. ஆனால், முழுமையான போர்த் தந்திரம் நம்மிடம் இல்லை. எதிரியின் பலவீனத்தைப் பயன்படுத்தி அதற்கேற்றாற்போல் தொடர்ச்சியாக நம் படையை இயங்கச் செய்து எதிரியின் மனஉறுதியை உடைப்பது; நாம் எங்கு தாக்கப்படுகிறோமோ அந்த இடத்திற்கு உதவிப்படையை

அனுப்புவது. இதற்கு உதவியாக யுத்தத்தின் போக்கைக் கண்காணிக்க நம்மிடம் யோசனை ஏதுமில்லை. யுத்தக் களத்தின் ஒட்டுமொத்த நடவடிக்கைகளையும் உயரமான ஓரிடத்திலிருந்து பார்ப்பதற்கான வசதி இதற்கு உதவக்கூடும். இந்த முறையில் களத்தில் இயங்கும் வீரர்களைப் பற்றிய தகவலை நீங்கள் பெறமுடியும். எதுவும் ரகசியம் இல்லை என்பதுபோல், நமது வீரர்கள் மற்றும் எதிரியின் மனிதர்கள் பற்றித் தெரிந்துகொள்ள முடியும்.

'நம்மிடம் பெரும் படை இருக்கிறது. கேந்திரமான இடத்தில் ஒருவரை நிறுத்தினோம் என்றால், படையின் சிறுபகுதியையும், அணியையும் பின்பக்கமாகவோ, பக்கவாட்டிலோ நகர்த்தலாம். ஏன் இடுக்கி போன்று ஒரு தருணத்தில் எதிரியைச் சிக்கவைக்கலாம். இப்போதும் இந்த ஒரு அனுகூலம் தான் நமக்கு இருக்கிறது. அதை நாம் பயன்படுத்திக்கொள்ள முடியும் என்று நம்புகிறேன். இந்த முறையால் மட்டுமே நம்மிடம் இருக்கும் அதிக எண்ணிக்கையிலான வீரர்களைக் கொண்டு சிறந்த தயாரிப்போடும், பாதுகாப்பு அரணுடன் இருக்கும் மொகலாயப் படையை நசுக்கமுடியும்.'

'இளவரசே, நீங்கள் சொல்வதுபோல், பரவலான போர்க்களக் காட்சியைக் காணும் வகையில் ஒரு குன்றோ அல்லது உயரமான இடமோ அருகில் எங்கே இருக்கிறது?' என்று மேவாட்டின் ஹஸன் கான் என்னைக் கேட்டான்.

'அப்படி ஏதுமில்லை அரசே. அதனால் தான் என் வீரர்களைக் கொண்டு கண்காணிப்புக் கோபுரம் ஒன்றை அமைத்திருக்கிறேன். உறுதியானது. சக்கரங்கள் இருப்பதால் அதை நகர்த்தமுடியும். பீரங்கிக் குண்டுகள் தொடமுடியாத தூரத்தில் நமக்குப் பின்னால் அது நின்றிருக்கும்'

'எவ்வளவு உயரம் அது?' என் சொற்களைக் கவனமாகக் கேட்கும் மற்றொரு நபர் மெதினி ராய்.

'ஐம்பது அடி'

'நீங்கள் அங்கே இருந்து கொண்டு களத்திலிருக்கும் எங்களுக்கு, பேரரசர் உட்பட அனைவருக்கும் உத்தரவு கொடுப்பீர்கள்?' என்னை வைத்து குறி தவறாமல் தாக்கும் பயிற்சியை ஸில்ஹாதி மீண்டும் மேற்கொண்டான்.

'அவருடைய தொலைநோக்குப் பார்வையை நாம் மதிக்கக்கூடிய ஒருவர் இங்கு இருக்கிறார். அவரது மனத்தில் மேவாரின் நலன்மீது மட்டுமன்றி, இன்றைக்கு இங்கே கூடியிருக்கும் முஸ்லீம்களும் ராஜபுத்திரர்களும் இணைந்த கூட்டணி மீதும் பெரும் அக்கறை உண்டு.

நம் எவரையும்விட அதிக யுத்தங்களைச் சந்தித்தவர்; வெற்றிகொண்டவர். அவருடைய அனுபவமும் திறமையும் நமக்கும் மிகப்பெரிய சொத்தாக இருக்கும். போர்க்களத்தில் நடப்பதைக் கவனித்து, ஆராய்ந்து, விளக்கி, அடுத்து என்ன நடவடிக்கை தேவைப்படும் என்பதை முடிவுசெய்யும் தகுதி அவருக்கு மட்டுமே இருக்கிறது. செய்தியை எடுத்துச்செல்ல வீரர்கள், ஏணிப்படி அருகில் காத்திருப்பார்கள். படையின் பல்வேறு பிரிவுகளுக்கும், அவற்றின் தலைவர்களுக்கும் விரைந்து கொண்டு செல்வார்கள்.

'கருத்தில் கொள்ளவேண்டிய இன்னொரு விஷயம் உள்ளது. மேவாரின் அதிகம் முக்கியமற்ற வீரன் ஒருவனின் உயிரும் நமக்கு விலை மதிப்பற்றது. நீங்கள் எமது அன்பிற்குரிய நண்பர்கள். சந்தேகமின்றி இரண்டு பங்கு மதிப்புள்ளவர்கள். எமது உள்ளத்தில் இருக்கும் விருப்பம் என்ன தெரியுமா? நாளைக்கு, நாளின் இறுதியில் வெற்றியைக் கொண்டாடுவதுபோல் ஆலோசனைக்குழு உறுப்பினர்கள் ஒவ்வொருவரையும் நாங்கள் தழுவிக்கொள்ள வேண்டும். அதனால்தான், பேரரசரின் வழிகாட்டுதல் மிகவும் முக்கியமாகிறது. தவறுதலாய்ப் பாயும் ஒரு துப்பாக்கிக் குண்டோ அல்லது பாய்ந்து வரும் அம்போ அல்லது மொகலாயப் படைவீரன் ஒருவனின் வாளோ அவரை வீழ்த்திவிடக் கூடாது'.

'இது குறித்து மாற்றுக் கருத்து ஏதுமில்லை' சுற்றி வளைத்த என் பேச்சு எங்கு செல்கிறது என்பதை ராவ் வீரம்தேவ் சரியாகப் பிடித்துக்கொண்டார். அதுமட்டுமின்றி, பேரரசரின் உயிர் மிகவும் முக்கியமானது என்ற உணர்வை எங்கள் மத்தியில் அவர்தான் எடுத்துரைக்க வேண்டும், நானல்ல என்பதையும் அறிந்து கொண்டார். 'முற்றிலும் நம் சுயநலத்திற்காகப் பேரரசரின் உயிரை நாம் ஆபத்திற்கு உட்படுத்தக் கூடாது. மகராஜ் குமார் முன் வைத்த யோசனையின் படி அவர் யுத்தத்தை நடத்தினார் என்றால், நாம் பாதுஷாவை வெல்லமுடியும்'

'இது அற்புதமான யுத்த தந்திரம். நாமும் ஒரு ஜிஹாத் போரைத்தான் நடத்துகிறோம் என்று பாபருக்குப் புரியவைக்க வேண்டும்'. ஒரு முஸல்மானாகத் தானும் ஒரு புனிதப் போரைத் தான் நடத்துகிறோம் என்று மேவாத்தின் தலைவர் ஹஸன் கான் நம்புவதற்குக் காரணம் இருக்கிறது. 'அதுமட்டுமல்ல, என்ன விலை கொடுத்தேனும், நாம் பேரரசரின் உயிரைப் பாதுகாக்க வேண்டும்.'

ஆமாம்களும், முணுமுணுப்புகளும் சுற்றிலும் கேட்டன.

'ஒரு ராஜபுத்திர அரசன், அதுவும் மேவாரின் மகா ராணா பயந்த கோழிக் குஞ்சு போல அல்லது காக்ராவும் சோளியும் அணிந்த பெண்போல் போர்க்களத்திலிருந்து ஓடுவதா? என்ன ஒரு

முட்டாள்தனமான யோசனை! பாபருக்கும் அவன் படைவீரர்களுக்கும் எத்தகையச் செய்தியை இது அனுப்பும்? பேரரசர் அவனைக் கண்டு பயந்துவிட்டார் என்றா?'

'இல்லை, இதற்கு மாறாகப் போகும். யுத்தத்தை தன் முழுக் கட்டுப்பாட்டில் வைத்திருக்கும் தலைவர் அங்கு இருக்கிறார். அவர்தான், அவர் மட்டுமே அன்றைக்கு வெற்றி பெறுவார் என்ற செய்தி போகும்'

என்னுடைய யோசனை ஏற்கனவே தோற்றுவிட்டது என்பது எனக்குப் புரிந்தது. தந்தையின் பலவீனமான நரம்பைக் கண்டுபிடித்து ஸில்ஹாதி அதை அழுத்திவிட்டான். பல ஆண்டுகளுக்கு முன், சகோதரர்களின் எதிர்பாராத, கோழைத்தனமான தாக்குதலால் ஏற்பட்ட மிக மோசமான காயங்களுடன், விழியொன்று வெளியில் தொங்க, அவர் தப்பித்து ஓடிய நாட்கள் தொடங்கி, கோழையென்ற சொல்லுக்கு உணர்ச்சி வசப்பட்டு எதிர்வினை புரிய மேவாரில் தந்தையைத் தவிர்த்து வேறு யாருமில்லை.

'களத்தில் பேரரசர் இல்லாததற்கு படைவீரர்களிடம் என்ன விளக்கத்தை நீங்கள் சொல்லமுடியும். தயவுசெய்து சொல்லுங்கள்? என்ன மாதிரியான எடுத்துக்காட்டை மஹாராணா ஏற்படுத்துவார்?'

'நாம் அனைவரும், பேரரசரின் நெருக்கமான கூட்டாளிகள், ஆலோசகர்கள். நம் படையினரின் மனத்தில் நம்பிக்கையை உண்டாக்கினால், அவர்கள் நம் உத்தியை நன்கு புரிந்துகொள்வார்கள்; முழுமையாக ஆதரிப்பார்கள் என்பதில் எனக்குச் சந்தேகமில்லை'

ராவ் வீரம்தேவ் நன்கு புரிந்துகொண்டு பேசினார்; ஆனால், தந்தை பதில் சொல்லவில்லை; ஸில்ஹாதியின் குத்தல் பேச்சால் சினம் கொள்ளவில்லை; இந்தக் கூட்டணியின் எதிர்காலத்திற்கு எது நன்மை தருமோ அந்த யோசனையின் படி நடப்பேன் என்று அவர் கூறவில்லை. 'என்னுடைய பாதுகாப்பு குறித்த உங்களது அக்கறைக்கு நன்றி. ஆனால், என் இடம் வீரர்களுக்கு மத்தியில்தான். கண்காணிப்புக் கோபுரம் பற்றி இனிமேல் பேச வேண்டாம். இரவு ஓய்வுக்கான நேரம் இது'.

'இது உங்கள் மீதான அக்கறை மட்டுமில்லை, பேரரசே'. தந்தையுடன் நெருக்கமாக இருந்து மாற்றுக்கருத்து சொல்வது இதுவே முதல்தடவை. 'லட்சத்து இருபதினாயிரம் வீரர்களில் ஒருவரையும் இழக்காமல் எங்களை வழிநடத்த ஒரு தலைவர் வேண்டும்.'

'மகராஜ் குமார், இந்த விவாதம் முடிந்துவிட்டது என்று நான் கூறினேன். மட்டுமின்றி நமது படையை வழிநடத்த என்னைப் போல் திறனுள்ளவர்கள் போதுமானவர்கள் இருக்கிறார்கள்.'

* * *

மார்ச், பதினேழு, 1527. நான் விழித்தபோது பயங்கரக் குளிர். குளிரை விரட்ட வீரர்கள் நேற்றிரவு ஏற்றிய முகாம்-நெருப்பு அனைத்தும் அணைந்துவிட்டன. எழுந்து உட்கார்ந்தேன். நான் எழுந்து உட்கார்ந்தபோது, நான் இரவைக் கழித்த அந்த மரத்தின் தாழ்வான கிளை ஒன்றில் பதுங்கியிருந்த கருஞ்சிவப்பு மின்சிட்டு திடுக்கிட்டிருக்கலாம். அதிகாலை முதல் வெளிச்சத்தில் மறைந்திருந்த கருஞ்சிவப்பு எரிகல் மேலிருந்து விழுவதற்குப்பதிலாக வான்நோக்கி பறந்தது. அன்றைய தினத்தின் நிறம் சிவப்பு!

போதுமான ஓய்வு எடுத்ததுபோல் உணர்ந்தேன். எங்களுக்கு முன்னிருக்கும் பணி குறித்து எனக்கு ஏதும் எதிர்பார்ப்புகள் இல்லை. ஒரு கணம், நானும் பாபரும் கண்ணாடி பிம்பங்கள் போன்ற உணர்வு ஏற்பட்டது. யார் அசல், யார் பிரதிபலிப்பு? அவனும் அமைதியான, தன் நோக்கத்தில் உறுதியான மனநிலையில் இருப்பான் என்பது நிச்சயம். அவனும் இந்நேரம் தூங்கி விழித்திருப்பான். குளிர்ந்த நீரில் குளித்திருப்பான். ஒருவேளை நாங்கள் இடங்களை மாற்றிக்கொண்டாலும் பிரச்சனை ஏதுமில்லை. சுற்றிப் பார்த்தேன். கடல்போன்ற மனிதத் திரள் என்று அவர்கள் சொல்வது இதுதானோ? மேவாரின், கூட்டணிப் படை வீரர்கள் அடிவானம் வரை பரந்து கிடந்தனர்.

குளியல், யோகாசனம், தியானம், காலை உணவு. என் கவசத்தை அணிந்தேன். களத்தில் நின்றேன். தூரத்தில் பீரங்கிகளைப் பார்க்கமுடிந்தது. நேற்று இரவு, தேஜும், ஷஃபியும், ஹேம் கரணும், நானும் யாருக்கும் தெரியாமல் அந்தப் பக்கம் சென்று அவற்றை உருட்டி இந்தப் பக்கம் ஏன் எடுத்துவராமல் இருந்துவிட்டோம்? இரண்டு படைகளும் அணிவகுத்து நின்றுவிட்டன. அந்தச் சிட்டு, அலகில் இரண்டு புழுக்களுடன் கிழக்கிலிருந்து மேற்கு நோக்கி வேகமாகப் பறந்து வந்தது. பரபரப்பான எங்களது போர் முஸ்தீபுகளில் இருந்து இது வேறுபட்டது. யுத்தங்கள், மனிதர்கள் என்ற முட்டாள்களுக்கானது. அதற்கு வேறு அவசர வேலைகள் இருக்கின்றன. அந்தக் கூட்டில் இரண்டு குஞ்சுகள் உட்கார்ந்திருப்பது என் கண்களுக்குத் தெரிந்தது.

குஞ்சுகளின் தந்தை பறந்து சென்று அதிக நேரம் ஆகியிருக்கலாம். ஒரு பறத்தலுக்கு பதினைந்து நிமிட தூரம் சென்றிருக்கக் கூடும். இந்த முட்டாள் குஞ்சுகள் தங்கள் வாயை திறந்துகொண்டு, வாயில் விழப்போகும் ஏதோ ஒரு உணவுக்குக் காத்திருக்கின்றன. வரிசையாய் நின்றிருக்கும் வண்டிகளுக்கும் பள்ளங்களுக்கும் பின்னால் மொகலாயப் படை பாதுகாப்பாக நின்றிருந்தது. சரியாகப் பார்க்க முடியவில்லை. பாதுஷா எங்கிருப்பான்? மேவாரின் எனது சகாக்கள் பெரும்பான்மையோரைக் காட்டிலும் நன்கு அறிந்திருக்கும் அவனை நான் அடையாளம் காண்பேனா? ஒருவேளை தந்தை மனம் மாறினால்,

பயன்படும் என்ற எண்ணத்தில் அமைக்கப்பட்ட அந்த கண்காணிப்புக் கோபுரத்திற்குக் குதிரையை விட்டேன். இராணுவத் தச்சர்கள் அதை மூன்று பகுதிகளாக உருவாக்கி இருந்தனர். கீழ்ப் பகுதி இருபது அடி உயரம். மேடைபோன்ற சமதள அமைப்புடன் சக்கரங்களுடன் இருந்தது. அடுத்தப் பகுதி பதினைந்து அடி உயரம். வேண்டுமென்றால் அதனைக் கழட்டிவிடும் வசதியும் உண்டு. மேல்பகுதியில், கண் உயரத்திற்குப் பார்க்கும் வசதியுள்ள திறப்புகள் தவிர்த்து அனைத்துப் பக்கங்களிலும் மூடப்பட்டு, உறுதியான, அதிகப் பாதுகாப்பு அம்சங்களுடன் உருவாகி இருந்தது. கொஞ்சம் அற்பத்தனமாக, அலங்கோலமாகத் தெரிந்தாலும், நோக்கத்திற்குப் பயன்படும். மேல் தளத்திற்கு ஏறிச்சென்றேன்.

யுத்தக் களத்தை இங்கிருந்து என்னால் நன்கு பார்க்கமுடிந்தது. என் பார்வையின் மையத்தில் ஒரு கிரஹணத்தின் அளவுக்கு ஓட்டைபோல் தெரிந்தது. என் கண்பார்வை மாறிக்கொண்டே இருந்தது. சில நேரங்களில் மணிக்கு ஒருமுறை. அதற்கு ஒரு காரணமும், தர்க்கமும் இல்லை. நல்ல நாட்களில் என்னால் ஏறத்தாழ இயல்பாகப் பார்க்கமுடிந்தது. மற்ற நேரங்களில் விழியின் விளிம்புப் பார்வை ஓரளவுக்குச் சரியாக இருந்தாலும் என்னால் தெளிவாகப் பார்க்கமுடியவில்லை. நேராகப் பார்க்கையில் வெளிறிய முழுமையற்ற உருவங்கள்தான் தெரிந்தன. பாதுஷா பாபருடன் சண்டை போடச் செல்வதற்கு சிறந்த வழி; அவனிடம் கேட்கலாம், சற்றுத் தள்ளி நில், அப்போதுதான் என்னால் உன்னைச் சரியாகப் பார்க்க முடியும்.

என் பார்வையில் இருந்த கறுப்பு வட்டத்திற்கான காரணம் தற்செயலானது அல்ல. என் கெடுவாய்ப்பால் ஏற்பட்டதும் அல்ல என்று வரலாற்றாளர்களின் கூட்டம் ஒன்று எதிர்காலத்தில் ஒரு ஆய்வை முன்வைக்கக்கூடும். இந்தப் போரிலிருந்து என்னைத் தள்ளி வைத்துக்கொள்ள என் மனத்தின் ஆழத்தில் விரும்பினேன் என்று அவர்கள் கூறலாம். அதனால் வேண்டுமென்றே ஒரு விபத்தை நானே உண்டாக்கிக்கொண்டேன் என்றும் சொல்லலாம். ஆனால், எப்போதும்போல் அதிக எண்ணிக்கையில் எதிரிகளைக் கொல்லப் போரிடுவேன். ஒருவேளை கண்பார்வை சரியாகத் தெரியாமல் தட்டுத்தடுமாறினாலும், வரலாற்றின் மிகத்தீரமான வீரர்கள் எங்கள் கூட்டணிப் படைகளில் இருப்பதால் யுத்தத்தின் வெற்றியில் பெரும் வேறுபாட்டை இது ஏற்படுத்திவிடாது.

எங்களது பாரம்பரிய வியூகம். எத்தனை நூறாண்டுகளாக இந்த வியூகம் பின்பற்றப்படுகிறதோ எனக்குத் தெரியாது. அரைவட்ட வடிவில் யானைகள்; அவற்றின் பின்புறம் அடர்த்தியான வரிசையில், மூன்று படைப்பிரிவுகள். மேவாரின் வாஸல்களும், நிலப்பிரபுக்களும் மத்தியில் நின்றிருந்தனர். படையின் இடதுபுறமும் வலது புறமும் கூட்டணிப் படைத்

தலைவர்கள் கூட்டமாக நின்றிருந்தனர். ஊடுருவ முடியாத இந்த வியூகத்திற்குப் பின்னால் பேரரசரும், மேவாரின், கூட்டணிப் படைகளின் தளபதிகளும் இருந்தனர். கீழிறங்கிச் சென்றதும் நானும் அங்கே நிற்பேன். மையத்தில் நிற்கும் எங்களுக்குப் பின்னால் மற்றுமொரு அடர்த்தியான வரிசையில் அவசர உதவிக்கான வீரர்களின் அணி. மொகலாயப் படைகளின் நடுவில் ஓரிடத்தில், அவர்களது உதவிப்-படைகளுக்கு முன்னால் கூட்டமாக வீரர்கள் நின்றிருந்தனர். அவர்களில் ஒருவன், நிச்சயம் பாபராக இருக்கக்கூடும்.

லீலாவதியுடன் நான் இப்படி உரையாடல் நிகழ்த்திக் கொண்டிருப்பது எத்தனை ஆண்டுகள் என்ற எண்ணிக்கையை மறந்துவிட்டேன் என்பது திடீரென்று தோன்றியது. முகத்திற்கு முன்னால் இருப்பதைப் பார்க்காத எத்தகைய ஆடம்பர முட்டாள் நான். தங்கை சுமித்ராவின் மரணத்திற்கு என்னையே நான் குற்றம் சொல்லிக்கொண்டேன். அவள் நொண்டி நடப்பதை அக்கறையாகக் கவனித்து, தந்தை சொல்வதைக் கேட்காமல், அவள் காலை வெட்டி எடுக்க அந்த மருத்துவருக்கு அனுமதி கொடுத்திருந்தால்... இதற்கு நான் செய்யும் பரிகாரம் லீலாவதி. எனது பிழைக்கு நான் கொடுக்கப்போகும் விலை. எப்போதுமே இல்லை என்பதைவிடத் தாமதம் பரவாயில்லை. நடந்தது நடந்ததாக இருக்கட்டும். ஒரு ராஜபுத்திரனுக்கும் ஜைனப் பெண்ணிற்கும் இடையிலான திருமணத்தை மேவாரின் சமூக ஆசாரங்கள் அனுமதிக்குமா என்பது பற்றிக் கவலைப்படப் போவதில்லை. என்ன, மிக மோசமாக ஓர் அவதூறுப் பிரச்சாரம் நடக்கும். எதிர்கொள்ள சிரமமான ஒன்றுதான். ஆனால், அத்தகைய விஷயங்களைச் சமாளிப்பது எப்படி என்று என் மனைவி எனக்குச் சொல்லிக்கொடுத்திருக்கிறாள். மாலையில் லீலாவதிக்கு ஒரு தூதுவனை அனுப்பவேண்டும். இனிமேலும் எனக்காக அவள் பொறுமை காக்க வேண்டாம் என்று சொல்லவேண்டும். மாண்டுவில் இருந்து அவளை அழைத்து வருவதற்கு வருவேன். ஒருவேளை நான் வர இயலவில்லை என்றால், அவளைப் பாதுகாப்புடன் இங்கு அழைத்துவர, மங்கள் வருவான்.

கீழே இறங்கிய நான் எனது நிலைக்குச் சென்றேன். தந்தையிருந்த இடத்திலிருந்து சில நூறு கஜ தூரம். நேரம் ஒன்பது முப்பது. திடீரென்று பூமியே குலுங்குவது போன்ற சப்தம். கடவுளின் சாபம் போன்று ஆகாய ஏவுகணை ஒன்று எங்களை நோக்கி வேகமாக வந்தது. இடிமுழக்க ஓசையுடன் இணைந்து, காற்றில் பாய்ந்து விரையும் மெலிதான சப்தம் செவிப்பறைக்குள் நுழைந்து, அதிரும் ஊசிபோல் மூளைக்குள் சென்றது. உடலின் அனைத்து நரம்புகளையும் அதிர வைத்தது. ராவ் ராஜும், ராவத் சோம்நாத்தும் நின்றிருந்த இடத்தில் இப்போது ஐந்தடி ஆழமும் மூன்றடி அகலமும் கொண்ட பள்ளம்

யுத்தம் தொடங்கிவிட்டது. ராஜபுத்திர படையினர் தங்கள் இடத்திலேயே பீதியடைந்து நின்றனர். குழப்பமும் திகிலும் அடைந்தனர் என்று சொல்லமுடியாது. வெளிப்படையாகச் சொல்ல வேண்டும் என்றால், அவர்கள் பயந்துவிட்டனர்; இந்தப் பறக்கும் ஏவுகணைகள் எங்கிருந்து வருகின்றன? பல்வேறு இடங்களில் மேலும் ஆறு குண்டுகள் விழுந்தன. எங்களால் செய்ய முடிந்தது இதுதான். எங்கள் பெயர் எழுதப்பட்டிருக்கும் அந்த ஒன்று எங்கள் மத்தியில் விழுந்து எங்களைக் கொல்வதற்கு காத்திருப்பது மட்டுமே.

பாபரின் வலதுபுறப் படைக்கு எதிரான எங்களது படையின் முன்னேற்றம் சீர் குலைந்தது. அத்தருணத்தில் நல்வாய்ப்பாக எங்களது இடதுபுறப் படைக்குத் தலைமையேற்றிருந்த மெதினி ராயும் ராவ் மால்தேவும் முன்னேறினர். முதல் கலக்கத்தில் விழுந்த வீரர்களை அது தட்டி எழுப்பியது. பாதுஷாவின் மேட்ச்லாக் துப்பாக்கிப் பிரிவு இடைவிடாமல் நெருப்பைப் பொழிந்தது. எவரையும் குறிபார்த்து அவர்கள் சுடவில்லை; எனினும், அங்கொருவருர் இங்கொருவராக குண்டுகள் வீரர்களைத் துளைத்தன. நூற்றுக்கணக்கில் வீரர்கள் மடிந்தனர்.

மெதினி ராயின், மால்தேவின் படைகள் முன்னேறித் தாக்கின. தாக்குதலின் அழுத்தம் குறைந்துவிடாமல் அவர்கள் பார்த்துக்கொண்டனர். மற்றொருபுறத்தில் அகில் ராஜும், ராய்முல் ரத்தோடும், ஹஸன் கால் மேவாதியும் பாதுஷாவின் இடது புறத்தைத் தாக்கினர். இடைவிடாத, அயராத தாக்குதலால் பாபரின் வீரர்கள் பின்தங்கத் தொடங்கினர். அப்போது அவர்களுக்கு உதவ பாதுஷாவின் பறக்கும் படை அந்த இடத்திற்கு வந்தது. இரண்டு பக்கமும் இப்போது இணையான வலுவுடன் இருந்தனர். மாலைவரை அவர்கள் சண்டையில் ஈடுபட்டிருப்பார்கள் என்று தோன்றியது. ஆனால், மேட்ச்லாக் துப்பாக்கிகள் பேரழிவை ஏற்படுத்தின. விரைவில் மொகாலாயர்களின் கை ஓங்கியது. மையத்திலிருந்த ராஜபுத்திரர்களுக்கும் வலப்புறத்தில் நின்று போரிட்ட படைக்கும் இடையில் பெரும் பிளவு ஏற்பட்டது.

பூம். பூம். பூம். பூம். உங்கள் வாயால் இந்தச் சப்தத்தை உண்டாக்க முடியும். அவ்வளவு திகிலூட்டுவதாக இல்லை, இல்லையா? இந்தப் பீரங்கிகளில் ஒன்று உங்கள் செவிப்பறையைக் கிழிப்பதை கேளுங்கள்; உங்கள் மனஉறுதியும் லட்சிய உணர்வும் நொறுங்கிவிடும். எங்கள் மத்தியில் அந்தப் பீரங்கிகள் பரவலான சேதத்தை ஏற்படுத்தவில்லை என்பதைக் குறிப்பிடவேண்டியது முக்கியம். பாதுஷாவிடம் ஏழு பீரங்கிகள்தான் இருந்தன. வெடித்தபின் குழாயைத் துடைத்து சுத்தம் செய்து, மீண்டும் மருந்தை நிரப்பி நெருப்பு வைக்க அவர்கள் சற்று நேரம் எடுத்துக்கொண்டனர். எங்களை நடுங்க வைத்தது அந்த நெருப்புப் பந்துகள் பறந்து வந்தபோது ஏற்படுத்திய சப்தமும்,

விநோதமான, அடக்கமான தொப்பென்ற ஓசையுடன் தரையில் விழுந்து பள்ளமாக்குவதும்தான். அதனால் அச்சம் அதிகரித்தது. அத்துடன், அடுத்ததாக எப்போது எங்கே இந்த குண்டுச் சாவு நிகழும் என்பதை அறியாததும். அடுத்து என்ன நடந்தது? எனக்குத் தெரியவில்லை. வீரர்களைத் தூண்டி உற்சாகப்படுத்தி, வான்வழியாகவும் தரையிலும் மொகாலாயர்களின் தாக்குதலை எதிர்கொண்டு போரிடும் உடனடிப் பணியில் ஈடுபட்டிருந்தேன். போர்க்களத்தின் ஒட்டுமொத்த காட்சி எப்படி இருக்கும் என்று எதையும் நான் நினைக்கவில்லை.

மேட்ச்லாக்குகள் தொடர்ந்து எங்களைச் சுட்டுக்கொண்டிருந்தன. ஒரு தடவைக்கு ஒரு வீரன் இறந்து கொண்டிருந்தான். எங்கிருந்து அந்தக் குண்டு வருகிறது என்பதை உங்களைத் தாக்கினால் ஒழிய அறிவது கடினம். எப்படியும், எந்த வீரன் அந்த மஸ்கெட்டைப் பயன்படுத்திச் சுடுகிறான் என்று தெரிந்தும் என்ன ஆகப்போகிறது? இவனுக்கு இருக்கும் சிறந்த வாய்ப்பு எதிரியை நோக்கித் தனது ஈட்டியை வீசுவதுதான். ஆனால், அதை வேகமாக வீச தனது கரத்தைப் பின்பக்கம் கொண்டுசெல்வதற்கு முன்பாகவே, குண்டு அவன் மூளையைச் சிதறடித்துவிடும். அல்லது அவன் இதயத்தில் அழகாக இறங்கிவிடும். அல்லது இடதுப் பெருங்குடலின் வழியாக ஊடுருவிச் சென்றுவிடும். அல்லது நல்வாய்ப்பு இருந்தால் அவன் தொடையில் பாயலாம்.

ஒரு நேரத்தில் ஒரு குண்டு என்று வைத்துக்கொண்டாலும் இந்த நூற்று இருபதினாயிரம் பேரைக் கொல்வதற்கு அல்லது முடமாக்க ஒன்று அல்லது இரண்டு மாதங்கள் ஆகும். என்ன, கூடவோ குறைச்சலோ மேலும் சில ஆயிரம் மேவாரிகள் அல்லது கூட்டணிப் படை வீரர்கள் இருக்கலாம். இங்கே ஒரு கணக்குப் போடுவோம். பாபரின் படையில் ஐந்தாயிரம் அல்லது ஏழாயிரம் பேர் மஸ்கெட்கள் வைத்திருக்கிறார்கள் என்று நம்புவோம். நூற்று இருபதினாயிரம் தலை கொண்ட ஒரு பேருரு தன்னை நோக்கி வருவதாக பாதுஷா எண்ணியிருப்பான். நன்றி சொல்லி கடவுளிடம் பிரார்த்தனை செய்திருப்பான். முதல் வரிசை மஸ்கெட் வீரர்கள் தவிர்த்து மற்றவர்களை 45 கோணத்தில் சுடச் சொல்லியிருப்பான். ஒரு விநாடிக்கு 80 திலிருந்து 105 கெஜ தூர வேகத்தில் குண்டுகள் வளைவான கோணத்தில் பாய்ந்தன. ஒரு விநாடிக்கு வெறும் 65 கெஜ தூர வேகத்தில் பாய்ந்த குண்டுகள் கூட மண்டையைத் துளைத்துச் செல்லும். குறிபார்க்க வேண்டிய அவசியமே இல்லை. குண்டைத் திணித்து இடிப்பதும், சுடுவது மட்டுமே போதும்.

எங்கள் வீரர்கள் தொடர்ந்து முன்னேறிக் கொண்டிருந்தார்கள். ஆனால், ஒவ்வொரு மணி நேரத்திற்கும் சீராக வீழ்ந்துகொண்டும் இருந்தார்கள். அச்சப்படும் அளவிற்கான இழப்பை எங்கள் மத்தியில் அந்தக் குண்டுகள் ஏற்படுத்தவில்லை. ஆனால், இந்தப் புதிய

ஆயுதத்தொழில்நுட்பம் இரண்டாவது மணியிலேயே எங்கள் மன உறுதியை அழித்துவிட்டது. ஒரு பீரங்கிக் குண்டு இரண்டிலிருந்து ஐந்து வீரர்களை அதிகபட்சம் கொல்லக்கூடும். அதுவும், குண்டு விழும் இடத்தில் அவர்கள் ஒன்றாக நின்றிருந்தால் மட்டுமே. ஆனால், பூமியில் அது ஏற்படுத்திய தாக்கம்தான் மிகுந்த அச்சத்தைத் தந்தது.

ஆயிரக்கணக்கில் சிறிய, நடுத்தரமான, பெரிய அளவிலான பாறைத் துண்டுகளும், மரங்களின் வேர்களும், கிளைகளும், மண் கட்டிகளும் பெரும் வேகத்தில் வீரர்கள் மத்தியில் பறந்துவந்து விழுந்தன. கண் பார்வை மறைக்கப்பட்டது, எங்கள்மீது அவை மோதியதால், கீழே விழுந்தோம். மயக்கமடைந்தோம். இருப்பினும், வீரர்கள் அனைவரது குரல்வளையையும், பெரும்பான்மையாக எங்கள் வீரர்களின் குரல்வளையை என்னால் நெறிக்க முடிந்திருந்தால், சுற்றி நிகழ்ந்த பெருங்குழப்பத்தை அதிகம் பொருட்படுத்தி இருக்கமாட்டேன்.

அந்தநாளில் நான் கேட்ட அழுகுரல்களை, ஓலங்களை, அலறல்களை இதற்குமுன் கேட்டதில்லை. தோளிலிருந்து பிய்ந்து கையொன்று தரையில் வீழுவதை என்னால் நம்பவே முடியவில்லை; வயிற்றில் திருகிச் செல்லும் ஈட்டியை, வாளொன்று தோள்பட்டையில் புகுந்து மேலும் முன்னேறி முதுகெலும்பின் எட்டாவது எலும்பிலிருந்து ஏழாவதைப் பிரித்துக் கொண்டு வெளியில் வந்ததை, அதனால் ஏற்பட்ட தாங்கமுடியாத வலியை. கழுத்தொன்றில் பாய்ந்த அம்பு ஒன்று காற்றுத் திசைகாட்டி போல் நிற்பதைப் பார்த்துத் திகைத்தேன்.

விலா எலும்புகளும் கல்லீரலும் இருந்திருக்க வேண்டிய இடத்தில் ஏற்பட்டிருக்கும் துவாரம், காற்றுப் புகுந்து பின்புறம் செல்லும் தெளிவான பாதையாகத் தோன்றியது. எல்லாவற்றிற்கும் மேலாக, மரணம் நெருங்கிய திகைப்பால் ஏற்பட்ட மூச்சுத்திணறலும், மூச்சை உள்வாங்குவது திடீரென்று நின்றதும்தான். நான் யுத்தங்கள் பலவற்றைப் பார்த்தவன். இந்தப் போரில் வீரர்கள் படும் துன்பம் ஏனைய யுத்தங்களிலிருந்து வேறுபட்டதல்ல. எதனால், இந்த வியப்பும், சகிப்பின்மையும்? என் பார்வை பழுதாகிவிட்டதும், என் செவித்திறன் மிகவும் கூர்மையாக இருப்பதால் ஏற்பட்டதா? இல்லை, அந்த வேதனையான கூக்குரல்கள் ஒவ்வொன்றும் எங்களது மோசமான தோல்வியை உறுதிப்படுத்தியதால் கடுமையாக எதிர்வினையாற்றினேனா?

இதோ அவர்கள் திரும்பி வருகிறார்கள், அந்த அதிகாலை மூடுபனி மூடிய சதுப்பு நிலங்களிலிருந்தும் புதைச்சேற்றிலிருந்தும் மூச்சுத் திணறியபடி பத்தாயிரம் குஜராத்தி வீரர்கள்; அணி அணியாக, சப்தமற்ற திறந்த வாய்களுடன், காலவரம்பற்ற வேதனையில் சிக்கிக்கொண்ட பத்தாயிரம் முகங்களுடன் வருகிறார்கள். புன்னகையுங்கள், அவர்களிடம்

கெஞ்சினேன், புன்னகையுங்கள். நாங்கள் உங்களுக்குச் செய்ததற்கு விலைகொடுக்கிறோம். கைகளும், கால்களும், இதயங்களும், கணையங்களும், சிறுநீரகங்களும், ஏனைய உள்ளுறுப்புகளும் காற்றில் சுழன்று பறப்பதைப் பாருங்கள்...

இப்போது நீங்கள் இயல்பாக சுவாசிக்கலாம்; நமது கர்மவினைக்கு நாம் விலைகொடுக்க வேண்டும்; சில நேரங்களில் இந்தப் பிறவியிலேயே. உங்களால் முடிந்தபோது மகிழ்ச்சியாக இருங்கள். இது பழிவாங்கல், என் நண்பர்களே. வாழ்க்கை வழங்கமுடிந்த மிக இனிமையான மனநிறைவு. ஆனால், அவர்கள் புன்னகைக்கவில்லை. திருகிக்கிடக்கும் முகங்களும் திகிலும் உங்களைக் கடந்துசெல்லாது. நாள் முழுவதும் காயம்பட்டவர்கள் விழுகிறார்கள், ஒழுங்கில்லாமலும் குழப்பமாகவும் கோரமாகவும் இறந்தவர்களின் உடல்கள் குவிகின்றன. மார்புகளும், வயிற்றுப் பகுதிகளும் அந்தரங்க உறுப்புகளும் தெரிய சிலர் கிடக்கின்றனர். பேயுருவில் குஜராத்தி துருப்புக்கள் அமைதியாகப் பார்த்துக் கொண்டிருந்தன. குற்றத்திலிருந்து விடுதலை அளியுங்கள்; இல்லையென்றால், மறதியைக் கொடுங்கள் என்று கத்தினேன். எனது குரலுக்கு அவர்கள் செவிசாய்க்கவில்லை; அல்லது அப்படிக்கேட்டாலும், நான் சொல்வதை அவர்கள் கேட்கப் போவதில்லை.

பாபர் வீட்டுப்பாடத்தைக் கவனமாகச் செய்திருக்கிறான். நாங்கள் ஒரே படை இல்லை, குறைந்தபட்சம் ஐம்பது படைகள் ஒன்றாகச் சேர்ந்தது என்பதை அறிந்திருந்தான். பல்வேறு படைகளையும் ஒன்றாக இணைத்திருந்த மெல்லிய, உறுதியற்ற பிணைப்பை நேர்த்தியாகக் கத்தரிப்பதில் அவன் கவனம் செலுத்தினான். பிளவு ஏற்படும்வரை அந்த ஆபத்தான பகுதிகளின்மீது அவன் அதிகத் தாக்குதல் தொடுத்தான். அது அவனுக்குச் சிரமமான காரியமாக இருக்கவில்லை. ஒன்றுபட்ட கட்டுப்பாடு எங்களிடம் இல்லை. (ஷஃபியின், தேஜின், ஹேம்கரணின் ஏழாயிரம் அல்லது பத்தாயிரம் வீரர்களும் ஒற்றை அணியாக அபாயகரமான படையாக செயல்படக்கூடியவர்கள். ஆனால், இப்போது பல்வேறு அணிகளில் பிரிந்து கிடக்கிறார்கள்). மாறாக, பாபரின் இருபதினாயிரம் வீரர்களும், நெருக்கமான, கட்டுப்பாடான படைப்பிரிவாக ஹிந்துஸ்தானில் மட்டும் ஐந்து சண்டைகளைச் சந்தித்திருப்பார்கள். ஒரு திறமையான செப்பிடு வித்தைக்காரனைப்போல் பாதுஷா அவர்களைக் கையாண்டிருப்பான்.

சதுரங்க ஆட்டம் ஒன்றை நினைவில் கொள்ளுங்கள். யுத்தத்தின் தொடக்கத்தில் இருபக்கங்களிலும் இருந்த நாங்கள், சிப்பாய்கள், அரசன், யானைகள், மந்திரிகள், குதிரைகள் ஒருவரையொருவர் எதிர்கொண்டோம். பாதியாட்டத்தில் தனது காய்களை பாபர் திறமையாகவும் வேகமாகவும் நகர்த்த, நாங்கள் அனைத்துப்

பக்கங்களிலும் தாக்கப்பட்டோம். கொஞ்சம் கொஞ்சமாக எங்கள் வீரர்களை இழந்தோம். தளபதிகளில் சஜ்ஜா சண்டாவாத், ராவத் ஜக்கா சாரங்தேவ், சித்தப்பா லக்ஷ்மண் சிம்மா, ராவத் பாக், சஜ்ஜா அஜ்ஜா, கரம் சந்த், சந்திர பான் சௌகான், போபத் ராய், தால் பத், மானிக் சந்திரா ஆகியோர் இறந்துவிட்டனர். ராணாவின் பதாகையையும் மொகாலாயர்கள் கைப்பற்றிவிட்டனர். ஆனால், கரண் சிம்மா டோடியா தன் உயிரைக் கொடுத்து அதைத் திரும்பவும் கைப்பற்றினான்.

மீள முடியாதவாறு, நாங்கள் கடலில் மூழ்கிக் கொண்டிருக்கிறோம். பின்வாங்குதல் குறித்த ஷஃபியின் புத்தகத்தில் உள்ள மூன்றாவது உத்தியைப் பயன்படுத்துவது ஒருவேளை நல்ல யோசனையாக இருக்கும்: ‘மெதுவாக, தடைபடாமல் பின்வாங்கி பிரிந்துபோக வேண்டும். எதிரி உங்களைத் தேட வாய்ப்பற்ற, தீர்மானிக்கப்பட்ட ஒரு இடத்தில் மீண்டும் சந்திக்கவேண்டும். பின்னர், அதிகம் இழப்பில்லை என்றால், நீண்ட சுற்றுப்பாதையில் சென்று எதிரிக்குப் பின்புறமாக ஒன்றுசேர்ந்து தாக்கவேண்டும்’. எனினும், பின்வாங்குவது இருக்கட்டும், எங்கள் தலைவர்களில் ஒருவரும் தோல்வியைக் கணக்கில் எடுத்துக்கொள்ளப் போவதில்லை. ஆகவே முன்கூட்டியே திட்டமிட்ட, கட்டுப்பாடான பின்வாங்கல் குறித்த கேள்வி ஏதும் இப்போது எழவில்லை.

இந்த நேரத்தில் எங்கள் படையின் உற்சாகமற்ற நிலையைப் பேரரசரான தந்தை கண்ணுற்றார்; வாழ்நாளிலேயே முட்டாள்தனமான தவறைச் செய்ய முடிவெடுத்தார். அவர்களை ஒன்று திரட்டவும் உற்சாகப்படுத்தவும் எண்ணினார். இரண்டு படைப்பிரிவுகளுக்கு இடையில் அவர் தோன்றினார். அப்போது எங்கிருந்தோ வந்த அம்பு அவர் மேல் பாய்ந்தது. அவர் கீழே சரிந்தார். அம்பு வீச்சு மரணத்திற்கு அருகில் அவரைக் கொண்டு சென்றது. ஆனால், மறந்துவிடாதீர்கள், அவர் உடலில் எண்பத்தேழு அல்லது தொன்னூறு காயங்களுக்குப் பின்னரும் பேரரசர் இன்னும் சாகாமல்தான் இருக்கிறார். அவரை மெதுவாகத் தரையிலிருந்து தூக்கினோம். மயக்கத்திலிருந்த அவர், ஏராளமாக இரத்தத்தை இழந்துவிட்டார். ஒருவேளை பாபரே இவரைத் தேடிவரலாம் அல்லது வேறு யாரையாவது அனுப்பி இவரை முடித்துவிட முயலலாம் என்பதற்காக, படுக்கை ஒன்றில் கிடத்தி தூரத்திலிருந்த பஸ்வா என்ற இடத்திற்குத் தந்தையைக் கொண்டு சென்றோம்.

நான் குறிப்பிட வேண்டிய மேலும் இரண்டு விஷயங்கள் இருக்கின்றன. எமது படைவீரர்களோ அல்லது பாபரின் படைவீரர்களோ அறியாதவாறு தந்தையை இரகசியமாக தூக்கிச் சென்றோம். தந்தை இல்லாதநேரத்தில் யுத்தத்தைத் தலைமையேற்று நடத்த மூத்தவர்கள் ராஜா ராணா அஜ்ஜாவும், ஹால்வாட்டின் சண்டரும் நியமிக்கப்பட்டனர். தந்தையின் யானை மீது ராஜா ராணா அஜ்ஜா ஏறி அமர்ந்துவிட்டால்

யாரும் வேறுபாட்டைக் கவனிக்க மாட்டார்கள் என்று அவர்கள் நம்பினர். தந்தையை ஆள் மாறாட்டம் செய்வது யாருக்கும் எளிதல்ல. நீங்கள் ஒரு கண்ணையும் கையையும், காலையும் இழக்கவேண்டும். ராணா அஜ்ஜாவால் உண்மையான ராணாவின் இரட்டையாக நடிக்க முடியுமா என்று எனக்குச் சந்தேகமே. எதையும் முயன்றுபார்க்க வேண்டியதுதான். எப்போதும் நான் அதற்கு ஆதரவானவனே. அரசருக்குரிய சின்னங்களும் கொற்றக்குடையும் தந்தையின் யானையான சாத்ரா மீது ஏற்றப்பட்டன. யுத்தம் தொடர்ந்தது. மிக வேகமாகக் காரியங்களை நாங்கள் நடத்திமுடித்தோம். தந்தை காயமடைந்துவிட்டார் என்ற செய்தி பரவியிருக்காது என்று நம்பினோம்.

மிகச் சரியாக இந்த நேரத்தில்தான் எங்களைக் கைவிட்டுவிட்டு ஸில்ஹாதி பாபரோடு சேர்ந்துகொண்டான். போகும்போது அவன் வெறுமனே செல்லவில்லை. எங்களுக்குச் சாதகமான காரியம் ஒன்றையும் செய்துவிட்டுத்தான் சென்றான். ராணாவின் யானையில் தற்காலிகமாக அவரைப்போல ஒருவர் ஏற்றப்பட்டிருக்கிறார் என்று பாபரிடம் சொல்லிவிட்டான். அவனது துரோகத்தை ஊகித்திருக்க வேண்டும். ஆனால் அவனது துரோகச் செய்தியை சாதாரணமாகத்தான் எடுத்துக்கொண்டேன். வெற்றி பெறுபவரின் பக்கத்தில் இருப்பதைத்தான் ஸில்ஹாதி விரும்பினான். அதுமட்டுமின்றி, அவன் இருப்பதோ அல்லது இல்லாமல் இருப்பதோ எந்த மாற்றத்தையும் ஏற்படுத்தப்போவதில்லை. யுத்தத்தின் முடிவு மிக அருகில்தான்.

மாலையில் எதிரியின் தலைகள் அனைத்தையும் சேகரித்து, ஒரே இடத்தில் குவிக்கச் சொன்னான் பாதுஷா. அந்தக் கோரமான வெற்றிக்கோபுரத்தைப் பார்க்க நான் களத்தில் இல்லை. ஆனால், பேரரசரின் பாதுகாப்பிற்கு நான் அமைத்த ஐம்பது அடி உயர கண்காணிப்புக் கோபுரத்தை விட கொஞ்சம் உயரம் என்று சொன்னார்கள்.

அத்தியாயம் 48

பஸ்வாவில் குன்றின் மேலிருந்த அரண்மனைக்கு இரவு வெகுநேரம் கழித்து வந்தேன். தந்தையின் அருகில் அதிகம் பேர் இல்லை. நிலத்தில் நடந்த மோதலுக்குக் கடல்சார்ந்த படிமம் ஒன்றை உருவகமாக பயன்படுத்தலாம் என்றால், இந்த நேரத்தில் கப்பலைக் கைவிடுவது புத்திசாலித்தனமே. சுற்றியிருந்த ஒரு சிலரும் என்னை உணர்ச்சியற்றுப் பார்த்தனர். எனக்கு இடம் தந்து ஒதுங்கினர். (என்னையறியாமல் கடல் யுத்த படிமம் ஒன்றிற்கு நான் தாவியது எனக்கு ஏதோ சொல்ல வருகிறதோ? ஒரு நல்லதிற்காக இந்த நிலத்தின் கரைகளை விட்டுவிட்டுச் செல்ல விரும்புகிறேனா?) கனுவா யுத்தத்தை ஒன்று அல்லது இரண்டு ஆண்டுகளுக்குத் தள்ளிப்போடலாம் என்று மிகவும் வற்புறுத்திச் சொன்னேன். அவர்கள் எனது வாதங்களுக்குத் தடைபோட்டனர். இன்றைய முழுத் தோல்விக்கு ஏதோ ஒரு விதத்தில் பொறுப்பாளி ஆக்கப்பட்டுள்ளேன்.

‘நாங்கள் உங்களைப் பற்றி கவலைப்பட்டுக் கொண்டிருந்தோம். நீங்கள் முழுமையாக வந்திருப்பதைப் பார்த்து மிகவும் மகிழ்ச்சி’. மெதினி ராய் எனக்கு வணக்கம் சொன்னார்.

‘தந்தை எப்படி இருக்கிறார்?’

‘அவருக்கு ஏற்பட்டிருக்கும் காயங்களைப் பார்க்கையில், நன்றாகவே இருக்கிறார். இங்கே வந்தவுடன் தனது கவசத்தையும் குதிரையையும் கேட்டார். திரும்பவும் யுத்தக் களத்திற்குச் செல்லவேண்டும் என்றார். மிகவும் பலவீனமாக இருக்கிறார். ஐந்து நிமிடங்களுக்கு ஒருமுறை நீங்கள் வந்துவிட்டீர்களா என்று கேட்டுக்கொண்டு இருந்தார்’

’பாதுஷாவின் ஆட்கள் போர்க்களத்தை விட்டுச்சென்றதும் காயம்பட்டவர்களை இங்கே கொண்டு வரும்படி இளவரசன் ஹேம் கரண், தேஜ், ஷஃபி ஆகியோரிடம் சொல்லியிருக்கிறேன். காலையில் அவர்கள் நம்மோடு இருப்பார்கள் என்று நினைக்கிறேன்.’

தந்தை திடீரென்று பலவீனமாகவும் உடைந்துவிடுவதுபோல், சிறுத்துப் போனவராகத் தோன்றினார். உதடுகளும் தோலும் வெளுத்திருந்தது. நாடித்துடிப்பு சீரற்றுக் காணப்பட்டது. என்னால் ஒன்றும் பேச முடியவில்லை. நாக்கு செத்துவிட்டதுபோல் தோன்றியது. அவரருகில் அமர்ந்தேன்.

’மகனே, உன் தந்தை உன்னை ஏமாற்றிவிட்டதாக நினைக்கிறாயா?’

நெருக்கமாகப் பேசாமல், வெடுக்கென்று பேரரசர் ஏதாவது பேசியிருந்தால் நன்றாக இருந்திருக்கும். ‘ஏழு நாட்களில் நீங்கள்

எழுந்திருக்கவில்லை என்றால் ஏமாற்றமடைவேன். பாதுஷாவை மீண்டும் எதிர்கொள்வதற்குமுன் நாம் செய்ய வேண்டியது அதிகம் இருக்கிறது'

'ஒவ்வொரு நிலையிலும் நீ என்னை எச்சரித்தாய். நான் கேட்கவில்லை'

'என்ன மாதிரியான மனிதர்களின் அருகில் இருக்க எனக்குப் பிடிக்காது தெரியுமா? நான் முன்னமே சொன்னேனே... என்று கூறும் மனிதர்களை'

'நாம் என்ன செய்யலாம் என்று சொல்கிறாய்?

'நான் உற்சாகமாகத்தான் இருக்கிறேன். ஒரு வாரத்திற்குள் அல்லது பத்து நாளைக்குள் உங்களை நல்ல நிலைக்கு கொண்டுவருவதற்கு என்ன செய்ய வேண்டுமோ அதைச் செய்கிறேன். பதினைந்து நாட்களில் நாம் சித்தோர் திரும்பிவிடுவோம். வேலையைத் தொடங்குவோம்.'

'நான் சித்தோருக்கு வரப்போவதில்லை' அவர் சொன்னது என் காதில் விழவில்லை.

'இப்போது இல்லை பேரரசே. கொஞ்ச நாள் கழித்து. உங்கள் உடல் தேறியதும். நமது நிதிநிலை எப்படி இருக்கிறது என்று பார்க்கவேண்டும். பாதுஷாவுடன் நாம் ஏதாவது ஓர் உடன்பாட்டைச் செய்துகொள்ள வேண்டும். இன்னும் ஓரிரண்டு ஆண்டுகளுக்கு அவனுடன் நாம் இணக்கமாகத்தான் இருக்கவேண்டும் என்பது என் யோசனை. அடுத்த சில மாதங்களில் ஜூலை அல்லது ஆகஸ்டில் பீரங்கிகள் நமக்குக் கிடைத்துவிடும். பீரங்கியிலும், மேட்சலாக் துப்பாக்கியிலும் நமக்கு ஆறு மாதம் அல்லது ஓராண்டு பயிற்சி தேவை. நமது வீரர்களை எப்படி அணிவகுப்பது, எப்படித் தாக்குவது என்பது பற்றித் தீவிரமாக யோசிக்கவேண்டும். பாபரை எதிர்கொள்ளத் தயாராகிவிடுவோம்'

நான் யாரை உற்சாகப்படுத்த முயல்கிறேன்? என்னையா அல்லது தந்தையையா? எனினும் உதிர்த்த ஒவ்வொரு சொல்லையும் நான் உணர்ந்தே கூறினேன்.

'நான் சொன்னது உன் காதில் விழவில்லையா?' சிடுசிடுப்போடு பேரரசர் பேசியதுபோல் இருந்தது. 'பாதுஷாவை முறியடிக்காமல் நான் சித்தோர் திரும்ப மாட்டேன்'

என்னால் சிரிக்காமல் இருக்க முடியவில்லை. 'ஆனால், நான் திரும்ப வேண்டும் என்று சொல்வது அதற்காகத்தான். நாம் சித்தோரில்

இருக்கவேண்டியது அவசியம். முழுமையான அரசு யந்திர கட்டமைப்புடன், கண்ணியத்துடன் ராணா அரியணையில் இருக்க வேண்டும். அவரது அரசவையினர் அவருக்குப் பக்கபலமாக இருக்க வேண்டும். அப்போதுதான் சக்தியனைத்தையும் திரட்டி, ஊடுருவியிருக்கும் அந்த மொகலாயன் மீது நமது அடுத்தத் தாக்குதலை நடத்த முடியும்.'

'மதியம் எனக்கு நினைவு திரும்பியபோது, நண்பர்கள் முன்னால் நான் உறுதி எடுத்துக்கொண்டேன்'

'அதைப்பற்றிப் பேசுவோம். உங்களுக்கு எதிராக யாரும் எதுவும் செய்யப்போவதில்லை. நீங்கள் அதிர்ச்சிக்கு ஆளாகியிருக்கிறீர்கள். ஏராளமாக இரத்தத்தை இழந்திருக்கிறீர்கள்'

'உனக்குப் புரியவில்லையா?' அவர் முகத்தை மறுபுறம் திருப்பிக்கொண்டார். 'சித்தோர் மக்களின் முகத்தை நான் எப்படிப் பார்ப்பேன்'

'மேவார் இப்படிப் படுமோசமாக முறியடிக்கப்படுவது இது முதன்முறை அல்லவே. இது இறுதியாகவும் இருக்கமுடியாது. பாபரைப் பாருங்கள். அதிக அளவில் தோல்விகளைச் சந்தித்தவன் அவன். ஆனால், அவன் விதியைக் கட்டாயப்படுத்தினான். நல்வாய்ப்புத் தன்பக்கம் திரும்பும்வரை அவன் விடவில்லை'

'நான் வரப்போவதில்லை'

'இப்போது ஓய்வெடுங்கள். நாளை பேசுவோம்'

பஸ்வாவில் அனைவரின் மனநிலையும் முதலில் கொஞ்சம் இறக்கமாகத்தான் இருந்தது. சில நேரங்களில் மிகவும் மோசமாக, வருத்தம் தோய்ந்த மனநிலையில் இருந்தனர். ஆனால், இந்தச் சிறிய அரண்மனையில் இருந்த குறைந்த எண்ணிக்கையிலான மனிதர்கள் பரபரப்பான, உறுதி நிறைந்த சூழ்நிலையை அளித்தனர். ஆனால், பஸ்வா இப்போது மிகவும் அச்சம் தரும் வகையில் திடீரென்று அமைதியான இடமாகிவிட்டது. என் மாமனார் மெதினி ராய் சந்தேரிக்கு விரைய வேண்டியதாயிற்று. அவரது தலைநகருக்கு பாபரிடம் இருந்து ஆபத்து என்று செய்தி வந்தது. டில்லி பாதுஷா விரைந்து நகர்ந்து கொண்டிருந்தான். சிறிய ராஜ்ஜியங்களையும் மாகாணங்களையும் கைப்பற்றிச் சேர்த்துக் கொண்டிருந்தான். அவன் யாரை அடுத்ததாகத் தாக்குவான் என்று ஊகிக்க முடியவில்லை. ஏறத்தாழ ஒரே நாளில் எங்களது கூட்டணி நண்பர்களான ஆம்பர், சிரோஹி, ஜோத்பூர் ராஜ்ஜியத்தினர் தங்கள் தலைநகர்களுக்குத் திரும்பிவிட்டனர். பாபர் எந்த நேரத்திலும் அவர்கள் பக்கம் கவனத்தைத் திருப்பக் கூடும்

பஸ்வாவில் இப்போது எங்களுடன் வெறும் முப்பது பேர்தான் இருக்கிறார்கள். தந்தை, நான், உயர்நிலை பாதுகாப்புப் படைத் தலைவர் ராவத் ராம் சிம்மா, அவரின் கீழ் பேரரசருக்குப் பணிபுரியும் இருபதுபேர். பணி இல்லாத நேரத்தில் வீரர்கள் சீட்டு விளையாடினர், சதுரங்கம் விளையாடினர், தூங்கினர். ஆனால், எல்லோருக்கும் மனஉறுதி தளர்ந்துவிட்டது என்பதை மட்டும் மறுக்கமுடியாது.

என்னைப் போலவே, வீரர்களும் வீடு திரும்ப விரும்பினர். நாங்கள் அனைவரும் ஒரே மாதிரியான உடல்நலக்குறைவால், சோர்வால் அவதியுற்றோம்.

பஸ்வாவிற்கு வரப்போவதாக என் தாய் சில நாட்களுக்கு முன்னர் எழுதியிருந்தாள். ராணாவுடன் தங்கி பார்த்துக் கொள்வதாக கூறியிருந்தார். தந்தை அவருக்குக் கோபத்துடன் குறிப்பு ஒன்றைப் பதிலாக அனுப்பினார். இங்கே வரவேண்டாம். பஸ்வாவில் வேறொருவரின் அரண்மனையைப் பார்த்துக் கொள்வதைக் காட்டிலும் சித்தோர் அரண்மனையைப் பார்த்துக் கொள்வதை விரும்புவதாக எழுதினார்.

ஒரு மாதம் கடந்துவிட்டது. சித்தோர் வருவதற்கு அவரை என்னால் இன்னும் இணங்க வைக்க முடியவில்லை.

'நிர்வாகத்தையும், மக்களையும், இராணுவத்தையும், ராஜ்ஜியத்தையும் நிதிப் பிரச்சனைகளையும் யார் பார்த்துக்கொள்வார்கள். இறையாண்மை மிக்க அரசு, அரசர் இல்லாமல் இயங்க முடியாது, இயங்கக்கூடாது'

'பிரதம அமைச்சரும் மங்களும் மேவாரை நிர்வகிக்கும் திறன்மிக்கவர்கள். யாரும், அது இளவரசனோ அல்லது பிச்சைக்காரனோ, இன்றியமையாதவர் அல்ல'

'நம்மைத் திரும்பி வரச்சொல்லி மங்கள் ஏறத்தாழ தினந்தோறும் நமக்கு ஆள் அனுப்பிக்கொண்டிருக்கிறான். அவன் அனுப்பும் அறிக்கைகளை நீங்கள் படிக்கிறீர்களா, பேரரசே? தலைநகரில் தீவிரப் பிரச்சனை ஏதோ உருவாகிக் கொண்டிருக்கிறது. பிரதம அமைச்சர் பூரண்மால்ஜியைப் பொறுப்புகளில் இருந்து நீக்கவேண்டும் என்று இப்போது விக்கிரமாதித்தனும் ராணி கர்மாவதியும் வெளிப்படையாகவே பேசத் தொடங்கிவிட்டனர். நீங்கள் உடனடியாகச் சித்தோருக்குச் சென்று அரசின் கடிவாளங்களை உங்கள் கையில் எடுக்கவில்லை என்றால், தாமதமாகிவிடும்'

'எதற்கு அதிகம் தாமதமாகிவிடும்?'

'யுத்தம் முடிந்து பல வாரங்கள் ஆகிவிட்டன. நீங்கள் ஏன் திரும்பி வரவில்லை, அரசின் பொறுப்பை எடுத்துக்கொள்ளவில்லை என்று பொதுமக்களுக்குப் புரியவில்லை. பூரண்மால்ஜி வயதானவர். பலவீனமானவர். எப்போதும் இல்லாத அளவு உறுதியான ஒரு திசை நோக்கி செல்லவேண்டிய தேவை மேவாருக்கு இருக்கிறது. அதற்குப் பதிலாக, மக்களிடையே ஏராளமான வதந்திகளும், அடுத்து என்ன நடக்கப்போகிறதோ என்ற அச்சமும்தான் நிலவுகிறது. அரசு இயந்திரம் உடைந்துபோவதற்கு முன்னால் நீங்கள் திரும்பச் செல்ல வேண்டும்.'

'உண்மையில் இதற்காகத்தான் என்னைத் திரும்பிப்போகச் சொல்கிறாயா? மகுடத்தை நான் மீண்டும் தரிக்கவேண்டும் என்பது நீ விரும்புகிறாய் என்பதற்காகவா அல்லது உனக்காக அதனைப் பாதுகாத்துக் கொள்வதற்காகவா?'

'நீங்கள்தான் ராஜா. அதனால்தான் திரும்பிச்சென்று உங்கள் அரியணையில் அமரவேண்டும் என்று சொல்கிறேன். எனக்கு நிச்சயம் மகுடம் தேவைதான். நான்தான் முதலில் பிறந்தவன், மகராஜ் குமார். நிறைவாழ்வு வாழ்ந்து, பாதுஷாவை ஹிந்துகுஷ் மலைகளுக்கு நீங்கள் விரட்டிய பின்னர்தான் உங்கள் தலையிலிருந்து என் தலைக்கு அது வரும்'

தந்தைக்கு என்ன ஆயிற்று? மயக்கமடைந்து யானையிலிருந்து விழுந்ததால் ஏற்பட்ட காயத்தால் இருக்குமா? அல்லது அவர் நினைவை இழந்துவிட்டாரா? மேவாரின் மக்கள் அவரை ஏளனம் செய்வார்கள் என்று அவர் உண்மையிலேயே நம்புகிறாரா? அப்படியே செய்தாலும், காசுக்கு அமர்த்தப்பட்ட கிளிப்பிள்ளைகள், சொல்லிக்கொடுத்ததை திருப்பிச் சொல்லக்கூடியவர்கள் என்று அவருக்குத் தெரியாதா? நேரம் கடந்து கொண்டிருக்கிறது. நான் பொறுமையிழந்தேன். தந்தையின் மேல் எரிச்சல் ஏற்பட்டது. ஆனால், நான் முரட்டுத் தனமாக, நியாயமற்று நடந்துகொள்வது எந்தவிதத்திலும் பயன் தரப்போவதில்லை. மோசமான தோல்வியால் அவர் வேதனையில் இருக்கிறார். அவர் உணர்வு நொறுங்கிப் போனதில் வியப்பேதும் இல்லை

* * *

இரண்டு நாட்கள் சென்றதும் லீலாவதிக்குக் கடிதம் எழுத அமர்ந்தேன். இதற்கு எனக்கு ஒரு மாதம் ஆகியிருக்கிறது. எனினும் இறுதியில் எழுத முடிவெடுத்துவிட்டேன். யுத்தத்திற்கு முன்னால் சற்று உணர்ச்சி வசப்பட்டிருக்கலாம். ஆனால் ஒருவிஷயத்தில் என் மனத்தை மாற்றிக்கொள்ளவில்லை: எங்களை பாதுஷா தோற்கடித்த பின்னரும் என்னை அவள் ஏற்றுக்கொள்வாள் என்றால், நாங்கள் ஒன்றாக வாழத் தொடங்கலாம்.

எனினும், அது அவ்வளவு எளிதாக இருக்கப்போவதில்லை. தன் கணவனிடம் அவள் என்ன சொல்வாள்? ஓடி வந்துவிடுவாளா? எங்கள் நோக்கத்தை அறிந்த அடுத்த கணமே அவள் தாத்தா ராஜினாமா செய்துவிடுவார். எனக்கு அதைப்பற்றிக் கவலையில்லை. நாங்கள் அவருக்கு ஏராளமாகப் பணம் தரவேண்டும். ஒருவேளை அவர் அவற்றைத் தள்ளுபடி செய்துவிடலாம். அதுமட்டுமின்றி, லீலாவதி அவருடைய பணியை எடுத்துக்கொள்ளக்கூடும். நகைப்பிற்குரிய விஷயம் என்பதைக் காட்டிலும் அது சிரமமான காரியம்; எளிதில் வெற்றிபெற முடியாதது. இந்தத் தருணத்தில், ஒரு ராஜபுத்திர இளவரசனான மகராஜ் குமார் வேறொருவனின் மனைவியை மணம் செய்து கொள்ள அனுமதியுண்டா? இன்னும் சொல்லப்போனால், தனது நிலையிலிருந்து தாழ்ந்திருக்கும் ஒருவரை, அதுவும் லேவாதேவி தொழில் செய்பவரின் மகளை மகராஜ் குமார் மணம் செய்துகொள்ள முடியுமா. இல்லை. நினைத்துப்பார்க்க முடியாதது. நல்லது, எனில் நாங்கள் ஒரு முன்னுதாரணத்தை ஏற்படுத்தவேண்டும். நிச்சயமாக, பேரரசரின் அனுமதி என்ற கேள்வி முன்நிற்கிறது. அதன்பிறகு, ராணி கர்மாவதி. ஆனால், இறுதி விஷயத்தைப்பற்றி நான் கவலைப்பட வேண்டாம். ராணியைக்காட்டிலும் எல்லாவிதத்திலும் அதிகம் தகுதியானவள் லீலாவதி.

இந்தக் காதல் கீற்று திடீரென்று என்னுள் எப்படித் தோன்றியது? குமரப்பருவத்தவன் போல் நான் ஏன் கற்பனையில் மிதக்கிறேன்? என் மனநிலை சரியில்லையா? அது எப்போதும் எனக்குப் பொருட்டல்ல. வரும் நாட்களில் நான் ராஜா ஆகிவிடுவேன். எனக்கு ஒரு பெண் வேண்டும். என் வீட்டைப் பார்த்துக் கொள்ள மட்டுமல்ல; என் குழந்தைகளுக்குத் தாயாக மட்டுமல்ல, ராஜ்ஜியத்தின் நிதிப்பொறுப்பை சமாளிக்க முடிந்தவளாக, மேவாரின் ராணியாக இருக்கக்கூடியவள்.

தந்தையின் காலடி சப்தம் கேட்டது. ‘மகராஜ் குமார், நாம் நாளை மறுநாள் சித்தோருக்குப் புறப்படுகிறோம். காலை ஏழு மணிக்கு. இவ்வளவு நாள் இங்கே தங்கியது போதும். படுக்கையில் படுத்திருக்கும் வியாதி பீடித்த நோயாளியாக இருந்துவிட்டேன். நீ சொன்னதுபோல் நமது பணிக்குத் திரும்ப வேண்டியதுதான்’

மகராஜ் குமார். பேரரசரின் வாயிலிருந்து இந்த இரண்டு சொற்களைக் கேட்க நான் எவ்வளவு ஆண்டுகள் காத்திருந்தேன்.

’பயணத்திற்குத் வேண்டியவற்றை நாளை மாலையே தயார் செய்து வைத்துக்கொள்ள ராம் சிம்மாவிடம் சொல்கிறேன்’

பாதுகாப்புப் படையின் தலைவரான ராவத் ராம் சிம்மாவை அழைத்து ராணாவின் முடிவைக் கூறினேன். அவருடைய முதிர்ந்த, வரிகள் விழுந்த முகத்தில் புன்னகை விரிந்தது.

'பேரரசர் மன உறுதியை மீண்டும் பெற்றுவிட்டார். ஏகலிங்கேஸ் வரரை வணங்குவோம். காபூல் அரசனுக்கு நாம் பாடம் கற்பிப்போம்'

'டில்லியின் அரசன்' என்று நான் நினைவூட்டினேன்.

'நீண்ட நாளைக்கு அல்ல. விரைவில் மலையில் இருக்கும் அவனது பதுங்குமிடத்திற்குப் பேரரசர் அவனை விரட்டிவிடுவார்.'

பாதுகாவலர்கள் எங்களைச் சுற்றிக் கூட ஆரம்பித்தனர், பாபரை ஏற்கனவே முறியடித்து விட்டதுபோல் சூழல் இருந்தது. 'பேரரசர் வாழ்க, மேவார் வாழ்க' என்று மீண்டும் மீண்டும் முழக்கமிட்டனர். முதல் தளத் தாழ்வாரத்தில் நின்று ராணா அவர்களை நோக்கிக் கையசைக்கும் வரையிலும் இது நிற்கவில்லை.

* * *

கடந்த நான்கு நாட்களாக ஏன் மங்கள் கடிதம் ஏதும் எழுதவில்லை? தகவலும் அனுப்பவில்லை. மூன்று வரிச் செய்தியாக இருந்தாலும் அவன் கடிதம் அனுப்புவான். தினசரி அனுப்புவானே. அவன் நன்றாக இருக்கிறானா? கடந்த சில வாரங்களில் ராணி கர்மாவதிக்கும் இளந் துறவிக்கும் இடையில் பிரச்சனைகள் முற்றி, முறிவு எல்லைவரை போயிருக்கின்றன. வாழ்க்கை எனக்குத் தினந்தோறும் நூறு பாடங்களைக் கற்றுத்தருகிறது. அவற்றில் தொன்னூற்றொன்பதை, சில நேரங்களில் நூறையும் நான் மறந்துவிடுகிறேன். பெரிய மனிதர்களின் அதிகாரமும் அவர்கள் பதவியில் நீடித்திருப்பதும் கிடக்கட்டும்; எதையும் ஒரு பொருட்டாக எடுத்துக்கொள்ளக்கூடாது என்பதை மீண்டும் ஒருமுறை மறந்துவிட்டேன். இந்த விஷயத்தில் சித்தோரில் அல்லது மேவாரில் இரண்டாவது அதிக அதிகாரம் படைத்த நபர் என் மனைவி. மதம் சார்ந்த விஷயமோ அல்லது மதச் சார்பற்றதோ எந்த விஷயத்திலும் அவள் தன் விருப்பம்போல் செயல்பட முடியும் என்பதற்கு நான் பந்தயம்கட்டத் தயார். பதினைந்து நாட்களுக்குமுன் மாலை ஆரத்திக்காக அவள் பிருந்தாபாணி கோவிலுக்குச் சென்றிருக்கிறாள். கோவிலின் வாயில் கதவுகள் சாத்தப்பட்டிருந்தன. அவளுக்குத் துறவிப் பட்டமும் பொது மக்களின் விசுவாசமும் கிடைத்ததும் அவளை எப்போதும் வெறுத்த கோவிலின் அர்ச்சகர்கள் ராணி கர்மாவதியின் பக்கம் இப்போது சேர்ந்துகொண்டனர். கோவிலின் 'ஷிகாரா' உடைந்து விழும் நிலையில் இருக்கிறது. ஆகவே சியாமளனின் பக்தர்கள், குறிப்பாக இளந் துறவியைப் பின்பற்றுவோர் கோவிலுக்குள் நுழைந்தால் அவர்களுக்கு ஆபத்து; நமது மாபெரும் ஆன்மீகச் சொத்தான இளந் துறவியின் உயிரைக் காப்பாற்றுவது தங்களது கடமை; எனவே அடுத்த அறிவிப்பு வரும்வரை அனைவரும் கோவிலில் நுழைவது தடை செய்யப்பட்டுள்ளது என்று அறிவித்துள்ளனர்.

ராணி கர்மாவதி எனக்குத் துணையாக இருப்பவள், எதிரியல்ல என்று எப்படி எதிர்பார்க்க முடியும்? எந்தத் தடையாக இருந்தாலும் அதை மீறி, விரைவிலோ அல்லது பின்னரோ நான் மகுடத்தைக் கைப்பற்றிவிடுவேன் என்று அவள் உறுதியாக எண்ணுகிறாள். விரிவான பழுதுபார்க்கும் வேலைகள் பிருந்தாபாணி கோவிலில் நடந்து ஓராண்டுகூட ஆகவில்லை. கோவிலைச் சுற்றியிருந்த இடங்களும் சுற்றுப்புறங்களும் ஏழுமடங்கு விரிவுபடுத்தப்பட்டன. ஆனால், இப்போது திடீரென்று கோவிலின் கோபுரம் பாதுகாப்பற்றது என்று கண்டுபிடித்திருக்கிறார்கள். சபாஷ், என் இரண்டாவது தாயே. இதையொட்டி கட்டிடத்தில் பிரச்சனை இருக்கிறது, கோவிலை மூடவேண்டும் என்று எந்தக் கட்டிடப் பொறியாளன் உத்தரவில் கையெழுத்து போட்டிருப்பான் என்று ஊகிக்கிறீர்களா? எனது நண்பன், நகர திட்டமிடல் அதிகாரி சஹஸ்மால் எதிர்முகாமில் சேர்ந்துவிட்டான். அவளது வெற்றிகளைக் கொண்டாட, ராணா கும்பா கட்டியதைவிட உயரமான வெற்றிக் கோபுரம் ஒன்றைக் கட்ட ஒருவேளை ராணி கர்மாவதி அவனை நியமித்திருக்கலாம்.

இதற்கிடையில், என் மனைவி அவளது அன்புக்குரியவனின் சொந்த நகரான மதுராவிற்குப் புறப்பட்டுச் சென்றிருக்கிறாள்.

அத்தியாயம் 49

பின்மதியத்தில் ஏழுபேர் கொண்ட குழு ஒன்று பேரரசைச் சந்திக்க மேவாரிலிருந்து வந்திருந்தது. அவர்களது அருகாமையும் விசாரிப்புகளும் தந்தைக்குப் பெரும் உற்சாகத்தைத் தந்தன. பஸ்வா தனித்துவிடப்பட்ட ஓர் இடம். அதனை ஆட்சிசெய்த ஹிம்மத் சிம்ம ராவ் மிகவும் பரிவும் விருந்தோம்பலும் நிறைந்தவர்; தந்தைக்குக் குறுக்கே இருப்பதாக நினைத்துவிடக்கூடாது என்பதற்காகப் பத்து மைல் தள்ளியிருந்த ஓர் இடத்திற்குத் தன் வசிப்பிடத்தை மாற்றிக்கொண்டார். தினந்தோறும் குதிரையில் பயணித்து, தந்தைக்கு வசதிக் குறைவு ஏதேனும் இருக்கிறதா, ஏதாவது தேவை இருக்கிறதா என்று பார்ப்பார். கெடுவாய்ப்பாக ஹிம்மத் ராவோ அல்லது நானோ தந்தைக்கு கொடுக்க முடியாத ஒன்று இருந்தது. நண்பர்களும் சகாக்களும் தந்தைக்குத் தேவை. கலகலப்பான உரையாடல்கள், சந்தடி நிறைந்த இடம், பெண்களின் நெருக்கம். கனுவாவில் நடந்த படுமோசமான துன்ப நிகழ்வை அவர் மனத்திலிருந்து அகற்றக்கூடிய ஒரு விஷயம். வெளிப்படையாகக் கூறப்போனால், அந்தப் படுகொலைகளின் அல்லது தோல்வியின் தீவிரத்தையும் ஆழத்தையும் நான் இன்னும் மனத்திற்குள் உள்வாங்கிக் கொள்ளவில்லை.

மேவாரிலிருந்து வந்திருக்கும் இந்த எதிர்பாராத ஊடுருவல் எனக்குச் சிறிது வியப்பை ஏற்படுத்தியது என்பதை ஒப்புக்கொள்ள வேண்டும். இவ்வளவு வாரங்களும் இவர்கள் எங்கு சென்றிருந்தனர்?

திடீரென்று இந்தக் கரிசனமும் ஆறுதலும் எதற்காக? எங்கள் விருந்தினர்களை இப்படி நினைப்பது நியாயமானதல்ல. வந்த உடனேயே தங்கள் வருகையின் நோக்கத்தை அவர்கள் விவரித்துவிட்டனர். அவர்களுடன் பேரரசர் சித்தோருக்குத் திரும்பி வரவேண்டும்.

ராவ் பூபத் சிம்மாவும், ராவத் மானிக் பானும் ஏனைய ஐந்து பேர்களும் அரசவையில் எனக்குப் பிடிக்காத நபர்கள். யாருடைய நட்பை அவர்கள் கைவிடுகிறார்கள் அல்லது தொடர்கிறார்கள் என்பதை வைத்து காற்று எந்தப் பக்கம் வீசுகிறது என்பதை அறிந்துகொள்வதற்கு நீங்கள் அவர்களை நம்பலாம். உணர்ச்சிக்கு ஆட்படாமல் சிந்தித்த வகையில், வரவேற்கப்படும் ஒரு மனிதராக பேரரசர் சித்தோருக்குத் திரும்ப வேண்டும் என்பதே என் எண்ணம்.

'உங்களது மறுப்பை நாங்கள் ஏற்கப் போவதில்லை, பேரரசே' பூபத் சிம்மா தந்தையிடம் கூறினார். 'நாளை உங்களை அழைத்துச் செல்லப்போகிறோம்'. அவரின் வருகையை சித்தோரில் ஆவலுடன் எதிர்பார்க்கிறார்கள் என்ற செய்தி தந்தைக்கு மிகவும் நல்லதே.

'நாளைக்கு வேண்டாம். என்னை உபசரித்தவருக்கு நன்றி கூறவேண்டும். அவரிடம் விடைபெற வேண்டும். அவர் நாளை மாலைதான் வருவார். நாளை மறுநாள் புறப்படுவது நல்லது. நான் சித்தோருக்குத் திரும்புவது என்பது விதிக்கப்பட்ட ஒன்று. ஒரு மணி நேரத்திற்கு முன்னர்தான் மகராஜ் குமாரிடம், இரண்டொரு நாளில் வீடு திரும்பலாம் என்று சொல்லிக்கொண்டிருந்தேன்'.

'பேரரசே அதைக் கொண்டாட மதுவருந்துவோம். வரும் வழியில் ராவத் மானிக் பான் உங்களுக்கு என்று மான் ஒன்றை அம்பால் வீழ்த்தினார். உங்களுக்குத்தான் மானிறைச்சி மிகவும் பிடிக்குமே'

தந்தையின் முகம் பிரகாசித்தது. பூபத் சிம்மாவின் தோளில் கைவைத்தார். 'பெரிய மனது. நினைவில் வைத்திருப்பது என் மனத்தைத் தொட்டுவிட்டது'

'அப்படியென்றால், நாங்கள் உங்கள் மனத்தை மீண்டும் தொடப் போகிறோம்.' தன் வார்த்தை விளையாட்டில் பூபத் சிம்மாவே மகிழ்ந்ததுபோல் இருந்தது. 'உங்களுக்குப் பிடித்த மதுவும் கொண்டு வந்திருக்கிறோம்'

பணியாளர்கள் குவளைகளைக் கொண்டு வந்து வைத்தனர்; ராவத் மனிக் பான் அனைவருக்கும் மதுவை ஊற்றினார். 'இளவரசே, இன்று இரவு விருந்தில் நீங்கள் இரண்டாவது முக்கிய விருந்தாளி என்பதை அழுத்திச் சொல்ல விரும்புகிறேன்'.

அவர்களுக்கும் எனக்கும் வயதில் பெரும் வித்தியாசம். அதனால், மன்னிப்புக் கேட்டுக்கொண்டு எப்படியாவது விலகிக்கொள்ள வேண்டும் என்று நினைத்தேன். துதிபாடிகளின் உறவு எனக்குப் பிடிக்காதது. அதுவும் இந்த ஏழுபேர் எனது விருப்பத்திற்கு மிகவும் எட்டி இருப்பவர்கள். நல்வாய்ப்பாக என்னிடம் நல்லதொரு காரணமும் இருந்தது. 'எனக்கு மகிழ்ச்சிதான். ஆனால், கிராமத்தினருக்கு வாக்குக் கொடுத்துவிட்டேன். மாலைநேரத்தில் அவர்களுடன் அமர்ந்து 'பவாய்' கூத்துப் பார்க்கவும் அதன்பின்னர் உணவருந்தவும் ஒப்புக்கொண்டுள்ளேன்'. அவர்கள் முகத்தில் நியாயமான ஏமாற்றம் தெரிந்தது. 'உங்களுக்குக் கொஞ்சம் மானிறைச்சி எடுத்து வைக்கிறோம். திரும்பி வந்ததும் சாப்பிடுங்கள். சுவைக்காகத்தான். நல்வாய்ப்பாக, வானிலை இப்போதும் குளிர்ச்சியாக இருக்கிறது. மானிறைச்சி இரண்டு நாட்களாவது கெட்டுப்போகாமல் இருக்கும்'

'நன்றி. உங்கள் நல்லெண்ணத்திற்கு நன்றி'.

'ராம் சிம்ம ராவத், உங்களுக்கு நிர்ணயிக்கப்பட்ட வேலை ஏதும் இல்லை என்று நினைக்கிறேன்'.

'எனக்கிருக்கும் ஒரே வேலை, என் பிரபுவின் அருகில் இருப்பதுதான்.' உயர்நிலைக் காவல் படைத் தலைவர் உணர்வுடன் கூறினார். அவரது நேர்மையைச் சந்தேகிக்கும்படி அந்தச் சொற்களில் ஏதுமில்லை.

'உன்னதமான சொற்கள், ராவத். பேரரசே உங்களுக்குத் தெரியுமா, இராணுவ பயிற்சிப் பள்ளியில் பாதுகாப்புப்படைத் தலைவரும் நானும் ஒரே வகுப்பில் இருந்தோம்'

'ஆமாம், எனக்கு நினைவிருக்கிறது. தெளிவாகவே. உங்கள் இருவருக்கும் நான் இரண்டு ஆண்டுகள் இளையவன்' தந்தையின் கண்கள் குறும்புத்தனத்துடன் சுருங்கியது. 'பயிற்சிப் பள்ளியில் இல்லாமல், யாரோ பரத்தையின் மடியில் நான் சுகங்கண்டு கொண்டிருப்பதை என் தந்தை ராணாவிடம் நீங்கள் சொல்லியதும் அவர் என்னை விளாசித் தள்ளியதும் நினைவுக்கு வருகிறது.'

பூபத் சிம்மாவின் முகம் சிவந்தது.

'காரணம், உங்களை ஒரே இடத்திலேயே அடைத்து வைக்க அவர் விரும்பினார்' என்றார் பாதுகாப்புப் படைத் தலைவர்.

'ராவத் ராம் சிம்மா, என் ரகசியங்களை வெளியில் சொன்னதற்கு உனக்குத் தான் அவமானம்.' பூபத் சிம்மா சாந்தமான மனநிலைக்குத் திரும்பினார். 'இன்றிரவு நமக்கு அற்புதமான விருந்து; வாழ்நாள்

முழுவதும் அதை நீங்கள் மறக்கமாட்டீர்கள்'. சாளரத்தின் அருகில் சென்று வீரர்களைப் பார்த்துக் கத்தினார். 'யாரங்கே, நெருப்பு உண்டாக்குங்கள். மேவாரின் மிகச் சிறந்த மானிறைச்சியை வாட்டவேண்டும். விருந்தில் அனைவரும் கலந்துகொள்ளுங்கள். மதுவருந்துங்கள். பேரரசர் சித்தோர் திரும்பவிருக்கும் நிகழ்வைக் கொண்டாடுவோம்.'

அந்த மாலை விருந்து மிகவும் கிளர்ச்சி மிக்கதாக, பரபரப்புடன் இருக்கப் போவதை என்னால் உணர முடிந்தது.

'பிரதம அமைச்சர் பூரண்மால்ஜியும், மங்கள் சிம்மாவும் எப்படி இருப்பார்களோ என்று நினைக்கத் தோன்றுகிறது' என் அறைக்குத் திரும்பும் தருணத்தில் அவர்களை நோக்கிக் கேள்வியை வீசினேன்.

'நன்றாக இருக்கிறார்கள். உண்மையிலேயே நன்றாக இருக்கிறார்கள். உங்களையும் பேரரசரையும் பார்க்கக் காத்திருக்கிறார்கள்'

* * *

பவாய் கூத்து மிகவும் கலகலப்பாக இருந்தது. இப்படி நான் சிரித்துப் பல ஆண்டுகளாகிறது. எமது நாட்டுப்புற நாடகங்களில் எப்போதும் களிப்பும் கும்மாளமும் நிறைந்திருக்கும்; அந்தச் சில ஏமாற்று வித்தைகளை காண்பதற்கு கடவுளர்கள் சிலரும் கீழிறங்கி வந்தனர். கூர்மையான அரசியல் நையாண்டிகளும் அதிலிருந்தன. பேரரசரும் நானும்கூட கதாபாத்திரங்களாக அதில் வந்தோம். எங்களுக்கு வேலையேதும் இல்லை. வேலைக்காக அலைகிறோம். சமையல்காரர்களாக, துணிவெளுப்பவர்களாக, குதிரை பேணுபவர்களாக, கட்டிடத் தொழிலாளர்களாக, நகை செய்பவர்களாக, மரத் தச்சர்களாக; இவற்றில் எந்த வேலை பார்க்கவும் எங்களுக்குத் தகுதியில்லை. ஏனெனில் எங்களுக்கு இவற்றில் எல்லாம் எவ்விதத் திறன்களும் இல்லை. எங்கள் கைகள் கலப்பையின் மீதுதான் எப்போதும் இருந்தன. இறுதியில், தேவைக்கு அதிகமாக, அல்லது சமாளிக்க முடிந்ததைக் காட்டிலும் அதிகமான மனைவிகளும் பெண்களும் எங்களிடம் இருப்பது கண்டுபிடிக்கப்பட்டது. எமது ராஜ்ஜியத்தின் மக்கள் எங்களைப் பரத்தையர்களின் தொழிலில் அவர்களுக்கு உதவி செய்பவர்களாக அமைத்துக் கொண்டனர்.

கிராமத்தின் மூத்தவர்களுடன் கிராம 'முக்கியா'வின் வீட்டில் உணவருந்திக் கொண்டிருந்தேன். என்னைப் பார்க்க ஒருவர் வந்திருப்பதாகப் பணியாள் கூறினான்.

'கொஞ்சம் காத்திருக்கச் சொல். இன்னும் சில நிமிடங்களில் வெளியில் வருவேன்'

அந்த மனிதன் வெளியில் சென்று திரும்பி வந்தான். 'அவசரம் என்கிறான், அவன்'.

விருந்தளித்தவர்களும் என்னுடன் வெளியில் வந்தனர். ஒரே இருட்டு. அந்த மனிதனின் முகத்தை என்னால் பார்க்கமுடியவில்லை. என்னை நமஸ்கரித்த அவன் பாதங்களைத் தொட்டான்.

'கனிகாமா, தர்பார். உங்கள் உணவு நேரத்தில் தொந்தரவு செய்ததற்கு மன்னிக்கணும்'

சித்தோரின் அதிகார வர்க்கத்தைச் சேர்ந்ததாக அவன் பேச்சு இருந்தது. பேரரசரைப் பார்க்கவந்திருக்கும் ஏழு பேருக்குப் பணிபுரிபவர்களில் ஒருவனா? என் கேள்வி சுருக்கமாகவே இருந்தது.

'என்ன விஷயம்?'

'என் பெயர் ஈஸ்வர் சிம்மா. நான் சித்தோரிலிருந்து வருகிறேன்'

'ஏன் பஸ்வா அரண்மனையில் எனக்காகக் காத்திருக்கவில்லை.

'கிராமத்தவர்களில் ஒருவனை வழிகேட்டேன். அவன் நீங்கள் இங்கிருப்பதாக சொன்னான். இளவரசே, உங்களோடு தனியாகப் பேச வேண்டும்'.

முன்னைவிட இப்போது அவனை என்னால் தெளிவாகப் பார்க்க முடிந்தது. அவன் ஆடைகள் அழுக்காக இருந்தன. தூசியும் வியர்வையும் படிந்து அவன் முகம் கருமையாக மணல் பழுப்பாக இருந்தது. தலைப்பாகையை கரத்தைச் சுற்றி கட்டியிருந்தான். அவன் கால்கள் நடுங்கிக்கொண்டிருந்தன. அவனைப் பிடித்து நிலைநிறுத்தினேன். தலைப்பாகைத் துணியும் நனைந்து ஒட்டிக்கொண்டிருந்தது. கையில் போட்டிருந்த துணிக் கட்டிலும், தோற்றத்திலும் விசித்திரமான ஒரு நாடகத்தனம் தெரிந்தது.

இந்த மனிதன் எனக்கு என்ன செய்தி கொண்டுவந்திருப்பான்? உண்மையில் அவன் தனியாகத்தான் வந்திருக்கிறானா? என்னைச் சுற்றி வளைக்கிறார்களா? இத்தனை வாரங்களுக்குப் பிறகு சித்தோரிலிருந்து இவ்வளவு நபர்கள் எப்படி? அவன் கரத்தை சோதித்தேன். காயம் உண்மையானதுதான். குருதி வேகமாக வெளியேறிக் கொண்டிருந்தது. அவன் மயங்கி விழுந்தான். கிராமத்தினர் அவனை வீட்டிற்குள் தூக்கிச் சென்றனர்.

'கொஞ்சம் சுடுநீர் கொண்டு வாருங்கள். பிறகு எங்களை தனியே இருக்க அனுமதியுங்கள்.'

அவன் கரத்தில் ஆழமான வெட்டுக்காயம். நிச்சயமாக வாளால் ஏற்பட்டதுதான். தலைப்பாகைத் துணியை அவிழ்த்து, சட்டையைக் கிழித்து அவன் காயத்தையும் முகத்தையும் துடைத்தேன்.

'யார் உன்னை அனுப்பியது?' அவன் கண்களைத் திறந்ததும் கேட்டேன். அவன் செய்தி கொண்டுவந்தவன் என்றால், அவனது நோக்கத்தை விரைந்து தெரிந்து கொள்வது நல்லது.

'ஷிராஸ் அலி, இளவரசே. பேரரசரையும் உங்களையும் எச்சரிக்கவே வந்தேன். ஐந்து நபர்களுடன் ராவ் பூபத் சிம்மனும், ராவ் மானிக் பானும் பஸ்வாவை நோக்கி வந்துகொண்டிருக்கிறார்கள்'

'பேரரசருக்கு ஆபத்து என்று ஷிராஸ் அலி நினைக்கிறாரா?'

'நீங்கள் எச்சரிக்கையாக இருக்கவேண்டும். பேரரசரை தனியாக விடக்கூடாது என்று உங்களிடம் கூறச் சொன்னார்.'

'தாமதமாகிவிட்டது. பேரரசர் அவர்களுடன் பல மணி நேரங்களாக இருக்கிறார்'

'பேரரசருக்கும் உங்களுக்கும் செய்யவேண்டிய கடமையில் தவறிவிட்டேன். இதற்கு நான் உயிரைவிடுவதுதான் பரிகாரம்.'

'அதை நான் முடிவு செய்துகொள்கிறேன். நீ இவ்வளவு தூரம் எப்படி வந்தாய்?'

'இளவரசர் விக்கிரமாதித்தனின் ஆட்கள் என்னைத் துரத்தி வந்தார்கள். சந்தோர் அருகே என் குதிரையைக் காயப்படுத்திவிட்டார்கள். குதிரை இல்லாமல் நடந்தும் ஓடியும் வந்தேன்'

'அப்போதுதான் உன் கையில் காயம் ஏற்பட்டதா?'

'இல்லை ஐயா. பின்னால் ஏற்பட்டது. பஸ்வாவை அடைவதற்காக சுற்றுவழிகளில் வந்துகொண்டிருந்த போது ஏற்பட்டது'

'மங்கள் சிம்மா, எங்கே?'

'நான்கு நாட்களுக்கு முன்னால், கம்பீரியில் அவரது உடல் கண்டெடுக்கப்பட்டது. சித்தோரிலிருந்து ஏழு மைல் தொலைவில் நீரோட்டத்தில். அடையாளம் தெரியாத அளவிற்கு உடல் மிகமோசமாக சிதைந்து இருந்தது. அவர் போட்டிருந்த மோதிரத்தை வைத்து அவர் மனைவிதான் அடையாளம் கண்டார்'

'நன்றி நண்பனே. எனக்காகக் காத்திரு. நான் திரும்பி வரும் வரை இந்த இடத்தைவிட்டுப் போக வேண்டாம்'

'ஒரு விஷயம் ஐயா. மங்கள் சிம்மா இறப்பதற்கு முதல் நாள், உங்கள் முகவரி எழுதிய கடிதம் ஒன்றை ஷிராஸ் அலியிடம் கொடுத்துப் பாதுகாப்பாக வைத்திருக்கச்சொன்னார். அவருக்கு ஏதாவது நடந்துவிட்டால், ஷிராஸ் அலி அதை உங்களிடம் சேர்ப்பிக்க வேண்டும் என்று கூறியிருந்தார்'

கடிதத்தை என் சட்டைப் பையில் வைத்துக்கொண்டு, அந்த மனிதனுக்கு உணவு கொடுக்கும்படி கிராமத்தவர்களைக் கேட்டுக்கொண்டேன்.

இந்த உலகத்தில் மனிதர்கள் எப்படி நடந்துகொள்வார்கள் என்பதும், நல்லது கெட்டதும் எனக்குத் தெரியும். எதுவும் என்னை ஆச்சரியப்படுத்த முடியாது என்றும் நான் நினைத்திருந்தேன். ஆனால், மனித இயல்பு பற்றி எனக்கு ஒன்றும் தெரியாது என்பது இப்போது தெளிவாகிவிட்டது. இல்லையெனில் இவ்வளவு குருடனாக இருந்திருப்பேனா? பயனற்ற இந்தக் கேள்வியை எனக்குள் கேட்டுக்கொண்டிருந்தபோதே, பேரரசரைத் தொடும் அளவிற்கு ராணி கர்மாவதியின், விக்கிரமாதித்தனின் பேராசை சென்றிருப்பதை நம்பமுடியவில்லை.

தந்தை இன்னும் உயிரோடு இருப்பாரா? கண்டுபிடிக்க ஒரே வழிதான் இருக்கிறது.

குதிரையில்தான் திரும்புவேன் என்று வந்திருப்பவர்கள் எனக்காக காத்திருப்பார்கள். பெஃபிக்கிரை கிராமத்திலேயே விட்டுவிட்டு, சுற்றுவழிகளில் அரண்மனை நோக்கி நடந்தேன். மாளிகையில் மரண அமைதி நிலவியது. ஆனால், இந்த மாதிரியான தனியாக இருக்கும் இடங்கள் எப்போதும் இப்படித்தான் இருக்கும். ஷிராஸ் அலிக்கும் எனக்கும் ஏற்பட்டிருக்கும் அச்சங்களுக்கு ஆதாரமில்லையா? கொஞ்சம் நேரம் பொறுமையுடன் காத்திருந்தேன். வேலைக்காரர்கள் உள்நுழையும் வாயிலில் தந்தையைத் தேடிவந்தவர்களில் ஒருவன் பாதுகாப்பிற்கு நிற்பதைப் பார்த்தேன். வில்லும் அம்பும் கையில் இல்லை என்று என்றைக்கும் நான் இப்படி வருத்தப்பட்டதில்லை.

'ஜக்தே ரஹோ. கடவுள் நம்மை காக்கட்டும்' அந்த அடர்த்தியான அமைதியில் என் குரல் விசித்திரமாக ஒலித்தது. பணியிலிருந்த அந்த மனிதன் கையில் வாளுடன் வெளியில் வந்தான். காவலன் போல் நடந்து கொள்கிறேனா? அவன் கண்பார்வையில் நான் இல்லை. அதுமட்டுமின்றி இரவுக் காவலாளி இவ்வாறு முன்பின் தெரியாத ஒருவனாக

இருக்கமாட்டான். ஒவ்வொரு அரண்மனையிலும், கிராமத்திலும், நகரத்திலும் விடியும்வரை அதைச் சுற்றிவரும் காவலன் ஒருவன் இருப்பான்.

அவனை நோக்கி நிதானமாக நடந்தேன். 'ஜக்தே ரஹோ. அனைத்தும் நன்றாக நடக்கிறது.'

அவன் சற்றுத் தளர்வாகத் தெரிந்தான். எனினும் வாள் உருவியபடிதான் இருந்தது. இப்போது அவன் பக்கத்தில் இருந்தேன். 'கடவுள் நம்மைக் காக்கட்டும்'

என் இடது கை அவன் வாயைப் பொத்தியது. வலது கையிலிருந்த குறுவாள் அவன் நெஞ்சில் இறங்கியது.

அவனைத் தூக்கி இழுத்து வந்து லாயத்தில் கிடத்தினேன். பளுவான அவனை, கீழே கிடத்தியதும் நிம்மதியாக இருந்தது. முன் முற்றத்திலிருந்த எண்ணெய் விளக்கின் மங்கலான வெளிச்சத்தால் உண்டான நிழல், குதிரைகளின் மீது விழுந்ததும் அவை அசைந்தன. லாயத்தின் கதவுத் தாழ்ப்பாளை விலக்கினேன். குதிரைகளை ஒன்றன் பின் ஒன்றாக அவிழ்த்து வெளியில் அனுப்பினேன்.

சிறிய தீயொன்றை உண்டாக்க வேண்டிய நேரம் இது. திரும்பிச் சென்று அந்த விளக்கை எடுத்துவந்தேன். அதில் எண்ணெய் சிறிதுதான் இருந்தது. வைக்கோலில் விளக்கை நழுவவிட்டேன். எங்களை உபசரித்தவர்களுக்கு நன்றிக்கடன் செலுத்தும் மோசமான வழி. ஆனால், ஊடுருவியிருப்பவர்களை வெளியில் கொண்டுவர இதைத்தவிர வேறுவழியில்லை. சில நிமிடங்களில் லாயத்தின் மேல் உத்திரங்களும், அரண்மனை இடதுபுறப் பகுதியின் உத்திரங்கள் சிலவும் தீப்பற்றி எரியத் தொடங்கின. அச்சத்தின் வயப்பட்ட குதிரைகள் பின்பக்கமிருந்த காடுகளுக்குள் தெறித்து ஓடின. விழித்துக்கொண்ட சில வேலைக்காரர்கள் வெறித்தனமாகக் கூச்சல் போட்டனர். பேரரசரின் பாதுகாவலர்களில் மூன்றுபேர் அவர்களுடன் சேர்ந்துகொண்டனர். நீர் முகந்து வர கிணற்றை நோக்கி ஓடினர்.

வந்திருந்தவர்கள் படிக்கட்டுகளில் வேகமாகக் கீழிறங்கியபோது, இடைவெளியில் படிக்கட்டுகளுக்கு அடியில் நான் நின்றிருந்தேன். ஏழு பேரையும் என்னால் சமாளிக்க முடியுமா? துல்லியமாகச் சொன்னால் இப்போது ஆறு பேர். சாகசத்திற்கான நேரம் இதுவல்ல.

'குதிரைகள், குதிரைகளைப் பிடியுங்கள்' கத்திக்கொண்டே அவர்கள் கட்டிடத்தை விட்டு வெளியில் ஓடினர்.

பேரரசருக்காகக் காத்திருந்தேன். ஆனால், விருந்தினர்களைத் தொடர்ந்து அவர் படிகளில் வரவில்லை. பாதுகாப்பு படைத்தலைவர் ராவத் ராம் சிம்மாவும் வரவில்லை. மீதி உயர்நிலைக் காவலர்களுக்கு என்ன ஆயிற்று?

தந்தையே, நீங்கள் எங்கிருக்கிறீர்கள்?

படிக்கட்டுகளில் தயங்கி ஏறினேன். ஏகலிங்கேஸ்வரா! இரவுத் தூக்கத்தின் மயக்கத்தில் தன்னை அவர் இழந்திருக்கட்டும். மற்றொன்றில் வேண்டாம். அவர் அறைக்கதவுகள் திறந்திருந்தன. விளக்குகள் பிரகாசமாக எரிந்துகொண்டிருந்தன. நான் நின்ற இடத்திலிருந்து பார்க்கும்போது அவர் உதடுகள் பசுமையாய்த் தெரிந்தன. விஷம் நன்கு வேலை செய்திருக்கிறது. ஆனால், வலியில்லாமல் இல்லை. வலது கைவிரல்கள் குரல்வளையை திறக்க முயன்றிருக்கின்றன. கண்கள் காற்றுக்காக அலைந்திருக்கின்றன. ஆனால், உலகத்தின் அத்தனை காற்றாலும் எந்த நல்லதும் செய்திருக்க முடியாது என்பதை அவர் முகத்தில் தென்பட்ட வலியும் திகிலும் வெளிப்படுத்தின. அருகில் சென்று அவர் கண்களையும் வாயையும் மூடினேன். கடவுளே, ஒரு மனிதன் எவ்வளவு விரைவில் இறந்துபோய் குளிர்ந்தும் போய்விட்டார். என்னை மன்னித்து விடுங்கள், தந்தையே. உங்களுக்காக நான் பிறகு வருத்தப்படுகிறேன்.

மானிறைச்சியும் கிண்ணத்தில் கொஞ்சம் மிளகுத் தூளும் எனக்காக என் அறையில் காத்துக்கொண்டிருந்தன.

எனது சந்தேகத்தை உறுதிசெய்துகொள்ள, பாதுகாப்புப் படைத்தலைவரையும் அவரது ஆட்களையும் பார்க்கச் சென்றேன். சித்தோரிலிருந்து வந்தவர்கள் உண்மையில் விருந்து, மரண விருந்து அளித்திருக்கிறார்கள். அவர்களுக்கு இந்த நிலைமை ஏன் ஏற்படவில்லை என்பதை யூகிப்பதில் சிரமம் ஏதுமில்லை. அரசக்கலையின் அல்லது சூழ்ச்சியின் முதல் பாடம் சொல்வதுபோல், விஷம் மானிறைச்சியில் சேர்க்கப்படவில்லை. ஆனால், மிளகாய்த் தூளில். ராஜபுத்திரர்களாகிய நாங்கள் எங்கள் உணவில், குறிப்பாக வாட்டப்பட்ட இறைச்சியில் தாராளமாகத் தூவிக்கொள்வோம். நீங்கள் செய்யவேண்டியதெல்லாம், மிளகாய்த் தூளை தவிர்ப்பதுதான். வெளியில் தீயை அணைக்க முயன்று கொண்டிருக்கும் அந்த மூன்று காவலர்களும் மிளகாய்த் தூளை தவிர்த்திருப்பார்கள்.

துதிபாடிகளுக்கும் இச்சகம் பேசுவோர்க்கும் சுயநலத்தையும் உயிர்வாழ்வதையும் தவிர்த்து வேறொன்றும் முக்கியமில்லை. கொலைகாரர்கள் குதிரைகளைக் கண்டுபிடித்து, பாதுகாப்பாக ஊர் திரும்புவதை உறுதி செய்துகொண்டபின்தான் என்னைத் தேடுவார்கள்.

கிராமத்திற்குத் திரும்பினேன். அனைவரும் தூங்கிக் கொண்டிருந்தனர். செய்தி கொண்டு வந்த ஈஸ்வர் சின்ஹா எனக்காக கிராமத் தலைவன் வீட்டில் காத்திருப்பானா என்று உறுதியாகத் தெரியவில்லை. நான் கவலைப்படத் தேவையில்லை. தவறான ஆட்களையோ அச்சம் கொள்கிறவர்களையோ மங்கள் பணிக்கமர்த்த மாட்டான். ஆனால், இப்போது, மங்கள் இல்லாத வாழ்க்கை! இப்படிப்பட்ட ஒரு நிலையை நான் என்றும் நினைத்துப் பார்த்ததில்லை.

'இளவரசே, பேரரசர் எப்படி இருக்கிறார்?'

'இறந்துவிட்டார்'

வருத்தம் தெரிவித்து என்னிடம் ஏதோ பேச வந்தான். அவனைப் பாதியிலேயே நிறுத்தினேன்.

'முத்திரையிட்ட சில கடிதங்களை உன்னிடம் தருகிறேன். சித்தோரிலிருக்கும் அரசவைப் பாடகி சஜனி பாயிடம் அவற்றை ஒப்படை. இந்தக் கழுத்து மாலையை வாங்கிக் கொள். உன் சிரமங்களை இது ஈடுசெய்யக்கூடும். இப்போது வெளியில் நின்று காவலிரு.'

அவன் வெளியில் சென்றான். மங்களது கடிதத்தின் முத்திரைகளைப் பிரித்தேன். ஏறத்தாழ புரிந்து கொள்ளமுடியாத கிறுக்கல்.

ஜெய் ஏகலிங்கேஸ்வர்.

கடிதம் மிகச் சுருக்கமாக இருந்தது. இளவரசே. மேவாரில் மிக மோசமான ஏதோ ஒன்று நிகழப்போகிறது என்று சந்தேகப்படுகிறேன். பேரரசரையும் உங்களையும் கொல்லச் சதி ஒன்று நடைபெறுகிறது. உங்கள் இருவரின் உயிரையும் காப்பாற்றிக் கொள்ளத் தேவையான தீவிர நடவடிக்கைகளை எடுத்துக் கொள்ளுங்கள்.

இளவரசர் விக்கிரமாதித்தனின் ஆட்களால் நானும் குறிவைக்கப்பட்டுள்ளேன். அதனால், ஒரு விஷயத்தை உங்களிடம் பகிர்ந்துகொண்டே ஆகவேண்டும். இத்துடன் உள்ள மற்றொரு கடிதத்தைப் படித்தபின் நீங்கள் என்னை மன்னிக்கவே மாட்டீர்கள் என்று தெரியும். ஆனால், என் தாயிடம் நான் சத்தியம் செய்திருந்தேன். அதனால், என்னால் தாங்கிக்கொள்ள முடியாத ஒன்றால் நான் சிரமப்படத்தான் வேண்டும். அது, நீங்கள் படும் வருத்தம்.

தப்பித்துச் செல்லுங்கள், இளவரசே, தப்பித்துச் செல்லுங்கள்

உங்கள் வேலைக்காரன், மங்கள்.

மற்றொரு கடிதத்தைப் படிக்கத் தொடங்கினேன்.

மதிப்பிற்குரிய மகராஜ் குமாருக்கு.

இறைவன் ஏகலிங்கேஸ்வரன் தனது ஆசிர்வாதங்களை உங்கள் மீது சொரியட்டும். அனைத்துத் தீமைகளிலிருந்தும் உங்களைப் பாதுகாக்கட்டும்.

எனக்காக மங்கள் இதனை எழுதினான். இந்தக் கடிதத்தில் நான் கூறும் விஷயங்கள் பாதுகாப்பாக இருப்பதற்கு நாம் நம்பும் ஒரே மனிதன் அவன் தான்.

மேவாரின் நம்பிக்கையும் என்னுடைய ஒரே நம்பிக்கையும் நீங்கள் தான். மேவாரின் எதிர்காலம் உங்களுக்கே உரியது. நீங்கள் என்னுடையவர். ஆனால், உங்களைப் பற்றி நான் கொண்டிருக்கும் விழைவுகள் அனைத்தும் எனது ராஜ்ஜியத்தைக் குறித்து வைத்திருக்கும் விழைவுகளே.

எதுவும் என்னுடையது என்று உரிமை கொண்டாடும் பெண் நான். ஆனால், உங்களை என்னுடையவராக ஆக்கிக்கொள்ளும் ஒரே வழி, உங்கள் வழியில் உங்களைப் போக அனுமதிப்பதே என்பதை அறிவேன்.

முதன் முதலாக உங்களுக்கு முலைப்பால் கொடுத்த நாளிலிருந்தே உங்களது திருமணத்திற்கு என்னைத் தயார்படுத்திக் கொண்டேன். ஆனால், இளவரசிக்காக என்னை எதுவும் தயார்படுத்தியிருக்க முடியாது. அர்ப்பணிப்புள்ள மனைவிதான் அவர். ஆனால், உங்களிடம் அவருக்கு அர்ப்பணிப்பு இல்லை. இதை நீண்ட நாட்கள் நான் உணரவில்லை. ஆனால், இறுதியில் அவர் மேவாரை அழித்துவிடுவார் என்று புரிந்துகொண்டேன். இதில் வருத்தப்பட வேண்டியது என்னவென்றால், உங்கள் மீதான அவரது செல்வாக்கு. அவருடன் இருக்கும்போது நீங்கள் உங்கள் அறிவை இழந்துவிடுவதுபோல் தெரிந்தது. உங்களுக்கு ஒரு மகனை அவர் தரப்போவது இல்லை. அவர் உங்களை மேவாரின் கோமாளியாக ஆக்கிவிட்டார். மேவாரிகளும் நமது கூட்டாளிகளும் உங்கள்மீது வைத்திருக்கும் மரியாதை போவதற்கு நாட்கள் அதிகம் இல்லை.

இளவரசியை நான் எச்சரித்தேன். அவரது போக்கைத் திருத்திக் கொள்ள வேண்டினேன். ஆனால், அவர் செவிசாய்க்கவில்லை. எனவே, ஏதாவது செய்யவேண்டும் என்று முடிவெடுத்தேன். உங்கள் எதிரிகளுக்கும் அதே எண்ணம் இருந்தது. ஆனால், அவர்கள் வேலையைக் கெடுத்துவிட்டார்கள். இளவரசிக்குப் பதிலாக அவளது சேடியை, அப்பாவி கும்கும் கன்வரை கொன்றுவிட்டார்கள்.

ஆகவே, இளவரசியின் சாவை மிகவும் கவனமாகத் திட்டமிட்டேன். பிடிபட்டுவிடக் கூடாது என்பதற்காக மிகுந்த அக்கறை எடுத்துக் கொண்டேன். அவரது உணவிலும் என்னுடையதிலும் விஷம் வைத்தேன். என்னுடையதைவிட அவருக்குச் சேர்த்த விஷம் பத்து மடங்கு வலிமையானது. பாதிக்கப்பட்டவள் நானும் என்பதால், எவரும் என்னைச் சந்தேகப்படவில்லை. கெடுவாய்ப்பாக இந்த முறையும் இளவரசியிடமிருந்து மேவாரை என்னால் காப்பாற்ற முடியவில்லை.

ஏதோ தீய சக்தி அல்லது கடவுளர்கள் அவரைப் பாதுகாக்கிறார்களா? சில நேரங்களில் அவை ஒரே மாதிரியானவை இல்லையோ என்று வியந்திருக்கிறேன். என் செயல்கள் குறித்து எனக்கு எந்த வருத்தமும் இல்லை. இளவரசியும் நீங்களும் சில ஆண்டுகளாக நெருக்கமாக இருந்திருக்கிறீர்கள். ஆனால், அதனால் நல்லது எதுவும் நடக்காது. ஏனெனில் உங்கள் உறவு ஒரு பொய்யை அடிப்படையாகக் கொண்டது. உங்களைக் காப்பாற்றும் சக்தி எனக்கு இல்லை. காப்பாற்றப்படவேண்டும் என்று நீங்கள் விரும்பமாட்டீர்கள் என்பதைச் சொல்லவும் தேவையில்லை. அனைத்தையும் இழக்கப் போவது அவரல்ல, நீங்கள் தான் என்பதையும் நீங்கள் பார்க்கத் தவறுகிறீர்கள்.

ஆண்டுகள் செல்லச் செல்ல இளந் துறவி பற்றிய கதை பெரிதாக வளரும். இந்த உலகம் முழுமையும் காதல்வயப்பட்ட ஒருவரை விரும்புகின்றன. அன்பும், அதிகமாகப் பிரபலமாகும் அவரது கவிதைகளும் அவரைக் கடவுளாக்கிவிடும். இளவரசே, ராணி கர்மாவதியோ விக்கிரமாதித்தனோ உங்களைக் கொல்லவில்லை என்றால், இளவரசியும் அவரது காதலனும் அதைச் செய்துவிடுவார்கள். ஏதோ ஒரு வழியில் உங்களைப் பற்றிய நினைவைத் துடைத்தெறிந்து விடுவார்கள்.

பெரும் செயல்களைச் செய்வதற்காக நீங்கள் இருக்கிறீர்கள், இளவரசே. மிகச் சிறந்த ராஜபுத்திர அரசனை இந்த ராஜ்ஜியம் பார்க்கவிருக்கிறது. அந்தத் திறனை நீங்கள் பெற்றிருக்கிறீர்கள். உங்களுக்குத் தொலைநோக்குப் பார்வை இருக்கிறது. எதிரிகள் அனைவரையும் வென்று, ஒட்டுமொத்த ஹிந்துஸ்தானத்திற்கே மஹாராணா ஆகும் புத்திசாலித்தனம் உங்களுக்கு இருக்கிறது. உங்கள் மனைவியிடமிருந்து நீங்கள் விலகமுடியுமா? அதன் பின்னர்தான், உங்கள் தம்பியையும் தாயையும் நீங்கள் வெல்ல முடியும்; பாபர் மீதும் மற்ற எதிரிகள் மீதும் கவனம் செலுத்த முடியும்

நீங்கள் இதைச் செய்ய முடியுமா? என் இதயத்திலிருந்து சொல்கிறேன், உங்களால் முடியாது. உங்களுக்கு ஒரு பெண்தான். அது இளவரசிதான். அவரும் உங்கள்மீது அன்பு செலுத்தியிருந்தால் நன்றாக இருந்திருக்கும். ஆனால், கவலைப்பட வேண்டாம். அது ஒரு

பிரச்சனையில்லை. இருவருக்காகவும் அதை நீங்கள் செய்துகொண்டு இருக்கிறீர்கள்.

நான் விடைபெறுகிறேன், இளவரசே. ஒரு கொலைகாரிக்கு, ஏன் தோற்றுப் போனவளுக்கு மேவாரில் இடமில்லை. இங்கு இருந்துகொண்டு உங்களது வீழ்ச்சியையும் பார்க்க இயலாது.

நான் தவறு என்று நீங்கள் நிரூபிக்கவேண்டும் என்று ஆண்டவனை வேண்டுகிறேன்.

உங்கள் வேலைக்காரி
கௌசல்யா

கடிதத்தின் கடைசி வரியை ஏறத்தாழ எழுதி முடித்துவிட்டேன். ஒரு நிமிடத்தில் எனது நினைவுகளை எழுதி முடித்து முத்திரையிட்டு செய்தி கொண்டு வந்தவனிடம் கொடுத்து சித்தோரை நோக்கி போகச்சொல்லவேண்டும். பேரரசரைக் கொன்றவர்கள் என்னைத் தேடி விரைவில் வந்துவிடுவார்கள். ஆனால், நான் செய்வதற்கு இன்னுமொரு வேலை இருக்கிறது. பல ஆண்டுகளாக ஒத்திப்போட்டது. இனிமேலும் அது காத்திருக்காது. கோவிலில் இருப்பவனுடன் என் பகையைத் தீர்த்துக் கொள்ளவேண்டும்.

அத்துடன், முடிந்த வரையில், ராணி கர்மாவதிக்கும் விக்கிரமாதித்தனுக்கும் அல்லது அந்த ஆறு அடிவருடிகளுக்கும் எளிதான இலக்காக இருக்கமாட்டேன். மறந்துவிட வேண்டாம். பெஃபிக்கிர் என் வசம்தான் இருக்கிறான். ராஜா புராஜி கிக்காவின் மலைகளும் இங்கிருந்து அதிக தூரமில்லை. அதுமட்டுமின்றி லீலாவதியின் கரங்களில் தவழ்வதற்கு நான் ஏங்குகிறேன்.

தொடர்ந்து என்னையே நான் ஏன் ஏமாற்றிக் கொண்டிருக்கிறேன்?

கௌசல்யாவும் லீலாவதியும் சரியாகச் சொல்லியிருக்கிறார்கள். அவை பற்றி என் மனத்தில் கேள்விகள் ஏதும் இல்லை. அவர்கள் ஆலோசனையை மறுக்கமுடியாது. என்னால் ஏதாவது செய்ய முடியுமென்றால், அந்தப் பெண்ணை இனி திரும்பிப் பார்க்கக்கூடாது. என் வாழ்விலிருந்து அவளை விலக்கிவைக்க வேண்டும்.

ஆம், அப்படித்தான் செய்ய வேண்டும்.

ஆனால், எனக்கு ஒரேயொரு பெண்மணிதான் இருக்கிறாள். அது லீலாவதியல்ல; கௌசல்யாவும் அல்ல. என் மனைவிதான். நான் அவளைத்தான் தொடர்ந்துசெல்ல வேண்டும். பிருந்தாவனத்திற்கோ, மதுராவிற்கோ, நரகத்தின் வாயிலுக்கோ, அல்லது கடவுள் என் பக்கம் இருந்தால், சொர்க்கத்திற்கோ.

இறுதியாக...

தவறவிடப்படாத, தவறிப்போன பக்கம் நான். தவிர்க்கக்கூடிய இடைவெளி நான்.

அதன்பின் மகராஜ் குமாரை வேறு எவரும் பார்க்கவில்லை, கேள்விப்படவும் இல்லை. அவன் மறைந்தவிதம் பற்றிப் பல்வேறு கதைகள் வளைய வந்தன. ராணி கர்மாவதிக்கும், இளவரசன் விக்கிரமாதித்தனுக்கும் விசுவாசமான கொலைகாரர்கள் அவனைக் கொன்றுவிட்டதாக ஒரு கதை சொல்கிறது. மாண்டுவிற்குத் தப்பியோடிய மகராஜ் குமார், லீலாவதியை அழைத்துக் கொண்டு ராஜா புராஜியின் கட்டுப்பாட்டிலிருந்த மலைகளுக்கு சென்றுவிட்டான் என்கிறது மற்றொரு கதை. மற்றொன்று, அவனை மதுராவில் பார்த்ததாகக் கூறுகிறது. இரந்துண்பவனாக அவன் மாறிவிட்டான். இளந் துறவி செல்லும் இடமெல்லாம் அவளைத் தொடர்ந்துசெல்லும் மக்கள் கூட்டத்தில் ஒருவனாக அவனும் செல்கிறான் என்கிறது. நான்காவது, மிகவும் சிக்கலான ஒரு கதையைச் சொல்கிறது.

ஆறுபேரும் துரத்திவர, பஸ்வாவில் இருந்த குழலிசைப்போனின் கோவிலுக்குள் ஓடினான் மகராஜ் குமார். இறுதி மோதலின்போது உடுத்திருந்த ‘கேசரியா பானா’வைத்தான் இப்போதும் அணிந்திருந்தான். ‘கடவுளர்களும் அவர்களுக்கு உரிய தண்டனையைப் பெற்றே தீரவேண்டும்’ என்று அவன் முணுமுணுத்தான்

சித்தோர் பிருந்தாபாணி கோவிலில் இருக்கும் பளிங்குச் சிலையில் பாதியளவு கூட பஸ்வாவின் குழலிசைப்போனின் சிலை இல்லை. ஆனால், அரிதான அழகுடன் விளங்கியது. அதை ஒப்புக்கொள்வது மகராஜ் குமாருக்குக் கடினமாக இருந்தாலும், முரணாக அனைத்தையும் மீறி அந்தக் கடவுளிடம் மனநிம்மதியைத் தரும் சாந்தத்தைக் காணமுடிந்தது. இடார் படையெடுப்பின்போது அவன் காணாமல் போயிருந்த அந்த ஏழு நாட்களில் அவன் அழித்த அந்த மணல் அலைகளாய் பீதாம்பரத்தின் மடிப்புகள் மிக நுட்பமாகச் செதுக்கப்பட்டிருந்தன. அழகுடன் செதுக்கப்பட்டிருந்த மயிலிறகு தலைப்பட்டையில் பகட்டாகப் பொருந்தியிருந்தது. ஒளி ஊடுருவும் அளவுக்கு மென்மையாகக் காணப்பட்டது.

ஆனால், முகத்தில் வெளிப்பட்ட உணர்வும், தலையை அவன் வைத்திருந்த முறையும்தான் மகராஜ் குமாருக்குள் உணர்வைத் தட்டி எழுப்பின. ஒருகணம், தன்னையே அந்தக் குழலிசைப்போனாக எண்ணிக்கொண்டான். அவன் குழலூதிக் கொண்டிருந்தான். அவன் தேடி இசைத்த பாடல் அவன் கண்களை மூடவைத்தது. இசையைப்போல்

உண்மையான தியானம் வேறில்லை. உள்ளுக்குள் பயணித்துப் பார்ப்பதுபோல் பெரும் பயணம் வேறில்லை.

அந்தச் சிலையின் அழகிலும், அது ஏற்படுத்திய அதிர்வலைகளிலும் மூழ்க மிகச்சிறந்த நேரம்! இனித் தள்ளிப்போட முடியாது. இனியும் இல்லை. அனைத்துப் பொருட்களிலும் கடவுள் உறைகிறார் என்கிறார்களே! இளவரசன் தனக்குள் சொல்லிக்கொண்டான். நிச்சயமாக அவன் தனது சொந்த உருவத்தில்தான் தோன்றவேண்டும்.

உறையிலிருந்து வாளை உருவு. உனது இடது தோளுக்கு மேல் வலது கையை உயர்த்து. இப்போது அவன் முகத்தைப் பார். கவலைப்படாதே. கண்களை அவன் திறக்கமாட்டான்; குழலிசைப்பதையும் நிறுத்தமாட்டான். இப்போது திடீரென்று மின்னல் வேகத்தில் வலது கையை, இடப்புறத்திலிருந்து வலமாக கீழிறக்கு. ஒரு சுத்தமான வீச்சு. அவன் தலை தரையில் விழுந்துருளும்.

'எவ்வளவு நாட்கள் இப்படி விரோதம் பாராட்டிக்கொண்டிருப்பாய்? இந்தத் தனிப்பட்ட சண்டையை எவ்வளவு நாள் போட்டுக்கொண்டிருப் பாய்? நீயும் நானும் ஒன்று என்பது உனக்குத் தெரியாதா? எனது குழலும் பாடலும் உன் உதடுகளின் மீதுதான். ஒரே பெண்ணைத்தான் நாம் காதலிக்கிறோம். முட்டாளே, இந்தப் புவியில் எந்தச் சக்தியாலும் நம்மைப் பிரிக்கவோ அல்லது பிளவுபடுத்தவோ இயலாது'.

தன்னைச் சமாதானப்படுத்த அந்த சியாமளன் மழுப்பிப் பேசுகிறானோ என்று மகராஜ் குமார் நினைத்துக்கொண்டான். அளவில்லாமல் பொய் பேசுபவன் அல்லவா! மாட்டிக் கொண்டவன் அதிலிருந்து தப்பிக்க அல்லது தனது நிலையைச் சரியென்று நிரூபிக்க மழுப்பலாகப் பேசுவான், நம்ப வைத்து ஏமாற்றுவான், தாழ்ந்துபோவான். இந்தக் காரணங்களால்தான், இதுவரை தோன்றிய அரசியல் மேதைகளில் ஆகச்சிறந்தவனாக அவனை மகராஜ் குமார் எண்ணினான். மேவாரின் மக்கள் ராஜதந்திரத்தையும் யுத்தக்கலையையும் அவனிடமிருந்து கற்றுக்கொள்வார்கள் என்று நம்பியிருந்தானே?

இளவரசன் இரண்டு யோசனைகளில் இருந்தான். கரத்தை உயர்த்தி வீசி அவன் தலையைத் துண்டித்துக் கொள்வதா? அல்லது...

இருபக்கமும் கூர்மையான தனது வாளைக் கீழிறக்கினான். தன்னால் முடியும் என்று எப்போதும் அவன் எண்ணியது போல் துரிதமாக, அழுத்தமாக இறக்கினான். கை பாதியிலேயே நின்றுவிட்டதா என்ன? குழலூதுவோனின் பளிங்குச் சிலையை, அழகாகச் சிரிக்கும் அந்த முகத்தில் அல்லது உடம்பில் மெலிதாக வெட்டியதா?

இந்த விஷயத்தில் சஜனி பாய் அமைதியாக இருக்கிறாள். எதுவும் சொல்லவில்லை.

அந்த ஆறுபேரும், அவனைக் கொல்வதற்குத் தயாராக கைகளில் வாட்களுடன் அவனை நெருங்கிவிட்டனர். அந்த நேரத்தில்தான் குழலிசைப்போன் மகராஜ் குமாரைத் தழுவிக்கொண்டான். அச்சமும் வியப்பும் அந்த ஆறுபேரையும் தாக்கியது. ஒருகணம் மகராஜ் குமார் அங்குதான் இருந்தான். அடுத்த கணம் மாயமாகிவிட்டான். அவர்கள் கனவு காண்கிறார்களா? அதோ, மகராஜ் குமாரின் தலைப்பாகை, கேசரியா பானாவின் ஒரு முனை குழலூதுவோனின் மார்பின் கீழ்ப்புற இடது முனையில் தொங்கிக்கொண்டிருக்கிறது.

ஒவ்வொருமுறை யாராவது ஒருவர் கோவிலுக்குள் நுழையும் போதும், வழுவழுப்பான பளிங்குச் சிலையில் சிக்கிக்கொண்டிருக்கும் அந்தத் துணி காற்றில் மெலிதாகப் படபடத்து அசையும்.

பின்னுரை

ஒரு வரலாற்று உண்மையை அடிப்படையாகக் கொண்டு நாவல் ஒன்றை எழுத விரும்பினேன். ஒரு நாவல், வரலாறு அல்ல. அந்த உண்மையின் புவியியலையும் காலநிலையையும் மீண்டும் கண்டுபிடிக்க விரும்பினேன். பரம்பரைகளையும் ஆண் மற்றும் பெண் கடவுள்களின் தோற்றங்களையும் புனரமைக்க விரும்பினேன். கிளர்ச்சிகளையும் கொள்ளை நோய்களையும் தொடங்க நினைத்தேன். சிறு நிகழ்வுகளையும் பொருளாதார நிலைமைகளையும் மேம்படுத்த எண்ணினேன். தேதிகளில் விளையாடினேன். நல்வாய்ப்பாக, முதன்மை கதாபாத்திரம் தவிர்த்து, நான் சுற்றி விளையாட அதிகம் வாய்ப்பு எனக்குக் கிடைக்கவில்லை. ஏனெனில், அவன் பிறந்தான், மணந்தான், இறந்தான் என்பது தவிர்த்து அந்த மனிதனைப் பற்றி நமக்கு அதிகம் தெரியாது. பிரபலமாவதற்கு அவனுக்கிருந்த வாய்ப்பு, இந்தக் காலம் வரையிலும் வரலாற்றில் அதிக அளவில் நினைவுகூறப்பட்ட, பேசப்பட்ட ஒருத்தியான அந்த இளவரசியுடன் அவனுக்கு மணமானது என்பதே.

என் நோக்கங்களையும் மீறி, கணிசமான அளவுக்கு வரலாறு தன்னை இந்தப் புதினத்திற்குள் புகுத்திக்கொண்டது. வரலாற்று முக்கியத்துவம் வாய்ந்த காலகட்டத்தில் அந்த இளவரசியும் அவள் கணவனும் வாழ்ந்தனர் என்பதே அதற்குக் காரணம். பதினாறாம் நூற்றாண்டின் தொடக்கத்தில் மிகவும் வலிமையான ராஜபுத்திர அரசாக இருந்த மேவார் ராஜ்ஜியத்தின் வாரிசுரிமை உள்ளவனாக அந்தக் கணவன் இருந்தான். தலைமுறைகளாக, தங்களுக்குள் பிளவுபட்டு தொடர்ந்து சண்டையிட்டுக் கொண்டிருந்த ராஜபுதன அரசுகளை முதன்முறையாக ஒன்றிணைத்த ராணா சங்கா அவன் தந்தை. மூன்று புறமும் அவருக்கு எதிரிகள். வடகிழக்கில் ஹிந்துஸ்தானின் சுல்தான்கள் என்று தங்களைப் பேராசையுடன் அழைத்துக்கொண்ட ஆப்கானிய ஆட்சியாளர்கள், லோடி வம்சத்தவர்; சங்காவின் இடது புறம், தென்மேற்கில் இரண்டாம் முஸாஃபர் ஷா ஆட்சியின் கீழ் இருந்த குஜராத் ராஜ்ஜியம். தென் கிழக்கில் மால்வா ராஜ்ஜியத்தின் சுல்தான் இரண்டாம் மகமது கல்ஜி.

மேவாரைப் பற்றி ஆராயும்போது அவ்வளவு சிறப்பான விஷயங்கள் ஏதும் நமக்குக் கிடைக்கவில்லை; ஆனால், கிடைத்திருக்கும் வரலாற்றுத் தகவலின்படி, முஸாஃபர் ஷாவின் இரண்டாவது மகன் ஷெஸாதா பகதூர் மேவாரில் தஞ்சம் புகுந்தான். அவர்கள் அவனைப் பெருந்தன்மையுடன் நடத்தினர். ஆனால், விருந்தொன்றில் அரச குடும்பத்து உறவான இளவரசன் ஒருவனை ஷெஸாதா கொலைசெய்துவிட்டான். விஷயங்கள் கசந்துபோயின. இளவரசன் பகதூர் மீது ராஜ மாதா பிரியத்தை வளர்த்துக் கொண்டிருந்தாள். அவள்தான் இடைமறித்து

பகதூரின் உயிரைக் காப்பாற்றினாள். இடார் என்ற பிரதேசத்தின் காரணமாகத்தான் மேவார் குஜராத்துடன் சண்டையிட்டுக் கொண்டிருந்தது. மால்வாவுடன் நடந்த சண்டை ஒன்றில், அதன் சுல்தான் மகமது கல்ஜியைத் தோற்கடித்த மேவார் அவனைச் சிறைப் பிடித்தது.

பாபர் தனது இருப்பை 1520களின் தொடக்கத்தில்தான் ஹிந்துஸ்தானத்தில் உணரவைத்தான். ஹிந்துஸ்தான்மீது மொத்தமாக அவன் ஐந்துமுறை படையெடுத்தான். முதல் படையெடுப்பு 1516ல் நடந்தது. சங்காவிற்கும் பாபருக்கும் இடையில் கடிதப் போக்குவரத்துகள் இருந்ததாக பாபரின் குறிப்புகளும் மேவார் அரச வம்சத்தவரின் குறிப்புகளும் கூறுகின்றன. பானிபட் முனையிலிருந்து ஒருவரும், மற்றவர் ஆக்ரா முனையிலிருந்தும் இப்ராஹிம் லோடியை ஒரே நேரத்தில், தாக்குவது குறித்து, கடித ஆவணங்கள் பேசுகின்றன.

பெரும்பாலான பிரிட்டிஷ் வரலாற்று ஆய்வாளர்களும் இந்திய வரலாற்றாளர்களும், ராஜபுத்திரர்களுக்கும் பாபருக்கும் இடையில் கனுவாவில் நடந்த யுத்தத்தை, பொதுவாகக் குறைத்து மதிப்பிடுகின்றனர். ஒரு வரியில் அல்லது ஒரு பத்தியில் கடந்து சென்றுவிடுகின்றனர். இந்தியாவின் முதன்மை அதிகார மையம் என்று அவர்கள் டில்லி மீதே கவனம் செலுத்துகின்றனர். இதற்கான முக்கிய காரணம், பாபர் தோற்றுவித்த மொகலாய வம்சம் பெரும்பாலும் டில்லியில் இருந்துதான் ஆட்சி செலுத்தியது என்பது. ஆனால், மகாராணா சங்கா குறித்தும் ராஜபுத்திரர்கள் குறித்தும் பாபருக்கு இருந்த பார்வை பெருமளவிற்கு மாறுபட்டது.

சுல்தான் இப்ராஹிம் லோடியை இரண்டாவது பானிபட் யுத்தத்தில் பாபர் தோற்கடித்ததும், டில்லியையும் ஆக்ராவையும் பாதுஷா இணைத்துக் கொண்டார். லோடி பேரரசை சிறிது சிறிதாக தன் ஆட்சியின் கீழ் கொண்டுவந்தார். இப்ராஹிம் லோடியை அவனது உறவுக்காரர்களும், வாஸல்களும், அமீர்களும் மிகவும் வெறுத்தனர் என்பதை நினவில் கொள்ள வேண்டியது மிகவும் முக்கியம். லோடி சுல்தானின் ராஜ்ஜியம் ஏற்கனவே சிதைந்து கொண்டிருந்தது. தனது வலிமையைச் சோதிப்பதற்கு ஒரு முக்கிய சந்திப்பு முன்னால் காத்திருக்கிறது என்பது பாபருக்குத் தெரியும். அந்தப் பிரதேசத்தின் உண்மையான வலிமை மிக்கவர்கள், ராணா சங்காவும் மற்றும் ஹிந்துக்களுக்கும் முஸ்லீம் ராஜாக்களுக்கும் முக்கிய தலைவர்களுக்கும் இடையிலான கூட்டணியும்தான் என்பதை அவன் அறிவான். அவனே பதிவு செய்திருப்பதுபோல், பாபரின் வீரர்கள் காபூலுக்குத் திரும்பிச் செல்ல விரும்பினர். ராணாவும் அவரது நட்பு நாடுகளின் படைகளும் இணைந்த பெரும் படையைப் பார்த்து அவர்கள் பயம் கொண்டிருந்தனர். அவர்களுடன் யுத்தம் செய்யத் தயங்கினர்.

அசாதாரண முறைகள் மூலம் சாகும் வரையில் போரிடுவதற்கு அவர்களை பாபர் இணங்க வைத்தான்.

பாதுஷா பாபர், ராணா சங்கா, அவர் நண்பர்களின் விதி மட்டும் அல்ல, இந்தியாவின் விதியும் ஆபத்தில் இருந்தது. அந்த யுத்தம் மட்டும் நடந்திராவிட்டால், இந்தியாவின் வரலாறு மிகவும் வேறுபட்டதாக இருந்திருக்கும் என்பது மிகையல்ல. அதே நேரத்தில் பாபர் தோற்றிருந்தால், இந்தியாவின் எதிர்காலம் எப்படி இருந்திருக்கும் என்ற அனுமானங்கள் தேவையற்றவை.

கனுவாவில் தோற்றதும், பாபரை மீண்டும் தோற்கடிக்காமல் சித்தோருக்குத் திரும்பப்போவதில்லை என்று ராணா சங்கா சத்தியம் செய்தார். இந்த இடைப்பட்ட காலத்தில்தான் அவருக்கு விஷம் வைக்கப்பட்டது என்று வரலாற்றாசிரியர்கள் பலரும் நம்புகின்றனர். எனினும் இந்தக் குற்றச் சதியின் பின்னால் யார் இருந்தது என்பது தெளிவாகத் தெரியவில்லை.

மனைவியின்மேல் பெரும் ஆசை கொண்ட கணவராக சங்கா இருந்தார். அவர் மீது அதிகப்படியான, ஆரோக்கியமற்ற செல்வாக்கை ராணி கர்மாவதி கொண்டிருந்தார். இந்தக் கருத்தை ராஜஸ்தானின் காலவரிசை வரலாற்றுப் பதிவுகள் என்ற நூலில் கர்னல் டாடும், மற்ற வரலாற்றாசிரியர்களும் முன்வைக்கின்றனர்.

பேரரசனாக ராணா உச்சத்தில் இருந்தபோது, இளவரசன் விக்கிரமாதித்தனும் அவன் சகோதரனும் ரண்தம்போர் ராஜ்ஜியத்தை ராணாவிடமிருந்து பெற முடிந்தது; இந்த வழக்கத்திற்கு மாறான, உயர்வான பரிசின் பின்னணியில் அவர்களின் தாய் இருந்தாள் என்பது தெரிகிறது. விக்கிரமாதித்தன் சீரழிவுக்கு ஆளாகியிருந்தான் என்பதுடன் அதிகாரப்பசியுடன் இருந்தான். மீட்டெடுக்கும் பண்புகள் அற்றவனாக, மோசமான ராஜாவாக மாறிப்போனான். மேவார் பெருமைப்படக் கூடிய அளவுக்கு அரசியும் அவள் மகனும் எதையும் செய்யவில்லை.

தகவல்கள் இவ்வளவுதான்,

மீதம் என்ன? கதை சொல்பவர்கள், பொய்யர்கள். நமக்கு இது நன்றாகத் தெரியும்.

வரலாற்றுக் குறிப்புகள்:

ராணி கர்மாவதி செய்த வேலையும் அவளது முயற்சியும் வீண்போய்விடவில்லை. விக்கிரமாதித்தன் சித்தோரின் ராணாவானான். ஆனால், நீண்ட நாட்களுக்கு இல்லை. ஆனால், அது விஷயத்துடன் தொடர்பற்ற ஒன்று. மேவார், அது முன்பு பெற்றிருந்த வலிமையின் சிறு நிழலை மட்டுமே இப்போது பெற்றிருந்தது. மகராஜ் குமாரின் விருந்தினராய் ஒரு காலத்தில் இங்கு தங்கியிருந்த சுல்தான் பகதூர் ஷா சித்தோர் கோட்டையை முற்றுகையிட்டான். அப்போது மொகலாய பாதுஷாவாக பாபரின் மகன் ஹுமாயூன் இருந்தான். சித்தோரை காப்பாற்ற உதவும்படி உடனடி உதவிகேட்டு ராணி கர்மாவதி அவனுக்கு செய்தி அனுப்பினாள். படைகளுடன் அவன் வருவான், சித்தோரை முற்றுகையிலிருந்து விடுவிப்பான் என்று தோன்றியது. ஆனால், அவன் வரவேயில்லை. நம்பிக்கையிழந்த நிலையில், ராணி கர்மாவதியும் 13,000 சித்தோர் பெண்களும் ஜோஹார் தீயில் பாய்ந்து தங்கள் மானத்தைக் காப்பாற்றிக் கொண்டனர்.

* * *

ஹிந்துஸ்தானின் பாதுஷா ஆகவேண்டும் என்ற நோக்கம் ஏதுமின்றி ட்ரான்சோக்ஸியானாவிலிருந்து புறப்பட்ட துருக்கியத் தளபதி பாபர் உலகிலேயே மிகவும் நினைவில் கொள்ள வேண்டிய வம்சங்களில் ஒன்றை, மாபெரும் மொகலாய வம்சத்தை தோற்றுவித்தான்.

இந்தியாவிற்கு, குறிப்பாக நாகரீக உலகிற்கு அவன் அளித்த முக்கியப் பங்களிப்பாக அவனது பேரன், பேரரசன் அக்பரைக் கூறலாம். முதலாம் எலிஸபெத் ஆட்சி செய்த காலத்தில் அக்பர் இங்கு ஆட்சி புரிந்தார். அக்பரைப் பற்றி அவரது தாத்தா பெருமையாகப் பேசிக்கொள்ளலாம். இந்தியாவின் நிலப்பரப்பில் மூன்றில் இரண்டு பங்கு அளவிற்கு தனது பேரரசை விஸ்தரித்தார். அவர் பெரும் கட்டிடக் கலை வல்லுநர். ராணா சங்காவை பாபர் தோற்கடித்த கனுவாவிற்கு அருகில் தனது புதிய தலைநகரான ஃபதேபூர் சிக்ரியை உருவாக்கினார். அவருடைய தாத்தா மகிழ்ச்சி அடைந்திருக்க வாய்ப்பற்ற ஒன்றை அக்பரின் மிகச்சிறந்த சாதனையாகக் கூறலாம். ஹிந்துக்களையும், முஸ்லீம்களையும், ஜைனர்களையும், பாரசீக இனத்தவர்களையும் ராணுவத்திலும் நிர்வாகத்திலும் உயர் பதவிகளில் அவர் அமர்த்தினார். பல்வேறு மத நம்பிக்கைகள் கொண்டவர்கள் இணைந்து வாழமுடியும் என்று நம்பினார். உண்மையில் புதிய மதம் ஒன்றைத் தோற்றுவிக்க முயன்றார். பல்வேறு மத நம்பிக்கைகளிலும் சிறந்தவை என்று அவர் கருதியவற்றின் ஒன்றிணைவாக தீன் இலாஹியை அவர் கருதினார். அவர் முற்றிலும் படிப்பறிவற்றவர். எனினும், அறிவு பெறுவதற்கும்

மற்றும் சகிப்புத்தன்மையுடன் இருப்பதற்கும் முறையான கல்வி கற்றிருப்பதற்கும், கல்லாதிருப்பதற்கும் தொடர்பேதும் இல்லை என்றே தோன்றுகிறது.

அவர் மகன் ஜஹாங்கிர் *1605-1627* வரை ஆட்சி செய்தார். அவரது ஆட்சிக் காலத்தில்தான் பிரிட்டிஷார் தமது முதல் குடியமர்வை சூரத்தில் நிறுவினர். அக்பரின் பேரன் ஷாஜஹான் மொகலாய வம்சத்தின் ஆகச்சிறந்த கட்டிடக் கலைஞர். ஆக்ரா கோட்டையையும், செங்கோட்டையையும், உலகின் மிக அழகிய நினைவிடங்களின் ஒன்றான, அவர் மனைவியின் கல்லறையான தாஜ்மஹாலையும் கட்டினார்.

* * *

பின்னாளில் குஜராத்தின் சுல்தான் பகதூர்ஷா சித்தோரையும் மால்வாவையும் விழுங்கிவிட்டான். பாபரின் மகன் ஹுமாயுன் குஜராத்தின் மீது படையெடுக்க முடிவெடுத்தான். போர்த்துகீசியரின் உதவியை நாடினான் பகதூர். பம்பாயின் ஏழு தீவுகளை அவர்களுக்கு அளிப்பதாக வாக்குறுதி அளித்தான். அப்போது அவை குஜராத்தின் பகுதிகளாக இருந்தன. சூரத்தில் நின்றிருந்த ஒரு கப்பலுக்கு போர்த்துகீசியர் பகதூரை விருந்துக்கு அழைத்தனர்; அவ்வாறான அரசமுறை பயணத்தில், கப்பலின் முன்பகுதியில் அவன் நின்றிருந்தபோது விபத்தொன்றை ஏற்பாடுசெய்து போர்த்துகீசியர் அவனைக் கொலைசெய்தனர் என்று சொல்லப்படுகிறது.

* * *

மேலைநாட்டுப் பாரம்பரியத்தைப் போல் இந்தியாவில் துறவிகள் பிரம்மச்சாரியாக இருக்கவேண்டும் என்ற கட்டாயமில்லை. அவர்களைப் புனிதர்களாக அறிவிக்க, அதிசயங்களை நிகழ்த்தவேண்டிய கட்டாயமும் இல்லை. பிராமணியத்தின் முழுமையான கட்டுப்பாட்டில் இருந்த கடவுளிடமிருந்தும் மதச்சடங்குகளில் இருந்தும் கூர்மையான முறிவை புதிரான பக்தி இயக்கம் உண்டாக்கியதாகத் தெரிகிறது. இந்த மரபு, உயர் சாதி ஹிந்துக்கள் தொடங்கி பலசரக்கு வியாபாரிகளும், வணிகர் தொடங்கி பிச்சைக்காரர்களும், செருப்புத் தைப்பவர் போன்ற தீண்டத்தகாதவர்களும் அல்லது மண்பானை வனையும் குயவர்களும் அனைவரும் இறைவனை அடைய வழிவகுக்கிறது. தேவையெல்லாம் தீவிர பக்தியே. அதன்பின் கடவுள் உங்களுடையவர். என்ன பெயரில் வேண்டுமானாலும், ராம், விட்டல், கிருஷ்ணா, சிவா என்று கடவுளை அழைக்கலாம். கடவுளுடனான நெருக்கமான உறவின் விநோதமான அம்சமாக ஒன்றைப் பார்க்கமுடியும். அதாவது இந்தியா முழுவதும் இந்த பக்தி மார்க்கத் துறவிகள் அனைவரும் கடவுளுடன் பாடல்கள் மூலமாகவே பேசியிருக்கின்றனர். பெரும்பாலானவை அற்புதமான, உணர்ச்சி பூர்வமான பாடல் வரிகள்; பேச்சு வழக்கில் பாடப்பட்டவையாக

சில இருந்தன; எளிதில் புரிந்துகொள்ள முடியாத சொற்களிலும் சில இருந்தன; கடினமான, நகைச்சுவை ததும்பும், காதல் ரசம் சொட்டும், எளிய பதங்களிலும், சிக்கலான மொழிகளிலும், விளையாட்டுத்தனம் நிறைந்தவையாகவும் சில காணப்படுகின்றன. பாடுபொருள் எப்போதுமே அவனே. தந்தையாக, நண்பனாக, காதலனாக, சகாவாக, ஆன்மநேயனாக அவன் இருந்தான். அவனை நீங்கள் கேலி பேசமுடியும், உத்தரவு போடமுடியும், இரவோ பகலோ எந்த நேரத்திலும் அவனை எழுப்ப முடியும். உங்களால் இவற்றை செய்ய முடிவதற்கு காரணம், நீங்கள் கடவுள் என்னும் ஒற்றைத் தன்மையில் நம்பிக்கை வைக்கிறீர்கள். அங்கு நாம் தான் இருக்கிறோம். அவனுக்கும் உங்களுக்கும் இடையில் பிரிக்கும் கோடு எதுவும் இல்லை.

கபீர், ஞானேஸ்வர், கிருஷ்ண சைதன்யர், தியாகராஜர், துக்காராம், லுல்லா, நாமதேவர், நார்ஸி பகத். இவர்களுடன் மீரா என்ற இளந் துறவியும் சேர்கிறார். மற்றவர்களைப் போலன்றி, இந்த வரிசையில் இவர் மட்டும் இளவரசியாக இருந்தவர். 1498ம் ஆண்டில் பிறந்த இவர், ராணா சங்காவின் மகன் போஜராஜன் என்கிற மகராஜ் குமாரை 1516ம் ஆண்டில் மணந்தார். கடவுளுடன் அவருக்கு உறவு இருந்தது என்பது ஒரு புரளியே. இதற்காக அரண்மனை மனிதர்களால் தொடர்ந்து விமர்சிக்கப்பட்டார்; துன்புறுத்தப்பட்டார். அவர் எழுதியதாக கூறப்படும் பாடலொன்றில் தனது கணவனின் சகோதரியிடமிருந்தும், மாமியாரிடமிருந்தும், ராணாவிடமிருந்தும் (விக்கிரமாதித்தன்?) தன்னைக் காப்பாற்றும்படி குழலிசைப்போனை அவர் அழைக்கிறார். உண்மையில் விஷம் கொடுத்தோ அல்லது வேறு வழிகளிலோ அவர்கள் அவரைக் கொல்ல முயன்றிருக்கலாம்.

அவரைச் சுற்றி உருவாகியிருக்கும் பரம்பரைக் கதைகளையும் புராணக்கதைகளையும் அதனுடன் சேர்ந்த வாழ்க்கை வரலாற்றுக் குறிப்புகளையும் பிரித்துப்பார்ப்பது இயலாதது. இளவரசியின் காதல் கதையையும், அவரது தெய்வீகக் காதலனையும், அவரது கணவனின் உறவினர்களால் அவர் சந்தித்த சிரமங்களையும் இந்தியர்களின் கற்பனை மிகவும் அன்புடன் எதிர்கொண்டது. அவர் ஒரு சிறந்த படைப்பாளியாக இருந்தார். அவரது காதல் பாடல்கள் அனைத்தும் ஒப்புதல் வாக்குமூலம் போன்றவையே. இந்த நாட்களில், இந்த காலகட்டத்தில் அவர் எழுதியதைப் போன்று எழுதும் எண்ணற்ற போலி எழுத்தாளர்கள் இருக்கிறார்கள். இந்தியர்கள் நனவிலும், கனவிலும் பயன்படுத்தும் உணர்வு பூர்வமான சொற்களின் பிரதிபலிப்பாக மீராவின் படிமங்களும், எண்ண வெளிப்பாடுகளும் இருக்கின்றன. அவரது சித்திரத்தை எந்த இடத்திலும் நீங்கள் அடையாளம் காணமுடியும். கிருஷ்ணன் யோகி. மீராதான் அவரது 'ஜோகன்' அல்லது பக்தை. எப்போதும் அவர்

வெள்ளுடையில்தான் இருந்தார். ஒற்றைத் தந்தி வாத்தியமொன்றை மீட்டிக்கொண்டிருப்பார். இந்த உலகை அவர் எப்போதும் பார்ப்பதில்லை. அவர் தனது கடவுளுக்குள் தன்னை இழந்திருப்பார். அவனுக்கு முன்னால், தன்னையிழந்த நிலையில் நடனமாடுவார்.

நமக்குத் தெரிந்த அந்த இளந் துறவி, பெரும் துறவியாக மாறினார். இந்தியாவில் வாழ்க்கையை அளவிடும் கருவியாக வணிகத் திரைப்படங்கள் இருக்கின்றன. இந்தியத் திரைப்படம் அவ்வப்போது தொடர்ந்து இளந் துறவியை நாடிச்செல்கிறது. நியூயார்க், மாஸ்கோ, லண்டன் என்று பல்வேறு இடங்களில் இயங்கி வருகின்ற கிருஷ்ண பக்த இயக்கத்தினர், நீலவிழியாளுக்கு ஒரு சிறிதும் கடன்பட்டிருக்கவில்லை. ஆர்க் நகரத்தின் ஜோன் துறவி போல், தொடக்கக் கால பெண்ணியவாதிகளில் ஒருவர் என்று 1980களில் இளந் துறவியைக் குறிப்பிட்டனர். நாடகங்கள், நடனங்கள், கவிதை, ஓவியம் அத்தனையிலும் பாடுபொருளாக மீரா இருந்தார். அவரது பஜனைப் பாடல்களும், காதல் பாடல்களும், வேறு வகையான பாடல்களும் நாடு முழுவதும் பாடப்படுகின்றன. வேறு எந்தக் கவிஞரையும், துறவியையும் விட இவரது பாடல்களை அதிக அளவில் பாடகர்கள் பதிவு செய்திருக்கிறார்கள். இந்திய பக்தி மார்க்கத்தின் ஏனைய பெரும் துறவிகள் இவரைக் காட்டிலும் ஆற்றல் மிக்க அறிவாளிகளாக இருக்கலாம். ஆனால் அவர்களது புகழ் பெருமளவு பிரதேசம் சார்ந்தது. ஆனால், மீராவின் பெயர் ஒவ்வொரு இந்தியர்களின் உதடுகளிலும் ஒலித்துக் கொண்டிருக்கிறது

எளிதான வாசிப்பிற்கு...

1. Tika - திலகம் - திருமணம் நிச்சயமானதை ஒட்டி மணமகனுக்கு திலகம் வைக்கும் சடங்கு
2. Baraat - பாராத் - மணமகன் ஊர்வலம்
3. Saat phere ritual - சாத் ஃபிரே -திருமணத்தில் அக்னியை வலம் வருதல்
4. Balabandis - பாலபந்தி வகை தலைப்பாகைகள்
5. Turra - துர்ரா - தலைப்பாகை உச்சியில் விசிறி போன்ற அமைப்பு
6. Bajot - அலங்காரமான உயரம் குறைவான மர ஸ்டூல்
7. Bandhani (chunni) - புடவை துப்பட்டா வடிவமைப்பு முறை பாந்தினி துப்பட்டா
8. Odhani - ஓதனி, முந்தானை
9. Duglo - துக்லோ - முழுக்கை சட்டைப்போன்ற ஆண்கள் அணியும் மேலாடை
10. Angarkha - அங்கர்கா - அரச குடும்பத்தின அணியும் மேலங்கி
11. Mojari - மோஜரி- ராஜஸ்தானி வகை காலணி
12. Siropa - சிரோப்பா -மணமகனுக்கு அணிவிக்கப்படும் அங்கவஸ்திரம் போன்றது.
13. Kanchuki - கஞ்சுகி - மார்க்கச்சை
14. Jhumroo - ஜும்ரூ - சலங்கை போன்று கணுக்காலில் அணிவது Jhumroos - சலங்கைகள்
15. Meenakari - 'மீனாகாரி' அணிகலன்/ ஆடை உருவாக்கும் பாணி
16. Dhurrie - துர்ரி - தரை விரிப்பு / கம்பளம்
17. Pichwai - பிச்வாய் - திரைச்சீலை ஓவியங்கள்
18. Shahrukhi - ஷாருக்கி -15 ம் நூற்றாண்டில் ஷா ருக் என்ர தைமூர் அரசனால் அறிமுகப்படுத்தப்பட்ட நாணயம், பாபர் தொடங்கி அக்பர் வரை தம் ஆட்சிக்காலத்தில் இதை வெளியிட்டனர்.
19. Gibberish - ஜிப்பரிஷ் - குழப்பமான பொருளற்ற சொற்கள்
20. Rabadi - ரபடி - பாலில் செய்யப்படும் இனிப்பு
21. Daal bati - தால் பா(ட்)டி - பருப்பு மற்றும் ரொட்டி கொண்டு தயாரிக்கப்படும் பதார்த்தம்
22. Khatti daal chawal - கட்டி தால் சாவல் - புளிப்பான அரிசியும் பருப்பும் சேர்ந்த பதார்த்தம்
23. Gatte ki sabji - கட்டி கி சப்ஜி -பாரம்பரிய ராஜஸ்தானி தொடுகறி
24. Kanji wadas - காஞ்சி வடை -சாம்பார் வடை போன்ற பதார்த்தம்
25. Bundi sheera - இனிப்பு பூந்தி
26. Afghani tangdi kebabs - ட்ங்டி கெபாப், Grilled chickn legs
27. Ghazab gosht - கஜப் கோஷ்ட். சுவையாக சமைக்கப்பட்ட இறைச்சி
28. Shrikhand - குஜராத்தி இனிப்பு
29. kaju chiwda - காஜு ச்சிவ்டா, முந்திரி கலந்த மிக்சர்,

30. tawapudi - தாவாப்புடி - இனிப்புப் பதார்த்தம்
31. malpohe - மால்போஹே - இனிப்புப் பதார்த்தம்
32. sarson ka sag - சார்சன் கா சாகு - வட இந்தியாவில் பிரபலமான ஒருவகை தொடு கறி
33. Kachra - குமட்டிக்காய்
34. Kevda leaves - தாழம்பூ
35. Altar - மருதானி, மெஹந்தி போன்ற சிவப்புச் சாயம்
36. Jalsa ஜல்ஸா - கேளிக்கை/கொண்டாட்டத்திற்காக கூடுதல்
37. Mehfil - மெஹ்ஃபில் - இசைக் கூடல்
38. Chowpat - சௌபத் - பகடை போன்ற ஒரு சூதாட்டம்
39. Nautanki - நவ்டங்கி தெருக்கூத்துப்போன்ற கிராமிய நாடக வடிவம்
40. Bhavai - பவாய் - பாவைக் கூத்து / பொம்மலாட்டம்
41. Eunuch - ஹிஜிரா - விதை நீக்கப்பட்ட ஆண்
42. Tawaif - தவாய்ஃப் -கணிகை
43. Darzee - டார்ஸி - பிரபுக்கள் அரச குடும்பத்தினருக்கான தையல்காரர்
44. Sahelis - சகேலிகள் - நெருக்கமான தோழிகள்
45. Odalisque - கணிகை
46. Infidel - புறச்சமயத்தினர் / காஃபிர்கள்
47. Vassal - வாஸல் - நிலப்பிரபு
48. Vazir - வசீர் - அமைச்சர் - தளபதி - அரசனின் ஆலோசகர்.
49. 'Ghanikhama, Durbar - கனிகாமா, தர்பார் மன்னித்துக் கொள்ளுங்கள் என்று சொல்வதுபோன்ற மரியாதை விளி
50. Qazi - காசி - ஷாரியா வழக்கு மன்றத்தின் நீதிபதி
51. Mukhiya - முக்கியா - கிராமத் தலைவன்
52. Begs / baigs - பெய்கு - (மரபு வழியில் வரும்) சிறுபடைகளின் தளபதிகள்
53. Auzbeg - அவுஸ்பெக்ஸ் -துருக்கி மொழி பேசுவோர்
54. Jaanat ki houri - ஜானத் கி ஹோரி -நன்னெறியுடன் வாழ்ந்தவர் சொர்க்கம் செல்கையில் கூட வரும் அழகிய பெண்
55. Muezzin - மௌஸன் - தொழுகைக்கு அழைப்பவர்
56. Behemoth - Behemoth - huge monster
57. Zenana - ஸெனானா - அந்தப்புரம்
58. Jharokhas - உப்பரிகை மாடங்கள் /மான் கண் காலதர்/ அரச குலப் பெண்களின் பார்வை மாடம்
59. Naupatkhana - கோட்டைக்குள் இசை நிகழ்விற்கான தனியிடம்
60. Suraj gokhadas - சூர்ய கோகடா -சூரியனை வழிபட அமைக்கப்பட்டிருக்கும் உப்பரிகை

61. Kothi - கோத்தி - சத்திரம் போன்ற கேளிக்கைக்கூடம்
62. chowki - சௌக்கி (காவல்) நிலையம்
63. Muhalla - முகல்லா- மாவட்டம் போன்ற பகுதி
64. Hori - ஹோரி - Semi-classical வகை இசை வெளிப்பாடு.
65. Nazakat and nakhra - சிருங்கார ரஸம் தொடர்புடைய இசைப்பாடல்
66. Kesariya bana - கேசரியா பானா- ஆரஞ்சு நிற போருடை/தலைப்பாகை
67. Mantelets - மாண்டிலெட்ஸ் பாதுகாப்பு கவசம்/ அரண்
68. Zarb-zan shots - ஸார்ப் ஸன் - பெரிய வகை துப்பாக்கி
69. Lame Timur or Timur the Lame - நொண்டி தைமூர் - சிறுவயதில் அம்பு பாய்ந்ததால் ஏற்பட்டிருக்கலாம்; அல்லது அவன் ஒருகாலத்தில் கூலிப்படையாகச் செயல்பட்டபோது காயம் ஏற்பட்டிருக்கலாம் என்று வரலாற்றாசிரியர்கள் கூறுகின்றனர். அவன் வாழ்நாள் முழுவதும் ஊனமாகவே இருந்தான்.

30. tawapudi - தாவாப்புடி - இனிப்புப் பதார்த்தம்
31. malpohe - மால்போஹே - இனிப்புப் பதார்த்தம்
32. sarson ka sag - சார்சன் கா சாகு - வட இந்தியாவில் பிரபலமான ஒருவகை தொடு கறி
33. Kachra - குமட்டிக்காய்
34. Kevda leaves - தாழம்பூ
35. Altar - மருதாணி, மெஹந்தி போன்ற சிவப்புச் சாயம்
36. Jalsa ஜல்ஸா - கேளிக்கை/கொண்டாட்டத்திற்காக கூடுதல்
37. Mehfil - மெஹ்ஃபில் - இசைக் கூடல்
38. Chowpat - சௌபத் - பகடை போன்ற ஒரு சூதாட்டம்
39. Nautanki - நவ்டங்கி தெருக்கூத்துப்போன்ற கிராமிய நாடக வடிவம்
40. Bhavai - பவாய் - பாவைக் கூத்து / பொம்மலாட்டம்
41. Eunuch - ஹிஜிரா - விதை நீக்கப்பட்ட ஆண்
42. Tawaif - தவாய்ஃப் -கணிகை
43. Darzee - டார்ஸி - பிரபுக்கள் அரச குடும்பத்தினருக்கான தையல்காரர்
44. Sahelis - சகேலிகள் - நெருக்கமான தோழிகள்
45. Odalisque - கணிகை
46. Infidel - புறச்சமயத்தினர் / காஃபிர்கள்
47. Vassal - வாஸல் - நிலப்பிரபு
48. Vazir - வசீர் - அமைச்சர் - தளபதி - அரசனின் ஆலோசகர்.
49. 'Ghanikhama, Durbar - கனிகாமா, தர்பார் மன்னித்துக் கொள்ளுங்கள் என்று சொல்வதுபோன்ற மரியாதை விளி
50. Qazi - காசி - ஷாரியா வழக்கு மன்றத்தின் நீதிபதி
51. Mukhiya - முக்கியா - கிராமத் தலைவன்
52. Begs / baigs - பெய்கு - (மரபு வழியில் வரும்) சிறுபடைகளின் தளபதிகள்
53. Auzbeg - அவுஸ்பெக்ஸ் -துருக்கி மொழி பேசுவோர்
54. Jaanat ki houri - ஜானத் கி ஹோரி -நன்னெறியுடன் வாழ்ந்தவர் சொர்க்கம் செல்கையில் கூட வரும் அழகிய பெண்
55. Muezzin - மௌஸன் - தொழுகைக்கு அழைப்பவர்
56. Behemoth - Behemoth - huge monster
57. Zenana - ஸெனானா - அந்தப்புரம்
58. Jharokhas - உப்பரிகை மாடங்கள் /மான் கண் காலதர்/ அரச குலப் பெண்களின் பார்வை மாடம்
59. Naupatkhana - கோட்டைக்குள் இசை நிகழ்விற்கான தனியிடம்
60. Suraj gokhadas - சூர்ய கோகடா -சூரியனை வழிபட அமைக்கப்பட்டிருக்கும் உப்பரிகை

61. Kothi - கோத்தி - சத்திரம் போன்ற கேளிக்கைக்கூடம்
62. chowki - சௌக்கி (காவல்) நிலையம்
63. Muhalla - முகல்லா- மாவட்டம் போன்ற பகுதி
64. Hori - ஹோரி - Semi-classical வகை இசை வெளிப்பாடு.
65. Nazakat and nakhra - சிருங்கார ரஸம் தொடர்புடைய இசைப்பாடல்
66. Kesariya bana - கேசரியா பானா- ஆரஞ்சு நிற போருடை/தலைப்பாகை
67. Mantelets - மாண்டிலெட்ஸ் பாதுகாப்பு கவசம்/ அரண்
68. Zarb-zan shots - ஸார்ப் ஸன் - பெரிய வகை துப்பாக்கி
69. Lame Timur or Timur the Lame - நொண்டி தைமூர் - சிறுவயதில் அம்பு பாய்ந்ததால் ஏற்பட்டிருக்கலாம்; அல்லது அவன் ஒருகாலத்தில் கூலிப்படையாகச் செயல்பட்டபோது காயம் ஏற்பட்டிருக்கலாம் என்று வரலாற்றாசிரியர்கள் கூறுகின்றனர். அவன் வாழ்நாள் முழுவதும் ஊனமாகவே இருந்தான்.